अभिप्राय

हेरगिरीतील बारकावे टिपणारी कादंबरी

दैनिक ऐक्य, १३-८-२००६

दहशतवादी कृत्यांचा वेध

दैनिक लोकसत्ता, १-१०-२००६

दहशतवादाचे थरारनाट्य

दैनिक सकाळ, पुणे, ३-९-२००९

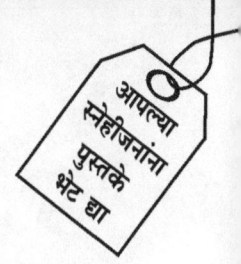

द लायन्स गेम

लेखक
नेल्सन डेमिल

अनुवाद
अशोक पाध्ये

मेहता पब्लिशिंग हाऊस

Please contact us at **Mehta Publishing House,** Pune.
Email : production@mehtapublishinghouse.com
Website : www.mehtapublishinghouse.com

THE LION'S GAME by **Nelson DeMille**
Originally Published by Warner Books,
A Time Warner Company New York.

© 2000 by Nelson DeMille

Translated into Marathi Language by Ashok Padhye

द लायन्स गेम / अनुवादित कादंबरी

TBC

अनुवाद : अशोक पाध्ये
Email : author@mehtapublishinghouse.com

मराठी अनुवादाचे व प्रकाशनाचे हक्क मेहता पब्लिशिंग हाऊस, पुणे.

प्रकाशक : सुनील अनिल मेहता, मेहता पब्लिशिंग हाऊस,
१९४१, सदाशिव पेठ, माडीवाले कॉलनी, पुणे – ४११०३०.

मुखपृष्ठ : चंद्रमोहन कुलकर्णी
प्रकाशनकाल : जुलै, २००६ / पुनर्मुद्रण : मार्च, २०२०

P Book ISBN 9788177667103

एका महान पिढीतील
माझ्या आईच्या प्रेमळ स्मृतीस -

वाचण्यापूर्वी ...

ही कादंबरी एका पिसाट खुन्याच्या कारवायांवरती आहे. तशीच ती त्याच्या मागावर असलेल्या एका पोलीस अधिकाऱ्याचीही आहे. त्यात त्याचे प्रेमप्रकरण आले. नायक, नायिका व खलपुरुष असे नेहमीचे समीकरण येथे आहे. शिवाय दहशतवाद, खून, हिंसाचार. त्यातून यामागचे धागेदोरे आंतरराष्ट्रीय स्तरावर. म्हणजे मग यात हेर संस्थाही आल्या. शिवाय शोधकार्यात येणारे सरकारी पातळीवरचे नोकरशाहीतील अडथळे. मग काय, प्रेमप्रकरण, प्रणय, हिंसा, हेर, दहशतवाद, वगैरे हिट मसाला असल्यावर यातून कोणालाही एखादा हिंदी चित्रपट सहज निर्माण करता येईल; परंतु तरीही या कादंबरीची पातळी सवंग हिंदी चित्रपटाच्या पातळीवरती उतरत नाही. यामध्ये न्यूयॉर्कचे पोलीसदल, केंद्रीय गुप्तचर संस्था एफबीआय आणि परदेशात हेरगिरी करणारी सीआयए या तिन्ही संस्थांच्या कारभारांची आपल्याला कल्पना येते.

या कादंबरीतील नायक जॉन कोरी हा न्यूयॉर्कच्या पोलीसदलात असताना त्याच्यावर हल्ला झाल्याने जायबंदी होतो. त्यातून बरा झाल्यावर त्याला एफबीआयमध्ये काही काळापुरती करारावरती नोकरी मिळते. मूळचा पोलीसदलातला असल्याने जॉन कोरीची गुन्हेगाराला शोधण्याची व पकडल्यानंतर कायदेकानू व नियम यांचा उगाच बाऊ न करता गुन्हेगाराकडून माहिती काढून घेण्याची त्याला सवय असते. त्याउलट एफबीआयमध्ये प्रत्येक गोष्टीला शिस्त लावण्याचा प्रयत्न केला जातो. प्रत्येक घटनेची नोंद ठेवून अहवाल पाठवावे लागतात. संगणक, वैज्ञानिक तंत्रे व प्रयोगशाळा यांच्यावरती एफबीआयचा भर असतो; पण जॉन कोरी हा संगणकाऐवजी आपली बुद्धी वापरतो. विज्ञानापेक्षा माणसाच्या मेंदूवरती त्याचा जास्त विश्वास असतो. त्याचा फायदा त्याला गुन्हेगाराचा माग काढताना होतो. त्याचबरोबर मानवी स्वभावाचे ज्ञान असल्याने तो समोर चाललेल्या घटनांमागचे सूत्रधार कोण असू शकतील, हे हेरत असतो.

पोलीस खात्यातून आल्याने जॉन कोरीच्या तोंडात शिव्या व रांगडी भाषा बसलेली असते; परंतु तरीही त्याचा स्वभाव अत्यंत विनोदी आहे. बोलताना तो

गंभीरपणे उपरोधिक बोलतो. त्यामुळे त्याचे विनोद एकदम कोणाच्या लक्षात येत नाहीत. आपल्या वरिष्ठांचेही कसे चुकते ते त्याला समजत असल्याने तो त्यांच्या आहारी जात नाही. भर सभेतही तो विनोदी शैलीच्या आश्रयाने प्रस्थापित विचारांवर आणि पद्धतीवरती प्रहार करतो. अशा या अमेरिकन नायकाचे प्रेमप्रकरण कसे असेल ते या पुस्तकात वाचण्याजोगे आहे.

नेल्सन डेमिल याने गुन्हा, गुन्हेगार, हिंसा व रहस्य यापेक्षाही गुन्हे शोधणाऱ्या प्रामाणिक पोलीस अधिकाऱ्याचे जीवन व त्याचे ताणतणाव यांना महत्त्व दिले आहे. त्यासाठी त्याने पोलीसदल, एफबीआय, सीआयए या संघटनेतील अनेकांना गाठून त्याला हवा तो तपशील त्याने मिळवला. यामुळे मराठी वाचकाला अमेरिकेतील सरकारी संघटनांचे कार्य कसे चालते, याचे खरेखुरे दर्शन होईल. तंत्रज्ञानाची जी प्रगती झाली, त्याचा फायदा गुन्हेगार कसा घेतात तेही कळेल. कादंबरीच्या पार्श्वभूमीवरती लेखकाने लिबियाच्या कर्नल गडाफी या राष्ट्रप्रमुखाच्या निवासस्थानावरती झालेल्या बॉम्बफेकीच्या इतिहासाचा बारीकसारीक तपशील जसाच्या तसा उभा केला आहे. या घटनेनंतर अमेरिकेत हळूहळू जो दहशतवाद बोकाळत गेला, त्याविरुद्ध लढण्यासाठी 'जॉईंट टेररिस्ट टास्क फोर्स' हे एक मोठे कार्यदल निर्माण केले. यात सीआयए, एफबीआय व काही शहरातील पोलीसदले यांतून वेचक व हुषार कर्मचारी सामील केले गेले. लेखकाने त्या माहितीच्या आधारे 'अॅन्टी टेररिस्ट टास्क फोर्स' कादंबरीत उभा केला. यात कष्टाळू, हुषार, निष्ठावान पुरुष जसे आहेत तशाच तोलामोलाच्या स्त्रियाही आहेत. कादंबरीतल्या व्यक्ती आणि घटना ह्या काल्पनिक जरी असल्या तरी बाकीचे सारे खरेखुरे व वास्तवपूर्ण आहे.

परंतु याचा अर्थ असा नाही की मिळालेल्या आयत्या माहितीच्या आधारावर लेखकाने एक कादंबरी काढली. यातील गुन्हे लेखकानेच रचले, त्यामागचे रहस्य व धागेदोरे आपल्या प्रज्ञेने निर्माण केले. फक्त ते वास्तवपूर्ण होण्यासाठी त्याने अफाट कष्ट घेतले. ज्या एफ-१११ जातीच्या विमानातून बॉम्बहल्ले केले गेले, त्या विमानाच्या वैमानिकाला तो भेटला. त्याच्याशी चर्चा केली, विमाने चालविण्यातला तपशील विचारला, तांत्रिक बाबी समजावून घेतल्या, इतकेच काय पण त्या विमानात तो जाऊन बसला आणि तिथले सारे निरीक्षण त्याने केले. बॉम्बहल्ल्याचे वर्णन लिहिल्यावर संबंधित वैमानिकांना दाखवले. त्यातील त्रुटी भरून काढल्या आणि अधिक प्रभावी वर्णन लिहिले. कुठेही कोणालाही कसलीही चूक काढता येणार नाही याची खबरदारी त्याने आपल्या ६७७ पानांच्या लिखाणात घेतली आहे. न्यूयॉर्कचे पोलीसदल, एफबीआय, सीआयए, या हेर यंत्रणेत प्रत्यक्ष काम करणाऱ्यांनाही त्याने आपला मजकूर दाखवला व तपासून घेतला. ग्रंथालयात जाऊन शेकडो संदर्भ शोधले. माजी राष्ट्राध्यक्ष रोनाल्ड रेगन यांच्या विस्तीर्ण शेतीवाडीवर किंवा रॅन्चवर

प्रत्यक्ष जाऊन तिथली संरक्षणव्यवस्था पाहिली. संकटग्रस्त विमान जेव्हा न्यूयॉर्कच्या जॉन केनेडी विमानतळावर उतरते तेव्हा होणारी खळबळ, धावपळ, गोंधळ कादंबरीत निर्माण करण्यासाठी तो व्यक्तिशः सर्व संबंधितांना भेटला. विमानतळाचे स्वतःचे पोलीसदल, अग्निशमन यंत्रणा, कंट्रोल टॉवरवर काम करणारी माणसे, एकाच वेळी अनेक मोठमोठी विमाने ही विमानतळावरून सुटत व उतरत असल्याने होणारे अपघात थोपविण्यासाठी त्यांची होणारी तारांबळ व त्यातून निर्माण होणारे मानसिक तणाव यांचे यथार्थ दर्शन लेखकाला कादंबरीत त्यामुळे निर्माण करता आले.

त्याने एकूण ६० व्यक्तींशी आपल्या कादंबरीसाठी चर्चा केली, माहिती गोळा केली व त्यांचे बहुमोल सल्ले घेतले. थोडक्यात, नेल्सन डेमिलने कादंबरीतील काल्पनिक जगाचे जणू काही एका वास्तव जगात रूपांतर करून टाकले. १० टक्के प्रत्यक्ष घडलेल्या घटना, ४० टक्के काल्पनिक प्रसंग आणि ६० टक्के वास्तवपूर्ण तपशील यांच्या अप्रतिम मिश्रणातून लेखकाने आपल्या प्रतिभेने एक अफलातून निर्मिती केली आहे. आपण फक्त त्याचा आयता आस्वाद घ्यायचा.

मराठी वाचकाला यातून थोडेसे जागतिक राजकारण, अमेरिकेची धोरणे, अमेरिकन समाजव्यवस्था, अमेरिकेतील सुरक्षा यंत्रणा, त्यातील नोकरशाही, सार्वजनिक वाहतूक व्यवस्था, नैतिक मापदंड, वगैरे अनेक गोष्टींचे दर्शन यातून घडते. त्यामुळे या परकीय जगात पासपोर्ट, व्हिसा व महागडा विमानप्रवास यांच्यावाचून आपल्याला एक सफर करायला मिळते. मुख्य म्हणजे अमेरिकन विचारसरणीबद्दल आपले बरेच अज्ञान यातून दूर होते. दहशतवादाने अमेरिकेला आपले लक्ष्य केले आहे. याचा परिणाम शेवटी वर्ल्ड ट्रेड ऑर्गनायझेशनचे दोन मनोरे पाडण्यात झाला. ही कादंबरी त्या आधी लिहिलेली आहे. त्यामुळे दहशतवादी अमेरिकेवर किती चिडून आहेत, का चिडून आहेत, सरकारी यंत्रणा त्याची कितपत दखल घेत असते, ते या कादंबरीतून स्पष्ट कळते.

अमेरिकन इंग्रजी भाषेतील पुस्तकाचा अनुवाद करताना तारेवरची कसरत करावी लागते. 'अमेरिकन भाषा' असे म्हणायचे कारण या कादंबरीमधील अनेक शब्द हे शब्दकोशात सापडत नाहीत, तर कधी कधी शब्दकोशातील अर्थापेक्षा वेगळेच अर्थ तिथे अभिप्रेत असतात. शिवाय खुद्द अमेरिकेत निर्माण झालेले वाक्प्रचार, संकेत, धाटणी हा वेगळा व अनेकदा अगम्य प्रकार असतो; परंतु खूप प्रयत्नांनी त्यांचा खरा अर्थ लावण्यात मी यशस्वी झालो.

सर्वांत पंचाईत होई ती संक्षेप केलेल्या शब्दांची. तीनचार शब्दांऐवजी त्या शब्दांमधील पहिली अक्षरे घेऊन केलेला शब्द एकवेळ ओळखता येईल; परंतु नेहमीच्या शब्दाचाही संक्षेप करून वापरायचा आणि त्या संक्षेपाच्या शेवटी पूर्णविराम द्यायचा नाही, असे झाल्यावर मूळचा शब्द ओळखणे कठीण होते. उदाहरणार्थ,

perp असा शब्द पाहिल्यावर मूळचा शब्द कसा काय ओळखणार ? खूप विचार केला तरच तो मूळ शब्द कळतो. perp म्हणजे perpetrator, म्हणजे गुन्हेगार. आणखी एक उदाहरण पहा. The plane is coming NORAD म्हणजे काय ? याचा अर्थ असा आहे की विमान कोणत्याही बिनतारी संपर्कावाचून येते आहे.

इंग्रजी कादंबऱ्यात तंत्रज्ञानाचा भाग खूप असतो. मूळ कादंबरीत असलेल्या त्याबद्दलच्या मजकुराचा अर्थ मराठी वाचकाला समजत नाही. त्यामुळे वेळोवेळी त्याबद्दल खुलासा करून ते तंत्रज्ञान समजावून दिले आहे.

या कादंबरीत जाता जाता अनेक पात्रे येऊन जातात. त्यांची नावे परकीय असल्याने ती सर्व लक्षात रहाणे कठीण असते. म्हणून गोंधळ उडणार नाही एवढीच नावे यात ठेवली आहेत, तरीही वाचकाला कुठेही वाचताना अडचण येणार नाही की खटकणार नाही.

'कृतज्ञता' या सदरात लेखक नेल्सन डेमिल याने एक वाक्य फार अर्थपूर्ण असे दिले आहे. तो म्हणतो, "......कोणत्याही लेखकाला संशोधन केल्याखेरीज चांगले व वास्तववादी लिहिणे कठीण असते...." मराठी लेखकांना आपले लिखाण आंतरराष्ट्रीय स्तरावर न्यायचे असेल तर डेमिलचे हे वाक्य त्यांनी गंभीरपणे घ्यावे.

असो! मराठी वाचकाला ही कादंबरी वेगळ्या विश्वात घेऊन जाणारी असल्याने नक्कीच आवडेल. या अनुवादाबद्दलची मते वाचकांनी कळवली तर त्यांचे स्वागत आहे.

अशोक पाध्ये

भाग : एक

अमेरिका
१५ एप्रिल २०००
वर्तमानकाळ

त्याचे हृदय सिंहाचे असल्याने
मृत्यूही त्याला भीत असे
- एक अरब म्हण

१

एखाद्याला तीन गोळ्या लागून तो जायबंदी झाला, जखमी अवस्थेत 'मृत्यूनंतर आपले अवयव दान करावेत' असा विचार करण्याची वेळ त्याच्यावर येऊन ठेपली, तर पुढे काय होईल ? बहुधा तो मरेल ! पण कदाचित् तो जर वाचला, तर परत आपल्यावर अशी वेळ येऊ नये, असाच तो पुढे वागेल. खुद्द माझीच अशी अवस्था झाली होती; परंतु मरणोन्मुख अवस्थेतही मला जाणवले की, *काय वाटेल ते करून आपल्याला यातून बाहेर पडायचे आहे,* अशी माझ्या मनात तीव्र सुप्त इच्छा आहे. म्हणून तीन गोळ्या लागूनही मी सुखरूप वाचलो, बरा झालो.

असो ! तर मी जॉन कोरी. न्यूयॉर्कच्या पोलीसदलात 'मनुष्यहत्या' विभागात डिटेक्टिव्ह म्हणून बरीच वर्षे मी काम केले. त्या गोळीबारातून मी वाचल्यावर मला सेवेतून मुक्त केले. आता मी एफबीआय ह्या केंद्र सरकारच्या गुप्त पोलीस खात्यासाठी काम करतो, पण तात्पुरते. एफबीआयने 'स्पेशल एजंट' म्हणून काही काळापुरते त्यांच्या सेवेत मला करारावरती घेतले आहे. दहशतवादाविरुद्ध फेडरल अ‍ॅन्टी-टेररिस्ट टास्क फोर्स (ATTF) या नावाचे एक कार्यदल एफबीआयने स्थापन केले. मला त्या कार्यदलाच्या एका विभागात घेण्यात आले. आता मी माझा अनुभव, बुद्धी व कौशल्य हे सारे दहशतवादाविरुद्ध पणाला लावून काम करतो. माझे ऑफिस एफबीआयच्या 'फेडरल प्लाझा' या मॅनहॅटन विभागातील इमारतीमध्ये

आहे. आत्ता मी तिथूनच बाहेर पडून न्यूयॉर्कच्या आंतरराष्ट्रीय विमानतळाकडे निघालो आहे. ज्या एका पिवळ्या टॅक्सीत मी बसलो आहे ती टॅक्सी चालवणारा ड्रायव्हर हा एक पाकिस्तानी माणूस आहे, हे मी ओळखले. माझ्या पोलीसदलातल्या इतक्या वर्षांच्या अनुभवाने मी हेही ओळखले आहे की, हा पाकिस्तानी ड्रायव्हर दहशतवादी असून वेळ पडल्यास तो 'आत्मघाती ड्रायव्हर' म्हणूनही काम करेल.

आज शनिवार. वसंत ऋतूमधला एक प्रसन्न दिवस. शनिवार असल्यामुळे या शोअर पार्कवे रस्त्यावर रोजच्याएवढी वाहतुकीची वर्दळ नव्हती. दुपारचे बारा वाजून गेलेले होते. जवळच्या समुद्रकिनाऱ्यापाशी पूर्वी एक मोठा कचरा डेपो होता. तो बुजवून नवीन जमीन समुद्रात तयार केली होती. तिथले सीगल पक्षी इकडे यायचे व सारखे ड्रायव्हर समोरच्या काचेबाहेरून उडत जायचे. मोठे मजेदार दृश्य दिसे. मला वसंत ऋतू फार आवडतो.

न्यूयॉर्कच्या आंतरराष्ट्रीय विमानतळाचे नाव जॉन एफ् केनेडी विमानतळ. पण संक्षेपाने सर्वजण 'जेएफके' एवढेच म्हणत. शनिवार असल्याने बरेचजण वीक एन्डसाठी अमेरिकेबाहेर पडतात. पण मी काही सुटीवर नव्हतो, रजा काढली नव्हती, किंवा मला विमानप्रवासही करायचा नव्हता. मी ॲन्टी टेररिस्ट टास्क फोर्सच्या (ATTF) विमानतळावरील ऑफिसकडे चाललो होतो. एटीटीएफ ह्या कार्यदलाबद्दलची माहिती अगदी मोजक्याच लोकांना ठाऊक आहे. अन् ते योग्यच आहे म्हणा. या कार्यदलाची विभागणी अनेक गटात झाली आहे. प्रत्येक गट हा ठराविक दहशतवाद्यांचा गट व त्यांचे कार्य यावरती नजर ठेवून असतो. याचे कारण अमेरिकेत निरनिराळ्या राष्ट्रांतील दहशतवादी कार्यरत आहेत. उदाहरणार्थ, आयरिश रिपब्लिकन आर्मीचा *(आयआरए)* गट, पोर्टो रिको या दक्षिण अमेरिकेतील देशातील स्वातंत्र्य चळवळीचा गट, निग्रो माणसांचा ब्लॅक रॅडिकल गट आणि नावे नसलेल्या अनेक अज्ञात संघटनांचे गट. मी एटीटीफच्या मध्यपूर्व विभागात काम करतो. मध्यपूर्वेतील देशातील जे अतिरेकी अमेरिकेत व अमेरिकेबाहेरून काम करतात, त्यांच्याबद्दलचा हा विभाग आहे. आमचा हा विभाग एटीटीएफचा सर्वांत मोठा व सर्वांत महत्त्वाचा विभाग आहे. मध्यपूर्वेतील दहशतवाद्यांची फारशी माहिती मला नव्हती; परंतु या विभागात दाखल झाल्यावर ती माहिती करून घेण्याचे काम मी सुरू केले. माझ्या वरिष्ठांनीही तशी अपेक्षा ठेवली होती.

माझ्यामध्ये असलेल्या दहशतवादी हेरण्याच्या कौशल्याचा सराव करण्यासाठी मी त्या पाकिस्तानी ड्रायव्हरशी बोलणे सुरू केले. तो माझ्या मते दहशतवादी नक्कीच होता; पण तसा तो इतर साध्या टॅक्सीड्रायव्हरांसारखाच वाटत होता. कोणत्याही पोलिसाला त्याचा कधीच संशय वाटला नसता. मी त्याला विचारले, "तुम्ही मूळचे कोणत्या ठिकाणचे ?"

"इस्लामाबाद. पाकिस्तानची राजधानी." त्याने चटकन् उत्तर दिले.

"असं ? अन् अमेरिकेत येऊन किती दिवस झाले ?"

"दहा वर्षे."

"मग, इथे रहायला आवडते का ?"

"अर्थातच. कोणाला आवडणार नाही ?"

"हं ऽ ! माझा एक मेव्हणा, गॅरी त्याचे नाव, सारखा अमेरिकेला नावे ठेवीत असतो. त्याला न्यूझिलंडमध्ये जाऊन स्थायिक व्हायचे आहे."

"माझाही एक काका न्यूझिलंडमध्ये आहे."

"काय सांगता ? मग शेवटी इस्लामाबादमध्ये तुमचे कुणी नातेवाईक उरले की नाहीत?" मी सहेतुकपणे विचारले. त्याचे मूळचे घर, आईबाप वगैरे इस्लामाबादमध्ये असतील तर शेवटी या उगमस्थानापाशी पोचले की झाले. मग हा ड्रायव्हर जगात कुठेही गेला तरी त्याचा पत्ता तिथे लागला असता.

यावर तो फक्त हसला. माझा त्या प्रश्नामागचा रोख त्याने हेरला असावा. उत्तर देण्याचे टाळून त्याने विषय बदलीत मला विचारले, "तुम्ही विमानतळावर कोणाला भेटायला जाणार आहात का?"

मी सावध होऊन त्याला विचारले, "का बरे?"

"कारण तुमच्याजवळ प्रवासाचे सामान नाही."

मी हसून म्हटले, "शाब्बास ! हुशार आहात तुम्ही."

"म्हणजे तुम्ही कोणाला तरी भेटायला जाता आहात. हो ना? मग तुम्हाला परत नेण्यासाठी मी तिथेच कुठेतरी वेळ काढत रेंगाळत रहातो."

तो फर्ड्या इंग्रजीत बोलत होता. मी उत्तरलो, "तशी जरुरी नाही. शहरात परतण्यासाठी वाहनव्यवस्था आधीच झाली आहे."

"नक्की ना? पहा बुवा, मी तुमच्यासाठी तिथे रेंगाळत राहू शकतो. मला घाई नाही."

जरी मला एटीटीएफच्या ऑफिसात जायचे होते तरी त्यानंतरचे माझे काम हे महत्त्वाचे होते. मला एका दहशतवाद्याला ताब्यात घ्यायचे होते. हा दहशतवादी पॅरिस येथे अमेरिकेच्या वकिलातीमध्ये शरण आला होता. त्याला अमेरिकेत आश्रय व अभय हवे होते. तोच आता पॅरिसहून इकडे येत होता पण ही गोष्ट मी त्या ड्रायव्हरला थोडीच सांगू शकत होतो? मी त्याला म्हणालो, "तुम्ही यांकी टीमच्या बाजूने आहात का? त्यांचे चाहते, फॅन आहात?" यांकी संघ हा अमेरिकेतल्या फुटबॉलच्या खेळातला एक बलाढ्य संघ होता. फूटबॉल मॅचेस्वर पैसे लावणारी माणसे यांकी संघ प्रथम विचारात घेत. अन् बहुतेक टॅक्सीड्रायव्हर हे मॅचेस्वरती पैसे लावणारे होते.

"छे ! अजिबात नाही," ड्रायव्हर म्हणाला. मग त्याने प्रसिद्ध फूटबॉल खेळाडू, यांकी स्टेडियम, तिथले तिकिटांचे भरमसाठ दर आणि खेळाडूंना मिळणारे लठ्ठ पगार यांवरती आपल्या तोंडाचा पट्टा सोडला. हे दहशतवादी मोठे चतुर असतात. आपल्या बोलण्यातून ते 'आपण या देशाचे एक निष्ठावान व सज्जन नागरिक आहोत,' असे भासवीत असतात.

मी शेवटी या टॅक्सी-ड्रायव्हरशी चाललेले बोलणे कसे संपवावे, याचा विचार करू लागलो. न्यूयॉर्कच्या पोलीसदलातील मनुष्यहत्या विभागात मी डिटेक्टिव्ह होतो, हे मी यापूर्वी सांगितलेच आहे. न्यूयॉर्क पोलीसदलाची ही सर्वांत मोठी कार्यक्षम शाखा आहे. गेल्या वर्षी याच महिन्यात डिटेक्टिव्ह म्हणून असताना मी दोन स्पॅनिश तरुणांच्या मागावरती होतो. चेहऱ्यातील साधर्म्यामुळे मी चुकून त्यांना दुसरेच कोणी गुन्हेगार समजून त्यांचा पाठलाग केला होता. कदाचित ते नेमबाजी-मधले तज्ज्ञ असावेत; पण अचानक त्यांनी माझ्यावरती गोळ्या झाडण्यास सुरुवात केली. मी त्यांच्या गोळ्या चुकवू लागलो. पण शेवटी तीन गोळ्या माझ्या शरीरात घुसल्याच. हे सारे त्या १०२ नंबरच्या रस्त्यावर घडले. ते दोघे अद्यापपर्यंत सापडले नाहीत; परंतु माझी नजर अजूनही त्यांना शोधते आहे.

त्या जीवघेण्या प्रसंगातून मी तरीही वाचलो. तीन गोळ्या शरीरात घुसूनही मी कसा वाचलो, ते एक आश्चर्यच आहे. हॉस्पिटलमधून सुटका होताच माझ्या काकांनी मला त्यांच्या बंगल्यावर नेऊन ठेवले. न्यूयॉर्कजवळील लाँग आयलँड बेटावर हा बंगला आहे. तिथे माझी विश्रांती घेणे व प्रकृती सुधारणे सुरू झाले; परंतु तरीही माझ्या व्यवसायाने माझी पाठ सोडली नाही. एका जोडप्याचा खून न्यूयॉर्कमध्ये झाला होता. त्या दोघांचा खून हा पोलीस, एफबीआय व सीआयए या तिघांच्या दृष्टीने महत्त्वाचा होता. सीआयए म्हणजे सेंट्रल इंटेलिजन्स एजन्सी किंवा केंद्र सरकारची परदेशातील गुप्तहेरीचे काम करणारी संघटना. त्या डबल मर्डरचे धागे कुठेतरी दहशतवादाशी पोचले होते. मी त्या केसवर काम केले. सीआयएतर्फे टेड नॅश हाही माझ्याबरोबर या केसवर काम करीत होता. माझे व त्याचे कधीच पटले नाही. अन् आता हाच टेड नॅश नेमका महिन्याभराने एटीटीएफच्या माझ्याच कार्यगटात सामील झाला होता. खरोखर जग हे लहान आहे असेच म्हटले पाहिजे. मला या मध्यपूर्व देशांसाठी असलेल्या कार्यगटात काम करायचे नव्हते. मला आयरिश रिपब्लिकन आर्मीच्या *(आयआरए)* दहशतवाद्यांसाठी असलेल्या कार्यगटात काम करायचे होते. तिथे मी काही भरीव काम करून दाखवू शकलो असतो. अरब दहशतवाद्यांपेक्षा आयरिश दहशतवादी मी चांगले ओळखू शकतो. कारण मी मूळचा आयर्लंडमधला आहे. शिवाय सर्व आयरिश गुत्त्यांची माहिती मला आहे. तिथे माझे खबरे आहेत.

मला न्यूयॉर्कच्या पोलीस खात्याने पुन्हा बोलावून घेतले. माझी वैद्यकीय तपासणी करून मी वैद्यकीयदृष्ट्या नोकरीसाठी ७५ टक्के लायक नाही, असे त्यांनी ठरवले. मला काही नुकसानभरपाई देऊन त्यांनी त्यांच्या सेवेतून मुक्त केले. नंतर मी मॅनहॅटनमधील 'जॉन जे कॉलेज ऑफ क्रिमिनल जस्टीस' या महाविद्यालयात शिकवू लागलो. पूर्वी मी तिथे काही मोजके तास घ्यायचो. परत 'अॅडजन्क्ट प्रोफेसर' म्हणून तिथे रुजू होणे मला सोपे गेले.

पण लवकरच मी त्याही नोकरीला कंटाळलो. मग पोलीस खात्यातील माझ्या पूर्वीच्या सहाय्यकाने 'फेडरल ब्युरो ऑफ इन्व्हेस्टिगेशन *(एफबीआय)* या केंद्र सरकारच्या गुप्तचर खात्यात स्पेशल कॉन्ट्रॅक्ट एजंट म्हणून काम आहे,' ही बातमी मला दिली. मी अर्ज केला. त्यांना मी पसंत पडल्यावर त्यांनी ताबडतोब मला ठराविक मुदतीच्या करारावरती घेतले. तिथला पगार चांगला होता, अन्य भत्ते भरपूर होते. फक्त त्यांची कामाची पद्धत, विचारसरणी मला अजिबात आवडत नव्हती; पण त्यातल्या त्यात इतर काही करण्यापेक्षा ही नोकरी काही काळासाठी असली तरी ठीक होती. शिवाय सध्या मी सडाफटिंग होतो. कारण माझ्या पत्नीपासून मी घटस्फोट घेतला होता. त्या जोडप्याच्या खुनाच्या डबल मर्डर केसमध्ये बेथ पेनरोज म्हणून एक स्त्रीपोलीस अधिकारी काम करीत होती. तिच्याशी मैत्री जमली आणि ती अजून टिकून आहे. पुढे लग्नापर्यंत गाडी कशी जाईल ते बघू या.

एटीटीएफच्या कार्यदलातील काम मात्र मला आवडले होते. या कार्यदलात न्यूयॉर्क पोलीसदलातील अत्यंत निष्णात डिटेक्टिव्ह मंडळींचा जास्त भरणा होता. काही एफबीआयची माणसे होती. तसेच सीआयए *(सेंट्रल इन्टेलिजन्स एजन्सी)* ची माणसे होती; पण ती अगदीच मोजकी होती. अमेरिकेत नशिले पदार्थ आयात करणाऱ्या टोळ्यांवर नजर ठेवणाऱ्या सरकारी संघटनेचीही काही माणसे या कार्यदलात घेतली होती; कारण दहशतवाद्यांचे नेहमी अशा टोळ्यांशी बहुधा संबंध असतात. शिवाय ब्युरो ऑफ अल्कोहोल, टोबॅको अॅन्ड फायर आर्म्स यांचे काही प्रतिनिधी आणि न्यूयॉर्क व आजुबाजूच्या उपनगरातील काही पोलीस यांचाही समावेश या कार्यदलात होता. विमानतळ व बंदरे यांच्यासाठी जे वेगळे पोलीसदल आहे त्यांच्यातीलही काही माणसे घेतली होती. याचे कारण या पोलीसदलांना अमेरिकेतील मोक्याच्या व नाक्याच्या जागा तपशीलवार ठाऊक होत्या. विमानतळ, पूल, जकात नाका, बस स्टेशन्स, रेल्वे स्टेशन्स, डॉक, घाटातले रस्ते, बोगदे वगैरेंवरती त्यांचे नियंत्रण होते. केंद्र सरकारच्या काही संस्थांमधील आणखी काहीजण होते. पण त्या कोणत्या सुरक्षा संस्था आहेत, हे मी उघड करू शकत नाही. अशा रीतीने बऱ्यापैकी मजबूत व तल्लख असे हे दहशतवादाविरुद्ध कार्यदल तयार झाले होते.

पूर्वी वर्ल्ड ट्रेड सेंटरवरती एका बॉम्ब भरलेल्या मोटारीतून हल्ला चढवला

होता ती केस, लाँग आयलँडपाशी ट्वा कंपनीच्या विमानात झालेल्या बॉम्बस्फोटाची केस, वगैरे केसेस् अत्यंत यशस्वी व गुपचूप रीतीने एटीटीएफने हाताळल्या होत्या. तसेच आफ्रिकी देशाच्या एका दूतावासावर झालेल्या बॉम्बहल्ल्याचा तपासही शेवट पर्यंत लावला होता; पण या कार्यदलाचे नाव सहसा प्रसिद्धी माध्यमातून प्रगट होत नाही. अर्थात मी या कार्यदलात सामील होण्यापूर्वीच्या या घटना आहेत. अजूनही हे दल तेवढेच कार्यक्षम आहे, अन् म्हणूनच मला ते आवडत होते.

आमच्या कार्यदलात न्यूयॉर्क पोलीसदलातील माणसे असण्याचे कारण न्यूयॉर्क शहरातील फारसे कोणी एफबीआयच्या संघटनेत नाही. त्यामुळे त्यांना या शहराची गुंतागुंत फारशी ठाऊक नाही. तेच आम्हाला मात्र कोणत्या भुयारी मार्गातील स्टॉलवर कोणते चांगले सँडविच मिळते, एवढी या शहरातील खडान्खडा माहिती आहे. सीआयएची माणसे ही अमेरिकेबाहेर सक्रीय आहेत. त्यांना प्राग शहरातील कॅफे विचारा किंवा इस्तंबूलला जाणारी रात्रीची आगगाडी कुठे पकडायची ते विचारा. ते याची उत्तरे पटकन देतील; पण न्यूयॉर्क शहराबद्दल मात्र त्यांना सुतराम माहिती नाही. शिवाय या अवाढव्य शहरामधील गुन्हेगारांच्या भूमिगत जगाची फार कमी माहिती त्यांना आहे. तसेच या जगात त्यांचे खबरे जवळजवळ नाहीतच म्हणा ना. त्यातून न्यूयॉर्कमध्ये काळी माणसे, स्पॅनिश वंशाची माणसे, आयरिश माणसे, पौर्वात्य माणसे, वगैरे लाखालाखांच्या संख्येने आहेत. त्यातील बरेच गट हे राजकीयदृष्ट्या उपद्रवी व सतत चिथावणीखोर कृत्ये करणारे आहेत. त्यांच्याकडून हवे ते काम करवून घेणे हे न्यूयॉर्कच्या पोलीसदलाचे कौशल्य व वैशिष्ट्य होते. म्हणून इथल्या पोलीसदलातील माणसांचा या कार्यगटात समावेश करावा लागला. माझेच पहा ना, मी शारीरिकदृष्ट्या आता इतरांएवढा सक्षम राहिलो नसलो तरी मी नेहमी पिस्तूल बाळगतो, गुन्हेगारांवर बेधडक चालवतो आणि वेळप्रसंगी निषिद्ध मार्गांचाही अवलंब करतो. म्हणून तर मला घेण्यात आले.

आम्ही आता जेएफके विमानतळाजवळ येऊ लागलो. मी त्या टॅक्सी- ड्रायव्हरला विचारले, ''मग, गेल्या ईस्टरच्या सणाला काय केले तुम्ही?''

''ईस्टर? मी हा सण पाळत नाही. कारण मी मुसलमान आहे. ख्रिश्चन नाही.''

माझी माहिती काढून घेण्याची पहिली पद्धत ! तो मूळचा पाकिस्तानचा असला तरी मुसलमान नसू शकेल. ही खात्री कशी करून घ्यायची ? ही माहिती त्याच्याकडून काढण्यासाठी आमच्या पोलीसदलाला काही तास लागले असते. वेळप्रसंगी दंडुका चालवावा लागला असता. पण मी किती खुबीने हीच माहिती सहजासहजी दोन सेकंदात काढून घेतली.

आता आमची टॅक्सी शोअर पार्कवे रस्ता सोडून विमानतळाकडे जाणाऱ्या एक्स्प्रेसवेला लागली होती. आमच्या डोक्यावरून आकाशात अजस्त्र विमाने कर्कश

आवाज करत जात होती. त्या टॅक्सीड्रायव्हरने मला विचारले, ''आपल्याला कोठे जायचे आहे?''

''इंटरनॅशनल अरायव्हल्स.'' मी मुद्दामच मोघम बोलून त्याला परदेशातून येणाऱ्या विमानांच्या बाजूचा निर्देश केला.

''पण कोणती विमान कंपनी?'' त्याने विचारले.

''एकापेक्षा जास्त कंपन्या आहेत?''

''होय, सर. तीस-चाळीस-पन्नास.''

''ते जाऊ दे. आता सरळ चालवित रहा.'' मी त्याला हुकूम केला. यावर त्याने आपले खांदे उडवले. ती खांदे उडवण्याची विशिष्ट पद्धत ही इस्रायली टॅक्सी ड्रायव्हरांची होती. माझ्या ते नीट लक्षात होते. म्हणजे हा मुसलमान ड्रायव्हर प्रत्यक्षात ज्यू असून दहशतवाद्यांच्यात मुद्दाम मिसळला आहे. इस्रायलची गुप्तहेर संघटना 'मोसाद' हिच्यासाठी तर हा पठ्ठ्या काम करत नसेल? माझ्या डोक्याचे विचारचक्र चालू झाले. कदाचित माझ्यापर्यंत पोचण्यासाठी तर ही सारी धडपड असेल काय? एक्स्प्रेसवेवरती आता अनेक खुणा, आकडे ह्यांच्या माध्यमातून सूचना व माहिती दिली जात होती. हळूहळू इंटरनॅशनल अरायव्हलची मोठी इमारत लांबून प्रगट होऊ लागली. तिच्यावर अनेक विमान कंपन्यांची रंगीत बोधचिन्हे, निऑन साईन्स यांची गर्दी झाली होती. प्रत्येक विमान कंपनीसाठी वेगळे दालन दिले होते. त्यामुळे त्या टॅक्सीड्रायव्हरने मला विमान कंपनीचे नाव विचारणे हे साहजिक होते. म्हणजे त्याच दालनापाशी त्याने आपली टॅक्सी नेली असती. आता ती दालने एकामागोमाग जाऊ लागली. म्हणून त्याने परत विचारले, ''कोणती विमान कंपनी?''

''यातली कोणतीही विमान कंपनी मला आवडत नाही. चला, सरळ जात रहा. मी 'थांबा' म्हणेपर्यंत जात रहा.''

पुन्हा त्याने त्या विशिष्ट लकबीने आपले खांदे उडवले.

ती इमारत संपल्यावर मी एका वेगळ्या रस्त्याकडे टॅक्सी न्यायला सांगितली. आता आम्ही त्या विस्तीर्ण विमानतळाच्या दुसऱ्या बाजूकडे जाऊ लागलो. मी ड्रायव्हरला वाट दाखवीत गेलो व शेवटी आमची टॅक्सी विमानतळाच्या पश्चिमेला असलेल्या एका इमारतीपाशी थांबवली. त्या इमारतीमध्ये फक्त ऑफिसे होती. आजुबाजूच्या इमारतींमध्ये गोदामे होती, विमानांना तांत्रिक सेवा पुरवणारी केंद्रे होती, वर्कशॉप्स होते आणि काय वाटेल ते होते; पण कुठेही त्या इमारतींमधून कोणी बाहेर पडत नव्हते की आत जाताना दिसत नव्हते. सर्वत्र शांतता होती. त्यामुळे येथे मोटार पार्क करण्यास भरपूर जागा होती. मी टॅक्सीतून बाहेर पडलो, ड्रायव्हरला पैसे दिले, वरती टिप दिली आणि झाल्या रकमेची पावती मागितली. काय करणार, प्रामाणिकपणा हा माझा एक दुर्गुण आहे ना!

त्याने मला पाचपंचवीस कोऱ्या पावत्या दिल्या आणि म्हटले, ''यावर पाहिजे ती रक्कम टाका. प्रत्येकावर मी सही केली आहे. अन् सर, मी इथेच कुठे तरी वेळ काढत थांबू का ? म्हणजे परत शहरात जाताना तुमची सोय होईल व माझी परतीची ट्रिप फुकट जाणार नाही.''

मी त्याला मानेनेच नकार देत म्हटले, ''सॉरी !''

त्या इमारतीच्या लॉबीमध्ये मी प्रवेश केला. इमारतीची बांधणी १९६० मधील आराखड्यानुसार झालेली होती. अर्थातच इमारत जुनी होती; पण त्या काळातली ती अत्याधुनिक होती. कोठेही सशस्त्र पहारेकरी नव्हता. फक्त एक पाटी होती. त्यावर लिहिले होते :

RESTRICTED AREA —AUTHORISED PERSONNEL ONLY.

मी जिन्याने वर गेलो आणि एका लांबलचक कॉरिडॉरमधून चालू लागलो. वाटेत अनेक दारे लागत होती. सर्व दारे पोलादी होती व त्यावरती क्रमांक टाकलेले होते, तर काही दारांवर काहीच नव्हते. अगदी शेवटी एक दार होते. त्यावर निळ्या-पांढऱ्या रंगात लिहिले होते:

CONQUISTADOR CLUB — PRIVATE - MEMBERS ONLY

त्या दरवाजाच्या शेजारी एक इलेक्ट्रॉनिक कीकार्ड स्कॅनर होते; पण त्यात कोणीही आपले कार्ड घालून दरवाजा उघडू शकत नव्हते. कारण ते खोटे होते. फक्त त्याच्या शेजारी एक छोटा धूसर काचेचा चौकोन होता, तो खरा होता. मी त्यावरती माझा अंगठा ठेवला. दोन सेकंदातच आतल्या इलेक्ट्रॉनिक यंत्रणेने माझ्या अंगठ्यावरच्या रेषान्रेषा ओळखून हा कोणाचा ठसा आहे ते ओळखले आणि दार उघडले. जणू काही ती यंत्रणा आतल्या आत स्वत:शीच म्हणाली असावी, ''अरे, हा तर आपला जॉन कोरी दिसतो आहे.''

पण दार आत किंवा बाहेर उघडले गेले नाही. ते भिंतीच्या पोटात सरकले. ह्या इतक्या सुरक्षिततेची काय आवश्यकता होती? कधी कधी लोकांच्या बोटावरील चॉकलेटचा चिकट थर त्या इलेक्ट्रॉनिक यंत्रणेच्या काचेवर लागे व ती यंत्रणा चालेनाशी होई. मग एका व्हिडिओ कॅमेऱ्याद्वारे बाहेरच्या माणसाचे दृश्य आत पाठवले जाऊन आतील माणसांकडून दार उघडले जाई.

मी आत गेलो. माझ्यामागोमाग दार आपोआप लागले गेले. मी आता त्या क्लबमधील स्वागतकक्षात होतो. जर हा विमानप्रवाशांचा क्लब असेल तर तो विमानतळावरील पॅसेंजर टर्मिनलपाशी का नव्हता? असे तुम्हाला वाटत असेल. कारण ह्या क्लबचा प्रवाशांशी काहीही संबंध नव्हता. ती क्लबची पाटी ही केवळ धूळफेक होती. हे एक एटीटीएफचे केंद्र होते. त्यामुळे एवढी गुप्तता, बाहेरील

इलेक्ट्रॉनिक सुरक्षा यंत्रणा आणि आतील अनेक इलेक्ट्रॉनिक सोयीसुविधा होत्या. सीआयए संस्कृती अवतरल्यावर असेच होते. एखाद्या जेम्स बाँडच्या चित्रपटात शोभून दिसेल असा हा सगळा महागडा यांत्रिक डामडौल केवळ रशियातील आपली स्पर्धक 'केजीबी' संघटना हिच्यावर छाप पाडण्यासाठी होता. कशाला ती दारावरची अंगठा ठेवून आपला माणूस ओळखण्याची इलेक्ट्रॉनिक यंत्रणा हवी होती ? त्याऐवजी KEEP OUT अशी पाटी लावली असती तरी काम झाले असते.

स्वागतकक्षात काऊंटरमागे स्वागतिका बसली होती. चटपटीतपणा, कार्यक्षमता व मोहक सौंदर्य या तिन्हींचे ती एक मॉडेल होती. ती माझी चाहती होती. तिने माझे स्वागत करीत म्हटले, "गुड आफ्टरनून, मिस्टर कोरी."

"गुड आफ्टरनून !"

"सगळेजण आलेत." तिने माहिती दिली.

"वाहतुकीत अडकल्यामुळे मी जरासा उशिरा आलो आहे."

"तसे काही नाही. उलट तुम्ही दहा मिनिटे आधीच पोचला आहात."

"ओह..."

"तुमचा टाय किती छान आहे हो ! कुठून आणलात ?" ती लाडात येऊन म्हणाली.

"मी एकदा रात्री आगगाडीने इस्तंबूलला जात होतो, तेव्हा गाडीतील एका बल्गेरियन माणसाच्या मुडद्यावरून हा टाय मी काढून घेतला."

माझी चेष्टा ऐकून ती खिदळत हसली.

त्या स्वागतकक्षामध्ये सर्वत्र उंची आसने होती. कातड्याने मढवलेली ती आसने गुबगुबीत व आरामदायी होती. जमिनीवर एक झकास गालीचा घातलेला होता. त्या स्वागतिकेच्या मागच्या भिंतीवर तथाकथित क्लबचे मोठे बोधचिन्ह लावले होते. त्यापुढे ती स्वागतिका बसलेली असल्याने ती म्हणजे एक मोठा होलोग्राम किंवा एक त्रिमिती चित्र वाटत होते.

डाव्या बाजूच्या भिंतीला एक प्रवेशद्वार होते आणि त्यावरती CONFERENCE AND BUSINESS AREA अशी पाटी होती. तिथे आतमध्ये अनेक छोट्या खोल्या होत्या. अनेक संशयितांची आणि पकडलेल्या हेरांची उलटतपासणी तिथे चाले. काही खोल्यात त्यांना खरे बोलायला भाग पाडणारी व्यवस्था होती. प्रवेशद्वारावरील पाटी एकप्रकारे सार्थ होती. उजवीकडच्या भिंतीतील प्रवेशद्वारावर LOUNGE AND BAR लिहिले होते. त्या पाटीवर लिहिल्याप्रमाणे आत जर खरोखरच तसे असते तर मी स्वतःला भाग्यवान समजलो असतो; पण प्रत्यक्षात आतमध्ये बैठका, सभा व चर्चासत्रे चालायची.

ती स्वागतिका म्हणाली, "ते चौघेजण तिकडेच आहेत."

"थँक्स !" असे म्हणून ते प्रवेशद्वार ढकलून आत गेलो. वाटेत एक छोटा बोळ होता. त्यातून पुढे गेल्यावर मी एका मोठ्या हॉलमध्ये आलो. तिथे चारही बाजूने भिंती होत्या. कुठेही खिडक्या नव्हत्या. क्युबिकल्स किंवा छोट्या खोल्या, अनेक संगणक, टेबले आणि अशांसारखे बरेच काही होते. मला एका मोठ्या गुहेत गेल्यासारखे वाटले. मागच्या भिंतीवर एक भव्य स्क्रीन होता. त्यावर संगणकाच्या आधारे जगाचा एक रंगीत नकाशा उमटवलेला होता. त्या स्क्रीनवरती जगातील कोणत्याही भागाचा, शहराचा किंवा गावाचा नकाशा संगणकाद्वारे अगदी तपशीलवार उमटविता येत होता. सर्वत्र छोट्या छोट्या यंत्रांची रेलचेल होती. केंद्र सरकारला थोडीच पैशांची चणचण होती !

पण या सर्व सोयीसुविधा माझ्या कामासाठी उपयुक्त नव्हत्या. माझे काम न्यूयॉर्कमधील मॅनहॅटन विभागातील फेडरल प्लाझा या इमारतीमध्ये चाले. या इथे मला आज शनिवारी दुपारी एका अरब दहशतवाद्याला भेटायचे होते. तो शत्रूची बाजू सोडून आमच्या पक्षात येत होता. नंतर त्याला येथून सुरक्षितपणे उपनगरात एका विशिष्ट ठिकाणी घेऊन जायचे होते. मग तिथे त्याच्याकडून माहिती काढून घेण्याचे काम काही वर्षे चालणार होते.

तिथे जमलेल्या व्यक्तींबरोबर आता आमची चर्चा होणार होती; पण अजून दहा मिनिटे बाकी असल्याने मी त्यांच्याकडे दुर्लक्ष करून सरळ कॉफी बनवणाऱ्या यंत्राकडे गेलो. ते एका छोट्या क्युबिकलमध्ये ठेवले होते. अत्यंत स्वच्छ अवस्थेत ते होते आणि कॉफीला लागणारे सर्व घटकपदार्थ व्यवस्थित भरून ठेवलेले होते. मी यंत्रातून कॉफी बनवून काढून घेतली व तिथेच ती पीत थोडा वेळ काढू लागलो. तिथे एका ट्रेमध्ये डोनटस्, बिस्किटे, ओटमील कुकीज् वगैरे पदार्थही होते. या कॉफीच्या क्युबिकलपलीकडे जरा उंचावर असलेल्या एका आसनात एक स्त्री बसली होती व ती सर्व लहान-मोठ्या यंत्रांवरती देखरेख ठेवीत होती.

हॉलमध्ये कोणाच्या तरी मोठ्या रिकाम्या टेबलाभोवती बाकीचे चौघे बसले होते व ते आपसात संवाद करीत होते. त्यात सीआयएचा टेड नॅश, एफबीआयचा जॉर्ज फॉस्टर, न्यूयॉर्क पोलीसदलाचा निक मॉन्टी आणि एफबीआयची केट मेफिल्ड, एवढे होते.

केट मेफिल्ड मला पहाताच तिथून उठून कॉफी बारमध्ये आली आणि स्वत:चा चहा बनवू लागली. मला ती म्हणाली, "तो तुमचा टाय मला खूप आवडला."

"याच टायने मी एका निन्जा फायटरचा गळा आवळून त्याला मारला. हा माझा म्हणून एक आवडता टाय आहे." मी तिचे बोलणे चेष्टेवारी नेत म्हणालो.

"खरंच? मग इथे आता नवीन नोकरीत तुम्हाला कसे काय वाटते आहे? काही अडचण आहे ?"

"तुम्हीच ते ओळखा."

"मला ते इतक्या लवकर सांगता येणार नाही. पण मला एक सांगा, तुम्ही हा मध्यपूर्वेचा विभाग सोडून आयरिश विभागाकडे जाण्यासाठी अर्ज का केलात?"

"त्याचे काय आहे, इथे सगळा संबंध मध्यपूर्वेतील माणसांशी येईल. अन् ती मुस्लीम माणसे दारू पीत नाहीत. मला तर पिण्याची खूप हौस आहे. त्यातून त्यांची अरब नावे मला नीट समजत नाहीत. त्यांची स्पेलिंग्जही चमत्कारिक आहेत. माझ्या अहवालात मला वारंवार ती लिहिताना त्रास होतो. अन् आता अरबी बायका म्हणालात तर त्यांना पटवता येणे कठीण असते."

तिने माझी ही सारी कारणे उडवाउडवीची व खोटी आहेत, हे ओळखले. ती यावर एवढेच म्हणाली, "अनेक वर्षांत मी वांशिक भेद करणारी व लिंगभेदावर आधारीत असलेली अशी विधाने ऐकते आहे."

"तुम्हाला माझे बोलणे आवडलेले दिसत नाही."

"तुम्ही फारच रांगडेपणे बोलता. हे काही न्यूयॉर्क पोलीसदल नाही."

"पण मी स्वत: न्यूयॉर्क पोलीसदलाचा माणूस आहे ना. असे बोलण्याची मला सवयच झाली आहे."

"तुम्ही मुद्दाम काहीतरी धक्के देऊन दुसऱ्याला घाबरवून सोडण्याचा प्रयत्न करता आहात का?"

"तसे समजा. असे पहा, मिस् केट, तुम्ही माझ्या अडीअडचणींची दखल घेऊ पहाता आहात त्याबद्दल थँक्स. पण एका आठवड्यातच मी हा कार्यगट सोडून आयरिश कार्यगटात दाखल होईन."

मिस् केट मेफिल्ड ही एफबीआयतर्फे नेमलेली माझी मेन्टॉर होती. नवीन माणसाला नवीन कार्यसंस्कृती एकदम कळत नाही, पचत नाही. तेव्हा त्याच्या अडीअडचणींसाठी त्याच्या जवळच्या काम करणाऱ्यांपैकी कोणीतरी अनुभवी माणसावर ही जबाबदारी अधिकृतपणे सोपविण्यात येते. त्यामुळे त्याला नवीन नोकरीशी हळूहळू नीट जमवून घेता येते.

माझ्या बोलण्यावर केट काहीच बोलली नाही. गप्प राहिली. मी तिच्याकडे पाहिले. तिचे वय पस्तीसच्या आसपासचे होते. सोनेरी केस, निळे डोळे, गोरा वर्ण, खेळाडूसारखी शरीराची ठेवण, कोणतेही दागिने अंगावर नाहीत, चेहऱ्यावर फिक्या रंगाचा मेकअप् वगैरे वगैरे. मला तिच्यात कोणताही दोष सापडेना. अगदी कणभरही नाही. अंगावरच्या गडद निळ्या कोटावर केसातील कोंड्याचा एकही कण पडला नव्हता. जणू काही तिने मोठ्या हवेच्या झोतात आपले सारे शरीर स्वच्छ करून घेतले होते. शाळेत असताना ती तीन तीन खेळात भाग घेत असावी, रोज थंड पाण्याने स्नान करीत असावी, स्काऊटसारख्या संस्थेच्या कार्यात भाग घेत असावी

आणि कॉलेजात असताना विद्यार्थी मेळावे भरवीत असावी. तेव्हा, असली ही पोरगी मला आवडली नव्हती.

तिने वळून माझ्याकडे पाहिले. मीही तिच्याकडे पाहिले. तिचे डोळे निळे होते व भेदक होते. ती मला म्हणाली, "तुमची शिफारस आम्हाला केली गेली होती. अनेकांनी केली होती."

"कोणी केली?"

"तुमच्याच पूर्वीच्या मनुष्यहत्या खात्यातील जुन्या सहकाऱ्यांनी व त्यांच्या साहेबांनी."

मी यावर काहीच प्रतिक्रिया व्यक्त केली नाही.

ती पुढे म्हणाली, "शिवाय टेड नॅश आणि जॉर्ज फॉस्टर यांनीही शिफारस केली होती."

ते ऐकताच मला कॉफी पिताना एकदम ठसका लागला. टेड हा सीआयएचा माणूस व जॉर्ज हा एफबीआयचा. दोघेही आमच्या कार्यगटात होते अन् त्यांचे माझे अजिबात जमत नव्हते. मला ते आवडत नव्हते. तरीही त्यांनी माझी शिफारस का केली ते एक गूढच आहे.

ती सांगत होती, "त्यांनाही तुमची मते पटत नाहीत, तुमच्याशी जमत नाही, पण तरीही त्या प्लम आयलँडच्या केसमध्ये तुमच्या कामाबद्दल त्यांच्यावरती चांगलीच छाप पडली आहे. त्या कामाची ते अजूनही वाखाणणी करतात." थोडे थांबून ती पुढे म्हणाली, "तुम्ही आमच्या मध्यपूर्व विभागातच का नाही रहात ? जर टेड आणि जॉर्ज तुम्हाला आवडत नसतील तर याच विभागात दुसऱ्या गटात तुम्ही काम करा."

मी खुलासा करू लागलो, "असे पहा, टेड आणि जॉर्ज यांचा मला तसा काही त्रास होत नाही. मी काही त्यांना माझे दुष्मन मानीत नाही; पण मला त्या आयरिश दहशतवाद्यांसाठी असलेल्या कार्यगटात काम करण्याची मनापासून इच्छा आहे."

"आता खरं सांगू का? या मध्यपूर्व कार्यगटात खरेखुरे कर्तृत्व दाखवता येईल. इथे ॲक्शन आहे. त्यामुळे इथे तुमची नोकरीतील सेवा उजळून निघेल, तर त्या आयरिश कार्यगटात फारसे काही घडतच नाही. ते दहशतवादी अमेरिकेत चांगले वागत आहेत."

"पण मला आता 'करिअर वाढवणे' किंवा नोकरीतील सेवा, कर्तृत्व यात काहीच रस वाटत नाही."

पण तरीही ती नेटाने म्हणत गेली, "त्या पॅलेस्टॅनियन व इस्लामिक दहशतवादींचाच अमेरिकेला सुप्त धोका आहे. त्यांच्या जंतूंच्या बॉम्बमुळे किंवा संसर्गजन्य साथी पसरवण्यामुळे, तसेच रासायनिक व अण्वस्त्रांच्या धमक्यांमुळे

सबंध अमेरिका हादरून निघाली आहे. प्लम आयलँडच्या केसमध्ये तुम्ही ते पाहिलेच आहे म्हणा. तेव्हा खरी धमाल, खरे आव्हान हे मध्यपूर्व कार्यगटात आहे. बाकीच्या कार्यगटात तेवढे काहीच नाही. जणू काही ते लिंबूटिंबू गट आहेत. तुम्ही म्हणजे एक 'मॅन ऑफ ॲक्शन' आहात. झटपट प्रत्यक्ष कृती करणारे आहात. अन् याच कार्यगटात ॲक्शन असल्याने, मला वाटते, तुम्ही इथेच चिकटून रहावे." असे म्हणून तिने स्मित हास्य केले.

उत्तरादाखल मीही एक स्मित हास्य केले. ती माझ्यापेक्षा लहान असली तरी या नोकरीत ती माझी बॉस होती. माझी मेन्टॉर होती. मी तिला विचारले, "मग, तुम्हाला काय वाटते माझ्याबद्दल ?"

"मला तुम्ही आवडता."

मी यावर माझ्या भुवया उंचावल्या. काय बोलावे ते सुचेना. काहीतरी बोलायचे म्हणून मी म्हणालो, "पण मला न्यूयॉर्क पोलीसदलाचे रांगडे जग आवडते."

"मग माझे यावर बोलणेच खुंटले," ती अगतिक होऊन म्हणाली.

जवळच एक टीव्ही होता. त्यावर विमानतळावरील सूचना उमटत होत्या. ज्या विमानाची आम्ही वाट पहात होतो ते विमान, म्हणजे ट्रान्स कॉन्टिनेन्टल कंपनीची पॅरिसहून येणारी फ्लाईट क्र. १७५ ही वेळेत पोचत होती. ते विमान अमेरिकेच्या जवळ आल्याचेही सूचित केले होते. मी केटला विचारले, "ही आत्ताची इथली सभा किती वेळ चालेल ?"

"दोन किंवा तीन तासात आटपेल. त्यातला शेवटचा तास हा कागदावरील लिखापढीचा असेल. मग विमानातून आलेल्या 'त्या' व्यक्तीला घेऊन सरळ आपल्या ऑफिसात फेडरल प्लाझाकडे. मग पुढे आपण पाहू."

"पुढे पाहू ? काय पाहू ?"

"हे सगळे संध्याकाळपर्यंत आटपेल. नंतर तुम्ही मोकळे आहात ना ? की तुम्हाला कुठे काही कामासाठी जायचे आहे ?" तिने स्पष्टच विचारले.

"अं, तसे जरासे आहे."

"ओफ् ! ही राष्ट्रीय सुरक्षितता तुमच्या सामाजिक जीवनात उगाच ढवळाढवळ करते आहे," ती सूचकपणे बोलली.

तिच्या या बोलण्यावर काय बोलावे ते मला सुचेना. मी एवढेच म्हणालो, "मी राष्ट्रीय सुरक्षिततेचा चाहता आहे. तुमच्या सेवेत मी संध्याकाळी सहा वाजेपर्यंत नक्की आहे."

"तुम्हाला पाहिजे तेव्हा तुम्ही जाऊ शकता," एवढे म्हणून तिने आपला कप घेतला व ती बाकीच्या तिघांकडे निघून गेली.

मी माझा कॉफीचा कप हातात घेऊन तिथेच उभा राहिलो. तिच्या ह्या कार्यगटात

राहून काम करण्याची विनंती कितपत मानावी ? आपण यात कुठे अडकत तर चाललो नाही ना ? नाहीतर घसरत्या वाळूत हळूहळू खचत जाणाऱ्या माणसाच्या स्थितीसारखी आपली स्थिती व्हायची. आपण इथल्या कामात एवढे अडकू की मग यातून आपल्याला बाहेर पडणे कठीण जाईल. कोणतेही काम करीत असताना यात आपले पाय किती रुतले आहेत, घोट्यापर्यंत? का पोटरीपर्यंत? याचा मी नेहमी आढावा घेत असतो. पण पुढच्या वेळी जेव्हा हा आढावा मी घेतला तेव्हा मला असे दिसले की माझे पाय आता गुडघ्यापर्यंत रुतले आहेत.

२

न्यूयॉर्कच्या केनेडी विमानतळापासून पूर्वेला पन्नास मैलांवर असलेल्या 'लाँग आयलंड' बेटावर एक रडार सेंटर होते. पूर्वेकडून येणाऱ्या हवाई वाहतुकीचे नियंत्रण करणारे ते केंद्र होते. एखादे विमान अमेरिकेच्या हद्दीत शिरण्याआधी अटलांटिक महासागरावर असताना खूप आधी त्याची जाणीव या केंद्राच्या रडारवर होई. सर्व नागरी विमानांचे मार्ग व वेळापत्रके ही ठरलेली असल्याने कोणत्या वेळी कोणते विमान पूर्वेकडून उगवणार, हे ठाऊक असल्याने सारे काही सुरळीत चाले. मात्र ऐनवेळी विमान उशिरा सुटणे, उड्डाण रद्द होणे, किंवा पाठीमागून येणाऱ्या वाऱ्यात सापडल्यामुळे वेळेआधीच येणे, इत्यादी बदल विमानाच्या उड्डाणाच्या बाबतीत होत रहातातच; पण या सर्वांवर येथून नजर ठेवली जात होती आणि येणाऱ्या विमानांशी वायरलेसने संपर्क साधला जाई. एका केंद्रात अनेक विभाग किंवा सेक्टर असतात. प्रत्येक विभागाला त्याचे हवाई क्षेत्र आखून दिलेले असते. त्यांच्या क्षेत्रातून जाणाऱ्या कोणत्याही विमानाला त्या विभागाच्या सूचना या पाळाव्याच लागतात. त्यांच्या परवानगीवाचून काहीही करता येत नाही. प्रत्येक विभागासाठी एकेक ऑपरेटर किंवा कंट्रोलर हा रडार स्क्रीनवर पाहून त्या विमानाच्या आपल्या हवाई क्षेत्रातील उड्डाणावर नजर ठेवून असतो व आवश्यक त्या सूचना विमानाला देतो. रडार स्क्रीनवरील तपशील नीट दिसण्यासाठी त्याच्या खोलीत मंद प्रकाश असतो आणि खोलीला कुठेही खिडक्या नसतात.

आता ट्रान्स कॉन्टिनेन्टल एअरलाईन्सचे विमान उड्डाण क्र. १७५, हे पॅरिसहून अमेरिकेत येणार होते. सेक्टर-२३चा कंट्रोलर आपल्या रडार स्क्रीनसमोर बसला होता. त्याच्यासमोर तीन फूट उंचीचा रडारचा चौकोनी स्क्रीन होता. तिकडे पाहून तो कंट्रोलर सचिंत झाला होता. अस्वस्थपणे परत परत वायरलेसमध्ये बोलत होता.

थोड्या वेळाने त्याचा सुपरवायझर त्याच्या शेजारी येऊन उभा राहिला आणि म्हणाला, "काही अडचण ?"

तो कंट्रोलर म्हणाला, "वुई गॉट ए 'नो रॅड' हिअर." 'नो रॅड' म्हणजे No radio Contact. याचा अर्थ विमानाकडून वायरलेसने कसलाही संदेश येत नाही की प्रतिसाद दिला जात नाही.

"किती वेळ नो रॅड पोझिशन आहे ? कोणते विमान आहे ?"

"पॅरिसहून निघालेली ट्रान्स कॉन्टिनेन्टलची फ्लाईट १७५. हे विमान उत्तर अटलांटिक सेक्टर ओलांडून आल्यापासून गेले दोन तास हीच अवस्था आहे. गॅडरपाशी त्यांना रडारने टिपले; पण नंतर काहीच प्रतिसाद नाही. आम्ही इकडून खूप वेळा संपर्क साधायचा प्रयत्न केला. पण काही उपयोग झाला नाही."

"इतर काही खुणांवरून त्यांची अडचण समजते आहे का ?"

"नाही. ते विमान सार्डी इंटरसेक्शनजवळ नैऋत्य दिशा पकडून येते आहे. नंतर त्याने जेट थर्टी सेव्हन रस्ता धरला. सर्व काही नेहमीप्रमाणे ठरल्याप्रमाणे चालले आहे. ते प्लॅनप्रमाणेच उडते आहे."

तो सुपरवायझर अनुभवी होता. कंट्रोलरला आश्वासन देत म्हणाला, "तो वैमानिक नक्की संपर्क साधेल; पण का संपर्क साधला गेला नाही हे कळायला अवघड आहे. तुम्ही प्रयत्न करीत रहा."

कंट्रोलरने यावर आपली मान डोलावली. उडणाऱ्या विमानाकडून वायरलेसवर काहीच प्रतिसाद न येणे किंवा काही कारणाने हा संपर्क तुटणे, यात सहसा तांत्रिक दोषाचे कारण नसते; इतकी ही यंत्रणा परिपूर्ण असते. शेवटी विमानातील प्रवाशांचे प्राण हे महत्त्वाचे असतात; परंतु तरीही अशी 'नो रॅड' अवस्था अनेकदा उद्भवत असल्याने नियंत्रण केंद्रात ते तेवढे मनावर घेतले जात नाही. आत्ताच्या कंट्रोलरने अशी परिस्थिती यापूर्वी दोनदा हाताळली होती. काही वेळा वारंवार वायरलेसवर वैमानिकाला आवाहन केल्यावर त्याच्याकडून संपर्क साधला जाई. मग तो म्हणे, 'सॉरी, मी चुकून व्हॉल्यूम कंट्रोल इतका कमी करून ठेवला होता की तुमचा आवाज ऐकू येईना.' किंवा कधी कधी त्याने चुकून डायल नीट न फिरवल्याने ती भलत्याच कंप्रतेवर स्थिर असे. मग नियंत्रण केंद्राच्या कंप्रतेवरचे बोलणे कसे ऐकू येईल ? कधी कधी कॉकपिटमधील वैमानिकासकट एकूणएक कर्मचारी डुलक्या खात किंवा थोडा वेळ झोपा काढत; पण प्रत्यक्षात तसे कधी कबूल करत नसत.

त्या सुपरवायझरला विनोद करण्याची लहर आली. तो ऑपरेटरला म्हणाला, "कदाचित वैमानिक व सहवैमानिक यांच्या मांडीवरती त्या हवाई सुंदऱ्या बसल्या असतील."

कंट्रोलर यावरती हसला. वैमानिक व हवाईसुंदरी यांच्या विमानातील प्रणयलीलांबद्दल

त्याने खूप काही ऐकले होते; पण शेवटी ती ऐकीव माहिती होती. खरे-खोटे आत्ता कळणे शक्य नव्हते. तो कंट्रोलर म्हणाला, "एकदा नो रॅड अवस्थेचे एका वैमानिकाने मला अगदी अनपेक्षित असे स्पष्टीकरण दिले. तो म्हणाला की, 'मी चुकून माझा लंच ट्रे दोन सीटच्यामध्ये असा ठेवला की त्यामुळे तो सिलेक्टर स्वीच दाबला गेला व वायरलेस संपर्क बंद पडला.' आता यावर काय म्हणणार ? कसली फालतू कारणे देतात ही मंडळी. जरी ती खरी असतील तरी इकडे आमचा जीव टांगणीला लागतो. आम्ही आपले सारखे माईकमध्ये त्यांच्या नावाने हाका मारत बसतो."

तो सुपरवायझर हसला व म्हणाला, "वाऽ! हाय-टेक समस्येला त्याने काय पण लो-टेक उत्तर दिले !"

"हो ना. पण रडार स्क्रीनवर ते व्यवस्थित ट्रॅक होत आहेत, एवढे तरी आपले नशीब म्हणायचे !"

एखादे विमान रडार-स्क्रीनवरून अदृश्य होणे म्हणजे केवढी गंभीर व आणीबाणीची परिस्थिती असते, याचा अनुभव त्या ऑपरेटरने घेतला होता. मार्च १९९८ मध्ये *एअर फोर्स वन* हे विमान रात्री प्रवास करीत होते. त्यात अमेरिकेचे राष्ट्राध्यक्ष होते. अन् अचानक रडार स्क्रीनवरून ते विमान अदृश्य झाले. त्या वेळी तो ऑपरेटरच काय पण त्या खोलीतील एकूणएक जणांच्या अंगावरचे केस भीतीने ताठ उभे राहिले. राष्ट्राध्यक्षांचे विमान तब्बल चोवीस सेकंद स्क्रीनवर नव्हते. तो चोवीस सेकंदांचा काळ हा प्रत्येकाला त्या वेळी युगासारखा वाटला. सर्वजण डोळे फाडून त्या स्क्रीनकडे पहात होते. रडार-स्क्रीनवरती एका प्रकाश रेषेची त्रिज्या ही सारखी वर्तुळाकार फिरत असते. त्या वर्तुळात जिथे विमान दाखवणारा ठिपका असतो तिथून ती रेषा जाताना तो ठिपका चमकून उठतो आणि त्याच वेळी 'बीप' आवाज येतो. ही प्रकाशरेषा अविरतपणे फिरत असल्याने सारखे 'बीप् बीप्' आवाज उमटत असतात. त्यामुळे मधेच एखादे विमान स्क्रीनवरून अदृश्य झाल्यास तो बीप आवाज येत नाही व आधीच्या आवाजाच्या पार्श्वभूमीवर झालेला आवाजातला खंड खोलीतील सर्वांच्या कानाला जाणवतो. सर्वजण म्हणूनच चमकून सावध झाले होते. ती प्रकाशरेषा मूकपणे स्क्रीनवर वर्तुळ काढीत होती. चोवीस सेकंदांनी स्क्रीनवरच्या प्रकाशाची किंचित उघडझाप होऊन पुन्हा परत तो ठिपका बीप आवाज करून उमटला, तेव्हा सर्वांनी मिळून हुश्श करून आपले रोखलेले श्वास सोडले. काहीतरी त्या जुन्या संगणकातील किंवा विद्युतप्रवाहातील किरकोळ दोषामुळे तसे घडले होते.

पण १७ जुलै १९९६ रोजी तसे घडले नाही. त्या वेळी ट्वा एअरलाईन्सची फ्लाईट क्र. ८०० हे विमान रडार स्क्रीनवरून एकदम अदृश्य झाले. तो प्रकाशाचा

ठिपका पुसला गेला. कायमचा. ती रात्र त्या कंट्रोलरच्या स्मरणातून अद्याप पुसली गेली नव्हती व पुढेही पुसली जाणार नव्हती. त्यामानाने आत्ता इथे तर साधी 'नो रॅड' अवस्था आहे. विमान तर उडते आहे आणि आधी आखलेल्या मार्गावरून जाते आहे. मग उगाच कशाला चिंता करायची ?... पण तरीही चिंता वाटत होती. याचे एकच कारण होते. ते म्हणजे आजवर इतकी दीर्घकाळ 'नो रॅड' स्थिती राहिली नव्हती.

त्याने परत एकदा काही बटणे दाबली व तो त्याच्या तोंडापुढे हेडसेटमधून आलेल्या मायक्रोफोनमध्ये इंटरकॉम चॅनेलवरून बोलू लागला, "सेक्टर नाईन्टीन, धिस इज् ट्वेन्टी थ्री. दॅट 'नो रॅड' टीसी वन-सेव्हन-फाईव्ह इज कमिंग युवर वे..." ते विमान थोड्याच वेळात दुसऱ्या हवाई क्षेत्रात म्हणजे सेक्टर-१९ मध्ये चार मिनिटात शिरणार होते. त्यानंतर पुढचा संपर्क त्या हवाई क्षेत्राकडून होणार होता. तिथल्या कंट्रोलरला तो आधीच सावध करत होता. तो पुढे म्हणाला, "टीसी वन सेव्हन-फाईव्ह इज कमिंग युवर वे, ॲन्ड यू विल गेट द हँड ऑफ फ्रॉम मी इन अबाऊट फोर मिनिटस्. आय जस्ट वॉन्टेड टू गिव्ह यू ए हेडस् अप् ऑन. इन केस यू नीड टू डू सम ॲडजस्टिंग."

सेक्टर-१९च्या कंट्रोलरने त्याला उत्तर दिले, "होय ! तो वैमानिक भलताच निगरगट्ट दिसतो आहे. गेले दोन तास अटलांटिकच्या किनाऱ्यावरून त्याला बहुतेक सर्व सेक्टर्सनी त्याच्याशी संपर्क साधायचा आटोकाट प्रयत्न केला. एचएफ व व्हीएचएफवरती प्रयत्न केले. आता फक्त सिटीझन्स बँडवरतीच बोलणे उरले आहे. त्यालाही दाद दिली नाही तर काय खालून धुरांचे सिग्नल्स पाठवायचे काय ? या बेट्याची विमान लँड झाल्यावर धडगत नाही. खूप मोठा रिपोर्ट लिहावा लागणार. मग दाखव म्हणावे शेक्सपिअरसारखे लिखाण करुन. ठीक आहे, नंतर बोलू."

कंट्रोलरच्या पुढ्यातल्या इंटरकॉमवरून आवाज येत असल्याने त्याच्या शेजारी उभ्या असलेल्या सुपरवायझरलाही ते संभाषण कळले होते. तो कंट्रोलरला म्हणाला, "ठीक आहे. सर्व सेक्टरला कळवा की ज्याचा कोणाचा पहिला संपर्क त्या वैमानिकाशी होईल, त्याने विचारावे की तो कधी लँड होणार आहे. अन् ती माहिती लगेच आम्हाला कळवावी. म्हणजे तो खाली उतरल्यावर त्याच्याशी मी स्वत: फोनवरून बोलणार आहे. सर्व सेक्टरना त्याने किती हादरवून सोडले त्याबद्दल त्याला खडसावणार आहे."

कंट्रोलरने त्यानुसार त्या केंद्रातील सर्व विभागांना, सेक्टरना सुपरवायझरचा निरोप कळवला. तिथे ड्यूटीवर असलेले पण आत्ता तात्पुरती चहापाण्याची सुट्टी घेतलेले काही कंट्रोलर आणि जर्नीमेन अवतीभोवती रेंगाळत होते. सुपरवायझर आपले टेबल सोडून इतका वेळ सेक्टर-२३च्या कंट्रोलरपाशी का उभा आहे, हे

पहाण्यासाठी तिथे येऊन पहात होते. त्या कंट्रोलरला आपल्या जवळपास अशी गर्दी झालेली आवडत नव्हती; पण खुद्द सुपरवायझर त्या सर्वांना घालवून देत नसल्यामुळे त्याचा नाईलाज झाला होता. ट्रान्स कॉन्टिनेन्टल विमानाची 'नो रॅड' अवस्था आता त्या केंद्रात सर्वांना कळून चुकली. जे कोणी तरुण कंट्रोलर्स तिथे होते, त्यांच्या दृष्टीने ही 'नो रॅड' स्थिती कशी असते, ते त्यांना अनुभवायला मिळत होते.

कोणीच काही बोलत नव्हते. पण उत्सुकता, कोडे आणि किंचित मानसिक त्रास असे सर्व तिथे वातावरणात अवतरले होते.

पुन्हा एकदा कंट्रोलरने प्रयत्न केला. तो त्या विमानाला उद्देशून वायरलेसवर म्हणाला, "ट्रान्स कॉन्टिनेन्टल फ्लाईट वन-सेव्हन-फाईव्ह, धिस इज न्यूयॉर्क सेंटर. डू यू रीड मी ?"

डू यू रीड मी ? तुम्हाला माझे बोलणे ऐकू येते का ? या प्रश्नाला कसलेही उत्तर पलीकडून आले नाही.

परत एकदा त्याने आवाहन केले.

पण तरीही कसलेच उत्तर नाही की प्रतिसाद नाही.

खोलीत आता पूर्ण शांतता पसरली. फक्त इलेक्ट्रॉनिक यंत्रांचा हम्ऽऽऽ असा आवाज आणि रडार स्क्रीनकडून थांबत थांबत होणारा बीप् बीप् असा आवाज तिथे उमटत होता. या गंभीर परिस्थितीत तिथे जमलेल्यांनाही काही बोलणे अशक्य होऊन बसले होते. कोणते तरी संकट आवाज न करता चालून येत होते. दबा धरून आवाज न करता चालत येणाऱ्या हिंस्र पशूची जाणीव शिकाऱ्याला व्हावी, तशी भावना साऱ्यांना ग्रासून गेली.

शेवटी एक कंट्रोलर म्हणाला, "बॉस, या साऱ्या गोष्टी लेखी ठेवा. यामुळे मला मात्र कॉफी प्यायला उशीर होतो आहे. मी जातो."

काहीजण यावर हसले; पण ते हसू लगेच विरून गेले. तो सुपरवायझर जमलेल्या कंट्रोलर्सना म्हणाला, "ओके. चला. प्रत्येकजण आपापल्या जागेवर जा आणि काही मदत करता आली तर पहा."

जमलेल्यांनी तिथून काढता पाय घेतला. आता सुपरवायझरने एक खुर्ची घेऊन ती रडार स्क्रीनजवळ ठेवली व त्यात बसत तो कंट्रोलरला म्हणाला, "हे जे काही चालले आहे, ते लक्षण मला काही ठीक दिसत नाही."

"मला पण," कंट्रोलर म्हणाला.

सुपरवायझरने त्या रडार-स्क्रीनचे नीट निरीक्षण केले. विमानाची जागा दर्शविणाऱ्या प्रकाशाच्या ठिपक्याकडे पाहिले. तिथे विमानाचा प्रकार सांगणारी अक्षरेही उमटून जात होती. *बोईंग-७४७*. ते बोईंग विमान आहे आणि ७००-पासून सुरू होणाऱ्या नवीन मालिकेतील प्रकाराचे आहे, हे त्यामुळे समजून येत होते. सुपरवायझर विचार

करू लागला. ज्याअर्थी हे नवीन प्रकारातील विमान आहे त्याअर्थी ते सर्वांत मोठे व अत्याधुनिक आहे. या विमानाने आपला आखून दिलेला मार्ग अजिबात सोडला नव्हता. ते थोडेसेही इकडेतिकडे झाले नव्हते. ते अचूकपणे न्यूयॉर्कच्या केनेडी विमानतळाचा रोख धरून येत होते. त्याला मार्गावर ठेवण्यासाठी विमानातील आधुनिक यंत्रणा अत्यंत कार्यक्षमतेने काम करीत होती. मग असे का व्हावे?

"नेमका वायरलेस कसा काय बिघडलेला असू शकतो? काही समजत नाही." तो सुपरवायझर गोंधळून म्हणाला.

यावर कंट्रोलरने एक मिनिटाने उत्तर दिले, "असे व्हायला नको आहे; पण कोणी सांगावे तसे घडलेही असेल."

"काय घडले असेल ?"

"व्हॉल्यूम कंट्रोल स्वीच खूप कमीवर ठेवला गेला असेल किंवा फ्रिक्वेन्सी सिलेक्टरचा स्वीच मोडला असेल किंवा ॲन्टेना बिघडल्या असतील."

"पण तसे काही झाले असेल तर खूप पूर्वीच ते त्यांच्या लक्षात आले असणार."

"हो ना. पण... पण हे विमानाचे नवीन मॉडेल आहे. काहीतरी इलेक्ट्रॉनिक चूक राहून गेली असेल. ती चूक आता डोके वर काढत असेल. परिणामी, संपूर्ण वायरलेस यंत्रणा अकार्यक्षम झाली असणार. शक्य आहे."

सुपरवायझर म्हणाला, "होय, शक्य आहे." शक्य असेल *पण संभाव्य नव्हते.* फ्लाईट क्र. १७५ हे विमान कोणत्याही मानवी आवाजाच्या संपर्कावाचून हवेतून प्रवास करीत होते. अशा अडचणीच्या वेळी काय करावे ते सुचत नाही. म्हणून यावर आधीच विचार करून एक 'ॲबनॉर्मल प्रोसिजर्स हँडबुक' तयार करून ठेवले होते. त्यात साऱ्या असंभाव्य शक्यतासुद्धा लक्षात घेतल्या होत्या. सुपरवायझरला ते हँडबुक व्यवस्थित ठाऊक होते; पण त्यात वायरलेस संपर्क बंद पडला तर काय करावे, याबद्दल काहीही म्हटले नव्हते. खरे म्हणजे आता यावर इथे कंट्रोल सेंटरमध्ये बसून अधिक काहीही करता येत नव्हते. अन् ही वस्तुस्थिती स्वीकारणे भाग होते.

कंट्रोलर म्हणाला, "जर विमानातली वायरलेस यंत्रणा ठीक असेल व फक्त व्हॉल्यूम कंट्रोल खूप कमी असेल तर एव्हाना कोणत्याही वैमानिकाच्या ते सहज लक्षात आले असते. तोच प्रकार चुकीच्या फ्रिक्वेन्सीवरून तो प्रयत्न करीत असेल तरीही त्याला कळून येईल."

"बरोबर आहे... मग एकच शक्यता मला दिसते आहे. ती म्हणजे ते सर्व झोपी गेले असतील का?"

"तसे असेल तर ही गोष्ट एव्हाना फ्लाईट अटेन्डन्टच्या सहज लक्षात आली

असती. कारण तो सारखा अधुनमधून कॉकपिटमध्ये चक्कर मारत असतो. तशी चक्कर त्याने एव्हाना नक्कीच मारली असती.''

''खरे आहे. ही 'नो रॅड' अवस्था फार वेळ चालली आहे. हो ना?''

''होय. तशी जरा जास्त वेळ आहे... पण जेव्हा विमान उतरण्याच्या दृष्टीने तयारी करू लागते, तेव्हा तरी आपली वायरलेस, यंत्रणा चालत नाही, हे वैमानिकाच्या लक्षात यायला हवे. मग त्याऐवजी तो 'डेटा लिंक' द्वारा टाईप करून संदेश पाठवू शकतो; पण तसे त्याने आपल्या कंपनीला अजून कळवलेले दिसत नाही. नाहीतर त्याच्या कंपनीने आपल्याला एव्हाना फोन केला असता.''

डेटा लिंक ही एक स्वयंचलित वायरलेस यंत्रणा असते. त्यावरून दर क्षणाला विमानाच्या उड्डाणाची महत्त्वाची स्थिती ही तपशीलवारपणे आपोआप वायरलेसवरून त्या विमानकंपनीकडे येत असते. जर विमान दुर्घटनाग्रस्त झाले तर ही माहिती नंतर शोध घेताना उपयुक्त ठरते.

सुपरवायझर म्हणाला, ''म्हणून तर वायरलेसची अँटेनाच मोडली असेल, खराब झाली असेल किंवा बिघडली असेल, अशी शक्यता मला वाटते.'' मग थोडा वेळ विचार करून तो म्हणाला, ''अशा विमानाला किती अँटेना असतात?''

''त्याची मला नीट कल्पना नाही; पण बऱ्याच असाव्यात.''

''तसे असेल तर त्या साऱ्याच्या साऱ्या अँटेना एकाच वेळी बिघडल्या आहेत, असे म्हटले पाहिजे.''

थोडा वेळ ते दोघेही विचारात पडले. मग तो सुपरवायझर परत बोलू लागला, ''ओके, आपण असे धरून चालू की, एकूणएक वायरलेस यंत्रणा बिघडली आहे हे त्या वैमानिकाच्या लक्षात आले आहे... पण मग तो एअर-टू-लँड फोन वापरू शकतो. या फोनवरून तो कोणाला तरी आपली अडचण सांगून त्याला ही माहिती आपल्याला कळवायला सुचवू शकतो. पूर्वी असे घडले आहे.''

सुपरवायझरचे हे म्हणणे मात्र खरे होते. 'एअर-टू-लँड' फोन म्हणजे जमिनीवर वापरल्या जाणाऱ्या मोबाईल फोनचाच प्रकार होता. कंट्रोलरला ते पटून त्याने मान डोलावली. ते दोघेही आता निरीक्षण करण्यावाचून काहीही करू शकत नव्हते. त्यांच्याजवळच्या साऱ्या तर्ककल्पना संपून गेल्या. त्या विमानाचा प्रकाशाचा ठिपका हा उजवीकडून डावीकडे सावकाश सरकत चालला होता.

''मला आता एकच शक्यता वाटते आहे. ती म्हणजे, त्या विमानाचे अपहरण झाले असावे,'' सुपरवायझर म्हणाला. त्याच्या स्वरात ओतप्रोत काळजी भरलेली होती.

कंट्रोलर तरी यापेक्षा वेगळा कोणता विचार करू शकत होता? पण तरीही तो थोड्या वेळाने म्हणाला, ''असे पहा, या विमानाचा मार्ग चुकला नाही की त्याची

उंची कमी-अधिक झाली नाही. तसेच अटलांटिक महासागर पार करताना जो ट्रान्सपॉन्डर संकेत वापरायचा तोही वापरला जात आहे. तेव्हा जर ह्या विमानाचे अपहरण झाले असेल, दहशतवाद्यांनी त्याचा ताबा घेतला असेल तर त्या संकेताचे बटण वैमानिक दाबू शकतो. तसेही काही झालेले नाही. म्हणजे अपहरणाचीही शक्यता दिसत नाही.''

विमानाचा ताबा दहशतवाद्यांनी घेतल्यास वैमानिकाने एक बटण दाबताच आपोआप एक खुणेचा संकेत खाली नियंत्रण केंद्राकडे पाठवला जातो व जमिनीवरची सारी यंत्रणा सावध होते. अपहरणकर्त्याला मात्र याचा पत्ता लागत नाही.

आता मात्र सुपरवायझर बुचकळ्यात पडला. वायरलेसचा संपर्क नसला तरी बाकी सारे संकेत, नियम ते विमान पाळत होते. कदाचित् तो अपहरणकर्ता भलताच हुशार असेल आणि त्याला ते अपहरण कळवण्याचे बटण ठाऊक असेल. मग त्याने 'त्या बटणाला हात लावू नका.' असा हुकूम वैमानिकाला बजावला असेल.

पण हे काहीही असले तरी परिस्थिती काळजी करायला लावणारी होती. अन् नेमका तो सुपरवायझर यात सापडला होता. त्याला शनिवारची सुट्टी असूनही त्याने मुद्दाम आजची ड्यूटी मागून घेतली होती. त्याची मुले कॉलेजला गेली होती. घरी एकट्याने बसून रहाण्याऐवजी त्याने कामावर जाण्याचे पसंत केले होते. हीच त्याची चूक झाली होती. त्याची खरी चूक अशी होती की त्याला कसलाच छंद नव्हता. नाहीतर त्यासाठी तरी त्याने सुट्टी खर्च केली असती.

शेवटी तो कंट्रोलर म्हणाला, ''आपण आपल्या परीने सारे काही प्रयत्न केले आहेत.''

''ठीक आहे. तुम्ही तुमचे काम चालू ठेवा. मी केनेडी विमानतळाच्या टॉवर सुपरवायझरला कळवतो. त्यानंतर ट्रान्स अटलांटिक कंपनीच्या ऑपरेशन्स सेंटरला कळवतो.'' असे म्हणून सुपरवायझर तिथून उठला. पण जाण्यापूर्वी म्हणाला, ''आपल्या दृष्टीने ही काही गंभीर समस्या नाही पण झाल्या गोष्टीची नोंद कागदोपत्री ठेवली पाहिजे. त्यात उगाच हयगय नको.''

''अगदी बरोबर,'' तो कंट्रोलर म्हणाला. त्याने आपल्या सुपरवायझरला काय म्हणायचे त्याचे मनात भाषांतर असे केले -

आपण ही समस्या हाताळण्यात अननुभवी ठरलो, गडबडून-गोंधळून गेलो, किंवा अकार्यक्षम राहिलो, असा आपल्यावर आरोप येता कामा नये. तसेच आपल्यावर काहीही ठपका येऊ नये म्हणूनही आपण आत्तापासून योग्य ते केले पाहिजे. त्याचेच आपल्याला पुढे संरक्षण मिळेल.

सुपरवायझर निघताना म्हणाला, ''ठीक आहे, तुमच्या सेक्टरमधून ते विमान निघून जात आहे. त्या सेक्टर-१९कडे पुढचा भाग सोपवा. अन् काही वेगळे घडले

तर मला सांगा.''

''येस, सर.''

सुपरवायझर तिथून निघाला व आपल्या काचेच्या क्युबिकलमध्ये गेला. हे क्युबिकल तिथेच मागच्या बाजूला होते.

आपल्या टेबलापाशी बसून त्याने काही मिनिटे स्वस्थ चित्ताने घालवायचा प्रयत्न केला. त्याला अजूनही आशा वाटत होती की कंट्रोलर संपर्क स्थापन झाल्याची बातमी घेऊन येईल; पण तसे काहीही घडले नाही. शेवटी त्याने न्यूयॉर्कच्या केनेडी विमानतळाच्या कंट्रोल टॉवरला फोन करायचे ठरवले. पण त्याचबरोबर त्याने हेही लक्षात ठेवले की तिथल्या सुपरवायझरशी बोलताना आपल्या बोलण्यात कुठेही चिंता, काळजी दिसता कामा नये. त्याला मुद्दाम आपण होऊन काहीही सुचवायचे नाही की आपले मत द्यायचे नाही; पण झाल्या प्रकाराची आपण दखल घेतलेली मात्र त्याला समजले पाहिजे.

त्याने रिसीव्हर उचलून केनेडी विमानतळाच्या टॉवरला फोन लावला. *काहीतरी कुठेतरी चुकलेले आहे* हे न सांगता त्या सुपरवायझरला समजावे, अशी त्याने आशा केली.

३

तर आमची ती पाचजणांची सभा सुरू झाली. एफबीआयचा जॉर्ज फॉस्टर, सीआयएचा एक्का टेड नॅश, न्यूयॉर्क पोलीसदलाचा निकी मॉंटी, एफबीआयची गोल्डन गर्ल केट मेफिल्ड आणि मी असे पाचजण बसलो होतो. स्वत:भोवती फिरू शकणाऱ्या पाच खुर्च्या ओढून आम्ही त्यावर बसलो होतो. प्रत्येकाच्या हातात एकेक कॉफीचा मग होता. आम्ही आमच्या अंगावरचे कोट काढून ठेवले होते. त्यामुळे आतमध्ये अंगावर चढवलेली पिस्तुलांची म्याने उघडी पडली होती. माझ्या गेल्या वीस वर्षांच्या नोकरीतील अनुभवाने मला समजले होते की जेव्हा अंगावरचे कोट काढून आम्ही एखाद्या चर्चेला बसतो तेव्हा सर्वांचेच आवाज हे खालच्या पट्टीत असतात. अगदी बायकांचेसुद्धा.

असो ! आम्हा प्रत्येकाच्या समोर एकेक फोल्डर होते. तो जो कोणी 'असद खलील' नावाचा दहशतवादी आम्हाला फितूर होऊन आमच्या बाजूला मिळाला होता, त्याची सारी माहिती या फोल्डरमध्ये थोडक्यात दिली होती. आता थोड्याच वेळाने येणाऱ्या ट्रान्स कॉन्टिनेन्टलच्या विमानाने तो इकडे पोचणार होता. त्याला

ताब्यात घेण्यापूर्वी आम्हाला त्याच्याबद्दल जी माहिती पुरवली गेली, त्यावर चर्चा करायची होती; पण त्या फोल्डरमध्ये ती माहिती अगदीच त्रोटक होती. पोलीस खात्यात ज्याला आम्ही फोल्डर म्हणतो, त्याला एफबीआयचे लोक 'डोसिअर' म्हणतात. फोल्डरमधल्या माहितीला पोलीस खात्यात 'बुक ऑन द गाय' म्हणतात, तर एफबीआयमध्ये त्या माहितीला माहितीच म्हणतात. मी पोलीस खात्यातून आल्याने मला इथल्या कार्यसंस्कृतीमधली भाषा अजून शिकायची होती, तर त्या फोल्डरमध्ये असद खलीलबद्दल फारशी माहिती दिलेली नव्हती. त्याचे एक रंगीत छायाचित्र पॅरिसमधील दूतावासाकडून पाठवण्यात आले होते. त्याची एकेक प्रत प्रत्येकाच्या फोल्डरमध्ये ठेवली होती. जी माहिती दिली होती त्यात असद खलीलचा भूतकाळ मोजक्या शब्दात दिला होता. त्यानंतर एफबीआयचे मत होते— 'आमच्याजवळ एवढीच माहिती आहे. त्याचा कसा उपयोग करून घ्यायचे ते तुमचे तुम्हीच पहा' असा एक छुपा अर्थही त्या माहितीच्या भाषेत लपला होता. सीआयए, आंतरराष्ट्रीय पोलीस संघटना 'इंटरपोल', ब्रिटिश हेर खाते 'एमआय-६', फ्रेंच हेर खाते 'स्युरेत' आणि युरोपातील काही हेरांनी दिलेली मते यावर ही माहिती आधारलेली होती. *असद खलील हा लिबिया देशाचा नागरिक आहे. वय वर्षे ३०. कौटुंबिक माहिती ठाऊक नाही. त्याची काही खास वैशिष्ट्येही ठाऊक नाहीत. पण त्याला इंग्रजी, फ्रेंच भाषा येतात. मोडकेतोडके इटालियन येते, जर्मन समजते. अन् अरेबिक तर त्याची मातृभाषा आहे.*

मी माझ्या घड्याळात पाहिले, जरासे हातपाय ताणले, एक जांभई दिली आणि आजूबाजूला पाहिले. क्लबच्या नावाखाली इथे एक एफबीआयचे ऑफिस चालवले जात होते. सीआयएला ही जागा गरज पडेल तेव्हा तात्पुरती वापरायला मिळत होती. तशीच ती आता एटीटीएफच्या कार्यगटालाही वापरायला मिळत होती. आणखी कोण कोण या जागेचा वापर करीत होते ते देव जाणे ! आज शनिवारी इथल्या ऑफिसला सुट्टी होती. म्हणून आमची पाचजणांची सभा इथे ठेवली होती. फक्त ती स्वागतिका आणि एक ड्यूटी ऑफिसर हे त्या ऑफिसपैकी इथे ओव्हरटाईमवरती हजर झाले होते; पण ते दोघे बाहेर स्वागतकक्षात थांबले होते. आम्हाला इथे मुक्तपणे बोलता येत होते. भिंतींना आतून शिसाचे पत्रे लावलेले असल्याने बाहेरून कोणीही इलेक्ट्रॉनिक यंत्रणा लावून आमचे बोलणे ऐकू शकणार नव्हता, किंवा मायक्रोवेव्हने वेध घेऊ शकणार नव्हता. अगदी सुपरमॅन जरी आला तरी त्याला त्या भिंतीमधून आतले दिसू शकणार नव्हते.

टेड नॅश मला म्हणाला, ''मला असे कळते की तुम्ही आमचा कार्यगट सोडून जाणार.''

मी त्याला यावर उत्तर दिले नाही. त्याच्याकडे नुसता बघत राहिलो. त्याने

आपला पोषाख अगदी चोखंदळपणे नीट केला होता. ते सर्व कपडे त्याने मुद्दाम आपल्यासाठी मापे देऊन शिवून घेतले होते. अगदी बूट व पिस्तुलाचे म्यानसुद्धा आपल्या मापाचे बनवून घेतले होते. या कपड्यामुळे तो बऱ्यापैकी छाप पाडणारा वाटत होता. ती बेथ पेनरोजसुद्धा त्याच्यावर थोडीशी मरत होती; पण म्हणून काही मी त्याच्यावर जळत नव्हतो. मला त्याचा आधीपासून तिटकारा वाटत होता. त्यात ती त्याच्याकडे थोडीशी आकर्षित झाल्याने माझ्या रागात जरा भर पडली होती एवढेच.

एफबीआयचा जॉर्ज फॉस्टर मला म्हणाला, "तुम्ही या कार्यगटातले काम तीन महिने तरी करून बघा. नंतर तुम्ही घेतलेल्या निर्णयावर गंभीरपणे विचार करता येईल."

"खरं?"

फॉस्टर हा आम्हाला खूपच ज्येष्ठ व अनुभवी होता. आमच्या या छोट्या गटाचे नेतृत्वपद आम्ही नकळत त्यालाच देऊन टाकले, तर टेड नॅश हा सीआयएतर्फे असल्याने तो कधी आमच्या गटात, तर कधी अन्य कामासाठी म्हणून परदेशी असे. थोडक्यात, त्याचे आमच्या गटात केवळ येणे-जाणे होते.

फॉस्टरने एफबीआयचा तो खास निळा सूट घातला होता. तो म्हणाला, "टेड नॅश परदेशातल्या एका कामासाठी काही दिवसांसाठी आपल्याला सोडून जात आहे. म्हणजे आपण बाकीचे चौघेच फक्त या गटात उरलो."

"मग टेड *आत्ताच* का नाही सोडून जात ?" मी जराशा चाणाक्षपणे म्हणालो.

यावर तो फक्त हसला. त्याचा मी राग करण्याचे कारण प्लम आयलँडच्या केसमध्ये त्याने मला वेळोवेळी त्रास दिला होता, अन् मी ते कधी विसरणार नव्हतो. अन् माझ्या स्वभावानुसार याबद्दल त्याला मी क्षमा करणार नव्हतो.

जॉर्ज फॉस्टर मला म्हणाला, "इथे आत्ता आपल्यासमोर एक अत्यंत महत्त्वाची व विचार करायला लावणारी केस आहे. त्यासाठीच आपण इथे जमलेलो आहोत. याच केसच्या संदर्भात त्या पॅलेस्टेनियन जोडप्याच्या खुनाची केसही अंतर्भूत आहे. त्यांचा खून न्यूयॉर्कमध्ये रहाणाऱ्या काही दहशतवाद्यांनी केलेला आहे. अन् तेवढ्यासाठी आम्हाला तुझे सहकार्य हवे आहे."

"खरं ?" मी म्हणालो. माझे रोखठोक आडाखे मला सावध करत होते. ही काहीतरी सुरुवातीची धूळफेक आहे, असे मला वाटू लागले. या बाकीच्या साऱ्याजणांना कोणत्यातरी केसमध्ये येणारे अपयश, नंतरचे होणारे वाईट परिणाम, इत्यादींचे खापर फोडायला कोणीतरी हवे आहे. त्यासाठी ते माझा उपयोग करून घेत असावेत; पण काहीही असू दे, मी त्यांना बधणार नाही. मी शेवटपर्यंत जाईन. मला आता फक्त ते काय सांगणार आहेत याबद्दल उत्सुकता होती. बाकी मला काहीच

रस नव्हता; पण तरीही सावधगिरी बाळगणे भाग आहे. किंचित दुर्लक्ष झाले की आपल्यावर आफत कोसळायची.

मला असे वाटायचे कारण 'योगायोग.' मी या कार्यगटात कसा आपोआप सामील झालो ? विनासायास सर्व गोष्टी माझ्या बाजूने घडत, माझी शिफारस होत मी येथे आलो. याचा अर्थ पुढे काहीतरी माझ्यासाठी अप्रिय वाढून ठेवलेले असणार. एटीटीएफ कार्यदल ही काही मोठी संघटना नाही; परंतु ती एवढी मोठी नक्कीच आहे की मला आपल्या जाळ्यात ओढून घेण्यासाठी हवे ते करू शकेल. म्हणूनच मला संशय येत होता. नाहीतर इतके कसे सुरळीत घडत जाईल? जे माझे हितचिंतक नाही ते टेडसारखे लोक मला विनंती कशी करतात? न्यूयॉर्क पोलीसदलातील डॉम फानेली यानेही माझी शिफारस केली होती; पण त्यामागे त्याचा चांगला हेतू होता. कारण एक पोलीस व्यक्ती दुसऱ्या पोलीस व्यक्तीच्या विरुद्ध कधीच जाणार नाही. अन् एफबीआयला तर कधीही चुकीचा सल्ला देणार नाही.

मग आता मला केट मेफिल्डचा विचार करायला हवा. मला येथे आणण्यात तिचा वापर टेड व फॉस्टर यांनी करून घेतला काय?

तेवढ्यात केटने माझ्याकडे पाहिले व एक स्मित हास्य केले. मीही तिच्याकडे पाहून हसलो.

निक मॉंटी मला म्हणाला, "ह्या कामाची थोडी सवय व्हायला काहींना थोडा वेळ लागतो. जे पोलीस खात्यातून इकडे आलेले असतात, त्यांच्यापैकी निम्मे तरी नंतर सोडून जातात. एफबीआयची कोणतीही शाखा असली तरी तिच्यातील सभासद हे आपले एक, एकत्र व सुखी कुटुंब आहे असे समजून वागतात. पण पोलीसदलातून आलेली व्यक्ती या कुटुंबात चटकन रुळत नाही. कुटुंबात काही तरुण मुले अशी असतात की ती कॉलेजात शिकायला जात नाहीत, काही उद्योग करत नाहीत, केलेच तर उपद्व्याप करतात आणि नेहमी दुसऱ्याची गाडी उसनी घेऊन वापरतात."

केट माझी बाजू घेत म्हणाली, "पण हे जॉनच्या बाबतीत अजिबात खरे नाही."

त्यावर निक मॉंटी मोठ्याने हसला व म्हणाला, "बरोबर आहे. आपण या विषयावर नंतर कधीतरी बोलू."

मी यावर म्हणालो, "मी या बाबतीत अगदी मोकळेपणा ठेवीन हं." याचा खरा अर्थ 'उडत गेलात.' पण तसे मी बोलू शकत नव्हतो. अन् त्यांना माझ्या बाबतीत काहीतरी आशा दाखवली पाहिजे. माझे वागणे थोडेसे चिडचिडे झाले होते. त्याचे कारण मी पोलीसदलाला मुकलो होतो.

मी निक मॉंटीकडे पाहिले आणि त्याच वेळी त्याने माझ्याकडे पाहिले. त्याची या इथल्या कामात नक्की कोणती भूमिका आहे हे मला कळले नव्हते. पण पूर्वी

तो पोलिसांच्या हेर खात्यात होता म्हणून इथल्या कामाला योग्य होता. त्या सर्वांना माझी गरज होती ती त्या जोडप्याच्या खुनाबाबत होती. शिवाय दहशतवाद्यांशी संबंधित अनेक खुनांच्या केसेस त्यांच्याकडे होत्या.

ही एफबीआयची मंडळी हुशार असली तरी त्यांना चुकीचे मार्गदर्शन त्यांच्या वॉशिंग्टनमधील मुख्य कचेरीकडून होत असते. मग स्वत:चे डोके फारसे न वापरता ते ती कामे करत बसतात. बाकी त्यांच्यात अदब, शिष्टाचार एवढा ओतप्रोत भरलेला असतो की उद्या एखाद्या दहशतवाद्याला पकडायला ते गेले, तर आधी म्हणतील, "मिस्टर दहशतवादी, माझे नाव अमुकतमुक. अन् आज मला तुमची अटक करण्याचे भाग्य लाभले आहे." त्याऐवजी आमचे पोलिसातले काम कसे रोखठोक असते.

मी त्या असद खलीलबद्दलची फोल्डरमधील माहिती परत नीट वाचली. त्यावरून माझ्या असे लक्षात आले की, हा अरब माणूस अनेकवार युरोपात जाऊन आला आहे. अन् जेव्हा जेव्हा तो तिकडे गेला होता तेव्हा प्रत्येक वेळी कोणी ना कोणी अमेरिकन किंवा ब्रिटिश व्यक्ती संकटात सापडली होती. रोममधील ब्रिटिश वकिलातीमध्ये बॉम्बस्फोट, पॅरिसमधल्या अमेरिकन चर्चमध्ये बॉम्बस्फोट, फ्रॅन्कफुर्टमधील अमेरिकन लुथेरन चर्चमध्ये बॉम्बस्फोट, लंडनमधील लॅकेनहीथ विमानतळाबाहेर एका अमेरिकन वायुदलाच्या अधिकाऱ्याचा कुऱ्हाडीने खून आणि ब्रुसेल्समध्ये नाटो अधिकाऱ्यांच्या तीन लहान अमेरिकन मुलांवर गोळ्या झाडून त्यांची निर्घृण हत्या. या प्रत्येक दुर्घटनेच्या वेळी असद खलीलची त्या गावाला भेट झाली होती. यातली शेवटची घटना मला जास्त हिडीस तर वाटली, पण यामागे गुन्हेगाराची नक्की काय मानसिकता असेल याबद्दल गूढ वाटू लागले.

परंतु या सर्व दुर्घटनांचा थेट प्रत्यक्ष संबंध असद खलीलशी अजून जोडता आला नव्हता. म्हणून त्याच्यावर सतत पाळत ठेवली होती. तो कोणाबरोबर काम करतो हे ठाऊक करून घ्यायचे होते. तसेच, प्रत्यक्ष गुन्ह्याच्या जागेवर त्याला जमले तर पकडायचे होते, पण या गुन्हेगाराचे कोणीच साथीदार नाहीत असे दिसते. त्याचे कोणाबरोबर संबंध असल्याचेही समजले नव्हते. किंवा अन्य एखाद्या दहशत-वाद्याशी किंवा त्यांच्या एखाद्या संघटनेशी कुठे लागेबांधे असलेले दिसत नव्हते.

मी त्या फोल्डरमधील पुढच्या परिच्छेदावर नजर टाकली. तो परिच्छेद एका हेर संस्थेने लिहिला होता. लेखकाचे नाव त्यात मुद्दामच गुप्त ठेवले होते. लेखकाने झॅक वेबर असे सांकेतिक नाव घेतले होते. त्याने म्हटले होते:

'असद खलील हा कोणत्याही देशात अगदी अधिकृतपणे,
सर्व कायदे सांभाळत आणि उघड उघड प्रवेश करतो, त्या वेळी

तो आपला लिबियातला पासपोर्ट वापरून पर्यटकाची भूमिका घेतो. या संबंधात अधिकाऱ्यांना सावध केले असून त्या देशात प्रवेश केल्यापासून त्याच्यावर पाळत ठेवायचे प्रयत्न केले गेले आहेत. तो कुठे जातो, कोणाला भेटतो हेही नीट बघितले गेले आहे; पण तो नंतर कधी व कसा त्या देशातून अदृश्य होतो ते मात्र आजवर समजून आले नाही. आपला कसलाही माग न ठेवता तो निघून जातो. त्याच्या निघून जाण्याची कुठेही कागदोपत्री नोंद झालेली नाही. म्हणून माझी अशी जोरदार शिफारस आहे की, असद खलील ही व्यक्ती कोणत्याही देशात शिरल्यावर तात्काळ त्याच विमानतळावर किंवा बंदरावर त्याला अटकाव व्हावा, संशयावरून ताब्यात घेतले जावे आणि त्याची संपूर्ण चौकशी केली जावी.'

ते वाचून मी मान हलवली. ''मिस्टर शेरलॉक, तुम्ही बरोबर सुचवलेत. आम्हीही नेमके आता तसेच करणार आहोत.''

फक्त मला एक गोष्ट सतावत होती. ती म्हणजे, असद खलील ह्या गुन्हेगाराने अनेक गुन्हे पचवले असताना, कोणत्याही गुन्ह्यात त्याच्याविरुद्ध कसलाही कणभर पुरावा नसताना, तो आपण होऊन पॅरिसमधल्या अमेरिकन वकिलातीमध्ये का शरण येतो आहे ? यात जरूर काहीतरी काळेबेरे असावे; पण हा माझा केवळ संशय होता. मी त्या अहवालातील शेवटचे पान वाचले, पण त्यात फारशी माहिती नव्हती. *असद खलील हा एक एकांडा शिलेदार असून तो पाश्चिमात्त्य संस्कृतीचा मनापासून द्वेष करतो* एवढाच मुद्दा त्यात होता. ठीक आहे, येऊ दे तर या बेट्याला. ताब्यात आल्यावर त्याच्या मनातला खरा हेतू आम्ही हुडकून काढूच.

पॅरिसहून त्याचे जे छायाचित्र पाठवण्यात आले होते ते मी नीट पाहिले. असद खलील हा बऱ्यापैकी वाटत होता. कुठेही गुंड प्रवृत्तीची झाक त्याच्या चेहऱ्यात नव्हती. त्याच्या रापलेल्या चेहऱ्यामुळे तो थोडा देखणाच वाटत होता. गरुडाच्या चोचीसारखे नाक, उलटे वळवलेले केस, खोल व काळे डोळे यांमुळेही त्याचे व्यक्तिमत्व छाप पाडणारे होते. त्याच्यावर मुली नक्की भाळल्या असतील.

बाकीच्यांनी या केसवरती आधी थोडीशी चर्चा केली. त्यानुसार आज खलीलला विमानातून बाहेर पडल्यावर ताबडतोब ताब्यात घेऊन प्राथमिक चौकशीसाठी आधी येथे आणायचे असे ठरले. आल्यावर त्याच्या बोटांचे ठसे, छायाचित्रे, वगैरे वगैरे नेहमीप्रमाणे करायचे होते. त्याला ताब्यात घेतल्यावर कडेकोट बंदोबस्तात आणले पाहिजे. न जाणो, त्याच्याकडून काही माहिती बाहेर पडायच्या आत त्याला ठार मारले जाण्याची दाट शक्यता होती. प्राथमिक सोपस्कार झाल्यावर मग नंतर त्याला

अमेरिकेत आश्रय द्यायचा की नाही हा निर्णय घेण्याआधी इमिग्रेशन आणि नॅचरलायझेशन अधिकाऱ्याकडून त्याची पूर्ण चौकशी होईल, त्याला बरेच प्रश्न विचारले जातील आणि कागदोपत्री बऱ्याच नोंदी केल्या जातील. हे सर्व होताना जरा काही चुकले आणि काही अघटित घडले तर एफबीआयच्या किमान ५०० व्यक्तींवरती तरी त्याचे खापर मारण्यात येईल. अन् हे सारेजण नेहमी दुसऱ्याकडे बोट दाखवून आपली जबाबदारी झटकण्याचा प्रयत्न करतील.

येथून नंतर दोनएक तासांनी आम्ही असद खलीलला कडेकोट संरक्षणात फेडरल प्लाझाच्या इमारतीकडे हलवू. तिथे मग त्याची गाठ योग्य त्या अधिकाऱ्यांबरोबर पडेल. असद खलीलची शरणागती कितपत मनापासूनची आहे, याची खात्री करून घेतली जाईल. त्यानंतर दुसऱ्या दिवशी किंवा काही आठवड्यांनी किंवा काही महिन्यांनी अथवा एका वर्षानेसुद्धा त्याची रवानगी सीआयएकडे होईल. सीआयएची माणसे त्याला वॉशिंग्टनला नेऊन एखाद्या अज्ञात स्थळी ठेवतील. अन् मग त्याच्याकडून खरी व संपूर्ण माहिती बाहेर काढतील. हे प्रयत्न ते अथकपणे करतील. मग भले त्यासाठी एक वर्ष लागले तरीही. शेवटी जेव्हा त्यांची खात्री पटेल आणि जेव्हा ते ठरवतील तेव्हा असद खलीलला एक नवा चेहरा दिला जाईल. त्यासाठी त्याच्यावर प्लॅस्टिक सर्जरी केली जाईल. नवीन नावे, नवीन व्यक्तिमत्व, यामुळे तो पार बदलून जाईल.

असो ! मी सर्वांना उद्देशून म्हणालो, "सोनेरी केस व निळे डोळे असलेली कोणती व्यक्ती सध्या दक्षिण फ्रान्समध्ये रहात आहे?"

या प्रश्नाचे उत्तर कोणालाच देता आले नाही. मीच शेवटी म्हणालो, "सलमान रश्दी! या असद खलीलचा आपण सलमान रश्दी बनवून टाकू."

यावर फक्त निक मॉंटीने हसून स्वतःच्या मांडीवर थाप मारून मला दाद दिली. त्यानंतर बोलताना मी काही अनिष्ट मतेही व्यक्त केली.

केट मेफिल्डने चर्चेची गाडी परत रुळावर आणण्यासाठी म्हटले, "आपल्याला प्रत्येकाला दिलेल्या असाईनमेंट मेमोमध्ये आपण काय काय कामे करायची ती सांगितलेली आहेत. असद खलीलला पॅरिसहून दोन एफबीआयची माणसे संरक्षणात अमेरिकेत आणतील. बोईंग-७४७ विमानातील मधल्या घुमटाच्या भागात त्यांची आसने असतील. बिझनेस क्लास वर्गातून त्यांचा प्रवास असेल. असद खलील हा सरकारच्या बाजूने साक्षीदार म्हणून पुढे काम करेल किंवा न करेल, पण संपूर्ण प्रवासात त्याला हातकड्या घातल्या जातील, इत्यादी माहिती तुम्हाला आहेच."

मी विचारले, "खलीलला आणणारी एफबीआयची ही माणसेच नेहमी प्रवास करतात ना ?"

माझ्या म्हणण्याचा उद्देश 'नेहमी त्याच त्या माणसांना प्रवासाची संधी दिली

जाते' असा होता. पण केटने त्याकडे दुर्लक्ष केले व ती म्हणाली, ''ती एफबीआयची दोन माणसे व खलील असे तिघेजण प्रथम विमानातून बाहेर पडतील, त्या वेळी आपण विमान व इमारत यामधल्या जेटवेवरून जाऊन बरोबर विमानाच्या तोंडापाशी असू.'' 'जेटवे' म्हणजे विमानाच्या उंचावर असलेल्या दाराला व टर्मिनल इमारतीला जोडणारा बोगदा. ह्याला १५ फुटांपेक्षा जास्त लांबीचे पाय असतात. तो कुठेही वळू शकतो. यामुळे विमानाच्या दारातून बाहेर पडून जेट वेमधून इमारतीच्या पहिल्या मजल्यावर प्रवेश करता येतो. तिने आपल्या घड्याळात पाहिले व नंतर टीव्हीकडे पाहिले. असद खलीलला घेऊन येणारे विमान वेळेवरती पोचत होते. ''तेव्हा आता दहा मिनिटात आपल्याला तिकडे जाण्यासाठी निघायला हवे.''

टेड नॅश म्हणाला, ''ताब्यात घेताना काही अडथळे येतील असे मला वाटत नाही; पण तरीही आपण सावध राहिले पाहिजे. जर कोणी मारेकरी खलीलला गोळी घालण्याचा प्रयत्न करेल तर तशी फारच थोडी संधी जेटवेवरती, व्हॅनमध्ये आणि इथून फेडरल प्लाझाकडे जाताना त्याला असेल. एकदा आपण फेडरल प्लाझा इमारतीत आलो की तो सरकारी यंत्रणेत पार गडप होऊन जाईल. मग बाहेरच्या जगाला त्याच्याशी कधीच संपर्क ठेवता येणार नाही. अगदी कायमचा.''

निक माँटी म्हणाला, ''मी विमानतळाच्या पोलीस अधिकाऱ्यांशी बोलून काही पोलीस हे टारमॅकवरती व्हॅनपाशी बंदोबस्त ठेवण्याची व्यवस्था केली आहे. तसेच, येथून फेडरल प्लाझाला जातानाही आपल्याला पोलिसांच्या गाड्यांचे संरक्षण मिळणार आहे, तेव्हा जर कोणी या फितुराला संपवायचा प्रयत्न करेल तर तो त्याचा आत्मघात ठरेल.''

केट म्हणाली, ''आम्ही असद खलीलच्या अंगावरती पॅरिसमध्ये एक बुलेटप्रूफ जाकीट चढवलेले आहे. प्रत्येक गोष्टीची खबरदारी घेतलेली असल्याने काहीही अडचण येणार नाही.''

होय, तशी यायला नको. निदान या अमेरिकन भूमीवरती तरी. कारण एफबीआय किंवा पोलीसदलाच्या हातून गुन्हेगाराला घेऊन जात असताना तो निसटून गेल्याचे आत्तापर्यंत तरी माझ्या कानावर आले नव्हते. असद खलीलला ताब्यात घेऊन इथून जाणे म्हणजे एखाद्या बगिचात सहजपणे विहार करण्याइतपत सोपे होते; पण तरीही सर्वांनी नेहमीपेक्षा जास्त जपून वागावे असे मला वाटू लागले. नाहीतर खलीलबरोबर जे कोणी असतील त्यांचा बळी जाईल किंवा ते नंतरच्या साऱ्या दुर्घटनेला जबाबदार असतील. या दहशतवाद्यांचा काही नेम नसतो. ते अति अति काळजी घेतात व प्रतिपक्षावर मात करतात. माझी मनोदेवता मला असे सांगत होती.

आम्ही पुन्हा एकदा कोठून कोठे कसे जायचे याची एक तोंडी रंगीत तालीम केली. प्रथम टर्मिनल इमारत, नंतर त्यातले विमानतळाकडे उघडणारे गेट, नंतर

जेटवेच्या जिन्यावरून पुढे विमानाच्या जिन्यापाशी. तिथेच आपली व्हॅन असेल. त्यात असद खलील व त्याबरोबरची आपली दोन माणसे यांना व्हॅनमध्ये चढवले जाईल. या व्हॅनवरती कसलीही खूण नसेल की अक्षरे लिहिलेली नसतील. संपूर्ण व्हॅनच्या आत केव्हलारच्या चिवट थराने सर्व पृष्ठभाग मढवलेले असतील. म्हणजे बाहेरून झाडलेल्या गोळ्या त्याचा भेद करून आत येऊ शकणार नाही. व्हॅनच्या पुढे विमानतळावरील पोलिसांची एक गाडी असेल आणि एक गाडी मागच्या बाजूला असेल. तिथून आपण इथे क्लबमध्ये येऊ. विमानतळ-पोलिसांच्या गाडीत नियमाप्रमाणे वायरलेसची यंत्रणा असेल. तिचा वापर आपण विमानतळाच्या परिसरात करू शकतो.

इथे क्लबमध्ये आपण मग एका इमिग्रेशन अधिकाऱ्याला बोलावून घेऊ. तो विमानतळावरुन येऊन खलीलची नोंद करेल व अमेरिकेतील प्रवेशाचे सारे सोपस्कार येथेच उरकेल. जेव्हा आपण या क्लबमधून फेडरल प्लाझाकडे जायला व्हॅनमधून निघू, तेव्हा आपला मार्ग हा वर्तुळाकृती असेल. कारण वाटेतल्या ब्रुकलिनमधील मुस्लीम वस्त्या आपणाला टाळायच्या आहेत. दरम्यान आपल्या व्हॅनसारखीच एक दुसरी व्हॅन मागेपुढे पोलिसांच्या गाड्यांचे संरक्षण घेऊन वेगळ्या मार्गाने मॅनहॅटनला जाईल. हे केवळ आपल्या मार्गात अडथळे आणणाऱ्यांना फसवण्यासाठी केलेले असेल.

मी ते सर्व ऐकल्यावर मनात म्हटले, सारे काही सुरळीतपणे संध्याकाळी सहा वाजेपर्यंत पार पाडले गेले तर मी सुदैवी ठरेन; कारण नंतर लाँग आयलंडवर मला बेथ पेनरोज हिच्याकडे जायचे आहे.

बाहेरच्या स्वागतिकेने आत येऊन निरोप दिला की, व्हॅन आली आहे. ते ऐकताच फॉस्टर म्हणाला, ''चला, निघायची वेळ झाली.''

पण निघण्यापूर्वी तो मला व निक माँटीला म्हणाला, ''तुम्हा दोघांपैकी कोणीतरी एकाने येथे थांबावे. म्हणजे जर काही महत्त्वाचा फोन ऑफिसकडून आला तर तो घेता येईल.''

निक माँटीने ती जबाबदारी घेतली. तो आता मागे थांबणार होता. फॉस्टरने त्याला आपल्या मोबाईल फोनचा नंबर एका कागदावर लिहून दिला आणि म्हटले, ''काही महत्त्वाचा फोन आला तर लगेच मला कळव.''

निघताना मी त्या टीव्हीवर एक नजर टाकली. ते विमान यायला अजून वीस मिनिटे बाकी होती. मला आतापर्यंत नेहमीच आश्चर्य वाटत आलेले आहे की, जर निक माँटीच्याऐवजी मी थांबलो असतो, तर त्याचे काय परिणाम झाले असते ?

४

केनेडी इंटरनॅशनल विमानतळाच्या कंट्रोल टॉवरमध्ये सुपरवायझर कानाला फोन लावून बसला होता. लाँग आयलँडवरून तिथल्या कंट्रोलरने त्याला फोन केला होता. तो आत्ता ट्रान्स कॉन्टिनेन्टल फ्लाईट-१७५च्या 'नो रॅड' अवस्थेबद्दल सांगत होता.

त्या टॉवर सुपरवायझरचे डोळे नकळत भव्य खिडकीकडे वळले. रंगीत छटा असलेल्या खिडकीच्या काचेतून एक लुफ्तांसा विमान कंपनीची फ्लाईट ए-३४० विमानतळावर उतरत होती. पलीकडच्या टोकाचे बोलणे थांबले आहे हे त्याच्या लक्षात येताच त्याने काहीतरी बोलायचा प्रयत्न केला; पण त्याआधीच तो सावध झाला. इथे टॉवरमधून कोणत्याही यंत्रातून बोला, सारे बोलणे नेहमी आपोआप टेपवर ध्वनिमुद्रित होत असते. आपण आता जपून बोलले पाहिजे. नाहीतर उद्या जर काही दुर्घटना घडली तर या टेपच्या आधारे आपले आत्ताचे बोलणे पकडले जाईल. त्यामुळे कदाचित् काही प्रमाणात तरी आपल्यावर ठपका बसू शकेल. त्याने आपला घसा साफ केला व म्हटले, "तुम्ही ट्रान्स कॉन्टिनेन्टल विमान कंपनीला हे सारे कळवलेत का ?"

"यानंतरचा माझा फोन तिकडेच केलेला असेल."

"ठीक आहे... छान... मी आता विमानतळाच्या पोलीसदलाला व आणीबाणीच्या तुकडीला कळवतो... ते कोणते विमान आहे ? बोईंग-७००च्या सिरीजमधलेच ना ?"

"होय !"

आणीबाणीच्या प्रसंगी कामे करणाऱ्यांच्या तुकडीला प्रत्येक प्रकारच्या विमानाची रचना लक्षात ठेवावी लागते. विमानाला दारे किती, ती कुठे आहेत, संकटकालीन मार्ग कुठे कुठे ठेवले आहेत, विमानातील आसनांची रचना कशी आहे, इत्यादी सर्व काही ठाऊक असावे लागते.

पलीकडून सांगितले जात होते, "तुम्ही सांगता आहात त्या आधारे मी या बाबतीत आणीबाणी जाहीर करण्याचा आग्रह धरत नाही. पण —"

"ते मी समजू शकतो. पण आम्हाला इथे नियमाप्रमाणे काम करायला हवे. मी या गंभीर परिस्थितीसाठी ३-२ प्रकार जाहीर करतो. म्हणजे काहीतरी *सुप्त अडचण.* लक्षात आले ना ?"

"अं ऽ ... हो ... नाही."

"तुम्हाला काय मी ३-३ची परिस्थिती जाहीर करावीशी वाटते का ?"

“ते तुम्हीच ठरवा. माझा तो अधिकार नाही. दोन तासापेक्षा जास्त वेळ वायरलेस संपर्क नाही आणि अडचण दर्शवणारे इतर कोणतेही लक्षण दिसले नाही. तुमच्याकडच्या रडार स्क्रीनवर आता एकदोन मिनिटात ते विमान उगवेल. तेव्हा तुम्हाला माझ्यापेक्षा अधिक काय ते समजू शकेल.”

“ठीक आहे. आणखी काही सांगायचे आहे ?”

“नाही. थँक्स !”

फोन बंद झाला. टॉवर सुपरवायझरने आता डायरेक्ट लाईन असलेला काळा फोन उचलला आणि विमानतळावरील एका विभागाला फोन केला. तीनदा घंटी वाजल्यानंतर कोणीतरी पलीकडून तो फोन उचलला व रुबाबात म्हटले, “गन्स अँड होजेस अॅट युवर सर्व्हिस.”

विमानांच्या दुर्घटनेत आगीचा प्रथम धोका असतो. तसेच भडकलेल्या आगीच्या जवळपासही फिरकता येत नाही. लांबूनही त्या आगीची झळ जाणवते. तेव्हा लांबूनच ती आग विझवावी लागते. त्या अग्निशमन दलाकडे त्यासाठी तीव्र दाबाखालचे पाणी असते व ते एका तोफेसारख्या नळीतून उडवले जाते. शिवाय होज पाईपमुळे आगीच्या शक्य तितक्या जवळ जाता येते. म्हणून या अग्निशमन दलाला ‘गन्स अँड होजेस’ असे म्हणायचा प्रघात पडला.

परंतु त्या टॉवर सुपरवायझरला फोनवरून जादा अदबीने बोलणाऱ्याचा राग आला. बेट्याला काही गंभीरपणा व काळवेळ समजते की नाही ? तो बोलू लागला, “हे पहा, ट्रान्स कॉन्टिनेन्टलची फ्लाईट-१७५ आत्ता येते आहे. ते बोईंग-७४७ जातीचे विमान आहे आणि गेले दोन तास त्याची ‘नो रॅड’ अवस्था आहे.”

“रॉजर, टॉवर. विच रनवे?” पलीकडून आवाज आला. ‘रॉजर’ म्हणजे ‘होय, नीट ऐकू आले व समजले’ अशा अर्थी वापरला जाणारा वायरलेसवरचा शब्द. विमानतळावर अनेक धावपट्ट्या होत्या. कारण एका वेळी अनेक विमाने उतरत आणि उड्डाण करीत. त्या सर्वांना वेगवेगळ्या धावपट्ट्या दिल्याने गोंधळ व अपघात होत नाहीत. शिवाय पहिले विमान उतरून बाजूला होईपर्यंत दुसऱ्या विमानाला उतरण्यासाठी हवेत घिरट्या घालत वाट पहाण्याची गरज नसते. तो अग्निशमनदलाचा माणूस तेवढ्यासाठी धावपट्टीची चौकशी करत होता.

“आपण अशा विमानांना नेहमी 4R ही धावपट्टी उतरायला देतो; पण तो वैमानिक काय करेल नि कुठे विमान उतरवेल ते सांगता येत नाही.”

4R म्हणजे उजवीकडची चार क्रमांकाची धावपट्टी.

“त्याचा ईटीए काय आहे ?” ईटीए म्हणजे एक्स्पेक्टेड टाईम ऑफ अरायव्हल. विमान येण्याची अपेक्षित वेळ.

“सिक्स्टीन ट्वेन्टी थ्री.” म्हणजे दुपारी ४ वाजून २३ मिनिटे.

"रॉजर. मग तुम्ही ३-२ जाहीर केले का ३-३ जाहीर केले ?"

"अं ऽऽ, तसे आत्ता नक्की ठरवता येत नाही; पण ३-२ जाहीर करायला हरकत नाही. मग वाटल्यास ३-३ जाहीर करता येईल. जर परिस्थिती निवळू लागली तर ३-१ वरही जाता येईल."

क्रमांक ३-० म्हणजे आणीबाणीची परिस्थिती. ३-१ म्हणजे जराशी गंभीर स्थिती पण सहज आटोक्यात येणारी. ३-२ म्हणजे सध्या काहीतरी कुठेतरी चुकले असून त्यात आणखी गंभीर परिस्थिती सुप्त स्वरूपात दडली असावी. ३-३ म्हणजे पूर्णपणे आणीबाणी. मग त्या वेळी सर्व शक्तीनिशी त्या परिस्थितीशी झुंज करायची. सर्व संभाव्य घटक पाहून, चालू परिस्थितीचा अंदाज घेऊन कंट्रोल टॉवरचा सुपरवायझर कोणत्या प्रकारची आणीबाणी जाहीर करायचा त्याचा निर्णय घेतो. प्रत्येक प्रकारच्या आणीबाणीत कोणी काय काय कामे करायची हे सारे आगाऊ ठरवून दिलेले असते. म्हणजे ऐन वेळी गोंधळ होत नाही.

अग्निशमनदलाकडे नुसतेच आग विझवण्याचे काम नव्हते. त्यात अडकलेल्या विमानातून प्रवाशांची सुटका करणे, दहशतवाद्यांनी विमान ओलीस धरले असेल तर त्यांना नामोहरम करून पकडणे, अशी बरीच कामे त्यांच्याकडे होती. या खात्यात नेहमी मर्दानी रंग, जोश व अतिउत्साह भरलेला असे. त्या टॉवर सुपरवायझरला म्हणूनच या लोकांच्या अतिउत्साहाची काळजी वाटे. बेट्यांना आपण काय चित्रपटात कामे करतो आहोत असे वाटते ! टॉवर सुपरवायझर म्हणून फोनवर समजावून सांगू लागला, "द सब्जेक्ट एअरक्राफ्ट इज ए 'नो रॅड', नॉट ए मेकॅनिकल, सार्जंट. डोन्ट गेट ओव्हरली एक्सायटेड." याचा अर्थ; *त्या विमानाकडून फक्त वायरलेसचे संदेश येत नाहीत. बाकी आतमध्ये कसलीही मोडतोड किंवा यांत्रिक बिघाड नाही. तेव्हा उगाच उत्साहाच्या भरात काही अतिरेक करून बसू नका.*

तो सार्जंट टॉवर सुपरवायझरला म्हणाला, "झकास ! तुम्ही रागावल्यावर मला तुमचे बोलणे ऐकायला आवडते."

भलताच आगाऊ सार्जंट दिसतो आहे. याच्या नादी कुठे लागा, असा विचार करून सुपरवायझर म्हणाला, "ठीक आहे. ह्याची नोंद करून ठेवण्यासाठी मी आता तांबडा फोन उचलतो आहे." असे म्हणून त्याने तिथला एक तांबडा फोन उचलला व त्याचे एक बटण दाबले.

तो फोन परत अग्निशमनदलाकडे आला; पण आता त्यावरचे संभाषण ध्वनिमुद्रित होऊ लागले. तोच मघाचा माणूस म्हणाला, "एअरपोर्ट अथॉरिटी. इमर्जन्सी सर्व्हिस."

"धिस इज टॉवर कंट्रोल, आय ॲम कॉलिंग इन ए ३-२. ए ट्रान्स-कॉन्टिनेन्टल ७४७, लँडिंग रनवे फोर राईट, ईटीए ॲप्रॉक्झिमेटली ट्वेन्टी मिनिटस्.

विंडस आर ०३० ॲट १० नॉटस्. ३१० सोल्स ऑन बोर्ड.'' शेवटच्या वाक्यांचा अर्थ : *वाऱ्याची दिशा ही उत्तरेपासून पूर्वेकडे तीस अंशावर म्हणजे ईशान्येकडे असून वाऱ्याचा वेग हा ताशी दहा नॉटस् हा आहे. विमानात एकूण ३१० माणसे आहेत.*

त्या टॉवर सुपरवायझरला नेहमी एका गोष्टीचे आश्चर्य वाटे की, या आणीबाणीच्या भाषेत माणसांना 'सोल्स' म्हणजे 'आत्मे' का म्हणतात ? त्यामुळे असे वाटते की ती माणसे मरण पावली आहेत.

पलीकडून फोनवरती सुपरवायझरच्या सूचना पुन्हा त्यालाच ऐकवण्यात आल्या व शेवटी तो माणूस म्हणाला, ''मी आत्ता आमची युनिटस् पाठवायला लागतो.'' त्याच्याकडून सुपरवायझरच्या सूचना परत सुपरवायझरला सांगणे, हा एक आवश्यक भाग होता. त्यामुळे आपण दिलेल्या सूचना पलीकडे नक्की काय कळल्या आहेत, हेही समजले जाते. नौदलात व कोणत्याही आणीबाणीच्या प्रसंगी सूचनांची किंवा हुकूमांची देवाण-घेवाण ही अशी होत असते.

पलीकडच्या टोकाचे बोलणे थांबल्यावर टॉवर सुपरवायझरने ''थँक्यू'' म्हटले व फोन खाली ठेवून ''इडियटस्'' असेही म्हटले. तो उठून उभा राहिला व आपले डोके दाबीत कंट्रोलरूममध्ये आजुबाजूला पाहू लागला. तो एक अत्यंत विस्तीर्ण हॉल होता. काही स्त्रीपुरुष हे आपापल्या रडार स्क्रीनसमोर बसून टक लावून गंभीरपणे बघत होते, त्यांच्या डोक्याला लावलेल्या फोनमध्ये बोलत होते. आणि अधुनमधून खिडकीच्या काचेतून बाहेर पहात होते. हवाई वाहतूक नियंत्रण करणाऱ्यांएवढे इथे काही ताणाखालचे काम नव्हते. तिकडे खोलीला खिडक्या नव्हत्या, तर इथे सर्व बाजूने खिडक्या होत्या; पण तरीही इथल्या माणसांच्या हातून चुका होऊ शकत होत्या. नाही म्हटले तरी विमान सुखरूपपणे उतरून टारमॅकपाशी जाईपर्यंत इथल्या कंट्रोलर्सच्या मनात धाकधूक असे. एकदा तर कोणाच्या तरी चुकीमुळे रनवेवरती दोन विमानांची सरळ टक्कर झाली. निघणारे विमान व उतरणारे विमान एकाच धावपट्टीवर आल्याने असे झाले. त्या दिवशी आत्ताच्या सुपरवायझरची सुट्टी होती. म्हणून तो पुढच्या चौकशीसत्रातून वाचला होता.

तो मनोरा ३०० फूट उंचीचा, म्हणजे तीस मजली होता. सुपरवायझर खिडकीपाशी गेला आणि त्यातून खाली पाहू लागला. बाहेर एक लांबलचक आडवे दृश्य पसरले होते. संपूर्ण विमानतळ व दूरवरचा अटलांटिक महासागर असलेले हे दृश्य स्तिमित करणारे होते. विशेषत: जेव्हा दुपारनंतर इमारतीच्या मागे सूर्य जाई तेव्हा आकाश स्वच्छ असेल तर हेच दृश्य अधिक विलोभनीय दिसे. त्याने आपल्या घड्याळात पाहिले. चार वाजत आले होते. काही मिनिटातच त्याची ड्यूटी संपणार होती व तो इथून दूर जाणार होता; पण तसे घडायचे नव्हते.

आज संध्याकाळी सात वाजता तो घरी आरामात जेवणार होता. त्याने आणखी

एका जोडप्याला जेवायला बोलावले होते. त्याच्या बायकोने तेवढ्यासाठी खास स्वयंपाकाची तयारी आत्तापासून सुरू केली असणार. समजा, जरी इथल्या गडबडीमुळे तो उशिरा घरी पोचला तरी उशीर का झाला याचे रसभरीत वर्णन करून सांगणार होता. मग नेहमीप्रमाणे पाहुणे मंडळी ''तुमची नोकरी भलतीच भारावून टाकणारी आहे'' असे म्हणणार होती. तोही हसून आपली खोटी संमती देत एक कॉकटेलचा पेग पिणार होता.

हे ट्रान्स कॉन्टिनेन्टलचे विमान सुखरूप उतरले म्हणजे तो घरी फोन करून आपण निघत असल्याचे कळवणार होता आणि झाल्या घटनेचा एक अहवाल लिहिणार होता. साधी वायरलेस संपर्काची समस्या असल्याने सर्व काही झटपट आवरता येईल व सहा वाजता आपण बाहेर रस्त्याला लागलेले असू, असे त्याला वाटत होते. अर्थातच जाताना त्याच्या नावावर दोन तासांचा ओव्हरटाईमचा पगार चढणार होता.

हवाई वाहतूक नियंत्रण कक्षाकडून आलेल्या त्या कंट्रोलरशी झालेले बोलणे त्याने परत एकदा मनात आठवले. ते बोलणे ध्वनिमुद्रित केलेली आपली टेप एकदा ऐकण्याची त्याला तीव्र इच्छा निर्माण झाली; परंतु फेडरल एव्हिएशन एजन्सी (एफएए) हे असे काही होऊ देणार नव्हती. म्हणून तो आपले त्या कंट्रोलरबरोबर झालेले बोलणे नीट आठवू लागला. ते बोलणे तसे काही गंभीर नव्हते; पण शब्दात गंभीरपणा नसला तरी स्वरात गंभीरपणा होता. त्या स्वरात भीतीचीही छटा मिसळली होती. ही भीती व काळजी तो कंट्रोलर लपवत नव्हता. जरी पूर्णपणे दोन तास संपर्क होत नसला तरी प्रत्यक्षात त्यातून काहीही धोकादायक अर्थ निघत नव्हता. फक्त हे अनपेक्षित होते. आत्तापर्यंत तसे कधी घडले नव्हते. असे असले तरी ते का व्हावे ? विमानात काय घडले असावे ? कदाचित् कॉकपिटमध्ये आग लागली असेल. अन् तसेच असेल तर आणीबाणीची स्थिती ही ३-२ वरून ३-३ वर न्यायला हवी. ३-४ म्हणजे तर चक्क विमान जमिनीवर आदळून स्फोट, आग, विनाश, वगैरे वगैरे. अशी परिस्थिती जर हमखास येणार असे वाटले तरी ३-४ जाहीर करता येते. उदाहरणार्थ, हवेत पेटलेले किंवा जळणारे विमान खाली विमानतळावर उतरत आहे; पण आत्ता काहीच धड समजत नव्हते.

आणखीही एक शक्यता होती. तशी ती विरळ शक्यता होती, पण तीसुद्धा विचारात घ्यायला हवी. कदाचित् विमानाचा ताबा एखाद्या दहशतवाद्याने घेतला असेल; पण त्या कंट्रोलरने सांगितल्यावरून अपहरणाचा संकेत दर्शविणारा संदेश ट्रान्सपॉन्डरकडून आला नव्हता. आता फक्त ३-२ परिस्थिती किंवा ३-३ परिस्थिती. एवढ्या दोनमध्येच निवडीला वाव होता. जर ३-३ परिस्थिती जाहीर केली, अन् तसे काही घडले नाही तर नंतर फार मोठा अहवाल लिहावा लागणार होता व त्यात

शब्दांची कसरत करावी लागणार होती. ठीक आहे, आत्ताची ३-२ परिस्थिती तशीच राहू द्यावी अन् पहात रहावे, असा विचार करून तो सुपरवायझर कॉफी पिण्यासाठी कॉफी-मशीनकडे निघाला.

"चीफ." कोणीतरी त्याला हाक मारीत होते. त्याने मागे वळून पाहिले तर एक कंट्रोलर त्याला आपल्या जागेवरून हाका मारीत होता.

त्याच्याकडे जाऊन सुपरवायझरने विचारले "काय?"

कंट्रोलरने आपल्या कानावरचे हेडफोन बाजूला करीत म्हटले, "सर, आत्ताच मला रडार कंट्रोलरकडून फोन आला. ते ट्रान्स कॉन्टिनेन्टल 'नो रॅड' असलेल्या विमानाबद्दल त्याने आणखी काही सांगितले."

"काय सांगितले?" आपल्या हातातील कॉफीचा कप खाली ठेवीत सुपरवायझरने विचारले.

"ते नो रॅडवाले विमान ठरल्यापेक्षा आधीच उंची कमी करू लागले आहे. अन् खाली येताना फिलाडेल्फियाकडे जाणाऱ्या यूएस एअरवेजच्या विमानाशी टक्कर होण्याच्या बेतात होते."

"बापरे..." सुपरवायझरने खिडकीबाहेर पाहिले. आत्ताच्या या निरभ्र व स्वच्छ सूर्यप्रकाश पडलेल्या हवेत त्या वैमानिकाला दुसरे विमान कसे दिसले नाही ? समजा, जरी त्याचे लक्ष गेले नाही तरी टक्कर होण्याची संभाव्यता दर्शविणाऱ्या यंत्राकडून त्याला सावध केले गेले असणार. तरी हे कसे घडले? रात्रीच्या वेळच्या अशा टकरी या यंत्रामुळे आधी कळून टाळता येतात. इथे तर दिवसाढवळ्या साध्या डोळ्यांनी दिसणाऱ्या गोष्टींची कशी दखल घेतली गेली नाही ? काहीतरी फार फार चुकलेले आहे. अन् त्याचे हे पहिले लक्षण आहे.   *इथे काय चालले आहे तरी काय?*

"चीफ, आले ते. पहा इथे." तो कंट्रोलर रडार स्क्रीनकडे पाहून म्हणाला. त्या मूक झालेल्या व गूढ बनलेल्या विमानाचे आगमन रडार स्क्रीनवर एका प्रकाशाच्या ठिपक्याने दाखवले. सुपरवायझर तिकडे लक्षपूर्वक पाहू लागला. अगदी स्क्रीनच्या जवळ जाऊन. ते विमान केनेडी विमानतळाच्या ईशान्येकडच्या धावपट्टीच्या रोखाने उतरत होते. त्याच्या आत्ताच्या उडण्याच्या पद्धतीवरून नक्कीच ते केवळ संगणक व अन्य उपकरणे यांच्या सहाय्याने उतरू पहात होते.

या कंट्रोल टॉवरच्या आत असणे म्हणजे मनाने तुम्ही बाहेर असावे लागते. त्याचबरोबर समोरची उपकरणे काय दर्शवतात, तेही पहावे लागते. रडार केंद्रात तसे नसते. त्यांना केवळ रडार स्क्रीनकडे पहावे लागते. इथे मात्र बाहेरही प्रत्यक्ष परिस्थिती पहाता येते.

सुपरवायझरने आता तिथली एक प्रखर दुर्बिण घेतली. त्यातून तो बाहेर पाहू

लागला. वायरलेस संपर्क साधणारी चार यंत्रेही तिथे होती. चार दिशांना त्यांची चारही तोंडे होती. त्यामुळे इथे काम करणाऱ्यांना कोणत्याही दिशेला बाहेर पाहून त्या दिशेचा वायरलेस सेट चालू करून बोलता येत होते. उड्डाण करणाऱ्या व उतरणाऱ्या विमानांकडे प्रत्यक्ष पहात त्यांच्या वैमानिकाशी बोलता येत होते. त्याच वेळी धावपट्टी, टॅक्सीवे, इमारतीची गेटस् आणि अन्य येणारी विमाने या सर्वांवरही नजर ठेवता येत होती. प्रत्येक वेळी असे बघणे जरुरीचे नसते; पण सुपरवायझरला आता मात्र ती निकड वाटत होती. त्याने कंट्रोलरला विचारले, ''वेग किती ?''

''ताशी दोनशे नॉटस्. ५८०० फुटांवरून ते खाली उतरत आहे,'' कंट्रोलरने माहिती पुरवली. 'नॉट' हे परिमाण जमिनीच्या मैलापेक्षा थोडे मोठे आहे. म्हणून त्याला कोणी 'हवाई मैल' किंवा 'सागरी मैल' असेही म्हणतात. एक नॉटिकल मैल हा जमिनीवरच्या मैलाच्या १.२ पट असतो.

सुपरवायझर म्हणाला, ''ठीक आहे !'' मग त्याने तांबडा फोन पुन्हा उचलला. आता त्याने कंट्रोल टॉवर इमर्जन्सी स्पीकरचे बटण दाबले. तो म्हणाला, ''इमर्जन्सी सर्व्हिस, धिस इज टॉवर.''

कंट्रोल रूममधल्या तिथल्या स्पीकरवरून पलीकडचा आवाज उमटला, ''टॉवर, इमर्जन्सी सर्व्हिस हियर.''

मघाशी फोनवर बोललेला तो आवाज आहे हे सुपरवायझरला कळले. पलीकडून विचारणा झाली, ''काय झाले आहे ?''

''आता परिस्थिती बदलली आहे. ३-२ची परिस्थिती ३-३ वरती गेली आहे.''

थोडा वेळ शांतता होती. मग विचारणा झाली, ''कशामुळे?''

''त्या विमानाकडून दुसऱ्या विमानाशी टक्कर होणार होती. त्या आधारे आणीबाणीची परिस्थिती ३-३ वरती गेली आहे.''

''डॅम. काय भानगड असेल?''

''काही कल्पना नाही.''

''अपहरण?''

''अपहरण केलेले विमान असे खाली तोंड करून लँडिंगला येत नसते.''

''अं ऽऽ, होय... पण—''

''आपल्याला अंदाज करत बसायला वेळ नाही. ते विमान इथून आता १५ मैलांवर आले आहे. फोर राईट या धावपट्टीकडे ते झेपावत आहे. कॉपी.'' कॉपी याचा अर्थ *मी बोललो त्यातील महत्त्वाचा व समजलेला भाग बोलून दाखवा.*

''इथून पंधरा मैलांवर. उजवीकडची चार नंबरची धावपट्टी.''

''ॲफर्मड.'' सुपरवायझरची खात्री पटली.

''मी बाकीच्या युनिटस्‌ना ३-३ साठी ताबडतोब तयार ठेवतो.''

"ठीक !"

"परत एकदा विमानाचा प्रकार सांगा."

"अजूनही तेच विमान बोईंग-७०० मालिकेतील बोईंग-७४७. जेव्हा ते प्रत्यक्ष दिसेल तेव्हा मी परत फोन करेन."

"रॉजर !"

सुपरवायझरने फोन बंद केला आणि दुर्बिण उचलली. त्याने त्या धावपट्टीचे शेवटचे टोक नीट न्याहाळायला सुरुवात केली. तो पद्धतशीरपणे धावपट्टीच्या टोकाकडून पहात पहात मागे येत होता. पण त्याच्या मनात मात्र आत्ताचे बोलणे परत परत आठवले जात होते. त्या अग्निशमनदलाच्या प्रमुखाची बोलण्याची व वागण्याची पद्धत त्याला आगाऊपणाची वाटत होती; पण तो अत्यंत कार्यक्षम होता हे मात्र सुपरवायझरला पक्के ठाऊक होते. त्याच्या हाताखालची तरुण मंडळी ही स्वत:ला 'गन्स ॲन्ड होजेस' म्हणवून घ्यायची. पण क्वचितच काम पडत असल्याने बराच वेळ ते सर्वजण फायरहाऊसमध्ये पत्ते कुटत बसायचे, टीव्ही पहायचे किंवा पोरीबाळींवरती गप्पा मारीत बसायचे. आपली वाहने, ट्रक्स मात्र ते सारखे धुऊन-पुसून चकचकीत ठेवीत असत. त्यांना आपल्या गाड्या ह्या नेहमी लखलखणाऱ्या हव्या असत.

सुपरवायझरने त्यांना काही वेळा आणीबाणीत प्रत्यक्ष काम करताना पाहिले होते. त्या वेळी त्याची खात्री पटली होती की कोणतीही आग व कोणतीही आणीबाणी असू दे, फार काय अगदी अपहरणाचीही बाब असू दे, ही माणसे सर्व काही अत्यंत कार्यक्षमतेने हाताळू शकतात. त्यांच्या कामाला सुपरवायझर जबाबदार रहात नसे. तसेच एकदा विमान खाली उतरून थांबले की नंतर सुपरवायझरची जबाबदारी संपत असे.

सुपरवायझरने डोळ्याला लावलेली दुर्बिण खाली केली. आपले डोळे चोळले, मग परत दुर्बिण डोळ्याला लावली. दोन्ही रेस्क्यू युनिटस् बाहेर पडली होती व रनवेच्या बाजूला जाऊन उभी रहात होती. त्यांच्या माथ्यावरील लाल दिवे स्वत:भोवती फिरून उघडझाप होत असल्याचा भास निर्माण करीत होते. नियमाप्रमाणे त्या वाहनांनी आपापसात बऱ्यापैकी अंतर सोडले होते. जर ती जवळजवळ उभी राहिली असती तर एखादे वेळी एखादे जरी वाहन दुर्घटनाग्रस्त झाले किंवा त्याला आग लागली, तर ती आग चटकन पसरून त्यात सर्व वाहने जळून भस्मसात होतील. एखादे अवाढव्य, राक्षसी बोईंग विमान येऊन आदळले तर अशी घटना सहज घडू शकेल.

दोन रॅपिड इन्टरसेप्ट वाहने आणि चार मोठे आगीचे बंब सुपरवायझरला वरून दिसले. शिवाय एक अवजड रेस्क्यू ईएसयू ट्रक होता. दोन रुग्णवाहिका

होत्या. विमानतळावरील पोलिसांच्या सहा मोटारी आणि एक 'मोबाईल कमांड पोस्ट' म्हटले जाणारे वाहन होते. न्यूयॉर्कमधील एकूणएक वायरलेस स्टेशन्स व कोणताही फोन नंबर यांना त्या गाडीतून पटकन फोन लावता येत होता. पोलीस, हॉस्पिटल्सच्या रुग्णवाहिका, आगीचे बंब, इत्यादींकडून जादा मदत हवी असेल तर त्यांच्याशी वायरलेसवरती ताबडतोब संपर्क साधता येत होता. दुर्घटना झाल्यावर मृत किंवा जखमी व्यक्तीच्या घरी या गाडीतून टेलिफोन लावता येत होता. सुपरवायझरला आणखी एक ट्रक त्या ताफ्यात सामील झालेला दिसला. तो हॅझमॅट ट्रक होता. हॅझमॅट म्हणजे हॅझार्डस मटेरिअयल ट्रक. एखाद्या वेळी जर किरणोत्सर्गी पदार्थ, रसायने, विषारी वायू, यांचे साठे फुटले, तर त्या घातक पदार्थांना कसे हाताळावयाचे ते काम या ट्रकमधील तज्ज्ञ व्यक्तींकडून केले जाई. या व्यक्तींना त्याचे प्रशिक्षण अमेरिकन सैन्यदलातील खास माणसांनी दिले होते. त्या सर्वांपासून खूप दूर एक मोबाईल स्टेअरकेस ट्रक होता. त्यातला जिना हा कुठेही उंचावर विमानाला लावता येत होता. त्याच्यापासून जरा दूर एक फिरते रुग्णालय होते. इतके सारे असल्यावर फक्त एक फिरती शववाहिनी तेवढी नव्हती. गरज पडल्याखेरीज ती तिथे उगवणार नव्हती. अन् गरज पडली तरी तिला तात्काळ धावून येण्याचे कारण नव्हते.

त्या सुपरवायझरने जवळचा तो तांबडा फोन उचलून हे सारे दृश्य अल्पावधीत निर्माण केले होते. आता येणाऱ्या विमानाकडून कोणतीही समस्या उभी केली गेली तरी तिचे निराकरण होऊ शकणार होते. गेल्या दोन वर्षांत कधी ३-३ ही आणीबाणी घोषित करण्याची वेळ त्या सुपरवायझरवरती आली नव्हती. त्यामुळे त्याला असे वाटू लागले की आपण उगाच जादा खबरदारी तर घेत नाही ना. पण जादा खबरदारी घेणे हे कमी खबरदारीपेक्षा केव्हाही चांगले.

कंट्रोलरने विमानतळाकडे येणाऱ्या विमानाचे अंतर सांगावयास सुरुवात केली. ''सात मैलावर विमान आले.''

सुपरवायझरने क्षितिजावरील अटलांटिक महासागराकडे दुर्बिणीतून पाहिले.

''सहा मैल राहिले.''

''आय गॉट इट. मला ते सापडले.'' सुपरवायझर म्हणाला. त्याला दुर्बिणीमधून निळ्या आकाशाच्या पार्श्वभूमीवर एक अंधुक चमकणारा ठिपका दिसला. सेकंदासेकंदाने तो ठिपका मोठा मोठा होत चालला.

''पाच मैल.''

येणाऱ्या विमानाकडे सुपरवायझर डोळे फाडफाडून पाहू लागला. आजवर त्याने अशी हजारो जंबो जेट विमाने विमानतळाकडे येताना पाहिली होती. हेही विमान तसेच येताना दिसत होते. त्यात वेगळे असे काहीच नव्हते. फक्त एकच गोष्ट

वेगळी होती. ती म्हणजे त्या विमानाने अजून आपले मौन सोडले नव्हते. आता तर ही गोष्ट फार खटकू लागली.

"चार."

त्या रेस्क्यू टीमच्या प्रमुखांशी स्वत: बोलणे सुपरवायझरला गरजेचे वाटू लागले. त्याने एक रेडिओफोन उचलला व त्यात म्हटले, "रेस्क्यू वन, धिस इज टॉवर."

पलीकडून आलेला आवाज हा स्पीकरमधून उमटला, "टॉवर, धिस इज रेस्क्यू वन. बोला, आज तुम्हाला कशी मदत हवी आहे?"

हा सार्जंट मघाच्या सार्जंटपेक्षाही आगाऊ दिसतो आहे. या आणीबाणीच्या कामासाठी आगाऊपणा ही काय पात्रता ठेवली आहे की काय देव जाणे ! सुपरवायझरने तरीही शांतपणे विचारले, "धिस इज टॉवर सुपरवायझर. हू इज धिस ?"

"मी सार्जंट अँडी मॅक्गिल बोलतो आहे. फर्स्ट गिटार. गन्स अँड होजेस. व्हॉट कॅन आय प्ले फार यू?"

ह्या महामूर्खाला आणीबाणी कळली आहे की नाही देव जाणे; पण तरीही संयम बाळगत सुपरवायझर म्हणाला, "मला तुमच्याबरोबर थेट संपर्क हवा आहे."

"ठीक आहे. थेट संपर्क सुरू झाला."

"मिस्टर मॅक्गिल, ... द सब्जेक्ट एअरक्राफ्ट इज इन साईट."

"होय, आम्हालाही ते दिसते आहे."

"ते बरोबर ठरलेल्या वाटेने येत आहे."

"गुड, आमच्या डोक्यावर ते उतरू नये म्हणजे मिळवली."

"पण तुम्ही नीट तयारीत रहा."

"होय. अजूनही ते 'नो रॅड' आहे ?"

"होय !"

कंट्रोलरने मोठ्याने जाहीर केले, "दोन मैल. उंची आठशे फूट."

सुपरवायझरने तीही माहिती मॅक्गिलला दिली.

"एक मैल," कंट्रोलर म्हणाला.

आता ते बोईंग विमान स्पष्टपणे आपला भव्य आकार दाखवत होते. सुपरवायझर म्हणाला, "बोईंग-७४७ हेच विमान आहे. त्याची चाके बाहेर काढली गेली आहेत. फ्लॅपस् ठीक वाटतात."

"रॉजर. आमचीही नजर त्यावर आहे," मॅक्गिल उत्तरला.

"ठीक. आता इथून पुढचे तुमचे काम तुम्ही करत रहा," एवढे म्हणून सुपरवायझरने हातातला रेडिओफोन बंद केला.

तो कंट्रोलर सुपरवायझरपाशी येऊन उभा राहिला. तिथल्या ज्या स्त्री-पुरुषांना

महत्त्वाची कामे हातात नव्हती, तेही सारेजण त्या दोघांशेजारी खिडकीपाशी येऊन उभे राहिले. सारेजण भारावल्यासारखे बाहेर पाहू लागले.

ते अवाढव्य बोईंग-७४७ विमान धावपट्टी सुरू होती तिथून पुढे गेले. सुपरवायझर मंत्रमुग्ध झाल्यासारखा ते दृश्य पहात होता. आता ते कॉन्क्रिटच्या धावपट्टीवर उतरू लागले. अगदी नेहमीप्रमाणे त्यात कुठेही कसलेही वेगळेपण दिसत नव्हते. विमानाची चाके धावपट्टीला टेकलीसुद्धा.

अन् सुपरवायझरला अचानक जाणवले की आपण आज घरी जेवायला वेळेवर जाऊ शकत नाही.

५

आम्ही त्या व्हॅनमधून केनेडी विमानतळाच्या इंटरनॅशनल अरायव्हल्सच्या टर्मिनल इमारतीपाशी आलो. एअर इंडियाच्या भव्य बोधचिन्हासमोर व्हॅनमधून खाली उतरलो. टेड नॅश आणि जॉर्ज फॉस्टर एकमेकांबरोबर चालू लागले. त्यांच्या मागून अंतर ठेवत मी आणि केट मेफिल्ड चालू लागलो. असे विभागून चालण्यामागची कल्पना अशी होती की जर कोणी ओळखीच्या माणसांनी पाहिले तर त्यांना एफबीआयची चार माणसे कुठेतरी खास कामावर चालली आहेत, असे वाटता कामा नये.

आतमध्ये निरनिराळ्या विमानांचे आगमन दाखविणारा मोठा इंडिकेटर फलक उंचावर टांगला होता. ट्रान्स कॉन्टिनेन्टलची फ्लाईट-१७५ ही वेळेवर येते आहे असे त्यावर सूचित केले होते. याचा अर्थ ती फ्लाईट आता दहा मिनिटात येणार असून त्यातल्या प्रवाशांना या इमारतीत शिरण्यासाठी क्र. २३चे गेट उघडले जाणार होते. आम्ही त्या इंडिकेटर फलकाच्या खालून पुढे शिरलो. चालताना आजुबाजूला नजर टाकून आम्ही पाळत ठेवणाऱ्यांचा वेध घेत होतो; पण अशी कोणी गुंड माणसे हातात भरलेली पिस्तुले घेऊन वाट पहात नसतात. परंतु गेल्या वीस वर्षांच्या अनुभवाने बरोबर तसला संशयित माणूस नेमका हेरता येतो.

आज शनिवारी दुपारी या टर्मिनल इमारतीत फारशी गर्दी नव्हती. सर्व माणसे अगदी नेहमीसारखी वाटत होती. फक्त न्यूयॉर्कमधील स्थानिक माणसे उगाचच लगबग करत होती. सवयीचा परिणाम दुसरे काय !

केट मला म्हणत होती, ''हे बघा, तुम्ही टेडशी सभ्य माणसासारखे वागा. उगाच पोलीस खात्यातील रांगडेपणा त्याला दाखवू नका.''

“ठीक आहे, मान्य, एकदम मान्य.”

“पहा हं. उगाच चेष्टेवारी नेऊ नका.”

“नाही, मॅडम. मी अगदी गंभीरपणे घेतो आहे.”

ती पूर्वीचा अनुभव लक्षात घेऊन म्हणाली, “तुम्ही त्याला जितके टोमणे मारत बोलाल तितकी त्याला उलट मजा वाटते.”

तिचे हेही म्हणणे बरोबर होते. पण या टेड नॅशमध्ये असे काही होते की ते मला बिलकुल आवडत नव्हते. तो नेहमी स्वत:वर खूष असायचा. आपण इतरांपेक्षा श्रेष्ठ आहोत असा त्याचा अहंगंड होता. ते काहीही असले तरी मला या माणसावर विश्वास ठेवावा असे कधीच वाटले नाही.

जे कोणी येणाऱ्या प्रवाशांसाठी वाट पहात होते, ते सारेजण कस्टम्सच्या हद्दीबाहेर होते. म्हणून आम्ही सरळ कस्टम्समध्ये शिरलो. तिथेही थोडेजण होतेच. त्यांच्यात कोणाच्या हालचाली संशयास्पद आहेत का, याची थोडा वेळ आम्ही चाचपणी केली.

सर्वसाधारणपणे दहशतवाद्यांना हे ठाऊक असते की, ज्याला ठार करायचे आहे त्याला जर संरक्षण दिले गेले असेल तर ती व्यक्ती कधीच कस्टम्समध्ये शिरत नाही. विमानातून बाहेर पडल्यावर त्या व्यक्तीला तिचे संरक्षक तिथूनच दूर घेऊन जातात; पण अमेरिकेतील दहशतवादी एवढे हुशार नक्कीच नाहीत. मग ही बिनडोक मंडळी काहीतरी चुका करून बसतात. निक मॉंटीने एकदा मला सांगितले होते, की ही एटीटीएफच्या कार्यगटातील माणसे हॉटेल किंवा बारमध्ये बावळट दहशतवाद्यांच्या गोष्टी सांगतात; पण वार्ताहर परिषदेत मात्र हीच माणसे याच दहशतवाद्यांचे वर्णन असे काही भयानक करतात की बावळट दहशतवादी हे बनेल व बिलंदर वाटू लागतात. दहशतवादी धोकादायक असतील तर ते स्वत:लाच धोकादायक असतात. फक्त कधी कधी ते आपल्या कार्यात यशस्वी होतात, पण तुरळकपणेच.

केट मला म्हणाली, “आपण इथे दोन मिनिटे रेंगाळू आणि नंतर गेटकडे जाऊ.”

कस्टम्सच्या बाहेर अनेक माणसे हातात नावांचे फलक धरून उभे होते. विमानातून येणाऱ्या अनोळखी पाहुण्यांना घ्यायला ते आले होते. म्हणून त्यांनी ते फलक उंचावून धरले होते. ते पाहून मला एक कल्पना सुचली व मी केटला म्हटले, “*वेलकम असद खलील,* असा फलक मी धरू का?”

“नंतर पाहू. आधी गेटकडे चला. फितूर होऊन येणाऱ्यांचा हा हंगामच दिसतो आहे.”

“म्हणजे काय?” मी विचारले.

"गेल्या फेब्रुवारीत असाच एक दहशतवादी अमेरिकेला शरण आला होता.''

"त्याबद्दल आणखी सांग बरं मला.''

"असलाच प्रकार होता तो. तो एक लिबियन दहशतवादी होता व त्याला अमेरिकेत आश्रय हवा होता.''

"अन् तो कुठे शरण आला होता ?''

"पॅरिसला.''

"मग त्याचे पुढे काय झाले ?''

"आम्ही त्याला काही दिवस अडकवून ठेवले. काही चौकशी केली व नंतर त्याला वॉशिंग्टनला घेऊन गेलो.''

"मग आता तो कुठे आहे ?''

"का बरं ? असे का विचारता ?''

"कारण मला यात काही काळेबेरे वाटते आहे.''

"तसे म्हटले तर आहेच. पण काय आहे ते ?''

"आत्ताच्या या असद खलीलच्या शरणागतीची ती रंगीत तालीम असावी. पॅरिसच्या अमेरिकन वकिलातीत जाऊन शरणागती द्यायची नि अमेरिकेत इथे यायचे.''

"तुम्ही वाटता त्यापेक्षा खूप हुशार आहात. कधी तुम्ही दहशतवाद प्रतिबंधक प्रशिक्षण घेतले होते का ?''

"होय, थोडेसे तसेच. माझे लग्न झाले होते ना, तेव्हा घरातच हे प्रशिक्षण झाले म्हणा ना. शिवाय मी शीतयुद्धावरच्या अनेक कादंबऱ्या वाचल्या आहेत.''

"म्हणजे तुम्हाला आम्ही आमच्यात सामील करून घेतले ते योग्यच ठरले.''

"बरोबर. तर तो शरण आलेला दहशतवादी अजून तुमच्या ताब्यात आहे, का त्याला तुम्ही लिबियात संपर्क साधण्याची परवानगी दिलीत ?''

"त्याला आम्ही कडक बंदोबस्तात ठेवले नव्हते. फक्त पाळत होती; पण लेकाचा निसटला, पळून गेला.''

"पण कडक बंदोबस्तात का ठेवले नाही ? व्हाय 'लूज कस्टडी' ?''

"कारण तो तसा दहशतवादी कृत्ये करणारा नव्हता; पण त्यांच्यातला होता नि आमच्या बाजूने साक्षीदार व्हायला तयार झाला होता.''

तिला यापेक्षा जास्त काही सांगता येईना. मग मीही तिला फार काही प्रश्न विचारले नाहीत. आम्ही पोलीस खात्यात गुन्हेगारांना जी वागणूक देतो, त्याच्यापेक्षा खूपच मवाळ वागणूक या तथाकथित शरणागत हेरांना आणि दहशतवाद्यांना एफबीआयची माणसे देतात. अर्थात् हे फक्त माझे मत होते. पण त्यामुळेच संशय आला की, अमेरिकेला शरण गेल्यावर पुढे काय काय घडते ते आधीच्या लिबियन

शरणागताने पाहून ठेवले. संधी मिळताच तो निसटला आणि पुन्हा लिबियात जाऊन त्याने ती माहिती आपल्या संघटनेला दिली असावी. आत्ता येणाऱ्या असद खलीलच्या शरणागतीला असणारी ही पार्श्वभूमी माझ्या मते धोकादायक होती. पण माझे कोण येथे मानतो ?

आम्ही कस्टम्समध्ये आधी ठरलेल्या जागेवर गेलो. तिथे विमानतळ पोलीसदलाचा एक डिटेक्टिव्ह आला. त्याने आम्हाला पुढचा रस्ता ठाऊक आहे का म्हणून चौकशी केली. आम्ही होकार दिल्यानंतर त्याने आम्हाला बाहेर नेले. वाटेतील दोन-तीन कस्टम्सच्या माणसांना 'फेडरल एजंटस् हिअर. पासिंग थ्रू.' असे सांगितले. त्यावर कोणीच हरकत घेतली नाही की आमच्याकडे ढुंकूनही पाहिले नाही. आम्हाला 'गुड लक !' म्हणून तो डिटेक्टिव्ह निघून गेला.

आम्ही तिथून गेट क्र. २३कडे जाऊ लागलो. ते बऱ्याच अंतरावर होते. वाटेत 'कस्टम्स अँड बॅगेज कॅरुसल' विभागाची विस्तीर्ण जागा होती. तिथून पुढे एक लांबलचक कॉरिडॉर लागला. त्यातून जाताना वाटेत अनेक पासपोर्ट कंट्रोल बूथ्स होते; पण आम्हाला कोणीही हटकले नाही. कसला हा ढिला कारभार ! एखाद्याने जवळ घातक व मोठे असे 'रॉकेट लाँचर'सारखे शस्त्र बाळगले आणि जाताना पोलिसांचा नकली बिल्ला जरी दाखवला, तरी ही मंडळी त्याला जाऊ देतील.

थोडक्यात, ह्या केनेडी विमानतळावर सुरक्षिततेच्या नावाने सगळा आनंदच आहे असे म्हटले पाहिजे. जिथे वर्षभरात एकूण ३ कोटी प्रवाशांची ये-जा होते तिथला कारभार हा अकार्यक्षम, वेंधळ्या, बिलंदर व मूर्ख लोकांच्याकडे आहे. द गुड, द बॅड, द अग्ली अॅन्ड द स्ट्युपिड !

आता आम्ही चौघेही एकत्र चाललो होतो. तो कॉरिडॉर खरोखरच भोवळ येण्याइतपत लांबलचक होता. पासपोर्ट व इमिग्रेशन विभाग आणि प्रवासी प्रथम आत शिरण्याचे गेट यांना जोडणारा तो एक बोळ ऊर्फ कॉरिडॉर होता. आत येणाऱ्या प्रवाशांच्या उलट दिशेने आम्ही चाललेलो असल्याने आमच्याकडे सहज लक्ष वेधले जाऊ शकत होते. यावर मी सरळ गेटकडे पाठ करून उलटे उलटे चालत राहिलो तर लक्ष वेधले जाणार नाही, असा एक विनोद केला. पण कोणीच त्यावर आपली प्रतिक्रिया व्यक्त केली नाही.

केट मला म्हणाली, "असद खलीलच्या मानसिकतेचा तुम्ही अभ्यास केला का ?"

त्या फोल्डरमध्ये तसा कुठेच उल्लेख नसल्याने मी तिला 'नाही' म्हणालो.

ती सांगू लागली, "या असद खलीलच्या नावातील 'असद' हा शब्द म्हणजे अरबी भाषेत 'सिंह' असा होतो. या माणसाला लहानपणापासून कसली तरी खंत आहे. त्याच्या कर्तृत्वाला मान्यता मिळाली नाही आणि मिळत नाही म्हणून मनातून

तो नेहमी बिथरलेला असतो. याची मुळे त्याच्या लहानपणात असतील. तिथे त्याची दखल घेतली गेली नसेल, आबाळ झाली असेल.''

''म्हणजे मी याच्या मानसिकतेचा भेद करूच शकत नाही, असेच ना ?''

''होय, इतका तो खंबीर आहे. त्याच्या स्वत:बद्दलच्या कल्पना खोडून न काढता उलट त्याच तुम्ही गोंजारल्या पाहिजेत.''

मी तिच्याकडे एक कटाक्ष टाकला. पण ती मिस्किलपणे माझ्याकडे पहात हसत होती. अप्रत्यक्षपणे ती माझ्या स्वभावाबद्दल बोलत असावी, हे मला कळून चुकले. मी यावर फक्त हसलो. मला काय ते समजले हे तिला कळल्याने तिने हसत हसत माझ्या दंडावर लाडिकपणे एक गुद्दा मारला. मला तिची ही कृती आवडली.

आम्ही गेटपाशी पोचलो. तिथे एक तरुण स्त्री उभी होती. तिच्या अंगावर निळा गणवेश होता, हातात एक क्लिपबोर्ड व वॉकी-टॉकी फोन होता. आम्ही कदाचित् धोकेबाज व्यक्तींसारखे दिसत असू किंवा अन्य काही कारण असेल; पण जसजसे आम्ही तिच्याजवळ जाऊ लागलो तसतसे तिने फोनमध्ये भरभर बोलणे सुरू केले.

केट सर्वांत पुढे गेली, तिने आपले एफबीआयचे कार्ड तिच्यापुढे धरले आणि ती तिच्याशी काहीतरी बोलली. ती तरुणी शांत झालेली दिसली. सध्याच्या दिवसात आंतरराष्ट्रीय विमानतळावर सगळेजण भीतीच्या दडपणाखाली वावरत असून त्यांना प्रत्येक गोष्टीचा संशय येतो. माझ्या लहानपणी आम्ही मुले सरळ गेटपर्यंत जात असू. कोणीही आम्हाला अडवायचे नाही. मेटल डिटेक्टर हा फक्त बीचवर लोक घेऊन जायचे आणि त्याच्या सहाय्याने रेतीत पडलेली नाणी शोधायचे. अपहरणाचे प्रकार कधी व्हायचे नाहीत. पळवले गेलेच तर ट्रक पळवून नेले जात; पण या आंतरराष्ट्रीय दहशवादाने सारे काही बदलून टाकले. दुर्दैवाने यामुळे जी भीती निर्माण झाली आहे, त्यामुळे सुरक्षा यंत्रणा काही सुधारली नाही.

आम्ही सारेजण तिच्याजवळ गेलो. तिच्याशी बोलू लागलो. ट्रान्स कॉन्टिनेन्टलसाठी ती 'गेट एजंट' म्हणून काम करीत होती, असे समजले. पॅरिसहून येणारे विमान वेळेत येत आहे, असेही तिने सांगितले.

गुन्हेगारांना विमानातून न्यायचे असेल तर त्यासाठी एक ठराविक पद्धत ठरवून दिलेली होती. त्यानुसार सर्व प्रवासी विमानात चढल्यावरच गुन्हेगाराला घेऊन पोलिसांना आत शिरता येत होते. तसेच, विमानातून बाहेर पडताना आधी गुन्हेगार व त्याच्या बरोबरचे पोलीस बाहेर पडणार. नंतरच प्रवाशांना बाहेर पडता येई. विमानात व्हीआयपी मंडळी, राजकारणी किंवा कितीही महत्त्वाच्या व्यक्ती असल्या तरी त्यांना गुन्हेगार उतरून गेल्याशिवाय बाहेर पडता येत नाही.

केट त्या तरुणीला म्हणाली, ''जेव्हा तुम्ही हा जेटवे विमानाला नेऊन जोडाल

तेव्हा आम्ही त्यातून आधी विमानाच्या दारापुढे जाऊन थांबू. मग आमच्या माणसांना घेऊन जेटवेच्या बाजूच्या जिन्याने खाली टारमॅकवरती उतरू. तिथे आमच्यासाठी एक व्हॅन उभी आहे, त्यातून आम्ही निघून जाऊ. तुमच्या प्रवाशांची आमच्यामुळे गैरसोय अजिबात होणार नाही.''

''तुम्ही कोणाला घेऊन जाणार आहात ?'' तिने विचारले.

''एल्व्हिस प्रिस्लेला,'' मी तिला उत्तर दिले. एल्व्हिस प्रिस्ले हा एक अत्यंत लोकप्रिय असा हॉलिवूडचा गायक-नट आहे. मी मुद्दाम त्याचे नाव घेऊन तिची चेष्टा करण्याच्या उद्देशाने बोललो.

केट तिला फक्त एवढेच म्हणाली, ''एक व्हीआयपी आहे.''

फॉस्टरने तिला विचारले, ''या फ्लाईटची चौकशी करायला तुमच्याकडे कोणी आले होते का ?''

तिने मान हलवून नकार दिला.

तिच्या ब्लाऊजवर आयडेंटिटी कार्ड पिनने अडकवले होते. त्यावरील मजकूर व तिचे छायाचित्र टेड नॅशने नीट निरखून पाहिले.

मलाही तिच्या बाबतीत काहीतरी चेष्टा करायची लहर आली. नाहीतरी न्यूयॉर्कहून येथवर मी टॅक्सीला पन्नास डॉलर्स मोजले होते. ते कसे वसूल करायचे ? तिचा कुणी अरब बॉयफ्रेंड आहे का, याची चौकशी करायची होती. पण मी तसे केले नाही.

आम्ही सारेजण उगाचच हसरे चेहरे ठेवीत आजुबाजूची प्रवाशांसाठी असलेली भुक्कड पोस्टर्स न्याहाळीत होतो. हातातल्या घड्याळात पुन्हा पुन्हा वेळ बघत होतो. फॉस्टरच्या एकदम लक्षात आले की त्याच्याजवळ मोबाईल फोन आहे. त्याने पटकन तो बाहेर काढला व हसत हसत एक नंबर लावला. तो बोलू लागला, ''निक, मी जॉर्ज बोलतो आहे. आम्ही गेटपाशी आहोत. तुमच्याकडे काही नवीन?''

फॉस्टर मोबाईलवरून ऐकत होता. नंतर म्हणाला, ''ओके... येस... राईट... ओके ... गुड.'' मग फोन बंद करून आमच्याकडे वळून तो म्हणाला, ''ती व्हॅन इथेच गेटपाशी टारमॅकवर येऊन ठेपली आहे. विमानतळाच्या पोलिसांच्या पाच गाड्या आल्या आहेत. १० पोलीस आणि ती पॅडी वॅगन.'' पॅडी वॅगन म्हणजे बनावट व रिकामी व्हॅन. ती वेगळ्या रस्त्याने न्यूयॉर्कला जाणार होती.

आम्ही आता उगाचच सटरफटर बोलून वेळ काढू लागलो. फूटबॉल मॅचवर चर्चा केली. इन्कमटॅक्स रिटर्न भरले का, म्हणून केटला विचारले.

ती म्हणाली, ''अर्थातच भरले. मी एक अकौंटंट आहे.''

''मला वाटले की तू मूळची वकील आहेस.''

''मी वकिलीची पण परीक्षा दिली आहे.''

''वा ऽ ! झकास. स्वयंपाक करता येतो ?''

“हो येतो की आणि कराटेमधला ब्लॅक बेल्ट पण मला मिळालेला आहे.”

“टायपिंग ?”

“मिनिटाला सत्तर शब्द एवढा माझा वेग आहे. शिवाय मला पाच वेगवेगळ्या प्रकारांची पिस्तुले चालवता येतात. माझा नेम अगदी अचूक असतो. शिवाय तीन प्रकाराच्या रायफलीही चालवता येतात.”

“नाईन मिलिमीटर ब्राऊनिंग पिस्तूल ?”

“सहज. त्यात काही अडचण नाही.”

“नेमबाजीची स्पर्धा लावायची?”

“मी केव्हाही तयार आहे.”

“एका पॉईंटला पाच डॉलर. चालेल?”

“माझी दहा डॉलर लावायची तयारी आहे.”

यावर आम्ही दोघांनी एकमेकांशी हस्तांदोलन केले. मी केटच्या प्रेमात पडत नव्हतो; पण या पोरीत मला रस वाटू लागला खरे.

एकेक मिनिट निघून चालले होते. आम्ही अस्वस्थ होत गेलो. त्या अस्वस्थतेवर मात करण्यासाठी मी एक विनोद सांगितला, “एकजण बारमध्ये जातो. आपला पेला भरून घेतो आणि ओरडून म्हणतो, ‘सर्व वकील मंडळी गाढव आहेत.’ यावर काऊंटरच्या शेवटी पिऊन झिंगत बसलेला माणूस म्हणतो, ‘मी या विधानाला हरकत घेतो. आय ऑब्जेक्ट!’ मग पहिला माणूस त्याला विचारतो, ‘का, तुम्ही वकील आहात का?’ दुसरा त्यावर उत्तर देतो, ‘नाही, मी एक गाढव आहे.’ ”

गेटवरची ती तरुणी या विनोदावर खळखळून हसली. तिने आपल्या घड्याळाकडे पाहिले आणि अजून वॉकीटॉकी फोनमधून आपल्याला काहीच कसे कळवले जात नाही, याचे तिला आश्चर्य वाटू लागले.

आम्ही वाट पहात उभे राहिलो.

काहीतरी वेगळे घडले आहे, घडत आहे, कुठेतरी चुकले आहे, अशी जाणीव मला आता प्रकर्षाने होऊ लागली.

६

रेस्क्यू टीम क्र. १चा प्रमुख मॅक्गिल हा होता. तो आता त्याच्या आगीच्या बंबावर ऊर्फ फायर अॅन्ड रेस्क्यू ट्रकवरील बाहेरच्या बाजूच्या रनिंग बोर्डवर उभा होता. त्याने अंगावर चंदेरी रंगाचा बंकर सूट चढवला होता. त्या सूटमध्ये आगीची

उष्णता किंवा धग फारशी आत घुसू शकत नव्हती. ती त्या सुटावरच्या चंदेरी थरावरून परावर्तित होई. हा सूट घालून बेधडक आगीत घुसता येई व काही वेळात परत येता येई. पण आत्ता या आगप्रतिबंधक हवाबंद सुटामुळे त्याला त्यात उकडू लागले होते. त्याने डोळ्याला दुर्बिण लावून येणाऱ्या विमानाकडे आकाशात पाहिले. त्याच्या मते ते बोईंग-७४७ विमान अगदी नेहमीसारखे येत होते. त्यात कुठे काही गडबड वाटत नव्हती. त्याने खिडकीतून डोके आत घातले व आपल्या सहकाऱ्याला म्हटले, ''दिसायला तरी कुठेच काही वावगे दिसत नाही. टॉवरला कळवा हे.''

त्याचा सहकारी सोरेन्टिनो होता. आत्ता तोच वाहन चालवित होता. तोही तसलाच आगप्रतिबंधक सूट चढवून बसला होता. त्याने वायरलेसवरती मॅक्गिलने सांगितलेले कंट्रोल टॉवरला कळवले. त्याच्याकडच्या वायरलेस सेटवरचे बोलणे सर्व वाहनांना त्यांच्या सेटमधून ऐकू येत होते.

मॅक्गिल सोरेन्टिनोला म्हणाला, ''आपल्या सर्वांना कळवा की त्यांनी आपापली वाहने नेहमीच्या रचनेत विमानामागून न्यावीत. विमान खाली उतरून धावपट्टीवरून बाजूला होईपर्यंत त्यांनी जात रहावे.''

सोरेन्टिनोने ताबडतोब ह्या सूचना वायरलेसवरून सर्व वाहनांना कळवल्या. प्रत्येकाने सूचना समजल्याची पोचही दिली.

एका वाहनाच्या तुकडीकडून विचारणा झाली, ''आम्ही पण विमानामागोमाग धावायचे ?''

त्याला मॅक्गिलने उत्तर दिले, ''नाही, आत्ताची परिस्थिती ही फक्त ३-३ आहे.''

''पण प्रत्यक्षात तसे काहीच दिसत नाही. ही तर ३-० परिस्थिती वाटते.''

''पण, अजून वैमानिकाशी संपर्क साधला गेला नाही. तेव्हा तुम्ही अंगावरचे सूट काढू नका. तयारीत रहा.''

मॅक्गिलने आपली दुर्बिण कंट्रोल टॉवरवरती रोखली. वरती टोकाशी काचा असल्याने आतले जरी इथून दिसत नव्हते, तरी तिथे आता खिडकीपाशी सगळेजण उभे राहिलेले असणार हे त्याने ओळखले. त्याने उजवीकडचे दार उघडून ड्रायव्हरच्या केबिनमध्ये प्रवेश केला. त्या अवजड वाहनाची केबिन खूप मोठी होती. ड्रायव्हरचे आसन मध्यभागी होते.

त्याने सोरेन्टिनोला विचारले, ''काय झाले असेल ? तुझे काय मत आहे ?''

''मत देण्यासाठी मला पगार मिळत नाही,'' सोरेन्टिनोने उत्तर दिले. नीट, सरळ न बोलणे ही त्या आणीबाणीच्या तुकडीतल्या माणसांची सवय असावी.

मॅक्गिलने तरीही आग्रह धरल्यावर तो म्हणाला, ''त्यांचा वायरलेस सेट बंद पडला आहे. बाकी काहीही नाही. आतमध्ये आगबिग लागली नाही की कोणी

अपहरण केले नाही.''

यावर मॅक्गिल काहीच बोलला नाही. ते दोघे काही सेकंद स्तब्ध बसून राहिले. अंगावर चढवलेल्या सूटमध्ये त्यांना खूप उकडू लागले. केबिनमधला पंखा मॅक्गिलने चालू केला. ड्रायव्हरने समोरच्या पॅनेलवरील सर्व डायल्स् व गेजेस् परत एकदा पाहिल्या. त्या वाहनात दोन टन 'के' पावडर होती. त्यामुळे इलेक्ट्रिकची आग विझवता येत होती, तीस हजार लिटर पाणी होते, आणि ४०० लिटर लाईट पाणी होते. समोरच्या डायल्स्मधील काटे हे नीट दर्शवत होते. सोरेन्टिनो मॅक्गिलला म्हणाला, ''सर्व व्यवस्था ठीक आहेत.''

या आठवड्यात मॅकगिलला आपला हा रेस्क्यू ट्रक घेऊन सहा वेळा धावावे लागले होते; पण त्यातली खरी आणीबाणी फक्त एकदाच होती. डेल्टा-७३७ विमानाच्या चाकाला ब्रेक लावल्यामुळे तिथे आग लागली होती. बाकी इतर वेळा किरकोळ घटना घडल्या होत्या. गेल्या पाच वर्षांत फक्त एकदाच, ज्याला खरी आग म्हणता येईल, ती विझवावी लागली होती. एअरबस-३०० ह्या विमानाच्या इंजिनाला आग लागली होती. त्यावरचे नियंत्रण पूर्णपणे हातचे गेले होते. मात्र आत्तापर्यंत त्याच्यावर अपहरण झालेल्या विमानातून प्रवाशांची मुक्तता करण्याची अद्यापपर्यंत वेळ आली नव्हती.

''ते विमान पार गेटपाशी पोचेल तेथवर आपण त्यामागे जायचे. वाटल्यास दोन पोलिसांच्या गाड्या बरोबर घ्या,'' मॅक्गिलने ड्रायव्हरला सूचना केली. तो पुढे म्हणाला, ''विमानात नक्की काय घडले आहे ते समजत नाही.''

''बरोबर !'' सोरेन्टिनो म्हणाला.

मॅक्गिलला आपल्या तुकडीतील सर्वजण तरबेज आहेत हे ठाऊक होते. ते फार मोठ्या कष्टातून वर आलेले होते. त्यांना ही नोकरी व त्यातली कामे आवडली होती. त्यातले काहीजण बोगद्याची कामे, पुलाची कामे अशांसारख्या ठिकाणी आधी धोक्याची कामे करीत होते, तर काहीजण पोलीस खात्यात मादक पदार्थांचे उद्योग करणाऱ्या टोळ्या, धंदेवाईक वेश्यांचे जाळे, जकात चुकवेगिरी करणारे वगैरेंना पकडून त्यांच्या टोळ्यांचा नि:पात करणारे होते. काहीजण रेल्वे स्टेशन व बस स्टेशनवर चुकलेल्या मुलांना ओळखून त्यांना ताब्यात घेऊन, त्यांच्या पालकांना शोधून काढीत. सर्वांच्यात दुर्दम्य आशावाद व उत्साह भरून राहिला होता.

प्रत्येकाने अंगावरती तो चकाकणारा आगप्रतिबंधक सूट चढवलेला होता आणि आग विझवण्यापासून दहशतवाद्यांशी सामना देण्यापर्यंत काय वाटेल ते करण्याची त्यांची तयारी होती. हृदयविकाराचा झटका आलेल्या रुग्णांनासुद्धा त्यांनी धावपळ करून वाचवले होते. खरे म्हणजे ते सारे 'हिरो' होते; पण गेल्या दहा वर्षांत त्यांना आपले कौशल्य फारसे प्रगट करता आले नाही.

सोरेन्टिनोने बोईंग-७४७चा आतला एक नकाशा मांडीवर पसरला होता. तो त्याचा अभ्यास करीत होता. मॅक्गिल विचार करीत होता की जर काही यांत्रिक बिघाड असेल तर वैमानिकाने सरळ विमानातले इंधन बाहेर सोडून दिले असते. त्याच्या मते, ही जेट विमाने म्हणजे उडते बॉम्ब आहेत. अत्यंत तापलेली इंजिने, इलेक्ट्रिक वायर्सचा गुंता, त्यातून वाहणारी वीज, सतत मागेपुढे हिंदळकणारे टाकीतले इंधन आणि जर ते विमान मालवाहू असेल तर देव जाणे कोणता ज्वालाग्राही माल त्यात असेल. एवढ्या सर्व धोकादायक गोष्टी एकत्र आल्यावर दुर्घटना घडणारच. मॅक्गिलला म्हणूनच विमानातून प्रवास करायची भीती वाटत होती. पण ही गोष्ट त्याने इतरांपासून लपवून ठेवली होती. आत्तापर्यंत त्याने कधीही विमान-प्रवास केला नव्हता की येथून पुढे तो भविष्यात करणार नव्हता. जमिनीवरच्या विमानाशी झुंज देणे वेगळे आणि वरती हवेत त्याच विमानातून प्रवास करणे वेगळे.

ट्रान्स कॉन्टिनेन्टलचे ते विमान निळ्या आकाशाच्या पार्श्वभूमीवरती जवळ येत होते. दर सेकंदाला त्याचा आकार मोठा मोठा होत होता. दुर्बिणीतून त्याकडे पहात मॅक्गिल म्हणाला, ''मला तर सारे काही ठीक दिसते आहे.'' त्या विमानाची उंची आता पुरेशी कमी झालेली होती. त्याच्या पोटातून ती राक्षसी आकाराची चाके बाहेर पडू लागली. ती चाके एकेक करून बाहेर येत नव्हती, तर गटागटाने बाहेर पडत होती. असे एकूण चार गट होते. एक चाकांचा गट विमानाच्या नाकाखाली, तर दुसरा गट मधल्या धडाच्या मध्यभागी, अन् बाकीचे दोन्ही गट प्रत्येक पंखाखाली होते. सर्व मिळून ती चोवीस चाके होती. एखाद्या ट्रकची वाटावीत एवढी ती चाके मोठी होती. या चाकांमध्ये प्रचंड दाबाखाली ठासून हवा भरलेली असते. त्यामुळे कधी कधी चाकांचा स्फोटही होतो. मॅक्गिल दुर्बिणीतून चाकांकडे पाहून म्हणाला, ''टायर्स तर ठीक दिसत आहेत.''

आता ते विमान जमिनीपासून अवघ्या शंभर-दोनशे फुटांवर आले होते. अजूनही ते विमानतळापासून दूर होते. विमानतळाची धावपट्टी दोन मैल लांबीची होती. त्या राक्षसी व महाकाय विमानाच्या दर्शनाने मॅक्गिल मंत्रमुग्ध झाला. अनेकवार त्याने हे दृश्य पाहूनही प्रत्येक वेळी त्याला असेच वाटत आलेले होते. विमानाने हवेत झेपावणे आणि जमिनीवर उतरणे ह्या क्रिया म्हणजे त्याला चमत्कार वाटत होता. फार थोड्याच वेळा ही अवाढव्य विमाने अपघातात सापडून जळताना त्याने पाहिली तेव्हा त्याला तो चमत्कार वाटला नाही. त्या वेळी या गूढ पक्षाची जादू ही आग व धुरात विलय पावली. पण तरीही जसजसे विमानांचे आकार वाढत गेले तसतसे त्याला ते वेगळ्या मितीतून पृथ्वीवर येऊन अमानवी आवाज करीत उतरणारे राक्षसी पक्षी वाटले. हे पक्षी किती सहजासहजी गुरुत्वाकर्षणाचे नियम धुडकावून लावतात.

ती चाके विमानातून हळूहळू बाहेर पडत होती. हवेत लोंबकळणारी ती चाके अशा डौलात सावकाश उघडत होती, की ती जणू काही खालच्या धावपट्टीला वर येण्याचा हुकूम करीत होती. आता ती पूर्णपणे बाहेर पडली. सर्वच्या सर्व बाहेर पडली. विमानाचे नाक थोडे वर उचललेले होते. दोन्ही पंखाला असलेल्या फ्लॅपस् खाली आल्या व त्या हवेला विरोध करू लागल्या. विमानाची उंची, वेग, जमिनीशी होणारा कोन, वगैरे सर्व काही व्यवस्थित होते. पंखांवर असलेली चारही इंजिने चालू होती व आपल्यामागे ती गरम हवेचे झोत सोडीत होती. मॅक्गिल मनात म्हणाला, 'हे विमान जिवंत आहे, आपल्या हालचाली ठामपणे करते आहे.'

सोरेन्टिनोने विचारले, "काही गडबड दिसती आहे?"

"नाही, काहीच नाही."

ते बोईंग-७४७ विमान धावपट्टीच्या हद्दीत आले. सावकाश खाली येत येत त्याने आपली चाके टेकवायला सुरुवात केली; परंतु एरवी जिथे चाके टेकायची त्या जागेपेक्षा कितीतरी पुढे जाऊन ती चाके टेकू लागली. प्रथम पुढची चाके टेकली. तिथे एक करड्या रंगाचा धुरळा हवेत उठला. मग पंखाखालची चाके टेकली व शेवटी मुख्य धडाखालची चाके टेकली. टेकलेल्या क्षणापासून ती फिरू लागली. त्यांचा वेग ताशी दोनशे मैल एवढा झाला. ज्या झोकात हे सारे एरवी व्हायचे त्याच झोकात ते घडले, पण नेहमीपेक्षा सावकाश घडले. फार वेळ घेऊन घडले.

त्या इमर्जन्सी वाहनातील वायरलेसच्या स्पीकरमधून आवाज उमटला, "रेस्क्यू फोर इज मूव्हिंग." क्रमांक चारच्या टीममधील वाहने त्या विमानामागोमाग धावू लागली.

त्यानंतर दुसरा आवाज स्पीकरमधून आला. "रेस्क्यू थ्री, मी तुमच्या डावीकडे आहे."

सर्व चौदा वाहने एका विशिष्ट आकृतीबंधात विमानाच्या मागोमाग धावू लागली. मॅक्गिलचे वाहनही विमानामागोमाग धावत होते. पण त्याला जाणवले की नेहमीपेक्षा हा विमानाचा वेग आज जास्त वाटतो आहे.

सोरेन्टिनोच्या लक्षात एक गोष्ट आली व तो मॅक्गिलला म्हणाला, "त्या विमानाने अजूनही रिव्हर्स थ्रस्ट वापरले नाहीत."

"काय...?" मॅक्गिल आश्चर्याने ओरडला.

विमानाच्या चारही इंजिनातून बाहेर वेगाने फेकली जाणारी धूसर हवा पूर्वीसारखीच येत होती. त्या इंजिनामागे धातूच्या मोठमोठ्या पट्ट्या असा काही कोन धारण करून ठेवल्या जात की इंजिनातून बाहेर पडणारा झोत हा विमानाच्या पुढच्या बाजूला वळवला जावा. हा झोत मग विमानाला मागे दाबू लागतो. म्हणूनच पुढे जाण्याची गती रोखली जाऊन विमान जमिनीवर धावण्याचा वेग लवकर कमी होत जातो. पण

वैमानिकाने हा रिव्हर्स थ्रस्ट वापरला नव्हता.

सोरेन्टिनोने आपल्या वाहनाचा वेग स्पीडॉमीटर पाहून जाहीर केला. "एकशे दहा मैल."

मॅक्गिल म्हणाला, "फार वेगाने हे विमान धावते आहे. फारच वेगाने !" त्याला ठाऊक होते की बोईंग-७४७ विमानाची रचना अशी केली आहे, की चाकांना ब्रेक लावताच विमान काही मिनिटातच थांबते. तसे आता काही होताना दिसत नाही; पण तरी काही बिघडणार नाही. ही धावपट्टी खूप लांबीची आहे; परंतु या विमानात काहीतरी गडबड आहे याची ती पहिली दृश्य खूण होती.

पण तरीही त्या विमानाचा वेग सावकाश का होईना पण कमी होत होता. मॅक्गिलचे अवजड वाहन सर्वांत पुढे होते. त्याच्यामागोमाग पाच वाहने धावत होती. त्यांच्या मागोमाग पोलिसांच्या सहा मोटारी धावत होत्या. त्यामागोमाग दोन रुग्णवाहिका पळत होत्या.

मॅक्गिलने वायरलेसवरती सर्व वाहनांना हुकूम देऊन सावकाश सर्व बाजूंनी विमानाच्या जवळ जाण्याचा हुकूम दिला. पोलिसांच्या गाड्या आणि रुग्णवाहिका मात्र विमानापासून अंतर ठेवून दूरच राहिल्या. विमान पुढे पुढे धावतच राहिले. पण आता त्याचा वेग एवढा कमी झाला की त्याला गाठून त्याच्या पंखाखालून मॅक्गिलचे अवजड वाहन आणखी पुढे गेले. जाता जाता त्याने विमानाचे निरीक्षण केले व म्हटले, "कुठेच काही बिघडलेले दिसत नाही."

सोरेन्टिनो ओरडून म्हणाला, "पण रिव्हर्स थ्रस्ट का वापरत नाहीत ?"

"ते त्या वैमानिकालाच विचारायला हवे."

शेवटी विमानाचे ते अजस्र धूड थांबले एकदाचे. धावपट्टी संपायला फक्त पाव मैलाचे अंतर बाकी होते. थांबताना विमानाचे नाक दोनदा थोडेसे खालीवर झाले.

ती रेस्क्यू टीममधली वाहनेही थांबली पण विमानापासून १०० फूट अंतरावरती. त्यांनी विमानाभोवती एक अर्धवर्तुळ तयार केले होते. इतक्यात ती पुढे जाणार नव्हती. विमानात धोका आहे का नाही ते अजून समजले नव्हते. जवळ गेल्यावर कदाचित् स्फोट झाला किंवा आग लागली तर ? दोन्ही रुग्णवाहिकाही बरेच अंतर ठेवून विमानामागे थांबल्या. पोलिसांच्या गाड्या वाहनांच्या बाजूला येऊन विभागून थांबल्या. मात्र त्या वाहनांपासूनही त्यांनी बरेच अंतर ठेवले होते. नियमाप्रमाणे आधी पोलीस बाहेर पडले व आपापल्या गाडीच्या आश्रयाने दोन्ही बाजूला ते खाली वाकून थांबले. प्रत्येकाजवळ एक ए आर-१५ ही स्वयंचलित रायफल होती. त्यांनी त्या रायफली विमानाच्या दिशेने रोखल्या.

त्या आगीच्या बंबातील व इतर वाहनातील माणसे बाहेर पडली नाहीत. मॅक्गिलने वायरलेसवर सर्वांना विचारले, "तुम्हाला कुठे काही गडबड, चूक किंवा

नेहमीपेक्षा वेगळे दिसते आहे?''

नियमाप्रमाणे सारे काही चालले होते. कुणाला तसे काही दिसले तरच तो बोलणार होता. आधी ठरवून दिलेली ही पद्धत होती. मॅक्गिलने थोडे क्षण वाट पाहिली. जर वैमानिकाने रिव्हर्स थ्रस्ट वापरला नाही, तर त्याला चाकांना ब्रेक लावणे भाग होते. तसे ते लावले का नाही हे पहाण्यासाठी त्याने सोरेन्टिनोला म्हटले, ''त्या चाकांभोवतालून चल.''

विमानाच्या मुख्य चाकांच्या उजव्या बाजूला त्याने आपले वाहन नेले. ब्रेक लागल्यामुळे तिथे आग लागण्याची शक्यता होती. जर तिथे आग लागली तर ती विझवावयास जाणे म्हणजे जिवावर उदार होण्यासारखे होते. टायरमधल्या तापलेल्या हवेचाही स्फोट होण्याचा धोका असतो. तापलेल्या ब्रेक्सवर व चाकांवर एकदम पाणी मारणेही धोक्याचे असते. पण फार वेळ लावला तर एकदम तिथे आगही लागण्याचा धोका असतो. एकदा आग लागली की तिथेच वरती पंख असतात व पंखात ज्वालाग्राही इंधन भरलेले असते. म्हणून अशा विमानापासून तीनशे फुटांवर थांबणे हेच योग्य असते.

मॅक्गिलचे वाहन विमानाच्या चाकांपासून चाळीस फूट अंतर ठेवून थांबले. त्याने आपल्या डोळ्याला दुर्बिण लावली आणि ब्रेक डिस्ककडे तो डोळे ताणून पाहू लागला. ब्रेक लावल्यावर ती डिस्क अनेकदा तापून लाल होते; पण येथे तसे काही त्याला दिसेना. ती नेहमीप्रमाणे मंद काळ्या रंगाची दिसत होती.

त्याने वायरलेसवर टी-२९०० वाहनांना हुकूम दिला की उरलेल्या चाकांच्या तिन्ही गटांची तपासणी करावी. काही मिनिटातच सर्वांनी 'ठीक'चे इशारे केले. कुठेही कोणतीही ब्रेक डिस्क तापलेली नव्हती. निदान तापून लाल झालेली नव्हती. मग मॅक्गिलने हुकूम सोडला, ''ठीक आहे.... सारेजण दूर रहा.''

जवळ गेलेली ती चार वाहने मागे सरकली.

हे येथे आलेले विमान 'नो रॅड' अवस्थेतले आहे. पण आता कदाचित् ती अवस्था नाहीशी झाली असेल. त्याने परत एकदा वैमानिकाला आवाहन करण्यासाठी वायरलेसवर म्हटले, ''ट्रान्स कॉन्टिनेन्टल वन-सेव्हन-फाईव्ह, धिस इज रेस्क्यू वन. डू यू रीड मी ? ओव्हर !''

पलीकडून काहीच उत्तर आले नाही.

त्याने वाट पाहिली. मग परत एकदा वायरलेसवर वैमानिकाला आवाहन केले. परत तेच. उत्तर नाही. त्याने सोरेन्टिनोकडे पाहिले. सोरेन्टिनोने फक्त आपले खांदे उडवले.

ती आणीबाणीची वाहने, त्या पोलीस गाड्या, रुग्णवाहिका आणि ते बोईंग-७४७ विमान, सारे काही स्तब्ध झाले होते. जागच्या जागी थांबले होते.

पण त्या विमानाची चारही इंजिने मात्र अजून चालूच होती. त्यांचा घोंगावणारा आवाज आता गूढ व भीतीदायक वाटू लागला. मग मॅक्गिलने ड्रायव्हरला म्हटले, "त्या वैमानिकाला दिसेल अशा ठिकाणी आपली ही गाडी फिरवत ने."

गिअर टाकून सोरेन्टिनोने आपले ते गाडीचे धूड लांबून व विमानाच्या पुढून न्यायला सुरुवात केली. त्या विमानाचे नाक खूप उंच होते. त्यामुळे वैमानिकाला दिसण्यासाठी लांबून जावे लागत होते.

एके ठिकाणी गाडी थांबवून मॅक्गिल बाहेर पडला व हाताने कॉकपिटकडे पाहून खुणा करू लागला. 'येथून टॅक्सीवेकडे जा.' अशा अर्थाच्या खुणा त्याने केल्या होत्या.

पण तरीही बोईंग-७४७चे धूड जागचे हलले नाही.

मॅक्गिलने डोळे ताणून कॉकपिटच्या खिडकीकडे पाहिले. परंतु खिडकीच्या काचेवरून प्रकाशाचे परावर्तन होत असल्याने आतले काहीच दिसू शकणार नव्हते. अन् दिसले तरी इतक्या खालून काय दिसणार ? एकाच वेळी त्याला दोन गोष्टी जाणवल्या. पहिली गोष्ट म्हणजे आपल्याला पुढे काय करायचे हे ठाऊक नाही. दुसरी गोष्ट अशी की कुठेतरी जे चुकले आहे ते अति अति भयंकर आहे, दचकवून टाकणारे आहे. आजवर कधीही घडले नाही असे ते घडले आहे.

७

आम्ही चौघे आणि ट्रान्स कॉन्टिनेन्टल विमान कंपनीची ती गेटवरची एजंट असे आम्ही पाचजण त्या विमानाची वाट पहात राहिलो. काहीतरी सतत करत रहाण्याचा माझा स्वभाव असल्याने मला ही वाट पहाणे आवडत नव्हते. पण पोलीस मंडळींना वाट पहाण्याची सवय करावीच लागते. एकदा एका ठिकाणी मी संशयिताला पकडण्यासाठी वेष बदलून तिथे 'हॉट-डॉग' हा खाद्यपदार्थ विकत बसलो होतो. तीन दिवस मला ते हॉट-डॉग विकण्याचे काम करावे लागले. त्या तीन दिवसांत मी इतके हॉट-डॉग खाल्ले की पोट सुरळीत व्हायला मला काही दिवस औषध पीत बसावे लागले. ते एकूण औषधच अर्धा लिटर झाले असेल.

असो! मी त्या विमान कंपनीच्या तरुणीला विचारले, "विमान येण्यात काही अडचण उभी राहिली आहे का ?"

तिच्याजवळच्या वॉकी-टॉकी सेटवरती एक स्क्रीन होता. त्यावर विमानाची स्थिती आपोआप दिली जाई. तिने तो सेट माझ्यापुढे धरला. त्यातल्या स्क्रीनवर तीच

अक्षरे अजूनही उमटलेली होती. ON THE GROUND. विमान अद्यापही जमिनीवरतीच उभे होते.

केट तिला म्हणाली, ''कोणाला तरी विचारून पहा.''

तिने खांदे उडवले व ती वॉकी-टॉकीमध्ये कोणाशी तरी बोलली, ''धिस इज डेबी. गेट ट्वेन्टी थ्री. स्टेटस ऑफ फ्लाईट वन-सेव्हन-फाईव्ह प्लीज.''

काही सेकंद ती ऐकत होती. नंतर तिने वॉकी-टॉकी बंद करून म्हटले, ''ते तपासणी करीत आहेत.''

''कसली तपासणी ?''

तिने मग शांतपणे पण ठासून एकेक शब्द उच्चारत म्हटले, ''आमचे विमान कंट्रोल टॉवरच्या ताब्यात आहे. कंट्रोल टॉवर हा फेडरल एव्हिएशन एजन्सी - एफएए यांच्यातर्फे काम करतो. तेव्हा ही बाब आमच्या कंपनीच्या अखत्यारीमधील नाही— अजिबात नाही. काही समस्या उद्‌भवली तरच ते आमच्या कंपनीला विचारतील. त्यांनी अजून विचारले नाही. म्हणजेच - काहीही - समस्या - नाही.''

''पण यामुळे विमान इथे गेटपाशी यायला उशीर होतो आहे.'' मी ही बाब तिच्या लक्षात आणून दिली.

''पण ही काही समस्या नाही. वेळेत पोचण्याबाबत आमची कंपनी प्रसिद्ध आहे. त्याप्रमाणे हे विमान इथे बरोबर ठरल्याप्रमाणे वेळापत्रकावरील वेळेनुसार आले आहे.''

''मग उद्या, ते धावपट्टीवर आठवडाभर थांबून राहिले तरीही 'ते वेळेवरतीच आहे' असे तुम्ही म्हणणार काय ?'' मी विचारले.

''होय !''

मी टेड नॅशकडे पाहिले. तो भिंतीला पाठ टेकून उभा होता. त्याच्या चेहऱ्यावरती गूढ भाव होते. सीआयएच्या बहुतेक माणसांच्या चेहऱ्यावरती नेहमी असलेच काहीतरी भाव असतात. 'आम्ही जे सांगतो आहोत त्यापेक्षा आम्हाला बरेच ठाऊक आहे' असा आविर्भाव नेहमी त्यांच्या वागण्यात असतो. कधी कधी ते शांतपणे दिलासा देत असतात, शहाणपणाने बोलत असतात. पण तुम्ही इथेच फसता. त्या बोलण्यामागे कसलाही आधार नसतो, माहिती नसते, की त्यांना काही सुगावा लागलेला नसतो. पण तरीही ते असा आविर्भाव आणतात की त्यांना खूप काही ठाऊक आहे. मी याला शिष्टपणा, आगाऊपणा, कुऱ्यात असणे, वगैरे नावे देतो. टेड मला आवडत नव्हता त्याचे हेही एक कारण होते.

पण त्याची किंमत आम्ही त्याला मोजली पाहिजे. त्याने आपल्या खिशातून मोबाईल फोन बाहेर काढला व त्यावरची बटणे दाबून तो म्हणाला, ''मी थेट कंट्रोल टॉवरलाच फोन लावतो आहे. त्यांचा तो नंबर मला ठाऊक आहे.''

म्हणजे या पठ्ठ्याला बरेच काही ठाऊक आहे. अन् तेही हे विमान इथे येण्यापूर्वीपासून. याचा अर्थ नक्की कुठेतरी काहीतरी समस्या उद्‌भवली आहे.

कंट्रोल टॉवरमधला सुपरवायझर आपल्या दुर्बिणीतून खाली चाललेले नाट्य निरखून पहात होता. तो आपल्या कंट्रोलर्सना म्हणाला, ''आगबिग काही दिसत नाही. ते फेसही उडवित नाहीत... तिथून विमान हलवण्यासाठी ते वैमानिकाला खुणा करीत आहेत.''

नेहमीची आग ही पाण्याने विझवली जाते. पण जर इंधनाची टाकी फुटून आग लागली तर ती पाण्याने विझत नाही. कारण ते इंधन, मग ते केरोसिन असो किंवा पेट्रोल असो, पाण्यापेक्षा हलके असल्याने पाण्यावरती तरंगते. यासाठी त्यावर पाणी व इंधन यापेक्षाही हलका असलेला फेस उडवतात, तेव्हा ती आग विझते. जर आग लागण्याची शक्यता असेल तर आधीच फेस उडवायला लागून समोरचे विमान, वाहन, इत्यादी फेसाने पार चिंब भिजवून टाकतात. आगीच्या बंबाच्या टाकीत मात्र हा फेस दाबाखालच्या पाण्याच्या स्वरूपात असतो. त्याला लाईट वॉटर म्हणतात. ह्या पाण्यावरचा दाब टाकीतून बाहेर आल्यावर नाहीसा झाल्याने त्याचे फेसात रूपांतर होते.

एक कंट्रोलर फोनवरती बोलत होता. त्याने फोनवर हात ठेवून सुपरवायझरला म्हटले, ''बॉस, रडार स्टेशनातून फोन आहे. ते विचारीत आहेत की फोर-राईट ही धावपट्टी किती वेळ गुंतवून ठेवणार आहात ? आणखी काही विमाने इकडे येत आहेत. अन् त्यांच्याजवळ जेमतेम इंधन आहे. काय सांगू मी त्यांना ?''

ते ऐकताच सुपरवायझरच्या पोटात गोळा उठला. एक समस्या सोडवायला जावे तर दुसऱ्या समस्या इथे येण्यासाठी अगदी रांगेत खड्या असतात. त्याने एक खोल श्वास घेतला व म्हटले, ''त्या रडारवाल्यांना सांगा की... धावपट्टी रिकामी झाली की लगेच कळवू.''

त्या कंट्रोलरला काय करावे ते कळेना. सुपरवायझरचे उत्तर हवाई वाहतूक नियंत्रण केंद्राला जसेच्या तसे सांगण्यात अर्थ नव्हता. तसेच सुपरवायझरबरोबर वादही घालता येत नव्हता. फोन हातात घेऊन तो तसाच उभा राहिला. ते पाहून शेवटी सुपरवायझर त्याला म्हणाला, ''आण इकडे तो फोन. मीच त्यांच्याशी बोलतो.''

सुपरवायझर फोनवरती बोलू लागला, ''मी कंट्रोल टॉवरचा सुपरवायझर बोलतो आहे... हे विमान 'नो रॅड' — होय, तुम्हाला ते ठाऊक आहे, हे मलाही समजते आहे. जर काही आगीबिगीचा प्रकार निघाला तर तुम्हाला इकडे येणारी विमाने दुसरीकडे वळवावी लागतील. कृपा करून मला त्रास देऊ नका —'' मग परत थोडा वेळ तो पलीकडचे बोलणे ऐकत राहिला. नंतर चिडून म्हणाला, ''मग

त्यांना सांगा की फोर-राईट धावपट्टीवर खुद्द अमेरिकन राष्ट्राध्यक्ष बसले असून त्यांची तिथे हजामत चालली आहे. तेव्हा येणारे विमान हे फिलाडेल्फियाला वळवा. समजलं ?'' एवढे बोलून त्याने फोन खाली ठेवला. आपल्या आजुबाजूची कंट्रोलर मंडळी हसत आहेत हे पाहून त्याला जरा बरे वाटले. पण क्षणभरच. नंतर मात्र भीतीने त्याच्या पोटात एक गोळा उठला. त्याने मघाच्या कंट्रोलरला सांगितले, ''त्या विमानाशी परत संपर्क साधा. टॉवर आणि ग्राऊंड यांच्या दोन्ही फ्रिक्वेन्सी त्यासाठी वापरा. इतकेही करून त्यांनी जर उत्तर दिले नाही तर त्यांचा वायरलेस सेट कायमचा बंद पडला आहे असे समजू.''

कंट्रोलर तसा प्रयत्न करू लागला. सुपरवायझरने परत दुर्बिण उचलली व त्यातून तो खालचे दृश्य पुन्हा न्याहाळू लागला. त्या दृश्यात काहीच बदल झाला नव्हता. ते विमानाचे धूड अजूनही तिथून हलले नाही. त्या विमानाला इमर्जन्सी वाहने व पोलिसांच्या गाड्यांनी गराडा घातला होता. दूरवर अशाच गाड्यांची एक तुकडी वाट पहात थांबून राहिली होती. त्यांच्या गाड्यांची इंजिने चालू ठेवलेली होती. वैमानिकाला बाहेरून कोणीतरी खुणा करीत होते. बहुतेक तो मॅक्गिल असावा. आता त्याने खुणा करणे सोडून दिले आणि तो हताशपणे आपले हात कमरेवर ठेवून उभा राहिला.

विमानाचा वैमानिक या साऱ्याला जबाबदार आहे असे सुपरवायझरच्या लक्षात आले. त्याचा वायरलेस सेट बिघडला, हे समजता येईल. पण एकदा विमानतळावर उतरल्यावर काय वाटेल ती अडचण असली तरी धावपट्टी सोडून बाजूला होणे हे त्याचे पहिले कर्तव्य आहे. पण त्याऐवजी तो नुसताच बसून आहे. सुपरवायझरने कंट्रोलरकडे पाहिले.

कंट्रोलर विचारत होता, ''आता कोणाला फोन करायचा आहे का ?''

''कोणाला करणार? ज्यांनी ही परिस्थिती आणली तेच तिथे ढिम्म बसून राहिले आहेत. आता कोणाला, माझ्या बापाला फोन करणार? माझ्या बापाला मला वकील करण्याची इच्छा होती. पण —'' सुपरवायझर बोलायचे थांबला. त्याच्या लक्षात आले की आपला तोल जात चालला आहे. त्याने प्रयत्नपूर्वक स्वत:वर ताबा मिळवला. मग एक दीर्घ श्वास घेऊन तो कंट्रोलरला म्हणाला, ''त्या खालच्या विदूषकांना फोन लावा. काय तिथे कामे करत आहेत ते देव जाणे. गन्स ॲन्ड होजेसच्या त्या मॅक्गिलना फोनवरती बोलवा.''

कंट्रोलरने लगेच रेडिओफोन उचलून युनिट वनशी संपर्क साधला. युनिट वनच्या गाडीतील ड्रायव्हरने फोन घेतल्यावर कंट्रोलर म्हणाला, ''सिच्युएशन रिपोर्ट.'' आत्ता परिस्थिती काय आहे ते विचारण्यासाठी त्याने फक्त मोजकेच शब्द वापरले.

पलीकडून आवाज आला, ''काय चालले आहे ते मलाही ठाऊक नाही.'' त्या ड्रायव्हरचा आवाज स्पीकरमधून आला.

ते ऐकताच सुपरवायझर आणखीनच भडकला. काय कामे करतात ही मंडळी? आम्ही इथे तडफडतो आहोत आणि हे आरामात परिस्थितीचा केवळ अंदाज घेत बसले आहेत. त्याने चिडून कंट्रोलरच्या हातून फोन ओढून घेतला व त्यात म्हटले, ''जर तुम्हाला काही ठाऊक नाही तर मग आम्हाला तरी कसे ठाऊक होणार? आम्हाला काही तुमच्यासारखे जागेवरून हलता येत नाही. तिथे काय चालले आहे ते स्पष्ट सांगा पाहू.''

सुपरवायझर चिडला आहे हे पलीकडे समजले असावे. कारण काही सेकंद तिथे शांतता होती. मग काही क्षणांनी आवाज आला, ''कुठेही यांत्रिक बिघाड झालेला दिसत नाही... फक्त—''

''फक्त काय?''

''वैमानिकाने लँड होताना रिव्हर्स थ्रस्ट वापरले नाहीत. समजले?''

''होय, समजले बरे. रिव्हर्स थ्रस्ट म्हणजे काय असतो ते आम्हाला चांगले ठाऊक आहे.''

''अं, होय... मॅकूगिल वैमानिकाचे लक्ष वेधण्यासाठी इशारे करत आहे.''

''पण त्यांना आतून का दिसत नाही ते?''

''ते मला ठाऊक नाही. आम्ही विमानात शिरू का?''

तो प्रश्न ऐकताच सुपरवायझर स्तब्ध झाला. या प्रश्नाचे उत्तर आपण देऊ शकतो का? हाच प्रश्न त्याला पडला. नेहमी आत जाण्याचा निर्णय इमर्जन्सी सर्व्हिस घेते; पण इथे बाहेरून आतल्या बिघाडाच्या काहीच खाणाखुणा दिसत नाहीत. त्यामुळे आत शिरावे की न शिरावे, या संभ्रमात इमर्जन्सीचे लोक पडले होते. सुपरवायझरला हेही ठाऊक होते की, धावपट्टीवरती विमान उभे आहे, त्याची इंजिनेही चालू आहेत. अशा परिस्थितीत आतील वैमानिकाच्या मनात काय हेतू आहे ते समजत नाही. आत शिरण्याचा प्रयत्न करतानाच जर वैमानिकाने विमान हलवायला सुरुवात केली तर होणाऱ्या अपघातास जबाबदार कोण? जरी ते विमान थांबले असले, वैमानिकाला ते हलवायचे नसले, तरी जोपर्यंत इंजिने चालू आहेत तोपर्यंत एखाद्या बिघाडामुळेसुद्धा ते विमान एकदम हलू शकते? आतमध्ये नक्कीच काहीतरी तांत्रिक समस्या आहे. त्यात आत शिरण्यामुळे भर पडायला नको. म्हणून सुपरवायझर त्या प्रश्नाला उत्तर देऊ शकत नव्हता. तो एवढेच म्हणाला, ''ही तुमच्या अखत्यारीमधली बाब आहे.''

पलीकडून उत्तर आले, ''थँक्स फॉर द टिप.''

सुपरवायझरला त्या उत्तरातला उपरोध जाणवला. पण तो त्याची पर्वा न करता

म्हणाला, ''या बाबतीतला माझा अधिकार मर्यादित आहे; पण एक मिनिट—''

कंट्रोलर सुपरवायझरच्या हातात दुसरा फोन देत होता. तो म्हणाला, ''कोणीतरी तुमचे नाव घेऊन बोलते आहे. डिपार्टमेंट ऑफ जस्टिसमधला हा माणूस आहे. तो सांगतो आहे की त्या विमानात एक महत्त्वाचा कैदी असून तो दोन माणसांच्या ताब्यात आहे. त्यामुळे आत्ताची विमानाची अवस्था काय आहे? ह्याची चौकशी तो करतो आहे.''

''च्यायला...'' असे म्हणून सुपरवायझरने तो फोन घेतला व त्यात बोलू लागला, ''मी कंट्रोल टॉवरचा सुपरवायझर बोलतो आहे. आपण कोण?'' पलीकडून येत असलेले बोलणे ऐकून त्याने डोळे विस्फारले. थोड्या वेळाने तो म्हणाला, ''मला समजले, सर. कसलाही वायरलेस संपर्क न ठेवता हे विमान आले आहे आणि अजून ते धावपट्टीवरून हलत नाही. विमानतळावरच्या पोलिसांनी आणि इमर्जन्सी सर्व्हिसच्या माणसांनी त्याला गराडा घातला आहे. अजूनही 'जैसे थे' परिस्थिती आहे.''

थोडा वेळ त्याने पलीकडून येणाऱ्या सूचना ऐकल्या व तो म्हणाला, ''खरीखुरी अडचण असेल, तर तशी कसलीच खूण नाही. आतल्या ट्रान्सपॉन्डरकडून अपहरणाच्या खुणेचा संकेत प्रसारीत होत नाही. पण या विमानाकडून दुसऱ्या विमानाला होणारी टक्कर थोडक्यात —'' आपले बोलणे थांबवून तो परत ऐकू लागला. आपण रिव्हर्स थ्रस्टबद्दल काहीच सांगितले नाही हे त्याच्या लक्षात आले. पण तांत्रिक बिघाडामुळे रिव्हर्स थ्रस्ट चालू झाला नाही का वैमानिक चालू करावयास विसरला, यातले खरे-खोटे काहीच ठाऊक नाही. मग कसे काय निश्चित विधान करणार? आपण नक्की कोणाशी बोलत आहोत हे सुपरवायझरच्या लक्षात येईना. पलीकडची व्यक्ती ही मोठ्या अधिकारवाणीने बोलत होती. तेव्हा ती फार वरच्या पदावर असली पाहिजे. सीआयए संघटना ही डिपार्टमेंट ऑफ जस्टिसच्या अधिकारातली होती. परंतु 'सीआयए' हा शब्द न उच्चारता फक्त 'डिपार्टमेंट ऑफ जस्टिस' एवढेच पलीकडून सांगितले गेले.

सुपरवायझर शेवटी फोनमध्ये बोलला, ''ओके सर, मला समजले सगळे. मी बघतो ते—'' तेवढ्यात पलीकडून फोन बंद केल्याने त्याचे बोलणे थांबले. त्याने तो फोन कंट्रोलरकडे दिला, एव्हाना त्याने एक निश्चित निर्णय घेतला होता. त्यामुळे त्याला थोडेफार कोंडीतून सुटल्यासारखे वाटत होते.

रेडिओफोनमधून सुपरवायझर युनिट वनशी बोलू लागला, ''ठीक आहे. विमानात शिरण्याची मी तुम्हाला परवानगी देतो. आत एक कैदी आहे. बिझनेस क्लास वर्गात आहे. त्याला बेड्या घातल्या आहेत आणि दोन सरकारी माणसांच्या ताब्यात तो आहे. तुम्ही त्या तिघांना आधी बाहेर काढा आणि पोलिसांच्या गाडीत बसवा.

पोलिसांना गेट नं. तेवीसकडे जायला सांगा. तिथे त्यांच्यासाठी बाकीचे पोलीस, अधिकारी वर्ग आणि एक व्हॅन उभी आहे. त्या व्हॅनमध्ये त्या तिघांना बसवा. समजले?''

"रॉजर, पण मला या बाबतीत माझ्या टूर कमांडरला—''

"तुम्ही कोणाला विचारा अगर विचारू नका. मला त्याची मुळीच पर्वा नाही. मी जे सांगितले ते मुकाट्याने करा. अन् जेव्हा विमानात शिराल, तेव्हा तिथली काय अडचण आहे तेही पहा. जर काही अडचण नसेल तर वैमानिकाला विमान हलवायला सांगा. ताबडतोब तेवीस नंबरच्या गेटकडे जायला सांगा. विमानापुढे तुमची एक गाडी ठेवून गेटपर्यंत त्याला मार्गदर्शन करा.''

"रॉजर.''

"विमानात शिरल्यावर मला फोन करा.''

"रॉजर.''

एवढे सांगून झाल्यावर फोन ठेवून सुपरवायझर कंट्रोलरला म्हणाला, "भरीत भर म्हणजे त्या जस्टिस डिपार्टमेंटमधल्या अधिकाऱ्याने तेवीस नंबरचे गेट दुसऱ्या कोणत्याही विमानाला देऊ नका म्हणून बजावले आहे. कोणते गेट कोणाला. द्यायचे हे एअरपोर्ट ॲथॉरिटी ठरवतात. माझ्या अधिकारात ते बसत नाही. तेव्हा तुम्ही हा गेटचा निरोप एअरपोर्टच्या अधिकाऱ्याला सांगा. आता आणखी एक गेट कमी पडणार.''

त्यावर कंट्रोलर म्हणाला, "पण आपण चार नंबरच्या उजव्या व डाव्या धावपट्ट्या बंद केल्या आहेत. त्यामुळे उतरणाऱ्या विमानांची संख्या कमीच राहील. आपल्याला सगळ्या गेटस्‌ची जरुरी लागणार नाही.''

सुपरवायझर यावर काहीच बोलला नाही.

टेड नॅशने आपला मोबाईल फोन खिशात टाकला व तो आम्हाला म्हणाला, "या विमानाचा वायरलेस संपर्क शेवटपर्यंत नव्हता. आता ते धावपट्टीच्या टोकाला जाऊन थांबले आहे. पण आतून कसल्याही संकटाचा संदेश नाही. अजून त्यांच्याशी संपर्क साधला जात नाही. नक्की त्यांची काय अडचण आहे याचा कंट्रोल टॉवर शोध घेते आहे. इमर्जन्सी सर्व्हिसची माणसेही आपल्या परीने शोध घेत आहेत. बाकी तुम्ही माझे फोनवरचे बोलणे ऐकलेच आहे. त्यानुसार विमानात शिरून ते आपली दोन्ही माणसे आणि तो लिबियन माणूस यांना बाहेर आणतील.''

मी सर्वांना म्हटले, "चला, आपणच विमानाकडे जाऊ या.''

आमच्या गटाचा निर्भय नेता, जॉर्ज फॉस्टर, अशा वेळी म्हणाला, "आपण कशाला तिकडे जायचे? त्या विमानाला इमर्जन्सी सर्व्हिसच्या लोकांचा वेढा आहे.

शिवाय आपली दोन सशस्त्र माणसे विमानात आहेतच. तेव्हा उगाच कशाला आता पूर्वीच्या कार्यक्रमात बदल करायचा?''

यावर टेड नॅशने आपले मत व्यक्त केले नाही. तो नेहमीप्रमाणेच अलिप्त राहिला; पण त्याच्या चेहऱ्यावरती माझे मत त्याला न पटल्याचे दिसत होते. केटला जॉर्जचे मत पटले. तेव्हा अशा रीतीने मी एकटा पडलो. माझ्या मते, जर परिस्थिती बदलून ती 'अ'पाशी जात असेल तर उगाच 'ब'पाशी का रेंगाळत बसायचे?

जॉर्जने आपल्या मोबाईलवरून टारमॅकवरील एका एफबीआयच्या माणसाला फोन केला. तो म्हणत होता, ''जिम, धिस इज जॉर्ज. कार्यक्रमात छोटा बदल आहे. त्या विमानात काहीतरी अडचण आहे असे दिसते म्हणून विमानतळावरचे पोलीस आपल्या माणसांना तिकडून इकडे आणतील. ते आले की मला फोन कर.''

मला एक कल्पना सुचली. मी जॉर्जला म्हटले, ''आपली जी दोन माणसे असद खलीलला घेऊन येत आहेत त्यांनी कॉन्क्विस्टाडोर क्लबला एव्हाना फोन केलेलाच असेल. तेव्हा सरळ क्लबमध्ये फोन करून विचारून घ्या.''

''मी आता तेच करणार होतो,'' जॉर्ज वेळ मारून नेत म्हणाला. त्याला तसे अजिबात सुचले नव्हते. त्याने फोन केला व तिथल्या स्वागतिकेला विचारले, ''इतक्यात कोणाचा फोन आला होता का? पाहुण्यांना घेऊन येणाऱ्या आपल्या दोन माणसांपैकी कोणाचा तरी?'' मग पलीकडून काय बोलले जाते ते त्याने ऐकले. फोन बंद करीत तो म्हणाला, ''नाही. त्यांनी कोणीही क्लबला फोन केला नाही. अन् ते विमान अजून धावपट्टीवरतीच उभे आहे.'' मग त्याने सरळ विमानातल्या आमच्या त्या दोन्ही माणसांना एकामागोमाग फोन केले. परंतु फक्त ध्वनीमुद्रित संदेश ऐकू येत होता. बहुतेक त्यांनी फोन बंद केले असणार. विमानतळावर आणि विमानात मोबाईल फोन वापरायला बंदी होती. म्हणूनही त्यांनी आपापले मोबाईल वापरले नसतील.

माझ्या मते हा एक पोलीस खात्यातील जुनाच तात्त्विक प्रश्न होता. पोलीस अॅकॅडेमीत आम्हाला शिकवताना त्यांनी सांगितले होते की, ''तुम्हाला जिथे थांबायला सांगितले असेल तिथेच थांबा किंवा तुमची जी योजना असेल तीच पाळा. मात्र जर तुमच्या वरिष्ठांनी आधीचे हुकूम बदलून नवीन दिले असतील तरच आधीचे हुकूम किंवा योजना सोडून द्या.'' पण असे सांगण्याबरोबरच ते असेही शिकवायचे की, ''तुम्ही नेहमी तुमची विवेकबुद्धी वापरा आणि प्रत्येक गोष्टीत स्वत:होऊन रस घेत जा.'' म्हणजे कोणता हुकूम पाळायचा नि कोणती योजना राबवायची, हेही तुमच्यावरतीच सोडून दिले आहे. या परस्परविरोधी द्वंद्वातून बाहेर कसे पडायचे? माझ्या मते दोन्ही विधाने बरोबर आहेत. फक्त त्यातले योग्य वेळी योग्य ते विधान अंमलात आणायचे. अन् ही योग्य वेळ मात्र कुणी सांगत नाही. मी मात्र अशा बाबतीत माझ्या

अंतर्मनाचा कानोसा घेतो. त्यावरतीच विश्वास ठेवतो. अन् आत्ता माझे अंतर्मन सांगते आहे की, "चल. इथून चटकन हल." पण या ठिकाणी मला हे स्वातंत्र्य दिले गेले नाही.

तेवढ्यात विमान कंपनीच्या त्या तरुणीला फोन आला. तो घेऊन झाल्यावर तिने म्हटले, "ते विमान 'नो रॅड' अवस्थेत आले आहे."

"असे? मग आत्ता ते तिकडे टोकाला नुसतेच का बसून आहे?"

"कदाचित वैमानिक कोणाला तरी सूचना देत असेल की आपल्याला टॅक्सीवे वापरू द्यावा. तुम्ही म्हणाला होतात की तुमची कोणी व्हीआयपी व्यक्ती विमानात आहे. फरारी माणूस नाही की कैदी नाही." ती म्हणाली.

"बरोबर आहे. तो एक व्हीआयपी कैदी आहे," मी म्हणालो. माझा धीर सुटत चालला होता. मी तिथे फक्त आता दहा-पंधरा मिनिटेच वाट पहात थांबणार होतो.

८

आपल्या वाहनाच्या हॉर्नचा कर्कश्श आवाज ऐकून मॅक्गिल ताबडतोब तिकडे आला व बाहेरच्या बोर्डवर उडी मारून तो उभा राहिला. तो ड्रायव्हर त्याला म्हणाला, "टॉवर सुपरवायझरचा फोन होता. त्यांनी आपल्याला विमानात शिरायला परवानगी दिली आहे. कोणीतरी फेडरलच्या माणसाने टॉवरला कळवले की, आत एक कैदी असून त्याच्याबरोबर फेडरलची दोन माणसे आहेत. त्यांनी त्या कैद्याला बेड्या घातल्या आहेत. त्या तिघांना बाहेर काढून इथल्या पोलिसांच्या गाड्यात बसवून २३ नंबरच्या गेटकडे पाठवून द्यावे. तिथे बाकीचे पोलीस त्यांची वाट पहात आहेत." थोडा वेळ थांबून तो पुढे म्हणाला, "आता फेडरलच्या माणसांचेही हुकूम आपल्याला पाळावे लागणार."

मॅक्गिलने काही सेकंद विचार केला. आत्ताची विमानाची समस्या आणि तो कैदी यांचा कुठे एकमेकांशी संबंध आहे का हे तो पहात होता; पण त्याला तसा कुठेही संबंध दिसेना की, एखाद्या योगायोगाचीही संभाव्यता दिसेना. आजवर अनेकदा गुन्हेगारांना विमानातून संरक्षणात आणले होते. तसेच व्हीआयपीची मंडळी, साक्षीदार, राजकारणी लोक असे बरेचजण विमानातून आले होते. पण कधीही त्यामुळे अडचण आली नाही की समस्या उद्भवली नाही. पण... पण तरीही त्याच्या मनाच्या एका कोपऱ्यात काहीतरी चुकचुकत होते. काय ते त्याला नक्की आठवेना;

पण त्या गोष्टीचा आत्ताच्या प्रसंगाशी काहीतरी संबंध होता. शेवटी त्याने खांदे उडवून ते आठवण्याचा नाद सोडून दिला आणि म्हटले, "छे, आपण त्या एफबीआयच्या लोकांकडून किंवा टॉवरकडून हुकूम घेणार नाही... पण तरीही आता विमानात शिरले पाहिजे हे नक्की. आपल्या टूर कमांडरच्या कानावरती हे घाला."

"ठीक आहे," असे म्हणून ड्रायव्हरने रेडिओफोन चालू केला.

विमानाचे दार खूप उंचावरती होते. त्यामुळे फिरता जिना मागवून घ्यावा की नाही यावर मॅक्गिलने विचार केला. तो फिरता जिना विमानापासून खूप दूर होता आणि त्यावाचूनही विमानात शिरता येत होते. त्याने शेवटी विचार करून ड्रायव्हरला म्हटले, "ओके. उजवीकडचे पुढचे दार. चला तिकडे."

मग ते अवजड वाहन सुरू झाले व विमानाच्या पुढच्या बाजूला जाऊन योग्य ठिकाणी थांबले. तेवढ्यात वाहनातल्या रेडिओफोनच्या स्पीकरमधून खरखर ऐकू आली. नंतर आवाज आला, "मॅक्गिल, मला आता सौदी अरेबियाच्या प्रसंगाची आठवण झाली. बी केअरफुल. काळजी घ्या."

मॅक्गिल वाहनाच्या रनिंग बोर्डवरती उभा होता. त्याला त्या वाक्याचा अर्थ बरोबर समजला, अन् तो क्षणभर जागच्या जागी थिजून गेला. त्यांचे जेव्हा या आणीबाणीच्या कामासाठी प्रशिक्षण चालू होते, तेव्हा त्यांना एक फिल्म दाखवली होती. त्यात एक वीस वर्षांपूर्वीचा प्रसंग होता. त्या वेळी सौदी अरेबियातील रियाध विमानतळावरती एक 'लॉकहीड एल-१०११' या विमानाने उड्डाण केले. वरती गेल्यावर वैमानिकाला कॉकपिटमध्ये काहीतरी जळाल्याचा वास आला व त्याने थोडा धूरही पाहिला. ताबडतोब त्याने विमानतळाला वायरलेसवरती ही परिस्थिती सांगितली व तो परत आला. त्याचे विमान खाली उतरले व थांबले. अगदी सुखरूपपणे. आतमध्ये आग लागली होती व ती पसरत चालली होती. विमानाला सर्व बाजूंनी आगीच्या बंबांनी गराडा घातला. इमर्जन्सीचे लोक बाहेर विमानाचे दार उघडले जाण्याची वाट पाहू लागले. दार उघडले जाईल व आतून रबरी घसरगुंडी खाली सोडली जाईल, असे त्यांना वाटत होते; परंतु तसे काहीच घडले नाही. दुर्दैवाने वैमानिकाने आतील हवेचा दाब कमी करायला हवा होता; परंतु आतल्या जादा दाबामुळे विमानाची दारे आतून घट्ट दाबून बसली होती; ती आतमधून उघडता येईना. फ्लाईट अटेंडन्टने खूप प्रयत्न केले; पण त्याला ते दार शेवटपर्यंत उघडता आले नाही आणि कोणालाही बाहेरून विमानाची खिडकी फोडायचे सुचले नाही. याचा शेवट आतील सर्वच्या सर्व ३०० जण गुदमरून मृत्यु पावले. शेवटपर्यंत बाहेरून आतमध्ये मदत आली नाही. कारण आतल्या अडचणींची कल्पना बाहेर कोणालाच आली नाही.

हा कुप्रसिद्ध प्रसंग प्रशिक्षण देताना मुद्दाम दाखवला होता. आतल्या अडचणी

बाहेरून कशा ओळखायच्या तेही त्यांना शिकवले गेले होते. आत्ताचा प्रसंग कोणाला तरी तसाच वाटला. म्हणून त्याने वायरलेसवरती मॅक्गिलला सावध केले. तसे जर आत काही झाले असेल, छोटीशी जरी आग लागली असेल तरी धूर व कार्बन मोनॉक्साईड यामुळे सारेजण मरण पावू शकतील. अन् विमान उतरून आता कितीतरी वेळ झाला आहे. मॅक्निल स्वतःवरतीच चिडून म्हणाला, ''ओ ऽ! शिट्.''

त्याचा ड्रायव्हर एका हाताने वाहन चालवित होता व दुसऱ्या हाताने त्याने तिथल्या सामानातले एक स्कॉट पॅक काढून दिले. त्यात एक छोटे नळकांडे होते. त्यामध्ये दाबाखालची हवा भरलेली होती. धुराच्या किंवा प्रदूषित हवेत श्वासोच्छ्वास करण्यास हे नळकांडे उपयोगी पडणार होते. त्यातील हवा मॅक्गिल घेणार होता. त्यासाठी चेहऱ्यावर चढवायचा मुखवटाही त्या पॅकमध्ये होता. शिवाय एक छोटी कुऱ्हाडही त्यात होती.

त्यांचे ते वाहन ड्रायव्हरने विमानाच्या पुढच्या दाराखाली बरोबर आणून ठेवले. मॅक्गिलने वाहनाची शिडी पकडली व तो टपाकडे चढत गेला. टप सपाट होते. त्यावरती फेस उडवायची ती तोफ होती.

'रेस्क्यू फोर' ही टीमही आता पुढे झाली. त्यांच्या दुसऱ्या वाहनातील एकजण टपावर चढला व तिथल्या फेस फेकणाऱ्या तोफेमागे जाऊन तयारीत उभा राहिला, तर पोलिसांच्या मागच्या गाडीतील एकजण तो चंदेरी पोषाख चढवून पाण्याच्या होज पाईपाची नीट जुळवाजुळव करू लागला. इतर चार आगीचे बंब व रुग्णवाहिका आणखी दूर सरकून वाट पाहू लागल्या. जर काही स्फोट झाला तर त्यात उगाच सर्वजण सापडायला नको. मॅक्गिलला ती सारी धावपळ पाहून समाधान वाटले. वायरलेसवर कोणी तरी त्या सौदी अरेबियातील प्रसंगाचा उल्लेख केल्यावर सारेचजण सावध झाले होते. कारण प्रत्येकाला तो प्रसंग ठाऊक होता. दुर्दैवाने त्या वेळी फिल्म पहाताना ते सर्वजण हसले होते. आता इथे त्यांच्यावरती तीच वेळ आली होती.

मॅक्गिलच्या वाहनावरील टपावर एक छोटी घडीची शिडी होती. मॅक्गिलने ती घडी उलगडून ती पूर्ण सहा फूट लांबीची केली. आता ती विमानाच्या दरवाजापर्यंत पोचत होती. मग त्याने ती शिडी लावली, तोंडावरती तो मुखवटा चढवला, नळकांड्याची नळी त्याला जोडली, एक दीर्घ श्वास घेतला व तो ती शिडी चढू लागला.

टॉवर सुपरवायझर वरून दुर्बिणीतून पहात होता. रेस्क्यू टीम ही आग लागलेली नसताना ती विझवण्याची तयारी का करत आहेत, ते त्याला कळेना. त्याने मॅक्गिलच्या वाहनाला रेडिओफोन लावला व विचारले, ''धिस इज् टॉवर सुपरवायझर.

काय चाललेले आहे?''

सोरेन्टिनोने उत्तर दिले नाही.

पुन्हा सुपरवायझरने विचारले.

पण तरीही त्याने उत्तर दिले नाही. सौदी प्रसंगाची आलेली शंका वायरलेसवरून प्रसारीत करण्याची त्याची तयारी नव्हती. कारण तसे काही खरोखरच विमानात घडले असेल किंवा नसेल. दोन्हींच्या शक्यता या ५०-५० टक्के होत्या. जे काय असेल ते आता काही मिनिटातच कळणार होते. मग कशाला आत्ताच काही बोलून घबराट निर्माण करा, असा विचार करून तो ड्रायव्हर काहीही बोलत नव्हता.

पुन्हा सुपरवायझरने वायरलेसवरती विचारले. पण या वेळी त्याचा स्वर कमालीचा आग्रही होता.

आता मात्र त्याला उत्तर दिलेच पाहिजे अशी वेळ आली. सोरेन्टिनो म्हणाला, ''आम्ही जरूर ती खबरदारी घेत आहोत.''

यावर शंका येऊन सुपरवायझरने विचारले, ''आतमध्ये आग लागल्याची काही चिन्हे किंवा लक्षणे आढळली का?''

''नाही... धूरही नाही.''

सुपरवायझरने एक श्वास घेत म्हटले, ''ओके... मला वेळोवेळी सांगत जा. आणि माझ्या कॉल्सना उत्तरे देत जा.''

यावर सोरेन्टिनो फटकन् म्हणाला, ''आम्ही आता प्रत्यक्ष कामाच्या परिस्थितीत आहोत. तुमचे रेडिओफोन काही वेळ बंद ठेवा. आऊट.''

'आऊट' या शब्दाचा वायरलेसवरचा अर्थ 'मी आता माझा सेट बंद करतो आहे' असा होत असल्याने सुपरवायझर थोडासा दुखावला गेला. ह्या गन्स अँड होजेस विभागाच्या माणसांनी सरळ सरळ त्याला उडवून लावले होते. त्याची बेईज्जत केली होती. त्याने कंट्रोलरकडे पाहिले. स्पीकरवरून आलेला आवाज आपण ऐकलाच नाही असे तो दाखवित होता. आपल्या साहेबाच्या बेईज्जतीचे शब्द कोणता हाताखालचा निष्ठावान माणूस सहन करेल? सुपरवायझरला त्याचे कौतूक वाटून त्याने ताबडतोब आपल्या मनात त्या कंट्रोलरचा एफिशियन्सी रिपोर्ट चांगला लिहायचा ठरवले. त्याने कंट्रोलरला म्हटले, ''एअर ट्रॅफिक कंट्रोलला सांगा की फोर राईट व लेफ्ट या धावपट्ट्या अजून किमान पंधरा मिनिटे तरी बंद ठेवल्या आहेत.''

पुन्हा एकदा तो दुर्बिणीतून खाली पाहू लागला. त्याला विमानाचे उजवीकडचे दार दिसत नव्हते. फक्त विमानाची डावी बाजू त्याच्याकडे होती; पण खालील वाहनांची तयारी व धावपळ त्याला दिसत होती. विमानाच्या टाकीत अजून बऱ्यापैकी इंधन शिल्लक होते. जर विमानाचा स्फोट झाला तर ते इंधन पेटून त्याच्या आगीचा

लोळ हा खूप दूर पसरतो. मग आगीची झळ पोचून ३०० फूट दूर असलेल्या वाहनांचे रंग जळून जातील. त्यांना नंतर नव्याने रंगवावे लागेल. जी वाहने विमानाजवळ आहेत, त्यांचे तर चुरमडलेले धातूचे सांगाडे बनतील. असा धोका असतो म्हणूनच इमर्जन्सी सर्व्हिसच्या लोकांना पगार चांगले असतात. ते आठवून सुपरवायझरला वाटले की तरीही त्यांच्यावर अशा धोकादायक परिस्थितीत काम करण्याची वेळ क्वचितच येते. अन् इथे आम्हाला मात्र रोज तणावाखाली काम करावे लागते. पण आता आपल्याला उगाच काळजी करायचे काय कारण आहे. ज्या क्षणाला ते विमान धावपट्टीवर सुखरूप उतरून थांबले, त्या क्षणाला तो त्या विमानाच्या जबाबदारीतून मुक्त झाला होता. आता फक्त त्याने त्या हवाई वाहतूक नियंत्रण कक्षाला धावपट्ट्यांबद्दल माहिती व सल्ले द्यायचे. त्यानंतर त्याला झाल्या गोष्टीचा एक अहवाल लिहिणे भाग होते. आपले कोणते बोलणे ध्वनिमुद्रित झाले हे लक्षात घेऊन अहवाल लिहायला हवा. त्यात कुठेही विसंगती न दिसता आपली बाजू अगदी परिणामकारक वाटली पाहिजे. त्या जस्टिस डिपार्टमेंटमधल्या माणसाबरोबरचे बोलणेही ध्वनिमुद्रित झाले असणार. ते एक बरे झाले. आपल्या निर्णयाला व कृतीला कोणातरी मान्यवराचा आधार मिळाला, असे वाटून त्याला हायसे वाटले.

तो खिडकीपासून दूर झाला व कॉफी-पिण्यासाठी कॉफी-मशिनजवळ गेला. कॉफी पीत पीत तो थोडासा विसावणार होता. त्यामुळे त्याच्या मनावरचा ताण कमी होणार होता. शेवटी आपले मन व शरीर महत्त्वाचे. आता आपली या प्रकरणातील जबाबदारी संपली. मग भले तिकडे काहीका होईना. फार फार तर काय होईल? त्या विमानाचा स्फोट होईल. पण इथे बसूनही ते कळेल. कारण स्फोटाचा आवाज येथवर सहज पोचेल.

डाव्या हातात कुऱ्हाड घेऊन शिडीवरून चढत मॅक्‌गिल विमानाच्या दारापर्यंत पोचला. त्याच्या दोन्ही हातात मोजे होते. मोज्याची तळहाताची बाजू जाड होती व मागची बाजू पातळ होती. जर विमानात आग लागली असेल तर विमान तापलेले असणार. तापलेल्या पृष्ठभागाचा अंदाज घेण्यासाठी आपला उजवा हात विमानाच्या दारावरती उलटा दाबून धरला; पण त्याला गरम पृष्ठभाग जाणवला नाही. म्हणजे आतमध्ये आग नाही. मग त्याने दरवाजाचे हँडल पकडून जोरात ओढले. एका खाचेत पकडून धरलेले हँडल बाहेर उघडले गेले. ते त्याने वरती करून ऑटोमॅटिक एस्केप शूटची कळ बंद करून टाकली. जेव्हा आणीबाणीत विमान कुठेही उतरते किंवा विमानातील उतारूंना झटपट बाहेर पडायचे असते, तेव्हा विमानाच्या दारातून एक रबराची घसरगुंडी फुगून बाहेर पडते. मग सर्व प्रवासी त्यावरून सटासट घसरून बाहेर पडतात. त्या घसरगुंडीला 'एस्केप शूट' म्हटले जाते.

मॅक्गिलने आपल्या मागे आणि खाली पाहिले. त्याच्या उजव्या बाजूला चंदेरी फायर सूट घालून एकजण जमिनीवर उभा होता. त्याच्या हातात एक छोटेसे नळकांडे होते. त्यावरचा एक खटका दाबताच त्यातून एक आकडा किंवा वजन बाहेर फेकले जाणार होते. त्या वजनाला मागे दोरी लावली होती. मॅक्गिल विमानात गेल्यावर त्याला जर गरज वाटली तर तो खूण करून ती दोरी सोडायला सांगणार होता. मग त्या दोरीचे टोक आत कशाला तरी बांधता आले असते. त्या खालच्या माणसाने नळकांड्याचा नेम बरोबर विमानाच्या दारावरती धरला होता. दुसरा आगीचा बंब किंवा रेस्क्यू चार हा ट्रक विमानापासून ५० फूट अंतरावर होता. त्याच्या छपरावर उभ्या असलेल्या माणसाने फेस फेकणाऱ्या तोफेचे तोंड विमानाच्या दाराकडे रोखलेले होते. आग किंवा धूर दिसताच तो फटकन ती तोफ चालू करून फेसाचा झोत विमानाच्या दारावर सोडणार होता. विमानाजवळ आलेल्या प्रत्येकाच्या अंगावरती फायर सूट होते, विविध हत्यारे जवळ होती, स्कॉट पॅक होते. सूटामध्ये नक्की कोण आहे हे मॅक्गिलला कळत नव्हते. परंतु सर्वजण विश्वासू होते. फेस फेकणाऱ्या तोफेजवळच्या माणसाने मॅक्गिलला आपला अंगठा उंचावून खूण केली. 'तुम्ही दार उघडा, आम्ही तयारीत आहोत,' असा त्याचा अर्थ होता. मॅक्गिलने त्याच्याकडे पाहून मान हलवली.

मॅक्गिलने हातातले हँडल घट्ट धरून जोरात आत ढकलले. जर विमानात दाबाखालची हवा असेल तर त्या हवेच्या दाबामुळे दार दाबून घट्ट बसेल. आत उघडणार नाही. मग मॅक्गिलला शेजारची काचेची खिडकी फोडावी लागणार होती. म्हणजे आतल्या हवेचा दाब नाहीसा झाला असता व मग दार उघडले गेले असते. तसेच, आत जर धूर किंवा विषारी वाफा असतील तर त्याही फोडलेल्या खिडकीवाटे बाहेर पडणार होत्या.

तो जीव खाऊन दार आत ढकलायचा प्रयत्न करीत होता. अन् अचानक ते दार आत जाऊ लागले. त्याने हँडलवरचा हात काढून घेतला. ते दार तसेच आपोआप आत जात वरती छताला जाऊन भिडले. दार आत जाऊ लागलेले पहाताच मॅक्गिल ताबडतोब शिडीवरतीच खाली बसला. आतल्या आगीच्या ज्वाला, लोळ, धूर, वाफ वगैरे एकदम अंगावर येऊ शकणार होते; पण आतून काहीही बाहेर आले नाही.

मग वेळ न घालवता तो उठला व सरळ आत विमानात शिरला. तिथे थोडीशी मोकळी जागा होती. त्याने चटकन आजुबाजूला नजर फिरवली; पण कुठेच काही संशयास्पद दिसेना. ही जागा विमानातील पुढच्या बाजूची फॉरवर्ड गॅली होती. नकाशात दाखवल्याप्रमाणेच होती. त्याने आपला चेहऱ्यावरचा मुखवटा चाचपून तो नीट घट्ट असल्याची खात्री केली. हातातल्या नळकांड्यात भरपूर हवा आहे याची

खात्री त्याला बसवलेल्या मीटरवरून केली. हातातल्या कुऱ्हाडीने विमानाच्या भिंतीवर किंचित ठोकाठोकी केली.

त्याने समोरच्या दाराकडे पाहिले. तिथे कुठेच त्याला धूर दिसला नाही. पण विषारी वायूंची शक्यता मात्र अजून खोडून काढता येत नव्हती. तो परत दारात येऊन उभा राहिला आणि बाहेरच्या आपल्या माणसांना 'आपण ठीक आहोत' या अर्थाची खूण केली.

मग तो परत आत गेला. गॅलीच्या जागेतून पुढे गेला. त्याच्या उजव्या हाताला फर्स्ट क्लास वर्गाची केबिन होती. डाव्या बाजूला लांबलचक कोच वर्ग होता. समोरच एक गोल गोल जिना होता. तो जिना वरती घुमटाकडे जात होता. बोईंग-७४७ विमान पाहिले तर त्याच्या माथ्यावर एक मोठा फुगवटा आलेला दिसतो. त्याचा उल्लेख घुमट म्हणून केला जातो. या घुमटामध्ये कॉकपिट असते आणि बिझनेस क्लासची आसने असतात.

मॅकूगिल क्षणभर थांबला. त्याने विमानाच्या भिंतीमधून येणारे इंजिनाचे कंप अनुभवले; पण इंजिन सोडले तर तिथे कुठेही हालचाल नव्हती. प्रवाशांची उतरण्याची धावपळ नव्हती. विमान कर्मचाऱ्यांची लगबग नव्हती. सर्वत्र स्तब्धता होती. तो बावचळून गेला. आता हळूहळू भीतीची भावना त्याला वेढू लागली. त्या फायरसूटमध्ये त्याला उकडू लागले. त्याला स्वत:च्या श्वासोच्छ्वासाचा आवाज ऐकू येऊ लागला. फर्स्ट क्लास वर्ग आणि कोच वर्ग यावरच्या दारावरील पडदे ओढलेले होते. त्यामुळे आतले प्रवासी दिसत नव्हते. फेडरल एव्हिएशन एजन्सीच्या नियमानुसार विमान हवेत झेपावताना आणि खाली उतरताना हे पडदे बाजूला सारायला हवे होते. फ्लाईट अटेंडंटचे हे काम होते. तो कुठे गायब झाला होता? पण त्याला शोधणे हे काही त्याचे काम नव्हते.

एकदोन कंपार्टमेंटवरचे पडदे बाजूस सारून आत पहाण्याचा त्याला मोह झाला; परंतु त्याचे प्रशिक्षण त्याला तसे करू देत नव्हते. म्हणून तो कॉकपिटच्या दिशेने सरकू लागला. आपली कुऱ्हाड घेऊन त्याने त्या गोल गोल जिन्यावरती पाऊल टाकले. तो एका वेळी दोन दोन पायऱ्या चढत होता, पण अत्यंत सावकाशपणे. जेव्हा वरच्या मजल्याच्या जमिनीच्या पातळीला त्याची छाती आली तेव्हा त्याने आजुबाजूला पाहिले. बोईंग-७४७ चा तो घुमट चांगलाच मोठा होता. घुमटाच्या दुतर्फा आसनांच्या रांगा होत्या. आठ ओळींमध्ये बत्तीस आसने होती; पण त्या आलिशान आसनांमधून कोणत्याही प्रवाशाचे डोके वरती आलेले दिसत नव्हते; पण आसनांच्या हातांवर मात्र प्रवाशांचे हात दिसत होते. ते गलितगात्र होऊन पडलेले होते. त्यांची कोणतीही हालचाल होत नव्हती. "व्हॉट द हेल...?"

तो तसाच वर चढत गेला. घुमटाच्या मागच्या बाजूला असलेल्या एका

खोलीपाशी तो थांबला. घुमटाच्या मध्यभागी एक कपाटासारखे टेबल होते. त्यावर वृत्तपत्रे, मासिके, खाद्यपदार्थांच्या टोपल्या, इ. ठेवलेले होते. खिडक्यांमधून संध्याकाळचा सूर्यप्रकाश घुमटामध्ये सर्वत्र विखरून पसरलेला होता. त्या प्रकाशात धुलीकण तरंगताना दिसत होते. ते दृश्य मोहक होते, आकर्षक होते; पण मॅक्गिलला अंत:प्रेरणेनेच जाणवले की तो इथे मृत्यूच्या प्रदेशात आला आहे.

आसनांच्या रांगांमधून तो चालू लागला. दोन्ही बाजूंच्या प्रवाशांकडे नजर टाकीत तो पुढे सरकू लागला. तिथल्या आसनांपैकी निम्मी आसने रिकामी होती. बाकीच्या आसनांवरती मध्यमवयीन व वयस्कर स्त्री-पुरुष बसले होते. बिझनेस क्लास हा महागडा होता. त्यामुळे तिथे नेहमी वयस्कर गटातील श्रीमंत माणसे दिसतात. काहीजणांची आसने मागे तिरपी झालेली होती. त्यांच्या मांडीवरती वाचायला घेतलेली मासिके, वृत्तपत्रे पडली होती. काहींच्या मांडीवरती ट्रे होते. त्यात खाद्यपदार्थ होते व पेयाने भरलेले ग्लास होते. काहीजणांचे ग्लास हे आडवे पडून त्यामधील पेय सांडले होते. काही प्रवाशांच्या कानावर हेडफोन्स चढवलेले होते. त्यांच्या समोरच्या आर्म्सरेस्टवरती छोटे टेलीव्हिजनचे पडदे होते. ते छोटे टीव्ही चालूच होते. एकाच्या टीव्हीवरती एक प्रचारपट दाखवला जात होता.

मॅक्गिल पुढे सरकला. काही अंतर जाऊन तो मागे वळून पाहू लागला. त्याची खात्री होती की हे सर्वजण मरण पावलेले आहेत. त्याने एक खोल श्वास घेतला. आपले हादरलेले मन ताळ्यावर आणले. त्याने आपल्या उजव्या हातातील मोजा काढून घेतला व जवळच्या एका पोक्त स्त्रीच्या चेहऱ्याला स्पर्श केला. तिचा चेहरा थंडगार पडला नव्हता; पण तो जिवंत माणसासारखा उबदारही नव्हता. काही तासांपूर्वी ती मरण पावली असावी असा अर्थ त्याने काढला. सर्वजणांचीच तशी अवस्था होती. जेव्हा विमान खाली उतरण्यासाठी आपली उंची कमी करू लागले, त्याआधीच इथले प्रवासी मृत्यूमुखी पडले होते, असा निष्कर्ष निघत होता.

पुढच्या ओळीत बसलेल्या एका प्रवाशाचा चेहरा मॅक्गिल निरखून पाहू लागला. त्याच्या चेहऱ्यावर शांत भाव होते. त्याच्या ओठातून लाळ गळाली नव्हती की रक्त आले नव्हते, त्याला उलटीही झाली नव्हती. डोळ्यातून अश्रू आलेले नव्हते. कुठेही यातना झाल्याच्या खुणा तिथे नव्हत्या. सर्वांचेच चेहरे असे झाले होते... असले दृश्य मॅक्गिलने पूर्वी कधीच पाहिले नव्हते. विषारी वाफा, धूर यामुळे माणसांची तडफड होऊ लागते. तो गुदमरून जाऊ लागतो. एक यातनामय मृत्यू त्याला शेवटी येतो. त्या मृत्यूच्या भीतीच्या खुणा त्याच्या चेहऱ्यावरती उमटतात व मेल्यावरही तशाच गोठलेल्या रहातात. पण येथे तर शांत, निद्रेत गेल्यासारखी एक भावना होती. त्यानंतर मृत्यू आला.

मॅक्गिलने त्या कैद्याचा शोध घेण्याचा प्रयत्न केला. उजव्या बाजूला शेवटच्या

ओळीत तो होता. त्याच्या हातात बेड्या घातल्या होत्या. खिडकीजवळच्या आसनावर तो बसला होता. त्याने गडद करड्या रंगाचा सूट घातला होता आणि झोपण्यासाठी त्याने डोळ्यावरती कापडी काळी पट्टी चढवली होती. हा माणूस दिसायला स्पॅनिश किंवा मध्य पूर्वेतील किंवा भारतीय वंशाचा वाटत होता. त्याच्या शेजारचा माणूस हा पोलिसातला किंवा एफबीआयचा असावा. नक्कीच असावा. त्या दोघांच्या मागे एकच माणूस बसला होता. तोही पोलिसांचा माणूस असावा. ते दोघे त्या कैद्याला घेऊन जात होते. त्याने त्या माणसाच्या खांद्यावर थोपटले. त्यांच्या कमरेला पिस्तुलाचे म्यान दिसले. आता त्यांना बाहेर काढून २३ नंबरच्या गेटपाशी न्यायची जरुरी नव्हती. ते आता फक्त शववाहिनीमधून रुग्णालयाच्या शवागारात जाणार होते. त्यांच्या पिस्तुलांची चिंता मॅक्गिलला करण्याची काहीही गरज नव्हती.

त्याने परिस्थितीचा आढावा घेतला. इथे घुमटामधील सारेजण मृत्यू पावलेले आहेत. सर्व विमानामध्ये हीच हवा सर्वत्र खेळत असल्याने आतील सर्वजणच इथल्या दूषित हवेने मेलेले असणार. विमानाच्या बाहेरून इथल्या परिस्थितीचा अंदाज कधीच येणार नव्हता. इथल्या शांततेचे कारण मृत्यूचे तांडव! त्यामुळेच विमानाशी वायरलेस संपर्क साधला गेला नाही. जवळच्या छोट्या वायरलेस सेटवरती वैद्यकीय मदत ताबडतोब मागायचा मोह त्याला झाला; पण सारेजण आता मदतीच्या पलीकडे गेलेले आहेत, हे त्याच्या लक्षात आले. तरीसुद्धा त्याने आपला वायरलेस सेट हातात घेतला. पण त्यात काय बोलावे हेच त्याला सुचेना. तसेच, प्राणवायूचा मुखवटा चढवलेला असल्याने त्याच्या तोंडचे शब्द बाहेर येणार नव्हते. त्याने मग वायरलेस सेटचे बटण थांबून थांबून दाबण्यास सुरुवात केली. दुसऱ्या टोकाशी खट्खट्, खऽट, खऽट असा आवाज झाला. सांकेतिक भाषेत याचा अर्थ 'मी सुखरूप आहे' असा काढला जातो.

सोरेन्टिनोचा आवाज मॅक्गिलच्या वायरलेस सेटवरती आला, "रॉजर!" सोरेन्टिनोला बरोबर कळले होते.

त्या गोल गोल जिन्यामागे असलेल्या टॉयलेटकडे तो गेला. दारावरती VACANT ही अक्षरे होती. म्हणजे आत कोणीही नव्हते. तरीही त्याने दार ढकलून आत डोकावून पाहिले व खरेच आत कोणी नाही, याची त्याने खात्री करून घेतली.

त्या टॉयलेटच्या पलीकडे एक छोटी रिकामी जागा होती. तिथे एक स्त्री जमिनीवरती पडली होती. ती तिच्या कुशीवरती अशी काही पडली होती की ती वामकुक्षी करत आहे असेच वाटत होते. विमानातली ती फ्लाईट अटेंडन्ट होती. मॅक्गिलने तिच्या पायाच्या घोट्याची शीर दाबून पाहिले. त्याला तिथे नाडी लागली नाही. म्हणजे तीही मृत्यू पावली होती.

आता त्याची खात्रीच पटली की विमानातील सारेजण मृत्यू पावले आहेत.

कोणालाही वैद्यकीय मदतीची गरज नाही. तो चटकन कॉकपिटकडे धावला. कॉकपिटचे दार उघडायचा त्याने प्रयत्न केला; पण ते आतून बंद केलेले असल्याने उघडेना. तसा नियमच होता. त्याने दरवाजावरती जोरजोरात मुठी आपटल्या. चेहेऱ्यावरती मुखवटा होता तरीही तो ओरडून म्हणाला, "दार उघडा दार! इमर्जन्सी सर्व्हिस! ओपन अप!" पण त्याच्या ओरडण्याला कसलाच प्रतिसाद आला नाही. अन् तसा तो येणार नाही याची त्याला खात्री होती.

मग मॅक्गिलने हातात कुऱ्हाड घेतली व ती वर करून एक जोराचा घाव दाराच्या अंगच्या कुलपावर घातला. एक-दोन घावातच आतली लॅच तुटून दार उघडले गेले. ते अर्ध्या वाटेतच बिजागरीवरती फिरायचे थांबले. मग त्याने ते ढकलून कॉकपिटमध्ये प्रवेश केला.

वैमानिक व सह-वैमानिक आपापल्या आसनावरती बसलेले होते. त्यांनी आपल्या माना पुढे टाकल्या होत्या. जणू काही ते कुणाचे तरी भाषण भक्तिभावाने ऐकत होते. मॅक्गिल काही सेकंद तिथे उभा राहिला. पण त्याने त्या वैमानिकांना अजिबात स्पर्श केला नाही. मग तो ओरडून म्हणाला, "हेऽऽ! तुम्हाला ऐकू येते का?" आपण मृत व्यक्तीशी बोलत आहोत हे लक्षात आल्यावर तो गप्प झाला.

मॅक्गिल घामाने पुरता भिजून गेला होता. त्याचे पाय थरथरू लागले होते. त्याच्या जागी दुसरा कोणी असता तर त्याला मळमळले असते. पण मॅक्गिलने गेली बरीच वर्षे मृत व्यक्ती पाहिल्या होत्या. जळकी शरीरे वाहून नेली होती; पण मृत्यूच्या सान्निध्यात एकट्याने वावरण्याची त्याची ही आयुष्यातली पहिलीच वेळ होती. त्याने वैमानिकाच्या चेहऱ्याला आपल्या बिनहातमोजाच्या उघड्या हाताने स्पर्श केला. त्याला कळले की वैमानिकसुद्धा काही तासांपूर्वीच मरण पावला आहे.

मग येथवर विमान आणून कोणी खाली उतरवले?

त्याची नजर समोरच्या असंख्य मीटर्सच्या तबकड्यांवरती गेली. पूर्वी बोईंग विमानाच्या कॉकपिटमध्ये बसून त्याने सर्व मीटर्सचा अभ्यास केला होता. त्याला एक छोटासा प्रकाशित चौकोन दिसला. त्यावरती अक्षरे उमटली होती. AUTOLAND. शिकत असताना त्याला सांगितले होते की आता येथून पुढे संगणकाकरवी नवीन विमाने चालवली जातील. माणसाचा हात किंवा मेंदू कुठेही वापरावा लागणार नाही. त्या वेळी त्याचा यावरती विश्वास बसला नाही; पण तो विश्वास त्याला आता ठेवावा लागला.

या विमानातील सारेजण कसे मरण पावले याचा खुलासा करणाऱ्या कोणत्याही खुणा त्याला तिथे दिसल्या नाहीत. 'ऑटो-पायलट' विमान चालवित असल्याने त्या यूएस एअरवेजच्या विमानाशी टक्कर होण्याच्या बेतात होती, याचे कारण मात्र आता समजून आले. तसेच धावपट्टीवरून पळताना विमानाचे रिव्हर्स थ्रस्ट का

वापरले गेले नाहीत, याचाही उलगडा झाला. त्याचबरोबर दोन तास विमान 'नो रॅड' अवस्थेत का होते याचाही खुलासा झाला. म्हणूनच ते विमान थांबल्यावरही त्याची इंजिने बंद न होता चालू राहिली. बापरे! किती भयानक सारे! त्याला एकदम थकल्यासारखे वाटू लागले. ओरडावे, किंचाळावे किंवा ओकारी काढावी अशी तीव्र इच्छा त्याला झाली. पण त्याने यापैकी काहीही केले नाही. त्याचे प्रशिक्षण त्याच्या मदतीला धावून आले. मोठ्या प्रयासाने त्याने आपले डोके शांत ठेवले. परत एकदा खोलवर श्वास घेऊन त्याने स्वत:ला बजावले *'शांत रहा!'*

आता पुढे काय करायचे?

सर्वत्र बाहेरची हवा इथे खेळवायची.

त्याने डोक्यावरची एक झडप उघडण्यासाठी त्याचा खटका दाबला. ती झडप फटकन उघडली. संकटकाळी बाहेर पडण्यासाठी ती तिथे होती. त्यातून बाहेरच्या निळ्या आकाशाचा चौकोनी तुकडा आता दिसू लागला.

परत तो काही क्षण शांतपणे उभा राहिला. आता इंजिनांचा आवाज त्याला मोठ्याने ऐकू येऊ लागला. ती इंजिने बंद करायला हवीत. तसे करण्यात स्फोट होण्याचा कोणताही धोका नव्हता. पण ती चालू राहिल्यामुळे बाहेरची हवा ढवळली जाऊन ती आत येण्याची शक्यता जास्त होती. आतील दूषित हवा नाहीशी होणे हे प्रथम महत्त्वाचे होते. आपण या आधी जरी वेळ न गमावता हालचाली केल्या असल्या तरी परिस्थितीत काहीच फरक पडला नसता, हे त्याला पटले आणि त्यामुळे जरा बरे वाटले. प्रशिक्षणात दाखवलेल्या सौदी अरेबियातील अपघातासारखाच हा प्रकार होता; पण हा अपघात विमान प्रवासात असताना झाला होता. तसेच, इथे आगबिग लागली नव्हती. स्विस एअरचे बोईंग विमान जसे नोव्हा स्कॉटियात आदळले, तसे इथे ऑटो पायलटमुळे सुदैवाने घडू शकले नाही. इथे कुठेही यांत्रिक बिघाड नाही की इलेक्ट्रॉनिक्स सिस्टिम्स बंद पडल्या नाहीत. जो काही कार्यक्रम ठरवून दिला त्यानुसार ऑटो पायलट वागला.

मॅक्गिलने खिडकीतून बाहेर पाहिले. बाहेर स्वच्छ ऊन पडले होते. त्याला बाहेरच्या जिवंत माणसांच्या जगात जायचे होते. इथे थांबायचे नव्हते; पण त्याला इथली दूषित हवा निघून जाण्याची वाट पहाणे भाग होते. त्यासाठी त्याला इथली एअर कंडिशनिंगची सिस्टिम चालू करायची होती. तसे करणे त्याला जमायलाच हवे होते. कारण त्याच्याकडून तीच अपेक्षा होती. पण त्याचे मन बावरून गेले होते, गोंधळले होते, बधीर होऊ लागले होते.

शांत रहा! त्याने परत एकदा स्वत:ला बजावले. अशीच दोन मिनिटे गेली. पण फार मोठा काळ आपण इथे नुसते उभे रहाण्यात घालवला असे त्याला वाटले. काहीतरी करायला हवे. दोन्ही वैमानिकांच्या आसनाच्या मध्ये बरेच स्विचेस व

खटके होते. त्याला त्यातले इंजिनांचे खटके ठाऊक होते. त्याने ते एकामागोमाग एकेक फटाफट बंद केले. इंजिनकडे जाणारा इंधनाचा पुरवठा त्यामुळे तोडला गेला. समोरच्या पॅनेलवरचे आणि तिथले इतर बरेच दिवे त्यामुळे विझले. फक्त जे बॅटरीवर चालणारे दिवे होते तेवढेच जळत राहिले. बाहेरची ती चारही जेट इंजिने बंद झाली. त्यांच्याकडून होणारा तो घोंगावणारा आवाज सावकाश कमी कमी होत गेला. आता तिथे एक चमत्कारिक शांतता पसरली.

ती खऱ्या अर्थाने स्मशानशांतता होती!

तो इंजिनांचा आवाज बंद झाल्यावर बाहेर सर्वांनीच सुटकेचा निःश्वास टाकला असणार, हे त्याने ओळखले.

तेवढ्यात त्याला कसला तरी आवाज ऐकल्याचा भास झाला. त्याने कॉकपिटच्या दाराकडे पाहिले आणि तो आवाज ऐकायचा प्रयत्न करू लागला. तोंडावर मुखवटा असला तरी त्याने मोठ्याने म्हटले, "कोण आहे तिकडे?"

पण त्याच्या आवाजाला उत्तर आले नाही. उत्तर आले ते फक्त शांततेचे. एखाद्या घराला पिशाच्चाने पछाडावे व ते घर ओसाड पडल्यावर तिथे जशी शांतता असते, तशी ती बाधित शांतता होती! ठार शांतता होती! पण तरीही त्याने काहीतरी नक्की ऐकले होते. कदाचित इंजिने बंद केल्यामुळे ती थंड होत असतानाचा अधूनमधून होणारा आवाज असेल. किंवा वरच्या कंपार्टमेंटमध्ये एखादी पेटी ओढत नेल्याचा तो आवाज वाटत होता.

परत त्याने एकदा दीर्घ श्वसन केले. आपल्या भावना काबूत आणल्या. एकदा एका शवागारात तो गेला असताना मृतांची तपासणी करणाऱ्या एका डॉक्टरने त्याला म्हटले होते, "मृत व्यक्ती तुम्हाला काहीही करीत नाहीत. मृत व्यक्तीने जिवंत व्यक्तीला ठार मारल्याचे कधी ऐकिवात नाही."

त्याने कॉकपिटमध्ये नजर फिरवली. ते दोन्ही वैमानिक स्थिर नजरेने त्याच्याकडेच पहात होते. म्हणजे त्या डॉक्टरचे म्हणणे चूक होते तर. मृत व्यक्ती तुम्हाला दुखवू शकतात व तुमचा आत्मा मारू शकतात!

९

मी सारखा अस्वस्थ होत होतो. जॉर्ज फॉस्टरने टारमॅकवर उभ्या असलेल्या एका एफबीआयच्या माणसाला मोबाईल फोन लावला. तो तिथेच जवळ असलेल्या विमानतळाच्या पोलीस अधिकाऱ्याशी बोलू शकत होता. अन् तो पोलीस अधिकारी

कमांड सेंटरशी वायरलेसवर संपर्क साधू शकत होता. हे कमांड सेंटर कंट्रोल टॉवरशी संपर्क साधू शकत होते. तिथून खाली इमर्जन्सी सर्व्हिसच्या माणसांशी संपर्क होत होता.

मी जॉर्जला विचारले, "तो आपला माणूस काय म्हणत होता?"

"त्याने सांगितले की, इमर्जन्सी सर्व्हिसचा एक माणूस विमानात शिरला आहे. विमानाची इंजिने बंद झाली आहेत."

"मग त्या इमर्जन्सी सर्व्हिसच्या माणसाने आतल्या परिस्थितीबद्दल 'सिच्युएशन रिपोर्ट' दिला की नाही?"

"नाही. पण त्याने 'सर्व ठीक'चा आवाज बाहेर पाठवला."

"त्याने काहीतरी फटफट आवाज आत केला आणि बाहेर तो सर्वांना ऐकू आला. वाऽ!"

जॉर्जने एक मोठा श्वास सोडला व म्हटले, "जो माणूस आत गेला त्याच्या तोंडावरती प्राणवायूचा मुखवटा आहे. त्यामुळे त्याला वायरलेसवर बोलता येत नाही. म्हणून बटणे दाबून मोर्स कोडसारखे संकेत त्याने वायरलेसवर बाहेर पाठवले."

मी या २३ नंबरच्या गेटपाशी उभे राहून कंटाळलो होतो. मी जॉर्जला सुचवले, "मला बाहेर जाऊन टारमॅकवरच्या आपल्या माणसाशी बोलू द्या."

"का?" त्याने विचारले.

"का नाही?" मी प्रतिप्रश्न केला.

जॉर्जला आता मी खरेच सतावत होतो. मला जवळ थांबू दिले तर त्याला त्रास होणार. जाऊ दिले तरी मी काहीतरी करून ठेवीन असे वाटून त्याला त्रास होणार. त्याची मन:स्थिती द्विधा झाली. माझ्या वरिष्ठांवरती मी नेहमीच अशी वेळ आणत आलो होतो.

मग तो प्रत्येकाला म्हणाला, "विमानातली आपली दोन माणसे व तो कैदी यांना बाहेर काढून जेव्हा पोलिसांच्या गाडीत बसवले जाईल, तेव्हा टारमॅकवरचा आपला माणूस ताबडतोब ते मला मोबाईलवरती कळवेल. मगच आपण जिना उतरून टारमॅकवरती जाऊ. इथून तिथे पोचायला अवघी तीस सेकंद लागतात. तेव्हा प्रत्येकाने जरा सबुरीने घ्यावे. ठीक आहे?"

यावर मी काही वाद घालणार नव्हतो. पण केवळ रेकॉर्डसाठी मी म्हणालो, "यू आर इन्चार्ज."

विमानकंपनीच्या त्या तरुणीचा वॉकी-टॉकी खरखरला. तिने कानाला लावून काहीतरी ऐकले व आम्हाला म्हटले, "यांकी टीम पाचव्या राऊंडमध्ये जोरात आहे." फुटबॉल मॅचबद्दलची माहिती तिने दिली.

हॅत्तीच्या, किती मोठा सस्पेन्स तिने टाकला होता!

मग आम्ही त्या गेटपाशी इतका वेळ वाट पहात उभे राहिलो की शेवटी आमचा पुढचा आखलेला कार्यक्रम मागे पडू लागला. तिथल्या भिंतीवर एक मोठे पोस्टर होते. त्यावर स्वातंत्र्यदेवीच्या पुतळ्याचे चित्र होते. ते रात्रीचे चित्र होते. तिच्या हातातील तो दिवा पेटलेला होता. त्याच्या खाली एमा लॅझारस या कवयित्रीने लिहिलेल्या कवितेच्या ओळी छापल्या होत्या :

"मला तुमचे थकले; भागलेले गरीब जीव द्या, मुक्त श्वास घेण्याची धडपड करणारा तुमच्यातला दडपलेला समाज माझ्याकडे पाठवून द्या, ज्यांना किनाऱ्याबाहेर ढकलून दिले आहे, अशी बहिष्कृत माणसे माझ्याकडे पाठवा. अशा बेघर झालेल्यांचे मी या वादळात उभे राहून या सुवर्णद्वारापाशी माझा दिवा उंच धरून स्वागत करते."

मी ही कविता शाळेत शिकलो होतो. त्या वेळी ती मी पाठही केली होती. अजूनही या कवितेमुळे माझ्या भावना उचंबळून येतात.

मी केटकडे पाहिले. तिनेही नेमके त्याच वेळी माझ्याकडे पाहिले. तिने स्मित केले. मीही स्मित हास्य केले. जेव्हा गोळ्या लागल्यावर मी रुग्णालयात दाखल झालो, तेव्हा तिथले डॉक्टर मला म्हणाले, "जर तो ॲम्ब्युलन्सचा ड्रायव्हर आणि गाडीतला प्रथमोपचार करणारा पॅरामेडिक चलाख व चपळ नसते, तर आज इथे तुमच्या पायाच्या अंगठ्याला एक नावाची चिठ्ठी बांधली गेली असती व तुम्ही शवागारात पडून राहिला असता."

असल्या परिस्थितीतून वाचल्यावर आत्ताच्या परिस्थितीबद्दल मी उगाच कुरकूर का करायची? त्याऐवजी इथे केटचे मोहक स्मित हास्य पहात रहावे.

अशा विचारसरणीमुळे तुमचे आयुष्य खरोखर बदलले जाते. बाहेरून नाही, पण मनातून. व्हिएतनामच्या युद्धावर जाऊन आलेले माझे मित्र पाहिले की वाटते केव्हा काय होईल ते सांगता येत नाही. आपण इथे या जगात रजा घेऊन आलो आहोत आणि रोज रजेचा एकेक दिवस संपत चालला आहे. दर महिन्याला आपले इथले कॉन्ट्रॅक्ट नव्याने होते आहे.

काही महिन्यांपूर्वी याच वेळी न्यूयॉर्कच्या वेस्ट-१०२ स्ट्रीटवरती माझ्यावर तीन गोळ्या झाडण्यात आल्या होत्या. नंतर एक वर्षाने माझा त्या दिवसाचा पहिला वाढदिवस आला होता. माझा पोलिसातला सहकारी डॉम फानेली याने मला आग्रह करून वेस्ट-१०२ स्ट्रीटवरच्या बारमध्ये पिण्यासाठी नेले. तिथे माझे दहा-बारा जुने मित्र जमलेले होते. मी वाचल्याबद्दल त्यांनी मला मोठी पार्टी दिली. तीन गोळ्या खाऊनही मी वाचलो आणि आज इथे या कामावर धुसफुसत उभा आहे. पोलीस खात्यातील लोकांचे काय दैव असते पहा!

आपण आत्ता जे काही करू किंवा करणार नाही त्याची काही महिन्यांनी अत्यंत बारकाईने छाननी होईल, याची मॅक्गिलला पूर्णपणे जाणीव होती. पुढच्या महिन्यातच त्याला डझनभर चौकशी अधिकाऱ्यांपुढे उभे रहावे लागणार. त्यात एफबीआय व एफएएची माणसे असणार. आत्ताचा हा अपघात सबंध फायर ब्रिगेडच्या इतिहासात नोंदवला जाणार होता व नंतर वारंवार सांगितला जाणार होता. त्यात आपण नक्कीच 'हिरो' रहाणार, याची त्याला खात्री होती. अज्ञात भविष्यकाळापासून आत्ताच्या अडचणीच्या वर्तमानकाळात मॅक्गिलचे मन मागे खेचले गेले; पण आता पुढे काय?

विमानाची इंजिने जर बंद केली तर पुन्हा ती सुरू करण्यासाठी जी शक्ती लागेल ती ऑक्झिलिअरी पॉवर युनिटमधून घ्यावी लागते. ते कसे सुरू करायचे हे मॅक्गिलला शिकवले नव्हते. जर हे विमान टॅक्सीवेवरती न्यायचे असेल तर तो ते करू शकणार नव्हता. पण आत्ता इथे वैमानिक नसताना ही गोष्ट कशी करायची? त्याला एकच उपाय होता. तो म्हणजे एका वाहनाकडून हे विमान ओढत ओढत 'सुरक्षित ठिकाणी' घेऊन जायचे. तिथे ते आम जनता व प्रसिद्धी माध्यमे यांच्या नजरेच्या आड असेल. मॅक्गिलने असा विचार केला आणि आपला छोटा वायरलेस सेट हा मुखवट्याला दाबून धरला. आता तो मोठ्याने वायरलेसमध्ये बोलला, "रेस्क्यू वन, धिस इज रेस्क्यू एट-वन."

त्याचा दबका आवाज पलीकडे पोचला. तिकडून सोरेन्टिनोचा क्षीण आवाज आला, "रॉजर."

मॅक्गिलला तो आवाज क्षीण असला तरी कळला. तो म्हणाला, "गेट ए कंपनी टग हियर, एएसएपी. कॉपी?" विमान ओढून नेणारे कंपनीचे वाहन येथे आणा. समजले?

"कॉपी! ट्रान्स कॉन्टिनेन्टल टग. व्हॉटस् अप?" समजले! ट्रान्स कॉन्टिनेन्टलचे टग वाहन. आणखी काय?

"डू इट. आऊट!" हे आधी करा.

मॅक्गिल कॉकपिटमधून बाहेर आला. त्या गोल जिन्यावरून झरझर खाली उतरला. ज्या दारातून आत आला त्याच्या समोरचे दुसरे दार त्याने आता उघडले. डावीकडचा कोच सेक्शन झाकणारा पडदा त्याने बाजूला सारला. मग तो आत शिरला. हा कोच सेक्शन सर्वांत मोठा वर्ग होता. इथे प्रवाशांची नेहमी गर्दी असल्याने आसनसंख्या २५०च्या वरती होती. एका लांबलचक बोळात किंवा विमानाच्या धडामध्ये आसनांच्या रांगा होत्या. हाच तर विमानाचा मुख्य भाग म्हटला पाहिजे. त्या आसनांवरती बसलेले ते शेकडो प्रवासी मॅक्गिलने पाहिले. काही

बसलेले होते, काहीजण मागे रेलले होते, तर काहीजणांनी पुढे माना टाकल्या होत्या; पण सर्वजण स्तब्ध होते. त्यांची किंचितही हालचाल होत नव्हती. जणू काही ते एक छायाचित्र होते. मॅक्गिल रोखून पहात उभा राहिला. कोणीतरी हलेल किंवा आवाज करेल असे त्याला वाटले; पण कुठेही किंचितही हालचाल होत नव्हती, कसलाही प्रतिसाद नव्हता. त्याच्या येण्याची कोणीही दखल घेत नव्हते. चंदेरी सूट घालून व चेहऱ्यावरती मुखवटा धारण करून आलेला हा कोणी परग्रहावरचा मानव आहे की काय, असेही कोणाला वाटत नव्हते.

मग तो मागे वळला. पुन्हा गॅली ओलांडून त्याने फर्स्ट क्लासच्या वर्गावर लावलेले पडदे बाजूला सारले. मग दोन आसनांच्या रांगामधून तो बेधडक चालू लागला. जाता जाता त्याने काहीजणांना स्पर्श केला, तर काहीजणांच्या गालावर थापटूनही पाहिले; पण कोणीही त्याला प्रतिसाद दिला नाही. तिथे कुठेही जिवंतपणाचे चिन्ह त्याला आढळले नाही. त्याच्या मनात एक असंबद्ध विचार डोकावला. त्या फर्स्ट क्लासचे परतीचे पॅरिस - न्यूयॉर्क भाडे हे दहा हजार डॉलर्स होते. मग फर्स्ट क्लास व इकॉनॉमी क्लास यात काय फरक होता? सर्वांनी तीच एकच हवा श्वासोच्छ्वासात घेतली. फर्स्ट क्लासमधील प्रवासी इकॉनॉमी क्लासमधल्या प्रवाशांसारखेच मेले. त्यांना कसलेही कन्सेशन दिले गेले नाही.

मॅक्गिल फर्स्ट क्लासच्या वर्गातून कोच वर्गात गेला व पार टोकाशी जाऊन बाहेर पडला. तिथेही थोडी मोकळी जागा होती. ही मागच्या बाजूची गॅली होती. तिथे तसाच एक वरच्या डेकवर जाणारा गोल गोल जिना होता. अन् तशीच दोन बाजूला दोन दारे. ती दोन्ही दारे त्याने उघडली. बाहेरच्या मोकळ्या हवेसाठी त्याने चेहऱ्यावरचा मुखवटा दूर केला आणि तो दारात येऊन उभा राहिला.

त्याच्या वाहनाच्या रनिंग बोर्डवरती सोरेन्टिनो उभा होता. मॅक्गिल दिसताच त्याने ओरडून विचारले, ''वरती काय झाले आहे?''

एक सुस्कारा टाकून मॅक्गिल म्हणाला, ''वाईट घडले. फार वाईट झाले!'' आपल्या साहेबाचा चेहरा व बोलणे हे सोरेन्टिनोला चमत्कारिक वाटले. मॅक्गिल त्याला म्हणाला, ''कमांड सेंटरला कळवा. त्यांना सांगा की... फ्लाईट वन-सेव्हन-फाईव्हवरील एकूणएक जण मरण पावले आहे. जबरदस्त विषारी हवा इथे आहे.''

''बापरे!''

''टूर कमांडरला फोनवरती आणा. तसेच विमान कंपनीच्या प्रतिनिधीलाही इथे बोलावून घ्या. सर्वांना सिक्युरिटी एरियामध्ये यायला सांगा. कस्टम्स, बॅगेज, वगैरे साऱ्या खात्याच्या माणसांना तिकडेच बोलवा.''

''ठीक आहे,'' असे म्हणून सोरेन्टिनो वाहनात शिरला.

आता मॅक्गिल परत वळला. तो कोच सेक्शनमधून पुढच्या गॅलीकडे जाऊ

लागला. विमानाची पुढची दोन व मागची दोन दारे उघडल्यावर हवा खेळती राहून पूर्वीची विषारी हवा नाहीशी होईल, ही त्याची अटकळ खरी होती. त्याने धाडस करून तिथली हवा हुंगून पाहिली. त्यात काहीही खास धोकादायक वाटले नाही. फक्त एक चमत्कारिक वास तिथे होता. तो ओळखीचा वाटत होता. थोड्या वेळाने त्याच्या लक्षात आले की हा वास कडू चवीच्या बदामाचा आहे. पडदा बाजूस सारून तो आत शिरला. आसनांच्या रांगांमधून जाऊ लागला. तो शेवटपर्यंत गेला. पुन्हा पडदा बाजूस सारून बाहेरच्या गॅलीत आला. तिथेही दोन बाजूंना दोन दारे होती. ती त्याने उघडून टाकली. घामाने थबथबलेल्या त्याच्या चेहऱ्यावरून बाहेरच्या वाऱ्याची झुळूक लागल्यावर त्याला जरा बरे वाटले.

त्याच्या हातातला वायरलेस सेट खरखरला. मग एक आवाज त्यातून उमटला. "युनिट वन, धिस इज लेफ्टनंट पिअर्स. सिच्युएशन रिपोर्ट."

मॅकृगिल आता त्याच्या टूर कमांडरशी बोलू लागला, "युनिट वन. मी त्या विमानात आहे. ऑल सोल्स आर डेड! विमानातील एकूणएक जण मरण पावले आहे!"

त्यानंतर वायरलेसवरती बराच वेळ शांतता होती. मग त्याला विचारले गेले, "तुमची खात्री आहे का?"

"होय."

"पक्की खात्री?"

"येस सर, आय ॲम क्वाईट शुअर."

"कारण सापडले? विषारी हवा? धूर ? का इतर काही?"

"धूर नाही. फक्त विषारी वायू हवेत मिसळले असावे. त्यांचा उगम सापडला नाही. आता सर्व दारे उघडल्याने विमानात बाहेरची हवा खेळली आहे. मला आता प्राणवायूचा मुखवटा वापरण्याची गरज नाही."

"रॉजर!"

त्यानंतर तिथली शांतता असह्य होत होती. मॅकृगिलला ते सारे असह्य होऊ लागले; पण त्याला वाटले की हा सारा वातावरणात रेंगाळणाऱ्या त्या विषारी द्रव्याच्या परिणामापेक्षाही आपल्याला बसलेल्या मानसिक धक्क्याचा परिणाम असावा. आता आपण होऊन काही करण्याची त्याला इच्छा राहिली नाही. म्हणून तो केवळ वाट पहात राहिला. कमांड सेंटरमध्ये आता अनेकजण एकाच वेळी कसे बोलत असतील, याचे चित्र तो नजरेसमोर आणू लागला.

शेवटी लेफ्टनंट पिअर्स परत वायरलेसवर आला, "ओके... तुम्ही विमान कंपनीचा टग बोलावला ना?"

"ॲफर्मेटिव्ह!" होय!

"एखादे फिरते रुग्णालय मागवावे का?"

"त्याची अजिबात गरज नाही. प्रवासी नेण्यासाठी फिरते शवागार मागवून घ्या."

"रॉजर. ओके... आता हे सारे प्रकरण आपण सिक्युरिटी भागात नेऊ या. ती धावपट्टी मोकळी करा आणि विमान दिसणार नाही असे करा."

"रॉजर. मी टगची वाट पहातो आहे."

"येस... ओके... अं... तिथेच विमानात थांबून रहा."

"मी आता कुठेही जाणार नाही."

"तुम्हाला आणखी कोणी तिथे हवे आहे का? एखादा डॉक्टर?"

मॅक्गिलने एक दीर्घ श्वास बाहेर सोडला. या कमांड सेंटरमधल्या मूर्खांना 'सारेजण मेले आहेत' याचा अर्थ नीट समजलेला दिसत नाही. मॅक्गिल रुक्षपणे म्हणाला, "नाही."

"ठीक आहे... तर मग मी... असे धरून चालतो की ऑटो पायलटकडून विमान उतरवले गेले."

"ऑटो पायलट असेल किंवा परमेश्वर असेल; पण वैमानिक किंवा सह-वैमानिक तर नक्की नाहीत."

"रॉजर. मला वाटते की... अं, मला म्हणायचे की ऑटो पायलट बहुधा प्रोग्रॅमिंग करून ठेवले असेल."

"नाही, लेफ्टनंट. 'बहुधा' वगैरे काहीही नाही. ते दोन्ही वैमानिक पूर्ण थंडगार पडले होते."

"रॉजर... आग लागल्याचा काही कुठे पुरावा किंवा काही खाणाखुणा?"

"अजिबात नाही."

"आतल्या हवेचा दाब कमी झाला होता."

"नाही. तसे असते तर प्रवाशांच्या पुढे प्राणवायूंचे मुखवटे आपोआप लोंबकळू लागले असते. इथे फक्त घातक विषारी वायू एवढीच शक्यता दिसते."

"ठीक आहे. टेक इट ईझी. मी तुम्हाला सिक्युरिटी एरियात भेटतो."

"रॉजर," असे म्हणून मॅक्गिलने वायरलेस सेट बंद करून टाकला.

त्याला आता काही करायचे बाकी नव्हते. उगाच चाळा म्हणून त्याने काही प्रवाशांची तपासणी केली. त्यांच्यात जिवंतपणाची लक्षणे आढळतात का ते पाहिले. पण तरीही एकच सत्य सारखे समोर येत होते. ते म्हणजे मृत्यू!

त्या गर्दीने भरलेल्या कोच सेक्शनमध्ये त्याला एकदम गुदमरल्यासारखे वाटू लागले. आपण कोंडले जात आहोत असे वाटून त्याला प्रचंड भीती वाटली. त्यापेक्षा त्या घुमटाच्या सेक्शनमध्ये बऱ्यापैकी मोकळी जागा आहे, अधिक प्रकाश

आहे. शिवाय तिथल्या खिडक्यातून विमानाभोवती काय चालले आहे, तेही नीट पहाता येईल.

तो त्या कोच सेक्शनमधून बाहेर पडला. गोल गोल जिन्यावरून वरच्या डेकवर गेला आणि घुमटामध्ये प्रवेश केला. तिथल्या एका खिडकीमधून एक टग वाहन, म्हणजे विमानाला ओढून नेऊ शकणारे वाहन, जवळ येताना दिसले. उजवीकडच्या खिडकीमधून त्याला सर्व इमर्जन्सी वाहने एका रांगेत आपल्या फायर हाऊसकडे जाताना दिसली, तर काही वाहने सिक्युरिटी एरियाकडे चालली होती.

त्याच्या आसपास येथेही मृत शरीरे होती, पण त्यांची संख्या फार नव्हती. त्यांच्यात लहान मुले किंवा तान्ही बाळे नव्हती. त्यांच्याकडे दुर्लक्ष करायचे ठरवले तरी त्याचे तिकडेच लक्ष जात होते. सबंध विमानात फक्त तोच एकटा जिवंत माणूस होता.

पण हे तितकेसे खरे नव्हते आणि ते मॅक्गिलला ठाऊक नव्हते.

सोरेन्टिनो ह्याने ट्रान्स कॉन्टिनेन्टलचे विमान ओढणारे धूड ऊर्फ टग आलेले पाहिले. ते विमानाच्या नाकाखालच्या चाकापाशी अगदी जवळ येऊन थांबले. तो टग म्हणजे एक ट्रकसारखेच वाहन होते. फक्त त्याच्या दोन्ही टोकांना एकेक ड्रायव्हरची केबिन होती. दोन केबिनच्या मध्यभागी एक साधा सपाट पृष्ठभाग होता. अशी रचना असण्याचे एक कारण होते. जर नेहमीच्या ट्रकसारखी ड्रायव्हरची एकच केबिन पुढे असती तर हा टग ज्या विमानाला जोडायचा आहे, त्या विमानापर्यंत रिव्हर्स गिअरमध्ये मागे मागे सरकत जावे लागले असते. यात एक धोका असा लपलेला होता की हा टग मागे मागे घेताना ड्रायव्हरचा अंदाज चुकून तो जरा जादा मागे घेतला तर सरळ विमानाला धडकेल. अन् टगपेक्षा महागड्या विमानाचे कित्येक लाख डॉलर्सचे नुकसान होईल. त्याचबरोबर त्याची दुरुस्ती होण्यात इतके दिवस लागतील की तेवढ्या कालावधीत कंपनीचे त्या विमानाकडून रोज येत असलेले मोठे उत्पन्न बुडेल. म्हणून त्या टगच्या ट्रकला दोन्ही टोकांना ड्रायव्हरच्या केबिन्स ठेवल्या होत्या. गांडुळासारखा हा टग दुतोंडी झाला होता. याला दोन्ही बाजूने केबिन असल्याने कोठूनही ड्रायव्हर चालवू शके.

सोरेन्टिनोला या युक्तीचे फार कौतुक वाटत होते. आपल्या युनिटकडे असा एखादा टग का घेतला जात नाही, याचे त्याला आश्चर्य वाटत होते. त्याने आपला हा प्रश्न अनेकांना बोलून दाखवला होता. मग कोणीतरी एकदा त्याला सांगितले की या टगचा विमा एक तर फार मोठा असतो आणि त्यात फार गुंतागुंत असते. प्रत्येक विमानकंपनीकडे स्वत:चा एक टग असतो आणि जर या टगकडून विमानाचे पुढचे चाक निसटून आले तर मात्र १५ कोटी डॉलरच्या विमानाचे न परवडण्याजोगे

नुकसान होते; पण आपल्या इमर्जन्सी विभागाकडे एक टग असायला हवा. जितक्या अधिक प्रकारची वाहने जवळ असतील तितके चांगले, असे त्याचे मत होते.

टगच्या ड्रायव्हरने आपला टग विमानाच्या पुढच्या चाकाजवळ नेला. तेथपर्यंत त्याची केबिन गेली होती. मग त्याने एक लोखंडी व राक्षसी आकाराचा चिमटा विमानाच्या पुढच्या चाकांच्या गटाला लावला. त्या चिमट्याच्या पकडीत तो चाकांचा गट सापडला. सोरेन्टिनो त्याच्यापाशी जाऊन म्हणाला, "काही मदत पाहिजे?''

"नाही. तुम्ही कशालाही स्पर्श करू नका.''

"आले लक्षात. विम्याची भीती वाटते ना? पण मी माझा विमा उतरविला आहे.''

"पण तुमचा विमा या कामाच्या उपयोगाचा नाही.''

थोड्या वेळाने तो चिमटा विमानाच्या पुढच्या चाकांच्या गटाला पक्का व योग्य तऱ्हेने जखडल्याची खात्री पटल्यावर ड्रायव्हरने त्याला विचारले, "आता हे विमान कुठे ओढून न्यायचे?''

"हायजॅक एरिया.''

त्या ड्रायव्हरने सोरेन्टिनोकडे डोळे बारीक करून पाहिले. तो असे करणार याची सोरेन्टिनोला कल्पना होतीच. त्या ड्रायव्हरने आपली नजर वरती करून विमानाच्या उंच धुडाकडे एकदा पाहिले व त्याला विचारले, "म्हणजे काय? काय भानगड आहे?''

"ती तुमच्या विम्याचीच भानगड आहे, बेटा.''

"तुम्हाला नक्की काय म्हणायचे आहे?''

"तुमचे हे विमान म्हणजे आता एक महागडी शववाहिनी झाली आहे. आतले सारेच्या सारे मरण पावलेत. विषारी हवा.''

"बापरे, जीझस!''

"तेव्हा चला लवकर येथून. माझी गाडी तुमच्या पुढे राहील. तुम्ही बरोबर माझ्या मागून या. विमानाच्या मागून आणखी एक आमची गाडी राहील. त्या सिक्युरिटी विभागात जागेवर जाईपर्यंत वाटेत थांबायचे नाही.''

टग वाहनाचा ड्रायव्हर पुढच्या केबिनकडे निघून गेला. केबिनमध्ये चढून त्याने टगचे डिझेल इंजिन चालू केले, योग्य ते गिअर टाकले आणि धडधडत तो दुतोंडी टग चालू झाला. त्याच्या पुढे सोरेन्टिनोने आपला अवजड ट्रक ऊर्फ आगीचा बंब नेऊन चालू केला होता. सारी वरात त्या खास सुरक्षित जागेच्या क्षेत्राकडे मंद गतीने चालली.

सोरेन्टिनोने वायरलेसवर म्हटले, "युनिट वन मूव्हिंग. टग, एअरक्राफ्ट इन

टो. युनिट फोर इन ट्रेल.'' त्याने आपला वेग ताशी पंधरा मैल ठेवला. कारण टग तेवढ्याच वेगाने जाऊ शकत होता. त्यामुळेच तो सुमारे ४०० टन वजनाचे विमान ओढू शकत होता. त्याने आपल्या बाजूच्या आरशातून पाहिले. टग, विमान व युनिट फोर हे नीट येतात की नाही हे बघितले. टग व त्याचे वाहन यात फार अंतर पडायला नको की आपले वाहन हे टगच्या जवळ रहायला नको. कारण टगने अचानक ब्रेक मारणे हे धोक्याचे होते. ती मागची वरात चमत्कारिक दिसत होती. एक चमत्कारिक दिसणारा ट्रक एका अवाढव्य विमानाला खेळण्यासारखा ओढून नेत होता.

बापरे, आजचा दिवस किती भयानक ठरला आहे!

मी अस्वस्थ होत चाललो होतो. शेवटी जॉर्ज फॉस्टरला मी म्हटले, ''मी परत आपल्याला विनंती करतो, टारमॅकवर जायला मला कृपा करून परवानगी द्या.''

काय बोलावे ते फॉस्टरला सुचेना. त्याची द्विधा मनःस्थिती झाली होती. नेहमीप्रमाणे त्याला कसलाही निर्णय घेता येईना. शेवटी केट म्हणाली, ''ठीक आहे जॉन, तुम्हाला खाली टारमॅकवर जायची परवानगी दिली. मात्र त्यापुढे अजिबात नाही.''

विमानकंपनीच्या त्या तरुणीने गेटच्या कीपॅडमध्ये एक सांकेतिक नंबर दाबला. गेटचे दार उघडले आणि मी त्यातून पुढे गेलो. पुढे तो जेटवेचा लांबलचक बोगदा जोडला होता. मी त्यातून शेवटी गेलो व बाजूच्या जिन्यावरून खाली उतरून टारमॅकवर गेलो.

ज्या वाहनांच्या ताफ्यातून आम्ही फेडरल प्लाझाकडे जाणार होतो तो तिथेच टर्मिनल इमारतीपाशी उभा होता. मी तिथल्या एका पोलिसांच्या गाडीपाशी गेलो. माझे आयडेंटिटी कार्ड त्याला दाखवले आणि त्या पोलिसाला म्हणालो, ''ते इथे येणारे विमान रनवेवरती फेल झाले आहे. मला तिकडे जायचे आहे. ताबडतोब घेऊन चला,'' असे म्हणून मी दार उघडून त्याच्या शेजारी जाऊन बसलो. केटशी खोटे बोलल्याबद्दल मला खेद वाटत होता.

तो तरुण पोलीस म्हणाला, ''मला वाटले की ते इमर्जन्सी सर्व्हिसचे लोक तुमच्या माणसाला येथे घेऊन येणार आहेत?''

''ती योजना आता बदलली आहे.''

''ठीक आहे,'' असे म्हणून त्याने गाडी सुरू केली; पण त्याच वेळी त्याने वायरलेस सुरू करून कंट्रोल टॉवरला तिकडे जाण्यासाठी धावपट्टी ओलांडण्याची परवानगी मागितली.

तो गाडी हळू चालवित होता. कोणीतरी गाडीच्या बाजूने धावत होते हे माझ्या

लक्षात आले. मी त्या व्यक्तीकडे पहाताच तो एफबीआयचा माणूस आहे, हे माझ्या लक्षात आले. तो ओरडला, "थांबा!"

त्या पोलिसाने आपली गाडी थांबवली. आपले कार्ड दाखवीत त्याने मला म्हटले, "तुम्ही कोण?"

"कोरी."

"ओह... कुठे चाललात?"

"त्या विमानाकडे."

"का?"

"का नाही?"

"पण तिकडे जायला तुम्हाला कोणी परवानगी..."

तेवढ्यात अचानक तिथे केट उगवली आणि त्याला म्हणाली, "इटस् ओके... आम्ही नुसती खात्री करून घेतो आहे." असे म्हणून गाडीचे मागचे दार उघडून ती आसनावर जाऊन बसली.

मी त्या पोलिसाला म्हटले, "चला जाऊ या."

पण तो म्हणाला, "पण रनवे ओलांडण्यासाठी परवानगीची मी वाट पहातो आहे."

तेवढ्यात वायरलेस स्पीकरवरती आवाज आला, "रनवे ओलांडण्यासाठी कोण परवानगी मागते आहे आणि का?"

मी वायरलेसवरती म्हणालो, "इट इज ॲन इमर्जन्सी."

"इमर्जन्सी आहे हे मलाही ठाऊक आहे. पण तुम्हाला रन वे का ओलांडायचा—"

"थँक यू." असे म्हणून त्याचे बोलणे मी तोडून टाकले व त्या पोलिसाला म्हटले, "चला, जायला हरकत नाही."

"पण त्यांनी परवानगी —"

"चला, वेळ घालवू नका. लाईटस अँड सायरेन. प्लीज, माझ्यासाठी करा हे सारे."

त्या पोलिसाने खांदे उडवले. गाडीवरचा उघडझाप करणारा तांबडा दिवा लावला व भोंगाही चालू केला.

परत वायरलेसवरती कंट्रोल टॉवरकडून काहीतरी बोलणे सुरू झाले. भोंग्याच्या आवाजात ते नीट कळाले नाही. मी पटकन बटण फिरवून आवाजाचा व्हॉल्यूम पार कमी करून टाकला. कंट्रोल टॉवरने खुशाल आता बोंबलत बसावे. आमची गाडी आता वेगाने धावू लागली.

केट मला म्हणाली, "तुम्ही मला थाप मारली. माझ्याशी खोटे बोललात."

"आय ॲम सॉरी! व्हेरी सॉरी!"

त्या पोलिसाने गाडी चालवता चालवता मागे वळून बघता बोटाने खूण करीत मला विचारले, "ह्या कोण आहेत?"

"ती केट आहे आणि मी जॉन. जॉन कोरी. आपले काय नाव?"

"मी सिम्पसन," असे म्हणून त्याने टारमॅक सोडून गाडी हिरवळीवरती घातली. तिथून टॅक्सी वेवरती नेली. गाडी चांगलीच हादरू लागली.

"या टॅक्सीवे आणि रनवेपासून बाजूला रहाणेच योग्य असते?" तो पोलीस गाडी चालवता चालवता म्हणाला. रस्ता खराब नव्हता; पण गाडीने वेग घेतल्याने छोटे धक्के हे मोठे होऊन बसत होते. तो विचारू लागला, "तुमची ही कसली इमर्जन्सी आहे?"

"सॉरी, ते सांगता येणार नाही." खरे सांगायचे तर मला तरी नक्की कुठे सांगता येणार होते?

सिम्पसनने टॅक्सीवे सोडून गाडी वळवली. त्या जागेवरती खूप गवत वाढले होते. ते ओलांडून आम्ही सरळ मोठ्या धावपट्टीकडे निघालो. तो मला म्हणाला, "अजूनही त्या कंट्रोल टॉवरची परवानगी घ्यायला हवी."

"नाही. आता काही करता येणार नाही."

"पण एफएएचे नियम आहेत तसे. रनवे ओलांडायला बंदी आहे."

"त्याची काळजी करू नका. मी या रनवेकडे येणाऱ्या विमानांवर लक्ष ठेवतो."

शेवटी ती धावपट्टी आम्ही ओलांडली.

केट मला म्हणाली, "जॉन, जर नोकरीतून आपल्याला हाकलून दिले जावे असे तुम्हाला वाटत असेल तर तुम्ही आत्ता त्याला अनुकूल असेच वागता आहात."

ते बोईंग-७४७ विमान आता लांबून दिसले. ते फार दूर आहे, असे वाटत नव्हते; पण तो एक दृष्टिभ्रम होता. पण आम्ही विमानाच्या दिशेने कितीही जवळ जाऊ लागलो तरी त्याचा आकार मोठा होताना दिसेना. मी सिम्पसनला म्हटले, "वाढवा, वेग वाढवा."

मग ती पॅट्रोल कार एकदम धनुष्यातून बाण सुटावा तशी सुटली. वाटेतल्या छोट्या खाचखळग्यांमुळे ती दणके खात वर उचलली जात होती.

केटने मला विचारले, "हे सगळे करण्यामागे तुमचा काही विचारतर्क असेल तर तो मला समजवाल?"

"नाही."

"नाही काय? विचारतर्क नाही, का तो असेल तर मला सांगायचे नाही?"

"दोन्ही समजा."

"मग इकडे का आलात तुम्ही?"

"मला त्या फॉस्टरचा आणि टेड नॅशचा उबग आला होता."

"पण तुम्ही जादा स्मार्ट असल्यासारखे करत होता. इकडे येण्यासाठी नाहीतर काय कारण होते तुमच्याजवळ?"

"ते आपण विमानात गेल्यावर पाहू."

"म्हणजे तुम्हाला केवळ जुगार खेळायचा आहे. तिथे विमानात सर्व काही व्यवस्थित चालले असेल तर?"

"मला जुगार खेळायला आवडत नाही; पण तरीही आत्ता तो मला खेळलाच पाहिजे अशी परिस्थिती आहे."

यावर ती काहीच बोलली नाही. सिम्पसननेही काही विचारले नाही. त्याला आमच्या बोलण्यातून कसलाच बोध होत नव्हता. आम्ही विमानाच्या दिशेने चाललो होतो, पण तरीही ते अजून आवाक्यात आले आहे असे वाटेना. वाळवंटातल्या मृगजळासारखे ते कितीही जवळ गेले तरी दूर जात होते.

शेवटी केट म्हणाली, "ठीक आहे, तुमच्या या आत्ताच्या कृतीला मी पाठिंबा देईन."

"थँक्स, पार्टनर," मी म्हणालो. एफबीआयच्या माणसांचा आपल्या सहकाऱ्यांना सांभाळून घेण्याचा गुण मला आत्ता तिच्यात दिसला.

मला आता ते विमान आकाराने अधिक मोठे झालेले दिसेना. मी म्हणालो, "हे तर हलते आहे. पुढे पुढे चालले आहे."

सिम्पसनने खिडकीबाहेर डोके काढून पाहिले. तो म्हणाला, "होय... पण... मला वाटते की ते त्या विमानाला ओढून नेत आहेत."

"पण का ओढून न्यायचे?" मी विचारले.

"याचा अर्थ विमानाची इंजिने बंद केली असणार किंवा कधी कधी परत ती चालू करण्याऐवजी विमान ओढून नेणेच सोपे जाते."

"म्हणजे जसे मोटरगाडीचे इंजिन आपण नुसती किल्ली फिरवून चालू करू शकतो, तसे नाही करता येत?"

सिम्पसन यावर नुसताच हसला.

आता मात्र ते विमान आणि आम्ही यांच्यातले अंतर कमी कमी होऊ लागले. मी सिम्पसनला विचारले, "ते टर्मिनल इमारतीकडे का ओढून नेत नाही? भलतीकडे कुठे नेत आहेत?"

"वेल... अं, मला वाटते की ते हायजॅक एरियाकडे विमानाला नेत आहेत."

"काय?"

"म्हणजे सिक्युरिटी एरिया. जागा तीच."

मी केटकडे पाहिले. तीही विचारात पडली होती. शेवटी माझी अंत:प्रेरणा चूक ठरत नव्हती.

सिम्पसनने वायरलेस सेटचा स्पीकर मोठ्याने लावला. त्यावरून इमर्जन्सी सर्व्हिसच्या सर्व वाहनांमधले बोलणे, विमानतळ अधिकाऱ्यांचे संवाद, हुकूम वगैरे सारे काही ऐकू येत होते. याचा अर्थ नक्की काय झाले ते सर्वांना कळले होते. फक्त आम्हालाच ते ठाऊक नव्हते. मी सिम्पसनला विचारले, ''काय चालले आहे ते कळेल का आम्हाला?''

''अं ऽ हो... पण अपहरण नाही एवढे नक्की. तसेच काही यांत्रिक बिघाड झालेला नाही हेही कळते. बऱ्याच इमर्जन्सी गाड्या आता परत मागे फिरत आहेत.''

''काही वैद्यकीय भानगडी तर नाही ना? या गोंधळातून तसले काही ऐकू येते?''

''तसे काही मला वाटत नाही. कारण तशी वैद्यकीय मदत मागण्यासाठी जे संकेत बोलले जातात ते काही ऐकू येत नाहीत.'' मग तो थोडा वेळ थांबला. काही सेकंद ऐकल्यावर तो म्हणाला, ''अं, अं, ओह!''

''अं, अं, ओह! म्हणजे काय?''

आता केटने पुढे वाकून सिम्पसन काय बोलतो ते ऐकण्यासाठी आपले कान टवकारले.

''ते एमएम आणि एमई मागवत आहेत,'' सिम्पसन म्हणाला. एमएम म्हणजे मोबाईल मॉर्ग. फिरती शववाहिनी गाडी. अन् एमई म्हणजे मेडिकल एक्झॅमिनर. वैद्यकीय तपासणी करणारा.

मी सिम्पसनला म्हटले, ''स्टेप ऑन इट.''

मग त्यानेही मुकाट्याने ॲक्सिलरेटर दाबून गाडीला तुफान वेग दिला.

१०

मॅक्गिलने आपल्या अंगावरचा तो फायर सूट अक्षरश: ओरबाडून काढला. त्याला त्या सूटमध्ये फार उकडू लागले होते. त्याने तो सूट एका मृत व्यक्तीशेजारच्या रिकाम्या आसनावर फेकला. त्याच्या अंगात आता पोलिसांचा निळा गणवेष होता. घामाने तो भिजून चिंब झाला होता.

त्याच्याजवळील वायरलेस सेट खरखरला. त्याच्या नावाने सांकेतिक भाषेत कोणीतरी त्याला आवाहन करत होते. तो वायरलेसवर बोलू लागला, "युनिट एट, धिस इज वन. गो अहेड."

लेफ्टनंट पिअर्सन पुन्हा वायरलेसवरती विचारत होता, "मॅक्‌गिल, तुम्हाला आम्ही काही त्रास देत नाही; पण आमची खात्री करून घेण्यासाठी व रेकॉर्डसाठी विचारतो आहोत. विमानातील कोणत्याही माणसाला वैद्यकीय मदतीची अजिबात गरज नाही?"

मॅक्‌गिलची नजर कॉकपिटच्या उघड्या दारातून आत गेली. तिथली खिडकी त्यानेच उघडून ठेवली होती. ज्या सुरक्षित क्षेत्राकडे विमान ओढून नेले जात होते ती जागा आता शंभरएक फुटांवर आलेली दिसत होती. पुढच्या वाहनातील सोरेन्टिनो तर त्या जागेच्या फाटकापाशी पोचला असणार.

"मॅक्‌गिल?" वायरलेसवरून त्याला एक हाक मारली गेली.

मॅक्‌गिल सांगू लागला, "तिन्ही केबिनमध्ये मी स्वत: शंभराच्यावरती प्रवासी तपासले. एक प्रकारची ही चाचणी पहाणी होती. सर्वजणांची शरीरे थंडगार पडली होती आणि आणखी गार होत चालली आहेत. मी आता या घुमटामध्ये आहे. आता इथल्या हवेत मला कुजल्याची दुर्गंधी येत चालली आहे."

"ठीक आहे, ... नुसती खात्री करून घ्यायची होती. मी आता सिक्युरिटी एरियात आलो आहे. तुम्ही तिकडे पोचतच आहात."

"रॉजर, आणखी काही?" मॅक्‌गिलने विचारले.

"निगेटिव्ह, आऊट."

मॅक्‌गिलने आपला छोटा वायरलेस सेट परत आपल्या कमरेच्या पट्ट्यात अडकवला.

तो बेड्या घातलेला गुन्हेगार, त्याच्या बरोबरीचे ते दोन गुप्त पोलीस, यांच्याकडे त्याने नजर टाकली. दोन रांगांपलीकडे ते होते. तो तिकडे चालत गेला. मॅक्‌गिल हा प्रथम पोलीस होता, मग आग विझवणारा फायरमन होता. म्हणून त्याने विचार केला की या दोन्ही गुप्त पोलिसांजवळील पिस्तुले प्रथम आपण ताब्यात घ्यावीत. नंतर प्रेते हलविण्याच्या धावपळीत जर कुठे ती पिस्तुले गहाळ झाली तर उगाच गोंधळ होईल. त्या दोघांपैकी एकाचा कोट त्याने उघडला आणि कमरेच्या कातडी म्यानात हात घातला; पण तिथे पिस्तूल नव्हते. अजिबात नव्हते. त्याला आश्चर्याचा धक्का बसला. 'व्हॉट द हेल...?' असे म्हणून त्याने दुसऱ्याचे पिस्तूल शोधण्याचा प्रयत्न केला. पण तिथेही तोच प्रकार. नुसतेच कातडी म्यान. पिस्तूल गायब. त्याने दोघांच्याही कोटाचे खिसे तपासले; पण पिस्तुले सापडली नाहीत. कमाल आहे. आता ही एक काळजी करण्याजोगी व दखलपात्र बाब झाली.

मॅक्गिलचे मन आता मात्र थकले. पुरते थकले. सकाळपासून त्याला एकावर एक धक्के बसत होते. त्याच्या तोंडाला कोरड पडली. तहान भागवण्यासाठी तो गॅलीतल्या जागेच्या मागच्या बाजूला गेला. तिथे प्रवाशांना खाद्यपेये पुरवण्यासाठीचे सामान ठेवले जाते. तिथेच ती विमानसेविका जमिनीवरती मरून पडली होती. त्याने तिच्याकडे दुर्लक्ष केले. पिण्यासाठी त्या सामानातली एखादी बाटली उचलायला हवी होती. इथले कोणतेही सामान उचलायचे नाही, कोणतीही वस्तू घ्यायची नाही, हे त्याला ठाऊक होते; परंतु आता त्याचा नाईलाज झाला होता. खरे काय अन् खोटे काय हे त्याला कळेनासे होऊ लागले होते. घशातली तहान वाढली होती. तिथल्या छोट्या कपाटात त्याला सोड्याचा एक टिन मिळाला. त्यातील सोडा प्यावा की न प्यावा याचा एकदोन सेकंद त्याने विचार केला. शेवटी शारीरिक गरजेने सद्सद्विवेकबुद्धीवर मात केली. त्याने त्या टिन कॅनचे झाकण उचकटून एका दमात जमेल तेवढा सोडा घशात ओतला; पण त्याचे तरीही समाधान झाले नाही. काहीतरी आणखी तीव्र, स्ट्रॉंग, जबरदस्त पेय हवे. तिथे एक स्कॉच व्हिस्कीची छोटी बाटली होती. त्याने ती उघडून संपूर्ण बाटली एका दमात पिऊन टाकली. त्यावर परत त्याने सोडा प्यायला. मग ती रिकामी बाटली व सोड्याचा टिन कॅन तिथल्या कचरापेटीत टाकून दिले. त्याला एक ढेकर आली. आता त्याला जरासे बरे वाटले.

विमान पुढे सरकण्याचा वेग आता कमी झाला होता. थोड्याच वेळात ते थांबणार होते. मग इथे निरनिराळ्या अधिकाऱ्यांची व पोलिसांची गर्दी होईल. त्यात त्याचा साहेब लेफ्टनंट पिअर्सन असेल. त्याच्याशी बोलून सारे काही दाखवावे लागेल; पण त्या आधी त्याला लघवीची भावना झाली. साहेबापुढे उभे रहाण्याआधी लघवी केली तर फार बरे पडेल, असे वाटून तो गॅलीच्या जागेतून बाहेर पडला. जवळच एक स्वच्छतागृह होते. त्याच्या दाराच्या मुठीला त्याने हात घातला; पण ते दार उघडेना. दार बंद होते. त्या दारावरती OCCUPIED अशी तांबडी प्रकाशित अक्षरे उमटली होती. याचा अर्थ आत कोणीतरी होते!

पण... पण याला काही अर्थच नाही. आपण मघाशी जेव्हा सारे विमान तपासले तेव्हा स्वच्छतागृहसुद्धा तपासले होते. त्या वेळी ते उघडे होते आणि आत कोणीच नव्हते. तो गोंधळलेल्या अवस्थेत तिथे उभा राहिला. इतक्या कमी वेळात स्कॉच चढावी? का आपल्यालाच भ्रम होतो आहे? त्याने परत एकदा दार ओढून पाहिले.

अन् या वेळी ते उघडले गेले!

आतमध्ये एक माणूस उभा होता. त्याच्याकडे तोंड केलेला, रापलेला चेहरा असलेला तो माणूस उंच होता. त्याच्या अंगावरती एक निळा ओव्हरऑल होता.

त्याच्या छातीवरच्या खिशावर ट्रान्स कॉन्टिनेन्टल विमान कंपनीचे बोधचिन्ह होते.

मॅक्गिल क्षणभर दिङ्मूढ झाला. काय बोलावे ते त्याला सुचेना. मग तो कसाबसा म्हणाला, "तुम्ही इथे कसे..."

त्या माणसाच्या चेहऱ्यावरील दोन काळे डोळे मॅक्गिलचा वेध घेत होते. जणू काही ते गिरमिटासारखे त्याच्या मेंदूत घुसत चालले होते.

त्या माणसाने त्याचा उजवा हात उचलला. तेव्हा मॅक्गिलला दिसले की त्या माणसाच्या हातावर एक ब्लॅन्केट गुंडाळलेले आहे. हे जरासे चमत्कारिकच होते.

मॅक्गिलने सारे धैर्य एकवटून त्याला विचारले, "हू द हेल आर यू?"

"मी असद खलील."

त्यानंतर मॅक्गिलने पॉईंट फॉर्टी पिस्तुल झाडल्याचा दबका आवाज जेमतेम ऐकला असेल किंवा नसेल; पण त्या पिस्तुलाची गोळी त्याचे कपाळ फोडून गेली होती.

"अँड यू आर डेड!" असद खलील म्हणाला.

सोरेन्टिनोने आपला आगीचा बंब त्या हायजॅक ऊर्फ सुरक्षित क्षेत्राच्या फाटकामधून आत नेला. त्याने आतमध्ये सर्वत्र नजर फिरवून पाहिले. ती एक वर्तुळाकृती भली मोठी जागा होती. त्या जागेच्या बाहेर उंच खांब होते व त्यावरती सोडियम व्हेपर दिवे लावलेले होते. ते एक बेसबॉलचे स्टेडियम आहे असेच त्याला वाटले. फक्त इथे कॉन्क्रिटची जमीन होती. त्या जागेभोवती जी भिंत होती ती बारा फूट उंच होती. दर तीस फुटांवरती तिथे बाहेर उंच प्लॅटफॉर्म होते. त्यांना चांगले पोलादी आवरण होते. त्या आवरणाला काही ठिकाणी रुंद भेगा ठेवल्या होत्या. या प्लॅटफॉर्मवरती उभे राहून बंदूकधारी समोर आणून ठेवलेल्या, अपहरण केलेल्या विमानावर नजर ठेवून रहात. वेळ पडल्यास त्या फटीतून आपल्या बंदुकीच्या नळ्या घालून गोळ्या झाडत.

सोरेन्टिनो इथे काही वर्षांपूर्वी आला होता. आता या जागेत कोणीही बंदुकधारी उभा नाही, हे त्याला ठाऊक होते. त्याने वाहनाच्या साईड व्ह्यू आरशात पाहिले. मागचा टग ड्रायव्हर नीट फाटकातून आत शिरतो की नाही हे त्याला पहायचे होते. विमानाचे धड आत शिरू शकेल एवढे ते फाटक रुंद होते; पण तरीही विमानाचे पंख आत शिरतील की नाही असे क्षणभर तिऱ्हाईताला वाटून जाईल. परंतु फाटकाच्या उंचीपेक्षाही विमानाचे पंख उंचावर असल्याने त्यांना कुठेच अडथळा होऊ शकत नव्हता. पण तरीही, विमानाचा भव्य आकार एवढा मनात ठसला असतो की फाटकातून विमान नेताना ड्रायव्हरला क्षणभर ते अडचणीचे वाटते. सोरेन्टिनोला हे ठाऊक होते. म्हणून तो मागे वळून पहात होता.

तो टग फाटकातून आत शिरला, विमानाची पुढची चाकेही आत आली आणि

त्यापाठोपाठ भिंतीवरून विमानाचे दोन्ही पंख अगदी सहजपणे आत शिरले.

आत शिरल्यावर सोरेन्टिनोला दिसले की येथे बरीच गर्दी जमली आहे. बाकीचे सारे आधीच येथे येऊन पोचले होते. ते फिरते 'इन्सिडंट कमांड सेंटर' आले होते. ते सेंटर म्हणजे एक लांबलचक व्हॅन होती. व्हॅनमध्ये वायरलेस सेट, टेलिफोन्स आणि अधिकारी यांची गर्दी झाली होती. येथून निम्म्या जगात तरी थेट संपर्क साधता येत होता. एव्हाना त्यांनी न्यूयॉर्क पोलीस दल, एफबीआय, एफएए इत्यादींशी संपर्क साधून त्यांना बोलावून घेतले असणार. इतकेच नव्हे, तर बंदरावरील कोस्ट-गार्डची हेलिकॉप्टर्ससुद्धा त्यांनी मागवून घेतली असतील. कधी कधी हेलिकॉप्टर्सचा उपयोग विशिष्ट प्रसंगी होतो हेही तितकेच खरे. कस्टम्स अधिकारी, पासपोर्ट अधिकारीही इथे येणार. जरी प्रवासी मंडळी मृत झालेली असली तरीही हे अधिकारी नक्की येणार असे सोरेन्टिनोला वाटले; कारण अमेरिकेत प्रवेश करणारी कोणतीही व्यक्ती, मग ती जिवंत असो वा मृत असो, तिची व्यवस्थित कायदेशीर छाननी होऊन कागदोपत्री नोंद झाली पाहिजे. कायदा म्हणजे कायदा! कायद्यापुढे जिवंत वा मृत दोघेही समान असतात, असे त्याला वाटून गेले. त्या अधिकाऱ्यांचे ते रोजचेच काम होते. फक्त आज प्रवासी त्यांच्याकडे न जाता, ते प्रवाशांकडे जात होते. अन् प्रवाशांना त्यांच्या प्रश्नांची उत्तरे देण्याची आज गरज नव्हती.

सोरेन्टिनोने आपल्या वाहनाचा वेग आणखी कमी केला. मागचे विमान त्या जागेत बरोबर मध्यभागी यायला हवे होते. तो मध्यभागाच्याही पुढे काही फूट गेला. मागचा टग आणि ते ओढत आणलेले दुर्दैवी विमान आता थांबले. आता ते बरोबर केंद्रभागी होते. त्याच्यावर सर्व बाजूंनी अनेकांच्या नजरा खिळल्या होत्या.

तिथे एक फिरते शवागार आधीच येऊन दाखल झाले होते. आणखी एक मोठी लांबलचक व्हॅन होती. ती संपूर्ण व्हॅन म्हणजे एक रेफ्रिजरेटर होता. त्या दोन्ही वाहनांभोवती पांढऱ्या गणवेषातील अनेक माणसे उभी होती. प्रत्येक प्रेताचे नाव, नंबर, आसन क्र. वगैरेचा तपशील लिहून ती चिठ्ठी त्या प्रेताच्या डाव्या पायाच्या अंगठ्याला बांधणार होते.

विमानाला एकूण सहा दारे असल्याने तिथे जिने असलेले सहा ट्रक येऊन पोहोचले होते. इमर्जन्सीची माणसे, विमानतळ अधिकारी, पोलीसवर्ग वगैरे त्या जिन्यापाशी होते. प्रथम ते विमानात शिरून आपापली कामे सुरू करणार होते, अन् ती तीनशे प्रेते बाहेर आणणार होते.

ट्रान्स कॉन्टिनेन्टल विमानकंपनीची अनेक वाहने तिथे आलेली सोरेन्टिनोने पाहिली. त्यात ट्रक्स, सामान हलवणारे सरकते पट्टे, रोलर्स, सामान वाहून नेणाऱ्या छोट्या गाड्या आणि एक सिझर-ट्रक होता. त्यातला प्लॅटफॉर्म पाहिजे तितका उंच केला जाई. विमानाच्या दाराला तो भिडताच त्यावर आतले सामान काढून ठेवले

जाईल. मग तो फ्लॅटफार्म खाली येईल. मोठ्या पोलादी कैच्यावरती तो प्लॅटफॉर्म विसावला होता. अशा अनेक दुहेरी कैच्या एकाखाली एक जोडल्याने प्लॅटफॉर्मचे खालीवर करणे साध्य होत असे. प्रवाशांच्या सामानाच्या हलवाहलवीसाठी तिथे विमानकंपनीची वीस माणसे हजर होती. त्यांच्या अंगात निळे गणवेष होते व हातात कातडी हातमोजे होते.

क्ष-किरणांचे एक यंत्र असलेली ट्रक उभी होती. बॅगेतील आक्षेपार्ह वस्तूंचा क्ष-किरण सोडून वेध घेतला जाणार होता. नेहमी खाद्यपदार्थ विमानात पुरवणारे चार ट्रक्स होते. त्यांच्या केबिन्स या सिझर ट्रकमधील प्लॅटफॉर्मसारख्याच खाली-वर करता येणाऱ्या होत्या. आता खाद्यपदार्थाऐवजी विमानातली प्रेते बाहेर आणण्यासाठी यांचा उपयोग केला जाणार होता.

येथे होणाऱ्या गोष्टी एरवी टर्मिनल इमारतीमध्ये होत. त्या आता इथे होणार होत्या. फक्त प्रवाशांची वाट पहाणारे त्यांचे नातेवाईक येथे नव्हते. त्यांना तिकडे अजूनही बातमी दिली गेली नव्हती. थोड्या वेळाने त्यांना कुठेतरी वेगळ्या हॉलमध्ये बोलावून विमान कंपनीतर्फे अधिकृतपणे ती बातमी दिली जाणार होती.

विमान कंपनी प्रत्येक प्रवाशाच्या सामानाची, त्याच्या अंगावर असलेल्या वस्तूंची, हातातल्या बॅगांची, काळजीपूर्वक नोंद ठेवून त्या गोष्टी त्याच्या नातेवाईकांना परत करणार होती. मग काही दिवसांनी या भयानक घटनेचे सर्व कायदेशीर सोपस्कार पार पडल्यावर हेच विमान पुन्हा कंपनीसाठी खोऱ्याने पैसे ओढू लागणार होते. सोरेन्टिनोला एक शंका आली. ज्या प्रवाशांनी पॅरिस ते न्यूयॉर्क आणि परत अशी जी रिटर्न तिकीटे काढली, त्या प्रवाशांच्या नातेवाईकांना परतीच्या तिकिटांचे पैसे परत केले जाणार होते काय?

विमानतळाचा एक पोलीस सोरेन्टिनोच्या मंद गतीने चालणाऱ्या आगीच्या बंबापुढे आला आणि तो हाताने 'आणखी थोडे पुढे या' अशी खूण करू लागला. थोडे अंतर जाताच त्याने 'थांबा' अशी खूण केली. सोरेन्टिनोने वाहनाच्या माथ्यावरील फिरता दिवा बंद केला. मग त्याने एक खोल श्वास घेतला आणि आपल्या दोन्ही हातात तोंड खुपसले. आपल्या ओल्या गालांचा स्पर्श होताच त्याला कळले की आपण इतका वेळ रडत होतो.

११

आम्ही आता कोणीच बोलत नव्हतो. सिम्पसनने वायरलेस सेटची बटने

फिरवून एका इमर्जन्सी वाहनाशी थेट संपर्क साधला. त्याने स्वत:चे नाव सांगून विचारले, "ट्रान्स कॉन्टिनेन्टल वन-सेव्हन-फाईव्हची काय अडचण आहे?"

स्पीकरमधून आवाज आला, "दूषित विषारी हवा विमानात पसरली. आग नाही. ऑल सोल्स लॉस्ट."

यावर सिम्पसन काहीच बोलला नाही. सबंध गाडीत शांतता पसरली.

स्पीकरमधून आवाज आला, "कॉपी?"

मग सिम्पसनने आपला घसा साफ केला व उत्तर दिले, "कॉपी. ऑल सोल्स लॉस्ट! आऊट."

त्याने वायरलेस सेट बंद केला. नाहीतरी यापेक्षा काय जास्त बोलता येऊ शकत होते?

थोड्या वेळाने केट म्हणाली, "माय गॉड... असं कसं झालं?"

कोणाकडेही तिच्या प्रश्नाचे उत्तर नव्हते. आता घाई करण्यात काय अर्थ होता? सिम्पसनने आपल्या गाडीचा वेग ताशी पंधरा मैलांवर आणला.

आमच्या समोरचे दृश्य भव्य होते. अवाढव्य आकाराचे ते विमान ट्रॅक्सी वेवरून एका पोलादी भिंतीला पार करून जात होते. त्या चमत्कारिक दिसणाऱ्या भिंतीला आत प्रवेश करण्यासाठी एक विस्तृत फाटक होते. त्या विमानाचे नाक त्या जागेतून प्रथम आत घुसले. मग त्याचे ते गरुडासारखे लांबलचक पंख त्या पोलादी भिंतीवरून सहज आत गेले.

काही मिनिटातच आम्ही त्या जागेपाशी गेलो. पण तिथे इतर ट्रक्स, अवजड वाहने, गाड्या या आधीपासून येऊन थांबल्या होत्या व त्या विमानाची वाट पहात होत्या. विमान त्या हायजॅक एरियात शिरल्यावर त्यामागोमाग जाण्यासाठी वाहनांची गर्दी उसळली. तिथे एक 'ट्रॅफिक जॅम' झाला.

मला राहवेना. मी सिम्पसनला म्हणालो, "मला आतमध्ये भेटा." गाडी थांबवून मी बाहेर पडलो व त्या विमानाच्या दिशेने धावू लागलो. माझ्या मागोमाग गाडीचे दार आपटल्याचा आवाज झाला. पळता पळता मी मागे वळून पाहिले तर केटही माझ्या मागोमाग धावत येत होती. मी का पळत होतो ते मला कळले नाही. पण माझ्या मनात 'चल, पळ' अशी एक आज्ञा उमटली आणि मी तिचे पालन केले. माझ्या छातीवर गोळी लागल्याचा एक व्रण होता. तो आता दुखू लागला.

मी आणि केट त्या हायजॅक एरियात ऊर्फ सुरक्षित क्षेत्रात शिरलो. आतमध्ये मध्यभागी ते विमान व सभोवताली चित्रविचित्र वाहनांची गर्दी. मला ते दृश्य परग्रहावरून आलेली उडती तबकडी ज्या *क्लोज एन्काऊन्टर ऑफ द थर्ड काइंड* या चित्रपटात दाखवली आहे, त्या चित्रपटातल्यासारखे वाटले. किंवा टीव्हीवर दाखवल्या जाणाऱ्या *एक्स-फाईल्स* या मालिकेतल्यासारखे वाटले.

आम्ही अजूनही पळत होतो. एक पोलीस समोरून आला व म्हणाला, "कुठे आगबिग लागल्यासारखे का पळता आहात?"

मी थांबून श्वास घेण्याचा प्रयत्न केला आणि म्हणालो, "एफबीआय!" पण माझ्या फुफ्फुसातून फक्त एक शिट्टीसारखा आवाज बाहेर पडला. मला धाप लागल्याने बोलवत नव्हते.

केटने तिचे एफबीआयचे कार्ड दाखवून अजिबात धापा न टाकता म्हटले, "एफबीआय. आमचा एक कैदी व त्याला घेऊन येणारी दोन माणसे विमानात आहेत."

"आता घाई करू नका. विमानातील सारेजण मरण पावले आहेत."

मी माझे आयडेन्टिटी कार्ड काढून माझ्या खिशाला लावले. अजूनही मी धापा टाकीतच होतो. केट सांगत होती, "आम्हाला त्या तिघांच्या प्रेतांचा ताबा घ्यायचा आहे."

"ते काम करायला दुसरी माणसे आहेत, मिस्."

"सार्जंट, आमच्या त्या दोन माणसांजवळ शस्त्रे व महत्त्वाची कागदपत्रे आहेत. ही बाब एकदम राष्ट्रीय सुरक्षिततेची आहे. खूपच कॉन्फिडेन्शियल अँड सेन्सेटिव्ह."

"थांबा जरा," असे म्हणून त्याने आपला हात लांब केला. त्याच्याजवळ दुसरा एक पोलीस होता. त्याने जवळचा वायरलेस सेट त्याच्या हातात दिला. तो सार्जंट वायरलेसवर बोलू लागला व थांबून ऐकू लागला. मग तो आम्हाला म्हणाला, "खूप जणांची बोलणी चालू आहेत. लॉट ऑफ रेडिओ ट्रॅफिक, दॅट बर्ड केम इन टोटल नो रॅड."

"आम्हाला ठाऊक आहे ते सारे," मी म्हणालो. तो विमानाला 'बर्ड' म्हणत होता. मला आता त्यांची संकेत-भाषा समजू लागली होती.

मी विमानाकडे पाहिले. त्याच्याजवळ आता एक जिना नेला जात होता.

त्या सार्जंटला वायरलेसवरती उत्तर मिळत नव्हते. तो म्हणाला, "ते समोर मोबाईल इन्सिडन्ट कमांड सेंटर दिसते आहे ना? प्लीज, तिकडे कोणाला तरी गाठून तुमची अडचण सांगा. तेथून एफबीआयला थेट कनेक्शन आहे."

आम्ही ताबडतोब त्या सेंटरकडे धाव घेतली. मला अजूनही धाप लागली होती. ते पाहून केट म्हणाली, "आता कसे वाटते आहे?"

"ठीक आहे."

तो सार्जंट आता दुसऱ्या कोणाशी तरी बोलण्यात गर्क झाला होता. ते पाहून आम्ही दिशा बदलून विमानाकडे धाव घेतली.

एक जिना विमानाच्या मागच्या दरवाजाला लावला होता. काही इमर्जन्सी सर्व्हिसची माणसे तो जिना चढू लागली होती. त्यांच्या मागे पांढऱ्या पोषाखातील

मेडिकलची माणसे आणि विमान कंपनीची काही माणसे ओव्हरऑल घालून त्यांच्या मागे जाऊ लागली होती. बिझनेस सूट घातलेला एक माणूस त्यांच्यात होता. मी आणि केट तिकडे धावलो. जिन्यावरती बाकीच्यांना मागे टाकीत विमानात घुसलो. तिथे फक्त इमर्जन्सी फ्लोअर लाईटस् लागलेले होते. बहुतेक ते बॅटरीवर चालत असतील. डाव्या बाजूच्या काही खिडक्यांमधून थोडासा बाहेरचा प्रकाश आत येत होता.

आमच्या मागोमाग विमानात चढलेली माणसे आता स्तब्धपणे उभी होती. जे काही आवाज होत होते ते सारे बाहेरून येत होते. तो जो बिझनेस सूटमधला माणूस आत आला, त्याच्या कोटावर त्याचा आयडेन्टिटी पास चिकटवला होता. मी नीट पाहिले तर तो विमान कंपनीचा पास होता. त्याचा चेहरा फारच पडलेला होता. तो म्हणाला, ''धिस इज ऑफुल ... फारच भयंकर आहे हे!'' त्याने थोडे थांबून मला आपली ओळख करून दिली, ''मी ट्रान्स कॉन्टिनेन्टलचा बॅगेज सुपरवायझर आहे.''

मी त्याला म्हणालो, ''मी एफबीआयचा माणूस आहे. तुमच्या या साऱ्या माणसांना बाहेर काढा. धिस इज ए पॉसिबल क्राइम सीन. इथे एखादा गुन्हा घडलेला असू शकेल.''

त्याचे डोळे एकदम विस्फारले.

त्या वेळी गुन्ह्याची शक्यता मला वाटली नव्हती; पण जेव्हा जेव्हा तुम्हाला आजुबाजूच्या गर्दीला काबूत आणायचे असते, तेव्हा तेव्हा सरळ मी 'गुन्ह्याची जागा' 'क्राईम सीन' असे शब्दप्रयोग करतो. त्याचा हटकून परिणाम होतो.

इमर्जन्सी सर्व्हिसचा एक माणूस माझ्याजवळ येत म्हणाला, ''क्राईम सीन?''

मी म्हणालो, ''तुम्ही सगळे दरवाजापाशी जाऊन काही वेळ कोणालाही आत येऊ देऊ नका. तोपर्यंत आम्ही आतली पाहणी करून घेतो. ओके? आता प्रवाशांची सामान घेऊन उतरायची घाईगर्दी होणार नाही.''

त्या माणसाला ते पटले. मग केट आणि मी डाव्या बाजूला गेलो. तिथल्या उघड्या दारातून माणसे आत येऊ पहात होती. मी व केटने आमची आयडेन्टिटी कार्डे दाखवत त्यांना म्हटले, ''एफबीआय. प्लीज थांबा. पुढे येऊ नका. कृपा करून आत प्रवेश करू नका. चला मागे चला. जिन्यावरती जा.''

आतमध्ये कोणी येईना; पण ती माणसे दरवाजातून बघू लागली. तिथे दाटी झाली; परंतु सुदैवाने त्यांच्यात एक विमानतळाचा पोलीस होता. त्याने सारी गर्दी मागे हटवायला सुरुवात केली. मग मी आणि केट विमानाच्या पुढच्या भागाकडे जाऊ लागलो.

आम्ही आसनांच्या रांगांमधून पुढे सरकत होतो. जाता जाता मी त्या मृत प्रवाशांचे चेहरे पहात होतो. काहीजणांचे डोळे मिटले होते, तर काहीजणांचे चक्क

उघडे होते. *विषारी वायू किंवा प्रदूषित हवा.* ही सारी तर्कसंभाव्य कारणे होती. याला अजून पुरावे मिळालेले नव्हते. जर विषारी वायू असतील तर ते कोणते असतील?

आम्ही पुढच्या गॅलीमध्ये आलो. तिथेही बाहेर जाण्यासाठी दोन दारे होती. दोन स्वच्छतागृहे होती. अन् एक वर जाणारा गोल गोल जिना होता. तिथेही काही माणसे आत येऊ पहात होती. पुन्हा मी मघाचीच युक्ती करून त्यांना तिथे थोपवून धरले. मी म्हणालो, ''धिस इज ए पॉसिबल क्राईम सीन. कृपा करून विमानात इतक्यात येऊ नका.''

निळ्या ओव्हरऑलमधला एक माणूस तो गोल जिना उतरून खाली येत होता. मी त्याला म्हटले, ''तिथून खाली या पाहू तुम्ही आधी. चला, बाहेर जा.''

सर्व माणसे दरवाजाच्या दिशेने जाऊ लागली. तो गोल जिन्यावरचा माणूस शेवटची पायरी उतरत होता. आम्ही त्याला खेटून जिन्याने वरती जाऊ लागलो. मी सर्वांत पुढे होतो व एकेक पायरी वगळून झपाझप वर जात होतो.

वरती घुमटाखालच्या केबिनमध्ये गेल्यावर मी थांबलो. इथे पिस्तुलाची गरज नव्हती; पण मला शंका होती म्हणून माझे कातडी म्यानातील पिस्तूल बाहेर काढून कमरेच्या पट्ट्यात खोचले. इथे खालच्यापेक्षा जास्त प्रकाश होता. तो जो कोणी इमर्जन्सी सर्व्हिसचा माणूस या विमानात अजूनही आहे, तो या इथे घुमटाखाली येऊन गेला का नाही ते मला कळेना. तरीही मी एक हाक मारली, ''हेऽ! एनी बडी होम?''

मी केटला वर येऊ देण्यासाठी जिन्याच्या तोंडावरून बाजूला झालो. ती वर आली आणि माझ्यापासून काही फूट दूर उभी राहिली. तिने आपले पिस्तूल बाहेर काढले नव्हते. या इथे काही धोका आहे, असा संशय वाटण्याजोगे काहीच नव्हते. त्या इमर्जन्सी सर्व्हिसच्या माणसाने विमानात येऊन खात्री करून घेऊन सांगितले होते की, 'सारेजण मृत पावले आहेत.' पण तो माणूस विमानात कुठे आहे?

आम्ही तिथे थांबलो आणि तिथले सर्व दृश्य नीट निरखून पाहिले. प्रथम आत्ता या क्षणाला इथे धोका नाही, याची खात्री करून घेतली. ही गोष्ट अत्यंत आवश्यक असते. ही बाब कित्येक हुशार डिटेक्टिव्हज्च्याही लक्षात येत नाही. त्यांचे डोके नेहमी वरच्या पातळीवर, ढगात, असे वावरत असते. मग जेव्हा हे गुन्ह्याच्या जागी दाखल होतात, तेव्हा त्यांच्याकडून चुका घडतात. गुन्ह्याच्या जागी अनेकदा गुन्हेगार लपून बसला असतो किंवा त्याला लपून बसणे भाग पडते. किंवा गुन्हेगाराने काहीतरी सापळा रचून ठेवलेला असतो. त्याच्या या साध्या युक्तीला बळी पडून त्या डिटेक्टिव्हज्च्या बुद्धिमान डोक्यातून एखादी गोळी जाऊन त्याला कायमची विश्रांती मिळते.

घुमटाच्या मागच्या जागेत एक स्वच्छतागृह होते आणि उजव्या बाजूला एक गॅली होती. मी केटकडे पाहून खूण केली. तिने चटकन आपले पिस्तूल बाहेर

काढले. मग आम्ही दोघे सावधगिरीने स्वच्छतागृहाकडे सरकू लागले. त्याच्या दारावरती VACANT अशी लहान प्रकाशित अक्षरे होती. मी स्वच्छतागृहाचे दार एकदम आत ढकलले व चटकन बाजूला झालो.

केट म्हणाली, ''क्लिअर!'' आत कोणीही नव्हते. त्या गॅलीमध्ये एक विमानसेविका जमिनीवरती मरून पडली होती. सवयीमुळे मी खाली गुडघे टेकून बसलो व तिच्या पायाच्या घोट्याची नाडी तपासली. ती खरोखरच मृत्यू पावली होती, थंडगार झाली होती.

गॅली आणि स्वच्छतागृह यांच्यामध्ये एक छोटे कपाट होते. केटने ते उघडून पाहिले. आतमध्ये प्रवाशांचे कोट, जाकिटे, इस्त्रीचे कपडे, हँगिंग बॅग्ज हे सारे टांगून ठेवलेले होते. इतर बऱ्याच काही वस्तू कपाटात तळाशी ठेवल्या होत्या. 'बिझनेस क्लास' वर्गातील श्रीमंत प्रवाशांसाठी किती सोयी केल्या होत्या! खरोखर, विमानप्रवास करावा तर याच वर्गातून करावा. केटने तिथल्या साऱ्या वस्तू चाचपून पाहिल्या. त्यात कुठेही संशयास्पद वाटण्याजोगे नव्हते. ती तिथून निघणार तेवढ्यात तिला एक वस्तू दिसली. तिच्या नजरेतून ती निसटणार होती. तिथे एका कोटाखाली हिरव्या रंगाच्या चेंडूच्या आकाराच्या दोन लठ्ठ पोलादी बाटल्या होत्या. कातडी पट्ट्यांनी त्या एका फ्रेमला बांधल्या होत्या. त्या फ्रेमला खाली छोटी चाकेही होती. मी त्या दोन्ही बाटल्या उचलून पाहिल्या. दोन्हींच्या झडपा उघड्या होत्या. हातात नीट तोलून पाहिल्यावर माझ्या असे लक्षात आले की त्यातली एक बाटली भरलेली आहे तर दुसरी रिकामी आहे. त्या भरलेल्या बाटलीत प्राणवायू होता, तर दुसऱ्या रिकाम्या बाटलीला कडू बदामासारखा वास येत होता. पण तरीही त्यात नक्कीच आधी काहीतरी अपायकारक वायू असला पाहिजे, हे मी जाणले. आता मला गुन्ह्याचे दुवे सापडत चालले आहेत असे वाटले. हळूहळू सर्व चित्र स्पष्ट होईल.

केट म्हणाली, ''या बाटल्या मेडिकल ऑक्सिजनच्या बाटल्या आहेत.''

''बरोबर,'' मी म्हणालो. तीसुद्धा तिच्या परीने गुन्ह्याचा शोध घेत होती; पण आम्ही दोघांनीही आमची मते इतक्यात व्यक्त करण्याचे टाळले.

दोन आसनांच्या रांगांमधून आम्ही आता कॉकपिटकडे गेलो. त्या दाराचे अंगचे कुलूप घाव घालून तोडलेले दिसत होते. मी ते दार ओढून उघडले. आत गेल्यावर मला दिसले की ते दोन्ही वैमानिक आपापल्या आसनांवर बसून पुढे झुकले होते. मी त्यांच्या मानेच्या शिरांना हात लावून नाडी पहायचा प्रयत्न केला; पण ती लागत नव्हती आणि ते दोघेही थंडगार पडले होते. त्यांची कातडी थोडीशी सर्द झाली होती.

माथ्यावरच्या खिडकीची झडप उघडलेली होती. इथली दूषित हवा जाण्यासाठी इमर्जन्सी सर्व्हिसच्या माणसानेच ती उघडली असणार. मी तिथून बाहेर आलो.

केट आसनांच्या एका रांगेपाशी उभी होती. मी तिच्याजवळ गेल्यावर ती

म्हणाली, "हा आपला माणूस..."

त्याच्या पलीकडे एक काळ्या सुटातील माणूस बसला होता. त्याच्या हातात बेड्या होत्या. विमानात झोपताना दिली जाणारी काळी कापडी पट्टी त्याने आपल्या डोळ्यांवर चढवली होती. हात लांब करून मी ती पट्टी ओढून काढली. आम्ही दोघांनी त्याचा चेहरा नीट निरखून पाहिला. काही वेळाने केट म्हणाली, "हा... माणूस? हा काही असद खलीलसारखा दिसत नाही."

मलाही तसेच वाटत होते. पण ठामपणे काही सांगता येईना. कारण असद खलीलचे छायाचित्र माझ्या मनात तितकेसे पूर्णपणे ठसले नव्हते. तसेच माणसे मरण पावली की कित्येकदा त्यांचे चेहरे फार चमत्कारिक दिसू लागतात. मी म्हणालो, "हा... अरब वाटतो खरा. पण... मला इतक्यातच काही सांगता येत नाही."

मग केट पुढे झाली. तिने त्या माणसाच्या कोटाच्या गुंड्या सोडवल्या आणि आत पाहिले. ती म्हणाली, "आत जाकीट नाही." जाकीट म्हणजे ते बंदुकीच्या गोळ्यांनाही दाद न देणारे बुलेटप्रूफ जाकीट. असद खलीलचा प्रवासात खून होऊ नये म्हणून ते त्याला घातले होते. काहीतरी जबरदस्त घोटाळा झाला आहे. मुद्दाम केला गेला असेल किंवा... मला काहीच सांगता येईना.

त्या माणसाच्या मागच्या आसनावर एकजण बसला होता. केटने त्याच्याकडे बोट दाखवित म्हटले, "हाही आपलाच माणूस." म्हणजे दोन्ही एफबीआयच्या माणसांची ओळख पटली. पण मग असद खलील कुठे गेला? अन् त्याची जागा भलत्याच कोणी कशी काय घेतली?

त्या भलत्याच माणसाला निरखून पहात केट म्हणाली, "हा माणूस असदचा साथीदार? का असदचा बळी?"

तिच्या दोन्ही शंका बरोबर होत्या; पण आणखीही एक शक्यता तिच्या लक्षात आली नाही. मी म्हटले, "कदाचित् हा माणूस दोन्हीही असू शकेल."

मी आता विचार करू लागलो. विमानातील सर्वजण नक्की मृत्यू पावले आहेत. फक्त एकच व्यक्ती आपण मरण पावल्याचा बहाणा करीत असणार. मी केटला म्हटले, "या इथल्या केबिनमधल्या साऱ्या माणसांवरती नजर टाक. त्यातला एकजण हा दिसतो तसा मरण पावलेला नाही." तिने मान डोलावली व आपले पिस्तूल हातात सज्ज केले.

"जरा तुझा मोबाईल दे," मी तिला म्हटले. तिने तो दिल्यावर जॉर्ज फॉस्टरचा नंबर तिला विचारला.

तिने तो सांगितल्यावर मी त्याला फोन लावला. मी बोलू लागलो, "जॉर्ज, मी कोरी बोलतो आहे. प्लीज, मी काय म्हणतो ते आधी नीट ऐकून घ्या. आम्ही

विमानात आहोत. घुमटाखालच्या केबिनमध्ये आहोत. प्रत्येकजण मरण पावला आहे. आपली दोन्ही माणसेही त्यात आहेत. विमान आता सिक्युरिटी एरियात आहे. नीट ऐका. ज्या माणसाच्या हातात बेड्या आहेत तो खलीलसारखा दिसत नाही. त्याच्या अंगात ते बुलेटप्रूफ जाकीटही नाही. जरा माझे ऐका...'' माझ्या मनात आता ताबडतोब काय करायचे त्याची योजना आकार घेऊ लागली; पण मुळात नक्की कोणती समस्या आहे याचाच नीट छडा लागत नव्हता. मी म्हणालो, ''जर तो माणूस खलील नसेल तर खलील इथेच कुठे तरी विमानात असणार. किंवा कदाचित् एव्हाना तो इथून निसटलाही असेल. प्लीज, विमानतळाच्या पोलीस अधिकाऱ्यांना त्याची कल्पना द्या. इथला सिक्युरिटी एरियासुद्धा सीलबंद करा. येथून कोणालाही बाहेर जाऊ देऊ नका.''

माझे बोलणे चालू असताना फॉस्टरने अडथळा आणला नाही. तो नुसताच अधुनमधून पुटपुटत म्हणत होता, ''बापरे... माय गॉड... कसं काय झालं ?... भलतंच आहे...''

मी पुढे सांगत गेलो, ''असे दिसते की यामागे खलील असावा. ह्या खेळात खलीलच्या बाजूला शंभरावर पॉईंट्स आहेत आणि एफबीआयच्या बाजूला शून्य! सबंध विमानतळावर सावधगिरीची सूचना द्या. बाहेर पडणाऱ्या रस्त्यांची नाकेबंदी करा. अरबासारख्या दिसणाऱ्या माणसाला अडवून धरा. शिवाय तुम्हाला जे सुचेल ते करा. मी जास्त काय सांगू? हा खलील जर बाहेर निसटला तर आपल्यापुढे फार अडचणी व समस्या उभ्या रहातील. फेडरल प्लाझाला कळवा. कॉन्क्विस्टाडोर क्लबमध्ये वाटल्यास एक कमांड पोस्ट उभी करा. हे सारे ताबडतोब सुरू करा. अन् गेटवर त्या विमान कंपनीच्या पोरीला सांगा की त्यांचे विमान आता इकडे गेटपाशी येणार नाही.'' मी फोन बंद करून केटला म्हटले, ''खाली जाऊन पोलिसांना सांगा की ही सिक्युरिटी एरिया सील करा. अगदी पक्की. इथे आत लोक येऊ शकतील; पण बाहेर कोणी पडू शकणार नाही.''

ती धावत जिन्यावरून खाली गेली. मी आता उभा राहून मृत प्रवाशांना न्याहाळू लागलो. जर तो हातात बेड्या असलेला माणूस खलील नसेल तर मग खलील नक्कीच इथे विमानात असणार; पण त्याने जर झटपट हालचाल केली तर तो विमानाबाहेर असणाऱ्या सुमारे २०० माणसांत लपला असणार. समजा, या सिक्युरिटी एरियातूनही जर तो बाहेर पडला असेल तर नक्कीच त्याने कोणतेतरी वाहन घेऊन पळ काढायचा प्रयत्न केला असणार. विमानतळाभोवतालचे कुंपण जवळच आहे. तसेच, टर्मिनल इमारत इथून दोन मैलांपेक्षा जास्त अंतरावर नाही. म्हणजे एव्हाना तो निसटून जाण्याची शक्यता खूपच. डॅम इट!

केट वरती आली व म्हणाली, ''केली सारी व्यवस्था. त्यांना सारे काही नीट

समजले.''

''उत्तम! आता आपण इथली माणसे तपासू या.''

आम्ही दोघे इथल्या बिझनेस क्लासमधील आसनांच्या रांगेतून फिरत प्रत्येक जणाला तपासू लागलो. एका प्रवाशाच्या मांडीवरती स्टिफन किंगची कादंबरी होती. किती सूचक होते ते! एका प्रवाशाने आपले संपूर्ण अंग दोन ब्लँकेटने झाकून घेतले होते. त्याने आपली मान मागे टाकली होती. डोळ्यावरची काळी कापडी पट्टी त्याने कपाळावरती सरकवली होती. मी ती पट्टी काढून टाकली. तिथे कपाळावरती जणू एक नवीन डोळा उगवला आहे असा मला भास झाला. मी केटला हाक मारून म्हटले, ''इकडे ये.''

त्या माणसाच्या कपाळावर पिस्तुलाच्या गोळीने पडलेले भोक तिने पाहिले. मी त्याच्या अंगावरची ब्लँन्केटे दूर केली. ती गळून खाली पडली. त्या व्यक्तीच्या अंगावरती विमानतळाच्या पोलीसदलाचा निळा गणवेष होता. त्याच्या शर्टवरती पोलीसदलाचे बोधचिन्ह होते. म्हणजे हाच तो इमर्जन्सी सर्व्हिसचा माणूस होता. हाच विमानात प्रथम चढला होता.

गुन्हा घडलेल्या ठिकाणच्या कशालाही स्पर्श करायचा नसतो. जर कोणाचा जीव वाचवायचा असेल तरच फक्त त्याला अपवाद करता येतो. जर गुन्हेगार इथेच कुठेतरी असावा असा संशय असेल तर हातात रबरी हातमोजे घालावे लागतात. पण ते तर इथे आत्ता माझ्याकडे नव्हते. तरीही मी बिझनेस क्लासमधली सारी प्रेते तपासली. एकूण एक जण खरोखरीच मेले होते; पण त्यात कुठेही असद खलीलचे प्रेत सापडले नाही. ज्या गोळीने इमर्जन्सी सर्व्हिसच्या माणसाचा खून झाला, त्या गोळीचे मागचे टोपण किंवा केसिंग हेही कुठे शोधून सापडले नाही. खिडक्यांच्या वरती असलेले सारे कंपार्टमेंटस् तपासून पाहिले, तेव्हा एका कंपार्टमेंटमध्ये एक चंदेरी फायरसूट, एक कुऱ्हाड, प्राणवायू हुंगण्यासाठी असलेला एक मुखवटा अशा गोष्टी मिळाल्या. त्या गोष्टी इमर्जन्सी सर्व्हिसच्या त्या माणसाच्या होत्या, हे उघडच कळत होते.

केटने खलीलबरोबर असलेल्या एका एफबीआयच्या माणसाचा कोट उघडला. आत हात घालून त्याच्या अंगावरचे कातडी म्यानातील पिस्तूल चाचपले; पण ते म्यान रिकामे होते. त्यात पिस्तूल नव्हते. तिने त्याच्या खिशातल्या बाकीच्या वस्तू व पासपोर्ट काढून घेतला. तोच प्रकार एफबीआयच्या दुसऱ्या माणसाबाबतही होता. त्याचेही पिस्तूल गायब झाले होते. त्याच्या खिशातील वस्तू काढल्यावर त्यात बेड्यांच्या किल्ल्याही सापडल्या. खलीलने आपल्या बेड्या काढून त्या दुसऱ्या व्यक्तीच्या हातात ठोकल्या आणि परत त्या किल्ल्या एफबीआयच्या माणसाच्या खिशात परत ठेवून दिल्या. तिथल्या खिडकीवरच्या कंपार्टमेंटमध्ये एक छोटी बॅग

सापडली. त्याला कुलूप नव्हते. आत उघडून पाहिल्यावर ती याच एफबीआयच्या माणसाची होती. केटने ती बॅग उघडून आतल्या वस्तू तपासल्या. त्यात मोबाईल फोन, टूथ ब्रश, कंगवा, टिश्यू पेपर्स, इत्यादी सटरफटर गोष्टी होत्या. मात्र पिस्तुलासाठी लागणाऱ्या जादा गोळ्यांचे मॅगझिन गायब झालेले होते. अशा कामासाठी प्रवास करताना हात मोकळे असावेत. हा नियम केल्यामुळे जादा सामान घेतले गेले नव्हते. पळालेल्या खलीलच्या अंगावरील कपडे मात्र वेगळे असले पाहिजेत. त्यामुळेच तो सुखेनैव निसटू शकत होता.

केट म्हणाली, ''आपल्या माणसांची खलीलने फक्त पिस्तुले व काडतुसे पळवली. पासपोर्ट, पैशांचे पाकीट, अशा बाकीच्या वस्तूंना हातही लावला नाही.''

त्या दोघांपैकी एकाचे पैशाचे पाकीट उघडून पाहिले. आतमध्ये दोनशे डॉलर्स व काही फ्रॅन्क्स होते. मी म्हणालो, ''त्याने पैसे पळवले नाहीत, याचे कारण त्याचे अमेरिकेत बरेच ओळखीचे, मदत करणारे लोक आहेत. तसे लोक आहेत हे त्यानेच एम्बसीत शरण आल्यावर सांगितले होते. मी नक्की सांगतो की या त्याच्या माणसांच्या सहाय्याने त्याने आपले रूप एव्हाना बदलून घेतले असणार. केस तांबडे करून घेतले असतील. पार अगदी त्याची एक बाईसुद्धा झाली असेल.''

''आपली चतुराई दाखवण्यासाठी आणि त्याच्या साथीदारांवरती छाप मारण्यासाठी बहुधा गुन्हेगार हे आपल्या बळीच्या साऱ्या वस्तू घेतात. मग त्या जरुरीच्या असो वा नसो; पण तसे काही इथे झालेले दिसत नाही.''

''पण केट, हा पठ्ठ्या मात्र अगदी मुरलेला धंदेवाईक माणूस आहे. कोणत्याही ठोस पुराव्याचा आपल्याविरुद्ध उपयोग होऊ नये म्हणून तो खबरदारी घेतो आहे.''

''मग त्याने दोघांचीही पिस्तुले कशी घेतली?''

''कारण ती त्याची गरज होती.''

केटने साऱ्या वस्तू परत त्या बॅगेत ठेवल्या. ती म्हणाली, ''आपली ही दोन माणसे तशी चांगली होती.'' हे म्हणताना तिचे ओठ थरथरत होते.

मी परत जॉर्ज फॉस्टरला फोन केला. ''आपल्या माणसांची दोन्ही पिस्तुले व जादा काडतुसांचे मॅगझिन गायब झाले आहे; पण त्यांच्या बाकीच्या साऱ्या वस्तू नीट आहेत. गुन्हेगाराने इमर्जन्सी सर्व्हिसच्या माणसाला डोक्यात गोळी घालून ठार केले आहे. बहुतेक आपल्याच माणसांच्या पिस्तुलाने गोळी झाडली असेल.'' मग मी बाकीचा तपशील देऊन शेवटी म्हटले, ''आता हा गुन्हेगार सशस्त्र झाला आहे आणि त्यामुळेच धोकादायक बनला आहे.'' एवढे बोलून मी मोबाईल फोन बंद केला.

आता हळूहळू इथले वातावरण गरम होऊ लागले होते. एक अस्पष्ट पण घाणेरडा वास वातावरणात पसरू लागला.

खलीलच्या जागेवर जो माणूस मरून पडला त्याची तपासणी केटने सुरू केली. तिने त्याचा चेहरा व मान पाहिली. ती म्हणाली, "याचा मृत्यू तासापूर्वीच झाला असावा. कारण याचे शरीर इतरांपेक्षा जास्त उबदार आहे."

तिने दिलेल्या या माहितीचा तुकडा घेऊन तो माझ्या अंदाजचित्रात कुठे जुळवून बसला जातो ते मी पाहू लागलो; पण यातले माहितीचे काही तुकडे अमेरिकेत विखुरलेले होते तर काही लिबियात होते.

केट म्हणाली, "तो जर इतरांबरोबर मेला नाही, तर मग तो कशाने मेला आहे?" ती त्या बेड्या घातलेल्या तोतया कैद्याबद्दल बोलत होती. तिने त्याचा अंगातला कोट काढून घेतला. पण त्याच्या अंगावर कुठेही गोळी लागल्याच्या खुणा नव्हत्या की कुठूनही रक्त आलेले दिसत नव्हते. त्याच्या पाठीवर काही जखमा आहेत का ते पहाण्यासाठी तिने त्याचे डोके व खांदे पुढच्या बाजूस ढकलले. इतका वेळ त्याचे डोके आसनाच्या पाठीवरती नीट स्थिर होते. पण आता ते लुडकल्यासारखे एका बाजूला कलंडले. ते कलंडणे अनैसर्गिक पद्धतीचे होते. तिने डोके हलवून पाहिले व ती म्हणाली, "याची मानच मोडली आहे."

विमानतळ पोलीसदलाचे दोन पोलीस जिना चढून वर आले. त्यांनी आजुबाजूला नजर फिरवली. मला व केटला पाहून त्यातला एकजण म्हणाला, "तुम्ही कोण आहात?"

"एफबीआय," केट उत्तरली.

त्यातल्या एकाला मी जवळ येण्याची खूण केली आणि म्हणालो, "हा एक माणूस आणि तो मागचा दुसरा माणूस ही एफबीआयची माणसे आहेत. तो बेड्या घातलेला माणूस हा त्यांचा कैदी आहे. ठीक आहे?" त्याने यावर मान डोलावली. मी पुढे सांगू लागलो, "एफबीआयच्या प्रयोगशाळेचे लोक आले की यांची प्रथम छायाचित्रे घेतील आणि बरेच काही करतील. तोपर्यंत हा एवढा विमानाचा भाग वेगळा ठेवा. इथे कोणाला येऊ देऊ नका."

एक पोलीस माझ्या खांद्यावरून पलीकडे पहात म्हणाला, "मिस्टर मॅक्गिल कुठे आहेत?" मग माझ्याकडे पहात तो म्हणाला, "त्यांच्याशी आमचा वायरलेसचा संपर्क तुटला आहे. इमर्जन्सी सर्व्हिसमध्ये ते काम करतात."

"नाही. मला ते दिसले नाहीत," मी खोटे बोललो, "मला फक्त मेलेली माणसे आढळली. कदाचित् ते खालच्या डेकवर कुठेतरी असतील. ठीक आहे, चला इथून निघू या आपण."

केट आणि मी तिथून निघालो. आमच्या दोघांच्या हातात त्या एफबीआयच्या माणसांच्या एकेक छोट्या बॅगा होत्या. मी एका पोलिसाला विचारले, "हे विमान स्वत:होऊन खाली उतरू शकते? म्हणजे एखाद्या ऑटो पायलटसारखे?"

"होय, यात तशी सोय आहे. बरोबर. सारे मेल्यामुळे तुम्हाला तसे वाटते ना ? त्यातून 'नो रॅड'मधे हे विमान आले."

ते दोन पोलीस एकमेकांशी भरभर बोलत होते. त्यांच्या बोलण्यातून मला नो रॅड, रिव्हर्स थ्रस्टर्स, विषारी वायू, सौदी सिनेरिओ, मॅक्गिल इत्यादी शब्द ऐकू येत होते.

आम्ही आता खालच्या मोकळ्या जागेत आलो. मग मी एका पोलिसाला म्हणालो, "कृपा करून तुम्ही इथेच थांबा. एफबीआयची माणसे येईपर्यंत इतर कोणालाही आत सोडू नका."

"ठीक आहे. आय नो द ड्रिल."

उजवीकडचा फर्स्ट क्लास आणि कोच विभाग यावरील पडदे परत लावून बांधून टाकलेले होते. दोन्ही बाजूंच्या दारात बरीच माणसे थांबली होती. मला काहीतरी आपटल्याचे व ओढत नेल्याचे आवाज जमिनीमधून आलेले जाणवले. सर्वांत मागे, विमानाच्या शेपटीकडे सामान ठेवण्याची केबिन होती. त्यातून बॅगा काढून नेण्याचे काम चालू झाले होते. त्या जमलेल्या माणसात एक विमानतळ-अधिकारी होता. त्याला म्हटले, "आत्ता विमानातील सामान काढून नेणे थांबवा. सर्वांना विमानापासून दूर रहायला सांगा."

मी आणि केट फर्स्ट क्लासच्या केबिनमध्ये शिरलो. आतल्या आसनांपैकी फक्त निम्म्या आसनांवरतीच प्रवासी होते. तिथे एकूण आसनसंख्या फक्त वीसच होती. आम्ही झटपट प्रवाशांची तपासणी उरकली. मला या विमानापासून झटपट दूर जायचे होते; पण एफबीआयतर्फे तिथे फक्त आम्हीच दोघे होतो आणि मला जास्तीत जास्त माहिती गोळा करायची होती.

केट म्हणाली, "मला वाटते की खलीलनेच सबंध विमानात विषारी वायू सोडला असावा."

"असे भासते खरे." मी तिला दुजोरा दिला.

"नक्की त्याचा कोणीतरी साथीदार असणार आणि त्यानेच त्या प्राणवायूच्या दोन बाटल्या कपाटात ठेवल्या असणार."

"एकच प्राणवायूची बाटली. दुसरी नाही."

"मला अजूनही खरे वाटत नाही की आपली दोन माणसे मरण पावली असून... तो— आपला कैदी खलील— फरार झाला आहे."

"कैदी नाही, बाजू बदललेला गुन्हेगार." मी दुरुस्ती केली.

तिने किंचित त्रासिकपणे माझ्याकडे पाहिले. पण ती काहीच बोलली नाही.

मी विचार करू लागलो. माझ्या लक्षात आले की अमेरिकेत चोरून शिरण्यासाठी गुन्हेगारांकडे शेकडो सोपे मार्ग आहेत. ते या देशात सहज घुसू शकतात; पण या

असद खलीलने असा मार्ग निवडला की तो बेधडकपणे आम्हाला 'घ्या, तुमच्या थोबाडावर आणि नाकावर टिच्चून मी आत घुसलोच की नाही,' असे म्हणत पळून गेला. ही फार वाईट गोष्ट घडली. आता हा गुन्हेगार अमेरिकेत मोकाट सुटला आहे. एक सिंह मनुष्यवस्तीतल्या रस्त्यावरून फिरू लागला आहे. तो पुढे काय करणार याचा विचार करणे मी थांबवले. पुढचे भविष्यकाळातले चित्र अगदी भयानक असणार, नक्की असणार!

केटच्या मनातही माझ्या मनातल्यासारखेच विचार चालू होते. ती म्हणाली, ''तीनशे माणसांना ठार करून, अन् तेही अमेरिकेत उतरण्यापूर्वीच, ह्याने आपल्या हातावर सरळ सरळ तुरी देऊन पलायन केले आहे.''

आम्ही फर्स्ट क्लास केबिनमधून परत बाहेरच्या मोकळ्या जागेत आलो व त्या गोल जिन्यापाशी उभे राहिलो. तिथे तो मघाचा पोलीस उभा होता. त्याच्या बोलण्यात मघाशी ते 'सौदी सिनेरिओ' हे शब्द बाहेर पडले होते. मी त्याला त्याचा अर्थ विचारला. त्याने मग त्याचा नीट खुलासा केला आणि शेवटी म्हटले, ''पण हा प्रकार काही वेगळाच आहे. अगदी नवीन आहे.''

आम्ही त्या पोलिसापासून जरा दूर झालो. मी केटला म्हटले, ''आत्ताच्या प्रकाराला 'ड्रॅक्युला सिनेरिओ' म्हटले तर कसे वाटेल?''

''म्हणजे काय?''

''असं पहा,'' मी तिला खुलासा करू लागलो, ''काऊंट ड्रॅक्युला हा ट्रान्सिल्व्हानियाकडून इंग्लंडला एका जहाजामधून चालला होता. अर्थातच तो एका बंद शवपेटिकेत निजतो. मग त्याचा एक साथीदार रात्री त्या शवपेटिकेचे झाकण उघडून ड्रॅक्युलाला मोकळे करतो. हा ड्रॅक्युला आता जहाजावरील प्रत्येक माणसाला चावून त्याचे रक्त पितो. नंतर ते जहाज सर्व मृतांना घेऊन जादूसारखे आपोआप हाकारले जाऊन इंग्लंडच्या बंदराला पोचते. ड्रॅक्युला आता इंग्लंडमध्ये पोचून पुढे अनेक सैतानी कृत्ये करायला मोकळा होतो, तर असा हा मी नवीन शोधलेला ड्रॅक्युला सिनेरिओ!''

केट माझ्याकडे पहातच राहिली. एक तर मी वेडा असेन किंवा मला मानसिक धक्का बसला असेल, असे तिला वाटले असावे. तसा मी थोडासा वेडा आहे नि इथला प्रकार पाहून मला धक्काही बसला होता. अन् तशी ती धक्का बसण्याजोगीच घटना नव्हती का? असे दृश्य कोणीच पाहिले नसावे. फक्त याला युद्धाचा अपवाद करावा लागेल आणि हेही एक प्रकारचे युद्धच होते!

मी कोच सेक्शनमध्ये नजर टाकली. पॅरामेडिकची माणसे तिथे उगवली होती. ते आता प्रत्येक प्रवाशाच्या मृत्यूची खात्री करून घेत होते आणि त्याच्या पायाच्या अंगठ्याला एक लेबल बांधून त्यावरती आसन क्रमांक व इतर काही तपशीलांची

नोंद करीत होते. नंतर प्रत्येक प्रवाशाला एका पेटीत बंद केले जाणार होते.

मी उजव्या बाजूच्या दरवाजापाशी जाऊन उभा राहिलो. बाहेरची शुद्ध हवा श्वासावाटे छातीत भरून घेऊ लागलो. मला खूप बरे वाटू लागले. माझा मेंदू उत्तेजित झाला. अन् काहीतरी पहायचे राहून गेले, आपले काहीतरी चुकते आहे, अशी माझी भावना झाली. काय राहिले व काय चुकले ते समजेना; पण काहीतरी अत्यंत महत्त्वाचे लक्षात येत नाही, असे तीव्रतेने वाटू लागले. मी केटला म्हटले, ‘‘आपण परत वरती जाऊन बघायचे का?’’

मला काय म्हणायचे ते तिच्या लक्षात आले. ती म्हणाली, ‘‘मला वाटते की आपण तिथली चांगली पहाणी केली आहे. गॅली, स्वच्छतागृह, कॉकपिट, कपाटे, केबिन, खिडक्यांच्या वरचे कप्पे वगैरे सर्व काही पाहिलेले आहे. तिथल्या पुराव्यात आपण काहीही ढवळाढवळ केलेली नाही. उलट याबद्दल नंतर फॉरेन्सिकची माणसे आपले कौतुकच करतील.’’

‘‘अं ऽ, होय...’’ मी म्हणालो. पण तरीही काहीतरी पहायचे राहून गेले. नक्की राहून गेले. किंवा नीट पाहिले नाही... मी त्या एफबीआयच्या दोन्ही माणसांची पैशांची पाकिटे, पासपोर्ट इ. पाहिले. खलीलने या गोष्टी नेल्या नव्हत्या. पण खलीलने असे का केले? हे न नेण्यामागचे नक्की काय कारण असावे? त्याने जे काही केले त्यामागे त्याचा काहीतरी हेतू होता असे मानले तर, त्याने जे काही केले नाही, त्यामागेही त्याचा काही हेतू असेल असे का मानू नये? मी माझ्या मेंदूला खूप ताण दिला; पण कुठेच उत्तर सापडत नव्हते.

केट हातातल्या बॅगेत काहीतरी बघत होती. ती म्हणाली, ‘‘यातली कोणतीही वस्तू खलीलने नेली नाही असे वाटते. फार काय, खलीलबद्दलची माहिती असलेले कागद, सांकेतिक लिपीचे कागद, झॅक बेबर यांचे पत्र —’’

‘‘एक मिनिट थांब.’’

‘‘काय झाले?’’

मला आता सुचू लागले. माझे विचारचक्र फिरू लागले. मी म्हणालो, ‘‘या सर्वांच्या मागे खलील आपल्याला असे भासवायचा प्रयत्न करतो आहे की, त्याने हातात घेतलेले काम पुरे झाले आहे, हेतू साध्य झाला आहे. आपण इंटरनॅशनल डिपार्चर इमारतीकडे गेलो आहे असे वाटावे, हाच त्याचा यामागचा हेतू असेल. मग अमेरिकेबाहेर जाणाऱ्या विमानात बसून पसार होऊ. इथले काहीच उचलून नेले नसेल तर त्याला वाटेत कोणी अडवणार नाही, अशी त्याची योजना असावी. असे आपल्याला वाटू देण्याचा हा प्रयत्न त्याने केला आहे.

‘‘मला नाही नीट समजत. म्हणजे अमेरिकेबाहेर जाणाऱ्या विमानात पकडले जाऊ नये म्हणून असा त्याचा प्रयत्न आहे?’’

“असे आपल्याला वाटावे असा त्याचा प्रयत्न आहे.”

“ठीक आहे. तर मग तो इथेच रहाणार असेल. निदान काही काळापुरता तरी. म्हणजे मग एव्हाना तो विमानतळाबाहेर निघून गेला असणार.”

मी सर्व शक्यता निरनिराळ्या प्रकारे एकत्र जुळवून तपासू लागलो. मी म्हणालो, “इथल्या कोणत्याही गोष्टी आपल्याजवळ सापडू नयेत म्हणून जर त्याने खबरदारी घेतली असेल तर मग त्याने ती दोन पिस्तुले व काडतुसे कशी उचलून घेतली? टर्मिनल इमारतीमध्ये जायचे असेल तर तो कधीच बरोबर पिस्तुले बाळगणार नाही. जर त्याने विमानतळ सोडून बाहेर पळून जाणे पसंत केले असेल, तर त्यात यशस्वी व्हायला त्याला कोणीतरी साथीदार लागणार. तो साथीदार त्याला शस्त्र पुरवू शकतो. मग त्याला ती दोन पिस्तुले विमानतळावरती कशासाठी जवळ बाळगायची असतील...?”

“त्याला बाहेर निसटण्यासाठी वाटेत येणारे अडथळे दूर करण्यासाठी ही पिस्तुले वापरायची असतील. शिवाय त्याने आपल्या अंगावरती बुलेटप्रूफ जाकीटही चढवलेले आहे. तुम्हाला काय वाटते?”

“मला ... मला असे वाटते की...” एकदम मला दोन महिन्यांपूर्वी, म्हणजे फेब्रुवारी महिन्यात, तो जो कोणी लिबियातला माणूस शरण आला होता, त्याची आठवण झाली. मग एकदम लखकन् माझ्या डोक्यात प्रकाश पडला. मी मोठ्याने म्हणालो, “ओ ऽऽ... ” मी झटपट त्या गोल जिन्याने वरती धावत गेलो. तीन तीन पायऱ्या एकेका झेपेत पार करत वर गेलो. वरच्या घुमटाच्या जागेत तीरासारखा घुसून त्या मृत एफबीआयच्या माणसांकडे धाव घेतली. त्या दोघांचे उजवे हात हे खुर्ची व मांडी यांच्यामध्ये खुपसून ठेवले होते. हीच ती शंकास्पद जागा होती. मी एकाचा तो हात उपसून वर घेतला आणि हाताच्या पंजाकडे पाहिले. त्या पंजाला अंगठाच नव्हता. कोणीतरी धारदार शस्त्राने तो कापून टाकला होता. बाप रे!

मग मी तसाच दुसऱ्या एफबीआयच्या माणसाचा हात पाहिला. त्याचाही अंगठा तशाच पद्धतीने कापून टाकला होता..

केट माझ्यामागोमाग धावत आली होती. ती जवळ येताच तो निर्जीव हात मी वर धरून तिला दाखवला. ते पहाताच तिला मोठा धक्का बसला. सेकंदभर तिला बोलताच आले नाही. नंतर ती म्हणाली, “ओह नो!”

आम्ही दोघेही परत धावत धावत त्या गोल जिन्याने खाली उतरलो. उघड्या दारातून बाहेर पडलो. विमानाला लावलेल्या जिन्यातून भराभरा पायऱ्या उतरून गेलो. वाटेतल्या अनेक लोकांना आमचे धक्के लागले. ज्या सिम्पसन पोलिसांच्या गाडीतून आम्ही आलो होतो. ती गाडी आम्हाला दिसली. आम्ही धावत धावत त्या गाडीत जाऊन बसलो. स्टीअरिंग व्हीलच्या मागे सिम्पसन बसला होता. त्याला म्हटले,

“ताबडतोब वरचा दिवा आणि सायरन चालू करा. इथून निघा. चटकन निघा.”

माझ्या खिशातील केटचा फोन मी बाहेर काढला आणि कॉन्क्विस्टाडोर क्लबला फोन लावला. तिथली ती स्वागतिका फोनवर यायला पाहिजे होती; पण कोणीच फोन उचलत नव्हते. “क्लबकडून कोणीच फोन उचलत नाही,” मी केटला म्हणालो.

“ओह, गॉड ...”

सिम्पसनने गाडी सुरू करून ती त्या सिक्युरिटी एरियाच्या बाहेर काढण्यास सुरुवात केली. वाटेत अनेक गाड्या पार्क केलेल्या असल्याने त्यांच्यातून बरीच वेडीवाकडी वळणे घेत तो वाट काढीत होता; पण जेव्हा आम्ही त्या प्रशस्त फाटकामधून बाहेर आलो तेव्हा आम्हाला विमानतळ अधिकाऱ्यांनी अडवले. “कोणालाही बाहेर जाता येणार नाही. ही एरिया सील केलेली आहे,” अशी सूचना त्यांनी आम्हाला दिली.

मी चिडून म्हणालो, “मीच या सूचना देऊन सील करायला लावले होते.”

पण तो अधिकारी यावरती काहीही ऐकेना. शेवटी केटने आपले एफबीआयचे कार्ड बाहेर काढून धरले, थोडीशी आर्जवे केली नि जर आमचा अमूल्य वेळ येथेच वाया घालवला गेला तर नंतर होणाऱ्या चौकशीला तोंड देण्यास तयार रहावे, अशीही गर्भित धमकी दिली. सिम्पसननेही आमच्या म्हणण्याला दुजोरा दिला. अखेर त्या अधिकाऱ्याने आम्हाला जाऊ दिले.

मी सिम्पसनला म्हटले, “हे बघा, आता नीट ऐका. विमानतळाच्या पश्चिमेकडच्या टोकाला सर्व्हिस पुरवणाऱ्यांसाठी इमारती आहेत. तिकडे आपल्याला जायचे आहे. अत्यंत वेगाने व शॉर्टकटने. तेव्हा कोणता रस्ता घ्यायचा ते पहा.”

“तो बाहेरून जाणारा गोल रस्ता—”

“नाही. एकदम थेट नेणारा रस्ता हवा. मग वाटेत रनवे येऊ दे की टॅक्सीवे येऊ दे. चला.”

“पण टॉवरच्या परवानगीशिवाय रनवेवरती—”

“धिस इज टेन-थर्टीन,” मी म्हणालो. याचा अर्थ ‘खुद्द पोलीस किंवा पोलीस अधिकारीच संकटात आहेत,’ असा होतो.

सिम्पसनला ही पोलिसी भाषा बरोबर समजली. त्याने ॲक्सिलरेटरवरती पाय जोरात दाबला.

केटला ही पोलिस खात्यातली भाषा समजली नाही. तिने विचारले, “टेन-थर्टीन हा काय प्रकार आहे?”

“म्हणजे कॉफी ब्रेक!”

माझे हे रागातले उत्तर आहे का खट्याळपणा आहे, हेच तिला कळेना. ती

यावर गप्प बसली. मी सिम्पसनला म्हटले, "आता तुम्ही स्वतःच एक विमान आहात असे समजा आणि टेक-ऑफचा वेग घ्या."

त्याने ताबडतोब ॲक्सिलरेटरवरचा पाय शेवटपर्यंत दाबला. मग ती गाडी बंदुकीतून गोळी सुटावी तशी धावपट्टीवरून पळू लागली. सिम्पसनने आपण काय करत आहोत, याची कल्पना वायरलेसवरती टॉवरला दिली. टॉवर सुपरवायझरच्या आवाजावरून त्याला आता हृदयविकाराचा झटका येणार असे मला वाटले.

दरम्यान मी क्लबला पुन्हा फोन केला; पण अजूनही तिथे कोणी फोन उचलत नव्हते. शेवटी मी जॉर्ज फॉस्टरला फोन करून सारी परिस्थिती सांगितली व मी क्लबकडे चाललो आहे, हेही कळवले. मी शेवटी म्हणालो, "तुम्हीही तिकडेच जा. आपल्यापैकी जो कोणी आधी पोचेल त्याने आत शिरताना सावधगिरी बाळगावी. खलील तिकडेच गेला असून आत शिरण्यासाठी त्याने आपल्या माणसांचे दोन अंगठे कापून बरोबर घेतले आहेत. लक्षात आले ना, मी कशासाठी हे सांगतो आहे?"

मी फोन बंद करून केटला म्हटले, "जॉर्जला मी काय म्हणतो ते नीट समजले नसावे."

केट हळू आवाजात म्हणाली, "आपण वेळेत पोचलो म्हणजे मिळवली."

ती गाडी आता ताशी शंभर मैल वेगाने धावत सारी धावपट्टी खाऊन टाकत चालली होती. मला आता लांबूनच ती इमारत दिसू लागली. त्यातच कॉन्क्विस्टाडोर क्लब होता. मी सिम्पसनला म्हटले, "रस्त्याकडे पहा."

"रस्ता नाही, ही धावपट्टी आहे."

"काही का असेना. ती समोरची काचा लावलेली इमारत दिसते आहे ना? आपल्याला तिथे पोचायचे आहे. कुठेतरी वेग कमी करायला लागा. मग एखादा कच्चा रस्ता किंवा टॅक्सीवे मिळेल. अन् मग सरळ त्या इमारतीकडे चला.

"राईट!"

आम्ही धावपट्टीवरचे अंतर कापत असताना मला जमिनीवरती 31R अशी भव्य आकाराची अक्षरे रंगवलेली दिसली. आणखी पुढे गेल्यावर ही धावपट्टी संपल्याचे आढळले. म्हणजे आता ती इमारत व धावपट्टी यांच्यामध्ये कुंपण येणार. वाटेत एक कच्चा रस्ता झटकन ओलांडून आम्ही पुढे आलो होतो. तो रस्ता शेवटी कुंपणाच्या फाटकाकडे जात होता. सिम्पसनने एकदम गाडी वळवली. काही सेकंद ती फक्त डावीकडच्या दोन चाकांवरून वळत राहिली. अन् नंतर धपकन चार चाकांवरती आदळली. नंतर सिम्पसनने ॲक्सिलरेटरवरचा पाय काढून घेतला; पण ब्रेक लावला नाही. आलेल्या वेगामुळे आम्ही तसेच पुढे जात राहिलो. पण आता गवतावरून जात होतो. आम्ही सरळ इमारतीचा रोख धरला होता. सिम्पसनने

बेधडक आपली कॅप्रिस गाडी कुंपणावर घातली. ते कुंपण साखळ्यांचे बनलेले होते. पण आमच्या गाडीने ते कधी तोडले कळलेही नाही. जणू काही तिथे कुंपण नव्हतेच अशा तऱ्हेने आम्ही तेथून पुढे गेलो.

डांबरी रस्त्यावर आल्यावर सिम्पसन ब्रेक मारू लागला. योग्य त्या दाबानेच चाकाला ब्रेक्स लागावेत यासाठी जी यंत्रणा होती ती चालू झाली. त्या यंत्रणेतल्या पंपाचे आवाज आणि थांबून थांबून चालण्याची स्पंदने मला जाणवू लागली. सिम्पसन हातातल्या गाडीवर नियंत्रण ठेवण्याची शर्थ करीत होता. चाके फिरायची बंद झाल्यावर प्रथम ती गाडी घसरत गेली. मग थोडीशी उजवीकडे-डावीकडे अशी हलत गेली. शेवटी मोठा आवाज करीत इमारतीच्या प्रवेशद्वारापासून दहा फुटांवरती थांबली. मी केव्हाच दार अर्धवट उघडून निम्मा बाहेर डोकावत होतो. गाडीतून बाहेर पडताना म्हणालो, "इमारतीमधून जर कोणीही बाहेर पडू लागले तर त्या व्यक्तीला थांबवा. गुन्हेगार सशस्त्र आहे."

मी माझे पिस्तूल काढून हातात घेऊन धावत इमारतीमध्ये शिरलो; पण जाता जाता मला ओझरते दिसले की, २३ नंबरच्या गेटपाशी ज्या पोलिसांच्या गाड्या उभ्या होत्या त्या लांबून येत आहेत. ट्रान्स कॉन्टिनेन्टलची प्रवाशांचे सामान वाहून नेणारी एक गाडी इमारतीबाहेर उभी होती. ती तिथे असण्याची गरज नव्हती. पण तिथे ती कशी आली, हे मलाच ठाऊक होते.

केट माझ्या मागून धावत आली नि मला मागे टाकून ती पुढे गेली. तिनेही आपल्या हातात पिस्तूल घेतले होते. मी तिच्यामागोमाग धावता धावता म्हणालो, "तू लिफ्टने जा. मी जिन्याने जातो."

मी वरती गेल्यावर क्षणभर थांबलो. सावधगिरीने व्हरांड्यात डोकावून पाहिले. मग वेगाने धावत सुटलो आणि क्लबच्या दारापाशी बाजूला येऊन उभा राहिलो. माझी पाठ मी भिंतीला टेकवली होती. त्या दाराच्या वरती छोटा टीव्ही कॅमेरा बसवलेला होता. त्याच्या नजरेत मला शिरायचे नव्हते. नाहीतर आतमध्ये पडद्यावरती मी दिसलो असतो. मी माझा उजव्या हाताचा अंगठा दाराशेजारच्या त्या स्कॅनरच्या छोट्या काचेवर दाबून धरला. दोन सेकंदात दार बाजूला सरकले. ते फक्त तीन सेकंदच सरकलेल्या अवस्थेत रहाणार होते. नंतर परत सरकून बंद होणार होते. अन् त्यानंतर मात्र तीन मिनिटे ते बंदच रहाणार होते. त्यामुळे एकजण आत शिरल्यावर दुसऱ्याला त्याच्या नंतर जायला तीन मिनिटे थांबावे लागे. दरम्यान आतून कोणी उघडले तरच ते उघडले जाणार होते. म्हणून मी दार सरकल्यावर झटकन आत शिरलो. खाली वाकून दबकत दबकत मी स्वागतकक्षात प्रवेश केला. अर्धवर्तुळाकार फिरून सर्वत्र वेध घेतला. तिथे कोणीच नव्हते.

ती स्वागतिकाही कुठे दिसत नव्हती. तिची खुर्ची भिंतीला लावून ठेवलेली

होती. फोनची घंटा सारखी वाजत होती. भिंतीला पाठ करून मी सावकाश पुढे पुढे सरकू लागलो. काऊंटरपाशी आल्यावर पलीकडे मी डोकावले. जमिनीवरती स्वागतिका पडलेली होती. तिच्या कपाळात पिस्तुलाच्या गोळीमुळे एक भोक पडले होते. खालच्या प्लॅस्टिकच्या गालिच्यावरती रक्ताचे थारोळे झाले होते. त्यावरून प्रकाशाचे परिवर्तन झाल्याने तिचा चेहरा व केस या भोवती एक प्रकाशाचे वलय झालेले दिसत होते. मला या गोष्टीचे आश्चर्य वाटले नाही. ते मला अपेक्षितच होते. पण मला त्यामुळे अत्यंत चीड आली. फक्त तो असद खलील आता आतमध्ये असायला हवा. तसा तो सापडावा म्हणून मी मनातल्या मनात देवाची प्रार्थना केली.

स्वागतकक्षाला दोन दारे होती. मला त्या दोन्हीकडून धोका होता. मी पुढे जाण्याच्या बेतात असताना मला टीव्ही मॉनिटरवरती केट बाहेर आलेली दिसली. तिच्यामागे जॉर्ज फॉस्टर आणि टेड नॅश होते. मी हात लांब करून तिथले आत येऊ देण्याचे बटण दाबले आणि त्या मायक्रोफोनमध्ये जोरात ओरडलो, "क्लिअर!"

दार फटकन् सरकले व ते तिघे आतमध्ये पिस्तुले घेऊन धावले. मी भरभर बोलत गेलो, "तिला गोळी घातली गेली आहे. काऊंटरमागे ती पडली आहे. केट आणि मी ऑपरेशन सेंटरची खोली घेतो. तुम्ही दुसरी खोली घ्या."

माझ्या म्हणण्याप्रमाणे त्यांनी तसे केले. तिथल्या छोट्या बोळातून ते इंट्रॉगेशन रूममध्ये शिरले.

केट आणि मी त्या ऑपरेशन रूमकडे निघालो; पण माझ्याकडून मी फारशी खबरदारी घेत नव्हतो. कारण असद खलील इथून पळाला आहे, अशी माझी मनोदेवता सांगत होती.

आत शिरल्यावर मला काही तासांपूर्वीचीच स्थिती दिसली. तिथे आम्ही मधे ओढून घेतलेले एक टेबल होते. त्या भोवताली आणून ठेवलेल्या पाच खुर्च्या होत्या. कॉफीचे पाच रिकामे मग्ज तिथे तसेच होते नि मॉटी इथे मागे थांबून राहिला होता. तो आता खुर्चीत नव्हता. जमिनीवरती पडला होता. त्याची पाठ जमिनीला होती. डोळे उघडे होते. जणू काही तो वरचे छत पहात होता. त्याच्या शरीराभोवती रक्ताचे थारोळे झाले होते. त्याच्या पांढऱ्या शर्टावरती दोन जखमांच्या लाल खुणा होत्या. त्यामुळे छातीत दोन गोळ्या झाडलेल्या कळत होत्या. आपले पिस्तूल बाहेर काढायलाही त्याला वेळ मिळाला नसावा. कारण ते तसेच त्याच्या कातडी म्यानात होते. इतक्या त्वरेने व अचानक त्याच्यावरती हल्ला झाला असावा. मी त्याच्यावरती वाकून त्याची नाडी पाहिली. पण ती थांबलेली होती. त्याचे जीवन संपले होते.

बाहेरच्या जगाशी संपर्क जोडणारी कम्युनिकेशन यंत्रणा ही एका प्लॅटफॉर्मवर

होती. केट चटकन तीन पायऱ्या चढून त्या प्लॅटफॉर्मवरती गेली. तिथे ड्यूटी ऑफिसर होती. ती खुर्चीत नव्हती. खुर्चीच्या मागे जो भव्य इलेक्ट्रॉनिक नकाशा होता, त्याच्या पायथ्याशी तिचा देह चुरमडून पडला होता. भिंतीवर, नकाशावर आणि तिच्या पांढऱ्या पोलक्यावरती सर्वत्र रक्त उडालेले होते. तिला आपली प्रतिक्रिया व्यक्त करण्यास बहुधा वेळ मिळाला नसावा. तिने आपला कोट व पिस्तुलाचे म्यान हे खुर्चीला अडकवले असावे. कारण ते आता मागे उडून पडले होते. तिचे पॉकेटबुकही मागे पडले होते. मी तिच्यात काही जिवंतपणाच्या खुणा दिसत आहेत आहेत का पाहिल्या; पण तीही ठार झाली होती.

काही मिनिटांपूर्वी इथे एक हत्याकांड घडून गेले होते. आता तिथे काही क्षीण आवाज होत असले तरीही एका भयाण शांततेची जाणीव होत होती. टेलीटाईप अधुनमधून खडखडत होता. स्पीकरमधून वायरलेसवरची अनेकांची बोलणी मंद स्वरात ऐकू येत होती. फॅक्स मशीनमधून कागदाची भेंडोळी बाहेर पडत होती. वायरलेस मशीनजवळ एक ट्रे होता. त्यात त्या ड्यूटी ऑफिसरचा खाना होता. तो खायचा राहून गेला होता. देशातील एका अत्यंत सुरक्षित व गुप्त स्थळी अचानक हल्ला होऊन आपल्याला मृत्यू येईल, असे तिच्या कधी स्वप्नातही आले नसेल. मृत्यूने तिथे घाला घालून तिघांचे बळी घेतले. एका मिनिटात तिथले जिवंत आवाज नाहीसे झाले. आता मागे उरली होती ती निर्जीव यंत्रांची गुणगुण.

जॉर्ज फॉस्टर व टेड नॅश तिथे येऊन पोचले. आपल्या कार्यगटाचा सहकारी निक मॉंटीच्या देहाकडे ते पहात राहिले. दोन पोलीस खोलीत आले आणि तेही तिथे घडलेल्या खूनसत्राकडे अवाक् होऊन पहात राहिले. या जागेत ते प्रथमच आले होते. तिथल्या यांत्रिक, विद्युत व इलेक्ट्रॉनिक सोयी पाहून त्यांना अचंबा वाटत होता. तो त्यांच्या चेहऱ्यावर दिसत होता. भिरभिरणाऱ्या नजरेने ते बावचळून उभे होते. मी ओरडून म्हणालो, "अरे, कुणीतरी ॲम्ब्युलन्स आणा!" मी असे का म्हणालो ते मला समजले नाही. इथे रुग्णवाहिनीची गरज नव्हती, शववाहिनीची होती; पण मी काहीतरी बोलायचे म्हणून बोलून गेलो.

केट आणि मी त्या कम्युनिकेशन प्लॅटफॉर्मवरून खाली आलो. मग आम्ही चौघे एका कोपऱ्यात गेलो. जॉर्ज फॉस्टरचा चेहरा पांढराफटक पडला होता. टेड नॅशचा चेहरा नेहमीप्रमाणे बेफिकिरी दर्शवित होता; परंतु त्याच्या चेहऱ्यावरती आता काळजीची छटा पसरली आहे हे मी ओळखले. तोही मनातून हादरला होता. मी सुन्न होऊन गेलो होतो आणि केट बधीर झाली होती.

आम्ही कोणीच बोलत नव्हतो. आता काय बोलायचे उरले होते? शिवाय बोलण्याचे त्राण आमच्यातून निघून गेले होते. सीआयए, एफबीआय, न्यूयॉर्कचे पोलीसदल व विमानतळावरील पोलीसदल यांचा पुरता फज्जा उडाला होता. आम्ही

मूर्ख ठरलो होतो. आत्ताचे आमचे चेहरेही कदाचित तसेच दिसत असतील. आमच्या नोकरीच्या सेवेतल्या समस्या आम्ही सोडवत होतो. आमचे कर्तव्यही आपापल्या परीने बजावीत होतो; पण त्याही पलीकडे जाऊन आमच्यातल्या कमतरतेने, शेकडो निष्पाप जिवांचा बळी घेतला होता. त्यांचा कसलाही दोष नसताना. ज्या माणसाने हे हत्याकांड घडवून आणले तो मात्र मोकळा सुटला. तो न्यूयॉर्कमध्ये रहाणाऱ्या सहा कोटी लोकसंख्येच्या समुद्रात आता थोड्याच वेळात गडप होऊन जाणार, अदृश्य होणार. मग आमच्या हातून निसटलेला हा सैतान मोकाट सुटून आणखी बळी घेत राहील. त्याच्याकडे एखादे अणुशस्त्र असेल, रासायनिक अस्त्र असेल किंवा जीवशास्त्रीय अस्त्रही असू शकेल. त्याचा वापर त्या भस्मासुराने केल्यावर न्यूयॉर्कची लोकसंख्या सहज निम्मी होऊन जाईल. एका क्षणात!

त्याच्या निसटण्यामुळे भविष्यातल्या मोठ्या समस्या आमच्या डोळ्यांपुढे आत्ताच दिसू लागल्या. याला आम्ही चौघे जबाबदार होतो काय? जर एटीटीएफची कार्यपद्धत न्यूयॉर्कच्या पोलीसदलासारखी असती तर? तरचे चित्र वेगळे दिसले असते. मग अनेक अकार्यक्षम सुरक्षा अधिकाऱ्यांना केवळ वाहतूक पोलिसांचे काम करीत बसावे लागले असते.

बिचारा निक मॉंटी! न्यूयॉर्क पोलीसदलाच्या सेवेत आजवरचे सारे आयुष्य त्याने काढले. हुशार व कार्यक्षम अधिकारी म्हणून त्याची ख्याती होती. म्हणून तर त्याला आमच्या कार्यगटात घेतले होते; पण त्याचे फळ त्याला काय मिळाले? मृत्यू! त्याची अंत्ययात्रा ही एखाद्या इन्स्पेक्टरच्या इतमामाला शोभेल अशी खात्यातर्फे काढली जाईल. एखादा मरणोत्तर पुरस्कार सरकारतर्फे दिला जाईल; पण त्यामुळे गमावलेला त्याचा प्राण परत येईल काय? त्याने येथेच मागे थांबण्याचे ठरवले होते. समजा, तसे त्याने ठरवले नसते तर मला थांबावे लागले असते. मग आता त्याचा देह जिथे पडला तिथे माझा देह पडला असता.

मी टेबलाकडे पाहिले. काय घडले असेल त्याचे एक कल्पनाचित्र डोळ्यांसमोर आणू लागलो. निक मॉंटी त्या वेळी टेबलापाशी काम करीत बसला असणार. खलील आत घुसून तो इकडेतिकडे भिरभिरत्या नजरेने पहात असणार. त्याला काम करीत असलेला निक दिसला असणार. मग दोघेही एकमेकांकडे पाहू लागले. तो निकला पहात होता व निक त्याला... पण शेवटी खलील आक्रमक होता नि जो आक्रमक असतो त्यालाच सुरुवातीला फायदा मिळतो. बिचाऱ्या निकला आपण या शिकारीच्या खेळात आहोत, हेही ठाऊक नव्हते. त्याला वाटत होते की आपण त्रयस्थपणे या कार्यगटाला सल्ला देतो आहोत. पण शेवटी या अचानक झालेल्या शिकारीत त्याचे सावज झाले. अन् सावजच नेहमी बळी पडते. निकचा बळी क्षणार्धात घेतला गेला.

प्रत्येकजण निक माँटीच्या मृत देहाकडे आणि माझ्याकडे पहात होता. निक हा माझा पोलीसखात्यातला कित्येक वर्षांपासूनचा साहेब, सहकारी व मित्र होता. मला प्रत्येक वेळी त्याने नोकरीत संरक्षण पुरवले, वेळोवेळी मोलाचे सल्ले दिले. माझ्यासारख्या अवखळ व अतिउत्साही स्वभावाच्या माणसाला त्याने पोलीस खात्याच्या चौकटीत व्यवस्थित बसवले. त्याच्यासारखा माणूस पोलीस खात्यात मिळणे विरळाच. सर्वजण निककडे आणि माझ्याकडे आळीपाळीने पहात होते. त्यांना माझे निकशी असलेले घट्ट स्नेहसंबंध ठाऊक होते. त्यामुळे माझ्या डोक्यात आता केवढे वादळ माजले असेल हे ते जाणत होते. शेवटी जॉर्जने माझ्या खांद्याला धरून बाजूला केले.

केट म्हणाली, "चला, इथून आपण बाहेर जाऊ या." सर्वांनी मुकाट्याने तिचे म्हणणे मानले. टेड नॅशने टेबलावर मघाशी आम्ही ठेवलेली सर्व फोल्डर्स उचलली. तिथे पाच फोल्डर्स ठेवली होती; पण आता केवळ चारच फोल्डर्स उरली होती. जाता जाता असद खलीलने एक फोल्डर उचलून नेले होते. आम्हाला त्याच्याविषयी काय माहिती आहे, हे त्याला आता ठाऊक झाले होते. जी माहिती मिळवायला आम्हाला काही वर्षे लागली, ती त्याने एका क्षणात मिळवली. जे काही घडले ते सारेच अविश्वसनीय होते.

आम्ही बाहेर स्वागतकक्षात आलो. कुणाला तरी तिथली दाराची स्वयंचलीत संगणकीय सुरक्षा यंत्रणा बंद पाडण्याचा स्विच सापडला असावा. तो बंद केल्यामुळे बाहेरचे दार आता उघडेच होते व त्यातून विमानतळावरील अनेक पोलीस व अधिकारी आत आले होते.

मी एका फोल्डरमधले खलीलचे छायाचित्र काढून एका पोलीस अधिकाऱ्याला दिले आणि म्हटले, "हाच तो संशयित खुनी आहे. कदाचित् अजून तो विमानतळाबाहेर गेला नसेल किंवा बाहेर पडण्याच्या प्रयत्नात असेल. या छायाचित्राच्या पाहिजे तितक्या प्रती काढून सर्वांना वाटा. बाहेर जाणारी प्रत्येक गाडी, प्रत्येक व्यक्ती तपासा. सगळे पार्किंग लॉटस्, टॅक्सी, ट्रक्स तपासा. अगदी अधिकाऱ्यांची गाडी असली तरी ती अडवून तपासा."

"हे काम केव्हाच सुरू झाले आहे, सर. शिवाय आम्ही सर्व शहरभर सावधगिरीची सूचना जारी केली आहे."

केट त्याला म्हणाली, "शिवाय परदेशी जाणाऱ्या विमानांची टर्मिनल्सही तपासा."

"होय, मॅडम."

मग मी त्या अधिकाऱ्याला म्हणालो, "या इमारतीच्या बाहेर ट्रान्स कॉन्टिनेन्टलची एक सामान वाहून नेणारी कार्ट ट्रक उभी आहे. मला वाटते की त्याच गाडीमधून

तो संशयित गुन्हेगार इकडे आला. तेव्हा ही गाडीही तपासणीसाठी ओढून न्या. तसेच ह्या गुन्हेगाराने याच विमान-कंपनीचा ओव्हरऑल अंगावरती चढवला होता. तो त्याने कुठेतरी टाकून दिला असेल. तोही तुम्हाला कुठेतरी सापडेल.''

त्या पोलीस लेफ्टनंटने लगेच आवश्यक त्या सूचना वायरलेसवरती देण्यास सुरुवात केली.

आता तपास यंत्रणेची चक्रे फिरण्यास सुरुवात झाली; पण चक्रांच्या फिरण्याच्या वेगापेक्षाही असद खलीलचा पसार होण्याचा वेग जास्त होता. त्याला याच विमानतळावर अडकवून धरण्याची संधी दहा-पंधरा मिनिटांपूर्वीच निघून गेली होती.

आजुबाजूला विमानतळावरील पोलीसदलाचे अधिकारी व पोलीस डोळे मोठे करून ऑफिसात सर्वत्र नजर टाकीत होते. इतके अत्याधुनिक व चमत्कारिक ऑफिस त्यांनी प्रथमच पाहिले असावे. अनपेक्षितपणे त्यांनी एका गुप्त ऑफिसात प्रवेश केला होता. इथल्या प्रत्येक यंत्रांचे व सोयींचे त्यांना नवल वाटत होते. त्यांच्यासमोर या गुप्त ऑफिसचे दृश्य उघड झाल्याने जॉर्ज फॉस्टर अस्वस्थ झाला. तो त्यांना म्हणाला, ''ठीक आहे. प्रत्येकाने ऑफिसबाहेर जावे. ही एक गुन्हा घडलेली जागा आहे. तपासायला येणाऱ्या प्रयोगशाळेच्या माणसांसाठी इथली प्रत्येक गोष्ट जशीच्या तशी रहायला हवी. कोणीतरी दरवाजाबाहेर उभे राहून बाकीच्यांना आत सोडू नका. थँक यू.''

एक पोलीस सार्जन्ट सोडला तर सारेजण बाहेर गेले. तो पोलीस स्वागतिकेच्या काऊंटरवरील एका कपाकडे बोट दाखवून खूण करीत होता. आम्ही त्या कपात पाहिले, तर तळाशी उरलेल्या थोड्याशा चहात दोन मानवी बोटे उभी होती. असद खलीलला विमानातून घेऊन येणाऱ्या त्या दोन एफबीआयच्या माणसांचे ते अंगठे होते. त्यातला एक वापरून असदने बाहेरचे दार उघडण्यात यश मिळवले होते.

तो पोलीस सार्जन्ट म्हणाला, ''हा काय प्रकार आहे?''

जॉर्ज म्हणाला, ''मलाही काही कल्पना नाही.'' त्याला सारे काही ठाऊक होते; पण तो खुलासा न करण्यामागे गुप्तता पाळण्याचा हेतू होता. न्यायालयात शपथ दिली तरच तो खरे काय ते बोलणार होता. शेवटी हा राष्ट्रीय सुरक्षेचा प्रश्न होता.

अखेर जी एक नेहमीचीच कामगिरी आम्ही पार पाडायला गेलो, त्याचा शेवट हा केवळ शतकामधून एकदाच होणाऱ्या प्रकारातल्या गुन्ह्यात झाला. वसंत ऋतूतल्या एका सुंदर दिवसाचा अशा रीतीने पार विचका झाला.

१२

आम्ही कॉन्क्विस्टाडोर क्लबमधून बाहेर पडत होतो, तेव्हा अनेक वाहने तिथे येऊन थांबू लागली. संध्याकाळच्या उन्हात ते दृश्य विलोभनीय होते. पण आमची मन:स्थिती त्यात लक्ष घालीत नव्हती. जॉर्ज फॉस्टर म्हणाला, ''मी आपल्या मुख्य ठाण्याला फोन करून कळवतो आणि आपल्या सर्व खबऱ्यांना सूचना देतो. तसेच या कामावरती आणखी माणसे लावतो.''

एटीटीएफने एव्हाना सर्व संशयित जागांवरती छापे मारण्यास सुरुवात केली होती. अनेक संशयित दहशतवादी, गावठी बॉम्ब बनवणारे, त्यांचे मित्र, कुटुंबे, नातेवाईक आणि सहानुभूतीदार यांना ताब्यात घेण्यास सुरुवात झाली होती. न्यूयॉर्क पोलीसदलाने त्यासाठी आपल्याकडून एटीटीएफला भरपूर सहाय्य केले व करत राहिले. केंद्र सरकारने ताबडतोब न्यूयॉर्कच्या विकासनिधीला भरघोस आर्थिक मदत जाहीर केली.

जॉर्ज फॉस्टर हा कार्यगटाचा नेता असल्याने तो या संकटाच्या डोंगरावरती-माथ्यावरतीच— होता. त्याला बऱ्याच गोष्टी झेलाव्या लागल्या व सहन कराव्या लागल्या. तो म्हणत होता, ''आम्ही फोन टॅपिंग्ज वाढवू, खलीलचे छायाचित्र देशातील प्रत्येक सुरक्षा संस्थेला व संबंधित खात्यांना देऊ.''

तो आणखीही काही सांगत होता. त्याला आमच्या कार्यगटाला नाउमेद न करता धीर द्यायचा होता, हे आम्ही ओळखले. आत्ताची वेळ अशी होती की तो कार्यगटप्रमुख असल्याने त्याच्यावरती सारी जबाबदारी व दोष पडत होता. तो आता ज्वालामुखीच्या माथ्यावरती बसला होता. त्याची वरिष्ठांकडून चौकशी होऊ शकत होती. तरीही तो फार धीरोदात्त माणसासारखा वागत होता.

पण मला दुसरीच काळजी वाटू लागली. एखादा ऐकून न घेणारा, भडक माथ्याचा वरिष्ठ आत्ता इथे आला तर? मग मात्र जॉर्जला तोफेच्या तोंडी जावे लागणार होते. मला ती कल्पना आली म्हणून मी सुचवले, ''आपण सारेजण आता इथे चर्चा करीत बसण्यापेक्षा सरळ फेडरल प्लाझाकडे आपल्या ऑफिसात जाऊ. तिथून आपल्याला जास्त सूत्रे हलवता येतील. तसेच तिथेच आपल्याला आणखी काही गोष्टी कळत रहातील. इथून पुढच्या घडामोडींच्या बातम्या प्रथम तिथेच येत रहाणार ना.'' माझे बोलणे प्रत्येकाला पटले. संकटात सर्वांची मने सारखाच विचार करीत असतात.

परंतु इथल्या प्रसंगाला तोंड देण्यासाठी मागे कोणीतरी एखादा बळीचा बकरा

ठेवायला हवा होता. फॉस्टरला त्याचीही गरज वाटली. तो म्हणाला, "मीच इथे मागे रहातो. तुम्ही तिघे फेडरल प्लाझाकडे जा... तिकडे ज्या ज्या काही बातम्या येतील त्या त्या मला कळवित जा. मला इथे बरीच कामे दिसत आहेत. अजून गुन्हाशोधक प्रयोगशाळेचे लोक यायचे आहेत. तसेच ही जागा एफबीआयची अत्यंत महत्त्वाची व सुरक्षित समजली जाणारी आहे."

मी म्हणालो, "पण या सुरक्षित जागेची सुरक्षा करण्यासाठी कोणीच नव्हते. म्हणून तर बळी पडले."

जॉर्ज प्रथमच चिंताग्रस्त झालेला दिसला. कारण एफबीआयच्या ह्या अगदी गाभ्यातल्या गाभाऱ्यात असद खलील बिनदिक्कत घुसू शकला होता. जॉर्ज म्हणाला, "येथे बरीच महत्त्वाची व गुप्त माहिती जपून ठेवलेली आहे. ती अशी सोडून जाता येणार नाही..." असे म्हणून त्याने आपल्या ओठांवरून जीभ फिरवली व मानेवरचा घाम पुसला.

गेल्या फेब्रुवारी महिन्यात अशाच एका लिबियन शरणार्थीला आपण येथे आणल्याचे जॉर्जला आता आठवले; पण शेवटी तो पळून गेला. तो एक बनावट शरणार्थी होता. तो पळाल्यावर केवढा मोठा गहजब झाला होता आणि त्याच वेळी त्याच्या एकट्यावरती या साऱ्या दोषाचे खापर पडणार होते. पण तसे काही झाले नाही. आता आपली यातून नक्कीच सुटका होणार नाही नि आपल्या एकट्यावर सारा भडीमार होईल, असे त्याला वाटू लागले. तो पाठ फिरवून जाण्याआधी एवढेच म्हणाला की, "ही सारी माझी जबाबदारी आहे. मला... मलाच... इथे थांबले पाहिजे....... कोणत्याही परिणामाला तोंड देण्याची माझी तयारी आहे." त्याला पुढे बोलवेना.

टेड नॅश सीआयएचे प्रतिनिधित्व करीत होता. अन् कोणीही या संस्थेला दोष द्यायला लागले की ही संस्था आपले अंग झटकून बाजूला होते. अशा निगरगट्ट संस्थेतला टेड नॅश असल्याने त्याचा एक केसही वाकडा होणार नव्हता. तो शांतपणे पाठ वळवून सिम्पसनच्या गाडीकडे निघून गेला.

मी तर नुकताच ह्या कार्यगटात सामील झालो होतो. एफबीआयमध्ये प्रथमच दाखल झालो होतो. अजून नवा नवा होतो. त्यामुळे माझी पाटी स्वच्छ होती. कदाचित पुढेसुद्धा मला कधीच कोणी फारसे जबाबदार धरणार नव्हते; पण जर ह्या नॅशने, माझ्या हितशत्रूने, मला पुढे कधी तरी अशाच भयंकर वादळात मध्यभागी ढकलले, तर मात्र काही सांगता येत नव्हते. म्हणून तर तो मला या साऱ्या प्रकारात आजुबाजूला ठेवून वेळ येताच आत ढकलणार असावा.

केट मेफिल्डला मात्र कोणा वरिष्ठाचे संरक्षण नव्हते; पण ती ऐन वेळी माझ्याबरोबर दुर्घटनाग्रस्त जागेवर आली, विमानात शिरली आणि सुरुवातीच्या

महत्त्वाच्या वेळी मला सक्रीय सहाय्य केले. त्यामुळे तिच्या माथी फारसा दोष मारता येणार नव्हता. मी तिला म्हणालो, ''या साऱ्या प्रकारात माझ्यावर काहीच शेकणार नाही. पण मी माझ्याकडून होईल तितकी तुझीही बाजू उचलून धरेन. तुला सहाय्य होईल असेच बोलेन.''

तिने चेहऱ्यावरती बळेबळे हसू आणले व ती म्हणाली, ''थँक्स! पण आपण जे काही व जसे काही घडले तसेच सांगू. मग वॉशिंग्टनमधल्या वरिष्ठांना कोणाला दोष द्यायचा ते देऊ द्या.''

मी यावरती माझे डोळे उपरोधाने गरगर फिरवले; पण तिने त्याकडे दुर्लक्ष केले. ती पुढे म्हणाली, ''मी अजूनही या केसमधून माझे अंग काढून घेणार नाही.''

''तुझी इच्छा ठीक आहे; पण त्यांनीच तुझे खाते बदलले तर? निदान नवीन खाते हे अकाऊंटन्सी तरी देऊ नये. तेवढे झाले तरी नशीब म्हटले पाहिजे.''

तिथे थंडपणे माझ्या म्हणण्याकडे दुर्लक्ष केले.

ती म्हणाली, ''आम्ही अशा रीतीने कामे करीत नाही. कोणाही एजंटने जरी त्याचे काम अव्यवस्थितपणे केले तरीही त्याला दिलेली केस काढून घेतली जात नाही. त्याला त्याच कामावर ठेवले जाते. जर तुम्ही वरिष्ठांशी व खात्याशी सरळ, प्रामाणिक राहिलात तर ते तुम्हाला वाटते तसले काही करीत नाहीत. आम्हा सर्वांचा आजवरचा तसा अनुभव आहे''

''असं? मला वाटते की बॉय स्काऊटमध्येही अशीच प्रामाणिकपणावर आधारलेली ध्येयधोरणे आहेत,'' मी तिची टिंगल करीत म्हणालो.

पण तिने यावर प्रतिक्रिया व्यक्त केली नाही. गाडीचा हॉर्न जोरजोरात वाजत होता. टेड नॅश हा अस्वस्थपणे आमची वाट पहात सिम्पसनच्या गाडीत बसला होता. तो सिम्पसनच्या शेजारच्या आसनावर बसला होता. आम्ही दोघे घाईघाईने चालत तिकडे गेलो. मागच्या आसनावरती आम्हा दोघांच्या ॲटॅची बॅग्ज ठेवल्या होत्या. सिम्पसनला त्याच्या वरिष्ठांकडून आम्हाला फेडरल प्लाझात नेऊन सोडण्याची परवानगी मिळाली होती. त्याच्या चेहऱ्यावरती गोंधळल्याचे व आश्चर्याचे भाव प्रकट झाले होते.

सिम्पसन म्हणाला, ''तुम्हा दोघांमुळे या चमत्कारिक कामात मी इतका रुतून बसलो आहे की त्यात हे तुम्हाला पोचवण्याचे काम म्हणजे काहीच नाही.''

केट म्हणाली, ''तुमची आम्हाला खरोखरीच खूप मदत झाली. तुम्ही फार चांगले काम केले. मी हे लक्षात ठेवीन.''

''चला. कोणीतरी आमच्या कामाचे चीज करणारे निघाले तर!'' सिम्पसन म्हणाला.

शेवटी नॅश मला म्हणाला, ''तुम्ही आज खरोखरीच छान काम केले. अगदी तडफेने केलेत. पोलीस खात्यातील डिटेक्टिव्हचे असे काम मी प्रथमच पहातो

आहे.''

टेड नॅशने मला आश्चर्याचा धक्का दिला. विशेषत: त्याने माझ्या पूर्वीच्या 'डिटेक्टिव्ह' या पदाचा उल्लेख केला त्याचे नवल वाटले. माझे यावर बोलणेच खुंटले. त्याच्याबद्दल मी उगाचच शत्रुत्वाची भावना जोपासत होतो काय? मला त्याच्याशी हस्तांदोलन करून त्याचे डोक्यावरचे केस जरासे लाडाने विस्कटून 'अरे बेट्या, असे तुझे वागणे असेल तर तुझे-माझे जमलेच!' असे म्हणावेसे वाटले.

आम्ही विमानतळाच्या हद्दीबाहेर पडताना तिथल्या एका पोलिसाने हात वर करून आम्हाला जायला सांगितले. याचा अर्थ 'बाहेर पडणाऱ्या प्रत्येक वाहनाची तपासणी करा' हा आदेश सर्व ठिकाणी पोचला नव्हता. मी सिम्पसनला गाडी थांबवण्यास सांगितले.

गाडी थांबल्यावर मी बाहेर पडलो व त्याला माझे कार्ड दाखवले आणि विचारले, ''तुम्हाला बाहेर पडणारी प्रत्येक गाडी थांबवून तपासणी करण्यास सांगितले गेले होते ना?''

''होय... पण पोलिसांच्या गाड्या त्यात मोडत नाहीत.''

ह्या उत्तरावर मी काय बोलणार? मी गाडीतून ते फोल्डर बाहेर काढले व त्यातले खलीलचे छायाचित्र दाखवून विचारले, ''ह्या माणसाला पाहिलेत?''

''नाही... पण मी हा चेहरा लक्षात ठेवीन.''

''तुम्हाला जेव्हा बाहेर पडणाऱ्या गाड्यांची तपासणी करून मग सोडण्याचा आदेश मिळाला, तेव्हापासून किती गाड्या येथून गेल्या?''

''फार नाही. आज शनिवार आहे. दहाबारा गेल्या असतील.''

''तुम्ही त्या गाड्या थांबवून त्यांची तपासणी केली?''

''अंऽऽ, होय; पण ते सारे मोठमोठे ट्रक्स होते. त्यात पेट्या ठिच्चून भरल्या होत्या. मी प्रत्येक पेटी उघडून पाहू शकत नव्हतो. जर त्यावरचे कस्टमचे सील तोडले असेल किंवा त्यात काही गडबड असेल तरच तपासणी केली असती. प्रत्येक ड्रायव्हरचा माल हा कस्टम्सच्या दृष्टीने पास झालेला होता. मी वेगळे काय करू शकणार होतो?''

''म्हणून तुम्ही पेट्या उघडल्या नाहीत.''

त्या पोलिसाला माझा आता राग येऊ लागला होता. तो पुढे म्हणाला, ''शिवाय पेट्या तपासण्यासाठी मला मदत करायला माणसे हवीत. अन् मग ते काम दिवसभर चालेल.''

''गाड्यांची तपासणी केल्याशिवाय सोडू नका, असे कळायच्या आधी किती गाड्या गेल्या?''

''अंऽऽ ... दोन किंवा तीन.''

"कोणती वाहने होती ती?"

"दोन ट्रक्स... एक टॅक्सी."

"टॅक्सीत कोणी उतारू होता?"

"मी तेवढे नीट पाहिले नाही. ती गोष्ट सूचना मिळण्यापूर्वीची होती ना."

"ठीक आहे..." असे म्हणून मी त्याला ते खलीलचे छायाचित्र दाखवले आणि म्हटले, "हा माणूस आपल्याला हवा आहे. त्याच्याजवळ शस्त्र आहे आणि भलताच खतरनाक आहे. त्याने आज बरीच पोलिसांची माणसे ठार केली आहेत."

"बापरे!"

मी गाडीत येऊन बसलो. गाडी निघाली. त्या पोलिसाने आमची बॅग उघडून पाहिली नाही. मी त्याच्या जागी असतो तर पोलिसांची गाडीही मी न तपासता सोडली नसती; पण अजून अमेरिकेत तेवढी दक्षता पाळण्याची सवय कुठेही झालेली नाही.

आम्ही न बोलता मॅनहॅटनकडे चाललो होतो. बेल्ट पार्कवेवरती अफाट गर्दी होती. हेलिकॉप्टरमधून रहदारीवर लक्ष ठेवणाऱ्या एखाद्या मूर्खाच्या दृष्टीने ही रहदारी 'मध्यम ते भरपूर' अशी होती, तर माझ्या मते ती 'भरपूर ते जबरदस्त' अशा प्रकारची होती.

ब्रुकलीन गेल्यानंतर मी टेडला आणि केटला म्हटले, "न्यूयॉर्कच्या मध्यभागात सुमारे दीड कोटी लोक रहातात. त्यातले ८० लाख लोक शहर विभागात रहातात. त्यातले दोन लाख लोक हे नुकतेच अमेरिकेत स्थायिक होण्यासाठी मुस्लीम देशातून आलेले असतात. त्यातले निम्मे लोक हे ब्रुकलीनमध्ये रहातात."

माझ्या या बोलण्यावरती केटने किंवा टेडने काहीच प्रतिक्रिया व्यक्त केली नाही. ते गप्प बसले.

जर खलीलने इतक्या माणसांमध्ये कुठेतरी आश्रय घेतला असेल तर एटीटीएफ त्याला कशी बाहेर काढणार? कदाचित् मध्यपूर्वेकडून आलेल्यांच्या वस्तीला गराडा घातला जाईल; पण कित्येक खबऱ्ये त्यांच्यासाठीही अमेरिकन सरकारमध्ये कामे करत असतील. त्यांच्याकडून बातमी फुटायला किती वेळ लागतो? पण ह्या भूमिगत दहशतवाद्यांच्या जाळ्याशी अनेकदा समझोता करावा लागला आहे. त्यामुळे तेही बऱ्याचदा सहकार्याला तयार असतात. परंतु हीच गोष्ट खलीललाही ठाऊक आहे. त्यामुळे तो तिथे मुळीच आश्रय घेणार नाही. त्याला तेवढी अक्कल नक्कीच आहे.

मी खलीलच्या मूर्ख धाडसाबद्दल विचार करू लागलो. त्याच्या या मूर्ख धाडसालाच त्याचे सहानुभूतीदार 'शौर्य' असे म्हणतात. थोडक्यात, असद खलील हा आता आम्हाला एक आव्हान ठरणार. नक्की ठरणार.

शेवटी टेड नॅश बोलला, "दर वर्षी बेकायदेशीरपणे अमेरिकेत घुसणारे १० लाख लोक असतात. तेव्हा ही गोष्ट तशी कठीण नाही. म्हणून खलीलचा हेतू हा दहशतवादी कृत्ये करण्यासाठी अमेरिकेत घुसणे असा नाही. त्याने विमानात जे केले, कॉन्क्विस्टाडोर क्लबमध्ये जे केले तोच त्याचा हेतू होता. आता तो अमेरिकेबाहेर पळून जाईल. त्याने विमानतळ कधीच सोडला नाही. तो आत्ता परदेशी जाणाऱ्या विमानात चढतही असेल. त्याचे कार्य साध्य झाले आहे."

मी टेड नॅशला म्हटले, "मी असा तर्क केव्हाच फेटाळून लावला आहे. पहा जरा विचार करून."

त्यावर त्याने फटकन उत्तर दिले, "तर मी इतर तर्क धुडकावून लावले आहेत. त्याचे विमान आता सुटलेही आहे."

मला ती 'प्लम आयलँड'ची केस आठवली. त्यात टेड नॅशने असेच न पटणारे त्याचे कटकारस्थानाबद्दलचे चुकीचे तर्कसिद्धांत मांडले होते. या माणसाला त्याच्या बौद्धिक क्षमतेपेक्षा जादा प्रशिक्षण मिळाले होते, हे मला उघड दिसत होते. त्यामुळे तो साधी समजबुद्धी विसरला होता. मी त्याला म्हटले, "मी दहा डॉलरची पैज तुमच्याशी लावतो. लवकरच आपल्याला हा खलील अमेरिकेत असल्याची बातमी ऐकायला मिळेल, असे माझे म्हणणे आहे."

टेड नॅश म्हणाला, "ठीक आहे, माझी या पैजेला तयारी आहे." मग आपल्या आसनावर मागे वळून माझ्याकडे पहात तो म्हणाला, "तुम्हाला या बाबतीत कमी अनुभव आहे. प्रशिक्षित दहशतवादी हा मूर्ख गुन्हेगारासारखा कधीच वागत नाही. ते येतात. झटपट आपले काम करून तितक्याच झटपट ते पळून जातात. पुन्हा कधीतरी ते असेच अचानकपणे येतात आणि झटपट आपली कृत्ये उरकून पळून जातात. त्यांचा परत येण्याचा कालावधी हा कित्येक वर्षांचा असू शकतो. गुन्ह्याच्या जागी ते कधीच परत जात नाहीत. ते आपल्या मैत्रिणीच्या घरी आपले पिस्तूल आणि लूट घेऊन कधीही लपून रहात नाहीत आणि ते बारमध्ये जाऊन दारू पीत नाहीत. नाहीतर इतर गुन्हेगार बारमध्ये पिऊन आपल्या पूर्वीच्या कृत्यांबद्दल गर्वाने बरळतात आणि धरले जातात. तेव्हा आपला हा असद खलील आत्ता हवेतून प्रवास करतो आहे."

"थँक यू, मिस्टर नॅश," मी म्हणालो. खरे म्हणजे त्याऐवजी मी माझ्या रुमालाने त्याचा गळा दाबायला हवा होता किंवा त्याच्या टाळक्यात पिस्तुलाचा दस्ता मारायला हवा होता.

केट म्हणाली, "हा एक भलताच व इंटरेस्टिंग तर्कसिद्धांत आहे, टेड. पण आपल्याला अद्याप कशाचीच खात्री नसल्याने आपण एटीटीफचा संपूर्ण मध्यपूर्वेचा सेक्शन हा बदलून टाकू. त्यात काम करणारे काही दहशतवाद्यांचे सहानुभूतीदार

आणि संशयित हेही बदलले जातील.''

टेड नॅश म्हणाला, ''मला इथली जी काही ठराविक कार्यप्रणाली आहे त्याची समस्या वाटत नाही; पण मी एक सांगतो की, हा खलील जर इथेच अमेरिकेत असेल तर तो अत्यंत अनपेक्षित अशा ठिकाणीच तुम्हाला सापडला तर सापडेल. फेब्रुवारीत जो लिबियन शरणार्थी आश्रयाला आला होता तो जो एकदा निघून गेला तो कायमचा. परत कधीही इकडे येणार नाही. जर या खलीलचे त्याच्याशी संबंध असतील तर हे दोघे मिळून जे काही करून दाखवतील ती एक आजवर आपण कधीही न पाहिलेली व अज्ञात कृती असेल. काही दहशतवाद्यांच्या गटाबद्दल तर आपल्याला अद्याप काहीही ठाऊक नाही.''

माझ्या लक्षात आले की एकीकडून आपल्याला टेडचे म्हणणे बरोबर वाटून 'खलील आत्ता अमेरिकेबाहेर उडालाही असेल.' यावर आपण नकळत विश्वास ठेवतो आहे. त्यामुळे मी आता लावलेली पैज हरेनही; पण तरीही मला या असद खलीलला पकडून त्याची कणिक चांगली तिंबायची तीव्र इच्छा होत होती, एवढी की त्याची ओळख त्याच्या आईलाही पटली नसती. मला तो कुठेतरी अशा ठिकाणी सापडायला हवा होता, की तो त्या वेळी अमेरिकेचे कसलेही नुकसान करू शकत नाही. म्हणजे असे की, जो माणूस विमानातील एकूणएक निष्पाप प्रवासी लीलया मारून टाकू शकतो, त्याने एखादा अणुबॉम्ब सहज जवळ लपवला असेल किंवा स्वत:च्या हॅटमध्ये ॲन्थ्रॅक्सचा बॉम्ब असेल किंवा एखादी अतिविषारी वायूची कुपीही जवळ असेल. थोड्या वेळात मोठ्या प्रमाणात मनुष्यसंहार करण्याचे कोणतेही साधन त्याच्याकडे असू शकते.

सिम्पसनने विचारले, ''आपण आत्ता एखाद्या अरब दहशतवाद्यांसारखे बोलत आहोत काय?''

मी त्यावरही अगदी स्पष्ट उत्तर दिले, ''दहशतवाद्यांसारखे? नव्हे सर्व दहशतवाद्यांच्या बापासारखे!''

टेड नॅश सिम्पसनला म्हणाला, ''आत्ता तुम्ही जे काही ऐकले ते विसरून जा.''

''छे:! मी तर काहीच ऐकले नाही,'' सिम्पसन ताबडतोब गुप्तता पाळण्यासाठी म्हणाला.

आम्ही जेव्हा ब्रुकलीनच्या पुलाजवळ जाऊ लागलो, तेव्हा केट मला म्हणाली, ''तुम्हाला लाँग आयलँडवर भेटण्यासाठी जायचे आहे ना? त्याला आता उशीर होईल.''

''किती उशीर?''

''निदान एक महिना तरी.''

मी त्यावर काहीच बोललो नाही.

ती मग पुढे म्हणाली, ''बहुधा उद्या सकाळी पहिल्या विमानाने आपल्याला वॉशिंग्टनला जावे लागणार.'' पोलीसदलात असताना आम्हालाही अशाच कठीण प्रसंगाच्या वेळी 'पोलीस प्लाझा' या इमारतीत प्रमुख कार्यालयात बोलावले जाई. तिथे मग आमची बिनपाण्याने होई. इथे पोलीस प्लाझाऐवजी वॉशिंग्टनचे एफबीआयचे प्रमुख ऑफिस आहे, एवढाच काय तो फरक.

माझ्या करारात मला आता कुठेतरी पळवाट शोधली पाहिजे. ज्या कराराने मी एफबीआयशी बांधला गेलो, त्यातून आता सुटका झाली पाहिजे; पण तो कराराचा कागदही मी फेडरल प्लाझामध्ये माझ्या टेबलाच्या कपाटात ठेवला असल्याने तिथे जाऊन तो वाचला पाहिजे.

आम्ही ब्रुकलीनचा पूल ओलांडला व मुख्य रस्ता सोडून लोअर मॅनहॅटनच्या गल्लीबोळात शिरलो. काहीजण याला 'कॅन्यनस् ऑफ लोअर मॅनहॅटन', लोअर मॅनहॅटनच्या खोल घळया, असे म्हणतात. कारण अरुंद रस्त्यावर दुतर्फा उंच इमारती आहेत.

कोणीच काही बोलत नव्हते. पण प्रत्येकाच्या डोक्यात विचारांचा गदारोळ माजला आहे, हे मला जाणवत होते.

पोलिसांच्या गाड्यात रेडिओ नसतात; पण सिम्पसनने स्वत:चा एक लहानसा ट्रॅन्झिस्टर रेडिओ गाडीत बाळगला होता. त्याने तो लावला. डब्ल्यूआयएनएसच्या बातम्या त्यावर चालू झाल्या. एक बातमीदार घटनास्थळावरून प्रत्यक्ष बोलत होता, ''ते दुर्दैवी विमान अजूनही भिंतींनी बंदिस्त असलेल्या सुरक्षित स्थळी आहे. त्यामुळे भिंतीपलीकडे काय चालले आहे ते दिसत नाही; पण बरीच वाहने आत जाताना आणि बाहेर पडताना दिसतात. काही मिनिटांपूर्वीच मला एक भली मोठी व्हॅन बाहेर पडताना दिसली. ही व्हॅन म्हणजे एक मोठा रेफ्रिजरेटर असावा. अतिशीत अवस्थेत पदार्थ किंवा अन्य गोष्टी ठेवून हलवण्यासाठी याचा वापर करतात. म्हणून असा अंदाज करता येतो की यातून मृत देह हलवले जात असले पाहिजेत.''

या वाक्याचा परिणाम साधण्यासाठी तो बातमीदार क्षणभर थांबला. मग पुढे तो बोलू लागला, ''या संदर्भात अद्याप एकही अधिकृत निवेदन संबंधित अधिकारी वर्गाकडून प्रसृत झालेले नाही. परंतु नॅशनल ट्रान्सपोर्टेशन सेफ्टी बोर्डाच्या एका प्रवक्त्याने सांगितले की, 'घातक किंवा प्रदूषित वायू विमानात फैलावल्यामुळे सर्व प्रवासी आणि विमानकर्मचारी त्यामुळे गुदमरले आणि काहीजण मरण पावले.' तरीही हे विमान सुखरूपपणे उतरलेले असल्याने आपण अशी आशा करू या की बळी पडलेल्यांची संख्या ही थोडीच असावी.''

यानंतर वार्ताचर्चेची सूत्रे हलवणारी सूत्रधार बाई म्हणाली, ''लॅरी, आमच्या कानावर अशा अफवा आल्या आहेत की त्या दुर्घटनाग्रस्त विमानाचा वायरलेस

संपर्क हा उतरण्यापूर्वी कित्येक तास तुटलेला होता. त्याबद्दल तुमच्या काही कानावरती आले आहे का?''

मग तो प्रत्यक्ष स्थळावरून बोलणारा लॅरी नावाचा बातमीदार म्हणाला, ''याबद्दल एफएएकडून अद्याप ठामपणे काहीही सांगितले गेले नाही; परंतु त्यांच्यातील एका प्रवक्त्याने म्हटले की, काही गुदमरवून टाकणाऱ्या वायूंचा व धुराचा विमानात त्रास होतो आहे, असे वैमानिकाने वायरलेसवरती सांगितले. त्याला वाटले की ते वायू काहीतरी रासायनिक स्वरूपाचे असावेत किंवा एखाद्या विजेच्या सर्किटला लागलेली आग असावी.''

मला ही बातमी नवीन होती; पण टेड नॅशला मात्र ती आधीपासून ठाऊक असावी. कारण तो म्हणाला, ''शेवटी त्यांना खरे काय ते कळू लागले आहे.''

खरे काय ते? मला तर विमानात कुठेही धूर पसरून गेल्याचे लक्षण दिसले नाही. उलट कोणीतरी मुद्दाम विषारी वायू विमानात सोडण्याचे काम केले असावे, असे माझे मत होते.

आता रेडिओचा बातमीदार आणि ती सूत्रधार बाई हे स्विस एअर विमानाची पूर्वीची दुर्घटना यावर चर्चा करू लागले. मग कोणीतरी सौदी दुर्घटनेचा उल्लेख केला. टेड नॅशने रेडिओ बंद करून टाकला. गाडीत शांतता पसरली. कोणीच बोलत नव्हते.

केट माझ्याकडे पहात आहे, हे मला जाणवले. ती मृदू आवाजात मला म्हणाली, ''जॉन, काय झाले ते आपल्याला ठाऊक नाही. त्यामुळे उगाच तर्ककुतर्क करण्यात अर्थ नाही. आपण या बातमीदार मंडळींशी बोलणे टाळले पाहिजे.''

''बरोबर आहे. मीपण तसाच विचार करतो आहे.'' मला कळून चुकले की येथून पुढे माझ्या तोंडून कोणताही शब्द बाहेर पडण्याआधी मला दहा वेळा विचार करावा लागणार.

अमेरिकेतील फेडरल लॉ एन्फोर्समेन्ट आणि इंटेलिजन्स एजन्सिज् या म्हणजे हिटलरची गेस्टॅपो संघटना आणि बॉय स्काऊट संघटना यांचे मिळून झालेले अपत्य असावे तशा आहेत. मखमली हातमोजे चढवलेल्या पोलादी मुठी असाव्यात तसा हा प्रकार आहे. आम्ही तर्ककुतर्क करायचे नाहीत म्हणजे आमची तोंडे घट्ट मिटायची. अन्यथा आक्षेपार्ह बोलण्यामुळे वर्षभर आम्हाला कैदेत ठेवले जाते. फक्त त्याला 'प्रोटेक्टिव्ह कस्टडी' असे गोंडस नाव दिले जाते. तसे काही होऊ नये म्हणून आम्हाला तोंडे बंद ठेवावी लागत होती. म्हणून मी मनापासून बोललो, ''त्या गुन्हेगाराला पकडून न्यायालयात आणण्यासाठी मी काय वाटेल ते करेन. फक्त मला या केसवरती शेवटपर्यंत काम करू दिले पाहिजे.''

माझ्या या बोलण्यावर कोणीच काही बोलले नाही. मला आमच्या मध्यपूर्वेच्या

कार्यगटातून बाहेर पडून आयरिश कार्यगटात जाण्याबद्दल मी अनेकवार बोललो होतो. त्याची आठवण या वेळी केट किंवा टेड करून देऊ शकत होते; पण तरीही ते काही बोलले नाही.

महान गुप्तहेर किंवा सुपर-स्पाय टेड नॅश याने सिम्पसनला फेडरल प्लाझा इमारतीच्या जवळच्या जागेचा एक पत्ता सांगितला आणि आपल्याला तिकडे जायचे आहे हे सांगितले. सिम्पसन हा एक पोलीस होता. त्याला टेड नॅशच्या सांगण्यामागचा समजला नसणार. तो म्हणाला, ''म्हणजे तुम्ही तिथे उतरून फेडरल प्लाझा इमारतीकडे चालत जाणार?''

यावर मी हसलो, आम्हा तिघांना इथे त्याच्यादेखत काही गोष्टी बोलता येत नव्हत्या. ऑफिसातही इतर लोक ऐकू शकत होते. म्हणून तिथे जाण्यापूर्वी आम्हाला केवळ रस्त्यावरतीच एकांत मिळणार होता. त्यासाठी टेडने ही युक्ती काढली होती.

टेड नॅश म्हणाला, ''आम्हाला त्या जागेच्या आसपास सोडले तरी चालेल.''

सिम्पसनने आम्हाला त्या चेंबर्स स्ट्रीटवरील कुप्रसिद्ध ट्वीड कोर्ट हाऊसजवळ सोडले. आम्ही सर्वजण त्याच्या गाडीतून उतरलो. मी त्याला म्हणालो, ''आम्हाला मदत केल्याबद्दल धन्यवाद!''

तो यावर म्हणाला, ''पण माझ्या गाडीच्या पुढच्या व मागच्या भागाने मार खाल्ला आहे, त्याचे काय?''

''त्याचे दुरुस्तीचे बिल हे एफबीआयकडे पाठवून द्या. आजकाल त्यांना अफाट पैसा मंजूर केला जातो.''

आम्ही लोअर ब्रॉडवेवरून चालू लागलो. संध्याकाळचा मंद प्रकाश पसरला होता; पण इथल्या उंच उंच इमारतींमुळे नेहमीच सूर्याचे ऊन अडवले गेल्यामुळे तसा प्रकाश पडत असतो. इथल्या इमारतीत कोणी रहात नव्हते की इथे दुकाने नव्हती. इथे सर्वत्र सरकारी कचेऱ्या पसरलेल्या होत्या. त्यामुळे आज शनिवारच्या सुट्टीच्या दिवशी कसलीच वर्दळ इथे नव्हती. रस्ते शांत होते.

चालता चालता मी टेड नॅशला म्हटले, ''मला राहून राहून असे वाटते आहे की, आजच्या प्रसंगाची तुम्हा लोकांना आगाऊ कल्पना होती.''

त्याने यावर सरळ सरळ उत्तर देण्याचे टाळले. काही क्षणांनी तो म्हणाला, ''आज १५ एप्रिल आहे.''

''बरोबर. मी माझे इन्कम टॅक्स रिटर्न हे कालच भरलेत. तेव्हा आता मला कसलीही रुखरुख नाही.''

''मुस्लीम माथेफिरू हे काही गोष्टींच्या वार्षिक तारखांना फार महत्त्व देतात. कॅलेन्डरवरील बऱ्याच तारखांना आम्ही महत्त्व देऊन त्यावर आम्ही लक्ष ठेवत

असतो.''

''असं? मग आजच्या दिवसाचे काय महत्त्व आहे?''

टेड नॅश सांगू लागला, ''पूर्वी या तारखेला कधीही दुर्घटनेचा एखादा प्रसंग घडला नाही; पण लिबियाचा हुकूमशहा महंमद गडाफी हा नेहमी दर वर्षी या तारखेला अमेरिकाविरोधी भाषणे देत असतो. आजच त्याने तसे एक भाषण सकाळी दिले होते.''

काही क्षण मी यावरती गंभीरपणे विचार केला. जर ही माहिती मला आधी असती तर मी कसा वेगळा वागलो असतो? या माहितीच्या सुगाव्याआधारे मी विचारपूर्वक बोललो असतो. मनात आले की ते सर्व प्रकारे चटकन प्रगट करणे, हा माझा स्वभाव आहे. भूछत्र जसे रुजल्यावर चटकन जमिनीबाहेर येते तशी माझ्या मनातली मते मी चटकन बाहेर फेकत असतो. कोणाचीही पर्वा न करता. मलाच माझी ही वृत्ती आवडते पण या सीआयएवाल्यांची वृत्ती अशी माहिती दडविण्याकडे का असते? मी टेडला म्हणालो, ''मग तुम्ही मला हे आधी सांगायला विसरला होता काय?''

तो म्हणाला, ''याला काही फार भयंकर महत्त्व आहे असे नाही. निदान तुम्हाला जेवढे वाटते तेवढे महत्त्व नाही.''

''असं का?'' मी खवचट स्वरात म्हणालो. मी पुढे म्हणालो, ''पण आपल्याला आज अमेरिकेला नेले जाणार आहे, हे खलीलला कसे कळू शकले? का त्याचा तो केवळ अंदाज होता?''

''त्याला आज विमानाने नेणार हे ठाऊक नव्हते; पण अमेरिकेची पॅरिसमधील वकिलात कोणाही अशा व्यक्तीला चोवीस तासांपेक्षा जास्त काळ ठेवून घेऊ शकत नाही. खलीलला हे तर सहज ठाऊक असणार. अन् आपण त्याला पॅरिसमध्ये आणखी काही काळ डांबून धरून ठेवले असते, तरी फारसा फरक पडला नसता. विशिष्ट तारखेलाच ती दुर्घटना घडली पाहिजे, असा त्यांचा आग्रह नसतो.''

''ठीक आहे. म्हणजे तुम्ही त्यांची तारीख पाळून त्यांचे काम केले, असा याचा अर्थ नाही का?''

''अगदी बरोबर!'' टेड नॅश म्हणाला, ''आम्ही त्यांची तारीख पाळल्याने ते बेसावध रहातील व त्यामुळे खलीलला इथे अटक झाल्यावर त्यांना धक्का बसणार. त्यांच्याच महत्त्वाच्या वार्षिक दिनाचा त्यांनाच फटका बसावा, अशी आमची इच्छा होती. आम्ही पॅरिसमध्ये अगदी कडेकोट बंदोबस्त ठेवला होता. वकिलातीमध्ये, विमानतळावरती आणि विमानामध्येही. विमानात दोन फेडरल एअर मार्शल हेही साध्या वेषात ठेवले होते.''

''छान. मग तर कुठेच बिघडायला नको होते. तरी कसे काय हे घडले?''

माझ्या बोलण्यातल्या उपरोधाकडे त्याने दुर्लक्ष केले आणि तो म्हणाला, ''एक हिब्रू भाषेतील म्हण आहे, 'मनुष्य योजनापूर्वक ठरवतो आणि परमेश्वर त्यावर हसतो.' ही म्हण अरब लोकही वापरतात.''

''छान आहे!''

आम्ही फेडरल प्लाझाच्या अति उंच इमारतीपाशी आलो तेव्हा केट मला हळू आवाजात म्हणाली, ''ऑफिसात फक्त मी आणि नॅश बोलेन. तुम्ही फक्त विचारले तरच बोला.''

''का मी काही तुमचे म्हणणे खोडून काढेन अशी भीती वाटते का?''

''तसे करण्यासाठी तुमच्याजवळ काहीच कारण नाही. फेडरल प्लाझाची जागा अशी आहे की येथे फक्त खरे काय तेच उचलून धरले जाते.''

मला यावरती जॉर्ज ऑरवेलच्या 'नाईन्टीन एटीफोर' या कादंबरीची आठवण झाली. फक्त त्यामधल्या 'मिनिस्ट्री ऑफ ट्रूथ'च्या इमारतीमध्ये त्यांना हवे तेच सत्य मानले जाते, एवढाच काय तो फरक होता.

आता १५ एप्रिल या दिवसाला दोन घटनांमुळे महत्त्व प्राप्त झाले.

आजची विमान दुर्घटना आणि पंधरा वर्षांपूर्वी घडलेली वेगळ्या स्थळकाळातील घटना!

भाग : दोन

लिबिया
१५ एप्रिल १९८६

कर्नल गडाफीची दहशतवाद निर्यात करण्याची क्षमता ही आमच्या हवाई हल्ल्याने कमी तर होणार आहेच; पण त्याचबरोबर या हवाई हल्ल्यामुळे आपले गुन्हेगारासारखे वागणे सुधारण्यास त्याला उत्तेजन मिळेल व कारणेही मिळतील.
— राष्ट्राध्यक्ष रोनाल्ड रेगन

युद्धासाठी आता समोरासमोर उभे रहाण्याची निर्णायक वेळ आली आहे.
— कर्नल मोहंमद गडाफी

१३

युनायटेड स्टेटसच्या हवाईदलातील लेफ्टनंट चिप विगिन्स हा विपन्स सिस्टिम्स ऑफिसर होता. तो आत्ता एफ-१११ या लढाऊ जेट विमानात स्तब्ध बसला होता. या विमानाचे आत्तापुरते 'कर्म-५७' हे सांकेतिक नाव ठेवले होते. त्याने आपला वैमानिक लेफ्टनंट बिल सदरवेट याच्याकडे डावीकडे वळून पाहिले. ते दोघे एका गुप्त कामगिरीवरती आपल्या विमानातून निघाले होते.

इंग्लंडमधील सफोक परगण्यातील लेकनहेल्थ येथे रॉयल एअर फोर्सचे एक स्टेशन होते. तिथून ते आपले विमान घेऊन उडाले होते. त्यानंतर आता दोन तास झाले होते; पण तेवढ्या वेळात त्या दोघांत फारसे बोलणे झाले नव्हते. सदरवेट हा शांत वृत्तीचा असल्याने फारसा आपण होऊन बोलत नाही, असे विगिन्सला वाटले. म्हणून त्यानेही फारशी काही बडबड केली नाही. जे काही कॉकपिटमध्ये आवाज होत होते ते सारे यांत्रिक होते. म्हणून विगिन्सला आता मानवी आवाज कानावर पडावेत अशी इच्छा निर्माण झाली. मग बोलणे सुरू करण्यासाठी तो म्हणाला, "आपण पोर्तुगालचा रडार बीम ओलांडला आहे."

सदरवेट म्हणाला, "होय, मला ठाऊक आहे."

"राईट." त्या दोघांच्या आवाजात थोडीशी धातुमय आवाजाची झाक होती. कारण त्यांनी आपल्या डोक्यावरती शिरस्त्राणे चढवली होती, कानात इअरप्लग होते

व तोंडासमोर अत्यंत लहान माईक होते. ते दोघे एकमेकांशी अशा रीतीने केवळ तारांमधूनच बोलू शकत होते. विगिन्सने एक खोल श्वास घेतला. त्याची ती एक प्रकारची जांभईच होती. डोक्यावर चढवलेल्या फ्लाईट हेल्मेटखाली — त्या शिरस्त्राणाखाली — ऑक्सिजन सोडलेला होता. नेहमीपेक्षा जरा जास्त असलेल्या ऑक्सिजनमुळे दीर्घ श्वासाचा आवाज त्या शिरस्त्राणात घुमल्यासारखा उमटे. म्हणून इअरप्लगमधून शेजारच्या वैमानिकाला ती जांभई वाटे. विगिन्सने पुन्हा एक खोलवर श्वास घेतला.

सदरवेट म्हणाला, "जरा तुझे हे श्वास घेणे थांबवतोस का?"

"जशी आपली इच्छा, वैमानिक महाशय."

विगिन्सने आपल्या आसनावर थोडीशी चुळबूळ केली. त्या आसनात तो दाटीने बसला होता. आसनाच्या मानाने तो जरा मोठा होता. बराच वेळ बसल्याने तो अवघडून येणे साहजिक होते. वरच्या काळ्या आकाशाचे दडपण वाटण्याजोगे होते; पण लांबवर पोर्तुगालच्या किनाऱ्यावरती असलेला प्रकाश पाहून त्याला काही कारणांमुळे थोडेसे बरे वाटत होते. ते आता लिबियाकडे चालले होते.

पश्चिम बर्लिनमध्ये एक 'ला बेली डिस्को' नावाचा क्लब होता. अनेक अमेरिकन सैनिक त्या क्लबला वारंवार भेटी देत. गेल्याच आठवड्यात त्या क्लबवरती लिबियन दहशतवाद्यांनी हल्ला केला होता. त्या हल्ल्याला प्रत्युत्तर म्हणून अमेरिकेने खुद्द कर्नल गडाफीच्या निवासस्थानावरती आणि त्याच्या त्रिपोली या राजधानीवरती हवाई हल्ला चढवण्याचा निर्णय घेतला होता. त्याची कार्यवाही करण्याच्या कामावर इंग्लंडमधून अमेरिकेची एफ-१११ ही विमाने निघाली. त्यातल्या बिनीच्या विमानात सदरवेट व विगिन्स होते. म्हणून विगिन्सच्या मनात आले की काही वेळाने आपण कर्नल गडाफीवरती व त्याच्या आजुबाजूच्या परिसरात वरून मृत्यूचा पाऊस पाडणार आहोत. त्याचा विनाश, सर्वंकष विनाश होईल!

वैमानिकांच्या तुकडीला या मोहिमेवर निघण्याआधी सर्व माहिती देण्यात आली होती. हा हल्ला का चढवला जातो आहे, याचीही कल्पना त्यांना देण्यात आली होती. 'ला बेली डिस्को' क्लबवरील हल्ल्यात एक अमेरिकन सर्व्हिसमन ठार झाला होता व डझनभर अमेरिकन जखमी झाले होते. हा हल्ला म्हणजे येथून पुढे असे अनेक हल्ले होण्याची नांदी असल्याने भविष्यकाळातील ती दुर्घटना— शृंखला आत्ताच नष्ट केली पाहिजे, म्हणून आत्ताच्या हवाई हल्ल्याचे प्रयोजन होते. आपण दहशतवाद्यांच्या हल्ल्याला असे प्रत्युत्तर द्यायचे की त्यातून शत्रूला एक तात्काळ तडाखा मिळेल आणि आपल्या शक्तिसामर्थ्याचे प्रदर्शन होईल. तो ब्रिफिंग ऑफिसर सांगत होता, "म्हणून तुम्ही त्या लिबियनांवरती असा काही हल्ला चढवा की त्यातून ते आपल्यावर परत हल्ले चढवायला धजावता कामा नयेत."

त्या ब्रिफिंग रूममध्ये हे भाषण ऐकायला ठीक वाटले, योग्य वाटले व जरी पटले, तरी अमेरिकेच्या मित्रराष्ट्रांना मात्र ही काही चांगली कल्पना वाटली नाही. फ्रान्स व स्पेनला ही मोहीम पसंत नव्हती. म्हणून या मोहिमेवरील विमानांना त्यांनी आपल्या प्रदेशांवरून उडण्यास मनाई केली होती. त्यामुळे या विमानांना लांबच्या मार्गाने जावे लागत होते. विगिन्सला याचाच राग आला होता, तर सदरवेटला त्याचे काही विशेष वाटले नव्हते. 'भौगोलिक-राजकारणावरील सदरवेटचे ज्ञान हे शून्याखाली बरेच उणे अंश आहे' असे विगिन्सचे मत होते. सदरवेट आपल्या आयुष्यात फक्त उड्डाणाला महत्त्व देत होता. आयुष्य म्हणजे फक्त उड्डाण व हवाई संचार असे तो मानीत होता. जर सदरवेटला पॅरिसवरती बॉम्बसचा भडीमार करायला सांगितला तर तो तेही काम आनंदाने करेल. आपल्या मित्रराष्ट्रांवर कसे बॉम्ब टाकायचे, याची क्षिती तो कधी बाळगणार नाही. वाटेल ते कारण असू दे, उडायला मिळते ना! अशी त्याची वृत्ती होती; पण या वृत्तीचा एक धोका विगिन्सला वाटत होता. तो म्हणजे, उद्या जर याच सदरवेटला खुद्द अमेरिकेवरती, वॉशिंग्टन शहरावरती हल्ला चढवायला सांगितला तर तो त्याबद्दल काहीही प्रश्न विचारणार नाही की तोंडातून अवाक्षर उच्चारणार नाही.

हाच विचार मनात घेऊन विगिन्सने सदरवेटला विचारले, "तुझ्या कानावर ती अफवा आली का? की आपलेच एक विमान त्रिपोलीमधील फ्रेंच वकिलातीच्या मागच्या अंगणात एक 'फक यू' बॉम्ब टाकणार आहे. फ्रान्सने आपल्याला त्यांच्या देशावरून उडायला परवानगी दिली नाही, म्हणून हा असा त्यांचा निषेध करायचा आहे."

सदरवेटने यावरती काहीच उत्तर दिले नाही.

तरीही विगिन्सने नेट धरून त्याला विचारले, "मी असेही ऐकले आहे की आपल्या एका विमानाला 'अल अझीझिया' या विभागातील गडाफीच्या निवासावरती बॉम्ब टाकण्याचे हुकूम देण्यात आले आहेत. कारण गडाफी आज रात्री त्या निवासस्थानात झोपायला जाणार आहे."

पुन्हा यावरतीही सदरवेटने उत्तर दिले नाही.

शेवटी विगिन्स कंटाळून म्हणाला, "अरे बाबा, तू जागा आहेस ना?"

सदरवेट यावर म्हणाला, "हे बघ, तू ती कारणे व कारणमीमांसा बाजूला ठेव. आपल्याला जितके कमी ठाऊक असेल तितके आपण सुखी राहू."

शेवटी विगिन्सने माघार घेतली. त्याने हा विषय सोडून दिला. तिथे आता एक चमत्कारिक शांतता पसरली. विगिन्सला सदरवेट आवडत होता आणि आपला वैमानिक हा आपल्याएवढ्याच अधिकारश्रेणीतला आहे, ही गोष्टही त्याला आवडत होती. तेव्हा कोणी कुणाला हुकूम देण्याचा प्रश्न येत नव्हता. कोणीही दुसऱ्याला

'चूप बस' असे म्हणू शकत नव्हते; पण सदरवेट हा एकदा हवेत उडू लागला की तो एक थंड, निर्विकार गोळा बनतो. नाहीतर एरवी ह्याच सदरवेटबरोबर जमिनीवरती ड्रिंक्स घेण्यात किती मजा येते! त्या वेळी तो खूपच मानवी वाटतो.

कदाचित् या मोहिमेवरती सदरवेट हा जरा घाबरला असेल, असे विगिन्सला वाटले. अन् तेही समजण्याजोगे होते. कारण त्यांना निघण्यापूर्वी ब्रिफिंग ऑफिसरने सांगितले होते की, जेट विमानांकडून आत्तापर्यंत जेवढे हवाई हल्ले केले गेले त्यातला हा होणारा हल्ला सर्वांत लांबलचक मार्गाने जाऊन होणार आहे. या संपूर्ण मोहिमेला 'ऑपरेशन एल डोराडो कॅन्यन' असे सांकेतिक नाव दिलेले होते आणि हीच मोहीम आता कदाचित ऐतिहासिक ठरू शकणार होती; पण कोणत्या कारणामुळे ऐतिहासिक ठरेल हे विगिन्सला समजू शकत नव्हते. या मोहिमेत एकूण ६० विमाने सामील झाली होती व ती विगिन्सच्या विमानाच्या आसपास होती. अठ्ठेचाळिसावी टॅक्टिकल फायटर विंगने एफ-१११ या जातीची चोवीस विमाने पुरवली होती. या एफ-१११ विमानांचे वैशिष्ट्य असे की ते आपले पंख मागे घेऊन लहान करू शकत होते. वेगाने जाताना मोठ्या पंखांची गरज लागत नाही. त्यामुळे पंख लहान केले तरी बिघडत तर नाहीच, उलट त्यामुळे हवेचा विरोधही कमी होतो व इंधनाची बचत होऊन आणखी लांबचा पल्ला गाठता येतो. 'स्विंग-विंग जेटस्' असे या विमानाच्या प्रकाराला म्हणतात.

हवेतल्या हवेत विमानाला इंधन पुरवणाऱ्या टँकर विमानांचा एक ताफाही दिमतीला होता. हा त्या चोवीस एफ-१११ विमानांच्या मागून थोड्या कमी उंचीवरून उडत होता. त्यात केसी-१० या अवाढव्य आकाराची विमाने आणि केसी-१३५ या लहान आकाराची विमाने सामील केलेली होती. लिबियाला पोचण्यासाठी ३००० मैलांचे अंतर काटायचे होते. म्हणजे वाटेत तीन वेळा हवेतल्या हवेत टँकर विमानांकडून एफ-१११ विमानांना इंधन पुरवावे लागणार होते. इंग्लंड ते लिबिया ह्या उड्डाणास एकूण सहा तास लागणार होते. हवाई हल्ल्यापूर्वीच्या तयारीमध्ये अर्धा तास जाणार होता. प्रत्यक्ष त्रिपोलीवर गेल्यावर हल्ल्यासाठी अवघी दहा मिनिटे लागणार होती. मग ती सारी विमाने, सारी जरी पूर्णपणे नसतील तरी बहुतेक सारी विमाने, इंग्लंडला परतणार होती.

विगिन्स म्हणाला, "आपण खरोखरच इतिहास लिहीत आहोत. इतिहासाच्या पानांवर उडत आहोत. इतिहास ठरणाऱ्या काळात शिरत आहोत."

सदरवेटने यावरती आपले मत प्रगट केले नाही.

मग विगिन्स म्हणाला, "आजचा इन्कमटॅक्सचा दिवस आहे. तू रिटर्न फाईल केलास की नाही?"

"नोप. मी मुदतवाढीसाठी अर्ज दिला आहे."

"ते आयरिश दहशतवादी उशिरा फाईल करणाऱ्यांवरती लक्ष ठेवतात. ठाऊक आहे ना?"

इन्कमटॅक्स रिटर्न भरण्याच्या शेवटच्या दिवशी जर एखादी व्यक्ती दहशतवादविरोधी कार्यात किंवा मोहिमेत गुंतलेली असेल, तर त्या व्यक्तीला त्याच दिवशी रिटर्न भरता येत नाही. म्हणून मग मुदतवाढीचा अर्ज दिला जातो. अशांची संख्या थोडी असल्याने त्यांची यादी मिळवून त्यातील व्यक्ती शोधणे व नंतर त्यांच्यावर घाला घालणे, हे दहशतवाद्यांना सोपे जाते. म्हणून विगिन्सने सदरवेटला ती आठवण करून दिली होती.

पण सदरवेटने यावरतीही काही उत्तर दिले नाही. तोंडातून केवळ एक निरर्थक हुंकार बाहेर काढला.

विगिन्स म्हणाला, "जर तुझे इन्कमटॅक्सचे खाते शोधून त्यांनी ते ऑडिट केले, तपासले, तर तू सरळ त्या आयरिश दहशतवाद्यांच्या मुख्य ठाण्यावर नापाम बॉम्ब टाकून दे. मग पुन्हा ते तुझे ऑडिट करण्यापूर्वी दहा वेळा विचार करतील."

सदरवेट समोरच्या पॅनेलवरील निरनिराळ्या मीटर्सकडे रोखून पाहू लागला.

आपल्या वैमानिकाला संभाषणात ओढता येत नाही असे लक्षात आल्यावरती विगिन्सने त्याचा नाद सोडला. तो आपल्याच विचारात गढून गेला. इतक्या लांबच्या मोहिमेवरती जाणे म्हणजे त्यात भाग घेणाऱ्यांच्या सहनशीलतेची परीक्षा केली जाते. तसेच, एवढा काळ विमानातली निरनिराळी उपकरणे व यंत्रसामुग्री यांच्यावरती ताण पडून ती कितपत टिकाव धरतात, याचीही एक प्रकारे चाचणी होते. सर्व वैमानिक व विपन्स ऑफिसरना अशा मोहिमेवर कधी ना कधी जावे लागेल यासाठी खास प्रशिक्षण दिले जाते. त्यात मानसिक तणावाचा घटकही लक्षात घेतला जातो.

आत्तापर्यंत तरी वैमानिक व एफ-१११ विमाने सुस्थितीत होते. सारे काही सुरळीत चालले होते. कॅनोपीमधून, म्हणजे कॉकपिटवर घातलेल्या पारदर्शक झाकणामधून विगिन्सने बाहेर पाहिले. मागे जाणाऱ्या पंखाने विमानाशी ३५ अंशांचा कोन केला होता. त्यामुळे हवेत तोलून धरण्यासाठी व पुढे सरकण्यासाठी विमानाला सर्वांत सोयीस्कर अशी एक स्थिती मिळाली होती. लांबचा पल्ला गाठायला त्यामुळे सुकर होणार होते. जेव्हा प्रत्यक्ष हल्ला सुरू होईल तेव्हा हेच पंख हायड्रलिक्सने आणखी मागे घेतले जाऊन हवेला कमीतकमी विरोध करणारी स्ट्रीमलाइन्ड स्थिती मिळणार होती. यामुळे अतिवेगाने मुसंडी मारून बॉम्ब टाकता येणार होते व खालून हल्ला होण्याच्या आत पसार होता येणार होते. मोहिमेची ही 'कॉम्बॅट फेज' किंवा लढाईची स्थिती होती.

अशा स्थितीत सर्व कामे ठरल्याप्रमाणे सुरळीत पार पाडली गेली पाहिजेत. त्यासाठीच तर त्या सर्वांना प्रशिक्षण दिले गेले होते. कारण मोहिमेचा हा त्या वेळी

कळस झाला असेल. या वेळीच पूर्वीच्या साऱ्या तयारीचे, घेतलेल्या कष्टांचे, खर्च केलेल्या वेळेचे चीज होणार होते. सदरवेटला व्हिएतनाममधल्या मोहिमेवर पाठवले गेले नव्हते. त्यामुळे त्याला असल्या हवाई हल्ल्याचा पूर्वानुभव नव्हता. अन् आता ते एका अज्ञात असलेल्या व शत्रूच्या प्रदेशात घुसणार होते. त्यांच्या शत्रूकडे विमानविरोधी तोफा किती आहेत हे ठाऊक नव्हते. ब्रिफिंग ऑफिसरने सांगितले होते की, ''लिबियन अधिकारी रात्री बारा वाजल्यानंतर त्यांची रडार केंद्रे बंद करतात;'' पण लिबियन अधिकारी इतके मूर्ख असतील असे विगिन्सला वाटत नव्हते. आपली विमाने त्यांना रडारच्या सहाय्याने ताबडतोब समजणार असा त्याचा होरा होता. मग लिबियन विमाने ताबडतोब उड्डाण करून आपल्याला अडवू पहाणार आणि जमिनीवरून आपल्यावरती क्षेपणास्त्रेही डागली जातील. इतके करून पुढे सरकल्यावर त्यांना ती कमान दिसणार होती.

''मार्क्युस ऑरिलिअस,'' विगिन्स म्हणाला.

''काय?''

''रोमन काळातील एक कमान लिबियाची राजधानी त्रिपोली येथे अस्तित्वात आहे. रोमन साम्राज्याचे ते एकमेव व शेवटचे स्मारक म्हणून ती कमान समजली जाते. द आर्च ऑफ मार्क्युस ऑरिलिअस. इसवी सनापूर्वी २०० वर्षे आधी ही कमान बांधली गेली.''

सदरवेटने महत्प्रयासाने एक येऊ पहाणारी जांभई रोखली.

विगिन्स सांगत होता, ''जर कोणी या कमानीला चुकून जरी धक्का लावला, ती पाडली, तर मात्र नंतर फार मोठी अडचण होईल. युनायटेड नेशन्सने ही कमान म्हणजे एक जागतिक ऐतिहासिक अवशेष म्हणून जाहीर केली आहे. आपल्याला जेव्हा ब्रिफिंग ऑफिसर हे सांगत होता त्या वेळी तुझे लक्ष होते ना?''

''हे बघ, तू च्युईंगम किंवा तसले काहीतरी तोंडात का नाही ठेवत?'' सदरवेटने कंटाळून म्हटले.

तरीही विगिन्स त्याला सांगत गेला, ''आपण त्या कमानीच्या पश्चिम बाजूने पुढे दक्षिणेकडे सरकणार आहोत, त्या वेळी त्या कमानीचे ओझरते तरी दर्शन होईल. मला या असल्या जुन्या वास्तूंमध्ये खूप रस आहे.''

यावर सदरवेटने आपले डोळे मिटून कंटाळा आल्याची कृती केली.

मग मात्र विगिन्स गप्प बसला. तो आपण चढवणार असलेल्या हल्ल्याबद्दल विचार करू लागला. आपल्या या मोहिमेतील इतर विमानात व्हिएतनाम युद्धाचा अनुभव घेतलेले काहीजण आहेत पण बहुतेक जणांना असल्या लढाईचा अनुभव नाही व त्यांची खरी परीक्षा झालेली नाही. खाली जमिनीवर अमेरिकन हवाई अधिकाऱ्यांचे आणि राष्ट्राध्यक्षांसकट अनेकांचे आपल्या मोहिमेकडे लक्ष लागले

आहे. श्वास रोखून ते वाट पहात आहेत. पॉब्लो इथली फजिती जगाने पाहिली. राष्ट्राध्यक्ष कार्टर यांनी इराणवर सोडलेल्या हवाई मोहिमेचा तर पुरता धुव्वा उडाला होता. इराणमध्ये अडकवलेली आपली माणसे सोडवणे तर बाजूलाच राहिले; पण मोहिमेवरची माणसे हल्ल्यापूर्वीच गारद झाली. व्हिएतनाममधील दहा वर्षांच्या मोहिमेचा माघार घेतलेला शेवट जगाने पाहिला होता. या साऱ्यांमध्ये अमेरिकेची केवढी नामुष्की झाली होती! यावर आता मोठे यश मिळवणे हाच फक्त एक उतारा होता.

पेंटॅगॉनमधले व राष्ट्राध्यक्षांच्या व्हाईट हाऊसमधील दिवे आत्ता जळत असतील. ती जबाबदार अधिकारी व पोक्त राजकारणी माणसे अस्वस्थ होऊन येरझाऱ्या घालीत असतील. ते प्रार्थना करीत असतील की, 'अरे पोरांनो, शर्थ करा आणि यश मिळवा.' विगिन्स त्यांची मान खाली झुकू देणार नव्हता. तसेच तेही आपल्या पाठीशी शेवटपर्यंत रहातील, असे त्याला वाटत होते. त्यांना ब्रिफिंग ऑफिसरने असेही सांगितले होते की, "ही मोहीम केव्हाही मधेच सोडून देण्याचा निर्णय होऊ शकतो." त्यामुळे त्याला सारखी भीती वाटत होती की कोणत्याही क्षणी वायरलेस सेटमधून खरखरीचा आवाज येईल व नंतर शब्द उमटतील 'ग्रीन ग्रास.' या सांकेतिक शब्दांचा अर्थ 'मोहीम रद्द झाली' असा आहे. त्या वेळी आपल्याला परत फिरावे लागेल.

पण कुठेतरी त्याच्या मनाच्या एका भागाला या शब्दांमुळे हायसे वाटत होते. आपल्याला जर विमानातून उडी मारून बाहेर पडणे भाग पडले, तर लिबियात कशी वागणूक दिली जाईल? *पण हा विचार आपल्या मनात कुठून शिरला?* आपण पुन्हा प्रतिकूल विचार करू लागलो, असे त्याला वाटले. त्याने सदरवेटकडे पाहिले. तो आपल्या लॉगबुकात नोंद करीत होता. त्याने आता परत एकदा जांभई दिली.

विगिन्सने विचारले, "कंटाळलास?"

"नाही."

"घाबरलास?"

"अजून तरी नाही."

"मग भूक लागली?"

"बास रे बाबा, आता गप्प बस."

"तहान लागली?"

सदरवेट म्हणाला, "तू जरा मागे पडून झोप का नाही घेत? किंवा तू तरी हे विमान चालव व मी झोप काढतो."

'तुम्ही वैमानिक नाही' हे जरासे आडवळणाने सांगायची सदरवेटची ही सवय आहे, हे विगिन्सला ठाऊक होते.

यानंतर ते दोघे शांत बसले. विगिन्सला खरे तर एक डुलकी काढण्याची

अनावर इच्छा झाली होती; पण मोहीम संपल्यावरती तळावर परतल्यावर सदरवेट ही गोष्ट सर्वांना अशा तऱ्हेने ऐकवेल की, विगिन्स इंग्लंडपासून लिबियापर्यंत झोपलेला होता.

अर्ध्या तासाने विगिन्सने नॅव्हिगेशन चार्ट पाहिला आणि समोरच्या मीटर्सवरील आकडे पाहिले. विपन्स सिस्टिम्स ऑफिसरकडे विमानाचा नॅव्हिगेटर, मार्गदर्शन करणारा म्हणूनही काम दिलेले असते. त्याचे मुख्य काम हल्ल्यात किंवा हवाई लढतीत बॉम्बस व क्षेपणास्त्रे डागणे, गोळ्या झाडणे हे असते. तो म्हणाला, ''नऊ वाजता 'सेंट व्हिन्सेटचे केप' हा भाग खाली येणार आहे.''

''छान.'' सदरवेटची एवढीच प्रतिक्रिया.

''तिथेच हेन्री या फ्रेंच राजपुत्राने सामुद्रिक नौकानयनाचे शिक्षण देणारी जगातली पहिली संस्था उघडली. तसे पोर्तुगीजसुद्धा या विषयात चांगलेच दर्दी होते.''

''हे सारे मला माहिती करून घेतलेच पाहिजे का?''

''नक्कीच.''

''ते जाऊ दे. आपली दिशा केव्हा बदलावी लागणार आहे तेवढे मला सांग.''

''सात मिनिटांनी आपल्याला वळून झिरो नाईन फोर ही दिशा धरावी लागणार आहे.''

विमान आणि बोटीच्या मार्गांची दिशा ही नेहमी अंशात सांगितली जाते. उत्तर दिशा ० अंश, पूर्व दिशा ९० अंश, दक्षिण दिशा १८० अंश, पश्चिम दिशा २७० अंश अशा भाषेत सांगितल्या जातात. थोडक्यात उत्तर-पूर्व-दक्षिण-पश्चिम-उत्तर असे वर्तुळ समजले तर वर्तुळाचे ३६० अंश हे अचूक दिशा सांगतात. त्यामुळे कोणत्या दिशेसाठी किती अंशातून वळावे लागणार, हे सहज समजते.

''ठीक आहे. घड्याळावर लक्ष ठेव,'' सदरवेट म्हणाला.

ती चारही एफ-१११ विमाने सर्व मिळून एक विशिष्ट आकृतीबंध तयार करून उडत होती. त्यात प्रत्येक विमानाचे स्थान निश्चित केलेले होते; पण वळल्यावर हा आकृतीबंध टिकला नसता आणि वायरलेस संपर्क साधण्यावर आत्ता बंदी होती. म्हणून प्रत्येक विमान हे इतर विमानांची स्थिती रडार लहरी सोडून आजमावून पहात होते. त्या आकृतीबंधातील त्यांच्या जवळची तीन विमानेही ते साध्या नजरेने नेहमी पाहू शकत नव्हते. त्या तीन विमानांची सांकेतिक नावे 'एल्टन थर्टीएट', 'रेमिट ट्वेन्टीटू' आणि 'रेमिट सिक्स्टीवन' अशी होती. ही विमाने ते रडार स्क्रीनवर पाहू शकत होते; पण त्याचबरोबर आपला उड्डाणाच्या ठरवलेल्या मार्गानुसार आता पुढे काय असेल हे त्यांनी आधीपासून काही प्रमाणात ओळखण्याची अपेक्षा होती. तसेच सर्वांत पुढे असलेले विमान काय करत असेल, हेही त्यांना रडार स्क्रीनवरून समजायला हवे होते. तो सदरवेटला म्हणाला, ''या अवघड मोहिमेच्या आव्हानात

खरोखरच मजा आहे. तुलाही तसेच वाटते ना?''

''पण तू मात्र ही मोहीम आणखी अवघड करून ठेवतो आहेस.''

विगिन्स यावर गालातल्या गालात हसला. त्या चारही एफ-१११ विमानांनी आता एकसाथ वळणे सुरू केले. त्यांनी खालच्या सेंट व्हिन्सेट केपला वळसा घातला आणि ते आग्नेय दिशेने जिब्राल्टरच्या समुद्रधुनीच्या रोखाने निघाले. तासाभरातच त्यांच्या डाव्या बाजूला 'रॉक ऑफ जिब्राल्टर' आणि उजव्या बाजूला 'हाचो' नावाचा पर्वत आला. विगिन्स सांगू लागला, ''ग्रीक पुराणातील हर्क्युलीसच्या स्तंभांपैकी जिब्राल्टर हा एक होता आणि हाचो पर्वत दुसरा स्तंभ होता. इथेच भूमध्य समुद्राच्या कडेला असलेली युरोपीय संस्कृतीची हद्द संपते. तुला ठाऊक आहे का हे?''

''मला आता आपली इंधनाची परिस्थिती काय आहे हे सांग.''

''सांगतो,'' असे म्हणून विगिन्स इंधनाच्या मीटरवरील आकडे मोठ्याने वाचू लागला. शेवटी त्याने सांगितले, ''आता इथून पुढे फक्त दोनच तास उरलेल्या इंधनावर आपण काढू शकतो.''

सदरवेटने समोरच्या घड्याळात पहात म्हटले, ''म्हणजे अजून ४५ मिनिटांत केसी-१० आपल्याला भेटणार.'' केसी-१०कडून एका नळीने ते मग आपल्या टाकीत इंधन भरून घेणार. विगिन्स विचार करू लागला: *समजा, काही कारणांमुळे जर इंधन भरले गेले नाही तर आत्ता आपल्याजवळ एवढे इंधन आहे की तेवढ्यावरती आपल्याला सिसिली बेट गाठता येईल. मात्र या मोहिमेतून आपण आपोआपच वगळले जाऊ.*

मोहिमेचा मार्ग हा जरी समुद्रावरून असला तरी त्यांना सतत जमीन जवळ होती. जर काही कारणांमुळे विमान खाली उतरवायची वेळ आली तर ते आपल्याजवळचे बॉम्बस् सरळ समुद्रात सोडून देणार होते आणि नंतर फ्रान्स किंवा स्पेनमधल्या कोणत्यातरी विमानतळावर उतरणार होते. उतरल्यावरती तिथल्या अधिकाऱ्यांना ते थाप मारणार होते की, एका छोट्या प्रशिक्षणाच्या कार्यक्रमात असताना जवळचे इंधन संपत आले म्हणून आम्हाला नाईलाजाने उतरावे लागले. त्यांना ब्रिफिंग ऑफिसरने बजावले होते की, ''काहीही झाले तरी तुमच्या बोलण्यात चुकूनही 'लिबिया' हा शब्द येऊ देऊ नका.'' यावर सर्व वैमानिक हसले होते.

तीस मिनिटे होऊन गेली तरी त्या केसी-१० टँकर विमानाचा मागमूस लागेना. विगिन्स चिडून म्हणाला, ''हा उडता पेट्रोल पंप गेला तरी कुठे?''

सदरवेट हा या मोहिमेबद्दल दिलेले हुकूम व सूचना वाचत होता. तो काहीच बोलला नाही.

वायरलेस सेटवरती येणाऱ्या केसी-१० विमानाचा सांकेतिक सिग्नल ऐकू येतो का ते समजण्यासाठी विगिन्स कान देऊन बसला होता. आता एवढी तयारी

केल्यावर आणि हवेत इतके तास घालवल्यावर केवळ 'इंधन नाही' म्हणून सिसिली बेटावर उतरून त्याला मोहीम संपवायची नव्हती.

काहीही न बोलता ते उडत राहिले. कॉकपिटमधे इलेक्ट्रॉनिक्स यंत्रांचा घुंई आवाज घुमत होता. प्रॅट अँड व्हिटने कंपनीची दोन टर्बोफॅन इंजिने विमानाला होती. त्या इंजिनांची कंपने विमानाच्या सांगाड्यामधून पसरल्याने जाणवत होती. खाली समुद्र होता तर सभोवताली काळोखाचा समुद्र होता.

शेवटी वायरलेसवर एकापाठोपाठ कट् कट् कट् असे सांकेतिक आवाज ऐकू आले. केसी-१० विमान जवळ येत होते. रडार स्क्रीनवरतीही ते दिसले. आता ते नजरेच्या टप्प्यात आल्यावर सदरवेटने आपले पंख खालीवर हलवून पोच दिली. मग त्याने पॉवर बंद करून आपले विमान त्या उडण्याच्या आकृतीबंधातून बाजूला सरकवायला सुरुवात केली. हे काम कौशल्याचे होते. पण ते पाहून विगिन्सला वाटले की, हा सदरवेट चांगलाच तरबेज आहे. उगाच नाही तो लठ्ठ पगार घेत.

थोड्याच वेळात ते राक्षसी आकाराचे केसी-१० विमान त्यांच्या डोक्यावरील आकाशात आले. सदरवेट आता वायरलेसवर त्या विमानाशी संपर्क साधू शकत होता. त्यासाठी कमी पल्ल्याचे ट्रान्समीटर वापरले जात होते आणि शिवाय आवाजाचा गोंधळ करून तो प्रक्षेपित केला जात होता. केसी-१० विमानात हाच आवाज त्यातील गोंधळ काढून टाकला जाऊन परत नीट रचला जाऊन ऐकला जात होता. या स्क्रॅम्बलिंग पद्धतीमुळे जरी अन्य कोणाच्या वायरलेस सेटवर या रेडिओ लहरी गेल्या तरी त्याला काहीच समजणार नव्हते. त्याला फक्त चमत्कारिक गोंगाट ऐकू येणार होता.

सदरवेट बोलू लागला, "किलो टेन, धिस इज कर्म फाईव्ह-सेव्हन. तुम्ही माझ्या नजरेत आला आहात."

"रॉजर, कर्म फाईव्ह-सेव्हन. हिअर कम्स डिकी."

"रॉजर."

त्या केसी-१० विमानातून एक लांब व ताठ नळी बाहेर निघू लागली. दोन्ही विमानांचे वेग सारखे झाल्याने ते एकमेकांना सापेक्ष स्थितीत स्थिर होते. केसी-१० विमान सदरवेटच्या विमानाच्या मागे व वरच्या बाजूला होते. त्यातल्या बूम ऑपरेटरने बाहेर निघत रहाणाऱ्या नळीच्या नॉझलचे टोक हे खालच्या विमानाच्या मागच्या बाजूच्या इंधनाच्या रिसेप्टिकलमध्ये बरोबर घुसवले. काही मिनिटातच ही जोडणी पक्की झाली आणि टँकर विमानातले इंधन हे फायटर विमानाच्या टाकीत वाहू लागले. सदरवेटने आपल्या उजव्या हाताने कंट्रोल स्टिक व डाव्या हाताने थ्रॉटल अशा दोन्ही गोष्टींची किंचित हलवाहलव करून आपले विमान केसी-१०च्या सापेक्ष स्थितीत अचूकपणे स्थिर ठेवले होते. त्यामुळे ती इंधनाची नळी

सरळ रहात होती, वाकत नव्हती की तिच्यावर ताण पडत नव्हता. हे काम अति अति कौशल्याचे असल्याने विगिन्स या वेळी बडबड करीत नव्हता, शांत राहिला होता.

इंधन भरून घेण्याचे काम कधी संपणारच नाही इतका वेळ चालले आहे असे वाटत होते. मानसिक ताणाखालचा काळ हा युगासारखा वाटू लागतो. पण शेवटी संपले ते काम. टँकरच्या नळीच्या सुरुवातीला एक हिरवा दिवा लागला. आता नळीतून वहाणारे इंधन बंद होऊन ती नळी स्वयंचलित यंत्रणेकडून आपोआप काढून घेतली जाणार होती; पण त्याआधी इंधन घेणाऱ्या विमानाची नळीच्या टोकावरील पकड दूर होणे आवश्यक होते. सदरवेट वायरलेसवर म्हणाला, ''कर्म फाईव्ह-सेव्हन क्लिअरिंग.'' त्याने ती नळी सोडून दिली आणि आपल्या विमानाचा वेग वाढवून ते केसी-१०पासून दूर नेले.

केसी-१०च्या वैमानिकाकडून आता परत इंधन पुरवले जाणार नव्हते. हल्ल्यापूर्वीची ही शेवटची खेप होती. म्हणून तो वायरलेसवर सदरवेटला म्हणाला, ''गुड लक. किक ॲस. गॉड ब्लेस. सी यू लॅटर.'' चला, तुम्हाला तुमच्या कार्यात शुभेच्छा ! शत्रूच्या xxxवर सणसणीत लाथ मारा. देव तुमच्या पाठीशी राहो. नंतर भेटूच.

सदरवेटने त्याला वायरलेसवर म्हटले, ''रॉजर.'' नंतर तो विगिन्सकडे वळून म्हणाला, ''हे नशीब आणि देव, इथे कुठे कामाला येत नाही. कारण त्यांचा इथे संबंधच नसतो.''

विगिन्सला सदरवेटचा इतका थंडपणा, इतकी निर्विकार भूमिका आवडत नव्हती. तो त्याला म्हणाला, ''तुझा देवावर विश्वास आहे?''

''अर्थातच. तेव्हा, तू देवाची प्रार्थना कर आणि मी विमान चालवतो.''

सदरवेटने आपले विमान मघाच्या आकृतीबंधात नेऊन योग्य जागी दाखल केले, अन् त्याच वेळी दुसरे एफ-११० विमान त्या आकृतीबंधातून दूर झाले. इंधन भरून घेण्याकरता.

विगिन्सच्या मते सदरवेट हा एक सर्वोत्कृष्ट वैमानिक होता; पण सर्वोत्कृष्ट माणूस नव्हता. सदरवेटला एव्हाना कळून चुकले की आपण विगिन्सशी या मोहिमेत फार तुटकपणे वागतो आहोत. म्हणून तो त्याला म्हणाला, ''विझो.'' विझो म्हणजे विपन्स ऑफिसर. सर्व वैमानिक हाच शब्द वापरतात. तो म्हणत होता, ''लंडनला गेल्यावर मी तुला हॉटेलात एक झकास जेवण देईन.''

विगिन्स स्मित करीत म्हणाला, ''ठीक आहे, त्याचे पैसे मी देईन.''

''नाही, मी पैसे देणार.''

काही वेळ जाऊ दिल्यावर सदरवेट म्हणाला, ''हे ठीकच आहे. तुला बॉम्बस् नेमके टार्गेटवर सोडायचे आहेत. जर तू अचूकपणे हे काम केलेस तर मी त्या आर्च

ऑफ ऑगस्टस कमानीवरुन विमान नेईन. म्हणजे तुला ती कमान पहायला मिळेल.''

''आर्च ऑफ ऑगस्टस नाही, आर्च ऑफ ऑरिएलिस.''

''होय, तेच ते!''

विगिन्सने आपले डोळे मिटून घेतले. आज आपण या मोहिमेवर असताना सदरवेटला बोलायला लावायचा खूप प्रयत्न केला. तो बोलत नव्हता, पण आता शेवटी तो बोलू लागला. त्याच्या मानाने त्याने खूपच शब्द बोलले आहेत. त्याच्या बाबतीत आपल्याला एवढे जरी *(लहान)* यश आज मिळाले तरी खूप झाले. शिवाय त्याने आपण होऊन लंडनला एक मेजवानी देण्याचे कबूल केले आहे.

विगिन्स आता पुढच्या गोष्टींवर विचार करू लागला. त्याच्या आयुष्यातील हा पहिला खराखुरा विमानहल्ला होता. आत्तापर्यंत मिळालेले प्रशिक्षण हे पणास लागणार होते. नाही म्हटले तरी, त्याला धाकधूक वाटू लागली होती. जर बॉम्ब टाकताना आपल्या मनात संभ्रम निर्माण झाला, नैतिकदृष्ट्या योग्य की अयोग्य अशी द्विधा मन:स्थिती झाली तर? म्हणून त्याने यावरती आधीपासून विचार करून आपण फक्त लष्करीदृष्ट्या महत्त्वाच्या असलेल्या ठिकाणांवरतीच बॉम्बिंग करणार आहोत, असे आपल्या मनाला बजावले.

ब्रिफिंग ऑफिसरने अल् अझीझिया या स्थळाला तर 'जिहाद विद्यापीठ' या नावाने संबोधले होते. अन् जिहाद विद्यापीठ याचा अर्थ तिथे दहशतवाद्यांना घातपातांचे प्रशिक्षण दिले जाते. ब्रिफिंग ऑफिसरने असेही म्हटले होते की, ''अल अझीझियाचे आवार खूपच विस्तृत आहे. त्या लष्करी विभागाच्या आवारात काही नागरी लोकही रहात असण्याची शक्यता आहे.''

विगिन्सला ते वाक्य आत्ता आठवले; पण थोड्याच वेळात त्याचे मन दुसऱ्या विचारांकडे वळले.

१४

असद खलील हा दोन नैसर्गिक प्रवृत्तींशी झगडत होता. कामभावना आणि स्वत:बद्दलच्या कल्पना! तो एका बुटक्या इमारतीच्या गच्चीवरती अस्वस्थपणे येरझाऱ्या घालीत होता. त्याच्या वडिलांनी त्याचे नाव असद, म्हणजे सिंह, असे ठेवले होते. अन् आत्ता तो त्या जंगलाच्या राजासारखेच कळत नकळत करीत होता, गोलगोल येरझाऱ्या घालीत होता. तो एकदम थांबला व बाहेरच्या रात्रीच्या काळोखाकडे

पाहू लागला.

दक्षिणेकडून, सहाराच्या वाळवंटाकडून येणारे उष्ण वारे उत्तरेकडे लिबिया ओलांडून भूमध्य समुद्राकडे जात. वाऱ्यातल्या रेतीच्या अत्यंत बारीक कणांमुळे आकाश धूसर वाटे. त्यामुळे चंद्र व तारे यांच्या प्रतिमा अस्पष्ट व किंचित विकृत झाल्यासारख्या वाटत. या वाऱ्यांना स्थानिक लोक 'घब्ली' म्हणतात.

त्याने आपल्या मनगटावरील घड्याळात पाहिले. रात्रीचे १:४६ झाले होते. बाहिरा बरोबर दोन वाजता इथे येणार होती. कॅप्टन हबीब नादिरची ती मुलगी होती. ती खरोखरीच येईल की नाही याबद्दल तो साशंक होता. जर येताना वाटेत तिला पकडले गेले तर? जर पकडले गेले तर आपण कुठे जात आहोत व कोणाला भेटायला जात आहोत, याची कबुली ती देऊन टाकेल काय? या शेवटच्या प्रश्नाने असद खलील फारच अस्वस्थ झाला होता. तो आता सोळा वर्षांचा झाला होता आणि जीवनातल्या पहिल्या कामसुखाच्या प्रसंगापासून तो अवघ्या पंधरा मिनिटांच्या अंतरावर होता — किंवा तो शिरच्छेदापासून कित्येक तासांच्या अंतरावर होता. त्याला तो अप्रिय प्रसंग नाही म्हटले तरी नजरेसमोर येऊ लागला. त्याला गुडघे टेकून बसवले गेले, पुढे वाकून त्याला आपले डोके खाली करायला लावले आणि त्या धिप्पाड व सुलेमान नावाच्या मारेकऱ्याने आपली अवजड व आखूड तलवार उगारून खलीलच्या मानेवर सपकन् घाव घातला. आपले शरीर ताणले गेले आहे असे त्याला जाणवले. त्याच्या कपाळावर घामाची एक धार निर्माण झाली व ती रात्रीच्या हवेत थंड होत गेली.

त्या गच्चीसारख्या छपरावरती कोपऱ्यात एक पत्र्याची शेड होती. त्याला दार नव्हते. त्याने तिथे जाऊन खाली वाकून जिन्याकडे पाहिले. तिथे बाहिरा तरी येताना दिसायला हवी होती, नाहीतर तिचे वडील बरोबर सशस्त्र पहारेकरी घेऊन यायला हवे होते; पण असे काही होणे हा पार मूर्खपणा असेल.

खलील त्या गच्चीच्या उत्तरेला गेला. त्या गच्चीला एक खांद्याएवढ्या उंच भिंतीचा कठडा होता. ती इमारत दोन मजली उंच होती. जेव्हा लिबियावरती इटालियन राजवट होती, तेव्हा ही इमारत त्यांच्याकडून बांधली गेली होती. आता ही इमारत लष्कराचा दारूगोळा साठवण्याचे कोठार झाली होती. ती अगदी बाजूला एका कोपऱ्यात असल्याने या कामासाठी उपयुक्त होती. अल अझीझियाचे अति विस्तृत आवार म्हणजे अशा सर्व लष्करी इमारती होत्या. इथे कधी कधी लिबियाचा सर्वेसर्वा कर्नल मोहंमद गडाफी हा रात्री त्याच्या आलिशान बंगल्यात झोपायला येई. कधी काळी तो इथेच रहात होता; पण आता तो वारंवार आपले रहाण्याचे व निजायचे ठिकाण बदलत होता. ती त्याची सवय सर्वांना ठाऊक झालेली होती. तो केव्हाही मनात येईल तेव्हा आपल्या जागा बदलत असल्याने पुढच्या क्षणाला तो

कुठे असेल याचा अंदाज कोणालाच येत नसे. त्यामुळे मारेकऱ्यांपासून आणि अमेरिकन लष्कराच्या हल्ल्यापासून त्याचा आपोआप बचाव होत असे. पण या दोन्ही शक्यता कोणीही बोलून दाखवत नसे.

पण ते काहीही असो, आज गडाफीच्या अनपेक्षित आगमनामुळे इथले पहारेकरी आज रात्री अधिक सावधपणे पहारा करू लागले. पण त्यामुळे खलीलला असे वाटू लागले की खुद्द अल्ला आपल्या कार्यात अडचणी आणतो आहे. अन् ही गोष्ट फारच खतरनाक आहे.

खलीलची एक मात्र खात्री पटली की, खुद्द सैतानानेच आपल्या मनात प्रवेश करून आपल्यात बाहिराबद्दल पापी वासना निर्माण केली आहे. त्याच्या स्वप्नात नेहमी बाहिरा वाळवंटातून चालत यायची आणि अनेकदा ती तोकड्या वस्त्रात आली होती. म्हणजे हे त्या सैतानाचे काम असणार यात शंकाच नाही. त्याने उघडी स्त्री कधीही पाहिली नव्हती; पण जर्मनीतून आलेल्या एका मासिकात त्याने तसली चित्रे पाहिली होती. त्यामुळे बाहिराने आपला बुरखा काढला व त्यानंतर वस्त्रे उतरवली तर ती कशी दिसेल, याची त्याला कल्पना आली होती. तिच्या शरीराची गोलाई त्याने आपल्या कल्पनाचित्रात रेखाटली होती. त्यात तिचे लांबसडक केस तिच्या उघड्या खांद्यावरती पडले होते. ज्या वेळी तो आणि बाहिरासकट इतर मुले एकत्र खेळत होती, त्या वेळी त्याने तिचा चेहरा अनेकवार न्याहाळला होता. आताचे तिचे नाक व तोंड त्याला आठवले. आता ती वेगळीच दिसत होती. जणू काही तिचा लहानपणचा चेहरा हा त्या चित्रातील स्त्रीच्या परिपूर्ण देहावर स्थिरावला होता. तिच्या ओठांची धनुष्ये, तिच्या उघड्या मांड्या व तंगड्या... सारे काही त्याच्या मनात प्रगट होऊ लागले होते. आपले हृदय जोरजोरात धडपडू लागले आहे आणि आपल्या तोंडाला कोरड पडली आहे, हे त्याला जाणवले.

त्याने उत्तर दिशेला पाहिले. त्या बाजूला लिबियाची राजधानी, 'त्रिपोली' ही होती. त्या शहराचे लखलखणारे दिवे वीस किलोमीटर अंतरांवरून आणि त्या वालुकामय घब्ली वाऱ्यातूनही स्पष्ट दिसत होते. त्रिपोलीच्या पलीकडे भूमध्य समुद्र पसरला होता. अल अझीझियाच्या भोवती इथे सर्वत्र रेताड जमीन होती. ऑलिव्हची व खजुराची झाडे तुरळक उगवली होती. काही ठिकाणी बकऱ्या पाळण्यासाठी छोटे छोटे तबले होते. मधूनच एखादी पाणथळ जागाही दिसे.

असद खलीलने कठड्याच्या भिंतीवरून खाली डोकावून पाहिले. खाली सर्वत्र शांतता होती. कुठेही पहारेकरी दिसत नव्हते. या वेळी कोणतेही वाहन बाहेर पडलेले नव्हते. सर्वत्र स्तब्धता व शांतता होती. फक्त कर्नल गडाफीच्या बंगल्याच्या आसपास हालचाली चालू होत्या. तसेच मुख्य लष्करी ठाण्याभोवतीही तशीच वर्दळ होती. तिथूनच लिबियाच्या साऱ्या लष्करावर नियंत्रण ठेवले जाई, त्यांना हुकूम

सोडले जात. एक कम्युनिकेशन इमारत तिथे होती. वायरलेस संपर्काचे ते प्रमुख केंद्र होते; पण तरीही आज रात्री अत्यंत खास खबरदारी घेतली आहे असे त्याला वाटत नव्हते. पण खलीलची अंत:प्रेरणा त्याला सांगत होती की काहीतरी कुठेतरी चुकलेले आहे.

असद खलीलने त्याच्या घड्याळात पाहिले. बरोबर रात्रीचे दोन वाजले होते. अन् तरीही अजून बाहिरा उगवली नव्हती. तो त्या गच्चीच्या एका कोपऱ्यात अशा ठिकाणी गेला की त्याला आता खालून कोणीही पाहू शकत नव्हते. त्याने तिथे आपली *सज्जादा,* म्हणजे प्रार्थना करताना अंथरावयाची चटई पसरली. त्यावर त्याने कुराण ग्रंथाची एक प्रत ठेवली. जर त्याला कोणी इथे पकडायला आले तर तो इथे नमाज पढताना सापडणार होता, कुराण वाचताना सापडणार होता. यामुळे तो कदाचित् वाचणार होता; पण त्याचबरोबर आपण अशी दिशाभूल करणार अशी अटकळ त्यांनी आधीच केली असेल तर? तर मात्र आपली खैर नाही. त्याने आणलेली *सज्जादा* ही तिथे बाहिराबरोबर कामक्रीडा करण्यासाठी आहे, हेही त्यांना समजून चुकणार. त्यांना जर तसा संशय आला तर ... तर त्याच्यावर अशा काही सैतानी प्रयोगांचा, मारहाणीचा वर्षाव होणार होता की त्याऐवजी शिरच्छेद परवडला, असे त्याला वाटले असते. अन् जर आपल्याबरोबर बाहिरासुद्धा सापडली तर ... तर तिला जमावाकडून दगडाने ठेचून मारली जाण्याची शिक्षा दिली जाईल.

पण हे सारे लक्षात घेऊनही तो घरी आईकडे पळत गेला नाही. त्या जिन्यावरून कोणीही वर येऊ दे. आपल्या दैवाला सामोरे जायला तो तयार झाला होता.

तिचे वडील कॅप्टन हबीब नादीर हे त्याच्या वडिलांसारखेच कर्नल गडाफीच्या मर्जीतले होते. ती तिन्ही कुटुंबे एकमेकांना खूप जवळची होती. इटालियन राजवटीला विरोध करण्यात खलीलच्या वडिलांनी आणि बाहिराच्या वडिलांनी भाग घेतला होता. दुसऱ्या महायुद्धात खलीलचे वडील ब्रिटिशांच्या बाजूने लढले होते. त्या वेळी बाहिराचे वडील जर्मनांच्या बाजूने लढत होते; पण त्यामुळे काय फरक पडत होता? त्यांनी लष्करी पेशा धारण केला होता व कोणाला तरी आपली निष्ठा वाहिलेली होती. त्या दोघांचे वडील जुन्या आठवणी काढून विनोदाने नेहमी म्हणायचे की, ब्रिटीश व जर्मन यांच्या बाजूने लढून त्यांनी दोन्ही पक्षाच्या ख्रिश्चनांना मारुन एकमेकांना मदत केली.

खलीलला आपल्या वडिलांची आठवण झाली. कॅप्टन करीम खलील! गडाफीच्या मर्जीतल्या या कॅप्टनचा पाच वर्षांपूर्वी पॅरिसच्या रस्त्यावर खून झाला होता. हा खून इस्राइलची गुप्त हेरसंस्था 'मोसाद' यांच्या हस्तकांनी केला होता, असे त्याला कळले होते; परंतु पाश्चिमात्त्य जगातील रेडिओवरून असे सांगण्यात आले होते की, हा खून बहुधा प्रतिस्पर्धी मुस्लीम संघटना किंवा लिबियन राजकारणातील एखाद्या

गटाने केला असावा. या संबंधात नंतर कोणालाही अटक झाली नव्हती; पण कर्नल गडाफी आपल्या शत्रूंपेक्षा जास्त हुशार होता. त्याने आपल्या लोकांना या खुनाबद्दल असा खुलासा केला होता, की कॅप्टन करीम खलील याचा खून फक्त इस्त्राइली हेरांकडूनच झाला आहे. याखेरीज जे काही वेगळे असेल ते सारे असत्य आहे.

असद खलीलचा या सांगण्यावरती विश्वास बसला. अन् तसा विश्वास ठेवणे त्याला भागच होते. तो दुसरे काय करू शकणार होता? त्याने आपले वडील गमावले होते; पण एकाच गोष्टीने त्याला बरे वाटत होते की त्यांना एका हुतात्म्याचे मरण झिऑनिस्ट इस्त्राइलीकडून प्राप्त झाले होते. तरीसुद्धा काही शंकांचे किडे त्याच्या डोक्यात वळवळत होते; पण महान पुरुष कर्नल गडाफीने याचा खुलासा केल्यावर त्याचे विचारचक्र थांबले. साऱ्या शंकाकुशंका गारद झाल्या.

त्या गच्चीच्या कोपऱ्यातल्या चटईवर बसला असताना खलीलने आपली मान हलविली. त्याने आपल्या घड्याळात पाहिले. त्या पत्राच्या शेडपलीकडे असलेल्या जिन्याकडे त्याने नजर वळवली. ती कदाचित् उशिरा येईल किंवा तिला अजून जाग आली नसेल. किंवा त्याच्याबरोबरच्या सहवासाचे सुख घेण्यात आपण आपले आयुष्य धोक्यात घालीत आहोत, असेही तिला वाटले असेल. किंवा कदाचित्... कदाचित् तिला वाटेत मिलिटरी पोलिसांनी धरले गेले असेल नि आता ती भडाभडा सारे सत्य ओकून टाकत असेल, त्याच्यावर सारा दोष ढकलून त्याचा विश्वासघातही करीत असेल. हा तर्क मात्र वाईट होता व त्याला अस्वस्थ करणारा होता.

महान नेता गडाफीशी असलेले त्याचे खास संबंध त्याला आठवले. आपण, आपले सारे भाऊ व बहिणी हे गडाफीचे लाडके आहोत, याबद्दल शंकाच नव्हती. कर्नल गडाफीने खलीलच्या कुटुंबाला अल् अझीझियाच्या आवारात रहाण्याची तेवढ्यासाठी खास परवानगी दिली होती. त्याच्या आईला निवृत्तीवेतन चालू केले होते आणि सर्व भावंडांच्या शिक्षणाची तरतूदही त्याने केली होती,

अन् सहा महिन्यांपूर्वीच कर्नलने त्याला सांगितले होते की, "तुझ्या वडिलांच्या मृत्यूचा बदला घेण्यासाठी तुझी निवड झाली आहे!"

ते ऐकताच असद खलीलचे मन गर्वाने आणि आनंदाने भरून गेले. मग तो आपल्या मानलेल्या वडिलांना, बड्या नेत्याला, कर्नल गडाफीला म्हणाला, "तुमची व अल्लाची सेवा करायला मी केव्हाही तयार आहे."

त्यावर कर्नल हसून म्हणाला, "असद, पण इतक्यात ती वेळ आली नाही. अजून एकदोन वर्षांनी आम्ही तुला स्वातंत्र्यसैनिकाचे शिक्षण देण्यास सुरुवात करू."

पण आत्ता इथे असद आपला सारा सुरक्षित भविष्यकाळ, आपले जीवन, आपले कुटुंब... सारे काही पणाला लावत होता. कशासाठी? एका बाईसाठी! याला

काही अर्थ नाही... पण आणखी एक बाब लक्षात घ्यावी लागत होती... त्याला जी गोष्ट ठाऊक होती ती आठवली की मग त्याला विचार करता येत नव्हता... ही गोष्ट, ही बाब त्याची आई आणि कर्नल गडाफी यांचे संबंध... होय, इथेच काहीतरी होते आणि काय ते त्याला ठाऊक होते. अन् तसलीच गोष्ट आत्ता त्याच्या बाबतीत घडत असल्याने तो आत्ता इथे गच्चीवर बाहिराची वाट पहात होता.

जर त्याच्या आईचे आणि बड्या नेत्याचे एकमेकांशी संबंध असू शकतात आणि ते जर पाप ठरत नाही, तर मग कोणतेही विवाहबाह्य संबंध हे पाप ठरू शकणार नाही. त्याला आत्ता जे करायचे आहे, त्यासाठी त्याने अशा प्रकारे आपले वैचारिक समाधान करून घेतले होते.

कर्नल मोहंमद गडाफी हा कधीच पाप करीत नाही. म्हणजे तो जे काही करतो त्याचा आदर्श ठेवायला हरकत नाही. ते नक्कीच अनुकरणीय असणार. गडाफीची कृत्ये कधीही शरियतच्या बाहेरची नसतात. म्हणून जर आपल्याला पकडले तर आपण आपली केस सरळ गडाफीच्या पुढे न्यायची आणि आपल्या मनातील गोंधळ त्याच्यापुढे मांडायचा असे त्याने ठरवलेले होते. मग त्या वेळी तो सांगणार होता, की बाहिराच्या वडिलांनी जर्मनीहून ते मासिक आणले होते. त्या मासिकात स्त्रीपुरुषांची नको ती छायाचित्रे होती. अन् ती पाहिल्याने त्या पाश्चिमात्त्य जगातील घाणीने आपल्याला भ्रष्ट केले.

ते मासिक आपल्या घरातील तांदळाच्या पोत्याखाली बाहिराला सापडले होते. तिने ते चोरून पाहिले आणि खलीलला दाखवले. त्या दोघांनी त्यातली छायाचित्रे एकत्र पाहिली. तसे करणे म्हणजेही पाप होते. अन् त्याबद्दल एकच शिक्षा होती. ती म्हणजे चाबकांचे फटके; पण त्या छायाचित्रांकडून त्यांच्या मनात घृणा व शरम निर्माण होण्याऐवजी जी चित्रे त्यांनी पाहिली. त्या चित्रांनी त्यांच्या मनातील गोष्टी बोलून दाखवल्या होत्या. त्या वेळी ती त्याला म्हणाली, ''या बाईसारखीच मी स्वत: आहे हे मला तुला दाखवायचे आहे. माझ्याजवळचे सारे काही तुला दाखवायचे आहे, आणि मलाही तुझे सारे अंग पहायचे आहे.''

अशा रीतीने तो सैतान तिच्यात शिरला आणि तिच्यामार्फत तो नंतर असदमध्ये शिरला. त्याने 'जेनेसिस' ह्या हिब्रू धर्मग्रंथातील ॲडम व ईव्हची गोष्ट वाचली होती. त्याच्या धार्मिक गुरूनेही त्याला सांगितले होते की, ''स्त्रिया ह्या दुर्बल असतात, अबला असतात आणि मोहक असतात. त्यांनीच प्रथम मूळचे पहिले पाप केले. त्या पुरुषांना भुरळ घालून पाप करण्यास उद्युक्त करतात. तेवढ्यासाठी पुरुषांनीच खंबीर राहिले पाहिजे.''

अन् तरीही कर्नल गडाफीसारख्या महान व्यक्ती या बायकांच्याकडून भ्रष्ट होऊ शकतात, असे त्याच्या मनात आले. त्या चटईवरती तो गुडघे टेकून बसला होता

व त्याने कुराण हातात घेतले होते. दोन वाजून दहा मिनिटांनी जिन्यावरती पावले वाजली. त्याने मान वर करून पाहिले. त्या पत्र्याच्या शेडमध्ये कुणाची तरी आकृती त्याला दिसली. कोण होते ते? तो हळू आवाजात म्हणाला, ''हे अल्ला, माझ्यावरती दया कर.''

१५

लेफ्टनंट विगिन्स हा लेफ्टनंट सदरवेटला म्हणाला, ''आपल्याला एक जोरदार वारा आडवा जात आहे. हाच तो दक्षिणेकडून वाळवंटातून येणारा जोरदार वारा आहे. त्याला काय म्हणतात?''

''त्याला वाळवंटातून येणारा दक्षिणेकडचा वारा असे म्हणतात.''

''हरकत नाही. आपल्याला लिबियातून बाहेर पडताना त्याची मदत होईल. कारण त्या वेळी तो टेलविंड असेल. मागून आपल्याला ढकलेलं. शिवाय, त्या वेळी आपल्या जवळच्या त्या चारही बॉम्बची वजने नसल्याने विमान हलके झालेले असेल. मग तिथून वेगाने निसटता येईल.''

सदरवेट यावरती काहीतरी पुटपुटला.

बाहेरच्या काळोखाकडे विगिन्सने पाहिले. या मोहिमेतून आपण सुखरूप वाचू काय? का यात आपला अंत होईल? आज पहाटे उगवणारा सूर्य आपल्याला दिसेल का? अन् जर ही मोहीम फत्ते झाली तर? तर आपण या मोहिमेचे हिरो ठरू, नायक ठरू; पण निनावी नायक असू. कारण हा सारा लष्करीदृष्ट्या गुप्ततेचा व राष्ट्रीय सुरक्षिततेचा मामला होता. कारण हे काही नेहमीचे युद्ध नव्हते. हे युद्ध एक प्रकारे आंतरराष्ट्रीय स्वरूपाचे होते. दहशतवादाविरुद्ध छेडलेले युद्ध! या दहशतवादाची व्याप्ती ही मध्यपूर्वेच्या राष्ट्रांच्या सरहद्दी ओलांडून जगात पसरत चालली होती. त्यामुळे या मोहिमेतल्या वैमानिकांची नावे प्रसिद्ध करता येत नव्हती. नाहीतर दहशतवादी त्यांचा मागोवा घेतील. मोहिमेबद्दलची सर्व माहिती ही कायमची गुप्ततेच्या बुरख्याआड राहाणार होती. क्लासिफाईड टॉप सिक्रेटस! विगिन्सला हे सारे ठाऊक होते. अन् हे ठाऊक होते म्हणूनच दहशतवाद्यांकडून सूड घेतला जाण्याची कल्पना त्याच्या डोक्यातून जात नव्हती. मोहिमेतल्या आपल्या कामगिरीबद्दल नंतर मानसन्मान मिळणार नव्हते की समारंभपूर्वक या हिरोंसाठी लष्करी संचलन होणार नव्हते; पण दहशतवाद्यांकडून सूड घेतला जाण्यापेक्षा, हे असे मानसन्मान न मिळणेच बरे. या कल्पनेने विगिन्सला हायसे वाटले. दहशतवाद्यांचे लक्ष्य

बनण्यापेक्षा 'अज्ञात हिरो' बनणे केव्हाही श्रेयस्कर.

ते भूमध्य समुद्रावरून पूर्वेकडे जात राहिले. या खालच्या समुद्रात, विशेषत: उत्तर आफ्रिकेच्या किनाऱ्यावर प्राचीन काळापासून किती युद्धे खेळली गेली होती. फिनिशियन, इजिप्शियन, ग्रीक, कार्थेजिअन्स, रोमन्स, अरब यांची युद्धे ही गेल्या चार हजार वर्षांत घडली होती. शेवटचे दुसरे महायुद्ध हे त्याच साखळीतील होते. त्यात इटालियन्स, ब्रिटीश आणि अमेरिकन्सही होते.... उत्तर आफ्रिकेजवळचे समुद्राचे पाणी आणि तिथल्या किनाऱ्यावरची वाळू यात किती सैनिक, खलाशी आणि वैमानिक यांच्या रक्तामांसाचा चिखल मिसळला गेला असेल, याची गणतीच करता येणार नाही; पण हा सारा विचार मी एकट्यानेच का करायचा? बॉम्बिंग करायला मी एकटाच जात नाही. इतरही त्यात सामील झालेले आहेत. तेव्हा हे असले विचार मनातून काढून टाकून सरळ शत्रूवर तुटून पडायला जायचे.

'टू द शोअर्स ऑफ त्रिपोली,
वुई विल फाइट अवर कंट्रीज बॅटल...

अशी एक काव्यपंक्ती रचून ती तो गुणगुणू लागला.

सदरवेटने विचारले, "वळण्यासाठी किती वेळ उरला आहे?"

विगिन्सने भानावर येऊन आपली स्थिती तपासून म्हटले, "बारा मिनिटे."

"आता फक्त घड्याळाकडे लक्ष ठेव."

"रॉजर."

बारा मिनिटांनंतर सर्व विमानांचा मिळून झालेला तो संपूर्ण आकृतीबंध काटकोनातून दक्षिणेकडे वळू लागला. इंधन पुरवणारी टँकर विमाने वगळून सर्व विमानांचा ताफा आता दक्षिणेच्या रोखाने उडू लागला. आता समुद्र संपल्यावर लिबिया देश होता. सर्व विमानांनी आपली विमानातील थ्रॉटल्स पुढे ढकलून वेग वाढवला. आपल्या लक्ष्यावर ती चाल करून जाऊ लागली. शत्रूला आपल्या आगमनाचा सुगावा लागेपर्यंत त्याचा विनाश घडवून निसटून जाणार होती.

सदरवेटने समोरच्या सर्व मीटर्सकडे पाहून सर्व काही ठरल्याप्रमाणे चालले आहे, याची खात्री करून घेतली. पूर्वनियोजित हवाई पट्टीतून, एरिअल गेटमधून ते आपल्या लक्ष्याकडे झेपावत होते. जराही इकडे तिकडे होणार नव्हते. समोरचा मीटर हा विमानाचा वेग ४८० नॉटस् दाखवत होता. उंची २५,००० फूट दर्शवली जात होती. त्रिपोली या राजधानीच्या शहरापासून ते दोनशे मैलांपेक्षा कमी अंतरावर आले होते. वायरलेस सेटवरती खट्‌खट्‌खट्‌ असे सांकेतिक आवाज आले. ती खूण ओळखून त्याने तसाच संकेत 'समजले' या अर्थी पाठवला. आता त्यांचे विमान सर्व

ताफ्याबरोबर आपली उंची कमी करू लागले. हल्ल्यापूर्वी सर्व उपकरणांचे मीटर्स पाहून त्याला शेवटची तपासणी करायची होती. पण आता कोणत्याही क्षणी त्यांच्या विमानांचे अस्तित्व शत्रूला कळू शकणार होते. म्हणून तो फक्त वाट पाहू लागला.

काही मिनिटांनी विगिन्सने आपला घसा साफ करून सदरवेटला सांगायला सुरुवात केली. आता त्याचा आवाज घोगरट व गंभीरपणे येत होता.

''वन हन्ड्रेड माईल्स टू फीट ड्राय.'' विगिन्स म्हणाला. जमीन शंभर मैलांवरती आली आहे, हे त्याने जाहीर केले. 'फीट ड्राय' म्हणजे 'कोरडी जमीन.' किनाऱ्यावरची ओली जमीन ही समुद्रातील धरली जात असल्याने खरी जमीन ही किनाऱ्याच्या कोरड्या भागापासून सुरू होते. यामुळे अवघा काही फुटांचा पडणारा फरक विमानाच्या दृष्टीने नगण्य असतो; पण तरीही वैमानिकांच्या वायरलेसवरच्या बोलीभाषेतला तसे म्हणायचा एक प्रघात होता.

''रॉजर,'' सदरवेट म्हणाला.

ते दोघेही रडार स्क्रीनकडे पाहू लागले. शत्रू जर सर्व दिशांना रडारच्या लहरी सोडून येणाऱ्या अज्ञात हवाई वस्तूंचा किंवा विमानांचा वेध घेत असेल तर ते समजणार होते. विमानातील एक उपकरण रडार लहरींचा वेध घेत होते; पण अद्याप लिबियातून रडारच्या लहरी आल्या नव्हत्या. कदाचित् ते अजूनही त्या लहरींच्या पल्ल्याबाहेर असतील किंवा लिबियाकडे रडार लहरी सोडून वेध घेण्याचे साधन नसेल. त्यांनी विमानाची उंची कमी कमी करत तीनशे फुटांवर आणून ठेवली.

''ऐंशी मैल.''

''ओके. हल्ल्याच्या पूर्वतयारीचा आढावा घेऊ या.''

''तयार.''

हल्ला करण्यापूर्वी सर्व उपकरणे व्यवस्थित काम करीत आहेत, इंधनाचा साठा हवा तितका आहे, दारूगोळा जय्यत तयारीत ठेवला आहे, वगैरे अनेक बाबींची खात्री करून घ्यावी लागते. एखादी गोष्ट जुळवून घ्यायची राहिली असेल तर ती नीट करण्याची ही शेवटची संधी असते. किंवा जर काही त्रुटी ऐन वेळी लक्षात आली व ती दूर करता येत नसेल तर त्याचे भान ठेवून हल्ल्यामध्ये योग्य तो बदल करता येतो; परंतु कोणत्याही परिस्थितीत हल्ला करताना अचानक किंवा अनपेक्षितपणे एखादी तांत्रिक चूक निर्माण होऊन विमान संकटात येता कामा नये. ठरवलेले काम हे ठरलेल्या वेळेत पुरे करून सुखरूप व त्वरेने तिथून निसटणे हे महत्त्वाचे असते. काय काय गोष्टींची तपासणी करायची याचा क्रम असलेली यादी तयार असते. त्या चेकलिस्टनुसार ते दोघे ही ऐन वेळेची तपासणी पटापटा करू लागले. काही मिनिटातच ते काम संपले.

समोर त्रिपोली शहराचे दिवे दिसू लागले. मग सदरवेटने पंख मागेपुढे करण्याची

हॉयड्रॉलिक तरफ सावकाश खेचत नेली. जे पंख मागे जाऊन लहान झाले होते ते आता हळूहळू आणखी मागे गेले. गरुड आणि ससाणा पक्षी हे जमिनीवरचे भक्ष्य दिसल्यावर जसे पंख मागे घेऊन एकदम खाली मुसंडी मारण्याच्या तयारीत असतात, तशी अवस्था त्या एफ-१११ विमानाने आपली केली.

विगिन्सच्या लक्षात आले की आपले हृदय आता धडधडू लागले आहे आणि आपल्या तोंडाला कोरड पडली आहे.

समोरून किनारा जवळ येऊ लागताच सदरवेटने विमानाला आणखी वेग दिला. आता विमानाला सर्वांत जास्त वेग मिळाला. ताशी ५०० नॉटस् म्हणजे ताशी ५७५ मैल. याच वेगाने व याच उंचीवरून हल्ले चढवायचे होते. प्रत्यक्ष कामगिरीच्या काळाला 'रन-इन' संबोधले जात असल्याने 'रन-इन उंची' ३०० फूट आणि 'रन-इन वेग' ५०० नॉटस् असे शक्यतो ठेवावे, हे मोहिमेची आखणी करताना ठरवून दिले होते. इतक्या कमी उंचीवरून जाताना उंच इमारती, रेडिओचे मनोरे, इत्यादींचा अडथळा होतो; पण तिथे तसे काहीही नाही असे त्यांना ब्रिफिंग ऑफिसरने सांगितलेले होते. रात्रीचे झिरो फिफ्टिन वाजले होते. म्हणजे बारा वाजून पंधरा मिनिटे झाली होती. आता काही मिनिटातच सर्व विमाने ताफ्याचा आकृतीबंध सोडून वेगळी होणार व आपापली नेमून दिलेली कामगिरी पार पाडणार. प्रत्येक विमानाला वेगवेगळे लक्ष्य नेमून दिलेले होते. त्रिपोली शहर आणि आजूबाजूचा परिसर येथे ही लक्ष्ये विखुरलेली होती.

विगिन्स आपल्या इअरप्लगमधून वायरलेसमधून काही आवाज येतो का ते लक्षपूर्वक ऐकत होता. पक्ष्याने कंपित स्वरात काढलेला एक जो विशिष्ट आवाज असतो तो त्याला ऐकू येऊ लागला. त्याने चिडून 'ओह् शिट्' म्हटले. लांबून एका रडारने त्यांच्या विमानावरती रडार लहरींचा रोख धरला होता. त्याचा तो आवाज होता. त्याने आपल्या रडार स्क्रीनकडे पाहून म्हटले, "सॅम ॲलर्ट ॲट वन ओक्लॉक.' घड्याळातील एकच्या आकड्याची जी दिशा त्या दिशेकडून, म्हणजे जरा उजवीकडून, शत्रूच्या रडार लहरी येत होत्या. म्हणजे तिकडून सॅम जातीचे क्षेपणास्त्र येत असावे किंवा येऊ शकेल. सदरवेट म्हणाला, "याचा अर्थ ते जागे आहेत."

"त्या ब्रिफिंग ऑफिसरच्या xxxवर एक सणसणीत लाथ हाणली पाहिजे," विगिन्स चिडून म्हणाला. कारण लिबियामध्ये रात्री कोठेही रडार यंत्रणा कार्यरत नाही असे त्या ब्रिफिंग ऑफिसरने सांगितले होते.

"जाऊ दे, ते क्षेपणास्त्र जरी आले तरी आपले काहीही वाकडे करू शकत नाही. मग भले तो ब्रिफिंग ऑफिसर वाटेल ते बडबडू दे," सदरवेट म्हणाला.

"बरोबर..."

एफ-१११ हे खूप खालून उडत होते आणि त्या क्षेपणास्त्राच्या वेगापेक्षाही त्याचा वेग जास्त होता. त्यामुळे ते त्यांना सहज चुकवता येत होते; पण ३०० फूट उंची ही विमानविरोधी तोफांच्या माऱ्यात येणारी होती. अगदी हमखास. या तोफेतून सुटणारे लांबट आकाराचे गोळे किंवा जाड गोळ्या एकामागोमाग वेगाने झाडल्या जायच्या. एक प्रकारची ती विमान पाडणारी मशिनगन होती.

विगिन्सने रडार स्क्रीनवरती पाहिले तर दोन क्षेपणास्त्रे त्यांच्या दिशेने येत आहेत, असे कळले. रशियन बनावटीची ती क्षेपणास्त्रे म्हणजे केवळ भंगारात जमा करण्याजोगी आहेत, असे त्याचे मत होते. कारण एफ-१११च्या वेगाचा व उंचीचा ती कधीही पुरेसा वेध घेऊ शकत नव्हती. असली क्षेपणास्त्रे असली काय आणि नसली काय, त्याची किंमत भंगाराइतकीच. काही सेकंदांनी ती दोन्ही क्षेपणास्त्रे साध्या डोळ्यांनी उजव्या बाजूला दिसू लागली. ती आकाशात वर चढत होती आणि त्यांच्या शेपटीमधून लाल पिवळ्या रंगाच्या ज्वाला रात्रीच्या काळोखात बाहेर पडत होत्या.

ती क्षेपणास्त्रे पाहून सदरवेट रुक्षपणे म्हणाला, "हॅऽऽ, उगाच रॉकेटचे इंधन वाया घालवलेले आहे."

आता गप्प बसण्याची वेळ विगिन्सची होती. लढाईच्या नजीक आल्याने त्याच्या मनावर परिणाम होऊन तो गंभीर बनला होता, तर सदरवेट मात्र बोलण्याच्या मूडमध्ये आला होता. तो किनाऱ्याची कड ओलांडून त्रिपोली शहराच्या दिशेने जाऊ लागला.

शत्रू जागा झाला होता; पण तरीही हवाई हल्ल्याचा इशारा देणारे भोंगे वाजत नव्हते की खाली शहरातले दिवे विझलेले दिसत नव्हते. ते पाहून सदरवेट म्हणाला, "मूर्ख कुठले!" तेवढ्यात त्याला आर्च ऑफ मार्क्युस ऑरिलियस ही कमान दिसली. त्याने विगिन्सला म्हटले, "ती बघ तुझी ती कमान. नऊ वाजल्या ठिकाणी आहे." नऊ वाजल्या ठिकाणी म्हणजे अर्थातच बरोबर डाव्या बाजूला.

पण विगिन्सला आता ऐतिहासिक संदर्भात रस उरला नव्हता. त्याने आपले संपूर्ण लक्ष आपल्या कामावर केंद्रीत केले होते. तो म्हणाला, "वळ आता."

सदरवेटने आपले विमान आपल्या ताफ्यापासून आता बाजूला केले आणि आपले लक्ष्य 'अल अझीझिया' ह्याकडे तो झेपावू लागला. त्याने विचारले, "त्या जागेचे काय नाव आहे?"

"कोणत्या जागेचे?"

"जिथे आपण बॉम्बिंग करणार आहोत त्या जागेचे."

विगिन्सच्या मानेवर घाम जमू लागला होता. समोरच्या पॅनेलवरील विविध मीटर्स, रडार स्क्रीन आणि बाहेर खाली दिसणाऱ्या जमिनीवरच्या ठळक खुणा

याकडे त्याचे लक्ष होते. तो म्हणाला, "होली शिट! ट्रिपल ए." अल अझीझिया या नावामध्ये तीन वेळा ए हे अक्षर आल्याने 'ट्रिपल ए' हे सांकेतिक नाव लक्षात ठेवायला योग्य होते.

"म्हणजे ते अल... पुढे काहीतरी आहे."

विगिन्सला आता सदरवेटची विनोदी बडबड आवडेना. तो फटकन म्हणाला, "अल अझीझिया. काहीका म्हणा, त्याने काय फरक पडतो?"

"अगदी बरोबर!" सदरवेट म्हणत होता, "उद्या ते या जागेला रबल, भंगार, बखळ असे काही म्हणू लागतील."

यावर विगिन्सही हसला; पण त्याला मनातून कसलीतरी भीती वाटू लागली होती. ॲन्टी एअरक्राफ्ट बंदुकीतून एकामागोमाग गोळ्या सुटताना दर सहा गोळ्यानंतर एक प्रकाश टाकणारी गोळी सुटत असते. त्यामुळे सर्व गोळ्यांचा वक्रमार्ग हा दृश्यमान होतो. त्या वक्ररेषा आता विमानाजवळून जाऊ लागल्या. आपल्यावर गोळ्या झाडल्या जातील अशी त्यांनी कल्पना केली नव्हती. ते खरोखरच धोक्यात सापडलेले होते. आता मात्र ते दोघे गंभीर झाले. जे काही करायचे ते झटपट केले पाहिजे.

सदरवेट म्हणाला, "आता सरळ अझीझियावर. तयारीत रहा."

विगिन्स उत्तेजित स्वरात म्हणाला, "रबल, रबल, टॉईल अँड ट्रबल. बॉम्ब सोडण्याची तयारी झाली. xx यू गडाफी."

१६

"असद."

अंधारातून ती हाक ऐकताच असद खलीलच्या काळजाचा ठोकाच चुकला. काही क्षणांनी तो चाचरत म्हणाला, "अं? हो... हो. इकडे ... इकडे आहे." मग थोडे थांबून तो हळू आवाजात म्हणाला, "तू ... तू एकटीच आलीस ना?"

"अर्थात्!" असे म्हणून बाहिरा त्याच्या आवाजाच्या दिशेने चालत गेली. तो एका चटईवर गुडघ्यावर बसलेला तिने पाहिला.

"खाली वाक." तो घोगरट आवाजात म्हणाला.

ती चटकन कठड्याच्या पातळीच्या खाली वाकून त्याच्यापुढे सरकली, अन् तीही चटईवर गुडघे टेकून खाली बसली. तिने विचारले, "सर्व ठीक आहे?"

"होय; पण तू उशीर केलास."

"मला पहारेकऱ्यांना चुकवायचे होते. आपला बडा नेता—"

"होय, मला ठाऊक आहे ते," तो तिचे बोलणे तोडून टाकीत म्हणाला. एव्हाना मंद चंद्रप्रकाश पसरला होता. त्या प्रकाशात असदने बाहिराला पाहिले. तिच्या अंगावरती पांढरा पायघोळ झगा होता. हा तिथला तरुण मुलींचा पारंपारिक पोशाख होता. त्यावर तिने बुरखा घेतला होता आणि एक रुमालही डोक्याला बांधला होता. ती त्याच्यापेक्षा तीन वर्षांनी मोठी होती. ज्या वयात लिबियातील मुलींची लग्ने होतात त्या वयात ती आली होती; पण अजूनही तिचे लग्न झाले नव्हते. कारण तिच्या वडिलांनी अनेक उपवरांची स्थळे नाकारली होती. त्यातले जे उत्साही वीर खूप मनधरणी करीत होते, त्यांना त्रिपोलीमधून हद्दपार व्हावे लागले होते. जर असदचे वडील जिवंत असते तर त्या दोघांच्या विवाहाला सहज मान्यता मिळून दोन्ही कुटुंबे आणखी जवळ आली असती, असदला हेही ठाऊक होते. पण जरी त्याचे वडील एक वीर होते व हुतात्मा झाले होते, तरी ते मृत झाले होते आणि खलील कुटुंबाची पत बाहिराच्या वडिलांच्या कुटुंबाएवढी राहिली नव्हती. फक्त त्या बड्या नेत्याकडून असदच्या आईला दरमहा खास सरकारी पेन्शन दिली जात होती एवढेच काय ते वैशिष्ट्य होते. आणखीही एक वैशिष्ट्य होते. ते म्हणजे असदची आई आणि तो बडा नेता गडाफी यांचे एकमेकांशी असलेले संबंध; पण याला कोणी जर पाप म्हणत असेल तर ते गुप्त होते आणि त्यामुळे कसलीही मदत होण्याजोगी नव्हती.

ते दोघे गुडघे टेकून एकमेकांसमोर बसले होते. कोणीच आता बोलत नव्हते. बाहिराची नजर चटईवर पडलेल्या कुराणावर पडली. मग तिची नजर असदकडे गेली. त्याची नजर सांगत होती, "जर आपल्या हातून व्यभिचाराचे पाप घडणार असेल तर मग अपवित्र गोष्ट हातातून घडणे काय वेगळे असते?"

तिने त्याच्या या विचाराला मान हलवून मूक संमती दिली. थोडा वेळ वाट पाहून तिनेच पुढाकार घेतला. आपल्या चेहऱ्यावरचा बुरखा तिने काढून टाकला आणि ती त्याच्याकडे पाहून हसली; पण आपल्याकडून अवघ्या तीन फुटांवर असलेल्या बाईचा चेहरा उघडा असणे, या गोष्टीमुळे असद अस्वस्थ झाला होता, अवघडला होता. तिच्या हसण्यामुळे तो उत्तेजित होण्याऐवजी घाबरला होता.

तिने डोक्याचा रुमाल सोडला आणि तिचा केशसंभार मुक्त झाला. तिचे टोकाशी कुरळे होत गेलेले केस तिच्या दोन्ही खांद्यावरती विसावले.

असदने एक खोल श्वास घेतला आणि त्याने तिच्या नजरेला नजर भिडवली. ती सुंदर आहे हे त्याला कळून चुकले. तिच्या सौंदर्याशी तुलना करायला आपल्याजवळ फारसे काही नाही हे त्याला जाणवले. त्याने आपला घसा साफ करीत म्हटले, "तू किती सुंदर आहेस!"

ती हसली. मग तिने हात पुढे केले आणि त्याचे हात आपल्या हातात घेतले.

असद खलील आयुष्यात प्रथमच एका स्त्रीच्या हाताला स्पर्श करीत होता. बाहिराचे हात किती मऊ आणि लहान आहेत. तिची कातडी आपल्यापेक्षा उबदार आहे. कदाचित ती आत्ता चालत आली म्हणूनही तसे असेल. तसेच, आपल्यापेक्षा तिचे हात कोरडे आहेत. आपले दमट झाले आहेत. आपल्याला थोडा घाम फुटला आहे. असे का व्हावे ते त्याला कळेना. तो आपल्या गुडघ्यावरती तिच्याकडे सरकला. तिच्या अंगाला फुलांचा सुगंध येतो आहे असे त्याला जाणवले. आपल्यामध्येही काहीतरी बदल होतो आहे. हे काय चालले आहे?

आता पुढे काय करायचे ते त्या दोघांनाही कळेना; पण काहीतरी केले पाहिजे, हे नक्की. बाहिराने त्याचे हात पकडून आपल्या गालांवर ठेवले. त्याच्या हातांची चुंबने घ्यायला सुरुवात केली. ते दोघे आणखी एकमेकांजवळ सरकले. असद खलील हा कामभावनेने नुसता पेटून उठला. त्याचा मेंदू सैरभैर झाला; पण कुठेतरी त्या मेंदूच्या एका कोपऱ्यात एक प्राथमिक स्वरूपाची सावधगिरीची जाणीवही मंदपणे त्याला जागे करीत होती.

आता ती जरा मागे हटली व आपल्या अंगावरची वस्त्रे उतरवू लागली. असदच्या लक्षात आले की जर आता या अवस्थेत आपण सापडलो तर दोघेही मेलोच. ती त्याला म्हणत होती, "असद, तू कशाची वाट पहात आहेस? घे ना मला जवळ."

त्याला काय करावे ते समजेना. ऐन वेळी आपल्याला ते समजेल असे त्याला वाटले होते. शेवटी बाहिराने पुढाकार घेतला. तिने त्याला घट्ट मिठी मारली. तिच्या मिठीत तो हरवत चालला; पण तरीही पुढे काय करायचे ते दोघांनाही समजेना. शेवटी हां हां म्हणता त्या दोघांना निसर्गानेच कधी मिठी मारली ते त्यांना कळलेही नाही.

ते कळसाला पोचून आले. त्याच्या शेजारी ती पहुडली होती. तिने वर आकाशाकडे पाहिले. अष्टमीचा अर्धचंद्र हा क्षितिजावर अस्ताला जात होता. आकाशातले तारे आता निस्तेज झाले होते.

"असद," तिने म्हटले.

त्याने उत्तर दिले नाही. आता आपण जे काही केले त्याचे नीट आकलन त्याच्या मेंदूला होत नव्हते. ती त्याच्याजवळ आणखी सरकली. तिचे खांदे व मांड्या त्याला स्पर्श करू लागल्या. पण त्याच्यातली इच्छा ओसरून गेली होती.

शेवटी ती म्हणाली, "तुला राग आला का रे?"

"नाही," तो म्हणाला,

बाहिरा उठून बसली आणि तिने त्याच्या छातीवर आपले डोके विसावले.

त्याला तिच्यापासून दूर व्हायचे होते; पण तो हलला नाही. त्याच्या मनात आता त्रासदायक विचार घुसू लागले. जर तिला यातून दिवस गेले तर? तिला पुन्हा अशीच इच्छा झाली तर? त्या वेळी तर आपण हे असे करताना नक्कीच पकडले जाणार किंवा तिला दिवस राहिल्यानंतर तिचा गुन्हा आपोआप उघड होणार. पण या दोन्ही शक्यतांपैकी काहीही जरी घडले तरी दोघांना किंवा एकाला तरी ठार केले जाईल. या बाबतीतला कायदा तितकासा स्पष्ट नव्हता, संदिग्ध होता. आपली किती बेअब्रू झाली आहे हे फक्त संबंधित कुटुंब ठरवित असे. अन् मग कायद्याचे पालन कितपत कठोर करायचे ते त्यावर अवलंबून राही. तिच्या वडिलांचा स्वभाव लक्षात घेता ते या गुन्ह्याबद्दल कसलीही दयामाया दाखवणार नाहीत.

अन् अचानक काहीही कारण नसताना त्याच्या तोंडून ती गोष्ट बाहेर पडली. तो म्हणाला, ''माझी आई व आपला बडा नेता यांचे संबंध आहेत.''

बाहिरा यावरती काही बोलली नाही.

पण आपल्या तोंडून हे चमत्कारिक सत्य का बाहेर पडले म्हणून त्याला स्वतःचाच राग आला. तसेच, बाहिराबद्दलच्या आपल्या काय भावना आहेत हेही त्याला नीट समजेना. तिच्याबद्दलची अभिलाषा ही पुन्हा उसळून येणार होती, याची त्याला पुसटशी कल्पना होती. कदाचित् म्हणूनही तो तिच्याशी अजून हळुवारपणे वागत होता.

बाहिराने एक हात त्याच्या गळ्याभोवती टाकून म्हटले, ''आपल्या लग्नाला परवानगी मिळेल? तुला काय वाटते?''

''कदाचित मिळेल,'' तो संदिग्धपणे बोलला. परंतु त्याला तसे अजिबात वाटत नव्हते.

''तू माझ्या वडिलांशी याबद्दल बोलशील?''

''होय.'' तो असे म्हणाला खरे; पण प्रत्यक्षात तसे करणे आपल्याला शक्य होईल, याची त्याला खात्री नव्हती. कॅप्टन हबीब नादीर याची कन्या बाहिरा नादीर ही आपल्याला योग्य अशी पत्नी होईल. पण त्यासाठी तिच्या बापाकडे तशी मागणी करणे हे एक फार फार जोखमीचे काम ठरणार होते. कदाचित् धोकादायकही! कारण मग आपल्या प्रेमसंबंधांचा तिच्या आईला संशय येऊन ती बाहिराच्या कौमार्याची तपासणी करेल. मग सारा प्रकार उघडकीस येईल. अन् जर आपण मागणी घालण्यास उशीर केला आणि तिला दिवस गेलेले पुढे उघडकीस आले तर? काहीही घडले तरी त्याला होणारी शिक्षा अटळ होती.

तो शेवटी कंटाळून म्हणाला, ''आपण आता जाऊ या.''

पण तरीही ती त्याला बिलगलेली राहिली. त्याला सोडण्याची तिची इच्छा नव्हती. ते दोघे त्याच अवस्थेत पडून राहिले. पण असद त्यामुळे अधिकाधिक

अस्वस्थ होत गेला.

ती काहीतरी बोलायचा प्रयत्न करू लागली. पण असद तिला गप्प करीत म्हणाला, "थांब, अजिबात आवाज करू नकोस." काहीतरी चमत्कारिक, अस्वस्थ करणारी, कदाचित अशुभ असलेली जाणीव त्याच्यात निर्माण झाली. तो एकदम सावध झाला.

त्याच्या आईने त्याचे नाव 'असद' ठेवले होते. असद म्हणजे सिंह. या सिंहाबद्दल तिने एकदा त्याला सांगितले होते की सिंहाला एक सहावे ज्ञानेंद्रिय असते. स्पर्श, दृश्य, श्रवण, चव, गंध या पंचेंद्रियांखेरीज असलेल्या या सहाव्या ज्ञानेंद्रियामुळे त्याला आसपासचा किंवा जवळ येत असलेला किंवा नजीकच्या भविष्यातला धोका आपोआप कळतो. त्याचे हे सहावे ज्ञानेंद्रिय म्हणजे एक प्रकारची त्याची दुसरी नजर आहे, त्याला हे पटले होते. आपल्या स्वत:मध्येसुद्धा अशी शक्ती किंवा इंद्रिय आहे याची त्याला खात्री होती. इतकेच नव्हे, तर त्याला असेही वाटत होते की प्रत्येक माणसाकडे तशी शक्ती असते. येणाऱ्या धोक्याची, शत्रूची जाणीव ही न ऐकता किंवा न बघता कळू शकते. अशी शक्ती जवळ असणे ही एक खास दैवी देणगी असते. आपणास जी अस्वस्थता गेली बराच वेळ वाटत होती ती बाहिराच्या संदर्भात नव्हती, की लष्करी पोलिसांच्या संदर्भातही नव्हती की अनैतिक कृत्यासंदर्भातही नव्हती. ती वेगळ्याच संदर्भात होती. पण कशासंदर्भात होती ते त्याला कळेना. पण आजुबाजूला काहीतरी चुकीचे व चमत्कारिक घडत असून तो धोका वाढत चालला आहे.

त्यांच्या विमानावरून, विमानाच्या बाजूने विमानविरोधी तोफांच्या गोळ्या जात होत्या. पण विगिन्सने तिकडे दुर्लक्ष केले. आजूबाजूच्या घटनांशी तो अलिप्त होता. त्याने आपले लक्ष फक्त आपल्या कामावरती एकवटले होते. तो विपन्स ऑफिसर होता. त्याला योग्य जागेवरती बॉम्ब टाकायचे होते. ते आपल्या लक्ष्यावरती अचूक पडणे हे महत्त्वाचे होते. समोरच्या पॅनेलवरचे निरनिराळे मीटर्स, इंडिकेटरमधील उघडझाप करणारे दिवे आणि काऊंटरमधील बदलणारे आकडे यावरती त्याचे लक्ष केंद्रीत झाले होते.

आता त्याने आपला घसा साफ करीत म्हटले, "वुई आर ऑन द मनी." आपले घबाड आले. जिथे बॉम्ब टाकायचे ती जागा जवळ आली.

सदरवेट त्यावरती निर्विकारपणे म्हणाला, "रॉजर."

विगिन्स म्हणाला, "दोन मिनिटांपेक्षा कमी वेळात ती जागा येणार. सावधान !"

"रॉजर!"

आपल्याला आता आफ्टरबर्नर्स चालू करून जादा ताकद मिळवून अतिवेगाने

पुढे जायचे आहे. पण तसे करणे, म्हणजे विमानाच्या शेपटीमधून किंवा एग्झॉस्टमधून एक लांबलचक ज्वाला बाहेर पडणार होती. रात्रीच्या अंधारात ती झगझगीत ज्वाला पाहून शत्रूच्या विमानविरोधी तोफांना नीट नेम धरता येणार होता. अशा अनेक विमानविरोधी तोफा असतील तर कोणाचा तरी नेम अचूक बसू शकेल. बॉम्बिंगच्या योजनेमध्ये जमिनीवरून इतक्या मोठ्या प्रमाणावर आकाशात मारा होईल असे धरलेले नव्हते. कारण शत्रूकडे एवढ्या प्रमाणात अँटी एअरक्राफ्ट तोफा नाहीत असे गृहीत धरले होते; पण ते जुन्या माहितीच्या आधारावरती. प्रत्यक्षात खालून मोठ्या प्रमाणात मारा होतो आहे. काय करावे? आखून दिलेल्या योजनेप्रमाणे चालावे का आपणच निर्णय घेऊन आफ्टरबर्नर्स चालू करू नये?

विगिन्स म्हणाला, ''आफ्टरबर्नर्स.''

''राईट.'' सदरवेटने मग मागचा पुढचा कसलाही विचार न करता धोका पत्करून आफ्टरबर्नर्स चालू केले. एफ-१११ फटकन पुढे सटकले. त्याने हातातली स्टिक मागे खेचून विमानाचे नाक वर केले. विमान वेगाने आणखी वर चढू लागले. त्यांच्यापर्यंत खालून आलेल्या गोळ्या पोचत नव्हत्या. डाव्या बाजूने त्या जात होत्या. तो म्हणाला, ''साधा नेम नीट धरता येत नाही लेकाच्यांना.''

विगिन्सला मात्र तसे वाटत नव्हते. तो म्हणाला, ''आपण आणखी जवळ गेलोत. बॉम्ब सुटायला तीस सेकंद बाकी.''

बाहिराने असदचा खांदा पकडून विचारले, ''काय झाले, असद?''

''थांब, आवाज करू नकोस.'' त्याने नीट कान देऊन ऐकायचा प्रयत्न केला. कोणीतरी दूरवर ओरडत होते. जवळच एका वाहनाने आपले इंजिन चालू केले. त्याने भराभरा आपले कपडे धडपडत चढवले. कठड्यापाशी जाऊन तो खाली वाकून पाहू लागला. त्याचे डोळे खाली सर्वत्र वेध घेऊ लागले; पण कुठेच काही घडत नव्हते. त्याने क्षितिजाकडे पाहिले आणि तिथे त्याला आकाशात काहीतरी दिसले. उत्तरेकडे त्रिपोली शहराकडेही त्याने पाहिले.

बाहिरा आता त्याच्या बाजूला येऊन उभी राहिली. आपले कपडे तिने गोळा करून छातीशी धरले होते. ''काय आहे? असद, काय गडबड आहे?'' ती आग्रहपूर्वक त्याला सारखी विचारू लागली.

''ते मलाही कळत नाही. पण तू हलू नकोस.'' काहीतरी भयंकर घडत होते. जरी त्याला जाणवत होते तरीही ते अद्याप दिसत नव्हते की ऐकू येत नव्हते; परंतु तरीही ती जाणीव आता अधिकाधिक बलवत्तर होत चालली होती. त्याने त्या काळोखात डोळे रोखून पहात कानोसा घेण्याचा प्रयत्न केला.

बाहिरानेही आता कठड्यावरून वाकून पहात म्हटले, ''पोलीस? गस्तीवाले?''

"नाही. वेगळेच आहे... त्या तिकडे ..." अन् मग त्याला ते दिसले. विमानविरोधी तोफेतून सुटणाऱ्या गोळ्यांमधल्या ट्रेसर गोळ्या प्रकाश टाकीत आकाशात वक्र रेषा रेखाटत होत्या. त्रिपोली शहरावरच्या उजेडाच्या भागातून त्यावर चढत होत्या. विमानावरती सोडलेली क्षेपणास्त्रेही आपल्या मागे ज्वाला सोडीत काळ्या आकाशात रेघा गिरवित होत्या.

आता ते दृश्य बाहिरालाही दिसले. ती म्हणाली, "काय आहे ते?"

"मिसाईल्स."

"बापरे! *अल्ला, वाचव रे आता...*"

"मिसाईल्स आणि अँटी एअरक्राफ्ट फायरिंग चालू आहे."

त्याचा दंड पकडीत ती म्हणाली, "काय चालले आहे तिकडे?"

"शत्रूचा हल्ला!"

"बापरे! या अल्ला! ... " ती मटकन् खाली बसली आणि आपल्या अंगावरती कपडे चढवू लागली. ती म्हणत होती, "आपण कुठेतरी सुरक्षित ठिकाणी आश्रय घेतला पाहिजे."

"होय."

अन् मग एकदम कानठळ्या बसवणारा आवाज करीत हवाई हल्ल्याचा भोंगा वाजू लागला. आता माणसे भराभरा इमारतीमधून बाहेर पडू लागली, त्यांचे मोठमोठ्याने ओरडण्याचे आवाज ऐकू येऊ लागले. गाड्या सुरू होण्याचे आवाज उमटू लागले. अन् हां हां म्हणता तिथे एक कोलाहल माजला.

बाहिरा तशीच अनवाणी जिन्याकडे धावत जाऊ लागली; पण असदने तिला वाटेतच थोपवून धरले. तो म्हणाला, "या इमारतीमधून बाहेर पडताना तुला कोणी पहाता कामा नये. आधी इतरांना लपू दे. मग तू आश्रय घ्यायला जा."

तिला त्याचे म्हणणे पटून तिने मान हलवली. खलील मग कठड्यापाशी गेला व त्रिपोली शहराकडे बघू लागला. तिथे सर्वत्र आगी लागल्या होत्या. उंच उंच ज्वाला हवेत वरती झेपावत होत्या. "या अल्ला" तो पुटपुटला. आता त्याला लांबून मोठमोठे स्फोट झाल्याचे आवाज ऐकू येऊ लागले.

मग त्याच्या नजरेला काहीतरी चमत्कारिक त्याच्या दिशेने येताना दिसले. ते काहीतरी अस्पष्ट व फोकसमध्ये नसल्याचे दिसत होते. त्याच्या पार्श्वभूमीवरती त्रिपोलीमधले दिवे व आगी होत्या. त्या फोकस नसलेल्या ठिकाणी एक लांबलचक आगीचा लोळ होता. आता त्याला कळून चुकले की एका विमानातून मागे टाकली जाणारे ते इंजिनमधील गरम वायू होते. त्यामुळे त्यातून पलीकडचे दिसणारे दृश्य हे फोकसमध्ये नसणारे व हलणारे वाटत होते. ते विमान सरळ आपल्या दिशेने येत आहे हेही त्याने जाणले. भीतीने तो गोठून स्तब्ध उभा राहिला. त्याच्या तोंडून

किंकाळीही उमटेनाशी झाली.

सदरवेटने समोरच्या पॅनेलवरची आपली नजर काढून घेत खिडकीतून बाहेर डोकावले. त्या काळोखातूनही खालचे दृश्य नीट कळत होते. तो अल अझीझियाचा भाग होता. त्याची उपग्रहातून काढलेली छायाचित्रे त्याने शेकडो वेळा पाहून आपल्या स्मृतीत पक्की केली होती.

विगिन्स म्हणाला, ''स्टँड बाय. तयार रहा.''

सदरवेट परत आत उपकरणाकडे पहात विमान चालवू लागला. त्याने एकदम विमानाचे नाक वर करून सरळ रेषेत वरती चढावयास सुरुवात केली. तशा अवस्थेत असताना बॉम्ब सोडण्याची तांत्रिक रीत पुरी करायची होती.

विगिन्स म्हणू लागला, ''तीन, दोन, एक, सोडा.''

सुटले, ते चारही बॉम्ब एकापाठोपाठ काही सेकंदाच्या अंतराने सुटले, विमानापासून वेगळे झाले— आणि खाली कोसळू लागले. सदरवेटला विमान एकदम हलके झाल्याचे कळले. विमानातील कंट्रोलशी झटापट करीत त्याने आपले विमान तिथून झटकन दूर नेले.

विगिन्स काही कंट्रोल्सची हाताळणी करत विमानातून बाहेर सुटलेल्या एक हजार किलो वजनाच्या लेसर स्मार्ट बॉम्बचे नियंत्रण करू लागला. आता ते अचूकपणे ठरवलेल्या लक्ष्यावरतीच जाऊन पडावेत म्हणून तो प्रयत्न करू लागला. तो समोरच्या स्क्रीनवर बघून म्हणत होता, ''ट्रॅकिंग ... गुड पिक्चर.'' त्या बॉम्बमधून दिसणारे खालचे दृश्य त्याच्या समोरच्या स्क्रीनवर उमटले होते. तो हातातला खटका मागेपुढे, डावीकडे व उजवीकडे हलवत त्या खाली जाणाऱ्या बॉम्बला मार्गदर्शन करू लागला. अल अझीझियामधील कर्नल गडाफीचा बंगला हे त्या बॉम्बचे प्रमुख लक्ष्य होते. तो म्हणत होता, ''गॉट इट... स्टीअरिंग... स्टीअरिंग आपटले. एक, दोन, तीन, चार सर्व बॉम्ब फुटले. झकास!''

त्या चारही बॉम्बस्फोटांचा आवाज त्यांना वरती कॉकपिटमध्ये ऐकू येणार नव्हता; पण बॉम्ब योग्य जागी पडून ते फुटल्याची खात्री पटताच सदरवेट म्हणाला, ''चला आता इथून.''

विगिन्स म्हणला, ''बाय, बाय, मिस्टर अरेबियन गाय.''

आपल्या शेपटीतून जबरदस्त आग फेकत येणारे धूड सरळ असदच्या रोखाने आले. ते पाहून असद काहीही हालचाल करू शकला नाही; पण अचानक त्या विमानाच्या धुडाने आपले नाक वर करून ते सरळ हवेत वर चढू लागले. त्याच्या धडकी भरवणाऱ्या आवाजात आसमंतातील सारे आवाज बुडून गेले. फक्त बाहिराच्या

किंकाळ्या मात्र त्या आवाजावर मात करून जात होत्या. ते विमान आकाशात वर चढून गेल्यावर एकदम सारे शांत झाले; पण बाहिराच्या किंकाळ्या चालूच होत्या. शेवटी असद तिला ओरडून म्हणाला, ''गप्प बस!'' त्याने खाली रस्त्याकडे पाहिले. दोन सैनिक वरती त्याच्याकडेच पहात होते. तो पटकन कठड्याच्या मागे खाली बसला. बाहिरा आता हुंदके देत होती.

आता पुढे काय करावे या विचारात तो असताना ती गच्ची हादरली. एवढ्या जोरात हादरली की त्यामुळे असद सपशेल तोंडावरती आपटला. पुढच्याच क्षणाला जवळच कुठेतरी स्फोट झाल्याचा कानठळ्या बसवणारा आवाज त्याला ऐकायला मिळाला. मग आणखी एक तसलाच आवाज आला. नंतर परत आणखी एक आणि पुन्हा एकदा तसलेच आवाज झाले. त्याने आपले हात कानावरती ठेवले. एवढ्यात पायाखालची जमीन हादरली. हवेच्या दाबात बदल होतो आहे हेही त्याला जाणवले. मग उष्णतेची एक लाट चाल करून आली आणि गेली. सारे आकाश लालबुंद झाले. त्यापाठोपाठ हवेतून दगड, धोंडे यांचा वर्षाव होऊ लागला.

अरे अल्ला, आमच्यावर दया कर... वाचव मला. त्याच्या भोवतालचे जग उद्ध्वस्त झाले होते. त्याला आता गुदमरल्यासारखे वाटू लागले. छातीतली हवा खेचून बाहेर काढली गेली आणि तो हवेसाठी तडफडू लागला, धापा टाकू लागला. श्वासोच्छ्वासासाठी धडपडू लागला; पण इतके झाले तरी सर्वत्र शांतता होती. एक चमत्कारिक शांतता. त्याला कळून चुकले की आपण बहिरे झालो आहोत.

पण लवकरच हळूहळू त्याला ऐकू येऊ लागले. बाहिरा किंकाळ्या फोडती आहे हेही त्याला कळले. भयामुळे ती एकामागोमाग किंकाळ्या फोडत सुटली होती. त्या किंकाळ्यांचाच तिला आधार वाटत होता. ती धडपडत उठली आणि कठड्यापाशी गेली. तिच्या तोंडातील किंकाळ्या थांबतच नव्हत्या.

ते पहाताच तो धावत तिच्याजवळ गेला आणि म्हणाला, ''गप्प बस.'' त्याने तिचा दंड धरून तिला गदगदा हलवले; पण तिने हिसडा मारून त्याच्यापासून आपली सुटका करून घेतली. दगडविटांचा खच पडलेल्या त्या गच्चीवरून ती सैरभैर होत धावत सुटली. तिच्या किंकाळ्या थांबतच नव्हत्या. ती बेंबीच्या देठापासून जीव एकवटून तारस्वरात ओरडत होती.

पूर्वेकडे आणखी चार स्फोटांचे आवाज झाले. असद खलीलने शेजारच्या इमारतीच्या छपरावरती दोन सैनिक आल्याचे पाहिले. ते अँटी एअरक्राफ्ट मशीनगनची जुळणी करू लागले. बाहिरानेही त्यांना पाहिले आणि त्यांच्या दिशेने हवेत हात फेकून देत ती मदतीसाठी ओरडू लागली. त्यांनी तिला पाहिले; पण ते परत आपले काम करू लागले. ती मात्र ओरडतच राहिली.

शेवटी खलीलने पुढे जाऊन तिला खसकन् मागे ओढले. खाली जमिनीवर

पाडून तिला दाबून धरीत तो म्हणाला, "गप्प बस! चूप, अगदी चूप!"

पण याचा उलटाच परिणाम झाला. ती त्याच्याशी झगडू लागली, झटापट करू लागली, त्याच्या पकडीतून सुटका करून घेऊ लागली. तिच्या अंगात एवढे प्रचंड बळ कुठून संचारले, याचे त्याला आश्चर्य वाटले. ती ओरडत होती. ओरडता ओरडता तिने त्याचा चेहरा ओरबाडला. त्याच्या गालावर, मानेवर मोठमोठे ओरखाडे तिने काढले. त्यातून रक्त बाहेर येऊ लागले. त्याच्या पकडीतून शेवटी ती निसटली आणि मुक्तपणे किंकाळ्या फोडू लागली.

अचानक शेजारच्या इमारतीवरील मशिनगन चालू झाली. त्या खणखणीत आवाजात व भोंग्याच्या विव्हळणाऱ्या आवाजात स्फोटांचे धाड, धाड आवाज लांबून ऐकू येत होते. मशीनगनमधून सुटणाऱ्या गोळ्यांदरम्यान ट्रेसर गोळ्या या लाल रंगाच्या प्रकाशाच्या रेघा आकाशात काढू लागल्या.

परंतु याआधी कधीही न पाहिलेले ते दृश्य पाहून तिच्या भयात आणखीनच भर पडली. ती पुन्हा किंकाळ्या फोडू लागली. एकामागोमाग एकेक.

असदने तिच्या तोंडावर हात धरून तिला गप्प करायचा प्रयत्न केला; पण ती त्याच्या हाताला चावली. त्याच्या जांघेत तिने आपला गुडघा मारला. तो हेलपाटत मागे गेला.

तिला पूर्णपणे उन्माद झाला होता. तिचा मेंदू अर्धवट काम करीत होता. भयामुळे तिला कशाचीच ओळख पटत नव्हती. तिला फक्त एकाच गोष्टीचे संरक्षण वाटत होते. ते म्हणजे जीव एकवटून किंकाळी फोडणे. त्या उन्मादित अवस्थेतून तिला बाहेर कसे काढायचे ते त्याला कळेना.

पण एक मार्ग होता.

त्याने तोच मार्ग अवलंबिला. तो तिच्या मागे गेला आणि त्याने तिची मान व गळा आपल्या एका हाताच्या पकडीत धरला. तिची किंकाळी बंद होईपर्यंत तो आपली पकड आवळीत गेला.

सदरवेटचे एफ-१११ विमान तसेच पुढे दक्षिणेला पार वाळवंटावर गेले. मग त्याने उजवीकडे जवळच्या अंतरातून १५० अंशातून एक वळण घेतले. म्हणजे तो दक्षिणेकडून एकदम वायव्येच्या दिशेने वळला. त्या दिशेने गेल्यावर त्यांना पुन्हा भूमध्य समुद्र लागणार होता. त्या वेळी समुद्रकिनाऱ्यावरील त्रिपोली शहराच्या पश्चिमेला ते शंभर किलोमीटरवर असणार होते. कमी अंतरातून एक तीव्र वळण घेण्याचे त्याचे कौशल्य पाहून विगिन्स खूष होत म्हणाला, "वा ऽ! तू विमान छान चालवतोस."

यावर सदरवेट एवढेच म्हणाला, "लिबियन एअर फोर्सच्या विमानावरती बाहेर

लक्ष ठेव. ती आपल्याला केव्हाही अडवतील.''

विगिन्सने रडारच्या खुंट्या व बटणे फिरवून आपल्या सभोवतालचे सारे आकाश धुंडाळले; पण कोठूनही रडार लहरी परावर्तन पावून परत येत नव्हत्या. तो म्हणाला, ''कुठेही धोका नाही. इथे आकाशात आपल्याखेरीज कोणीही नाही. असे दिसते की गडाफीचे वैमानिक आपापल्या चड्ड्या धुण्यात आत्ता गर्क झाले असावेत.''

एफ-१११ विमानात हवेतून दुसऱ्या विमानावर सोडण्यासाठी एकाही क्षेपणास्त्राची सोय करून ठेवली नव्हती. ज्या कोणी मूर्खाने या विमानाची रचना केली त्याने साधी गॅटलिंग गनचीही सोय ठेवली नव्हती. जर समोरून शत्रूचे लढाऊ विमान आले तर बचाव करण्यास फक्त पळून जाण्याचाच मार्ग उरत होता. केवळ वेग वाढवून आणि कसरती करून समोरच्या विमानातून सुटणाऱ्या माऱ्यापासून बचाव करता येत होता. सदरवेटने एक वायरलेस संदेश पाठवून 'कर्म ५७' हे विमान सुखरूप व जिवंत आहे, हे कळवले.

पलीकडून येणाऱ्या वायरलेस संदेशाची वाट पहात ते न बोलता उडत राहिले. शेवटी संदेश आले. रेमिट २२, रेमिट ६१ आणि ईल्टन ३८ यांच्याकडून 'आपण कामगिरी फत्ते करून सुखरूप परतीचा मार्ग धरला आहे,' अशा अर्थी ते सर्व संदेश होते.

त्या चौघांची कामगिरी १०० टक्के यशस्वी होऊन ते परतत होते. एक मोहीम परिपूर्ण रीतीने पार पाडली गेली. त्यामुळे सदरवेट व विगिन्स यांना हायसे वाटत होते. मुख्य म्हणजे ठरल्याप्रमाणे पार पाडले गेले, याचे त्यांना समाधान वाटत होते. कुठेही किंचितही बदल करावा लागला नव्हता. खालून येणारी क्षेपणास्त्रे व मशिनगनच्या गोळ्या सोडल्यास जणू काही बॉम्ब टाकण्याचे प्रशिक्षण आपण घेतो आहोत असे त्यांना वाटले. सदरवेटने आपल्या लॉगबुकात लिहिले, ''पीस ऑफ केक.'' म्हणजे केकमध्ये सुरी फिरवताना कसलाही अडथळा येत नाही तितक्या सहजतेने ही मोहीम पार पाडली गेली होती.

असद खलील आपली पकड घट्ट करीत गेला. आणखी घट्ट. आणखी. तिचा आवाज बंद करणे हा त्याचा प्राथमिक हेतू होता. तिचे डोळे बाहेर पडताहेत की काय इतके मोठे होत गेले. ती जिवाच्या आकांताने त्याला लाथा झाडू लागली, बुक्के मारू लागली; पण तो आपली पकड वाढवतच गेला. त्याने तिच्या गळ्यावरचा दाब वाढवला आणि तिचे डोळे पाहिले. त्या डोळ्यांची फडफड होत नव्हती. ते मोठे होऊन वटारल्यासारखे झाले होते.

त्याने मनात साठ आकडे मोजले आणि मगच तिच्यावरची पकड काढून

घेतली. तिचा आवाज बंद पडला होता कायमचा. शेवटी तो सुखरूप राहिला. कारण त्याने आत्ताची वर्तमानकाळातील समस्या सोडवली आणि भविष्यकाळातील संकटापासूनही बचाव केला. केवळ एका सोप्या उपायाने. त्याने कुराण उचलून हातात घेतले. चटई गोळा केली. मग तो जिन्यावरून उतरून खाली जाऊन बाहेर पडला आणि रस्त्याला लागला. अल् अझीझियामध्ये सर्वत्र काळोख पसरला होता. सगळीकडचे दिवे गेले होते. अंधारात त्याने आपल्या घराच्या दिशेने चाचपडत जाण्यास सुरुवात केली. त्याचे प्रत्येक पाऊल हे बाहिराच्या मृत देहापासून त्याला दूर नेत होते. त्याची आता तिच्यापासून सुटका झाली होती. शरीराने आणि मनानेही. तो आता तिच्यात कुठेही अडकणार नव्हता. कधीही नाही.

त्याच्या समोर एक पडझड झालेली इमारत उभी होती व जळत होती. तिच्या आसपास सर्वत्र सैनिकांचे मृत देह विखुरलेले त्याला दिसले. त्या सैनिकांचे गोरे चेहरे हे ज्वाळांच्या प्रकाशामुळे लाल रंगाचे दिसत होते. एका माणसाचे डोळे बाहेर पडून त्यातून रक्त बाहेर वहात होते. त्याच्या कानातून, नाकातून आणि तोंडातूनही रक्त वहात होते. ते दृश्य पाहून त्याच्या पोटात ढवळून आले, मळमळू लागले. कोणत्याही क्षणी आपल्याला ओकारी येईल असे त्याला वाटले. तेवढ्यात मांस जळाल्याची दुर्गंधी आली. तिच्या एका भपकाऱ्यासरशी त्याला उलटी झाली. तो भडभडून ओकला.

क्षणभर विश्रांती घेऊन तो परत चालू लागला. त्याला आता पुन्हा एकदा प्रार्थना करावीशी वाटली; पण एखाद्या स्त्रीशी संग केल्यावर प्रार्थना करायला व नमाज पढायला कुराणात बंदी केली होती. त्यासाठी त्याने प्रथम आपले हातपाय व तोंड धुवायला हवे होते. मगच तो प्रार्थना करू शकत होता.

एका इमारतीचा नळ फुटला होता. त्यातून भळाभळा पाणी वहात होते. त्याने तिथे जाऊन आपला चेहरा धुतला, हातपाय धुतले आणि जिथे जिथे रक्त लागले होते तो भाग धुवून स्वच्छ केला.

आता तो परत पुढे जाऊ लागला; पण चालताना तो कुराणातील परिच्छेद बोलू लागला. आपल्या आईसाठी, भावांसाठी आणि बहिणींसाठी तो अल्लाची प्रार्थना करू लागला.

घराच्या दिशेने जाताना त्याला तिकडे आग लागल्याचे दिसले. मग तो धावत धावत जाऊ लागला.

त्याच्या मनात आले, आजच्या रात्रीची सुरुवात ही पाप करण्यापासून झाली. अभिलाषा, आकर्षण व मोह यांनी त्याला पाप करण्यास प्रवृत्त केले. पापातून मृत्यू घडला. आजुबाजूला अग्निप्रलय उसळला. त्या शक्तीमान सैतानानेच आपल्याला आणि बाहिराला ही शिक्षा केली; पण दयाळू अल्लाने आपला जीव वाचवला.

आपल्याही कुटुंबातील सर्वांचे प्राण असेच वाचावेत म्हणून तो अल्लाची प्रार्थना करू लागला.

ती प्रार्थना संपल्यावर त्याला बाहिराच्या कुटुंबासाठीही प्रार्थना करण्याचे सुचले. त्याने तीही प्रार्थना केली आणि नंतर आपला बडा नेता कर्नल महंमद गडाफी याच्यासाठीही नेहमीप्रमाणे प्रार्थना केली.

१६ वर्षांचा असद खलील हा अल अझीझियातील पडझडीतून पळत चालला होता. पळता पळता त्याला कळून चुकले की आज सैतानाने आणि अल्लाने, अशी दोघांनीही आपली कसोटी घेतली.

त्या रात्रीत घडलेल्या पापातून, मृत्यूच्या तांडवातून आणि अग्निप्रलयातून असद खलील नावाच्या एका नव्या प्रौढ माणसाचा जन्म झाला.

१७

असद खलील आपल्या घराच्या दिशेने पळत चाललेला होता. या विभागात माणसांचा खूप वावर होता. सैनिक, बायका व काही मुले हे पळत सुटले होते. काहीजण सुन्न होऊन बधीर झाल्यासारखे सावकाश चालत होते. काहीजण गुडघ्यावर बसून अल्लाची करुणा भाकत होते.

एका कोपऱ्यापाशी खलील वळला आणि खाडकन् थांबला. तो ज्या घरात रहात होता ते घर अनेक घरांच्या एका रांगेतले होते. ती सर्व घरे एकमेकांना चिकटून होती. सर्व एकाच छापातली व एकाच रंगाची होती. पण आता ती वेगळ्याच रूपात दिसत होती. खिडक्यांची दारे उडून गेली होती. घरांपुढे दगड, धोंडे, विटा, वगैरे पडलेले होते. त्या खिडक्यांमधून आणि घरांच्या दारांमधून चंद्रप्रकाश बाहेर येत होता, हे आश्चर्यजनक होते. मग त्याला याचे कारण कळून चुकले. सर्व घरांची छपरे कोसळलेली होती. पुढची दारेही स्फोटाच्या दणक्याने उडून गेली आहेत. *अरे अल्ला, मी तुझी याचना करतो. मला... मला...*

आपल्याला चक्कर येणार असे त्याला वाटू लागले. मग त्याने एक जोराचा श्वास घेतला व तो आपल्या घराकडे पळत सुटला. वाटेत कॉन्क्रीटचे मोठमोठे तुकडे पडले होते. त्या तुकड्यांना तो अधुनमधून अडखळे. त्याच्या हातातली चटईची गुंडाळी टाकून तो पळत होता. शेवटी तो त्याच्या घरापाशी आला. घर उघडेच होते. दार दूर जाऊन पडले होते. तो क्षणभर थांबला. आत जाण्यास थोडासा कचरला. मग एकदम जोरात आत घुसला.

त्याच्या घरावरती एक सपाट छत होते. ते संपूर्ण छत खाली कोसळले होते. घरातल्या फरशा, सतरंज्या आणि फर्निचर यावरती कॉन्क्रीटच्या तुकड्यांचा पाऊस पडला होता. लाकडी तुळयाही अशाच खाली आल्या होत्या. भिंतीच्या पांढऱ्या प्लॅस्टरचा थर प्रत्येक वस्तूवर चढला होता. खलीलने वर पाहिले. तिथे आता छप्पर नव्हते, आकाश होते. *हे अत्यंत दयाळू ...* त्याने पुन्हा एकदा खोल श्वास घेऊन स्वत:ला काबूत आणण्याचा प्रयत्न केला. त्याच्या वडिलांनी घरीच बनवलेले एक लाकडी कपाट एका भिंतीला लागून होते. खाली पडलेल्या ढिगाऱ्यातून वाट काढीत तो त्या कपाटाकडे गेला. त्याची दोन्ही दारे सताड उघडी होती. कपाटात एक टॉर्च होता. तो त्याने काढून घेतला आणि लावला. टॉर्चचा झोत त्याने सर्व घरभर फिरवला. संपूर्ण घरादाराचा सत्यानाश झालेला त्याने पाहिला. बडा नेता कर्नल गडाफी याची भिंतीवर लावलेली तसबीर मात्र जशीच्या तशी होती. ती पाहून त्याला जरा धीर आला.

आत झोपण्याच्या खोलीत जाऊन पाहिले पाहिजे; पण तिथे काय दृष्टीस पडेल या भीतीपोटी तो आत जायला कचरू लागला. शेवटी त्याने स्वत:ला बजावले, *तू एक माणूस आहेस, आत कोणी जिवंत आहे का मृत आहे हे तूच पाहिले पाहिजे.*

तो एका कमानीखालून आत गेला. वाटेत स्वयंपाकघर व जेवणघर लागले. तिथेही बाहेरच्या खोलीसारखाच उत्पात घडलेला दिसला. चिनी मातीच्या डिशेस आणि वाडगे हे फडताळावरून खाली पडून फुटले होते.

तो त्यातून वाट काढीत आणखी आत गेला. तिथे एक छोटे अंगण होते. त्या अंगणात तीन निजण्याच्या खोल्यांची दारे उघडत होती. त्याने एका खोलीत दार ढकलून आत प्रवेश केला. तो याच खोलीत त्याच्या इतर दोन भावांसोबत झोपत होता. पाच वर्षांचा एसाम आणि चौदा वर्षांचा कादीर हे त्याचे धाकटे भाऊ होते. एसामचा जन्म झाला त्याच वेळी वडील मृत्यू पावले होते. तो नेहमी आजारी असायचा. त्यामुळे आई व बहिणी यांच्या सहवासात तो सारखा असायचा. एकदा तो खूप आजारी पडला असताना बडा नेता गडाफी याने एसामला तपासण्यासाठी एका युरोपियन डॉक्टरला पाठवले होते. कादीर हा असदपेक्षा दोनच वर्षांनी लहान होता; पण तरीही तो खूप मोठा वाटे. असद आणि कादीर हे दोघे जुळे भाऊ आहेत असाही लोकांचा त्यामुळे गैरसमज होई. कादीर आणि आपण दोघे मिळून सैन्यात दाखल होऊन वरच्या पदापर्यंत जाऊ, पार आर्मी कमांडर होऊ आणि शेवटी आपल्या नेत्याचे अंगरक्षक बनू, अशी असदची महत्त्वाकांक्षा होती.

आत्ताही त्याला तेच आठवले आणि त्याने मनात मोठी आशा धरून दार ढकलून आत प्रवेश केला; पण ते दार आत कशाला तरी अडखळून थांबले आणि तिथेच घट्ट बसले. त्याने जोर लावून आणखी ते थोडे पुढे दाबले. निर्माण झालेल्या

फटीतून कसेबसे अंग चोरत तो आत गेला. आतमध्ये तीन कॉटस् होत्या. त्यातली एक त्याची होती. कादीरच्या कॉटवर कॉन्क्रीटच्या व भिंतीच्या तुकड्यांचा ढीग जमला होता, तर एसामच्या बिछान्यावर वरच्या लाकडी तुळयांचा बनलेला त्रिकोण पडला होता.

तो वाट काढीत एसामच्या कॉटपाशी गेला आणि गुडघ्यावर बसला. वरची एक जाडजूड तुळई कॉटवर उभी पडली होती. त्याखाली पांघरूण होते व पांघरुणाखाली एसाम होता. तो पार चिरडून ठार झाला होता. खलीलने त्याच्या चेहऱ्यावरून हात फिरवला आणि तो रडू लागला.

पण लवकरच त्याला जाणीव झाली की आपण आता मोठे झालो आहोत. आता रडायचे नाही. त्याने स्वत:ला काबूत आणले आणि तो कादीरच्या बिछान्याकडे वळला. संपूर्ण कॉटवर कॉन्क्रीटचा एक मोठा तुकडा व डबर पडले होते. त्याने टॉर्चच्या झोतात पाहिले तर त्या ढिगाऱ्यातून एक हात बाहेर आला होता. त्याने पुढे होऊन तो हात हातात घेतला; पण लगेच त्याला कळून चुकले की कादीर मृत झाला आहे. त्याने तो निर्जीव हात सोडून दिला. दु:खामुळे तो भेसूरपणे ओरडला व आपले अंग त्याने त्या ढिगाऱ्यावरती लोटून दिले. तो एकदोन मिनिटे तसाच विलाप करीत होता. पण लवकरच त्याला कळले की बाकीच्यांचाही अजून शोध घ्यायचा आहे. तो धडपडत उठून उभा राहिला.

तिथून निघण्यापूर्वी त्याने आपल्या टॉर्चचा झोत सर्वत्र फिरवला. त्याच्या स्वत:च्या बिछान्यावर जेव्हा प्रकाश पडला तेव्हा तो जागच्या जागी खिळून उभा राहिला. कॉन्क्रिटची एक भली मोठी स्लॅब त्याच्या कॉटवर पडून ती कॉट पार भुईसपाट झाली होती. याच कॉटवरती तो काही तासांपूर्वी निजला होता.

अंगण ओलांडून तो बहिणींच्या खोलीकडे गेला. दाराच्या चिरफळ्या झाल्या होत्या. दार ढकलल्यावर ते बिजागरीपासून निखळून आत पडले. तो आत गेला. नऊ वर्षांची अदारा आणि अकरा वर्षांची लिना या एकाच बिछान्यावर झोपत. अदारा ही एक फार आनंदी मुलगी होती. खलीलची ती लाडकी होती. भावापेक्षाही वडिलांसारखे त्याचे तिच्यावर प्रेम होते. लिना ही अत्यंत अभ्यासू व गंभीर मुलगी होती. ती आपल्या शिक्षकाची लाडकी होती.

खलीलला त्यांच्या बिछान्यावरती प्रकाशाचा झोत टाकायचे धैर्य झाले नाही. तो डोळे मिटून काही वेळ मनातल्या मनात प्रार्थना करीत तसाच उभा राहिला. मग त्याने त्या दोघींच्या पलंगावर झोत टाकला. पलंग उलटलेला होता. त्याच्या तोंडून एक हुंदका बाहेर पडला. संपूर्ण खोली ही एखाद्या राक्षसाने गदगदा हलवावी तशी झाली होती. खोलीची मागची भिंतही आतमध्ये पडली होती. स्फोटकांचा आम्लासारखा तीव्र दर्प सर्वत्र पसरला होता. म्हणजे तो बॉम्ब जवळच कुठेतरी फुटला असावा.

भिंत पडल्यावर स्फोटातील आगीचा लोळ व धूर या खोलीत घुसल्याच्या खुणा सर्वत्र दिसत होत्या. प्रत्येक वस्तू ही काळी पडली होती, जागेवरून फेकली गेली होती आणि तिचे ओळखू न येण्याइतपत तुकडे तुकडे झाले होते.

दारातल्या डबरावरती पाय देऊन तो एकदोन पावले पुढे गेला; पण मग पुढे टाकलेले त्याचे पाऊल तसेच राहिले. तो थिजून गेला. खोलीच्या शेवटी धडापासून वेगळे झालेले एक मुंडके पडलेले होते. आगीच्या लोळामुळे ते काळे पडले होते. सर्व केस जळून गेले होते. ते लिनाचे मुंडके आहे का अदाराचे आहे, हे कळू शकत नव्हते.

पाठ वळवून तो वेगाने खोलीबाहेर पडला. पण वाटेतच कशाला तरी अडखळून खाली पडला. मग तसाच ओणवा होऊन तो ढिगाऱ्यावरून सरपटत जाऊ लागला. त्याच्या हाताला कोणाची तरी हाडे आणि मांस लागले.

नंतरची काही मिनिटे विस्मृतीत गेली. जेव्हा तो भानावर आला तेव्हा त्याला कळले की आपण या डबरामध्ये हातपाय पोटाशी मुडपून पडून राहिलेले आहोत. आपल्यामध्ये आता हलण्याची इच्छा नाही आणि तेवढे त्राणही नाही. लांबून त्याला भोंग्याचा आवाज, वाहनांचे आवाज, लोकांच्या ओरडण्याचे आवाज ऐकू येत होते. जवळच कोणीतरी एक बाई मोठ्याने आक्रोश करीत रडत होती. आता इथून पुढे काही दिवस अनेक अंत्ययात्रा निघणार, अनेक थडगी खोदावी लागणार, अनेकदा प्रार्थना म्हणाव्या लागणार आणि जिवंत राहिलेल्यांचे सांत्वन करावे लागणार.

दोन भाऊ व दोन बहिणी यांच्या मृत्यूने तो तिथे बधीर होऊन पडून राहिला. शेवटी, सर्व धैर्य एकवटून तो उठून उभा राहिला; पण त्याच्या पायातले बळ गेल्याने त्याला पुढे पाऊल टाकता येत नव्हते. तो मग कसातरी खुरडत, रांगत आईच्या खोलीपाशी गेला. दाराचा पत्ता नव्हता. दार कुठे होते हेही समजू शकत नव्हते, एवढे मोठे भगदाड तिथे पडले होते.

खलील मग उठून उभा राहिला आणि खोलीत शिरला. या खोलीत त्या मानाने खूपच कमी डबर पडलेले होते. वरचे छप्पर बऱ्यापैकी शाबूत होते; पण खोलीतली प्रत्येक वस्तू ही कशामुळे तरी खेचली जाऊन भिंतीपाशी गेली होती. आईचा बिछानाही असाच खेचला गेला होता. खिडक्यांची दारे गायब झाली होती. बाहेर झालेल्या स्फोटाचा दणका या अत्यंत लहान खिडक्यांमधून आत घुसला होता, हे उघड समजत होते.

तो आईच्या पलंगाकडे धावला. तो पलंग भिंतीला दाबला गेला होता. पलंगावरती त्याची आई होती; पण तिचे पांघरूण व उशी गायब झाले होते. तिच्या अंगावरती करड्या रंगाची धूळ पसरली होती. प्रथम त्याला वाटले की ती शांतपणे निजली आहे, किंवा तिला जबरदस्त मानसिक धक्का बसल्याने ती बधीर झाली

आहे; पण तिच्या तोंडातून व कानांमधून रक्त बाहेर आले होते. स्फोटामुळे मघाशीच आपल्याला कसे गुदमरावे लागले हे त्याला आठवले. आपली छाती फुटायची वेळ आली होती. तेव्हा इथे आईला काय झाले असेल याची त्याला कल्पना आली.

त्याने तिला हलवले. तो हाका मारीत होता, ''आई! आई!'' काही वेळ हलवल्यावरती त्याच्या आईने, फरीदा खलीलने डोळे उघडले आणि आपल्या थोरल्या मुलावरती ते नीट फोकस करायचा प्रयत्न करू लागली. ती बोलायचा प्रयत्न करू लागली. पण त्याऐवजी तिच्या तोंडून रक्ताचा फेस बाहेर पडला.

''आई, मी असद आहे.''

यावर तिने किंचित मान डोलावली.

''आई, मी मदत आणायला जातो—''

पण तिने यावरती त्याचा हात एकदम पकडून ठेवला. आपल्या मुलाने आता जवळच बसून रहावे अशी तिची इच्छा आहे, हे त्याला कळले. पुन्हा बोलण्याचा तिने प्रयत्न केला; पण तिच्या तोंडातून शब्दांऐवजी फक्त रक्त व फेस बाहेर आला. पण तिने त्याच्या हातावरची आपली पकड सैल केली नाही. तो म्हणत होता, ''आई, तू ठीक होशील. मी डॉक्टरला घेऊन येतो.''

''नको!'' तिच्या तोंडात तो पहिलाच शब्द बाहेर पडला. तो शब्द ऐकून त्याला आश्चर्य वाटले. हा त्याच्या आईचा आवाज नव्हता. किती बदलला होता. आतमध्ये कुठेतरी मोडतोड होऊन तिथे रक्तस्राव होत असावा, या कल्पनेने त्याला काळजी वाटली. तिला जर इथल्याच कंपाऊंडच्या हॉस्पिटलमध्ये हलवले तर कदाचित ती वाचेल, असे त्याला वाटले. पण ती त्याला जवळून हलू देत नव्हती. कारण, आपण आता वाचत नाही हे तिला कळून चुकले होते. म्हणून तर तिने शेवटच्या क्षणी मुलगा जवळ असावा म्हणून त्याला धरून ठेवले होते.

ती काहीतरी सांगायचा प्रयत्न करीत होती. त्याने तिच्या तोंडाजवळ आपला कान नेला. ती पुटपुटत होती, ''कादीर... एसाम... अदारा...?''

''होय... ते सारे ठीक आहेत. ते... ते ठीक होतील...'' त्याला एवढे रडू फुटले की पुढे त्याला काही बोलवेना.

ती कुजबुजत होती, ''माझी बिचारी मुले... माझे गरीब... घर...''

खलीलला आता आपल्या भावना आवरणे कठीण झाले. तो दु:खाने मोठ्याने ओरडला व म्हणाला, ''अल्ला, आमच्यावरती का असा प्रसंग आणलाय?'' आता मात्र तो आईच्या छातीवर डोके टेकवून धाय मोकलून रडू लागला. त्याच्या गालाला आईच्या हृदयाची धडधड जाणवत होती. तिचे पुटपुटणे चालूच होते, ''माझे... घर...'' मग तिचे हृदय थांबले. असद खलील एकदम स्तब्ध झाला. तो आईच्या छातीकडे पाहू लागला. ती खालीवर हलत नव्हती. तरीही तो वाट पाहू लागला.

आत्ता खालीवर होईल, मग खालीवर होईल, अशी आशा तो करीत होता. शेवटी सत्य काय ते त्याला कळून चुकले. बराच वेळ तो आईच्या छातीवर डोके टेकून होता.

अखेर तो उठून उभा राहिला आणि खोलीबाहेर पडला. जमिनीवर सर्वत्र डबर पडलेले होते. त्यातून तो भानावर नसल्यासारखा चालत गेला. घराबाहेर आल्यानंतर त्याने आजुबाजूला पाहिले. सर्वत्र विनाश दर्शविणारी परिस्थिती होती. कोणीतरी ओरडले, "अरे, अतियेच्या घरचे सारे मेले आहेत."

माणसे शिव्याशाप देत होती. बायका रडत होत्या. मुले ओरडत होती. ॲम्ब्युलन्स येत होत्या व जात होत्या. स्ट्रेचर्स भराभरा पळवत नेली जात होती. एक ट्रक जवळून गेला. त्यात पांढऱ्या कापडात गुंडाळलेल्या प्रेतांची रास रचली गेली होती. एक माणूस म्हणत होता की, "आपल्या बड्या नेत्याचे घर बॉम्बमुळे उद्ध्वस्त झाले. त्याच्या कुटुंबातील सारे मारले गेले; पण तो मात्र सुखरूप बचावला." खलीलच्या कानावर आजुबाजूचे संभाषण पडत होते; पण हे सारे दूरवर कुठेतरी घडत आहे असे त्याला वाटले.

तो दिशाहीन अवस्थेत भटकू लागला. एक आगीचा बंब त्याच्या जवळून, त्याला चाटून गेला. तो तसाच पुढे जात राहिला. शेवटी तो त्या दारूगोळ्याच्या कोठाराच्या भिंतीपाशी आला. तिथेच गच्चीवरती बाहिरा मरून पडलेली होती. तिचे कुटुंब वाचले की नाही हे त्याला कळेना; पण जो कोणी तिला शोधू पाहील तो तिच्या घराच्या ढिगाऱ्यात तिला शोधणार. तिचे गच्चीवरचे प्रेत सापडायला कित्येक दिवस किंवा महिने लागणार होते. तेवढ्या काळात तिचे शरीर.... ती श्वास कोंडला गेल्यामुळे मरण पावली, असा नंतर निष्कर्ष निघणार होता.

आपल्याला एवढे दुःख झाले तरीही आपण अन्य काही गोष्टींवरती विचार कसे करतो आहोत, याचे त्याला नवल वाटू लागले. तो त्या इमारतीपासून चटकन दूर झाला. त्या इमारतीशी त्याला आता कोणताही संबंध ठेवायचा नव्हता. आपल्या विचारांच्या नादात तो एकदाच चालत राहिला. तो मनात म्हणत होता, 'माझे सारे कुटुंब इस्लामसाठी शहीद झाले. मी एका वासनेला बळी पडून शरीयतच्या बाहेर जाऊन पाप केले. अन् म्हणून मी घरी माझ्या बिछान्यात नव्हतो. माझ्या कुटुंबातून जणू काही मलाच एकट्याला बाहेर पाठवून वाचवले गेले; पण मग बाहिराही त्याच वासनेला बळी पडल्याने कशी मेली? मी मात्र तेच कृत्य केल्याने वाचलो. हा फरक कसा काय?' या प्रश्नांची उत्तरे त्याला सापडेना. तरीही तो झाल्या घटनांमध्ये एकेमकांशी सुसंगती लावू पहात होता. आजच्या रात्रीत जे जे घडले त्याच्यामागचा अर्थ तो वारंवार अल्लाला विचारीत होता.

दक्षिणेकडून घब्ली वारे वहात येत होते. त्यांचा शिङ्घ्यांसारखा आवाज सर्वत्र

पसरला होता. वाऱ्यामुळे धूळ व रेती उडत होती. अंधारात बुडालेल्या अल अझीझियावरती ती पसरत होती. कधी नव्हे ते त्याला एकटे वाटू लागले. तो घाबरला, हवालदिल झाला. तो बडबडू लागला, "अल्ला, मला... मला समजावून घे." तो मक्केच्या दिशेकडे तोंड करून उभा राहिला. मान खाली घालून त्याने प्रार्थना केली. अनुकूल घडावे म्हणून कौल मागितला. मार्गदर्शन करण्याची विनंती केली आणि तो नीट विचार करू लागला.

आपल्यावरती हा विनाश मुद्दाम लादला गेला आहे. अनेक महिने अफवा उठत होत्या की तो अमेरिकेचा वेडा माणूस रोनाल्ड रेगन लिबियावरती हल्ला करणार आहे. त्याप्रमाणे त्याने तसा हल्ला खरोखरीच केला. त्याच्या नजरेसमोर आईचा चेहरा आला. मग त्याने आपल्या कुटुंबासाठी सूड उगवायचे ठरवले.

अन् अचानक एका क्षणी त्याच्या मनात तो विचार आला. आपण वाचलो याचे कारण अल्लाने आपल्याला सूड घेण्याकरता मुद्दाम जिवंत ठेवले आहे. हा सूड आपल्या कुटुंबासाठी, आपल्या देशासाठी, आपल्या धर्मासाठी आणि आपल्या बड्या नेत्यासाठी घ्यायचा आहे. अल्लाच सूड घेणार होता. फक्त त्याने आपल्याला त्यासाठी एक हत्यार किंवा माध्यम म्हणून निवडले आहे. यात आपल्याला गमावण्याजोगे काहीच नाही. आता जगण्यासाठी फक्त एकच कारण उरले आहे. ते म्हणजे 'जिहाद!' ते पवित्र धर्मयुद्ध आपण शत्रूच्या प्रदेशात लढायचे.

असद खलीलचे सोळा वर्षांचे मन आता स्थिरावले. त्याला एक दिशा प्राप्त झाली. झाल्या गोष्टीचा सूड घेणे आणि ज्यांनी ते अपराध केले त्यांना शिक्षा देणे बस्स्! किती साधे, सोपे व सरळ गणित होते ते! तो आता अमेरिकेला जाणार होता आणि ज्यांनी इथे भ्याड हल्ला केला त्यांचे प्रत्येकाचे गळे तो कापून टाकणार होता. तुमचा एक डोळा त्यांनी काढला तर तुम्ही त्यांचा एक डोळा काढावा. तुमचा एक दात त्यांनी पाडला तर तुम्ही त्यांचाही एक दात पाडावा. फिटंफाट झाल्याखेरीज अन्यायाची आग शमत नसते. अरबांमधले भांडण नेहमी असेच असते. म्हणून तर त्यांच्यात भाऊबंदकीचे वैर पिढ्यान्‌पिढ्या चालते. ही अरब प्रवृत्ती फार प्राचीन आहे. अगदी कुराण किंवा जिहाद यांच्या आधीपासूनची आहे. घब्ली वारे जितके प्राचीन आहेत तितकी ही अरब प्रवृत्ती प्राचीन आहे. तो मोठ्याने ओरडून म्हणाला, "हे अल्ला, आज रात्री जे काही घडले त्याचा मी सूड घेईन अशी मी शपथ घेतो."

लेफ्टनंट बिल सदरवेटने आपल्या विपन्स ऑफिसरला विचारले, "ऑल बुल्स आय? सर्व बॉम्ब अचूकपणे लक्ष्यावर पडले?"

विगिन्स म्हणाला, "होय... एकच बॉम्ब जरा पुढे जाऊन पडला. तिथे काहीतरी लहान घरांची ओळीने एक रांग असावी..."

"ठीक. त्या तुझ्या 'आर्च ऑफ मारिओ'ला धक्का लागला नाही म्हणजे झाले."

"मारिओ नाही. मार्क्युस आहे."

"तेच ते. तेव्हा तू आता मला जेवणाची पार्टी दिली पाहिजेस."

"नाही. ठरल्याप्रमाणे तू मला पार्टी देणार आहेस."

"छेः, तुझा एक बॉम्ब चुकला. तेव्हा तूच दिली पाहिजेस."

"ठीक आहे. जर तू आर्च ऑफ मार्क्युस ऑरिलिअसच्या कमानीवरून विमान नेलेस तर."

"ते तर मी केव्हाच केले. आपण त्या कमानीवरून गेलोही. आता परत जर तुला ती पहायची असेल तर पर्यटक म्हणून तुला लिबियाला जावे लागेल."

विगिन्सला परत लिबियाला जाण्याची इच्छा नव्हती. जर पुन्हा फायटर विमानातून पाठवले तर मात्र त्याचा नाईलाज होता.

ते त्या वाळंवटावरून उडत राहिले. काही वेळातच खालचे वाळवंट संपून समुद्रकिनाऱ्याची रेघ त्यांना दिसली. आता ते भूमध्य समुद्रावरती आले. इथून पुढे त्यांना वायरलेसवरती शांतता पाळण्याची गरज नव्हती. सदरवेटने दोनच अर्थपूर्ण शब्द प्रसारीत केले, "फीट वेट!" पाय ओले झाले! त्यांच्या ताफ्यातल्या बाकीच्या विमानांना भेटण्यासाठी ते नियोजित जागेकडे निघाले.

विगिन्स म्हणाला, "त्या कर्नल गडाफीकडून काहीही ऐकू येत नाही. कदाचित् तो यात खतम् झाला असेल तर कधीच ऐकू येणार नाही."

सदरवेटने यावरती फक्त आपले खांदे उडवले. ह्या अशा मोहिमांच्या मागे केवळ आपली उड्डाणक्षमता पहायची नसून इतरही अनेक हेतू असतात. यानंतर अनेक आंतरराष्ट्रीय संबंधातल्या समस्या उभ्या रहाणार, राजकीय वादळे उठणार, हे त्याला ठाऊक होते; पण त्याला त्या गोष्टीत रस नव्हता. मोहिमेवर निघण्याआधी जेव्हा त्यांना नीट कल्पना दिली गेली, तेव्हाची बोलणी त्याला आठवली. त्यांना एकेक टन वजनाचे चार लेसर गायडेड बॉम्ब टाकायचे होते. आता झाल्या कामगिरीचा अहवाल त्यांना त्याच खोलीत द्यायचा होता. ते बॉम्ब सुटण्याआधी खालच्या लोकांना आधी पुरेशी सूचना मिळून ते आपापल्या आश्रयस्थानाकडे गेले असावेत, अशी त्याने आशा केली. कारण कोणालाही दुखापत होऊ नये अशी त्याची इच्छा होती; पण इथे तर त्या घरांच्या रांगेवर एक बॉम्ब पडला होता. काय झाले असेल त्यामुळे?

विगिन्सने त्याची विचारशृंखला तोडीत विचारले, "आज पहाटेपर्यंत लिबियाच्या रेडिओवरून जाहीर केले जाईल की, शत्रूने सहा रुग्णालये, सात अनाथालये आणि दहा मशिदींचा नाश केला."

सदरवेट यावरती काहीच बोलला नाही.

"दोन हजार नागरिक मारले गेले. सर्व स्त्रिया व लहान मुले गारद झाली."

"इंधनाची परिस्थिती काय आहे?" सदरवेटने विचारले.

"अजून दोन तास तरी पुरेल."

"छान. या मोहिमेवरती तुला बरे वाटले ना?"

"निदान अल अझीझिया येईपर्यंत तरी."

"असंरक्षित लक्ष्यावर तुला बॉम्ब टाकायचा नव्हता ना?"

विगिन्स हसून म्हणाला, "शेवटी आपण लढाऊ वैमानिक आहोत."

"बरोबर आहे. आहोच आपण तसे."

विगिन्स थोडा वेळ गप्प बसला. नंतर त्याने विचारले, "या हल्ल्याची त्यांच्याकडून काय प्रतिक्रिया होईल? त्यांनी आपल्याला त्रास दिला म्हणून आपण त्यांना त्रास द्यायचा. म्हणून परत ते आपल्याला त्रास देणार. म्हणून परत आपण... हे सारे कोठवर चालणार? याला कधी शेवट असेल?"

भाग : तीन

अमेरिका
१५ एप्रिल
वर्तमानकाळ

बेफाम दौडला तो एकट्याने
घेऊनी खड्ग येमेनी उगारण्या।
नव्हती जवळ आभूषणे
होत्या फक्त पात्यावरल्या घावखुणा॥

- 'मरेपर्यंतचे हाडवैर' या अरबी युद्धगीतामधून.

१८

पॅरिसहून आलेला आणि ट्रान्स कॉन्टिनेन्टल फ्लाईट-१७५ मध्ये वाचलेला एकमेव प्रवासी असद खलील हा आत्ता न्यूयॉर्कमधील एका टॅक्सीत अत्यंत आरामात बसला होता. त्याने आपल्या उजवीकडच्या खिडकीतून पाहिले. रस्त्याच्या उजव्या बाजूला उंच उंच इमारती होत्या. त्याच्या हेही लक्षात आले की अमेरिकेतल्या मोटरगाड्या ह्या युरोप किंवा लिबियामधल्या गाड्यांपेक्षा अधिक मोठ्या असतात. हवासुद्धा छान होती; पण इथल्या हवेत युरोपमधल्यासारखीच जास्त आर्द्रता होती. त्याला ती जास्त वाटण्याचे कारण उत्तर आफ्रिकेच्या कोरड्या हवेत तो रहात आलेला होता. तसेच, युरोपमधल्यासारखेच इथेही भरपूर हिरवी झाडे व हिरवळ दिसत होती. कुराणात पुण्यवान माणसाला स्वर्गाचे आश्वासन दिले आहे. त्या स्वर्गाच्या वर्णनात भरपूर झाडी, पाण्याचे अनेक प्रवाह, कायमस्वरूपी सावली, फळे, वाईन आणि स्त्रिया या गोष्टी होत्या. इथे ही काफिरांची भूमी तशीच स्वर्गासारखी दिसते आहे; पण हे साम्य नक्कीच वरवरचे असणार. किंवा युरोप आणि अमेरिका हेच कुराणात वर्णन केलेले स्वर्ग असतील फक्त तिथे इस्लाम धर्म अवतरायचेच बाकी होते.

असद खलीलचे लक्ष आता टॅक्सी ड्रायव्हरकडे गेले. त्या टॅक्सी ड्रायव्हरचे नाव गमाल जब्बार होते. तो लिबियामधला होता, त्याचा देशबांधव होता. त्याच्या

समोरच्या डॅशबोर्डावरती त्याचा टॅक्सी चालविण्याचा परवाना क्रमांक, नाव व छायाचित्र लावलेले होते.

असद खलीलला अमेरिकेत मदत करण्यासाठी अमेरिकेतील ज्या पाच जणांची निवड लिबियन हेर खात्याने केली, त्यापैकी हा एक होता. न्यूयॉर्कमध्ये अनेक मुसलमान टॅक्सी ड्रायव्हर होते. जरी ते लिबियन स्वातंत्र्य सैनिक नसले, तरी त्यांच्यापैकी कोणालाही छोटी मदत करण्यासाठी लिबियन हेर खाते विनंती करू शकत होते. खलीलची केस हाताळणाऱ्या हेर खात्यातील अधिकाऱ्याचे नाव मलिक होते. तो एकदा या बाबतीत खलीलला हसत हसत म्हणाला, "या बहुतेक ड्रायव्हर्सचे नातेवाईक लिबियात असतात. म्हणून ते काम करणारच." अन्यथा काय होईल ते खलील जाणून होता.

खलीलने जब्बारला विचारले, "ह्या रस्त्याचे नाव काय?"

जब्बार अरबी भाषेत पण लिबियन ढंगात म्हणाला, "ह्या रस्त्याचे नाव 'बेल्ट पार्कवे' आहे. तो तिकडे समुद्र दिसतो आहे ना, तो अटलांटिक महासागर आहे. शहराच्या या भागाचे नाव आहे ब्रुकलीन. बहुतेक मुसलमान मंडळी या भागात रहातात."

"मला ठाऊक आहे ते. मग *तुम्ही* इथे का आलात?"

जब्बारला या प्रश्नातील ध्वन्यर्थ किंवा त्यामागचा रोख आवडला नाही; पण त्याने अशा प्रश्नांसाठी एक उत्तर आधीच ठरवून ठेवले होते, तेच त्याने आत्ता दिले. "काय करणार, केवळ पोटाच्या उद्योगासाठी व पैसे मिळवण्यासाठी या शापीत भूमीवर पाय ठेवावा लागला, साहेब. पुरेसे पैसे साचले की लिबियात माझ्या कुटुंबाकडे परत जाईन. बहुतेक येत्या सहा महिन्यांत मी इथून निघेन."

खलीलला ठाऊक होते की असे काहीही भविष्यकाळात घडणार नाही. याचे कारण जब्बार खोटे बोलत होता असे नव्हते, तर जब्बारचा मृत्यू आता एका तासाच्या अंतरावर आला होता.

खलीलने डाव्या खिडकीतून समुद्राकडे पाहिले. मग उजवीकडच्या उंच इमारतींकडे पाहिले. मग समोरच्या क्षितिजाकडे पाहिले. तिथे न्यूयॉर्कचे उपनगर मॅनहॅटन हे होते. तो बराच काळ युरोपमध्ये राहिला होता; पण तिथल्या शहरांमुळे व संस्कृतीमुळे तो अजिबात भारावून गेला नव्हता. या काफिर लोकांचे देश हे सधन व समृद्ध होते; पण यात रहाणाऱ्या लोकांनी देवाकडे पाठ फिरवली होती. त्यामुळे ते कमकुवत झाले होते. कशावरही श्रद्धा न ठेवणाऱ्या या लोकांचा एकच उद्योग होता. तो म्हणजे, आपली पोटे भरणे व आपली पैशांची पाकिटे भरणे. असे तुंबड्या भरणारे लोक इस्लामच्या योद्ध्यांच्या जवळपाससुद्धा पोचू शकत नव्हते.

खलील जब्बारला म्हणाला, "तुम्ही तुमची धर्मश्रद्धा इथे जपता की नाही?"

"अर्थातच. माझ्या घराजवळच एक मशीद आहे. मी तिथे नेहमी जातो. इस्लामवरची माझी श्रद्धा त्यामुळे कधीच ढळत नाही."

"छान. आज जे तुम्ही करत आहात त्यामुळे तुमचे स्वर्गातले स्थान पक्के झाले आहे."

जब्बार यावरती काहीच बोलला नाही.

खलील आता आरामात मागे रेलून बसला आणि गेल्या दोनएक तासांत काय काय घडले, त्याचा आढावा घेऊ लागला. त्या कॉन्क्विस्टाडोर क्लबमधून बाहेर पडून टॅक्सी पकडून इथे न्यूयॉर्कमध्ये येणे हे किती सोपे ठरले होते! पण जर दहा-पंधरा मिनिटे उशीर झाला असता तर मात्र ते एवढे सोपे गेले नसते, हेही त्याला कळून चुकले. जेव्हा तो विमानात असताना त्या गोल जिन्यावरून खाली उतरत होता, तेव्हा सुटाबुटातल्या एका उंच माणसाने 'क्राईम सीन' हे शब्द उच्चारले होते. मग आपल्याकडे पाहून त्या माणसाने आपल्याला बाहेर जायला फर्मावले. त्या माणसाला इतक्या लवकर कसे कळले की तिथे एक गुन्हा घडला आहे? कदाचित आधी विमानात शिरलेल्या त्या आगीच्या बंबावरील माणसाने आपल्या वायरलेस सेटवरती संशय व्यक्त केला असेल. पण आपण व आपला साथीदार हद्दाद याने इथे काही गुन्हा घडला आहे याची अंधुकशीही कल्पना येणार नाही, इतकी पुरेपूर खबरदारी घेतली होती. शिवाय हद्दादला आपण गोळी घातली नाही की त्याला भोसकून मारले नाही. तसा संशय येऊ नये म्हणून तर आपण त्याची मान मोडून टाकली होती. कदाचित् त्या एफबीआयच्या माणसांचे जे दोन्ही अंगठे आपण कापून घेतले ते त्या बंबवाल्याने पाहिले असतील व तसे वायरलेस सेटवरून कळवले असेल. किंवा काही वेळ त्याचा वायरलेस संबंध तुटल्याने पोलिसांना संशय आला असेल.

त्या बंबवाल्याला ठार करण्याचा आपला हेतू मुळीच नव्हता; पण त्याही बेट्याने जबरदस्तीने स्वच्छतागृहाचे दार कशाला उघडावे? त्याला मग नाईलाजाने ठार करावे लागले; पण त्यामुळेच तिथे गुन्हा घडल्याचा पुरावा निर्माण झाला. नेमक्या ऐन क्षणी हे सारे घडले. त्यामुळे शंभर टक्के ठरल्याप्रमाणे आपली योजना पार पडली गेली नाही.

अन् तो सुटातला माणूस विमानात आल्याबरोबर सारीच परिस्थिती बदलली. त्यामुळे आपल्याला पटापट हालचाली कराव्या लागल्या. आपण तिथून जिन्यावरून निघून जात होतो, तरी त्या माणसाने आपल्याला निघून जायला फर्मावले. त्या विमानातून कोणालाही संशय येऊ न देता बाहेर पडणे अत्यंत मुष्किलीचे होते. अशा वेळी आपल्याला बाहेर जायला फर्मावले जाणे, हे कितीतरी सोयीचे ठरले. खलीलला हे आठवून हसू आले.

मग आपण त्या बॅगेज नेण्याच्या छोट्या ट्रकमध्ये बसलो. त्याचे इंजिन चालू ठेवले होते आणि त्याचा ड्रायव्हर हा बाहेर पडून कुठेतरी गोंधळून उभा होता. त्यामुळे ती गाडी घेऊन निघून जाणे हे कितीतरी सोपे ठरले. तिथे अशा डझनभर तरी गाड्या या इंजिन चालू असलेल्या अवस्थेत उभ्या होत्या. त्यातली कुठलीही एक गाडी निवडता आली असती. ट्रान्स कॉन्टिनेन्टलतर्फे प्रवाशांच्या बॅगा हाताळणारा एक माणूस हा लिबियन हेर खात्यासाठी काम करीत होता. त्याने 'कोणतीही गाडी पळवली तरी एकदम कधीही लक्षात येणार नाही,' असे हेर खात्याला कळवले होते. विमानतळाचा नकाशा तर एका बेबसाईटवरून सहज मिळवता आला होता. त्यातून आधी अमेरिकेला जाऊन मिळालेला आपला माणूस जेव्हा परत लिबियात आला, त्याने त्या कॉन्क्विस्टाडोर क्लबचा पत्ता व्यवस्थित दिला. त्यामुळे ती जागा सापडायला सोपी गेली. सिक्युरिटी एरियातून त्या क्लबकडे जाण्याचा मार्ग अनेकवार आपण पाठ केला व आपल्या हेर खात्याला बोलून दाखवला. तरीही हेर खात्याने त्या मार्गाची प्रत्यक्षात नकली आखणी करून त्यावरून आपल्याला जायला लावून खात्री करून घेतली.

फेब्रुवारीत अमेरिकेला मिळालेला आपला माणूस जेव्हा परत आला त्या वेळी कळून चुकले, की पॅरिसमधल्या अमेरिकन वकिलातीला आणि न्यूयॉर्क विमानतळावरील अधिकाऱ्यांना फसवणे किती सोपे आहे. शेवटी जेव्हा वॉशिंग्टनला जावे लागेल तेव्हाही ते जमून जाईल. अमेरिकन हेर खात्याचे लोक तसे मूर्ख नाहीत, पण उद्धट आहेत. अन् उद्धटपणामुळे नको तितका आत्मविश्वास येतो. त्यामुळेच ते निष्काळजी बनतात.

त्याने आपले विचार थांबवून जब्बारला म्हटले, ''आजच्या दिवसाचे महत्त्व तुला ठाऊक आहे ना?''

''अर्थातच! मी मूळचा त्रिपोलीमधला आहे. ज्या वेळी ती अमेरिकन बॉम्बर विमाने चालून आली तेव्हा मी लहान होतो. त्यांना तळतळाट लाभो.''

''त्या हल्ल्यात तुमचे काही वैयक्तिक नुकसान झाले का?''

''माझा एक काका बेन्गाझीमध्ये होता. तो त्या बॉम्बहल्ल्यात मारला गेला. त्यांच्या मृत्यूच्या आठवणीने मला अजूनही दुःख होते.''

किती लिबियन लोकांचे नातेवाईक व मित्र त्या बॉम्बहल्ल्यात मारले गेले, याचे खलीलला नवल वाटले. प्रत्यक्षात शंभरपेक्षा थोडी जास्त एवढीच माणसे मारली गेली होती; परंतु जो तो उठून 'माझीही माणसे मारली गेली' असा दावा करतो. याचा अर्थ ती माणसे खोटे बोलत असतात. कदाचित् आत्ताचा हा टॅक्सी ड्रायव्हरही असाच खोटारडा असावा. त्या बॉम्बहल्ल्यात आपली झालेली हानी ही खलीलने कोणापाशीही बोलून दाखवली नव्हती. लिबियाच्या बाहेर तर तो याबद्दल कोणाशीच

चकार शब्द काढणार नव्हता; पण आत्ता इथे हा जब्बार एकदोन तासांचाच सोबती असल्याने त्याच्यापासून काही भीती नव्हती. खलील त्याला म्हणाला, "माझे सारे कुटुंब अल् अझीझियात मारले गेले."

क्षणभर जब्बार गप्प बसला. मग म्हणाला, "मला आपल्याबद्दल दया वाटते. मी आपल्यासाठी प्रार्थना करेन."

"माझी आई, दोन भाऊ, दोन बहिणी एवढे सारे त्यात मरण पावले."

परत यावरती जब्बार गप्प बसला. मग थोड्या वेळाने म्हणाला, "होय, होय. मला आठवते ते. म्हणजे ते कुटुंब..."

"खलील."

"बरोबर ते सारे अल् अझीझियात हुतात्मा झाले." जब्बारने आपले डोके मागे वळवून आपल्या या पैसे न देणाऱ्या प्रवाशाकडे पाहिले. तो पुढे म्हणाला, "सर, तुम्हाला झालेल्या त्रासाबद्दल व दुःखाबद्दल अल्ला सूड घेईल. तुमच्या कुटुंबाची गाठ शेवटी स्वर्गात पडणार आहे. तोपर्यंत तुम्हाला शांती व बळ प्राप्त होवो."

जब्बार असेच काहीबाही बडबडत राहिला. तो असद खलीलवर स्तुती, सहानुभूती व शुभेच्छा यांचा वर्षाव करीत होता.

खलीलला विमानातील प्रसंग आठवला. त्या उंच माणसाने व त्याच्या स्त्री साथीदाराने त्याला तिथून विमानातून घालवले ते त्याला आठवले. या अमेरिकन लोकांनी युरोपियन लोकांसारखेच केले आहे. त्यांनी बायकांचे पुरुष बनवलेत आणि पुरुषांना बायकी करून सोडले आहे. एक प्रकारे हा परमेश्वराचा आणि त्याच्या निर्मितीचा अपमान आहे. ॲडमच्या छातीच्या फासळ्यापासून स्त्री निर्माण केली ती त्याची मदतनीस होण्यासाठी, त्याच्यासारखी समान बनण्यासाठी नव्हे.

असो, तर तो बाबा आणि ती बाई हे जेव्हा विमानात चढले त्यामुळे एकदम परिस्थिती बदलली. त्याच्या मनात तर कॉन्क्विस्टाडोर क्लब, एफबीआयची गुप्त कचेरी टाळायचा विचार होता. पण शेवटी त्याच्या योजनामध्ये त्या कचेरीचे लक्ष्य होते. तिथे भेट देण्याचा अनावर मोह त्याला झाला होता. फेब्रुवारीत अमेरिकेला जाऊन मिळालेल्या व तिथून पळून आलेल्या त्या लिबियन माणसाने त्या क्लबचे वर्णन मलिकजवळ केले. मलिक नंतर खलीलला म्हणाला, "तू अमेरिकेत गेल्यावर तुला त्या क्लबमध्ये जायचे असेल तर जा. हा एक न टाळता येण्याजोगा मोह आहे. पण तिथे जाऊन तू जरी कोणाच्या हत्या केल्या तरी त्याने फारसे काही साध्य होणार नाही. तेव्हा तूच तुझा या बाबतीत निर्णय घे. ज्यांच्या हत्या करणे शक्य आहे तेवढ्याच कर. अन् जर नंतर लपून रहाणे शक्य असेल तरच तसे कर; परंतु कोणत्याही परिस्थितीत लहान तोंडी मोठा घास घेऊ नकोस. जेवढे पचेल तेवढेच खा !"

खलीलला ते शब्द आठवले. पण त्या हलकट एफबीआयला तो धडा शिकवणार होता. कारण ती माणसे आपल्याला गुन्हेगार ठरवतात आणि स्वत:ला जेलर समजतात, अशांना ठार करण्यासाठी जोखीम पत्करावी लागली तरी चालेल. म्हणून त्याने क्लबमधील हत्याकांड घडवून आणले.

विमानात जे काही मृत्यूने थैमान घातले त्याचा फारसा परिणाम पुढे होणार नाही असे त्याला वाटले. गुपचूप विषारी वायू सोडून हत्या करणे हे एक भ्याड कृत्य होते; पण त्याच्या योजनेचा तोही एक भाग होता. युरोपातील दहशतवादी कृत्यात जे काही बॉम्ब त्याने उडवले त्याचे खलीलला फार थोडे समाधान मिळाले. त्याच्या कुटुंबावर बॉम्ब टाकून जो काही भ्याड हल्ला केला गेला तसाच प्रकार त्यानेही केला. परंतु तो केवळ प्रतिकात्मक होता, असे त्याचे मत होते.

त्या अमेरिकन वायुदलाच्या अधिकाऱ्याचा कुऱ्हाडीने खून केल्यावर मात्र त्याला फार मोठे समाधान मिळाले होते. त्याला तो प्रसंग अजूनही स्पष्टपणे आठवत होता. त्या वेळी तो माणूस अंधारात पार्किंग लॉटमध्ये ठेवलेल्या त्याच्या गाडीकडे जात होता. खलील त्याच्या मागोमाग गेला. गाडीपाशी आल्यावर त्याने वळून खलीलकडे पहात म्हटले, "काही मदत हवी आहे का?" यावर खलील हसला. *होय, कर्नल हॅम्ब्रेश्ट, तुम्ही मला मदत करा.* पण खलीलने एवढेच शब्द उच्चारले, "अल अझीझिया." त्या वेळी त्या माणसाच्या चेहऱ्यावरती जे काही भाव उमटले ते खलील कधीही विसरू शकत नव्हता. नंतर खलीलने आपल्या कोटाच्या आत लपवलेली धारदार कुऱ्हाड बाहेर काढली आणि ती वर करून सपकन् एक घाव त्याच्या खांद्यावर घातला. त्याचा हात जवळजवळ तुटून लोंबू लागला; पण खलील सावकाशपणे एकामागोमाग एक घाव घालत राहिला. त्याचा दुसरा हात, कंबर, मांड्या व त्याचे गुप्तेंद्रिय यावर तो घाव चढवत राहिला. मांसाचे तुकडे उडत होते आणि रक्ताचे धबधबे सुरू झाले होते. शेवटचा घाव त्याने राखून ठेवला होता. कारण तोपर्यंत त्याला आपले अवयव तुटताना होणाऱ्या वेदना भोगायला लागाव्यात. तो बेशुद्ध तर होणार नाही पण त्याला यातना मात्र व्हाव्यात म्हणून तो योजनापूर्वक घाव घालत होता. शेवटचा घाव त्याने बरगडीच्या खाली सर्वांत खालच्या फासळीवर घातला. ती तोडून आत हृदयावरती खचकन् त्या कुऱ्हाडीचे पाते गेले. अजूनही त्या अमेरिकन कर्नलकडे भरपूर रक्त असले पाहिजे. कारण हृदयातून फळकन् एक रक्ताचा पाट वर उसळला. मरायच्या आधी त्याला तो दिसावा अशी खलीलची इच्छा होती. प्रत्यक्षात तसे झाले की नाही कुणास ठाऊक !

कर्नल हॅम्ब्रेश्टचे पैशाचे पाकीट आणि हातातले घड्याळ जाताना नेण्यास खलील विसरला नाही. तो एक वाटमारीचा गुन्हा आहे, असा आभास त्यामुळे होत होता. पण खून आणि इतका भीषण खून हा काही साध्या वाटमारीचा भाग होत

नसतो. तरीही पोलिसांना त्याने कोड्यात टाकले होते. या वाटमारीचे बोट कोणत्या संशयिताकडे वळवावे ते त्यांना नंतर कळेना. ही कदाचित वाटमारी किंवा हा कदाचित राजकीय खून असावा या तर्कसंभ्रमात ते गुरफटून गेले.

खलीलच्या स्मृतीत आता आणखी एक प्रसंग उजळला गेला. ब्रुसेल्स शहरात शाळेत जाणारी तीन अमेरिकन मुले बससाठी वाट पहात होती. बहीणभावाच्या दोन जोड्या तिथे असायला हव्या होत्या. पण प्रत्यक्षात एकजण गैरहजर राहिल्याने ती तीनच मुले तिथे होती. त्यांच्याबरोबर एक प्रौढ स्त्री होती. त्या मुलांपैकी कोणाची तरी ती आई असावी. खलील आपल्या गाडीतून तिथे गेला. ब्रेक मारून त्याने आपली गाडी थांबवली. झटकन तो बाहेर पडला आणि सटासट त्याने तिन्ही मुलांच्या छातीत आणि डोक्यात गोळ्या झाडल्या. बरोबरीची ती बाई अवॉक् झाली होती. खलील तिच्याकडे पाहून हसला, झटदिशी गाडीत बसला आणि वेगाने निघून गेला.

त्या बाईला ठार न केल्याबद्दल नंतर मलिक त्याला रागावला होता. कारण तिने त्याचा चेहरा पाहिला होता. गुन्ह्याचा प्रत्यक्षदर्शी साक्षीदार कधीही जिवंत सोडायचा नाही, असे त्याचे धोरण होते; पण खलीलला खात्री होती की त्या बाईला ती तिन्ही मुले मरतानाचे दृश्य पुढे जन्मभर आठवणार होते. त्याचा चेहरा मात्र आपल्या मानसिक धक्क्यामुळे आठवणार नव्हता. आईच्या मृत्यूचा त्याने असा सूड घेतला.

खलीलला आता मलिकची आठवण झाली. मलिक त्याचा मार्गदर्शक व काळजीवाहू अधिकारी होता. दुसऱ्या महायुद्धात नुमिर हा इटालियन सैन्याविरुद्ध लढणारा एक लिबियन स्वातंत्र्य सैनिक होता आणि तो मलिकचा बाप होता. नुमिरला इटालियन सैनिकांनी पकडून फाशी दिले तेव्हा मलिक एक लहान मुलगा होता. नुमिरचा उल्लेख त्या वेळी 'चित्ता' म्हणून केला जाई. मलिक व खलील या दोघांचे बाप काफिरांनी ठार केल्यामुळे ते अनाथ झाले होते. म्हणून त्या दोघांनी याचा सूड घेण्याची प्रतिज्ञा घेतली होती.

मलिकचे खरे नाव काय होते ते देव जाणे; पण त्याच्या वडिलांना फाशी दिल्यानंतर त्याने ब्रिटिश सैन्यासाठी इटालियनांविरुद्ध हेरगिरीची कामे केली. तसेच, नंतर जर्मन सैन्यासाठी ब्रिटिशांविरुद्ध हेरगिरी केली. ब्रिटन, जर्मनी आणि इटली या तिन्ही देशांची सैन्ये लिबियात आपापले तळ ठोकून त्या वेळी बसली होती. दोन्ही बाजूंसाठी त्याने हेरगिरी केल्याने अफाट सैनिकांची हत्या होऊन रक्तपात झाला. त्यानंतर अमेरिकन सैन्य लिबियात उतरले. त्यांनीही मलिकला हेर म्हणून कामावरती ठेवले. एकदा एका अमेरिकन गस्तीच्या तुकडीला त्याने मार्गदर्शन करीत जर्मन सैन्याच्या तावडीत सोपवले. नंतर अमेरिकन सैन्याला जर्मनांच्या सैन्याचा ठावठिकाणा दाखवून जर्मनांचा निःपात त्याने घडवून आणला. मलिकची कमाल होती. त्याने

स्वत: एकही गोळी न झाडता किती रक्तपात व काफिरांची हत्याकांडे घडवून आणली होती! खलीलला याचे फार कौतुक वाटे.

असद खलीलला हत्या करण्याचे प्रशिक्षण बऱ्याच जणांनी दिले; पण मलिकने त्याला हत्यासाठी विचार कसा करावा, कृती कशी करावी, फसवावे कसे, पाश्चिमात्त्यांचे मन कसे ओळखावे आणि ज्यांची अल्लावरती श्रद्धा आहे अशांना गेली अनेक शतके जे ख्रिश्चन काफिर ठार करीत आलेले आहेत त्यांच्यावर कसा सूड उगवावा, याचे ज्ञान त्याला दिले.

खलीलला मलिक म्हणाला होता, ''तुझ्यामध्ये सिंहाचे धैर्य व सिंहाची ताकद आहे. तसेच सिंह जसा वेगाने व हिंस्रपणे झडप घालून आपले सावज मारतो तसे मारण्याचेही शिक्षण तुला दिलेले आहे. पण मी तुला आता सिंहासारखे कावेबाज कसे बनावे ते शिकवतो. कारण, कावेबाज नसशील तर तू लवकर हुतात्मा होशील.''

मलिक आता वृद्ध झाला होता, सत्तर वर्षांचा झाला होता. पण त्याने आतापर्यंत पश्चिमी जगावरती इस्लामने मिळवलेले अनेक लहानमोठे विजय पाहिले होते. पॅरिसला जाण्याच्या आदल्या दिवशी त्याने खलीलला सांगितले होते, ''देवाच्याच मनात आहे की तू अमेरिकेला जावेस आणि इस्लामचे व आपल्या बड्या नेत्याचे शत्रू तुझ्यासमोर हतबल होऊन पडावेत. ह्या कार्यासाठी देवानेच तुझी या मोहिमेसाठी निवड केली आहे, तेव्हा तू इकडे परत येईपर्यंत तो तुला सुखरूप ठेवील; पण कोणत्याही परिस्थितीत तू देवाला मदत केली पाहिजेस. तुला आजवर शिकवलेले सारे ज्ञान योग्य वेळी आठवले गेले पाहिजे. खुद्द त्या शक्तीमान देवानेच तुझ्या हातात आपल्या शत्रूंची नावे ठेवली आहेत, कारण तू त्या सर्वांची हत्या करावीस. सूडाच्या प्रेरणेतून कामे करीत जा; पण द्वेषाने आंधळा होऊ नकोस. लक्षात ठेव, सिंह कधीही कोणाचाही द्वेष करीत नाही. जे सिंहाला धमकी किंवा त्रास देऊ पहातात त्या सर्वांना तो ठार करतो. तसेच भूक लागली तरच गरजेपोटी तो हत्या करतो. ज्या रात्री तुझे सारे कुटुंब बॉम्बहल्ल्यात मारले गेले, तेव्हापासून तुझा आत्मा सूडासाठी भुकलेला आहे. तुझ्या आईचे रक्त तुला आवाहन करीत आहे. एसाम, कादीर, अदारा आणि लीना या निष्पाप जीवांचे रक्तही तुला हाक मारीत आहेत. अन् तुझे वडील करीम जे माझेही मित्र होते, ते स्वर्गातून तुझ्या कार्यावरती नजर ठेवून रहातील. जा बेटा, विजय मिळवून मानाने परत ये. मी तुझी इथे वाट पहात राहीन.''

मलिकचे हे शब्द आठवताच खलीलच्या डोळ्यात पाणी तरळू लागले. तो टॅक्सीत थोडा वेळ शांतपणे बसून राहिला, विचार करू लागला, प्रार्थना पुटपुटू लागला आणि देवाने आपल्यापुढे उज्ज्वल भवितव्य ठेवल्याबद्दल त्याचे आभार मानू लागला. चौदा वर्षांपूर्वी याच तारखेला अल अझीझियाच्या गच्चीवरून सुरू

केलेल्या एका प्रदीर्घ प्रवासाची आत्ता खरी सुरुवात होते आहे, याची त्याला खात्री होती.

त्या कोठाराच्या गच्चीबद्दलची स्मृती बाहिराच्या मृत्यूशी जोडलेली असल्याने अप्रिय होती. आपल्या मनातून ही स्मृती काढून टाकण्याचा त्याने आटोकाट प्रयत्न केला होता; पण तिचा चेहरा सारखा त्याच्या नजरेसमोर उभा राही. तिचे प्रेत नंतर दोन आठवड्यांनी सापडले. ते इतके सडले होते की ती कशाने मृत्यू पावली याचा अंदाज बांधणे कठीण होते. तसेच, ती त्या गच्चीवरती कशासाठी गेली होती हेही कधी कुणाला कळू शकले नाही. असद खलीलला वाटले की पोलीस अधिकारी तिच्या मृत्यूचा संबंध आपल्याशी जोडतील. आपल्यावरती अनैतिक संबंध, अपवित्र काम आणि खून यांचे आरोप ठेवले जातील, या भीतीच्या दडपणाखाली तो नेहमी वावरत होता. पण त्याची भेदरलेली मन:स्थिती पाहून लोक त्याचा संबंध त्याच्या कुटुंबियांच्या मृत्यूशी जोडत. जरी त्याला दु:ख झाले होते तरी आपले मुंडके धडावेगळे केले जाईल, या भीतीचा पगडा त्याच्यावर जास्त होता. तो स्वत:ला नेहमी बजावत आला होता की, मृत्यूला आपण घाबरत नसून नाचक्की करणाऱ्या मृत्यूला आपण भितो. तसेच, जर बाहिराच्या कारणाने त्याचा मृत्यू लवकर ओढवला तर मग तो प्रतिशोध कसा घेणार होता?

अखेर ते अधिकारी त्याच्याकडे आले. पण ते त्याला मृत्यूदंड देण्यास आले नव्हते. ते त्याच्याबद्दल दया, करुणा व सहानुभूती व्यक्त करण्यास आले होते. त्याच्याशी ते आदराने बोलले. खलील कुटुंबियांच्या अंत्ययात्रेला स्वत: गडाफी हजर राहिला होता, तर असद हा गडाफीच्या अठरा महिन्यांच्या दत्तक कन्येच्या अंत्ययात्रेला हजर राहिला होता. गडाफीची पत्नी साफिया ही हवाई हल्ल्यात जखमी झाली होती. तिला पहाण्यासाठी इतरांबरोबर खलीलही रुग्णालयात गेला होता. गडाफीचे दोन्ही मुलगेही जखमी झाले होते. परंतु लवकरच त्यांची प्रकृती सुधारली. याबद्दल अल्लाचे आभार मानले पाहिजेत.

पंधरा दिवसांनंतर तो बाहिराच्या अंत्ययात्रेला हजर राहिला; पण तोपर्यंत तो इतक्या अंत्ययात्रांना हजर राहिला होता की आता तो बधीर झाला होता. त्याला दु:ख होत नव्हते, की अपराधी वाटत नव्हते. एका डॉक्टरने बाहिराचे शव तपासून सांगितले की, ती घुसमटून तरी मेली असावी किंवा भीतीने तिची हृदयक्रिया तरी बंद पडली असावी. त्यामुळे तीही हुतात्मा ठरून इतर मृतांबरोबर तिलाही स्वर्गात जागा मिळाली. तिच्या बाबतीत जे काही आपण केले त्याचा कबुलीजबाब दिला, तर तिची पवित्र स्मृती किंवा तिचे कुटुंबीय यांच्यावर शिंतोडे उडविल्यासारखे होईल. म्हणून त्याला आता कोणालाही अगदी मनातल्या मनातसुद्धा कबुलीजबाब देण्यास काहीच कारण उरले नाही.

बाहिराचे सारे कुटुंबीय मात्र त्या बॉम्ब हल्ल्यातून बचावले होते. खलीलला याचाच राग आला होता. कदाचित् यामागे मत्सराची भावनाही असेल. बिचारा असद, त्याचे जे सारे प्रियजन मारले गेले त्यात बाहिराचाही समावेश आहे, अशी, बाहिराच्या घरच्यांनी समजूत करून घेतली. तिच्या घरच्या प्रत्येकाने असदची काळजी घेतली, त्याला काही दिवस आपल्याकडे ठेवून घेतले, खाऊपिऊ घातले. ज्यांच्या घरी आपण रहातो, खातो, पितो, निजतो, त्यांच्या मुलीला आपण ठार केले, ही अपराधी भावना त्याला सुरुवातीला वाटत होती. पण मनुष्य हा नेहमी मनातल्या मनात स्वत:च्या कृतीचे समर्थन करणारा असल्याने त्याच्या मनातला झगडा काही दिवसांतच संपला. मग बाहिराच्या खुनाची खंत त्याला वाटेनाशी झाली. हळूहळू अपराधीपणाच्या भावनेवर त्याने पूर्णपणे मात केली. शेवटी शेवटी तर त्याला असे वाटू लागले की, तिथे गच्चीत बाहिरा आपण होऊन आली होती. तिनेच त्याला तिथे बोलावले होते. तिनेच सारा पुढाकार घेतला होता. तेव्हा त्या निर्लज्ज कृत्याला तीच जबाबदार असल्याने तिला शिक्षा मिळाली; पण तरीही तिला हुतात्मा बनण्याचा मान मिळाला. म्हणजे ती शेवटी सुदैवी ठरली !

खलीलने समोर नजर टाकली. करड्या रंगाचा एक अवाढव्य पूल जवळ येत होता. त्याने जब्बारला विचारले, "ते काय जवळ येते आहे?"

जब्बार म्हणाला, "तो पूल आहे आणि त्याचे नाव 'व्हेराझानो ब्रिज' असे आहे. तो आपल्याला स्टेटन बेटावर नेतो. तो ओलांडला की आपण न्यूजर्सी राज्यात शिरतो. या भागात पाणी आणि पूल खूप आहेत." आत्तापर्यंत जब्बारने गेल्या अनेक वर्षांत कितीतरी लिबियन नागरिकांना घेऊन हा पूल पार केला होता. त्यात पर्यटक होते, अमेरिकेत स्थायिक होण्यासाठी आलेली माणसे होती आणि आत्ता टॅक्सीत मागे बसलेल्यांसारखे कित्येक धंदेव्यावसायिक माणसे होती. सर्व लिबियन माणसांवर प्रथमदर्शनी अमेरिकेतल्या उंच इमारतींची, भव्य पुलांची, सरळ व रुंद अशा महामार्गांची आणि हिरव्यागार कुरणांची छाप पडे. ते आश्चर्याने स्तंभित होऊन जात; पण आत्ताच्या ह्या टॅक्सीत बसलेल्या माणसावर कसलीच छाप पडत नाही. त्याला फक्त कुतूहल वाटते आहे. म्हणून जब्बारने त्याला विचारले, "हे तुमचे अमेरिकेतले येणे प्रथमच होते आहे का?"

"होय, हे पहिले आणि शेवटचे आहे." त्या लांबलचक पुलांवरून त्यांची टॅक्सी गेली. पुलाच्या मध्यभागी जब्बार त्याला म्हणाला, "सर, तुमच्या उजव्या बाजूला बघा. तिथे लोअर मॅनहॅटन विभाग आहे. ते त्याला 'फायनॅन्शियल डिस्ट्रीक्ट', म्हणतात."

खलीलने तिकडे पाहिले. त्या सर्व उंच इमारती पाण्यातून वरती उगवल्या

आहेत असे वाटत होते. त्याकडे पाहून खलीलने सूचक शब्द काढले, "कदाचित् पुढच्या वेळी."

जब्बारने यावर स्मित केले व तो म्हणाला, "जशी अल्लाची इच्छा!"

जब्बारला भयानक दहशतवादी कृत्ये पसंत नव्हती. पण आपले कोणतेच मत तो कधीही व्यक्त करीत नसे; 'जशी अल्लाची इच्छा!' असे म्हणून त्याने स्वत:चे मत गुप्त ठेवले व तरीही रोष ओढवून घेतला नाही. टॅक्सी चालविण्याच्या व्यवसायातील हे पथ्य आता अपरिहार्य ठरले होते. त्याला ह्या टॅक्सीतील प्रवाशामुळे अस्वस्थ वाटू लागले होते. त्याचे काय कारण असावे ते त्याला समजत नव्हते.

तो प्रवासी आपले डोळे सारखे फिरवीत होता. यामुळेच आपल्याला अस्वस्थ वाटत असेल, अशी त्याने स्वत:ची समजूत करून घेतली. खलील कारणाखेरीज फारसे बोलत नव्हता. कोणत्याही अरब वंशाच्या प्रवाशाने यापूर्वी असे केले नव्हते. ते नेहमी बडबड करीत रहात आणि मनापासून बोलत असत; पण या माणसाच्या बाबतीत नीट संवाद होत नव्हते, तेव्हा सुखसंवाद तर झडणेच शक्य नव्हते. या देशबांधवांपेक्षा ख्रिश्चन व ज्यू उतारू आपल्याशी कितीतरी बोलतात, असे त्याला वाटले. पण हा देशबांधव फार राखून बोलतो आहे.

जब्बारने आपली टॅक्सी हळू केली. आता स्टेटन बेटावरील टोल नाका जवळ येत होता. त्याने चटकन खलीलला म्हटले, "हे काही पोलिसांचे चेकपॉइंट नाही, की कस्टम्सचे जकात नाके नाही. हा पूल वापरण्याबद्दल मला इथे पैसे द्यावे लागतील."

खलील हसून म्हणाला, "मला ठाऊक आहे ते. मी बरेच दिवस युरोपात होतो. तुम्हाला काय मी वाळवंटातील टोळ्यांमधला अशिक्षित माणूस वाटलो काय?"

"नाही सर, पण कधी कधी हे नाके पाहून आपली लिबियन माणसे अनेकदा नर्व्हस होतात, घाबरतात."

"मी फक्त तुमच्या खराब ड्रायव्हिंगमुळेच घाबरेन."

यावर ते दोघेही मोठ्याने हसले. मग जब्बार त्याला म्हणाला, "माझा एक इलेक्ट्रॉनिक पास आहे. तो वापरला तर न थांबता त्या नाक्यामधून निघून जाता येईल. पण मग हा पूल ओलांडण्याची नोंद रहाते. तसे नको असेल तर मला थांबून पैसे द्यावे लागतील."

खलीलला कोणत्याही ठिकाणी नोंद नको होती. तसेच नाक्यावरचा माणूस गाडीपाशी येणेही त्याला नको होते. जर ही नोंद झाली तर पोलीस त्याचा माग काढीत न्यूजर्सीपर्यंत सहज येऊ शकत होते. मग त्यांना टॅक्सीमध्ये मेलेला जब्बार आढळेल, तेव्हा ते त्या गोष्टीचा संबंध या नोंदीशी लावू शकतील. याचा निष्कर्ष असद खलीलच या टॅक्सीमधून गेला असा काढला जाईल. खलील जब्बारला

म्हणाला, ''ठीक आहे, तुम्ही पैसेच भरा.''

आता खलीलने आपल्या तोंडासमोर एक इंग्रजी वर्तमानपत्र धरले. जब्बारने टॅक्सीचा वेग कमी केला व तो नाक्यापाशी थांबला. त्याने पैसे दिले आणि तो तिथून वेळ न गमावता जोरात निघाला. महामार्गावर जाण्याचा त्याचा उद्देश होता. खलीलने आपल्या तोंडावर धरलेले वर्तमानपत्र काढले. कोणीही टॅक्सीपाशी आले नाही, याचा अर्थ अजून आपला माग पोलिसांना लागलेला दिसत नाही. विमानतळावरून ॲलर्ट कॉल सर्वत्र गेलेला दिसत नाही. त्याला याचे फार आश्चर्य वाटले. विमानात आपल्या जागी आपण त्या हद्दादचे मृत शरीर ठेवले होते. अन् हद्दाद जरासा खलीलसारखा दिसत होता. त्यामुळे चुकून त्यांनी खलीलच मृत झाला असा निष्कर्ष काढला असेल? खलीलला मदत करण्यासाठी मलिकने हद्दादची नेमणूक केली होती. त्याने विषारी वायूचे नळकांडे प्राणवायूचे म्हणून विमानात कसे न्यायचे, तो वायू कसा, केव्हा पसरवून द्यायचा, हे त्याला नीट शिकवले होते. फक्त नंतर त्याला मरावे लागणार होते, हा त्या योजनेतील भाग त्याला सांगितलेला नव्हता.

सूर्य पश्चिम क्षितिजाकडे झुकला होता आणि आता दोन तासात अंधार होणार होता. आपल्या पुढच्या प्रवासासाठी खलीलला अंधार आवश्यक वाटत होता.

खलीलला असे सांगण्यात आले होते, की अमेरिकेत पोलिसांची संख्या भरपूर असून त्यांच्याजवळ सर्व प्रकारची साधने आणि शस्त्रे असतात. एखाद्या माणसाचा शोध घ्यायचा असेल तर अवघ्या अर्ध्या तासात त्या व्यक्तीचे छायाचित्र व माहिती यांच्या प्रती सर्व विमानतळांवरती पोचतात; पण त्याचबरोबर त्याला हेही सांगण्यात आले होते की मोटरकार हे पळून जाण्यासाठी सर्वांत सोपे साधन आहे. लक्षावधी मोटरगाड्या रस्त्यावर असल्याने त्या सर्व एकाच वेळी थांबवून त्यांची तपासणी करणे हे काम अवघड असते. लिबियात असे कधी असूच शकत नाही. मात्र कोणत्याही मार्गावरून प्रवास करताना त्याने 'चेक पॉईंटस' म्हणजे नाकेबंदी केली जाणारी ठिकाणे टाळावीत. उदाहरणार्थ, बस स्टेशन्स, विमानतळ, रेल्वे स्टेशन्स, हॉटेल्स, लिबियन लोकांची घरे, जकात नाकी, काही विशिष्ट रस्ते, पूल, बोगदे, इत्यादी. कारण या ठिकाणी हव्या असलेल्या माणसाचे छायाचित्र ताबडतोब जाऊन पोचते. पूल हे एक असेच ठिकाण आहे. पण खलीलच्या हेतू योजनेत त्याने वेगाला फार महत्त्व दिले होते. एखाद्या ठिकाणचे पोलिसांचे जाळे कार्यरत होण्याच्या आत तो तिथून निसटून पसार होणार होता. पोलिसांनी जरी न्यूयॉर्क शहराभोवतालचे आपले जाळे आवळले तरी तो बातमी पसरायच्या आत तिथून पसार होणार होता. किंवा आपले जाळे आवळायच्याऐवजी त्यांनी अधिक पसरवले तर तेच जाळे सैल पडू लागेल. मग अशा सैल जाळ्यातून गुंगारा देऊन सटकणे त्याला सोपे जाणार होते.

मलिकने त्याला सांगितले होते, ''वीस वर्षांपूर्वी एखादा अरब माणूस अमेरिकेत सहज ओळखू येऊ शकत होता; पण आज तिथल्या एखाद्या छोट्या गावातही अरबाकडे लक्ष दिले जात नाही. आता अमेरिकेत फक्त एकाच गोष्टीकडे लक्ष वेधले जाते. ती गोष्ट म्हणजे कोणतीही सुंदर स्त्री.'' यावर ते दोघे हसले. मलिक पुढे सांगू लागला, ''अमेरिकन स्त्रियांचे लक्ष हे दुकानाच्या काचेच्या आतील स्त्रियांच्या फॅशनेबल कपड्यांकडे वेधले जाते.''

शहरातला रस्ता सोडून ते आता एका महामार्गावर आले. तो महामार्ग दक्षिणेकडे जाणारा होता. लवकरच खलीलला आपल्यासमोर आणखी एक पूल येतो आहे असे दिसले.

जब्बार म्हणाला, ''या बाजूने पुलावर गेल्यास आपल्याला पैसे द्यावे लागत नाहीत. पलीकडे न्यूजर्सी राज्य आहे.''

खलील यावर काही बोलला नाही. त्याचे विचार येथून लवकरात लवकर दूर जाण्याकडे होते. त्रिपोलीत त्याला सांगण्यात आले होते की, ''वेग. पळून जाणारे लोक नेहमी सावकाश दबकत दबकत सावधगिरीने निघून जाऊ पहातात. अन् म्हणूनच ते पकडले जातात. वेग, साधेपणा आणि धाडस या तिन्ही मार्गांचा अवलंब केल्यास कधीही पकडले जाण्याची भीती नसते. सरळ एक टॅक्सी करायची आणि पुढे पुढे जात रहायचे. जोपर्यंत टॅक्सी ड्रायव्हर अति वेगाने किंवा अति हळू जात नाही, तोपर्यंत तुम्हाला कोणीही अडवणार नाही. फक्त टॅक्सीचे ब्रेक्स आणि दिवे हे नीट आहेत याची ड्रायव्हरकडून खात्री करून घ्या. कारण या कारणांसाठी अमेरिकन पोलीस गाड्या थांबवित असतात. टॅक्सीत मागच्या बाजूला बसा. तिथे एक इंग्रजीमधले वर्तमानपत्र ठेवलेले असते. सर्व टॅक्सी ड्रायव्हरांना अमेरिकन कायदे व ड्रायव्हिंगचे नियम यांचे ज्ञान असते. ते सर्व परवानाधारक टॅक्सी ड्रायव्हर असतात.''

मलिकने त्याला पुढे सूचना दिल्या, ''कोणत्याही कारणासाठी जर तुमची टॅक्सी पोलिसांनी थांबवली, तर तुम्ही तिकडे लक्ष देऊ नका. त्या थांबविण्याशी आपला काहीही संबंध नाही असे समजा. टॅक्सीतच बसून रहा आणि टॅक्सीवाल्यालाच पोलिसांशी बोलण्याचे काम करू द्या. बहुतेक अमेरिकन पोलीस हे एकेकट्याने हिंडत असतात. जर त्याने तुम्हाला काही विचारले तर त्याची उत्तरे मोठ्या अदबीने इंग्रजीतच द्या; पण कोणत्याही परिस्थितीत घाबरून जाऊ नका. कायदेशीर कारण असल्याखेरीज तो पोलीस तुमची किंवा ड्रायव्हरची, किंवा गाडीची झडती घेणार नाही. तसा अमेरिकेतला कायदाच आहे. जर त्याने तुमच्या टॅक्सीची झडती घेण्यास सुरुवात केली तर तो तुमची झडती घेणार नाही. जर तुम्हीच ती संशयित व्यक्ती आहात अशी त्याची खात्री असेल तरच तो तुमची झडती घेईल. जर त्याने तुम्हाला टॅक्सीबाहेर पडण्यास फर्मावले तर तो तुमची नक्की झडती घेणार आहे, असे

समजा. मग शांतपणे टॅक्सीतून बाहेर पडा, तुमचे पिस्तूल बाहेर काढा व सरळ त्याला गोळी घाला. तुम्हीच ती असद खलील ही व्यक्ती आहे असे वाटल्याखेरीज तो कधीच आधी आपले पिस्तूल बाहेर काढून हातात घेणार नाही. पण जर तसे त्याला वाटले तर केवळ अल्लाच तुमचे रक्षण करो ! तसेच, आपल्या अंगावर ते बुलेटप्रूफ जाकीट चढवायला विसरू नका. ते तसले जाकीट तुम्हाला पॅरिसमध्ये देतील. तुमचा वाटेत कोणी खून करू नये म्हणून ते तुमची अशी काळजी घेतील. तेच जाकीट त्यांच्याविरुद्ध वापरा. एफबीआयच्याच लोकांची पिस्तुले त्यांच्याच विरुद्ध वापरा.''

ते सारे मनात आठवून खलीलने मान डोलावली. त्यांनी लिबियात फार तपशीलवार मेहनत घेतली होती. कर्नल गडाफीची हेर यंत्रणा ही लहान असली तरी तिला भरपूर पैसा पुरवण्यात आला होता आणि तिला रशियन केजीबी हेर संस्थेतील माजी अधिकाऱ्यांनी प्रशिक्षण दिले होते. नास्तिक रशियन हे खूपच ज्ञानी होते. पण त्यांची श्रद्धा कशावरच नव्हती. म्हणून तर त्यांचे राज्य अचानक आणि पूर्णपणे कोसळले. बडा नेता गडाफी हा अजूनही इस्लामी सैनिक जसे वेश्यांचा वापर करायचे तशी तो भूतपूर्व केजीबीमधील माणसांची सेवा भाड्याने घेई. खलीलला काही प्रशिक्षण रशियन अधिकाऱ्यांनी दिले, काही बल्गेरियन अधिकाऱ्यांनी आणि काही अफगाण अधिकाऱ्यांनी दिले. गमतीची गोष्ट म्हणजे याच अफगाण अधिकाऱ्यांना अमेरिकन सीआयएच्या माणसांनी रशियनांशी लढा देण्यासाठी प्रशिक्षण दिले होते. हा प्रकार मलिकने दुसऱ्या महायुद्धात ब्रिटीश व अमेरिकन यांच्या बाजूने आणि त्याच वेळी जर्मन व इटालियन यांच्याही बाजूने काम करण्यासारखाच होता. ते काफीर एकमेकांशी लढताना इस्लामी योद्धांना शिकवित असतील तर बिघडले कुठे? त्यांना वाटते की आपल्याला मदत होण्यासाठी आपण यांना शिकवतो आहोत; पण प्रत्यक्षात अशा करण्यामुळे ते आपल्याच भावी विनाशाचे बीज पेरीत असतात.

जब्बारने पूल ओलांडला आणि आपली टॅक्सी ही महामार्गावरून एका लहान रस्त्यावर घेतली. तिथे दुतर्फा छोटी घरे होती. त्यांच्याकडे पाहिल्यास आतमध्ये गरीब लोक रहात आहेत हे कोणालाही सहज कळून येईल. खलील म्हणाला, ''ही कोठली जागा आहे?''

''याला 'पर्थ ॲम्बॉय' म्हणतात.''

''ही किती दूर आहे?''

''दहा मिनिटांच्या अंतरावर.''

''मग, या भागात तुमची ही टॅक्सी नजरेस पडून संशय घेण्याची कितपत शक्यता? कारण हे आता वेगळे राज्य आहे.''

"नाही. कोणालाही कोणत्याही राज्यातून कोणत्याही राज्यात परवानगीशिवाय जाता येते. जर मी न्यूयॉर्क सोडून फारच दूर गेलो तरच संशय येऊ शकेल. कारण दूरवरचा टॅक्सीचा प्रवास हा खूप महाग असतो; पण तुम्हाला मात्र तो महाग नाही. तुम्ही टॅक्सीच्या मीटरकडे अजिबात लक्ष देऊ नका. मला तो मीटर तसाच चालू ठेवावा लागतो. कारण तसा कायदा आहे."

"इथे अमेरिकेत बरेच लहान लहान कायदे आहेत असे दिसते."

"होय. तुम्ही जर सारे लहान कायदे, नियम पाळलेत तर तुम्ही मोठे कायदे सहज मोडू शकता."

ते दोघेही यावरती हसले. जब्बारने टॅक्सी थांबवली. खलीलला ती येथे सोडून द्यायची होती.

खलीलने आपल्या डार्क ग्रे रंगाच्या कोटाच्या खिशातून पाकीट बाहेर काढले. पाकीट जब्बारनेच त्याला आणून दिले होते. जब्बारला ते लिबियन हेर खात्याच्या माणसाने दिले होते. पाकिटातून त्याने आपला पासपोर्ट बाहेर काढला. त्यावरच्या छायाचित्रात त्याला लहान मिशा होत्या आणि चष्मा होता. त्याला त्या मिशांमुळे काळजी वाटू लागली. त्याने पहिले छायाचित्र काढून दुसरे हे छायाचित्र तिथे लावले होते. त्यात त्याने नकली मिशा लावल्या होत्या. जेव्हा त्रिपोलीत त्याचे हे छायाचित्र काढले गेले त्या वेळी त्यांनी त्याला सांगितले होते, "युसूफ हद्दाद हा तुला खोट्या मिशा आणि चष्मा देईल. पण जेव्हा पोलीस तुझा शोध घेतील तेव्हा ते तुझ्या मिशा नकली आहेत की नाही हे पहातील. जर मिशा नकली असतील तर तुझे सारेच काही बनावट आहे असे ते समजतील." त्याने आपल्या मिशा बोटाने ओढून काढायचा प्रयत्न केला. पण त्या निघेनात. त्या पक्क्या चिकटून बसल्या होत्या. पण तरीही त्या नकली आहेत हे कळून येऊ शकत होते. म्हणून तो इथून पुढे कोणत्याही पोलिसाला आपल्या फार जवळ येऊ देणार नव्हता. हद्दादने दिलेला चष्मा त्याच्या खिशात होता. पण हा चष्मा बायफोकल होता. त्यामुळे त्याला भिंगाच्या वरच्या बाजूतून व्यवस्थित दिसू शकत होते. शिवाय भिंगाचा खालचा भाग हा खरा असल्याने हा काही बनावट चष्मा वाटू शकत नव्हता.

त्याने पुन्हा आपला पासपोर्ट पाहिला. त्यावर त्याचे नाव हेफ्नी बद्र असे होते. त्याचे राष्ट्रीयत्व हे इजिप्शियन आहे असे म्हटले होते. जर त्याला पोलिसांसाठी काम करणाऱ्या एखाद्या अरब व्यक्तीने हटकले असते तर इजिप्शियन असण्याची थाप सहज पचण्याजोगी होती. कारण लिबिया व ईजिप्तमधील लोक एकाच वंशाचे असल्याने अत्यंत सारखे दिसतात. शिवाय खलील ईजिप्तमध्ये कित्येक महिने राहिला होता. तेव्हा त्याला आपण त्याच देशातले आहोत हे पटवणे सहज जमून गेले असते.

पासपोर्टवरती त्याचा धर्म 'मुस्लीम' लिहिला होता, व्यवसाय शाळामास्तर होता आणि रहाण्याचा पत्ता 'एलमिन्या' या गावचा होता. नाईल नदीवरील हे गाव काही पाश्चिमात्त्य व इजिप्शियन लोकांनाच ठाऊक होते; पण या गावी त्याने एक महिना राहून काढला होता, मुद्दाम याच हेतूसाठी काढला होता.

खलीलने पाकिटातील पैसे पाहिले. ते ५०० डॉलर्स होते. जास्त रक्कम असली तर ती लक्ष वेधून घेते. म्हणून मुद्दाम ५०० डॉलरच ठेवले होते. त्याशिवाय काही पैसे हे इजिप्शियन नोटा होत्या, एका इजिप्शियन बँकेचे कार्ड हेफ्नी बद्र नावाने होते आणि त्याच नावाने अमेरिकन एक्स्प्रेस कार्डही होते. एक इजिप्शियन इंटरनॅशनल आयडेन्टिफिकेशन कार्डही होते. एक इंटरनॅशनल ड्रायव्हिंग लायसेन्सही होते. पासपोर्टवरच्या सारखेच छायाचित्र त्यावर लावले होते.

जब्बार त्याच्या हालचाली आरशातून न्याहाळत होत्या. त्याने विचारले, "सर, सारे काही व्यवस्थित आहे ना?"

"मला तशी खात्री करून घ्यायचीही गरज नाही. इतके हे काम बेमालूम केले आहे," खलील म्हणाला. पुन्हा ते दोघे हसले.

खलीलने सर्व गोष्टी परत नीट जागच्या जागी ठेवून दिल्या. त्या कोटाच्या खिशात घातल्या. त्याला जर एखाद्या सामान्य पोलिसाने हटकले असते तर त्याने त्याला एरवी सहज फसवले असते; पण त्याने आता आपले सारे रंगरूप, चेहरामोहरा बदलून टाकलेला असल्याने मुद्दाम फसवायचे कारणच पडत नव्हते. पण तरीही पोलीस भेटल्यावर त्याची पहिली प्रतिक्रिया ही पिस्तुले हातात घेऊन चाल करण्याची मनामध्ये असली पाहिजे. कोणत्याही क्षणी त्याला ते करावे लागणार होते.

जब्बारने एक काळी ओव्हरनाईट बॅग मागच्या आसनावरती त्याच्यासाठी ठेवली होती. त्या मोठ्या बॅगेत त्याने हात घालून झरझर चाचपणी केली. अंतर्वस्त्रे, टूथ पेस्ट, टूथ ब्रश, टाय, एक स्पोर्टस शर्ट, एक पेन, एक वही, अमेरिकन नाणी, पर्यटक वापरतात तसला एक स्वस्तातला कॅमेरा, पाण्याच्या दोन प्लॅस्टिकच्या बाटल्या आणि कुराणाची एक छोटी प्रत होती. ती प्रत कैरोमध्ये छापली होती. त्या बॅगेमध्ये आक्षेपार्ह काहीही नव्हते. हेर मंडळींना लागणारी अदृश्य शाई नव्हती, मायक्रोडॉट छायाचित्र नव्हते, की एखादे कोरे करकरीत पिस्तूलही नव्हते. त्याला जे काही हवे, जे काही करायचे, ते सारे फक्त त्याच्या डोक्यात होते. ज्या ज्या जादा गोष्टी त्याला इथून पुढे वेळोवेळी लागणार होत्या, त्या त्याने यापुढच्या प्रवासात मिळवायच्या होत्या. एकच गोष्ट हेफ्नी बद्रचा असद खलीलशी संबंध दाखवित होती. ती म्हणजे त्याने विमानात त्या दोन एफबीआयच्या माणसांची काढून घेतलेली पिस्तुले. त्रिपोलीत त्याला सांगितले होते की त्याने त्या पिस्तुलांची विल्हेवाट लवकरात लवकर लावावी; पण तो यावर म्हणाला होता, "पण जर मला हटकले

गेले, किंवा पकडायचा प्रयत्न झाला, तर कोणते पिस्तुल माझ्याबरोबर आहे याचा कुठे प्रश्न येतो? मला माझे मोहिमेवरचे सर्व काम पुरे होईपर्यंत किंवा मी मरेपर्यंत ते शत्रूचेच पिस्तूल वापरायचे आहे.'' त्यांनी यावर त्याच्याशी मग वाद घातला नाही. म्हणून त्या काळ्या बॅगेत कोणतेही पिस्तूल ठेवले गेले नव्हते.

पण त्या बॅगेत आणखी दोन खास गोष्टी अशा होत्या की त्या कदाचित आक्षेपार्ह ठरल्या असल्या. एका टूथ पेस्टमध्ये प्रत्यक्षात नकली मिशा चिकटवण्याचा डिंक होता, तर एका टिनच्या कॅनमध्ये फूट पावडर होती. पायांना भेगा पडल्यावर ती लावली जाते. प्रत्यक्षात ती पावडर तो डोक्याच्या केसांना लावणार होता. त्यामुळे केसांचा रंग वेळोवेळी करडा होणार होता. खलीलने आत्ता त्या कॅनचे झाकण फिरवून बाजूला केले आणि त्यातली थोडीशी पावडर घेऊन ती केसांना चोळली. मग एका कंगव्याने केस विंचरून त्याने जवळच्या छोट्या आरशात पाहिले. त्याचे रूप आश्चर्यकारकरित्या बदलले होते. त्याचे काळे कुळकुळीत केस करडे झाले होते. त्याने आपला केसांचा भांगही नेहमीपेक्षा वेगळा पाडला. एका बाजूचे केस जरा कपाळावर येतील असे त्याने पाहिले. मग डोळ्यांवर चष्मा चढवून त्याने जब्बारला म्हटले, ''बोला, आत्ता कसा वाटतो मी ?''

जब्बार त्याच्याकडे बॅक व्ह्यू आरशातून मागे पहात होता. तो म्हणाला, ''अरेच्या, मी विमानतळावर टॅक्सीत घेतलेला तो पॅसेंजर कुठे गेला ? मिस्टर बद्र, तुम्ही त्याला काय केलेत ?''

परत एकदा ते दोघे मोठ्याने हसले. पण लगेच जब्बार गप्प झाला. आपल्याला या माणसाचे बद्र हे खोटे नाव ठाऊक आहे हे त्याला कळायला नको होते. याचा अर्थ त्याला दिलेली कागदपत्रे ही आपण आधी तपासली, हे त्याच्या लक्षात येणार. त्याने आरशातून मागे पाहिले. खलील गंभीर होऊन त्याच्याकडेच आपल्या काळ्या डोळ्यांनी रोखून पहात होता.

खलीलने आत खिडकीतून बाहेर पाहिले. युरोपमध्ये त्याने जी गरीब वस्ती पाहिली होती, त्यापेक्षाही इथली वस्ती ही अधिक गरीब वाटत होती; पण इथे बऱ्याच मोटरगाड्या रस्त्यावर उभ्या होत्या. त्याला याचे आश्चर्य वाटले.

जब्बार त्याला म्हणाला, ''सर, तिकडे पहा. तो समोरचा जो आडवा रस्ता आहे तो हायवे आहे. तुम्हाला त्यावरून जायचे आहे. त्या हायवेला 'न्यूजर्सी टर्नपाईक' असे नाव आहे. तुम्ही आता इथे उतरलात की त्या हायवेच्या तोंडाशी शिरताना उतरा. पैसे टाकून मशीनमधून एक तिकीट घ्या. तो हायवे उत्तरेला आणि दक्षिणेला जातो. तेव्हा तुम्हाला योग्य त्या लेनमधूनच प्रवास करायला हवा.''

आपल्याला नक्की कुठे जायचे आहे हे त्या टॅक्सी ड्रायव्हरने विचारले नाही, असे खलीलच्या लक्षात आले. जब्बारच्याही लक्षात आले की आपण जितकी कमी

माहिती घेऊ तितके दोघांसाठीही बरे; पण एव्हाना जब्बारला बरेच काही ठाऊक झाले होते.

खलीलने त्याला विचारले, ''आज विमानतळावर काय झाले हे तुम्हाला ठाऊक आहे?''

''कोणत्या विमानतळावरती, सर?''

''जिथून आपण आलो त्या.''

''नाही बुवा.''

''ठीक आहे. तुम्हाला ते लवकरच रेडिओवरून ऐकायला मिळेल.''

जब्बारने यावरती मौन धारण केले.

खलीलने पाण्याची बाटली उघडून त्यातील निम्मे पाणी पिऊन टाकले. मग बाटली उलटी करून उरलेले पाणी आवाज न करता टॅक्सीतच खाली ओतून दिले.

जब्बारने आपली टॅक्सी सावकाश पुढे नेली. तिथे जवळच एक पार्किंग लॉट होते. त्यात ती टॅक्सी उभी केली. हे पार्किंग लॉट खूप मोठे होते. तिथे एक पाटी होती, PARK AND RIDE. त्याने त्या पाटीचा खुलासा केला, ''लोक येथे येऊन आपापल्या गाड्या पार्क करतात. अन् मग बसने शहरात, मॅनहॅटनमध्ये खरेदीला किंवा कामाला जातात. पण आज शनिवार आहे. म्हणून फार कमी गाड्या आत्ता दिसत आहेत.''

खलीलने त्या पार्किंग लॉटवर नजर फिरवली. त्याला एक मोडके तुटके तारेचे कुंपण घातले होते. आतमध्ये सुमारे पन्नास तरी गाड्या उभ्या होत्या. प्रत्यक्षात अजून दोनएकशे गाड्या तरी तिथे मावल्या असत्या. आत्ता तिथे अजिबात वर्दळ नव्हती. एकही माणूस हिंडताना दिसत नव्हता.

जब्बारने आपली गाडी आत नेऊन पार्क केली आणि म्हटले, ''सर, तुम्हाला ती समोर काळी मोठी गाडी दिसते आहे ना?''

जब्बारने दाखवलेल्या दिशेने खलीलने पाहिले व म्हटले, ''होय.'' ती गाडी काही रांगा सोडून पुढे उभी होती.

''ह्या त्या गाडीच्या किल्ल्या घ्या,'' त्याने मागे वळून न बघता म्हटले. आपला हात त्याने मागे करून हातातल्या किल्ल्या खलीलला दिल्या. तो पुढे म्हणाला, ''डॅशबोर्डच्या खालच्या कप्प्यात गाडी भाड्याने घेतल्याचे सारे कागद ठेवलेले आहेत. तुमच्या पासपोर्टवरील नावाने ही गाडी एका आठवड्यासाठी भाड्याने घेतलेली आहे. तेवढे दिवस उलटून गेले की मग कार एजन्सी या गाडीबद्दल विचार करू लागेल. न्यूजर्सीमधील्या विमानतळावरती ही गाडी बुक केली आहे; पण गाडीची नंबरप्लेट ही न्यूयॉर्कमधील आहे; पण तुम्ही त्याची काळजी करू नका. ती एक कायदेशीर नंबरप्लेट आहे. तुम्हाला एवढे सारे सांगण्यासाठी मला सूचना

देण्यात आल्या होत्या. तुम्हाला पाहिजे असेल तर मी तुमच्याबरोबर हायवेपर्यंत येतो. तिथून पुढे तुम्ही एकटेच जा.''

"छे, छे! तुम्ही येण्याची काहीही जरुरी नाही.''

"तुमच्या कामात तुम्हाला अल्ला यश देवो! अन् तुम्ही तुमच्या गावी परत सुखरूप जावो!''

खलीलने एव्हाना ते ग्लॉक पिस्तूल काढून हातात घेतले होते. रिकाम्या केलेल्या प्लॅस्टिकच्या बाटलीत त्याने त्या पिस्तुलाची नळी खुपसली. बाटलीचा तळ त्याने ड्रायव्हरच्या आसनाच्या मागे दाबून धरला आणि त्याने पिस्तुलाचा चाप ओढला! ती गोळी प्लॅस्टिकच्या बाटलीचा तळ व आसनाची पाठ भेदून पुढे गेली. पुढे ती जब्बारच्या मणक्यावर लागली तर त्याचा मृत्यू होणार अन् वरच्या मणक्याजवळून गेली तर हृदयातून आरपार जाणार. खलीलने पिस्तूल अगदी विचारपूर्वक योग्य जागेवर झाडले होते. गोळी झाडल्याचा आवाज झाला नाही, असे नाही; पण फक्त एक छोटासा दबका आवाज आला. कारण सारा आवाज त्या प्लॅस्टिकच्या बाटलीत कोंडला गेला होता.

जब्बारचे सारे शरीर एक हिसका खाऊन पुढे गेले; पण त्याने आसनाचा पट्टा बांधलेला असल्याने पुढच्या बाजूला झुकून थांबले. तो तसाच ताठ बसलेला दिसत होता.

प्लॅस्टिकच्या बाटलीत धूर कोंडला गेला होता व तो आता बाटलीच्या तोंडून बाहेर पडत होता. बाटलीच्या तळाला गोळीमुळे भोक पडले होते. खलीलला त्या धुराचा वास खूप आवडत होता. काडतुसाच्या दारूमधील कॉर्डाइटचा तो वास होता. त्याने नेहमीप्रमाणे बाटली नाकाशी धरून तो वास हुंगला आणि मृत जब्बारला उद्देशून म्हणाला, "थँक यू फॉर द वॉटर!''

अजून एक गोळी झाडावी काय याचा खलील विचार करीत होता. आपला बळी ठार झाल्याची त्याला खात्री करून घ्यायची होती; पण त्याने पाहिले की जब्बारचे शरीर आता आचके देऊ लागले होते. अशी आचके देण्याची नक्कल कोणाही माणसाला करता येणार नाही. जब्बारच्या घशातून मृत्यूपूर्वीची घरघर ऐकण्यासाठी त्याने अर्धा मिनिटे वाट पाहिली. दरम्यान त्याने झाडलेल्या त्या पॉईंट फॉर्टी गोळीचे मागचे टोपण शोधले व ते घेऊन खिशात घातले. ती प्लॅस्टिकची बाटलीही बॅगेत ठेवून दिली.

शेवटी त्या लिबियन टॅक्सी ड्रायव्हरने आचके देणे थांबवले, घशातून काही वेळ घरघर आवाज केला. काही सेकंदाने तोही आवाज थांबला आणि तिथे शांतता पसरली.

खलीलने बाहेर पाहून कोणीही नाही याची खात्री करून घेतली. मग आपल्या

आसनावरून उठून त्याने जब्बारच्या वरच्या खिशात असलेले पैशाचे पाकीट काढून घेतले. त्याने बांधलेले आसनाचे पट्टे सोडवले आणि त्याचे शरीर खाली आसनाच्या तळाशी झोपवून ठेवले. गाडीची इग्निशन किल्ली फिरवून काढून घेतली.

असद खलीलने आपली काळी ओव्हरनाईट बॅग उचलली व तो टॅक्सीतून बाहेर पडला. टॅक्सीची दारे लावून त्यांना किल्लीने बंद करून टाकले. मग तो शांतपणे पावले टाकीत त्या मोठ्या काळ्या गाडीपाशी चालत गेला. ती गाडी 'मर्क्युरी मार्क्विस' नावाचे मॉडेल होती. जब्बारने दिलेल्या त्या गाडीच्या किल्ल्या त्याने चालवल्या. त्या बरोबर लागल्या. दार उघडून तो आत बसला आणि त्याने इंजिन चालू केले. आसनाचा पट्टा अंगाला लावायला तो विसरला नाही. नाहीतर पोलीस हटकतात, हे त्याला ठाऊक होते. मग त्या शांत पार्किंग लॉटमधून तो गाडी चालवित बाहेर पडला, रस्त्यावर आला आणि महामार्गाच्या दिशेने निघाला. त्याच्या तोंडावर एक स्मित तरळत होते. जुन्या हिब्रू ग्रंथातले एक वाक्य त्याला आता आठवले:

आणि सिंह रस्त्यावरती मोकाट सुटला!

१९

आम्ही फेडरल प्लाझाच्या इमारतीमध्ये २६व्या मजल्यावर गेलो. तिथेच एफबीआयची कचेरी होती. या मजल्यावरील लॉबीमध्ये रॉबर्टस् आम्हाला भेटला. आम्हाला म्हणजे मला, केटला आणि टेड नॅशला. रॉबर्टस् हाही एफबीआयचाच एक माणूस होता; पण जेव्हा तुम्हाला कोणी तुमच्या कामाच्या ठिकाणी लॉबीमध्ये भेटते तेव्हा तेव्हा एकतर तो सन्मान असतो किंवा तुमच्यावर काही संकट तरी कोसळत असते. रॉबर्टस्च्या चेहऱ्यावर स्मित हास्य नव्हते. अन् माझ्या मते आत्ता आम्हाला तोफेच्या तोंडी जावे लागणार याची ती पहिली खूण होती. त्याने आम्हा सर्वांना २८व्या मजल्यावर बोलावल्याचे सांगितले. म्हणजे माझा अंदाज खरा ठरला. आता वरिष्ठांसमोर जे काही होईल ते होऊन जाऊ दे.

आम्ही लिफ्टकडे गेलो. रॉबर्टस्ने त्याची किल्ली वापरून २८व्या मजल्याचे बटण दाबले. तो मजला येईपर्यंत कोणीच काही बोलत नव्हते.

फेडरल प्लाझा इमारतीमध्ये केंद्रीय सरकारच्या अनेक कचेऱ्या आहेत. बहुतेक साऱ्या कचेऱ्या ह्या उगीचच सरकारला मिळणारा कर खाऊन टाकणाऱ्या आहेत, असे माझे मत आहे; पण २२व्या मजल्यावरील कचेऱ्या मात्र तशा नाहीत. अन् तिथे

जाण्यासाठी तुमच्याजवळ अधिकृत किल्ली असेल तरच वाटेतले अडथळे नाहीसे होतात. रॉबर्टस् तिथेच काम करीत होता. त्यामुळे तिथे जाण्यासाठी लिफ्टची २८व्या मजल्याची किल्ली त्याच्याकडे होती. अन्यथा कोणीही माणूस उगाच त्या मजल्यावर प्रवेश करू शकत नव्हता. जिन्यानेही नाही आणि लिफ्टनेही नाही. जेव्हा मी इथली तात्पुरती नोकरी पत्करली तेव्हा मलाही ह्या वरिष्ठांच्या मजल्याची किल्ली देण्यात आली. ज्याने ही किल्ली मला आणून दिली त्या सरकारी व्यक्तीने मला म्हटले, "मला खरे म्हणजे तुम्हाला अंगठ्याच्या ठशाची सोय पुरवायची होती. कारण किल्ली हरवू शकते, विसरली जाते. परंतु तुमचा अंगठा मात्र तुम्हाला सोडून जात नाही. पण आता सध्या काही कारणाने ही सोय देता येत नाही. सॉरी!" किल्लीच्याऐवजी आपल्या अंगठ्याचा ठसा अधिकृतपणे जर संगणकाला दिला तर मग त्या कॉन्क्विस्टाडोर क्लबमधल्यासारखी अंगठा इलेक्ट्रॉनिक पॅडवर ठेवून आपोआप प्रवेश मिळण्याची सोय झाली असती. २८व्या मजल्यावर फक्त ठराविक अधिकृत अशा व्यक्तींनाच प्रवेश उपलब्ध होता. वरिष्ठांना अशा रीतीने सुरक्षितता पुरवली होती. अंगठाच तोडून नेल्याची उदाहरणे मी आत्ताच काही तासांपूर्वी पाहिली होती. तेव्हा ती सोय इथे मला मिळाली नाही, त्याचे मला आता अजिबात वाईट वाटेना.

माझी कचेरी ही २६व्या मजल्यावर होती. इथल्या एफबीआयच्या कचेरीत मला एक छोटे क्युबिकल किंवा एक छोटी, आडोसा असलेली जागा काम करण्यासाठी दिली होती. माझ्याबरोबर आणखी एकदोघे जण न्यूयॉर्क पोलीसदलातून माझ्यासारख्याच कंत्राटी पद्धतीने तिथे कामे करीत होते. एफबीआयमध्ये वरिष्ठ-कनिष्ठ हा भेदभाव किंवा अधिकारपदांची शिडी ही अनेक तऱ्हेने व्यक्त होत असे. कोणत्या सोयीसुविधा कोणत्या पदाला किती द्यायच्या, याचे तिथे नियम होते व त्यासाठी वेगवेगळे शब्द वापरले जात. मी अशा परिभाषेबद्दल तक्रार करीत नसे. कारण त्यातूनच त्या संस्थेच्या मानसिकतेचा सुगावा लागण्यास थोडीफार मदत होते.

असो, तर आम्ही त्या शेवटच्या २८व्या मजल्यावर गेलो. तिथेच आमचे वरिष्ठ, आमचे देव, एका उच्च पातळीवरती वास करीत होते. आम्ही एका कोपऱ्यातील ऑफिसात गेलो. दारावरती जॅक कोनिग अशी नावाची पाटी होती. पण त्यांच्या मागे आम्ही 'किंग जॅक' या टोपण नावाने त्यांचा उल्लेख करत असू. त्यांच्या पदाचे नाव 'स्पेशल एजंट इन्चार्ज' असे होते. संपूर्ण एटीटीएफचा, म्हणजे अँटी टेररिस्ट टास्क फोर्सचा तो प्रमुख होता. न्यूयॉर्क शहर, न्यूजर्सी राज्य व कनेक्टिकट येथील घडामोडी त्याच्या अखत्यारीत येत होत्या. लाँग आयलँडसुद्धा याच्याच अखत्यारीत होते. गेल्या वर्षी याच लाँग आयलंडवरील एक केस मी

सोडवत असताना किंग जॅक कोनिग यांचे साहसाच्या शोधार्थ बाहेर पडलेले सरदार सर टेड नॅश आणि सर जॉर्ज फॉस्टर यांच्याशी माझी गाठ पडली. पण हे कसचे सरदार, माझ्या मते तर हे शेवटी मूर्ख निघाले. पण शेवटी कोनिग राजेसाहेबांना आपल्या राज्यात सर्व आलबेल हवे होते. म्हणून या सरदारांना आळा बसला.

तर आमचे हे हिज हायनेस जॅक कोनिग यांचे ऑफिस खूप मोठे आहे. तसेच त्यांचे टेबलपण प्रशस्त आहे. ऑफिसात एक कोच, तीन खुर्च्या, एक टीपॉय एवढ्या गोष्टी पाहुण्यांसाठी आहेत. जमिनीवरती एक उंची व निळ्या रंगाचे कार्पेट होते. त्याखेरीज भिंतीतील पुस्तकांची कपाटे, एक गोल टेबल आणि आणखी काही आलिशान खुर्च्या होत्या. फक्त एक सिंहासनच तिथे कमी होते.

हिज मॅजेस्टी कोनिग आत नव्हते. रॉबर्टस् म्हणाला, ''बसा, इथे. अगदी आरामात बसा. टीपॉयवर पाय ठेवले, तरी चालतील. फार थकला असाल तर कोचावर आडवे व्हा.'' पण रॉबर्टस् हे असले काहीही म्हणाला नाही. मीच राजा, सरदार, सिंहासन, इत्यादी उपरोधाने बोलतो आहे झालं! रॉबर्टस् एवढेच म्हणाला, ''थोडा वेळ इथे वाट पहा.''

खाली माझ्या ऑफिसात जाऊन माझा यांच्याशी झालेला करार वाचायची तीव्र इच्छा मला झाली.

यापूर्वी न्यूयॉर्क पोलीसदलातील एक कॅप्टन हा सर्व दहशतवादी कृत्यांचा मागोवा घेत शोध करीत असे. त्या वेळी हा दहशतवादी प्रतिबंधक गट ATTF नव्हता. त्या कॅप्टनचे नाव स्टेन होते. तो एक ज्यू होता. कायद्याचा पदवीधर होता. पोलीस कमिशनरच्या मते एफबीआयमधील जादा शिकलेल्या लोकांपेक्षा हा कॅप्टन स्टेन हुशार होता. स्टेनचे काम खूपच अवघड होते; पण हा कॅप्टन कोणालाही न दुखावता अत्यंत कौशल्याने केसेस सोडवी. न्यूयॉर्क पोलीसदलामधील कर्मचाऱ्यांच्या हिताची जपणूक करे; पण इथे माझ्यासारख्या माणसाचे हित कोण पहाणार? कारण मी धड न्यूयॉर्क पोलीसदलात नाही की एफबीआयचा माणूस नाही. माझी बाजू कोणीच घेणार नाही; परंतु मी करारावरती असल्याने माझी करिअर खराब होण्याचाही प्रश्न नव्हता. कॅप्टन स्टेन हा न्यूयॉर्क पोलीसदलाच्या इन्टेलिजन्स विभागाचा प्रमुख होता. त्याने अनेक मुस्लीम अतिरेक्यांना पकडून दाखवले होते. अनेक खुनांच्या केसेस उलगडून दाखवल्या होत्या. त्यात ज्यू धर्मगुरू 'मेईर कहाने' याच्या खुनाची प्रसिद्ध केस होती. अशा कामासाठी माझ्या मते तो येथे अगदी फिट्ट माणूस होता. इथे एवढे प्रचंड हत्याकांड झाल्यावर नक्कीच कॅप्टन स्टेनची मदत मागितली जाणार, अशी माझी अटकळ होती.

विमानात मारल्या गेलेल्या त्या दोन एफबीआयच्या एजंटांच्या ब्रीफकेसेस केट व टेडने समोर टेबलावर ठेवल्या. ते दोघे काहीही बोलत नव्हते. अशीच वेळ पूर्वी

माझ्यावरतीही अनेकदा आली होती. जो पोलीस सहकारी मारला जाई, त्याचे पिस्तूल, कागदपत्रे, डायरी वगैरे ऑफिसात जमा करावे लागे. त्या वेळी माझे मन असेच भरून येई. ऐतिहासिक काळात युद्धात धारातीर्थी पडलेल्याची ढाल तलवार घरी घेऊन येताना त्या वेळी असेच वाटत असेल. पण इथे त्या दोघांची शस्त्रे गायब झालेली होती. मी त्या ब्रीफकेसेस उघडल्या. त्यातील मोबाईल फोनही बाहेर काढले. माझ्या अंदाजाप्रमाणे ते बंदच ठेवलेले निघाले. नाहीतर मृत व्यक्तीजवळचा फोन जेव्हा वाजतो तेव्हा पहाणाऱ्याचे मन खूप अस्वस्थ होते.

जॅक कोनिगची आणि माझी फक्त एकदाच गाठ पडली होती. माझे इथले काम सुरू झाले तेव्हाची ही गोष्ट आहे. त्या वेळी तो बुद्धिमान, शांत स्वभावाचा आणि विचारी असा वाटला. एक कष्टाळू अधिकारी म्हणून सर्वांना ठाऊक होता. अनेकदा तो आडवळणाने बोले. मला ती पद्धत आवडे. त्या वेळच्या माझ्या शिकवण्याच्या कामाला उद्देशून तो म्हणाला होता, ''ज्यांना शक्य आहे त्यांनी खात्यात काम करून दाखवावे. ज्यांना शक्य नाही, त्यांनी दुसऱ्याला शिकवित बसावे.'' या आधी मी शिकवित असल्याने हा मला टोमणा आहे, असे मला वाटले म्हणून मी त्यावर असे म्हणालो, ''ज्यांनी कर्तव्य करताना आपल्या अंगावर तीन गोळ्या झेलल्या आहेत, त्यांना आपल्या करिअरबद्दल वेगळे सांगायची गरज नसते.''

माझ्या या सांगण्यानंतर तिथे शांतता पसरली. कदाचित् माझे उत्तर त्याला उद्धट वाटले असेल किंवा असा माणूस आपल्याला पुढे डोईजड होईल की काय, याचा तो विचार करीत असावा. पण काही सेकंदातच त्याने हसून म्हटले, ''एटीटीएफ गटात आपले स्वागत असो!''

पण तरीही माझ्या मनात कुठेतरी एक असा संशयाचा किडा वळवळत असावा. हा पठ्ठ्या माझे बोलणे मनात ठेवून संधी मिळताच आपल्याला इंगा तर दाखवणार नाही ना? किंवा कदाचित तो प्रसंग त्याच्या स्मृतीतून एव्हाना पुसलाही गेला असेल.

मी केटकडे पाहिले. पुढे काय होणार याबद्दल तिला थोडी उत्सुकता होती. मी टेड नॅशकडे पाहिले. तो जॅक कोनिगला कधीच आपला साहेब म्हणून मानीत नव्हता. कारण टेड नॅश ऊर्फ मिस्टर सीआयए यांची वरिष्ठ मंडळी ही २९० ब्रॉडवे इथल्या त्यांच्या ऑफिसात होती. हा टेड नॅश त्याच्या या मूळच्या ऑफिसमध्ये परत जाण्यासाठी मी माझा महिन्याचा पगार खर्च करायला तयार होतो; पण मी अशी इच्छा धरली तरी तसे कधीही घडणार नव्हते.

एटीटीएफ कार्यदलाचे एक छोटे ऑफिस हे सीआयएच्या इमारतीत म्हणजे २९० ब्रॉडवे येथे होते. ती इमारत या फेडरल प्लाझाच्या इमारतीपेक्षा नवीन होती, आधुनिक होती व आकर्षक होती; पण या कारणामुळे एटीटीएफचा एक भाग

तिकडे नेला नव्हता किंवा जागा न पुरण्याची ही समस्या नव्हती. जर उद्या कोणी घातपात, जाळपोळ केली, तर ऑफिसातील सर्व सामान व कागदपत्रे नष्ट न होता ते अन्यत्र विभागलेले असल्याने फार नुकसान होऊ शकणार नव्हते.

टेड, केट आणि मी असे तिघेजण आम्ही तिथे बसलो होतो; पण फारसे एकमेकांशी बोलत नव्हतो. कारण आमचा अंदाज होता, नव्हे तशी खात्रीच होती की इथे चोरून ऐकण्याची अनेक साधने लपवून ठेवली होती. जेव्हा दोन किंवा अधिक माणसे इथल्या कोणाच्याही ऑफिसात वाट पहात बसतात, तेव्हा नक्की समजा, की तुमच्यातले संभाषण हे वायरलेस माईकने टिपले जात आहे. अधिकाऱ्याला भेटण्याआधी वाट पहाणारी माणसे एकमेकांशी बोलून पुढे वेळ येताच काय बोलायचे, काय वगळायचे, कोणत्या प्रश्नाला काय उत्तर द्यायचे, याचा आराखडा रचतात. एफबीआयच्या अधिकाऱ्यांना हे ठाऊक असल्याने त्यांनी संभाषण चोरून ऐकण्याची व ते टेप करण्याची सोय केली होती. मी मुद्दामच मोठ्याने म्हटले, "काय सुंदर ऑफिस आहे. मिस्टर कोनिग यांची आवडनिवड खूप चांगली दिसते आहे."

माझ्या या खोट्या खोट्या बोलण्याकडे केट आणि टेडने दुर्लक्ष केले. झाल्या घटनेचे गांभीर्य त्यांना जाणवत होते. मी घड्याळात पाहिले तर संध्याकाळचे सात वाजले होते. आज शनिवारी सुट्टी असूनही या दुर्घटनेमुळे कोनिग यांना घरून ऑफिसात यावे लागले होते. त्यामुळे कदाचित् त्यांचा मूड गेला असेल; पण दहशतवाद प्रतिबंधक कार्यदल हे चोवीस तास कामावर आहे असे समजले जाते. न्यूयॉर्क पोलीसदलातील आमच्या मनुष्यहत्या विभागात नेहमी म्हटले जायचे की, जेव्हा एखाद्या खुन्याचा दिवस संपतो तेव्हा आमचा दिवस सुरू होतो.

मी उठून खिडकीपाशी गेलो आणि बाहेर पूर्वेला बघू लागलो. या बाजूने जे लोअर मॅनहॅटन दिसत होते, तिथे इमारतींचा नुसता बुजबुजाट झाला होता. अनेक प्रकारची न्यायालये याच विभागात होती. मी पूर्वी जिथे काम करायचो ती 'पोलीस प्लाझा' इमारतही याच भागात होती. तीही मला येथून दिसत होती. त्या पलीकडे ब्रुकलीन ब्रिज होता. आत्ता आम्ही तेथूनच इकडे आलो. ह्या पुलाखालून वहाणाऱ्या नदीमुळे मॅनहॅटन बेट हे लाँग आयलँडपासून वेगळे झाले आहे.

केनेडी विमानतळ मला इथून दिसू शकत नव्हता; पण त्या दिशेला मला दिव्यांचा झगमगाट दिसत होता. अटलांटिक महासागरावरच्या आकाशात मी पाहिले तर तेजस्वी चांदण्यांची एक माळ तिथे चमकत होती. जणू काही ते एक नवीन नक्षत्र होते; पण प्रत्यक्षात विमानतळाकडे येणारे ते एक विमान होते व त्याचे दिवे तसे दिसत होते. याचा अर्थ विमानतळावरील सर्व धावपट्ट्या पुन्हा कार्यरत झाल्या होत्या.

न्यूयॉर्क बंदराच्या दक्षिणेला एलिस बेट होते. अमेरिकेत येऊन स्थायिक होऊ इच्छिणाऱ्यांना आधी तिथे उतरून मग इकडे मुख्य भूमीवर प्रवेश मिळे. इतिहासात असे कितीतरी स्थलांतरीत जगाच्या सर्व भागांतून आले होते. त्यात माझे आयरिश पूर्वजही होते. त्या बेटापलीकडे स्वातंत्र्यदेवीचा उंच पुतळा उभा होता. तिच्या हातातील मशाल आत्ता पेटलेली होती. जगभरातून इकडे येणाऱ्यांचे ती स्वागत करीत होती; पण आता तिच्याकडेही दहशतवाद्यांचे लक्ष गेले होते. तो पुतळा उडवण्यासाठी त्यांनी खूप धमक्या दिल्या होत्या व अजूनही ते देत आहेत. इथून दिसणारे संध्याकाळचे हे दृश्य नक्कीच मोहक होते. न्यूयॉर्क शहरातील दिवे, प्रकाशाचे झोत अंगावर घेतलेले पूल, खालून वाहणारी नदी, एप्रिल महिन्यातील निरभ्र आकाश आणि क्षितिजावर उगवणारा अर्धा चंद्र यांमुळे पहाणारा स्तिमित होऊन जातो.

मी नैऋत्येच्या कोपऱ्यातील मोठ्या खिडकीतून बाहेर पाहिले. तिथेच अनेक उंच इमारती उभ्या होत्या. येत्या सोमवारी कोनिग आपले टेबल फिरवून त्यांची मांडणी अशी करेल की त्याला खिडकीतून केनेडी विमानतळ दिसेल. खोलीच्या खिडक्यांवरती पडदे किंवा ब्लाईंड लावावेत, असे म्हणणे सोपे आहे; परंतु वरच्या मजल्यावर काम करणाऱ्याला नेहमी एकलकोंडेपणाची भावना ग्रासत असते. त्यामुळे खिडक्या उघड्या ठेवून बाहेरचे सुंदर दृश्य बघत रहाण्याचा मोह झाला तर नवल नाही.

मी खिडकीतून बाहेर पहात असताना कोनिगने खोलीत प्रवेश केला. आम्हा सर्वांना त्याने कोचापाशी बसण्याची खूण केली. केट व नॅश कोचावर बसले आणि मी एका खुर्चीत बसलो. कोनिग मात्र अजून उभाच होता.

कोनिग हा ५५ वर्षांचा व एक उंच माणूस होता. त्याचे केस करड्या रंगाचे होते. त्याचे सारे काही करड्या रंगाचे होते. डोळे, चेहरा, कातडी इ. सारे काही. मला तर वाटले, की याच्या पाठीत मणके नसून तिथे करड्या रंगाचा एक पोलादी कणा बसवला आहे. तो निवृत्त झाल्यावर त्याच्या जागी जो कोणी येईल, त्याच्या पाठीत तो पोलादी कणा घुसवून मगच तो आपली खुर्ची सोडेल. आत्ता तो घरून घाईघाईने आल्याने घरच्या कपड्यात होता. स्लॅक व निळा स्पोर्ट शर्ट त्याने चढवला होता. ते कपडे सैलसर असले तरी त्याची मन:स्थिती मात्र खूपच गंभीर होती.

एवढ्यात मघाशी गायब झालेला रॉबर्टस् तिथे आला आणि तिथल्या एका खुर्चीवर माझ्यासमोर बसला; पण अजूनही कोनिग स्वत: मात्र बसला नव्हता. अन् तशी त्याची इच्छापण दिसत नव्हती. रॉबर्टस्च्या हातात एक बॉल पेन व पिवळे पॅड होते. मला वाटले की तो आता आम्हाला कोणकोणते ड्रिंक हवे आहे त्याची ऑर्डर घेणार.

कसलीही प्रस्तावना न करता कोनिग आता बोलू लागला. तो आम्हाला म्हणाला, “विमानात एका संशयित दहशतवाद्याला बेड्या घातल्या असताना, बरोबर आपली दोन माणसे असताना, त्याने ती दोन माणसे व विमानातील सारे तीनशे जण मारून टाकले, इमर्जन्सी सर्व्हिसच्या माणसाला मारले, नंतर कोणाला ठाऊक नसणाऱ्या एफबीआयच्या ऑफिसकडे तो सहीसलामत गेला. तिथे स्वागतिका, ड्यूटी ऑफिसर आणि आपला एक माणूस यांना ठार केले. अन् त्यानंतर तो पसार झाला. हे सारे त्याने कसे काय जमवून आणले, याचा मला कोणी खुलासा करेल काय ?” असे म्हणून त्याने आम्हा प्रत्येकाच्या चेहऱ्याकडे आळीपाळीने पाहिले.

मी जर फेडरल प्लाझाऐवजी पोलीस प्लाझामध्ये असतो तर मी या प्रश्नाला एक खवचट उत्तर दिले असते. मी म्हणालो असतो, “अन् जर या गुन्हेगाराला आपण बेड्या घातल्या नसत्या तर त्याने यापेक्षा किती मोठ्या प्रमाणात धुमाकूळ घातला असता, हे आधी लक्षात घ्या.” पण आत्ता तसे काही इथे बोलायची योग्य वेळ नव्हती. काहीही असले तरी शेकडो निरपराध व्यक्ती मृत्यू पावल्या होत्या आणि जे जिवंत आहेत त्यांच्यावर त्याबद्दल खुलासा करण्याची वेळ होती; पण तरीसुद्धा माझ्या मते कोनिग याने या प्रकरणाची सुरुवात नीट केली नव्हती.

त्याच्या प्रश्नाला कोणीच उत्तर देत नव्हते अन् ते साहजिकच होते. त्याने वापरलेली भाषा तशी थोडीशी अलंकारिक वाटत होती. आमच्या साहेबाला राग येणे स्वाभाविक होते. त्यामुळे त्याच्या रागाचे शमन होऊ देण्यासाठी त्याची वाफ बाहेर पडू देणे, हेच श्रेयस्कर होते. सुदैवाने त्याचा राग हा पहिल्या दोन मिनिटांपुरताच टिकला होता. कारण यानंतर तो खाली बसला व बाहेरच्या दृश्याकडे पाहू लागला. बाहेर साऱ्या व्यापारी उलाढाल करणाऱ्या इमारती होत्या. त्यांच्याशी काही अप्रिय स्मृती जडली नव्हती, हे एक प्रकारे ठीक होते. आता त्याने ट्रान्स कॉन्टिनेन्टल विमान कंपनीचे शेअर्स घेतले असतील तरचा भाग वेगळा. उद्या या कंपनीचे शेअर्स नक्कीच धडाधड कोसळणार.

एका एफबीआयच्या माणसाने सीआयएच्या माणसाशी असे बोलावे, हे टेड नॅशला नक्की रुचले नसणार. माझे एक ठीक आहे, कारण मी म्हटले तर अधिकृत माणूस व म्हटले तर निवृत्त झालेला एक नागरिक. तेव्हा कशा पद्धतीने बोललेले मला आवडेल, याची पर्वा कोनिगने का करावी? ते काहीही असले तरी कोनिग हा आमच्या कार्यगटाचा प्रमुख होता, आमचा साहेब होता, आमच्या टीमचा कॅप्टन होता.

कोनिग स्वत:ला काबूत ठेवण्याचा प्रयत्न करीत होता. शेवटी त्याने टेड नॅशला म्हटले, “आपली ती गुन्हेगाराला आणणारी दोन माणसे बळी पडली त्याबद्दल मला खूप वाईट वाटते.”

टेड नॅशने यावरती आपली मान हलवली.

मग केटकडे वळून कोनिग म्हणाला, "तुमचेही ते दोस्त होते ना?"

"होय."

मग माझ्याकडे वळून तो म्हणाला, "आपले मित्र गमावल्याने तुम्हाला किती दुःख होत असेल, याची मला कल्पना आहे."

"हो ना. शिवाय निक मॉन्टीही ठार झाला. त्याचे व माझे पोलीस खात्यातले फार जुने संबंध होते."

कोनिग कोठेतरी शून्यात नजर लावून बसला. तो नक्कीच अनेक बाबींचा विचार करीत असावा. यामुळे इथून पुढे होणारी गुंतागुंत लक्षात घेत असावा. तो असा मिनिटभर स्तब्ध बसून होता; पण केव्हा ना केव्हा तरी काम सुरू करायला हवे होते. म्हणून मी त्याला विचारले, "कॅप्टन स्टेन आपल्या या बैठकीला हजर रहाणार आहेत का?" पोलीस खात्यापेक्षा आपली एफबीआय ही संस्था श्रेष्ठ आहे, असा एक गंड एफबीआयच्या माणसात पसरलेला असतो; पण तरीही माझ्या प्रश्नात कोणताही डावपेचाचा भाग नव्हता.

कोनिगने माझ्याकडे क्षणभर रोखून पाहिले व म्हटले, "त्यांनी सध्या 'स्टेकआऊट अँड सर्व्हिलन्स टीम्स'चा चार्ज घेतला आहे. त्यामुळे त्यांना इकडे यायला वेळ नाही."

ही बॉस मंडळी काय काय डावपेच करत असतात, किंवा त्यांच्या पातळीवर काय काय 'राजवाड्यातले राजकारण' चालू असते ते देव जाणे. आपण त्याला किंमत न देणे हेच उत्तम. कोनिगने दिलेल्या उत्तराने माझा विचारण्यातला रसच उडून गेला आहे, हे दर्शविण्यासाठी मी एक जांभई दिली.

कोनिग शेवटी केटला म्हणाला, "ठीक आहे, तुम्ही सांगा बरे काय काय घडले ते. अगदी पहिल्यापासून शेवटपर्यंत."

केटने सांगण्याची बहुतेक तयारी केली असावी. मग ती क्रमाने व जसे घडले तसे सांगत गेली. ती पटपट सांगत होती आणि वस्तुनिष्ठपणे सांगत होती. विमानाकडे जाण्याबद्दल मी कसा आग्रह धरला, हेही तिने सांगितले; पण तिला किंवा जॉर्ज फॉस्टरला तिकडे जाण्याची गरज वाटली नाही, तेही ती बोलली.

कोनिग ऐकत होता. तो मधे कसलाही अडथळा आणीत नव्हता. त्याच्या चेहऱ्यावरती निर्विकार भाव होते. 'पटले' किंवा 'पटले नाही' असे काहीही दर्शवित नव्हता. फार काय आपली भुवई उंचावली नाही की डोळ्यांची उघडझाप केली नाही, की आपली मान हलविली नाही. एका पुतळ्यासारखा तो स्तब्ध बसला होता. ऐकून घेण्यामधला तो एक निष्णात माणूस होता; पण त्याचे ऐकून घेणे असे होते की, समोरचा बोलणारा त्यामुळे खचून जात नव्हता की त्याला उत्तेजन मिळत नव्हते.

विमानाच्या घुमटाच्या भागात आम्ही दोघे कसे गेलो, हे केटने सांगितले. एफबीआयच्या दोन्ही माणसांच्या हातांचे अंगठे गायब झाल्याचे सांगितले. हे सांगितल्यावर ती थोडी भावनावश झाली आणि ती थोडा वेळ थांबली. आपल्या भावना काबूत आणू पहात होती. कोनिगने त्या वेळी माझ्याकडे एक थंड कटाक्ष टाकला; पण त्यामुळे मला कळून चुकले की आपण या केसवरती रहाणार.

रॉबर्टस् तिच्या बोलण्याची टिपणे काढीत होता. कुठेतरी आत तिचे बोलणे टिपणाऱ्या टेप रेकॉर्डरची टेप फिरत होती.

केट केवळ जसे घडले तसे सांगत गेली. तिच्या बोलण्यात कुठेही तिची मते नव्हती, अंदाज नव्हते की तर्क नव्हते. ते सारे कोनिगने नंतर विचारले तरच ती सांगणार होती; पण तिच्याकडे जबरदस्त स्मरणशक्ती होती हे मी मानले. कारण ती सांगताना अगदी बारीकसारीक तपशील देत होती. तसेच सांगताना कोणतेही मत किंवा भावना व्यक्त होऊ न देण्याची तिची खबरदारीही अजब होती. तिच्या जागी मी जर असतो तर मला कित्येक बारीक गोष्टी आठवल्या नसत्या. अन् जर माझ्यावर कारवाई न होण्याचे आश्वासन दिले असते तरच मी वस्तुनिष्ठपणे निवेदन केले असते.

केट आता समारोप करू लागली, ''जॉर्जने एफबीआयतर्फे झाल्या प्रकरणात काम करण्यासाठी तिथेच मागे थांबायचे पत्करले. मग आम्ही तिघे सिम्पसनच्या गाडीतून येथे आलो.''

मी माझ्या घड्याळात पाहिले. आता आठ वाजत आले होते. सर्व काही सुसंगतवार सांगायला केटला चाळीस मिनिटे लागली होती. मला आत्ता एक पेग पिण्याची तल्लफ येऊ लागली.

कोनिग त्याच्या खुर्चीत नीट सावरून बसला. तो आपल्या मनात साऱ्या घटनांची जुळवाजुळव करून त्यामागचे हेतू, अर्थ, वगैरे शोधत होता. तो शेवटी म्हणाला, ''असे दिसते की हा खलील नेहमी आपल्यापेक्षा एकदोन पावले पुढे आहे.''

या वेळी मात्र मला रहावेना म्हणून मी म्हटले, ''ही एक स्पर्धा आहे. अन् स्पर्धेत दुसऱ्या क्रमांकावर राहून काहीच उपयोग नसतो. एक नंबरने स्पर्धा जिंकलेली असते आणि दोन नंबरने ती हरलेली असते. दुसरा नंबर म्हणजे हरण्यात प्रथम.''

''दुसरा नंबर म्हणजे हरणे!'' कोनिगने माझे शब्द उच्चारले. तो थोडा वेळ माझ्याकडे बघत राहिला व मग म्हणाला, ''तुम्हाला कुठून हे कळले?''

''मला वाटते की मी ते बायबलमध्ये वाचले असावे.''

कोनिग रॉबर्टस्‌ला म्हणाला, ''थोडा वेळ जरा थांबा.'' रॉबर्टस्‌ने आपले पेन खाली ठेवले.

मग कोनिग मला म्हणाला, ''मला असे कळते की तुम्ही आयरिश कार्यगटाकडे आपली बदली व्हावी म्हणून अर्ज केला आहे.''

मी घसा साफ करून म्हटले, ''वेल, म्हणजे त्याचे काय आहे—''

''त्या आयरिश रिपब्लिकन आर्मीविरुद्ध तुमचे काही वैयक्तिक भांडण किंवा हेवादावा आहे?''

''नाही, तसे काही नाही. प्रत्यक्षात मी—''

केट मधेच एकदम माझे बोलणे तोडून टाकीत कोनिगला म्हणाली, ''मी त्यांच्याशी या विषयावर चर्चा केली आहे आणि त्यांनी आपला अर्ज मागे घेण्याचे मान्य केले आहे.''

मी तिला असे काही म्हणालो नव्हतो; पण इस्लामी दहशतवाद्यांविरुद्ध मी करीत असलेल्या वांशिक व शिवराळ टीकेऐवजी तिने नीट सांगितले होते. मी तिच्याकडे पाहिले. आमच्या दोघांचीही एकमेकाशी नजरानजर झाली.

कोनिग मला म्हणाला, ''मी तुमची ती प्लम आयलँड केस वाचून काढली.''

मी यावर गप्प बसलो.

''टेड नॅश आणि जॉर्ज फॉस्टर यांनी त्या केसचा अहवाल एटीटीएफतर्फे तयार केला. तसेच बेथ पेनरोज ह्या डिटेक्टिव्ह बाईनेही त्या केसचा जो अहवाल लिहिला तोही वाचला; पण एटीटीएफचा अहवाल आणि पोलिसांचा तो अहवाल यात बराच फरक आहे. दोन्हींमध्ये वेगवेगळी मते आणि निष्कर्ष काढलेले आहेत. अन् हे सर्व तुमची जी या केसमध्ये भूमिका आहे त्या बाबतीत आहे.''

''मी त्या केसमध्ये अधिकृत भूमिका केली नव्हती. आजारपणामुळे मला उद्योग नव्हता व कंटाळा आला होता. म्हणून मी त्यात मधे पडलो.''

''पण तुम्ही ती केस सोडवली.''

''माझा तो छंद आहे, असे समजा.''

यावर कोनिग हसला नाही. तो म्हणाला, ''मला वाटते बेथ पेनरोज यांचा जो अहवाल आहे, त्यात तुमचे व तिचे जे संबंध आहेत त्याचे प्रतिबिंब पडलेले आहे.''

''ज्या वेळी ती केस सोडवली त्या वेळी माझे तिच्याशी काहीही संबंध नव्हते.''

''पण काही का असेना, तिने अहवाल लिहिताना तर तुमचे तिच्याशी संबंध जुळले होते.''

''एक्सक्यूज मी, मिस्टर कोनिग. मी ह्यातून पूर्वी एकदा गेलो आहे. याबाबत न्यूयॉर्क पोलीसदलाने इंटर्नल अफेअर्स—''

''ओह, न्यूयॉर्कच्या पोलीस खात्याकडे अंतर्गत भानगडींचा शोध घेण्याचेही काम असते काय?''

मी हा विनोद समजून हसलो. पण एकदोन सेकंद उशिरा हसलो.

कोनिग पुढे बोलू लागला, ''अन् तुमचे टेड व जॉर्जबरोबर गंभीर मतभेद झाल्याने त्याचेही प्रतिबिंब त्यांच्या अहवालात पडले. हो ना?''

मी टेड नॅशकडे पाहिले. तो नेहमीसारखाच शिष्टासारखा अत्यंत थंड बसला होता. समोर जे काही चालले आहे त्याची दखल घेत नसल्यासारखे दाखवत होता. जणू काही कोनिग हा दुसऱ्याच कोणत्या तरी टेड नॅशबद्दल बोलत आहे, असा त्याचा अविर्भाव होता.

कोनिग पुढे म्हणाला, ''गुंतागुंतीच्या केसमध्ये सरळ गाभ्याला जाऊन भिडण्याची तुमची क्षमता ही मला खरोखर आवडली. शिवाय शेवटी तुमचेच म्हणणे खरे ठरले आणि बाकीचे सारे फसले.''

''माझे ते नेहमीचेच स्टँडर्ड काम आहे. त्यात मी काही वेगळे केले नाही,'' मी नम्रपणे म्हणालो. यावर कोनिग असे म्हणेल की, छे, छे माय बॉय, तुम्ही खरोखर हुशार आहात.

पण त्याऐवजी कोनिग म्हणाला, ''म्हणून तर आम्ही न्यूयॉर्क पोलीसदलाची नेहमी मदत घेतो. ते नेहमी आम्हाला एका वेगळ्याच दृष्टीने केसमध्ये काहीतरी नवीन गोष्ट आणतात. त्यांच्या दृष्टीमागे एक सारासार विवेकबुद्धी असते, व्यावहारिकपणा असतो आणि गुन्हेगाराच्या मनात डोकावून ते जे पहातात, ते पहाणे एफबीआय व सीआयए यांच्यापेक्षा थोडेसे वेगळे असते. माझे हे म्हणणे पटते का तुम्हाला?''

''अगदी पूर्णपणे!'' मी म्हणालो.

''एटीटीएफच्या स्थापनेमागे असे एक तत्त्व आहे की सर्वांच्या गुणांच्या बेरजेपेक्षाही सर्वांनी एकत्रित केलेल्या कामाचे मोल हे त्या बेरजेपेक्षाही जास्त येते. इंग्रजीत synergy हा शब्द त्यासाठी योग्य आहे. बरोबर?''

''बरोबर.''

''अन् सर्वांनी मिळून एकत्र काम करणे केव्हा शक्य असते? तर एकमेकांबद्दल आदर ठेवून सहकार्य केले तर. तेव्हा मिस्टर कोरी, तुम्हाला या केसवरती काम करत रहायचे आहे का दुसरे काही काम हवे आहे?''

''ठीक आहे. मी या केसवर राहून काम करेन.''

मग थोडे पुढे वाकून माझ्या डोळ्यांत सरळ रोखून पहात तो मला म्हणाला, ''तुमच्याकडून काही नेत्रदीपक, भव्य व दिव्य अशा कामगिरीची मी अपेक्षा करीत नाही; पण मला चमत्कारिक व पूर्वग्रहदूषित असे दृष्टिकोन ऐकायचे नाहीत. मुख्य म्हणजे तुमच्याकडून पूर्णपणे निष्ठेची मला अपेक्षा आहे. ती जर निष्ठा नसेल ना तर मग संपलेच सारे. मग तुम्ही माझे शत्रूच बनाल.''

बापरे! हा लेकाचा तर माझ्या पूर्वीच्या साहेबासारखाच बोलतो आहे. म्हणजे माझ्यातच असे काही वैगुण्य असावे की ज्यामुळे माझ्यावरती आजुबाजूची माणसे

रुष्ट होऊन चिडतात. मी केलेल्या करारावरती परत एकदा विचार केला. मी एक निष्ठावान व सहकार्य करणारा सहकारी बनू शकतो का? नाही; पण तरीही मला काहीतरी नोकरी करणे भाग होते. माझ्या असेही लक्षात आले की कोनिगने मला 'उपरोधिक, खोचक व लागट भाषा वापरणे सोडून द्या' असे काही म्हटले नाही, की मी 'शिवराळ बोलू नये' असेही म्हटले नाही. म्हणजे माझ्या बोलण्याच्या पद्धतीबद्दल त्याची हरकत नसावी किंवा ते त्याच्या लक्षात आले नसावे. मी माझी बोटे एकात एक गुंतवून म्हटले, "मान्य!"

त्याने मग आपला हात पुढे करून मला म्हटले, "गुड!" मग आम्ही दोघांनी हस्तांदोलन केले. तो म्हणाला, "म्हणजे तुम्ही आता इथे पक्के झालात." मग कोनिगने रॉबर्टस्कडून एक फोल्डर घेतले व तो त्यातली पाने चाळू लागला.

मी कोनिगबद्दल विचार करू लागलो. या माणसाला आपण कमी लेखता कामा नये. तो इथे अगदी कोपऱ्यातल्या खास खोलीत आला, यामागे कसलीही वशिलेबाजी नव्हती. नोकरीत त्याने अफाट कष्ट घेतले होते. अनेक तास सलगपणे तो जादा काम करीत बसे. त्याच्याजवळ बुद्धिमत्ता होती. त्याने प्रशिक्षण घेतले होते. त्याच्याकडे चांगले नेतृत्वगुण होते, कौशल्य होते, आपल्या कार्यावर श्रद्धा होती आणि तो एक देशभक्तही होता; पण एफबीआयमध्ये अनेकांजवळ तसे गुण होते. म्हणजे याच्यात काही तरी आणखी काही वेगळे नक्की होते.

इतर बुद्धिमान माणसांपेक्षा कोनिगकडे एक गुण असा होता की एकदा एका कामाची जबाबदारी पत्करली की ती तो शेवटपर्यंत स्वीकारे. मग भले त्या कामात अपयश, कामाचा विचका झाला, किंवा अन्य काही कारणांमुळे आकाश कोसळले तरी त्याची जबाबदारी तो आपलीच माने. दुसऱ्या कोणावर त्याचे खापर फोडत नसे. आज दुपारी जे काही घडले ते वाईट होतेच; पण त्याहीपेक्षा तो असद खलील मोकाट सुटला होता. त्याला कदाचित मॅनहॅटनवरती अणुबॉम्ब टाकायचा असेल, किंवा सारा पाणीपुरवठा विषारी करून सोडायचा असेल, किंवा कसल्यातरी जंतूंचा प्रसार करून सारी लोकसंख्या मारून टाकायची असेल. तेव्हा आता या मोकाट सुटलेल्या असद खलीलची जबाबदारी कोण घेणार? कोनिग ती घेत होता, पार शेवटपर्यंत. मग याचा शेवट काहीही होवो. जशी आजच्या दुर्घटनेची सारी जबाबदारी तो स्वत:च्या शिरावर घेत होता.

त्याने केटकडे पाहून म्हटले, "फ्लाईट-१७५ ही दोन तास वायरलेस संपर्कावाचून उडत होती आणि तुम्हाला कोणालाही ते कसे कळू शकले नाही?"

केट म्हणाली, "त्या विमानकंपनीशी आमचा संपर्क फक्त गेटपाशी उभ्या असलेल्या कंपनीच्या मुलीमार्फत होता. अन् तिला यातले फारसे काहीच ठाऊक नव्हते. म्हणून आपल्या कामाच्या कार्यक्रम पद्धतीत परत एकदा नव्याने बदल

करायला हवा.''

''ही छान कल्पना आहे.'' कोनिग म्हणाला, ''तुमचा खरे म्हणजे एअर ट्रॅफिक कंट्रोलशी, विमानतळ पोलीसदलाच्या कमांड सेंटरशी थेट संपर्क असायला हवा.''

''होय, सर.''

''जर त्या विमानाचे अपहरण वाटेत हवेत केले तर तुम्हाला काही समजायच्या आत ते क्युबा किंवा लिबियात पोचेल.''

केट म्हणाली, ''टेडला तशी पुढची कल्पना आली असावी, म्हणून त्याने कंट्रोल टॉवर सुपरवायझरचा फोन नंबर घेऊन ठेवला होता.''

कोनिगने टेड नॅशकडे पाहून म्हटले, ''येस, गुड थिंकिंग; पण तुम्ही त्यांना खूप आधी फोन करायला हवा होता.''

टेड नॅश यावरती काहीच बोलला नाही. मला असे वाटत होते की, आपले कोणतेही महत्त्वाचे बोलणे रॉबर्टसच्या टिपणांमध्ये येऊ नये, याची तो खबरदारी घेत असावा.

कोनिग पुढे बोलू लागला, ''असे दिसते की फेब्रुवारीमध्ये तो जो लिबियन आपल्याला येऊन मिळालेला होता, त्याने आपली कामाची पद्धत पाहिली. आश्रयाला आलेल्या व्यक्तीला कुठे कुठे नेतात व काय काय करतात हे त्याला कळले. जेव्हा तो पळून गेला तेव्हा नंतर आपल्याला हे सुचले. म्हणून पुढे आपण जादा खबरदारी घेतली पाहिजे. जर त्या शरणार्थीचे डोळे बांधून आपण त्याला नेले असते, तर त्याला कॉन्क्विस्टाडोर क्लबचा पत्ता कळला नसता, क्लबमध्ये जाताना अंगठा पॅडला लावून दार कसे उघडले जाते हे समजले नसते. म्हणून इथून पुढे सर्व अनधिकृत माणसांच्या बाबतीत आपण त्यांच्या डोळ्यांवर पट्टी बांधायचा नियम करू. त्यात अशा शरणार्थींच्या बरोबरच आपले खबऱ्येही आले.'' तसेच, तो फेब्रुवारीतला शरणार्थी इथे अमेरिकेत शनिवारी उगवला होता आणि त्या दिवशी सुट्टीमुळे क्लबमध्ये फारशी वर्दळ नसते, हेही त्याला कळले.''

आता बैठकीचा दुसरा भाग चालू झाला, असे मला वाटले. या भागात धोरणे व कार्यपद्धती यांचा आढावा घेणे हे काम चालू झालेले दिसते. म्हणजे सिंह पळून गेल्यावर पिंजऱ्याचे दार कसे लावावे यावर चर्चा करण्यासारखे होते. कोनिग यावरती थोडा वेळ बोलत राहिला; पण बहुतेक वेळा तो केटला उद्देशून बोलत होता. जणू काही तिने आमचा निर्भय नेता जॉर्ज फॉस्टर याची जागा घेतली होती.

कोनिग बोलू लागला, ''ठीक आहे, म्हणजे तुम्हाला काहीतरी चुकले आहे याची खूण जेव्हा टेडने कंट्रोल टॉवरला फोन केला तेव्हा समजली.''

केट यावर मान डोलावित म्हणाली, ''त्याच वेळी जॉन कोरी हे विमानात जाण्याचा आग्रह धरू लागले. पण टेड, जॉर्ज आणि मी—''

"मला ते समजले आहे," कोनिग म्हणाला. मला ते परत एकदा त्याच्याकडून ऐकायचे होते; पण कोनिग तो भाग वगळून टेडला म्हणाला, "या कामाच्या वेळी काही समस्या उद्‌भवतील असे तुम्हाला आधी वाटले होते ?"

टेड नॅश म्हणाला, "नाही."

येथे येताना टेड म्हणाला होता की, 'या जागेत फक्त सत्यच बोलले जाते.' परंतु हे सीआयएवाले महाबिलंदर असतात. ते बोलतात एक नि करतात भलतेच. दुसऱ्याची दिशाभूल करणे, फसवणे, विश्वासघात करणे, दुहेरीच काय पण तिहेरी पक्षांना जाऊन मिळणे, अहंगंडाची भावना, आपल्यापेक्षा अन्य सारे तुच्छ आहेत असे सतत वाटणे, भ्रम पैदा करणे, इत्यादी ही असली कामे ते सतत करीत असतात. त्यामुळे त्यांना नक्की काय ठाऊक आहे आणि ते काय तथाकथित सारवासारव करत आहेत, हे तुम्हाला कधीच समजत नाही; पण यामुळे ते खलपुरुष ठरत नाहीत. उलट प्रत्यक्षात तुम्ही त्यांची नेहमी चांगली संभावना करीत असतात. कोणताही सीआयएवाला हा खुद्द आपल्या धर्मगुरूपुढे किंवा देवापुढे कधीही खरा कबुलीजबाब देणार नाही, पण त्यांची महती बाजूला ठेवली तरी अशांच्या बरोबर काम करणे हे कठीण असते. जर तुम्ही त्यांच्यापैकी एक असाल तरची गोष्ट वेगळी.

असो. आता कोनिगने प्रश्नच उकरून काढला आहे, तर टेडला उत्तर देणे भाग होते; पण कोनिगनेच टेडकडून उत्तराची अपेक्षा न ठेवता मला म्हटले, "तुम्ही आपण होऊन या केसमध्ये रस घेत असलेले पाहून मला तुमचे कौतुक वाटते. पण जेव्हा तुम्ही विमानतळावरील पोलिसांच्या गाडीत बसलात आणि धावपट्टी बेधडक ओलांडली, तेव्हा तुम्ही तिथल्या अधिकाऱ्यांशी खोटे बोललात. पुस्तकातले सारे नियम तोडलेत. या वेळी मी ते जाऊ देतो पण पुन्हा मात्र असे घडू देऊ नका."

आता मात्र मला थोडासा राग आला. मी त्राग्याने म्हणालो, "जर आम्ही दहा मिनिटे आधी हालचाल केली असती तर कदाचित एव्हाना खलील कोठडीत डांबला गेला असता, त्याच्यावर खुनाचा आरोप ठेवला गेला असता. जर खलीलला घेऊन येणाऱ्या तुमच्या त्या दोन माणसांना जवळचे मोबाईल फोन किंवा विमानातला फोन वापरून परिस्थितीची हालहवाल कळवायला सांगितले असते तर विमानातली समस्या आपल्याला आधी कळू शकली असती. जर आपण एअर ट्रॅफिक कंट्रोलशी आधीपासून संपर्क ठेवला असता तर आपल्याला विमानाचा वायरलेस संपर्क काही तास तुटल्याचे कळले असते. फेब्रुवारीत आपल्याकडे पळून आलेल्या त्या शरणार्थीचे स्वागत आपण हात पसरून केले नसते, तर आजची दुर्घटना झाली नसती." एवढे म्हणून मी उभा राहिलो आणि म्हणालो, "जर तुम्हाला काही महत्त्वाच्या गोष्टींच्या बाबतीत माझ्याकडून मदत नको असेल, तर मी आता घरी जातो."

जेव्हा मी आमच्या साहेबांसमोर पूर्वी असे नाटक करीत असे तेव्हा काहीजण मला म्हणायचे की, ''अशा वेळी तू निघून जाताना कदाचित दार एवढ्या जोरात लावले जाईल की जाता जाता तुझ्या पार्श्वभागाला त्याचा फटका बसेल. तेव्हा असले जोखमीचे नाटक जरा जपून करावे.'' पण इथे आत्ता तशी काही प्रतिक्रिया झाली नाही. उलट कोनिग मवाळपणे म्हणाला, ''काही महत्त्वाच्या गोष्टींबाबत आम्हाला तुम्ही हवे आहात. प्लीज, खाली बसा.''

''ठीक आहे,'' मी खाली बसलो. जर मी माझ्या पूर्वीच्या नोकरीत आत्ता असतो व असे काही केले असते, तर आमच्या साहेबाने आपले ड्रॉवर उघडून एक व्होडकाची बाटली पुढे केली असती; प्रत्येकाने त्यातला एकेक घोट घेऊन आपली माथी शांत केली असती; पण इथे असे नियम मोडणे, डावलणे, वगैरे प्रकार चालणारे नव्हते. इथे तर या सरकारी कचेरीतील व्हरांड्यात जागोजागी नशा, धूम्रपान, स्त्री-पुरुष भेदभाव, वैचारिक गुन्हे यांबद्दल सावधानतेचा इशारा देणारी पोस्टर्स लावलेली होती.

तर ते असो! आम्ही सारेजण आता स्तब्ध बसलो. थोडा वेळ प्रत्येकजण आपापल्या विचारात गुंतला. जणू काही आम्ही ध्यानधारणा करीत होतो. आमची भडकलेली माथी अल्कोहोलखेरीज शांत करीत होतो.

मग कोनिगने परत कामकाज सुरू केले. तो मला म्हणाला, ''केटच्या मोबाईल फोनवरून तुम्ही जॉर्ज फॉस्टर यांना फोन केलात आणि एक सावधानतेचा इशारा शहरभर जारी करण्यास सांगितले.''

''बरोबर.''

मग त्याने मी केलेल्या फोनच्या क्रमाचा आणि त्यावर जॉर्ज फॉस्टरला मी जे काही बोललो त्याचा एक आढावा घेतला. नंतर तो म्हणाला, ''मग तुम्ही परत विमानाच्या घुमटाच्या भागात गेलात आणि आपल्या त्या दोन माणसांचे अंगठे तुटलेले पाहिलेत. तुम्हाला त्यामागचा अर्थही कळला.''

''मग, दुसरे काय कळणार मला?''

''बरोबर. त्यातून तुम्ही जो तर्क चालवून चटकन व योग्य निष्कर्ष काढलात त्याबद्दल धन्यवाद.'' मग माझ्याकडे डोळे बारीक करून तो पुढे म्हणाला, ''त्या दोघांकडे परत एकदा जाऊन त्यांचे अंगठे जाग्यावर आहेत की नाहीत हे पहावे, हे तुम्हाला कसे सुचले?''

''ते मलाही सांगता येणार नाही. कधी कधी अशा काही गोष्टी माझ्या मनात अचानक उगवतात.''

''खरं? तुम्ही नेहमी अशा अचानक मनात उगवणाऱ्या विचारांनुसार कामे करीत असता का?''

"जर मनात उगवलेला विचार हा पुरेसा चमत्कारीक असेल तरच मी त्याची दखल घेतो."

"आय सी! मग तुम्ही कॉन्क्विस्टाडोर क्लबला फोन केलात. पण तिकडून कोणीच उत्तर दिले नाही."

"मला वाटते की यावर आपण चर्चा केली आहे," मी म्हणालो.

पण माझ्या या बोलण्याकडे दुर्लक्ष करीत कोनिग म्हणाला, "याचे कारण, एव्हाना तिथली स्वागतिका मरण पावली होती."

"होय, म्हणूनच ती फोन उचलून बोलू शकली नाही."

"आणि तोपर्यंत निक मॉंटीही मरण पावला होता."

"कदाचित त्या वेळी तो शेवटचे आचके देत असावा. कारण छातीवर झाडलेल्या गोळ्यांमुळे प्राण जायला थोडा वेळ लागतो."

मग अचानक काहीही कारण नसताना कोनिगने मला विचारले, "तुम्हाला कुठे जखमा झाल्यात ?"

"वेस्ट १०२ स्ट्रीटवरती."

"मला म्हणायचे आहे की अंगावरती *कुठे?*"

माझ्यावर झाडलेल्या गोळ्या अंगावर कुठे कुठे लागल्या याचा शारीरिक पंचनामा इथे चारचौघात मला जाहीरपणे करायचा नव्हता. कोनिगला काय म्हणायचे आहे ते माझ्या चांगले लक्षात आले. म्हणून मी म्हटले, "त्या गोळ्यांमुळे माझ्या मेंदूला कसलाही धक्का लागला नाही की इजा झाली नाही."

त्याला माझे हे उत्तर जरासे संशयास्पद वाटले असावे; पण त्याने तो विषय तिथेच सोडून देऊन टेडला म्हटले, "तुम्हाला आणखी काही सांगायचे आहे?"

"नाही."

"जॉन आणि केट या दोघांकडून चालून आलेली एखादी संधी सुटली असे काही तुम्हाला वाटते का?"

टेड नॅशला या प्रश्नामागचा गंभीर हेतू कळला व तो म्हणाला, "मला वाटते की, आपण सगळ्यांनीच असद खलीलचे पाणी नीट जोखले नाही. त्याला कमी लेखले गेले."

कोनिग सहमत होत म्हणाला, "मलाही तसेच वाटते; पण अशी चूक आपण परत कधीही करणार नाही."

टेड पुढे म्हणाला, "या दहशतवाद्यांना व शरणार्थींना आपण इथून पुढे बावळट, मूर्ख वगैरे समजू नये. नाहीतर पुढे आपल्याला नेहमी त्रास होत जाईल."

कोनिग यावरती गप्प बसला.

टेड पुढे बोलू लागला, "मला असे वाटते की एफबीआय आणि न्यूयॉर्क

पोलीसदल या दोघांचेही दहशतवाद्यांबाबतचे दृष्टिकोन हे सदोष आहेत. विशेषत: इस्लामी दहशतवाद्यांबाबतचे. याचे एक कारण अरबी वंशाच्या लोकांकडे पहाण्याच्या दृष्टिकोनात आहे, त्यांना कमी लेखण्यात आहे. इस्लामी जगात अरब आणि इतर वंशीय असे जे अतिरेकी गट काम करीत आहेत, ते मूर्ख नाहीत की भित्रे नाहीत. त्यांच्या देशांची सैन्ये, हवाई दले ही आपल्यावर छाप पाडू शकत नसतील; पण तरीही मध्यपूर्वेतील दहशतवादी गटांनी आत्तापर्यंत खूपच यश संपादन केले आहे. त्यांनी ठार केलेल्यांची संख्या दखल घेण्याइतपत मोठी आहे. जगात इस्त्राईल व अमेरिका येथे सर्वांत भारी नुकसान त्यांच्याकडूनच घडवले गेले आहे. मी इस्त्राईलच्या 'मोसाद' या गुप्तहेर संघटनेबरोबर काम केले आहे; पण त्यांचाही इस्लामी दहशतवांद्याबाबतचा दृष्टिकोन हा कधीच दूषित नसतो. ते स्वच्छ मनाने त्यांच्याबाबत विचार करतात. हे दहशतवादी अगदी नंबर एकचे नसतील, किंवा परिपूर्ण नसतील; पण अगदी बावळट माणसेसुद्धा कधी कधी इतरांवर मात करून जातात आणि मोठे यश मिळवतात. शिवाय कधी कधी अत्यंत हुशार असा असद खलीलसारखा दहशतवादी निपजतो.''

कोनिग महाशयांना टेडचे भाषण फारसे आवडले नव्हते हे उघडच दिसत होते; पण त्याच्या बोलण्यातला जो आशय होता तो मात्र कोनिगने मानला. म्हणूनच तो इतर साहेबमंडळींपेक्षा वेगळा ठरत होता. सीआयएच्या प्रतिनिधीबद्दल माझा जरी कितीही वाईट दृष्टिकोन असला, तरी सीआयएचे कित्येक गुण हे वैशिष्ट्यपूर्ण ठरणारे होते. तीच खरी त्यांची ताकद होती. शत्रूच्या क्षमतेचा अचूकपणे अंदाज घेणे हा त्यापैकी त्यांचा एक गुण होता; पण कधीकधी ते शत्रूची ताकद व क्षमता ही प्रत्यक्षातल्यापेक्षा उगाचच जादा मानतात. तसे मानणे हे भरपूर बजेट मंजूर करण्याच्या दृष्टीने ठीक असेल. यामुळेच ते पूर्वीच्या सोव्हिएट रशियाची ताकद फार आहे असे मानीत बसल्याने हे साम्राज्य कोसळेल, याचा त्यांना कधीच अंदाज आला नाही. त्यांना ती कल्पना फक्त वृत्तपत्रांकडून कळली.

त्याचबरोबर टेड नॅशच्या म्हणण्यात काही सत्य नक्कीच होते. जी माणसे आपल्यापेक्षा वेगळी दिसतात, वेगळे बोलतात आणि वेगळे वागतात, त्यांना केवळ त्यांच्या या वेगळेपणामुळे विदूषक ठरवले जातात. अन् इथेच एक फार मोठी चूक होते. विशेषत: ते जेव्हा तुम्हाला ठार मारायला येतात तेव्हा तर आपली ही चूक गंभीर ठरते.

कोनिग टेडला म्हणाला, ''मला वाटते की प्रत्येकाचे दृष्टिकोन हे बदलत आहेत; पण तरीही अजून या दहशतवादाबाबत बरेच गैरसमज आहेत हे नक्की. आजच्या दिवसानंतर आपण आपल्या विरोधकांना जाणून घेण्यात सुधारणा कशी होईल ते पाहू या.''

आता टेड महाशयांनी आपला एक तात्त्विक मुद्दा पुढे मांडला. त्या विशिष्ट विषयाकडे तो परत वळून म्हणाला, ''माझा असा विश्वास आहे, अन् केटनेही मघाशी ते सांगितले होते, की असद खलील हा देश सोडून निघून गेला आहे. आत्ता तो मध्यपूर्वेतील देशांकडे विमानातून चाललाही असेल. तो शेवटी लिबियात जाऊन पोचेल, तिथे आपण केलेली कामगिरी सांगेल आणि नंतर त्याचा तिथे जयजयकार होऊन त्याला मानसन्मान मिळतील. तो कदाचित पुन्हा इकडे कधीही येणार नाही. किंवा परत आपली कृत्ये करण्यासाठी येथे वर्षाने उगवेल. तेव्हा दरम्यान ही बाब आंतरराष्ट्रीय राजकारण आणि आंतरराष्ट्रीय हेर संस्था यांच्याद्वारे हाताळली जावी.''

बापरे! टेडने क्षणभरच आपले तोंड उघडून दात विचकले. बेटा इथले आमचे कामकाज संपवून एटीटीएफचा कार्यगट गुंडाळून टाका, असे सुचवत होता. तसेच, ही सारी केस सीआयएकडे द्यावी हेही त्याने अप्रत्यक्षपणे सुचवले होते. अन् मी समजत होतो की हे एक सांघिक कार्य आहे.

कोनिग टेड नॅशकडे पहात राहिला. मला मनातून वाटत होते की, नक्की त्या दोघांना एकमेक आवडत नव्हते. कोनिग म्हणाला, ''पण टेड, दरम्यान इकडे जर काही आम्हाला सुगावा लागून खलील अमेरिकेतच थांबला आहे असा निष्कर्ष निघत असेल, तर त्या दृष्टीने आम्ही पुढे जाण्यास तुझी काही हरकत आहे का?''

''अर्थातच, नाही.''

कोनिगने त्याला परत म्हटले, ''तुम्हाला या केसची पहिल्यापासूनची माहिती ठाऊक आहे तर तुम्ही तुमच्या ऑफिसला परत याच केसवरती तुम्हाला काम करायला सांगावे. आता तुमच्या मौल्यवान कामाचा त्यांना फायदाच होईल. त्यासाठी वाटल्यास परदेशातील काम त्यांच्याकडून मागून घ्यावे.''

टेड नॅशला त्यांच्याकडून इथले मत आपल्याविरुद्ध गेल्याची जाणीव झाली. तो म्हणाला, ''जर तुम्ही मला येथून सोडत असाल तर मी आज रात्री किंवा उद्या लॅन्ले येथील आमच्या ऑफिसात जातो आणि आमच्या वरिष्ठांशी या विषयावर चर्चा करतो. तुम्ही सुचवता आहात ती एक चांगली कल्पना आहे.''

''ठीक तर,'' कोनिग म्हणाला.

टेड नॅश या आमच्या कार्यगटातून बाहेर पडणार म्हणून मला आनंद झाला, तर एक जुना माणूस आपल्याला मुकणार म्हणून थोडेसे वाईटही वाटले. जे होते आहे ते ठीकच आहे असेही मला वाटून गेले; पण परत नंतर असे वाटले की टेड नॅशसारखी माणसे ही जरी मधेच गायब झाली तरी पुन्हा परत ती नको त्या वेळी अचानक अनपेक्षितपणे उपटतात.

अत्यंत अदबीच्या भाषेत त्या दोघांनी एकमेकांविरुद्ध जे काही वक्तव्य केले, संघर्ष केला, तो आता संपल्यासारखा मला वाटला.

मग मी मनातल्या मनात सुखावलो, सैल झालो. मनामध्ये एक सिगार पेटवली, थोडीशी स्कॉच व्हिस्की प्यायलो आणि एक शिवराळ विनोदही स्वत:ला सांगितला. केट आणि कोनिग हे एकमेकांशी बोलत होते. ही माणसे अल्कोहोल न पिता कशी काय कामे करू शकतात? शपथ न घेताही ती कशी काय खरेखुरे बोलत रहातात? पोलीस खात्यापेक्षा किती वेगळा हा प्रकार आहे; पण अनेकदा कोनिगच्या तोंडूनही शिवराळ भाषा अधुनमधून बाहेर पडते. म्हणजे ह्या पठ्ठ्यामध्ये पोलीस खात्याच्या दृष्टीने काही आशा करता येईल. माझ्या मते तो जर पूर्वीच पोलीस खात्यात दाखल झाला असता तर वरच्या पदावर सहज चढत गेला असता. मग मात्र मी त्याची मुक्त कंठाने स्तुती केली असती.

दारावरती टकटक करून कोणीतरी आत आले. एक तरुण माणूस म्हणाला, ''मिस्टर कोनिग, तुमच्यासाठी एक फोन आला आहे. तो तुम्ही इथे घेणार का बाहेरच येऊन घेणार?''

कोनिग आम्हाला ''एक्सक्यूज मी'' म्हणत उठला व बाहेर गेला. बाहेरच्या भागात आम्ही आलो तेव्हा कोणी नव्हते व अंधार होता; पण आत्ता तिथे दिवे लागले होते. अनेक स्त्री-पुरुष टेबलापाशी कामे करीत होते, उठून इकडेतिकडे जात होते. कोणतेही पोलीस स्टेशन हे कधीच बंद नसते. तिथे कायम उजेड असतो. मग तो दिवसाचा असेल नाहीतर दिव्यांचा असेल. शिवाय पोलीस स्टेशनात सतत कोणी ना कोणीतरी माणसे असतात; पण एफबीआय हे नेहमीप्रमाणे ऑफिसच्या वेळा पाळणारे होते. आत्ता हे दुसऱ्या पाळीचे लोक काम करीत होते. रात्रपाळी येथे बिलकुल नव्हती. इथे काम करणाऱ्या ड्यूटी ऑफिसरांच्या भरंवशावरती सारी भिस्त ठेवलेली होती. जेव्हा अचानक मोठे गुन्हे घडतील तेव्हा हे ड्यूटी ऑफिसर आपल्या वरिष्ठांना व संबंधित कर्मचाऱ्यांना त्यांच्या घरी फोन करून बोलावून घेतील.

कोनिग निघून गेल्यावरती मी रॉबर्टसला म्हटले, ''आमच्यासाठी कॉफी पाठवण्याची व्यवस्था कराल का?''

रॉबर्टसला तिथून हलायची इच्छा नव्हती; पण माझ्या मागणीला केट आणि टेड यांनीही दुजोरा दिल्याने त्याला जाणे भाग पडले.

मी केटकडे पाहून विचार करू लागलो. दिवसभराच्या धावपळीनंतरही ती ताजीतवानी दिसत होती. आत्ता रात्रीचे नऊ वाजले होते. तरीही ती सकाळी नऊ वाजता जशी असेल, तशीच आत्ता टवटवीत दिसत होती. आत्ताच माझी कंबर व पाय दुखू लागले होते. अर्थात् तिच्यापेक्षा मी दहा वर्षांनी मोठा असल्याने तसे होत असेल. शिवाय नुकताच मी आजारातून उठलो होतो व अजून पूर्णपणे सावरलो नव्हतो. त्यामुळे तिच्या व माझ्या उत्साहाच्या पातळीत फरक पडू शकत होता; पण तरीही तिचे केस व कपडे इतके कसे नीटनेटके होते? ती एखाद्या उमललेल्या

फुलासारखी कशी दिसत होती? त्याऐवजी मी मात्र मरगळलेला, उत्साह गेलेला, थकलाभागलेला झालो होतो. मला आत्ता आंघोळ करण्याची गरज वाटत होती.

कपड्यांच्या दुकानांच्या शोकेस्मधील पुतळे जसे कायम तरतरीत दिसतात, तसा टेड नॅश दिसत होता; पण त्याचे कारण त्याने आज दिवसभरात कसलीच धावपळ केली नव्हती. तेव्हा तो कशाला थकलेला असेल?

पायाची अढी घालून केट बसली होती. मी तिच्या तंगड्या आत्ता प्रथमच पहात होतो. त्या किती आकर्षक होत्या! महिन्यापूर्वी जेव्हा तिची माझी प्रथम गाठ पडली तेव्हा पहिल्या नॅनोसेकंदात ते माझ्या लक्षात यायला हवे होते; पण त्या वेळी मी माझा पोलीसदलातला रांगडेपणा लपवून सभ्यासारखे वागण्याचा प्रयत्न करीत होतो. मी एटीटीएफमध्ये काम करणाऱ्या कोणत्याही स्त्रीच्या जवळ गेलो नव्हतो. मला वाटते की त्यामुळेच माझ्या बाबतीत इथल्या बायकांचे काहीतरी समज झाले असणार. एक समज हा मी अत्यंत कर्तव्यनिष्ठ असल्याने बायकांकडे ढुंकून पहात नाही. किंवा माझे बाहेर कुठेतरी प्रेमप्रकरण चालू असेल. किंवा मी एखादा समलिंगी आकर्षण असणारा 'गे' माणूस असेल. किंवा माझ्या कामभावना फार कमी असतील. किंवा कदाचित मला लागलेल्या गोळ्यांपैकी एक गोळी नको तिथे खाली लागली असावी.

पण आता माझे लक्ष नीट आजुबाजूला जात होते. एक नवीन जग माझ्यापुढे उलगडत होते. ऑफिसातल्या बायका माझ्याशी बेधडक त्यांच्या बॉयफ्रेंडबद्दल किंवा नवऱ्यांबद्दल बोलत. कुणी केसांची नवीन केशरचना केली की "ती कशी दिसते?" म्हणून माझे मत विचारी. थोडक्यात, स्त्री-पुरुषविरहित मनाचा एक तटस्थ माणूस म्हणून मी समजला जात होतो. अद्यापपर्यंत ऑफिसातल्या पोरींनी मला आपल्याबरोबर खरेदी करण्यासाठी नेले नव्हते की एखादा खाण्याचा पदार्थ बनवण्यासाठी मदत मागितली नव्हती. काही दिवसांनी तेही घडू लागेल. म्हणजे पोलीस खात्यातील रांगडा, रफ व टफ, कलंदर वृत्तीचा, बेधडक दोन हात करणारा, दारू पिणारा असा जॉन कोरी आता संपत होता. येथे वॉशिंग्टनहून येणाऱ्या टनभर सरकारी पत्रांच्या भाराखाली दडपला जाऊन मृत्यू पावत होता. जुना जॉन कोरी म्हणजे एक इतिहास झाला होता. त्याऐवजी आता एटीटीएफ कार्यदलातील एक नवीन जॉन कोरी उदयास येत होता. जणू काही न्यूयॉर्कच्या पोटोमॅक नदीत त्याला स्नान घालून त्याची जुनी पापे धुऊन टाकण्यात आली. त्याला स्वच्छ करून त्याचा आत्मा पवित्र करण्यात आला. एफबीआय संस्कृतीचा बाप्तिस्मा त्याला देण्यात आला. त्याचा पुनर्जन्म घडवून 'स्पेशल कॉन्ट्रॅक्ट एजंट जॉन कोरी' असे त्याचे नामाभिधान करण्यात आले. आता त्याला इथल्या देवदूतांच्या बरोबरीने काम करण्यासाठी स्वीकारण्यात आले.

मी केटकडे पाहिले. तिचा स्कर्ट गुडघ्याच्या वरती जरा सरकला होता. तिची डावी मांडी थोडी उघडी पडली होती. ती मांडी किती आकर्षक व सुंदर होती. ती माझ्याकडेच पहात आहे हे माझ्या लक्षात आले. मी तिच्या मांडीवरची माझी नजर मोठ्या कष्टाने खेचून घेतली व तिच्या चेहऱ्याकडे मी पाहू लागलो. तिचे ओठ अगदी परिपूर्ण होते, ते बाहेरच्या बाजूने जास्त उमलले होते आणि मनातल्या इच्छा व्यक्त करणारे होते. तिचे ते निळसर डोळे माझ्यावर असे रोखलेले होते की पार खोलवर असलेल्या माझ्या आत्म्याचा ते वेध घेत होते.

ती मला म्हणाली, "तुम्हाला खरोखरच कॉफीची गरज आहे असा तुमचा चेहरा दिसतो आहे."

मी माझा घसा आणि मन साफ करीत म्हटले, "मला खरे म्हणजे आत्ता एका ड्रिंकची गरज आहे."

"मग नंतर मी तुमच्यासाठी एखादी बाटली विकत घेऊन देईन," ती म्हणाली.

मी माझ्या घड्याळावर नजर टाकून म्हटले, "मी नेहमी दहा वाजता झोपायला जातो."

यावर ती किंचित लाजून हसली, पण काही बोलली नाही. माझे हृदय धडधडू लागले.

दरम्यान टेड नॅश हा टेड नॅशच राहिला होता. तसाच अलिप्त, कोणाचीही फिकीर न करणारा, दखल न घेणारा, एखाद्या तिबेटी धर्मगुरूप्रमाणे गंभीर चेहरा करून तटस्थपणे जगाकडे बघणारा, असा बसला होता. तो बुद्धिमान असेल, पण त्याचा बुद्ध्यांक हा एखाद्या टोस्टर किंवा ओव्हन यंत्राच्या बुद्ध्यांकाएवढाच असावा; पण तरीही तो आपल्यावाचून आमचे पान हलू न देण्याचा प्रयत्न करीत होता.

रॉबर्टस्ने कॉफीचा ट्रे आणला. त्यात एक कॅराफे भरून कॉफी व चार मग होते. त्याने तो ट्रे आमच्यापुढे ठेवला; पण पुढचे काहीही केले नाही. मीच आपण होऊन तीन मग भरून ते तिघांना दिले. माझा मग शेवटी भरून मी कॉफी पिऊ लागलो.

बसून बसून आम्हाला कंटाळा आला होता म्हणून आम्ही सारे उभे राहून कॉफी पिऊ लागलो, खिडकीबाहेर बघू लागलो. प्रत्येक जण आता आपापल्या विचारात गढून गेला.

मी बाहेर पूर्वेच्या दिशेने लाँग आयलँडकडे पाहिले. इथून नव्वद मैलांवर एक छोटेसे टुमदार घर होते. त्या घरात बेथ पेनरोज होती. घरातल्या फायर प्लेससमोर बसली होती. हातातल्या ग्लासमधून चहाचे किंवा ब्रँडीचे घुटके घेत होती. अशा घरात आपण रहायला काय हरकत होती? पण त्यासाठी माझी पोलीस खात्यातली नोकरी किंवा इथली नोकरी पक्की व्हायला हवी होती. अन् मी तर कलंदर वृत्तीचा

माणूस होतो. माझी घटस्फोटित पत्नी एकदा मला म्हणाली होती, ''जॉन, तुझ्यासारखा माणूस हा स्वत:ला जे हवे तेच करतो. तुला पोलिसात भरती व्हायचे होते म्हणून तू त्या खात्यात गेला. आता तिथल्या कामाबद्दल तक्रार करू नकोस. जेव्हा तुझ्या मनाची तयारी होईल तेव्हाच तू तिथली नोकरी सोडून देशील; पण तुझी आत्ता तशी तयारी झालेली नाही.''

खरोखरच माझी तशी तयारी झाली नव्हती. आत्ताही माझे नोकरीचे गाडे हे केवळ तात्पुरत्या अवस्थेमधले होते. अशा वेळी त्या ज्या संस्थेत मी काही काळ गुन्हेशास्त्र शिकवित होतो, तिथले विद्यार्थी नजरेसमोर आले. ते कसे व्यवस्थित ठाम निर्णय घेऊन पोलीसदलात शिरू पहात होते.

मी केटकडे नजर टाकली. ती माझ्याकडेच बघत होती. मी हसलो. तीही हसली. मग आम्ही दोघांनी खिडकीकडे पाठ फिरवली. माझ्या आजवरच्या नोकरीच्या काळात मी नेहमीच महत्त्वाच्या केसेसवरती काम केले होते. या खोलीत असलेल्या प्रत्येकाला त्याची खास जाणीव होती; पण सततच्या त्या कामामुळे माझे मन, माझा उत्साह आणि माझे शरीर ह्यावर त्या कामाचा विपरीत परिणाम होऊन ते बहुधा खचले असावेत.

पण तरीही मला पुढे ढकलण्यासाठी काहीतरी प्रवृत्त करीत होते. माझी भूतपूर्व पत्नी मला म्हणाली होती, ''जॉन, तुला कधीच कामाचा कंटाळा येणार नाही. तू या नोकरीतच काम करत करत संपून जाणार. आत्तापर्यंत तुझा निम्मा तरी मृत्यू झालाच आहे.''

असे खरेच झाले असेल? मला तरी तसे वाटत नव्हते. मग खरे काय होते? सत्य असे होते की मला कोणत्याही कामामुळे, त्यातल्या धोक्यांमुळे शरीरात जो ॲड्रिनिलिन स्त्राव वाहू लागतो, त्याची एवढी सवय झाली होती की त्यावाचून मी बेचैन होत होतो.

पण ही माझी वैयक्तिक हानी किंवा बाब आहे. प्रत्यक्षात याचा एक चांगला परिणाम असा की मी एवढी किंमत दिल्यामुळे माझ्या हातून समाजाच्या रक्षणाच्या कामात भर पडत होती; पण अशा गोष्टी पोलिसांच्या खात्यात किंवा एफबीआयमध्ये बोलण्यात अर्थ नसतो.

आता ही केस संपली, हातावेगळी झाली की मी परत एकदा नव्याने आयुष्याचा विचार करेन. कदाचित् त्या वेळी हातातले पिस्तूल खाली ठेवून नोकरीतून बाहेर पडून सर्वांचा निरोप घ्यायची वेळ आली असेल.

२०

असद खलील हा मर्क्युरी मार्क्विस ह्या मॉडेलची गाडी चालवित होता. ती गाडी मोठी होती. त्याच्या दृष्टीने तर मोठ्यातली मोठी होती. आत्ता तो एका गावाजवळून चालला होता. तो न्यूजर्सी टर्नपाईक या महामार्गावरती गेला नव्हता; कारण तिथे अनेक टोल नाकी होती. त्याने त्रिपोलीत विनंती केल्याप्रमाणे त्याला दिलेल्या भाड्याच्या गाडीत ग्लोबल पोझिशनिंग सिस्टिम होती. यामध्ये गाडीचे पृथ्वीवरील अचूक स्थान उपग्रहातून हेरले जाऊन ते खाली त्या गाडीला कळवले जाते. गाडीतल्या डॅशबोर्डवरील स्क्रीनवरती नकाशा उमटतो व त्यावरती उघडझाप करणाऱ्या ठिपक्याच्या रूपाने गाडीचे स्थान उमटते. जसजशी गाडी प्रवास करते तसतसा तो ठिपकाही नकाशावरती पुढे पुढे सरकत जातो. असद खलीलने अशी 'सॅटेलाईट नॅव्हिगेटर' असलेली गाडी युरोपमध्ये वापरली होती; पण अमेरिकेतल्या या गाडीतील हा सॅटेलाईट नॅव्हिगेटर थोडासा वेगळा होता; परंतु यात साऱ्या अमेरिकेतील रस्त्यांच्या जाळ्यांचा नकाशा अंतर्भूत केला होता. त्यामुळे कोणालाही न विचारता संपूर्ण अमेरिकेत कुठेही जाता येत होते व कोणत्याही गावाला पोचता येत होते. रस्ता चुकण्याची अजिबात भीती नव्हती. आता तो महामार्गावरून न जाता एका गावातून जात क्र.१च्या महामार्गाकडे सावकाश सावकाश सरकत चालला होता.

काही मिनिटातच तो त्या महामार्गावरती गेला आणि त्याने दक्षिणेकडे आपली गाडी भरधाव सोडली. हा एक वर्दळीचा रस्ता होता आणि दुतर्फा व्यापारी कंपन्यांची ऑफिसे असल्याचे त्याने लक्षात ठेवले. समोरून येणाऱ्या वाहनांचे पुढचे दिवे लागलेले पाहून त्यानेही आपल्या गाडीचे दिवे लावले.

एक मैल अंतर कापून गेल्यावरती त्याने जब्बारच्या गाडीच्या किल्ल्या बाहेर फेकून दिल्या. मग त्याच्या पाकिटातील पैसे बाहेर काढले. नंतर ते पाकीट टरकावून त्याचे जेवढे जमतील तेवढे तुकडे केले आणि एकेक करीत त्याने सर्व तुकडे खिडकीतून बाहेर फेकून दिले. पाकिटात क्रेडिट कार्डस आणि प्लॅस्टिक लॅमिनेशन केलेले जब्बारचे ड्रायव्हिंग लायसेन्स होते. त्या गोष्टी फाडायला मात्र कठीण होत्या. मग त्याने ती कार्डे वाकवून व सरळ करून, परत वाकवून व सरळ करून असे सारखे सारखे करून त्याचे तुकडे पाडले. असे बराच वेळ करीत सर्व प्लॅस्टिक कार्डांचे तुकडे करून ते एकेक करीत बऱ्याच अंतरातून बाहेर फेकून दिले. पाकिटातून एक रंगीत छायाचित्र बाहेर पडले होते. त्यात जब्बार व त्याचे कुटुंब होते. तो, त्याची पत्नी, दोन मुले, एक मुलगी व एक वयस्कर बाई असे होते. खलील

त्या छायाचित्राकडे पाहात राहिला. अल अझीझियातील त्याच्या उद्ध्वस्त घरातून त्याने आपल्या कुटुंबाची काही छायाचित्रे शोधून मिळवली होती. त्यात त्याच्या वडिलांचे गणवेषातील एक छायाचित्र होते. ती छायाचित्रे, त्या प्रतिमा त्याच्या दृष्टीने अत्यंत मौल्यवान होत्या. अन् यापुढे आता त्याच्या स्वत:च्या कुटुंबाची छायाचित्रे निघणार नव्हती. कारण तो विवाह न करता जिहादचे कार्य जन्मभर करणार होता.

त्याने जब्बारच्या कुटुंबाच्या छायाचित्राचे चार तुकडे केले आणि एकेक तुकडा करीत तो खिडकीबाहेर फेकून दिले. जब्बारवर झाडलेल्या गोळीचे मागचे टोपण व ती प्लॅस्टिकची भोक पडलेली बाटलीही नंतर काही वेळाने त्याने बाहेर फेकली. एका हत्येचे सारे पुरावे अशा रीतीने कित्येक मैलात विखरून गेल्याने कोणालाही नंतर सापडणार नव्हते. जब्बारच्या खुनातून त्याने स्वत:ला अशा रीतीने मुक्त केले.

त्याने हात लांब करून डॅश बोर्डवरील कप्पा उघडला. आतमध्ये कागदपत्रांची चळत होती. गाडी भाड्याने घेण्याचे फॉर्मस्, नकाशे, काही जाहिराती आणि इतर अनेक फारशी महत्त्वाची नसलेली कागदपत्रे होती. युरोपियन लोकांप्रमाणे या अमेरिकनांनाही निरुपयोगी कागदांचे फार प्रेम असते, असे त्याला वाटले. त्याने ती गाडी भाड्याने घेतल्याचे करारपत्र वाचले. त्यावरील नाव हेफ्नी बद्र हेच आहे, याची खात्री करून घेतली.

आता तो रस्त्याकडे लक्ष देऊ लागला. वाईट रीतीने गाड्या चालवणारी बरीच ड्रायव्हर मंडळी रस्त्यावरती होती. नुकतीच मिसरुड फुटलेली पोरे, अतिवृद्ध मंडळी आणि स्त्रियाही मोटारी चालवित होते. हे दृश्य त्याने कधी फारसे पाहिले नव्हते; पण यांपैकी कोणालाच आपली गाडी नीट चालविता येत नव्हती. यापेक्षा युरोपमध्ये गाड्या नीट चालविल्या जातात. अर्थात याला इटली देशाचा अपवाद होता. त्रिपोलीमधले ड्रायव्हर्सही इटालियन लोकांसारखेच गाड्या चालवायचे, तेव्हा आपण जर चांगल्या रीतीने गाडी चालवली नाही तरी आपल्याकडे कोणाचेही लक्ष जाणार नाही, असे खलीलच्या लक्षात आले. त्याने पेट्रोलच्या इंडिकेटरकडे पाहिले. त्यातला काटा टाकी पूर्ण भरलेली दर्शवित होता.

त्याने आरशातून मागे पाहिले. पोलिसांची एक गाडी मागून येत होती. ती बराच वेळ त्याच्या गाडीच्या मागे होती; पण खलीलने आपला वेग कमी केला नाही की आपली लेन बदलली नाही. तसेच, सारखे आरशातून मागे पहाण्याचाही मोह त्याने टाळला. नाहीतर पोलिसांना उगाच संशय यायचा. त्याने आपला बायफोकल चष्मा डोळ्यांवर चढवला. पाच मिनिटांनी पोलिसांची गाडी बाजूच्या लेनमध्ये शिरली आणि थोडा वेग धारण करून त्याच्या गाडीला समांतर अशी शेजारून धावू लागली. त्याने पाहिले की पोलीस त्याच्या गाडीकडे ढुंकूनही पहात नाहीत. थोड्याच वेळात आणखी वेग धारण करून ती पोलिसांची गाडी पुढे निघून गेली.

खलील आता नीट आरामात टेकून बसला व वाहतुकीकडे लक्ष देऊ लागला. त्याला त्रिपोलीत सांगण्यात आले होते, की वीकएंडच्या दिवशी म्हणजे शनिवारी व रविवारी, रस्त्यावरती मोटारींची खूप गर्दी असते. विशेषत: रात्री फार गर्दी असते. कारण बरेचजण हॉटेलात, सिनेमा थिएटरमध्ये खरेदीला बाहेर पडतात व रात्रीपर्यंत घरी येत असतात. म्हणजे युरोपपेक्षा हे काही वेगळे नाही. फक्त युरोपात शनिवारी खरेदीसाठी इतक्या मोठ्या प्रमाणावर कोणी बाहेर पडत नाही.

त्रिपोलीत त्याला असेही सांगण्यात आले होते, की ग्रामीण भागात नशिल्या पदार्थांची वाहतूक करणाऱ्या गाड्यांची तपासणी करण्यासाठी पोलिस पाळत ठेवून असतात. त्यामुळे त्याची गाडी पोलिसांकडून अडवली गेली तर अडचण होऊ शकेल. कारण अनेकदा गाडीचा ड्रायव्हर काळ्या वंशाचा किंवा स्पॅनिश वंशाचा असेल तर पोलीस हटकून त्याची गाडी तपासतात. एखाद्या अरब माणसालाही ते चुकून थांबवतील, किंवा मुद्दाम थांबवतील; पण रात्री मात्र नक्की कोण ड्रायव्हिंग करते आहे हे कळत नसल्याने सुरक्षित असते.

असद खलील काही मिनिटे जब्बारबद्दल विचार करू लागला. आपलाच एक मुस्लीम देशबांधव त्याने सहज ठार केला होता. ज्याचा इस्लामवरती विश्वास आहे, त्याच्याकडून इस्लामसाठी लढण्याची अपेक्षा आहे, वेळप्रसंगी आपले बलिदान करण्याची अपेक्षा आहे, किंवा पाश्चिमात्त्यांच्या विरुद्ध जिहाद लढताना हुतात्मा होण्याचीही अपेक्षा आहे. जब्बारसारखे अनेक मुस्लीम आपल्या मातृभूमीला पैसे पाठविण्यापलीकडे काहीही करीत नाहीत. जब्बारची लायकी ही मरायची नक्कीच नव्हती; पण त्याच्या बाबतीत मृत्यू हीच एक शक्यता उरली होती. असद खलील हा एका पवित्र धार्मिक मोहिमेवरती आला होता. त्यासाठी, म्हणजे त्या धार्मिक मोहिमेसाठी इतरांनी आपले बलिदान करून त्याला मदत करायला हवी होती. कदाचित् एक गोळी घातली तरी जब्बार वाचू शकला असता. खलीलने त्याला आचके देताना पाहिले व त्याची घरघरही ऐकली. जेव्हा तो मेला तेव्हा खलील म्हणाला होता, ''आज रात्री याला अल्ला स्वर्गात घेऊन जावो!''

सूर्य अस्तास चालला होता. पण आता थांबून नमाज पढण्यात काही उपयोग नव्हता. त्याने निघण्यापूर्वी काही मुल्लांचा सल्ला घेतला होता. तो जिहादसारख्या महत्त्वाच्या पवित्र कामावर जात असल्याने त्याला बऱ्याच धार्मिक कर्मकांडात त्यांनी सवलत दिली होती; पण तो आपली रोजची प्रार्थना वेळोवेळी करणार होता. त्याने मनामध्ये एक चटई पसरली. त्यावर तो गुडघे टेकून मक्केकडे तोंड करून बसला आणि प्रार्थना करू लागला. तो म्हणू लागला: *''देव हा सर्वांत महान आहे! फक्त अल्लाखेरीज दुसरा कोणताही देव नाही हे मी स्वत: बघतो आहे! मोहंमद हा प्रेषित आहे, देवाने पाठवलेला आहे हे बघतो आहे, मला ते पटले आहे! नमाज पढण्याची*

घाई कर! यश मिळवण्याची घाई कर! देव हा सर्वांत महान आहे आणि अल्लाखेरीज देव नाही!''

खलीलने कुराणातील उतारे जसे आठवतील तसे म्हणायला सुरुवात केली: ''तुमच्यावर आक्रमण करणारे जिथे कुठे सापडतील तिथे त्यांना ठार करा. ज्या ठिकाणाहून त्यांनी तुम्हाला हिसकावून लावले तिथून तुम्ही त्यांनाही हुसकावून लावा... अल्लाचा धर्म हा सर्वोच्च धर्म ठरेपर्यंत लढत रहा... अल्लासाठी त्याच्यावर भक्तिभाव ठेवून लढत रहा... ज्यांच्यावर हल्ला झाला आहे त्यांना हातात शस्त्रे धारण करण्याची परवानगी दिली आहे... लढणाऱ्यांना विजय मिळवून देईल एवढी ताकद अल्लामध्ये आहे... अल्लावर श्रद्धा असणाऱ्यांनो, अल्लाची योग्य ती भीती बाळगा आणि जेव्हा तुम्हाला मृत्यू गाठेल तेव्हा सच्च्या मुस्लिमासारखे मरा... जर तुमचा एखादा पराभव झाला असेल तर तसाच पराभव तुमच्या शत्रूचाही होईल. आम्ही असे जय पराजय आलटून पालटून मनुष्यजातीत ठेवतो. त्यामुळे आपल्यावर कोणाकोणाची खरी श्रद्धा आहे ते अल्लाला कळते आणि मग तो त्यांच्यामधून आपले हुतात्मे निवडतो. तो त्यांच्या श्रद्धेची परीक्षा घेतो आणि काफिरांना नामशेष करतो. अल्ला हाच एक सर्वोच्च योजक आहे.''

सर्व म्हणून झाल्यावरती खलीलला आपण आपले दैनिक कर्तव्य पार पाडल्याचे समाधान मिळाले. त्या नवीन व अगम्य भूमीवरून, शत्रूंचा व काफिरांचा सुळसुळाट असलेल्या भूमीवरून गाडी चालवताना त्याच्या मनाला आता शांती लाभली होती.

मग त्याला ते जुने अरबी भाषेतले कवन आठवले. त्याचे नाव होते 'मरेपर्यंतचे हाडवैर'. तो गाऊ लागला. गीताचा अर्थ असा होता:

'येमेनी तलवार मदतीला घेऊन तो एकटाच एखाद्या घोड्यावरून बेफाम धावला. त्याच्याबरोबर कसलीही आभूषणे नव्हती, होत्या त्या फक्त तलवारीच्या पात्याला पडलेल्या घावांच्या खुणा.'

२१

जॅक कोनिग हातात काही कागदपत्रे घेऊन परतला. ते काहीतरी फॅक्ससारखे कागद लांबून वाटत होते. आम्ही सर्वजण बसल्यावरती तो म्हणाला, ''विमानतळावरील पोलिसांच्या प्रयोगशाळेशी मी बोललो. त्यांनी या गुन्ह्याबद्दल बरेच प्रयोग करून काही तपासण्या केल्या आहेत,'' असे म्हणून कोनिग ते सारे कागदपत्र टीपॉयवरती आपटत त्याची एक नीट चळत तयार करू लागला. तो पुढे सांगू लागला, ''त्यांनी

विमान आणि क्लब येथून बरेच नमुने घेऊन प्रयोगशाळेत त्याच्या चाचण्या घेतल्या. मी जॉर्ज फॉस्टरशीही बोललो. त्याने आपली या एटीटीएफच्या कार्यदलातून बदली करून न्यूयॉर्कच्या बाहेर कोठेतरी पाठवावे अशी मला विनंती केली आहे.''

आपण जे काही बोललो ते ऐकणाऱ्यांच्या मनात नीट मुरू देण्यासाठी तो काही सेकंद बोलायचा थांबला. मग म्हणाला, ''तुम्हाला यावर काही बोलायचे आहे?''

''नाही,'' केट म्हणाली.

मग माझ्याकडे व केटकडे पहात कोनिग बोलू लागला, ''ते विमान जमिनीवर उतरण्याआधी विमानात काय काय घडले असेल, याचा तुम्ही अंदाज करू शकता?''

केट यावर म्हणाली, ''हे काम जॉन चांगले करू शकेल. ते डिटेक्टिव्ह आहेत ना.''

कोनिग मला म्हणाला, ''ठीक आहे. बोला, डिटेक्टिव्ह महाशय.''

एफबीआयमध्ये 'डिटेक्टिव्ह' या शब्दाला 'इन्व्हेस्टिगेटर' असे संबोधले जाते. तेव्हा मला 'डिटेक्टिव्ह' असे संबोधण्याने माझा सन्मान केला जात आहे का सांभाळून घेतले जात आहे, हे समजेना; पण काही का असेना त्यांच्यासमोर एक कूट समस्या पडली होती व ती सोडवण्यासाठी त्यांनी माझी मदत भाड्याने किंवा करारावरती घेतली होती. अन् मलाही असले प्रश्न, कोडी, समस्या पडल्या की त्या सोडवायची सुरसुरी येई. कोडी सोडविण्याचा जसा एखाद्याला नाद असतो, तसाच माझा हा रहस्ये उकलण्याचा नाद होता, छंद होता. अन् तसे पाहिले तर मला येथे एवढ्याचसाठी घेतले होते ना; परंतु कोनिगला काही प्रश्नांची उत्तरे आता मिळालेली होती आणि तो ती लपवूनही ठेवीत नव्हता. परंतु यात आपल्याला मूर्ख तर बनवले जात नाही ना? या शंकेपोटी मी त्याला विचारले, ''त्या विमानातल्या कपाटात त्यांना त्या प्राणवायूच्या दोन बाटल्या सापडल्या ना?''

''होय. अन् तुम्ही पाहिल्याप्रमाणे दोन्ही बाटल्यांच्या झडपा उघड्या होत्या; पण आपण असे धरून चालू की, त्यातल्या एका बाटलीत प्राणवायू होता व दुसऱ्यात काहीतरी वेगळाच वायू असावा. ठीक आहे तर, तुम्ही बोलायला लागा.''

''ओके... न्यूयॉर्क येण्यापूर्वी दोन तास आधी एअर ट्रॅफिक कंट्रोलशी त्या विमानाचा संपर्क तुटला. त्याच वेळी किंवा जरा आधी बिझनेस क्लासमधल्या ज्याने कोणी त्या बाटल्या बरोबर आणल्या त्याने—''

''बरोबर, अगदी बरोबर. त्याचे नाव युसूफ हद्दाद. आसन क्र. 2A. युसूफ हद्दाद ऊर्फ जो स्मिथ. त्याने या दुसऱ्या नावाने जॉर्डनमधून आपला पासपोर्ट काढला आणि आपल्याला एम्फिसिमा असल्याचे सांगून त्या प्राणवायूच्या बाटल्या बरोबर बाळगायची परवानगी मिळवली.'' कोनिग म्हणाला.

''बरोबर. जो स्मिथ. जॉर्डेनियन माणूस. बिझनेस क्लास. आसन क्र. 2A. हा

माणूस प्राणवायूसाठी कपाटापाशी गेला. मग त्याने प्राणवायू हुंगण्यासाठी तोंडावरती मुखवटा चढवला, मुखवट्याची नळी प्राणवायूच्या बाटलीला जोडली आणि खाली वाकून दुसऱ्या बाटलीची झडप उघडून टाकली. त्यातून सुटलेला विषारी वायू हा हळूहळू वातावरणात मिसळू लागला. एअर कंडिशनिंगच्या हवा खेळवण्यात मिसळला गेला.''

''बरोबर. तो कोणता विषारी वायू असावा?''

''तो काहीतरी 'सायनाईड' असल्या नावाचा असावा.'' मी म्हणालो.

''अगदी बरोबर. तो बहुतेक हिमोटॉक्सिन असावा किंवा एखादा लष्करी हेतूसाठी वापरला जाणारा सायनाईडचा कोणता तरी वायू असावा. तो श्वासात आल्यावर सर्व प्रवासी गुदमरू लागले. प्रयोगशाळेत या प्रवाशांचे रक्त व पेशीसमूह तपासून तो कोणता वायू होता ते ओळखले जाईल. पण त्याचे काय नाव आहे ते एवढे इथे आत्ता महत्त्वाचे नाही. दहा मिनिटात विमानात सर्वत्र हा वायू पसरला. युसूफ हद्दाद सोडून प्रत्येकाच्या श्वासात हा विषारी वायू शिरला आणि ते गुदमरून मरण पावले. युसूफ हद्दाद मात्र तोपर्यंत शुद्ध प्राणवायूच हुंगत होता.'' एवढे म्हणून कोनिगने माझ्याकडे पहात पुढे म्हटले, ''आता खलील यातून कसा काय वाचला ते मला सांगा.''

''ते तसे क्रमवार मला सांगता यायचे नाही. पण ... मला वाटते की त्या वेळी खलील मुद्दाम स्वच्छतागृहात गेला होता. तिथे केबिनमधल्यापेक्षा कमी दूषित हवा असावी.''

यावर कोनिग म्हणू लागला, ''प्रत्यक्षात तसे नाही; पण स्वच्छतागृहातील हवा ही आत कोणी गेला की तिथला एग्झॉस्ट पंखा चालू होऊन बाहेर, म्हणजे पार विमानाच्या बाहेर फेकली जाते. यामुळे आत जर कोणी गेला असेल तर आतले वास विमानात कधीही पसरत नाही.''

मी एकदा एअरो-मेक्सिको कंपनीच्या विमानाने कॅनकन शहरी गेलो होतो. त्या वेळी विमानात सर्वांना भरपेट जेवण दिले गेले होते. निरनिराळ्या २२ डाळींचे प्रकार जेवणात होते. मग सतत स्वच्छतागृहाचा वापर केला गेला. तरीही विमानातली हवा दूषित झाली नाही. मी बोलू लागलो, ''स्वच्छतागृहातली हवा कमी दूषित होत असल्याने खलील त्यात गेला. त्याने एखादा टॉवेल ओला करून तो तोंडावर बांधून त्यातून श्वासोच्छ्वास करू लागला. हद्दादला आपले काम पटापटा करून ताबडतोब खलीलपाशी यायला हवे होते. येताना बरोबर प्राणवायूची छोटी बाटलीही खलीलसाठी त्याने घेतली असणार.''

कोनिगने यावर मान हलवली. तो काही बोलला नाही. केट म्हणाली, ''पण हद्दाद आणि खलील यांना ते विमान संगणकामार्फत चालवले जाते, हे कसे ठाऊक होते?''

कोनिग म्हणाला, ''त्यांना तसे नक्की कळले होते. कसे ते पुढे कधी तरी आपल्याला समजेलच.'' मग माझ्याकडे वळून पहात तो म्हणाला, ''ठीक आहे, पुढे बोला.''

''तर अशा रीतीने दहा मिनिटांत सबंध विमानात फक्त असद खलील आणि युसूफ हद्दाद ही दोनच माणसे जिवंत उरली. बाकी सारे मृत झाले. हद्दादने मग आपल्या एफबीआयच्या माणसाच्या खिशातून बेड्यांच्या किल्ल्या काढल्या आणि स्वच्छतागृहात असलेल्या खलीलच्या हातात लोंबकळणारी बेडी त्याने काढून टाकली. एव्हाना विषारी वायू खूपच प्रमाणात नाहीसा झाला होता. त्या दोघांना जेव्हा शुद्ध हवेची खात्री पटली तेव्हाच त्यांनी आपापल्या तोंडावरील प्राणवायूंचे मुखवटे दूर केले. केटला आणि मला विमान कंपनीची इमर्जन्सीच्या वेळी लागणारी प्राणवायूची बाटली कुठेही पडलेली दिसली नाही. तेव्हा मी असे धरून चालतो की खलीलने ती परत जागच्या जागी नेऊन ठेवली असावी. मग हद्दादने आणलेल्या प्राणवायूच्या बाटल्या त्यांनी परत त्या कपाटात नेऊन ठेवल्या. म्हणून आम्हाला त्या तिथेच सापडल्या.''

कोनिग म्हणाला, ''याचा अर्थ, जेव्हा हे विमान खाली उतरेल, त्या वेळी आत प्रवेश करणाऱ्यांना सर्व काही जागच्या जागी असलेले दिसेल. खलीलच्या हातातील बेडी ही आपल्या एका माणसाच्या हातालाही घातली होती. तो त्याला स्वच्छतागृहाकडे घेऊन गेला. आपल्या हातातील बेडीची कडी काढली आणि एका हातात बेडी असलेल्या खलीलला त्याने आत जाऊ दिले. नंतर आपला माणूस स्वच्छतागृहापाशी मरून पडताच त्याला ओढत ओढत परत त्याच्या आसनावरती बसवले. आता पुढचे सांगा.''

''खलीलने हद्दादला ताबडतोब ठार मारले नसणार. कारण हद्दादचे शरीर इतरांपेक्षा अधिक उबदार होते. त्याचा मृत्यू शेवटी झाला. त्या आधी त्या दोघांनी आपल्या एफबीआयच्या माणसांच्या ब्रीफकेसेस तपासल्या, त्यांची पिस्तुले काढून घेतली. मग ते बहुधा खाली गेले. फर्स्ट क्लास व कोच क्लासमध्ये जाऊन सर्वजण मरण पावलेत, याची खात्री करून घेतली असावी. जेव्हा हद्दादच्या मदतीची गरज नाही असे खलीलला वाटले तेव्हा त्याने हद्दादची मान मोडून त्याला ठार केले. केटच्या ते नंतर लक्षात आले. मग आपल्या स्वत:च्या जागी हद्दादला ठेवून त्याच्या हातात व शेजारच्या एफबीआयच्या माणसाच्या हातात मिळून बेड्या चढवल्या, हद्दादच्या डोळ्यांवर ती कापडी पट्टी - स्लीपिंग मास्क - चढवला. मग केव्हातरी खलीलने एफबीआयच्या माणसांचे डावे अंगठे तोडून घेतले.''

''बरोबर,'' कोनिग बोलू लागला, ''नंतर एक चाकू पोलिसांच्या माणसांना घुमटाच्या गॅलीत सापडला. त्यावरती रक्ताचा अंश होता. चाकूवरचे रक्त त्याने

ज्या फडक्याने पुसले ते फडकेही गॅलीमधल्या कचरापेटीत सापडले. जो कोणी आधी विमानात प्रवेश करेल, त्याला जर तो चाकू दिसला असता तर ताबडतोब त्याचे लक्ष जाऊन गुन्हा घडल्याचा संशय आला असता. जर तुम्हाला किंवा केटला तो चाकू आधी सापडला असता तर तुम्ही लवकर निष्कर्षाप्रत आला असता.''

जेव्हा गुन्ह्याच्या जागी जे कोणी प्रथम दाखल होऊन तिथली परिस्थिती पहात असते, तेव्हा तेच दृश्य दिसावे अशी व्यवस्था अनेकदा गुन्हेगाराने करून ठेवलेली असते. मग पुढे जितकी खोलवर तपासणी चालू होते, तेव्हा या रचलेल्या दृश्यामागचे धागेदोरे दिसू लागतात.

कोनिग म्हणाला, ''जेव्हा ते विमान ओढून सिक्युरिटी एरियाकडे नेले जात होते, तेव्हा विमानतळावरील इमर्जन्सी सर्व्हिसचा सार्जंट मॅक्गिल आत होता. त्याने त्या वेळी आपल्या लोकांना आतून वायरलेसवरती शेवटचा निरोप धाडला.''

मी म्हटले, ''नंतर मॅक्गिल व खलील हे चुकून एकमेकांसमोर आले असावेत.''

कोनिगने एक फॅक्स उचलून हातात घेतला व म्हटले, ''मॅक्गिलची जी प्राथमिक तपासणी झाली, म्हणजे तिथे पडलेले रक्त, मेंदूचा भाग, हाडाचे कण यावरून त्याला गॅलीतच गोळी घातली होती असे दिसते. गॅलीमध्ये तो स्वच्छतागृहा-समोर पडला. कारण त्याच्या मेंदूतून आरपार गोळी गेल्याने मेंदूचे काही तुकडे तिथेच उडालेले होते. तर काही तिथे मरून पडलेल्या फ्लाईट अटेन्डन्टच्या अंगावरती होते. कुणीतरी तिच्या अंगावर उडालेले मेंदूचे भाग पुसून टाकण्याचा प्रयत्न केला होता. कदाचित मॅक्गिलने स्वच्छतागृहाचे दार उघडले असेल, मग त्याला समोर खलील दिसला असेल व मग खलीलने त्याच्यावरती गोळी झाडली असणार. फोरेन्सिक सायन्सच्या लोकांना तिथे प्रवाशांना मांडीवर ठेवायला दिले जाणारे एक छोटे ब्लॅन्केट सापडले. त्याला एक भोक पडले होते. भोकाच्या कडेला जळाल्याच्या खुणा होत्या. याचा अर्थ गोळीचा झाडल्याचा आवाज दबून जावा म्हणून ते ब्लॅन्केट पिस्तुलाच्या तोंडावरती गुंडाळून मग पिस्तुल झाडले गेले.''

मी कोनिगला मान हलवून दुजोरा दिला. फोरेन्सिक सायन्सची माणसे, म्हणजे न्यायवैद्यकशास्त्राची माणसेही प्रयोगशाळेत पटापट तपासणी करून अत्यंत लवकर तुम्हाला गुन्ह्याची माहिती देतात. ज्या वेगाने ते आपले निष्कर्ष काढतात ते खरोखरीच आश्चर्यकारक आहे. मग त्यावर आधारीत एखादा हुशार डिटेक्टिव्ह हा गुन्हा कसा घडला त्याची आपल्या मनात दृश्यरचना करतो. गुन्हा कोणीही केलेला असला तरी त्याची पुनर्रचना केल्यावर बऱ्याच गोष्टी कळतात. मग ते दहशतवादी कृत्य असो किंवा खून असो. तिथे सारे काही पुरावे असतात. नसतो तो फक्त गुन्हेगार.

कोनिग सांगत होता, ''खलीलला विमानतळावरची कामाची पद्धत तपशीलवार

ठाऊक असली पाहिजे. त्याखेरीज तो विमानातून बाहेर पडून क्लबकडे जाऊ शकला नसता. वैमानिक मरण पावल्यावर विमानात शिरणारा कोणताही इमर्जन्सी सर्व्हिसचा माणूस हा चालू असलेली इंजिने बंद करणार. मग हे विमान सिक्युरिटी एरियाकडे ओढत नेले जाणार, हे सारे त्याला ठाऊक असावे. पुढे काय घडले ते तुम्हाला ठाऊक आहेच.''

थोडा वेळ थांबून कोनिग बोलू लागला, ''युसूफ हद्दादची बॅगही घेतली गेली आहे. त्यात त्याच्या कपड्याखाली एक ट्रान्सकॉन्टिनेन्टल विमान कंपनीच्या बॅगेत हँडलर लोकांचा निळा गणवेषही सापडला. विमान थांबल्यावर बॅगेज हॅन्डलर मंडळी आत शिरणार, हे त्यांनी आधी हेरले असावे. त्याच बॅगेत आणखीही एक निळा गणवेष असला पाहिजे नि तोच खलीलने अंगावर चढवून पलायन केले. विमान कंपनीचा अधिकृत बॅगेज हॅन्डलर म्हणून निसटायला त्याला तो गणवेष उपयोगी पडला.'' मग केटकडे व माझ्याकडे पहात तो म्हणाला, ''विमानात शिरल्यावर तुम्हाला कोणी एखादी संशयित व्यक्ती दिसली का? किंवा काहीतरी चुकले आहे, खटकते आहे असे वाटले का?''

''मला वाटते की आम्ही प्रवेश करायच्या आधी तो बाहेर पडला असावा,'' मी म्हणालो.

''असावा! अन् तसे झाले नसेल तर? तर तुमची व त्याची कुठेतरी गाठ पडायला हरकत नव्हती.''

केट म्हणाली, ''तसे असते तर आम्ही त्याला ओळखले असते.''

''कसं काय? त्याने बॅगेज हॅन्डलरचे कपडे घातल्यावर तुम्ही कसे त्याला ओळखू शकाल?'' शिवाय त्याने आपली भांगाची रचना बदलली असेल, डोळ्यांवर चष्मा चढवला असेल, खोट्या मिशा चिकटविल्या असतील. खुद्द त्याने स्वत: तुम्हाला पाहिलेही असेल किंवा कदाचित् विमानात पोलीस, एफबीआयची माणसे, डिटेक्टिव्हज् शिरणार हेही ओळखले असेल. यावर तुम्ही विचार करा. काय काय घडले ते नीट आठवा. परत परत आठवा. विमानात आणि सिक्युरिटी एरियात कोणाकोणाला पाहिले ते स्मृतीला ताण देऊन आठवा.''

ठीक आहे. जॅक, आठवतो बरं मी ते सारे. थँक्स फॉर मेन्शनिंग.

कोनिग पुढे सांगू लागला, ''तर, त्याने कसे का असेना, पण एका रिकाम्या बॅगेज ट्रकमध्ये प्रवेश मिळवला व तो तिथून निघून गेला. तो xxx माणूस तिथून इंटरनॅशनल टर्मिनलकडे नंतर सहज जाऊ शकतो. अंगावरचा गणवेष काढून टाकू शकतो. त्याचे आतमध्ये नेहमीचे कपडे असतात. अन् मग सरळ परदेशी जाणारे विमान पकडून तो त्या वाळवंटाकडे — म्हणजे मध्यपूर्वेतील देशांकडे निघून जाऊ शकतो; पण त्याने तसे केले नाही. त्याऐवजी तो सरळ कॉन्क्विस्टाडोर क्लबकडे

गेला. तिथे त्याने पुढे काय केले हा एक आता इतिहासाचा भाग झाला आहे. बाकीचे सारे तुम्हाला ठाऊक आहेच.''

कोनिगचे बोलणे झाल्यावरती कोणीही मिनिटभर बोलले नाही. मग कोनिग खालच्या आवाजात शांतपणे बोलू लागला, ''ह्या खलीलला खूप माहिती आहे, ज्ञान आहे, तो हुशार आहे आणि वाटेल ते धाडस करणारा आहे. तो परिस्थितीचा फायदा चटकन् उठवतो. त्याला असे करण्यात कसलीही पकडली जाण्याची भीती वाटत नाही. माणसे आपापल्या कामात गढून गेलेली असतात किंवा त्यांना खुनी माणूस जवळ आल्याचे कळत नाही, हे त्याला समजते व तो त्यांच्या बेसावधपणाचा फायदा उठवतो. वेग, हिंस्रपणा व धक्कातंत्र यांचा तो वापर करतो. झटकन् निर्णय घेण्याची क्षमता आणि दुसऱ्याला हातोहात फसवणे त्याला जमते. समजले?''

आम्हा सर्वांना ते समजले. असद खलीलसारखे असे दहा-पंधरा तरी गुन्हेगार मी आत्तापर्यंत पाहिलेले आहेत. कोनिगने वर्णन केलेला खुनी व खुनशी माणूस हा १०० टक्के गुन्हेगार असतो. त्यांच्या कहाण्या ऐकल्या तर तुम्ही चक्रावून जाल. ते सहजासहजी निसटून जातात. अन् त्यांनी बळी घेतलेली माणसे ही किती मूर्खासारखी वागून आपल्या खुन्यावर विश्वास ठेवलेली होती, हे पाहून अचंबा वाटतो.

कोनिग आपले विचार पुढे मांडू लागला, ''खलीलची योजना कशी फलद्रूप होईल याचे आणखी काही संभाव्य मार्ग मला दिसतात. ते विमान पाडून तो स्वत:सकट सर्वांचे बळी घेऊ शकत होता. त्याने तसेही करण्यात आपला जय झाल्याचे मानले असते.''

आम्ही यावरती मान डोलावली.

कोनिग पुढे बोलू लागला, ''दुसरी एक शक्यता अशी आहे की, तो इथे पकडला जाईल व खुनी म्हणून त्याची ओळख पटेल. मग भले त्याला पुढे शिक्षा दिली गेली, फाशी जरी दिली गेली, तरीही त्रिपोलीमध्ये हिरो म्हणून त्याचा जयजयकार केला जाईल.''

पुन्हा आम्ही माना डोलावल्या. खलीलची उद्दिष्टे आणि संभाव्य धाडसी कृत्ये पाहून आम्ही थक्क होऊ लागलो होतो. कोनिग सांगत होता, ''आणखीही एक शक्यता आहे. तो विमानातून निसटून क्लबवरती गेला खरा; पण तिथे त्याचे उद्दीष्ट पूर्णपणे साधले गेले नसेल. त्याने आपलाच साथीदार युसूफ हद्दाद याला ठार केले. का? हद्दादनेच विमानात तो विषारी वायू व प्राणवायू आणला होता. जरी हद्दादला पॅरिसमध्ये विमानात चढू दिले गेले नसते तरीही खलील आपल्या क्लबमध्ये गेलाच असता. कारण आपणच त्याला तिकडे नेणार होतो. अन् नंतर तो तिथे कसा वागला असता याचा केवळ आता तर्कच करत बसावा लागेल.''

प्रत्येकजण खलीलला क्लबमध्ये आणल्यावर त्याने काय केले असते, याचे कल्पनाचित्र रंगवू लागला. हा असद खलील केव्हा तिरीमिरीने खून पाडू लागेल त्याचा अंदाज येत नव्हता; पण त्याने ज्याअर्थी आपलाच साथीदार हद्दाद याचा खून केला, त्याअर्थी त्याच्यापुढे फार मोठे उद्दीष्ट असणार. त्यासाठी हद्दादचा बळी देणे ही छोटीच किंमत दिल्यासारखी होणार. ते उद्दीष्ट काय असेल?

कोनिग आता शेवटचे मुद्दे बोलू लागला. तो म्हणत होता, ''समजा, असद खलील लिबियाला चटकन पळून गेला असेल तर त्याने जाताना आपल्यामागचे सारे दुवे, पुरावे वगैरे नष्ट केलेले असणार; परंतु आता त्याला सर्वांत सुरक्षित कोणते ठिकाण असेल तर अमेरिकाच. इथेच कुठे तरी तो गुप्त स्थळी जाऊन आराम करीत असेल. तेव्हा लिबिया व अमेरिका ही त्याची सुरक्षित स्थाने असल्याने तो इथेच आहे व संधी मिळताच एखादे दहशतवादी कृत्य करेल, असे धरून चालून आपण आपली कामे चालू ठेवू या.''

आमची चर्चा आता अंदाजावर आधारीत अशी होऊ लागली. मी एक अंदाज सांगितला, ''हा खलील ब्रह्मचारी आहे. त्याला स्वत:चे कुटुंब नाही. आईबाप नाही की कोणी नातलग नाही. सडाफटिंग आहे. तेव्हा त्याच्या इथल्या नातलगांकडे तो जाण्याचा प्रश्नच नाही. तसेच नेहमी अशी दहशतवादी मंडळी ज्या संशयित घरात आश्रय घेतात किंवा मशिदीत आश्रय घेतात. त्यावर आपली नजर असणार, हे तो सहज ओळखेल.''

केट मला दुजोरा देत म्हणाली, ''तो जो फेब्रुवारीत आपल्याला शरण आलेला माणूस होता, तोच इथे अमेरिकेत चोरून रहात असेल, तर खलीलला त्याचे घर हे एकमेव आश्रयस्थान ठरेल. किंवा आणखीही कोणी त्याच्या ओळखीचे असेल, त्या व्यक्तीशी त्याने जर संपर्क साधला असेल तर त्याचा हेतू साध्य झाल्यावर तो त्या व्यक्तीला ठार करेल. मग त्या व्यक्तीचे प्रेत आपल्याला सापडू शकेल. पुढचे धागेदोरे आपण जुळवू शकू. अन् हे सारे लवकर घडेल असे मला वाटते. मी असेही धरून चालते की विमानतळावरचा एखादा माणूस त्याला मदत करीत असेल आणि हाच माणूस लवकर मरण पावेल. न्यूयॉर्कच्या पोलीसदलाला आपण या संदर्भात कल्पना दिली पाहिजे. म्हणजे मग ते त्यांच्या पद्धतीने पुढे शोध घेत रहातील.''

कोनिगने यावर आपली मान हलवली व तो टेड नॅशला म्हणाला, ''तुम्हाला काय वाटते? खलील पळून गेला असेल?''

टेड नॅश यावर एक-दोन सेकंद गप्प बसला. त्याने असा काही आविर्भाव केला की, 'अरसिक माणसाला कवित्व काय सांगायचे?' किंवा 'आपल्यावर डुकरांपुढे मोती टाकण्याची वेळ आली आहे.' शेवटी तो पुढे झुकला, केटकडे व माझ्याकडे

पाहिले आणि बोलू लागला, "या देशातील खलीलचा प्रवेश हा नाट्यपूर्ण व थक्क करणारा आहे अशा अर्थाची आपण वर्णने केलीत. अन् मिस्टर कोनिग यांनी जेवढ्या शक्यता दाखवल्या त्यातली कोणतीही शक्यता प्रत्यक्षात उतरलेली असो वा नसो; पण खलील विजयी ठरला आहे. अल्लासाठी तो आपला स्वत:चा बळी द्यायला तयार आहे. यामुळे स्वर्गात आपल्याला जागा मिळणार अशी त्याची बालंबाल खात्री आहे. म्हणून तो शत्रूच्या देशात घुसण्यासाठी वाटेल ती व वाटेल तेवढी मोठी जोखीम पत्करायला तयार झाला होता."

"आम्हाला ठाऊक आहे ते," कोनिग म्हणाला.

"ऐकून तर घ्या माझे. हे फार महत्त्वाचे आहे आणि यात काहीतरी आनंद व्यक्त करण्याजोगीही बातमी आहे. असं समजू या की, असद खलील अमेरिकेत आला असून त्याला ही इमारत उडवून द्यायची आहे किंवा यापेक्षा उंच इमारत उडवून द्यायची आहे. किंवा सारे न्यूयॉर्क शहर त्याला नष्ट करायचे आहे. कदाचित वॉशिंग्टनही नष्ट करायचे असेल. त्यासाठी कुठेतरी एखादा अणुबॉम्ब दडवून ठेवलेला असेल किंवा टनभर विषारी वायू साठवलेला असेल किंवा हजारो लिटर भयानक जंतू किंवा ॲन्थ्रॅक्सचे मिश्रण ठेवलेले असेल. जर असद खलीलकडून यांपैकी काहीएक वापरून मोठ्या प्रमाणात संहार व विनाश करवून घ्यायचा असेल तर तो खोट्या पासपोर्टवरती कॅनडा किंवा मेक्सिको येथे आधी गेला असता. अन् मग सरहद्दीपाशी कुठेतरी आत अमेरिकेत गुप्तपणे घुसला असता; पण त्याने तसे काहीही न करता पकडले जाण्याची किंवा ठार केली जाण्याची फार मोठी जोखीम पत्करून प्रवेश केलेला आहे. आज आपण जे पाहिले ती एक उत्कृष्ट 'सीगल मोहीम' आहे. एक माणूस विमानातून उडत इथे येतो, खूप गोंगाट करतो, गदारोळ उडवतो, पाहिजे ते वाईट कृत्य धडाधड करतो आणि परत उडून आपल्या घराकडे निघून जातो. खलीलने एक सीगल मोहीम आखली व ती यशस्वीरित्या पार पाडली. बस्स! त्याचे काम झाले, तो निघून गेला."

टेड नॅशच्या या सांगण्यावर मी सोडून बाकीच्यांचा विश्वास बसला असावा. ते सर्वजण त्याच्या या सीगल सिद्धांतावर विचार करू लागले. टेड नॅशचा बुद्ध्यांक मला आता एखाद्या व्हिडीओ टेपरेकॉर्डरच्या बुद्ध्यांकाएवढा वाटू लागला. त्याचे हे तर्कशास्त्र खोडून काढणे कोणालाही शक्य नव्हते. खोलीतली शांतता हेच दर्शवित होती की टेड नॅशच्या बुद्धिमत्तेने सर्वजण दिपून गेलेले होते.

कोनिगने मान डोलवित म्हटले की, 'मला यात तथ्य वाटते.' केटनेही मान डोलवित म्हटले, "मला वाटते की टेडचे विश्लेषण बरोबर असावे. ज्या कामासाठी खलीलला इकडे पाठविण्यात आले ते काम त्याने सपाट्यात उरकून टाकले. तेव्हा आता आणखी दुसरे काही कृत्य तो करणार नाही. केनेडी विमानतळावरच त्याची

मोहीम संपली. तेव्हा नंतर संध्याकाळच्या अनेक फ्लाईटपैकी एखादी पकडून तो त्वरेने पळून गेला असणार.''

कोनिगने माझ्याकडे पाहून म्हटले, ''मिस्टर कोरी, तुम्हाला काय वाटते?''

मी मान हलवित म्हणालो, ''मला तसे थोडेसेच तथ्य वाटते आहे. टेडने आपल्या सिद्धांतासाठी या केसचा छान उपयोग करून घेतला आहे.''

काही क्षण कोनिगने विचार केला व म्हटले, ''तरीसुद्धा खलील अमेरिकेतच आहे असे समजून आपल्याला पुढे गेले पाहिजे. अमेरिका आणि कॅनडा इथल्या संबंधित सर्व खात्यांना ही घटना कळवून आम्ही त्यांना सावध केले आहे. एटीटीएच्या सर्व एजंटांनाही हे कळवून सावध केले जात आहे. तसेच, मध्यपूर्वेतील दहशतवादी जिथे जिथे आश्रय घेण्याची शक्यता आहे तिथे तिथे असलेल्या संभाव्य जागांवर नजर ठेवली जात आहे. न्यूयॉर्क, न्यूजर्सी, कनेक्टिकट ही राज्ये आणि इथले सर्व विमानतळ यांना सारी माहिती देऊन सावध केले गेले आहे. जसजसा वेळ जात जाईल तसतसे आपले शोध घेण्याचे क्षेत्र वाढत जाईल. जर तो कुठे लपून बसला असेल किंवा या देशातून पळ काढण्यासाठी वाट पहात असेल तर आपण त्याला पकडू शकू, असा मला विश्वास आहे. जास्तीत जास्त जणांना माहिती कळवण्यास आता प्राधान्य दिले जात आहे.''

टेड नॅश म्हणाला, ''मी विमानतळावरून लॅन्ग्ले इथल्या आमच्या ऑफिसला फोन केला. त्यांनी सगळीकडे अतिसावधानतेचा इशारा देऊन अशा वर्णनाच्या व्यक्तीला अडकवून ठेवावे, अशा सूचना सर्व आंतरराष्ट्रीय विमानतळांकडे पाठवल्या आहेत. आमची बरीच माणसे या विमानळांवरती काम करीत असल्याने ही गोष्ट अधिक जमून जाण्याजोगी आहे.'' मग माझ्याकडे पाहून तो म्हणाला, ''आमची माणसे म्हणजे जी आमच्यासाठी काम करतात, जी आमच्याबरोबर आहेत आणि जी आमचीच आहेत ती.''

''थँक यू. मी हेरकथांच्या कादंबऱ्या वाचतो.'' थोडेसे उपरोधिक बोलून मी त्याच्या अभिमानाला थोडासा डंख केला.

तर शेवटी मतितार्थ काय, तर असद खलील हा एव्हाना देशाबाहेर पडून पळून तरी गेला असेल किंवा कुठेतरी लपून बसला असेल आणि बाहेर पडण्याची संधी शोधत असेल. मला ही दुसरी शक्यताच व्यावहारिक वाटत होती.

पण काही बाबी मात्र मला थोड्याशा चिंताजनक वाटत होत्या. एक-दोन गोष्टी तर कुठेच फिट बसत नव्हत्या. पहिला व अत्यंत उघड उघड दिसणारा प्रश्न म्हणजे असद खलीलने पॅरिसमधल्या वकिलातीमधील सीआयएच्या लिआँझॉ अधिकाऱ्याकडे स्वत:होऊन का शरणागती पत्करली? त्याचा साथीदार हद्दाद याने 'जो स्मिथ' या खोट्या नावाने काढलेल्या पासपोर्टवर प्रवास केला. तसे करणे खलीलला अधिक

सोपे होते. त्यासाठी पॅरिसच्या वकिलातीमध्ये जाऊन शरणागती पत्करण्याचे काय कारण होते? म्हणजे मग खलीलचे हात मोकळे राहिले असते. हातकड्या घालून घेऊन बसावे लागले नसते. मग तो विषारी वायू फैलावण्याचे काम त्या दोघांना अधिक सुलभतेने करता आले असते. विमानातील सर्वांचे मृत्यू व कॉन्क्विस्टाडोर क्लबमधील हत्याकांड हेच जर घडवायचे होते तर त्यासाठी शरणार्थी म्हणून अमेरिकेकडे आसरा मागायची काय गरज होती?

टेड नॅशच्या तर्कामध्ये, विचारांमध्ये, एक मानवी घटक धरला गेला नव्हता. असद खलील नावाच्या माणसाला नक्की काय हवे होते ते जाणून घ्यायला हवे होते. त्याला आपल्यावर पुन्हा एकदा कडवा दहशतवादी असा शिक्का बसावा हा त्याचा हेतू नव्हता. त्याने पॅरिसच्या वकिलातीमध्ये जाऊन शरणागती पत्करली, स्वत:ला बेड्या घालून घेतल्या, बरोबर दोन एफबीआय एजंटांचे संरक्षण किंवा बंदोबस्त घेतला आणि तो हूडिनीसारखा त्यांच्या ताब्यातून निसटला. 'बघा मी तुमच्यादेखत तुमच्या हातून निसटू शकतो आणि तुमच्या गुप्त ऑफिसात जाऊन तुमच्या माणसांना ठार करून सहज निसटून जाऊ शकतो' अशी प्रौढी मारायचा हेतू यातून प्रगट होतो. ही सीगल मोहीम अजिबात नव्हती. आम्हाला त्याच्याबद्दल काय ठाऊक आहे हे त्याला माहीत करून घ्यायचे होते. एफबीआय एजंटांचे अंगठे कापून त्याला क्लबमध्ये जाऊन खून पाडून धुमाकूळ घालायचा होता. मग तिथे जे कोणी असतील त्यांचे खून त्याला पाडायचे होते. असे करण्यात जरी मोठी जोखीम असली तरी त्याने ती स्वीकारली होती. यामागे एखाद्या गुप्तचर संस्थेचा हेतू दिसत नव्हता तर एका व्यक्तीचा वैयक्तिक हेतू प्रगट झाला होता. इतिहासकाळात एखाद्या योद्ध्याने आपले शौर्य प्रगट करण्यासाठी एकट्याने शत्रूच्या गोटात घुसून सेनापतीच्या बायकोवर अत्याचार करून तिला ठार मारावे, म्हणजे शत्रूचे नाक कापल्याचे समाधान त्या योद्ध्याला जसे मिळते, तसाच प्रकार येथे होता.

फक्त एकच प्रश्न माझ्या डोक्यात वळवळत होता. असद खलीलचे हे अमेरिकनांना धडा शिकवण्याचे मनसुबे अजून संपले की नाहीत? माझ्या मते ते संपले नव्हते. तो अजून काहीतरी नक्की करणार होता; पण एक गोष्ट मात्र खरी की तो कुठे अणुबॉम्ब उडवणार नव्हता, की विषारी वायू सोडणार नव्हता, की जंतूंचा प्रसार करणार नव्हता. मला असे आतून फार वाटत होते की हा असद खलील— हा सिंह— अमेरिकन सरकारच्या तोंडावर किंवा काही व्यक्तीवरती नक्की चिखलफेक करून त्यांची नाचक्की करणार होता. किंवा कसला तरी सूड घेणार होता. तो इथे २८व्या मजल्यावर येऊन काहीजणांचे त्याने गळे कापले किंवा माना मोडल्या तरी मला त्याचे आश्चर्य वाटणार नाही.

माझे हे विचार मला इथे आत्ता मांडायला हवे होते. माझ्याबरोबर काम करणाऱ्या सहकाऱ्यांना सांगायला हवे होते. माझ्या हातातले हे भारी पान मी कोनिगपुढे उघड करायची वेळ आली होती; पण माझे हे सहकारी भलत्याच मुद्द्यावर चर्चा करीत होते. मी मात्र माझे मुद्दे मांडण्यासाठी संधी शोधत होतो. शेवटी शेवटी तर मला असे वाटू लागले की आता असद खलील हा खाली लिफ्टला किल्ल्या चालवून पहात असून काही मिनिटातच तो इथे २८व्या मजल्यावर पोचणार. शेवटी थोडा वेळ यावर विचार करणे थांबवले आणि इतर काय बोलतात ते ऐकू लागलो.

केट म्हणत होती, ''विमानामधल्या आपल्या माणसांच्या ब्रीफकेसेस खलीलने घेऊन उघडल्या आणि त्यामधली कागदपत्रे वाचली असणार, हे उघड आहे.''

''पण त्या ब्रीफकेसेसमध्ये फारशी कागदपत्रे मुळातच नव्हती. अन् जी होती त्यात खलीलबद्दल फारशी माहिती नव्हती,'' कोनिग म्हणाला.

''पण क्लबमधील त्याच्यावरचे एक फोल्डर नाहीसे झाले आहे. त्यात त्याच्याबद्दल माहिती आहे.''

''तीसुद्धा फारशी नाही. अन् जी आहे ती माहिती त्याच्या स्वत:बद्दलची असल्याने ती त्याला ठाऊक आहे. नवीन असे काहीच नाही.''

''पण आपल्याला त्याच्याबद्दल किती कमी माहिती आहे, हे त्याला कळले असेल,'' केट आपला मुद्दा रेटत म्हणाली.

''ठीक आहे. मला समजले तुम्हाला काय म्हणायचे ते. आणखीन् काही?''

''होय... त्या फोल्डरमध्ये झॅक वेबर यांनी एक अधिकृत पत्र लिहून खलीलला ताब्यात घेऊन येताना कोणी काय करावे हे लिहिलेले आहे. ते पत्र जॉर्ज फॉस्टर, केट मेफिल्ड, टेड नॅश, निकी मॉंटी आणि जॉन कोरी यांच्या नावाने लिहिले आहे. म्हणजे त्याच्या हातात आयतीच नावे पडली.'' केट म्हणाली.

''बापरे! हे माझ्या लक्षात आले नव्हते.'' मी म्हणालो.

कोनिग यावरती गंभीरपणे म्हणाला, ''असं? मग तुम्ही सर्वांनी सावध राहून आपापली काळजी घेतली पाहिजे. पण मला शंका आहे की खलील...'' असे म्हणून तो काही क्षण विचार करू लागला. नंतर म्हणाला, ''या माणसाच्या पुढच्या काय योजना आहेत त्याची कल्पना नाही; पण त्याच्या योजनेत तुम्ही नसणार असे मला वाटते.''

यावर केट म्हणाली, ''पण आपण मघाशीच असे ठरवले आहे की खलीलला कमी किंमत देऊन चालणार नाही.''

त्यावर कोनिग चटकन उत्तरला, ''पण त्याचबरोबर त्याला जादाही किंमत देऊन चालणार नाही.''

इथे एक कळीची बाब होती. एफबीआय किंवा सीआयए ह्या दोन्ही संघटना नेहमी कोणत्याही गोष्टीला जादा महत्त्व देत असतात. त्यामुळे बजेटमध्ये त्यांना भरपूर रक्कम मंजूर होते आणि त्यांची प्रतिमा आणखी मोठी होते. पण हा विचार मी फक्त माझ्याजवळच ठेवला.

केट सांगत होती, आजचे असले दहशतवादी कृत्य हे क्वचितच घडणारे आहे. बाकी सर्व बॉम्बिंगसारख्या दहशतवादी घटना या आजवर दूर, तुरळक व कोठेही घडलेल्या आहेत. ह्या खलीलने युरोपात स्वत: खून पाडले आहेत. आजही त्याने इथे तसेच केले आहे. अन् या दहशतवाद्याबद्दलची हीच गोष्ट अगदी स्वच्छ, व उघड उघड अशी आहे; पण त्याहीपेक्षा आणखी एक बाब महत्त्वाची वाटते. आजवरच्या इतर दहशतवाद्यांपेक्षा हा दहशतवादी अत्यंत बुद्धिमान, धाडसी व धैर्यवान आहे.''

''म्हणजे सिंहासारखा आहे,'' कोनिग म्हणाला.

''होय, सिंहासारखा. पण तो जनावरांच्या वर्गातला नाही, माणसात मोडणारा आहे आणि खुनी आहे. त्यामुळे तो सिंहापेक्षा अधिक धोकेबाज आहे.''

केट आता असद खलीलच्या व्यक्तिमत्वासंबंधी महत्त्वाच्या मुद्द्याकडे वळत होती. खरे म्हणजे ती समस्येच्या गाभ्याजवळ चालली होती; पण यापेक्षा जास्त ती काही बोलली नाही. अन् या विचारांच्या अनुरोधाने इतरही कोणी पुढे गेले नाही.

मग आम्ही आत्तापर्यंतच्या खुन्यांच्या व्यक्तिमत्वासंबंधी एक-दोन मिनिटे चर्चा केली. एफबीआयमध्ये गुन्हेगारांचे मानसशास्त्रीय विश्लेषण फार चांगले होत असते. मला मात्र त्यातले काही शास्त्रीय शब्द न कळल्याने ती एक चर्पटपंजरी वाटली. परंतु त्यातले काही विश्लेषण मात्र अत्यंत हुशारीने केलेले होते आणि ते अचूक होते, हे मला जाणवले. असद खलीलचे मी केलेले विश्लेषण मांडण्यासाठी म्हणालो, ''मला असे वाटते आहे की, या खलीलचा अमेरिकन लोकांवरती आकस आहे, राग आहे. तो अमेरिकनांचा तिरस्कार करतो. त्याच्या कृत्यांमागे काही सैद्धांतिक किंवा राजकीय कार्यक्रम पत्रिका फारशी नाही. अमेरिकनांबद्दल त्याच्या मनात जळती द्वेषभावना आहे. आजच्या घडलेल्या घटना लक्षात घेता, आपल्या फोल्डरमधील अनेक शंका ह्या खऱ्या ठरल्या आहेत. त्याने अमेरिकन हवाईदलाच्या अधिकाऱ्याचे कुऱ्हाडीने तुकडे तुकडे केले. ब्रुसेल्समध्ये त्याने तीन शाळकरी अमेरिकन मुलांना गोळ्या घातल्या. आपण जर आत्तापर्यंतची त्याची सर्व कृत्ये ध्यानात घेतली तर या अतिरेक्याच्या मनाला काहीतरी डाचते आहे, असे लक्षात येईल. ते डाचणे दूर होत नाही तोपर्यंत त्याची कृत्ये चालूच रहातील. तेव्हा आता आणखी पुढे कोणावर तरी तो घाला घालणार आहे हे नक्की.''

टेड नॅश मला म्हणाला, ''त्याने ब्रिटिशांवरतीही काही हल्ले चढवले. रोममधल्या ब्रिटिश वकिलातीवर त्याने बॉम्ब फेकले. त्यामुळे तुमचा जो 'अमेरिका विद्वेष सिद्धांत' आहे, त्याला या गोष्टींनी छेद बसतो आहे.''

मी त्याला उत्तर देत म्हटले, ''जर त्याने ब्रिटिश वकिलातीवर बॉम्ब फेकले असतील तर त्याचाही अंतर्भाव माझ्या उपपत्तीमध्ये करायला हवा. म्हणून आपल्याला असेही म्हणता येईल की, 'तो ब्रिटिश व अमेरिकन लोकांचा द्वेष करतो,' ब्रिटिशांशी असलेले अमेरिकनांचे संबंध हे बरेच काही सांगून जातात. संबंध हे नेहमी सुगावा ठरतात.'' यावर टेड नॅश किंचित उपहासाने हसला. मला असे कोणाचे हसणे छद्मीपणाचे वाटते व त्याची चीड येते.

कोनिग टेडला म्हणाला, ''तुम्ही मिस्टर कोरींच्या उपपत्तीशी सहमत नाही असे दिसते.''

त्यावर तो म्हणाला, ''त्याचे काय आहे, मिस्टर कोरी हे पोलिसी काम आणि तज्ज्ञांची तर्कमीमांसा यांची एकमेकांत मिसळ करत आहेत. पोलिसी कामातून निघालेले तर्कसिद्धांत हे गुप्तचर खात्याने काढलेल्या सिद्धांतांशी कधीच मिळते-जुळते असत नाहीत.''

कोनिग म्हणाला, ''असेच काही नाही. तुम्ही म्हणता तसे क्वचितच घडते.''

टेड नॅशने आपले खांदे उडवले आणि म्हटले, ''जर असद खलीलने अमेरिकन लोकांना आपले लक्ष्य बनवले असेल तर ते काही तितकेसे त्याचे एकमेव वैशिष्ट्य ठरत नाही. उलट त्यामुळे विरुद्ध बाबीलाच पुष्टी मिळते. बहुतेक दहशतवाद्यांनी अमेरिका व अमेरिकन्सना आपले लक्ष्य बनवले आहे. आपला इस्त्राईलकडे कल असल्याने, गल्फ-युद्ध आपण छेडल्याने आणि जागतिक पातळीवर चाललेल्या दहशतवाद-प्रतिबंधक प्रयत्नांमुळे आपल्याला सर्व अतिरेक्यांनी नंबर एकचा शत्रू मानलेले आहे.''

कोनिग म्हणाला, ''ते खरे आहे. पण तरीही खलीलची काही वैशिष्ट्ये आहेतच. तो अमेरिकनांचा मनापासून द्वेष करतो. ज्याचा बळी घ्यायचा आहे. त्याच्या अगदी जवळ जातो, आपल्या बळीचा तो अपमान करतो, त्यांना मानसिक पातळीवरही क्लेश देतो, वगैरे वैशिष्ट्ये ही फक्त त्याचीच आहेत. गुन्हे करण्याची त्याची ही पद्धत त्याची मोडस ऑपरेन्डी ठरली आहे.''

नॅश पुन्हा खांदे उडवित म्हणाला, ''म्हणून काय बिघडले? ही त्याची कामाची शैली आहे. अन् ही शैलीच जर त्याच्या पुढच्या भावी कृत्यांचा सुगावा लागू देणारी ठरत असेल तरीही आपण त्याला रोखू शकत नाही. त्याच्या मोहिमेत घुसून त्याला पकडू शकत नाही. कारण त्याच्या मनात शेकडो प्रकारची लक्ष्ये आहेत, मोहिमा आहेत. तो त्यातले कोणतेही लक्ष्य व कोणतेही स्थळ-काळ निवडू शकतो. त्यामुळे

त्याला पकडणे अशक्य आहे. प्रत्येक वेळी ती सीगल मोहीमच उघडणार व वेगाने पार पाडणार.''

यावर कोणीच प्रतिवाद करेना. मग तो पुढे बोलू लागला, ''तुमचे सिद्धांत व विश्लेषण काहीही असो, मी मात्र अशा पक्क्या निष्कर्षाला आलो आहे की, आजचे जे कृत्य घडले ते घडवणे हीच त्याची मोहीम होती. ती मोहीम यशस्वी झाली आणि तो निघून गेला. पुढच्या वेळी तो कुठेतरी युरोपमध्ये प्रगट होऊन हल्ला चढवेल. कारण तो भूभाग त्याला ठाऊक आहे, त्याच्या परिचयाचा आहे, आणि तिथे नेहमीच कडक सुरक्षा असते असे नाही. पण आत्तापुरते म्हणाल तर या सिंहाचे पोट भरलेले आहे. तो त्याच्या लिबियातल्या गुहेकडे परत चालला आहे. अन् परत भूक लागेपर्यंत तो तिथून बाहेर पडणार नाही.''

माझी ती ड्रॅक्युलाची उपमा इथे सांगावीशी वाटली. ज्यात ड्रॅक्युला मृत कर्मचारी व मृत प्रवासी असलेले जहाज घेऊन बंदरात शिरतो, तीच ती उपमा. पण कोनिगची अशी समजूत होती की मी नेहमी तर्कशुद्ध विचार करतो, उगाच अफलातून कल्पना लढवत नाही. ड्रॅक्युलाच्या या उपमेमुळे कोनिगला मी काहीतरी अफलातून कल्पना लढवतो आहे असे वाटेल. म्हणून मी ती उपमा न सांगता म्हणालो, ''परंतु तरीही आज जे काही दिसले त्यावरून मला ठामपणे वाटते की हा खलील इथून पन्नास मैलांच्या परिसरात कुठेतरी आहे. मी टेडशी त्याबद्दल दहा डॉलरची पैज मारायला तयार आहे. लवकरच आपल्याला त्याच्याकडून किंवा त्याच्या बाबतीत काहीतरी बातमी ऐकायला मिळेल.''

कोनिगने चेहऱ्यावर हसू आणीत म्हटले, ''असे? मग मला आत्ताच तुमच्याकडून दहा दहा डॉलर गोळा करायला हवेत. कारण टेड आता परदेशाला जाणार आहे,'' असे म्हणून त्याने हात पुढे केले. टेडने व मी दहा दहा डॉलर्स त्याच्या हातावर ठेवले. ते पाहून केटने आपले डोळे 'शेवटी पुरुष ते पुरुष' अशा अर्थी फिरवले.

कोनिग म्हणाला, ''मिस्टर कोरी, खलील आता मोकाट सुटला आहे आणि त्याच्याजवळ तुमचे नाव आहे. तेव्हा त्याचा मोहरा तुमच्याकडेही वळू शकेल.''

खलीलला सिंहाची उपमा दिली होती. तेव्हा हा सिंह माझी शिकार करणार ही त्यातून सूचित होणारी कल्पना मला आवडली नाही.

कोनिग म्हणाला, ''पण कधी कधी शिकाऱ्याचीच शिकार होते. उदाहरणार्थ, मध्यपूर्वेतील एका अतिरेक्याने सीआयएच्या मुख्य कचेरीत दोघांना ठार मारले.''

टेड नॅशने यावर असा चेहरा केला की ही बातमी तो जसा काही विसरला होता. त्याने यावर म्हटले, ''त्या अतिरेक्याने कार पार्कमध्ये वाटेल तसा गोळीबार करून इतस्ततः गोळ्या झाडल्या. त्यात जे दोघेजण मरण पावले ते सीआयएचे कर्मचारी होते. अतिरेकी त्यांना ओळखत नव्हता. त्याचे लक्ष्य माणसे नव्हती, संस्था होती.''

कोनिगने यावर त्याला उत्तर दिले नाही. पण तो मला व केटला म्हणाला, "जर असद खलील अजून या देशात असेल तर तो मुळात तुमच्यासाठी येथे आला नाही; पण आता कदाचित् तुम्हाला त्याने आपले लक्ष्य बनवले असेल. अन् मला वाटते की, तसे असेल तर आपण या संधीचा फायदा उठवला पाहिजे."

मी पुढे झुकून विचारले, "एक्सक्यूज मी, कोणत्या संधीचा फायदा?"

"वेल, मला तुमच्या बाबतीत 'आमिष' हा शब्द लावायला आवडत नाही. पण—" कोनिग म्हणाला.

"नाही ना आवडत, मग सोडून द्या ती कल्पना."

पण कोनिग ती कल्पना सोडून द्यायला तयार नव्हता. तो ती कल्पना रेटण्यासाठी म्हणाला, "हा गुंड सिंह अनेकांचे बळी घेत सुटला आहे. अन् आपल्या शिकाऱ्यांनी त्याला जवळजवळ पकडला होता. आता हा सिंह शिकाऱ्यांविरुद्ध चिडला आहे. अन् म्हणूनच त्याच्या हातून शिकाऱ्यांच्या मागे लागण्याची गंभीर चूक घडू शकते. बरोबर?"

टेड नॅशला या कल्पनेची मौज वाटली. केट या कल्पनेवरती विचार करू लागली.

कोनिग म्हणाला, "आपण जॉन व केट यांच्यावरती एक सविस्तर बातमी प्रसिद्ध करू. वाटल्यास त्यात त्यांची छायाचित्रेही वापरू. तशी छायाचित्रे आपण नेहमी जरी वापरीत नसलो तरी या वेळी ती वापरू. खलीलला असे वाटेल की एफबीआय एजंटांची छायाचित्रे व नावे प्रसिद्धीला देण्याची प्रथा अमेरिकेत असावी. त्याला हा एक सापळा आहे याची कल्पना येणार नाही. बरोबर?"

मी म्हणालो, "मला वाटते की माझ्या नोकरीच्या करारामध्ये हे असले काही बसत नाही."

कोनिग तरीही पुढे बोलत राहिला, "टेड नॅश यांचे नाव आणि छायाचित्र मात्र वापरता येणार नाही. कारण त्याची सीआयए त्यासाठी परवानगी देणार नाही. जॉर्ज हा विवाहित आहे आणि त्याला मुलेबाळे आहेत. त्यामुळे त्याच्या बाबतीत ही जोखीम पत्करता येणार नाही. फक्त केट व जॉर्ज हेच अविवाहित असून आपापल्या घरी एकटेच रहातात. बरोबर?"

केटने मान डोलावली. मी म्हणालो, "हे पहा, ही कल्पना जरा बाजूला ठेवली तर नाही का चालणार?"

"त्याचे कारण जर मिस्टर कोरी यांचा तर्क बरोबर असेल आणि खलील याच देशात जवळपास कुठेतरी वावरत असेल तर तो अशी संधी कशाला सोडेल? तो तात्पुरती आपली वाट वाकडी करून येईल. आपले काम झाल्यावर परत आपल्या लक्ष्यावरती जाईल. ते लक्ष्य अर्थातच मोठे असणार. आजवर त्याने केलेल्या

हत्येपेक्षा मोठे असणार. म्हणून मी म्हणतो की आपण या आपल्या नवीन योजनेमुळे पुढे होणारी सामूहिक हत्या थोपवू शकतो. कधी कधी देशासाठी एखाद्या व्यक्तीला आपली सुरक्षितता पणाला लावावी लागली तर बिघडले कुठे ? काय, पटते ना हे?''

केट म्हणाली, ''माझी संमती आहे. एक प्रयत्न करून पहाण्याजोगा आहे.''

झाले. मी आता हरत चाललो होतो. जर मी या योजनेला विरोध केला तर उघडा पडणार होतो. शेवटी पराभवच स्वीकारायचा असेल तर सन्मानपूर्वक स्वीकारावा, असा विचार करून मी म्हणालो, ''ग्रेट आयडिया. मला हे पूर्वी कसे सुचले नाही?''

टेड नॅश बोलू लागला, ''अन् जर कोरी यांचा तर्क चुकीचा ठरला आणि खलील देशाबाहेर गेला असेल तर त्यांना फक्त दहा डॉलरच गमवावे लागतील. अन् जर खलील अमेरिकेतच असेल तर कोरी हे दहा डॉलर जिंकतील. पण... ते जाऊ दे. त्याबद्दल न बोललेलेच बरे.''

टेड नॅश हा प्रथमच स्वत:ची करमणूक करवून घेत होता. जॉन कोरी याचा गळा मानसिक विकृती असलेल्या एका खुन्याकडून कापला जाण्याच्या कल्पनेने तो उल्हसित झाला होता. रॉबर्टस्‌लासुद्धा आता हसू आवरेनासे झाले होते. हात्तिच्या! म्हणजे ही सारी माझी चेष्टा चालली होती तर.

नंतर थोडा वेळ आमची बैठक पुढे चालू राहिली. आजच्या दुर्घटनेची बातमी जनतेसमोर येणारच; पण ती कशी मांडायची, त्याची काय कारणमीमांसा द्यायची, यावर चर्चा करू लागलो. विमानातील तीनशे जणांचा मृत्यू, जमिनीवरील हत्याकांड आणि निसटून गेलेला गुन्हेगार या सर्वच घटना संबंध अमेरिकेला हादरवून टाकणाऱ्या होत्या.

शेवटी कोनिग समारोप करीत म्हणाला, ''पुढचे काही दिवस फार कठीण असतील. आजवर वृत्तमाध्यमे आपल्याशी सहकार्य करीत आलेली आहेत; पण आता आपल्याला आजच्या बातम्यांवर थोडे नियंत्रण ठेवावे लागेल. तसेच, उद्या आपल्याला वॉशिंग्टनला जाऊन आपल्या वरिष्ठांना काहीतरी दिलासा द्यावा लागेल. आता प्रत्येकाने घरी जाऊन नीट झोप काढावी. उद्या 'ला गार्डिया' विमानतळावर यू. एस. एअरवेजचे पहिले शटल पकडण्यासाठी सर्वांनी तिथे जमावे. पहिले विमान सकाळी सात वाजता सुटते हे लक्षात ठेवा. जॉर्ज फॉस्टर हे कॉन्क्विस्टाडोर क्लबमध्येच थांबून गुन्ह्याच्या जागेवर नियंत्रण ठेवतील.'' एवढे म्हणून तो उठून उभा राहिला. आम्हीही सारेजण उठलो. तो पुढे म्हणाला, ''आज जरी दुर्घटना घडल्या असल्या तरी तुम्ही सर्वांनी आपापली कामे चांगली केलेली आहेत... मृतात्म्यांना शांती लाभो!'' मग आम्ही सर्वांनी एकमेकांशी हस्तांदोलन केले आणि

तिथून मी, केट आणि टेड बाहेर पडलो.

त्या २८व्या मजल्यावर लिफ्टकडे जाताना आमच्यावरती बऱ्याचजणांच्या नजरा खिळल्या होत्या. त्यामुळे मला थोडेसे अस्वस्थ वाटले.

२२

आपल्याला डेलवेअर नदी एका पुलावरून ओलांडावी लागेल याची असद खलीलला कल्पना होती. त्या पुलावर टोल नाके नव्हते हेही त्याला ठाऊक होते. ट्रेन्टन शहर येईपर्यंत क्र. १च्या महामार्गावरून जात रहावे, अशा त्याला सूचना होत्या. ट्रेन्टन शहरात शिरण्याआधी असेच दोन पूल लागणार होते. त्याने आपल्याला कोणत्या मार्गाने व कोठवर जायचे आहे याचे प्रोग्रॅमिंग मोटारीतल्या उपग्रह मार्गदर्शकावर करून ठेवले होते. त्यामुळे आता तो मार्ग व्हिडिओ नकाशावर ठळकपणे उमटत जाणार होता. त्या मार्गापासून तो ढळला तर आपोआप त्याला सूचना मिळणार होती. ज्या कंपनीकडून ती गाडी भाड्याने घेतली, त्या कंपनीला जरी आधी सांगितले तर ते तुमच्यासाठी असे प्रोग्रॅमिंग करून देतात; पण त्यांना आपला मार्ग सांगणे हे खलीलच्या दृष्टीने भलतेच धोकादायक होते. जर संशय येऊन कंपनीने त्याला दिलेल्या गाडीचा शोध घ्यायचा प्रयत्न केला तर ते फार तर जिथे ही गाडी जब्बारने त्याच्यासाठी आणून उभी केली होती, त्या पार्किंग लॉटपर्यंतच त्यांना माग काढता आला असता.

खलीलने क्र. १चा महामार्ग सोडून आता 'इंटरस्टेट-९५' हा रस्ता धरला. हाही एक चांगला रस्ता होता. जर्मनीतल्या ऑटोबॉनसारखाच होता. फक्त या रस्त्यावरून वाहने सावकाश चालली होती. इंटरस्टेट रस्ता ट्रेन्टन शहराबाहेरून जात होता. एके ठिकाणी त्याला WASHINGTON CROSSING STATE PARK अशी पाटी दिसली. त्याला लिबियात प्रशिक्षण देणारा एक बोरिस नावाचा रशियन माणूस होता. पूर्वी तो केजीबी ह्या रशियन गुप्तचर संघटनेत होता. त्याने खलीलला म्हटले होते, "जॉर्ज वॉशिंग्टनने डेलवेअर नदी दोनशे वर्षांपूर्वी जिथे बोटीतून ओलांडली तिथेच तुलाही ती पुलावरून ओलांडावी लागेल; पण तिथे तुला कसलाही टोल द्यावा लागणार नाही."

खलीलला यातला विनोदी भाग समजला नाही. बोरिस हाच त्रिपोलीतला एकमेव असा माणूस होता की जो अमेरिका व अमेरिकन्स या विषयावर पाहिजे ती माहिती पुरवू शके आणि योग्य तो सल्ला देऊ शके. लिबियन गुप्तचर खात्यांमध्ये

त्याने शेवटी नोकरी पत्करली होती.

शेवटी खलीलने तो टोल-फ्री पूल ओलांडून पेन्सिल्व्हानिया राज्यात प्रवेश केला. इंटरस्टेट-९५ हा रस्ता धरून तो दक्षिणेकडे जात राहिला. उपग्रह मार्गदर्शक यंत्रानेच त्याला ही सूचना दिली होती.

आता सूर्य पूर्णपणे मावळला होता व सर्वत्र अंधार झाला होता. लवकरच त्याला कळले की आपला रस्ता हा फिलाडेल्फिया शहरातून जात आहे. त्या शहरात खूपच वर्दळ व वाहतूक होती. त्यामुळे त्याला आपला वेग कमी करावा लागला. रस्त्याच्या एका बाजूला नदी होती तर दुसऱ्या बाजूला उंच व प्रकाशित इमारती उभ्या होत्या. मग वाटेत एक विमानतळ लागला. तो ओलांडून तसाच तो पुढे गेला. त्याला जिकडे जायचे होते तिकडे वेगाने जाण्यासाठी हा मार्ग योग्य नव्हता. या मार्गावर भलतीच वर्दळ होती; पण टोल नाकी नव्हती. अन् म्हणूनच जरी हा लांबचा व सावकाश नेणारा मार्ग असला तरी त्याच्या दृष्टीने एक सुरक्षित मार्ग होता.

लवकरच शहर मागे पडले आणि त्याला आपला वेग वाढवायची संधी मिळाली. आता त्याला इतर गोष्टींवर विचार करण्याची संधी मिळाली. त्याचा पहिला विचार असा होता की आजचा १५ एप्रिलचा दिवस हा मनाप्रमाणे गेला. एव्हाना त्रिपोलीमध्ये बडा नेता गडाफी याला 'असद खलील अमेरिकेत पोचला असून आजच्या दिवसांचा सूड म्हणून शेकडोजणांची त्याने हत्या केली आहे. शिवाय येत्या काही दिवसांत आणखीही लोक मरण पावणार आहेत,' ही बातमी ऐकून खूप आनंद झाला असेल. मग लवकरच सबंध त्रिपोलीच काय, पण सबंध लिबियात ही बातमी पसणार की, आपल्या राष्ट्राच्या अपमानाचा बदला घेण्यासाठी त्या अमेरिकेला एक जबरदस्त हादरा देण्यात आला आहे. या बातमीसाठी मलिक रात्रभर जागा राहिला असेल. आत्ता त्रिपोलीत पहाट होत असेल. त्यालाही ही बातमी मिळत असेल नि तो असद खलीलला आशीर्वाद देत असेल, त्याच्यासाठी अल्लाकडे प्रार्थना करीत असेल.

अमेरिका आजच्या या घटनेचा सूड घेईल की नाही यावर खलील विचार करीत होता. अमेरिका परत लिबियाविरुद्ध काही कृती करेल काय? अमेरिकेचा राष्ट्राध्यक्ष काय करेल याचा अंदाज घेणे कठीण आहे. बडा सैतान रोनाल्ड रेगन याच्याबद्दल निदान अंदाज तरी करता येत होता; पण हा आताचा राष्ट्राध्यक्ष कधी कधी दुबळा असतो तर कधी कधी कणखर असतो. अन् जरी अमेरिकेने झाल्या दुर्घटनेला प्रत्युत्तर म्हणून लिबियाविरुद्ध काही कृती केली तरी बिघडत नाही. त्यामुळे सारा लिबिया आणि इस्लामी जग जागे होईल.

खलीलने गाडीतील रेडिओ लावला. कोणता तरी आरोग्यावरचा कार्यक्रम चालला होता आणि काहीजण आपल्या लैंगिक समस्यांबद्दल चर्चा करीत होते.

त्याने बातम्या देणारे स्टेशन लावले आणि तो दहा मिनिटे ऐकत राहिला. विमान दुर्घटनेची बातमी सांगितली जाण्याची तो वाट पहात राहिला. शेवटी ती बातमी सांगितली जाऊ लागली. त्याने ती बातमी काळजीपूर्वक ऐकली. बातमीनंतर अनेकांचे त्यावरचे भाष्यही श्रोत्यांना ऐकवण्यात आले. बातमीवरून त्याच्या लक्षात आले की अमेरिकन अधिकाऱ्यांना ही दुर्घटना कशी घडली ते अजून समजलेले नाही किंवा समजले असले तरी ती माहिती ते मुद्दाम गुप्त ठेवीत असतील. काहीही असले तरी आता सर्वत्र अतिदक्षतेचा इशारा पाठवला गेला असेल हे नक्की; पण तो इशाराही सामान्य जनतेला ठाऊक झाला नसणार. त्याच्या दृष्टीने उलट हे एक प्रकारे ठीकच झाले. प्रवासात तो जनतेकडून ओळखू येण्याची शक्यता मंदावली.

अंसद खलील इन्टरस्टेट-९५ या मार्गावरून दक्षिणेकडे जात राहिला. डॅशबोर्डवरचे घड्याळ रात्रीचे ८:१० झाल्याचे दाखवित होते. अजूनही रस्त्यावरती बऱ्यापैकी रहदारी होती. एवढी की त्याच्या गाडीकडे लक्ष न जाण्याइतपत होती. या रस्त्याला अनेक फाटे फुटले होते. प्रत्येक फाटा हा विश्रांतीस्थानाकडे नेत होता. तिथे दिव्यांचा झगमगाट होता. त्या झगमगाटात त्याला अनेक गाड्या थांबलेल्या दिसत, लोक दिसत आणि पेट्रोल पंप दिसत. त्याला इतक्यात पंपावर जायची जरुरी नव्हती. समोरचा इंडिकेटर गाडीतील टाकीत निम्म्यापेक्षा जास्त पेट्रोल असल्याचे दर्शवित होता. शिवाय अजून तरी त्याला भूक लागली नव्हती. त्याने बॅगेतून पाण्याची दुसरी बाटली बाहेर काढली. संपूर्ण बाटली तो प्यायला. मग त्याला लघवीला लागली; परंतु त्याच्या योजनेत वाटेत कुठेही गाडी थांबवायची नव्हती. म्हणून त्याने सरळ त्याच बाटलीमध्ये लघवी केली, बाटलीचे झाकण फिरवून पक्के बसवले आणि आसनाखाली बाटली ठेवून दिली. आपण दमलो आहोत हे त्याच्या लक्षात आले; पण तरीही त्याला झोप आली नव्हती. कारण त्याने विमानात भरपूर झोप काढली होती.

त्याला त्रिपोलीत सांगण्यात आले होते की, शक्यतो त्याने रात्रभर गाडी चालवित रहावे. त्यामुळे तो आणि त्याच्या मागावरील पोलीस, जर येत असतील तर, यांच्यात खूप अंतर राहील. ते अंतर जितके जास्त राहील तितके तो निसटून जाण्याचा संभवही जास्त राहील. लवकरच तो डेलवेअर राज्यात प्रवेश करणार होता. जितकी राज्ये तो ओलांडेल तितका तिथल्या स्थानिक पोलिसांना त्याच्याबद्दल इशारा मिळण्याची शक्यता कमी होत जाईल; परंतु कोणत्याही परिस्थितीत पोलिसांना इशारा दिला गेला तरी त्यांना आपल्याला नक्की काय पहायचे आहे, त्याची त्यांना कल्पनाच येणार नाही. त्यांना त्याची काळ्या रंगाची मर्क्युरी मार्क्विस गाडी ठाऊक नव्हती. ती दक्षिणेकडे चालली होती, हे ठाऊक नव्हते. कोणत्या रस्त्यावरून जात आहे हेही माहिती होणार नव्हते. फक्त एखाद्या गस्तीच्या गाडीने अधुनमधून

कोणतीही गाडी तपासायची ठरवली व त्यात नेमकी त्याचीच गाडी पाहिली गेली तरचा प्रश्न होता; पण तरीही त्याच्याजवळची कागदपत्रे परिपूर्ण होती. त्यात कुठेही त्रुटी नव्हत्या. त्यामुळे त्याला कशाचीच भीती नव्हती. युरोपात त्याची गाडी अशीच दोनदा अडवली गेली होती. त्या वेळी ते प्रथम पासपोर्ट व व्हिसाची त्याच्यापाशी मागणी करायचे. नंतर त्याच्या भाड्याच्या गाडीच्या कागदपत्रांची मागणी करायचे. पण त्रिपोलीत त्याला सांगण्यात आले होते की ते फक्त त्याचे ड्रायव्हिंगचे लायसेन्स मागतील आणि गाडीचे रजिस्ट्रेशन पहातील. तसेच तुम्ही दारू प्यायला आहात का तेही बघतील. बस्स, बाकी काहीही बघणार नाही. त्याच्या धर्मात दारूला बंदी होती. पण तो तसले काही सांगणार नव्हता. विचारले तर तो फक्त 'नाही' एवढाच एक शब्द उच्चारणार होता. पण जर त्याची चौकशी फार वेळ चालली तर मात्र त्या पोलिसाचा मुडदा पडणार होता.

त्याला त्रिपोलीत असेही सांगण्यात आले होते की अमेरिकेतील पोलीस हे आपल्या गाडीतून बहुधा एकटेच गस्त घालीत असतात. ही गोष्ट तर त्याच्या पथ्यावर होती. तो एकट्यादुकट्याचा सहज समाचार घेऊ शकत होता. बोरिसने अमेरिकेत पाच वर्षे काढली होती. त्याने अशी सूचना देऊन ठेवली होती की शक्यतो गाडीतून बाहेर पडू नकोस. एखादा पोलीस जवळ येऊन तुझ्या गाडीत डोकावून पाहील किंवा तुला बाहेर पडण्यास सांगेल. बाहेर पडावे लागले तर एक गोळी त्याच्या डोक्यात घाल नि सरळ गाडी घेऊन पळून जा; पण जर त्याने आधी तुझ्या गाडीचा नंबर वायरलेसवरून पुढच्या ठाण्याला किंवा हेडक्वार्टरला कळवला असेल तर? जर त्याने आपल्या गाडीतील व्हिडिओ कॅमेरा चालू करून मग तो तुझ्या गाडीकडे आला तर? तसे जर असेल तर तुला तुझी गाडी सोडून पळ काढावा लागेल आणि दुसरे एखादे वाहन शोधावे लागेल. अशा वेळी तुला आमच्यापैकी किंवा अमेरिकेतल्या आपल्या लोकांपैकी कोणीही सहाय्य करू शकणार नाही. तुला फक्त स्वत:च्या हिकमतीवर व हिंमतीवर अमेरिकेचा पश्चिम किनारा गाठावा लागेल.''

खलील ते आठवून आता स्वत:शीच म्हणाला, ''आज १५ एप्रिल १९८६ रोजी मी सकाळपासून माझ्या एकट्याच्या हिंमतीवरतीच जात आहे.''

रात्री ८:४० वाजता खलीलने डेलवेअर राज्याच्या हद्दीत प्रवेश केला. पंधरा मिनिटातच त्या रस्त्याचे नाव इंटरस्टेट-९५च्याऐवजी 'जॉन एफ् केनेडी मेमोरियल हायवे' असे झाले. अन् ह्या रस्त्यावरती तर टोल नाके होते. म्हणून त्याने एका फाट्यापाशी हा रस्ता सोडून 'रुट-४०' हा मार्ग धरला. हा रस्ता इंटरस्टेट-९५ला समांतर जात होता. तो त्याला दक्षिणेला व पश्चिमेकडे बाल्टिमोरला नेत होता. अर्ध्या तासात त्याने डेलवेअर राज्य सोडून मेरीलँड राज्याच्या हद्दीत प्रवेश केला.

नंतर एका तासाच्या आत तो एका इंटरस्टेट मार्गावर गेला. हा मार्ग बाल्टिमोर शहराला बाहेरून वळसा घालून पुढे जात होता. मग तो परत इंटरस्टेट-९५ मार्गावरती आला. या ठिकाणी टोल नाका नव्हता. मग तो दक्षिणेकडे जात राहिला.

त्याला हे कळेना की काही रस्त्यांवर आणि पुलांवर टोलचे पैसे घेतले जात नाही, तर इतर काही रस्त्यांवर किंवा पुलांवर मात्र घेतले जातात, असे का? याची कल्पना त्रिपोलीतसुद्धा कोणाला नव्हती; पण त्याला दिलेला सूचना ही अगदी स्वच्छ होती, 'टोल नाकी टाळत जा !' बोरिस म्हणाला होता, 'काही ठिकाणी किंवा टोल नाक्यावर थांबून तू जर पैसे देऊ लागला तर त्या वेळी आपोआप एका गुप्त कॅमेऱ्याने पैसे देणाऱ्याचे छायाचित्र खेचले जाते.'

खलीलने एक मोठी हिरव्या व पांढऱ्या रंगातील पाटी पाहिली. त्यावर तेथून निरनिराळ्या शहरांचे अंतरांचे आकडे दिलेले होते. त्याला जे शहर हवे होते ते शोधले. WASHINGTON DC, — 35 MILES. तो ते वाचून हसला. तो आता त्याच्या मुक्कामाच्या जवळ गेला होता.

रात्रीचे बारा वाजले होते. पण अजूनही रस्त्यावरती थोडीफार वाहनांची वर्दळ चालूच होती. त्याला तर असे वाटले की भर मध्यरात्री रस्त्यावरती किती वाहने असतात! असे असेल तर अमेरिकन माणसांना एवढे अफाट तेल सारखे लागणारच. त्याने कुठेतरी वाचले होते की एक अमेरिकन माणूस एका दिवसात एवढे तेल जाळतो की, तेवढेच तेल जाळायला एका लिबियन माणसाला एक वर्ष लागते. लवकरच ही अमेरिकन माणसे पृथ्वीच्या पोटातील सारे तेल शोषून घेऊन तिला कोरडी करून टाकतील. मग हेच अमेरिकन चालायला लागतील किंवा उंटावर बसून हालचाली करतील. तो हे आठवून हसला.

रात्री साडेबारा वाजता 'कॅपिटल बेल्टवे' हा आडवा जाणारा रस्ता त्याने धरला. त्याने आपला ओडोमीटर पाहिला तर आत्तापर्यंत त्याने सहा तासांत ३०० मैलांचे अंतर कापले होते.

बेल्टवे रस्ता एका फाट्यापाशी सोडून तो सूटलँड पार्कवे रस्त्यावर गेला. जवळच अँड्र्यूज एअर फोर्स बेस होता. त्याला लागून हा रस्ता गेला होता. त्या रस्त्यावर पुढे दुकानांच्या रांगा व मोठमोठी स्टोअर्स लागली. त्याच्या उपग्रह मार्गदर्शकावरती त्या भागातील काही लॉजेसची नावे आली; पण त्याला तिथे कुठेही थांबायचे नव्हते. तो सावकाश त्या वस्तीतून गाडी चालवित गेला. वाटेत त्याने ती भरलेली प्लॅस्टिकची बाटली खिडकीतून बाहेर फेकून दिली.

पुढे गेल्यावर त्याला काही मोटेल्स लागली. त्याने त्यातले बाहेरून गचाळ वाटणारे एक मोटेल निवडले. त्यावरती एक प्रकाशित पाटी होती, VACANCIES म्हणजे आत खोल्या उपलब्ध होत्या तर.

मोटेलच्या पार्किंग लॉटमध्ये जाऊन त्याने आपली गाडी उभी केली. पार्किंग लॉट जवळजवळ रिकामे होते. त्याने आपल्या गळ्यातील टाय काढला, डोळ्यांवर चष्मा चढवला आणि तो गाडीतून बाहेर पडला. गाडीला कुलूप लावून तो क्षणभर उभा राहिला. आपले आंबलेले हातपाय ताणले आणि तो मोटेलच्या छोट्या ऑफिसकडे चालू लागला.

काऊंटरच्या पलीकडे एक तरुण पोरगा बसला होता व तो टीव्हीवरचा कार्यक्रम एकाग्रतेने पहात होता.

तो उठून उभा रहात म्हणाला, "येस?"

"मला एक खोली एका दिवसासाठी हवी आहे."

"ऐंशी डॉलर्स प्लस टॅक्सेस."

खलीलने काऊंटरवरती १५० डॉलर्सच्या नोटा ठेवल्या. आलेला प्रवासी नक्की आपल्या मोटेलमध्ये उतरू पहातोय याची खात्री झाल्यावर त्या कारकुनाने आणखी पैशांची मागणी केली. तो म्हणाला, "मला अजून १०० डॉलर्स डिपॉझिट म्हणून पाहिजे. तुम्हाला ते जाताना परत मिळतील."

खलीलने पन्नास डॉलर्सच्या आणखी दोन नोटा काऊंटरवर ठेवल्या. त्या तरुण कारकुनाने त्याला एक रजिस्ट्रेशन कार्ड दिले. खलीलने ते भरून परत दिले. मात्र त्यावर आपले नाव रॅमन व्हॅस्क्वेझ असे लिहिले. तसेच कार्डावरती त्याने आपल्या गाडीचे वर्णनही अचूक लिहिले. कारण एकदा आपण आत खोलीत गेलो की बाहेर आपली गाडी कार्डावरील वर्णनाप्रमाणे तपासतील, अशी त्याला भीती वाटत होती. कार्ड त्याने परत दिले.

मग त्या कारकुनाने त्याला एक किल्ली दिली. किल्लीला एक प्लॅस्टिकचा तुकडा होता. उरलेले पैसे दिले आणि १०० डॉलर्सची पावती दिली. मग तो म्हणाला, "युनिट फिफ्टिन. बाहेर पडून उजवीकडे शेवटपर्यंत चालत जा. मोटेल सोडण्याची वेळ सकाळी ११ वाजताची असते."

"थँक यू!" असे म्हणून खलील बाहेर पडला, आपल्या गाडीकडे गेला आणि ती चालू करून १५ नंबर लिहिलेल्या दारापर्यंत गेला. तिथे गाडी थांबवून तो आपली ओव्हरनाईट बॅग घेऊन उतरला. किल्ली चालवून १५ नंबरच्या खोलीत गेला आणि आतला दिवा लावला. त्याने दार आतून पक्के बंद केले.

ती खोली अत्यंत साधी होती; पण तिथे एक टीव्ही होता. त्याने प्रथम तो चालू केला. मग अंगावरचे कपडे उतरवून तो स्नानगृहात शिरला. बरोबर त्याने ती ओव्हरनाईट बॅग नेली. त्याच्या अंगावर अजूनही बुलेटप्रूफ जॅकेट होते आणि जवळ ती दोन पॉईंट फॉर्टीची ग्लॉक पिस्तुलेही होती.

आता त्याला थोडे बरे वाटले. आपली बॅग उघडून त्याने दाताचा ब्रश, टूथ

पेस्ट, वगैरे बाहेर काढले. ओठांवरच्या मिशा सावकाश ओढून काढल्या आणि तो दात घासू लागला. ते काम झाल्यावर त्याने दाढी केली व झटपट आंघोळ उरकून घेतली. त्या वेळी त्याचे पिस्तूल त्याने बेसिनच्या काठावरती ठेवले होते.

अंग पुसून तो सर्व सामानासह बाहेरच्या खोलीत आला. अंगावर नवीन अंतर्वस्त्रे चढवली. बुलेटप्रूफ जाकीट घातले व वरती नेहमीचे कपडे चढवले. मात्र या वेळी त्याने वेगळा टाय घातला होता. मग ती टूथपेस्टची ट्यूब उघडून आतला खास डिंक बाहेर काढला आणि आरशासमोर उभे राहून नकली मिशा पुन्हा चिकटवून टाकल्या.

खोलीतला टीव्ही चालूच होता. त्याचा रिमोट कंट्रोल शोधून तो चॅनेल्स बदलत गेला. शेवटी बातम्यांचा एक चॅनेल सापडताच तो पलंगावर बसून बातम्या पाहू लागला. या आधी दिलेल्या बातम्याच टेप करून परत लावल्या होत्या; पण तरीही त्याच्या दृष्टीने त्या उपयुक्त होत्या. पंधरा मिनिटे तो बातम्या बघत राहिला. मग टीव्हीवरचा बातमी देणारा निवेदक म्हणाला, ''आज दुपारी केनेडी विमानतळावर झालेल्या करुण दुर्घटनेबद्दलची अधिक दृश्ये आता पहा....''

विमानतळाचे एक लांबून घेतलेले दृश्य प्रथम दिसले. त्यानंतर सिक्युरिटी एरियाचे दृश्य लांबून दाखवले गेले. ते दृश्य मोठे होत होत जवळ येऊ लागले. आपले उंच व लांब शेपूट असलेले बोईंग-७४७ विमान पोलादी भिंतीपलीकडे उभे होते. शेपटाच्या उभ्या सुकाणूप्रमाणेच विमानाचा घुमटासारखा माथाही बाहेरून दिसत होता.

दृश्यामागच्या आवाजात म्हटले जात होते, 'विमान कंपनी आणि विमानतळ अधिकारी यांनी विमानात कोणत्या तरी कारणामुळे विषारी वायू किंवा धूर पसरला या अंदाजाला दुजोरा दिला आहे. बहुतेक हा वायू विमानामधील एखाद्या अनधिकृत सामानातून बाहेर आला असावा. आत्तापर्यंत सुमारे दोनशेजणांचा मृत्यू झाल्याची खात्री पटली आहे आणि हा आकडा सारखा वाढतोच आहे. विमानातील कोणीही वाचल्याची शक्यता फारच थोडी आहे...'

तो बातमीदार पुढे सांगत राहिला; पण त्यात वेगळे असे काहीही नव्हते. मग पडद्यावरचे दृश्य बदलले. टर्मिनल इमारतीमधील बळींचे नातेवाईक व मित्र दिसू लागले. ते दुःख व्यक्त करीत होते, हळहळत होते व काहीजण रडत होते. बातमीदारांचीही तिथे झुंबड उडाली होती. त्यांच्या हातात मायक्रोफोन होते. अश्रू ढाळणाऱ्या प्रत्येक व्यक्तीपुढे ते मायक्रोफोन पुढे करून त्याला बोलते करायचा प्रयत्न करीत होते. खलीलला ही गोष्ट चमत्कारिक वाटली. जर त्यांना घातपाताऐवजी हा अपघात वाटत असेल तर त्यामुळे फरक काय पडतो? अन् या लोकांना कशी माहिती असणार? त्यांना तर विमानही पहायला मिळाले नव्हते. जर अमेरिकन अधिकाऱ्यांना हा दहशतवाद्यांचा हल्ला वाटला असेल तर नक्कीच आत्ताचे दृश्य

हे नंतर प्रचार करण्यासाठी घेतले जात असणार; पण ते बातमीदार फक्त विमानातल्या प्रवाशांची माहिती त्यांच्या नातेवाईकांकडून आणि मित्रांकडून काढीत होते. खलीलच्या हेही लक्षात आले की, जे कोणी बोलत होते त्यांना आपला माणूस वाचला असेल अशी भाबडी आशा अजूनही होती. खलील टीव्ही पहात राहिला. त्या लोकांचा वेडेपणा, व्यक्त होणारे दु:ख, बातमीदारांचा खुळेपणा या साऱ्यांची त्याला भुरळ पडली होती.

तो त्या बातम्यांमधून विमानात शिरलेल्या आगीच्या बंबवाल्याचा खून झाल्याची बातमी दिली जाते आहे की नाही त्याची वाट पहात होता; पण ती बातमी शेवटपर्यंत दिलीच नाही. आता स्टुडिओमधले दृश्य पडद्यावर आले. निवेदकासमोर कोणीतरी बसले होते. निवेदक म्हणता होता, "हे विमान स्वत:होऊन आपोआप विमानतळावर उतरले की नाही याबद्दल वेगवेगळे तर्क केले जात आहेत. आमच्या येथे आता अमेरिकन एअरलाईन्सचे एक माजी वैमानिक कॅप्टन फ्रेड ईम्स हे उपस्थित आहेत. बोईंग-७४७ विमान चालवायचा भरपूर अनुभव त्यांच्या गाठीशी आहे. आपण त्यांनाच या बाबतीत विचारू या. नमस्कार कॅप्टन! हे दुर्घटनाग्रस्त विमान कोणत्याही मानवी हस्तक्षेपावाचून आपोआप विमानतळावर उतरले असे काहीजण म्हणतात. असे काही तांत्रिकदृष्ट्या शक्य आहे?"

कॅप्टन बोलू लागला, "होय, अगदी शक्य आहे. खरे म्हणजे आता तर ही एक नेहमीचीच गोष्ट झाली आहे. बहुतेक सारी विमाने ही आधी ठरविल्यानुसार आपल्या विशिष्ट मार्गावरून उडत रहातात; पण नवीन अत्याधुनिक विमानातील योग्य वेळी चाके बाहेर येणे, फ्लॅप्स उघडल्या जाणे, ब्रेक्स लागणे, वगैरे सारे स्वयंचलीत यंत्रणेकडून होत असते. विमान जमिनीवर अशा रीतीने आपोआप व सुरक्षितरित्या उतरले जाणे, ही एक आता नेहमीची बाब झाली आहे. दररोज हे असे घडते आहे. फक्त रिव्हर्स थ्रस्टर्स मात्र संगणकाकडून चालवले जात नाहीत. त्यामुळे अशी ऑटो पायलट असलेली यंत्रणा ज्या विमानात आहे ती विमाने लांबलचक धावपट्टी उपलब्ध असलेल्या विमानतळावरतीच उतरली जातात; पण केनेडी विमानतळाच्या बाबतीत तसा काही प्रश्नच येत नाही. तिथल्या धावपट्ट्या मैलोन्मैल लांब आहेत."

तो वैमानिक अशीच काही तांत्रिक माहिती देत राहिला. खलीलला त्यात अजिबात रस नव्हता. तो फक्त एवढेच पहात होता की एफबीआयची कोणी माणसे पडद्यावर दाखवली जात आहेत का, अन् ती काय बोलतील; पण तसे काही दाखवले गेले नाही, की तसा उल्लेखही कुठे केला गेला नाही. याचा अर्थ सरकारला ही घातपाताची बातमी किंवा समजलेली माहिती ही गुप्त ठेवायची असावी, असा त्याने तर्क केला. अन् जेव्हा ते जाहीर करतील तेव्हा तो आपली मोहीम पुरी करण्यासाठी खूपच दूर गेला असेल. येणारे चोवीस तास हे त्या दृष्टीने फार महत्त्वाचे आहेत, हे त्याला ठाऊक होते. त्यानंतर तो सापडण्याची शक्यताही

प्रत्येक दिवशी कमी कमी होत जाणार होती.

टीव्हीवरची ती बातमी संपली. आता कोणती तरी दुसरीच बातमी व त्या अनुषंगाने एक चित्रमालिका पडद्यावर प्रगट होऊ लागली. अजूनही चिकाटी धरून तो येणाऱ्या बातम्यात जब्बारच्या मृत्यूची बातमी आहे की नाही हे तो पहात होता; पण तशी बातमी शेवटपर्यंत आलीच नाही. त्याने मग कंटाळून टीव्ही बंद करून टाकला.

गाडीतून उतरून या खोलीत येण्याआधी त्याने गाडीतले होकायंत्र मुद्दाम पाहिले होते. पूर्वेकडची दिशा त्याने अचूक हेरून ठेवली होती. तो पलंगावरून खाली उतरला. खालच्या गालीच्यावरती गुडघे टेकून पूर्वेकडे म्हणजे मक्केच्या दिशेने तोंड करून तो बसला आणि त्याने नमाज पढण्यास सुरुवात केली.

नमाज झाल्यावरती तो पलंगावर जाऊन अंगावरच्या संपूर्ण कपड्यांनिशी झोपला आणि एक हलकी झोप घेऊ लागला.

२३

केट, टेड आणि मी असे आम्ही तिघेजण फेडरल प्लाझा इमारतीमधून बाहेर पडलो आणि ब्रॉडवेच्या रस्त्यावर उभे राहिलो. आमच्या आजुबाजूला फार माणसे नव्हती. रात्रीचे गार वारे वाहू लागले होते. कोणीच काही बोलत नव्हते. याचा अर्थ बोलण्याजोगे काही जवळ नव्हते असे नाही. प्रत्येकाकडे काहीतरी नक्कीच सांगण्याजोगे असावे. याचा अर्थ, आम्ही प्रथमच एकटे पडलो होतो. एके काळी आम्ही आपापल्या नोकरीत केवढे दणदणीत काम करून गाजवले होते. आता आमच्याजवळ काही शब्दच उरले नव्हते.

आम्हाला एका टॅक्सीची गरज होती; पण टॅक्सी आणि पोलीस यांची जेव्हा गरज भासते त्या वेळी ते संपूर्ण आसमंतात फिरकत नसतात. आम्ही नुसतेच उभे होतो. काय करावे ते सुचेना. हळूहळू आम्हाला थंडी वाजू लागणार होती. शेवटी केट म्हणाली, ''तुम्हा कोणाला ड्रिंक घ्यायचे आहे काय?''

टेड नॅश म्हणाला, ''नको. मला आता लॅन्लेला फोन लावून अर्धी रात्र चर्चेत घालवायची आहे.''

मग माझ्याकडे पहात ती म्हणाली, ''जॉन?''

मला खरे तर एका ड्रिंकची गरज होती; पण मला एकटेच रहावेसे वाटत होते. म्हणून मी म्हणालो, ''नको. मी आता जाऊन झोपणार आहे.'' मला जवळपास

कुठेही टॅक्सी दिसेना. म्हणून मी म्हणालो, ''मी आता सबवेमधून पायी पायी जातो. कोणाला माझ्याबरोबर यायचे आहे का?''

टेड म्हणाला, ''मी टॅक्सीची वाट पाहीन.'' त्याला सबवेची माहिती अजिबात नव्हती. इथे न्यूयॉर्कमध्ये जवळपास सबवे आहे, हेही त्याला ठाऊक नसणार.

केट म्हणाली, ''ठीक आहे, मग मी पण टॅक्सीनेच तुमच्याबरोबर जाते. आपण टॅक्सीचे भाडे वाटून घेऊ.''

''ठीक आहे, मग मी निघतो. उद्या ला गार्डिया विमानतळावरती भेटूच,'' असे म्हणून मी तिथून निघालो.

कोपऱ्यापर्यंत गेल्यावर मी पूर्वेकडे ड्यूएन स्ट्रीटकडे वळलो.

आता माझ्यासमोर पोलीस प्लाझाची चौदा मजली इमारत उभी होती. ती पाहिल्यावर तिथल्या जुन्या स्मृती माझ्या मनात जाग्या झाल्या. माझ्या भूतकाळाचा तो एक चित्रपट सर्रकन् नजरेसमोरून गेला. पोलीस ॲकॅडेमीतील शिक्षण, नंतर रिक्रूट पोलीस म्हणून भरती. मग रस्त्यावरील पोलीस. मग साध्या वेषातील पोलीस. मग मला मिळालेले गोल्ड डिटेक्टिव्ह शील्ड. मग मी ही नोकरी सोडून देणार होतो. तेवढ्यात सार्जंटच्या परीक्षेचा निकाल लागला. त्यात मी उत्तीर्ण झाल्यामुळे मला बढती मिळाली; परंतु डिटेक्टिव्ह झाल्यानंतर काही वर्षांतच माझ्यावर हल्ला होऊन मी जायबंदी झालो. त्यानंतर 'जॉन जे' संस्थेत गुन्हेशास्त्र शिकवू लागलो. अन् त्यानंतर शेवटी आता हे 'एटीटीएफ'चे कार्यदल, अशी ही माझी कधी चमकदार तर कधी कंटाळवाणी कारकीर्द.

मी उत्तरेला सेंटर स्ट्रीटकडे वळलो. वाटेत कोर्टाच्या इमारती लागल्या. त्यानंतर चायना टाऊन लागले. त्यातून पुढे जाऊन सबवेच्या भुयारी मार्गात प्रवेश केला.

माझ्या डोक्यातील असद खलीलबद्दलचे विचारचक्र चालू झाले. हा गुन्हेगार मला, केटला व नॅशला खरंच गोळ्या घालण्याचा प्रयत्न करेल काय? प्रत्यक्षात आत्तापर्यंत कोणीही गुन्हेगाराने, त्यांच्या संघटीत टोळ्यांनी, अतिरेक्यांनी एफबीआयच्या एजंटावर डूख धरून हल्ला चढवला नव्हता की त्याला मारले नव्हते. एखाद-दुसरा अपवाद असेलही; पण तो माझ्या पहाण्यात तरी नव्हता. आता इथे इस्लामी अतिरेक्यांमधील काहीतरी आजवरच्यापेक्षा वेगळेच दर्शन आम्हाला होत होते. सीआयएच्या पार्किंग लॉटमध्ये अतिरेक्यांनी अंदाधुंद गोळीबार केला होता. असे तुरळक प्रसंग भविष्यात वाढत जातील काय? तो भविष्यकाळ फ्लाईट-१७५ मधून आज अमेरिकेत उतरला होता.

मी न्यूयॉर्कच्या 'लिटल इटली' भागात आलो. इथे सारी इटालियन दुकाने, इटालियन माणसे, दुकानावरील पाट्याही इटालियन व वस्तीही इटालियन माणसांची होती. म्हणून तर 'छोटी इटली' असे या भागाला म्हटले जात होते. माझे पाय

आपोआपच मॉट स्ट्रीटवरील 'गुई लिओज्' या रेस्टॉरंटकडे वळले. मी आत जाऊन बारमध्ये गेलो.

शनिवार असूनही ते रेस्टॉरंट भरलेले होते. तिथे सहा मोठ्या पार्ट्या आल्या होत्या. मॅनहॅटनमधील खास फॅशन्स धारण करणारे लोक तिथे होते. पुलावरून व बोगद्यातून रात्रीची भटकणारी तरुण पोरे होती, काही लहान इटालियन कुटुंबे आलेली होती, तर काही हौशी पर्यटक होते. त्यांच्यात सोनेरी केसांची माणसे जास्त होती. दहा वर्षांपूर्वी इथेच एका माफिया टोळीप्रमुखाचा खून झाला होता. प्रत्यक्षात त्याच्यावर बाहेर फूटपाथवर हल्ला झाला होता. परंतु तिथे गोळ्या लागल्यावर त्याने चटकन या रेस्टॉरंटचा आश्रय घेतला. त्या वेळी तो बेधडक रेस्टॉरंटच्या खिडकीच्या मोठ्या काचेवर धडक मारून आत घुसला होता. पण शेवटी त्याच्यावर एका शॉटगनमधून गोळी झाडली गेली. त्या वेळी तो अक्षरश: जमिनीपासून थोडासा वर उडून खाली पडला; पण तो माफियाप्रमुख त्या गोळीने ठार झाला नाही. त्याने अंगात एक बुलेटप्रूफ जाकीट चढवले होते. तसली जाकिटे इथे लिटल इटलीमध्ये सहज उपलब्ध होती. त्याला 'लिटल इटली टी-शर्ट' असे म्हटले जायचे. शेवटी त्याचा एका विवाहित स्त्रीने खून केला. कारण तो तिला सारखा छेडत होता, सतावत होता.

पूर्वी इथे बारमध्ये ड्रिंक्स बनवून देणारा कोण बारटेंडर होता ते आता मला आठवेना. मी पोलीस खात्यात असताना बरोबरीच्या अनेक सहकाऱ्यांबरोबर इथे येत होतो; पण रात्री कधी आलो नव्हतो.

मी एक 'डबल देवार' विथ 'बड चेअर' अशा बीअरची ऑर्डर दिली. त्यामुळे कशी झटकन मेंदूची मरगळ नाहीशी होते. उगाच वेळ घालवायला नको. पहिला घोट मी गटकन प्यायलो. मग शांतपणे घुटके घेत राहिलो.

बारमध्ये उंचावरती एक टीव्ही लावलेला होता. त्याचा आवाज बंद करून ठेवला होता. त्याच्या पडद्यावर खाली शेअर बाजारातील निरनिराळ्या कंपन्यांचे भाव हे एका पट्टीवर येऊन जात होते. त्याच्या वरच्या पट्टीत खेळांचे स्कोअर्स, धावसंख्या, पॉईंटस, गोलची संख्या, सारे येऊन जात होते. एका माफिया डॉनने चालवलेला The Sopranos नावाचा शो दाखवला जात होता. हा शो प्रत्येक बारमध्ये दाखवला जाई. न दाखवून सांगतात कोणाला? बारमधला प्रत्येक जण हा शो आवर्जून पाही. माफिया टोळ्यांमधील माणसांना तर हा कार्यक्रम फार आवडे.

एक-दोन राऊंड झाल्यावरती मला बरे वाटू लागले. मग मी उठलो व एक टॅक्सी पकडली. लिटल इटलीमध्ये टॅक्स्या खूप होत्या. मग ईस्ट सेव्हन्टी टू स्ट्रीटवरील माझ्या फ्लॅटकडे गेलो.

मी रहात असलेली इमारत अत्याधुनिक, स्वच्छ व उंच होती. माझ्या फ्लॅटमधून मला ईस्ट रिव्हरचे छान दृश्य दिसे. आमच्या इथे रहाणाऱ्या लोकांमध्ये माझ्याबद्दल

उगाच भीती नव्हती. नाहीतर पोलीस खात्यातला, त्यातून एकटा रहाणारा व अद्याप घरात लग्नाची बाई नसणारा म्हटल्यावर अनेक ठिकाणी नाके मुरडली जायची. पण इथे तसे अजिबात नव्हते. माझे आयुष्य अव्यवस्थित होते, अडगळींचे होते; पण माझ्या फ्लॅटमधल्या खोल्या मात्र मी स्वच्छ व नीटनेटक्या ठेवल्या होत्या. ही सवय मला माझ्या दोन वर्षांच्या वैवाहिक आयुष्यात लागली होती. माझ्या त्या पहिल्या बायकोचे नाव रॉबिन होते. ती मॅनहॅटनमधील डिस्ट्रिक्ट ॲटॉर्नींच्या ऑफिसात असिस्टंट डिस्ट्रिक्ट ॲटॉर्नी म्हणून एक वकील होती. त्यामुळेच तर माझी व तिची आमच्या व्यवसायांमुळे भेट झाली. सर्वसाधारणपणे अशा पदावरच्या बायका डिस्ट्रिक्ट ॲटॉर्नीशीच लग्न करून मोकळ्या होतात; पण रॉबिनने मात्र माझ्यासारख्या पोलीस खात्यातील माणसाशी लग्न केले. आमचे लग्न एका न्यायाधीशाने लावून दिले.

रॉबिन ही अत्यंत तीक्ष्ण बुद्धीची असल्याने नंतर तिला एका कायद्याच्या फर्ममध्ये नोकरी चालून आली. तिला तेथे चांगला पगार होता. आम्हा दोघांचे मिळून चांगले उत्पन्न होते; पण वैवाहिक आयुष्य सुखाचे नव्हते. वैचारिक मतभेद, वगैरे अशी काहीतरी तात्त्विक कारणे त्यामागे होती.

इमारतीच्या रखवालदाराने दार उघडून मला आत घेतले. मी माझ्या पोस्टाच्या पेटीत पाहिले. भरपूर टपाल आले होते. त्यात जाहिरातींचा कचराच जास्त होता. त्या टेड नॅशकडून मला एखादा लेटर-बॉम्ब येणेच बाकी होते. पण अजून तरी बेटा संयम करीत असावा.

मी लिफ्टने वरती आलो व माझ्या फ्लॅटमध्ये प्रवेश केला. रॉबिनला मी जेव्हा लग्नाआधी येथे फ्लॅटमध्ये घेऊन येई, त्या वेळी ती गोष्ट इमारतीच्या रखवालदाराला आवडायची नाही. मी माझ्या फ्लॅटच्या किल्ल्या जाताना त्याच्याकडे देत असे. रॉबिन एकटी आल्यावर तो तिला किल्ल्या द्यायला कुरकूर करे. एके दिवशी मी त्याला सांगितले की आम्ही दोघे लग्न करणार आहोत. तरीही आमच्या अशा अपरात्री दोघांनी येण्याला तो नाके मुरडे. मग एके दिवशी त्याला व इतर रखवालदारांना बोलावून सांगितले की, तिच्या व्यवसायामुळे तिला खूप शत्रू आहेत. म्हणून सुरक्षिततेच्या दृष्टीने तिला माझ्या घरी रात्र काढावी लागते. हे म्हणणे त्यांना पटले व त्यांची नाराजी गेली. मात्र नाताळला व ईस्टरला मला त्यांच्या बक्षिशीमध्ये वाढ करावी लागली होती. त्यांचा आमच्यावरचा लोभ मग खूपच वाढला. मात्र माझ्या घटस्फोटानंतर तो रखवालदार मला काही बोलला नाही; पण त्याला माझे हे वागणे पसंत नव्हते. त्या वेळी एखाद्या खुन्याने थोडीशी टिप देऊन माझ्या फ्लॅटच्या किल्ल्या त्याच्याकडून सहज मिळवल्या असत्या, अशी एक कल्पना मी गमतीने करीत असे.

मी लिव्हिंग रूममध्ये गेलो. त्यापुढे मोठी गच्ची होती. त्यातून मी नंतरच्या एका खोलीत गेलो. तिथला टीव्ही चालू करून सीएनएनच्या बातम्या लावल्या. हा

टीव्ही नीट चालत नव्हता. तो आता दुरुस्तीला आला होता. पण येथे दुरुस्ती करायला कोणाला वेळ होता. मी फार फार तर त्या टीव्हीला तीन-चार ठोसे मारून तेवढ्यावरतीच भागवत होतो. ठोसे मारल्यावर कधी कधी बेटा सुरळीत वागायचा. हिमवृष्टीत सापडल्यासारखे एक दृश्य पडद्यावर दिसू लागले. काहीतरी आर्थिक अहवाल सादर केला जात होता.

मग मी फोनपाशी गेलो. त्याचे मेसेज बटण दाबले. माझ्या गैरहजेरीत आलेले फोन टेप झाले होते. ते आता मला ऐकू येऊ लागले. संध्याकाळी ७:१६ला बेथ पेनरोजचा फोन आला होता. ती म्हणत होती, "हाय जॉन, मला सारखे वाटत होते की तू केनेडी विमानतळावर गेला असशील. तू तसे काहीतरी संदर्भ म्हटल्याचे मला पुसट आठवत होते. जे घडले ते भयानक आहे, भयंकर आहे. माय गॉड ... तू जर त्या केसवर असशील तर गुड लक! सॉरी, आज रात्री आपण दोघे एकत्र येऊ शकत नाही. जमेल तेव्हा मला फोन कर."

एखाद्या स्त्री-पोलिसाबरोबर बाहेर जाण्यासाठी हा पोलिसी पेशा उपयोगी पडतो. बस, बाकी या पेशात कसलाच लाभ नाही.

दुसरा निरोप हा माझ्या पूर्वीच्या सहकाऱ्याचा, डॉम फानेलीचा होता. तो म्हणत होता, "होली शिट, त्या जेएफ्के विमानतळावरच्या भानगडीत तू सापडलास तर. तरी मी तुला सांगत होतो की ती एफबीआयची नोकरी घेऊ नकोस. मला उलट फोन कर."

"अरे गद्ध्या, तूच तर मला ही नोकरी आणून दिलीस विसरलास का?" मी मोठ्याने बडबडलो. यानंतरचे इतर फोन हे माझे नातेवाईक, मित्रमंडळी, स्नेही, ओळखीचे लोक, यांच्याकडून आले होते. प्रत्येकाला आजची दुर्घटना आणि माझा त्याच्याशी असलेला संबंध याची काळजी वाटत होती. अचानक मी एकदम प्रत्येकाच्या रडार स्क्रीनवरती दिसू लागलो. गेल्या वर्षी माझ्यावर झालेल्या हल्ल्यानंतर माझ्याबद्दल अनेक अफवा उठल्या होत्या. मी खाली पडून मरण पावलो, जळून मेलो, वगैरे त्या अफवा होत्या.

शेवटचा फोन मला दहा मिनिटांपूर्वी घरी येण्याआधी आला होता. तो केटने केला होता. ती म्हणत होती, "धिस इज केट. एव्हाना तुम्ही घरी पोचला असाल असे वाटून फोन केला. ठीक आहे... जर तुम्हाला माझ्याशी काही बोलायचेच असेल तर फोन करा... मी घरीच आहे... मला झोप येईल असे वाटत नाही... तेव्हा केव्हाही फोन करा... त्या वेळी बोलूच."

मला आता झोप येण्यात कोणतीच अडचण नव्हती. त्यासाठीच तर मी बारमध्ये चांगली झोकली होती; पण मला आधी बातम्या पहायच्या होत्या. मी अंगातले कपडे उतरवले, बूट काढले आणि माझ्या आवडत्या खुर्चीत बसलो. तो

आर्थिक अहवाल देणारा निवेदक अजून बडबड करीतच होता. माझ्या डोळ्यांवर झोप तरळू लागली. मी अर्धवट गुंगीत गेलो. दूरवर कुठेतरी फोन वाजत होता; पण मी तिकडे दुर्लक्ष केले.

मला पुढचे एवढेच आठवत होते की मी एका मोठ्या जेट विमानामध्ये बसलो आहे. मी माझ्या आसनातून उठू पहातो आहे. पण काहीतरी मला खाली ओढून धरते आहे. माझ्या आजुबाजूचे सारेजण झोपलेले होते. दोन रांगांच्या मधल्या जाण्यायेण्याच्या मोकळ्या मार्गात फक्त एकजण उभा होता. त्याच्या हातात एक भला मोठा उघडा चाकू होता. तो आता सरळ माझ्याकडे येऊ लागला. मी माझे पिस्तूल काढू लागलो; पण माझे पिस्तुलाचे कातडी म्यान रिकामे होते. अरेच्या हे पिस्तूल गायब कसे झाले? जवळ आलेल्या त्या माणसाने मला भोसकण्यासाठी आपला चाकू धरलेला हात वर उगारला. मग मात्र मी वेळ न घालवता तात्काळ माझ्या आसनातून स्प्रिंगसारखा फटकन् उठलो.

समोरच्या व्हीसीआरमध्ये पहाटेचे ५:१७ वाजलेले होते. मला ताबडतोब आंघोळ करून वॉशिन्टनला जाणारे सातचे विमान पकडायला जायचे होते. मी उठून टीव्ही बंद केला व अंगावरचे सर्व कपडे उतरवले. बेडरूममधला माझा रेडिओ लावून ठेवला. त्यावरचा काटा 1010 WINS या स्टेशनावर होता. तिथे सारख्या बातम्या देत असतात. रेडिओवरचा निवेदक तीच कालची विमानतळावरची दुर्घटना सांगत होता. रेडिओचा आवाज मोठा करून मी आंघोळीसाठी स्नानगृहात शिरलो.

अंगाला साबण लावताना मला बातम्यांमधले तुकडे शॉवरच्या आवाजातून अधुनमधून ऐकू येत होते. तो निवेदक आता काहीतरी गडाफीबद्दल म्हणाला. १९८६ मध्ये लिबियावर झालेल्या बॉम्बफेकीबद्दल तो सांगत होता. म्हणजे ही पत्रकार मंडळी दुवे जुळवायला लागली तर.

मला ती १९८६ मधली बॉम्बफेक थोडीशी आठवली. त्या वेळी न्यूयॉर्कच्या पोलीसदलाला आणि विमानतळाला खूपच खबरदारीच्या सूचना दिल्या गेल्या होत्या. न जाणो कोणाच्या डोक्यात कोणत्या वेळी काय येईल! पण याखेरीज मला काहीच आठवेना. असे वाटत होते की ते काल घडले आहे. डॉम फानेली एकदा मला विनोदाने म्हणाला होता, इटालियन अल्झायमर्स व्याधीत तुम्ही सारे काही विसरता, फक्त तुम्हाला कोणाला ठार करायचे आहे तेवढेच लक्षात राहिलेले असते.

हीच गोष्ट अरबांनाही लागू पडते असे मला वाटले; पण मूळ विनोदासारखा अरबांच्या बाबतीत मात्र हा विनोद वाटत नाही. तो गंभीरतेने घ्यावसा वाटतो.

भाग : चौथा

अमेरिका
१५ एप्रिल २००० नंतर

खिश्चनांनी केलेला आमचा द्वेष आणि शत्रुत्व
यांमुळे आम्ही मनातून ढवळून गेलो आहोत.
कयामतच्या दिवसापर्यंत आम्हाला हे सहन करावे लागणार आहे...
इस्लामवर श्रद्धा ठेवणाऱ्यांनो,
ज्यू किंवा खिश्चन यांना कधीही आपले मित्र मानू नका.
– कुराण, सूर ५, 'द टेबल'

२४

१५ एप्रिलचा दिवस संपला. म्हणून १६ एप्रिलचा दिवस चांगला जाईल असे नव्हते.

"गुड मॉर्निंग, मिस्टर कोरी," आमच्या इमारतीचा रखवालदार म्हणाला. त्याने माझ्यासाठी एक टॅक्सी थांबवून ठेवली होती.

"गुड मॉर्निंग!" मी त्याला म्हणालो.

"हवा छान पडली आहे. ला गार्डियाला जाणार ना?" असे म्हणून त्याने टॅक्सीचे मागचे दार माझ्यासाठी उघडले व ड्रायव्हरला म्हटले, "ला गार्डिया."

टॅक्सी सुरू झाल्यावर मी ड्रायव्हरला म्हटले, "आजचे वर्तमानपत्र आहे का?"

त्याच्या शेजारच्या आसनावरती बरीच वर्तमानपत्रे पडली होती. त्यातले एक उचलून त्याने मला मागे दिले. ते रशियन किंवा ग्रीक भाषेतले असावे. मी 'हॅड्!' असा उद्गार काढताच तो हसला.

याचा अर्थ दिवसाची सुरुवात चांगली झाली नाही.

मी त्याला म्हटले, "मला आधीच उशीर झाला आहे. वेगाने गाडी जाऊ दे. पेडल टू द मेटल. कमाल वेगाने जाऊ दे."

पण त्याने हवा तितका वेग वाढवायची चिन्हे दिसेना. नाहीतर कायदा मोडला गेला असता. मग मी माझे एफबीआयचे कार्ड काढून त्याच्या तोंडापुढे धरले आणि म्हटले, "मूव्ह इट."

आता मात्र त्याने वेग वाढवला. माझ्याजवळ जर माझे पिस्तूल असते तर मी सरळ त्याच्या कानशिलाला लावले असते. इतका मला त्याचा राग आला होता. काही माणसे उठल्या उठल्या अत्यंत उत्साही असतात. त्यांना 'मॉर्निंग पर्सन' म्हणतात. मी त्यांपैकी नव्हतो.

रविवार सकाळ असल्याने रस्त्यावर तुरळक वाहतूक होती. आम्ही लवकरच एफडीआर ड्राईव्हवरती पोचलो. तिथून मग ट्रायबरो पूल ओलांडला. ला गार्डिया आल्यावर मी म्हटले, "यू एस एअरवेज टर्मिनल."

त्या टर्मिनलपाशी आल्यावर मी खाली उतरलो. त्याला पैसे दिले. अन् त्याने जे दुसऱ्या भाषेतले वर्तमानपत्र मला वाचायला दिले होते ते त्याच्या हातात ठेवून मी म्हटले, "हीच तुझी टिप !"

मी घड्याळात पाहिले तर विमान सुटायला अवघी दहा मिनिटे उरली होती. म्हणजे आता धावपळ केली पाहिजे; पण माझ्याजवळ सामान काहीही नव्हते. मी पिस्तूलही बरोबर घेतले नव्हते.

टर्मिनल इमारतीबाहेर दोन पोलीस प्रत्येकाकडे अशा संशयाने पहात होते की तिथे येणाऱ्याने स्वत:बरोबर एखादा बॉम्ब आणला आहे. म्हणजे सावधगिरीची सूचना येथे पोचली होती तर. त्यांच्याकडे असद खलीलचे छायाचित्रही असणार याची मला खात्री होती.

मी तिकीट काऊंटरपाशी गेलो. "माझ्याजवळ रिझर्व्हेशन आहे का तिकीट आहे ?" असे तिथल्या माणसाने विचारले. मी म्हणालो, "कोरी, जॉन. रिझर्व्हेशन."

त्याने संगणकावरती माझे नाव टाईप करून शोधले. ते सापडल्यावर माझे तिकीट छापले. मग माझे आयडेन्टिटी कार्ड मागितले. मी त्याला माझे ड्रायव्हिंग लायसेन्स दाखवले. एफबीआयचे आयडेन्टिटी कार्ड मुद्दामच दाखवले नाही. कारण मग माझ्याकडे पिस्तूल आहे का? अमुक आहे का आणि तमुक आहे का, असले प्रश्न तो विचारीत बसला असता. पिस्तूल असते तर एक फॉर्म भरून द्यावा लागला असता. त्यात खूप वेळ गेला असता. शिवाय माझ्याबरोबरच्या सहकाऱ्यांनी पिस्तुले बरोबर घेतली असताना मला वेगळे घ्यायची जरुरी नव्हती. अन् या वेळी तर तशी अजिबात गरज नव्हती; पण जेव्हा पिस्तुलाची गरज नाही असे वाटते तेव्हाच ती खरी असते. परंतु या वेळी मी पिस्तूल बरोबर न घेण्याचे एक वेगळेच व महत्त्वाचे कारण होते. ते आता मी सांगणार नाही. नंतर कधी तरी सांगेन.

त्या तिकीटबाबूने माझ्या सामानाबद्दल विचारले. मी सामानच आणले नाही असे सांगितल्यावर त्याने माझे तिकीट माझ्या हातात ठेवले आणि म्हटले, "हॅव ए गुड फ्लाईट."

जर माझ्याकडे वेळ असता तर त्याला मनातून दचकवण्यासाठी मी म्हटले

असते, ''अल्ला आमच्या विमानाला टेलविंड पुरवो.'' टेलविंड म्हणजे विमानाच्या मागून येऊन वेगाने विमानाच्या पुढे निघून जाणारे वारे. या मागून येणाऱ्या वाऱ्यात विमान सापडले तर ते आपोआपच पुढे ढकलले जाऊन अधिक वेगाने अंतर कापून वेळेआधीच पोचते. अनेकदा फ्लाईटस् या वेळेआधी का येतात याचे हे कारण आहे. परंतु मी अल्लाचे नाव घेऊन म्हटल्यावर सध्याच्या वातावरणामुळे तो नक्की घाबरला असता.

मी तिकीट घेऊन निघालो. धातूशोधक कमानीमधून निघून गेलो. घाईघाईने गेटपाशी गेलो. तिथे नेहमीपेक्षा जादा व अतिकडक सुरक्षितता लागू झाली होती. त्या साऱ्या सोपस्कारामधून मला जावे लागले. पोलीस बंदोबस्त मोठा होता. म्हणजे या आठवड्यात बऱ्याच पोलिसांना ओव्हरटाईमची भरपूर रक्कम मिळणार होती. मग 'पोलीस खात्यावर झालेला हा जादा खर्च केंद्र सरकारच्या एफबीआयच्या गलथानपणामुळे झालेल्या दुर्घटनेमुळे झाला असल्याने आम्हाला केंद्र सरकारने भरपाई करून द्यावी.' असा लकडा मेयर केंद्राकडे नक्की लावणार असे दिसते.

पण अनेकदा केवळ एका फरारी इसमामुळे देशांतर्गत सर्व विमानतळांवर जादा सुरक्षितता ठेवावी लागते. त्याला इलाज नसतो. अन् ती फरारी व्यक्ती मात्र लांबूनच एवढी सारी तयारी, फौजफाटा पाहून मागच्या मागे पळ काढते. कुठेतरी सुरक्षित स्थळी दडी मारून बसते, अन् जेव्हा सारा धुरळा खाली बसतो, तापलेले वातावरण शांत होते, तेव्हा सुरक्षितता कमी झाल्यावर हळूच बाहेर येऊन गुपचूप पळून जाते. तोपर्यंत सुरक्षिततेवर जादा खर्च होऊन बसलेला असतो, तो अक्षरश: वाया जातो. त्याला इलाज नसतो, परंतु असद खलीलसारखा बुद्धिमान गुन्हेगार कित्येक दिवस दडी मारून बसणार नाही. तो एक तर एखाद्या मोटारीतून हायवेवरून पार लांब पळून जाईल किंवा सरळ त्याच्या सँडलँडला जाण्यासाठी एखादी कॅमल एअरलाईन्सची फ्लाईट पकडेल.

गेट एजंटला मी तिकीट दाखवले आणि जेटवेमधून विमानात शिरलो. ती विमानसेविका विमानाचे दार लावण्याच्या तयारीत होती. ती म्हणाली, ''अगदी वेळेत पोचलात. नाहीतर थोडक्यात विमान चुकत होते.''

''म्हणजे आजचा दिवस बरा दिसतो आहे.''

''कोणत्याही आसनावर बसा. आज फारसे प्रवासी नाहीत,'' तिने मला म्हटले.

मी रांगांच्या मधल्या जाण्यायेण्याच्या वाटेतून जात राहिलो. निम्मे विमान रिकामे होते. लाईट फ्लाईट. एका बाजूच्या आसनांवरती केट व टेड बसले होते. तर दुसऱ्या बाजूच्या एका आसनावर कोनिग बसला होता. मी त्यांच्या तिथून जाताना 'मॉर्निंग' असे म्हणून पुढे गेलो. मागच्या बाजूच्या रिकाम्या आसनावर जाऊन बसलो. माझ्या समोरच्या आसनाच्या पाठीच्या कप्प्यातील मासिके कोणीतरी नेली

होती. विमान सुटल्यावर मी शेवटी सरळ झोप घेऊ लागलो.

प्रवासाचा निम्मा वेळ झाल्यावर कोनिग स्वच्छतागृहाकडे चालला होता. माझ्या आसनाच्या जवळून जाता जाता त्याने टाईम्सचा अंक माझ्या मांडीवर टाकला. मी नीट जागा झालो. डोके हलवून झोप घालवली. मांडीवर पडलेल्या टाईम्सच्या अंकातील पहिल्याच पानावर भला मोठा मथळा छापला होता : THREE HUNDRED DEAD ON JFK FLIGHT म्हणजे शेवटी वृत्तपत्रांना सुगावा लागला तर माझी उरलीसुरली झोप पळून गेली. मी ती बातमी वाचली. त्यात बहुतेक सारा तपशील बरोबर होता. थोडासाच भाग चुकीचा होता. ज्याने कोणी बातमी तयार केली, त्याने आपली कल्पनाशक्ती अचूक लढवून सारे चित्र व्यवस्थित उभे केले होते. त्या बातमीदाराची खरोखरच कमाल होती. बातमीत शेवटी म्हटले होते की :

फेडरल एव्हिएशन एजन्सी आणि नॅशनल ट्रान्सपोर्टेशन सेफ्टी बोर्ड यांच्याकडून बराच तपशील दडवला जात आहे. फक्त 'अज्ञात विषारी वायुमुळे प्रवाशांचा व कर्मचाऱ्यांचा बळी घेतला गेला' एवढेच तुणतुणे सारखे वाजवले जात आहे.

विमान ऑटो पायलटकडून सुखरूप उतरवले गेल्याचा बातमीत उल्लेख नव्हता. कोणत्याही खुन्याचा अगर दहशतवाद्याचाही उल्लेख नव्हता. अन् कॉन्क्विस्टाडोर क्लबचा तर उल्लेख होणे शक्यच नव्हते. सरतेशेवटी जॉन कोरी या व्यक्तीचाही उल्लेख नव्हता. थँक गॉड !

पण उद्याच्या बातमीत आणखीन तपशील प्रगट होऊ शकणार होता. हळूहळू दर दिवशी थोडे अधिक करत करत पूर्ण बातमी कधी ना कधी तरी लोकांसमोर येत रहाणार होती. सत्य हे कधी लपत नसते. त्या हुशार बातमीदारांनी एव्हाना जरी सारे सत्य हुडकले असले तरी मधातून कॉडलिव्हर ऑईल जसे रोज थोडे थोडे देतात, तशी ती बातमी पुरवत रहाणार होते. शेवटी त्या बातमीची सवय झाल्यावर जनतेचे लक्ष आपोआप दुसरीकडे वेधले जाणार होते.

असो ! तर त्या एका तासाच्या विमानप्रवासात सुदैवाने फारसे काही वाईट घडले नाही. फक्त एका गचाळ कॉफीच्या कपाचा याला अपवाद होता. रोनाल्ड रेगन नॅशनल एअरपोर्ट हा विमानतळ जसजसा जवळ येऊ लागला, तसतसे आमचे विमान पोटोमॅक नदी नजरेत ठेवून त्या मार्गाने जाऊ लागले. मला वरून जेफर्सन्स मार्गाचे विलोभनीय दृश्य दिसले. त्याच्या भोवतालची चेरी ब्लॉसमची सर्व फुले उमलली होती. मॉल बाजारपेठ, कॅपिटॉल इमारत आणि इतर सर्व पांढऱ्या दगडात बांधलेल्या इमारतीमुळे सत्तेचे दर्शन होत होते. राजकीय सत्ता, अर्थसत्ता, वगैरे सर्व सत्ता इमारतींच्या रूपाने आकाशाच्या दिशेने आपले प्रदर्शन करीत होत्या. मला

प्रथमच असे वाटले, की मी जे काही माझे काम किंवा कर्तव्य निष्ठेने करतो आहे ते मी माझ्यासाठी करत नसून खाली असणाऱ्या कोणत्यातरी सत्ताधारींसाठी करीत आहे.

आमचे विमान वेळापत्रकाप्रमाणे बरोबर वेळेत विमानतळावर उतरले. कोनिगने अंगावरती एक निळा सूट चढवला होता. त्याच्या हातात कागदपत्रांची एक ब्रीफकेस होती. टेड नॅशने युरोपीय फॅशनचा सूट घातला होता. त्याच्याही हातात एक कातडी ब्रीफकेस होती. नक्कीच ती ब्रीफकेस ही तिबेटमधल्या स्वातंत्र्य सैनिकांनी याक प्राण्याच्या कातड्यापासून बनवून त्याला ती दिली असणार. केटनेही अंगावरती निळा कोट व निळा स्कर्ट घातला होता. परंतु कोनिगपेक्षा तिच्या अंगावर तो निळा कोट अधिक खुलून दिसत होता. तिच्याही हातात एक ब्रीफकेस होती. मीच काय तो असा मोकळ्या हाताने आलो होतो. तसेच, मी निळ्या रंगाचा सूट अंगावर चढवायच्या ऐवजी करड्या रंगाचा सूट घातला होता. माझ्या माजी पत्नीने पूर्वी तो मला विकत घेऊन दिला होता. 'बार्नी' या महागड्या दुकानातून खरेदी केलेला तो सूट सगळे कर धरून दोन हजार डॉलर्सला पडला होता. तिच्याजवळ असल्या महाग खरेदीसाठी पैसे असायचे. नशिल्या पदार्थांच्या धंद्यातील व्यक्ती, खुनाच्या धमक्या मिळालेल्या व्यक्ती, अफरातफर करणारे सुशिक्षित गुन्हेगार आणि अत्यंत उच्च उत्पन्न गटातील व्यक्ती ह्या तिचे अशील होत्या. त्यामुळे तिच्या हातात भरपूर पैसा सतत खेळत असायचा. पण मग तसल्या पैशातून खरेदी केलेला सूट मी का घातला होता ? केवळ त्या भ्रष्ट संपत्तीला चारचौघात उघडे पाडण्यासाठी मी तो घातला होता. माझा हा खुलासा एखाद्या वैतागलेल्या माथेफिरूसारखा असेलही; पण मला तो सूट अंगावर चांगला मापात बसला होता आणि तो भारीपैकी वाटत होता.

विमानतळाच्या मागच्या बाजूला एक गाडी आम्हाला न्यायला आली होती. आम्ही त्यात बसल्यावर ड्रायव्हर आम्हाला एफबीआयच्या जे. एडगर हूव्हर इमारतीकडे घेऊन जाऊ लागला. कोनिग पुढे ड्रायव्हरच्या शेजारी बसला होता. मागच्या आसनांवरती आम्हा तिघांची बडबड चालू होती. शेवटी ती बंद करण्यासाठी कोनिगने मागे वळून आम्हाला म्हटले, "सॉरी हं. आजच्या मीटिंगमुळे तुमची रविवारची चर्च सर्व्हिस तुम्हाला करता येत नाही. मी त्याबद्दल आपली माफी मागतो.''

माझा वरिष्ठ असे काही बोलेल याची मला कल्पना नव्हती. एफबीआयची माणसे चर्चमध्ये जाण्याऐवजी कामावर असताना ओठातल्या ओठात पुटपुटत प्रार्थना करतात. कारण त्यांना रविवारी हटकून काहीतरी काम असते, निवांतपणा नसतो. कोनिगने किती सभ्य भाषेत आम्हाला 'गप्प बसा' म्हणून सुनावले होते !

मला त्यावर काही बोलता येईना. मी निरुत्तर झालो. केट म्हणाली, "दॅटस् ऑल राईट !" या वाक्याचा काहीही अर्थ होऊ शकतो, तर टेड नॅश हळू आवाजात तोंडातल्या तोंडात असे काही बोलला की ते कोणालाच कळले नाही. 'असल्या हरकती मी मनावर घेत नाही.' अशा अर्थाचा तो ध्वनी होता.

मी काही नियमितपणे चर्चला जाणारा नव्हतो. पण मी एवढेच म्हणालो, "जे. एडगर हे वरून आपल्याला पहात आहेत याचे भान ठेवा."

जे. एडगर हूव्हर हे एफबीआयचे संस्थापक, थोर व्यक्तिमत्वाचे व सर्वमान्य गृहस्थ होते; पण अशा आदरणीय व्यक्तीचा उपयोग करून मी काही विनोदी बोललो आहे असे केटला वाटले. तिने लटक्या रागाने माझ्याकडे पाहिले व नंतर ती समोर पहात राहिली.

अजून सारा दिवस जायचा होता. एक लांबलचक दिवस पुढे पसरलेला होता.

२५

पहाटे साडेपाच वाजता खलील उठला. त्याने एक ओलसर टॉवेल स्नानगृहातून घेतला आणि खोलीतील सर्व संशयित जागांवरचे आपल्या बोटांचे ठसे पुसून नाहीसे केले. नंतर खाली गुडघे टेकून तो बसला आणि त्याने नमाज पढला. ते झाल्यावर तो उठला, आपले कपडे केले आणि त्या मोटेलच्या खोलीतून बाहेर पडला. त्याच्या हातात त्याचे किरकोळ सामान असलेली ती नाईट बॅग होती. ती त्याने आपल्या गाडीत टाकली. मग हातात ओला टॉवेल घेऊन चालत चालत तो त्या मोटेलच्या छोट्या ऑफिसात आला.

तो काऊंटरवरचा तरुण पोरगा आपल्या खुर्चीची पाठ काऊंटरकडे करून झोपला होता. त्याने लावून ठेवलेला टीव्ही तसाच चालू राहिला होता.

खलील काऊंटरच्या मागे गेला. त्याच्या हातात टॉवलने लपेटून घेतलेले ग्लॉक पिस्तुल होते. त्या तरुण पोराच्या कपाळावर ते पिस्तूल टेकवून त्याने सरळ चाप ओढला. एक बद्द आवाज झाला. तो आपल्या खुर्चीसकट मागे काऊंटरवरती आपटला. खलीलने त्याचा देह खुर्चीतून उतरवून काऊंटरखाली लपवून टाकला. त्याच्या पँटच्या खिशातील पैशांचे पाकीट काढून घेतले. नंतर कॅश-ड्रॉवर उघडून त्यातील सर्व पैसे काढून घेतले. उतारूंचे रजिस्ट्रेशन केलेल्या स्लीपस्‌चा गठ्ठा आणि तिथले पावती पुस्तक त्याने उचलून घेतले. दोन्ही गोष्टी त्याने आपल्या खिशात टाकल्या. मग त्याला दिलेली खोलीची किल्ली त्याने पँटच्या खिशातून

बाहेर काढली. किल्लीला जोडलेला नंबराचा प्लॅस्टिकचा तुकडा त्याने टॉवेलने नीट पुसला आणि किल्ली बोर्डावरती योग्य तिथे ठेवून दिली.

तिथे वरती आढ्याला एक छोटा सीसीडी कॅमेरा लावून ठेवला होता. तो २४ तास समोरचे दृश्य टेप करीत असे. खलीलचे आत्ताचे कृत्य त्या कॅमेऱ्याने टिपले होते. खलीलला ते ठाऊक होते. काल रात्रीच त्याने तो कॅमेरा हेरून ठेवला होता. कॅमेऱ्याच्या मागून गेलेली वायर चाचपडत त्याने काऊंटरमागच्या खोलीत प्रवेश केला. ज्या व्हीसीआर टेपरेकॉर्डरला ती वायर जाऊन मिळाली होती तो व्हीसीआर त्याने बंद केला. आतली कॅसेट बाहेर काढून खिशात घातली आणि तो तिथून बाहेर काऊंटरपाशी आला. मोटेलच्या बाहेर 'मोटेल चालू आहे' 'जागा उपलब्ध आहेत' अशा अर्थाच्या निऑन साईन्स लागल्या होत्या. त्या निऑन साईन्सचे बटण त्याने शोधून काढले व बंद केले. मग मात्र तो क्षणभरही वेळ वाया न घालवता त्याच्या गाडीपाशी गेला.

हवेत एक ओलसर धुके पसरले होते. त्यामुळे सर्व परिसर धूसर दिसत होता. काही फुटांपलीकडचे नीट कळत नव्हते. त्याने गाडी सुरू केली आणि तो मुख्य रस्त्यावरती आला. मात्र त्याने आपल्या गाडीचे दिवे तोपर्यंत लावले नव्हते. आपला पुढचा मार्ग गाडीतल्या नकाशावरती त्याने पाहिला आणि तो 'कॅपिटल बेल्टवे' रस्त्यावरून पुढे जाऊ लागला. शंभर-दीडशे फूट गेल्यावर मग त्याने गाडीचे पुढचे दिवे लावले. काही अंतर गेल्यावर मॉल बाजारपेठेतल्या दुकानांची रांग लागली. त्याने तिथून सावकाश गाडी नेत पावसाळी पाणी वाहून नेणारे गटार शोधून काढले. गाडी थांबवून तो उतरला. पुढे जाऊन त्या गटारावरची जाळी दोन्ही हातांनी जोर लावून उचलली. ती बाजूला ठेवून जवळची मोटेलमधली रजिस्ट्रेशन कार्डे, पावती पुस्तक, व्हिडिओ टेप हे सारे त्याने आत टाकून दिले. त्या तरुणाचे पाकीट काढून त्यातले पैसे घेतले व ते पाकीटही टाकून दिले. जाळी परत नीट बसवली आणि तो गाडीत जाऊन बसला व तेथून वेगाने निघाला. एका यशस्वी खुनाचा मागमूस नाहीसा झाला.

सकाळचे सहा वाजले. पूर्वेकडे फटफटू लागले. त्या प्रकाशात धुके किती पसरले आहे ते समजू लागले. आज रविवारची सकाळ असल्याने रस्त्यावर अत्यंत तुरळक वाहने दिसत होती. पोलिसांची गाडी तर खलीलला कुठेही दिसली नाही.

बेल्टवे रस्त्यावरून तो दक्षिणेला निघाला. काही वेळाने तो रस्ता वळत वळत गेला आणि पश्चिमेला पोटोमॅक नदी त्याने ओलांडली. पश्चिमेला काही काळ जात रहात पुढे तो उत्तरेला वळला व त्याने पोटोमॅक नदी पुन्हा ओलांडली. याचे कारण तो रस्ता वॉशिंग्टन शहराला वळसा घालून पुढे जात होता. एखाद्या सिंहाने आपल्या सावजाभोवती आधी लांबून चोरून प्रदक्षिणा घालावी तसा असद खलील हा

वॉशिंग्टन शहराचा दूरवरून प्रदक्षिणा घालत वेध घेत होता. त्याने वॉशिंग्टन शहरातला एक पत्ता उपग्रह मार्गदर्शकाला दिला. आपला मार्ग परत एकदा नकाशात बदलला. मग पेन्सिल्व्हानिया अॅव्हेन्यूपाशी त्याने बेल्टवे सोडून दिला. पेन्सिल्व्हानिया अॅव्हेन्यूवरती तो सरळ शत्रूच्या राजधानीच्या मध्यभागाकडे, हृदयाकडे वेध घेत जाऊ लागला.

सात वाजता तो कॅपिटॉल हिलपाशी आला. आता धुके पूर्णपणे निवळले होते. ती अतिभव्य कॅपिटॉल इमारत सकाळच्या कोवळ्या उन्हात बसली होती. तिचा मधला पांढरा घुमट चमकत होता. त्या इमारतीला वळसा घालून तो आग्नेय बाजूला एके ठिकाणी थांबला. त्याने आपल्या बॅगेतून एक कॅमेरा बाहेर काढला आणि कॅपिटॉल इमारतीची उन्हातील काही छायाचित्रे घेतली. पन्नास फुटांवरील एक तरुण जोडपे तशीच छायाचित्रे काढत होते. त्याला असे करण्याची अजिबात गरज नव्हती. वेळ घालवण्यासाठी त्याने अन्यत्र कुठेही वेळ काढला असता; पण नंतर त्रिपोलीला गेल्यावर हेर खात्यातील त्याच्या देशबांधवांना ही छायाचित्रे दाखविल्यावर त्यांना नक्की मौज वाटणार होती.

कॅपिटॉल इमारतीच्या भोवती असलेल्या आवारात काही पोलिसांच्या गाड्या त्याला दिसल्या; पण बाहेर रस्त्यावर मात्र तशा गाड्या कुठेही नव्हत्या.

७:२५ वाजता तो पुन्हा आपल्या गाडीत बसला. काही अंतर कापून तो कॉन्स्टिट्यूशन अॅव्हेन्यूला लागला. दुतर्फा झाडी असलेल्या त्या रस्त्यावरून तो अत्यंत सावकाश जाऊ लागला. त्याची नजर घरांवर होती. घरांचे क्रमांक बाहेर लिहिलेले होते. त्याला क्रमांक ४१५ हवा होता. लवकरच तो सापडला. त्या घराच्या अलिकडे त्याने आपली गाडी उभी केली. घराच्या आवारातील अरुंद रस्त्यावर एक मोटार उभी होती. तिसऱ्या मजल्यावरील खिडकीमधून आत दिवे लागल्याचे समजत होते. मग तो सावकाश त्या घराभोवतालून गाडी चालवित पहाणी करू लागला. ती पहाणी झाल्यावर परत त्याने आपली गाडी त्या घराच्या अलिकडे थांबवली.

आपल्या कोटाच्या दोन्ही खिशात त्याने ग्लॉक पिस्तुले ठेवून दिली होती. घरावर नजर ठेवीत तो वाट पाहू लागला.

७:४५ वाजता एक मध्यमवयीन माणूस आणि एक स्त्री त्या घराच्या दरवाजातून बाहेर पडले. त्या स्त्रीने अंगावर चांगले कपडे चढवले होते, तर त्या माणसाने हवाई दलाच्या जनरलचा निळा गणवेष घातलेला होता. खलीलच्या चेहऱ्यावरती स्मित झळकले.

त्यांनी त्रिपोलीत त्याला सांगितले होते की जनरल वेक्लिफ हा सवयींचा गुलाम आहे. तो दर रविवारी सकाळी चर्चमध्ये बरोबर ८:१५ला जातो. पण तिथले

९:३०चे प्रवचन व प्रार्थना यांनाच तो थांबत असतो. आत्ता सकाळचे ८:१५ वाजले होते. जनरल वेक्लिफ बरोबर ८:१५ला बाहेर पडल्याचे पाहून खलीलला आनंद झाला. आता पुढचा एक तास तो कोठेही वेळ काढीत हिंडणार नव्हता.

जनरलने आपल्या पत्नीचा हात धरून तिला गाडीपाशी नेले. तो एक उंच व सडपातळ माणूस होता. त्याचे केस पांढरे झाले होते; पण तरीही एखाद्या तरुणासारख्या त्याच्या हालचाली तडफदार होत्या. जनरल वेक्लिफ हा १९८६ मध्ये कॅप्टन वेक्लिफ होता, हे खलीलला ठाऊक होते. त्या वेळी त्याचे वायरलेसवरचे सांकेतिक नाव हे 'रेमिट २२' होते. अल अझीझियावर ज्या चार लढाऊ विमानांनी बॉम्बफेक केली, त्यांपैकी एक विमान तो त्या वेळी चालवित होता. त्याचा त्या वेळचा विमानातला विपन्स ऑफिसर हा कॅप्टन हॅम्ब्रेश्त होता; पण जानेवारी महिन्यात लंडनमध्ये त्याचा शेवट ओढवला होता. तसाच शेवट आता जनरल वेक्लिफचा वॉशिंग्टनमध्ये होणार होता.

खलील पहात होता. जनरलने आपल्या पत्नीसाठी दार उघडून धरले. ती आत जाऊन बसली. मग तो पुढच्या बाजूने वळसा घालून गाडीत ड्रायव्हरच्या आसनावर जाऊन बसला. थोड्याच क्षणात त्याने आपली गाडी रस्त्यावर आणली व तो निघून गेला.

आत्ताच्या क्षणाला पुढे जाऊन खलील त्यांना गाडीतच गोळ्या घालून संपवू शकत होता. आजुबाजूला कोणीही नव्हते; परंतु त्याने दुसरा एक मार्ग ठरवला होता.

मग आपला टाय सरळ करीत तो गाडीतून बाहेर पडला. गाडीचे दार लावून किल्लीने बंद केले. तो चालत चालत जनरल वेक्लिफच्या घराच्या आवारात शिरला. बंगल्याच्या दारापाशी जाऊन त्याने बेधडक घंटेचे बटण दाबले. आत खोलवर कुठेतरी संगीतमय घंटेचे ठोके पडलेले ऐकू आले. थोड्या वेळाने कुणाची तरी पावले वाजल्याचा आवाज त्याला ऐकू आला. कोणीतरी दारापाशी आले होते. दारामागची साखळी सैल केली गेली आणि दार किलकिले होऊन आतून एक तरुण स्त्री पहात असल्याचे खलीलला कळले. ती काही बोलू लागण्याच्या आत खलीलने आपल्या बळकट खांद्याचा धक्का दारावर जोरात दिला. आतली साखळी फटकन तुटली आणि दार उघडले गेले. आतल्या बाईच्या अंगावर ते आपटल्याने ती कोलमडत मागे जाऊन पडली. खलील आत घुसला आणि आपल्यामागे त्याने दार लावून टाकले. खिशातले पिस्तूल बाहेर काढून तो म्हणाला, "सायलेन्स !"

ती तरुण स्त्री खालच्या संगमरवरी फरशीवर पडली होती. तिच्या डोळ्यांत मूर्तिमंत भीती अवतरली होती.

त्याने पिस्तूल हलवून तिला उठून उभे रहाण्याची खूण केली. ती कशीबशी उभी राहिली. तिचे पाय थरथरत होते. त्याने तिच्याकडे नीट पाहून तिचा अंदाज

घेतला. ती शरीराने एक लहान चणीची स्त्री होती. तिने एक पायघोळ झगा घातलेला होता. पायात सपाता नव्हत्या. तिचा चेहरा बराच रापलेला असावा किंवा मूळचाच काळा असावा. ती या घरातील - कुटुंबातील - नाही हे कळत होते. ती इथे बंगल्यात काम करणारी एक नोकर होती, हाऊसकीपर होती. कारण खलीलला मिळालेल्या माहितीनुसार बंगल्यात फक्त जनरल व त्याची पत्नी रहात होती. पण तरीही खात्री करून घेण्यासाठी त्याने तिला विचारले, ''घरी कोण आहे ?''

ती चाचरत म्हणाली, ''जनरलसाहेब आहेत.''

खलील हसून म्हणाला, ''नाही, जनरल घरी नाही. जनरलची मुले कुठे आहेत ?''

तिने मान हलवली. ती थरथर कापत आहे हे खलीलने पाहिले. त्याला दूरवरून कॉफीचा वास आला. म्हणून त्याने म्हटले, ''स्वयंपाकघरात चल.''

ती घाबरत घाबरत वळली व स्वयंपाकघराच्या दिशेने चालू लागली. स्वयंपाकघर मागच्या बाजूला होते. एका लांबलचक जागेतून तिकडे जावे लागत होते. खलील तिच्यामागोमाग जाऊ लागला.

ते मागचे स्वयंपाकघर चांगलेच प्रशस्त होते. तिथे दोन कपबशा एका गोल टेबलावरती होत्या. ते टेबल मागच्या बाजूला उघडणाऱ्या व बाहेरून अर्धवर्तुळाकार फुगीर असणाऱ्या खिडकीपाशी होते.

मग खलील तिला म्हणाला, ''खाली तळघराकडे.'' तिने भिंतीतल्या एका दाराकडे बोट केले. त्यावर तो म्हणाला, ''तू खाली जा.''

मग ती दारापाशी गेली. ते दार तिने उघडले. जवळचे एक बटण दाबून आतला दिवा लावला. मग ती खाली जाणाऱ्या जिन्याने जाऊ लागली. खलील तिच्यामागोमाग गेला.

तळघरात अनेक रिकामे पुठ्ठ्यांचे डबे, खोकी ठिच्चून भरली होती. खलीलने आजुबाजूला पाहून तिथले एक दार उघडले. आतमध्ये फारच थोडी जागा होती. तिथे घर उबदार ठेवणारे एक बॉयलर युनिट होते. त्याने तिला आत जाण्याची खूण केली. ती आत गेल्यावर तोही तिच्यामागोमाग गेला. मग तिला काही कळायच्या आत त्याने तिच्या डोक्यात मागून एकच गोळी झाडली. जिथे मणक्यातली मज्जारज्जू मेंदूत उगम पावते तिथे ती गोळी भेदून पुढे गेली. बघता बघता ती जमिनीवर कोसळून पडली; पण तिचे शरीर जमिनीला टेकण्यापूर्वीच तिचा प्राण निघून गेला होता.

तो झटपट बाहेर आला. आपल्यामागे बॉयलर रूमचे दार त्याने लावून टाकले व तो जिन्याने वरती आला. स्वयंपाकघरातील रेफ्रिजरेटर उघडून आतून एक दुधाचा कार्टन बाहेर काढला. त्यातले दूध त्याने घटाघटा संपूर्ण पिऊन टाकले. रिकामा

कार्टन तिथल्या कचऱ्याच्या छोट्या डब्यात टाकून दिला. मग आतून योगुर्ट दह्याची प्लॅस्टिकची दोन भांडी बाहेर काढली, एक चमचा शोधून घेतला व शांतपणे खुर्चीवर बसून तो ते योगुर्ट खाऊ लागला. त्याने झटपट दोन्ही भांड्यातले योगुर्ट संपवून टाकले. स्वयंपाकघरातील वासामुळे त्याला आपल्याला भूक लागल्याचे समजले होते. आपल्याला किती भूक लागली होती हे त्याला आत्ता कळले.

नंतर तो उठला व चालत चालत पुढच्या दारापाशी गेला. त्या दाराचा बोल्ट आतून उघडून ठेवला. ती साखळी तुटलेली नव्हती; पण तिचा हूक दारातून निघाला होता. त्याने तो हूक पुन्हा दाराच्या लाकडात तात्पुरता बसवायचा प्रयत्न केला. पण त्याने साखळी परत दाराला लावली नाही. जर जनरल परतला तर त्याला दाराच्या अंगचे कुलूप जवळच्या किल्लीने उघडून आत प्रवेश करावा लागेल.

तळमजल्यावर हिंडून त्याने पाहिले. एक मोठी डायनिंग रूम, सिटिंग रूम व स्वयंपाकघर आणि एक स्वच्छतागृह एवढेच होते.

तो जिन्याने वरच्या मजल्यावर गेला. तिथला सारा मजला म्हणजे मोठा दिवाणखाना होता. त्या मजल्यावर कोणीही नाही याची त्याने खात्री करून घेतली. मग तो तिसऱ्या मजल्यावर गेला. तिथे बेडरूम होत्या. त्यातल्या दोन बेडरूम या जनरलच्या मुलांसाठी होत्या हे उघड होते. जनरलला एक मुलगा व एक मुलगी होती. ती मुले घरीच असावीत व झोपलेली असावीत अशी खलीलची इच्छा होती; पण तिथे कोणीही नव्हते. तिसरी बेडरूम ही पाहुण्यांसाठी होती, तर चौथी बेडरूम ही मास्टर बेडरूम होती.

खलील चौथ्या मजल्यावर गेला. तिथे एक अत्यंत विस्तृत अशी अभ्यासिका होती व एक छोटी बेडरूम होती. त्या हाऊसकीपरची ती बेडरूम असावी, असा अंदाज त्याने केला.

त्या अभ्यासिकेच्या भिंतींना लाकडी तक्ते लावलेले होते. त्यावर लष्करात मिळालेली सर्व सन्मानचिन्हे, पदके, मानपत्रे, वगैरे लावलेले होते. टेबलावरतीही विविध विमानांच्या प्रतिकृती होत्या.

एफ-१११ विमानाची एक प्रतिकृती नायलॉनच्या धाग्याला अडकवून लोंबकळत ठेवलेली होती. त्या विमानाचे नाक खाली झुकले होते. त्याचे दोन्ही पंख मागे गेलेले होते. त्याचा एकूण पवित्रा हा खाली जमिनीवर हल्ला चढविण्यासाठी सूर मारतानाचा होता. त्याच्या पोटाला चंदेरी रंगाचे चार बॉम्ब चिकटवलेले होते. त्याने चिडून ती प्रतिकृती ओढून काढली व तिचे तुकडे तुकडे करून टाकले. प्लॅस्टिकचे तुकडे जमिनीवर पडल्यावर त्याने पायाने खालच्या गालीच्याखाली ते लपवून टाकले. "अल्ला करो नि तुम्हा साऱ्यांचे तळपट होवो," त्याने चिडून शिव्याशाप दिले.

थोड्याच वेळात त्याने स्वत:ला सावरले आणि तो बाकीची पहाणी करू

लागला. भिंतीवर एक कृष्णधवल रंगातले छायाचित्र होते. त्यात एका एफ-१११ विमानासमोर आठजण उभे होते. त्या छायाचित्राखाली छापले होते. LAKENHEATH, 13 APRIL 1987 खलीलने ते शब्द परत एकदा वाचले; पण या वर्षी तर बॉम्बिंग झाले नव्हते. मग त्याच्या लक्षात आले की, त्या बॉम्बिंग मोहिमेची कमालीची गुप्तता बाळगली गेली होती. म्हणून या छायाचित्राखाली खोटी तारीख छापली होती. याचा अर्थ या भ्याड कृत्याबाबत त्यांना कसलाही मानसन्मान दिला गेला नसणार.

नंतर त्याची नजर खोलीतल्या भल्या मोठ्या महोगनी लाकडाच्या टेबलाकडे गेली. त्याने टेबलाच्या खणातून जनरलची डायरी बाहेर काढली. त्यातल्या आजच्या तारखेच्या पानावर लिहिले होते, 'चर्च, ८:१५' त्याने पुढचे पान उघडले. त्यावर त्याच्या जुन्या सहकाऱ्यांबरोबर एक बैठक सकाळी १० वाजता आहे, असे लिहिले होते. पण तोपर्यंत त्याचे काही सहकारी हे मृत्यू पावणार होते.

त्याने १५ एप्रिलचे पान उघडले. या दिवशी तर बॉम्बिंगचा वर्षदिन असतो. त्या पानावर लिहिले होते, 'नऊ वाजता कॉन्फरन्स हॉल, स्क्वॅड्रन.'

खलीलने मान हलवली. *म्हणजे हे मारेकरी एकमेकांशी संपर्क साधून आहेत तर;* पण ही एक अडचण ठरू शकत होती. हे सारेजण एकापाठोपाठ मरण पावणार होते. खलीलच्या अंदाजानुसार फक्त काहीजणच एकमेकांच्या संपर्कात असावेत. आता आपल्याला घाई केली पाहिजे. आपण सारे मरणार आहोत हे कळायच्या आत ते मरायला हवेत. त्याने जनरलची खासगी टेलिफोन वही पाहिली. ती फोनजवळच होती. त्यात त्याला छायाचित्रातल्या बाकीच्या सातजणांचे फोन नंबर सापडले. कर्नल हॅम्ब्रेशतच्या नावापुढे 'मृत्यू दिनांक' असा शब्द लिहून ती तारीख लिहिली होती. त्याच डिरेक्टरीत चिप विगिन्सच्या नावावर तांबड्या शाईने फुली मारून पुढे प्रश्नचिन्ह काढले होते.

ती टेलिफोनची वही सरळ पळवावी असा विचार त्याने क्षणभर केला; परंतु त्यामुळे नंतर कदाचित पोलिसांना संशय येईल अशी त्याला भीती वाटली. त्यामुळे खुनामागचा हेतू कळायला मदत होईल, असे त्याला वाटले. त्याने रुमालाने ती वही पुसून खाली ठेवली.

टेबलाच्या मधल्या खणात एक चांदीचे प्लेटिंग केलेले पॉईंट फॉर्टीफाईव्ह कॅलिबरचे एक ऑटोमॅटिक पिस्तूल होते. त्याने त्या पिस्तुलाचे मॅगेझिन उघडून पाहिले. आत गोळ्या भरलेल्या होत्या. त्याने त्यातली एक गोळी भोकात घालून सेफ्टी कॅच मागे ओढून ठेवला. पिस्तूल त्याने आपल्या कमरेच्या पट्ट्यात खोचून ठेवले.

खलील तिथून निघाला, दारापाशी आला, क्षणभर थांबला आणि मागे वळला.

परत येऊन त्याने गालीचाखाली ढकललेले विमानाच्या प्रतिकृतीचे प्लॅस्टिकचे तुकडे गोळा केले आणि ते तिथल्या कचऱ्याच्या डब्यात टाकून दिले.

मग तो खाली तिसऱ्या मजल्यावरती आला. प्रत्येक बेडरूमची कसून तपासणी करून तिथे असलेले पैसे, दागिने, घड्याळे आणि जनरलची काही लष्करी सन्मानचिन्हेसुद्धा त्याने गोळा केली. एका उशीचा अभ्रा काढून त्यात ह्या सर्व गोष्टी एकत्र केल्या. मग तो खाली स्वयंपाकघरात ती अभ्र्याची पिशवी घेऊन गेला. संत्र्याच्या रसाचा एक कार्टन रेफ्रिजरेटरमधून काढून घेतला व तिथल्या टेबलापाशी बसून तो आरामात पिऊ लागला.

भिंतीवरचे घड्याळ नवाला पाच मिनिटे कमी असल्याचे दाखवित होते. जनरल व त्याची पत्नी ९:३०ला परतणार होते. जनरल सवयीचा व वेळेचा गुलाम असल्याने हमखास त्या वेळेला येणार होता. ९:३५ पर्यंत ते दोघे मृत्यू पावणार होते.

२६

पोटोमॅक नदीवरचा कोणता तरी पूल ओलांडून आमच्या गाडीने वॉशिंग्टन शहरात प्रवेश केला. सकाळचे साडेआठ वाजले होते आणि या वेळी रस्त्यावर फारशी वर्दळ नव्हती. आम्हाला जॉगिंग करणारे व व्यायामासाठी सायकली चालवणारे बरेचजण रस्त्यावर दिसत होते. तसेच, उन्हाळ्याच्या सुट्टीतले काही पर्यटक व त्यांची कुटुंबे दिसत होती. त्यांच्यातल्या लहान मुलांचे डोळे संत्रस्त झालेले कळत होते. कारण अगदी लवकर त्यांना बिछान्यातून ओढून काढून आणलेले होते.

आम्ही जसे पुढे जाऊ लागलो तसे दूरवरती कॅपिटॉल इमारतीचे शिखर हे सतत समोर दिसू लागले. कालच्या भीषण दुर्घटनेची माहिती एव्हाना काँग्रेसच्या साऱ्या सभासदांना अद्याप दिली गेली नसेल तरच नवल. जेव्हा अशी काही दुर्घटना घडते तेव्हा अमेरिकन काँग्रेसची कार्यकारी शाखा त्यांना काहीना काही अहवाल तयार करून पुरवते आणि नंतर त्या अहवालाला त्यांचा पाठिंबा मागितला जातो. कदाचित एव्हाना अमेरिकेची लढाऊ विमाने लिबियाच्या दिशेने सुटलीही असतील; पण पुढे काय होईल ती माझी समस्या नव्हती.

आम्ही पेन्सिल्व्हानिया ॲव्हेन्यूवर आलो. याच रस्त्यावर एफबीआयची मुख्य कचेरी होती. ती जे. एडगर हूव्हर या विशाल इमारतीमध्ये होती. जस्टिस डिपार्टमेंटच्या अधिपत्याखाली एफबीआय व सीआयए ह्या संघटना येत होत्या. जस्टिस डिपार्टमेंटची इमारत एफबीआयच्या इमारतीपासून जवळ होती.

अखेर आम्ही एफबीआयच्या हूव्हर इमारतीसमोर येऊन थांबलो. ती एक काँक्रिटची इमारत होती. 'खास बेंगरूळ' या विशेषणानेच त्याची संभावना करायला हवी होती. इथल्या म्युनिसिपालिटीच्या नियमानुसार पुढच्या बाजूला ती सात मजली उंच होती. 'दर्शनी भाग हा जास्तीत जास्त सात मजले उंच ठेवता येईल,' हा तो नियम पेन्सिल्व्हानिया अॅव्हेन्यूवर लागू होता; पण मागच्या बाजूला ही इमारत अकरा मजली उंच होती.

मी पूर्वी इथे एकदा सेमिनारसाठी आलो होतो. त्या वेळी या इमारतीमधून एक 'एफबीआय दर्शनयात्रा' घडवली जाई. विशेषतः इथल्या वस्तुसंग्रहालयातून. त्याखेरीज येथे दुपारचे जेवण दिले जात नाही.

असो. तर ह्या इमारतीमधील सर्व मजल्यांवरील मिळून एकूण क्षेत्रफळ हे २५ लाख चौरस फूट आहे. केजीबी ह्या रशियन गुप्तहेर संघटनेच्या मॉस्कोमधील इमारतीच्या क्षेत्रफळापेक्षा अर्थातच हे क्षेत्रफळ जास्त आहे. एफबीआय ही जगातली सर्वांत मोठी गुप्तचर संघटना आहे. सुमारे आठ हजार माणसे या इमारतीत कामे करीत असतात. बहुतेक कामे ही पोलीसखात्याला मदत करणारे व प्रयोगशाळेतील असतात. सुमारे हजार एजंटस् इथे इमारतीत आहेत. पोलीस प्लाझामध्ये काम करणाऱ्यांपेक्षा इथे कामे करणाऱ्यांचा मी अधिक हेवा करीत नव्हतो. माझ्या मते तर तुमचे हातातल्या कामाबद्दलचे किंवा नोकरीबद्दलचे समाधान हे तुम्ही तुमच्या ऑफिसापासून किती दूर रहाता, यावर अवलंबून असते.

आम्ही आत शिरून एका लॉबीपाशी थांबलो. गाडीतून उतरून त्या लॉबीतून चालत आत गेलो. आम्हाला आता कोणीतरी भेटायला येणार होते. त्याची वाट पहात असताना मी आतल्या अंगणाकडे नजर टाकली. तिथे एक कारंजे होते, बाग होती, बाके होती. तिथल्या भिंतीलगतच्या एका बाकाच्या वरती एक ब्राँझची पाटी होती व त्यावरती जे. एडगर हूव्हर यांचे एक वचन कोरले होते. ते वचन म्हणत होते, 'गुन्ह्याच्या विरुद्ध सर्वांत प्रभावी असणारे शस्त्र म्हणजे त्याविरुद्ध लढणाऱ्यांमध्ये असणारे सहकार्य... सर्व सुरक्षा संघटना व त्यांना मिळणारा अमेरिकन जनतेचा पाठिंबा यांच्यावर हे सहकार्य अवलंबून आहे.' किती चांगले वचन आहे ! निदान एफबीआयच्या 'आम्ही कधीही चुकत नाही.' या अनधिकृत वचनापेक्षा नक्कीच चांगले आहे.

त्या स्वागतकक्षावरील एका भिंतीवर त्याच त्या तसबिरी टांगलेल्या होत्या. राष्ट्राध्यक्ष, अॅटॉर्नी जनरल, एफबीआयचा संचालक, इत्यादी इत्यादी. तसबिरींमधील प्रत्येकाच्या चेहऱ्यावर मित्रत्वाची भावना होती. तसेच प्रत्येकाच्या पदाच्या ज्येष्ठतेनुसार क्रमाने त्या लावल्या होत्या. म्हणजे अमेरिकेतील 'मोस्ट वॉन्टेड' गुन्हेगार असा कुणाचा भ्रम व्हायला नको.

त्या कक्षाला आणखी एक प्रवेशद्वार होते. तिथूनच एफबीआय पहायला आलेल्या पर्यटकांच्या संचालित भेटी चालू व्हायच्या. त्या प्रवेशद्वारातून आत शिरल्याबरोबर दहा 'मोस्ट वॉन्टेड' गुन्हेगारांची मोठी छायाचित्रे दिसतील अशी लावली होती. आजवर ही छायाचित्रे पाहून त्यातले तिघे गुन्हेगार तरी ओळखले गेले जाऊन पकडले गेले आहेत. आज असद खलीलचे छायाचित्र क्रमांक एकवर लावले जाईल. अन् मग कुणी सांगावे, एखादा ते पाहून म्हणेल, 'अरेच्या, ह्या माणसाबरोबर मी कित्येक वर्षे रहात आलो आहे. हा माझा रूम पार्टनर आहे.'' कदाचित् खलीलला कोणी ओळखणारही नाही.

पाच वर्षांपूर्वी मी इथे एका सेमिनारसाठी आलो होतो. तो सेमिनार हा Serial Killers किंवा खूनमालिका घडवून आणणाऱ्या गुन्हेगारांवरती होता. मनुष्यहत्या खात्यात काम करणाऱ्या अमेरिकेतल्या झाडून साऱ्या डिटेक्टिव्हज्ना त्यासाठी निमंत्रण दिले होते. ते सारे माझ्यासारखेच थोडेसे नाठाळ व चेष्टामस्करी करणारे होते. आम्ही त्या वेळी शेवटी करमणुकीच्या कार्यक्रमात एक छोटे प्रहसन सादर करणार होतो. त्या प्रहसनाचे नाव ठेवले होते. Cereal Killers *(अन्नधान्यांचे मारेकरी)* आम्ही त्यासाठी प्रहसनात काही पुठ्ठ्यांचे ट्रे दाखवून त्यात दळलेली धान्ये, धान्यांचे कापलेले दाणे, ठेचलेले दाणे, वगैरे दाखवून हशा निर्माण करणार होतो; पण एफबीआयच्या मनोवैज्ञानिकांना ही कल्पना पसंत पडली नाही. उलट, ज्या डिटेक्टिव्हज्च्या डोक्यात ही कल्पना आली व पटली त्यांना मानसिक उपचारांची गरज आहे, असे त्यांना वाटले.

आज रविवार असल्याने सुटीचा दिवस होता; परंतु तरीही एफबीआयच्या इमारतीमध्ये तुरळक का होईना पण काहीना काही कामे चालली होती. अन् माझी खात्री होती की दहशतवादविरोधी विभाग आजही दिवसभर चालणार होता.

सिक्युरिटी टेबलापाशी कोनिग, टेड व केट यांनी "Any arms?" या प्रश्नाला आपल्याजवळची शस्त्रे सांगितली. त्यांची नोंद घेतली गेली. माझ्याजवळ कोणतेच शस्त्र नव्हते; पण मला चेष्टा करण्याची लहर आल्याने मी टेबलामागच्या माणसाला म्हटले, ''माझ्याकडे माझे हात हेच माझे भयंकर शस्त्र आहे.'' पण माझा विनोद फुकट गेला. त्या माणसाला तो कळलाच नाही. त्याने कोनिगकडे अशा नजरेने पाहिले, की 'हा चक्रम माणूस तुमच्याबरोबरच आहे काय ?' असा प्रश्न त्यातून व्यक्त होत होता.

नऊ वाजण्यापूर्वी आम्हाला तिसऱ्या मजल्यावरील एका कॉन्फरन्स रूमकडे नेण्यात आले. तिथे सर्वांना कॉफी देण्यात आली. मग आठ व्यक्तींशी आमची ओळख करून देण्यात आली. त्यात दोन स्त्रियाही होत्या. त्यातल्या पुरुषांची नावे बॉब, बिल, जिम अशी नेहमीच्या प्रचारातली होती, तर स्त्रियांची नावे जेन आणि

जीन अशी होती. कदाचित् त्यांची खरी नावे लपवून ठेवण्याचा त्यामागचा उद्देश असावा, अशी मला शंका आली. प्रत्येकाच्या अंगावरचा सूट हा निळ्या रंगाचा होता.

आम्हा चौघांचा संपूर्ण दिवस आज इथे जाणार होता. अन् हा दिवस कंटाळवाणा व तणावपूर्ण असणार अशी आमची अटकळ होती. प्रत्यक्षात आमचा इथला दिवस याहीपेक्षा अधिक वाईट गेला. म्हणजे आमची कुणी खरडपट्टी काढली किंवा आमच्याशी कोणी शत्रुत्वाने वागले असे नाही. सर्वजण आदराने व सहानुभूती दर्शवित आमच्याशी बोलत होते व वागत होते. पण प्राथमिक शाळेतल्या विद्यार्थ्याला हेडमास्तरच्या खोलीत बोलावल्यावर त्याच्यावर जसा ताण येतो, तसा ताण मला वाटत होता. 'पुढच्या वेळी जर एखादा दहशतवादी अमेरिकेत आला तर त्या वेळी कसे वागायचे, ही आम्ही शिकवलेली गोष्ट नीट लक्षात ठेव,' असा काहीतरी अर्थ ध्वनीत होत होता.

बरे झाले, मी माझे पिस्तूल आणले नाही. नाहीतर या साऱ्या हेडमास्तरांना मी गोळ्या घातल्या असत्या.

आम्ही सुरुवातीला ज्या कॉन्फरन्स रूममध्ये गेलो होतो त्याच रूममध्ये सर्व दिवसभर नव्हतो. निरनिराळी ऑफिसे व रूम्समधून अनेकांना भेटत होतो. अनेकांच्या प्रश्नांना उत्तरे देत होतो, शंका दूर करत होतो व माहिती पुरवीत होतो. मला या प्रकाराचा कंटाळा येऊ लागला. कुत्र्यांच्या प्रदर्शनात त्यांना सजवून सर्वांसमोरून सारखे नेऊन जसे दाखवले जाते तसे आमचे होत आहे, असे मला वाटू लागले. प्रत्येक वेळी वेगवेगळे परीक्षक; पण आमची उत्तरे व माहिती तीच   तीच होती.

इमारतीचा अंतर्भाग हा तिच्या बाह्य स्वरूपाएवढाच कठोर होता. भिंती पांढऱ्या व दारे करड्या रंगाची होती. जे. एडगर हूव्हर यांनी भिंतीवरती तसबिरी, छायाचित्रे लावण्यास मनाई केली होती.

एफबीआयची इमारत आतून पाहिली तर चमत्कारिक आकाराची होती. त्यामुळे नक्की कोणत्या भागात किती वेळ आपण होतो हे सांगायला कठीण जाते. आम्ही सारखे कोणते ना कोणते काचेचे पार्टिशन ओलांडीत होतो. काचेनंतर हमखास कोणतीतरी प्रयोगशाळा असे. तिथे कोणी ना कोणीतरी सतत कामे करीत असे. सूक्ष्मदर्शकात डोकावीत असत, संगणकावर काम करीत असत, किंवा हातात काचपात्र धरून काहीतरी रसायनांवर प्रयोग चालत. बऱ्याच ठिकाणी खिडक्यांऐवजी चकाकणाऱ्या आरशासारख्या काचा होत्या. त्यात एका बाजूने आरसा असे, तर दुसऱ्या बाजूने पलीकडचे दिसे पण पलीकडच्यांना मात्र आपण दिसत नसतो. त्यामुळे पलीकडची माणसे अनेकदा या काचांपाशी येऊन आपले दात कोरताना इकडून दिसत. मोठे मजेचे दृश्य होते ते.

दुपारपर्यंत आम्हीच सारखे बोलून माहिती देत होतो. ऐकणारे लक्षपूर्वक ऐकायचे आणि माना डोलवायचे. निम्मा वेळ तर आम्ही नक्की कोणाशी बोलत आहोत ते आम्हाला समजलेले नसायचे. कधी कधी तर मला असे वाटायचे की आम्हाला चुकून भलतीकडच्याच खोलीत पाठवले गेले असावे. कारण ज्यांना उद्देशून आम्ही बोलत असू ते एकतर आश्चर्यचकीत व्हायचे किंवा गोंधळून तरी जायचे. जणू काही त्या खोलीत ते काहीतरी घ्यायला आले असताना न्यूयॉर्कहून आलेली चार माणसे अचानक घुसून त्यांना विषारी वायू आणि 'सिंह' अर्थाचे नाव असलेला गुन्हेगार यावर आपले भाषण सुनावू लागली आहेत. कदाचित् मी ही अतिशयोक्ती करत असेन; पण तीन तास प्रत्येक वेळी निरनिराळ्या गटांना तेच तेच सांगून आम्हाला गरगरू लागले होते.

पण प्रत्येक वेळी आम्हाला एखादा विशिष्ट प्रश्न विचारला जाई. आमची मते किंवा गुन्ह्यामागचे आम्ही लढवलेले तत्त्वज्ञान याबद्दल मात्र फक्त एकदाच विचारले गेले होते. पण त्यांच्यापैकी कोणीही त्यांना या बाबतीत जे काही ठाऊक आहे ते आम्हाला कधीच कळू दिले नाही. याबद्दल आम्ही विचारले असता ''त्या विषयावर दुपारच्या जेवणानंतर बोलता येईल,'' असे सांगितले जाई.

२७

घराचे पुढचे दार उघडले गेल्याचा आवाज असद खलीलने ऐकला. नंतर एक माणूस व एक बाई आपापसात बोलण्याचे आवाज त्याने ऐकले. त्यानंतर त्या बाईने मोठ्याने म्हटले, ''रोझा, आम्ही घरी आलो आहोत.''

खलील कॉफी पीत होता. त्याने कपातली उरलीसुरली कॉफी एका घोटात पिऊन टाकली. कोणत्यातरी कपाटाचे दार उघडल्याचा व बंद केल्याचा आवाज त्याने ऐकला. नंतर ते बोलण्याचे आवाज मोठे मोठे होत गेले. ते दोघेजण मधल्या हॉलवेमधून स्वयंपाकघराकडे येत असावेत.

खलील तिथून उठला आणि तो एका दरवाजामागे जाऊन उभा राहिला. त्याने जनरलचे पॉईंट फॉर्टीफाइव्ह हे ऑटोमॅटिक कोल्ट पिस्तूल काढून हातात घेतले आणि तो त्या दोघांचे संभाषण लक्षपूर्वक ऐकू लागला. दोन माणसांच्या पावलांचे खालच्या संगमरवरी फरशीवरचे आवाज त्याला ऐकू येऊ लागले.

जनरल व त्याची पत्नी यांनी त्या प्रशस्त स्वयंपाकघरात प्रवेश केला. ओट्यावरती कॉफी करण्याचे विजेवर चालणारे भांडे होते. त्या दोघांची पाठ त्याच्याकडे होती.

तो हळूच दाराबाहेर येऊन भिंतीला पाठ टेकून उभा राहिला. त्यांचे आपल्याकडे कधी लक्ष जाते, याची तो वाट पाहू लागला. त्याने हातातले पिस्तूल कोटाच्या खिशात घातले आणि तिथेच हातात धरून ठेवले.

त्या बाईने कपाटातून दोन कप बाहेर काढले व ती त्या दोन्ही कपात कॉफी ओतू लागली. रेफ्रिजरेटरमध्ये जनरल अजूनही पाहात होता. तो म्हणाला, ''इथले दूध कुठे आहे ?''

''तिथेच आहे,'' त्याची बायको म्हणाली.

मग ती वळून टेबलाकडे चालू लागली. तोच तिच्या नजरेस खलील पडला. ती एकदम दचकली, ओरडली व तिच्या हातातले दोन्ही कप खाली जमिनीवरती पडले.

खळकन् फुटल्याचा आवाज झाल्यामुळे जनरलने तिच्याकडे पाहिले. मग तिच्या नजरेच्या दिशेने तो पाहू लागला. एक उंचापुरा व सुटाबुटातला माणूस तिथे उभा होता.

एक जोरदार श्वास घेत जनरल म्हणाला, ''तुम्ही कोण आहात ?''

''मी एक निरोप घेऊन आलो आहे.''

''तुम्हाला आत कोणी घेतले ?''

''तुमच्या कामवाल्या बाईने.''

''मग ती कुठे आहे ?''

''ती दूध आणायला बाहेर गेली आहे.''

''ठीक आहे,'' जनरल फटकन् बोलू लागला, ''तुम्ही इथून ताबडतोब बाहेर निघून जा. नाहीतर मला पोलिसांना बोलवावे लागेल.''

''आजची चर्चमधली प्रार्थना ठीक झाली ना ?'' खलीलने विचारले.

जनरलची वेक्लिफची बायको म्हणाली, ''प्लीज, तुम्ही जा. तुम्ही जर गेलात तर आम्ही पोलिसांना बोलावणार नाही.''

खलीलने तिच्या बोलण्याकडे दुर्लक्ष करीत म्हटले, ''मीपण एक धार्मिक माणूस आहे. मी ज्यू लोकांची हिब्रू भाषेतील टेस्टामेंटस् वाचली आहेत. तशीच ख्रिश्चनांचीही वाचली आहेत. अन् अर्थातच कुराणसुद्धा वाचले आहे.''

त्याच्या शेवटच्या वाक्यामुळे जनरल वेक्लिफला हा घुसखोर कोण असावा, याची एकदम जाणीव होऊ लागली.

खलील बोलत होता, ''तुम्ही कधी कुराण वाचले आहे ? नाही ? पण तरीही तुम्ही हिब्रू टेस्टामेंट वाचली असणार. तसे असेल तर मग प्रेषित महंमदाला परमेश्वराने सांगितलेले कुराण का नाही वाचत ? खरोखर महंमदाची कमाल आहे, त्याचे कौतुक करावेसे वाटते.''

"हे बघा... तुम्ही कोण आहात ते मला ठाऊक नाही."

"तुम्हाला ठाऊक आहे, नक्की ठाऊक आहे."

"ठीक आहे.... मला तुम्ही ठाऊक आहात—"

"मी तुमची झोप उडवणारा काळ आहे. अन् तुम्हीसुद्धा एकदा माझी झोप उडवणारा काळ झाला होतात."

"तुम्ही कशाबद्दल बोलत आहात ?"

"तुम्ही जनरल टेरेन्स वेक्लिफ आहात आणि मी असे समजतो की तुम्ही अमेरिकेच्या संरक्षण खात्यात, पेंटॅगॉनमध्ये काम करत आहात."

"त्याच्याशी तुम्हाला काय करायचे आहे ? मी तुम्हाला अजूनही इथून निघून जायला सांगतो आहे."

खलीलने यावर उत्तर दिले नाही. जनरल वेक्लिफ त्याच्यासमोर उभा होता. हवाईदलाच्या निळ्या गणवेषात उभा होता. त्याचा गणवेष खलीलने नीट निरखून पाहिला. गणवेषावरील सन्मानदर्शक चिन्हे, फिती वगैरे पाहिले. तो म्हणाला, "जनरलसाहेब तुम्ही खूपच मानसन्मान मिळवलेले दिसत आहेत."

जनरल वेक्लिफ आपल्या बायकोला म्हणाला, "तू सरळ पोलिसांना फोन कर पाहू."

वेक्लिफची पत्नी क्षणभर थिजून गेली. मग ती भिंतीवर लावलेल्या एका फोनकडे जाऊ लागली.

खलील म्हणाला, "फोनला हात लावू नका."

ती आपल्या नवऱ्याच्या तोंडाकडे पाहू लागली. वेक्लिफ परत तिला म्हणाला, "पोलिसांना बोलाव." जनरलने आता त्या घुसखोराच्या दिशेने एक पाऊल उचलले.

ताबडतोब खलीलने आपल्या खिशातून पिस्तूल बाहेर काढून रोखले.

जनरलच्या बायकोने तोंडातून एक भीतीचा हुंकार बाहेर काढला. वेक्लिफच्या तोंडातूनही एक आश्चर्याचा उद्‌गार बाहेर आला. तो आहे तिथेच खिळून राहिला.

खलील म्हणाला, "जनरल, हे तुमचेच पिस्तूल आहे. भलतेच सुंदर आहे. यावर निकेल किंवा चांदीचा मुलामा दिलेला आहे. शिवाय हस्तिदंताची मूठ लावलेली आहे आणि तुमचे नावही यावरती कोरलेले आहे."

जनरल वेक्लिफ गप्प बसला.

मग खलील पुढे त्याला म्हणाला, "माझ्या माहितीनुसार लिबियात तुम्ही जी बॉम्बफेक केलीत त्याबद्दल तुम्हाला कसलेही शौर्यपदक दिले गेले नाही. खरे आहे ना ?"

त्याने वेक्लिफच्या डोळ्यात प्रथमच उतरलेली भीती पाहिली.

तो पुढे म्हणाला, "ती बॉम्बफेक कधी बरे झाली होती ? १५ एप्रिल १९८६,

का १५ एप्रिल १९८७ ?''

जनरलने आपल्या पत्नीकडे पाहिले. तीही त्यांच्याकडे पहात होती. त्या दोघांनाही या प्रसंगाचा शेवट काय होऊ शकेल, याची कल्पना आली होती. जनरलची बायको सरळ चालत चालत आपल्या नवऱ्याला पाठीशी घालत खलीलकडे तोंड करून उभी राहिली.

मृत्यूच्या समोर तिने केलेले हे धाडस पाहून खलीलला तिचे कौतुक वाटले.

संपूर्ण मिनिटभर कोणीच बोलत नव्हते. आपल्यासमोर दोन अमेरिकन व्यक्ती आपल्या मृत्यूची वाट पहात आहेत, हे दृश्य खलीलला मोठे सुखद वाटत होते. तो ह्या क्षणांचा आनंद उपभोगत होता.

असद खलीलचे बोलणे अजून संपले नव्हते. तो म्हणाला, ''त्या बॉम्बफेकी मोहिमेत तुमचे सांकेतिक नाव 'रेमिट-२२' असे होते ना ? चुकीचे असेल तर दुरुस्त करा. खरे आहे हे ?''

जनरलने यावर मौन धारण केले.

खलील म्हणाला, ''तुमच्या चार एफ-१११ विमानांनी अल अझीझियावर बॉम्बहल्ला केला. खरे की नाही ?''

जनरल अजूनही गप्प बसला होता.

''मी ही गुप्त माहिती कशी काढली याचे तुम्हाला आश्चर्य वाटत असेल नाही ?''

आपला घसा खाकरत जनरल म्हणाला, ''होय.''

खलील यावर हसून म्हणाला, ''मी ते तुम्हाला सांगितले तर मग नंतर मी तुम्हाला जिवंत ठेवणार नाही. मला तुम्हाला ठार मारावे लागेल,'' एवढे म्हणून तो मोठमोठ्याने हसू लागला.

जनरल कसाबसा म्हणाला, ''पण काही झाले तरी तू तसे करणारच आहेस.''

''कदाचित् करेन. कदाचित् करणार नाही.''

जनरलच्या बायकोने खलीलला विचारले, ''रोझा कुठे आहे ?''

''आपल्या नोकराणीची काळजी करता आहात. म्हणजे तुम्ही एक चांगल्या मालकीणबाई दिसत आहात.''

जनरलची बायको चिडून म्हणाली, ''कुठे आहे ती ?''

''तुम्हाला ती जिथे आहे असे वाटते तिथेच ती आहे.''

''यू बास्टर्ड,'' ती चिडून ओरडली.

अशा प्रकारच्या शिवीगाळीला प्रत्युत्तर देण्याची असद खलीलला कधीच सवय नव्हती. त्यातून एका बाईच्या तोंडून शिवी उमटल्यावर काय बोलावे ते त्याला कळेना. त्याला राग आला. पण त्याने संयम करीत म्हटले, ''हे पहा, मी प्रत्यक्षात

बास्टर्ड नाही. ज्याच्या बापाचा पत्ता नसतो अशा अनौरस संततीला बास्टर्ड म्हणतात. मला एक आई होती, एक बाप होता व त्या दोघांचे एकमेकांशी लग्न लागले होते. तुमच्या दोस्त राष्ट्राने, म्हणजे इस्त्राईलने त्यांचा खून केला. अल अझीझियावर तुम्ही केलेल्या बॉम्बहल्ल्यात माझी आई ठार झाली. माझे दोन भाऊ व दोन बहिणीही त्यात ठार झाल्या. माझ्या घरावर पडलेला बॉम्ब हा कदाचित् तुमच्या नवऱ्याच्या विमानातून सुटलेला असू शकेल. तेव्हा मिसेस वेक्लिफ, तुम्हाला आता यावरती काय म्हणायचे आहे ?''

जनरल वेक्लिफच्या पत्नीने एक दीर्घ श्वास घेत म्हटले, ''मी त्यावर एवढेच म्हणेन की, आय ॲम सॉरी. आम्हा दोघांना त्याबद्दल वाईट वाटते.''

''असं ? आपण सहानुभूती दाखविल्याबद्दल आपले आभार !''

जनरल वेक्लिफला आता आपला राग आवरता येईना. त्याने खलीलकडे सरळ सरळ पहात चिडून म्हटले, ''मला त्याबद्दल अजिबात खेद होत नाही. तुमचा तो पुढारी, महंमद गडाफी, हा एक आंतरराष्ट्रीय दहशतवादी आहे. त्याने डझनावारी निष्पाप मुले, स्त्रिया, पुरुष यांची हत्या केली होती. अशा दहशतवादी कृत्यांचे अल अझीझियामध्ये एक प्रमुख नियंत्रण केंद्र होते. अशा लष्करी जागेत तुमच्या गडाफीने नागरी लोकांना मुद्दाम रहायला आणले होते. अन् जर तुला एवढे सारे ठाऊक आहे तर हेही ठाऊक असायला हवे की, संबंध लिबियात फक्त लष्करी जागांवरतीच बॉम्ब टाकले गेले. त्यात जे कोणी नागरिक मारले गेले ते केवळ अपघाताने. तुला हे ठाऊक आहे. उगाच एखाद्याचा थंडपणे खून करण्याआधी त्याचे समर्थन करू नकोस.''

खलील जनरल वेक्लिफकडे टक लावून पाहू लागला. काय बोलावे याची तो मनातल्या मनात जुळणी करत असावा. शेवटी तो म्हणाला, ''मग अल अझीझियामध्ये कर्नल गडाफी यांच्या निवासस्थानावर का बॉम्ब टाकलेत ? त्यातल्या एका बॉम्बने गडाफी यांच्या मुलीचा जीव घेतला. त्यांच्या पत्नीला जखमी केले आणि त्यांच्या दोन मुलांना जबरदस्त दुखापत झाली. हा काही अपघात होता ? तुमचे ते स्मार्ट बॉम्ब हे असे भरकटत गेले काय ? उत्तर द्या याचे.''

''मी जे सांगितले त्यापेक्षा अधिक वेगळे मला सांगायचे नाही.''

खलील आपली मान हलवित म्हणाला, ''नाही, तुम्ही सांगूच शकणार नाही. कारण तुमच्याकडे सांगण्याजोगे मुळातच काही नाही.'' मग आपले पिस्तूल उचलून ते जनरल वेक्लिफवर रोखून धरत तो म्हणाला, ''तुम्हाला कल्पना नाही की या क्षणाची मी किती वर्षे वाट पाहात होतो.''

जनरल पुढे आला. त्याने आपल्या बायकोला पाठीशी घातले आणि तो म्हणाला, ''या प्रकारात तिचा काहीही संबंध नाही. तिला येथून जाऊ दे.''

"भलतंच काय चमत्कारिक सांगता आहात. उलट आत्ता तुमची मुले येथे नाहीत याचा मला खेद होतो आहे."

"बास्टर्ड !" असे संतापून म्हणत जनरलने खलीलच्या दिशेने झेप घेतली; पण खलील सावध होता. त्याने त्याआधीच जनरलच्या डाव्या बरगडीत एक गोळी झाडली.

ती कमी वेगाची पण बोथट टोकाची पॉईंट फॉर्टीफाईव्हची गोळी जनरलच्या शरीरात घुसली. त्यामुळे जनरलची पुढे जाण्याची हालचाल वाटेतच थांबली. तो जमिनीवरून एक-दोन इंच वर उडाला आणि आपल्या पाठीवर मागे आपटला. फरशीवर आपटण्याचा एक 'थड्' असा आवाज उमटला आणि सेकंदभर एकदम शांतता पसरली.

काय झाले ते जनरलच्या बायकोच्या लक्षात येताच ती एकदम किंचाळली आणि आपल्या नवऱ्याकडे धावली.

खलीलने तिच्यावर इतक्यात गोळी झाडली नाही. त्याने तिला आपल्या नवऱ्यापाशी गुडघे टेकून बसू दिले. ती आपल्या नवऱ्याचे डोके कुरवाळत होती व हुंदके देत होती. जनरलला जिथे गोळी लागली होती. त्या भोकातून फेसाळ रक्त बाहेर येत होते. खलीलला त्यावरून समजले की आपल्या गोळीने जनरलच्या हृदयाचा वेध घेतला नाही. ती गोळी त्याच्या फुफ्फुसात शिरली. म्हणून तर हवा व रक्त यांचा मिळून तयार झालेला फेस बाहेर पडत होता; पण हे त्याच्या मनासारखे होते. कारण हृदयात गोळी शिरल्यावर क्षणात मृत्यू आला असता. मग यातना कुठल्या ? आता जनरलच्या फुफ्फुसात रक्त सांडून ते भरून जाईल. मग आपल्याच रक्तात जनरल बुडून सावकाश गुदमरून मरून जाईल.

त्याच्या बायकोने आपला हात त्या गोळीने पाडलेल्या भोकावर ठेवला. खलीलला वाटले की त्या भोकातून आत शिरणारी हवा थोपवण्यासाठी ती तसे करीत असावी. याचा अर्थ बाहेरची हवा आत ओढून घेणारी जखम बंद करायची असते, याचे तिला प्रशिक्षणात कळले असावे किंवा प्रशिक्षण घेतले नसेल तर केवळ उपजत प्रतिक्रियेमुळे रक्त थांबवण्यासाठी ती तसे करीत असावी.

खलीलने पुढे होऊन जनरलकडे पाहिले. त्या दोघांची एकमेकांशी नजरानजर झाली.

खलील म्हणाला, "त्या कर्नल हॅम्ब्रेशततला मी जसा कुऱ्हाडीने तोडला ना तसाच मी तुम्हाला तोडणार होतो; पण तुम्ही शूर निघालात आणि त्याबद्दल मी तुमचा आदर करतो. म्हणून तुम्हाला आता फार वेळ त्रास भोगावा लागणार नाही. पण तुमच्या स्क्वॅड्रनमधल्या इतरांना असाच मृत्यू येईल, हे मी सांगू शकत नाही."

जनरल वेक्लिफ काहीतरी बोलू बघत होता; पण त्याच्या तोंडून शब्द बाहेर

पडत नव्हते. त्याऐवजी गुलाबी रंगाचा रक्ताचा फेस बाहेर पडला. शेवटी त्याने आपल्या रडणाऱ्या बायकोला कशीबशी हाक मारली, ''गेल....''

पण खलीलने पिस्तुलाची नळी गेल वेक्लिफच्या कानशिलावर लावली आणि बेधडक पिस्तुलाचा चाप ओढला. पिस्तुलातली गोळी कवटी फोडून तिच्या मेंदूत घुसली.

क्षणार्धात ती मरण पावली व आपल्या नवऱ्याच्या देहावर कोसळली.

जनरल वेक्लिफने मोठ्या कष्टाने आपला हात लांब करून तिच्या डोक्याला लावला. मग आपली मान वर करून तो तिच्याकडे पाहू लागला.

ते दृश्य खलील काही सेकंद पहात राहिला व मग म्हणाला, ''मरताना माझ्या आईला जेवढ्या यातना झाल्या तशा तुमच्या बायकोला अजिबात झाल्या नाहीत.''

जनरल वेक्लिफने आपले डोके वळवून खलीलकडे पाहिले. त्याचे डोळे विस्फारलेले होते. ओठातून रक्ताचा फेस बाहेर येतच होता. तो तुटकपणे म्हणत होता, ''पुरे झाले... पुरे झाले माणसे मारणे... '' मग खोकत तो पुढे म्हणाला, ''परत जा... निघून जा...''

''पण माझे काम अजून संपलेले नाही. तुमचे सारे मित्र ठार मारल्यावरतीच मी घरी परत जाईन,'' खलील ठासून म्हणाला.

मग जनरलने फरशीवर आपली मान टेकवली. तो पुढे काहीच बोलला नाही. त्याच्या हाताला आपल्या बायकोचा हात लागला. तो त्याने दाबला.

खलील त्याच्या मृत्यूची वाट पहात होता. पण जनरल अजून मरत नव्हता, वेळ घेत होता. शेवटी खलील जनरलच्यापाशी जाऊन उकीडवा बसला. त्याने त्याच्या मनगटावरील घड्याळ काढून घेतले, बोटातील हवाई दलाची अंगठी काढून घेतली. पँटच्या खिशातील पैशाचे पाकीट काढून घेतले. त्याने गेल वेक्लिफच्या बोटातील अंगठी, मनगटावरील घड्याळ आणि गळ्यातील मोत्यांची माळ हेही काढून घेतले. पोलिसांना नंतर हा लूटमारीचा प्रकार वाटावा म्हणून तो हे करत होता.

तो जनरलच्या शेजारी तसाच काही क्षण बसून राहिला. मग आपले एक बोट त्याने जनरलच्या छातीवरील गोळीने पडलेल्या भोकावर ठेवले. रक्ताने ओले झालेले ते बोट त्याने तोंडात घातले. बोटावरचे सारे रक्त त्याने चाटूनपुसून खाल्ले. तो त्या रक्ताची व सूडाच्या क्षणांची चव घेत होता.

जनरल वेक्लिफने ते भयभीत नजरेने पाहिले. माणसाच्या रक्ताची चव पहाणारा हा मारेकरी खरोखरीच राक्षस आहे, हे त्याला कळून चुकले. काहीतरी बोलण्याचा तो प्रयत्न करू लागला. पण त्याऐवजी तो खोकू लागला. शब्दांऐवजी रक्त बाहेर पडू लागले.

खलीलने आपले डोळे जनरलच्या डोळ्यांना भिडवले. ते दोघेही एकमेकांकडे रोखून पहात होते. लवकरच जनरलचा श्वासोच्छ्वास जलद गतीने होऊ लागला.

श्वासाच्या आवाजात आता शिट्टयासारखा आवाज येऊ लागला. मग त्याला आचके बसू लागले. काही क्षणातच त्याचा श्वासोच्छ्वास थांबला. खालीवर होणारी छाती स्थिर झाली. खलीलने जनरलचे हृदय थांबल्याची खात्री करून घेतली. नाडी बंद पडल्याचे अजमावले आणि मानेच्या रक्तवाहिनीवर बोटे ठेवून तीही थांबल्याची खात्री करून घेतली.

जनरल टेरेन्स वेक्लिफ मरण पावल्याची खात्री होताच त्याला समाधान वाटले. तो उठून उभा राहिला आणि त्या दोघांच्या मृत शरीराकडे पहात म्हणाला, "तुम्ही दोघे नरकातील आगीमध्ये जाऊन पडो."

२८

दुपारपर्यंत झाल्या दुर्घटनेचा वृत्तांत अनेक गटांसमोर मी, केट, टेड व कोनिग यांनी दिला. इतक्या वेळा दिला की आम्ही पार कंटाळून गेलो. आता सांगण्याजोगे आमच्याकडे काही राहिले असेल असे आम्हाला वाटेना. विजेचे धक्के न देता माणसाच्या मेंदूतील खडान्‌खडा माहिती कशी बाहेर खेचून काढायची हे तंत्र एफबीआयला चांगलेच ठाऊक होते. मला वाटते की एवढी सारी माहिती आम्ही आमच्या डोक्यातून बाहेर टाकली की आता फक्त सायनसची पोकळीच आमच्या कवटीत उरली असेल.

दुपारचे बारा वाजून गेले. जेवणाची वेळ झाली; पण आमच्याबरोबर त्यांच्यापैकी कोणीच आले नाही. तसेच आम्हाला जेवणाची कुपनेही दिली नाहीत. 'फक्त कॅन्टीनमध्येच जेवायला जा' असा सल्ला मात्र त्यांनी दिला. याचा अर्थ, 'तुमच्या पैशाने कॅन्टीनमध्ये जेवा.' पण मागच्या वेळेच्या अनुभवामुळे या कँटीनमधले 'चाऊमेन' हे स्वस्त असते, हे मला ठाऊक होते. त्यातल्या त्यात हीच एक आनंदाची बाब मला वाटत होती.

कँटीन छान सजवलेले होते; पण आज रविवार असल्याने पदार्थांची यादी कमी झालेली होती. जी काही यादी होती ती खाणाऱ्यांच्या प्रकृतीची काळजी घेणारी, आरोग्य वाढवणारी अशी होती. थोडक्यात, चमचमीत पदार्थ नव्हते. सॅलड, योगुर्ट दही, पालेभाज्या, फळांचे रस आणि वनस्पतींचा चहा. चाऊमेन वगैरेंना फाटा दिला होता. मी एक ट्यूना सॅलड आणि कॉफी घेतली. ती कॉफी म्हणजे अति गोड, खूप सुगंधी व मसाला द्रव्ये घातलेली अशी होती.

एफबीआयच्या प्रशिक्षणात Good grooming leads to more arrets.

(नीट काळजीपूर्वक अभ्यास केला तर अधिकजणांना अटक करता येते.) ही फिल्म दाखवली जाते. त्या फिल्ममध्ये कामे केलेल्या पात्रांसारखी माणसे आमच्या अवतीभोवती वावरत होती.

कँटीनमध्ये काही काळी माणसेही दिसत होती. एखाद्या वाडग्यातील ओटमील पदार्थात चॉकलेटचे तुकडे अधुनमधून पेरलेले असावेत, तशी ही माणसे तिथे मला भासत होती. अमेरिका दिवसेंदिवस बहुरंगी व बहुसांस्कृतिक बनत चालली होती; पण त्याचे प्रतिबिंब एफबीआयमध्ये उमटायला वेळ लागत होता. इथल्या माणसांना न्यूयॉर्कमधील एटीटीएफ कार्यगट किंवा न्यूयॉर्क पोलीसदल यांची कितपत कल्पना आहे देव जाणे. पण त्यांनी तिकडे येऊन जर दृश्य पाहिले तर ते स्टार वॉर्स चित्रपटात दाखवलेल्या परग्रहावरील दारूच्या गुत्त्यासारखे दृश्य वाटेल, हे नक्की.

कदाचित् मी आमच्या साहेबमंडळींबद्दल फार कठोरपणे बोलत असेन; पण तरीही एफबीआय ही एक नक्कीच चांगली सुरक्षा संघटना होती व अद्यापही आहे. फक्त तिची प्रतिमा कशी सुधारेल, याकडे लक्ष द्यायला हवे. राजकीय वर्तुळात ती आवडत नव्हती, संपर्क माध्यमांची मते सारखी कोणत्याही दिशेला बदलून झुकत. पण जनतेवरती या संपर्क माध्यमांचाच जास्त प्रभाव पडत असतो. इतर अशा सुरक्षा संघटना या त्यांच्या कामामुळे आपली छाप पाडत होत्या, आपल्याजवळील सत्ता व प्रचंड बजेट यांचा त्यांना गर्व होता आणि त्या तुच्छतेने इतरांवर आगपाखड करीत असत. एफबीआय संघटना अशी नव्हती.

सॅलड खाता खाता जॅक कोनिग म्हणाला, ''एटीटीएफकडेच ही केस राहू दिली जाईल, याबद्दल मला जराशी शंकाच वाटते. कदाचित् इथला काऊंटर टेररिझम विभाग ही केस आपल्याकडून काढून स्वत:कडे घेईल.''

केट म्हणाली, ''पण अशा केससाठीच आपले कार्यदल स्थापन झाले आहे.''

माझेही तेच मत होते. परंतु ज्या मूळच्या संस्था ह्या नवीन उपसंस्थांना जन्म देतात, त्याच संस्था आपल्या उपसंस्थांचा राग करतात. उदाहणार्थ, सैन्यानेच 'स्पेशल फोर्स' ही उपसंस्था निर्माण केली. पण आता सैन्याकडून स्पेशल फोर्सबद्दल मत्सर केला जातो. न्यूयॉर्क पोलीसदलाला आपलीच गुन्हे-प्रतिबंधक शाखा आवडत नाही. कारण काय तर या शाखेतील साध्या वेषातील लोकांचे वेष हे गुंड, मवाली यांच्यासारखे असतात. ज्या मूळ संस्था ह्या अत्यंत नीटनेटक्या, स्वच्छ, पॉश, सारे काही आदर्शवत् भासणाऱ्या असतात, त्यांना आपल्या उपसंस्थांचे स्वरूप, दोष, वरवर दिसणाऱ्या वाईट गोष्टी यांना ते नाके मुरडत असतात. परंतु ज्या उपसंस्था तात्पुरत्या असतात किंवा आदर्श न वाटण्याजोग्या असतात त्याच शेवटी परिणामकारक ठरतात. आमच्यासारखी स्पेशल युनिटस्च कर्तृत्व गाजवून दाखवतात. अन् तसे कर्तृत्व दाखवले की मग ह्या मूळ संस्था अधिकच मत्सर करू लागतात. कारण

आहे ह्या परिस्थितीत त्या उपसंस्थांमुळे बदल होऊ लागतो. अन् 'जैसे थे' परिस्थितीत झालेला बदल हा आवडत नाही.

केट म्हणत होती, "न्यूयॉर्कमधली आपली आजवरची कामगिरी, आपले ट्रॅक रेकॉर्ड चांगले आहे."

कोनिगने यावर मिनिटभर विचार करून म्हटले, "तो खलील कोठे आहे किंवा त्यांच्या मते तो कोठे असेल, त्यावर हे सारे अवलंबून आहे. कदाचित् इथून पुढे ते आपल्याला फक्त न्यूयॉर्क मेट्रो क्षेत्रापुरतेच काम करू देतील. परदेशाशी संबंधित असलेला भाग हा सीआयएकडे जाईल. उरलेली अमेरिका व कॅनडा हे क्षेत्र ते स्वत:कडे ठेवतील."

टेड आणि मी यावरती काहीही बोललो नाही. टेड नॅशजवळ एवढी हुकमाची पाने होती की त्याला त्यामुळे कशाचीही फिकीर वाटत नव्हती. एफबीआय- मध्ये काय घडू शकेल हे त्याला सहज ठाऊक होत असावे. पण माझ्याकडे मात्र कसलाच धागादोरा नव्हता, की इथे कोणाशी माझे संधान नव्हते. परंतु त्यामुळे एफबीआयमधले वरिष्ठ आमच्या बाबतीत कसे वागतील हे मला सांगता येत नव्हते. परंतु जेव्हा न्यूयॉर्कमध्ये एखादी केस सुरू होते तेव्हा एटीटीएफच्या माणसांना वारंवार देशाच्या अन्य भागात किंवा जगात कुठेतरी पाठवले जाते. डॉम फानेलीने जेव्हा मला ही नोकरी आणून दिली तेव्हा त्याने सांगितले होते की, एटीटीएफची माणसे अनेकदा पॅरिसला जातात, तिथे उत्कृष्ट मद्य घेतात, झकास जेवणे करतात, फ्रेंच बायकांना तात्पुरता आश्रय देतात आणि त्यांनाच संशयित अरबांवरती नजर ठेवण्यासाठी हेर म्हणून नेमून टाकतात. त्या वेळी मी यावर विश्वास ठेवला नाही; पण अशा मार्गाने एफबीआयचे मोठे बजेट खर्च होण्यास मदत होते. विशेषत: वर्षाच्या शेवटी जर खूप रक्कम उरत असेल तर असे खर्च आवर्जून केले जातात. पण प्रश्न असा आहे का हे असे करणे चांगले आहे की आणि ते किती काळ चालू द्यायचे ? ऊस गोड लागला म्हणून तो मुळापासून खावा का ?

खुनाच्या एका केसने मात्र मला तीन वर्षांपूर्वी निराश केले होते. न्यूयॉर्कच्या पूर्व भागात एक खुनी मोकाट सुटला होता. तो बायकांचे, मुलींचे खून करायचा. खून करण्याआधी त्यांच्यावरती बलात्कार करायचा. आम्हाला तो गुन्हेगार सापडू शकला नाही. नंतर तो जॉर्जियाला एका खेड्यात आठवड्यासाठी गेला. तिथे तो एका मित्राला भेटायला गेला होता. तिथल्या पोलिसांनी त्याला मद्यपान करून गाडी चालवण्याच्या आरोपावरून पकडले. त्या वेळी सहज म्हणून त्याच्या बोटांचे ठसे घेऊन ते संगणकाद्वारे न्यूयॉर्कला पाठवले. त्यांनी हे असे करायची गरज नव्हती. पण तो संगणक आणि बरोबरची यंत्रसामुग्री ही त्यांना केंद्र सरकारने नुकतीच दिली होती. कंटाळा आल्यामुळे त्यांनी ती चालवली. संगणकाने ते बोटांचे ठसे आपल्या डेटा

बँकेतील ठशांशी ताडून पाहिले. न्यूयॉर्कमधील गुन्ह्याच्या जागी सापडलेल्या ठशांशी ते तंतोतंत जुळले आणि तो गुन्हेगार आयता मिळाला. त्याला तिकडून ताब्यात घेऊन आणण्यासाठी मलाच पाठवलेले होते. त्या वेळी तिथल्या पोलीसप्रमुखाच्या सहवासात मी चोवीस तास होतो. तो पोलीसप्रमुख अफाट बडबड्या होता. न्यूयॉर्क शहर हे कसे वाईट आहे, एखाद्या खुन्याला कसे शोधावे, गुन्ह्याचा तपास कसा करावा, यावर मला सतत व्याख्यान देऊन पीडत होता. शेवटी, आपल्याला काही मदत लागली तर खुशाल भेटत चला, असा वरती साळसूद सल्लाही दिला. एक गुन्हेगार केवळ योगायोगाने हातात आल्यामुळे एका खेड्यातल्या गावंढळ पोलिसाला किती महत्त्व आले व तो कसा दुसऱ्यांना लगेच उपदेश करू लागला, हे पाहून मला मौज वाटली. पण काहीका असेना, माझा तिथला दिवस कंटाळवाणा गेला नाही.

कोनिगच्या बोलण्यावरून एटीटीएफला ही केस पुढे चालवायला मिळेल याची खात्री नव्हती. तो सांगू लागला, "जर खलील युरोपात कुणाच्या हाती लागला तर आपण त्याच्यापर्यंत पोचायच्या आत दोन-तीन देश हे त्याच्यावर आपला हक्क सांगतील. मग अमेरिकेने त्यातल्या एखाद्या मित्र राष्ट्राला 'सामूहिक कत्तली'सारखा भयंकर गुन्हा असल्याने खलीलला ताब्यात द्यावे,' अशी कळकळीची विनंती केली तरच खलील मिळू शकेल."

ही सारी कायद्याची बाब होती आणि मला बऱ्यापैकी कायद्याचे ज्ञान होते. कारण मी वीस वर्षे पोलीस खात्यात काढली होती. 'जॉन जे' संस्थेमध्ये पाच वर्षे मी शिकवीत होतो आणि दोन वर्षे तर माझ्या माजी वकिलीण पत्नीबरोबर काढली होती.

असो! तर कोनिगच्या बोलण्यावरून असे दिसले की आपण आता गोलच्या दिशेने चेंडू उडवला आहे. पुढे काय होईल ते बघत बसायचे. कदाचित् ते आपल्याला आता टीममधून बाहेर काढतीलही; पण माझ्या दृष्टीने मात्र ही बाब गंभीर होती. कारण माझी नोकरी करारावरची होती आणि हा करार काम नसल्याने लगेच संपुष्टात येणार होता. जर एटीटीएफकडून ही खलीलची केस काढून घेतली तर टेड नॅश परत आपल्या मूळच्या सीआयएमधल्या सेवेत रुजू होणार होता. अन् सीआयए आपल्याला हवे तसे खेळवून पाहिजे ते घडवून आणू शकत होती. अशा खेळात ते तरबेज होते. मघाशी सांगितलेल्या त्या खेड्यातील पोलीसप्रमुखाची प्रतिमा माझ्या नजरेसमोर आली; पण त्या प्रतिमेला आता टेड नॅशचा चेहरा होता. गजाआड केलेल्या खलीलकडे बोट दाखवून तो चेहरा मला म्हणत होता, "बघ, शेवटी मीच पकडले ना याला. मी कसे पकडले ते तुला सांगतो. मी पॅरिसमधल्या ज्यू सेंत जर्मेन रस्त्यावरील कॅफेत बसलो होतो. त्या वेळी एका खबऱ्याकडून..." ते ऐकून माझे डोके भडकले. मी माझे पिस्तूल काढले व ताबडतोब टेड नॅशला खलास केले.

टेड सांगत होता, "मी उद्या पॅरिसला जातो. तिथे आपल्या वकिलातीमध्ये

जाऊन तिथल्या लोकांशी बोलतो. जिथून गुन्हेगार मोहिमेवर निघाला, तिथूनच तपासाला सुरुवात करणे हे अधिक योग्य.''

या पठ्ठ्याला पॅरिसला जायचे सुचते आहे. इथे आमच्या श्रमाला, बुद्धीला काहीच किंमत नाही. खलील परदेशातच सापडणार हा तर्क सतत सतत सांगून टेड नॅश आमचे खच्चीकरण करतो आहे. मला एवढा राग आला की, आताच्या आता इथे त्याच्या तोंडातला विंड पाईप सुरीने छाटून टाकावा.

केट व कोनिग हे थोडा वेळ गुन्हेगारांचे हस्तांतरण, न्यायकक्षा, केंद्राचे आरोप, राज्य सरकारांचे आरोप वगैरेंवर बोलत राहिले. सगळा वकिली भाषेतील चोथा चघळला जात होता. मग केट मला म्हणाली, ''पोलीस खात्यातही असेच असते याची मला खात्री आहे. जो अधिकारी केस निर्माण करतो त्यालाच ती केस तडीस न्यावी लागते. त्यामुळे निर्माण झालेली पुराव्यांची साखळी तुटत नाही. तसेच बचाव पक्षालाही मग फिर्यादीवर हल्ला चढवता येत नाही.''

हे असलेच काहीतरी बडबडणे चालले होते. अजून आमची केस आमच्याकडेच ठेवण्याचा निर्णय घेतला गेला नाही. तरीही केट व कोनिग आपली केस भक्कम करायच्या गोष्टी बोलत होते. जेव्हा वकिलीचे शिक्षण घेतलेली मंडळी पोलीसखात्यात शिरतात तेव्हा असेच होते. मी जेव्हा पोलीसदलात होतो तेव्हा कोणताही कायदेशीर काथ्याकूट न करता तपासाचे काम करीत असे. हा अमेरिका देश अतिकायदेशीर वागून, कायद्यांचा कीस पाडत बसल्याने खाली घसरत चालला आहे. गुन्हेगारांच्या बाबतीत कायद्याचा कीस काढत बसा; पण एरवी त्यांचा काय उपयोग ? त्यापेक्षा नेहमी आपली देशाची घटना बघत जाऊन काम करीत रहावे. पण तरीही एखाद्या खलीलसारख्या गुन्हेगाराबाबत वेगळे कोर्ट, वेगळे कायदे करायला हवेत, असे माझे मत आहे. हा गुन्हेगार इथे अमेरिकेत कसलेही कर भरत नाही. भरत असलाच तर सेल्स टॅक्स भरत असेल.

असो! आमचे दुपारचे जेवण संपले. कोनिग आम्हाला म्हणाला, ''तुम्ही सर्वांनी इथे हेडक्वार्टरला आपापली बाजू चांगल्या तऱ्हेने पेश केलीत. आपल्याला असे करायला लावणे ही गोष्ट तशी चांगली नसेल; पण आपण येथे आलो आहोत ते हेडक्वार्टरला मदत करायला आणि आपला त्यांना उपयोग करू द्यायला. मला तुम्हा तिघांचा अभिमान वाटतो.''

मला हे ऐकून नवल वाटले, तर केट सुखावली. टेड नॅश मात्र नेहमीप्रमाणे मख्ख चेहरा करून बसला होता. याचा अर्थ आमची इथली कामगिरी फत्ते झाली असावी. निदान आमच्याकडून तरी !

२९

असद खलील परत बेल्टवे रस्त्यावरती गेला. १०:१५ वाजता तर तो इंटरस्टेट-९५ रस्त्यावरून दक्षिणेला जाऊ लागला होता. या रस्त्यावरती टोल नाकी अजिबात नाहीत हे त्याला ठाऊक होते. तसेच, त्याला आता जिथे पोचायचे तेथवर कोणताही मोठा पूल वाटेत लागणार नव्हता.

त्याच्या शेजारच्या आसनावर उशीच्या अभ्र्याची ती पिशवी होती. त्याने गाडी चालवता चालवता त्यात हात घालून त्यातील पैसे चाचपण्यास सुरुवात केली. जनरलच्या घरातील बेडरूममध्ये सापडलेले पैसे, जनरलच्या पाकिटातील पैसे, त्याच्या बायकोच्या हँडबॅगमधील पैसे, हे सर्व त्या पिशवीत टाकून दिले होते. ते सुमारे दोनशे डॉलर्स होते. त्या आधी मोटेलमधून घेतलेले सुमारे ४४० डॉलर्स होते. त्यातले शंभर हे अर्थातच त्याचे होते. टॅक्सी ड्रायव्हर जब्बारच्या जवळील पैसे हे शंभर डॉलर्सपेक्षा कमी होते. त्याने मनातल्या मनात एक गणित करून अंदाज घेतला की, आपल्याकडे एकून रक्कम आता सुमारे १,१०० डॉलर्स एवढी जमली आहे. एवढ्या रकमेवरती पुढचे काही दिवस सहज काढता येतील. पिशवीतले सर्व पैसे त्याने बाहेर काढून घेतले.

वाटेत एक छोटी नदी आली. तिच्यावरती एक लहान, कॉजवेएवढा पूल होता. त्याने पुलावर गाडी उभी केली आणि तो बाहेर पडला. पुलाच्या कठड्यापाशी तो गेला. दोन्हीकडे बघून त्याने कोणी येत नाही याची खात्री करून घेतली. तसेच खाली पाण्यात एखादी नाव नाही हेही पाहिले. मग ती उशीच्या अभ्र्याची पिशवी खाली पाण्यात सोडून दिली. त्या पिशवीचे तोंड आधी त्याने बांधले होते. पिशवीमध्ये जनरलचे पिस्तूल व त्याच्या घरातील काही किमती वस्तू होत्या.

परत येऊन गाडीत बसून त्याने आपला पुढचा प्रवास चालू केला. जनरलच्या बोटातील अंगठी आणि त्याच्या मुलांची छायाचित्रे त्याला आपल्याजवळ एक स्मृतीचिन्ह म्हणून ठेवून घ्यायचे होते. पण त्याच्या युरोपातल्या अनुभवांवरून ठाऊक झाले होते की जर वाटेत कुठे झडती घेतली गेली तर आपली शंभर वर्षे भरलीच. झडती घेण्याची शक्यता अमेरिकेत खूपच कमी होती. पण कुणी सांगावे ? कमी असली तरी शक्यता होतीच. म्हणून आधीच खबरदारी घेतलेली बरी.

त्याला गाडीत पेट्रोल भरायचे होते. म्हणून एके ठिकाणी रस्ता सोडून उजवीकडे वळण घेऊन तो आत गेला. त्या जागेचे काहीतरी Exxon असे नाव होते. तिथे तो पेट्रोल पंपाकडे गेला. एक मोठी पाटी Self Service असे जाहीर करीत होती. युरोपमधल्यापेक्षा हे काही वेगळे नव्हते. या ठिकाणीही तो आपले बँक क्रेडिट कार्ड

वापरू शकत होता. पण कुठेही आपला माग ठेवायचा नव्हता म्हणून त्याने रोख पैसे देण्याचा मार्ग स्वीकारला.

त्याने पंपावरील पाईप घेऊन पंपाची बटणे दाबून आपल्या गाडीत पेट्रोल भरले. मग एका काचेच्या बूथपाशी जाऊन वीस डॉलरच्या दोन नोटा त्याने एका फटीतून आत सारल्या. आतल्या माणसाने खलीलकडे पाहिले. त्याची नजर खलीलला चांगली वाटली नाही. त्या माणसाने एकूण झालेले पैसे सांगितले व उरलेले पैसे त्याच्यापुढे काढून ठेवले. ते पैसे घेऊन खलील तेथून आपल्या गाडीत जाऊन बसला. पुन्हा तो इंटरस्टेट रस्त्यावर आला आणि आपला दक्षिणदौरा त्याने चालू ठेवला.

आत्ताचे हे राज्य व्हर्जिनिया नावाचे होते. इथल्या झाडांना न्यूयॉर्क राज्यातल्यापेक्षा अधिक पाने फुटलेली दिसत होती. बाहेरचे तपमान हे ७६ अंश फॅरेनहाईट आहे हे आतल्या मीटरवरती दाखवीत होते. फॅरेनहाईट म्हणजे सेल्सियसमध्ये किती हे उमजेना. मीटरशेजारचे एक बटण दाबल्यावर ते २५ अंश सेल्सियस दाखवू लागले. म्हणजे हे तपमान चांगले आहे हे त्याच्या लक्षात आले; परंतु वातावरणात आर्द्रता मात्र खूप होती.

तो पुढे जात राहिला. त्या रस्त्यावरील सर्व वाहने किमान ताशी ७५ मैलांचा वेग धारण करून पळत होती. वॉशिंग्टनमधल्यापेक्षा हा वेग जास्त होता. तसेच, वेगमर्यादेपेक्षा १० मैल जास्तच वेगाने बहुतेक गाड्या पळत होत्या. त्याला त्रिपोलीमध्ये बोरिसने सांगितले होते की, दक्षिणेकडील पोलीस हे उत्तरेकडची नंबर प्लेट असलेल्या गाड्या, विशेषत: न्यूयॉर्क राज्याचे नंबर प्लेट असलेल्या गाड्या हटकून थांबवतात. बोरिस पूर्वी अमेरिकेत पाच वर्षे राहिला होता. त्या वेळी तो केजीबी या रशियन गुप्तचर संघटनेसाठी काम करीत होता.

"पोलीस असे का करतात?" या त्याच्या प्रश्नाला बोरिसने उत्तर दिले होते की, "उत्तरेकडची राज्ये आणि दक्षिणेकडची राज्ये यांच्यात पूर्वी एक मोठे यादवी युद्ध झाले होते. त्यात दक्षिणेकडची राज्ये हरली. त्यामुळे उत्तरेच्या राज्यांबद्दल दक्षिणेत शत्रुत्वाची भावना होती."

"हे यादवी युद्ध केव्हा झाले ?" खलीलने विचारले.

"शंभरापेक्षा जास्त वर्षांपूर्वी," बोरिस म्हणाला. मग त्याने त्याबद्दलचा इतिहास त्याला थोडक्यात सांगितला, आणि म्हटले, "अमेरिका त्यांच्या परराष्ट्रीय शत्रूंचे वैर हे दहा वर्षांत विसरून जाईल; पण आपसातील वैर मात्र विसरायला तयार होत नाही. परंतु इंटरस्टेट हायवेवर जर तू राहिलास तर तुला त्याचा फारसा त्रास होणार नाही. कारण इंटरस्टेट-९५ या मार्गावर उत्तरेकडची वाहने भरपूर प्रमाणात जात असतात. त्यांना फ्लॉरिडा राज्यात सुट्टी घालवायची असते. त्यामुळे तुझ्या गाडीकडे

फारसे कुणाचे लक्ष जाणार नाही. तसेच, न्यूयॉर्कहून येणाऱ्या ज्यू लोकांची संख्या खूप असते. मग तेवढ्या कारणासाठी एखादा ज्यू-विरोधी पोलीस तुझी गाडी थांबवेल. जर त्यांनी तसे केले तर तूही तुझा ज्यू-विरोध प्रगट कर.''

खलीलला आत्ता हे सर्व आठवले. त्याला आपल्या दक्षिणेकडच्या प्रवासाची गोष्ट फारशी गंभीर वाटली नाही. न्यूयॉर्क ते वॉशिंग्टन या पट्ट्यातील जेवढी माहिती त्यांना आहे त्यापेक्षा खूपच कमी माहिती या भागातील आहे. खलीलच्या दृष्टीने याचा अर्थ जर काही त्रास झाला, समस्या उद्‌भवली तर याच भागात निर्माण होईल. आपल्या गाडीची न्यूयॉर्कची नंबर प्लेट, मघाशी पेट्रोल पंपावरच्या माणसाची रागीट नजर, अन् आपले स्वत:चे स्वरूप यावर तो विचार करू लागला. बोरिसने त्याला सांगितले होते, ''दक्षिणेकडे भिन्न भिन्न वंशांची माणसे फारशी नाहीत. फक्त गोरी माणसे आणि निग्रो वंशाची माणसे हीच बहुतांशी असतात. तू या दोन्ही प्रकारात मोडत नाहीस. पण फ्लॉरिडात पोचल्यावर तुला भीती नाही. तिथे निरनिराळ्या रंगांची माणसे भरपूर आहेत. ते तुला कदाचित दक्षिण अमेरिकेतला समजतील. पण या लोकांना स्पॅनिश येते व तुला ते येत नाही, हे नीट लक्षात ठेव. जर कुठे तुझ्याबद्दल खुलासा करावा लागला तर 'आपण ब्राझीलमधले आहोत' असे सांग. कारण ब्राझीलमध्ये पोर्तुगीज भाषा बोलली जाते आणि ती भाषा फारच थोड्या अमेरिकन लोकांना समजते. जर पोलिसांशी गाठ पडली तर मात्र तू इजिप्शियन आहेस असे त्यांना सांग. कारण तशी तुझ्याकडे कागदपत्रे आहेत. खलीलला बोरिसचा सल्ला आठवला. युरोपमध्ये अनेक पर्यटक, व्यापारी आणि रहिवासी हे अरब जगामधून आलेले असतात. पण ही अमेरिका आहे. इथे तशी परिस्थिती नाही. त्यातून आपण न्यूयॉर्क राज्याच्या बाहेर असल्याने सहजासहजी वेगळे उठून दिसणार. मग भले तो बोरिस काही म्हणो किंवा मलिक काही म्हणो.

मलिकजवळ त्याने आपल्याला ओळखले जाण्याबद्दलची शंका विचारली होती. त्या वेळी तो त्याला म्हणाला होता, ''तो वेडा रशियन काय म्हणतो इकडे लक्ष देऊ नकोस. अमेरिकन माणसे ही युरोपियनांसारखीच आहेत. फक्त त्यांचे विचार हे साधे व सोपे असतात. अमेरिकेत तू नेहमी तुझे हात खिशाबाहेर ठेवीत जा. स्वत:ला संशयित वाटू देऊ नकोस. चेहऱ्यावर कायम एक हसू खेळवित रहा. जे काही बोलायचे ते आडपडदा न ठेवता बोलता जा. पण एकदम अनपेक्षितपणे काही बोलू नकोस. मित्रत्वाच्या भावनेने बोलत जा, पण गळेपडूपणा करू नकोस. जवळ एखादे अमेरिकन वर्तमानपत्र किंवा मासिक बाळगून रहा. सर्वत्र १५टक्के टिप देत जा. कोणाच्याही अगदी जवळ जाऊन बोलू नकोस. नेहमी आंघोळ करीत जा. सर्वांना 'हॅव ए गुड डे' असे म्हणत जा. अमेरिकन लोकांचे भूगोल व संस्कृती या विषयांबद्दलचे ज्ञान युरोपियनांपेक्षा कमी असते. तेव्हा तुला सोयीस्कर वाटेल.

तेव्हा 'आपण ग्रीक आहोत' असे सांगत जा. तुझी इटालियन भाषा चांगली आहे. तेव्हा वेळ पडल्यास तू इटालियन बनलास तरी चालेल. फक्त आपण सार्डिनिया इथले आहोत असे सांगत जा. हे सार्डिनिया इटालीत कुठे आहे, ते त्यांना अजिबात ठाऊक नाही.''

खलील परत रस्त्यावर समोर नीट लक्ष देऊन बघू लागला. रविवारी दुपारी वाहतूक कधी जास्त होती तर कधी कमी होती. रस्त्यावर काही ट्रक उभे होते. रस्त्याच्या दोन्ही बाजूंना शेती किंवा झाडे दिसू लागली. झाडांमध्ये पाईन वृक्ष जास्त होते. मधूनच एखादा कारखाना लागे किंवा मोठे गोदाम लागे. पण युरोपातल्या ऑटोबॉनसारखा हा रस्ता शहराजवळून किंवा मनुष्यवस्तीजवळून जात नव्हता. अमेरिकेत २५ कोटी लोक रहातात याची कल्पना खलीलला येणे कठीण होते. त्याच्या देशात फक्त अर्धा कोटी लोक रहात होते. परंतु इद्रिस राजाला हाकलून बडा नेता महंमद गडाफी लिबियात सत्तेवर आल्यापासून या छोट्या देशाने अमेरिकेला आत्तापर्यंत चांगलाच इंगा दाखविला होता.

खलील शेवटी जनरल वेक्लिफबद्दल विचार करू लागला. एखादा गोड पदार्थ चवीने खात बसावे तसा हा विचार त्याने राखून ठेवला होता, चवीने चघळत बसण्यासाठी.

त्याने आपल्या नजरेसमोर वेक्लिफच्या घरचा सारा प्रसंग उभा केला. आपण जनरल व त्याची बायको यांना लवकर तर ठार मारले नाही ना ? का त्यांच्यावर याचना करण्याची पाळी येऊ द्यायला हवी होती ? गुडघ्यावर बसून जनरल आपल्या प्राणांची भीक मागतो आहे आणि त्याची बायको आपल्या बुटांवर डोके ठेवती आहे असे कल्पनाचित्र त्याच्या नजरेसमोर आले. पण त्यांनी असे काही कधीच केले नसते असे त्याला वाटले. त्यांच्या मनातले त्याने सारे काही काढून घेतले होते. त्यानंतर ते त्याला अशा पद्धतीने कधीच शरण जाणार नव्हते. तो जेव्हा तिथे दिसला तेव्हाच त्याचे उद्दीष्ट त्यांना ठाऊक झाले होते.

कदाचित् त्यांचे मृत्यू आपण आणखी यातनामय करायला हवे होते, असे त्याला वाटून गेले. तो तसे करूही शकला असता. पण त्याला तो सारा प्रकार चोरीचा मामला आहे असा भासवायचा होता. निदान आपल्या हातातील उद्दीष्ट पुरे होईपर्यंत तरी त्याला पोलिसांना चकवायचे होते. परंतु या अमेरिकन पोलिसांच्या हुशारीबद्दल काही सांगता येत नाही. अल अझीझियावरील हल्ल्यात भाग घेतलेल्या साऱ्याजणांचे खून पडायच्या आत हे पोलीस मधेच कुठेतरी आपल्या मार्गात उगवतील अशी एक शंकाही त्याच्या मनात कायम होती. पण तरी काही बिघडत नव्हते. कारण त्याने आत्तापर्यंत युरोपात केलेल्या हत्या, विमानातल्या हत्या, न्यूयॉर्क विमानतळावरच्या हत्या आणि जनरल वेक्लिफची हत्या एवढ्या गोष्टी

यशस्वीपणे पदरात पाडून घेतल्या होत्या. म्हणून आता ज्यांच्या हत्या घडवायच्या आहेत त्या जरी राहून गेल्या तरी ते काम नंतर कोणीतरी पुरे करणार होते. पकडले गेल्यानंतर तो कधीच लिबियात परतू शकणार नव्हता. तरी काही त्याची हरकत नव्हती. इथे काफिर लोकांच्या भूमीवर मृत्यू येणे म्हणजे जिहादमध्ये हुतात्मा होऊन जाण्यासारखे होते. स्वर्गात आपली जागा आता नक्की राखून ठेवली गेली असणार याबद्दल त्याची खात्री होती.

असद खलीलच्या मनाला बऱ्याच वर्षांनंतर आता शांतता लाभत होती. अल अझीझियावरील हल्ल्यानंतर त्याला प्रथमच समाधान लाभले होते. त्या रात्रीची आठवण त्याला इतके दिवस बेचैन करायची.

ती रात्र म्हटले की आणखी एक आठवण त्याच्या मनात उफाळून येई बाहिरा! *हे मी सारे तुझ्यासाठीसुद्धा करतो आहे.* रिचमंड शहर जवळ येत चालले. आता वाहतूक वाढू लागली. रस्त्यावरच्या पाट्या पहात त्याने शहराबाहेरून जाणारा इंटरस्टेट-२९५ हा रस्ता निवडला. नंतर तो परत इंटरस्टेट-९५वरती येऊन दक्षिणेला जाणार होता.

दुपारी १:१५ वाजता त्याने 'नॉर्थ कॅरोलिनामध्ये आपले स्वागत असो' ही पाटी वाचली. बोरिसने त्याला सांगितले होते की व्हर्जिनियातल्यापेक्षा नॉर्थ कॅरोलिना राज्यातील पोलीस अधिक संशयखोर असतात आणि साऊथ कॅरोलिनामधले पोलीस हे तर काहीही कारण नसताना तुम्हाला थांबवतात. जॉर्जिया राज्यातील परिस्थिती याहून वेगळी नाही. बोरिसने हेही सांगून ठेवले होते की दक्षिणेकडचे पोलीस हे कधीकधी दोघे मिळून हायवेवर गस्त घालीत असतात. एखादे वाहन थांबवले तर ते हातात पिस्तूल घेऊन त्या वाहनापाशी जातात. त्यांच्यावर गोळीबार करणे हे फार कठीण जाईल. जर एखाद्या पोलिसाने तुम्हाला वाहतुकीचा नियम मोडल्याबद्दल थांबवले तर त्याला लाच द्यायचा विचार मनातही आणू नका. तसे केले तर ते तुम्हाला सरळ अटक करून टाकतील, अशीही बोरिसने एक सावधगिरीची सूचना देऊन ठेवली होती. खलीलच्या मते ही गोष्ट युरोपातल्यासारखीच होती. लिबियात मात्र पोलिसाच्या हातावर चारदोन दिनारची नाणी ठेवली की काम भागत होते.

त्या रुंद, विस्तृत व सरळ रस्त्यावरून खलील वेगाने चालला होता. त्याची गाडी बिलकुल आवाज करीत नव्हती. अन् तरीही ती खूप ताकदवान होती. त्या गाडीतील पेट्रोलची टाकी ही खूप मोठी होती. पण डॅशबोर्डवरच्या संगणकाच्या सूचनेनुसार मुक्कामाला पोचायच्या आधी त्याला दोनदा पेट्रोल भरून घ्यावे लागणार होते.

त्याची पुढची भेट ही लेफ्टनंट पॉल ग्रे ह्याच्याशी होती. 'एल्टन-३८' या सांकेतिक नावाने त्याने अल अझियावर चालून गेलेल्या एका विमानाचे सारथ्य केले होते. तेव्हा त्या वैमानिकाला संपवणे क्रमप्राप्त होते.

त्या मोहिमेत भाग घेतलेल्या सर्वांची नावे व पत्ते मिळवण्यासाठी लिबियन गुप्तचर खात्याने दहा वर्षे व कित्येक लाख डॉलर्स खर्च केले होते. तेव्हा कोठे ही आठ माणसांची यादी त्यांच्या हातात पडली होती. त्यानंतर त्या सर्वांचा पक्का ठावठिकाणा लावण्यात आणखी काही वर्षे खर्च झाली. त्यांच्यापैकी 'रेमिट-६१' हे सांकेतिक नाव धारण करणारा विपन्स ऑफिसर लेफ्टनंट स्टीव्हन कॉक्स ह्याच्यापर्यंत मात्र पोचता येत नव्हते. कारण गल्फ युद्धात तो ठार झाला होता. पण त्याबद्दल खलील हळहळत नव्हता. कारण शेवटी ही काफिर व्यक्ती इस्लामी सैनिकांकडून मारली गेली होती.

जानेवारी महिन्यात असद खलीलने कर्नल हॅम्ब्रेश्त हा पहिला बळी घेतला होता. त्या हॅम्ब्रेश्तचे तुकडे नंतर अमेरिकेला पाठवले गेले. जनरल वेक्लिफ या दुसऱ्या बळीचे शरीर अद्याप उबदार होते; पण हळूहळू ते थंडगार पडत चालले होते. त्या माणसाच्या रक्ताचा अंश हा आता खलीलच्या शरीरात भिनला होता.

आता उरले पाचजण.

आज संध्याकाळी लेफ्टनंट पॉल ग्रे हा आपल्या तीन सहकाऱ्यांना नरकात भेटायला जाणार होता.

मग फक्त चारजण उरणार होते.

काही विमानांनी बेन्गाझी आणि त्रिपोलीवरती बॉम्बफेक केली होती. त्या विमानांच्या वैमानिकांची काही नावे लिबियन गुप्तचर खात्याला समजली होती. पण त्यांच्याकडे नंतर केव्हातरी पहाता येईल. असद खलीलला मात्र शत्रूच्या वैमानिकांवरती पहिला प्राणघातकी हल्ला करायचा मान मिळाला होता. तसेच, त्याच्या साऱ्या कुटुंबाचा विनाश घडविणाऱ्यांवरती वैयक्तिक सूड घेता आला होता. शिवाय बडा नेता मोहंमद गडाफी याची कन्या, त्याची पत्नी आणि मुले यांच्या हत्येचाही सूड घेता येत होता.

अमेरिकन लोक १५ एप्रिल १९८६ची घटना विसरून गेलेले असणार, यात काहीही शंका नव्हती. त्यानंतर त्यांनी इतक्या ठिकाणी बॉम्बिंग केले होते की त्यापुढे ही लिबियामधल्या बॉम्बिगची घटना क्षुल्लक ठरत होती. गल्फ युद्धात अमेरिकन बॉम्बिगमुळे हजारो निरपराध जीवांचा बळी गेला होता. इराकी नेता हुसेन याने त्या हुतात्म्यांचा सूड घेण्यासाठी फारच थोडे प्रयत्न केले होते; पण लिबियन्स हे काही इराकी नव्हते. बडा नेता गडाफी याला कोणताही अपमान, विश्वासघात किंवा एखाद्या लिबियनचा बळी सहन होत नव्हता.

तो लेफ्टनंट पॉल ग्रे आत्ता या क्षणाला काय करत असेल ? जनरल वेक्लिफने कालच त्याला फोन केला होता. स्क्वॅड्रनमधले ते सर्वजण नेहमी एकमेकांशी संपर्क ठेवून रहातात काय, याची खलीलला कल्पना नव्हती; परंतु जनरलच्या डायरीत

लिहिल्यानुसार १५ एप्रिलला सर्वांना एकत्र बोलावण्याचा एक फोन झाला होता. त्यांचा फोनवरचा वारंवार होणारा संपर्क लक्षात घेता ते जनरल वेक्लिफच्या मृत्यूची बातमी कळेपर्यंत एकमेकांना फोन करणार नव्हते, हे नक्की. शिवाय अजून चोवीस तास तरी जनरल वेक्लिफ व त्याची पत्नी यांच्या मृत्यूची बातमी बाहेर जगाला कळणार नव्हती.

जनरल वेक्लिफ, त्याची पत्नी, त्यांची ती कामवाली बाई यांचे खून पोलीस कोणत्या प्रकारात घालतील ? लूटमार का निव्वळ मनुष्यहत्या ? जगातल्या इतर पोलिसांनुसार इथलेही पोलीस या खुनांची संभावना ही एखाद्या नेहमी घडणाऱ्या गुन्ह्यात करून टाकतील; पण जर हा गुन्हा एखाद्या गुप्तचर खात्यापुढे आणला गेला तर ते यावर नक्की वेगळा विचार करतील.

पण काहीही विचार केला तरी ते लिबियाचे नाव प्रथम विचारात घेणार नाही. जनरल वेक्लिफची नोकरी ही बरीच वर्षांची होती आणि त्याने आजवर विविध प्रकारची कामे केली होती. जर कोणाला राजकीय खुनाची शंका आली तर जनरलची नेमणूक पेंटॅगॉनमध्ये झाल्याने त्याला हजारो तर्कांचा पर्याय विचारात घ्यावा लागणार होता. एक सर्वांत महत्त्वाची गोष्ट म्हणजे या खून झालेल्या व खून होणाऱ्या वैमानिकांनी लिबियावरील बॉम्बहल्ल्यात भाग घेतला होता, ही गोष्ट गुप्त ठेवली गेलेली असल्याने त्या दिशेने कोणीही विचार करू शकणार नव्हते. त्यांच्या नोकरीतील पर्सनल फायलींमध्येही या हल्ल्याचा उल्लेख केला गेला नव्हता. ही गोष्ट लिबियन गुप्तचर खाते व रशियन गुप्तचर खाते यांनाही समजली होती. विमानदलात फक्त या सर्वांची एक यादी करून ठेवली होती आणि ती यादी 'अति महत्त्वाची गुप्त बातमी' या सदरात मोडत होती. या गुप्ततेमुळेच पोलीस अधिकाऱ्यांना मूळ कारणापर्यंत पोहचता येणार नाही.

पण त्या बळी जाणाऱ्यांना मात्र आपल्या सर्वांत कोणता सामाईक घटक आहे याची कल्पना होती. त्यांना तीच एक समस्या वाटत होती. आपले बळी नेहमी अज्ञानात राहोत, अशी प्रार्थना खलील देवाकडे करू शकत होता. फसवणूक व वेग यांच्या सहाय्याने तो आपल्या बळींच्यापर्यंत, निदान काहीजणांपर्यंत तरी तो सहज पोचू शकत होता.

मलिक एकदा त्याला म्हणाला होता, ''असद, मला कळले आहे की तुझ्याकडे कसली तरी अतिंद्रिय मानसशक्ती आहे. तुला संकटाची, धोक्याची कल्पना आधी येते. खरे आहे ?''

खलील यावर म्हणाला होता, ''होय, असे वाटते खरे मला.'' मग त्याने बॉम्बिगच्या रात्रीचा आपला अनुभव सांगितला. अर्थात् त्यातला बाहिराबद्दलचा भाग वगळून त्याने मलिकला म्हटले होते, ''मी त्या रात्री गच्चीत नमाज पडत होतो. अन्

पहिले विमान येण्याआधीच मला एकदम संकटाची जाणीव झाली. माझ्या नजरेसमोर एक राक्षसी व भयानक पक्षी हा घब्ली वाऱ्याला तोंड देत आपल्यावर चाल करून येत आहे हे दिसले. मग मी माझ्या घरच्यांना हे सांगण्यासाठी घराकडे पळत सुटलो.... पण तोपर्यंत उशीर झाला होता.''

मलिक यावर मान डोलवित म्हणाला, ''म्हणून तर आपला बडा नेता हा वाळवंटात जाऊन प्रार्थना करतो. तिथे त्यांनाही अशा भविष्यकाळातील प्रतिमा दिसतात.''

खलीलला ते ठाऊक होते. महंमद गडाफीचा जन्म हा वाळवंटातल्या एका भटक्या टोळीत झाला होता. जे कोणी अशा भटक्या टोळ्यात जन्म घेतात त्यांच्यावर दोनदा कृपा केली जाते. त्यामुळे त्यांना ही शक्ती प्राप्त होते. तशी कृपा किनाऱ्यावर जन्म होणाऱ्यांवर किंवा शहरात जन्म होणाऱ्यांवर होत नाही; पण भटक्या जमातींमधला हा गूढवाद इस्लामचा धर्म निर्माण होण्याआधीचा होता. खलीलला हे अंधुकपणेच ठाऊक असावे. तर काहीजण अशा मानसशक्तीला सैतानी व अशुभ समजतात. म्हणून खलील आपल्या या दैवी देणगीबद्दल सहसा कधी बोलत नसे. त्याचा जन्म हा कुफ्रा ओॲसिस येथे झाला होता. म्हणजे धड वाळवंट नाही की किनाराही नाही. तो आपल्या या जन्मस्थळाबद्दलही कुठे बोलत नव्हता.

पण मलिकला हे ठाऊक होते. म्हणून तो त्याला म्हणाला, ''हे बघ, जेव्हा तुला धोक्याची जाणीव होईल तेव्हा तू तिथून पळ काढ. तसे करण्यात काहीही भ्याडपणा नाही. सिंहसुद्धा धोका जाणवला की तिथून पळ काढतात. म्हणून तर देवाने सिंहाला जास्त वेगाची देणगी दिली आहे. नाहीतर एरवी तो यापेक्षा कमी वेगानेसुद्धा आपले सावज सहज गाठू शकत असते. तुझ्या मनात निर्माण होणाऱ्या जाणिवांचा नेहमी वेध घे. जर तू तसे केले नाहीस तर ही अफलातून शक्ती तुला सोडून जाईल. जेव्हा तुला तसे वाटेल तेव्हा तर तुला अधिक धूर्तपणा व सावधानता यांचा आश्रय घ्यावा लागेल.''

मलिकला काय म्हणायचे होते ते खलीलला समजून चुकले होते; पण मलिक हेही कठोरपणे म्हणाला होता, ''कदाचित् तुझा अमेरिकेत मृत्यू होईल किंवा तू अमेरिकेतून निसटून जाशीलही. पण कोणत्याही परिस्थितीत तू त्यांच्या हातात सापडता कामा नये. तू शूर आहेस. आपला देश, आपला बडा नेता यांचा तू कधीही विश्वासघात करणार नाहीस, हेही मला ठाऊक आहे; मग तुझे त्यांनी कितीही हाल केले तरी. पण जर त्यांचे हात एकदा तुझ्यावर पडले, अन् तू जिवंत सापडलास, तर मग परत आपल्या देशावर हल्ला करण्यास त्यांना तू स्वतःच निमित्त व पुरावा दिल्यासारखे होईल. आपल्या बड्या नेत्याने खुद्द स्वतः मला हा निरोप द्यायला

सांगितले आहे की, वाटेल त्या परिस्थितीत शत्रूच्या ताब्यात जिवंतपणी जायचे नाही.''

ते ऐकताच खलीलला मोठे आश्चर्य वाटले. आपण पकडले जाऊ याचा विचार त्याला कधीच शिवला नव्हता. अन् तशी वेळ आली तर तो आनंदाने आपला प्राण देणार होता. परंतु तरीही तशीच वेळ आली तर ? तर त्यावरही त्याने विचार केला होता. त्या वेळी तो सरळ कबूल करणार होता. पण या संधीचा उपयोग करून घेऊन तो जगाला हेही ओरडून सांगणार होता की, त्या भयानक रात्री आमच्यावर कसा हल्ला झाला, आमचे सारे कुटुंब कसे ठार केले गेले, याचा सूड म्हणून मी हे खून पाडले आहेत. आपले हे निवेदन बाहेर कळल्यावर सर्व इस्लामी जग भारावून जाईल. आपल्या देशाचा मान हा परत प्रस्थापित होईल. अन् अमेरिकनांना मात्र मानसिक त्रास होईल.

परंतु मलिकला ही कल्पना पसंत नव्हती. खुद्द बड्या नेत्यालाही जिहादचा शेवट असा व्हावा हे मान्य नव्हते. त्याने असे काही करण्यास मनाई केली होती. खलीलने यावरतीही विचार केला होता. आणखी एका अमेरिकन हल्ल्याला उद्युक्त करण्याचे गडाफी टाळीत होता. पण शेवटी वैर हे रक्तातच असते. आपण कितीही थोपवले तरी आपले रक्त हे उसळून वर येतच असते. त्यातूनच एक सूडाचा प्रवास सुरू होतो. हे सूडचक्र फिरण्याचे कधी थांबत नसते. जितके जास्त रक्त सांडाल तितकी अधिक गती या चक्राला मिळते. अन् जितके लोक हुतात्मे होतील तितका परमेश्वर खूष होतो. यातूनच एक संघटित इस्लाम निर्माण होतो.

परंतु खलीलने हा विचार झटकून बाजूला टाकला. आपल्या बड्या नेत्याच्या मनातला हेतू, त्याचे डावपेच, त्याचे धोरण हे त्याच्याभोवती असलेल्या फारच थोड्याजणांना समजू शकते. एके दिवशी आपल्यालाही ह्या निकटच्या वर्तुळात प्रवेश मिळेल अशी आशा खलील करीत होता. पण आत्ता त्याला एखाद्या मुजाहिदीनसारखे, म्हणजे इस्लामी स्वातंत्र्य योद्ध्यासारखे वागायला हवे होते. त्यासाठी ठरवून दिलेली कामगिरी विनातक्रार पार पाडायला हवी होती.

भूतकाळातील हे सारे विचार त्याने आता मनात बाजूस सारले. गाडी बाजूला थांबवून तो भविष्यकाळात डोकावण्याचा प्रयत्न करू लागला. एक प्रकारच्या ध्यानावस्थेत तो गेला. या सरळसोट, कमी वाहतूक असलेल्या रस्त्यावर अशी विचार-समाधी लावणे अशक्य नव्हते. आपले मन त्याने शेकडो मैल व काही तास पुढे पाठवले. डेटोना बीचवर असलेल्या पॉल ग्रेच्या बंगल्यावर ते गेले. त्या बंगल्याचे छायाचित्र त्याला दाखविण्यात आले होते. त्याने ते नजरेसमोर आणले. पॉल ग्रेचा चेहराही त्याने नजरेसमोर आणला. तिथे काही संकट आपल्यासाठी घुटमळत आहे का याचा त्याने वेध घेतला; पण कुठेही धोका नाही की सापळा

लावलेला नाही याची त्याला खात्री पटली. उलट त्याच्या नजरेसमोर पॉल ग्रे हा वस्त्रविहीन अवस्थेत तापलेल्या वाळवंटातून पळतो आहे, समोरून येणाऱ्या उष्ण घब्लीची पर्वा न करता जिवाच्या आकांताने धावतो आहे आणि त्याच्यामागे एक सिंह लागला आहे. त्या दोघातले अंतर कमी कमी होत चालले असून ते भुकलेले, वखवखलेले वाळवंट पॉल ग्रेचा घास घेण्यास आसुसलेले आहे, असेच त्याला दिसले.

असद खलीलच्या चेहऱ्यावर एक हसू फुटले आणि त्याने मनातल्या मनात अल्लाची स्तुती केली.

३०

आमचे दुपारचे जेवण झाल्यावर आम्ही चौथ्या मजल्यावरील एका खोलीत गेलो. या खोलीला कुठेही खिडक्या नव्हत्या. आम्हाला इथे आता काही सांगायचे नव्हते. उलट आम्हालाच एक व्याख्यान दिले जाणार होते. व्याख्यानाचा विषय हा अर्थातच 'दहशतवाद' हा होता. त्यात मध्यपूर्वेतील दहशतवादावर जास्त भर दिला होता. व्याख्यानात स्लाईडस् दाखवल्या गेल्या, नकाशे दाखवले गेले आणि दहशतवादी संघटनांच्या अंतर्गत रचना दाखवल्या गेल्या. शेवटी प्रत्येकाला एकेक छापील कागद दिला जाऊन त्यात दहशतवादावर अधिक वाचनासाठी सुचवलेली पुस्तके व लेख होते.

मला हा सारा प्रकार विनोदी वाटत होता. चेष्टेचा वाटत होता; पण तसा तो अजिबात नव्हता. आमच्याबरोबर असलेल्या एका इन्स्ट्रक्टरला मी विचारले, "पुढे काहीतरी महत्त्वाचा कार्यक्रम ठेवला आहे, अन् म्हणून तोपर्यंत असा वेळ काढणे चालू आहे काय?"

यावर थोडेसे अस्वस्थ होत तो म्हणाला, "हे आत्ताचे व्याख्यान म्हणजे तुमची दहशतवाद निपटण्यावरची निष्ठा बळकट करण्यासाठी आहे. तसेच जागतिक दहशतवाद्यांच्या जाळ्याचा आढावा घेऊन तो तुम्हाला सांगण्यासाठी यात अंतर्भूत केला आहे."

मग आम्हाला शीतयुद्धानंतर कोणकोणती आव्हाने पेलावी लागली, हे सांगण्यात आले. आंतरराष्ट्रीय दहशतवाद आता इथे स्थिर होऊ पहात आहे हे नीट विशद करून सांगण्यात आले. मला हे काही नवीन नव्हते; पण तरीही मी माझ्या वहीत याची टिपणे काढून ठेवली. उद्या या लोकांनी आपली एखादी चाचणी घेतली तर अभ्यासाला ही टिपणे उपयोगी पडतील.

एफबीआय ही एक केंद्रीय गुप्तचर संघटना असून ती सात विभागात मोडते. नागरी हक्क, नशिले पदार्थ, तपास करून गुन्ह्याचे गूढ उकलणारा विभाग, संघटित गुन्हे, बेभानपणे केले जाणारे हिंसक गुन्हे, प्रतिष्ठितांचे गुन्हे आणि दहशतवादविरोधी कार्ये असे ते सात विभाग आहेत. हे सारे विभाग सतत वाढतच चालले आहेत. मला ही माहिती प्रथमपासून होती. तसेच आज सकाळी व्हाईट हाऊसमध्ये थोडेसे चिंतेचे वातावरण असले पाहिजे हेही मी ओळखले. परंतु बाकी सबंध देशाला कालची दुर्घटना म्हणजे अमेरिकेवरती हल्ला आहे हे अजून कळले नव्हते. महत्त्वाचे म्हणजे हा हल्ला देशातील गुन्हेगारांनी केला नसून त्याचे मूळ उत्तर आफ्रिकेत होते.

मध्यपूर्वेतील दहशतवादावर व्याख्याता अगदी दाताच्या कण्या करून बोलत होता. शेवटी कंटाळून मी माझ्या वहीत उद्याची कामे लिहू लागलो. त्यात बेथ पेनरोजला फोन, माझ्या आईवडिलांना फोन, त्या डॉम फानेलीला फोन, क्लब सोडा विकत आणणे, लाँड्रीतून कपडे आणणे, टीव्ही दुरुस्त करणाऱ्याला बोलावणे, वगैरे वगैरे कामे लिहू लागलो.

तो व्याख्याता आपला बोलतच राहिला. केट लक्षपूर्वक ऐकत होती आणि टेड कुठेतरी शून्यात पहात होता. जॅक कोनिग हा न्यूयॉर्कमध्ये आम्हाला ऑफिसात अक्षरश: राजा वाटत होता. तिथे त्याचा केवढा दबदबा होता, रुबाब होता. पण इथे राजधानीत मात्र तो राजा वाटेना. एका साध्या मांडलिक राजाचा निष्ठावान राजपुत्र वाटत होता. न्यूयॉर्कच्या ऑफिसचा उल्लेख तर इथे 'फील्ड ऑफिस' म्हणून केला जायचा. मला ते कसेतरीच वाटत होते. न्यूयॉर्कबद्दलचा माझा अभिमान दुखावला जात होता. असो! तर ते व्याख्यान संपले आणि निळ्या गणवेषातील दोन अधिकारी आले. त्यात एक स्त्री, एक पुरुष होता.

ती स्त्री म्हणाली, "इथे आल्याबद्दल आपल्याला धन्यवाद."

मी म्हणालो, "नाहीतरी आमच्यापुढे दुसरा पर्याय होताच कुठे ?" मला आता या व्याख्यानबाजीचा उबग आल्याने मी कंटाळून असे म्हणालो.

"अगदी बरोबर. तुम्हाला येणे भाग पडले," ती हसत हसत म्हणाली.

मग तो अधिकारी म्हणाला, "तुम्हीच डिटेक्टिव्ह कोरी आहात ना ?"

"होय."

मग त्या दोघांनी लिबियावर एक अभ्यासपूर्ण व्याख्यान आम्हाला ऐकवले. पण मघाच्या व्याख्यानापेक्षा हे अधिक सरस वाटले. आम्ही ते लक्षपूर्वक ऐकले. महंमद गडाफीचे अमेरिकेशी असलेले संबंध त्यांनी विश्लेषणपूर्वक सांगितले. गडाफीने प्रोत्साहन दिलेल्या दशहतवादाबद्दल सांगितले आणि अमेरिकेने लिबियावर १५ एप्रिल १९८६ रोजी केलेल्या हल्ल्याबद्दलही सांगितले. तो अधिकारी सांगत होता, "कालच्या दुर्घटनेमधला संशयित गुन्हेगार असद खलील हा लिबियन असून

अनेकदा तो मध्यपूर्वेतील इतर देशांच्या पासपोर्टवरती प्रवास करतो.'' मग एकदम समोरच्या पडद्यावरती असद खलीलचे एक मोठे छायाचित्र प्रक्षेपित केले गेले. ''हेच छायाचित्र तुम्हाला पॅरिसहून पाठवण्यात आले होते. यापेक्षा अधिक चांगल्या प्रतीचे छायाचित्र आम्ही तुम्हाला नंतर देऊच. खलीलची आणखीही बरीच छायाचित्रे आम्ही पॅरिसमध्ये घेतली आहेत.''

मग पडद्यावर खलीलची एकापाठोपाठ अनेक छायाचित्रे उमटत गेली. तो ऑफिसात बसला असताना चोरून ती छायाचित्रे काढली गेली होती. त्याला त्याचा पत्ता नव्हता. ''आपल्या वकिलातीमधील एफबीआयच्या माणसांनी ही छायाचित्रे काढली. त्या वेळी खलील आपली बाजू मांडत होता. तो एक कायदेशीरदृष्ट्या शरणागती पत्करलेला आश्रयार्थी आहे, असे समजून त्याला तशी वागणूक देण्यात आली होती.

''त्या वेळी त्याची झडती घेण्यात आली होती ?'' मी विचारले.

''फक्त वरवर झडती घेतली होती. नुसते त्याच्या अंगावर हात फिरवून आणि धातूशोधक यंत्रामधून ही झडती झाली.''

''त्याचे कपडे उतरवून तुम्ही कसून झडती घेतली नाही ?''

''नाही. त्याचे कारण आपल्याकडे शरण आलेल्याला आम्हाला खबरी म्हणून वापर करायचा होता. त्याला त्रास वाटेल असे काही आम्ही केले असते तर त्याचे रूपांतर एका शत्रूत झाले असते.''

''काही व्यक्तींना आपण पार उघडे झाल्यावर इतर लोक आपल्याला कसे बघतात याचा आनंद होत असतो.''

माझ्या या विनोदी शेऱ्यावर टेडसुद्धा हसला.

पण ती एफबीआयची अधिकारी स्त्री थंडपणे म्हणाली, ''जेव्हा उघडे होण्याचा, नग्न होण्याचा प्रश्न येतो तेव्हा अरब मंडळी खूप संकोची बनतात. म्हणून अरबांच्यात कोणत्याही स्नायूंचे प्रदर्शन कधी केले जात नाही. जर त्यांना उघडे करून झडती घेतली तर त्यांना फार राग येतो.''

''पण त्याने जर अंगावरती कोठे सायनाईडच्या गोळ्या लपवल्या असतील तर ? मग त्याच्या सहाय्याने तो स्वत: आत्महत्या करू शकतो किंवा इतरांचीही हत्या करू शकतो.''

''तुम्हाला वाटते तेवढी गुप्तचर खात्यातली माणसे बावळट नसतात. त्यांना याही गोष्टींची जाणीव असते.''

त्यानंतर असद खलीलची आणखी छायाचित्रे एकामागोमाग पडद्यावर झळकत गेली. त्यामध्ये खलील स्नानगृहात कपडे काढत होता, आंघोळ करीत होता. ''अर्थातच ही छायाचित्रे गुप्त कॅमेऱ्याने काढली गेली आहेत. मिस्टर कोरी, तुम्हाला

पाहिजे असेल तर त्याच्या व्हिडिओ फिल्मस पण आमच्याकडे आहेत,'' ती अधिकारी स्त्री म्हणाली.

मी बारकाईने ती छायाचित्रे पहात होतो. खलील चांगला सहा फूट उंच व धिप्पाड होता. त्याच्या अंगावर भरपूर लव होती. कुठेही व्रण नव्हते की कातडीवर गोंदलेले नव्हते. ती अधिकारी स्त्री पुढे सांगू लागली, ''आम्ही खलील याच्या दुधातून एक झोपेचे औषध त्याच्या नकळत घातले. ते दूध प्यायल्यावर त्याला गाढ झोप लागली. मग आम्हाला पाहिजे तशी आम्ही त्याची तपासणी केली. ते झोपेचे औषध हे एक नैसर्गिकरित्या तयार झालेले असल्याने नंतर त्याचा कोणालाही संशय येत नाही. आमच्या माणसाने मग खलीलची शांतपणे तपासणी केली. खलीलच्या कपड्यावरून व्हॅक्युम क्लिनर फिरवून कपड्यांचे काही धागे गोळा केले. मग त्याच्या बोटांचे ठसे घेतले. हाताच्या बोटांप्रमाणे पायाच्या बोटांचेही ठसे घेतले. त्याच्या तोंडातील कातडीचा वरचा थर किंचित खरवडून तिथल्या एपिथेलियल पेशींचे नमुनेही गोळा केले. त्यावरून खलील याच्या पेशीतील डीएनएचा ठसा मिळाला. याखेरीज तोंडातील दातांचे ठसेही घेऊन ठेवले.'' मग माझ्याकडे पहात ती अधिकारी स्त्री मला म्हणाली, ''आमच्या हातून काही राहून नाही ना गेले, मिस्टर कोरी ?''

''नाही. एका दुधाच्या कपामुळे एवढ्या गोष्टी साध्य होतील याची मला कल्पना नव्हती,'' मी म्हणालो.

ती पुढे म्हणाली, ''हे सर्व पुरावे तुम्हाला आम्ही देऊच. खलीलच्या कपड्यांचे जे धागे गोळा केले त्यावरून तज्ज्ञांचे एक वरवरचे मत असे तयार झाले आहे की, त्याच्या अंगावरचे सर्व कपडे, म्हणजे कोट, पँट, शर्ट, अंडरवेअर वगैरे सर्व काही अमेरिकेत बनलेले होते. अन् अमेरिकन कपडे हे युरोप व मध्यपूर्वेतील देश येथे दुर्मिळ आहेत. म्हणून आम्हाला असा संशय येतो की अमेरिकेत आल्यावर खलीलला इथल्या शहरी लोकवस्तीत लवकरच मिसळून जायचे असावे.''

माझेही मत असेच होते.

ती पुढे सांगू लागली, ''पण या अंदाजाविरुद्ध दुसरा एक अंदाज आहे की खलीलने हद्दादकडून एक वेगळ्या नावाचा पासपोर्ट घेतला आणि न्यूयॉर्कला उतरल्यावर सरळ तो इंटरनॅशनल अरायव्हल्स अँड डिपार्चर टर्मिनलच्या इमारतीत गेला. तिथे त्याचे मिडईस्ट एअरलाईनचे तिकीट आधीच काढून ठेवलेले होते. ते घेऊन तो सरळ अमेरिकेबाहेर निघून गेला. किंवा हे तिकीटही युसूफ हद्दादने त्याला ट्रान्स कॉन्टिनेन्टलच्या विमानात दिले असावे. तुम्ही या दोन्ही अंदाजांवरती विचार केला असणार. खलील अमेरिकेतच राहिला असेल किंवा अमेरिका सोडून गेलेला असेल. दोन्हीही शक्यता बरोबर वाटतात. युसूफ हद्दाद मात्र आपल्या हातात आला

आहे, अर्थात् मृत स्वरूपात. त्याचे खरे नाव, पत्ता वगैरेंचा शोध चालू आहेच; पण त्याचे खलीलशी कोणत्या प्रकारचे संबंध होते हेही शोधून काढायचे आहे. खलीलसारखा माणूस किती क्रूर आहे पहा. तो आपल्याच साथीदाराचा मान मोडून खून करतो. याच साथीदाराने आपला जीव धोक्यात घालून खलीलला अमेरिकेत जाण्यासाठी मदत केली होती. असद खलीलने हद्दादची मान मोडल्यावर तो स्वत: विमानातील एकमेव असा जिवंत माणूस राहिला. त्याच्या अवतीभोवती सर्वत्र प्रेते होती. हे विमान ऑटो पायलटकडून व्यवस्थित जमिनीवर उतरेल अशी आशा धरून तो शांतपणे बसून राहिला. इथे विमान खाली उतरल्यावर तो पळून न जाता तो कॉन्क्विस्टाडोर क्लबला गेला आणि परत तिथे त्याने तीन खून पाडले. खलीलचे क्रूर व निर्दय असणे हा त्याच्या व्यक्तिमत्वाचा केवळ एक भाग आहे. त्याला कशाचीही भीती वाटत नाही. तो निर्लज्ज आहे, बेडर आहे. काहीतरी खास कारण त्याला कार्यप्रवृत्त करीत असावे.''

तिचे हे म्हणणे खरे होते. मीसुद्धा स्वत:ला इतके दिवस निर्भय व निर्दय समजत आलो होतो; पण असद खलीलने जी कृत्ये केली तशी कृत्ये माझ्या हातून कधीच घडली नसती. माझ्या नोकरीमध्ये एकदाच एका क्रूर व्यक्तीशी माझी गाठ पडली होती. त्या वेळी त्याच्याशी उडालेल्या चकमकीत मी सरळ त्या गुन्हेगाराला गोळी घालून ठार केले होते. दुसऱ्याला गोळी घालण्यास मी योग्य नाही असे मला तेव्हा वाटले. जेव्हा एखादा शिकारी जबरदस्त ताकदवान बंदूक घेऊन एखाद्या सिंहावर नेम धरतो तेव्हा त्यालाही कळून चुकलेले असते की आपल्यापेक्षा समोरचा सिंह शूर आहे. मला त्या वेळी तसे काहीतरी वाटले होते.

व्हिडिओ प्रोजेक्टरचे बटण आता दाबले गेले. खलीलच्या चेहऱ्याचे खूप मोठे केलेले चित्र पडद्यावर उमटले. त्यात त्याचा चेहरा डाव्या बाजूने घेतलेला होता. ती अधिकारी स्त्री सांगू लागली, ''हा खलीलचा डावा गाल आहे. नीट पाहिले तर त्यावरती तीन अस्पष्ट व समांतर रेघांचे व्रण दिसतील. त्याच्या उजव्या गालावरतीही अशाच खुणा आहेत. आमचे पॅथॉलॉजिस्ट म्हणतात, की हे व्रण कोणत्याही भाजलेल्या जखमांचे नाहीत की चाकूसारख्या शस्त्रांचे नाहीत. ते अगदी सहज ओळखता येण्याजोगे नखांचे ओरखाडे आहेत. मग ती नखे जनावरांची असतील किंवा माणसांची असतील पण खलीलच्या शरीरावरती एवढ्याच मूळच्या खुणा आहेत.''

मी म्हणालो, ''ही नखे एखाद्या स्त्रीची आहेत असे आम्ही धरून चालावे काय ?''

''तुम्हाला हवे ते तुम्ही धरून चालू शकता, मिस्टर कोरी. परंतु खलीलने त्याच्यामध्ये कितीही बदल केले तरी या खुणांचे व्रण त्याला बदलता येणार नाहीत.

म्हणून ते व्रण हे त्याच्या ओळखण्याच्या खुणा समजायला हरकत नाहीत.''

''थँक यू!'' मी म्हणालो.

''याखेरीज पॅरिसमधल्या आपल्या माणसांनी त्याच्या शरीरावर आणखी काही खुणा पेरल्या आहेत. उजव्या कानाच्या पाळीमागे तीन बिंदू गोंदले आहेत...'' पडद्यावरचे चित्र आणखी मोठे केले गेले. ''... आणि उजव्या पायाचा अंगठा व त्याच्या शेजारचे बोट यामध्ये असेच काही बिंदू गोंदलेले आहेत...'' आता चित्र बदलले गेले. ''... आणि त्याच्या मागच्या बाजूला गुदद्वाराच्या वरती उजव्या बाजूला असेच तीन बिंदू गोंदलेले आहेत. समजा, कधी काळी खलीलचे शरीर तुमच्या ताब्यात आले किंवा त्याचेच शरीर असावे असा संशय वाटला, तर तुम्ही या खुणा पाहून त्याची चटकन ओळख पटवू शकता. याखेरीज बोटांचे ठसे, डीएनए चाचणी, दातांचे ठसे, वगैरे मार्गांनी त्याची खात्री करू शकता.''

त्या अधिकारी स्त्रीचे भाषण संपले. आता तो दुसरा अधिकारी उठून बोलू लागला, ''तुम्ही जर नीट विचार केला तर कालची दुर्घटना घडविणे ही तशी एक सोपी गोष्ट होती. एका मुक्त देशातून दुसऱ्या मुक्त देशात जाणे हे तसे सोपे असते. ह्यातून हद्दाद हा महागड्या बिझनेस क्लास वर्गातून प्रवास करीत होता. त्यामुळे त्याला त्या प्राणवायूच्या बाटल्या विमानात आणणे सोपे गेले. त्याने उंची कपडे घातले होते. त्याला फ्रेंच बोलता येत असले पाहिजे आणि कामचलाऊ इंग्लिशपण बोलता येत असले पाहिजे.''

मी माझा हात वर करून विचारले, ''मी एक प्रश्न विचारू ?''

''जरूर विचारा.''

''असद खलील नेमक्या कोणत्या विमानाने अमेरिकेला जाणार, हे हद्दादला आधी कसे कळले ?''

''बरोबर आहे. हाच तर कूट प्रश्न आहे. पण या प्रश्नाचे उत्तर मात्र दुर्दैवाने अत्यंत सोपे आहे. पॅरिसमधील आपली वकिलात नेहमी अमेरिकन विमान कंपनीची विमाने वापरते. त्यातून ट्रान्स कॉन्टिनेन्टल विमान कंपनीमधील सुरक्षा अधिकाऱ्यांशी आपले खास संबंध आहेत. त्यामुळे अजिबात वेळ न गमावता आपण पाठवलेल्या माणसाचा विमानातील चढउतार चटकन व आपल्याला हवा तसा होऊ शकतो. आपले ट्रान्स कॉन्टिनेन्टलशी असलेले हे संबंध अर्थातच टॉप सिक्रेट आहे आणि ते बाहेर कोणाला तरी ठाऊक झालेले आहे.''

''परंतु नेमक्या कोणत्या तारखेला, केव्हा ट्रान्स कॉन्टिनेन्टलच्या विमानातून खलीलला पाठवले जाईल, हे कसे हद्दादला ठाऊक झाले ?''

''पॅरिसच्या द गोल विमानतळावरील सुरक्षा व्यवस्थेत कुठेतरी भेद केला गेला आहे. किंवा दुसऱ्या शब्दात सांगायचे झाल्यास ट्रान्स कॉन्टिनेन्टलचा पॅरिसमधील

एखादा कर्मचारी — कदाचित तो अरब कर्मचारीही असू शकेल — आपल्या शत्रूला सामील असावा. त्याच्याकडून ही माहिती हद्दादला दिली गेली. खलील पॅरिसमध्ये आपल्याला शरण आला खरा, पण का शरण आला तर आपल्या सुरक्षा व्यवस्थेमधील भेद त्याला ठाऊक होता म्हणून. म्हणजेच तो वरवर आपल्याला शरण आला असे दाखवित होता; पण प्रत्यक्षात त्याला निसटून जाण्याचा खात्रीचा मार्ग ठाऊक झाला होता. एक प्रकारे खलील आपल्याला म्हणूनच शरण आला नव्हता. पॅरिस सोडून अन्य शहरात तो कधीच शरण आला नसता. तसेच, अमेरिकन विमान कंपन्या एक धोरण म्हणून तुम्हाला आपली प्राणवायूची बाटली किंवा नळकांडे हे बरोबर बाळगू देत नाही. त्यासाठी थोडे पैसे लावून ती प्राणवायूची बाटली विमान कर्मचाऱ्यांच्या ताब्यात नीट सुरक्षित ठेवली जाते. कोणीतरी काही वर्षांपूर्वी प्राणवायुमुळे येणाऱ्या सुरक्षिततेमधल्या अडचणींचा विचार केला असावा व त्यामुळे असा नियम तयार झाला असावा, हे उघडच आहे. हद्दादने आणलेली एक विषारी वायूची बाटली ही प्राणवायूची आहे असे समजले गेले होते.''

मी यावर म्हणालो, ''पण बाटल्या दोन होत्या. चेंडूच्या आकाराच्या त्या अगदी सारख्या होत्या. विषारी वायूच्या बाटलीवर कोणती तरी ओळखीची खूण केलेली असावी.''

''बरोबर आहे. पण ती खूण प्राणवायूच्या बाटलीवर केलेली होती. एक नागमोडी ओरखडा त्या बाटलीवर काढला होता, तर विषारी वायूच्या बाटलीवरती काहीही खूण केली नव्हती.''

मी कल्पनेने युसूफ हद्दादला नजरेसमोर आणले. तो त्या बाटल्यासमोर उभा राहून स्वत:शी म्हणत असावा, 'बघू या बरं कोणती बाटली आहे... प्राणवायूच्या बाटलीवरती ओरखडा, तर विषारी बाटलीवर नाही... का उलटे तर नाही ?....'

''मिस्टर कोरी, तुम्हाला काही यात गमतीदार वाटते आहे का ?''

मी मग यावर माझ्या नजरेसमोर आणलेले कल्पनाचित्र बोलून दाखविले; पण त्यावर फक्त टेड नॅश हसला.

तो एफबीआयचा अधिकारी आपली टिपणे पहात पुढे सांगू लागला, ''त्या विषारी वायूबद्दल आमच्याकडे एक प्राथमिक अहवाल आला आहे. मी काही यातला तज्ज्ञ नाही. त्यांच्या मते चार प्रकारचे विषारी वायू असतात. एका प्रकारच्या वायूत माणूस घुसमटून, गुदमरून मरतो. दुसऱ्या प्रकारात रक्तात मिसळलेल्या वायूमुळे अंगावर भराभरा मोठमोठे फोड येत जातात आणि माणूस मरतो. तिसऱ्या प्रकारात रक्त दूषित केले जाऊन माणूस मरतो, तर चौथ्या प्रकारात मज्जासंस्थेवर तो विषारी वायू घाला घालून ठार करतो. फ्लाईट-१७५ मध्ये जो विषारी वायू सोडला तो नक्कीच प्रवाशांचे रक्त दूषित करणारा होता. बहुतेक तो सायनाईड किंवा क्लोराईड

प्रकारातला आधुनिक वायू असावा. ह्या प्रकारचा वायू हा फार वेगाने हवेत पसरत जातो. आमच्या तज्ज्ञांच्या मते प्रवाशांना प्रथम या वायूची चाहूल ही कडू बदामाच्या वासाने झाली असणार; पण अशा वासाचा काही विषारी वायू असतो हे त्यांना ठाऊक नसल्याने ते बिचारे बेसावध राहिले.''

एवढे म्हणून त्या अधिकाऱ्याने सांगताना एक थोडासा विराम घेतला व आमच्याकडे पाहिले. मी 'जॉन जे' संस्थेत शिकवत असताना असेच करायचो. काहीतरी स्फोटक बोलून झाल्यावर थोडे थांबून सर्वांचे लक्ष आपल्याकडे आहे की नाही हे नीट पहायचो. जेव्हा जेव्हा वर्गात विद्यार्थ्यांचे लक्ष लागत नाही असे मला वाटायचे, तेव्हा मी काहीतरी खुनाचे किंवा सेक्सचे कृत्य सांगायचो. सर्वांचे लक्ष मग माझ्याकडे लागे.

तो अधिकारी पुढे सांगू लागला, ''काय झाले असेल त्याची आपण अशी कल्पना करू शकतो. असद खलीलने स्वच्छतागृहात जाण्याची इच्छा प्रदर्शित केल्यावर आपला माणूस त्याला तिकडे घेऊन गेला. खलीलचे दोन्ही हात बेडी घालून जोडून टाकले होते. ती बेडी आपल्या माणसाने न काढता त्याला स्वच्छतागृहात जाऊ दिले. मात्र त्या आधी त्याने स्वच्छतागृहाची आतून नीट तपासणी करून कुठेही पिस्तूल लपवलेले नाही, याची खात्री करून घेतली असणार. 'आतून दार लावायचे नाही' अशी सूचनाही त्याने दिली व तो बाहेर पहारा करीत उभा राहिला. त्याने आतल्या बेसिनच्या खालीही पाहिले असणार. तिथे ते मेंटेनन्सचे पॅनेल होते. तेही उघडून त्यामागे त्यांनी पाहिले असेल. तिथल्या त्या छोट्या जागेत कोणीही काहीही लपवून ठेवू शकते. अन् तसे ते ठेवलेही गेले होते; पण ती गोष्ट आपल्या माणसाला आक्षेपार्ह वाटली नाही. तिथेच प्राणवायूचे छोटे नळकांडे होते. त्याला एक मुखवटाही जोडला होता. प्राणवायूची ही तरतूद गॅलीच्या रिकाम्या जागेत नेहमी असते. जगातील सर्व विमानात तशी ती सोय केलेली असते; पण स्वच्छतागृहातील बेसिनच्या खाली कोणी हे प्राणवायूचे साधन ठेवीत नाही. तुम्हाला जर विमानकंपन्यांची पद्धत ठाऊक नसेल तर अज्ञानापोटी कोणीही तिथे बेसिनखाली ठेवल्या गेलेल्या प्राणवायूच्या साधनाला हरकत घेणार नाही. म्हणून आपल्या माणसांना जरी इथे प्राणवायूचे साधन दिसले तरी त्यांना ते आक्षेपार्ह वाटले नसणार. त्यांच्या मनात एखादे शस्त्र असेल किंवा शस्त्रासारखा उपयोग करणारी वस्तू असेल. ते फक्त तेवढेच पहात असणार.''

आपल्या बोलण्याचा कितपत परिणाम झाला आहे हे अजमावत तो अधिकारी पुढे बोलू लागला, ''कोणीतरी, बहुतेक पॅरिसमधील द गोल विमानतळावरील सफाई कर्मचाऱ्यांपैकी एखाद्याने ते साधन तिथे ठेवले असले पाहिजे. त्यांच्याखेरीज विमान सुटण्याआधी तिथे कोण पोहोचू शकतो ? मग जेव्हा खलीलला बेड्यासकट

आत जाऊ दिले तेव्हा त्याने ते नळकांडे घेऊन त्यातील प्राणवायू हुंगण्यास सुरुवात केली. खलीलचे स्वच्छतागृहात जाणे हाच एक हद्दादला इशारा होता. प्राणवायू हुंगण्याच्या निमित्ताने हद्दाद त्या दोन बाटल्यांपाशी गेला. त्याने आधी आपल्या नाकावर प्राणवायूचा मुखवटा चढवून हुंगण्यास सुरुवात केली. नंतर त्याने दुसऱ्या बाटलीतील विषारी वायू सोडून दिला. मग एक वेळ अशी आली की लोकांना श्वासाचा त्रास होऊ लागला; पण पुढे काही करण्याच्या आत एकेकजण मृत्युमुखी पडत गेले. इकडे कॉकपिटमध्ये ऑटो पायलट चालूच होता. कारण संपूर्ण प्रवासभर तो चालूच ठेवलेला असतो. म्हणून ते विमान तसेच उडत राहिले.''

परत एकदा थांबून तो अधिकारी समारोप करीत म्हणाला, ''खलील मग थोड्या वेळाने स्वच्छतागृहातून बाहेर आला. त्याच्या तोंडावर प्राणवायूचा मुखवटा होता. हद्दादही प्राणवायू मुखवट्यातून हुंगत खलीलपाशी गेला. आता त्यांना कोणीही विरोध करू शकत नव्हते. कारण सारेजण मृत्युमुखी पडले होते. त्या दोघांपुढे दोन तास होते. हद्दादने प्रथम स्वच्छतागृहाबाहेर मरून पडलेल्या एफबीआयच्या माणसाच्या खिशातून किल्ल्या काढल्या व खलीलला बेड्यातून मुक्त केले. मग दोघांनी मिळून त्याला परत त्याच्या आसनावर आणून टाकले. खलीलने हद्दादजवळून ट्रान्स कॉन्टिनेन्टल कंपनीच्या बॅगेज हँडलर लोकांचा सूट घेतला. आपल्या कपड्यांवर तो चढवला. त्यांनी मग एफबीआयच्या माणसांकडील पिस्तुले काढून घेतली. त्या दोघांच्या बॅगा तपासून फक्त काडतुसे काढून घेतली. बास ! त्यांना यापेक्षा जास्त काहीही करायचे नव्हते. बाकी सर्व काही त्यांनी आहे तसे ठेवले. कुठेही घातपात दिसत नव्हता की गुन्हा घडल्याचे वाटत नव्हते. त्यांनी ते योजनापूर्वक तसे केले होते. याचे कारण त्यांना पुढे काय होणार ते ठाऊक होते. विमान आपोआप लँड होणार. मग त्यात इमर्जन्सी सर्व्हिसचे लोक चढणार. त्यांना जर येथे गुन्हा घडला आहे असा संशय आला तर ताबडतोब ते पोलिसांना बोलावून विमानाला गराडा घालतील. खलीलला तसे होऊ द्यायचे नव्हते. त्यामुळे सर्व काही जिथल्या तिथे त्याने ठेवले. एका अपघाताचा भास त्याने निर्माण केला. त्यामुळे विमानात प्रथम पोलीस न चढता बाकीची माणसे चढली. त्या गोंधळात विमान कंपनीच्या गणवेषातील खलील निसटून गेला.''

त्या अधिकाऱ्याचे बोलणे संपले. मग ती दुसरी अधिकारी स्त्री बोलू लागली. ते दोघे सारखे आलटून पालटून बोलत राहिले. शेवटी दुपारी चार वाजता ते बोलायचे थांबले. मला हायसे वाटले. आता प्रश्नोत्तराचा कार्यक्रम सुरू झाला. केटने विचारले, ''खलील आणि हद्दाद यांना ते विमान केनेडी विमानतळावर उतरण्याच्या दृष्टीने त्याचे संगणकात प्रोग्रॅमिंग केले आहे हे कसे कळले ?''

तो अधिकारी याचा खुलासा करू लागला, ''ट्रान्स कॉन्टिनेन्टल कंपनीचे असे

धोरण आहे की प्रत्येक वैमानिकाने उड्डाण करण्यापूर्वी आपल्या विमानाचा मार्ग आणि उतरण्याची स्थळे ही आधी प्रोग्रॅमिंग करून संगणकात टाकली पाहिजेत. त्यात कोणत्या विमानतळावरील कोणत्या धावपट्टीवर उतरायचे हा तपशीलही त्यात आलाच. बहुतेक साऱ्या विमान कंपन्या हेच धोरण अवलंबितात. त्यात गुप्त असे काहीही नाही. विमानविद्येविषयीच्या सर्व मासिकांत यावरती तपशीलवार लेख प्रसिद्ध झालेले आहेत. शिवाय पॅरिसच्या विमानतळावर सुरक्षा व्यवस्थेमध्ये भेद केला गेला आहेच. तसेच, आणखीही एक बाब. उतरल्यावर जमिनीवरून पळताना विमानाचा वेग कमी करण्यासाठी रिव्हर्स थ्रस्टर्स वापरतात; पण ते नेमके केव्हा वापरायचे हे वैमानिक ठरवतात. त्या बाबतीत त्यांना संगणकाचा भरंवसा वाटत नाही. म्हणून आपल्या प्रोग्रॅमिंगमध्ये ते रिव्हर्स थ्रस्टर्सचा कार्यक्रम अंतर्भूत करीत नाहीत. त्यामुळे धावपट्टीवर उतरल्यावर अंदाज घेऊन योग्य वेळी वैमानिक स्वत: रिव्हर्स थ्रस्टर वापरतात, विमानाचा वेग कमी करतात आणि तसेच टॅक्सीवेवरती जातात. तरीही संगणक हेही काम नीट करू शकतील याची मला तरी खात्री वाटते.''

कोनिग म्हणाला, ''मला नाही वाटत की विमान जवळ आल्यानंतर मग त्याला कोणती धावपट्टी द्यायची हे ठरवत असतील.''

''बरोबर आहे; परंतु वैमानिकांना आपल्याला कोणती धावपट्टी दिली जाणार आहे हे अनुभवाने ठाऊक झालेले असते. संगणकात प्रोग्रॅमिंग करून ठेवणे याचा अर्थ त्या आधारेच विमान उतरवले पाहिजे असे नाही. ती केवळ एक जादा तरतूद करून ठेवलेली असते. ऐन वेळी वैमानिक त्याबाबत निर्णय घेऊन ठरवतो. एका वैमानिकाने मला सांगितले की एखाद्या उड्डाणाची आधी केलेली गणिते अगदी अचूक ठरतील असे नसते. त्याऐवजी प्रत्यक्ष उड्डाणात असताना केलेली गणिते ही अधिक बरोबर ठरतात. काल फ्लाईट-१७५ उतरण्यासाठी ४८ नंबरची धावपट्टी वापरली होती आणि हे उतरणे पूर्णपणे संगणकाकडून नियंत्रित केलेले होते, याची आम्ही खात्री करून घेतली आहे.''

हे भलतेच आश्चर्यकारक होते. असे कोणी जर मोटारीच्या बाबतीत केले तर मला स्टिअरिंग व्हीलच्या मागे झोप काढून आराम करता येईल. मग किती मजा येईल.

तो अधिकारी पुढे सांगत होता, ''गुन्हेगारांना जसे ऑटो पायलटचे प्रोग्रॅमिंग केल्याचे ठाऊक होते तसेच त्यांना केनेडी विमानतळांवरच इमर्जन्सी सर्व्हिस कशी पुरवली जाते, याचीही इत्थंभूत माहिती होती. या विमानतळावरची ही इमर्जन्सीची कार्यपद्धती बहुतेक सर्व मोठ्या विमानतळावरच्या कार्यपद्धतीपेक्षा वेगळी आहे. अर्थात ही कार्यपद्धती काही गुप्त स्वरूपाची नाही. या बाबतीत अनेक लेख प्रसिद्ध

झाले आहेत, मॅन्युअल्स उपलब्ध आहेत. प्रयत्न केल्यावर ही सर्व माहिती कोणालाही सहजपणे उपलब्ध होऊ शकते. फक्त हायजॅक एरिया किंवा सिक्युरिटी एरिया याबद्दल बाहेर कुठे फारसे छापून आले नाही. तरीही ती माहिती गुप्त स्वरूपाची नाही."

त्यानंतर आम्हाला १५ मिनिटांची सुट्टी देण्यात आली. आम्ही ताबडतोब उठून बाहेर पडलो. टेड, केट, कोनिग व मी गप्पा मारू लागलो. गप्पा मारता मारता माझ्या मनात आले की एफबीआयबद्दल माझी काहीही मते असली तरी आज इथे जे जे आम्हाला सादर करण्यात आले, ते ते सारे अत्यंत उत्कृष्ट रीतीने सादर केले गेले. आम्हाला सादर करणाऱ्या पुरुष-अधिकारी व स्त्री-अधिकारी यांची नावे जीन व जेन अशी सांगण्यात आली. प्रत्यक्षात ती वेगळीच नावे आहेत हे माझ्या लक्षात आले. पण नावात काय आहे ? ते अधिकारी आपापल्या कामात वाकबगार आहेत, कर्तव्यनिष्ठ आहेत, हुशार आहेत व आदर्श अमेरिकन आहेत. एफबीआयमधील बहुतेक सारी मंडळी अशीच अमेरिकन आदर्शवाद जपणारी आहेत. हे सर्व निळा गणवेष घालतात, तळघरात स्क्वॅश खेळतात, पोटोमॅक नदीच्या काठाने रोज जॉगिंगचा व्यायाम घेतात. बहुतेकांची घरे ही व्हर्जिनिया या उपनगरात आहेत. ते दर रविवारी नेमाने चर्चमध्ये जात असतात. जर तसेच काही ऑफिसचे काम निघाले तरच ते आजच्यासारखे चर्चमध्ये जात नाहीत. त्यांच्यातले जे विवाहित आहेत त्यांची मुले हुशार असतात, अभ्यास करणारी असतात आणि आपल्या शाळेत फुटबॉलचे सामान आणण्यासाठी गोळ्या, चॉकलेट विकून निधी उभा करतात. ही सारी माणसे असे का वागतात? त्यांची ही उच्च पातळीवरची संस्कृती का निर्माण होते? त्यांची अशी वेगळी जात का ठरते? तर ते आपले आदर्श मनापासून जोपासू पहातात. आदर्शाच्या दिशेने प्रवास करण्याची त्यांची प्रवृत्ती आहे. म्हणून ते आपले ऑफिसचे काम निष्ठेने करतात. प्रामाणिकपणा, निष्ठा, बुद्धिमत्ता, शांत वृत्ती याबद्दल यांची जगात ख्याती आहे. ते काय शिकले आहेत आणि आयुष्यात काय होणार होते, याच्याशी आपल्याला काय करायचे? केटला नाही का वकील व्हायचे होते, म्हणून तर तिने वकिलीची परीक्षा दिली. प्रत्यक्षात ती कुठे वकील बनली? पण आपले काम ती निष्ठेने करते. बाकी आजची तिची लिपस्टिक मला आवडली. अशा बुद्धिमान, प्रामाणिक व सद्‌गुणी माणसांची मिळून एफबीआय बनलेली आहे. मला आज हा एक नवीन मुद्दा कळला.

या अशा शांत जगण्याचा मला खरोखरीच हेवा वाटतो. माझ्या मनात कुठे तरी आपलेही घर असावे, त्याला पांढऱ्या रंगाच्या लाकडी पट्ट्यांचे कुंपण असावे, एक प्रेमळ पत्नी असावी, दोन मुले असावीत, घरात एक कुत्रा असावा आणि रोज ऑफिसात ९ ते ५ एवढेच काम असावे. कुठेही आपण ठार मारले जाऊ याची भीती

नसणारी ती नोकरी असावी. ही माझी मागणी किती साधी होती !

मला बेथ पेनरोजची आठवण आली. ती समुद्रकिनारी शनिवार-रविवार घालवण्यासाठी एक टुमदार बंगली विकत घेणार आहे. त्या बंगल्यात बगीचा, झाडे, झुडपे व वेली असाव्यात; पण तरीही मला काहीतरी खटकते आहे. माझे मन या विचारानेही अस्वस्थ होते आहे. यात अस्वस्थ होण्याजोगे काय आहे ते मला समजत नाही; पण कुठेतरी मी एक परिपूर्ण चित्र पहातो होतो आहे नि.... काय ते मला नीट सांगता येत नाही. मला आता ती कारणे अंधुकशी जाणवू लागली आहेत; पण नीट समजत मात्र नाहीत.

३१

असद खलीलने गाडी चालवताना समोरचा मीटर पाहिला. त्यात पेट्रोलच्या टाकीत फक्त एक चतुर्थांश इंधन उरले आहे, असे काटा दर्शवित होता. त्याच्या शेजारच्या घड्याळात रात्रीचे २:१३ हे आकडे चमकून उठत होते. वॉशिंग्टनहून आत्तापर्यंत त्याने ३०० मैलांचे अंतर काटले होते. त्याच्या असे लक्षात आले की ही जबरदस्त गाडी जास्त पेट्रोल खात आहे. लिबिया व युरोप येथे त्याने चालवलेल्या गाड्यांना यापेक्षा कितीतरी कमी पेट्रोल लागत होते.

त्याला अजून तहान लागली नव्हती की भूक लागली नव्हती. पण याचा अर्थ तो भुकेलेला नव्हता की त्याला पाणी पिण्याची गरज नव्हती असे नव्हते. या तहानभुकेच्या भावनांवरती कशी मात करायची हे त्याला ठाऊक होते. त्याला जे प्रशिक्षण दिले होते त्यात बराच काळ अन्न, पाणी व झोप यावाचून कसे जगावे याचाही त्याच्याकडून सराव करून घेतला होता. या तिन्हींपैकी तहानेकडे दुर्लक्ष करणे हे सर्वांत कठीण होते; पण त्याने तेही साध्य करून दाखवले होते. प्रशिक्षणात त्याने एकदा वाळवंटात तब्बल सहा दिवस हे अन्नपाण्यावाचून काढून दाखवले होते. अन् इतके झाल्यावरही त्याच्या मेंदूला भ्रम झाला नाही. आपले मन आणि आपले शरीर कसे आहे, त्याची किती क्षमता आहे, ते किती ताणता येते हे त्याला चांगले ठाऊक होते.

त्याच्या डाव्या बाजूने एक पांढऱ्या रंगाची कन्व्हर्टिबल गाडी आली. त्यात चार तरुण स्त्रिया होत्या. त्या हसत, खिदळत, बडबड करीत होत्या. त्यांची कातडी उन्हाने रापून तपकिरी छटेची झाली होती. पण त्यांचे केस मात्र फिक्या रंगाचे होते. त्या अमेरिकन होत्या हे यावरून समजून येत होते. त्यातल्या तिघींनी टी-शर्ट

घातले होते. चौथी स्त्री ही मागे खलीलच्या बाजूला असल्याने त्याला ती स्पष्ट दिसत होती. तिने मात्र टीशर्टऐवजी चक्क गुलाबी रंगाचा एक पोहण्याचा पोषाख अंगावर चढवला होता. असा पोषाख आत्ता या वेळी ? भर मध्यरात्री ? कशासाठी ? खलील एकदा फ्रान्समधल्या समुद्रकिनारी गेला असताना तिथे तर त्याला अशा स्त्रिया दिसल्या होत्या की, त्यांनी फक्त अंगावरती एक चड्डी घातली होती, बाकी काहीही नव्हते. आपल्या छातीचे जगाला प्रदर्शन झाले तरी त्यांना पर्वा नव्हती.

असे जर कुणी लिबियात केले तर त्या स्त्रीला चाबकाचे फटकारे मारले गेले असते आणि कदाचित कित्येक वर्षे तुरुंगात काढावी लागली असती; पण हा त्याचा केवळ अंदाज होता. आत्तापर्यंत असे धारिष्ट्य लिबियात कोणत्याच स्त्रीने केलेले नव्हते.

त्या गुलाबी बेदिंग सूट घातलेल्या पोरीने त्याच्याकडे पाहून हसत हसत हात हलवला. मग बाकीच्याही पोरींनी त्याच्याकडे पाहून हात हलवले व त्या हसल्या.

खलीलने ॲक्सिलरेटर दाबून आपल्या गाडीचा वेग वाढवला. तो त्यांना मागे टाकून पुढे गेला. मग त्याही पोरींनी आपल्या गाडीचा वेग वाढवला व त्या पुन्हा त्याच्या बरोबरीने समांतर जाऊ लागल्या. आपण ताशी ७६ मैल या वेगाने जातो आहोत, हे त्याने स्पीडॉमीटरवर बघितले. मग त्याने आपला वेग कमी करत करत ताशी ६५ मैलांवर आणला. मग त्यांनीही तसेच केले व परत त्या त्याच्या बरोबरीने जाऊ लागल्या. त्या सारख्या त्याच्याकडे पाहून हात हलवित होत्या. त्यातली एकजण त्याच्याकडे पाहून काहीतरी ओरडली. ती काय ओरडली ते त्याला समजले नाही.

आता काय करावे हे त्याला समजेना. अमेरिकेत उतरल्यानंतर प्रथमच तो अशा परिस्थितीत सापडला होता, की त्याचे त्यावर नियंत्रण नव्हते. त्याने परत आपला वेग वाढवला. मग परत त्यांनीही आपला वेग वाढवला. त्या चौघीजणी त्याचा पिच्छा सोडत नव्हत्या. पुढे एके ठिकाणी रस्त्याला फाटा फुटत होता. तिथे वळून हा रस्ता सोडावा असे त्याच्या मनात आले; पण तरीही त्यांनी आपला पाठलाग सोडला नाही तर ? त्या अजूनही त्याच्याकडे बघून ओरडत होत्या, हसत होत्या, खिदळत होत्या आणि हात हलवित होत्या. या प्रकारामुळे आपल्याकडे लक्ष वेधले जाणार हे त्याच्या मनात येताच तो घाबरला. त्याच्या भुवईवरती घर्मबिंदू तयार होऊ लागले होते. त्याला ते जाणवू लागले.

त्याने आरशातून मागे पाहिले तर अचानक पोलिसांची एक गाडी उगवली होती. त्यातले दोन पोलीस स्पष्टपणे त्याला दिसत होते. आपण ताशी ८० मैल वेगाने धावतो आहोत, हे त्याच्या लक्षात आले. त्या चौघीजणींची गाडी अजूनही त्याच्या गाडीच्या बरोबरीने धावत होती. "हलकट रांडा !" त्याने त्यांना एक शिवी हासडली.

बघता बघता ती पोलिसांची गाडी त्या पोरींच्या गाडीच्या मागे आली. त्याबरोबर त्यांनी आपला वेग वाढवला व त्या चौघीजणी पळून जाऊ लागल्या; पण पोलिसांच्या गाडीनेही वेग वाढवला. त्याने आपला वेग कमी केला. पोलिसांची गाडी आता त्याच्या शेजारून धावत होती. त्याने आपला हात खिशातील पिस्तुलावर ठेवला; पण त्याला कसलीही सूचना न देता पोलिसांची गाडी त्याच्या लेनमध्ये सरकली. हळूहळू त्याच्या व पोलिसांच्या गाडीत अंतर पडत गेले. तो समोर पहात होता. पोलिसांची गाडी त्या पोरींच्या गाडीच्या बरोबरीने धावत होती. एक पोलीस त्या पोरींशी काहीतरी बोलत होता. मग त्या चौघींनी परत एकदा आपले हात पोलिसांना उद्देशून हलवले. बघता बघता वेग घेऊन पोलीस आपल्या गाडीतून दूर निघून गेले. त्या पोरींच्या गाडीने आपला वेग हळूहळू कमी करत नेला आणि ती गाडी खलीलच्या गाडीच्या बरोबरीने काही वेळ धावू लागली; पण आता त्या नखरेल पोरींचे हावभाव करणे बंद पडले होते. त्यांनी खलीलकडे पाहिलेही नाही. त्याने मग वेग घेतला व तो त्यांच्यापासून पुढे निघून गेला.

त्याने एक खोल श्वास घेतला. झाल्या घटनेचा बोध त्याला नीट झाला नाही.

बोरिस त्याला एकदा म्हणाला होता, ''माय फ्रेंड, अनेक अमेरिकन बायकांना तू देखणा आहेस असे वाटेल; पण युरोपियन बायकांप्रमाणे या अमेरिकन बायका ह्या शय्यासोबतीसाठी तेवढ्या दिलखुलास व प्रामाणिक नसतात. पण तरीही त्या तुझ्या सहवासासाठी आतुर झाल्याचे दाखवतील. त्यांना तुझ्याशी मैत्री करायची असेल; पण त्या मैत्रीत स्त्री-पुरुष भेदाचा घटक नसेल. युरोप आणि रशिया येथे असली इच्छा धरून कोणी मैत्री करत नाही. अशी मैत्री केली तर त्यातून गोंधळच उडतो. जर शय्यासोबत करायची नसेल तर ती बाई बोलायला येतेच कशाला ? असा तुला प्रश्न पडेल. पण अमेरिकेत, विशेषत: तरुण स्त्रिया तुमच्याशी गप्पा मारतील, बिनदिक्कत लैंगिक विषयांवरतीही बोलतील, तुमच्याबरोबर मद्यपान करतील, नाच करतील, अगदी तुम्हाला आपल्या घरीही येण्याचे निमंत्रण देतील. पण तुमच्याबरोबर शय्यासोबत करणार नाहीत.''

खलीलला याचे फार आश्चर्य वाटले. बोरिसला तो म्हणाला, ''पण मला माझी मोहीम पार पाडताना बायकांशी संबंध मुळीच ठेवायचा नाही. त्यांच्याकडे मी ढुंकूनही पहाणार नाही.''

यावर बोरिस जोरजोरात हसून त्याला म्हणाला, ''माय मुस्लीम फ्रेंड, कोणत्याही मोहिमेचा स्त्री-संग हा एक भाग असतो. आपले काम करताना तू काही काळ या गोष्टीचा आनंद लुटला तरी काही बिघडत नाही. जेम्स बाँडचे चित्रपट पाहिलेस ना तू ?''

खलीलने ते चित्रपट पाहिले नव्हते. तो बोरिसला म्हणाला, ''जर केजीबीने

बायकांपेक्षा आपल्या कार्यावरती अधिक लक्ष केंद्रीत केले असते तर आज केजीबी जी संपलेली दिसते आहे तशी ती संपली नसती.''

रशियन संस्था सोव्हिएट संघराज्याच्या विलयाबरोबर केजीबीही विलय पावली, नष्ट झाली. त्याला उद्देशून हा टोमणा खलीलने मारला होता. बोरिस एके काळी त्या केजीबीमध्ये होता. केजीबी संपल्यामुळे तो बेकार झाला आणि लिबियाच्या गुप्तचर संस्थेत त्याने नोकरी धरली. त्यामुळे बोरिसला हा टोमणा आवडणे शक्य नव्हते.

बोरिस एवढेच म्हणाला, ''बायका हा मोहिमेतला एक विरंगुळा आहे. तू जरी त्यांच्याकडे पाहिले नाहीस तरी त्या तुझ्याकडे बघतील, हे लक्षात ठेव. अशा वेळी उद्भवणारी परिस्थिती कशी हाताळायची ते तू शिकायला पाहिजे.''

''पण अशा परिस्थितीमध्ये मी स्वत:ला सापडूच देणार नाही. अमेरिकेत माझ्या हाताशी फारच थोडा काळ आहे. शिवाय अमेरिकनांशी बोलण्याची संधीही मला तशी कमी आहे.''

''तरीही मी म्हणतो तशी परिस्थिती उद्भवू शकते.''

खलीलला आत्ता ते सारे आठवले व त्याने मान डोलावली. आत्ता तशीच चमत्कारिक परिस्थिती निर्माण झाली होती आणि ती त्याला हाताळता आली नाही.

त्या चार पोरी त्याला आठवल्या. त्यांच्या अंगावरती तोकडी वस्त्रे होती. जरी तो त्यांना पहाताच गोंधळून गेला होता, काय करावे ते त्याला सुचत नव्हते, तरीही त्याच्या सुप्त मनात एखाद्या स्त्रीबरोबर शय्यासोबत करण्याची इच्छा उफाळून आली होती.

त्रिपोलीमध्ये असले काही करणे हे अतिधोकादायक होते, केवळ अशक्य होते. जर्मनीत तो जेव्हा गेला होता तेव्हा त्याला सर्वत्र तुर्की वेश्या आढळल्या; पण मुस्लीम वेश्येकडे जाणे त्याच्या स्वप्नातही कधी आले नव्हते. फक्त फ्रान्समध्ये असताना तो आफ्रिकन वेश्यांकडे जायचा. त्यात तो समाधानी होता; पण तिथेही त्या मुस्लीम नाहीत याची तो आधी खात्री करून घ्यायचा. इटलीमध्ये असताना तो वेश्यागमन करायचा. पण तिथल्या वेश्यांमध्ये पूर्वी युगोस्लाव्हिया आणि अल्बानिया येथून आलेल्या निर्वासितांची भर पडली. या निर्वासितांमध्ये अनेक मुस्लीम वेश्या होत्या. एकदा तो एका अल्बानियाहून आलेल्या वेश्येकडे गेला होता; पण जेव्हा त्याला कळले की ती वेश्या धर्माने मुस्लीम आहे तेव्हा तो भयंकर चिडला व त्याने तिला याबद्दल जबर मारहाण केली. एवढी केली ती त्यातून नंतर वाचली नसावी.

मलिक त्याला म्हणाला होता, ''जेव्हा तू परत येशील तेव्हा तुला लग्न करावे लागेल. लिबियातील सर्वांत चांगल्या व खानदानी कुटुंबातील एखादी मुलगी तू निवडू शकतोस.'' मलिक एवढे बोलून थांबला नाही तर त्याने आलिमा नादीर हिचे

स्थळही त्याला सुचवले. आलिमा ही बाहिराची धाकटी बहीण होती. ती आता १९ वर्षांची झाली होती. एवढी मोठी होऊनही अजून तिचे कुठे लग्न जमले नव्हते. ती जरी आता बुरखा घालीत होती तरी ती बाहिराएवढी सुंदर नाही असे खलीलला वाटत होते; पण तिच्यात जी धिटाई होती ती खलीलला आवडत असे. अशी धिटाई बाहिरामध्येही होती. पण ती तिला शोभून दिसत नव्हती. तो तिच्याशी विवाह करू शकत होता. कॅप्टन नादीरने बाहिराबरोबर त्याचे लग्न लावू देण्यास त्या वेळी विरोध केला असता; पण आता तो 'इस्लामचा हिरो' म्हणून लिबियाला परतणार होता. कर्नल गडाफीला आणि आपल्या पितृभूमीला अभिमान वाटावा अशी व्यक्ती बनणार होता. अशा मौल्यवान तरुणाला जावई कोण करून घेणार नाही?

त्याच्या समोरच्या डॅशबोर्डवरचा एक बारीक दिवा उघडझाप करू लागला. एक हलक्या आवाजातील इलेक्ट्रॉनिक मंजुळ ध्वनी उमटला. टाकीतले इंधन बरेच कमी आहे म्हणून तो दिवा व ध्वनी ड्रायव्हरला सूचना देत होते. पुढच्याच एका फाट्याला त्याने उतारावरून आपली गाडी महामार्गावरून आतल्या रस्त्यावर नेली. तो स्थानिक रस्ता शेल कंपनीच्या पेट्रोल पंपाकडे जात होता. त्याने क्रेडिट कार्ड वापरायचे नाही असा निर्णय घेतला. ज्या पंपावर SELF-SERVICE अशी पाटी होती, त्या पंपाकडे तो गेला. डोळ्यांवर चष्मा चढवून तो गाडीच्या बाहेर पडला. त्याने हाय-ऑक्टेन पेट्रोल निवडले व ते आपल्या टाकीत भरले. सुमारे बावीस गॅलन पेट्रोल टाकीमध्ये मावले. त्याने मनातल्या मनात बावीस गॅलनचे लिटरमध्ये रूपांतर करायचा प्रयत्न केला. सुमारे १०० लिटर पेट्रोल घेतले असावे असा त्याने अंदाज केला. जगात बहुतेक ठिकाणी लिटरसारखी दशमान मापन पद्धती असताना अमेरिकन लोक मात्र हट्टीपणे व मूर्खपणे अजूनही जुनीच मापन पद्धती राबवतात, याचे त्याला आश्चर्य वाटले.

त्याने पंपाच्या नळीचे नॉझल परत जागेवर ठेवून दिले. मग पैसे देण्यासाठी आजुबाजूला एखादे काचेचे बूथ आहे का ते पाहिले; पण कुठेच न दिसल्याने त्याला आतल्या छोट्या ऑफिसमध्ये जाणे भाग होते. आधी कसे हे आपल्या लक्षात आले नाही म्हणून तो मनातल्या मनात स्वत:वर चरफडला.

तो आत ऑफिसात गेला. एका छोट्या काऊंटरमागे स्टुलावरती एक माणूस बसला होता. निळी जीन व एक टीशर्ट त्याने घातला होता. सिगारेट फुंकत तो टीव्ही पहात होता. त्याने खलीलकडे पाहिले आणि नंतर पंपावरचे चमकून उठणारे प्रकाशित आकडे पाहिले, तो म्हणाला, "अठ्ठावीस डॉलर्स व पंच्याऐंशी सेन्ट.'

खलीलने वीस डॉलर्सच्या दोन नोटा काऊंटरवरती ठेवल्या. त्या माणसाने उरलेले पैसे परत करण्याआधी विचारले, "आणखी काही हवे आहे?"

"नाही."

"तिकडे समोर फ्रीज आहे ना त्यात कोल्ड्रिंक्स आहेत." त्या माणसाचे चमत्कारिक उच्चार समजायला खलीलला कठीण जात होते. खलील एवढेच म्हणालो, "नो, थँक्यू."

मग गल्ल्यातली नाणी मोजता मोजता त्याने खलीलकडे पाहून विचारले, "कुठून आलात आपण?"

"न्यूयॉर्क."

"हं, म्हणजे बराच लांबचा प्रवास करीत आलात. आता कुठे जाणार?"

"अटलांटा शहराकडे."

"या फ्लॉरेन्सच्या बाजूचा इंटरस्टेट-२० हा रस्ता चुकवू नका. फार छान आहे."

उरलेले पैसे परत घेत खलील म्हणाला, "येस, थँक यू." टेलीव्हिजनवर बेसबॉलची मॅच दाखवली जाते आहे, हे त्याने लक्षात ठेवले. म्हणजे या माणसाने बातम्या लावल्या नाहीत हे बरे झाले.

खलील टीव्हीकडे पहातो आहे, हे बघून तो माणूस म्हणाला, "न्यूयॉर्क टीमवरती ब्रेव्हज् टीम मात करणार असे दिसते. टू-झिप, बॉटम ऑफ द सेकंड. आज एखाद्या तरी यांकीला उडवणार असे दिसते."

तो काय बोलला हे खलीलला अजिबात कळले नाही. तरीही त्याने मान हलवून आपली संमती दर्शवली. आपल्या भुवयांवर पुन्हा घाम जमू लागला आहे याची त्याला जाणीव झाली. तसेच, इथली हवा फार दमट आहे असेही त्याला वाटू लागले. शेवटी तो म्हणाला, "हॅव ए गुड डे!" मग वळून तो बाहेर पडला व आपल्या गाडीकडे गेला.

गाडीत बसल्यावर त्याने आत ऑफिसात एक कटाक्ष टाकला. आतला माणूस आपल्याकडे पहातो आहे का परत टीव्ही पाहू लागला आहे? जर आपल्याकडे पहात असेल तर त्याला आपला संशय आलेला असणार; पण तो माणूस पुन्हा टीव्हीवरील सामना पहाण्यात गर्क झाला होता.

खलील ताबडतोब तेथून निघाला. पण वेगाने नव्हे. संथ गतीने तो परत मघाच्या महामार्गावरती आला आणि दक्षिणेकडे जाऊ लागला. टेलीव्हिजन ही एक आपल्याला धोकादायक गोष्ट आहे, हे त्याच्या लक्षात आले. जर पोलिसांनी त्याचे छायाचित्र टेलीव्हिजनवरून प्रसारीत करायचे ठरवले — अन् एव्हाना त्यांनी तसे करणे सुरूही केले असेल — तर मग संबंध अमेरिकेत तो कुठेही गेला तरी पूर्णपणे सुरक्षित नव्हता. एव्हाना अमेरिकेतील सर्व पोलीस चौक्यांवरती त्याच्या छायाचित्राच्या प्रती पोचल्या असणार, याची त्याला खात्री होती. म्हणून तो पोलिसांशी वेळ पडली तरीही संपर्क साधणार नव्हता; पण थोड्याफार

अमेरिकन नागरिकांशी त्याचा संपर्क येणार होता. ते अपरिहार्य होते. उन्हाची तिरीप डोळ्यांवर येऊ नये म्हणून समोर वरती असलेली फ्लॅप खाली केली. त्या फ्लॅपच्या मागच्या बाजूच्या आरशात त्याने आपला चेहरा पाहिला. अजूनही त्याच्या डोळ्यावर चष्मा होता. त्याने मधोमध भांग पाडलेला होता व काही केस पांढरे केले होते. ओठांवर नकली मिशा लावल्या होत्या. अस्तित्वात असलेल्या आपल्या कोणत्याही छायाचित्रात समोरच्या प्रतिबिंबाचा भास होत नाही याची त्याने खात्री करून घेतली. पण त्याला त्रिपोलीत दाखवून दिले होते की अमेरिकन लोक संगणकाच्या सहाय्याने माणसाच्या छायाचित्रात काय वाटेल तो बदल करू शकतात. केसांचे निरनिराळे भांग, निरनिराळ्या रंगांचे केस, मिशा, दाढी, चष्मा हे झटपट छायाचित्रात घालू शकतात. परंतु ह्या बदललेल्या रूपातून सामान्य माणूस मूळचा चेहरा कधीच ओळखू शकत नाही. आत्ताच्या पंपावरील माणसाने त्याला ओळखले नव्हते हे नक्की. तशी त्याची खात्रीच होती. जर तसे त्याने ओळखले असते तर त्याच्या डोळ्यांत खलीलला ती गोष्ट प्रतिबिंबित झालेली चटकन् कळली असती. अन् तो माणूस एव्हाना मरण पावला असता.

पण जर त्या पंपावर अनेक माणसांची वर्दळ असती तर?

त्याने परत एकदा आपले प्रतिबिंब नीट निरखून पाहिले. मग त्याच्या एकदम लक्षात आले की आपली आजवर जेवढी छायाचित्रे काढली गेली आहेत त्यात एकही हसरे छायाचित्र नाही. म्हणजे आता आपण आपला चेहरा हसरा ठेवला तर मग नक्कीच आपल्याला ओळखणे कठीण जाईल. त्रिपोलीमध्ये त्याला वारंवार सांगण्यात आले होते की त्याने अमेरिकेत वावरताना सतत हसत राहिले पाहिजे. 'हसत रहा' या त्या दोन शब्दांची त्याला आता आठवण झाली. तो मग आरशात पाहून हसला, अन् त्याला धक्काच बसला. तो एकदम किती वेगळा दिसत होता! क्षणभर त्याने स्वत:ला ओळखलेच नाही. तो परत हसला; पण या वेळी आनंदाने हसला. मग ती फ्लॅप परत वरती करून टाकली. छायाचित्र प्रसिद्ध झाले तरी फारसा धोका नाही याची खात्री पटून त्याने आपल्या गाडीचा वेग वाढवला.

त्रिपोलीमध्ये त्याला हेही सांगितले होते की, ज्या व्यक्ती शासनाला हव्या असतात त्यांची छायाचित्रे अमेरिकेतल्या सर्व पोस्ट ऑफिसात लावली जातात. सर्व फरारी गुन्हेगारांची छायाचित्रे तिथे हटकून मिळतात; पण तो कधी अमेरिकेतल्या पोस्टांकडे चुकूनही फिरकणार नव्हता. तेव्हा तीही काळजी मिटली.

जर आपल्या लिबियन हेर खात्याने नीट योजना बनवली असेल तर 'असद खलील हा देश सोडून बाहेर पळून गेला आहे.' यावर अमेरिकन पोलिसांचा विश्वास बसणार होता. असद खलीलने सरळ आपले काम होताच न्यूयॉर्कच्या

विमानतळावरून पलायन केले असणार, हा तर्क अमेरिकन पोलीस काढतील; परंतु तरीही यावरती लिबियन हेर खात्यात खूपच खल झाला होता. बोरिस म्हणाला होता, "ते कोणताही तर्क करू देत, त्याने काहीही बिघडत नाही. वाटेल तो तर्क केला तरीही एफबीआय आणि स्थानिक पोलीस खलीलला अमेरिकेत शोधतच बसणार. अन् सीआयए ही संघटना अमेरिकेबाहेर सर्व जगभर त्याचा शोध घेणार; म्हणून खलील परत युरोपला परतला आहे, असा भास आपण निर्माण करून ठेवायचा. पुढची चिंता कशाला करायची?"

हे आठवून खलीलने आपली मान डोलावली. बोरिसला कूटरहस्याचा खेळ चांगलाच ठाऊक होता. गेली वीस वर्षे अमेरिकेविरुद्ध तो हा खेळ खेळत आला होता; पण त्या वेळी तो केजीबी या रशियन हेर संस्थेत होता. त्याच्या हाताशी अफाट यंत्रणा मदतीला होती. तेवढी यंत्रणा लिबियाकडे थोडीच होती? तरीही त्यांनी बोरिसच्या कल्पनेनुसार वागायचे ठरवले. युरोपात कुठेतरी एखाद्या नकली किंवा खलीलसारख्या दिसणाऱ्या व्यक्तीकडून एखादे दहशतवादी कृत्य घडवायचे. त्या वेळी हजर असणारे साक्षीदार हे खलीलचे छायाचित्र पाहून 'हीच ती व्यक्ती होती.' अशी ग्वाही देणार होते. ती योजिलेली दहशतवादी कृती आता एक-दोन दिवसात युरोपात घडणार होती. यामुळे कदाचित अमेरिकनांची फसगत होणार होती किंवा कदाचित तरीही तशी फसगत होणार नव्हती.

मलिक म्हणाला होता, "माझ्या पिढीतले अमेरिकन अधिकारी हे अति भाबडे आणि सनातनी आहेत. फार काळ जगाशी त्यांनी व्यवहार केला. त्यामुळे त्यांनी बऱ्याच गोष्टी साध्य केल्या. उदाहरणार्थ, त्यांनी अरब माणसांच्या प्रवृत्तीमध्ये दोष निर्माण केले, युरोपमध्ये अतिआधुनिकता आणली आणि पौर्वात्त्य लोकांत दुटप्पीपणाची बीजे पेरली. त्याचबरोबर त्यांनी आपल्या कामाला मदत होईल असे नवीन तंत्रज्ञान व वस्तू निर्माण केल्या. त्यांना आपण कमी दर्जाचे, कमी वकूब असलेले असे समजता कामा नये. त्याचबरोबर त्यांना आपण जादा किंमतही देता कामा नये. आपण त्यांना फसवू शकतो. पण 'आपण फसत जात आहोत' असे ढोंगही ते करू शकतात, हे लक्षात घ्या. म्हणून आपण एक दुसरा असद खलील युरोपात एक आठवड्यासाठी निर्माण करू. मग तेही युरोपात खलीलचा शोध चालू करतील, निदान तसे भासवतील; पण त्याचबरोबर खलील अमेरिकेत आहे असे समजून त्याचा कसून शोध घेतील. त्यांचे लक्ष दुसरीकडे वेधण्याचा आपण प्रयत्न करू. मग त्याचा परिणाम काय होईल तो होवो. खरा असद खलील आपली मोहीम चालूच ठेवील. तेव्हा बेटा असद, अमेरिकेत वावरताना ते तुझ्यामागे पाच मिनिटांच्या अंतरावरती आहेत, असे समजून तुला हालचाली कराव्या लागतील."

असद खलीलने बोरीस व मलिक यांची तुलना मनात केली. ते दोघे भिन्न विचारसरणीचे व व्यक्तिमत्वाचे होते. मलिक आपले काम करत होता ते अल्लावरील श्रद्धेपोटी, इस्लामच्या प्रेमापोटी, आपल्या देशासाठी, आपल्या बड्या नेत्यासाठी आणि पाश्चिमात्त्यांच्या द्वेषापोटी. बोरिस मात्र पगारासाठी काम करीत होता. तो अमेरिकनांचा अगर पाश्चिमात्त्यांचा तितकासा द्वेष करीत नव्हता. कम्युनिस्ट रशियातून आल्याने त्याचा देवावर विश्वास नव्हता. त्याच्यासमोर कोणा महान पुढाऱ्याचा आदर्श नव्हता. अन् आता तर त्याचा मायदेश तुटल्याने त्याचा स्वतःचा कोणताच देश नव्हता. खरोखरीच त्याची दया वाटावी असा तो आहे, असे मलिकला वाटत होते; तर खलीलच्या मते असा नास्तिकवादी हा तिरस्करणीय होता. पण तरीही बोरिस हा समाधानी होता. त्याच्या मनात परिस्थितीबद्दल कडवटपणा नव्हता की त्याने परिस्थितीपुढे हार खाल्ली नव्हती. तो एकदा म्हणाला होता, ''रशिया हा पुन्हा वर येईल. तसे होणे अपरिहार्य आहे.''

पण त्या दोघांत कितीही भेद असला, फरक असला तरी ते दोघे मिळून व्यवस्थित काम करीत होते. प्रत्येकाने खलीलला जे काही शिकवले त्याचे दुसऱ्याला आकलन होत नसे. असदला मलिक आवडत होता; पण संपूर्ण सत्य जाणून घ्यायचे असेल तर त्यासाठी तो बोरिसला पसंत करीत होता. एकदा तर बोरिसने त्याला असे सांगितले होते, ''आपल्या तंबूवर परत अमेरिकन बॉम्ब पडू नयेत अशी तुमच्या बड्या नेत्याची इच्छा आहे. तेव्हा तू जर अमेरिकेकडून पकडला गेलास तर तुझे समर्थन करायला लिबिया पुढे येणार नाही. जर तू सहीसलामत येथे परतलास तर तुझे स्वागत होईल. पण तू अमेरिकेतच अडकला आहेस असे वाटले तुला तेथून बाहेर पडणे कठीण जात आहे असे आम्हाला दिसले तर मग तुझी शेवटी एखाद्या लिबियन माणसाशी गाठ पडेल. तो तुला तिथेच संपवून टाकेल.''

खलीलला आत्ता हे सारे आठवले; पण त्याने ते विचार झटकून टाकले. बोरिस हा जुन्या केजीबीमधील पद्धतीनेच अजून विचार करतो आहे असे त्याला वाटले. एका इस्लामी योद्ध्याचा खून दुसरा इस्लामी योद्धा कसा करेल? तो त्याला असा सोडून न देता उलट मदतच करेल. नाहीतर अल्ला त्याच्यावर कधीच खूष होणार नाही.

खलीलने आपले लक्ष परत रस्त्याकडे नीट लावले. अमेरिका हा एक फार मोठा देश आहे. अन् फार मोठा व विविधतेने भरलेला असल्याने या देशात कुठेही लपून रहाणे आणि मिसळून जाणे सहज शक्य होते; पण युरोपप्रमाणे हा देश लहान नसल्याचा एक तोटाही होता. युरोपात अनेक देश असल्याने काही

अंतर गेल्यावर दुसऱ्या देशाची सरहद्द भेटत असे. ही सरहद्द ओलांडल्यावर मग पहिल्या देशाची भीती उरत नसे. अमेरिकेत तसे होत नव्हते. येथून लिबिया तर फारच दूर राहिला होता. तसेच खलीलला हेही कळून चुकले की जे इंग्लिश आपण शिकलो, बोलतो ते तसले इंग्लिश इथे दक्षिणेत बोलले जात नाही; पण याबद्दल बोरिसने त्याला सांगितले होते की फ्लॉरिडा राज्यातील इंग्लिश समजायला फारसे अवघड जात नाही.

त्याच्या मनात आता लेफ्टनंट पॉल ग्रेबद्दल विचार आला. त्याच्या बंगल्याचे छायाचित्र त्याच्या नजरेसमोर आले. त्या प्रशस्त बंगल्याभोवती ताडाची झाडे होती. जनरल वेक्लिफचा बंगलाही त्याच्या नजरेसमोर आला. हे दोन्ही खुनी झकास घरात आरामात रहात आले. बरोबर त्यांच्या बायका आहेत, मुले आहेत, सारे काही आहे. जीवनाची चव चाखत चाखत ते निवांतपणे चैन करीत आहेत. अन् हे सारे माझ्या कुटुंबावरती बॉम्ब टाकून विनाश केल्यावरती. यांना काय म्हणून जगायचा अधिकार आहे? जर वरती नरक असेल तर त्यात आत्तापर्यंत तिघेजण तिथे पोचले आहेत. गल्फच्या युद्धात मृत्यूमुखी पडलेला स्टीव्हन कॉक्स, कर्नल हॅम्ब्रेशत आणि जनरल वेक्लिफ, हे ते तिघेजण होत. त्यातल्या दोघांना तर आपणच नरकात पाठवून दिले. जर ते दोघे आता तिथे एकमेकांशी बोलत असतील तर 'आपण दोघे कसे मरण पावलो आणि आपल्या स्क्वॅड्रनमधील आता कोणाची वेळ इथे येण्याची आहे' यावर चर्चा करीत असतील.

खलील मोठ्याने म्हणाला, "जरा शांत रहा व वाट पहा. तुम्हाला भेटायला तुमचे मित्र मी लवकरच तुमच्याकडे पाठवून देतो."

३२

आमची ती पंधरा-वीस मिनिटांची सुटी संपली व आम्ही परत ब्रिफिंग रूममध्ये आलो. मघाचे जिम व जेन नावे धारण केलेले ते दोघेजण निघून गेले होते. आता त्यांच्या जागी एक अरबासारखा दिसणारा माणूस आला होता. हा अरब मशिदीकडे जाताना वाट चुकून इकडे कसा आला? असेच मला प्रथम वाटले. किंवा त्याने आधीच्या जिम व जेन यांचे अपहरण केले असून खंडणीच्या रकमेबद्दल बोलणी करण्यास तो आला असावा, अशीही एक कल्पना माझ्या मनात चमकून गेली. तेवढ्यात त्या अरबाने हसून आमचे स्वागत केले व आपली ओळख करून दिली. त्याने आपले नाव उच्चारून ते फळ्यावर खडूने लिहून दाखवले. त्याचे नाव होते,

अब्बा इबिन अब्दुल्ला. चला म्हणजे निदान जिम, बॉब, बिल अशी नावे धारण करणारा हा प्राणी नाही तर. तो म्हणाला, ''तुम्ही मला बेन म्हणून संबोधले तरी चालेल.'' इथे सगळ्या नावांची संक्षिप्त रूपे उच्चारली जात असल्याने बेन हे त्याचे छोटे नाव चपखल बसत होते.

तर अब्दुल्ला ऊर्फ बेन ह्यांनी एक अत्यंत जाडजूड असा ट्वीडचा कोट अंगावर चढवला होता. एफबीआयचा निळा रंग नव्हता. त्याच्या डोक्यावरच्या टोपीवरती रेसिंगमध्ये जे काळेपांढरे चौकोन असलेले झेंडे दाखवतात ते छापले होते. याचा अर्थ ही व्यक्ती एफबीआयच्या सेवेतली नसणार.

या बेनचे वय पन्नाशीच्या आसपासचे दिसत होते. थोडासा लठ्ठ, डोळ्यांवर चष्मा, हनुवटीवर दाढी राखलेली, डोक्यावरचे केस विरळ झालेले असा तो बऱ्यापैकी सज्जन वाटत होता; पण मी अजून त्याच्याबद्दल खात्री देत नव्हतो.

तो हसला आणि खुर्चीत बसला. त्या खोलीत आता म्हटले तर अवघडलेपणा आला होता, म्हटले तर तसा नव्हता. कोनिग, केट, मी आणि टेड हे तसे सुधारक होतो. कित्येक मध्यपूर्वेच्या व्यक्तींबरोबर आम्ही आजवर कामे केलेली होती; पण आज इथे या खोलीत किंचित तणाव भरला होता.

बेन बोलू लागला, ''केवढी भयंकर दुर्घटना घडली!''

यावर आम्ही कोणीच बोललो नाही की प्रतिक्रिया व्यक्त केली नाही. तो पुढे सांगू लागला, ''मी एफबीआयसाठी करारावरती कामे करतो.''

म्हणजे हा माझ्यासारखाच निघाला तर. त्याच्याकडे काहीतरी खास गुण असतील, काही वैशिष्ट्ये असतील म्हणून त्याची सेवा एफबीआय भाड्याने घेत असणार. त्याचे नक्की वैशिष्ट्य काय होते? पोषाखावरून त्याला कोणी जरी फॅशन डिझायनर म्हटले तरी तसली सेवा एफबीआय त्याच्याकडून नक्कीच घेणार नाही. निदान तो एक वकील तरी नव्हता हे नक्की.

तो सांगत होता, ''डेप्युटी डायरेक्टर यांना असे वाटले की या निमित्ताने मी तुम्हाला काही उपयुक्त माहिती पुरवावी.''

कोनिगने विचारले, ''कसली माहिती?''

कोनिगकडे पहात अब्दुल्ला ऊर्फ बेन म्हणाला, ''मी जॉर्ज वॉशिंग्टन विद्यापीठात मध्यपूर्वेतील राजकारण या विषयाचा प्राध्यापक आहे. माझ्या खास अभ्यासाचा विषय 'विविध अतिरेकी संघटनांच्या जवळचे कार्यक्रम' हा आहे.''

''म्हणजे दहशतवादी गट,'' कोनिग म्हणाला.

''होय, हाही एक अधिक योग्य शब्द आहे.''

मी म्हटले, ''मनोरुग्ण, पिसाट आणि खुनी हे शब्दही अधिक योग्य बसतील.''

पण यावर प्राध्यापक अब्दुल्ला यांनी कसलीही प्रतिक्रिया व्यक्त केली नाही.

ते थंडच राहिले. अशा संवादातून ते यापूर्वी अनेक वेळा गेलेले असणार, हे मी यावरून ओळखले. या प्राध्यापकाच्या बोलण्यात सफाई होती, आदब होती. त्यांची बुद्धिमत्ता त्यातून प्रगट होत होती. स्वभावाने ते शांत दिसत होते. कालच्या दुर्घटनेला ते जबाबदार नव्हते; पण आज मात्र त्यांची येथे व्याख्यान देताना कसोटी होती.

प्राध्यापक बेन म्हणत होते, "मी स्वत: एक इजिप्शियन आहे; पण मला लिबियन लोकांबद्दल खूप ज्ञान आहे. या लोकांची माहिती ही तशी तुम्हाला खूप रंजक वाटेल. प्राचीन काळात कार्थेजेनियामधून हे लोक टोळीटोळीने लिबियात आले व स्थानिक झाले. त्यांच्यानंतर रोमन लोक आले आणि त्यांचे रक्त नवीन पिढीत मिसळले गेले. इजिप्शियन तर नेहमीच लिबियात होते. त्यामुळे त्यांचेही रक्त लिबियन माणसात खेळते आहे. रोमन लोकांच्या नंतर स्पेनमधून व्हॅन्डाल जातीची माणसे आली. त्यांचे वर्चस्व लिबियावर काही काळ होते. पण नंतर आलेल्या बायझंटाईन लोकांनी त्यांना जिंकले. त्यानंतर अरबस्तानातून अरब आले व त्यांनी बायझंटाईन लोकांवर मात केली. अरबांच्या बरोबर त्यांचा इस्लाम धर्म लिबियात आला आणि पसरला. म्हणून लिबियन लोक स्वत:ला अरब म्हणवून घेतात. लिबियामधील लोकसंख्या ही नेहमीच इतकी कमी होती की प्रत्येक आक्रमकांनी आपले रक्त आणि 'जीन्स' हे त्यांच्यात सोडून दिले."

मला प्रथम जीन म्हणजे पायात घालायची पॅन्ट वाटली. पण येथे अनुवंशशास्त्रातील जीन, डीएनएचा एक भाग, ह्या अर्थी म्हटले गेले होते.

प्राध्यापक अब्दुल्ला यांनी आम्हाला लिबियन संस्कृती, लिबियन चालीरीती, वगैरेंबद्दल खूप माहिती दिली. अनेक संबंधित छापील कागदे दिली. त्यात फक्त लिबियात वापरल्या जाणाऱ्या अनेक शब्दांची यादी होती. लिबियन खाद्यपदार्थांचीही यादी होती. अर्थात मला त्याचा काय उपयोग होता? मी ती यादी थोडीच माझ्या स्वयंपाकघरात लावणार होतो. प्रा. बेन म्हणत होते, "लिबियन लोकांना पास्ता हा इटालियन पदार्थ खूप आवडतो. दुसऱ्या महायुद्धात इटलीचे वर्चस्व लिबियावर होते. तेव्हा त्यांनी ही पास्ताची देणगी लिबियाला दिली."

मलाही पास्ता खूप आवडतो. याचा अर्थ एक दिवस एखाद्या इटालियन रेस्टॉरंटमध्ये माझी आणि खलीलची गाठ पडणार असे दिसते.

महंमद गडाफी याचे छोटे जीवनचरित्र आम्हाला प्राध्यापकाने वाटले. तसेच, एन्सायक्लोपिडिया ब्रिटानिका यातला लिबियावरचा मजकूरही वाटला. शिवाय इस्लामी धर्म व संस्कृती यावरचीही अनेक छापील पाने आम्हाला दिली गेली. प्राध्यापक महाशय सांगत होते, "मुस्लीम, ख्रिश्चन आणि ज्यू हे सर्वजण मागे मागे जात आपल्या धर्माचा उगम हा अब्राहामपर्यंत नेतात. अब्राहामचा थोरला मुलगा

इश्माईल याच्या वंशात प्रेषित महंमद जन्माला आला. अन् अब्राहामचा दुसरा पुत्र आयझॅक याच्या वंशात मोझेस आणि येशू ख्रिस्त हे जन्माला आले. या सर्वांना शांती लाभो.''

यावर प्रतिसाद म्हणून मी हाताचा क्रॉस करावा का मक्केकडे तोंड करावे, हे मला समजेना.

येशू ख्रिस्त, मोझेस, मेरी, आर्चएन्जल गॅब्रिएल, महंमद, अल्ला अशा सर्वांबद्दल प्रा. बेन सांगत गेले. या प्राध्यापकाला ह्या परस्परविरोधी भासणाऱ्या सर्व व्यक्ती आवडत होत्या असे दिसते; पण असद खलीलचा इथे कुठे संबंध येत होता?

मग केटकडे बघून प्रा. बेन म्हणाले, ''इस्लाममध्ये स्त्रियांची प्रतिष्ठा खूप उंचावून धरली आहे. अन् ही गोष्ट आपल्याला जी माहिती आहे किंवा समजूत आहे त्याच्याबरोबर विरुद्ध आहे. त्या बंदी घातलेल्या वृक्षाचे फळ ख्रिश्चन पुराणातील ईव्हने खाल्ले होते. याबद्दल ख्रिश्चन आणि ज्यू लोक तिला दोष देतात; पण मुस्लीम मात्र तसा दोष देत नाहीत. गरोदरावस्था आणि बाळाला जन्म देण्यात स्त्रीला ज्या यातना होतात, त्याला 'मनाई केलेले फळ खाणे' हे पाप कारणीभूत आहे. म्हणून त्या पापाची शिक्षा ही अशा यातना भोगायला लावते. ख्रिश्चन व ज्यू धर्मातल्या या समजुती मुस्लीम मानीत नाहीत. स्त्रियांच्या यातना या त्यांच्या पापांचे प्रायश्चित्त म्हणून आहे हे ते नाकारतात.''

केट यावर थंडपणे म्हणाली, ''ही एक चांगली बाब आहे.''

तिच्या बोलण्याकडे लक्ष न देता प्रा. बेन बोलू लागले, ''ज्या स्त्रिया इस्लामी कायद्यानुसार आपले लग्न करतात, त्यांना आपले पूर्वाश्रमीचे आडनाव तसेच ठेवू देण्यास परवानगी आहे. त्या आपली मालमत्ता निर्माण करू शकतात आणि ती विकू शकतात किंवा दानही करू शकतात.

माझ्या घटस्फोटित पत्नीच्या वागणुकीसारखीच ही वागणूक दिसते आहे. कदाचित् ती मुस्लीम असेलही.

प्रा. बेन म्हणत होते, ''बुरखा घेणे ही प्रथा केवळ सांस्कृतिक आहे व ती फक्त काही देशांमध्येच आहे. त्या प्रथेचा आणि इस्लामचा दुरान्वयानेही संबंध नाही.''

केटने विचारले, ''नीतीबाह्य वर्तन केल्याबद्दल मुस्लीम स्त्रीला दगडांनी मारून ठार केले जाते त्याबद्दल काय?''

''हीपण एक केवळ सांस्कृतिक प्रथा आहे व ती फक्त काही देशातच आहे.''

अशा देशांची यादी दिली आहे का ते मी हातातल्या छापील पानांमध्ये पाहिले. म्हणजे असे की उद्या जर मला व केटला मिळून जॉर्डनला ऑफिसच्या कामासाठी पाठवले आणि आम्ही तिथे एखाद्या हॉटेलात दोघे मिळून काही आक्षेपार्ह गोष्टी

करताना सापडलो तर? तर परतताना फक्त मला एकट्यालाच यावे लागेल? पण त्या छापील पानात तशा देशांची यादी नव्हती आणि हा प्रश्न प्रा. बेन यांना विचारण्यातही अर्थ नव्हता. शिवाय आमची प्रश्नोत्तरे ही कोणत्या तरी छुप्या कॅमेऱ्याद्वारे एफबीआयची निळ्या पोषाखातील माणसे रेकॉर्ड करीत असणार.

प्रा. बेन बोलू लागले, "असद खलील या गुन्हेगाराला जर पकडायचे असेल तर त्याला आधी नीट जाणून घेतले पाहिजे. प्रथम त्याच्या नावापासूनच सुरुवात करू या. असद म्हणजे सिंह. केवळ सिंह म्हणून हे नाव इस्लाममध्ये दिले जात नाही. ते नाव त्या व्यक्तीची गुणवैशिष्ट्येही ठरवते. हे नाव धारण करणारी व्यक्ती कशी आहे हेही यातून प्रगट केले जाते. अर्थात् संपूर्ण अर्थाने नव्हे पण काही प्रमाणात तशी अपेक्षा असते. इस्लामी देशातील बरेच स्त्री-पुरुष हे आपल्या नावाप्रमाणे वागायला बघत असतात."

"म्हणजे या असदला शोधायला आता एखाद्या प्राणिसंग्रहालयात जावे लागणार," मी विनोद केला.

प्रा. बेन यावर हसले आणि म्हणाले, "मग झेब्रा हा प्राणी ज्या कोणाला ठार करावासा वाटतो त्या माणसाचा तुम्ही शोध घ्या. लिबियन माणसे ही वेगळी व बाजूला पडलेली आहेत. फार काय इतर इस्लामी देशांपासूनही हा देश वेगळा पडला आहे. बहुतेक सर्व लिबियन माणसांच्या मनात कर्नल गडाफीमध्ये खूप गूढ शक्ती वास करते आहे, अशी समजूत पक्की होऊन बसली आहे. जर असद खलील हा लिबियन हेर संघटनेसाठी काम करीत असेल, तर तो थेट गडाफीसाठी काम करतो आहे असे समजा. त्याला ज्या मोहिमेवर पाठवण्यात आले आहे. ती एक 'पवित्र मोहीम' आहे, असे त्याला पटवले गेले असले पाहिजे. त्यामुळे ही मोहीम पार पाडताना असद खलील हा अगदी धार्मिकपणे ते काम करणार. लिबियनांच्या तुलनेत पॅलेस्टॅनियन हे त्यामानाने अधिक सुधारलेले व जगाचे अधिक ज्ञान असलेले आहेत. ती फार हुशार माणसे आहेत आणि त्यांनी आपली राजकीय उद्दिष्टे पक्की ठरवली आहेत. त्यांनी इस्त्राईलला आपला मुख्य शत्रू ठरवलेला आहे. इराकी व इराणी जनतेचा मात्र आपल्या पुढाऱ्यांवर म्हणावा तेवढा विश्वास नाही, तर लिबियन माणसांनी गडाफीला आपला नेताच काय पण देव बनवून टाकला आहे. त्यामुळे जरी गडाफीने आपले शत्रू वारंवार बदलले, आपली कृती अनेकवार फिरवली, तरीही लिबियन जनता तो सांगेल तसेच वागते, एवढी त्यांची आपल्या नेत्यावर श्रद्धा आहे. जर कालची दुर्घटना ही लिबियन गुप्तचरांकडून घडवून आणली असेल तर ती केवळ गडाफीच्या सांगण्यावरून. बाकी यामागे अन्य कोणतेही कारण नसणार. जरी गडाफी आजवर अमेरिकाविरोधी वक्तव्ये करीत असला तरी लिबियावर अमेरिकेने बॉम्बिंग केल्यापासून त्याने आपली अतिरेकी किंवा

दहशतवादी चळवळ फारशी वापरली नाही. फक्त लिबियावर बॉम्बिंग झाल्यावर गडाफीने १९८८ मध्ये पॅन अमेरिकेच्या विमानावर स्कॉटलंडमध्ये लॉकरबी येथे जो हल्ला चढवला होता तेवढाच काय तो अपवाद. अमेरिकेबरोबरची गडाफीची भाऊबंदकी ही आता विरून गेल्यात जमा आहे. त्याचा मानसन्मान हा टिकून आहे. त्याच्या मुलीचा जो बॉम्बिंगमध्ये मृत्यू झाला, त्याचा सूड त्याने उगवलेला आहे. अन् याउप्परही आता तो नव्याने अमेरिकेबरोबर आपले वैर पुन्हा सुरू करेल असे मला वाटत नाही.''

प्रा. बेनच्या या म्हणण्यावर कोणीच आक्षेप घेतला नाही. ते पुढे सांगू लागले, ''फ्रेंच भाषेत जशी आहे तशीच लिबियन लोकांत एक म्हण आहे. 'थंड झालेल्या थाळीमध्ये गार पडलेला सूडाचा पदार्थ हा अधिक चवदार लागतो.' याचा अर्थ, जितक्या उशिरा तुम्ही सूड उगवाल, तितका तो बहारदार असतो. म्हणून कदाचित् गडाफीला आपला पूर्वीचा सूड उगवून जमाखर्च मिटवायचा असेल. खलीलला अमेरिकेला पाठविण्यामागे गडाफीचे हे एक कारण असू शकेल. खलीलने जे काही केले ते तसे का केले याचाही तुम्ही शोध घेऊ शकता. अन् मग हे सूडचक्र थांबले आहे का नाही याबद्दल निष्कर्ष काढू शकता.''

केट म्हणाली, ''आत्ता कुठे सूडचक्र सुरू झाले आहे.''

प्रा. बेन आपली मान हलवित म्हणाले, ''ते तर फार पूर्वीच सुरू झाले होते. हे सूडचक्र जेव्हा शेवटच्या एकुलत्या एक माणसाचा बळी घेते तेव्हाच थांबते.''

म्हणजे याचा अर्थ एफबीआयमध्ये मला सतत काम मिळत रहाणार. मी बेनला म्हणालो, ''पण हा सूड खलीलचा असेल, गडाफीचा नसेल.''

आपले खांदे उडवित प्रा. बेन म्हणाले, ''कोणास ठाऊक? त्या खलीलजवळच याचे उत्तर असेल. त्याला पकडा व त्यालाच विचारा. अन् जरी तुम्हाला तो सापडला नाही तरी शेवटी त्याने काय काय कृत्ये केलीत यावरून तुम्हाला निष्कर्ष काढता येईल. तसेच, आपण घेतलेला सूड तुम्हाला सांगण्याची गरज ही शेवटी खलीलला वाटणार आहे. नाहीतर त्याला विजय मिळवल्याची भावना कशी काय अनुभवता येईल?''

प्रा. अब्दुल्ला ऊर्फ बेन आता आपले भाषण संपवून उठून उभे राहिले. आपले व्हिजिटिंग कार्ड त्यांनी प्रत्येकाला देऊन म्हटले, ''माझी तुम्हाला जर काही मदत होत असेल तर खुशाल मला केव्हाही बोलवा. संकोच करू नका. तशी वेळ आली तर मी न्यूयॉर्कला विमानाने धावत येईन.''

कोनिग उठून उभा राहिला व त्यांना सावधपणे म्हणाला, ''तुमच्यासारखेच काही तज्ज्ञ न्यूयॉर्कमध्ये आमच्या हाताशी आहेत. सांस्कृतिक पार्श्वभूमी आणि अन्य तत्सम माहितीसाठी आम्ही नेहमी त्यांच्यावर अवलंबून रहातो. तुम्ही आमच्यासाठी

इथे येऊन कष्ट घेतलेत याबद्दल आम्ही आपले आभारी आहोत.'' कोनिगच्या म्हणण्यातून अप्रत्यक्षपणे प्राध्यापकावर अविश्वास व्यक्त केला जात होता. त्यांनाही ते कळून चुकले असावे.

आपले सामान व कागदपत्रे गोळा करीत प्रा. अब्दुल्ला म्हणाले, ''आणखी एक मी सांगून ठेवतो. मला अगदी वरच्या दर्जाच्या सुरक्षा यंत्रणेकडून विश्वासार्हतेचे प्रमाणपत्र मिळाले आहे. तेव्हा मला बोलवण्यास कचरू नका.'' एवढे तळमळून म्हणून ते निघून गेले.

आम्ही कोणीच एक मिनिटभर बोलत नव्हतो. त्या खोलीत एफबीआयने गुप्त ठिकाणी मायक्रोफोन पेरून ठेवले, हे एक त्यामागचे कारण होते आणि दुसरे कारण म्हणजे प्रा. अब्दुल्ला ऊर्फ बेन यांच्या भाषणाने आम्ही अगदी सुन्न होऊन गेलो होतो.

जगात बदल होत होता, प्रत्येक देशात होत होता. अमेरिका हा देश फक्त एकाच वंशाच्या लोकांचा, एकाच धर्माचा किंवा एकाच संस्कृतीचा कधीच नव्हता. आम्हा सर्वांना एकत्र बांधून ठेवणारा धागा काही प्रमाणात भाषेचा होता खरा; पण तोही तितकासा पक्का नव्हता. मध्यवर्ती कायदेकानू, न्याय, राजकीय स्वातंत्र्य आणि धार्मिक सहिष्णुता यांवर आम्हा सर्वांची श्रद्धा होती आणि हाच एक बळकट धागा सर्वांना बांधून ठेवणारा होता. प्रा. अब्दुल्ला हे एक अमेरिकेवर निष्ठा ठेवणारे देशभक्त तरी असतील, मौल्यवान स्पेशल एजंट असतील किंवा त्यांची मदत घेणे हे जोखमीचे तरी असेल. ते बहुतांशी निष्ठावान होते यात शंकाच नाही. पण बहुतांशी. १०० टक्के नाही, फक्त ९९ टक्के. शंकेचा तो एक टक्का हा विचार करताना फार प्रभावी ठरतो. *तुम्ही मला बोलावण्यास कचरू नका.* हे वाक्य आम्हा सर्वांच्या मनातल्या शंका उघड्या करून टाकून गेले. प्रा. अब्दुल्ला हुशार होता, हे नक्कीच.

आता पुन्हा मघाचे ते जिम व जेन परतले. त्यांच्याबरोबर आणखी एक बॉब व जीन होते.

या आत्ताच्या सत्राचे नाव होते, 'व्हॉट नेक्स्ट?' पुढे काय? या सत्रात बरेचसे ब्रेनस्टॉर्मिन्ग होते. ब्लेमस्टॉर्मिन्गपेक्षा हे नक्कीच चांगले. ब्रेनस्टॉर्मिन्ग सत्रामध्ये प्रत्येकाने आपापल्या मनातले विचार, कल्पना, उपाय, वगैरे बेधडक मांडायचे असतात. मग भले ते अंमलात आणण्यासाठी अशक्य असले, अवघड असले, हास्यास्पद असले तरीही हे विचार किंवा कल्पना मांडणाऱ्याने कोणाचीही भीती बाळगायची, दडपणाखाली किंवा प्रभावाखाली जाण्याचे कारण नसते. अन्य सत्रामध्ये झाल्या घटनेची जबाबदारी दुसऱ्यावर ढकलण्याचा अनेकदा प्रयत्न होत असल्याने त्याला ब्लेमस्टॉर्मिन्ग म्हटले जाई. त्याऐवजी ब्रेनस्टॉर्मिन्ग केव्हाही चांगले. तर

अशा या सत्रात आम्हा प्रत्येकाला आपले विचार मांडायचे होते. खलील आता पुढे काय करेल? यावर आम्ही चर्चा केली. अन् तो इथे अमेरिकेतच काहीतरी करीत आहे. या माझ्या कल्पनेला थोडीशी पुष्टी मिळत गेल्याने मला आनंद झाला.

बॉबने या चर्चासत्राचा समारोप करीत म्हटले, "असद खलीलची युरोपमधील दहशतवादी कृत्ये ही अमेरिकेतल्या त्याच्या कृत्यांची नांदी आहे असे आपण मानतो आहोत. फक्त अमेरिकन आणि ब्रिटिश लक्ष्यांवरतीच त्याने युरोपमध्ये हल्ले चढवले, हे यासाठी लक्षात घ्यावे. तसेच हेही लक्षात घ्या की या हल्ल्यानंतर किंवा हल्ल्याद्वारे कोणत्याही मागण्या पुढे केलेल्या नाहीत, काही धमक्या गुन्ह्याच्या जागी लेखी स्वरूपात ठेवलेल्या नाहीत किंवा वृत्तपत्रांकडे फोन करून निवेदने केलेली नाहीत. तसेच केलेल्या हल्ल्यांचे श्रेय खलीलने किंवा कोणत्याही संघटनेने घेतलेले नाही. फक्त एकामागोमाग अमेरिकन व्यक्तींवर हल्ले चढवलेले आहेत. हे हल्ले फक्त अमेरिकन किंवा ब्रिटिश स्थळांवरती झालेले आहेत. या सर्व गोष्टीने एकच तर्क संभवतो. तो म्हणजे हे हल्ले एकच एक व तीच ती व्यक्ती नेहमी करते आणि या हल्ल्यांमध्ये त्या व्यक्तीची काही खासगी किंवा वैयक्तिक कारणे असावीत. ती कारणे राजकीय व धार्मिक नसावीत. तसेच या कारणांना प्रसिद्धी मिळावी अशीही मनीषा त्यामागे असावी."

बॉबने खलीलच्या मानसिकतेची संपूर्ण रचना आमच्यासमोर उभी केली. त्यासाठी त्याने पूर्वी बॉम्बहल्ले केलेल्या विकृत, चक्रम व मनोरुग्ण यांच्याशी तुलना केली. त्यांच्यातले साम्य व तफावत दाखवून दिली. या वेड्या लोकांचा त्यांच्या जुन्या साहेबावर राग होता किंवा एखाद्या तंत्रज्ञानाविरुद्ध आकस होता, किंवा कोणी मूर्खपणे पर्यावरणाचा विनाश करीत होते, इत्यादी इत्यादी. बॉब म्हणाला, "गुन्हेगाराच्या मनात आपण दुष्ट नसून फक्त न्याय देणारे एक हत्यार आहोत, अशी स्वत:बद्दलची भावना असते. त्यामुळे आपण जे काही करतो आहोत ते नैतिकदृष्ट्या योग्य आहे व समर्थनीय आहे, अशी त्याची भावना असते."

क्षणभर थांबून तो पुढे सांगू लागला, "असद खलीलची आम्ही वकिलातीमधील गेस्टरूममध्ये घेतलेली सारी छायाचित्रे तुम्हाला दाखवली नाहीत. त्यातील काही छायाचित्रांमध्ये तो जमिनीवर बसून मक्केकडे तोंड करून नमाज पढत होता. तेव्हा हा माणूस धार्मिक आहे; पण त्याचबरोबर आपल्या धर्मात सांगितलेले 'निष्पाप जीवांची हत्या करू नये' हे तत्त्व मात्र तो सोयीस्कररित्या विसरतो आहे. त्याला असे वाटते आहे की आपण जे काही करतो आहोत तो जिहादचा, धर्मयुद्धाचा एक भाग आहे. जिहाद, पवित्र धर्मयुद्ध, वगैरे शब्द एकदा वापरले की तिथे फक्त एवढाच विचार शिल्लक रहातो की, शेवट काय होतो त्यावरतीच त्या कृत्याची समर्थनीयता अवलंबून असते."

१५ एप्रिल ही तारीख अमेरिकेच्या लिबियावरील बॉम्बहल्ल्याची असल्याने त्या तारखेचे महत्त्व किती मानले जाते हे सांगताना बॉब म्हणाला, ''या एवढ्याच कारणामुळे खलील हा एक लिबियन माणूस असून तो लिबियासाठी काम करतो. वर्ल्ड ट्रेड सेंटरमध्ये बॉम्बने भरलेली गाडी घुसवण्याचा दिवस हा असा निवडला होता की त्या दिवशी अमेरिकन फौजांनी इराकी फौजांना कुवेतमधून हाकलून दिले होते; परंतु या बॉम्बहल्ल्यातील सारे गुन्हेगार हे इराकी नव्हते. बरेचसे पॅलेस्टिनियन होते. म्हणून विशाल अरबवाद या बाबतीत लक्षात घेतला पाहिजे. या अरब देशात एकमेकांमध्ये अनेक मतभेद आहेत. पण त्या सर्व देशातील अतिरेक्यांना एकत्र ठेवण्याचे एकच सूत्र आहे. ते म्हणजे अमेरिकेचा द्वेष, इस्त्राईलचा द्वेष. १५ एप्रिल ही तारीख कालच्या दुर्घटनेमागे कोण आहे याचा केवळ एक दुवा आहे; पण तो पुरावा नाही.''

हे खरे आहे. जर एखादा प्राणी बदकासारखा चालत असेल, बदकासारखा दिसत असेल आणि बदकासारखा कलकलाट करत असेल, तर त्याला बदकच म्हटले पाहिजे, त्याला कावळा म्हणता येणार नाही; पण तरीही बॉबचा मुद्दा लक्षात घेण्याजोगा आहे व तो लक्षात ठेवला पाहिजे.

मी विचारले, ''एक्सक्यूज मी सर, खलीलने जी माणसे मारली त्यांच्यात काही समान धागा आहे का?''

''नाही, तसा काहीही नाही. विमानातील सर्व प्रवासी हे भिन्न भिन्न होते. फार तर त्यांचे उतरण्याचे ठिकाण एकच होते, एवढीच काय ती समाईक बाब सांगता येईल; परंतु एखादी हुशार व्यक्ती आपला खरा नेम कुठे आहे हे समजू नये म्हणून उगाचच निरपराध व्यक्तींचीही त्या वेळी हत्या करतात. अनेकदा अमेरिकेत या अतिरेक्यांनी अशा ठिकाणी बॉम्बस्फोट घडवले आहेत की जिथे ते कधीही बॉम्बहल्ला करणार नाहीत, असे तुम्हाला वाटेल. हे सारे चकवण्यासाठी असते.''

पण मला या तर्काची खात्री वाटत नव्हती.

बॉब सांगत होता, ''परदेशातील सर्व देशांच्या सुरक्षा आणि गुप्तचर संस्था यांच्याशी आम्ही संपर्क साधून त्यांना असद खलील या व्यक्तिबद्दल शक्य तितकी सर्व माहिती कळविण्यास सांगितली आहे. आम्ही त्याचे बोटांचे ठसे आणि छायाचित्रेही त्यांना पाठवून दिली आहेत; पण बहुतेकांकडे अद्याप तरी काहीही माहिती नाही असे दिसते. अर्थात् आत्ता तर कुठे सुरुवात झाली आहे. असद खलीलचा जगातील कोणत्याही ज्ञात अतिरेकी संघटनेशी संबंध नाही असे दिसते. तो एक एकांडा शिलेदार आहे; पण त्याला एकट्याला फार काळ हे चालू ठेवता येणार नाही. म्हणून आम्ही असा निष्कर्ष काढला आहे की तो खुद्द फक्त लिबियन हेर खात्यातर्फेच एकटा काम करीत असावा. अन् लिबियन हेर खात्यावर केजीबीचा

प्रभाव खूप आहे. असद खलीलला लिबियन खात्याने प्रशिक्षण दिले, पैसा पुरवला, युरोपात काही कामगिरीवर पाठवून त्याची एक प्रकारे चाचणी घेतली. अन् शेवटी ही योजना बनवली जाऊन त्याला अमेरिकन वकिलातीमध्ये पाठवले. तुम्हाला ठाऊकच आहे की असाच एक आश्रयार्थी फेब्रुवारीत शरण आला होता. त्याचे शरण येणे म्हणजे एक प्रकारची ती रंगीत तालीम होती, असे आम्ही मानतो.''

कोनिगने बॉबला आठवण करून देत म्हटले, ''एटीटीएफकडून न्यूयॉर्कमध्ये आम्ही त्या व्यक्तीला एफबीआयच्या ताब्यात वॉशिंग्टनमध्ये दिले. एफबीआयने पुढे त्याला सीआयएच्या ताब्यात दिले. अन् कुणीतरी पुढे त्याला पळून जाऊ दिले.''

बॉब म्हणाला, ''मला याबाबतची प्राथमिक माहिती नाही; पण तुम्ही म्हणता ते सारे खरे आहे.''

कोनिग म्हणाला, ''जर या माणसाला पळून जाऊ दिले नसते, तर आज हा खलील कालच्यासारखा अमेरिकेत येऊच शकला नसता.''

बॉब म्हणाला, ''अगदी बरोबर. पण मी एवढे नक्की सांगू शकतो की तो अन्य मार्गाने, अन्य प्रकारे, शेवटी अमेरिकेत घुसलाच असता.''

कोनिगने विचारले, ''त्या पळून गेलेल्या शरणार्थीचे पुढे काय झाले याबद्दल काही दुवे, सुगावे तुमच्याकडे आहेत? जर आपण अजून त्याला शोधून काढू शकलो—''

बॉब म्हणाला, ''तो माणूस मेला आहे. ठार झाला आहे. सिल्व्हर स्प्रिंग या गावाच्या बाहेरील जंगलात मेरीलँड राज्यातील पोलिसांना एक प्रेत सापडले. ते प्रेत अर्धवट जळाले होते व कुजू लागले होते. प्रेताची ओळख पटवणारे काहीही नव्हते. फार काय त्याच्या अंगावर कपडेही नव्हते. बोटांचे ठसे घेता आले नाहीत. कारण बोटे पूर्ण जळून गेली होती. चेहराही जळून गेला होता. एफबीआयच्या 'हरवलेल्या व्यक्ती' या विभागाला पोलिसांनी बोलावले. त्यांना शेवटी कळले की दहशतवादविरोधी विभागाने एका हरवलेल्या अतिरेक्याची नोंद केली आहे; पण त्या अतिरेक्यावर आम्ही पॅरिसमध्ये गोंदलेल्या खुणा जळाल्या होत्या. फक्त आम्ही त्याच्या दातांचे ठसे घेऊ शकलो. त्यावरून ते प्रेत हे त्या पळालेल्या शरणार्थीचेच होते, असा निष्कर्ष काढला. बस्स!''

यावर काही सेकंद कोणीच काही बोलले नाही. मग कोनिग म्हणाला, ''आम्हाला ही माहिती कोणीही कळवली नाही.''

बाब म्हणाला, ''ही गोष्ट तुम्ही दहशतवादविरोधी विभागाच्या डेप्युटी डायरेक्टरांच्या कानावर घाला.''

''थँक यू!''

बॉब समारोप करीत म्हणाला, "दरम्यान आमच्याकडे आणि युरोपमध्ये जे अन्य दहशतवादी शरण आलेले आहेत त्यांच्याकडे आम्ही असद खलीलविषयी चौकशी करीत आहोत. लिबियाची लोकसंख्या अवघी ५० लाख असल्याने कोणा ना कोणाला तरी असद खलीलची माहिती असणारच. मग त्याचे हे नाव खरे आहे का नाही हे कळू शकेल. आम्ही अमेरिकेतल्या लिबियन निर्वासितांकडे ही चौकशी करीत आहोत; परंतु अद्याप आम्हाला कोणाकडूनही असद खलीलवर अधिक प्रकाश टाकणारी माहिती कळू शकली नाही; पण आमच्याजवळ एक पक्की माहिती अशी आहे की, करीम खलील नावाच्या एका आर्मी कॅप्टनचा खून पॅरिसमध्ये १९८१मध्ये झाला होता. हा खून बहुतेक त्याच्या माणसांनीच केला असावा; पण लिबियन सरकार मात्र या खुनाचा ठपका इस्त्राईल गुप्तचर संस्था मोसाद यांच्यावर ठेवते. फ्रेंच सरकारची माहिती अशी आहे की, महंमद गडाफी हा करीम खलीलच्या पत्नीचा फरिदाचा प्रियकर होता. म्हणून गडाफीने कॅप्टन करीमचा काटा काढला. हा एक फ्रेंच खुलासा आहे. या निमित्ताने फ्रेंच भाषेतील एक वाक्प्रचार आठवतो. तो म्हणजे 'बाईचीसुद्धा झडती घ्या. गरीब, दुर्बल, वगैरे समजून संशयितांच्या यादीतून स्त्री म्हणून तिला वेगळे करू नका.' थोडक्यात, संशय आल्यावर कोणालाही सूट देऊ नका."

आम्ही यावर हसलो. या फ्रेंच लोकांना प्रत्येक गोष्टीत नेहमी 'तेच ते' दिसत असते.

बॉब सांगत होता, "असद खलीलचे कॅप्टन करीम खलीलशी खरोखरीच काही नाते आहे काय, याचा आम्ही शोध घेत आहोत. असद हा त्याचा मुलगा असेल किंवा पुतण्या असेल. एवढा तो वयाने मोठा आहे; पण काहीही जरी नाते असले तरी त्याचा या केसशी काहीही संबंध नाही."

मी यावर सुचवले, "आपण ही गोष्ट जर संपर्क माध्यमांना सांगितली तर ते गडाफी व फरिदा खलील यांचे संबंध रंगवून छापतील. अन् तेवढ्यासाठी कॅप्टन करीम खलील याचा गडाफीकडून काटा काढला गेला, हे ते तथाकथित पुराव्यानिशी दाखवून देतील. मग असद जर करीमचा मुलगा असेल तर तो ही बातमी वाचेल किंवा कुठेतरी ऐकेल. मग तो लिबियाला परतेल व आपल्या वडिलांच्या खुन्याचा सूड घेईल, गडाफीला ठार करेल. एक अरब या नात्याने तो नक्की तसे करेल. शेवटी वांशिक शुद्धतेवरून, रक्ताच्या नात्यावरून त्यांच्यात भांडणे लागतात ना? ही योजना कशी काय वाटते?"

बॉबने आपला घसा साफ करीत म्हटले, "मी ही सूचना वरिष्ठांकडे नक्की पाठवेन."

टेड नॅशने मात्र माझी कल्पना उचलून धरली. तो म्हणाला, "ही काही वाईट कल्पना नाही."

याचा अर्थ बॉबला अशा प्रकारचा विचार करणे जमत नव्हते. तो यात कमी पडत होता. तो म्हणाला, "प्रथम खलीलचे कुठे नाते आहे काय ते आपण शोधू या. या प्रकारची मोहीम... म्हणजे मनोविज्ञानावर आधारीत मोहीम. ही कधी कधी आपल्यावरच उलटू शकते. पण पुढच्या प्रतिदहशतवाद योजनेसाठी होणाऱ्या बैठकीत ही कल्पना आपण विषयपत्रिकेवर नक्की ठेवू."

मग ती 'जीन' नाव धारण केलेली स्त्री उठली व बोलू लागली, "युरोपमधल्या ज्या ज्या केसेसशी खलीलचा संबंध असावा असे वाटते, त्या एकूणएक केसेसचा अभ्यास करण्याचे काम माझ्याकडे आहे. सीआयए हे या संदर्भात जे काम करत आहे तेच काम करण्यात आम्ही वेळ वाया घालवणार नाही." हे शेवटचे वाक्य ती टेड नॅशकडे बघत म्हणाली. "पण आता असद खलील इथे आला आहे किंवा आला होता. तेव्हा या खलीलच्या परदेशातील कर्तृत्वाचा परिचय एफबीआयला करून घ्यावासा वाटतो."

ती बोलत गेली. इंटरसेक्टिव्ह को-ऑपरेशन, इंटरनॅशनल को-ऑपरेशन, वगैरे लंबेचवडे शब्द फेकीत तिने आपले भाषण पुरे केले.

असद खलील हा केवळ एक 'संशयित दहशतवादी' म्हणून गणला जाऊ शकत होता; पण आत्ता तो 'कार्लोस द जॅकल' या दहशतवाद्यांनंतर जगातला सर्वांत खतरनाक व पकड वॉरंट असलेला 'मोस्ट वाँटेड' दहशतवादी ठरला होता. शेवटी सिंहाचे आगमन इथे अमेरिकेत झाले. माझी खात्री होती की, 'आपल्याकडे पोलिसांचे लक्ष वेधले गेले असून ते आपल्याला शोधण्यासाठी तडफडत आहेत,' ही बातमी जर खलीलला कळली तर त्याला नक्कीच मोठा गर्व वाटेल. त्याने युरोपात जी काही कृत्ये केली, त्याला एवढी जागतिक प्रसिद्धी कधी मिळाली नव्हती. असद खलील एकदम साऱ्या दहशतवाद्यांचा बाप म्हणून पोलिसांना कळला. इतकी मोठी प्रसिद्धी मिळवून अमेरिकन लोकांचे लक्ष आपल्याकडे वेधण्यासाठी नक्कीच तो इथे आला नव्हता. ३०० विमानप्रवाशांच्या मृत्यूला प्रसिद्धी मिळाली होती, खलीलला नाही. त्याचे नाव अद्याप कुठेही छापले गेले नव्हते. जर त्याच्या मागच्या कृत्यांची बातमी छापून आली तर मात्र अमेरिकेत मोठीच खळबळ माजेल. विशेषत: बेल्जियममध्ये त्याने तीन लहान अमेरिकन मुलांची जी हत्या केली त्यामुळे तर सारे अमेरिकन जनमत प्रक्षुब्ध होईल. खरी गोष्ट प्रसिद्ध झाली तर त्याचे छायाचित्र प्रत्येक ठिकाणी झळकू लागेल. लिबियाबाहेर कुठेही जगणे हे त्याला मग अवघड होऊन बसेल. म्हणून हे सर्व आधीच लक्षात घेऊन त्याने लिबियात पळ काढला असेल, असा विचारतर्क काहीजण करतात; पण माझ्या मते खलीलला शत्रूच्याच मैदानावर शत्रूला गारद करण्याचा खेळ खेळण्यात कमालीची ईर्षा असावी.

जीन आपल्या भाषणाचा समारोप करीत म्हणाली, "न्यूयॉर्कमधील तुमच्या एटीटीएफशी आम्ही नेहमी संपर्कात राहू. आमच्याकडची एकूणएक माहिती आम्ही तुम्हाला देऊ आणि तुमच्याकडची सर्व माहिती आम्हाला तुम्ही द्याल. आपल्या व्यवसायात माहिती म्हणजे सोने आहे, सोने."

म्हणजे असद खलीलचा शोध वॉशिंग्टनमधील एफबीआय स्वतंत्रपणे घेणार होते आणि त्यांचीच न्यूयॉर्कमधील एटीटीएफची शाखाही स्वतंत्रपणे घेणार होती. थोडक्यात, खलीलचा शोध लावल्याचे व त्याला पकडल्याचे श्रेय आपल्याला हवे आहे, असे ती अप्रत्यक्षपणे सुचवित होती. यावर तिला टोमणा मारण्याच्या हेतूने मी म्हणालो, "मॅडम, जर खलीलला आम्ही गाठले नि त्या वेळच्या गोळीबारात तो मेला तर आम्ही तुम्हाला ती माहिती जरूर देऊ."

टेड नॅश यावरती हसला. मला आता हा माणूस जरासा आवडायला लागला होता.

बॉबने विचारले, "काही शंका?"

मी विचारले, "या साऱ्या प्रकारात एक्स-फाईलची माणसे कुठे घुटमळत आहेत?" 'एक्स-फाईल' या नावाची एक मालिका टीव्हीवरती गाजत होती. खऱ्या पोलीस केसेसवर आधारीत ती मालिका निर्माण केली होती. मी मुद्दाम काहीतरी विनोदी बोलायचा प्रयत्न केला होता.

यावर कोनिग म्हणाला, "बास, कोरी!"

"येस, सर!"

आता संध्याकाळचे सहा वाजत आलेले होते. ज्याअर्थी आम्हाला येताना आमच्या वैयक्तिक गोष्टी— म्हणजे टूथ ब्रश, दाढीचे सामान, वगैरे — आणायच्या सूचना दिल्या गेल्या नव्हत्या, त्या अर्थी एका दिवसात हे चर्चासत्र संपणार होते हे नक्की. आता सर्व काही संपले असे मला वाटले.

पण छे:! आम्हाला नंतर एका मोठ्या हॉलकडे नेण्यात आले. तिथे एक महाप्रशस्त टेबल होते. एकेक करीत आम्ही सारेजण मिळून तिथे तीसजण जमलो. त्यात आज सकाळपासून आम्हाला ज्यांनी भाषणे दिली, चर्चासत्रे घेतली, ती सारी मंडळी होतीच. शिवाय आणखीही काही अधिकारी होते.

दहशतवादविरोधी विभागाचा डेप्युटी डायरेक्टर या बैठकीला आला. पाच मिनिटे भाषण केले आणि तो अंतर्धान पावला. बैठक सुरू झाली. ती चांगली दोन तास चालली होती. जे गेले दहा तास झाले त्याचा आढावा घेण्यात आला, महत्त्वाच्या माहितीची देवाण-घेवाण झाली आणि शेवटी गुन्हा उलगडण्याच्या दृष्टीने एक योजना नावारूपास येत गेली.

आम्हा प्रत्येकाजवळ कागदपत्रांचा एक गठ्ठा साठला. त्यात छायाचित्रे होती,

महत्त्वाची नावे व पत्ते होते आणि आज सकाळपासून जे जे काही बोलले गेले त्याचा गोषवारा होता. याचा अर्थ बोलले जाणारे सारे काही ध्वनिमुद्रित केले गेले असणार. मग त्यावरून टिपणे काढून ती दिवसभरात टाईप केली असणार. अन् ही क्रिया सतत अविरत चालत राहिलेली असणार. खरोखर, एफबीआय ही संघटना जागतिक दर्जाची का आहे, ते मला आज नीट कळले.

मी अॅटॅची बॅग आणली नव्हती; पण केटने तिच्या अॅटॅचीमध्ये माझ्या वाट्याची सर्व कागदपत्रे ठेवून घेतली. ती म्हणाली, ''इथे केव्हाही येताना बरोबर छोटी बॅग आणत जावी. माहितीचा मारा सतत तुमच्यावर होत असतो. अन् या बॅगेच्या खर्चावर टॅक्स पडत नाही. तेव्हा उगाच चिक्कूपणा करत जाऊ नका.''

शेवटी ते मोठे सत्र संपले. प्रत्येकजण बाहेर पडला. मला आता परतीची ओढ लागली होती. आता एफबीआयची गाडी, विमानतळ, रात्रीचे नऊचे विमान, दहा वाजता ला गार्डिया विमानतळ आणि अकराच्या बातम्या ऐकायला घरी. घरी फ्रीजमध्ये काहीना काही तरी चायनीज् अन्नपदार्थ उरले असावेत. किती दिवसांपूर्वीचे ते असतील देव जाणे. मी मनाने केव्हाच घरी पोचलो होतो.

निळ्या गणवेषातल्या एका तरुणाने आम्हाला आपल्या मागून येण्यास सुचवले. आम्हाला घेऊन तो डेप्युटी डायरेक्टरकडे गेला. आता परत कशाला चर्चा? मी अत्यंत कंटाळून गेलो होतो. ही म्हणजे उंटाच्या पाठीवरची शेवटची काडी ठरणार होती. मी 'नाही' म्हटलेही होते; पण तरी त्याच्यामागून इतरांबरोबर चालत गेलो. दुसरा पर्यायच नव्हता.

परंतु त्यातल्या त्यात आनंदाची गोष्ट अशी की डेप्युटी डायरेक्टरने टेड नॅशला बोलावले नव्हते. एफबीआयच्या आतल्या गाभाऱ्यात त्याला स्थान नव्हते. तो म्हणाला, ''मला आज रात्री लॅन्लेला जायचे आहे. मी निघतो,'' असे म्हणून तो निघून गेला.

कोनिग, केट व मी असे तिघेजणच लिफ्टमधून सातव्या मजल्यावर गेलो. बरोबरीच्या माणसाने आम्हाला लाकडी पॅनेलने सजवलेल्या ऑफिसात नेले. सूर्य मावळल्याने बाहेरचा प्रकाश आत येत नव्हता. आतली प्रकाशयोजना मंद होती. कोणताही दिव्याचा प्रकाश हा थेट डोळ्यांवर पडणार नाही, अशा शेडस् त्यांना लावण्यात आल्या होत्या. डेप्युटी डायरेक्टरच्या टेबलावरील दिव्याला हिरवी शेड होती. सर्व प्रकाश एवढा मंद होता की आम्हाला कोणाचेच चेहरे दिसेना. हा सारा प्रकार मला एखाद्या सिनेमातल्यासारखाच वाटू लागला. त्या भव्य टेबलामागे डेप्युटी डायरेक्टर ऑफ काऊंटर टेररिस्ट ऑपरेशन्स हा बसला होता. सिनेमात त्याच्या जागी गॉगल घातलेला एखादा माफिया टोळीचा दादा दाखवला गेला असता.

असो! आम्ही प्रत्येकाने त्याच्याशी हस्तांदोलन केले आणि खुर्च्यांवरती बसलो. डेप्युटी डायरेक्टरने कालचा व आजचा आढावा अगदी मोजक्या मिनिटात घेतला आणि तो म्हणाला, "या केसवर काम करण्यास तुमचा न्यूयॉर्कमधील कार्यगट हा खरोखरच अत्यंत योग्य व एकमेव असा आहे. आम्ही तुमच्या कामात ढवळाढवळ करणार नाही. तसेच तुम्ही मदत मागितल्याखेरीज आमच्याकडून तुमच्याकडे कोणीही येणार नाही. निदान सध्या तरी. तुमच्या कार्यकक्षेच्या बाहेर असलेल्या सर्व घडामोडींची जबाबदारी आमचा हा विभाग घेईल. नवीन काहीही घडले, आम्हाला माहिती मिळाली, सुगावा लागला, संदर्भ मिळाला तर आम्ही ती गोष्ट तात्काळ तुमच्या कानावर घालू. आम्ही सीआयएबरोबरही अगदी जवळून काम करीत राहू. अन् त्याचीही माहिती तुम्हाला वेळोवेळी देत राहू. मी तुम्हाला असे सुचवतो की, खलील न्यूयॉर्कमध्ये आहे असे समजून त्याचा कसून शोध घ्या. सर्व संशयित जागांवर छापे मारा. प्रत्येक खबऱ्याला गाठा. वाटल्यास सारे आकाशपाताळ एक करा. जर वाटले तर अंडरवर्ल्डमध्ये पैसे चारून माहिती काढा. त्यासाठी मी एक लाख डॉलर्स तुम्हाला मंजूर करतो. तर जस्टिस डिपार्टमेंट असद खलीलच्या शोधासाठी दहा लाख डॉलर्सचे बक्षीस जाहीर करेल. एवढा सगळा गदारोळ उठवल्यावर असद खलीलच्या सहानुभूतीदारांत, सहकाऱ्यांत, अमेरिकेतील लिबियन समाजात चलबिचल उडाली पाहिजे. काही शंका आहेत?"

कोनिग म्हणाला, "नो, सर."

"छान. अन् आणखी एक गोष्ट," असे म्हणून त्याने माझ्याकडे व केटकडे पहात म्हटले, "तुम्ही असद खलीलला एखाद्या सापळ्यात पकडण्यासाठी कसे आकर्षित करता येईल, कोणते आमिष दाखवता येईल याचा विचार करा."

"म्हणजे मी स्वतःच आमिष म्हणून काम करावे?" मी विचारले.

"मी तसे काही म्हणालो नाही. खलीलला कोणत्या उपायाने आकर्षित करता येईल यावर विचार करा. तो उपाय हा जेवढा आकर्षक असेल तेवढा बरा. यावर विचार तर करा आधी."

केट म्हणाली, "जॉन आणि मी यावर चर्चा करून पहातो."

"उत्तम. तुम्ही तुमची रविवारची सुटी या कामासाठी खर्च केलीत म्हणून धन्यवाद." मग कोनिगकडे वळून तो म्हणाला, "जॅक, मला तुमच्याशी थोडेसे बोलायचे आहे."

मग परत एकदा मी व केटने त्याच्याशी हस्तांदोलन करून आम्ही तिथून बाहेर पडलो. निळ्या गणवेषातील एकाने आम्हाला लिफ्टपर्यंत पोचवले. लिफ्टचे दार बंद होण्यापूर्वी त्याने आम्हाला "गुड लक अँड गुड हंटिंग!" असे म्हटले.

आम्ही खाली लॉबीमध्ये आल्यावर एक सिक्युरिटीचा माणूस आला व

त्याने आम्हाला थांबण्यास सांगितले. केट व मी तिथेच बसून राहिलो. कशासाठी थांबायचे, वगैरे काही तो बोलला नाही आणि आम्हीही त्याला काही विचारले नाही.

कोनिग आणि डेप्युटी डायरेक्टर आता कशावर चर्चा करीत असतील? काय बोलत असतील? माझ्यावर काही चर्चा असेल? किंवा आजच्या चर्चासत्राच्या वेळी मी केलेल्या वर्तनावर, माझ्या विनोदावर, आगाऊपणे बोलण्यावर, रांगडेपणे शेरे झाडण्यावर ते बोलत असतील काय? परंतु त्याहीपेक्षा आजचे विषय हे अतिमहत्त्वाचे असल्याने माझ्याबद्दल ते नक्कीच बोलत नसणार. त्यातून माझी कालची विमानतळावरची धावपळ, इतरांपेक्षा माझे बरोबर ठरलेले अंदाज ही माझी जमेची बाजू होती. शिवाय मी आज एवढा काही वाईट वागलो नव्हतो.

मी केटकडे पाहिले. तिनेही माझ्याकडे पाहिले. इथे आमच्यावर सतत कुठून तरी नजर असल्याने आम्ही आमची चेहरे अगदी निर्विकार ठेवले. मला मात्र परत एकदा जॉर्ज ऑरवेलच्या '१९८४' या कादंबरीची आठवण झाली. मी केटच्या पायांकडे पहाण्याचेही टाळले.

दहा मिनिटांनी कोनिग परतला. तो आम्हाला सांगू लागला, "मी इथे आज रात्री थांबतो आहे. तुम्ही दोघे पुढे जा. उद्या तुम्हाला मी भेटेनच. जॉर्ज फॉस्टरला इकडे काय झाले ते सगळे सांगा व समजावून द्या. आपले सर्व कार्यगट, सर्व टीम्स यांना उद्या एकत्र बोलवून मी थोडेसे सांगणार आहे, आत्तापर्यंतची अप-टू-डेट माहिती त्यांना देणार आहे. बघू, त्यावरून विचार करून कुणाला काही धागा सापडतो का ते. मग आपण पुढे कसे जायचे ते ठरवू या."

केट म्हणाली, "जॉन आणि मी आज रात्री फेडरल प्लाझात थांबतो आणि काय काय घडते ते बघतो."

अरे बापरे, केटच्या मनात आहे तरी काय?

"ठीक," कोनिग म्हणाला, "पण उगाच जागत बसू नका. एक फार मोठी शर्यत सुरू होते आहे आणि मिस्टर कोरी म्हणतात त्याप्रमाणे शर्यतीत दुसरा नंबर येणे म्हणजेच ती गमावणे." मग थोडे थांबून आम्हा दोघांकडे पहात तो पुढे म्हणाला, "आज तुम्ही दोघांनी चांगली कामगिरी केलीत. एफबीआयबद्दल तुम्हालाही आज खूप नवीन काही पहायला मिळाले असेल."

मी म्हणालो, "होना, यांच्याकडे कितीतरी माणसे आहे. बऱ्याच बायकाही कामे करताना दिसल्यात; पण ते प्राध्यापक बेन कितपत विश्वासार्ह आहेत ते समजत नाही."

"ते नक्कीच विश्वासार्ह आहेत. फक्त त्या टेडवर जरा नजर ठेवा."

ते ऐकून मी आश्चर्याने थक्क झालो.

मग आम्ही परत एकदा एकमेकांशी हस्तांदोलन केले आणि तेथून निघालो. सिक्युरिटीचा माणूस आम्हाला तळमजल्यावरील पार्किंग लॉटपाशी घेऊन गेला. आम्ही गाडीत बसल्यावर ती झटपट विमानतळाच्या दिशेने धावू लागली.

मी केटला विचारले, ''आजचे माझे वागणे, बोलणे कसे काय वाटले तुला?''

''बऱ्यापैकी. पण अगदी काठावर.''

''मला वाटले की मी झकास वागलो.''

''एवढे झकास नव्हते ते.''

''ठीक आहे, मी प्रयत्न करेन.''

''तसा प्रयत्न तुम्ही करतच आहात.''

३३

WELCOME TO SOUTH CAROLINA - THE PALMETTO STATE अशी पाटी असद खलीलने पाहिली. त्याला PALMETTO हा शब्द कळला नाही. नंतरची पाटी होती - DRIVE CAREFULLY - STATE LAWS STRICTLY ENFORCED. ती पाटी मात्र त्याला कळली. त्याने डॅशबोर्डवरील इलेक्ट्रॉनिक घड्याळात पाहिले. त्यात दुपारचे ४:१० झालेले दर्शवले जात होते. अद्यापही बाहेरचे तपमान हे २५ अंश सेल्सियस एवढेच होते.

चाळीस मिनिटानंतर त्याला या महामार्गापासून फ्लॉरेन्स, कोलंबिया व अटलांटा या शहरांकडे जाणारा फाटा दिसला. दक्षिणेकडे जाणाऱ्या रस्त्यांचा नकाशा त्याने वारंवार पाहून आपल्या मनात पक्का ठसवला होता. त्यामुळे कोणी जर विचारले तर वाटेतल्या एखाद्या ठिकाणाचे नाव थाप म्हणून सांगता येईल. आत्ता त्याने कोलंबस व अटलांटा शहराचा रस्ता धरला. त्याने मनामध्ये पुढचे मुक्कामाचे ठिकाण चार्लस्टन किंवा सॅव्हाना हे सांगायचे ठरवले. डॅशबोर्डच्या कप्प्यात रस्त्यांचा नकाशा होता आणि बटणे दाबली की उपग्रहांमार्फत मार्गदर्शन होत होते. त्यामुळे शंका आली तर तो या दोन्ही गोष्टींची मदत घेणार होता.

फ्लॉरेन्स शहर जवळ आले तशी रस्त्यावरची वर्दळ वाढत चालली. कित्येक मैल रस्त्यावर वाहने न दिसल्याने त्याला आता इतर गाड्या दिसल्यावर बरे वाटले; पण आश्चर्य म्हणजे एवढी वाहतूक वाढली तरी अजून पोलिसांची गाडी दिसत नव्हती, याचे त्याला आश्चर्य वाटू लागले. मग एक गोष्ट त्याला आठवली. इथल्या पोलिसांच्या अनेक गाड्यांवर कसल्याही खुणा, अक्षरे नसतात. त्यामुळे त्या खाजगी गाड्या वाटतात. कदाचित् वाहतुकीचे नियम तोडणाऱ्यांना अनपेक्षितपणे पकडण्यासाठी

केलेली ही युक्ती असावी; पण पोलीस आत बसलेली अशी एखादी गाडी त्याला अद्याप दिसली नाही.

न्यूजर्सी सोडल्यापासून त्याचे ड्रायव्हिंग खूपच सुधारले होते. आजूबाजूची वाहने कशी चालवली जातात ते पाहून त्याने त्याही लकबी उचललेल्या होत्या. या भागात त्याला बरीच म्हातारी मंडळी ड्रायव्हिंग करताना दिसली. असे दृश्य लिबिया व युरोप येथे कधी दिसले नाही. परंतु ती म्हातारी माणसे गाड्या मात्र गचाळ रीतीने चालवत होती. तशीच इथली तरुण मंडळीही गचाळ रीतीने गाड्या चालवत होती, पण त्यांची पद्धत जरा वेगळी होती. हेही दृश्य युरोप व लिबियात त्याने कधी पाहिले नाही.

अमेरिकेत अनेक स्त्रियांना त्याने ड्रायव्हिंग करताना पाहिले होते. परंतु युरोपपेक्षा इथे त्यांची संख्या जास्त होती. पण त्याला एका गोष्टीचे आश्चर्य वाटले की गाडीत इतर पुरुषमंडळी असतानाही ती गाडी बाईकडून कशी काय चालवली जाते? लिबियात तर कोणतीच स्त्री कधीही गाडी चालवत नव्हती. परंतु इथल्या बायका जरी गाड्या चालवत असल्या तरी अनेकदा त्यांची पुढची हालचाल काय असेल त्याचा अंदाज करता येत नाही. तसेच, या बायका मनात आले की बेधडक आक्रमकरित्या गाड्या चालवायच्या. नॉर्थ कॅरोलिनामध्ये नाही का त्या चार कॉलगर्लची गाडी तशी चालवली जात होती?

असद खलीलची तर आत्ता खात्रीच पटली होती की या अमेरिकन पुरुषांचे आपल्या बायकांच्यावरचे नियंत्रण सुटले आहे. त्याला कुराणातील वाक्ये आठवली:

> *"... पुरुषांचा स्त्रियांवरती अधिकार आहे. कारण अल्लाने एकाला दुसऱ्यापेक्षा अधिक सरस बनवले आहे. शिवाय पुरुष हे आपली संपत्ती बायकांची देखभाल करण्यावर खर्च करतात. चांगल्या स्त्रिया या नेहमी आज्ञाधारक असतात. त्या आपल्या शरीराच्या अत्यंत खासगी भागांचे रक्षण करतात, ते झाकून घेतात. कारण खुद्द अल्लाच त्या भागांचे संरक्षण करीत असतो. ज्या बायका तुमचे आज्ञापालन करणार नाही अशी भीती वाटेल त्या बायकांची कानउघाडणी करा, त्यांना वेगळ्या बिछान्यावर झोपायला पाठवा आणि त्यांना चांगला चोप द्या. मग जर त्या सुधारल्या व तुमची आज्ञा पाळू लागल्या तर नंतर त्यांच्याविरुद्ध काहीही करू नका."*

या पाश्चात्त्य स्त्रियांनी एवढे सामर्थ्य व एवढा प्रभाव कुठून कमावला? देवाने ठरवून दिलेली नैसर्गिक व्यवस्था व निसर्ग इतका का, कसा त्यांनी उलटा फिरवला? खलीलला याचे फार नवल वाटत होते. याला कारणीभूत ही इथली लोकशाही असावी असा त्याला संशय आला. स्त्री-पुरुषांच्या प्रत्येक मताला इथे समसमान किंमत कशी काय असते?

काही कारणाने त्याचे मन परत विमानातल्या प्रसंगाकडे वळले. त्या वेळी ते सिक्युरिटी एरियामध्ये ओढून ठेवले होते. एक माणूस व एक बाई विमानात आले. दोघांच्या पोषाखावर बिल्ले होते, दोघेही हुकूम सोडत होते, अगदी समान अधिकार असल्यासारखे वागत होते. ते दोघे स्त्री-पुरुष होते, भिन्नलिंगी होते, अन् तरीही त्यांच्यात एकमेकांशी सहकार्य चाललेले होते. प्रत्येकजण दुसऱ्याला अनुकूल असा वागत होता. ते एकमेकांशी बोलत होते, स्पर्श करीत होते, कदाचित एकाच प्लेटमधून जेवतही असतील. अन् सर्वांत आश्चर्य असे की ती बाई एक पोलीस अधिकारी होती आणि तिच्याजवळ नक्की शस्त्र असले पाहिजे. हा तर कळसच झाला. अमेरिकेतले आईवडील आपापल्या मुलींना इतके निर्लज्ज व पुरुषी कसे बनू देतात?

त्याची पहिली परदेशची वारी ही युरोपमधील होती. तो पॅरिसला गेला होता. त्या वेळी तिथल्या स्त्रियांचा अतिमोकळेपणा व धाडसीपणा पाहून त्याचे हृदय बंद पडायची वेळ आली. गेल्या अनेक वर्षांत त्याला असली दृश्ये युरोपात पाहून सवय झाली होती. परंतु तरीही प्रत्येक वेळी तो युरोपात गेला की त्याला काहीतरी नवीन धक्का बसत होता. इथे अमेरिकेतही त्याला तसेच धक्के बसत होते.

या पाश्चात्त्य बायका एकट्या रस्त्याने हिंडतात, बेधडक अनोळखी पुरुषांशी बोलतात, दुकाने व ऑफिसे येथे नोकऱ्या करतात, आपले बरेचसे अंग उघडे ठेवतात, अन् पुरुषांशी सरळ वादविवादही करतात. खलीलला प्राचीन कथांची आठवण झाली. सोडोम व गोमराह यांची कथा, बॅबिलोनच्या कथा, वगैरे साऱ्या प्राचीन कथा या इस्लामच्या उदयापूर्वीच्या होत्या. त्यातल्या प्राचीन व बलाढ्य शहरांचा विनाश हा तिथल्या बायकांच्या दुष्टपणामुळे व स्वैराचारी वर्तनामुळे झाला होता. युरोप व अमेरिकेमध्ये आत्ता असेच चाललेले आहे. तेव्हा याही देशांचा शेवटी असाच विनाश होणार. स्त्रिया जर अशा वारांगनांसारख्या वागू लागल्या किंवा आपल्या मालकांना उलथवून टाकून स्वैरपणे गुलाम जसे वागतात तशा जर त्या वागू लागल्या, तर या लोकांची संस्कृती पार रसातळाला जाईल.

त्यांचा देवावर विश्वास असो वा नसो, त्या देवाला त्यांनी जरी सोडून दिलेला असला तरी, शेवटी तोच देव त्यांचा नायनाट करेल. पण मग तरीही यांची ही अनैतिक राष्ट्रे एवढी बलाढ्य कशी झाली, हे त्याला कळेना. म्हणून तर अशा लोकांना शेवटी शिक्षा करण्याची जबाबदारी आपल्यावरती पडते, अशी असद खलीलची व त्याच्यासारख्या विचारांच्या लोकांची भावना झाली होती. अन् मग अगदी शेवटी आपला देव या सर्वांची मुक्ती घडवून आणेल किंवा त्यांना मृत्युदंड देईल.

खलील ड्रायव्हिंग करत चालला होता. त्याला तहान लागली होती व ती

वाढत होती. तरीही त्याने त्याकडे दुर्लक्ष करून आपले ड्रायव्हिंग चालूच ठेवले.

त्याने रेडिओ लावला व बटण फिरवित तो निरनिराळी स्टेशने शोधू लागला. एका स्टेशनावरून विचित्र संगीत प्रसारीत केले जात होते. निवेदकाने त्या संगीताला 'वेस्टर्न' असे नाव का दिले हे त्याला कळेना. बऱ्याच स्टेशनांवरून प्रसारीत होणाऱ्या संगीताला 'ख्रिश्चन सर्व्हिस' किंवा 'रिलीजियस सर्व्हिस' असे म्हटले जात होते. ते संगीत मधेच थांबवून ख्रिश्चन धर्माज्ञा वाचून दाखवल्या जायच्या. कधी ज्यू धर्माच्या आज्ञाही वाचल्या जाई. त्या निवेदकांचे उच्चार इतके वेगळे होते की खलीलला त्यांच्या बोलण्यातले एक अक्षरही समजेना; पण तरीही जे काही सांगितले जाते आहे त्याचा अंदाज येत होता. त्याने थोडा वेळ ते धार्मिक प्रवचन ऐकायचा प्रयत्न केला. तो माणूस पुराणातील वचने वाचून दाखवी व नंतर त्यावर बराच वेळ बोलत सुटे. त्यातले फक्त निम्मेच खलीलला समजे. ते ऐकायला जरासे बरे वाटे; पण त्यामुळे त्याच्या मनात गोंधळ उडे. तो स्टेशने बदलत गेला. शेवटी एका कोणत्या तरी स्टेशनावरून त्याला बातम्या ऐकू येऊ लागल्यावर त्याने स्टेशन बदलणे थांबवले.

त्या निवेदकाच्या बातम्या समजेल अशा उच्चारात होत्या, त्यामुळे त्या कळत होत्या. वीस मिनिटे खलील बातम्या ऐकत होता. त्या बातम्यांमध्ये बलात्कार, लूटमार, खून, राजकारण आणि जगाच्या काही बातम्या, एवढे होते.

शेवटी तो निवेदक म्हणाला, "आज नॅशनल ट्रान्सपोर्टेशन सेफ्टी बोर्ड आणि एफएए यांनी न्यूयॉर्क विमानतळावरील दुर्घटनेबद्दल एक संयुक्त पत्रक प्रसिद्धीला दिले आहे. त्यात त्यांनी म्हटले आहे की, विमानातील एकूणएकजण मृत्युमुखी पडले, कोणीही वाचले नाही. केंद्रीय अधिकाऱ्यांच्या म्हणण्यानुसार ते वैमानिक विषारी वायूला बळी पडण्यापूर्वी नक्कीच विमान उतरवू शकले असते. किंवा ज्या वेळी विषारी वायू जाणवला, त्या वेळी त्यांनी आपल्या विमानाचे संपूर्ण उड्डाण हे संगणकात प्रोग्रॅमिंग करून ठेवलेले असणार. त्यामुळे कोणाच्याही मदतीवाचून ते विमान खाली विमानतळावर आपोआप उतरू शकले. वैमानिकांच्याकडून या संदर्भात काही निरोप, संदेश, माहिती प्रसारीत होऊन ती ध्वनिमुद्रीत केली जाण्याची शक्यताही विचारात घेतली गेली. परंतु त्या बाबतीत एफएएचे अधिकारी काही बोलण्यास तयार नाहीत. आपले नाव कळू न देण्याच्या अटीवर एका अधिकाऱ्याने सांगितले की ते वैमानिक खरोखरीच शूर व हुशार होते असे म्हटले पाहिजे. कारण त्यांनी जमिनीवरील कोणत्याही विमानांना व इमारतींना धक्का न लावता, विषारी वायूचा त्रास होत असतानाही आपले विमान सुखरूप उतरवले. एफएए आणि सेफ्टी बोर्ड यांनी ही दुर्घटना म्हणजे केवळ एक अपघात आहे, असे जाहीर केले आहे. तरीही ते दुर्घटनेचे मूळ कारण शोधत

आहेत. या विमानातील एकूणएकजण मृत्यू पावल्याने प्रवासी व कर्मचारी मिळून ही मृत्युसंख्या आत्ता ३१४ वर पोचल्याचे अधिकृतपणे सांगितले गेले आहे. याबद्दल अधिक बातम्या जसजशा आमच्या हातात येतील, तसतशा आम्ही त्या आपणास सांगत जाऊ.''

खलीलने रेडिओ बंद करून टाकला. तंत्रशास्त्रात पुढारलेल्या या देशात नक्कीच खरे काय घडले ते एव्हाना ठाऊक झाले असणार, असे त्याला वाटले; पण मग ते ही खरी बातमी अजून का सांगत नाहीत याचे त्याला आश्चर्य वाटू लागले. याचा अर्थ अमेरिकन गुप्तचर संस्थेला ही खरी बातमी जाहीर केल्याने आपला राष्ट्रीय स्वाभिमान दुखावला जाईल, अशी भीती वाटत असावी. अन् खलीलच्या मते ती एक स्वाभाविक विचारसरणी होती. कारण त्यामुळेच या गुप्तचर संस्थांच्या चुकांवरती पांघरूण पडत होते.

पण काहीका असेना, जर हे दहशतवाद्यांचे घातपाती कृत्य जाहीर केले जात नसेल आणि आपले छायाचित्र टेलीव्हिजनवर दाखवले जात नसेल तर उत्तमच आहे, असे खलीलला वाटले; न्यूयॉर्कहून वॉशिंग्टनला आणि नंतर फ्लॉरिडाला विमानाने गेलो तर कितीतरी कमी वेळात आपण आपले काम उरकू शकू; पण हा मोटारचा प्रवास सर्वांत सुरक्षित असल्याने तोच मार्ग आपल्याला धरायला हवा, असे त्याने स्वत:ला बजावले. त्रिपोलीमध्ये त्यांनी या प्रवासाच्या अन्य प्रकारांबद्दल विचार केला होता; पण वॉशिंग्टनला विमानाने जाणे म्हणजे न्यूयॉर्कच्या 'ला गार्डिया' विमानतळावर जायला हवे. अन् तिथले पोलीस तर कमालीचे सावध झालेले असणार. तसेच एखाद्या वेगवान आगगाडीने जाणेही धोक्याचे ठरत होते. त्यासाठी परत शहराच्या मध्यभागातील पेन्सिल्व्हानिया स्टेशनाकडे जावे लागले असते. तिथलेही पोलीस तेवढेच सतर्क व सावध झालेले असणार. शिवाय आगगाड्यांचे वेळापत्रक सोयीचे नव्हतेच.

निदान वॉशिंग्टन ते फ्लॉरिडा हे अंतर विमानाने जाता आले असते. त्यासाठी फक्त खाजगी विमानच उपयुक्त होते. बोरिसने यावरतीही विचार केला होता, त्याच्या मते तेही धोक्याचे होते. तो म्हणाला, ''वॉशिंग्टनमध्ये त्यांनी सुरक्षा व्यवस्था अत्यंत कडक केलेली असणार. जर तुझे छायाचित्र त्यांनी टीव्हीवर प्रसारीत केले - त्यातून वॉशिंग्टनमधले लोक जास्त बातम्या ऐकतात व बघत असतात - तर कोणताही सावध नागरिक किंवा वैमानिक तुला ओळखेल. आपण नंतर तुझ्यासाठी खाजगी विमानाचा विचार करू. म्हणून तुला मोटरगाडी चालवित प्रवास करणे भाग आहे. हाच मार्ग सर्वात सुरक्षित आहे. त्यामुळे तुला तो देश कसा आहे याचेही ज्ञान होईल आणि प्रत्येक वेळी परिस्थिती नीट जोखता येईल. वेग म्हणून विमानप्रवास ठीक आहे; पण मग सापळ्यात अडकण्याची भीती वाढते. या

बाबतीत मी जे ठरवले आहे त्यावरती विश्वास ठेव. मी अमेरिकेत पाच वर्षे राहिलो होतो. तिथली जनता जरी सावध झाली तरी त्यांची सावधानता फार काळ टिकत नाही. वास्तवता आणि नाटक याचा विचार करायला लागल्यावर ते गोंधळून जातात. टीव्हीवर दाखवल्या गेलेल्या तुझ्या छायाचित्रावरून कोणी जर तुला ओळखले तर तुला कदाचित ते एखादा टीव्ही स्टार किंवा ओमर शरीफ हा नट समजतील. अन् ते तुझी स्वाक्षरीसुद्धा मागतील.''

बोरिसच्या या सांगण्यावर त्या वेळी तिथे असलेल्या सर्वांना हसू फुटले. बोरिसला अमेरिकनांचा राग येत होता, हे स्वच्छ समजत होते. तरीही बोरिसने असद खलीलला बजावले होते की, ''अमेरिकन गुप्तचर संस्था आणि काही काही वेळा स्थानिक पोलीससुद्धा हे अत्यंत हुशार व कार्यक्षम आहेत. त्यांना अजिबात कमी लेखता कामा नये.''

बोरिस, मलिक आणि इतर काहीजण यांनी खलीलच्या मोहिमेचा तपशील व वेळापत्रक तयार केले. त्यामध्ये वेग जमेस धरला होता, धाडस भरलेले होते, सावधानता होती, बेदरकारपणा होता व साधेपणाही ठेवला होता. तरीही बोरिसने त्याला सूचना दिली, ''या मोहिमेतील प्रवासाला काहीही पर्याय ठेवलेला नाही. फक्त केनेडी विमानतळावर एकाऐवजी दोन ड्रायव्हर आम्ही तयार ठेवले आहेत. एकमेकांना ते पर्यायी कामे करतील. त्यातला जो दुर्दैवी ड्रायव्हर निघेल तो तुला त्या भाड्याच्या गाडीपर्यंत नेऊन सोडेल.'' बोरिसला हे सांगताना थोडी गंमत वाटली. तो बोलताना थोडे विनोद पेरत होता. ह्या शेवटच्या बैठकीच्या वेळी बऱ्याचजणांचे चेहरे गंभीर झालेले होते; पण बोरिसने त्याकडे दुर्लक्ष करून विनोदाने म्हटले, ''तुझ्या प्रवासात हद्दाद आणि ड्रायव्हर हे तुझे प्रवासातील सहकारी तू संपवणार असल्याने मला तुझ्याबरोबर यायचे धाडस होणार नाही.''

यावरही कोणी हसले नाही. सर्वजण गंभीरच राहिले. पण बोरिसला कोणाचीही पर्वा नव्हती. आपल्या विनोदावर तो स्वतःच बिनदिक्कत हसत होता; पण तोही फार काळ हसणार नव्हता. त्याच्यावरतीही लवकरच यमदूत सोडले जाणार होते.

मरिऑन नावाचे एक तळे आले. त्यावरच्या लांबलचक पुलावरून खलीलची गाडी धावू लागली. म्हणजे आत्ता येथून अवघ्या पन्नास मैलांवरती सदरवेट रहात होता. तोच तो सदरवेट, लेफ्टनंट सदरवेट, खुनी अमेरिकन, माझ्या घरावर बॉम्ब टाकणारा. असद खलीलने उद्याच त्याच्याबरोबरची भेट ठरवली होती. बिचाऱ्या सदरवेटला मृत्यू आपल्या खूप जवळ आला हे ठाऊक नव्हते.

खलीलने तो पूल ओलांडला त्या वेळी संध्याकाळचे ७:०५ झाले होते. नंतर त्याला एक मोठी पाटी दिसली. त्यावर लिहिले होते :

WELCOME TO GEORGIA — THE PEACH STATE.

खलीलला 'पीच' हे फळ ठाऊक होते; पण एका फळाचे नाव घेऊन त्या राज्याचे वैशिष्ट्य का सांगितले जात आहे हे त्याला कळेना. त्याला ते एक गूढ वाटले.

त्याने मीटरवर पाहिले तर टाकीत फक्त एकचतुर्थांश पेट्रोल उरले आहे, हे कळत होते. आपण आत्ता थांबून थोडी विश्रांती घ्यावी का पूर्णपणे अंधार पडल्यावर मगच थांबावे, यावर त्याने स्वत:शीच थोडासा खल केला. तो या विचारात असताना त्याच्या लक्षात आले की सॅव्हाना शहर जवळ येत चालले आहे. रस्त्यावरील वर्दळ व वाहतूक वाढत चालली. याचा अर्थ जवळच्या पेट्रोल पंपावरती जास्त माणसे आलेली असणार.

सूर्य अगदी पूर्णपणे मावळण्याच्या बेतात असताना त्याने कुराणातील एक कडवे म्हटले, *"श्रद्धाळू लोकांनो, आपल्या माणसांखेरीज कोणाशीही दोस्ती करू नका. ती इतर माणसे तुम्हाला भ्रष्ट करतील. ते फक्त तुम्ही उद्ध्वस्त होऊन जाण्याचीच इच्छा करतील. ते जे काही बोलतात त्यावर जाऊ नका. त्यांचा तुमच्याविषयीचा द्वेष हा स्वच्छपणे आपल्या बोलण्यापासून वेगळा ठेवलेला आहे; पण त्यांच्या हृदयात वसलेला द्वेष हा अधिक हिंसक व आक्रमक आहे."*

खलीलला वाटले की, खरोखर हे देवाचे शब्द आहेत आणि प्रेषित महंमदाला हे स्फूर्तीदायक शब्द सांगितले गेले.

संध्याकाळी ७:३० वाजता पेट्रोल खूप कमी झाले आहे, हे त्याला जाणवले. पण हा महामार्ग सोडून बाजूला जाणारा रस्ता अद्याप त्याला कुठे दिसला नाही. शेवटी तशी वाट दाखवणारी, एक मोठी खूण केलेली पाटी त्याला दिसली. तो त्या वाटेला वळून उतारावरून खाली गेला. अमेरिकेतील बहुतेक महामार्ग हे आजुबाजूच्या इतर रस्त्यांपेक्षा उंचावरून नेलेले असतात, हे एव्हाना त्याला कळून चुकले होते. पण पुढे गेल्यावर त्याला दिसले की तिथे फक्त एकच पेट्रोल पंप आहे आणि तोही बंद आहे. त्याला याचे नवल वाटले. मग तो तसाच त्या छोट्या वाटेने पुढे जात राहिला. शेवटी एक कॉक्स नावाचे गाव लागले. गल्फच्या युद्धात मेलेल्या त्या अमेरिकन वैमानिकाचेही हेच नाव होते. खलीलने ही गोष्ट एक शकून म्हणून मानली. पण हा शुभ शकून होता की अशुभ शकून होता, हे त्याला कळेना.

त्या छोट्या गावात फारशी वस्ती नव्हती. कित्येक घरे बंद होती, ओस पडली होती. पण शेवटी दिवे लावलेला एक पेट्रोल पंप त्याला दिसलाच. तो सरळ तिकडे गेला.

आपल्या डोळ्यांवर चष्मा चढवून तो गाडीतून खाली उतरला. बाहेरची हवा उबदार व दमट होती. पंपावरच्या दिव्यांभोवती खूप किडे घोंगावत होते.

या वेळी त्याने पैशांऐवजी क्रेडिट कार्ड वापरावयाचे ठरवले; पण त्याला कुठेच तशी जागा दिसेना. तसेच, इथे सेल्फ सर्व्हिसची पाटी नसल्याने त्याला आपण होऊन पेट्रोल घेता येईना. तो पंपही भलताच जुनाट वाटत होता. तिथली पंपिंगची यंत्रे तर फारच प्राथमिक स्वरूपाची दिसत होती. काय करावे ते त्याला सुचेना. मग कुठून तरी एक उंच माणूस उगवला. निळी जीन आणि एक मळकट शर्ट त्याच्या अंगात होता. तिथल्या ऑफिसच्या छोट्या इमारतीमागून तो आला असावा.

तो माणूस म्हणाला, "हेल्प यू, बब?"

"मला गाडीत गॅसोलिन टाकायचे आहे," खलील म्हणाला. मग आपल्याला दिलेला सल्ला आठवून त्याने आपला चेहरा हसरा ठेवला.

त्या उंच माणसाने खलीलकडे एकदा पाहिले व मग त्याच्या गाडीकडे पाहिले. मग परत त्याच्या गाडीकडे पहात विचारले, "तुम्हाला काय पाहिजे?"

"गॅसोलिन." अमेरिकेत पेट्रोलला गॅसोलिन म्हणतात हे त्याच्या पक्के लक्षात होते.

"होय, पण कोणते?"

"हाय टेस्टचे."

त्या माणसाने पंपावरून नळी काढून घेतली आणि ती खलीलच्या गाडीपाशी आणून टाकीत घातली. त्याने आत पेट्रोल भरायला सुरुवात केली. यात बराच वेळ जाणार हे खलीलच्या लक्षात आले. दोघेही समोरासमोर उभे होते. त्यामुळे संभाषण घडणे भाग होते.

तो माणूस म्हणाला, "कुठे चाललात?"

"जेकिल बेटावरील एका विश्रांतीगृहात."

"काहीतरी काय सांगताय!"

"का बरे?"

"त्या जेकिल बेटाला तुमचे हे पॉश कपडे शोभून दिसणार नाहीत."

"नंतर मला अटलांटा शहरात एका बिझिनेस मीटींगला जायचे आहे ना, म्हणून हे चांगले कपडे घालावे लागले."

"तुमचा कोणता धंदा आहे?"

"मी एक बँक चालवतो."

"आलात कुठून?"

"न्यूयॉर्क."

तो माणूस हसून म्हणाला, "म्हणूनच तुम्ही यांकीसारखे दिसत नाहीत."

खलीलला त्याच्या बोलण्यातील खाचाखोचा कळेना. बेसबॉलच्या एका संघाचे नाव 'यांकी टीम' असे होते, एवढेच त्याला ठाऊक होते. म्हणून तो म्हणाला, "मी

बेसबॉलचा खेळाडू नाही.''

यावर तो माणूस मोठ्याने हसला व म्हणाला, ''काय झक्क विनोद केलात बघा. तुम्ही जर रेघा रेघा असलेला कोट चढवलेला असता तर मात्र मी तुम्हाला एक यांकी बॉलप्लेईंग बँकर म्हटले असते.''

खलील यावरती हसला.

तो माणूस विचारत होता, ''न्यूयॉर्कच्या आधी कुठे होता?''

''सार्डीनिया.''

''कुठे आले ते?''

''भूमध्य समुद्रातील ते एक बेट आहे.''

''असेल, असेल. तुम्ही ९५ नंबरचा रस्ता धरून आलात?''

''होय.''

''मग वाटेतले ते फिलिप्सचे स्टेशन बंद होते?''

''होय.''

''वाटलेच मला. तो फिलिप्स जर इतक्या लवकर पंप बंद करू लागला तर कसे काय पैसे मिळवणार? मूर्ख आहे झाले. ९५च्या रस्त्यावर खूप ट्रॅफिक होते का?''

''अं, इतके फार नव्हते.''

टाकीत पेट्रोल भरून झाले होते. त्याने नळी बाहेर काढून घेत विचारले, ''तुम्ही अगदी वेळेत आलात बघा. टाकी जवळजवळ खाली झाली होती.''

''होय.''

''ऑईल तपासू?''

''नको, थँक यू.''

''कॅश का क्रेडिट? मी शक्यतो कॅशच स्वीकारतो.''

''ठीक,'' असे म्हणून खलीलने आपले पाकीट खिशातून बाहेर काढले.

त्या अंधुक प्रकाशात डोळे बारीक करून त्या माणसाने पंपावरच्या मीटरचे आकडे वाचले आणि म्हटले, ''२९ डॉलर्स, ८५ सेंटस्.''

खलीलने त्याला वीस-वीस डॉलर्सच्या दोन नोटा दिल्या.

तो माणूस पैसे घेत म्हणाला, ''उरलेले पैसे घेऊन येतो. कुठे जाऊ नका.''

तो वळून तिथून निघून गेला; पण तो वळल्यावर खलीलला त्याच्या कमरेला एक कातडी म्यान व त्यात एक पिस्तूल असलेले दिसले. मग खलील त्याच्या मागोमाग गेला.

आतल्या त्या छोट्या ऑफिसात खलीलने त्याला विचारले, ''इथे तुमच्याकडे काही स्नॅक्स व बीअर विकत मिळू शकेल?''

गल्ल्याचा ड्रॉवर उघडीत तो म्हणाला, "त्या तिकडे कोक मशीन आहे. व्हेन्डिंग मशीनही तिकडेच आहेत. काही सुटी नाणी लागतील ना?"

"होय."

मग त्या माणसाने खलीलला उरलेले पैसे बऱ्याच सुट्या नाण्यांच्या रूपात दिले. खलीलने ते आपल्या कोटाच्या खिशात टाकले.

तो माणूस विचारत होता, "तुम्हाला जेकिल बेटाकडे कसे जायचे ते ठाऊक आहे ना?"

"माझ्याकडे सटेलाईट डायरेक्शन आणि नकाशा असे दोन्ही आहे. काही अडचण पडणार नाही."

"मग तिथे कुठे उतरणार?"

"हॉलिडे इन."

"पण या नावाचे हॉटेल तिथे नाही असे मला वाटते."

नंतर त्या दोघांपैकी कोणीच बोलले नाही. खलील मुकाट्याने व्हेन्डिंग मशीनकडे वळला. त्याने खिशात हात घालून दोन २५ सेंटची नाणी बाहेर काढली आणि यंत्राच्या फटीत टाकली. मग खटका ओढल्यावर त्या व्हेन्डिंग मशीनमधून एक प्लॅस्टिकची पिशवी बाहेर ट्रेमध्ये पडली. त्यात खारावलेले शेंगदाणे होते. खलीलने परत आपल्या खिशात हात घातला.

त्या मशीनवरती एक आरशाची पट्टी चिकटवली होती. खलीलच्या डोळ्यांच्या पातळीत ती येत होती. त्याने त्या आरशातून पाहिले तर तो माणूस आपला उजवा हात मागे नेत होता.

मग खलीलने आपल्या खिशातून झटकन ते ग्लॉक पिस्तूल बाहेर काढले, एका टाचेवर तो गर्रकन वळला आणि त्याने अचूक नेम धरून त्या माणसावर गोळी झाडली. ती गोळी त्याच्या दोन डोळ्यांच्यामध्ये घुसून पार झाली व त्याच्या मागची खिडकीची काच फोडून बाहेर निघून गेली.

मग त्या उंच माणसाचे गुडघे वाकू लागले आणि बघता बघता तो जमिनीवर आपटला.

खलील चटकन् पुढे धावला व त्याने त्या माणसाच्या खिशातील पाकीट काढून घेतले. आतमध्ये एक बिल्ला त्याला सापडला. त्या बिल्ल्यावरती COX PD-DEPUTY अशी अक्षरे छापलेली दिसली. खलीलने आपल्या नशिबाला दोष दिला व पुढच्या हालचाली झटपट केल्या. प्रथम त्याने पाकिटातील पैसे काढून घेतले. नंतर गल्ल्यातील सर्व पैसे काढून घेतले. सर्व मिळून ती सुमारे १०० डॉलर्सची रक्कम होती. मग झाडलेल्या गोळीचे मागचे टोपण जमिनीवरून शोधून काढून खिशात घातले. लिबियात त्याला सांगितले होते की ग्लॉक पिस्तुलातून ज्या पॉईंट

फॉर्टी गोळ्या झाडल्या जातात, त्या सहसा लोकांना विकत मिळत नाहीत. फक्त एफबीआयचे एजंटसूच त्या गोळ्या वापरतात. म्हणून गोळीच्या टोपणाचा तो पुरावा तिथे सोडता येत नव्हता. त्याला तशी लिबियात सक्त ताकीद दिली गेली होती.

तिथेच पलीकडे एक दार अर्धवट उघडे होते. ते एका लहान स्वच्छतागृहाचे दार होते. मग त्या माणसाच्या एका पायाचा घोटा त्याने पकडला व त्याला फरफटत ओढत स्वच्छतागृहात नेऊन टाकले. तिथून निघण्याआधी त्याने कमोडच्या भांड्यात लघवी केली आणि त्यात नंतर पाणी सोडण्याचे कटाक्षाने टाळून तो बाहेर पडला. आपल्यामागे स्वच्छतागृहाचे दार फटकन लावून टाकीत तो स्वत:शीच पुटपुटत म्हणाला, "हॅव ए नाईस डे!"

तिथे एक वर्तमानपत्र पडले होते. ते त्याने उलगडून जमिनीवर झालेल्या रक्ताच्या थारोळ्यावरती पसरून टाकले.

मग तो स्विच-बोर्डकडे वळला. सर्व बटणे त्याने फटाफट बंद करून टाकली. संपूर्ण पेट्रोल पंप आता अंधारात बुडून गेला.

तो त्या छोट्या जागेतून बाहेर पडला आणि आपल्यामागे दार लावून टाकले. बाहेर आणखी एक कोक मशीन होते. त्यात तीन नाणी टाकून फंटा ऑरेंजच्या तीन बाटल्या त्याने काढून घेतल्या. एवढे झाल्यावर मात्र तो चटकन आपल्या गाडीत येऊन बसला व तिथून निघून गेला. काही वेळातच तो पुन्हा ९५ क्रमांकाच्या महामार्गावर आला व दक्षिणेच्या दिशेने त्याचा प्रवास पुन्हा परत वेगाने सुरू झाला. तो ताशी ७५ मैल वेगाने जाऊ लागला. त्याने प्लॅस्टिकच्या पाकिटातील शेंगदाणे बाहेर काढून ते सर्व खाऊन टाकले व वरती एका बाटलीतील फंटा पिऊन टाकले.

आता त्याला बरे वाटत होते. तो ताजातवाना झाला होता. तासाभरातच त्याला WELCOME TO FLORIDA - THE SUNSHINE STATE ही मोठी पाटी पहावयास मिळाली.

जॅक्सनव्हिल गाव येईपर्यंत तो सरळ जात चालला. हळूहळू वाहनांची वर्दळ वाढत गेली. एके ठिकाणी त्याला 'जॅक्सनव्हिल इंटरनॅशनल एअरपोर्ट' असे लिहिलेली पाटी दिसली. मग पाटीवरच्या बाणाच्या दिशेने जाऊन त्याने तो ९५ क्रमांकाचा महामार्ग सोडला. त्याने उपग्रह मार्गदर्शकाच्या नकाशात पाहिले. त्याची गाडी बरोबर ठरवलेल्या मार्गावरून चालली होती. डॅशबोर्डवरच्या घड्याळात रात्रीचे १० वाजलेले दाखवले जात होते.

कॉक्स गावातील पेट्रोल पंपावरच्या घटनेबद्दल तो नीट विचार करू लागला. *तो माणूस पोलिसांचा होता, पण तरीही तो पेट्रोल पंपावर काम करीत होता.* याचा अर्थ तो एक पोलिसांचा अधिकृत खबऱ्या होता. याबद्दल त्याला सांगितले गेले होते

की, लहान गावापर्यंत पोलिसांची ठाणी पोचू शकत नाहीत. म्हणून तिथल्याच काही उत्साही लोकांना हाताशी धरून पोलीस त्यांना आपल्यातर्फे काम करण्यास सांगतात. त्यासाठी त्या माणसांना कसलाही पगार किंवा पैसे दिले जात नाहीत. त्या स्वयंसेवकांना 'डेप्युटी' असे संबोधले जाते. म्हणून तो माणूस बरोबर पिस्तूल बाळगीत होता. असे विनावेतन काम करणारे स्वयंसेवक हे पोलिसांपेक्षाही जादा चौकस असतात. म्हणून तर पेट्रोल भरताना तो माणूस फार बडबड करत होता व अनेक प्रश्न विचारीत होता. त्याच्या कमरेच्या पट्ट्याला पिस्तूल लटकलेले जेव्हा दिसले, तेव्हाच खलीलला त्याचा संशय आला. अन् ज्या वेळी त्याने 'हॉलिडे इन'बद्दल विचारले त्या वेळी तर हा संशय पक्का झाला. तो माणूस पोलिसांचा होता एवढे खलीलला कळल्यावर मग त्या माणसाने एक प्रश्न विचारला काय अन् अनेक प्रश्न विचारले काय, त्याचे भवितव्य पक्के झाले. मग भले त्याच्या प्रश्नांना अचूक उत्तरे खलीलने दिली नसली तरी त्याला हवा तो शेवट त्याने घडवून आणला.

३४

आमचे रात्री ९ वाजताचे यू. एस. एअरवेज कंपनीचे विमान चुकले, म्हणून आम्ही डेल्टा एअरवेजचे ९:३०चे विमान पकडले. विमानात गर्दी नव्हती. अर्ध्या भरलेल्या पेल्याबाबत सकारात्मक व नकारात्मक पद्धतीने जसे सांगितले जाते तशा पद्धतीत सांगायचे झाल्यास आशावादी दृष्टीने निम्मे विमान भरले होते आणि निराशावादी दृष्टीने निम्मे विमान रिकामे होते. मी आणि केट विमानाच्या मागच्या बाजूला बसलो.

ते बोईंग ७२७ विमान आकाशात झेपावले. मी खिडकीतून बाहेर शहराचे दृश्य पाहू लागलो. रात्रीचे ते दृश्य खरोखरच खिळवून टाकणारे होते. जॉर्ज वॉशिंग्टनचे स्मारक, कॅपिटॉल इमारत, व्हाईट हाऊस, लिंकन स्मारक, थॉमस जेफर्सनचे स्मारक, वगैरे सर्व महत्त्वाच्या ठिकाणांवरती प्रकाशझोत मारून ते उजळून टाकले होते. एफबीआयची जे. एडगर हूव्हर इमारत शोधायचा मी प्रयत्न केला. ती मला दिसू शकली नाही. पण माझ्या मनातून ती आता अजिबात पुसली जाणार नव्हती.

खालचे दृश्य पाहून मी म्हणालो, "याची सवय व्हायला काही काळ जावा लागणार.''

"म्हणजे एफबीआयला तुमची सवय व्हायला?'' केटने विचारले.

मी यावर हसलो.

विमानसेविका आमच्यापाशी आली. आम्ही जे फॉर्म भरून दिले होते त्यावरून तिला आम्ही एफबीआयचे एजंटस् आहोत, हे समजले होते. म्हणून तिने आम्हाला कसलेही मद्य दिले नाही. तिने आम्हाला काही सॉफ्ट ड्रिंक हवे का म्हणून विचारले.

केट म्हणाली, ''मला पाण्याची बाटली हवी आहे.''

''अन् सर, तुम्हाला काय आणू?''

''स्कॉच. डबल हवी. एका पंखावर माझे विमान उडू शकत नाही.''

''आय ॲम सॉरी, मिस्टर कोरी. सशस्त्र व्यक्तींना मद्य पुरवायला नियमानुसार मनाई आहे.''

असे कुणी विचारावे म्हणून मी दिवसभर जणू काही टपून बसलो होतो. मी म्हणालो, ''मी भरून दिलेला फॉर्म वाचा. माझ्याकडे कसलेही शस्त्र नाही. पाहिजे असेल तर मला स्वच्छतागृहात नेऊन माझी झडती घ्या.''

ती माझ्याबरोबर स्वच्छतागृहात यायला राजी नव्हती; पण तिने माझा फॉर्म काढून तो वाचून तपासला. मग परत ती माझ्यापाशी आली.

मी तिला म्हटले, ''झाली ना खात्री? अहो, पिस्तूल जवळ बाळगण्यापेक्षा मी ड्रिंक पिणे पसंत करतो.''

तिने हसून मला स्कॉच व्हिस्कीच्या दोन लहान बाटल्या दिल्या. प्रत्येक बाटलीत फक्त एकेक पेग होता.

एका ट्रेमध्ये एक ग्लास व बर्फाच्या खड्यांनी भरलेला कागदी कप ठेवून तो मला दिला.

ती म्हणाली, ''ऑन द हाऊस!''

मी म्हणालो, ''ऑन द प्लेन!''

''जे काही असेल ते,'' असे म्हणून ती तिथून निघून गेली.

मी केटला एक पेग पिण्याचा आग्रह केला. पण तिने नकार देत म्हटले, ''नाही, मी पिणार नाही.''

''ओह्! अगदी एवढा नियम पाळण्याचा आव आणू नकोस. चल् घे पाहू.''

''हे बघा, उगाच मला नियम मोडायला लावून पाप करायला लावू नका.''

''पण मला एकट्याने पाप करणे आवडत नाही. वाटल्यास तू पिताना मी तुझे पिस्तूल सांभाळतो.''

''बास! पुरे झाले,'' ती निर्धाराने म्हणाली.

मी त्या दोन्ही बाटल्या उघडून बर्फाने भरलेल्या कागदी कपात ओतल्या व कप हलवत ओठांना लावून एक घुटका घेतला. मी म्हणालो, ''वा ऽ! मस्त चव आहे.''

''खड्ड्यात गेली ती चव,'' ती रागाने म्हणाली.

थोडा वेळ आम्ही दोघे काहीही बोलत नव्हतो. मग तीच आपण होऊन मला म्हणाली, "तुमची ती लाँग आयलंडवरची जी मैत्रीण आहे, तिच्याबरोबर तुमचे कधी भांडण झाले होते?"

मी सावध झालो. हा एक हेतूपूर्वक विचारलेला प्रश्न होता. बेथ पेनरोजबद्दलचे माझे संबंध किती खोल आहेत, घट्ट आहेत का तकलादू आहेत, याचा ती अंदाज घेत असावी.

जॉन कोरी ह्या माणसाची आपले स्नेही व प्रेयसी यांच्याशी कितपत निष्ठा आहे, हेही तिला पहायचे असेल. पण निष्ठेची परतफेड होत असेल तरच ती पाळली जाते. अन् बेथ पेनरोजकडून मला तसा अनुभव अजून काही आला नव्हता. मी निष्ठावान आहे असे केटला वाटले तरच ती माझ्याशी घनिष्ठ जवळीक करणार होती. बहुतेक बायकांचे नाहीतरी असेच असते; पण पुरुषांना आधी स्त्रियांकडून निष्ठा हवी असते. नंतरच ते त्या बाईबद्दलच्या कर्तव्यांचा विचार करतात. स्त्री-पुरुषांच्या या दोन्ही कल्पनाच त्यांच्या जवळिकीच्या आड येतात. स्त्री पुरुषांनी जर आपल्या स्वत:त लिंगबदल केला तरच त्यांना आपल्यासमोरच्या व्यक्तीच्या कल्पना कळू शकतील, तरच हा प्रश्न सुटेल. केटने असा प्रश्न का विचारला असावा, याचे मला कोडे पडले होते.

मी शेवटी म्हणालो, "मी माझ्या मैत्रिणीच्या फोनच्या आन्सरिंग मशीनवर निरोप ठेवला आहे. कालची आमची भेट का होऊ शकली नाही, त्याबद्दलचा तो निरोप आहे."

"म्हणजे ती तुमची अडचण समजावून घेणारी आहे?"

"तसे काही मला वाटत नाही; पण ती पोलीसखात्यात असल्याने या पोलिसाची अडचण तिला समजू शकेल."

"तशी परिस्थिती अजून काही काळच रहाणार आहे. आपल्यापुढे सध्या खूप कामे आहेत."

"मी नंतर तशी तिला इ-मेल पाठवणार आहे."

"पूर्वी अशी परिस्थिती खात्यात उद्‌भवली होती. त्या वेळी ट्वा विमानकंपनीत बॉम्बस्फोट झाला होता. मग आठवड्याचे सातही दिवस चोवीस तास आम्हाला काम करावे लागले होते."

"अन् इतके करून तो बॉम्बस्फोट दहशतवाद्यांनी केलाच नव्हता," मी म्हणालो.

यावर तिने उत्तर दिले नाही. ज्यांना खरे काय ते ठाऊक आहे त्या व्यक्ती या प्रश्नाचे उत्तर कधीच देऊ शकणार नव्हत्या. असे अजूनही कित्येक अनुत्तरीत प्रश्न होते. तो घातपात कुणी, कुठे, कसा व केव्हा केला, हे आम्हाला ठाऊक होते. पण

'का केला?' या प्रश्नाचे उत्तर देता येणे कठीण होते. तसेच पुढे तसे कधी होईल काय? याचेही उत्तर आमच्याजवळ नव्हते; पण कधी ना कधी तरी या साऱ्या प्रश्नांची उत्तरे मिळतीलच.

केटने विचारले, "तुमचे पूर्वीचे लग्न का टिकले नाही?"

मला याही प्रश्नामागचा हेतू कळला पण केवळ आपण डिटेक्टिव्ह असलो म्हणजे स्त्रियांच्या मनातलेही आपल्याला समजतेच असे नाही. म्हणून मला नीट विचार करून उत्तर द्यायला हवे. केटच्या प्रश्नामागे केवळ कुतूहल एवढाच भाग नक्की नव्हता. मी म्हणालो, "ती एक वकील होती."

यावर काही क्षण केट गप्प बसली. मग ती म्हणाली, "पण लग्न न टिकायला एवढेच काही कारण नसणार."

"होय."

"अन् ती वकील आहे हे लग्नापूर्वी तुम्हाला ठाऊक होते ना?"

"मला वाटले की लग्न झाल्यानंतर ती सुधारेल."

केट हसली.

आता मी तिला प्रश्न विचारला, "तू कधी लग्न केले होते का?"

"नाही."

"का नाही?"

"हा एक वैयक्तिक प्रश्न आहे."

आम्ही दोघेही एकमेकांना वैयक्तिक प्रश्न विचारत होतो. तिने मला विचारलेल्या प्रश्नांना मात्र मी उत्तरे देत गेलो होतो. अन् आता मात्र ती माझ्या प्रश्नांना उत्तरे टाळीत होती. जाऊ दे. मी समोरच्या आसनामागच्या कप्प्यातून विमान कंपनीचे एक मासिक शोधून घेतले.

ती म्हणाली, "मी अशा खूप लग्नांची शोकांतिका पाहिली आहे."

त्या विमान कंपनीच्या मासिकात अनेक ठिकाणांच्या प्रवासांचे नकाशे व मार्ग होते. रोमला जाऊन पोपला पहायचे असेल तरीसुद्धा एक खास मार्ग होता; पण या कंपनीची विमाने लिबियाला जात नव्हती. १९८६ मध्ये लिबियावर ज्या विमानांनी बॉम्बहल्ला केला. ती विमाने इंग्लंडहून कोणत्या मार्गाने जाऊन लिबियाकडे गेली तो मार्ग मी पाहिला. असा उड्डाणमार्ग एखाद्या कंपनीचा असेल तर त्यांच्या विमानातून मला लिबियाला जायला नक्की आवडेल.

"तुम्हाला ऐकू आले का?" केट मला विचारत होती.

"सॉरी, माझे लक्ष नव्हते."

"मी विचारत होते की, तुम्हाला काही मुलेबाळे आहेत का?"

"मुलेबाळे? नाहीत. बिलकुल नाहीत. आमच्या लग्नाची मजल तेथवर पोचायच्या

आतच ते मोडले गेले. अन् तिला लग्नानंतर स्त्री-पुरुषांचा शारीरिक संबंध येणे हे मान्य नव्हते. तिची मते चमत्कारिक होती.''

"खरं? तुमच्या वयाच्या माणसाला ह्यामुळे फारसा त्रास झाला नसणार म्हणा.''

बापरे! मी म्हणालो, ''आपण विषय बदलूया.''

"तुम्हाला कोणत्या विषयावर बोलायला आवडेल?''

खरे म्हणजे कोणत्याच नाही. फक्त केट मेफिल्ड या विषयावर बोललेले मला आवडेल; पण हा विषय भलताच त्रासदायक ठरतो. मी म्हणालो, ''आपण आज काय शिकलो यावरती चर्चा करू या.''

"ठीक आहे,'' ती म्हणाली. मग त्या विषयावर आम्ही चर्चा केली, आदल्या दिवसावर केली आणि पुढे काय करायचे त्यावरतीही केली.

न्यूयॉर्क जवळ आले. तिथल्या दिव्यांचा चमचमाट वरून पाहिल्यावर हे शहर अजून अस्तित्वात आहे म्हणून मला बरे वाटले.

ला गार्डिया विमानतळावर उतरल्यावर केट म्हणाली, ''तुम्ही माझ्याबरोबर आत्ता फेडरल प्लाझाला येणार?''

"ते तुझ्या मर्जीवरती अवलंबून आहे.''

"ठीक आहे. मग आपण जेवायला बरोबर जाऊ.''

मी माझ्या घड्याळात पाहिले. रात्रीचे १०:३० झाले होते. आत्ता फेडरल प्लाझात — ऑफिसात — पोचून तिथून थोडेसे काम करून नंतर जेवायला बाहेर पडणे म्हणजे रात्रीचे बारा वाजणार, म्हणून मी म्हणालो, ''आत्ता काही खाणे हे भलतेच अवेळी होईल.''

"मग ड्रिंक्स घेऊ.''

"हं, ही सूचना एकदम मान्य.''

आम्ही टॅक्सीने ब्रुकलीन-क्वीन्स एक्स्प्रेसवेवरून ऑफिसकडे गेलो.

ब्रुकलीनचा पूल ओलांडल्यावर मी तिला विचारले, ''तुला न्यूयॉर्क आवडते?''

"नाही. तुम्हाला?''

"अर्थातच आवडते.'' मी म्हणालो.

"का आवडते? ही जागा अफाट अडचणींची व गोंधळांची आहे. माणसाचे डोके फिरवून टाकणारी आहे.''

"वॉशिंग्टनही तसेच आहे. न्यूयॉर्क जरी तसे असले तरी त्यात रस वाटण्याजोगे आहे.''

"छे:! मला नाही वाटत तसे. इथे माझी बदली व्हायला नको होती. एफबीआयच्या

लोकांनाही इथे काम करायला आवडत नाही. इथे प्रचंड महागाई आहे आणि पगारात दिला जाणारा शहरातला भत्ता हा खूपच कमी आहे. त्यात नीट भागत नाही.''

"मग तू इकडे बदली का स्वीकारलीस?''

"तेच ते कारण. लष्करातले लोक सरहद्दीवरची बदली का घेतात? आपण होऊन धाडसी मोहिमेत ते का सामील होतात? कारण त्यामुळे नोकरीत झटपट वरच्या जागा मिळत जातात. म्हणून वॉशिंग्टन किंवा न्यूयॉर्क इथे काम केले की तुम्ही नोकरीत वर सरकत जाता. शिवाय इथे समस्यांची अगदी रेलचेल आहे. एक केस संपली की दुसरी उपटते. त्या समस्या सोडवणे हे एक आव्हान असते. या शहरात खरोखरीच अतर्क्य अशा घटना घडत असतात. एकदा येथे काम केले की तुम्हाला बढती मिळून तुम्ही देशातल्या ५५ फील्ड ऑफिसेसमधे कुठेही जाऊन काम करू शकता. शिवाय जन्मभर न्यूयॉर्कमधल्या सुरस व चमत्कारिक आठवणी तुम्ही इतरांना सांगू शकता.''

"न्यूयॉर्कची आता बदनामी होत चालली आहे. हे बघ, मी एक न्यूयॉर्कचा रहिवासी आहे. माझ्यात काय चमत्कारिकपणा तुला दिसतो.''

यावर ती काय बोलली हे मला नीट ऐकू आले नाही. कारण त्याच वेळी ब्रेक लावून कर्कश्श आवाज करत आमची टॅक्सी एका पादचाऱ्यावर जाऊन धडकत होती. सुदैवाने धडक बसली नाही. पण तो पादचारी ड्रायव्हरला शिवीगाळ करत होता. मात्र तो कोणत्यातरी अगम्य भाषेत बोलत असल्याने त्यांची बोलाचाली फार वेळ चालली नाही.

आम्ही फेडरल प्लाझाला येऊन पोचलो. केटने ड्रायव्हरला पैसे दिले. इमारतीच्या दक्षिणेकडच्या दरवाजाकडे आम्ही गेलो. नेहमीच्या वेळेनंतर इकडून प्रवेश होता. केटने तिथल्या कीपॅडवर सांकेतिक संख्येचे आकडे दाबल्यावर ते दार उघडले गेले. लिफ्ट सुरू करायलाही तिने जवळची इलेक्ट्रॉनिक किल्ली वापरली. आम्ही सत्ताविसाव्या मजल्यावरती गेलो.

ऑफिसात अजूनही दहा-बारा माणसे कामे करीत होती. त्यांचे चेहरे ओढलेले दिसत होते, त्रासिक झाले होते. तिथे फोनच्या घंटा खणखणत होत्या. फॅक्स मशीनमधून कागदांची भेंडोळी बाहेर पडत होती. एका यंत्रातून कृत्रिम आवाजात जाहीर केले जात होते, "यू हॅव गॉट मेल!'' केटने प्रत्येकाबरोबर संभाषण करून तिथल्या एकूण परिस्थितीचा आढावा घेतला. तिला आलेले फोनवरचे निरोप, इ-मेलवरचे निरोप, दिवसभरात इथे झालेली निरोपांची देवाण-घेवाण, वगैरे तिने पाहिले. जॉर्ज फॉस्टरकडून आलेल्या इ-मेलमध्ये म्हटले होते, "कोनिग यांच्या सांगण्यानुसार मीटिंग अठ्ठाविसाव्या मजल्यावरील कॉन्फरन्स रूममध्ये उद्या सकाळी ८:०० वाजता.''

कोनिगची कमाल आहे. उद्या सकाळी आल्या आल्या तो ताबडतोब एक सभा घेतो आहे. ही बॉस मंडळी कधी दमत नाही की थकत नाहीत. त्यांना कधीही झोप येत नसावी.

केटने मला विचारले, "तुमचे टेबल तुम्हाला बघायचे ना?"

माझे टेबल हे खालच्या मजल्यावरील एका क्युबिकलमध्ये होते; पण इथे जे निरोप आले त्यापेक्षा वेगळे निरोप काय असणार? म्हणून मी म्हणालो, "मी उद्या आल्यावर ते पाहीन."

त्यावर कसलेही भाव न दाखवता पाच मिनिटे ती आपले काम करीत राहिली. मी मात्र तिथे एक निरुपयोगी माणूस म्हणून उभा होतो. मी म्हणालो, "मी आता घरी निघतो."

ती काहीतरी वाचत होती. हातातले कागद खाली ठेवून ती मला म्हणाली, "आपल्याला ड्रिंक्स घ्यायला जायचे होते ना? अन् तुम्हाला मिळालेली कागदपत्रे माझ्या ॲटॅचीमध्येच आहेत. ती आत्ता देऊ का?"

"मी ती उद्या घेईन."

"तुम्ही म्हणत असाल तर त्यातील काही महत्त्वाची कागदपत्रे आज रात्रीच बघितली तर चालतील?"

म्हणजे हिला आज बरीच रात्र माझ्याबरोबर घालवायची आहे. मी जरासे कचरत म्हटले, "दॅट्स ऑल राईट."

मग तिने आपली ॲटॅची टेबलाच्या खणात ठेवली.

आम्ही दोघे तिथून निघालो. बाहेर रात्रीचा काळोख होता. रस्त्यावर वाहतूक फारशी नव्हतीच. सर्वत्र शांतता होती. माझ्याकडे मोबाईल फोन नव्हता की माझे पिस्तूल नव्हते; पण मला सुरक्षित वाटण्यासाठी जवळ पिस्तूल बाळगायची गरज नव्हती. न्यूयॉर्कचा इथला भाग तर खूपच सुरक्षित होता. शिवाय केटजवळ पिस्तूल होते. मी तिला म्हणालो, "चल, आपण चालत जाऊ या."

आम्ही रस्त्याने जाऊ लागलो. आत्ता या वेळी फारसे काही उघडे नव्हते. दुकाने तर केव्हाच बंद झाली होती. त्यातून आज रविवारची रात्र होती. पण म्हणून काय झाले? 'कधीही न झोपणारे शहर' म्हणून या शहराची उगाच ख्याती होती काय! आत्ता निम्मे चायना टाऊन उघडे असणार. म्हणून मी त्या दिशेने जाऊ लागलो.

आम्ही दोघे एकमेकांना चिकटून हातात हात घालून चालत नव्हतो; पण अधुनमधून केट जवळ यायची व तिचा खांदा माझ्या खांद्याला स्पर्शून जायचा. बोलता बोलता मधेच ती आपला हात माझ्या खांद्यावर ठेवी. याचा अर्थ उघड होता. तिला मी आवडलो होतो, नक्की आवडलो होतो. पण कदाचित् तिची ही भावना तात्पुरती उफाळून आली असेल. किंवा ती भावना नसेल, वासना असेल. एखाद्या

बाईने वासनेपोटी माझी तात्पुरती शिकार करणे हे मला कधीच आवडत नाही. पण अनेकदा होते खरे असे.

आम्ही चायना टाऊनमध्ये पोचलो. 'न्यू ड्रॅगन' नावाच्या एका हॉटेलमध्ये आम्ही गेलो. काही वर्षांपूर्वी मी माझ्या पोलीस सहकाऱ्यांबरोबर या हॉटेलात जेवायला गेलो होतो. त्या वेळी हॉटेलचा मालक चुंग याला विचारले होते की, "न्यू ड्रॅगन हे नाव का ठेवले? या आधीचे ओल्ड ड्रॅगनचे काय झाले?" त्या वेळी त्याने उत्तर दिले की, "तो ओल्ड ड्रॅगन आत्ता तुम्ही खात आहात," असे म्हणून मोठमोठ्याने हसत तो भटारखान्याकडे पळून गेला.

त्या जागेत एक छोटा बार होता, पिण्यासाठी टेबले होती. ती जागा भरून गेली होती. अनेकजण पीत होते, धूम्रपान करीत होते. एका टेबलापाशी आम्हाला दोन रिकाम्या खुर्च्या दिसल्यावर आम्ही घाईघाईने त्या पटकावल्या. आमच्या आजुबाजूला बसलेली गिऱ्हाईके ही ब्रूस ली याच्या चित्रपटातल्यासारखी टगी माणसे वाटत होती.

केटने आजुबाजूला पहात म्हटले, "तुम्हाला ही जागा ठाऊक होती?"

"मी येथे पूर्वी नेहमी येत असे."

"इथला प्रत्येकजण चिनी भाषा बोलतो आहे."

"आपण दोघे चिनी बोलत नाही."

"आपल्याखेरीज बाकीचे सारे चिनी बोलत आहेत. हे लोक चिनी असावेत."

"बरोबर. तू ओळखलेस हं." मी हसत म्हटले.

"थँक यू," तीही हसून म्हणाली.

एक सेविका आमच्याकडे आली. ती आमच्याशी अत्यंत गोडीगुलाबीने बोलू लागली, जवळीक दाखवू लागली. अजून भटारखाना चालू आहे, हेही तिने सांगितले. मी तिला डिम सम आणि स्कॉचची ऑर्डर दिली.

केटने विचारले, "हे डिम सम काय प्रकरण आहे? नीट, सरळ उत्तर द्या."

"म्हणजे... म्हणजे ती भूक वाढवणारी ॲपटायझर्स आहेत. डम्पलिंग्ज व इतर तत्सम पदार्थ त्यात असतात. स्कॉचबरोबर ती चांगली लागतात."

आजुबाजूला दृष्टी टाकीत ती म्हणाली, "ही जागा अगदी वेगळी आहे."

"पण या लोकांना मात्र तशी वाटत नाही."

"कधी कधी मला असे वाटते की अशा ठिकाणीच अगदी दचकवून टाकणारी घटना घडेल."

"तू किती दिवस न्यूयॉर्कमध्ये आहेस?"

"आठ महिने."

तेवढ्यात ड्रिंक्स आली. आम्ही ती पिऊ लागलो. गप्पा मारत बसलो. मग परत

ड्रिंक्स, परत गप्पा. डिम सम आले. केटने ते खाल्ले. तिला ते आवडलेले दिसले. तिसऱ्या वेळी ड्रिंक आल्यानंतर मात्र माझा स्वत:वरचा ताबा सुटत चालल्याचे थोडेसे जाणवले; पण केट मात्र शुद्धीवर होती, सावध होती.

मी त्या सेविकेला टॅक्सी आणायला सांगितले व बिल चुकते केले. आम्ही बाहेर पडलो. पेल स्ट्रीटवरची थंड हवा आता मला आल्हाददायक वाटू लागली. फोनने बोलावलेल्या टॅक्सीची आम्ही वाट पहात उभे राहिलो. मी केटला विचारले, "तू कुठे रहातेस?"

"ईस्ट एटी-सिक्स स्ट्रीटवरती. ती एक चांगली वसाहत समजली जाते. मी तिथल्या एका अपार्टमेंटमधला फ्लॅट आमच्याच एका माणसाकडून घेतला. त्याची बदली डल्लास येथे झाल्याने त्याने तो मला विकून टाकला. आता तो म्हणतो आहे की न्यूयॉर्कची आठवण येऊन त्याला चुकल्या चुकल्यासारखे होते आहे. पण डल्लासवर तो खूष आहे."

"आणि तो डल्लासला असल्याने न्यूयॉर्कवासी त्याच्यावर खूष आहेत."

ती हसली व म्हणाली, "तुम्ही नेहमी किती गमतीदार बोलता हो. जॉर्ज तर म्हणाला की तुमचे तोंड हे खास न्यूयॉर्कची भाषा बोलणारे आहे."

"प्रत्यक्षात बोलण्याच्या बाबतीत मी माझ्या आईवरती पडलो आहे."

टॅक्सी आली आणि आम्ही तिच्यात चढून बसलो. मी केटचा पत्ता ड्रायव्हरला सांगितला. चायना टाऊनच्या गल्लीबोळातून बाहेर पडून आम्ही बॉवरी येथे आलो.

टॅक्सीत आम्ही फारसे बोलत नव्हतो. वीस मिनिटात आम्ही केटच्या इमारतीसमोर आलो. ती एक अत्याधुनिक उंच इमारत होती. इथले फ्लॅटस् जरासे महाग असणार हे समजत होते. तिला मिळत असलेला शहरी राहणीचा भत्ता तिला पुरत नसणार; परंतु चांगल्या व सुसंस्कृत लोकवस्तीत रहाण्याची ज्यांना तळमळ असते ते काटकसर करून तिथे रहात असतात. चैनी, हौसमौज, कपडेलत्ते याला ते फाटा देत असतात. केट असेच करीत असली पाहिजे. त्या इमारतीच्या बाहेर एक रखवालदार उभा होता.

आम्ही दोघे खाली उतरून फुटपाथवरती उभे राहून थोडा वेळ बोलत राहिलो. केट मला विचारीत होती, "तुम्ही माझ्या घरी येणार ना? मी माझे घर दाखवते."

या इमारतीमध्ये मी पूर्वी आलो होतो. पण तरीही ती मला आत येण्याचा आग्रह करीत होती. मी त्यामागचा अर्थ ओळखला. मी तिला म्हटले, "आत्ता नको. फार उशीर झाला आहे. उद्या भेटू."

तिने स्मित करीत म्हटले, "ठीक आहे, गुड नाईट!" रखवालदाराने तिच्यासाठी दार उघडून धरले होते. ती वळली व दारातून इमारतीमध्ये शिरून नाहीशी झाली.

मी टॅक्सीत बसलो व ड्रायव्हरला म्हटले, "ईस्ट सेव्हन्टी-सेकंड स्ट्रीट."

त्या टॅक्सीचा ड्रायव्हर हा फेटा बांधलेला एक सरदारजी होता. अत्यंत सुरेख इंग्रजीत तो मला म्हणाला, "सर, मी आपल्या खाजगी गोष्टीत लक्ष घालू नये; पण मला वाटते की त्या बाईसाहेबांना तुम्ही त्यांच्या घरी यावेसे वाटत होते."

"असं?" मी अनभिज्ञतेचा आव आणून म्हटले. पण अधिक काहीही बोललो नाही.

मी बाहेर पाहिले. तारखेनुसार दुसरा दिवस सुरू झाला होता. आता आज काय होणार? नक्की आज फारसे चांगले काही घडणार नाही, उलट तणावपूर्ण दिवस रहाणार. मग कदाचित त्यानंतर परत 'उद्या' कधीही उगवणार नाही. असद खलील किती मोठ्या प्रमाणावर या शहराचा विनाश करणार आहे ते देव जाणे!

मी एके ठिकाणी ड्रायव्हरला वळण घ्यायला सांगितले. मग त्याच्या फेट्याला उद्देशून म्हटले, "तुम्ही कोणी जादूचा राक्षस, यक्ष, किन्नर वगैरे आहात काय?"

त्यावर तोही हसून म्हणाला, "होय. अन् मी ही जादूची सतरंजी डोक्याला गुंडाळली आहे. तुम्ही फक्त तुमची मनातली इच्छा बोला."

"ठीक आहे," असे म्हणून मी मनातल्या मनात तीन इच्छा व्यक्त केल्या.

ड्रायव्हर म्हणाला, "तुम्ही त्या इच्छा मला बोलून दाखवायला हव्यात. नाहीतर त्या प्रत्यक्षात कशा उतरणार?"

मी म्हणालो, "जागतिक शांतता, आत्मिक शांतता आणि स्त्रियांना समजावून घेण्याची क्षमता."

तो हसत म्हणाला, "पहिल्या दोन इच्छा प्रत्यक्षात आणणे अवघड नाही; पण तिसरी इच्छा फलद्रूप होणे मात्र कठीण आहे. ती साध्य झाली तर मला लगेच फोन करा."

यावर आम्ही दोघेही मोठ्याने हसलो.

माझ्या फ्लॅटच्या इमारतीपाशी टॅक्सी आली व थांबली. मी टॅक्सीचे भाडे दिले व वरती जराशी जास्तच टीप दिली. तो टॅक्सी ड्रायव्हर म्हणाला, "एक सल्ला देतो. त्या बाईसाहेबांना परत कुठे तरी बाहेर घेऊन जा," असे म्हणून तो निघून गेला.

आमचा तोच तो रखवालदार आत्ता ड्यूटीवर होता. या रखवालदारांच्या दिवसपाळ्या कोणत्या व रात्रपाळ्या कोणत्या हे कधी नीट समजतच नाही. सकाळचा आल्फ्रेडच परत आत्ता ड्यूटी करीत होता. तो मला म्हणाला, "गुड इव्हिनिंग, मिस्टर कोरी. आजचा दिवस चांगला गेला ना?"

"आजचा दिवस खूपच वेगळा गेला."

मी लिफ्टने विसाव्या मजल्यावर गेलो. माझ्या फ्लॅटचे कुलूप उघडून दार उघडले. आत गेल्यावर अगदी कमीत कमी खबरदारी घेत घरभर हिंडलो. कोणत्याही

पोलीस अधिकाऱ्याच्या पाळतीवर असलेले गुंड घरात शिरून त्याच्यावर हल्ल्याची वाट पहात असतात. असे जरी क्वचित् घडत असले तरी घरात शिरल्यावर अत्यंत सावधगिरीने हालचाली करण्याची सवय लावून घ्यावी लागते. अनेक चित्रपटात या गोष्टींचा वापर केलेला असतो. पण आज मी खूप थकलो होतो.

मी फोनला लावलेले आन्सरिंग मशीन सुरू करून आलेले निरोप ऐकायचे प्रयत्न केले नाहीत. सरळ अंगावरचे कपडे काढून धाडदिशी बिछान्यात अंग लोटून दिले. मला वाटले की मी थकलो होतो; पण प्रत्यक्षात एखाद्या घड्याळाची स्प्रिंग गुंडाळावी तसे माझे झाले होते.

छताकडे बघत मी जीवन व मृत्यू, प्रेम व द्वेष, दैव व संधी, शौर्य व भीती अशांसारख्या अनेक परस्परविरुद्ध गोष्टींवर विचार करू लागलो. केट, टेड, कोनिग, जॉर्ज, निळ्या गणवेषातील एफबीआयची माणसे, बाटलीत बंद केलेला राक्षस, मृत्यू पावलेला निक मॉंटी, तिथली स्वागतिका आणि ड्यूटी ऑफिसर यांचा विचार करू लागलो. यांचे काय चुकत होते का? चुकले होते का? आयुष्य असे क्षणात किडा चिरडल्यासारखे संपून जावे?

मग त्या असद खलीलचा विचार मनात आला. त्या विचाराने इतर सारे विचार मागे ढकलले गेले. कधीतरी मला संधी मिळावी आणि मी त्या खलीलला सरळ नरकात पाठवून द्यावे, अशी तीव्र इच्छा मनात व्यक्त केली.

मला आता झोपलेच पाहिजे. पण झोपल्यावरही एकापाठोपाठ भयानक स्वप्ने पडत गेली. आता इथून पुढे दिवस आणि रात्री ह्या सारख्याच होणार होत्या.

३५

असद खलील आता एका भरपूर वर्दळ असलेल्या रस्त्यावर होता. रस्त्याच्या दुतर्फा मोटेल्स होती, भाड्याने गाड्या देणाऱ्या कंपन्या होत्या, फास्ट फूड रेस्टॉरन्टस् होती. जवळच्या विमानतळावर एक मोठ्या आकाराचे भव्य विमान उतरत होते.

त्रिपोलीत त्याला सांगण्यात आले होते की जॅक्सनव्हिल इंटरनॅशनल विमानतळाजवळच्या एका मोटेलमध्ये त्याने उतरावे. तिथे त्याच्याकडे व त्याच्या नंबर प्लेटकडे कोणीही बघणार नाही.

शेरेटॉन नावाची एका हॉटेलची जागा त्याला छान वाटली. हेच नाव त्याने युरोपमध्ये कोठेतरी वाचले होते. तो तिथल्या पार्किंग लॉटच्या दिशेने गेला आणि MOTOR INN REGISTRATION अशी पाटी असलेल्या ठिकाणापर्यंत सरळ

गेला. मग त्याने गाडी थांबवली. आपला टाय नीट सरळ केला, केसांतून बोटे फिरवून ते नीट केले, डोळ्यावर चष्मा चढवला व तो मोटारीतून बाहेर उतरला.

आत इमारतीत शिरल्यावर समोर एक रजिस्ट्रेशन काऊंटर होते. काऊंटर-पलीकडे एक तरुण मुलगी बसली होती. तिने हसून त्याला म्हटले, "गुड ईव्हिनिंग, सर.''

त्यानेही हसून तिला प्रतिसाद दिला. त्याला त्या लॉबीत येऊन मिळणारे बरेच बोळ दिसले. एका बोळाच्या प्रवेशमार्गावर ठळक अक्षरात लिहिले होते : BAR— LOUNGE RESTAURANT त्या बोळातून संगीत व लोकांच्या हसण्याचा आवाज बाहेर येत होता.

त्या तरुणीला तो म्हणाला, "मला एका रात्रीपुरती खोली पाहिजे.''

"स्टॅन्डर्ड का डी लक्स?''

"डी लक्स.''

तिने त्याला एक रजिस्ट्रेशन फॉर्म व पेन दिले आणि ती म्हणाली, "सर, तुम्ही पैसे कसे देणार?''

"अमेरिकन एक्सप्रेस.'' त्याने क्रेडिट कार्ड कंपनीचे नाव सांगितले. खिशातून आपले पाकीट काढून त्यातील कार्ड तिच्यापुढे ठेवले व तो फॉर्म भरू लागला.

बोरिसने त्याला सांगितले होते की, सेवा पुरवणारी कंपनी किंवा हॉटेल जितके चांगले तितक्या त्यांच्याबरोबर कमी समस्या उद्भवतात. त्यातून त्याने जर तिथे क्रेडिट कार्ड वापरले तर मग काहीच कटकटी नंतर होत नाहीत. आपण जिथे गेलो त्याचा कोठेही कागदावरती माग रहाता कामा नये, हे त्याने पक्के ठरवले होते. परंतु बोरिसच्या मते त्याने फक्त अधूनमधून क्रेडिट कार्ड वापरले तरीही काही धोका नव्हता.

त्या तरुणीने त्याच्यापुढे क्रेडिट कार्ड स्लिप केली. त्यावरती त्याच्या क्रेडिट कार्डाची प्रतिमा तिने झेरॉक्स मशीनच्या सहाय्याने उमटवली होती. त्याने त्यावर आपली सही करून तिला स्लिप दिली व क्रेडिट कार्ड परत घेतले.

खलीलने फॉर्म भरून दिला. त्या फॉर्ममधील वाहनाबद्दलच्या माहितीच्या जागा त्याने तशाच कोऱ्या सोडून दिल्या होत्या. कारण त्रिपोलीत त्याला सांगण्यात आले होते की अति तपशील विचारला तर त्याकडे सरळ दुर्लक्ष करायचे. त्याला हेही सांगितले होते की, युरोपातल्याप्रमाणे अमेरिकेतल्या फॉर्मवरती पासपोर्ट नंबरसाठी जागा ठेवलेली नसते. अन् कोणीही कारकून त्याचा पासपोर्ट पहायला मागणार नाही. एखाद्या परदेशी नागरिकाला त्याचा पासपोर्ट पहायला मागणे म्हणजे त्याचा अपमान करण्यासारखे आहे, असे अमेरिकेत मानले जाते. बोरिस म्हणाला होता, "अमेरिकेत तुला फक्त एकच पासपोर्ट लागेल, तो म्हणजे अमेरिकन एक्सप्रेसचे

क्रेडिट कार्ड."

त्या स्वागतिकेने त्याचा फॉर्म वाचून त्याला आणखी काही विचारले नाही. ती एवढेच म्हणाली, "वेलकम टू शेरेटॉन मिस्टर..."

"बे-डिअर," त्याने आपले खोटे नाव उच्चारले.

"मिस्टर बे-डिअर. ११९ नंबरच्या खोलीचे हे इलेक्ट्रॉनिक कार्ड. खोली तळमजल्यावर आहे. लॉबीतून बाहेर उजवीकडे जा. मग तुम्हाला ती सापडेल." ती कारकून स्त्री त्याच एका सुरात पाठ केल्यासारखी म्हणत गेली, "हे तुमचे गेस्ट फोल्डर आणि यावर तुमचा रूम नंबर आहे. बार व रेस्टॉरन्ट उजवीकडच्या दरवाजातून आत गेल्यावर लागेल. शिवाय आमच्याकडे एक फिटनेस सेंटर आहे आणि पोहण्याचा तलाव आहे. चेक आऊटची वेळ सकाळी ११ वाजता. ब्रेकफास्ट हा मुख्य डायनिंग रूममध्ये सकाळी सहा ते अकरा वाजेपर्यंत दिला जातो. रूम सर्व्हिसही सकाळी सहा ते रात्री बारा वाजेपर्यंत आहे. आत्ता थोड्याच वेळात डायनिंग रूम जेवणासाठी थोडा वेळ बंद ठेवली जाईल. बार आणि लाऊंज हे रात्री एक वाजेपर्यंत उघडे असतात. तिथे हलके स्नॅक्स मिळतात. तुमच्या खोलीत एक मिनी-बार आहे. तुम्हाला सकाळी जागे करण्यासाठी वेक-अप कॉल करू काय?"

खलीलला त्या तरुणीचे उच्चार समजत होते; पण ही जादा माहिती ती इतक्या वेगाने त्याला ऐकवत होती की ते सर्व बोलणे त्याला समजेना. पण 'वेक-अप कॉल' हे शब्द त्याला समजले. तो म्हणाला, "मला उद्या सकाळी नऊ वाजताचे विमान पकडायचे आहे. तेव्हा मला सहा वाजता उठवा."

ती त्याच्याकडे सरळ नजरेला नजर देऊन पहात होती. त्याला याचे आश्चर्य वाटले. एक बाई परक्या पुरुषाकडे असे कसे काय सरळ बघते! लिबियातील बायका पुरुषांकडे असे बघत नाहीत, कधीच बघत नाहीत. खलीलही तिच्याकडे सरळ पहात राहिला. खरे म्हणजे त्याला तसे करणे हे अवघडल्यासारखे वाटत होते; पण तिची नजर चुकवणे म्हणजे आपण एक संशयास्पद व्यक्ती ठरू शकतो. शिवाय तिच्याकडे पहाताना तिच्या नजरेत कुठे ओळखल्याची भावना दिसते का तेही कळू शकत होते. पण तिची नजर अगदी अजाण होती. त्याला हायसे वाटले.

ती म्हणत होती, "येस, सर. वेक-अप कॉल ॲट सिक्स ए. एम. तुम्हाला एक्प्रेस चेक आऊट हवा आहे का?"

असे काही जर प्रश्न विचारले गेले तर सरळ त्याला होकार द्यावा, हे त्याला सांगितले गेले होते. एक्स्प्रेस चेक-आऊट म्हणजे हॉटेल सोडून जाताना काऊंटरपाशी पुन्हा येण्याची गरज नसते. म्हणून तो म्हणाला, "येस, प्लीज."

"तुमच्या दारातून सकाळी सात वाजता झालेल्या रकमेचे बिल सरकवले

जाईल. आणखी काही मदत तुम्हाला हवी आहे का?''

"नो. थँक यू.''

"हॅव ए प्लेझंट स्टे!''

"थँक यू.'' असे म्हणून त्याने फोल्डर उचलले आणि वळून तो लॉबीमधून निघून गेला.

त्याला आता एका अवघड प्रसंगातून सुटका झाल्यासारखे वाटले. मागच्या वेळी मोटेलमधून निघताना त्याला एक खून पाडावा लागला होता.

बाहेर पडून तो आपल्या गाडीत बसला व त्या खोलीच्या दिशेने गाडी चालवित गेला. ११९ नंबरची खोली येताच त्याने गाडी थांबवली. तिथेच बाजूला गाडी पार्क करून तो बाहेर पडला. मग खोलीच्या दाराशी जाऊन त्याने इलेक्ट्रॉनिक कार्ड फटीत सारले. आतमध्ये काहीतरी हम म् म् आवाज झाला. मग दाराचे खटके दाराच्या पोटात गेले व एक बारीक हिरवा दिवा लागला. दार उघडले गेले. यावरून त्याला कॉन्क्विस्टाडोर क्लबच्या दाराची आठवण झाली.

तो आत गेला, दार लावले आणि त्याचा बोल्ट सरकवला.

खलीलने ती खोली बारकाईने न्याहाळली. कपाटे पाहिली, स्नानगृह पाहिले. सर्व काही स्वच्छ व अत्याधुनिक होते. कदाचित त्याच्या आवडीपेक्षाही ते अधिक चांगले असावे. आजुबाजूचे शांत वातावरण मात्र त्याला खूप आवडले. प्रार्थना करायला व नमाज पढायला ही जागा योग्य होती.

एका धार्मिक माणसाने त्याला एकदा सांगितले होते, "तुम्ही भरल्या पोटाने मशिदीत अल्लाची प्रार्थना केली तरी तो ऐकेल, तसेच तुम्ही रिकाम्या पोटाने वाळवंटात जरी अल्लाची प्रार्थना केली तरी तो ऐकेल; पण जर तुम्हाला अल्लाचा शब्द ऐकायचा असेल तर मात्र तुम्ही भुकेल्या पोटाने वाळवंटातच जायला पाहिजे.''

खलीलला आता भूक लागल्याचे जाणवले. पॅरिसमध्ये अमेरिकन वकिलातीमध्ये शिरल्यापासून त्याने कधी पोटभर खाल्लेच नव्हते. म्हणजे गेल्या चार दिवसात तो पोटभर जेवला नव्हता.

त्या खोलीत 'रूम सर्व्हिस मेनू' ठेवला होता. कोणते खाण्याचे पदार्थ खोलीत मागवायचे त्याची यादी त्यात होती. पण तसे पदार्थ मागवणे म्हणजे आणखी एखाद्या व्यक्तीच्या नजरेस पडण्यासारखे होते. आत्तापर्यंत फारच थोड्या लोकांनी त्याला जवळून पाहिले होते. अन् बहुतेक सारेजण मृत्यू पावले होते.

त्याने मिनी-बारचे दार उघडून आत पाहिले. संत्र्याच्या रसाचे कॅन, पाण्याची सीलबंद प्लॅस्टिकची बाटली, काजू, बदाम, शेंगदाणे यांच्या मिश्रणाची पाकिटे व एक मोठे चॉकलेट होते. त्याला ते टोबलरोन कंपनीचे चॉकलेट युरोपात खूप

आवडायचे. त्याने त्या साऱ्या गोष्टी बाहेर काढून घेतल्या आणि आरामखुर्चीत बसून तो खाऊ लागला. अजून त्याने अंगावरचे कपडे उतरवले नव्हते. खिशातली पिस्तुलेही तशीच होती. तो चवीने खाऊपिऊ लागला.

अमेरिकन वकिलातीमध्ये असताना जी काही वागणूक त्याला दिली त्याची त्याला आठवण झाली. त्याचा तिथला मुक्काम थोडा काळच होता. त्या काळात त्याच्याशी कोणीही शत्रुत्वाच्या भावनेने वागले नाही; पण ते संशयाने त्याच्याकडे बघत होते व सावधगिरीने वागत होते. एका लष्करी अधिकाऱ्याने व नंतर एका मुलकी अधिकाऱ्याने त्याची प्रथम मुलाखत घेतली होती. त्याला बरेच प्रश्न विचारले गेले. दुसऱ्या दिवशी आणखी दोन माणसे आली व त्यांनी त्याला प्रश्न विचारले. त्या माणसांनी आपली नावे फिलीप व पीटर अशी सांगितली. ती नावे खरी नसावीत असा त्याला संशय आला होता. ''आपण अमेरिकेहून आलो आहोत,'' असे ते म्हणाले होते. तसेच त्याला सुरक्षितपणे अमेरिकेत वॉशिंग्टनला नेण्याची जबाबदारी त्यांच्यावर होती, हेही त्याला त्यांच्याकडून कळले. पण त्याची खात्री होती की हे दोघे न्यूयॉर्कला पोचायच्या आत मरण पावणार आहेत.

निघायच्या आदल्या रात्री त्यांनी त्याला गुंगीचे औषध नकळत त्याच्या खाण्यातून दिले. ते असे करणार याची कल्पना त्याला लिबियन हेर संस्थेने दिली होती; पण त्याने आधी ठरल्याप्रमाणे त्या गोष्टीला हरकत घेतली नाही. तसे काही करणे म्हणजे त्यांना संशय येऊ देण्याजोगे होते. आपण झोपेत असताना त्यांनी आपल्याला काय केले असेल याची त्याला कल्पना येईना. 'काही का करेना, त्याला महत्त्वच नाही' अशी त्याची त्याबद्दलची बेफिकीरीची भावना होती. त्याला अशीच गुंगीची औषधे लिबियन हेर संस्थेत दिली गेली होती. त्या औषधाच्या प्रभावाखाली असताना त्याला प्रश्न विचारले गेले. त्याच्या उत्तरातून कुठे सत्य बाहेर पडते का, ते त्यांना पहायचे होते. तसे काही घडले नाही म्हणून त्यांनी समाधान व्यक्त केले. मात्र तसे केले जाण्याआधी त्यांनी खलीलला याची कल्पना दिली होती.

वकिलातीमध्ये खलीलची लाय डिटेक्टर यंत्रावरती परीक्षा पाहिली जाणार नाही, अशी ग्वाही लिबियामध्ये त्याला दिली होती. शेवटी तसेच झाले. अमेरिकन राजदूताला खलीलला बाहेर काढण्याची घाई झाली होती. कारण त्यातून पुढे अनेक गुंते निर्माण झाले असते. पण जर खलीलची अशी यंत्रावरची परीक्षा पहाण्याचे त्यांनी ठरवले असते तर मात्र खलील त्या गोष्टीला नकार देणार होता. वाटल्यास आपल्याला ताबडतोब अमेरिकेत घेऊन जावे किंवा इथेच सोडून द्यावे असा तो आग्रह धरणार होता. पण आधी अंदाज केले होते त्यानुसारच अमेरिकन अधिकारी वागले होते आणि त्यांनी त्याला पॅरिसमधून लवकर बाहेर काढले.

मलिक त्याला म्हणाला होता तुला प्रश्न विचारण्यासाठी फ्रेंच, जर्मन्स, इटालियन व ब्रिटिश आतुर झालेले आहेत, हे अमेरिकन अधिकाऱ्यांना ठाऊक आहेत. म्हणून त्यांना फक्त त्यांचाच तुझ्यावरती ताबा हवा आहे. ते तुला युरोपमधून नक्की लवकर बाहेर काढतील. अत्यंत महत्त्वाच्या व संवेदनशील केसेस ते नेहमी न्यूयॉर्कला नेतात. मग त्यांना वॉशिंग्टनमध्ये असा कोणी हेर अथवा शरणार्थी नाही असे ठासून म्हणता येते. न्यूयॉर्कला अशा केसेस नेण्यामागे काही मानसिक किंवा व्यावहारिक कारणे असावीत असे मला वाटते. पण शेवटी तुला वॉशिंग्टनला घेऊन जाण्याचे त्यांच्या मनात आहे. अर्थात ते काम तू त्यांच्या मदतीवाचून करशील म्हणा.' शेवटचे वाक्य मलिक सूचकपणे म्हणाला. त्यावर तिथे असलेले सर्वजण हसले. मलिक हा बोलण्यात व विनोद करण्यात पटाईत होता. पण मलिक व बोरिस यांचे विनोदाच्या सहाय्याने आपला मुद्दा पटवून देणे, खलीलला आवडत नव्हते. पण यामुळे त्यांचे किंवा खलीलचे काही नुकसान होणार नव्हते. झालेच तर अमेरिकनांचे होणार होते. म्हणून खलील तशा बोलण्याला हरकत घेणार नव्हता.

मलिक त्याला असेही म्हणाला होता, 'जर पॅरिसमधल्या ट्रान्स कॉन्टिनेन्टल विमान कंपनीतल्या आमच्या मित्राने 'तुला वॉशिंग्टनला नेले जात आहे.' अशी आम्हाला बातमी दिली, तर तुझा सहकारी हद्दाद हा त्या विमानात प्राणवायूच्या बाटल्या घेऊन चढेल. वॉशिंग्टनच्या डल्लास विमानतळावरची रीत ही न्यूयॉर्क विमानतळावरच्या सारखीच आहे. तुमचे विमान सिक्युरिटी एरियाकडे ओढून नेले जाईल. मग पुढचे काम ठरल्याप्रमाणेच करायचे. त्या विमानतळावरून निसटून ठरलेल्या ठिकाणी गेल्यावर तुला एक टॅक्सी व त्याचा ड्रायव्हर भेटेल. तिथून तो तुला भाड्याच्या मोटारीपर्यंत नेऊन सोडेल. मग त्या ड्रायव्हरचा आवाज कायमचा बंद करून तू एका मोटेलमध्ये रविवार सकाळपर्यंत मुक्काम करायचा. मग शहरात जाऊन जनरल वेक्लिफची गाठ घ्यायची. ठरल्याप्रमाणे.''

या योजनेतली परिपूर्णता व हुशारी पाहून त्याला आपल्या लोकांच्या चातुर्याचे खूप कौतुक वाटले. त्यांनी प्रत्येक गोष्टीचा विचार केला होता. अमेरिकने पुढची चाल बदलली तर त्यांनी पर्यायी योजना तयार ठेवल्या होत्या; पण खलीलच्या दृष्टीने सर्वांत महत्त्वाचे त्याच्या लिबियन ऑपरेशन्स ऑफिसरने जे सांगितले ते होते. तो त्याला म्हणाला होता, 'योजना कितीही जरी परिपूर्ण असली तरी ती खऱ्या इस्लामी योद्ध्याकडून जोपर्यंत राबवली जात नाही आणि जोपर्यंत त्या योजनेला अल्ला मदत करत नाही, तोपर्यंत ती कधीच यशस्वी होत नाही.'

ह्या मोहिमेची बहुतांश आखणी बोरिसने केली होती. अन् तो या बाबतीत म्हणाला होता की ह्या मोहिमेतील यशापयशाशी अल्लाचा काहीही संबंध नाही. पण

बोरिसने एक गोष्ट मान्य केली होती. ती म्हणजे असद खलील हा एक असामान्य हेर आहे, एजंट आहे. लिबियन हेर संघटनेच्या अधिकाऱ्यांना तर बोरिसने असे सांगितले होते की, "जर तुमच्याकडे असद खलीलसारखी बरीच माणसे असती तर तुम्हाला कधीच अपयश आले नसते."

बोरिस मुक्तपणे बोलायचा; पण त्याचे हे बोलणेच त्याचा घात करणारे होते. अन् खलीलच्या समजुतीप्रमाणे एक दिवस बोरीसचाच वध केला जाईल. त्याला कारण बोरिस दारू खूप प्यायचा. भविष्यात अशा धोकेबाज माणसाला जिवंत ठेवले जाणार नव्हते. अन् याचीही कल्पना बोरिसला होती. म्हणून तर तो दारू प्यायचा.

बोरिसला बाई आणि व्होडकाची बाटली यांची गरज भासत असे. अन् लिबियन हेर संघटना त्याला या दोन गोष्टींचा सतत पुरवठा करीत असे. तो आपल्याला मिळणारे पैसे स्विस बँकेतील आपल्या खात्यावर पाठवीत असे. हा रशियन माणूस कितीही व्होडका प्यायला तरी सावध असे, तल्लख असे, हुशार असे. तसेच तो नेहमी, म्हणजे नशेतसुद्धा वाटेल ती मदत करीत असे. पण आपण त्रिपोलीतून कधी जिवंत बाहेर पडू, याची त्याला खात्री नव्हती. तो एकदा मलिकला म्हणाला होता, "मला जर काही अपघाती मरण आले तर तू माझे प्रेत माझ्या घरी पाठवशील ना?"

मलिक त्यावर एवढेच म्हणाला, "मित्रा, तुला इथे कधीच अपघात होणार नाही. कारण आम्ही तुझ्यावर बारीक नजर ठेवू."

ते शब्द ऐकल्यावर बोरिसने तोंडातून एक असा विचित्र आवाज काढला की त्या आवाजात सारा उपहास व अविश्वास भरला होता.

खलीलने सारे पदार्थ खाऊनपिऊन संपवले व तो आता टीव्हीसमोर बसला. टीव्ही पहाता पहाता तो प्लॅस्टिकच्या बाटलीतील पाणी पीत होता. सर्व पाणी पिऊन झाल्यावर त्याने ती रिकामी बाटली आपल्या हँडबॅगेत जपून ठेवली.

आत्ता रात्रीचे ११ वाजले होते. तो ११ वाजताच्या बातम्यांची वाट पाहात होता. रिमोट कंट्रोलने तो चॅनेल्स बदलू लागला. एका चॅनेलवर त्याने दोन स्त्रियांना जलक्रीडा करताना पाहिले. एका गरम पाण्याच्या तलावात त्या दोघी फक्त चड्डी घालून जलक्रीडा करीत होत्या आणि एकमेकींना नको तितक्या कुरवाळत होत्या, कवटाळीत होत्या. खलीलने ताबडतोब तो चॅनेल बदलला. पण परत काही मिनिटांनी त्याला त्या स्त्रिया पहाव्याशा वाटल्याने त्याने तो चॅनेल पुन्हा लावला.

त्याचे डोळे त्या बायकांवर खिळून राहिले. एका बाईचे केस सोनेरी होते तर दुसरीचे काळे केस होते. त्या दोघी एकमेकींना मिठ्या मारीत होत्या. तलावामध्ये कृत्रिम रीतीने पाण्यात खळबळाट निर्माण केला गेलेला होता. अचानक एक

आफ्रिकन बाई तलावाच्या काठावर उगवली. ती तर संपूर्ण विवस्त्र होती; परंतु तिच्या कमरेभोवतीचे दृश्य इलेक्ट्रॉनिकच्या सहाय्याने झाकून टाकले गेले होते. ती पायऱ्या उतरत पाण्यात शिरली. खलीलच्या लक्षात आले की त्या तिन्ही बायका एकमेकींशी फारशा बोलत नाहीत; पण जादा हसत-खिदळत नुसते एकमेकांवरती पाणी उडवित आहेत. त्या अर्धवट वेड्या असाव्यात असे त्याला वाटले.

तांबड्या केसांची एक चौथी बाई कॅमेऱ्याकडे पाठ करून त्या तलावाच्या शिडीच्या लोखंडी पायऱ्या उतरत होती. तिच्या पार्श्वभाग पूर्णपणे उघडा होता. लवकरच त्या चारही स्त्रिया एकमेकींना आपापली अंगे घासू लागल्या, कुरवाळू लागल्या, चुंबने घेऊ लागल्या आणि मिठ्या मारू लागल्या. खलील ते दृश्य पहात स्तब्ध बसला. त्याच्यावर त्या दृश्याचा परिणाम होऊ लागला होता. त्याने अस्वस्थपणे खुर्चीतल्या खुर्चीत हालचाल केली.

हे जे काही समोर चालले आहे त्यातून पाश्चिमात्त्य संस्कृतीमधला हिणकसपणा प्रगट होतो आहे. आपण हे पहाता कामा नये. अशा हालचाली व अशा कृती या सर्व हिब्रू, ख्रिश्चन व मुस्लीम पुराणात अनैसर्गिक व अपवित्र मानल्या गेल्या आहेत. अन् तरीसुद्धा या बायका एकमेकांना घाणेरड्या पद्धतीने स्पर्श करीत आहेत. यामुळे खलीलच्या मनातही वाईट विचार येऊ लागले. तो चाळवला गेला. त्याच्यातल्या वासना जागृत झाल्या. त्या बायकांसमवेत आपणही आहोत अशी कल्पना करून तो ते चित्र आपल्या नजरेसमोर आणू लागला.

पण कधीतरी तो खाडकन् भानावर आला. त्याने डिजिटल घड्याळात पाहिले, तर ११:०४ झाले होते. मग स्वतःला शिव्या घालीत तो एकामागोमाग एकेक चॅनेल बदलू लागला. आपण इतके वहावत कसे गेलो, सैतानी विचारांना कसे काय सहज बळी पडलो, अशा विचारांनी तो स्वतःवर चरफडू लागला. या अमेरिकन शापित भूमीवरती अशाच सैतानी प्रवृत्ती मोकाट सुटलेल्या दिसतात.

शेवटी त्याला बातम्यांचा एक चॅनेल सापडला. त्यातली निवेदिका सांगत होती, *"अमेरिकेतील दहशतवादी हल्ल्यामागचा हाच तो माणूस अधिकाऱ्यांच्या मते प्रमुख संशयित आहे—"*

मग असद खलीलचे एक रंगीत छायाचित्र टीव्हीमध्ये उमटले. ते पहाताच खलील चटकन खुर्चीतून उठला व टीव्हीजवळ जाऊन गुडघे टेकून बसला. तो त्याला छायाचित्राचे बारकाईने निरीक्षण करू लागला. हे छायाचित्र त्याने कधीच पाहिले नव्हते. पॅरिसच्या वकिलातीमध्ये त्याला प्रश्न विचारले जात असताना त्याचे हे छायाचित्र चोरून काढले गेले असणार. आत्ता त्याच्या अंगावर जो सूट होता तोच सूट छायाचित्रात होता. फक्त टाय मात्र वेगळा होता. कारण त्याने तो बदललेला होता.

ती निवेदिका सांगत होती, *"कृपा करून हे छायाचित्र काळजीपूर्वक पहा व*

असा माणूस दिसताच योग्य त्या अधिकाऱ्यांना कळवा. या इसमाजवळ नेहमी शस्त्रे असतात. त्यामुळे त्याला समोर जाऊन आव्हान देऊ नका किंवा त्याला अडवू नका. पोलिसांना किंवा एफबीआयच्या माणसांना बोलवा. त्यासाठी हे पुढील दोन मोफत क्रमांक आहेत— '' छायाचित्राखाली ते क्रमांक उमटले. ''—पहिल्या क्रमांकावर तुम्ही जे काही सांगाल ते सारे ध्वनिमुद्रीत होईल. दुसऱ्या क्रमांकावर एफबीआयचा माणूस असेल व त्याला तुम्ही ती माहिती सांगू शकता. दोन्ही क्रमांक हे चोवीस तास, आठवड्याचे सातही दिवस चालू आहेत. शिवाय, जो कोणी या व्यक्तीला पकडून देण्यासाठी उपयुक्त माहिती पुरवेल, त्या व्यक्तीला जस्टीस डिपार्टमेंटतर्फे १० लाख डॉलर्सचे बक्षीस दिले जाईल.''

मग असद खलीलचे आणखी एक छायाचित्र टीव्हीवर आले. पण या छायाचित्रातील चेहऱ्यावर जरा वेगळे भाव होते. हेही छायाचित्र पॅरिसमधल्या वकिलातीमध्ये घेतले आहे, हे खलीलने ओळखले.

निवेदिका सांगत होती, ''पुन्हा एकदा ही छायाचित्रे नीट निरखून पहा. या असद खलीलला शोधण्यासाठी केंद्रीय गुप्तचर अधिकारी आपल्याला मदतीचे आवाहन करीत आहेत. ही संशयित व्यक्ती इंग्लिश, फ्रेंच, जर्मन, इटालियन व अरेबिक भाषा बोलू शकते. ही व्यक्ती आंतरराष्ट्रीय दहशतवादी असावी असा दाट संशय असून सध्या ही व्यक्ती अमेरिकेत असावी. या व्यक्तीची अन्य माहिती अद्याप आमच्याकडे आली नाही. पण जसजशी नवीन माहिती हातात येईल. तसतशी आम्ही ती आपल्याला जाहीर करीत जाऊ.''

सर्व वेळ टीव्हीतला असद खलील हा खऱ्या असद खलीलकडे पहात होता. मग दुसरी कोणतीतरी बातमी सांगितली जाऊ लागताच खलीलने Mute चे बटण दाबले. आवाज बंद झाला.

मग तो भिंतीवरच्या आरशाकडे गेला व त्यात आपले प्रतिबिंब न्याहाळू लागला. टेलीव्हिजनवर दाखवलेला लिबियन असद खलील त्यात कुठे दिसतो आहे का ते पाहू लागला.

टीव्हीवरच्या असद खलीलचे काळे डोळे होते. या असद खलीलच्या डोळ्यांवरती बायफोकल चष्मा होता व त्यामुळे त्याचे डोळे धूसर दिसत होते.

टीव्हीवरच्या खलीलचे केस काळे होते व उलटे फिरवलेले होते, तर या खलीलचे केस करडे होते आणि ते एका बाजूला भांग पाडलेले होते.

टीव्हीवरच्या खलीलचा चेहरा स्वच्छ, दाढी केलेला व बिनमिशांचा होता, तर या खलीलच्या चेहऱ्यावरती करड्या रंगाच्या मिशा होत्या.

टीव्हीवरच्या असद खलीलचा चेहरा गंभीर होता तर इथला असद खलील हसत होता.

टीव्हीवरचा चेहरा लिबियन असद खलीलचा होता, तर इथे जॅक्सनव्हिलमधला चेहरा हा हेफ्नी बद्र या इजिप्शियन माणसाचा होता.

त्याने नमाज पढला व तो झोपी गेला.

३६

सकाळच्या ८ वाजताच्या बैठकीला मी फेडरल प्लाझाच्या अठ्ठाविसाव्या मजल्यावर हजर झालो. काल रात्री आपण केटच्या घरी गेलो नाही म्हणून मला जरा सत्कृत्य केल्यासारखे वाटत होते. मी तिच्या डोळ्याला डोळा देऊ शकत होतो. मी तिला म्हटले, "गुड मॉर्निंग!"

तिनेही हसून मला उलट तसे उत्तर दिले; पण मला तो आवाज 'चुक' असा ऐकू आला. कदाचित् तो माझ्या मनाला झालेला भास असावा.

कॉन्फरन्स रूमला कुठेही खिडक्या नव्हत्या. ती एक बंदिस्त व भव्य खोली होती. मध्यभागी एक लांबलचक टेबल होते. सर्वजण तिथे उभे राहून गप्पा मारीत होते. बैठक सुरू व्हायला अजून अवकाश होता. तिथल्या भिंतींवरती आत्ता असद खलीलची खूप मोठी केलेली छायाचित्रे लावली होती. ती छायाचित्रे पॅरिसमध्ये चोरून काढलेली होती. युसूफ हद्दाद असे खाली नाव असलेली आणखी दोन मोठी छायाचित्रेही भिंतीवर लावून ठेवलेली होती. त्यातले छायाचित्र हे त्याच्या पासपोर्टवरचे होते तर दुसरे शवागारात घेतलेले होते. हे दुसरे छायाचित्रच पहिल्यापेक्षा अधिक रेखीव होते.

ब्यूट्रॉस धार नावाच्या व्यक्तीचीही काही छायाचित्रे भिंतीवर लावली होती. फेब्रुवारीमध्ये अमेरिकेला शरण आलेली हीच ती लिबियन व्यक्ती. त्याचे नाव नंतर शोधून काढण्यात आले. आत्ता तो मृत पावल्याचे धरण्यात आले होते.

तिथे टेबलावर दहा कॉफीचे कप होते आणि दहा लिहिण्याची पॅडस् होती. म्हणजे एकूण दहाजण आजच्या बैठकीला हजर रहाणार होते. प्रत्येक पॅडवर हजर रहाणाऱ्याचे नाव छापलेले होते. माझ्या नावाचे पॅड जिथे ठेवले होते, तिथे जाऊन मी बसलो. टेबलावरती कॉफीची चार कॅराफे भांडी भरून ठेवली होती. मी त्यातले एक उचलून माझा कप भरून घेतला व ते कॅराफे भांडे केटसमोर सारले. तिची जागा माझ्या जागेसमोरच आली होती.

आज तिने रेघारेघांचा निळा बिझनेस सूट घातला होता. नेहमीच्या त्या निळ्या ब्लेझरपेक्षा हा सूट तिला अधिक खुलून दिसत होता. ओठांवर गुलाबी लिपस्टिक

लावली होती. माझ्याकडे पाहून ती गोड हसली.

प्रत्येकजण आपापल्या आसनावर बसला आणि एटीटीएफ कार्यगटाची खास बैठक सुरू झाली. अर्थातच जॅक कोनिगकडे या बैठकीचे यजमानपद होते आणि बाकीचे सारेजण हे एफबीआय, न्यूयॉर्कचे पोलीसदल, न्यूयॉर्क पोलिसांचे गुप्तचर खाते, विमानतळ पोलीसदल, न्यूयॉर्कमधला एटीटीएफ कार्यगटाचा एक खास अरब एजंट एवढेजण होते.

याव्यतिरिक्त आणखी एक अनोळखी व्यक्ती हजर होती. त्या व्यक्तीच्या अंगावरच्या भपकेबाज कपड्यांवरून ती सीआयए संघटनेची असावी, असे वाटत होते. हे सीआयएचे लोक नेमके कसे मला ओळखू येतात, याचे माझे मलाच नवल वाटत होते व गंमत वाटत होती. याचे कारण त्यांचे कपडे भपकेबाज असतात व आपण इतरांपेक्षा श्रेष्ठ आहोत, अशा वृत्तीने ते बाकीच्यांकडे बघत असतात. पण या असल्या कंटाळवाण्या बैठकीत त्यांचा प्रभाव पडल्याने अशा बैठकी सुसह्य होत असतात, हेही तितकेच खरे! परंतु या सर्व प्रभावळीमध्ये टेड नॅश नाही हे पाहून मला जरासे मोकळे वाटले. हा पठ्ठ्या आता पॅरिसला जाण्याची तयारी करण्यासाठी आपली रेशमी अंतर्वस्त्रे, इतर कपडे आणि सामानसुमान यांनी आपली बॅग भरत असणार; परंतु त्याच्या बाबतीत काल रात्री कोनिगने उच्चारलेले ते वाक्य मला सारखे आठवू लागले. तो म्हणाला होता, *"... त्या टेडवर जरा नजर ठेवा."* अशा तऱ्हेची विधाने कोनिग कधीही सहजपणे करणार नाही. काहीतरी गंभीर कारण यामागे असणार.

जॉर्ज फॉस्टरची मात्र मला आठवण येत होती. तो प्रत्यक्ष काही कृती व धावपळ न करता कॉन्क्विस्टाडोर क्लबमध्ये एफबीआयचे ऑफिस सांभाळत बसला होता. तो तिथे बराच काळ रहाणार असे दिसते. या दहशतवाद्यांच्या गुन्ह्यात जॉर्जकडे यजमानपद होते. किंवा तत्सम गुन्हे घडले तर समन्वय साधण्याचे काम त्याला दिले होते. विमानतळावरील दुर्घटनेमध्ये तो एक साक्षीदार होता आणि त्याने प्रत्यक्ष कृतीमध्ये भाग घेतला होता. माझ्याऐवजी तोच इथे असायला हवा होता. कारण माझ्यापेक्षा तो अधिक 'तयार' माणूस होता.

जॉर्ज फॉस्टरप्रमाणेच मला निक मॉंटीचीही आठवण येत होती. जिवंत असता तर आजच्या बैठकीला तो आला असता. बैठक सुरू करण्याआधी कोनिगने निक मॉंटी, विमानात मृत पावलेले एफबीआयचे ते दोन एजंट, विमानतळावरील इमर्जन्सी सर्व्हिसचा मॅक्गिल, क्लबमधील स्वागतिका नॅन्सी, ड्यूटी ऑफिसर मेग कॉलिन्स आणि विमानदुर्घटनेत बळी पडलेले सर्वजण यांना श्रद्धांजली वाहण्यासाठी एक मिनिटभर शांतता पाळण्यास सुचवले. आम्ही सर्वांनी स्तब्ध उभे राहून तसे केले.

सभा सुरू झाल्याचे जॅक कोनिगने जाहीर केले. बरोबर सकाळचे ८ वाजले होते. कोनिगने प्रथम सर्वांची ओळख करून देण्यास सुरुवात केली. सर्वांत प्रथम त्याच्या डाव्या बाजूस बसलेल्या व्यक्तीची ओळख करून देत तो म्हणाला, ''सेंट्रल इन्टेलिजन्स एजन्सीतर्फे हे मिस्टर एडवर्ड हॅरीस आहेत. सीआयएच्या दहशतवाद प्रतिबंधक विभागात ते काम करतात.''

हॅरीसने आपल्या हातातील पेन्सिल दोन बोटात धरली होती. आपल्या ओळखीबद्दलची पोच म्हणून त्याने ती पेन्सिल बोटातल्या बोटात हवेत दोन्ही बाजूला एखाद्या मोटारच्या काचेवरील हलणाऱ्या वायपरप्रमाणे हलवली. मी एक पाहून ठेवले होते की सीआयएमधले सर्व लोक आपले नाव व आडनाव पूर्णपणे जाहीर करीत असतात, वापरत असतात. एडवर्ड हॅरीस हे नाव कधीही एड हॅरीस असे ते लावणार नाहीत. मात्र तो टेड नॅश हा या नियमाला अपवाद होता. पुढच्या वेळेला मी त्या लेकाला टेडच्याऐवजी टेडी म्हटले तर किती मजा येईल, अशी एक कल्पना माझ्या मनात चमकून गेली.

ह्या एवढ्या वरच्या पातळीवरच्या सभेला माझ्यावर हजर रहाण्याची कधी वेळ आली नव्हती. केटचेही तसेच झाले होते. पण ज्या दुर्घटनेसाठी ही सभा होती त्या दुर्घटनेचे आम्ही दोघे प्रत्यक्ष साक्षीदार होतो. त्यामुळे आमची उपस्थिती तेथे आपोआपच अनिवार्य ठरली होती.

कोनिग सांगू लागला, ''तुमच्यापैकी काहीजणांना ठाऊकच असेल की, काल वॉशिंग्टनमध्ये झालेल्या निर्णयानुसार परवाच्या दुर्घटनेबद्दल वृत्तमाध्यमांना काहीना काहीतरी अधिकृतपणे सांगणे भाग असून त्याचबरोबर असद खलीलची माहितीही त्याच्या छायाचित्रासकट दिली आहे. असद खलील हा एका आंतरराष्ट्रीय दहशतवादी कृत्यामधला संशयित असून तो एफबीआयला हवा आहे, असे त्या वृत्तात म्हटले आहे. त्यात कुठेही परवाच्या विमान दुर्घटनेचा अथवा त्या फ्लाईट-१७५चा उल्लेख नाही. ही बातमी काल रात्रीच्या ११वाजताच्या टीव्हीवरील बातम्यात प्रथम अंतर्भूत करण्यात आली. तुमच्यापैकी काहींनी ती पाहिलीही असेल. आजच्या साऱ्या वर्तमानपत्रात हीच बातमी व असद खलीलची छायाचित्रे प्रसिद्ध झालेली असतील.''

यावर कोणीही आपले मतप्रदर्शन केले नाही; पण प्रत्येकाच्या चेहऱ्यावरती 'आत्ता खरी मुद्द्याशी गाठ पडते आहे.' असा अविर्भाव होता.

न्यूयॉर्क पोलीसदलाच्या दहशतवाद प्रतिबंधक विभागाचा को-कमांडर कॅप्टन स्टेन हा प्रत्येक वेळी कोनिगच्या बाजूने असे. आत्ताही त्याने जाहीर केले की, ''आम्ही एक घटनेवर नियंत्रण ठेवणारे इन्सिडन्ट कमांड सेंटर इथेच २६व्या मजल्यावरती उघडीत आहोत. जे जे कोणी या विमानदुर्घटनेच्या केसशी संबंधित कामे पहात आहेत, ती ती खात्यातील सारी माणसे त्यांच्याजवळच्या साऱ्या

फायलींसकट तिकडे हलवली जातील. या दुर्घटनेशी संबंधित असलेला प्रत्येक कागद, छायाचित्रे, नकाशे, आराखडे, आलेख, सुगावा देणारी माहिती, पुरावे, कोणाशी घेतलेल्या मुलाखतींची लेखी माहिती वगैरे सारे काही त्या ठिकाणीच असेल. पुढची सूचना येईपर्यंत एटीटीएफ कार्यगटातील माणसे ही फक्त तीन ठिकाणीच असतील. इन्सिडन्ट कमांड सेंटर, प्रत्यक्ष बाहेरच्या संबंधित जागेवर आणि घरचे बिछाने ही ती तीन ठिकाणे राहातील. अर्थात बिछान्यात जास्त वेळ कोणी पडून राहू नये अशी अपेक्षा असणारच.'' मग आजुबाजूला एक नजर फिरवून तो पुढे म्हणाला, ''फक्त कोणाला जर मयतीला जायचे असेल तरच त्यांना तेवढी सूट देण्यात येईल. काही शंका?''

कोणाच्याच शंका नव्हत्या. म्हणून तो पुढे बोलू लागला, ''एटीटीएफच्या मध्यपूर्वेच्या विभागातील ५० एजंट फक्त याच केसवरती काम करतील. बाकी १०० एजंट हे न्यूयॉर्क शहरात घडणाऱ्या दहशतवादी कृत्यांकडे बघतील. याखेरीज सबंध अमेरिका व परदेश यांमध्ये १०० एजंट हे फक्त याच केसवरती काम करतील.''

याखेरीज बरेच काही सांगितले गेले.

यानंतर न्यूयॉर्क पोलीसदलाच्या गुप्तचर युनिटचा माईक लिरॉय याची बोलण्याची वेळ आली. त्याने प्रथमच निक माँटीबद्दल चार शब्द सांगितले. कारण तो याच विभागातला होता. निक माँन्टीच्या गौरवार्थ त्याने त्याच्याबद्दल एक गमतीदार दंतकथाही सांगितली. अर्थात त्याने ही स्वत:च रचलेली असणार. आपल्या खात्याला आणखी पोलीसदलाची जोड मिळायला हवी, असे त्याने प्रतिपादले. कारण न्यूयॉर्क शहराची स्थिती अत्यंत गुंतागुंतीची आहे. त्यातून या शहरावरती राजकीय प्रभाव सतत असतो. अशी चमत्कारिक परिस्थिती असलेले दुसरे शहर या ग्रहावर तरी नाही. जेव्हा अमेरिकेने कम्युनिस्टांचा धसका घेतला होता तेव्हा न्यूयॉर्क पोलीसदलाच्या गुप्तचर युनिटची स्थापना झाली होती. न्यूयॉर्क शहरात त्या वेळी बऱ्याच कम्युनिस्ट मंडळींची लोकप्रियता होती. अन् या कम्युनिस्टांना आपल्या मागावर पोलीस सतत रहाणे हे प्रिय होते. पोलीसही मग कम्युनिस्टांच्या सतत मागावर राहून त्यांना सळो की पळो करून सोडत. या गोष्टीकडे फक्त एफबीआयचे लक्ष होते. बाकी इतर सुरक्षादलांनी तिकडे दुर्लक्ष केले होते. हळूहळू या गुप्तचर युनिटकडे इतर कामे दिली जाऊन त्याची उत्क्रांती होऊन सध्याचे हे युनिट तयार झाले पण अजूनही या युनिटला बऱ्याच मर्यादा होत्या. कदाचित् त्यामुळेही असेल, की ह्या युनिटमधील लोकांना एटीटीएफ कार्यगट आवडत नसे. त्यांना असे वाटे की आपल्याला स्पर्धा करण्यासाठी एटीटीएफ गट निर्माण केला गेला आहे. परंतु माईक लिरॉयने तरीही आश्वासन देऊन म्हटले की, त्यांचे युनिटही दहशतवाद्यांवर बारकाईने लक्ष ठेवून

आहे आणि ते एटीटीएफला जरूर सहकार्य करतील. तरीही मला असे वाटत होते की या युनिटला जरी कसलाही सुगावा लागला तरी त्याची बातमी ते आमच्यापर्यंत पोचू देणार नाही. शेवटी श्रेय कोणाला नको असते? पण त्याचबरोबर मला हेही ठाऊक होते की जर एफबीआयला एखादा सुगावा लागला, गुन्ह्याचा धागा मिळाला, तरी तेसुद्धा या युनिटला सांगणार नाहीत.

आता रॉबर्ट मूडी बोलायला उठला. तो न्यूयॉर्क पोलीसदलामध्ये चीफ डिटेक्टिव्ह होता. तो म्हणत होता, ''माझे एकूणएक डिटेक्टिव्हज हे आपल्या नेहमीच्या केसवरती कामे करीत असताना आपले कान व डोळे उघडे ठेवून परवाच्या दहशतवादी कृत्याचा कुठे काही धागा सापडतो आहे का ते पहातील. आमच्याकडील चार हजार डिटेक्टिव्हजवळ असद खलीलचे छायाचित्र सतत असेल. त्यांना जर काही सुगावा लागला, गुन्ह्याचा माग मिळाला, धागा सापडला तर ते ताबडतोब इकडे या इन्सिडन्ट कमांड सेंटरला कळवतील.''

उफ्! माझा नाही या गोष्टीवर विश्वास बसत. आपण कष्टाने मिळवलेला धागा कोणी दुसऱ्याच्या हाती सोपवेल?

तो म्हणत होता, ''जर न्यूयॉर्कच्या पाचही विभागात खलील लपून रहात असेल तर आम्हाला तो सापडण्याची दाट शक्यता आहे. आम्ही त्याला ताबडतोब पकडू.''

चीफ डिटेक्टिव्ह मूडी याला खलीलचे मानगूट धरून त्याला पकडून आणायला नक्कीच आवडेल; पण त्याचा सुगावा तो एफबीआयला कधीच लागू देणार नाही. एफबीआयला ती बातमी एकदम दुसऱ्या दिवशीच्या वृत्तपत्रातच वाचायला मिळेल.

मूडीचे आभार मानून आता को-कमांडर कॅप्टन स्टेन बोलू लागला, ''मला पोलीस कमिशनरकडून असे आश्वासन मिळाले आहे की गणवेषातील सर्व अधिकाऱ्यांना या केसबद्दल आधी नीट समजावून सांगितले जाईल. अन् मगच ते आपापल्या ड्यूटीवर कामाला जाण्यासाठी निघतील. तसेच आसपासच्या एकूण गावातील पोलीस कमिशनर्सची गाठ घेऊन त्यांनाही या केसबद्दल नीट समजावून सांगितले जाईल. त्यांचे सहकार्य आपल्या नक्कीच उपयोगी पडेल. याचा अर्थ न्यूयॉर्क आणि आजुबाजूच्या उपनगरात व गावात एकूण सत्तर हजार गणवेषातील माणसे असद खलीलसाठी कडक पाळत ठेवतील. न्यूयॉर्क शहरात एका माणसाचा शोध घेण्याची ही आत्तापर्यंतची एकमेव अशी मोठी मोहीम असेल.''

स्पेशल एजंट ॲलन पार्करकडे मी पाहिले. तो जनसंपर्क अधिकारी असल्याने प्रत्येकाच्या बोलण्याची भरपूर टिपणे काढीत होता. विशीच्या पुढचा हा तरुण अगदीच पोरगेलासा वाटत होता. बेमालूम थापा मारण्यात तो पटाईत होता. अर्थात् त्याच्या कामाची ती गरजच होती; पण हा आत्ता एवढ्या मोठ्या प्रमाणात का टिपणे

काढतो आहे? एखादी टीव्ही सिरीयल तर लिहीत नाही ना? या लेखक मंडळींचा काहीही भरंवसा नसतो.

स्टेन म्हणत होता, "दरम्यान आमचे सुरुवातीचे लक्ष आम्ही न्यूयॉर्कमधील मध्यपूर्वेतून आलेल्या लोकांच्या वस्तीवर एकवटणार आहोत." एवढे म्हणून तो गॅब्रिएल हेथॅमकडे वळला.

गॅब्रिएल हेथॅम उठून उभा राहिला व त्याने सर्व खोलीभर नजर फिरवली. आत्ता या खोलीत असलेला तो एकमेव मुस्लीम व अरब माणूस होता. अनेक वर्षे न्यूयॉर्क पोलीसदलातील इंटेलिजन्स विभागात काम केल्याने त्याचा तापट स्वभाव जाऊन तो आता शांत झाला होता. मला एकदा त्याने आपले खरे नाव— अरेबिक नाव— 'जिब्रिल' हे आहे, असे सांगितले होते. जिब्रिल म्हणजे अरबी भाषेत 'गॅब्रिएल.' महमंद पैगंबरला 'तू अल्लाचा प्रेषित आहे' असे गॅब्रिएल या देवदूताने सांगितले होते... पण हेथॅमने 'हे कुणाला कळू देऊ नकोस.' म्हणूनही मला बजावले होते. मला हा माणूस आवडत होता. त्याला एक चांगले विनोदाचे अंग होते. एखाद्या अरबाला न्यूयॉर्कमध्ये राहून अमेरिकन बनणे हे खरे तर सोपे असते; परंतु एटीटीएफच्या टास्क फोर्सवरती अशा माणसाचे काम कितपत स्वीकारले जाईल? त्याच्याकडे कायम संशयाने पाहिले जाणार; पण केवळ आपल्या विनोदबुद्धीच्या जोरावरती गॅब्रिएल सर्वांशी चांगले संबंध ठेवून होता.

सार्जंट गॅब्रिएल हेथॅम हा स्टेकआऊट युनिटचा कमांडर होता. यातल्या युनिटमधल्या डिटेक्टिव्हजकडून ज्यांचे अतिरेक्यांशी संबंध असावेत, अशा संशयितांवर लक्ष ठेवले जायचे. या व्यक्तींच्या घराबाहेर कित्येक तास रेंगाळून युनिटची माणसे पाळत ठेवीत, छायाचित्रे काढीत, उपकरणांच्या सहाय्याने लांबवर बोलले जाणारे संभाषण ऐकत, ते टेप करीत, संशयितांचा पाठलाग करून ते कुठे जातात ते बघत. त्यासाठी बस, टॅक्सी, रेल्वे, मोटारी या वाहनांतून जात, तर कधी कधी पायीही पाठलाग करीत. या प्रकारात खात्याचा फार पैसा व वेळ खर्च होई. त्यातून मध्यपूर्वेतून आलेल्यांच्या वस्तीमधील माणसांना आपल्यावर अशी नजर ठेवली जात आहे, हे आवडायचे नाही. पण जर त्यांनी काहीच गैरकृत्य केले नसेल तर त्यांना भिण्याचे काहीच कारण नाही, अशा अर्थाची एक म्हण बोलताना वापरली जायची.

हा अरब सार्जंट गॅब्रिएल सांगत होता, "शनिवारी संध्याकाळी पाच वाजल्यापासून आत्तापर्यंत आमच्या माणसांनी न्यूयॉर्क शहरातील सर्व संशयितांच्या वस्त्या, अरब वस्त्या या पार पिंजून काढल्या आहेत. आम्ही न्यायसंस्थेकडून ब्लँकेट सर्च वॉरंटस घेतली असल्याने फक्त न्यूयॉर्कच्या महापौरांची झोपण्याची खोली सोडून हव्या त्या ठिकाणी झडती घेऊ शकतो. आत्तापर्यंत आम्ही खूप मोठी झडतीसत्रे पुरी करत

आणली आहेत. सुमारे ८०० लोकांकडे खलीलसाठी विचारणा केली, त्यांच्यावर प्रश्नांचा भडीमार केला. तसेच, संशय वाटताच रस्त्यावरच्या कोणालाही आम्ही हटकून विचारीत होतो. मुस्लीम वस्त्यांमधील नेत्यांनासुद्धा आम्ही कसून विचारायला कमी केले नाही.''

मी यावर म्हणालो, '' जर आम्हाला किमान वीस अरब वकिलांच्याकडून काही दिवसांत नागरिक हक्कांबद्दल नोटीसा आल्या नाहीत तर तुम्ही तुमचे काम नीट केले नाही असे आम्ही म्हणू.'' यावर सगळे हसले. नेहमी गंभीर रहाणारी केटपण हसली.

गॅब्रिएल यावर म्हणाला, ''आम्ही सर्व अरब वकिलांनाही गाठून त्यांना चौकशीला उभे केले आहे. तेव्हा आता तेच आपल्याला नोटिसा देतील व त्यासाठी त्यांनी बहुतेक सर्व ज्यू वकिलांना कामावर नेमले आहे.'' यावर परत सगळे हसले. खोलीमध्ये सर्व वंशाच्या लोकांचे प्रतिनिधीत्व होत होते. त्यामुळे असे विनोद कितपत रुचतील अशी मला शंका होती. मला यावर आणखी एक विनोद करायचा होता. तो पोलंडमधल्या पोलिश लोकांवर होता. कॅप्टन वायड्रझायन्स्की अजून काही बोलला नव्हता. तो पोलिश होता. मी तो विनोद राखून ठेवला.

आता गॅब्रिएलला जोर चढला व तो बोलू लागला, ''तुम्हाला मी हेही सांगितले पाहिजे की आम्ही घेतलेल्या एवढ्या अफाट परिश्रमाचा परिणाम म्हणून एक तरी धागा आमच्या हातात यायला पाहिजे होता; पण तसा तो अजिबात आला नाही. निदान अद्याप तरी. आम्हाला जे सराईत गुन्हेगार ठाऊक होते तेही अशा गोष्टींपासून स्वत:ला दूर ठेवीत आहेत, असे लक्षात आले. कोणीच या विषयावर बोलत नाहीत; पण अजून आम्हाला हजारएक लोकांची चौकशी करायची आहे, अजून शंभरएक जागांवरती छापे मारायचे आहेत. शिवाय आम्हाला पुन्हा काही पूर्वीच्याच जागांवर छापे मारायचे आहेत आणि परत एकदा काहीजणांची चौकशी करायची आहे. मध्यपूर्वेतून आलेल्यांच्या वस्तीवर आम्हाला शक्य तितका दबाव ठेवायचा आहे. असे करताना कदाचित काही नागरी हक्क नकळत तुडवले जातील, याची आम्हाला कल्पना आहे; पण त्याची काळजी आम्ही आत्ता करणार नाही, नंतर करू.'' मग थोडे थांबून तो म्हणाला, ''हे सारे करताना आम्ही कोणावरही जुलूम केला नाही की छळ केला नाही.''

कोनिग यावर चेष्टेने म्हणाला, ''याबद्दल वॉशिंग्टनकडून तुमचे कौतुक केले जाईल.''

मग यावर उत्तर म्हणून गॅब्रिएल कोनिगला म्हणाला, ''आम्ही ज्यांची चौकशी करतो आहोत ते बहुतेक सारेजण अशा देशांमधून आले आहेत की, जिथे पहिला प्रश्न विचारण्याआधीच पोलीस एक ठोसा मारतात. चौकशी करताना आम्ही कोणाच्याही अंगाला बोटसुद्धा लावत नसल्याने उलट ते लोक गोंधळून जातात.''

कोनिग घसा साफ करत म्हणाला, ''पण हे इथे सांगायची गरज नाही. कोणत्याही परिस्थितीत लोकांच्यावरती जुलम जबरदस्ती—''

सार्जंट गॅब्रिएलने त्याचे बोलणे तोडून टाकीत म्हटले, ''या शहरातील रुग्णालयातील शवागारात तीनशे प्रेते पडून आहेत. अन् आणखी किती प्रेते तिथे येतील याची खात्री नाही. माझ्या चौकशीसत्रामध्ये कोणाचाही मृत्यू होणार नाही, याची मी ग्वाही देतो.''

यावर कोनिग काहीतरी बोलणार होता. पण त्याच्या अंतर्मनाने वेगळाच कौल दिल्याने तो गप्प बसला.

सार्जंट गॅब्रिएल हेर्थम हा आपले बोलणे संपवून खाली बसला.

खोलीत शांतता पसरली. सारेजण स्तब्ध झाले होते. सार्जंट गॅब्रिएलच्या मनात मुस्लिमांबद्दल जे कठोर विचार होते तसेच विचार प्रत्येकाच्या मनात आता घोळत होते. कदाचित् त्याच्या अशा या विचारांमुळेच त्याच्यावरती ही कामगिरी सोपवली असावी. अन्यथा तोही ठरवलेले काम नेटाने पार पाडणारा होता. एटीटीएफ गटाला मिळणाऱ्या यशाचे बरेचसे श्रेय हे स्टेकआऊट एजंटस् किंवा गुप्त पोलीस यांच्याकडे जाते. ही माणसे दाट लोकवस्तीत काहीतरी उद्योगव्यवसाय करण्याचा बहाणा करीत नजर ठेवीत. ते जी माहिती काढीत त्या आधारेच गुन्ह्याचा माग लागत होता. माहिती मिळवण्यासाठी खबऱ्ये, परकीय हेर संस्था, निनावी फोनवरून मिळणारी माहिती, फितूर गुन्हेगार, शरण आलेले गुन्हेगार, वगैरे माहितींचे सर्व उगम हे फारसे प्रभावी ठरत नसत. त्यांच्याकडून फारशी माहिती सहसा मिळत नसे.

विमानतळ पोलीसदलाचा कॅप्टन वायड्झायन्स्की हा आता उठला व बोलू लागला, ''सर्व विमानतळ, जकात नाकी, टोल नाकी, बस टर्मिनल्स येथे आम्ही खलीलची छायाचित्रे पाठवलेली आहेत. त्या छायाचित्राबरोबर 'हा फरारी इसम अमेरिकेतील नंबर वनचा 'मोस्ट वॉन्टेड' माणूस आहे. सरकारला तो त्वरित हवा आहे.' अशा अर्थाचा मजकूरही पाठवला आहे. त्या मजकुरात आम्ही खलीलचा संबंध विमानदुर्घटनेशी जोडलेला नाही. वरून आलेल्या हुकूमानुसारच तसे केले आहे; परंतु तरीही खलील हाच त्या दुर्घटनेमागचा सूत्रधार आहे ही बातमी बाहेर फुटली आहे.''

कॅप्टन वायड्झायन्स्की आणखीही बरेच काही बोलत राहिला. अन् ते साहजिकच होते. कारण या विमानतळ पोलिसांचा या दुर्घटनेमागील तपासात आता सर्वांत महत्त्वाची भूमिका झाली होती. विमानतळावरून पळून जाणाऱ्या गुन्हेगाराला शेवटी कुठेतरी तिकीट तपासनीस, कस्टम्स अधिकारी, जकात अधिकारी यांना सामोरे जावे लागले असणार. तेव्हा विमानतळ पोलीस खात्याला आपल्यावर ठपका येऊ नये म्हणून सत्य काय ते हुडकून काढण्याची नितांत गरज भासत होती. म्हणून या

केसमध्ये त्यांनी खूप रस घेऊन ते धावपळ करीत होते.

हा कॅप्टन मूळचा पोलंडमधला होता. गुन्हेगाराचा माग काढण्याची त्याची धावपळ जर चुकीच्या दिशेने होत असेल तर पुढे त्याची फजिती होणार होती. मला या बाबतीतला एक पोलंडमधला विनोद या कॅप्टनला ऐकवावासा वाटला. विनोद असा होता : एक पोलिश माणूस डोळ्यांच्या डॉक्टरकडे डोळे तपासून घेण्यासाठी जातो. डॉक्टर एका अक्षरांच्या तक्त्याकडे बोट दाखवून म्हणतात, "सांगा पाहू, इथे काय काय दिसते आहे." यावर तो पोलिश माणूस म्हणतो, "या छायाचित्रातील सर्व व्यक्तींना मी नीट ओळखतो."

असो! मी जरी या कॅप्टनला ओळखत नसलो तरी विमानतळ पोलीसदलातील अन्य पोलीस अधिकाऱ्यांप्रमाणेच यालाही आपल्या कामाची दखल घेतली जावी, आपल्या कार्यक्षमतेची पावती मिळावी, आपल्या खात्याला सन्मान मिळावा, असे वाटत होते. मला हे ठाऊक होते. म्हणून न्यूयॉर्क पोलीसदलात असताना मी नेहमी संधी मिळताच या अधिकाऱ्यांची वाखाणणी करीत असे व त्यांना उत्तेजन देत असे. ते अधिकारी तसे मदत करणारे होते, उपयोगी पडणारे होते; पण त्यांना जर उगाच कोणी त्रास दिला, त्यांची मानहानी केली, तर मात्र ते या ना त्या प्रकारे खूप त्रास देऊ शकत होते.

या जाडजूड कॅप्टनने आपल्याला नीट न बसणारा एक गणवेष अंगावर चढवला होता. जणू काही पोत्यातील सर्व माल बाहेर काढून एका कापडी पिशवीत ठासून भरला जावा तसे वाटत होते. त्याला डावपेचात्मक बोलणे, गोड गोड बोलणे, जमत नव्हते. तो अगदी साध्या, सरळ व सोप्या भाषेत बोलत होता. मला अशी माणसे नेहमीच आवडत आली होती.

कोनिग त्याला विचारीत होता, "तुमच्या लोकांच्या हातात खलीलचे छायाचित्र केव्हा पडले? आणि आता त्यांचे वितरण कितपत पुरे झाले आहे?"

कॅप्टन म्हणाला, "ज्या क्षणाला आम्हाला खलीलच्या छायाचित्राची एक प्रत मिळाली, त्या क्षणाला आम्ही त्याच्या हजारो प्रती काढण्यास सुरुवात केली. छायाचित्रांची प्रत्येक बॅच तयार होताच आम्ही ती गस्तीच्या गाड्यांमधून वाटण्यासाठी पाठवून देत होतो. पूल, टोल नाकी, बोगदे, सर्व विमानतळ, बस टर्मिनल, रेल्वे स्टेशन्स येथे सर्वत्र या छायाचित्रांच्या प्रतींचे वेगाने वितरण केले. तसेच ज्या ज्या पोलीस कार्यालयात, ठाण्यात फॅक्स मशीन आहे, त्या त्या ठिकाणी आम्ही फॅक्सने खलीलचे छायाचित्र पाठवले. इंटरनेटच्या माध्यमातूनही आम्ही या छायाचित्राला प्रसिद्धी दिली." मग थोडे थांबून आजुबाजूला पहात तो पुढे म्हणाला, "शनिवारी रात्री ९ वाजायच्या आत प्रत्येक मोक्याच्या जागी खलीलचे छायाचित्र पोचले होते."

कॅप्टन स्टेनने यावर विचारले, "पण असद खलील याने रात्री ९च्या आत जर

एखादे विमान पकडले असेल, बस टर्मिनल गाठले असेल, पूल किंवा बोगदा ओलांडला असेल तर?''

कॅप्टन वायड्झायन्स्की म्हणाला, ''बरोबर आहे तुमची शंका. जर हा फरारी गुन्हेगार विमानाने पळून जाणार असेल असे गृहीत धरून आम्ही प्रथम त्या छायाचित्रांच्या प्रती सर्व विमानतळांना फॅक्सने पाठवल्या. विशेषत: जेएफके विमानतळाकडे खलील जाण्याची दाट शक्यता वाटत असल्याने तिकडे प्रथम एक प्रत पाठवली. जर खलीलने अत्यंत त्वरेने एखादे विमान गाठले असेल आणि त्याचे छायाचित्र नंतर आमच्या हातात पडले असेल तर मात्र आमचा नाईलाज आहे.''

यावर कोणीच काही बोलले नाही.

कॅप्टन सांगत होता, ''मी शंभर डिटेक्टिव्हजना या कामासाठी जुंपले आहे व त्यांना न्यूयॉर्क शहरात पाठवले आहे; पण न्यूयॉर्क मेट्रोमध्ये एक कोटी सोळा लाख लोक राहातात. अन् जर या खलीलने वेषांतर केले, खोटे नाव व आयडेंटिटी धारण केली किंवा त्याच्या एखाद्या इथल्या स्थानिक साथीदाराची मदत त्याने घेतली, तर मात्र तो न्यूयॉर्कमधून निसटून जाऊ शकला असेल.''

यावर सर्वजण काही काळ विचार करू लागले. मग कोनिगने विचारले, ''बंदरे व किनाऱ्यावरील छोटे छोटे धक्के हे तुमच्याकडून निसटले का?''

''नाही, अजिबात निसटले नाहीत. आम्ही त्याही ठिकाणी खलीलची छायाचित्रे पाठवली आहेत. सर्व बंदरे आणि जिथे जिथे धक्क्याला परदेशी बोटी, प्रवासी बोटी व मालवाहू बोटी लागतात, तिथल्या सर्व अधिकाऱ्यांना कळवून सावधगिरीची सूचना दिली आहे. जिथून खासगी बोटी निघतात तिथेही आमची माणसे लक्ष ठेवून आहेत. शिवाय सर्व बोट कंपन्यांनाही आम्ही सावध केले आहे. अरबस्तानच्या दिशेने जाणाऱ्या सर्व बोटी तपासल्या आहेत. थोडक्यात, सर्व बंदरे व धक्के यावरती आमची सक्त नजर आहे.''

त्याचे बोलणे संपल्यावर अनेकजण एकापाठोपाठ त्याला प्रश्न विचारू लागले. विमानतळ पोलीसदलाला प्रथमच एवढे महत्त्व आले होते. त्याने हेही सर्वांना सांगितले की ॲन्ड्री मॅक्गिल हा त्यांच्यामधील कर्मचारी खलीलकडून मारला गेला असल्याने विमानतळ पोलीसदलातील प्रत्येकाने खलीलचा शोध घेण्याच्या कामात स्वत:ला झोकून दिले आहे. मॅक्गिलच्या मृत्यूचा घाव सर्वांच्याच मनावर खोलवर बसला होता.

कॅ. वायड्झायन्स्की म्हणत होता, ''मला वाटते की असद खलीलचे छायाचित्र हे गुन्हा घडल्यापासून अर्ध्या तासात टेलीव्हिजनवरून झळकायला हवे होते. असे करण्यात इतर काही घटकांची अडचण येते, याची मला कल्पना आहे; परंतु या बाबतीत जोपर्यंत आपण जनतेला शंभर टक्के सामील करून घेत नाही तोपर्यंत हा

पट्ठ्या खलील आपल्यापासून निसटून दूर जात राहाणार.''

जॅक कोनिग म्हणाला, ''खलील अमेरिकेबाहेर निघून गेल्याची एक दाट शक्यता वर्तवली जाते. त्या दुर्घटनाग्रस्त विमानातील प्रेते थंड होण्याच्या आत त्याने दुसऱ्या एखाद्या विमानातून मध्यपूर्वेकडे पळ काढला असावा. वॉशिंग्टनचा या तर्कावरती विश्वास बसला असावा. म्हणून खलीलच्या शोधाची बाब ही फक्त पोलीस व न्याय खाते यांच्यापुरतीच मर्यादित ठेवावी, असे त्यांचे मत आहे. आम जनतेला निदान या विमान दुर्घटनेचे स्वरूप संपूर्णपणे नीट कळेपर्यंत तरी.''

आता केट उठून बोलू लागली, ''मी कॅप्टन वायड्झायन्स्की यांच्याशी सहमत आहे. आपल्यापुरतीच ही घटना मर्यादित न ठेवता आम जनतेला सारे काही खुले करून सांगितले पाहिजे. त्यांच्यापासून गुप्त ठेवण्यासाठी कसलेही कारण नाही.''

कॅप्टन स्टेन तिच्याशी सहमत होत म्हणाला, ''मला वाटते वॉशिंग्टनचे वरिष्ठ अधिकारी हादरून गेल्याने - घाबरल्याने - त्यांनी असा चुकीचा निर्णय घेतला असावा. या निर्णयाबरोबर आपण दोन दिवस वहावत गेलो आणि गुन्हेगाराला त्याचा फायदा मिळून त्याच्यात व आपल्याला आता दोन दिवसांचे अंतर पडले आहे. आपल्यापेक्षा दोन दिवस तो या शर्यतीत पुढे गेला आहे.''

कोनिगने हीच कल्पना आणखी विस्तारीत करण्यासाठी म्हटले, ''खलीलचे छायाचित्र आपण आता साऱ्या प्रसिद्धी माध्यमांकडे पाठवले आहे, पण जर खलील एव्हाना अमेरिकेबाहेर चटकन उडून गेला असेल तर आपल्या साऱ्याजणांच्या प्रयत्नांचा काय उपयोग आहे? तो तसा पळाला आहे का नाही? हा खरा यक्ष प्रश्न आहे.'' मग आपल्यासमोरची काही वृत्तपत्रे पहात तो पुढे म्हणाला, ''केनेडी विमानतळावरून त्या वेळी चार विमाने उड्डाण घेण्याच्या बेतात होती. अन् झाल्या दुर्घटनेचा पोलिसांना पत्ता लागण्यापूर्वीच ती विमाने उडून गेली.'' त्याने त्या चारही विमानांच्या कंपन्यांची नावे व त्यांच्या प्रयाणाच्या वेळा धडाधड वाचून दाखवल्या. तो सांगू लागला, ''याखेरीज परदेशी जाणारी आणखी विमाने, दक्षिण अमेरिकेकडे जाणारी विमाने, अमेरिकेतील अन्य शहरांना जाणारी विमाने हीपण त्या वेळी उडायच्या बेतात होती; परंतु परदेशी जाणाऱ्या विमानात बसायचे म्हटले तर पासपोर्ट जवळ लागतो आणि त्यावरील छायाचित्रामुळे संशयित गुन्हेगार सहज धरला गेला असता. दक्षिण अमेरिकेतील विमानतळ आणि लॉस एंजेलिस येथील आमच्या डिटेक्टिव्हजना आम्ही वेळेत सावध करून गुन्हेगाराला शोधण्यासाठी तिथल्या विमानतळांवर नजर ठेवली होती; पण हव्या असलेल्या वर्णनाची व्यक्ती कोणत्याही विमानातून उतरली नाही.''

कोनिगच्या या बोलण्यामुळे माझ्या मते साऱ्यांची दिशाभूल होऊन 'खलील अमेरिकेबाहेर पळाला असावा' असे त्यांचे मत होऊ लागले होते. केट माझ्याकडे

पहात होती. खलील इथे आहे का देशाबाहेर पळाला यावर मी आपले मत द्यावे, असा भाव तिच्या चेहेऱ्यावर दिसत होता; पण मी इथे एका करारपत्रानुसार तात्पुरते काम करणारा होतो. त्यामुळे माझे मत कितपत गंभीरपणे घेतले जाणार होते. याबद्दल मी जरा साशंक होतो. शेवटी मी म्हणालो, "मला वाटते की खलील इथे न्यूयॉर्कमध्येच असावा. जर तो न्यूयॉर्कमध्ये नसेल तर तो अमेरिकेतच कुठेतरी असावा."

कॅप्टन स्टेनने यावर मला विचारले, "असे तुम्हाला का वाटते?"

"याचे कारण त्याने हातात घेतलेले काम अद्याप पुरे झाले नसावे."

"असं? कोणते काम आहे ते?"

"त्याची मला काहीही कल्पना नाही."

"याचा अर्थ खलील अनेक कामगिऱ्या करण्याचे ठरवून अमेरिकेत आला आणि आपल्या मोहिमेची सुरुवात त्याने मोठ्या धूमधडाक्याने केली, असेच ना?" कॅ. स्टेनने विचारले.

"बरोबर. तेव्हा, खलील अजून काहीतरी करणार असावा," मी म्हणालो.

अनेकदा माझ्यासारखेच कॅ. स्टेनला आपण अनेकजणांसमोर एका महत्त्वाच्या सभेत बोलत आहोत याचे भान न रहाता तो शिवराळ भाषेत बोलतो. तो म्हणाला, "च्या X X तो XX आणखी काही करू नये, म्हणजे मिळवली."

मी यावर काही बोलणार होतो. पण ते हॅरीसमहाशय ऊर्फ मिस्टर सीआयए यांनी आता प्रथम तोंड उघडले. ते मला उद्देशून म्हणाले, "असद खलील अमेरिकेत असावा असा तुमचा अंदाज अगदी ठाम झाला आहे असे दिसते. त्याचे कारण काय?"

हॅरीस माझ्याकडे रोखून पहात होता. त्याच्या त्या रोखून पहाण्यामागे काहीतरी विशेष आहे असे मला वाटत होते. नक्की त्याला खलीलच्या ठाव-ठिकाणाबद्दल काहीतरी सुगावा लागला असला पाहिजे, किंवा त्यांचे सीआयएचे काही वेगळे धोरण असावे किंवा खलीलचा शोध आम्ही घेण्यात सीआयएच्या हेतूला काही बाधा येत असावी. माझे असे अनेक तर्क होते; पण तरीही मी हॅरीसचे मतपरिवर्तन करण्याचा प्रयत्न करीत म्हटले, "वेल, सर, खलील अमेरिकेतच आहे असे मला आतून जोरदारपणे वाटत आहे, याला कारण खलीलचे व्यक्तिमत्व. यशामागून यश मिळत असताना मधेच फटकून तो आपली मोहीम सोडून निघून जाणाऱ्यातला नाही. त्याने हातात घेतलेल्या सर्व कामगिऱ्या पुऱ्या झाल्यावरच तो मैदानातून काढता पाय घेईल. अद्याप त्याच्या हातातील कामे पुरी झाली नाहीत. 'असे कशावरून म्हणता?' असा प्रश्न तुम्ही मला विचाराल. त्याचे उत्तर असे आहे : हा खलील अमेरिकेच्या हिताला बाधा येईल अशी कृत्ये परदेशात गेली काही वर्षे सतत

करीत आला आहे. असे असताना ते काम सोडून तो अमेरिकेत येण्याचे ठरवून केवळ एखाद्‌दुसरी दुर्घटना येथे घडवून पसार होईल, असे मला वाटत नाही. माझ्या मते ते तर्कसंभव नाही. ही काय 'सीगल मोहीम' थोडीच आहे?''

मी आजुबाजूला पाहिले. सर्वांच्या चेहऱ्यावरती 'सीगल मोहीम' या शब्दप्रयोगाबद्दल कुतूहल उमटले होते. त्यांना त्याचा अर्थ कळला नव्हता. म्हणून मी म्हटले, ''सीगल मोहीम म्हणजे, सीगल पक्षी जसा जहाजावर अचानक येऊन घाण करून पसार होतो, तसा एखादा दहशतवादी अचानक उपटतो व धडाधड कृत्ये करून झटकन पळून जातो.''

काहीजण यावरती हसले. मी पुढे म्हणालो, ''तेव्हा ही असली काही 'सीगल मोहीम' खलीलने हातात घेतली नाही. ही मोहीम ... म्हणजे एक प्रकारची 'ड्रॅक्युला मोहीम' आहे.''

आता ही 'ड्रॅक्युला मोहीम' काय आहे हे ऐकण्यासाठी सर्वांनी आपापले कान टवकारले. मी खुलासा करू लागलो. ''काऊंट ड्रॅक्यूला हा जिवंत माणसांचे रक्त पिऊन त्यावर जगतो ही कथाकल्पना आपणा सर्वांना ठाऊक आहेच. त्या गोष्टीत जे म्हटलेले आहे तेच आता मी सांगतो. ट्रान्सिल्व्हानिया देशात तो अशा रीतीने तीनशे वर्षे जगत आला होता; पण आता तो इंग्लंडला जाणाऱ्या जहाजावर चढला. जहाजावरील माणसांचे रक्त पिण्याचा त्याचा खरा हेतू होता का? नव्हता. त्याला इंग्लंडला प्रयाण करायचे होते. त्याने जोनाथन हार्कर यांच्या छायाचित्रात एका तरुणीला पाहिले होते. ही तरुणी त्याला आवडली होती व ती इंग्लंडमध्ये रहात होती. म्हणून तिचे रक्त पिण्यासाठी तो निघाला. इंग्लंडला पोचेपर्यंत जहाजावरील एकूणएक माणसांचे रक्त पिऊन त्याने त्यांना संपवले. त्याच्या पिशाच्च शक्तीच्या सहाय्याने ते जहाज आपोआप हाकारले जाऊन इंग्लंडच्या किनाऱ्याला पोचले. अन् ड्रॅक्युला आपले ईप्सित साधण्यासाठी इंग्लंडमध्ये मोकाट सुटला. लक्षात येते ना? असद खलीलचा मुख्य हेतू हा विमानातील प्रवासी व कॉन्क्विस्टाडोर क्लबमधील व्यक्ती ठार करणे हा नव्हता. या गोष्टी जाता जाता त्याने केलेल्या आहेत. ड्रॅक्युलाने जहाजावरील माणसांना संपवल्यासारखाच हा प्रकार; पण मुख्य हेतू साध्य करण्यासाठी तो इंग्लंडमध्ये शिरला होता. खलील अशाच कारणासाठी अमेरिकेत घुसला आहे. ड्रॅक्युलाचा इंग्लंडमध्ये शोध घ्यायचा असेल तर जोनाथन हार्कर या तरुणीचा शोध प्रथम घ्यावा लागेल. खलीलचा शोध घ्यायचा असेल तो तशाच पद्धतीने घ्यावा लागेल. मग तो आपल्याला सापडलाच म्हणून समजा. आले लक्षात?''

माझ्या बोलण्यानंतर बराच वेळ शांतता पसरली होती. जे कोणी माझ्याकडे सुरुवातीपासून रोखून पहात होते ते आता माझी नजर टाळून दुसरीकडे पाहू लागले. आपण भलतेच काहीतरी बोलून गेलो असून त्यासाठी आपल्याला आता कोनिग

आजारीपणाच्या रजेवर पाठवेल, अशी मला भीती वाटू लागली. केट खाली मान घालून आपल्या वहीकडे पाहू लागली. मी काहीतरी मोठा अपराध केला आहे असे मला वाटू लागले.

शेवटी सीआयएचा हॅरीस म्हणाला, ''थँक्स मिस्टर कोरी, तुम्ही केलेले विश्लेषण भलतेच इंटरेस्टिंग आहे. तुमची ही ड्रॅक्युलाची गोष्ट आणि खलीलचे सध्याचे अस्तित्व यात केवळ साम्य दाखवले आहे. बाकी काही नाही.''

काहीजण यावर गालातल्या गालात हसले.

मी म्हणालो, ''खलील अद्याप अमेरिकेतच आपल्या कामगिरीवरती आहे, या माझ्या म्हणण्यावरती मी टेड नॅशबरोबर दहा डॉलर्सची पैज लावली आहे. आपल्या कोणाला माझे म्हणणे पटत नसेल तर त्यांच्याशीही मी पैज लावायला तयार आहे.''

या विषयाला येथेच बगल द्यावी असा हॅरीसचा बेत होता; पण तसे करणे म्हणजे पळ काढण्यासारखे झाले असते. म्हणून आपण खिलाडी वृत्तीचे आहोत हे दाखवण्यासाठी तो म्हणाला, ''जरुर. मी अशी पैज लावायला तयार आहे. दहाच काय, पण मी वीस डॉलर्स पैजेवर लावतो.''

''ठीक आहे. तुमच्याकडचे वीस डॉलर्स कोनिग यांच्याकडे द्या,'' असे म्हणून मी माझ्याकडचे वीस डॉलर्स कोनिगकडे सारले.

आता हे प्रकरण गंभीर वळणावरती आले. हॅरीसने नाईलाजाने आपल्या पाकिटातून वीस डॉलर्सच्या नोटा कोनिगकडे सारल्या. कोनिगने आमच्या दोघांचे मिळून चाळीस डॉलर्स आपल्या खिशात ठेवले. शेवटी जो जिंकेल त्याला ते चाळीस डॉलर्स तो देणार होता.

अनेक सुरक्षा संघटनांच्या मिळून झालेल्या बैठका, सभा या फार कंटाळवाण्या असत; पण मी जेव्हा जेव्हा अशा सभांना हजर राहातो, तेव्हा तेव्हा त्या कंटाळवाण्या होत नाहीत. सरकारी अधिकारी हे अशा वेळी नीरसपणे वागतात. आपण स्वत: कशातही अडकू नये, कोणाच्याही नजरेत भरू नये. यासाठी ते इतके काळजीपूर्वक वागतात की मग बैठक संपल्यावर तासाभरात त्यांचे चेहरे सर्वजण विसरून जातात. मला असे सरकारी कर्मचारी अजिबात आवडत नाहीत. माझ्या बोलण्याचा आणखीही एक हेतू होता. तो म्हणजे, या दालनात जमलेल्या प्रत्येकाच्या मनावरती 'खलील अमेरिकेत असावा' ही कल्पना ठसवायची. ज्या क्षणाला 'खलील अमेरिकेबाहेर पडला' ही कल्पना ते उचलून धरतील, त्या क्षणापासून ते त्याचा शोध घेण्यात ढिले पडणार, आळशी बनणार. हे काम अमेरिकेबाहेरील आपले हेर करतील, अशा समजुतीखाली ते राहू लागतील. म्हणून कधी कधी आपला मुद्दा पटवण्यासाठी, बिंबवण्यासाठी, काहीतरी चमत्कारिक गोष्टी व कृती नाईलाजाने कराव्या लागतात. अन् तसे करण्यात तर मी पटाईत होतो.

पण कोनिग माझ्या या असल्या युक्तीला फसण्याजोगा नव्हता. तो म्हणाला, "थँक यू, मिस्टर कोरी. आपल्या मतप्रचाराबद्दल आपले आभार. पण माझ्या मते तुमचे मत बरोबर आहे की चूक आहे याची शक्यता ही ५०-५०टक्के आहे."

आता केटने आपली वहीमध्ये खिळवलेली आपली नजर वर करून म्हटले, "मला वाटते की, मिस्टर कोरी यांचा तर्क बरोबर आहे." असे म्हणून तिने माझ्याकडे पाहिले. आमच्या दोघांच्या नजरा एकमेकांमध्ये अर्धा सेकंद गुंतल्या. तिच्या व माझ्या चेहऱ्यावरती एकमेकांबद्दल आपुलकी व प्रेम वाटणारे लज्जेचे भाव झर्रकन चमकून गेले. परंतु तिथे जमलेल्यांपैकी कोणाच्याही ते लक्षात आले नाही. म्हणजे मी काल रात्री योग्यच वागलो.

कॅप्टन स्टेनने आता शांतताभंग करीत हॅरीसला विचारले, "मिस्टर कोरी यांच्या म्हणण्यावरती आपले आणखी काही वेगळे मत आहे काय?"

यावर हॅरीसने मान हलवित म्हटले, "या केसवरती माझी नुकतीच नेमणूक झाली आहे. त्यामुळे मला अद्याप या केसचा संपूर्ण तपशील पुरवला गेला नाही. माझ्यापेक्षा तुम्हा सर्वांनाच या केसबद्दल अधिक माहिती आहे."

असाच विचार प्रत्येकाच्या मनात होता, पण कोणीच तो बोलून दाखवित नव्हते. हॅरीस तरीही मला पुढे म्हणाला, "तुमच्या त्या ड्रॅक्युलाच्या गोष्टीतील तरुणीचे नाव मीना आहे."

"बरोबर. मला या गोष्टीतले तेवढेच आठवत नव्हते," मी म्हणालो.

नंतर पंधरा मिनिटे आम्ही सर्वजण या विषयावर गप्पा छाटीत राहिलो. मग कोनिगने आपल्या घड्याळात पाहात म्हटले, "आता यानंतर अॅलन यांचे विचार आपण ऐकू. पण त्यानंतर चर्चा संपेल."

स्पेशल एजंट अॅलन पार्कर उठून उभा राहिला. तो बुटका होता. तो म्हणाला, "मला इथे दिलखुलासपणे असे सांगायचे आहे की—"

सर्वजण त्यावर उपहासात्मक आवाज करू लागले. कारण हा तरुण अॅलन त्याच्या उंचीमुळे अगदीच पोरगेलेसा वाटे व त्यामुळे त्याचे बोलणे कोणीही गंभीरतेने ऐकत नसे. तसेच तो एटीटीएफ कार्यदलाचा जनसंपर्क अधिकारी होता. प्रसिद्धी माध्यमांना कशा थापा माराव्यात, शब्दांच्या जंजाळात सत्य कसे लपवून टाकावे, वगैरे युक्त्या त्याला चांगल्याच ठाऊक होत्या. असा हा पोरगेलासा जनसंपर्क अधिकारी कसले बोडक्याचे आपले विचार मांडणार? अशा भावनेने सारेजण हसत त्याचे भाषण ऐकू लागले. ते त्याची टर उडवण्याच्या मूडमध्ये आले होते. काहींनी तर महाविद्यालयीन विद्यार्थ्यांप्रमाणे तोंडातून चमत्कारिक आवाज काढले.

अॅलन त्यामुळे थोडासा बावचळला; पण लवकरच त्याने हसत हसत स्वत:ला सावरले व तो परत बोलू लागला, "मला इथे असे सांगायचे आहे की... प्रथम मी

असे सांगतो की वॉशिंग्टनमधील ज्या अधिकाऱ्यांना विमान-दुर्घटनेबद्दलच्या माहितीवर नियंत्रण ठेवायचे आहे—''

कॅप्टन स्टेन मधेच त्याला अडवीत म्हणाला, ''जरा समजेल अशा भाषेत बोला.''

''काय? अं ऽ, बरं... ज्यांना या प्रकरणाच्या माहितीवर नियंत्रण ठेवायचे आहे—''

''कोण हे लोक?'' स्टेनने विचारले.

''कोण लोक ? ... प्रशासनातील काही लोक.''

''उदाहरणार्थ ?''

''ते सांगता येणे कठीण आहे; पण ते एफबीआयमधले लोक नसून नॅशनल सिक्युरिटी कौन्सिलमधील लोक असावेत असा माझा तर्क आहे. एफबीआय नाही.''

कॅप्टन स्टेन यावर म्हणाला, ''एफबीआयचे संचालक हे या नॅशनल सिक्युरिटी कौन्सिलचे सभासद आहेत हे लक्षात घ्या.''

ॲलनच्या थापा प्रसिद्धी माध्यमांना पचत होत्या; पण इथे जमलेल्या लोकांना अंदरकी बात नेहमीच ठाऊक असल्याने ते आता ॲलनचे बोलणे मनावर घेत नव्हते. ते त्याची खिल्ली उडवित होते. सभेचा हा शेवटचा करमणुकीचा कार्यक्रम आहे असे समजून सर्वजण ॲलनच्या बोलण्यात व्यत्यय आणीत होते.

ॲलन स्टेनला म्हणत होता, ''असं? पण काहीका असेना, जे कोणी लोक असतील त्यांनी असे ठरवले आहे की सर्वच माहिती आत्ता एकदम एका वेळी उघड करायची नाही, पण ती टप्प्याटप्प्याने, थोडी थोडी करीत येत्या ७२ तासात प्रसिद्धीसाठी प्रगट करायची. त्यातली एक तृतीयांश माहिती आज प्रसिद्धीला दिली गेली आहे. पुढची एक तृतीयांश उद्या व नंतरची परवा प्रगट केली जाईल.''

कॅप्टन स्टेन टर उडवण्याच्या हेतूने म्हणाला, ''म्हणजे आज कर्ता, उद्या कर्म व परवा क्रियापद अशा रीतीने एकेक वाक्य सांगितले जायचे ना?''

ॲलनने यावर आपल्या चेहऱ्यावर बळे बळे एक हसू आणले व म्हटले, ''असे काहीही नाही. पण मला मिळणाऱ्या बातम्या या तीन हप्त्यात दिल्या जात आहेत. त्यामुळे त्या तशाच तीन हप्त्यात सोडाव्या लागत आहेत. यातला पहिला हप्ता मी आजच तुम्हा प्रत्येकाला सांगतो.''

स्टेन म्हणाला, ''आम्हाला सगळेच्या सगळे आता दहा मिनिटात सांगितले गेले पाहिजे. चालू द्या तुमचे भाषण.''

ॲलन सांगू लागला, ''प्लीज, एक गोष्ट लक्षात घ्या, की मी स्वत: बातम्या निर्माण करीत नसतो. तसेच कोणत्या बातम्या या आम जनतेला खुल्या करायच्या याचाही निर्णय मी करीत नसतो. मला जसे सांगितले गेलेले असते. तसेच मी करतो. बातम्यांचा मी स्वत:च एक 'एक्स्चेंज' किंवा 'क्लिअरिंग हाऊस' आहे असे

समजा. तेव्हा आपण सर्वांना माझी अशी विनंती आहे की, कृपा करून कोणीही माझ्या ऑफिसला आधी विचारल्याखेरीज जाहीर मुलाखत देऊ नये, की पत्रकार परिषद घेऊ नये. प्रसारमाध्यमे आणि जनता यांना सत्य परिस्थितीची कल्पना देणे हे महत्त्वाचे आहे. पण त्यापेक्षाही महत्त्वाचे हे आहे की आपण जे ठरवू तेवढेच सत्य आम जनतेला कळू दिले पाहिजे.''

ॲलनला आपल्या विधानात कसलाही दोष नाही, काहीही आक्षेपार्ह नाही असे ठामपणे वाटत होते. पण काही असले तरी 'बातम्या' हे आमच्या म्यानातील एक शस्त्र होते, हीपण तेवढीच महत्त्वाची बाब होती. 'मी व केट यांनी एखादे ठरवलेले विधान जाहीरपणे करावे, म्हणजे त्या बातमीच्या जाळ्यात खलील बळी पडेल' असली काहीतरी योजना ॲलन आता सांगेल की काय, अशी मला भीती वाटू लागली. त्या कथित विधानामुळे खलील चवताळून उठेल व तो मला मारण्यासाठी बाहेर पडेल आणि जाळ्यात सापडेल, अशी योजना पुढे केली जाण्याची शक्यता होती, पण त्याने तसली कसलीही योजना पुढे ठेवली नाही. त्याऐवजी, बातमी जर अयोग्य वेळी फुटली तर कसा हाहा:कार उडतो, काही जणांचे कसे खून पडतात, संशयितांना त्यामुळे कसे सावध होता येते, अनेक योजना, कामगिऱ्या या कशा फसतात, काहीजणांना तर फुटलेल्या बातमीमुळे हृदयविकाराचा झटका येतो, वजन वाढू लागून लठ्ठपणा येतो, इत्यादी माहिती ॲलनने दिली. शेवटी तो म्हणाला, ''जनतेला माहिती करून घेण्याचा हक्क जरूर आहे व त्या हक्काचा मी आदरही करतो. परंतु याचा अर्थ असा नाही की त्यांना प्रत्येक वेळी सर्व काही आपण सांगितलेच पाहिजे. आपल्याला परिणामांचा विचार करूनच कोणती माहिती केव्हा जनतेपुढे ठेवायची याचा आधी नीट विचार केला पाहिजे.''

एवढे बोलून ॲलन खाली बसला.

तो एवढा जरी पोटतिडिकीने बोलला तरी त्याचे म्हणणे सर्वांना नीट कळले असेलच असे नव्हते. म्हणून जॅक कोनिग म्हणाला, ''येथून पुढे कोणीही प्रसिद्धी माध्यमातील व्यक्तीशी बोलायचे नाही, हे पक्के लक्षात ठेवा. आज दुपारी एफबीआय आणि न्यूयॉर्क पोलीसदल यांच्यातर्फे एक पत्रकार परिषद घेतली जाणार आहे. त्यामध्ये न्यूयॉर्क राज्याचे राज्यपाल, न्यूयॉर्क शहराचे महापौर, न्यूयॉर्क पोलीसदलाचे कमिशनर आणि इतर मान्यवर भाग घेतील. त्या वेळी कोणीतरी, कधीतरी व कोणत्याही पद्धतीने असे म्हणतील किंवा सुचवतील, की ती विमानदुर्घटना घडवून आणणारी संशयित व्यक्ती बऱ्याच जणांना एव्हाना ठाऊक झालेली आहे. नॅशनल सिक्युरिटी कौन्सिलचे अध्यक्ष आणि काही सभासद हे आज रात्री टेलीव्हिजनवरून अशीच घोषणा करतील. त्यानंतर काही दिवस त्या आधारे सारी प्रसारमाध्यमे ही सनसनाटी बातम्या लोकांना पुरवत रहातील; मग तुमच्या ऑफिसात सारखे या

संदर्भात फोन येत रहातील; पण त्या फोनवरील प्रश्नांना तुम्ही उत्तरे देऊ नका. तुम्ही सरळ ॲलनच्या ऑफिसचा नंबर देऊन 'तिकडे विचारणा करा' असे सांगत जा. ॲलनला तेवढ्यासाठीच पगार दिला जातो, हे लक्षात घ्या.''

कोनिगने नंतर सर्वांना आठवण करून दिली की असद खलीलला जो कोणी शोधून काढून अटक करेल, त्याला दहा लाख डॉलर्सचे बक्षीस दिले जाईल. असदच्या ठावठिकाणाची माहिती विकत घ्यायची असेल, तरी एफबीआय त्यासाठी पैसा पुरवेल. आपल्या बोलण्याचा समारोप करीत कोनिग शेवटी म्हणाला, ''खलीलच्या शोधासाठी एफबीआय, सीआयए, न्यूयॉर्कचे पोलीसदल आणि अनेक सुरक्षा यंत्रणा धडपडत आहेत. या सर्वांमध्ये आपापसांतील सहकार्याचे आव्हान आपल्यापुढे आहे. अशी संधी क्वचितच येते. आपल्या सर्वांना एकत्र येण्यास, एकजूट करण्यास, माहितीची देवाणघेवाण करण्यास ही एक संधी आपल्यापुढे येऊन उभी राहिली आहे. जेव्हा आपण खलीलला पकडू तेव्हा त्याबद्दलचे श्रेय हे ज्या त्या सुरक्षा संघटनेला, खात्याला व व्यक्तींना नक्की दिले जाईल, असे मी आपणा सर्वांना आश्वासन देतो.''

न्यूयॉर्क पोलीसदलातील डिटेक्टिव्ह विभागाचा प्रमुख हा यावर तोंडातल्या तोंडात पुटपुटला, ''पण प्रथमपणाचा मान हा कोणा एकालाच जाणार.''

कॅप्टन स्टेन आता उठला. त्याच्याकडे या सभेच्या समारोपाचे काम सोपवलेले होते. तो बोलू लागला, ''वर्ल्ड ट्रेड सेंटरच्या इमारतीत स्फोटकांची गाडी घुसवून जो घातपात करण्याचा प्रयत्न झाला त्याची पूर्वकल्पना मिळालेली होती; पण लाल फितीच्या कारभारामुळे त्या सूचनेची दखल घेतली गेली नाही. आपण सर्वजण एकमेकांना सहकार्य करायला तयार आहोत. प्रत्येकजण आपल्याला मिळालेली खबर, पूर्वकल्पना दुसऱ्यांना द्यायला तयार आहे. परंतु पूर्वीसारखी महत्त्वाची माहिती लाल फितीच्या कारभारात गडप होऊन जाऊ नये याची आपण सर्वांनी खबरदारी घ्यायला हवी. एटीटीएफकडे सर्व प्रकारची माहिती पाठवित जा. त्यांच्याकडून ती आपणा सर्वांना पाठवली जाईल. एटीटीएफ हे माहितीचे देवाणघेवाण केंद्र, क्लिअरिंग हाऊस आहे व राहील. लक्षात घ्या, अमेरिकेतील प्रत्येक सुरक्षा संघटना, कॅनडा व मेक्सिको या शेजारच्या देशांतील सर्व पोलीस व सुरक्षा संघटना यांच्याकडे असद खलीलबद्दलची माहिती पुरवली गेली आहे. या देशातूनही मिळणारी खबर, अंदाज, संकेत वगैरे सारे काही एटीटीएफकडे येणार आहे. शिवाय खलीलचे छायाचित्र आता टेलीव्हिजनवरून सारखे दाखवले जाणार आहे. दहा कोटी प्रेक्षक त्याला बघणार आहेत. तेव्हा हा खलील जर अमेरिका खंडात असेल तर आपले ते भाग्य ठरेल. मग आपण त्याला पकडलाच म्हणून समजा.''

मला जॉर्जिया राज्यातील एका पोलीस प्रमुखाची आठवण झाली. सरकारकडून

एखाद्या गोष्टीचा फार गाजावाजा होऊ लागला की हा त्या गोष्टीची खिल्ली उडवण्यासाठी विनोद करे. खलीलविरुद्धच्या प्रसिद्धीमोहिमेबद्दल जर त्याने ऐकले तर हा पठ्ठ्या नक्की मला फोन करून म्हणेल की, "गुड मॉर्निंग, जॉन, मला असे कळते की तुम्ही खलील नावाच्या एका अरबाचा शोध घेता आहात. वेल जॉन, हा इसम आत्ता माझ्या ताब्यात आहे आणि तुम्ही त्याला घेऊन जाण्यासाठी येथे येईपर्यंत मी त्याला डांबून ठेवेन. हा अरब मुसलमान असल्याने पोर्क किंवा कोणतेच डुकराचे मांस खात नाही. आमच्याकडे कैद्याला द्यायला तेवढेच अन्न आहे. तुम्ही जर यायला उशीर केलात तर हा कैदी उपासमारीने मरून जाईल. तेव्हा लवकर या." मला असे आठवून हसू फुटले.

कॅ. स्टेन गंभीरपणे व कळकळीने बोलत होता. माझ्या चेहऱ्यावरचे हसू पाहून तो जरासा चिडून मला म्हणाला, "समथिंग फनी, डिटेक्टिव्ह? काही मनोरंजन करणारे वाटले का तुम्हाला?"

"तसे काही नाही. पण जरासे वेगळेच आठवले."

"असं? मग ते 'जरासे वेगळेच' काय आहे ते आम्हा सर्वांना कळू द्या की."

"अं ऽऽ, म्हणजे त्याचे काय आहे..." मी चाचरत म्हणालो.

आपले गंभीर बोलणे चालले असताना हा एकेकाळी आपल्या हाताखाली काम करणारा डिटेक्टिव्ह हसतो म्हणजे काय? त्याची आता पंचाईत करून टाकली पाहिजे. अशा भावनेने कॅप्टन स्टेन मला बोलायला भाग पाडत होता. ती जी काही 'चमत्कारिक गंमतीदार' बाब आहे ती मी बोलू शकणार नाही, याची त्याला खात्री वाटत होती. पण अशा वेळी माझ्या त्या जॉर्जियातील पोलीस- प्रमुखाने सांगितलेला एक विनोद आठवला. तोच विनोद सांगायचे मी ठरवले. मी जरासा घसा खाकरला.

कॅ. स्टेन सर्वांना उद्देशून म्हणाला, "मिस्टर कोरी काय सांगणार आहेत ते नीट ऐका रे सारेजण."

मी म्हणालो, "ठीक आहे... एकदा सर्वोच्च सरकारी वकीलपदावर, म्हणजे ॲटॉर्नी जनरल या पदावर असलेल्या व्यक्तीच्या मनात आले की एफबीआय, सीआयए व न्यूयॉर्कचे पोलीसदल यांच्यापैकी सर्वांत कार्यक्षम व हुशार कोण आहे याची परीक्षा घ्यावी. म्हणून त्याने या प्रत्येक संघटनेच्या तज्ज्ञ गटांना वॉशिंग्टन शहराबाहेर बोलावले. मग त्या ॲटॉर्नी जनरलने बरोबर आणलेला एक ससा पिशवीतून बाहेर काढला व तो सर्वांच्यादेखत समोरच्या रानात सोडला. ससा दृष्टीआड झाल्यानंतर त्याने एफबीआयच्या गटाला सांगितले की, 'जा, त्या सशाला शोधून आणा,'" एवढे म्हणून मी श्रोत्यांकडे पाहिले. त्यांनी आपल्या चेहऱ्यावरती निर्विकारपणा धारण केला होता. फक्त माईक लिरॉय हा पुढे येणाऱ्या विनोदी प्रसंगाच्या अपेक्षेने स्मित हास्य करीत होता.

मी पुढे सांगत गेलो, "दोन तासांनी तो एफबीआयच्या तज्ज्ञांचा गट परतला. पण त्यांनी बरोबर तो ससा आणला नव्हता; पण आल्या आल्या त्यांनी एक भरगच्च पत्रकार परिषद घेऊन जाहीर केले की 'आम्ही त्या रानातील झुडपांची सर्व पाने व काटक्या यांचे प्रयोगशाळेत परीक्षण केले. दोनशे साक्षीदारांना प्रश्न विचारले. या सर्वांच्या अभ्यासावरून आम्ही अशा निष्कर्षाप्रत आलो आहोत की, त्या सशाने कोणत्याही केंद्रीय कायद्याचा भंग केला नाही. म्हणून त्या पकडलेल्या सशाला सोडून दिले.' यावर तो ॲटॉर्नी जनरल म्हणाला, 'बुलशीट, तुम्हाला तो ससा सापडलाच नव्हता.' मग सीआयएच्या गटाला रानात जाऊन त्या सशाचा शोध घेण्यास सांगितले. तासाभराने तोही गट परतला व म्हणू लागला की, 'एफबीआयचे म्हणणे चूक आहे. आम्ही तो ससा शोधला, पकडला. त्याच्याकडून सारी माहिती काढून घेतली आणि 'आपण कटकारस्थान केले आहे' अशी त्याची आम्ही कबुलीही घेतली आहे. पण आम्हीही तो ससा सोडून दिला. कारण त्याच्याकडून आम्ही शत्रूपक्षाविरुद्ध काम करण्याचे वचन घेतले आहे. आम्ही त्याला आमच्यासाठी काम करणारा शत्रूच्या गोटातला हेर किंवा डबल एजंट बनवून टाकला आहे.' ॲटॉर्नी जनरल यावर पुन्हा म्हणाला, 'बुलशीट, तुम्हालाही तो ससा खरोखरीच सापडला नाही.' शेवटी न्यूयॉर्क पोलीसदलाच्या गटाला ॲटॉर्नी जनरलने ससा शोधायला रानात पाठवले. तो गट अवघ्या पंधरा मिनिटात परतला. त्यांनी बरोबर एका अस्वलाला आणले होते. ते अस्वल अडखळत व लंगडत चालत होते. त्याला खूप मारहाण झाल्याचे त्यावरून कळत होते. त्याला ॲटॉर्नी जनरलच्या जवळ आणताच त्या अस्वलाने आपले दोन्ही हात हवेत पसरून ओरडून म्हटले, "ठीक आहे, ठीक आहे! मीच ससा आहे! मीच ससा आहे!"

माझ्या या विनोदावर सर्वजण स्फोट झाल्यासारखे मोठमोठ्याने हसले. कॅप्टन स्टेनने न हसण्याचा प्रयत्न केला. जॅक कोनिग हसत नव्हता. तो हसत नाही म्हणून ॲलन पार्करही हसत नव्हता. सीआयएच्या हॅरीसला हसावे की न हसावे ते न कळून तो गप्प बसला होता. अन् केटला माझ्या खट्याळ स्वभावाची एव्हाना कल्पना आल्याने ती गालातल्या गालात हसत होती.

कॅप्टन स्टेन म्हणाला, "थँक यू, मिस्टर कोरी. मी तुम्हाला बोलायला लावले याबद्दल माफ करा...." यानंतर त्याने काही स्फूर्तीदायक अशी वाक्ये उच्चारून शेवटी सभेचा समारोप करीत म्हटले, "जर ह्या बास्टर्ड खलीलने परत न्यूयॉर्कमध्ये येऊन काही घातपात केला तर मात्र इथे जमलेल्यांपैकी अनेकजणांना सक्तीने सेवानिवृत्त व्हावे लागेल, हे लक्षात ठेवा."

सभा संपली.

३७

सोमवारी सकाळी सहा वाजता असद खलीलच्या खोलीतील फोनची घंटी वाजत होती. जागा होऊन त्याने फोन उचलून कानाला लावला. तो हॅलो म्हणायच्या आतच कोणीतरी पलीकडून म्हणाले, "गुड मॉर्निंग!"

यावर खलील काही बोलणार होता; पण पलीकडचा माणूस त्याचे काहीही ऐकून न घेता बोलत राहिला. खलीलच्या लक्षात आले की हा एक ध्वनिमुद्रित आवाज आहे. तो आवाज म्हणत होता, "तुम्हाला जागे करण्यासाठी आत्ता सहा वाजता हा फोन केला गेला आहे. आजचे तपमान हे सत्तर फॅरेनहाईटच्या पुढे जाईल. आकाश स्वच्छ राहील. दुपारनंतर पावसाची एखाद्‌दुसरी सर येण्याचा संभव आहे. हॅव ए नाईस डे! उतरण्यासाठी आपण शेरेटॉन हॉटेल निवडलेत याबद्दल आपल्याला धन्यवाद!"

खलीलने फोन खाली ठेवला. त्याच्या मनात 'योब व्हास' हे अपशब्द प्रगटले. ते रशियन भाषेतले होते. बोरिस ते अपशब्द अनेकदा म्हणायचा. म्हणून खलीलला ते ठाऊक झाले होते. तो बिछान्यातून उठून बाहेर पडला. जवळची ती दोन ग्लॉक पिस्तुले घेऊन तो स्नानगृहात गेला. शरीरविधी उरकून त्याने ब्रशने दात घासले. दाढी केली, आंघोळ केली आणि आपल्या केसांचा करडा रंग परत एकदा ठीकठाक केला. केस विंचरून त्याचा मधे भांग पाडला. मग तिथला हेअर ड्रायर वापरून सारे केस पूर्णपणे वाळवले.

त्याच्या लक्षात आले की युरोपमधल्याप्रमाणेच अमेरिकेतही अनेक चैनीच्या गोष्टी आहेत. ध्वनिमुद्रित संदेश, अत्यंत मऊ मुलायम गाद्या व आसने, नळ फिरवताच त्यातून बाहेर येणारे गरम पाणी आणि किडे व उंदीर यांच्यावाचून असलेल्या खोल्या, या त्या चैनीच्या गोष्टी होत्या. त्याला कळेना की हे एवढे निर्माण करू शकणारी, पुढारलेली संस्कृती मग शूर सैनिकांचे पायदळ का निर्माण करू शकत नाही. अमेरिकेला हे जमत नाही म्हणून तर त्यांनी युद्धाचा वेगळा प्रकार शोधून काढला. पायदळाच्या सैनिकांच्या अंगी शौर्य लागते, तर क्षेपणास्त्रे व लेसर किरणांचा वेध घेऊन अचूक लक्ष्यावर जाऊन आदळणारे बॉम्ब, अनेक रिमोट कंट्रोल असलेली अस्त्रे चालवण्यासाठी फक्त बटणे दाबावी लागतात. पुश बटण वॉर! यात कसले आले आहे शौर्य? हे असले युद्ध भित्र्या लोकांचे आहे. हेच भ्याड युद्ध अमेरिकेने त्याच्या देशाविरुद्ध खेळलेले होते.

आज तो ज्या व्यक्तीचा वेध घेणार होता त्या व्यक्तीचे नाव 'पॉल ग्रे' हे होते.

भ्याडपणे विमानातून बॉम्ब टाकणारा हा वैमानिक आता रिमोट कंट्रोल व संगणक यांच्या सहाय्याने शत्रूचे अधिकाधिक नुकसान कसे करावे, यात तज्ज्ञ झाला होता. त्यासाठी तो नवनवीन सॉफ्टवेअर्स विकसित करून विकत असे. आपला हा व्यवसाय करून सैन्याची कंत्राटे मिळवीत होता व अफाट पैसा कमवित होता. तो एक 'मृत्यूचा श्रीमंत दलाल' झाला होता. लवकरच तो एक 'मृत्यू पावलेला मृत्यूचा दलाल' होणार होता.

खलील आतल्या खोलीत आला. मक्केकडे तोंड करून तो खाली बसला व नमाज पढू लागला. सकाळच्या नेहमीच्या प्रार्थना म्हणून झाल्यावरती त्याने एक नवीन प्रार्थना केली, ''आज अल्लाच्या कृपेने मला पॉल ग्रेचे आयुष्य हिरावून घेता यावे. विल्यम सदरवेटचे आयुष्य उद्या हिरावून घेता यावे! यासाठी होणारा माझा आजचा प्रवास हा अल्लाच्या कृपेने वेगाने व्हावा. या जिहादमध्ये, धर्मयुद्धात शेवटी विजय मिळण्यासाठी अल्लाने मला आशीर्वाद द्यावा!''

एवढी प्रार्थना केल्यावर तो उठला पायात पँट घातली, अंगावर बुलेटप्रूफ जाकीट चढवले, त्यावर एक स्वच्छ शर्ट घातला व वरती करड्या रंगाचा सूट परिधान केला. मग त्याने जॅक्सनव्हिल गावाची टेलिफोन डिरेक्टरी घेऊन उघडली. त्यातील 'विमाने भाड्याने देण्याची सेवा' हा विभाग शोधला. त्याला आधी सांगितल्याप्रमाणे तो ते करीत होता. त्या विभागातील अनेक विमानकंपन्यांचे फोन नंबर त्याने एका कागदावर लिहून घेतले व तो कागद खिशात ठेवला.

खोलीच्या दरवाजाच्या खालच्या फटीतून एक पाकीट आत सारलेले होते. त्यात त्याने भरलेल्या हॉटेल बिलाची पावती होती. तसेच दाराबाहेर पडलेल्या वर्तमानपत्राचे एक टोक फटीतून आत आले होते. त्याने ते पाकीट उचलले व दाराच्या पीपहोलमधून बाहेर पाहिले. बाहेर कोणीही नाही याची खात्री पटल्यावर दाराचा बोल्ट काढून दार उघडून तो बाहेर आला व जमिनीवर पडलेले वर्तमानपत्र त्याने उचलले. पटकन आत येऊन पुन्हा त्याने दार बंद करून टाकले.

टेबलावरच्या दिव्याच्या प्रकाशात वर्तमानपत्र हातात धरून तो चाळू लागला. पहिल्याच पानावर त्याची दोन रंगीत छायाचित्रे होती. एक छायाचित्र समोरून घेतले होते व दुसरे बाजूने घेतले होते. या छायाचित्राखालचा मजकूर असा होता :

पाहिजे! असद खलील नावाची व्यक्ती. लिबिया देशाचा नागरिक. वय अंदाजे ३०. उंची ६ फूट. इंग्रजी व अरबी भाषा बोलू शकतो. शिवाय थोडेसे फ्रेंच, इटालियन व जर्मन बोलता येते. ही व्यक्ती जवळ नेहमी घातक शस्त्र बाळगते. एक अत्यंत धोकादायक अतिरेकी व्यक्ती. कुणालाही दिसली तर त्याला अडवा व नजीकच्या पोलीस ठाण्याला कळवा.

खलीलने ते वृत्तपत्र बाथरूममध्ये नेले व तो तिथल्या आरशात आपला चेहरा व वृत्तपत्रातील चेहरा यातील साम्य शोधू लागला. त्याने आपल्या चेहऱ्याजवळ वृत्तपत्रातील ते छायाचित्र धरले होते. आरशातील प्रतिमा व वृत्तपत्रातील दोन्ही प्रतिमा यांमध्ये त्याला फारसे साम्य आढळेना. त्यातून त्याने चष्मा चढवलेला होता, तर छायाचित्रात चष्मा नव्हता. त्याने आपल्या चेहऱ्यावरती निरनिराळे भाव आणले व त्या स्थितीत ओळखू येण्याजोगा चेहरा होतो का ते पाहिले. मग थोडे मागे सरकून तो काटकोनात वळून आरशासमोर उभा राहिला. मान न वळवता आरशाकडे आपले डोळे जमतील तेवढे वळवून त्याने स्वत:ची प्रतिमा तपासली. परंतु कितीही केले तरी वृत्तपत्रातील छायाचित्रात व त्याच्यात फरकच पडत होता.

त्याने वृत्तपत्र बाजूला ठेवले. आपले डोळे मिटले व मनामध्ये त्याने स्वत:चा चेहरा व वृत्तपत्रातील छायाचित्र आणून त्या दोन्हीतील साम्य तो शोधू लागला. एकाच गोष्टीचे साम्य त्याला वाटत होते. ते म्हणजे त्याचे ते पातळ व गरुडाच्या चोचीसारखे असलेले नाक व फुगीर नाकपुड्या. त्याने या बाबत बोरिसशी पूर्वी एकदा चर्चा केली होती.

त्या वेळी बोरिस त्याला म्हणाला होता, "अमेरिकेत अनेक विविध वंशांचे लोक रहातात. काही शहरातील अमेरिकन लोक तर व्हिएटनामी व कंबोडियन यांच्यातील फरकही ओळखून दाखवू शकतात, किंवा फिलिपिनो व मेक्सिकन यांच्यातीलही फरक त्यांना समजू शकतो. परंतु जेव्हा एखादी व्यक्ती भूमध्य समुद्राभोवतालच्या प्रदेशातून अमेरिकेत येते, तेव्हा याच तज्ज्ञांना त्यांचा वंश ओळखता येत नाही. मग तुला ते सिसिली बेटावरील समजतील, इस्राइली समजतील, इजिप्शियन समजतील, ग्रीक समजतील, माल्टा बेटावरील समजतील, स्पॅनिश समजतील किंवा लिबियनसुद्धा समजतील." त्या दिवशी बोरिसने खूप व्होडका ढोसली होती. आपल्याच या विनोदावर खो खो हसत तो पुढे म्हणाला, "भूमध्य समुद्राजवळील प्रदेश हे प्राचीन काळापासूनचे आहेत. प्राचीन काळात ते सारे एकच होते. त्यामुळे त्यांच्यात आपापसांत खूप सरमिसळ झाली आहे. आज निरनिराळ्या राष्ट्रांमुळे आपण त्यांच्यात भेद करतो तो राष्ट्रीयत्वाचा; पण वांशिक भेद आत्ता ओळखायला गेलो तर ते खूपच कठीण जाईल. कारण एकच. येशू व महंमद, परमेश्वर त्यांना शांती देवो — यांच्या अवतारांपूर्वी ती सर्व माणसे भिन्न -वंशीय बायकांचा उपभोग घेत होती." एवढे म्हणून बोरिस खदखदा हसला.

त्या वेळी तिथे मलिक हजर होता. महंमद पैगंबराच्या अशा उल्लेखामुळे

खलील एवढा चिडला होता की त्याने तिथल्या तिथे बोरिसला ठार केले असते. बोरिसच्या मागे मलिक उभा होता. त्या वेळी मलिकला पण बोरिसचा राग येऊन त्याने 'याला ठार केले पाहिजे' अशा अर्थी आपल्या गळ्यावरून बोट फिरवण्याची सूचक कृती केली होती.

बोरिसने ते पाहिले नव्हते; पण मलिकची काय प्रतिक्रिया झाली असू शकेल, याची त्याला कल्पना आली होती. कारण तो लगेच पुढे म्हणाला, "अर्रर्र... मी परत एकदा अशुभ पद्धतीने बोललो बघा. अल्ला, मोहंमद, जिझस आणि अब्राहाम मला क्षमा करोत. फक्त व्होडका हाच माझा परमेश्वर आहे, सर्वेसर्वा आहे. जर्मन डॉईशमार्क, स्विस फ्रॅन्क्स आणि अमेरिकन डॉलर्स हेच माझे त्राते आहेत, संत आहेत व प्रेषित आहेत. फक्त भोग घेण्याचे संस्कार मी मानतो. परमेश्वर मला मदत करो!"

यानंतर बोरिस रडू लागला, ढसढसा रडू लागला. एखाद्या बाईसारखा रडू लागला. अन् रडत रडत तो खोलीबाहेर निघून गेला.

दुसऱ्या एका प्रसंगी बोरिस असदला म्हणाला, "तू अमेरिकेला जाण्यापूर्वी महिनाभर उन्हात अजिबात जाऊ नकोस. तुला आम्ही एक ब्लिचिंग सोप देऊ. त्याने तू तुझे हात व तोंड धुऊन टाक. अमेरिकेमध्ये जितकी उजळ कातडी तितकी उत्तम. जेव्हा तुझा चेहरा उन्हाने रापतो तेव्हा तुझ्या चेहऱ्यावरील ते व्रण एकदम उठावदारपणे दिसू लागतात. गालावर ते व्रण कसे काय आले?"

खलीलने प्रामाणिकपणे त्याला सांगितले, "एका बाईमुळे ते व्रण उमटले."

बोरिस यावरती जोरजोरात हसला व त्याच्या पाठीवर जोरात थाप मारीत म्हणाला, "शाबास, माझ्या धार्मिक मित्रा! शेवटी तू एका बाईच्या इतक्या जवळ गेलास की तिने तुझ्या गालावर ओरखाडे ओढले. तू तिला भोगलीस की नाही?"

तिथे त्या वेळी मलिक हजर नसल्याने खलील निष्कपट मनाने कबूल करून गेला, "होय!"

"मग तिने जे ओरखाडे काढले ते त्याआधी का त्यानंतर?"

"नंतर."

बोरिस यावर एवढा जोरजोरात हसू लागला की हसता हसता तो खुर्चीत कोसळला. त्याला एवढे हसू येत होते की त्याला नीट बोलताही येईना. शेवटी त्याचा हास्याचा भर ओसरल्यावर तो कसाबसा म्हणाला, "सगळे काही उरकल्यानंतर बायका बोचकारत नाहीत. माझ्या चेहऱ्यावरती दिसतात का तुला तसे ओरखाडे? तेव्हा तू परत एकदा प्रयत्न कर. या वेळी पूर्वीपेक्षा सारे काही सुरळीतपणे घडून जाईल."

बोरिस अजूनही हसत राहिला होता. मग खलील त्याच्यापाशी गेला व त्याच्या

कानाशी आपले तोंड नेत पुटपुटत्या आवाजात म्हणाला, "तिने मला बोचकारल्यानंतर मी माझ्या हाताने तिचा गळा आवळून तिला ठार मारले."

हे ऐकल्यावर बोरिसचे हसणे एकदम थांबले. तो खलीलच्या नजरेला नजर भिडवित म्हणाला, "तू नक्कीच तसे केले असणार. तूच फक्त असे करू शकतोस."

खलीलने आपले डोळे उघडले व बाथरूमच्या आरशात स्वतःला पाहिले. बाहिराने निर्माण केलेले गालांवरचे व्रण लक्षात येत नव्हते. त्याचे गरुड नाकही लक्षात येण्याइतके वैशिष्ट्यपूर्ण नव्हते असे त्याला वाटले. त्यातून त्याने नकली मिशा चिकटवल्या असल्याने आणि चष्मा चढवला असल्याने त्याचा चेहरा पार बदलून गेला होता.

अन् काहीही जरी असले तरी त्याला आता माघार घेता येत नव्हती, पुढेच जायला हवे होते. आपल्या शत्रूंना आपल्याला ओळखताच येणार नाही. कारण तसे ते करायला लागले तर अल्ला त्यांना आधीच आंधळे करून टाकेल. त्याला तशी पक्की खात्री होती. शिवाय अमेरिकन लोक एवढे चंचल असतात, की त्यांना कोणत्याही गोष्टीवर आपली नजर काही सेकंदच खिळवता येते, अशी त्याची समजूत करून दिली होती.

खलील बाथरूममधून बाहेर पडला. हातातले वृत्तपत्र त्याने टेबलावर ठेवले. आता उभ्यानेच तो त्यातील बातमी वाचू लागला. त्याला इंग्रजी बऱ्यापैकी बोलता येत होते; पण वाचणे त्याला थोडेसे अवघड जाई. शब्दांचे स्पेलिंग त्याला नेहमीच घोटाळ्यात पाडे. नवीन शब्दाचा उच्चार कसा करावा हे त्याला कधीही समजत नसे. उच्चार करण्यामागे कसलेही ध्वनिशास्त्र नाही की तर्कशास्त्र नाही. अशी त्याची समजूत होती. ght आणि ough असे अक्षरगट स्पेलिंगमध्ये आले की त्यांचा उच्चार कसा करायचा, असा प्रश्न त्याला नेहमी पडे. त्यातून वर्तमानपत्रातील इंग्रजी भाषा ही तर इंग्रजी बोलीभाषेपेक्षा फारच भिन्न होती, अगम्य होती. त्याने कसेतरी अडखळत अडखळत त्याच्याबद्दलची वर्तमानपत्रातील ती बातमी वाचून काढली. त्यातून त्याला एवढेच कळून चुकले की ती विमान दुर्घटना अतिरेक्यांनी घडवून आणलेली आहे, हे अमेरिकन सरकारने मान्य केले आहे. त्या दुर्घटनेमागचा काही तपशील पुरवला गेला होता; पण खलीलला ज्यात रस वाटत होता तो तपशील त्यात नव्हता की अवघडल्यासारखे वाटणारा तपशीलही त्यात दिलेला नव्हता.

मृत पावलेल्या सर्व ३०७ व्यक्तींची नावे त्या वर्तमानपत्रात छापलेली होती. त्यासाठी एक वेगळे संपूर्ण पान खर्ची पडले होते. शिवाय विमानकर्मचाऱ्यांची नावे वेगळी छापली होती; पण या सर्व नावांमध्ये युसुफ हद्दाद या प्रवाशाचे नाव वगळले

गेले होते. ज्यांना त्याने स्वत: ठार मारले होते. त्यांची नावे 'कर्तव्य बजावताना आलेले मरण' या मथळ्याखाली छापली होती. त्याला घेऊन जाणाऱ्या एफबीआयच्या त्या दोन्ही माणसांची नावे त्यामध्ये होती. त्याचबरोबर आणखी एका स्त्रीचे व पुरुषाचे नाव त्या यादीत होते. ते दोघे फेडरल मार्शल होते. पण खलीलला त्यांचे अस्तित्व कुठेही जाणवले नव्हते. बहुतेक ते गुप्तपणे प्रवास करीत असावेत.

त्याला संरक्षण देऊन आणणाऱ्या एफबीआयच्या एजंटांची नावे फिलिप व पीटर अशी आहेत, एवढेच त्याला ठाऊक होते. त्यांची आडनावे त्याला आत्ता कळत होती. ते दोघे त्याच्याशी अत्यंत अदबीने वागत होते. त्याला जे काही हवे आहे ते देण्यासाठी मदत करीत होते. त्याचा प्रवास आरामदायी व्हावा म्हणून धडपडत होते. त्याच्या हातात बेड्या घालताना त्यांनी त्याची क्षमा मागितली होती. त्याच्या अंगात आतमध्ये बुलेटप्रूफ जाकीट चढवलेले होते. प्रवासात काहीच धोका नसल्याने त्यांनी ते काढून टाकायची त्याला परवानगी दिली होती; परंतु त्यानेच नकार देऊन ते जाकीट अंगावर राहू दिले होते. फिलिप हा त्याच्याशी एका मर्यादेपर्यंत नम्रपणे वागत होता; पण कधीकधी तो अपमानास्पद वाटेल असेही बोलत होता. एकदोनदा तर त्याच्या वागण्यात शत्रुत्वही जाणवले होते.

तो जो दुसरा पीटर नावाचा एजंट होता तो खलीलच्या मते नक्की सीआयएचा एजंट होता. त्याच्या वागण्यात खलीलला कधी शत्रुत्व दिसले नाही. उलट तो आपल्याला बरोबरीच्या अधिकाऱ्याचा दर्जा देऊन वागवतो आहे, असे त्याच्या लक्षात आले. ते दोघेही एजंट आळीपाळीने खलीलच्या शेजारी बसत होते. जेव्हा पीटर त्याच्या शेजारी बसे तेव्हा खलील त्याला आपण युरोपात अनेकांचे खून पाडून कसा धुमाकूळ घातला, ते सांगे. प्रथम पीटरचा त्याच्यावर विश्वास बसत नव्हता; पण शेवटी त्याला ते सारे खरे वाटू लागले. तो खलीलला म्हणाला, "एकतर तुम्ही खोटे बोलत असाल किंवा तुम्ही एक हुशार मारेकरी असाल. नक्की काय ते आम्ही नंतर शोधून काढूच."

त्यावर खलील म्हणाला, "मी दोन्हीही आहे. पण माझ्या बोलण्यातले खरे कोणते व खोटे कोणते हे तुम्हाला कधीच कळणार नाही."

जेव्हा फिलिप त्याच्या शेजारी बसे, तेव्हा खलीलने पीटरला काय सांगितले ते काढून घेण्याचा प्रयत्न करे, परंतु खलील त्याला दाद देत नसे. त्याऐवजी तो इस्लाम, त्याची संस्कृती आणि त्याचा देश याबद्दलच बोलायचा.

विमानप्रवासात खलील एक प्रकारे त्या दोघा एजंटांना खेळवत होता. युरोपातील आपली दुष्कृत्ये सांगण्यात त्याला कसलाच धोका वाटत नव्हता. कारण हा सारा खेळ काही तासांतच संपणार होता. ते दोन्ही एजंट इतरांबरोबर यमसदनास जाणार होते. खलीलला हे सारे आत्ता आठवून हसू आले. त्या दोन्ही एजंटांच्या हेही लक्षात

आले की खलील हेतूपूर्वक आपल्याशी गप्पा मारतो आहे. त्याच्या गप्पात सत्य व थापा यांचे मिश्रण असून तो आपल्याला खेळवतो आहे. मग तेही या नाटकात योग्य ती भूमिका करू लागले. त्याच्याशी उगाच नम्रपणे व आदबशीरपणे वागण्यात अर्थ नाही, हे त्यांना कळून चुकले.

शेवटी जेव्हा युसूफ हद्दाद स्वच्छतागृहात गेला, तेव्हा आधी ठरवलेला तो संकेत खलीलला समजला. म्हणून तो पीटरला म्हणाला, ''माझ्या मोहिमेची सुरुवात मी इंग्लंडमध्ये कर्नल हॅम्ब्रेश्त याला ठार करून केली.''

''कसली मोहीम?'' पीटरने विचारले.

''१५ एप्रिल १९८६ साली लिबियातील अल अझीझियावर ज्या आठ अमेरिकन वैमानिकांनी बॉम्ब टाकले, त्या सर्वांना संपवण्याची माझी मोहीम होती व आहे. कारण माझे स्वत:चे सर्व कुटुंब त्या हवाई हल्ल्यात मारले गेले होते.''

यावर पीटर बराच वेळ गप्प बसला व मग शेवटी म्हणाला, ''तुमचे कुटुंब मारले गेले याबद्दल मला वाईट वाटते; पण त्या वैमानिकांची नावे ही गुप्त ठेवलेली असतात.''

''अर्थात! ती अत्यंत गुप्त माहिती आहे. पण पैसे फेकले की कितीही गुप्त माहिती असली तरी ती सहज मिळवता येते.''

त्यानंतर पीटर त्याला जे म्हणाला त्याचा खलीलला राग आला. पीटर म्हणाला, ''मिस्टर खलील, मी तुम्हाला एक गुप्त गोष्ट सांगतो. ती गोष्ट तुमच्या आईवडिलांसंबंधी आहे. अन् ती अत्यंत खाजगी स्वरूपाची आहे.''

आपल्या मनाचा तोल ढळू न देणाऱ्यांपैकी खलील होता. पण इथेच तो घसरला. त्याने उत्सुकतेने विचारले, ''कोणती गोष्ट आहे ती?''

''ती तुम्हाला न्यूयॉर्कमध्ये समजू शकेल. आम्हाला जी माहिती हवी आहे ती तुमच्याकडून मिळाल्यावर मग आम्ही ती गोपनीय गोष्ट तुमच्यापाशी उघड करू.''

एव्हाना युसूफ हद्दाद स्वच्छतागृहातून बाहेर आला होता. पुढची कृती करण्याची वेळ आल्याने खलीलला हे संभाषण पुढे चालू ठेवता येईना. त्याने पीटरला स्वच्छतागृहात जाण्याची परवानगी मागितली. त्यानंतर जे काही घडले त्यामुळे पीटरबरोबर असलेली माहितीही त्याच्याबरोबर थडग्यात गेली.

असद खलीलने हातातले वर्तमानपत्र नीट चाळले. त्याला पकडून देणाऱ्यास दहा लाख डॉलर्सचे बक्षीस लावलेले त्याला समजले. याखेरीज अन्य तपशीलात त्याला रस नव्हता. एवढी माणसे मारल्यावरती दहा लाख डॉलर्सची रक्कम फार नाही, असे त्याला वाटले. त्याच्या मते तर एवढी कमी रक्कम जाहीर करून मृतांच्या कुटुंबियांचा अपमानच झाला आहे. एवढेच नव्हे तर त्याचा स्वत:चाही अपमान त्यात आहे.

त्याने ते वर्तमानपत्र कचऱ्याच्या डब्यात टाकून दिले. आपली प्रवासी बॅग घेतली, दाराच्या पीपहोलमधून बाहेर पाहिले आणि दार उघडून तो बाहेर पडला. मग इकडेतिकडे न बघता सरळ चालत चालत आपल्या गाडीकडे तो निघून गेला.

असद खलील आता गाडीने निघाला होता. आपल्या मागावर शिकारी येतील याची त्याला आता जाणीव झाली. तेव्हा जे काही साध्य करायचे ते झटपट केले पाहिजे, असे त्याने ठरवले.

सकाळचे ७:३० वाजले होते. आकाश स्वच्छ होते. रस्त्यावर वाहनांची फारशी वर्दळ नव्हती. काही अंतरावर गेल्यावर त्याला दुतर्फा सुपर मार्केटस्च्या इमारती लागल्या. अमेरिकेत पोस्ट ऑफिस, पेट्रोल पंप व सुपर मार्केट येथे फोनची बूथस् असतात, असे त्याला सांगितलेले होते. युरोप व लिबियामधील सार्वजनिक टेलिफोन बूथ अशाच ठिकाणी होते. अमेरिकेत त्याला पोस्ट ऑफिसांच्या जागा टाळायच्या होत्या. 'विनी-डिक्सी' नावाचे एक सुपरमार्केट त्याला दिसले. त्याच्या दारातच एका भिंतीला टेलिफोन्सची रांग होती. ते पहाताच त्याने जवळच्या एका पार्किंग लॉटमध्ये आपली गाडी नेऊन उभी केली. आत्ता एवढ्या सकाळी ते संपूर्ण पार्किंग लॉट जवळजवळ रिकामे होते. आपल्याजवळच्या प्रवासी बॅगेतून त्याने काही नाणी बाहेर काढली, कोटाच्या एका खिशात पिस्तूल ठेवले. मग तो गाडीतून बाहेर पडला आणि त्या टेलिफोनकडे गेला.

त्याच्या हातात एका कागदावर बरेच फोन नंबर लिहिलेले होते. त्यातला पहिला नंबर त्याने फिरवला.

फोनवर एका स्त्रीचा आवाज उमटला. ती म्हणत होती, ''अल्फा एव्हिएशन सर्व्हिसेस.''

खलील म्हणाला, ''मला तुमचे एक विमान व वैमानिक भाड्याने हवे आहे. मला डेटोना बीच येथे जायचे आहे.''

''येस, सर. आपल्याला तिथे केव्हा पोचायचे आहे?''

''तिथे माझी सकाळी ९:३०ची भेटीची वेळ ठरली आहे.''

''आत्ता तुम्ही कुठे आहात?''

''मी जॅक्सनव्हिल विमानतळावरून बोलतो आहे.''

''ठीक आहे. तुम्ही आमच्याकडे ताबडतोब या. आम्ही क्रेग म्युनिसिपल एअरपोर्टवरती आहोत. आपल्याला ठाऊक आहे ही जागा?''

''नाही; पण मी टॅक्सीने येईन.''

''ठीक आहे. आपण किती प्रवासी आहात?''

"फक्त मीच."

"ठीक आहे... आपल्याला मुक्कामाला पोचून परत इकडे यायचे आहे का?"

"होय. मला तिकडे फार वेळ थांबायचे नाही."

"ठीक... एकूण भाडे किती होईल ते मला आत्ता एकदम सांगता येणार नाही; पण जाऊनयेऊन सुमारे ३०० डॉलर्स होतील. त्याखेरीज तिकडच्या विमानतळावर उतरण्याची फी आणि पार्किंग करण्याचे भाडे हे वेगळे असेल.

"ठीक आहे. मान्य आहे मला."

"आपले नाव काय आहे, सर?"

"डिमिट्रिअस पूलोस," असे म्हणून त्याने आपल्या या खोट्या नावाचे स्पेलिंगही सांगितले.

"ठीक आहे, मिस्टर पूलोस. तुम्ही जेव्हा टॅक्सीने क्रेग म्युनिसिपल विमानतळावर याल, तेव्हा तुमच्या ड्रायव्हरला आमच्या ऑफिसचा पत्ता सांगा. विमानतळाच्या उत्तरेला जी हॅन्गार्सची रांग आहे. तिथे शेवटी टोकाला आमचे ऑफिस आहे. 'अल्फा एव्हिएशन सर्व्हिसेस' अशी एक मोठी पाटीसुद्धा तिथे आहे. किंवा तुम्ही आसपास कोणालाही विचारले तरी रस्ता सांगतील."

"थँक यू!" असे म्हणून त्याने फोन खाली ठेवला.

त्यांनी त्रिपोलीमध्ये त्याला सांगितले होते की अमेरिकेत मोटरगाडी भाड्याने घेण्यापेक्षा विमान भाड्याने घेणे अधिक सोपे असते. मोटरगाडी भाड्याने घ्यायची असेल तर तुमच्याकडे क्रेडिट कार्ड हवे, ड्रायव्हिंग लायसेन्स हवे, तुमचे वय ठराविक वयोगटातील असायला हवे, इत्यादी अनेक अटी असतात; पण विमान भाड्याने घेताना तुम्हाला असले काही प्रश्न विचारले जात नाहीत. बोरिसने त्याला म्हटले होते, "अमेरिकेत खासगी विमानप्रवासांना 'जनरल एव्हिएशन' म्हणतात. अशा उड्डाणांवरती लिबियात किंवा माझ्या देशात जसे खूप निर्बंध असतात तसे अमेरिकेत असत नाहीत. ही विमानसेवा कोणीही भाड्याने घेऊ शकतो. त्यासाठी त्याला स्वत:चे ओळखपत्र दाखवावे लागत नाही. मात्र अशा ठिकाणी क्रेडिट कार्डपेक्षा रोख पैसा मोजावा लागतो. त्यामुळे त्यांना सरकारी करसुद्धा अनेकदा चुकवता येतो. त्यांचे हिशोब ते नेहमीच ढोबळपणे ठेवत असतात."

खलीलला बोरिसचे हे बोलणे आठवले व त्याने स्वत:ची मान हलवली. आता त्याचा प्रवास हा कमी त्रासदायक होणार होता. त्याने टेलिफोनच्या पेटीच्या खाचेत एक नाणे सरकवले आणि आणखी एक नंबर फिरवला. हा नंबर त्याने कुठेही लिहून ठेवला नव्हता. मनात पाठ करून ठेवला होता.

पलीकडून आवाज आला, "ग्रे सिम्युलेशन सॉफ्टवेअर. धिस इज पॉल ग्रे."

खलीलने एक दीर्घ श्वास घेतला व म्हटले, "मिस्टर ग्रे, मी इस्त्राइलच्या

एम्बसीमधील कर्नल इत्झॅक हुरोक बोलतोय.''

''ओहोहो. मी आपल्या फोनची वाटच पहात होतो.''

''वॉशिंग्टनहून कोणी तुम्हाला फोन केला?''

''होय. त्यांनी मला साडेनऊची वेळ सांगितली. तुम्ही आत्ता कुठे आहात?''

''जॅक्सनव्हील. आत्ताच इथे विमानातून उतरलो आहे.''

''म्हणजे इथे येऊन पोचण्यासाठी तुम्हाला अजून अडीच तास सहज लागणार.''

''मी म्युनिसिपल विमानतळावरून एका खाजगी विमानाने निघतो आहे. तुम्ही तुमच्या तिथल्या विमानतळाजवळच रहाता ना?''

पॉल ग्रे यावर हसला व म्हणाला, ''तसे म्हणायला हरकत नाही. मी ज्या सोसायटीत रहात आहे, त्या सोसायटीला सगळेजण 'फ्लाय-इन सोसायटी' म्हणतात. कारण इथल्या प्रत्येकाचे स्वत:चे विमान आहे आणि शेजारीच विमानतळ आहे. 'डेटोना बीच' गावाबाहेर 'स्प्रूस क्रीक' येथे आम्ही रहातो. कर्नल, मी एक सुचवतो. मी माझे विमान घेऊन क्रेगला येतो आणि तुम्हाला घेऊन इकडे येतो. जाताना तुम्हाला परत माझ्या विमानाने मी पोचवून देईन. मग तर झाले? म्हणजे विमान पकडण्यात, पत्ता शोधण्यात, टॅक्सी करण्यात जो वेळ जाईल तो सारा वाचेल. चालेल ना? विमानतळावरच्या लाऊंजमध्ये मी तुम्हाला भेटतो. विमान हवेत चढून एअरबॉर्न व्हायला दहा मिनिटे आणि पुढे अवघा एक तासाचा प्रवास. आलोच मी तिकडे. तुमची वॉशिंग्टनला जाण्याची जॅक्सनव्हिलवरून सुटणारी फ्लाईट चुकणार नाही, याची तुम्हाला खात्री देतो.''

आपल्यापुढे असला काही प्रस्ताव ठेवला जाईल याची खलीलला कल्पना नव्हती. त्यामुळे यावर काय बोलावे ते त्याला सुचेना. तो गोंधळला. क्षणभर गप्प बसला; पण ऐन वेळी त्याच्या मदतीला त्याची प्रसंगावधानता मदतीला आली. तो म्हणाला, ''थँक यू, मिस्टर ग्रे! पण मी एवढ्यातच इथून म्युनिसिपल विमानतळाकडे जाण्यासाठी एक टॅक्सी ठरवली आहे. अन् एम्बसीकडून आधीच एक विमान ठरवून त्याचे आगाऊ भाडे भरले गेले आहे. तसेच, मला अशा स्पष्ट सूचना दिल्या गेल्या आहेत की मी कोणत्याही परिस्थितीत कोणाकडूनही ऑफिसच्या कामासाठी उपकार किंवा मोफत सेवा स्वीकारू नये. तेव्हा तुम्ही हे समजून घ्यालच.''

''नक्कीच, मला कल्पना आहे त्याची; पण तुम्ही माझ्याकडे आल्यावर तुम्हाला मी एक थंडगार बीअर मात्र देणार आहे. ती तुम्हाला घ्यावी लागेल.''

''ठीक आहे, ठीक आहे. मला मंजूर आहे.''

''तर मग मी तुमची वाट पहातो. स्प्रूस क्रीकला उतरण्यासाठी आवश्यक ती माहिती वैमानिकाकडे आहे याची आधी खात्री करा. काही अडचण आल्यास निघण्यापूर्वी मला फोन करा.''

"जरूर!"

"विमानतळावर उतरल्यावर फ्युएल अँड मेन्टेनन्स विभागातून मला फोन करा. म्हणजे मी लगेच माझी गोल्फची गाडी घेऊन तुम्हाला घ्यायला तिथे येतो."

"ठीक आहे. माझ्या ऑफिसकडून तुम्हाला हेही सांगितले गेले असेल की माझी तुमच्याकडची भेट ही फार महत्त्वाची असल्याने तिथे अन्य कोणी नको."

"अंऽ? ओऽ, येस. मी इथे एकटाच आहे."

"छान!"

पॉल ग्रे यावर म्हणाला, "तुम्ही इथे आलात म्हणजे तुम्हाला दाखवण्यासाठी माझ्याकडे बऱ्याच गोष्टी आहेत. बघालच त्या तुम्ही!"

अन् माझ्याकडे पण! खलीलने फोन खाली ठेवला आणि तो आपल्या मर्क्युरी गाडीत जाऊन बसला. उपग्रह मार्गदर्शन यंत्रणेच्या सहाय्याने त्याने क्रेग म्युनिसिपल विमानतळाकडे जाणारी दिशा दाखवणारा नकाशा स्क्रीनवर आणून ठेवला. तो विमानतळ हे अंतिम ठिकाण आहे असे ठरवणारा प्रवासाचा कार्यक्रम त्याने यंत्रणेत पक्का केला. अन् तो त्वरेने तेथून निघाला.

वीस मिनिटातच तो विमानतळाच्या प्रवेशद्वारापाशी पोचला.

त्रिपोलीत सांगितल्याप्रमाणे त्या प्रवेशद्वारापाशी कोणीच रखवालदार नव्हते. तो सरळ आत शिरला. कंट्रोल टॉवरच्या भोवताली असणाऱ्या इमारतींच्या दिशेने जाणारा एक रस्ता त्याने अंदाजाने पकडला. त्याने सभोवती नजर फेकली. आता सूर्य चांगलाच तळपत होता. सर्वत्र प्रखर ऊन पडले होते. अगदी लिबियातल्या सारखेच. कोठेही उंचवटे व खाचखळगे नव्हते. सर्वत्र सपाट होते. फक्त पाईन वृक्षांची काही ठिकाणी तुरळक झाडे होती.

कंट्रोल टॉवरच्या आसपासच्या इमारती म्हणजे विमानांची अर्धगोलाकृती हॅन्गार्स होती. मधूनच कुठेतरी छोटी चौकोनी इमारत दिसे. त्याच्या आसपास मोटारी भाड्याने देणाऱ्या एजन्सीच्या पाट्या असत. तो हे सारे पहात पहात पुढे चालला. एके ठिकाणी 'फ्लॉरिडा नॅशनल गार्ड' अशी पाटी होती. म्हणजे हा काहीतरी सैन्यासारखा प्रकार असावा असे वाटून त्याला काळजी वाटू लागली; पण अमेरिकेतील प्रत्येक राज्य हे स्वतःचे वेगळे सैन्य ठेवू शकते, हे त्याला ठाऊक नव्हते. कदाचित आपण या पाटीचा चुकीचा अर्थ लावत असू, अशी त्याने आपल्या मनाची समजूत घातली. बोरिसने त्याला सांगितले होते, "अमेरिकेतील पाट्यांचे अर्थ तुला प्रत्येक वेळी समजतीलच असे नाही. कधी कधी इतक्या चमत्कारिक अर्थाच्या पाट्या असतात, की खुद्द अमेरिकन माणसांनाही त्या कळत नाहीत. समजा, तू एखाद्या पाटीचा भलताच किंवा चुकीचा अर्थ लावलास, अन् तुझ्या हातून त्यामुळे कोणत्या तरी नियमाचा भंग झाला तरी गडबडून जाऊ नकोस. कोणी हटकलेच तर माफी

मागून बेधडक सांग की, 'मला ती पाटी नीट समजलीच नाही,' म्हणून. तुझा हा खुलासा पोलिसांनासुद्धा पटेल. माझ्या मते अमेरिकन माणसांना फक्त तीनच पाट्या नीट कळतात. त्या म्हणजे Sale, Free आणि Sex. मी तर एकदा फ्लॉरिडा राज्यात हायवेवर एक अशी पाटी पाहिली की ती वाचून मी चक्रावून गेलो. त्यावर लिहिले होते : Free Sex - Speed limit 40 Miles an Hour. तेव्हा समजले ना?''

खलीलला काहीच समजले नाही. म्हणून मग बोरिसने त्याला त्या पाटीचा अर्थ नीट समजावून सांगितला. Free Sex शब्दांमुळे ड्रायव्हर वेग कमी करून ती पाटी नीट वाचे. त्यामुळे वेगमर्यादा सांगण्याचा पाटीवरचा हेतू साध्य होई; पण आणखीही त्या पाटीत दडलेला एक विनोदी अर्थ प्रगट झाल्याने ती पाटी व वेगमर्यादा ड्रायव्हर मंडळींच्या चांगला लक्षात राही.

खलीलला लवकरच 'अल्फा एव्हिएशन सर्व्हिसेस' असे लिहिलेली पाटी दिसली. जवळच एका जागेत अनेक मोटारी उभ्या होत्या. त्यांच्या नंबरप्लेटस् या विविध राज्यातल्या व वेगवेगळ्या रंगांच्या होत्या. तिथे जवळपास आपली गाडी उभी केली, तर आपल्या गाडीची वेगळी नंबरप्लेट लक्षात येणार नाही, असे वाटून त्याला बरे वाटले. त्याने आपली गाडी तिथल्या एका रिकाम्या जागेत लावली. गाडीला कुलूप लावून त्याने प्रवासी बॅग हातात घेतली व तो तेथून निघाला. त्याच्या खिशात एक पिस्तूल होते, तर दुसरे पिस्तूल त्या बॅगेत होते. त्यावर काही मासिके त्याने ठेवून दिली होती. अल्फा एव्हिएशनच्या ऑफिसच्या दिशेने तो चालत निघाला.

हवा खूपच दमट होती. सर्वत्र झगझगीत ऊन पडले होते. त्या प्रखर उन्हात काही बघणे हा एक डोळ्याला तापदायक प्रकार होता. आपल्या डोळ्यावर गॉगल चढवावा असे त्याला वाटले; पण अमेरिकेत गॉगल वापरण्याबाबत त्याला सांगितले होते की गॉगल घालून एखाद्या व्यक्तीशी बोलणे हे अमेरिकत उद्धटपणाचे लक्षण समजले जाते. तरीही दक्षिणेकडील राज्यातील पोलीस अनेकदा लोकांशी बोलताना गॉगल घालून बोलतात. त्यावर बोरिसने असाही खुलासा केला होता की, ''त्या पोलिसांना केवळ आपले सामर्थ्य व पौरुषत्व यांचे प्रदर्शन करणे, एवढाच त्यामागचा त्यांचा हेतू असतो.'' पण असे करताना उद्धटपणा नाही का प्रगट होणार? या त्याच्या प्रश्नाला बोरिसला उत्तर देता येईना, दोन्हीमधला भेद सांगता येईना.

त्याने आपल्या डोळ्यांवर झडपेसारखा हात ठेवला आणि त्या विमानतळावरून एक नजर फिरवली. तिथे असलेली बहुतेक सारी विमाने ही छोट्या आकाराची होती. त्यांना एकच इंजिन होते किंवा दोन इंजिने होती. मध्यम आकाराची जेट विमाने तुरळक होती. त्यांच्यावरती कंपन्यांची नावे रंगवलेली होती. अन् बहुतेक कंपन्यांच्या

नावात 'कॉर्पोरेशन' हा शब्द होता.

दूरवर धावपट्टीवरून एक छोटे विमान उड्डाण करू लागले होते, तर काही उतरलेली विमाने ही सावकाश पळत विमानतळावरील इमारतीच्या दिशेने जात होती. धावपट्ट्यांची संख्याही बरीच होती. अनेक विमानांची इंजिने चालू असल्याने त्यांच्या घरघराटाचा एक संमिश्र आवाज आसमंतात भरून राहिला होता. वातावरणात पेट्रोलचा वासही भरलेला होता.

असद खलील अल्फा एव्हिएशनच्या ऑफिसकडे गेला व त्याने तिथले काचेचे प्रवेशद्वार उघडून आत प्रवेश केला. आत जाताच त्याच्या अंगावर गार हवेचा एक झोत एवढ्या जोरात आला की त्या झोतामुळे क्षणभर त्याचा श्वास कोंडला.

तिथे एक लांबलचक काऊंटर होता. काऊंटरच्या पलीकडे शेवटी टोकाशी एक मध्यमवयीन व जाडजूड अशी बाई बसली होती. तिने त्याला म्हटले, ''गुड मॉर्निंग. कॅन आय हेल्प यू? आपल्याला काय हवे आहे?''

''मी दिमित्रिअस पूलोस आणि मी आपल्याला फोन केला—'' तो तिच्याजवळ जात म्हणाला.

''होय साहेब, मीच आपल्याशी फोनवरती बोलले होते. आपल्याला आम्ही आमची विमानसेवा देण्यासाठी तयारी झाली आहे. आपण पैसे कसे देणार? क्रेडिट कार्ड का रोख?''

''रोख.''

''ठीक आहे. मग असं करा, आत्ता पाचशे डॉलर्स देऊन ठेवा. तुम्ही परत आल्यावर मग काय तो हिशोब करून टाकू. चालेल?''

''बरं,'' असे म्हणून खलीलने पाचशे डॉलर्सच्या नोटा काढून दिल्या. त्या बाईने तेवढ्या रकमेची त्याला पावती दिली.

मग ती म्हणाली, ''आपण उभे का? बसा ना. मी वैमानिकाला बोलावते.''

खलील त्या रिसेप्शन काऊंटरच्या खोलीत एका आसनावरती बसला. इथे सारे कसे शांत वाटत होते, निवांत होते; पण इथली हवा मात्र भलतीच थंडगार होती.

त्या बाईने कुणालातरी फोन लावला. खलीलच्या समोर एक टीपॉय होते. त्यावर दोन वृत्तपत्रे पडली होती. त्यापैकी एक *फ्लॉरिडा टाईम्स-युनियन* हे होते. त्याने हॉटेलात हेच वृत्तपत्र पाहिले होते. दुसऱ्या वृत्तपत्राचे नाव होते *यूएसए टुडे*. दोन्ही वृत्तपत्रांमध्ये पहिल्या पानावर त्याचे रंगीत छायाचित्र झळकत होते. त्याने *यूएसए टुडे* वृत्तपत्र उचलले आणि त्यातला आपल्यासंबंधीचा मजकूर तो वाचू लागला, पण अधुनमधून सावधगिरीने तो त्या बाईवर नजर टाकत होता. तिला आपल्याबद्दल जरासुद्धा संशय आला आहे असे त्याला वाटले तर तो झटकन तिला गोळी घालणार होता. तसेच, जो कोणी वैमानिक आता येईल, त्याच्याही नजरेत

आपल्याला ओळखल्याचा भाव दिसला तरी तो त्याची तशीच गत करणार होता. आपल्याबद्दल कोणालाही संशय आला तर त्याला बेधडक ठार मारण्याची तयारी त्याने केव्हाच करून ठेवली होती.

यूएसए टुडे वृत्तपत्रातील मजकूर हा दुसऱ्या वृत्तपत्रातील मजकुरापेक्षा फारसा दमदार नव्हता; पण त्यातली भाषा मात्र अगदी सोपी होती. त्या मजकुरामध्ये एक रंगीत नकाशा छापलेला होता. त्यात पॅरिस ते न्यूयॉर्क हा त्या ट्रान्स कॉंटिनेन्टल विमानाचा मार्ग दाखविलेला होता. या नकाशाची आता काय जरुरी आहे? इथे कशाला तो उगाच छापला? असे प्रश्न खलीलला पडले.

काही मिनिटांनी बाजूचे दार उघडून एक पंचविशीची तरुणी आत आली. तिने खाकी रंगाची एक स्लॅक पायात चढवली होती. व वरती एक ढगळ शर्ट घातला होता. डोळ्यांवरती गॉगल चढवला होता. तिचे सोनेरी केस हे आखूड होते. तिचे एकूण रंगरूप असे होते की खलीलला ती प्रथम एक पोरगाच वाटली. ती आकर्षक नव्हती हेही त्याच्या लक्षात आले.

ती तरुणी सरळ त्याच्याकडे चालत येऊन त्याला म्हणाली, "मिस्टर पूलोस?"

"येस," असे म्हणत खलील उठून उभा राहिला. उठताना त्याने हातातले वृत्तपत्र असे काही घडी करून खाली ठेवले की त्यातले त्याचे छायाचित्र व ती बातमी आतमध्ये झाकली जावी.

त्या तरुणीने आपल्या डोळ्यांवरील गॉगल काढला व त्याच्याकडे नजर टाकली.

तिने त्याच्याकडे पाहून एक स्मित हास्य केले; पण त्या छोट्याशा क्षुल्लक कृतीमुळेच तिचा जीव वाचला. नाहीतर 'तिला आपला संशय आला आहे' अशी त्याची भावना झाली असती व मग पुढची हालचाल त्याने त्वरेने केली असती. तिच्या हसण्यामुळे तिचे जसे प्राण वाचले तसेच त्या पहिल्या बाईचेही प्राण वाचले. ती तरुणी त्याला विचारीत होती, "हाय, मी स्टेसी मॉल. तुमची आजची वैमानिक," असे म्हणून तिने त्याच्यापुढे आपला हात केला.

खलील क्षणभर मुग्ध झाला. काय बोलावे ते त्याला सुचेना. हस्तांदोलनासाठी तिने आपला हात पुढे केला आहे हे काही क्षणाने त्याच्या लक्षात आले. त्याने भानावर येऊन तिच्याशी हस्तांदोलन केले. अमेरिकन स्त्रीचा पहिला स्पर्श त्याला होत होता. आपल्या चेहऱ्यावर पसरलेला लाजाळूपणा तिच्या लक्षात येऊ नये अशी तो मनात आशा करीत होता.

त्याचा हात सोडत तिने विचारले, "तुमच्याबरोबर काही सामानसुमान आहे काय?"

"नाही. फक्त ही हातातली प्रवासी बॅग. बाकी काही नाही."

"ठीक आहे. तुम्हाला अधुनमधून टॉयलेटला जाण्याची गरज वाटत असते का?"

"अं... नाही ..."

"छान. तुम्ही सिगारेट ओढता?"

"नाही."

"मग मी आत्ताच इथे एक सिगारेट ओढून घेते," असे म्हणून तिने खिशातून एक पाकीट काढून, त्यातली सिगारेट बाहेर काढून शिलगावली. एक खोल झुरका घेऊन ती म्हणाली, "तुम्हाला चॉकलेट-गोळ्या वगैरे प्रवासात लागेल?" काही काही जणांना विमानप्रवासात कानात दडे बसतात. ते दडे निघावेत म्हणून मग काहीतरी चघळत चावले की काम होते. तेवढ्यासाठी ती चॉकलेट, गोळ्या वगैरे लागतील काय म्हणून विचारीत होती. बोलत असताना तिच्या तोंडून धूर निघत होता. ती पुढे म्हणाली, "तुम्हाला गॉगल घालायचाय का? ते पहा तिकडे आम्ही ते ठेवलेत."

खलीलने काऊंटरच्या दिशेने पाहिले. काचेखाली बऱ्याच गॉगल्सचे प्रदर्शन केले होते. त्याने ते सारे नीट पाहिले व त्यातला एक निवडला. २४.९५ डॉलर्सच्या किंमतीचे लेबल त्याला लावले होते. खलीलला हे अमेरिकन किमतीचे आकडे असे का असतात, ते कधी कळले नाही. प्रत्येक किंमत ही किंचित कमी करून पूर्ण डॉलरचा आकडा होऊ देत नाहीत. अमेरिकन दुकानदार अशा का किंमती ठेवतात ते त्याला कधीच समजले नाही. त्याने तो निवडलेला गॉगल हातात घेतला व आपला डोळ्यांवरचा चष्मा काढून तो गॉगल चढवला. समोरच्या छोट्या आरशात आपले प्रतिबिंब न्याहाळत तो हसत म्हणाला, "मी हा गॉगल घेतो."

काऊंटरपलीकडची ती जाडगेली बाई म्हणाली, "जस्ट गिव्ह मी ट्वेन्टी-फाईव्ह डॉलर्स अँड आय विल टेक केअर ऑफ फ्लॉरिडा फॉर यू."

ती काय बोलली ते खलीलला समजले नाही. हे अमेरिकन किती चमत्कारिक इंग्रजी भाषा बोलतात! त्याने मुकाट्याने तिला पंचवीस डॉलर्सच्या नोटा दिल्या. त्याचा गॉगल तिने मागितला. त्याने तो दिल्यावर त्याला लोंबकळणारे ते किमतीचे लेबल तिने काढून टाकले.

सर्व वेळ तो तिचा चेहरा नीट न्याहाळत होता. तिला आपला कुठे संशय तर आला नाही ना, या भावनेने त्याला पछाडून टाकले होते. तो कसलाही धोका पत्करायला तयार नव्हता.

ती वैमानिक तरुणी म्हणाली, "ओके, गॉट माय फिक्स. माझी सिगारेट ओढून झाली. चला आता."

त्याने वळून तिच्याकडे पाहिले. तिने त्याची प्रवासी बॅग हातात घेतली होती

व ती निघाली होती. तो म्हणाला, "मॅडम, मी घेतो बॅग."

"नाही. राहू दे ते. हा माझ्या कामाचाच एक भाग आहे. गिऱ्हाईकाला सेवा पुरवणे हे माझे कर्तव्य आहे. चला. तयार आहात ना?" तरीही त्याने ती बॅग तिच्याकडून घेतलीच.

विमान उडवण्याआधी वैमानिकाला आपला नियोजित उड्डाणमार्ग ठरवून तो सादर करावा लागतो. खलीलला हे सांगितले गेले होते; पण ही वैमानिक बाई तर लगेच उडायला कशी काय तयार झाली? एव्हाना ती दारापर्यंत पोचली होती.

तोही तिच्यामागोमाग दाराशी पोचला.

काऊंटरमागची जाडगेली बाई त्याला म्हणाली, "हॅव ए नाईस फ्लाईट!"

"थँक यू! हॅव ए नाईस डे!" त्यानेही उत्तरादाखल म्हटले.

त्या वैमानिक बाईने त्याच्यासाठी दार उघडून हाताने धरून ठेवले होते. त्या दोघांनी बाहेरच्या कडक उन्हात व गरम वातावरणात प्रवेश केला; परंतु डोळ्यांवरच्या गॉगलमुळे सभोवतालचे दृश्य सुसह्य होत होते.

ती त्याला म्हणाली, "माझ्याबरोबर चला."

तो तिच्या शेजारून चालू लागला. त्या ऑफिसजवळच एक छोटे विमान उभे केले होते. ती त्या विमानाच्या दिशेने चालू लागली.

ती विचारीत होती "तुम्ही कुठून आलात? रशियामधून?"

"नाही, ग्रीसमधून."

"असं? मला वाटले की दिमित्रीअस हे नाव रशियन आहे."

"दिमित्री हे नाव रशियन आहे. दिमित्रिअस नव्हे."

"तुम्ही रशियन माणसासारखे दिसत नाहीत."

"बरोबर. मी अथेन्सचा रहाणारा आहे. माझे आडनाव पूलोस आहे."

"तुम्ही जॅक्सनव्हिलला विमानाने आलात?"

"होय, जॅक्सनव्हिल इंटरनॅशनल एअरपोर्टवर मी उतरलो."

"सरळ अथेन्सहून?"

"नाही. आधी अथेन्सहून वॉशिंग्टनला गेलो होतो. तिथून इकडे आलो."

"असं. तुम्हाला त्या सूटमध्ये उकडत नाही का?"

"नाही. मी अमेरिकेत आलो तेव्हा मला यापेक्षाही जास्त उकडत होते."

"खरं?"

"मला ती बॅग घेऊ द्या ना." ती त्याची आर्जवे करीत म्हणाली.

"राहू द्या हो."

एव्हाना ते विमानापाशी पोचले होते. तिने विचारले, "तुम्हाला बॅगेची गरज वाटत असेल तर स्वत:जवळ ठेवा. नाहीतर मी ती मागच्या कंपार्टमेंटमध्ये ठेवते."

"ती बॅग माझ्याजवळ असलेलीच बरी. त्यात मातीच्या नाजूक वस्तू आहेत. मला त्या फार जपून न्यायच्या आहेत.'' त्याने खुलासा केला.

"काय आहे म्हणालात?''

"जुन्या प्राचीन वस्तू. फुलदाणीसारख्या. मी अशा पुराणवस्तूंचा व्यापार करतो.''

"खरं? मग मी त्या बॅगेवर बसणार नाही,'' ती विनोद करीत म्हणाली.

खलीलने त्या निळ्या पांढऱ्या विमानाकडे पाहिले.

स्टेसी मॉल त्याला म्हणाली, "ओके, एफवायआय,'' ती विमानाची माहिती सांगू लागली, "हे 'पायपर चेरोकी' जातीचे विमान आहे. मी ते बहुतेक वेळा विद्यार्थ्यांना उड्डाणाचे शिक्षण देण्यासाठी वापरते. शिवाय कमी अंतर जाणाऱ्या प्रवाशांसाठीही वापरते.'' नंतर जरा आपला आवाज खाली आणून ती म्हणाली, "स्त्रीवैमानिकाबरोबर विमानप्रवास करण्यात तुम्हाला काही अडचण नाही ना वाटणार?''

"नाही. तुमच्या उड्डाण-कौशल्यावर माझा विश्वास आहे.''

"तुम्हाला वाटते त्यापेक्षाही माझ्याजवळ अधिक उड्डाणकौशल्य आहे. त्या बाबतीत मी पुरुषांच्यावरती मात करणारी आहे.''

त्याने मान हलवून तिच्या म्हणण्याला आपली संमती दर्शवली; पण आपल्या चेहऱ्यावरती लज्जा पसरली आहे, हे त्याला जाणवले. आपली पुढची योजना न फिसकटवता जर या निर्लज्ज बाईला ठार करायची वेळ आली तर कसे करायचे, असा त्याला विचार पडला. मलिकचे बोलणे त्याला आठवले, "एखादे वेळेस तुला एखाद्या व्यक्तीला ठार करण्याची ऊर्मी येईल, मग भले त्या व्यक्तीला ठार करण्याची गरज नसली तरी. तेव्हा लक्षात ठेव, दुसऱ्याला ठार करण्याची सिंहाची कधीही इच्छा नसते. तो केवळ गरज भासते तेव्हाच ठार करतो. प्रत्येक हत्येबरोबर जोखीम वाढत जाईल. जशी जोखीम वाढत जाईल तसा धोकाही वाढत जाईल. आत्यंतिक गरज असेल तरच हत्या कर; पण केवळ गंमत किंवा राग आला म्हणून कोणाचीही हत्या करू नकोस.''

ती म्हणत होती, "तुम्ही गॉगलमध्ये चांगलेच रुबाबदार दिसत आहात.''

"थँक यू!'' तो म्हणाला.

मग ती म्हणाली, "आता हे विमान उडायला तयार झाले आहे. मी उडण्यापूर्वीची सर्व काही तपासणी केली आहे. तुम्ही तयार आहात ना?''

"अं? हो!''

"तुम्हाला विमानप्रवासात जरा भीती वाटते का?''

खलीलला वाटले की तिला सरळ सांगून टाकावे की, अग बये, मी दोन मृत वैमानिकांबरोबर अमेरिकेत आलो आहे; पण त्याऐवजी तो तिला म्हणाला, "मी

अनेकवार विमानातून फिरलो आहे.''

"छान!'' असे म्हणून एक पाय विमानाच्या उजव्या पंखावर ठेवून ती वर चढली. विमानाच्या कॉकपिटचे दार उघडून तिने त्याच्यापुढे खाली हात करीत म्हटले, "तुमची ती बॅग द्या माझ्याकडे.''

त्याचा नाईलाज झाला. त्याने ती बॅग तिच्या हातात दिली. तिने ती मागच्या आसनावर ठेवून दिली. ती त्याला आता वरती कसे चढून यायचे ते सांगू लागली. "तुमचा डावा पाय त्या बारीकशा पायरीवर ठेवा. एका हाताने विमानाच्या धडावरील ते हॅन्डल पकडा. विमानाच्या मागच्या खिडकीखालीच ते बारके हॅन्डल होते. ती म्हणत होती, "हे एकच दार आहे. तेव्हा मला आधी आत जायला हवे. माझ्यानंतर तुम्ही आत शिरा,'' असे म्हणून ती कॉकपिटमध्ये गेली.

तिने सांगितल्याप्रमाणे आधार घेऊन तो विमानाच्या पंखावरती चढला, कॉकपिटमध्ये शिरला व तिच्या शेजारच्या आसनावरती जाऊन बसला. त्याने मान वळवून तिच्याकडे पाहिले. त्या दोघांचे चेहरे आता एकमेकांच्यापासून काही इंच अंतरावर आले. तिने त्याच्याकडे पहात हसून म्हटले, "आता ठीक वाटते? आरामात बसलात ना?''

"अं ऽ, हो.''

त्याने आपला हात मागे नेऊन मागच्या आसनावर ठेवलेली आपली बॅग उचलून स्वत:च्या मांडीवरती ठेवली. मग तो आपल्या पोटाभोवती आसनाचा पट्टा बांधू लागला.

"ती बॅग तुम्ही मांडीवरतीच ठेवणार आहात?'' तिने विचारले.

"आपण हवेत चढून नीट मार्गाला लागेपर्यंत तरी मी तिला मांडीवर ठेवणार आहे.'' *मला माझे शस्त्र माझ्याजवळच हवे;* पण तो हे तिला बोलला नाही. त्याऐवजी तो म्हणाला, "त्या मातीच्या वस्तू भलत्याच नाजूक आहेत. एक विचारू मी? तुम्हाला 'फ्लाईट प्लॅन' तयार करून आधी दाखल करावा लागत नाही? का तो आधीच तयार करून दाखल केला होता?''

यावर तिने खिडकीबाहेरील एका इमारतीकडे बोट दाखवित म्हटले, "चेम्बर ऑफ कॉमर्स ऑफ ब्ल्यू स्काईज.' ती संघटना याची सारी जबाबदारी घेते. त्यामुळे आम्हाला फ्लाईट प्लॅन करण्याची गरज भासत नाही.''

एवढे म्हणून तिने त्याला हेडफोन्स दिले. त्या हेडफोन्सलाच एक तोंडापुढे येणारा माईक होता. असाच एक संच तिने आपल्या कानावर चढवला होता. ती आता आपल्या माईकमध्ये बोलू लागली, "कॉलिंग दिमित्रिअस. तुम्हाला नीट ऐकू येते ना?'' तिचे बोलणे त्याला उद्देशून होते व ते त्याला कानावर चढवलेल्या हेडफोन्समधून ऐकू येत होते.

त्याने आपला घसा साफ करीत म्हटले, ''होय, नीट ऐकू येते.''

''मग ठीक. नाहीतर इंजिनाच्या आवाजावर मात करण्यासाठी फार ओरडून बोलावे लागते. तुम्हाला मी 'दिमित्रिअस' असे म्हटले तर चालेल ना?''

''चालेल.''

''मला तुम्ही नुसते 'स्टेसी' म्हटले तरी चालेल.''

''बरं.''

तिने आपल्या डोळ्यांवर गॉगल चढवला आणि विमानाचे इंजिन चालू केले. विमान आता हळूहळू जमिनीवरून जाऊ लागले. ते टॅक्सीईंग करत होते. स्टेसी म्हणाली, ''आपण आता चौदा नंबरची धावपट्टी वापरणार आहोत. डेटोना बीचपर्यंत आकाश स्वच्छ निळे आहे. कुठेही वाटेत हवेत खळबळाट, अस्थिरता, वगैरे काहीही नाही. दक्षिणेकडे जाणारे वारे चांगले आहेत आणि फ्लॉरिडामधील सर्वांत निष्णात वैमानिक स्त्रीने आता विमानाचा ताबा घेतला आहे.'' शेवटचे शब्द तिने विनोदाने स्वत:बद्दल वापरले होते.

खलीलने यावर नुसतीच मान डोलावली.

टॅक्सीईंग करीत तिने आपले विमान चौदा क्रमांकाच्या धावपट्टीवर शेवटी टोकाशी नेऊन ठेवले. मग हात लांब करून तिने त्याच्या बाजूचे दार आतून पक्के बंद केले. थोडा वेळ तिने इंजिनाची चाचणी घेतली व ती कंट्रोल टॉवरशी बोलू लागली, ''पायपर वन-फाईव्ह व्हिस्की, रेडी फॉर टेक-ऑफ.'' 'पायपर15W' अशी आपल्या विमानाची ओळख तिने कंट्रोल टॉवरला दिली. 'फिफ्टिन' म्हणायच्याऐवजी तिने 'वन-फाईव्ह' म्हटले. त्यामुळे स्पष्ट आकडा समजतो. ऐकणाऱ्याचा गोंधळ होत नाही. तसेच 'डब्ल्यू' म्हणायच्याऐवजी 'व्हिस्की' म्हटल्याने इंग्रजी अक्षराचा उल्लेख स्पष्ट होतो. ती वायरलेसच्या सांकेतिक भाषेत बोलत होती; पण खलीलला ती भाषा समजेना.

कंट्रोल टॉवरकडून बोललेले शब्द त्याच्याही हेडफोन्समध्ये उमटले, ''क्लिअर्ड फॉर टेक-ऑफ, वन-फाईव्ह व्हिस्की.'' 15W पायपर विमानाला उड्डाण करण्यास कंट्रोल टॉवरने परवानगी दिली.

स्टेसीने आता इंजिनाचा वेग वाढवला. समोरचा पंखा आणखी वेगाने फिरू लागला; पण विमानाच्या चाकाला ब्रेक्स लावलेले असल्याने ते जागचे हलत नव्हते. मग तिने ते ब्रेक्स काढल्यावरती एकदम पुढे झेप घेऊन धावपट्टीवरून विमान पळू लागले. त्याचा वेग वाढत वाढत गेला. वीस सेकंदातच त्याने जमीन सोडली व ते हवेत चढू लागले.

पुरेशी उंची गाठल्यावर तिने ३० अंशातून एक वळण घेतले. होकायंत्रावरील १७० अंशाच्या दिशेतून म्हणजे जवळजवळ दक्षिण दिशेने तिने विमानाची दिशा

धरली. मग तिने पॅनेलवरची काही बटणे फटाफट दाबली. आपण ही बटणे कशासाठी दाबली, हे ती खलीलला सांगू लागली, ‘‘ही एक जीपीएस यंत्रणा आहे. म्हणजे वरच्या उपग्रहाकडून आपल्या विमानाची पृथ्वीवरील स्थिती ही अचूक वेधली जाऊन ती आपल्याला कळवली जाते. मग आपण नुसते जिथे जायचे तिथले अक्षांश रेखांश या यंत्रणेत भरून ठेवले की आपोआप विमानाची दिशा उतरण्याच्या स्थळाच्या रोखाने अचूक धरली जाते. याला ‘ग्लोबल पोझिशनिंग सटेलाईट नॅव्हिगेशन रेडिओ’ म्हणतात. कधी ऐकले आहे याबद्दल?’’

‘‘होय, माझ्या गाडीत आहे असली यंत्रणा. ग्रीसमधल्या गाडीत.’’

यावर ती हसून म्हणाली, ‘‘चला, हे ठीक झाले. आता विमानातील या जीपीएस यंत्रणेचा ताबा तुमच्याकडे.’’

‘‘अं, काय?’’ तो नीट न समजल्याने बावळटपणे म्हणाला.

‘‘जाऊ द्या. मी आपली सहज चेष्टेत म्हणाले. मी फार बडबड करते ना? मी माझे तोंड बंद ठेवू? तुम्हाला माझी कंपनी आवडते का नाही?’’

तो कसाबसा म्हणाला, ‘‘तुमची कंपनी आवडते तर.’’

‘‘मग ठीक आहे. पण मी फार बडबड करायला लागले तर सांगा बरे का. म्हणजे मी गप्प राहेन.’’

त्याने यावर नुसतीच मान डोलावली.

‘‘डेटोना बीचपर्यंतचा आपला प्रवासाचा काळ हा सुमारे चाळीस ते पन्नास मिनिटांचा आहे. कदाचित यापेक्षा कमीही होईल. कारण मागून विमानाला वारे ढकलत आहेत ना.’’

यावर तो म्हणाला, ‘‘पण मला डेटोना बीचच्या विमानतळावर जायचे नाही.’’

मग त्याच्याकडे डोळे बारीक करीत ती म्हणाली, ‘‘तुम्हाला नक्की कुठे पोचायचे मनात आहे?’’

‘‘मला जिथे पोचायचे आहे त्या जागेचे नाव आहे स्प्रूस क्रीक. ठाऊक आहे ना तुम्हाला ती जागा?’’

‘‘हो तर. तिथेच तो पिशी-पॉशी ‘फ्लाय-इन समाज’ रहातो. मी परत एकदा नव्याने नॅव्हिगेशनचा प्रोग्रॅम करते,’’ असे म्हणून तिने परत एकदा समोरच्या पॅनेलवरची काही बटणे फटाफट दाबली.

तो म्हणाला, ‘‘आय ॲम सारी. फोनवरून समजून घेण्यात किंवा माझ्या बोलण्यात काहीतरी घोटाळा झालेला दिसतोय.’’

‘‘काही हरकत नाही. कसलीच अडचण नाही. त्या मोठ्या विमानतळावर उतरण्यापेक्षा स्प्रूस क्रीकच्या छोट्या विमानतळावर उतरणे तर फारच सोपे. विशेषत: आजच्यासारख्या स्वच्छ हवामान असलेल्या दिवशी.’’

"मग ठीक आहे."

आता ती आपल्या आसनावर मागे रेलून आरामात बसली आणि बोलू लागली, "स्पीड ८४ नॉटिकल माईल्स, फ्लाईट टाईम फॉर्टी-वन् मिनिटस, एक्सपेक्टेड फ्युएल बर्न नाईन अँड हाफ ए गॅलन्स. पीस ऑफ केक." तिच्या म्हणण्याचा अर्थ होता; विमान ताशी ८४ नॉटिकल मैल वेगाने चालले असून प्रवासाचा काळ ४१ मिनिटे आहे. त्या काळात सुमारे साडेनऊ गॅलन पेट्रोल लागणार आहे; पण तिने शेवटी जे 'पीस ऑफ केक' म्हटले ते त्याला कळले नाही.

तो यावर बावळटपणे म्हणाला, "अं? केक? नको!"

त्याच्याकडे पाहून ती हसली व म्हणाली, "नाही, मला त्या अर्थाने म्हणायचे नव्हते... बोली भाषेतले ते सांकेतिक शब्द होते. 'पीस ऑफ केक' म्हणजे 'कसलीही अडचण नाही,' असे आम्ही वैमानिक म्हणतो."

त्याने समजल्यासारखी मान हलवली.

"तुम्ही परदेशातील आहात हे मी विसरलेच होते. मी कमीत कमी बोली भाषा वापरेन. जर तुम्हाला काही कळले नाही तर बेधडक 'स्टेसी, प्लीज इंग्रजीत बोल' असे मला म्हणा."

"होय." तो आज्ञाधारकपणे म्हणाला.

"हं तर आपली स्थिती अशी आहे. आपण अडीच हजार फूटांची उंची गाठत आहोत. जॅक्सनव्हिल नॅव्हल एअर स्टेशनच्या पूर्वेकडून आपण जात आहोत. ते स्टेशन तुम्हाला खिडकीतून खाली दिसेलही. जरा नीट बघितलेत तर दुसराही एक विमानतळ दिसेल. तो नौदलाचा विमानतळ आहे. त्याला 'सेसिल फिल्ड' म्हणतात. पण आता तो फारसा वापरात नाही. त्या तिकडे तुम्हाला काही जेट फायटर विमाने दिसतात का? त्यांचा तिथे दिवसभर सराव चालू असतो. जरा नीट बघा."

मग थोडा वेळ थांबून तिने त्याला विचारले, "तुम्हाला विचारण्याचा माझा हक्क नाही; पण कुतूहल म्हणून विचारते की, स्प्रूस क्रीकला तुम्ही कशासाठी जात आहात?"

"माझ्या व्यवसायाच्या संदर्भात तिथे एकाला भेटायचे ठरले आहे. त्याला जुन्या ग्रीक संस्कृतीमधल्या वस्तू जमवायचा छंद आहे."

"ठीक आहे. मग खाली जमिनीवर तुमचा किती वेळ जाईल? अर्धा तास?"

"होय. कदाचित त्यापेक्षा कमीच. पण जास्त नाही."

"तुम्ही पाहिजे तितका वेळ घ्या. मी दिवसभर मोकळीच आहे."

"फार वेळ लागणार नाही."

"उतरल्यानंतर कुठे जायचे हे तुम्हाला नीट माहिती आहे ना?"

"होय, मी ती माहिती घेऊन ठेवली आहे."

"पूर्वी कधी स्प्रूस क्रीकला गेला होता?"

"नाही."

"पिशी-पॉशी. म्हणजे तिथला समाज चांगलाच श्रीमंत आहे, पॉश आहे. अफाट श्रीमंत नाही, तरीही त्यांच्याकडे स्वत:ची विमाने आहेत. अनेक डॉक्टर्स, वकील, व्यावसायिक आपापली विमाने बाळगून आहेत आणि ती विमाने ते स्वत: चालवतात. त्यांना असे वाटते की आपल्याला विमान चालवण्यातले सारे काही नीट समजते, पण कधी कधी त्यांच्या त्या स्पोर्टस् विमानांनाही अपघात होतो. मग त्यात त्यांचा बळी जातो. सॉरी! मी आमच्या गिऱ्हाईकासमोर असे विमानअपघाताबद्दल बोलणे बरे नाही." असे म्हणून ती हसू लागली.

खलीलपण हसला.

ती परत बोलू लागली, "स्प्रूस क्रीकला काही सेवानिवृत्त लष्करी माणसेही स्थायिक झाली आहेत. ही माणसे म्हणजे पहिलवान प्रकारात मोडणारी आहेत. आपल्यात इतरांपेक्षा अधिक पुरुषीपणा आहे असे त्यांना वाटते. रिअल मॅचो टाईप. त्यांना असेही वाटते की, 'आपण स्वत: म्हणजे देवाने बायकांसाठी दिलेली एक खास देणगी आहोत.' लक्षात आले ना?"

"होय."

"तुम्ही ज्या माणसाला भेटणार आहात त्याचे नाव 'जिम मार्क्युस' हे तर नाही ना?"

"नाही."

"हुश्श! मग ठीक आहे. त्या मूर्ख माणसाबरोबर मी डेटिंग करीत होते. पूर्वी तो नौदलात वैमानिक होता. आता तो यूएस एअरवेजमध्ये आहे. माझे वडील सैन्यात एक जेट वैमानिक होते. ते मला सांगत की कधीही वैमानिकाबरोबर डेटिंग करू नकोस. पण ते जाऊ दे. उगाच माझ्या खाजगी समस्या सांगून तुम्हाला बोअर करण्यात काय अर्थ आहे! तिकडे खाली डावीकडे पहा. कदाचित आता तुम्हाला नीट दिसणार नाही. पण परतताना पहा. तिथेच ते सेंट ऑगस्टीन गाव आहे. अमेरिकेतील सर्वांत जुन्या वस्तींपैकी ती एक वस्ती आहे. इथे युरोपमधून येऊन लोक राहू लागले होते. त्यांच्या आधी रेड इंडियन तिथे रहात होते."

खलीलने विचारले, "अमेरिकन सेवानिवृत्त झालेले लष्करी वैमानिक खूप श्रीमंत असतात का?"

"अं ऽऽ ते काही गोष्टींवरती अवलंबून आहे. जर त्यांनी भरपूर वर्षे नोकरी केली असेल आणि त्यातही वरच्या पदांवर जास्त काळ काम केले असेल, त्यांना जास्त पेन्शन मिळते. कर्नलच्या पदावरून सेवानिवृत्त झालेल्याला तसे फायदे मिळतात. त्यातून त्यांनी जर नोकरी करताना आपली कमाई उगाच उधळून लावली नाही व

बरीच बचत करून ठेवली असेल तर उत्तर-आयुष्यात ते अतिशय आरामात जगू शकतात. मग त्यांच्यापैकी बरेचसे विमानव्यवसायाशी संबंधित अशा उद्योगात शिरतात. काहीजण लष्करी विमानांना लागणारे सुटे भाग तयार करण्याचे जे खासगी कारखाने आहेत तिथे नोकरी करतात, तर काही शस्त्रास्त्रे उत्पादन करणाऱ्या उद्योगात सल्लागार म्हणून काम करतात, तर काहीजण कॉर्पोरेट कंपन्यात चक्क जेट वैमानिकाची नोकरी धरतात. बड्या उद्योगपतींना सैन्यातील सेवानिवृत्तांकडून काम करून घ्यायला फार आवडते. त्यात त्यांची प्रतिष्ठा सामावलेली असते म्हणे. प्रतिष्ठ कसली, सारा पुरुषी-गंडाचा हा प्रताप आहे. मग सगळीकडे अशा वयस्कर व्यक्तींचे वरच्या पातळीवर एक जाळे उभे राहाते. औद्योगिक संस्थातील प्रमुख कार्यकारी अधिकाऱ्याला, मॅनेजिंग डायरेक्टरला ज्यांनी युद्धात बॉम्बफेक केली आहे अशा वैमानिकांचे तर फार मोठे आकर्षण असते. मग ते अभिमानाने त्यांच्या मित्र मंडळींत तसे सांगत सुटतात की, माझा हा अमुक अमुक कर्नल आहे त्याने युगोस्लाव्हियात किंवा इराकमध्ये बॉम्ब टाकले होते."

"किंवा लिबियात बॉम्ब टाकले." खलीलने तिच्या विधानाला आपली एक पुस्ती जोडून म्हटले.

"पण अमेरिकेने लिबियावर कधीही बॉम्बफेक केली नाही." ती म्हणाली.

"होय, पूर्वी केली होती. काही वर्षांपूर्वी."

"असं? मला काही तसे आठवत नाही; पण आम्ही हे सारे थांबवायला पाहिजे. यामुळे लोक चिडतात."

"हो ना."

पायपर विमान दक्षिणेकडे मार्गक्रमण करीत पुढे सरकत होते.

स्टेसी मॉलची बडबड चालूच होती. ती आता म्हणत होती, "आपण आत्ताच पलाटका गाव ओलांडले आहे. जर तुम्ही उजवीकडे खाली पाहिले तर नौदलाची बॉम्बफेक करण्याच्या सरावाची जागा दिसेल. ती पाहिलीत का मोठी जागा? किती ओसाड व भकास दिसते आहे. आपल्याला त्या जागेच्या जवळूनही जाता येणार नाही. तिथे खाली जमिनीवर ठेवलेली ती टार्गेटस् दिसली का? बरोबर त्यावरतीच बॉम्बस पडले पाहिजेत. अरे वा! आज ते बॉम्बिंग करताना दिसत आहेत. ते विमान पाहिले का? कसे गोलाकार फिरत मुसंडी मारते आहे आणि ... आणि आता सरळ नाक वर करून चढत आहे! वॉ ऽ व्! गेल्या वर्षभरात मला हे पहायला मिळाले नव्हते. त्या तसल्या विमानांवरती लक्ष ठेवा. ती खूप उंचावरून येतील व बॉम्ब सोडून जातील. तशीच ती कधीकधी खूप खालून उडत जातील व मग बॉम्ब टाकतील. शत्रूच्या रडारच्या कक्षेत सापडू नये म्हणून ती तसे करू पहातात. ते पहा... ते पहा. बघितलेत? आणखी एक विमान खूप खालून उडत आले आहे. वॉ

ऽ व्! तुम्हाला आणखी कुठे एखादे विमान आढळते आहे का?''

असद खलीलचे हृदय जोरजोरात धडधडत होते. त्याने आपले डोळे मिटून घेतले. त्याचे मिटलेले डोळे गॉगलमुळे तिला कळणार नव्हते. त्याच्या डोळ्यांपुढे दाट काळोख झाला; पण त्या काळ्या अंधारात एक अग्निपुष्प फुलत होते. पहाता पहाता त्याचा एक लालभडक रंगाचा आगीचा लोळ तयार झाला. त्याच्या दिशेने हल्ला करणारे एक जेट विमान येत होते. त्या विमानाची आकृती स्पष्ट नव्हती, किंचित धूसर होती; पण त्या अंधारातही त्या जेट विमानामागे एका अंधुक प्रकाशाची पार्श्वभूमी होती. हा अंधुक प्रकाश त्रिपोली शहरावरचा होता. ते जेट विमान त्याच्यापासून आता हाकेच्या अंतरावर आले. कदाचित् इतक्या वर्षांच्या स्मृतीत राहिलेल्या त्या दृश्याचे अंतिम स्वरूप आता असे झाले असेल. बघता बघता त्या जेट विमानाने अचानक — एकदम — नाक वर करून सरळ हवेत वरती झेप घेतली. मग काही सेकंदातच कानठळ्या बसवणारे चार स्फोटांचे आवाज त्याला ऐकू आले. त्याच्या भोवतालचे विश्व पार उद्ध्वस्त होऊन गेले. अगदी क्षणार्धात!

''दिमित्रिअस? दिमित्रिअस? तुम्ही ठीक आहात ना?'' कोणीतरी खोलवरून त्याला विचारीत होते.

आपले तोंड आपण आपल्या दोन्ही हातांनी झाकून घेतले आहे आणि आपले सारे अंग घामेजून गेले आहे, असे त्याच्या लक्षात आले. एक बाई आपला खांदा जोरजोरात हलवत आहे हे त्याला कळले.

त्याने आपले हात खाली घेतले, एक खोलवर श्वास घेतला आणि तो म्हणाला, ''होय, मी ठीक आहे.''

''नक्की? तुम्हाला बरे वाटत नाही. पोटात मळमळते आहे का? उलटी होत असेल तर माझ्याकडे त्यासाठी एक प्लॅस्टिकची पिशवी आहे, ती मी देते. त्यात तुम्ही उलटी करा.''

''नाही. नाही. मला तसे काहीही वाटत नाही. मी ठीक आहे. थँक यू!''

''मग थोडे पाणी पिणार का? मागच्या बाजूला पाण्याची बाटली आहे.''

त्याने मान हलवीत म्हटले, ''नको. मी ठीक आहे आता.''

''ओके!''

ते दक्षिणेकडे उडत राहिले. खाली ग्रामीण फ्लॉरिडाचा भाग मागे जात होता. काही मिनिटांनी खलील आपण होऊन म्हणाला, ''मला आता खूप बरे वाटते आहे.''

''असं? मला वाटते की तुम्ही खाली पाहूच नये. काही काहीजणांना उंचावरून पाहिले की भोवळ येते. व्हर्टिगो! याला ग्रीक भाषेत काय म्हणतात?''

''तेच व्हर्टिगो!''

"माझी चेष्टा नाही ना करत? म्हणजे मला थोडे तरी ग्रीक बोलता येते असा मी दावा करू शकते."

त्याने तिच्याकडे पाहिले. तिने त्याच्याकडे दृष्टिक्षेप टाकीत म्हटले, "मी आपले हे सहज चेष्टेने म्हटले आहे हं."

"होय," असे तो म्हणाला. पण तो मनात म्हणत होता, *जर तुम्हाला ग्रीक भाषा येत असती तर मला ती भाषा बोलता येत नाही, हे तुम्हाला कळले असते.*

ती म्हणत होती, "तिकडे डावीकडे — बघू नका हो — तिकडे 'डेटोना बीच' गाव आहे. समुद्रकिनाऱ्यावरती मोठमोठ्या हॉटेलांच्या उंच इमारती उभ्या आहेत. बघू नका, बघू नका! आता तुमच्या पोटात कसे वाटते आहे?"

"खूपच बरे वाटते आहे."

"छान! आता मी उंची कमी करायला लागते. तेव्हा पोटात किंचित् ढवळल्यासारखे वाटेल."

ते पायपर विमान हळूहळू खाली येऊ लागले. त्याची उंची एक हजार फुटाने कमी झाली आणि ते आणखी खाली येऊ लागले. जसजशी त्याची उंची कमी होत गेली, तसतसे ते खळबळाटी हवेत सापडत गेले. स्टेसी मॉलने त्याच्याकडे पहात विचारले, "ठीक वाटते आहे ना? काही त्रास नाही ना होत?"

"नाही."

"आता हवेत यापेक्षा जास्त धक्के आपल्याला बसणार नाहीत. अजून थोडेसेच खाली उतरायचे आहे." असे म्हणून तिने वायरलेस सेट चालू केला. एका विशिष्ट कंप्रतेशी तिने आपला सेट जुळवला. ती बोलू लागली, "स्प्रूस क्रीक एअरपोर्ट ॲडव्हायजरी, विंड वन हन्ड्रेड नाईन्टी डिग्रीज ॲट नाइन नॉट्स्, अल्टिमीटर थ्री-झिरो-टू-फोर." स्प्रूस क्रीक विमानतळासाठी आपला संदर्भ ती देत होती. १९० अंशांच्या दिशेतून ताशी ९ नॉट्सचा वारा वाहतो आहे, आमची विमानाची उंची ३०२४ फूट आहे, असे ती वायरलेसवरून जाहीर करीत होती.

मग तिने डायल फिरवून वायरलेसची कंप्रता बदलली व ती म्हणाली, "स्प्रूस क्रीक ट्रॅफिक, पायपर वन-फाईव्ह-व्हिस्की इज टू माईल्स वेस्ट, टू एन्टर डाऊनविन्ड फॉर रनवे टू-थ्री." पायपर-15w हे विमानतळाच्या पश्चिमेला दोन मैल असून वाऱ्याच्या दिशेनेच ते २३ नंबरच्या धावपट्टीवर उतरत आहे, असे तिने जाहीर केले.

खलीलने तिला विचारले, "तुम्ही कोणाशी बोलत आहात?"

"कोणाशीच नाही. मी फक्त आपले विमान खाली कसे व कुठे उतरत आहे हे वायरलेसवर जाहीर केले. म्हणजे आजुबाजूला उडणाऱ्या इतर विमानांना आपल्या विमानाचे उतरणे कळेल; पण मला आजुबाजूला कुठेही विमान दिसत नाही. तेव्हा कुणीच नसल्याने आपण बेधडक आपल्याला हवे तसे जाहीर करून उतरू शकतो.

या स्प्रूस क्रीकच्या विमानतळावरती कंट्रोल टॉवर नाही. तो आहे सहा मैल दूर असलेल्या डेटोना बीच आंतरराष्ट्रीय विमानतळावर. इथे नाही. आपण आता बरेच खाली आलो आहोत व डेटोना बीचच्या रडार टॉवरभोवती एक चक्कर मारून खाली उतरणार आहोत. त्यांच्याशी बोलण्याचे काहीच कारण नाही. समजले?''

तो गोंधळून म्हणाला, ''पण... म्हणजे... आपण इथे उतरतो आहोत त्याची कुठेच नोंद होणार नाही?''

''नाही. तुम्ही का हे विचारता?''

''कारण माझ्या देशात सर्व येणाऱ्या जाणाऱ्या विमानांच्या नोंदी ठेवल्या जातात.''

''हा एक सहकारी सोसायटीचा त्यांच्या आवारामधील खाजगी विमानतळ आहे.'' तिने आता एक पंख खाली कलवून वळण घ्यायला सुरुवात केली. ती पुढे म्हणाली, ''हे अमेरिकेतले खाजगी जग वेगळे असते. तुम्हाला त्याची कल्पना नसेल. आम्ही या सहकारी सोसायटीच्या जगाला 'गार्ड अँड गेट कम्युनिटी' म्हणतो. म्हणजे या जगात प्रवेश करताना सोसायटीच्या फाटकावर तुम्हाला पहारेकऱ्याकडून अडवले जाईल. तो मग एका यंत्राने तुमची तपासणी करून जवळ काही धोकादायक शस्त्र वगैरे नाही ना याची खात्री करेल. मग आत ज्याला भेटायला जायचे आहे त्याला फोन करेल, तुमचे दर्शन टीव्ही कॅमेऱ्याद्वारे त्याला घडवेल व त्याने परवानगी दिली तरच तो तुम्हाला आत सोडेल. यात तुम्ही किंचित जरी त्याच्या सांगण्याचे उल्लंघन केले तर मग तुम्हाला बेधडक मारहाण होऊ शकते.''

खलीलने आपली मान संमतीदर्शक हलवली. त्याला हे सारे ठाऊक होते. म्हणून तर तो विमानाने इथे शिरत होता.

स्टेसी मॉल पुढे सांगत होती, ''मी पूर्वी इथे माझ्या गाडीने यायचे, डेटिंग करण्यासाठी, माझ्या त्या 'मिस्टर वंडरफुल' यांना भेटायला. त्यांच्या या सहकारी सोसायटीमधल्या घरी मी जाऊन भेटत असे; पण अनेकदा मला आत प्रवेश नाकारला जात असे. याचे कारण आमच्या त्या प्रियकराने पहारेकऱ्याला पूर्वसूचना देण्याचे विसरले असायचे म्हणे. निदान तसे तो म्हणत असे... खोटारडा साला! मग त्याच्या या सोसायटीच्या आवारामधल्या विमानतळावरती मी विमानाने येऊन उतरत असे. इथे मात्र माझे विमान व मला स्वत:ला अडवायला कोणताही पहारेकरी नसतो. आता त्यांनी जर विमानविरोधी मशीनगन बसवली तर नाईलाज होईल. मग वायरलेसवरती तुम्ही अधिकृतपणे प्रवेश करण्याचा परवलीचा शब्द सांगितला तरच कॉम्प्युटरकडून तुम्हाला इथे उतरू दिले जाईल. अन् शब्द चुकला तर कॉम्प्युटर वेगळ्या शब्दाचा आवाज ऐकून तुमच्यावरती विमानविरोधी मशिनगन चालवेल.

सारे काही ऑटोमॅटिक असेल; पण अद्याप तरी या स्प्रूस क्रीक सोसायटीने तसे केलेले नाही.'' एवढे म्हणून ती हसली. काही क्षण थांबून खालच्या आवाजात ती पुढे म्हणाली, ''मला असे वाटते की कधी कधी मी आमच्या या माजी प्रियकराच्या घरावरती विमानातून बॉम्ब टाकावा. तो व त्याची नवीन प्रेयसी स्वत:च्या बंगल्यातील तलावात पोहत जलक्रीडा करीत असतील, तर मग सरळ वरून तलावातच तो बॉम्ब सोडावा. छे:! त्याची आठवण झाली तरी मला अजूनही संताप होतो. त्याच्याबरोबर मी धड राहू शकत नाही की त्याच्यावाचूनही मी राहू शकत नाही, अशी माझी अवस्था झाली आहे. तुमचे लग्न झाले आहे?''

''नाही.''

पण त्याच्या या उद्‌गारावरती तिने कसलीही प्रतिक्रिया व्यक्त केली नाही. ती पुढे म्हणाली, ''तो तिकडे सोसायटीचा क्लब दिसतो आहे. तिथून पुढे गोल्फचे मैदान आहे. या मूर्ख श्रीमंतांच्या सोसायटीत सारे काही आहे. तो पिवळा बंगला दिसतो का? दिसला? तो हॉलीवूडच्या एका तरुण नटाचा आहे. त्याला स्वत:चे जेट विमान स्वत: चालवायला आवडते. या सोसायटीमधल्या जुन्या माणसांना तो माणूस बिलकुल आवडत नसणार; पण माझी खात्री आहे की त्यांच्या बायकांना मात्र तो आवडत असणार. अन् तो जो एक पोहण्याचा तलाव असलेला पांढरा बंगला दिसतो आहे ना, तो न्यूयॉर्कमधल्या एका धनाढ्य प्रॉपर्टी-डीलरचा आहे. त्याने स्वत:चे दोन इंजिने असलेले 'सायटेशन' जेट विमान ठेवले आहे. माझी त्यांची एकदा भेट झाली होती. भला माणूस आहे. ज्यू आहे. हाही त्या नटासारखाच इथल्या सोसायटीत लोकप्रिय आहे. अजून एक घर मी तुम्हाला दाखवते... कुठे आहे बरे... यूएस एअरवेजमध्ये वैमानिकाची नोकरी करणाऱ्याचे ते घर आहे. त्याने विमानांच्या विश्वावर काही कादंबऱ्या लिहिल्या आहेत... त्याचे नाव मला आत्ता आठवत नाही... हाही पठ्ठ्या आमच्या त्या मिस्टर वंडरफुल यांचा मित्र आहे. तो त्याच्या एका कादंबरीत माझी कॅरॅक्टर घालणार होता. तसे त्याने मला न विचारताही केले असते. माझे काही त्यामुळे बिघडले नसते. पण शेवटी पुरुष ते पुरुष.''

खलील खाली पहात होता. त्या श्रीमंतांच्या सोसायटीत त्याचा बळी रहात होता. बहुतेक सर्वांच्या बंगल्यात पोहण्याचे तलाव होते, हिरव्या गवतांचे अंगण होते, ताडाची झाडे होती, अन् काही घरांच्या मोठ्या अंगणाजवळ तर त्यांची स्वत:ची विमाने ठेवली होती. वेळ पडताच या विमानात बसून मोटारीने जावे तसे विमानतळावर स्वतंत्र टॅक्सीवेने जायचे व तेथून हवेत झेप घ्यायची. किती आरामदायी जीवन! किती चैनीचे जीवन! तिथेच कुठेतरी खलीलचा बळी रहात होता. त्याच्या कुटुंबियांना बहुधा त्याने टाकलेल्या बॉम्बमुळे मृत्यू आला होता. तो खुनी माणूस आता त्याची वाट पहात होता. बीअरची बाटली जवळ घेऊन हसत हसत वाट

पहात होता. बिचाऱ्याला काय ठाऊक की आपण नकळत आपल्याच खुन्याची वाट पहात आहोत. त्या विचाराने खलील उत्तेजित होत होता. कधी एकदा खाली उतरून त्या नराधमाचा बळी घेतो आहोत, त्याच्या रक्ताची चव चाखतो आहे, असे त्याला झाले होते.

स्टेसी म्हणत होती, ''ठीक आहे. आता येथून पुढे मिनिटभर तरी आपण दोघांनी काहीही बोलायचे नाही. मी विमान खाली उतरवत आहे.'' २३ आकडे रंगवलेल्या एका धावपट्टीच्या दिशेने ते पायपर विमान जाऊ लागले. इंजिनाचा वेग एवढा कमी केला गेला की त्याचा आवाज जवळजवळ बंद झाला. विमानात एक नीरव शांतता पसरली. खालची धावपट्टी आकाराने मोठी मोठी होत विमानाकडे येत होती. आता त्यावरून विमान जाताना ती वेगाने मागे सरकत असल्याचे खलीलला दिसले. बघता बघता विमानाची चाके जमिनीला टेकली. अगदी अल्लाद टेकली. आपल्या या हळूवारपणे उतरण्याच्या कौशल्यावरती ती स्वत:च खूष होऊन म्हणाली, ''वा:, झकास. ग्रेट लॅन्डिग!'' मग चाकांना ब्रेक लावत तिने विमानाचा धावण्याचा वेग कमी केला. ती हसत सांगू लागली, ''गेल्या आठवड्यात मी एका विमानतळावर उतरत असताना मला आडव्यातिडव्या वाऱ्यांना तोंड द्यावे लागले होते. त्यामुळे माझे हे विमान डचमळत कसेतरी दाणकन् उतरले. त्या वेळी विमानातील माझे गिऱ्हाईक मला म्हणाले, की 'आपण आत्ता लॅन्ड झालो का, विमानावर गोळ्या झाडून ते खाली पाडले गेले आहे?' मोठे विनोदी गिऱ्हाईक होते ते.'' असे म्हणून ती मोठमोठ्याने हसू लागली. धावपट्टी सोडून टॅक्सीवेवरून तिने आपले विमान नेले व एका जागी थांबवले.

ती विचारीत होती, ''तुम्हाला भेटायला तुमचा माणूस इथेच येणार आहे का तुम्ही त्याला भेटायला जाणार आहात?''

''मी त्याच्या घरी जाणार आहे. त्याचा बंगला टॅक्सीवेवरतीच आहे.''

''असं? म्हणजे हा तुमचा माणूस भलताच बडा दिसतो आहे. कसे जायचे ते ठाऊक आहे तुम्हाला?'' तिने विचारले.

त्याने मग आपल्या प्रवासी बॅगेतून एक कागद बाहेर काढला. त्यावर स्प्रूस क्रीकचा नकाशा छापलेला होता. तिने तो नकाशा हातात घेऊन म्हटले, ''या तुमच्या माणसाचा काय पत्ता आहे?''

''तो यांकी टॅक्सीवेवरती पार शेवटी रहातो.''

''म्हणजे तुमचे हे मिस्टर वंडरफुल येथून फार दूर नाहीत. ठीक आहे, चला. आता आपण विमानाचा उपयोग टॅक्सीसारखा करून तिकडे जाऊ या.'' एव्हाना विमानात उकडू लागले होते. म्हणून तिने हात लांब करून त्याच्या बाजूचे दार उघडून ठेवले. त्यामुळे कॉकपिटमध्ये खेळती हवा येऊ लागली. मग मांडीवरच्या

नकाशाकडे अधुनमधून बघत ती विमान पुढे नेऊ लागली. "अं ऽ, हा पहा, नकाशात दाखवलेला फ्युएलिंग एरिया आला... स्प्रूस क्रीक एव्हिएशन कंपनीची ही मेन्टेनन्स हॅन्गार्स आली... त्यानंतर मग ... हं, हा बुलेवार्ड बीच आला... " तिने आता एक रुंद व कॉन्क्रिटचा रस्ता पकडला व त्यावरून ती आपले विमाने पुढे नेऊ लागली. जाता जाता तिची बडबड चालूच होती. "काही रस्ते हे फक्त टॅक्सीवेच असतात. त्यावरून फक्त विमानेच न्यावी लागतात, तर काही रस्ते हे फक्त अन्य वाहनांसाठी एसयूव्हीसाठी असतात. एसयूव्ही म्हणजे जमिनीवरील वाहने. अनेकदा त्यावरूनही विमान न्यावे लागते. हे मात्र मला आवडत नाही. विमानाबरोबर दुसऱ्या वाहनाने जाणे हे चमत्कारिक असते. निदान विमान चालवणाऱ्याला तरी तसे वाटते. तुम्ही आजुबाजूला बघत रहा. ती गोल्फची छोटी गाडी कुठूनही या रस्त्यावर एखादा मूर्ख आणू शकेल. मोटारगाड्या चालवणाऱ्यांपेक्षा या गोल्फच्या गाड्या चालवणारे खरोखरच मूर्ख असतात. त्यांना आपल्या वाहनाच्या मर्यादा कळत नाहीत. ते कुठेही आपले वाहन घुसवतात.... हा बघा 'सेसना बुलेवार्ड' रस्ता आला... नाव फार हुशारीने दिलेले आहे." मग तिने त्या रस्त्यावर उजवीकडे एक वळण घेतले. मग काही वेळाने उजवीकडे वळून 'टॅन्गो टॅक्सीवे'वरती विमान घेतले. मग डावीकडे टॅन्गो ईस्टकडे वळवले.

तिने आपल्या डोळ्यांवरचा गॉगल काढून टाकला व आजुबाजूला पहात म्हटले, "इथली घरे पहा कशी आहेत."

खलीलनेही आपला गॉगल काढून ठेवला. त्या टॅक्सीवेच्या दोन्ही बाजूंना घरे होती; पण घरांच्या मागच्या बाजू टॅक्सीवेला उघडल्या होत्या. घरांच्या पुढच्या बाजूचे रस्ते हे मोटारींसाठी होते. घरांमध्येच मागच्या बाजूला विमानांसाठी हॅन्गार्स होती, पोहण्याचे तलाव होते, ताडांची आकर्षक झाडे होती. त्या झाडांमुळे त्याला आपल्या मायदेशाची आठवण झाली. लिबियातही तशी झाडे होती. तो म्हणाला, "इथे बरीच ताडांची झाडे दिसत आहेत. जॅक्सनव्हिलमध्ये अशी झाडे कशी नाहीत?"

"इथे ती नैसर्गिकरित्या रुजत नाहीत. या श्रीमंत मूर्खांनी ती दक्षिणेकडून आणून त्याला खत व चांगली माती देऊन रुजवलेली आहेत. हा उत्तर फ्लॉरिडा आहे. इथे जरी ताडांसाठी अनुकूल जमीन नसली तरी या धनाढ्यांनी ठरवल्यावर मग ते थोडेच कुणाचे ऐकतील? उद्या इथे एखाद्याने फ्लेमिंगो पक्ष्यांना गळ्यात साखळी अडकवून बाळगले तरी मला नवल वाटणार नाही."

खलीलने यावर आपली प्रतिक्रिया व्यक्त केली नाही. तो आता काही मिनिटातच पॉल ग्रेला भेटणार असल्याने त्याचेच विचार त्याच्या डोक्यात चालू होते. *हा लिबियन लोकांचा खुनी माणूस कसा आरामात व वैभवात या स्वर्गभूमीवर रहातो*

आहे! बच्चमजी मरायच्या आधीच स्वर्गाला पोचले. पण लवकरच काही मिनिटात मी ही परिस्थिती पालटून टाकेन.

स्टेसी मॉल म्हणाली, "ठीक आहे, तर इथे हा 'माईक टॅक्सीवे' आला..." तिने आपले विमान उजवीकडे वळवून एका अरुंद डांबरी रस्त्यावर नेले.

त्या रस्त्यावर प्रत्येक घराच्या मागे विमानाचे एकेक हॅन्गार होते. बऱ्याच हॅन्गार्सची दारे सताड उघडी होती. बहुतेक हॅन्गार्समध्ये एकेक इंजिने असलेली विमाने होती. काही हॅन्गारमध्ये एकाखाली एक असे दोन पंख असलेली विमाने होती. क्वचित् ठिकाणी मध्यम आकाराची जेट विमाने होती. त्याने विचारले, "ह्या साऱ्या विमानांचा काही लष्करी उपयोग आहे का?"

स्टेसी हसली व म्हणाली, "छे:! ही सारी या धनदांडग्यांची खेळणी आहेत. मीच फक्त अशा विमानाचा उपयोग जगण्यासाठी करते आहे. ही धनिक माणसे उगाच काहीतरी करण्यासाठी किंवा आपल्या मित्रांवर छाप पाडण्यासाठी विमान वापरतात. मी आता जेट विमान चालवायचे शिक्षण घेणार आहे. ते विमान चालवण्यात जास्त पैसा मिळतो. माझी शिक्षणाची फी एकजण भरणार आहे. नंतर तो त्याचा कॉर्पोरेट जेट वैमानिक म्हणून ठेवून घेणार आहे; पण हे त्याचे केवळ आश्वासन आहे. ही श्रीमंत माणसे खूप लहरी असतात. त्यांचे काहीही खरे नसते. तो माणूस ऐनवेळी एखाद्या लष्करी वैमानिकालाही नेमेल. या उद्योगपतींना लष्करातल्या माणसांचे बरेच आकर्षण असते. विमान हे त्यांचे जसे खेळणे तसेच त्यातला वैमानिकही त्यांचे खेळणे असते. खेळण्यातले खेळणे!" ती विषादाने म्हणाली, काही क्षणांनी तिने त्याला म्हटले, "तुम्ही ग्रीसमधून आलात ना?"

"होय."

"मला वाटले की तुम्ही एक ग्रीक कोट्याधीश आहात... ते जाऊ दे. हा आपला 'यांकी टॅक्सीवे' आला." ती उजवीकडे वळली. त्या रस्त्याला एक मोठे हॅन्गार होते. त्यावर 'पॉल ग्रे' अशी एक छोटी पाटी होती.

त्या हॅन्गारची दारे लावलेली नव्हती. आतमध्ये दोन इंजिने असलेले एक विमान होते. एक मर्सिडिझ बेन्झ मोटरगाडी होती. एक गोल्फची बॅटरीवर चालणारी गाडी होती. ते पाहून ती म्हणाली, "या माणसाकडे सर्व खेळणी आहेत. ते विमान 'बीच बॅरन' जातीचे आहे. ५८चे मॉडेल असले तरी किती नव्या कोऱ्या विमानासारखे दिसते आहे. हा माणूस भलताच श्रीमंत दिसतो आहे. तुम्ही त्याला काही विकणार आहात ना?"

"होय. मातीच्या जुन्या प्राचीन फुलदाण्या."

"त्या खूप महाग असतील ना?"

"अर्थातच."

"छान. अन् त्याच्याजवळ भरपूर पैसे आहेत, तेव्हा ही विक्री झकासच होईल." मग थोडे थांबून तिने हलक्या आवाजात विचारले, "हा माणूस विवाहित आहे काय?"

"नाही."

"मग त्याला एखाद्या सहवैमानिकाची जरुरी आहे का म्हणून माझ्यासाठी विचारा," असे म्हणून ती जोरात हसली.

तिने विमानाचे इंजिन बंद केले व त्याला म्हटले, "आधी तुम्ही दारातून उतरा. नंतरच मला उतरता येईल. मी तुमची बॅग धरून ठेवते." तिने त्याच्या मांडीवरची बॅग उचलून घेतली.

तो दारातून बाहेर पडला. विमानाच्या पंखावर पाय ठेवून त्याने खाली जमिनीवर उडी मारली. त्याच्यामागोमाग तीही बाहेर आली व तिने हातातली बॅग त्याला दिली. मग तिनेही खाली उडी टाकली; पण तिचा तोल गेला व ती अडखळत पुढे जात खलीलच्या अंगावरती धडकली. आधारासाठी तिने त्याचे खांदे अभावितपणे पकडले. त्या गडबडीत खलीलचा गॉगल डोळ्यांवरून निसटला आणि त्या दोघांची तोंडे एकमेकांसमोर सहा इंचावर आली. तिने त्याच्या डोळ्यात पाहिले. त्यानेही तिच्या नजरेला नजर भिडवली.

शेवटी तिने स्मित करीत म्हटले, "सॉरी!"

खलीलने खाली वाकून जमिनीवर पडलेला आपला गॉगल उचलला आणि डोळ्यांवरती चढवला. तिने आपल्या खिशातून सिगारेटचे पाकीट बाहेर काढले व त्यातली एक सिगारेट बाहेर काढून ती पेटवली. ती म्हणाली, "मी इथेच हॅन्गारमध्ये सावलीत थांबते. तिथे मला एक फ्रीज दिसतो आहे. त्यातून एखादी बाटली मिळाली तर माझी तहान भागेल. शिवाय इथे एक टॉयलेटही आहे. सर्वच हॅन्गारमध्ये छोटे स्वयंपाकघर आणि टॉयलेट असतात. कधी कधी ऑफिसही असते. जेव्हा त्यांच्या बायका त्यांना लाथ मारून हाकलतात, तेव्हा त्यांना या हॅन्गारमध्ये आश्रय घेता येतो. त्यांनी अगदी दूरचा विचार केलेला असतो." असे म्हणून ती हसली व पुढे म्हणाली, "तुमच्या त्या गिऱ्हाईकाला सांगा की मी इथली एक कोकाकोलाची बाटली घेतली आहे आणि त्याचा एक डॉलर इथेच फ्रीजमध्ये ठेवून देत आहे."

"बरं." तो यांत्रिकपणे म्हणाला.

"अन् हो. तुमच्या या मिस्टर वंडरफुल यांना मी आत येऊन नुसते 'हॅलो' म्हटले तर चालेल का?"

"नको. तुम्ही इथेच थांबा. मी लवकरच परत येईन."

"जाऊ द्या हो. मी फक्त चेष्टेने तसे म्हणाले."

खलील आता तेथून निघाला. हॅन्गारपासून घरापर्यंत एक कॉन्क्रिटचा फूटपाथ

गेला होता. त्यावरून तो चालत जाऊ लागला. एवढ्यात त्याला स्टेसीचा आवाज ऐकू आला, "गुड लक! चांगला धंदा करा. भरपूर किंमत लावा. मेक हिम पे इन ब्लड."

तिचे ते शेवटचे वाक्य ऐकताच खलील दचकून तिच्याकडे वळून पाहू लागला. तो म्हणाला, "एक्सक्यूज मी? म्हणजे काय?"

"म्हणजे त्याच्याकडून भरपूर पैसे काढा."

"येस, आय विल मेक हिम पे इन ब्लड." त्याचे हे वाक्य म्हटले तर सूचक होते, म्हटले तर शब्दश: अर्थ दर्शवणारे होते.

तो त्या फूटपाथवरून चालत चालत गेला. एका झुडपाला वळसा घालून तो फूटपाथ एका जाळीच्या दारापाशी थांबला होता. जाळीतून पलीकडे असलेला पोहण्याचा तलाव त्याला दिसला. त्याने ढकलताच ते दार उघडले गेले. त्याने आत प्रवेश केला. तिथे काही आरामखुर्च्या होत्या, एक काऊंटरसारखा कट्टा होता आणि पोहण्याच्या तलावात पाणी शुद्ध करणारे एक नागमोडी यंत्र तरंगत होते. तो आता सावध झाला असल्याने बारकाईने सर्व गोष्टी नजरेने टिपत होता. घरात जाण्यासाठी आणखी एक काचेचे दार तिथे होते. तो तिथे जाऊन उभा राहिला. आतमध्ये एक मोठे स्वयंपाकगृह दिसत होते. त्याने आपल्या घड्याळात पाहिले. सकाळचे ९ वाजून १० मिनिटे झाली होती. त्याने दाराजवळचे बटण दाबताच आत कुठेतरी एक घंटा वाजली.

बाहेर झाडांवरती पक्षी किलबिल करीत होते. त्यांचा आवाज आत ऐकू येत होता. दूरवर एक जनावर हंबरल्यासारखे ओरडत होते. वरती आकाशात एक विमान घिरट्या घालीत होते. या सर्वांचा एक संमिश्र आवाज त्याच्या कानावर पडत होता. पण या सर्वांपेक्षाही आतून येणारे आवाज त्याच्या दृष्टीने अत्यंत महत्त्वाचे होते.

एक मिनिट असा गेला. कुठेच काहीही घडले नाही मग खाकी पँट व निळा शर्ट घातलेला माणूस दारापाशी आला व त्याने काचेतून त्याला पाहिले.

खलीलने स्मित केले.

त्या माणसाने दार उघडून विचारले, "आपण कर्नल हुरोक ना?"

"येस, आपण कॅप्टन ग्रे ना?" खलील उत्तरला.

"होय. फक्त 'मिस्टर ग्रे.' मला नुसते पॉल म्हणा. या, आत या."

असद खलीलने पॉल ग्रेच्या भव्य स्वयंपाकघरात प्रवेश केला. संपूर्ण घर एअर कंडिशन्ड होते. पण आतला गारवा अत्यंत आल्हाददारक होता.

"तुमची बॅग मी घेऊ का?" पॉल ग्रे त्याला विचारीत होता.

"नको, राहू दे."

भिंतीवरच्या घड्याळाकडे पहात पॉल ग्रे म्हणाला, "तुम्ही जरासे लवकरच

पोचला आहात. पण त्यामुळे काही बिघडत नाही. माझ्याकडून पूर्ण तयारी झाली आहे.''

''छान!''

''घर कसे सापडले?''

''मी माझ्या वैमानिकाला टॅक्सीवे वापरायला सांगितले.''

''पण... पण कोणता टॅक्सीवे घ्यायचा हे तुम्हाला कसे कळले?''

''मिस्टर ग्रे, आमच्या ऑफिसला तुमच्याविषयी माहिती नाही. असे फारच थोडे आहे. आम्ही तुमची निवड मुद्दाम केली आहे.''

''ठीक आहे, ठीक आहे. माहिती द्यायला माझी काही हरकत नाही. बीअर घेणार?''

''नको. फक्त पाणी द्या.''

खलीलने पॉल ग्रेवरती नजर ठेवली. पॉलने फ्रीजपाशी जाऊन एक फळाच्या रसाचा कॅन व एक पाण्याची बाटली काढून घेतली. मग एका कपाटातून दोन काचेचे पेले बाहेर काढले. पॉल ग्रे हा फार उंच नव्हता; पण त्याची प्रकृती अत्यंत ठणठणीत होती. बर्बर जमातीमधल्या माणसांसारखी त्याची कातडी रापलेली होती. त्या जनरल वेक्लिफची कातडीही अशीच रापलेली होती. पॉल ग्रेचे डोक्यावरचे केस पांढरे झाले होते; पण तरीही त्याच्या चेहऱ्यावरती म्हातारपणच्या खुणा पुसटशासुद्धा नव्हत्या.

पॉल ग्रेने विचारले, ''तुमचा वैमानिक कुठे आहे?''

''तिने तुमच्या हॅन्गारच्या सावलीत थांबणे पसंत केले आहे. तिथला टॉयलेट वापरण्याबद्दल आणि फ्रीजमधले एखादे पेय घेण्यास तुमची हरकत नसावी, असे ती म्हणाली आहे.''

''शुअर, शुअर. नो प्रॉब्लेम. तुमचा हा वैमानिक एक बाई आहे तर.''

''होय.''

''मग आत येऊन तिला मी जे डेमॉन्स्ट्रेशन सादर करणार आहे ते पहाण्यात मजा वाटेल.''

''नाही. मी म्हटल्याप्रमाणे ही गोष्ट फक्त आपल्या दोघातलीच आहे.''

''ऑफ कोर्स, आय ॲम सॉरी !''

खलील पुढे सांगू लागला, ''मी तिला सांगितले आहे की मी एक ग्रीक माणूस असून जुन्या ग्रीक वस्तू विकण्याचा व्यवसाय करतो. त्यासाठीच मी इथे आलो आहे.'' त्याने आपल्या बॅगशी चाळवाचाळव करीत हसून म्हटले.

पॉल ग्रेही यावर हसत म्हणाला, ''चांगली थाप मारलीत. अन् तुम्ही ग्रीक वाटतही असाल.''

"वाटतोच मी तसा."

ग्रेने खलीलला एक पाण्याने भरलेला पेला दिला.

खलील म्हणाला, "मी पेल्यातून पाणी पीत नाही. यामागे माझे काही धार्मिक नियम आहेत. दुसऱ्याने वापरलेल्या वस्तू मी कधीही खाण्यापिण्यासाठी वापरीत नाही."

"काही हरकत नाही. मी पाण्याची दुसरी सीलबंद बाटली आणतो." पॉल ग्रेने तत्परतेने उठून जाऊन पाण्याची एक प्लॅस्टिकची बाटली त्याला आणून दिली.

खलीलने ती बाटली हातात घेत म्हटले, "अन् माझ्या डोळ्यांची आत्ता अशी काही नाजूक अवस्था झाली आहे की मला प्रकाश सहन होत नाही. म्हणून डॉक्टरांनी मला तात्पुरता गॉगल वापरायला सांगितला आहे."

पॉल ग्रेने मान हलवून खलीलचे हेही म्हणणे मान्य केले. मग आपल्या हातातील फळांच्या रसाचा पेला उंचावीत तो म्हणाला, "वेल कम, कर्नल हुरोक ! आपले स्वागत असो !"

त्या दोघांनी ती बाटली व पेला एकमेकाला भिडवला व पिण्यास सुरुवात केली. जरा वेळाने ग्रे म्हणाला, "आपण माझ्या वॉर रूममध्ये जाऊ या. तिथे मी तुम्हाला जे दाखवायचे ते पेश करतो."

खलील उठला व त्या भव्य बंगल्यात ग्रेच्या मागोमाग जात राहिला. जाता जाता तो म्हणाला, "काय सुंदर घर आहे तुमचे!"

"थँक यू. ज्या वेळी हा इमारतींचा बाजार खूप खाली गेला होता त्या वेळी मी हे घर खरीदले. मी मोठाच नशीबवान ठरलो. मूळ किंमतीपेक्षा मी अवघी दुप्पट किंमत दिली. आता कितीतरी पटीने अधिक किंमत द्यावी लागते."

एका मोठ्या खोलीत त्यांनी प्रवेश केला. आपल्यामागे दार लावून घेत ग्रे म्हणाला, "इथे कोणी आता मधे अडथळा आणू शकणार नाही."

"म्हणजे घरात कुणी आहे?"

"फक्त साफसफाई करणारी एक बाई आहे. ती काही इथे येणार नाही."

खलीलने त्या भव्य खोलीत आजुबाजूला नजर टाकली. ऑफिस व दिवाणखाना या दोन्हींचा संगम त्या खोलीत झाला होता. तिथली प्रत्येक गोष्ट महागडी होती. अत्यंत उंची गालीचा, कोरीव काम केलेले लाकडी फर्निचर, भिंतीला लावलेल्या अनेक इलेक्ट्रॉनिक वस्तू सर्व काही श्रीमंतीचे भपकेबाज प्रदर्शन करीत होत्या. तिथे एकूण चार संगणकही ठेवलेले होते.

पॉल ग्रे त्याला म्हणाला, "तुमची बॅग इकडे द्या. मी ती नीट ठेवून देतो."

खलील म्हणाला, "पाणी पिऊन झाले की ही बाटली व बॅग मी दोन्ही खालीच ठेवीन."

त्याच्यासमोर एक टीपॉय होते. त्यावरती एक वर्तमानपत्र होते. पॉलने आपल्या हातातला ग्लास संपवून तो त्यावर ठेवला. खलीलनेही आपली बाटली व बॅग टीपॉयवर ठेवली व म्हटले, "मी तुमची ही खोली नीट बघू का? छानच ठेवलेली आहे."

"जरूर पहा."

खलील खोली पहात एका भिंतीजवळ गेला. तिथे काही छायाचित्रे व उत्कृष्ट चित्रे टांगून ठेवली होती. बहुतेक चित्रे ही निरनिराळ्या विमानांची होती. त्या एफ-१११ या विमानाचेही एक तैलचित्र होते. खलील ते चित्र बारकाईने न्याहाळू लागला.

पॉल ग्रे त्याला म्हणाला, "मीच ते चित्र काढले आहे. अर्थातच एका फोटोवरून काढले आहे म्हणा. बऱ्याच वर्षांपूर्वी मी एफ-१११ विमाने चालवित असे."

"होय, मला ठाऊक आहे ते."

यावर पॉल ग्रे काहीच बोलला नाही.

एका भिंतीवरती पॉल ग्रेला मिळालेली विविध प्रमाणपत्रे, मानपत्रे, सन्मानचिन्हे, वगैरे लावून ठेवले होते. एका फ्रेममध्ये तर त्याला मिळालेली नऊ लष्करी पदके ठेवलेली होती.

ग्रे सांगू लागला, "बहुतेक सारी पदके मला गल्फ युद्धातल्या कामगिरीसाठी मिळाली आहेत. पण मला वाटते की हेही तुम्हाला ठाऊक असावे."

"होय. अन् त्याबद्दल आमच्या इस्राइलच्या सरकारला तुमचे खूप कौतुक वाटते."

खलील एका फडताळापाशी गेला. तिथे विविध विमानांच्या बऱ्याच प्रतिकृती ठेवलेल्या होत्या. शिवाय काही पुस्तकेपण तिथे होती. तो त्या गोष्टी निरखून पहात असतानाच पॉल ग्रे त्याच्यापाशी आला आणि त्याने एक पुस्तक काढून घेत म्हटले, "हे पुस्तक तुम्हाला खूप आवडेल. हे जनरल गिडिऑन शॉडर यांनी लिहिले आहे. त्याने स्वत: त्यावर आपली सही करून मला ते भेट म्हणून दिले आहे."

खलीलने ते पुस्तक त्याच्याकडून आपल्या हातात घेतले. पुस्तकावर एका लढाऊ विमानाचे छायाचित्र होते. ते उघडून पाहिल्यावर त्याच्या लक्षात आले की ते हिब्रू भाषेत लिहिले आहे.

पॉल ग्रे म्हणत होता, "पुस्तकाच्या मागे मलपृष्ठावर काय लिहिले आहे ते पहा."

त्याने प्रथमपासून पुस्तक भरभर चाळले, तेव्हा त्याच्या लक्षात आले की पुस्तकाची सुरुवात हिब्रू भाषेत झाली असली तरी ते सारे अरेबिक भाषेत लिहिलेले

आहे. पुस्तकाच्या शेवटी मलपृष्ठावरचा मजकूर हा इंग्रजीत होता; पण त्यातही मधुनमधून काही मजकूर हा हिब्रू भाषेत होता. तो त्याला वाचता येत नव्हता.

पॉल ग्रे म्हणत होता, "हा हिब्रूतला मजकूर काय आहे ते मला समजत नाही. पण शेवटी आता तुमच्याकडून मला त्याचे भाषांतर तरी कळेल."

असद खलीलने त्या हिब्रू मजकुराकडे रोखून पहात म्हटले, "यात एका अरबी म्हणीचा उल्लेख केलेला आहे. अन् आम्हा इस्त्राइली लोकांना ही म्हण नेहमी आवडते. 'आमच्या शत्रूचा जो शत्रू असतो तो आमचा मित्र असतो,' अशी ती म्हण आहे." त्याने पुस्तक मिटले व ते ग्रेच्या हातात देत म्हटले, "अत्यंत योग्य वचन आहे ते."

पॉल ग्रेने ते पुस्तक परत नीट जागच्या जागी ठेवले नि म्हटले, "सुरुवात करण्याआधी आपण एक मिनिटभर आधी बसू या." असे म्हणून त्याने टीपॉयजवळच्या एका गुबगुबीत खुर्चीकडे बोट केले. खलील त्यावर जाऊन बसताच त्याच्या समोरच्या खुर्चीत तोही बसला.

पॉल ग्रे आपल्या पेल्यातील फळाच्या रसाचे घुटके घेऊ लागला, तर खलील बाटलीतील पाणी संपवू लागला. ग्रे म्हणाला, "असे पहा कर्नल, मी ज्या सॉफ्टवेअरचे प्रात्यक्षिक तुम्हाला दाखवणार आहे ते एक तसे गुप्त स्वरूपाचे आहे; पण एका मित्र देशाच्या सरकारामधील प्रतिनिधीला ते दाखवायला हरकत नाही. पण जेव्हा तुम्ही हे सॉफ्टवेअर खरेदी करू पहाल तेव्हा आमच्या सरकारकडून त्यासाठी आधी परवानगी घ्यावी लागेल."

"होय, मी समजू शकतो ते. आमच्या माणसांनी त्या दृष्टीने प्रयत्न सुरूसुद्धा केले आहेत." तो पुढे म्हणाला, "यातल्या राष्ट्रीय सुरक्षिततेच्या घटकाची काळजी घेतली जात आहे, हे पाहून मला बरे वाटले. कोणत्याही परिस्थितीत हे सॉफ्टवेअर आपल्या दोन्ही देशांच्या शत्रूच्या हातात पडता कामा नये," असे म्हणून तो सूचकपणे हसला.

पॉल ग्रेनेही हसून त्याला प्रतिसाद देत म्हटले, "म्हणजे तुम्हाला काही मध्यपूर्वेतील विशिष्ट देश म्हणायचे असतील तर त्यांना जरी हे सॉफ्टवेअर मिळाले तरी काहीही उपयोग नाही. ते कसे चालवायचे, वापरायचे ते त्यांना कधीच जमणार नाही. कर्नल, मी खरेच सांगतो की त्या लोकांना 'मेंदू' नावाची गोष्टच नाही बघा."

खलील हसून म्हणाला, "आपल्या शत्रूला कधीही कमी लेखू नका."

"अर्थातच नाही. पण गल्फमध्ये विमान चालवताना तुम्ही माझ्या विमानात असता तर तुम्हाला असे वाटले असते की, आपण अगदी साध्या औषधफवारणी करणाऱ्या छोट्या विमानांच्या तांड्याविरुद्ध लढतो आहोत. मी हे सांगायला नको आहे. पण शेवटी मी एका मित्र राष्ट्राच्या प्रतिनिधीबरोबर बोलत असल्याने ठीक आहे."

खलीलने यावर म्हटले, ''माझ्या सहकाऱ्यांनी तुम्हाला मी दूतावासात एक एअर अ‍ॅटॅची म्हणून आहे हे सांगितलेच आहे. दुर्दैवाने माझ्याजवळ प्रत्यक्ष युद्धात लढल्याचा अनुभव नाही. 'प्रशिक्षण' व 'योजनांची कार्यवाही' हे माझे दोन विषय आहेत. त्यामुळे मी काही युद्धातील वीरकथा सांगू शकणार नाही.''

ग्रेने यावर आपली मान डोलावली.

खलीलने आपल्या या यजमानाविषयी थोडा विचार केला. ज्या वेळी त्याने ते स्वयंपाकघराचे काचेचे दार उघडले त्याच वेळी तो त्याच्यावरती गोळी झाडून त्याला संपवू शकत होता. त्यानंतरही अनेक क्षणी त्याला तशी संधी मिळत होती; पण अशा ठार मारण्याला काही अर्थ नसतो. ठार मारताना काहीतरी नाट्य हवे, काहीतरी हुरूप आणणारे हवे, आपल्या मनाला बरे वाटणारे हवे. तसे अद्याप काहीच घडत नव्हते. मलिक त्याला म्हणाला होता, ''मार्जारकुलातील सर्व प्राणी हे ज्याचा बळी घेतात त्याला पकडल्यावर त्याच्याशी आधी खेळतात, मगच आपले ते भक्ष्य ठार करतात. तेव्हा उगाच घाई करू नकोस. हवा तितका वेळ जाऊ दे. हवी तशी वेळ आली म्हणजे मगच चाल खेळ व आपल्या बळीला घोळवून घोळवून मार. कारण असा क्षण परत कधीही येत नसतो. नीट चवीने त्या क्षणाचा सावकाश उपभोग घे.''

खलीलने टीपॉयवरील वर्तमानपत्राकडे बोट दाखवित म्हटले, ''तुम्ही त्या विमान दुर्घटनेबद्दल वाचले असेलच.''

ग्रेने वर्तमानपत्राकडे एक कटाक्ष टाकीत म्हटले, ''होय... त्याबद्दल काही जणांचे अजून मृत्यू होतील असे मला वाटते. पण मला कळत नाही की त्या लिबियन विदुषकाला एवढे कसे काय जमले? विमानात बॉम्ब ठेवणे ही गोष्ट वेगळी. पण विषारी वायू सोडणे ही भलतीच गंभीरपणे घेण्याची बाब आहे. कारण ती सारी निष्पाप माणसे या प्रकारात बळी पडली. इतके करूनही तो पठ्ठ्या नाहीसा होतो आणि एफबीआयच्याच काही एजंटांचे खून पाडून पसार होतो. मला वाटते की या मागे लिबियाच्या महंमद गडाफीचाच हात असावा.''

''असं? असेलही कदाचित्. पण मग तसे म्हटले तर तुम्ही लिबियावरती जे बॉम्ब टाकले त्याबद्दल गडाफी अगदी असेच म्हणत असेल. अल अझीझियामधील नागरी वस्तीवर बॉम्ब पडून कितीतरी निष्पाप लोकांचा बळी घेतला गेला.''

पॉल ग्रे यावर काही सेकंद बोलू शकला नाही. काही वेळात तो म्हणाला, ''कर्नल, माझा त्या मोहिमेत भाग नव्हता. जर तुमच्या हेर खात्याकडे तशी माहिती असेल तर ती पूर्णपणे चुकीची आहे.''

आपला हात उंचावत खलील म्हणाला, ''नो, नो, कॅप्टन. मी वैयक्तिक तुम्हाला उद्देशून हे म्हणत नाही. मी अमेरिकन हवाईदलाला उद्देशून म्हणतो आहे.''

''ओह... सॉरी.''

"तथापि," खलील पुढे बोलू लागला, "पण जर तुम्ही स्वत: त्या मोहिमेत सामील झाला असता तर मी तुमचे इस्राइली जनतेतर्फे अभिनंदनच केले असते."

पॉल ग्रेच्या चेहऱ्यावरती कोणतेही भाव उमटले नाही. त्याचा चेहरा निर्विकार होता. मग तो एकदम उठून उभा राहिला व म्हणाला, "आपण जरा इथून हलू या आणि जराशी आपल्या सॉफ्टवेअरची पहाणी करू या. चालेल ना?"

खलील आपली बॅग घेऊन उठला आणि ग्रेच्या मागोमाग खोलीच्या दुसऱ्या टोकाला गेला. तिथे दोन फिरत्या खुर्च्या होत्या. दोन्हींची तोंडे दोन संगणकांच्या समोर होती.

पॉल ग्रे म्हणाला, "प्रथम मी तुम्हाला माझे सॉफ्टवेअर सादर करून दाखवतो. ही जॉय स्टिक व की-बोर्ड वापरून ते जमते. नंतर आपण त्या बाजूच्या दोन संगणकासमोर जाऊन बसू. तिथे मी व्हर्च्युअल रिॲलिटी म्हणजे भ्रामक वास्तवता दाखवतो." तो एका खुर्चीत जाऊन बसला. त्याच्या शेजारच्या दुसऱ्या खुर्चीत खलील बसला. त्या दोघांच्या समोर संगणकांचे दोन पडदे होते. पॉल ग्रेची कॉमेंट्री चालू झाली, "इथे आपण प्रत्यक्ष वस्तुस्थितीमधील आवश्यक गोष्टींची संगणकाने काढलेली चित्रे पहातो. ही चित्रे त्रिमितीमधली असतात. केवळ रेखाचित्रे नसतात. मग या चित्रांचे किंवा त्या वस्तूंचे हलणे दूर जाताना लहान होत जाणे, जवळ येताना मोठा आकार होत जाणे, निरनिराळ्या कोनातून ती वस्तू कशी दिसेल हे पहाणे वगैरे क्रिया करून पहाता येतात. थोडक्यात, या कीबोर्डच्या सहाय्याने आपण आपल्या मेंदूला एखाद्या वस्तूची जशी जाणीव होते तशीच करून देतो. तुम्हाला अशा गोष्टी संगणकावर करण्याची सवय आहे का?"

खलीलने यावर काहीच उत्तर दिले नाही.

पॉल ग्रे क्षणभर थांबला व मग पुढे बोलू लागला, "या व्हर्चुअल रिॲलिटीच्या तंत्रामुळे आपल्या समोरच्या पडद्यावर कोणतीही वास्तव परिस्थिती, दृश्य आणता येते व त्यात आपण हवा तसा बदलही करू शकतो. त्यासाठी आपल्या डोळ्यांवरती खास चष्मे असतील, डोक्यावर शिरस्त्राण असेल, हातात हातमोज्यांसारखी नियंत्रणे असतील. हा गॉगलसारखा चष्मा डोळ्यांवर चढवला की आपल्याला प्रत्यक्षातल्यासारखे एक त्रिमिती स्वरूपातले चित्र दिसू लागते. तुम्ही हात हलवला, किंवा बोटे हलवली की तुमच्या डोळ्यांसमोरील दृश्यातला तुमचा हात व बोटे हललेली दिसतात. आपण समोरच्या दृश्यात खरोखरीच आहोत असा भास इतका वास्तवपूर्ण असतो की तो भास आहे यावर अनेकदा विश्वास ठेवणे कठीण जाते," असे म्हणून पॉल ग्रेने आपल्या भावी गिऱ्हाईकाकडे पाहिले; पण त्याला आपल्या या गिऱ्हाईकाच्या चेहऱ्यावर किंवा डोळ्यात काही समजल्याचा भाव दिसला नाही की न समजल्याचाही भाव दिसला नाही.

पॉल ग्रे सांगत होता, "मी इथे या दोन्ही संगणकासमोर विमानातील कॉकपिट निर्माण केले आहे. तुम्हाला डोळ्यासमोर विमानातून बघत असल्याचे दृश्य दिसेल. तुम्ही उजवीकडे डोके वळवले की उजव्या खिडकीतून पाहिल्यासारखे दिसेल. पायाशी विमानातल्यासारख्या सुकाणूंच्या पट्ट्या आहेत. त्या दाबून विमान वळाल्याचे दृश्य होईल, तसा भास होईल. हातातील जॉय स्टिक हलवताच विमानाचे नाक वर उचलले जाईल किंवा खाली होईल. सर्व काही खऱ्याखुऱ्या विमानातील दृश्यामध्ये जसे घडेल तसेच इथे दिसेल. शिवाय समोर थ्रॉटल आहे, बॉम्ब सोडण्याचे खटके आहेत, अनेक बटणे आहेत. ते दाबून किंवा ओढून तुम्हाला तुमचे विमान चालवता येईल, सूर मारता येईल, खटका ओढून बॉम्ब टाकता येईल, विमानाचे नाक वर करून उंची गाठता येईल. सर्व काही विमानातल्याप्रमाणे घडेल. इथे जमिनीवर बसून हे आभासी लढाऊ विमान चालवता येईल, त्याचा सराव करता येईल."

असद खलीलने आपल्या सभोवताली असलेली असंख्य नियंत्रणे, बटणे, खटके, मीटर्स वगैरे पाहिले व म्हटले, "आमच्या विमानदलाकडे हे असले आहे सारे."

"असणारच. पण मी अगदी अलिकडे जे सॉफ्टवेअर तयार केले आहे तसे सॉफ्टवेअर हे पुढे निर्माण व्हायला कित्येक वर्षे लागतील. तेव्हा सध्या व इथून पुढच्या कित्येक वर्षांत एकमेव असलेले हे सॉफ्टवेअर आता आपण पाहू या. चला, त्या दोन मॉनिटर्ससमोर बसून त्याचे प्रात्यक्षिक बघू या."

ते दोघे त्या फिरत्या खुर्च्यांत जाऊन बसले. प्रत्येक खुर्चीसमोर एकेक की-बोर्ड होता. पॉल ग्रे सांगू लागला, "या ज्या खुर्च्या आहेत त्या एका जुन्या एफ-१११ विमानातल्या आहेत. मी त्याला चाके बसवून त्या फिरत्या केल्यात. विमानातल्याच घेतल्या असल्याने खऱ्याखुऱ्या विमानात बसल्यासारखे वाटायला मदत होते."

"पण या तितक्याशा आरामदायी नाहीत."

"खरे आहे. पण मी अशा खुर्चीत बसूनच उड्डाणे केली होती. अगदी खूप लांबवरची उड्डाणे केलीत. तुम्हाला ते अंगातले जाकीट काढायचे असेल तर काढा."

"नको राहू दे. मला या एअर कंडिशनिंगची सवय नाही."

"मी खोलीतले दिवे मंद करीन तेव्हा तुम्ही डोळ्यावरचा गॉगल काढा."

"हो."

पॉल ग्रेने तिथला एक रिमोट कंट्रोल उचलून हातात घेतला व त्यातली दोन बटणे दाबली. खोलीतले दिवे मंद होत गेले. रुंद खिडक्यांवरील जाड काळे पडदे हळूहळू सरकत खिडकी झाकू लागले. मग काही सेकंदात खोलीत अंधार झाला. फक्त सभोवतालच्या यंत्रांवरील इंडिकेटरचे बारीक दिवे त्या अंधाराला भोके पाडल्यासारखे दिसत होते. ते दोघे एकदोन सेकंद तसेच बसून राहिले.

समोरच्या पडद्यावर हळूहळू एक प्रतिमा उमटत गेली. विमानाच्या कॉकपिटच्या समोरील खिडकीची, विंडशील्डची ती प्रतिमा होती. त्यातून बाहेरचे दृश्य दिसत होते. ते विमान एक अत्याधुनिक जेट लढाऊ विमान होते. पॉल ग्रे सांगू लागला, "हे एफ-१६ विमानाच्या कॉकपिटमधील दृश्य आहे. पण इतर अनेक विमानांच्या कॉकपिट्सच्या प्रतिमाही यात घालण्याची सोय आहे. आता मी जो प्रोग्रॅम लावला आहे तो विमानातून बॉम्ब टाकण्याबाबतचा आहे. या सॉफ्टवेअरच्या सहाय्याने वैमानिक मंडळी बॉम्ब टाकण्याचा सराव करू शकतात. असा पंधरा तासांचा सराव त्यांनी केला की त्यांना प्रत्यक्षात अचूक लक्ष्यावरती बॉम्ब टाकणे सहज जमू शकते. यामुळे प्रत्यक्ष उड्डाण करणे, बॉम्ब टाकणे, इंधन जाळणे वगैरे खर्च वाचू शकतात. हे खर्च कित्येक लाख, कोटी डॉलर्समध्ये असतात. हे सारे खर्च या एका सॉफ्टवेअरमुळे वाचू शकतात.''

समोरच्या कॉकपिटमधून दिसणारे दृश्य एकदम बदलले. पॉल ग्रेने काहीतरी केले असावे. आता निळे आकाश न दिसता हिरव्या रंगाची क्षितिजरेषा दिसू लागली. पॉल ग्रे सांगत होता, "मी आता ही जॉय स्टिक हलवतो, काही कंट्रोल्सही बदलतो, की-बोर्डवरील बटणे दाबतो. त्यामुळे मला विमानाची हवी ती स्थिती आणता येईल, वेग धारण करता येईल व बॉम्ब सोडता येईल. नवीन अमेरिकन विमानांची कंट्रोल्ससुद्धा या सॉफ्टवेअरला लावता येतात.''

"हा भलताच अद्भुत प्रकार आहे,'' खलील उत्स्फूर्तपणे म्हणाला.

पॉल ग्रे सांगू लागला, "मी या सॉफ्टवेअरमध्ये ज्यावर बॉम्ब सोडायचे आहेत त्या लक्ष्यांचे बहुतेक सर्व प्रकार अंतर्भूत केलेले आहेत. म्हणजे, धरणे, पूल, विमानतळ, विमान-विरोधी केंद्रे, क्षेपणास्त्र-तळ, वगैरे. या ठिकाणांहून खालून विमानावर गोळ्या झाडल्या जाऊ शकतात किंवा क्षेपणास्त्रे सोडली जाऊ शकतात. येथे आता तुम्हाला अशी ती लक्ष्ये दिसतील. ती अर्थातच सारी काल्पनिक आहेत. खरीखुरी जमिनीवरची लक्ष्येही या सॉफ्टवेअरमध्ये घालता येतात. त्यासाठी विमानातून व उपग्रहातून काढलेली छायाचित्रे वापरावी लागतात.''

"आले लक्षात.''

"गुड. आता आपण एक पूल बघू या.''

समोरच्या पडद्यावरचे दृश्य बदलले. तिथे आता संगणकाने निर्माण केलेल्या डोंगर, दऱ्या, नद्या यांचा भूभाग असलेली प्रतिमा उमटली. जणू काही वरून बघतो आहोत अशा कोनातून ती प्रतिमा दृश्य दाखवीत होती. दूरवर एक पूल दिसत होता; पण तो वेगाने जवळ येत होता. त्या पुलावरून ट्रक्स आणि रणगाडे यांच्या रांगा जातानाही दिसत होत्या.

पॉल ग्रे म्हणाला, "होल्ड ऑन. तयारीत रहा.'' समोरचे दृश्य जाऊन फक्त

निळे आकाश दिसत होते. याचा अर्थ विमान नाक वर करून आकाशात चढत होते. कॉकपिटमध्ये उजव्या बाजूला कोपऱ्यात एक रडार स्क्रीन दिसत होता. पॉल ग्रे भरभर बोलू लागला, "तो जो रडारचा पडदा दिसतो आहे ना त्यावरती वैमानिकाला आपले लक्ष केंद्रीत करावे लागते. त्यावरची ती पुलाची रडार-प्रतिमा येत आहे. कॉम्प्युटरने पुलाच्या प्रतिमेमागची सर्व पार्श्वभूमी वगळून टाकली आहे. वर्तुळामधल्या मध्यभागी असलेली ती उभी रेषा व त्याला छेदून जाणारी ती आडवी रेषा पाहिली? त्यांच्या छेदबिंदूवरती पुलाची प्रतिमा आली की बॉम्ब सोडायचा." ती पुलाची प्रतिमा सरकत सरकत बरोबर मध्यभागी येताच पॉल ग्रे म्हणाला, "रिलीज वन, टू, थ्री, फोर–"

आता त्या पडद्यावरती आकाशातून पूल दिसत असलेली प्रतिमा तपशिलासकट आली. त्यावरती उभ्याआडव्या रेषांचा छेदबिंदू बरोबर मध्यभागी होता. पुलावरून ट्रक्स, रणगाडे आणि इतर वाहने जाताना दिसत होती. एकदम चार मोठमोठे स्फोट एकापाठोपाठ झाले. त्यांचे कानठळ्या बसवणारे आवाज कुठेतरी असलेल्या स्पीकर्समधून आले. तो पूल व त्यावरील वाहने एका मोठ्या अग्नीलोळात उडाले. त्यांच्या ठिकऱ्या ठिकऱ्या होऊन ते दाही दिशांना भिरकावले गेल्याचे दिसले. तो पूल कोसळल्याचे नंतर दिसले. काही वाहने पुलावरून खाली पडताना दिसत होती. त्यानंतर ते कृत्रिम दृश्य संपले. शेवटची प्रतिमा स्तब्ध झाली. पॉल ग्रे म्हणत होता, "जेवढा तपशील या दृश्यात घालता येईल तेवढा जिवंतपणा येतो, स्फुरण चढते व पहायला मजा वाटते; पण मला काही हे असले विध्वंसकारी दृश्य पहायला आवडत नाही."

"का बरे? तुमची तर यामुळे करमणूक होत असेल ना?"

पॉल ग्रेने यावर काहीही उत्तर दिले नाही. पडद्यावरची शेवटीच स्तब्ध झालेली प्रतिमाही विरून गेली. सर्वत्र आता पूर्ण अंधार झाला.

काही मिनिटे ते दोघे तसेच अंधारात बसून होते. मग ग्रे म्हणाला, "बऱ्याच प्रोग्रॅममध्ये इतका बारीकसारीक तपशील दाखवला जात नाही. बहुतेक प्रोग्रॅममध्ये वैमानिकाने टाकलेले किती बॉम्ब लक्ष्यावर पडले याची आकडेवारी असते आणि जो विध्वंस खाली झाला त्याचे परिणाम शब्दांच्या रूपाने पडद्यावर उमटतात. खरे सांगायचे तर कर्नल, मला मुळातच युद्ध हा प्रकार अजिबात आवडत नाही."

"युद्धापेक्षा आक्रमकपणा म्हटले तर ते माझ्या मते योग्य ठरेल."

हळूहळू खोलीतले दिवे लागले. सर्व खोली पूर्वीसारखी प्रकाशमान झाली. मग पॉल ग्रे खलीलकडे वळून बघत म्हणाला, "तुम्ही तुमच्या ऑफिसकडून काही अधिकृत कागदपत्रे आणली असतीलच ना. जरा बघू या ती."

"अर्थातच दाखवतो ना मी. पण त्या आधी परत आपण एक बॉम्बिंगचे दृश्य

तुमच्या पडद्यावर पाहू या. प्रत्यक्षात खरेखुरे व कधी तरी अस्तित्वात असलेले लक्ष्य त्यात असेल. त्या दृश्यात स्त्रिया असतील, मुले असतील, त्यांचे मृत्यू असतील, रक्तपात असेल, विध्वंस असेल. सारे काही खरेखुरे असेल. त्यासाठी मला वाटते लिबिया हा देश योग्य आहे. तिथला *अल अझीझिया* हा भाग चालेल ना तुम्हाला?''

पॉल ग्रे ताडकन् उठून उभा राहिला. त्याचा श्वास जोरजोरात चालला होता. ''हू द हेल आर यू? तुम्ही कोण आहात? खरे सांगा.'' तो दरडावून म्हणाला.

खलीलही आता उठून उभा राहिला. त्याच्या एका हातात ती प्लॅस्टिकची पाण्याची बाटली होती. दुसरा हात खिशात होता. तो गंभीरपणे बोलू लागला, ''परमेश्वर मोझेसला जे म्हणाला, त्याच शब्दात मी कोण आहे ते सांगतो. मी जो आहे तोच मी आहे. पण माझ्या प्रश्नाला 'तुम्ही कोण आहात?' असा मूर्खासारखा प्रतिप्रश्न कसा केलात? परमेश्वराखेरीज दुसरे कोण माझ्या जागी असेल? पण मोझेसने परमेश्वराला विचारलेला प्रश्न मूर्खपणाचा नव्हता. घाबरल्यामुळे त्याने तसे विचारले. फक्त घाबरलेलाच माणूस 'तुम्ही कोण आहात?' असे विचारतो. या प्रश्नामध्ये दोन अर्थ दडलेले आहेत. मी कोण आहे हे तुम्हाला आधी जाणवले असावे असे समजतो. अन् तुम्ही 'जे नाही आहात' तेच तुम्ही निघालात. तेव्हा मी इस्राइली राजदूताच्या ऑफिसमधील कर्नल इत्झॅक ह्युरोक नसेल तर दुसरा कोण असू शकतो?''

पॉल ग्रे यावर काहीही बोलला नाही. समोरची व्यक्ती गूढ बोलते आहे, अगम्य असे काहीतरी सांगते आहे हे त्याला कळले; पण त्यामागे त्या व्यक्तीला जे काही सांगायचे असावे त्याची जाणीव त्याला हळूहळू होऊ लागली होती.

खलील म्हणाला, ''मी तुम्हाला एक सूचना करतो. त्या आधारे मला ओळखता येते का ते पहा. माझा चेहरा नीट पहा. माझ्या डोळ्यावरती गॉगल नाही व मला मिशा नाहीत अशी कल्पना करून माझा चेहरा पहा. आता सांगा बरं मी कोण आहे ते?''

पॉल ग्रेने आपले डोके नकारार्थी हलवले.

''कॅप्टन, आपण बावळट आहोत असे ढोंग करू नका. मी कोण आहे ते तुम्हाला चांगलेच ठाऊक आहे.''

पुन्हा पॉल ग्रेने आपले डोके नकारार्थी हलवले; पण या वेळी तो एक पाऊल मागे हटला. खलीलचा एक हात खिशात आहे हे त्याच्या नजरेने टिपले. त्याच्या मनात संशयाची पाल चुकचुकली. असद खलील बोलत होता, ''आपल्या दोघांची एकदा भेट झाली होती. तो दिवस होता १५ एप्रिल १९८६. त्या वेळी तुम्ही विमानदलात लेफ्टनंट होता. एफ-१११ विमान घेऊन तुम्ही इंग्लंडमधील लॅकेनहीथ एअरबेसमधून निघालात. त्या वेळी तुमचे वायरलेसवरचे सांकेतिक नाव होते-

'एल्टन थर्टी-एट.' मी त्या वेळी एक सोळा वर्षांचा मुलगा होतो. आपल्या आईबरोबर, दोन भावांबरोबर आणि दोन बहिणींबरोबर मी एके ठिकाणी रहात होतो. त्या जागेचे नाव 'अल अझीझिया' हे होते. ज्या रात्री तुमच्या विमानांनी आमच्यावर हल्ला केला त्या रात्री माझ्या घरातील सारी माणसे ठार मारली गेली. तेव्हा कळले का आता मी कोण आहे नि मी येथे का आलो आहे?"

पॉल ग्रेने आपला घसा साफ केला व तो म्हणाला, "असं पहा, तुम्ही जर एक लष्करी माणूस असाल तर युद्ध म्हणजे काय हे तुम्हाला कळत असले पाहिजे. अन् कोणत्याही युद्धात वरून दिल्या गेलेल्या हुकमांचे पालन करायचे असते—"

"शट अप! मी लष्करी माणूस नाही. इस्लामसाठी फ्रीडम फायटर म्हणून काम करतो. खरे म्हणजे तुम्ही व तुमच्या त्या खुनी सहकाऱ्यांनीच आपल्या कृत्यामुळे माझ्यात हा बदल घडवून आणला आहे. अल अझीझियामध्ये तुमच्या बॉम्बिंगमुळे झालेले हुतात्मे आणि संपूर्ण लिबियातील हुतात्मे यांच्या वतीने तुमचा सूड घ्यायला मी आज इथे तुमच्या आलिशान व पॉश बंगल्यात आलो आहे."

एवढे म्हणून खलीलने आपल्या खिशातून पिस्तूल बाहेर काढले आणि ते पॉल ग्रेवरती रोखले.

पॉल ग्रेचे डोळे भिरभिरत इकडे तिकडे पाहू लागले. जणू काही तो त्या खोलीतून सुटकेचा मार्ग शोधत होता.

खलील त्याला दरडावून म्हणाला, "इकडे तिकडे उगाच बघू नका. *माझ्याकडे* पहा. कॅप्टन पॉल ग्रे, *माझ्याकडे* पहा. मी म्हणजेच एक वास्तवता आहे. भ्रामक वास्तवता नाही. भ्रमसत्य नाही. तुमची ती भिकार व्हर्चुअल रिॲलिटी नाही. पहा, मी एक जिताजागता, हाडामांसाचा जिवंत माणूस आहे. मी तुमच्यावर सरळ गोळी झाडू शकतो."

पॉल ग्रेची नजर खलीलवर गेली. खलील म्हणत होता, "माझे नाव असद खलील आहे. अन् हेच नाव मनात घेत घेत तुम्ही नरकात जाणार आहात."

"असं पहा... मिस्टर खलील—" पॉल ग्रे एकदम बोलायचा थांबला. त्याच्या मनात त्या नावाची ओळख पटू लागली. ती ओळख त्याच्या नजरेत येऊ लागली. वर्तमानपत्रात हेच नाव आपण वाचले होते.

त्याने आपल्याला ओळखले आहे हे खलीलला कळले. तो म्हणाला, "बरोबर. *मीच* तो असद खलील, जो तुमच्या देशात फ्लाईट नं. १७५ने आला, ज्या माणसाचा शोध तुमचे सरकार घेते आहे. त्यांनी खरे म्हणजे इथे यायला हवे होते. मरण पावलेल्या जनरल वेक्लिफच्या घरी हजर असायला हवे होते."

"ओह् ... माय गॉड ..."

"किंवा माझा शोध मिस्टर सदरवेट यांच्या घरी घ्यायला हवा. यानंतर मी

त्यांच्याकडे जाणार आहेच. नंतर विगिन्सकडे. नंतर *मॅक्कॉय*. नंतर कर्नल कॅलम; पण त्यांना हे अजून सुचले नाही याचा मला आनंद वाटतो.''

"पण तुम्हाला आमची नावे कशी कळली?''

"कितीही गुप्तता बाळगली म्हणून काय झाले. पैसे टाकले की वाटेल ते गुप्त रहस्य सहज विकत घेता येते. वॉशिंग्टनमधील तुमच्याच माणसांनी पैशासाठी हे रहस्य आम्हाला विकले.''

"शक्य नाही.''

"शक्य नाही? तसे नसेल तर तुमचा तो मरण पावलेला कर्नल हॅम्ब्रेश्त याने मला तुम्हा साऱ्यांनी नावे सांगितली असतील.''

"तसे नाही. पण... पण म्हणजे... तुम्हीच त्यांना ...''

"होय. होय मीच त्यांना ठार केले. सपासप कुऱ्हाडीचे घाव त्यांच्यावर घातले; पण त्यांनी जशा त्या वेळी यातना भोगल्या तशा तुम्हाला भोगाव्या लागणार नाहीत. तुम्हाला फक्त मानसिक यातना होतील. तुम्ही नुसते आहे तिथेच उभे रहा व आपण केलेली पापे आठवा. मग पहा तुम्हाला कशी शिक्षा होईल ती.''

पॉल ग्रेने यावर आपली प्रतिक्रिया व्यक्त केली नाही. असद खलील बोलत होता, "कॅप्टन, तुमचे पाय थरथरत आहेत. तुम्ही नक्की घाबरला आहात. तुमच्या मूत्राशयावर तुम्हाला नियंत्रण ठेवता येत नसेल तर ते साहजिक आहे. तुम्ही उगाच फार रोखून धरू नका. सरळ इथेच करून टाका. मला त्याबद्दल काहीही अपमान झाल्यासारखे वाटणार नाही.''

पॉल ग्रेने एक खोल श्वास घेऊन म्हटले, "असे पहा, तुम्हाला मिळालेली माहिती पूर्णपणे चुकीची आहे. त्या मोहिमेवरती मी अजिबात नव्हतो. मी—''

"असं? मग मला माफ करा. जातो मी.'' असे म्हणून खलील गालातल्या गालात हसला, मग आपल्या हातातील पाण्याची बाटली उलटी केली आणि त्यातील पाणी खालच्या उंची गालीचावरती सांडू दिले.

त्या गालीचावर सांडणारे पाणी पॉल ग्रेने पाहिले. मग तो खलीलच्या चेहऱ्याकडे पाहू लागला. तिथले भाव पाहून तो गोंधळला.

खलीलने आता पिस्तुलाची नळी रिकाम्या प्लॅस्टिकच्या बाटलीत खुपसली.

त्या बाटलीचा तळ आपल्या दिशेने रोखला आहे असे पॉल ग्रेने पाहिले. काय होणार ते त्याला कळून चुकले. त्याने त्याचे हात संरक्षणासाठी हवेत पुढे फेकीत म्हटले, "नको, नको!''

खलीलने त्या बाटलीमधून एकच गोळी झाडली. ती गोळी पॉल ग्रेच्या पोटातून आरपार गेली.

ग्रेने एकदम उसळी घेतली व तो मटकन् गुडघ्यावर आला. त्याने दोन्ही हाताने

आपले पोट दाबून धरले होते. बाहेर पडणारे रक्त तो थोपवून धरू पहात होता. त्याने खाली वाकून पाहिले तर त्याच्या बोटांतून रक्त बाहेर पडून जमिनीवर गळत होते. त्याने मान वर करून पाहिले. खलील त्याच्याकडे चालत येत होता. तो भयाने ओरडला, "थांबा... थांबा... नको..."

खलीलने प्लॅस्टिकच्या बाटलीत नळी खुपसलेले पिस्तूल त्याच्यावर रोखीत म्हटले, "मला तुमच्यावर फार वेळ घालवायचा नाही. तुम्ही जन्माला आलात तेच मेंदूवाचून." त्याने पॉल ग्रेच्या कपाळात एक गोळी झाडली. कवटीच्या मागच्या बाजूने मोठे भोक पाडून ती गोळी बाहेर पडली. त्यातून मेंदूचा काही भाग बाहेर आला. पॉल ग्रे जमिनीवर कोसळला. तो कोसळत असतानाच खलीलने जमिनीवर पडलेल्या दोन गोळ्यांची मागची झाकणे, केसिंग गोळा केली.

संगणकासमोरच्या त्या दोन खुर्च्यांमध्ये एक बुटके पोलादी कपाट होते. त्याला कुलूप नव्हते. खलीलने पुढे जाऊन ते उघडले. आतमध्ये अनेक प्रोग्रॅम्सच्या सीडींची एक चळत होती. त्याने ती चळत उचलून आपल्या बॅगेत टाकली. नंतर मघाशी पाहिलेल्या प्रोग्रॅमसाठी जी सीडी संगणकात घातली होती, तीही त्याने त्यातून काढून घेतली व आपल्या बॅगेत टाकली. त्या वेळी तो स्वत:शीच म्हणाला, "थँक यू, मिस्टर ग्रे. आपण कॉम्प्युटरवर जो आपला प्रोग्रॅम सादर करून मला दाखवला. त्याबद्दल आपले आभार; पण माझ्या देशात युद्ध म्हणजे काही असला व्हिडिओ खेळ नसतो."

त्याने खोलीत इकडेतिकडे नजर फिरवली तेव्हा त्याला एका टेबलावरती पॉल ग्रेची अपॉईंटमेंट डायरी मिळाली. त्यात आपल्याला भेटायला कोण कधी येणार आणि आपण कोणाकोणाला केव्हा भेटणार आहोत, हे तो लिहीत असे. आजच्या तारखेच्या पानावर ती डायरी उघडी करून ठेवली होती. त्या पानावरती लिहिलेले होते 'कर्नल एच - ९:३०.' त्याने मग गेल्या १५ एप्रिल तारखेचे पान उघडून पाहिले. त्या पानावर लिहिले होते, "कॉन्फरन्स कॉल-स्क्वॅड्रन ए. एम.' याचा अर्थ त्या पूर्वीच्या स्क्वॅडनमधले सर्वजण दर वर्षीच्या १५ एप्रिल रोजी एकमेकांशी एकाच वेळी टेलिफोनने कॉन्फरन्स कॉलवरती संपर्क साधत होते. त्याने ती डायरी बंद करून तशीच टेबलावरती ठेवून दिली. *हा कोण कर्नल एच. आहे आणि ह्या रहस्यमय कर्नलने कोणती लष्करी गुपिते इथून पळवली असतील, यावर पोलिसांना बसू दे विचार करीत.*

एका कपाटात अनेकांच्या पत्त्यांची कार्डे नीट लावून ठेवली होती. त्यातून त्याने स्क्वॅड्रनच्या उरलेल्या सभासदांची कार्डे हुडकून काढली. ते सभासद होते कॅलम, मॅक्कॉय, सदरवेट आणि विगिन्स. प्रत्येकाच्या कार्डावरती त्याचा पूर्ण पत्ता, टेलिफोन नंबर्स आणि कुटुंबियांची माहिती लिहून ठेवलेली होती. त्याने ती कार्डे

घेतली. त्याने जनरल टेरेन्स वेक्लिफ आणि मिसेल गेल वेक्लिफ यांचीही कार्डे घेतली. आता ते वॉशिंग्टनमध्ये रहात नव्हते, नरकात पोचले होते.

स्टीव्हन कॉक्स याचेही कार्ड त्याने शोधून काढले. त्यावर तांबड्या अक्षरात लिहिले होते. K.I.A. याचा अर्थ Killed in action किंवा कर्तव्य बजावताना आलेला मृत्यू. त्याच कार्डावरती 'लिंडा' असे एका स्त्रीचे नाव लिहिले होते. ही स्त्री स्टीव्हन कॉक्सची पत्नी होती. कारण तिच्या नावापुढे शेरा होता : *चार्लस डॉयरशी पुनर्विवाह.* तिचाही नवीन पत्ता व फोन नंबर तिथे लिहिलेला होता.

विल्यम हॅम्ब्रेशतच्या कार्डावरती इंग्लंडमधला पत्ता लिहिलेला होता. त्या पत्त्यावर काट मारून मिशिगन राज्यातील ॲन आर्बर गावाचा पत्ता होता. पुढे एक शेरा होता : *निधन झाले.* त्या शेऱ्यापुढे तो मृत्यू पावल्याची तारीखही नोंदली होती. त्या दिवशी खलीलने त्याच्यावर कुऱ्हाडीचे घाव घालून त्याचा खून केला होता. तिथेच 'रोज' नावाच्या एका स्त्रीचे नाव होते. ती बहुतेक त्याची पत्नी असावी. नंतर दोन मुलींची नावे व एका मुलाचे नाव होते. त्यापुढे children असा शब्द लिहिलेला होता.

असद खलीलने ही सारी कार्डे आपल्या खिशात टाकली. या माहितीचा कालांतराने काहीतरी उपयोग होईल असे त्याला वाटले. पॉल ग्रे हा काळजीपूर्वक नोंदी ठेवणारा माणूस होता. अन् त्याबद्दल खलील खूष झाला.

डाव्या काखेत ती प्लॅस्टिकची बाटली आणि उजव्या हातात पिस्तूल धरून खलीलने आपल्या प्रवासी बॅगेचा पट्टा खांद्यावरून ओढून घेतला. खोलीचे सरकते दार उघडून तो बाहेर पडला. दूरवर कुठेतरी व्हॅक्युम क्लीनरने सफाई केली जात असल्याचा आवाज ऐकू येत होता. आपल्यामागे त्याने दार लावून घेतले व तो त्या आवाजाच्या दिशेने मागोवा घेत गेला.

एका दिवाणखान्यात साफसफाई करणारी ती कामवाली स्त्री व्हॅक्युम क्लीनरने खालचा गालीचा स्वच्छ करत होती. तिची त्याच्याकडे पाठ होती. तो तिच्यामागे येऊन उभा राहिला तरी तिला पत्ता लागला नाही. कारण त्या व्हॅक्युम क्लीनरचा आवाज अति मोठा होत होता. तसेच कुठेतरी संगीतही लावलेले ऐकू येत होते. मग आता प्लॅस्टिकची बाटली वापरायची त्याला काय गरज होती? त्याने आपल्या हातातले पिस्तूल त्या बाईच्या मानेमागे नेले. तो व्हॅक्युम क्लीनर ती मागेपुढे करीत होती. त्याच वेळी ती कसलेतरी गाणेही गुणगुणत होती. त्याने शांतपणे पिस्तुलाचा चाप ओढला. ती पुढे जाऊन धडपडत खाली पडली. तिच्या शेजारी तो व्हॅक्युम क्लीनर आडवा झाला होता.

त्याने पिस्तूल खिशात टाकले, बाटली बॅगेत ठेवली आणि व्हॅक्युम क्लीनर नीट सरळ करून ठेवला; पण तो तसाच चालू ठेवला, बंद केला नाही. मग तो

आल्या पावली मागे फिरला. स्वयंपाकघरात आला व मागचे दार उघडून पोहण्याच्या तलावापाशी आला. तिथून तो चालत चालत मोकळ्या जागी आला व हॅन्गारमध्ये गेला. त्याने पाहिले की त्या विमानाचे तोंड वळवून ते आता रस्त्याकडे केले आहे.

तो त्या वैमानिक स्त्रीला शोधण्याच्या भागडीत न पडता सरळ विमानाकडे गेला. विमानात डोकावून पाहिले तर ती आत नव्हती. त्याने आजुबाजूला पाहिले. ती कुठेच दिसत नव्हती. तेवढ्यात त्याच्या कानावर कुणाचे तरी बोलणे आले. आवाजाच्या रोखाने थोडेसे पुढे गेल्यावर त्याला कळले की वरच्या लॉफ्टमधून रेडिओ किंवा टीव्हीचा आवाज येत आहे. लॉफ्टच्या जिन्यापाशी तो गेला. त्याला तिचे नाव आठवेना. म्हणून तो "हॅलो! हॅलो!" म्हणत तिला हाक मारू लागला. मग ते आवाज बंद झाले.

लॉफ्टच्या कठड्यावरून तिने बाहेर डोकावून त्याला विचारले, "झाले सारे काम?"

"होय, झाले."

"मग आलेच मी," असे म्हणून ती आत गेली व एका मिनिटात जिना उतरून खाली आली. "काय, निघायचे ना?" तिने विचारले.

"निघायचे."

ती आपल्या विमानाकडे निघाली. तो तिच्यामागोमाग चालत गेला. ती बडबडत होती, "केवढा मोठा लॉफ्ट या माणसाने निर्माण केला आहे. नि किती सुसज्ज पलंग ठेवला आहे. हा माणूस 'गे' आहे की काय?"

त्याला 'गे' शब्दाचा अर्थ कळला नाही. म्हणून त्याने म्हटले, "एक्सक्यूज मी?"

"जाऊ दे ते," असे म्हणून तिने तो विषय संपवला. विमानापाशी आल्यावर तिने विचारले, "त्याने तुमचा माल शेवटी विकत घेतला की नाही?"

"होय, घेतला."

"झकास! तुमचा तो माल मला पहायचा आहे. का त्याने सगळाच माल विकत घेतला?"

"होय, सगळाच्या सगळा माल घेतला."

"सौदा ठीक जमला? किंमत चांगली लावली ना?"

"होय, अगदी मनाप्रमाणे सारे झाले."

"छान!" असे म्हणून ती विमानाच्या पंखावर चढली व त्याची बॅग घेण्यासाठी तिने आपले हात पुढे केले. त्याने ती बॅग दिल्यावर म्हणाली, "पण बॅग तर जड लागते आहे?"

"त्यांच्याकडून मी काही पाण्याच्या बाटल्या घेतल्या आहेत." आत जाऊन

तिने त्याची बॅग मागच्या सीटवरती ठेवली. तोही तिच्यामागोमाग चढून आत आला. ती म्हणत होती, ''त्याने पैसे कसे दिले? रोख स्वरूपात?''

''होय, रोख स्वरूपात.'' तो म्हणाला.

ते दोघे कॉकपिटमध्ये बसले. आपापले पट्टे त्यांनी बांधले. कॉकपिटचे दार उघडे होते तरीही आतमध्ये खूप उकडत होते. आपल्या चेहऱ्यावरती घाम जमतो आहे असे त्याला वाटले.

तिने इंजिन सुरू केले. विमान हळूहळू पुढे सरकू लागले. बाहेर टॅक्सीवेवरती आल्यावर तिने ते उजवीकडे वळवले. तिने आपल्या कानावर हेडफोन्स चढवले व खलीललाही तसे करण्याची खूण केली. त्याला आता निवांतपणा हवा होता. या बाईची बडबड त्याला ऐकायची नव्हती. पण तरीही तिने सांगितले त्याप्रमाणे त्याने केले. हेडफोनमधून त्याला तिचा आवाज ऐकू येऊ लागला. ती म्हणत होती, ''मी तिथली एक कोका कोलाची बाटली प्यायले व तिथे एक डॉलरचे नाणे ठेवून दिले. तुम्ही सांगितलेत ना त्यांना तसे?''

''होय, सांगितले.''

''हे सारे विमान-जगातले संकेत आहेत. तुम्हाला जे पाहिजे ते तुम्ही दुसऱ्याकडून सरळ उसने घेऊ शकता. अगदी त्याची परवानगी न घेता; पण तुम्ही त्याला तसे कळवलेच पाहिजे. तशी चिठ्ठी लिहून ठेवली पाहिजे. ते जाऊ दे. हा तुमचा माणूस जगण्यासाठी काय करतो?''

''काही नाही.''

''मग त्याच्याकडे एवढे पैसे कुठून आले?''

''मी ते त्यांना विचारले नाही.''

''होय, बाकी तेही खरेच आहे म्हणा. आपण थोडेच असे दुसऱ्याला विचारू शकतो?''

ते त्या विमानातून विमानतळाकडे चालले होते. विमानतळावर पोचल्यावर स्टेसीने वाऱ्याची दिशा दाखवणारी कापडाची लांबलचक खोळ पाहिली. ती हवेत फडफडत होती. मग २३ क्रमांकाच्या धावपट्टीच्या टोकाशी तिने आपले विमान नेले. असद खलीलच्या अंगावरून आपला हात नेत तिने त्याच्या बाजूचे ते दार लावून टाकले.

मग वायरलेसवरून आपण या विमानतळावरून हवेत झेपावत असल्याची सूचना तिने जाहीर केली. आकाशात वरती एकदा पाहून तिने अन्य काही विमाने नाहीत याची खात्री केली. इंजिनाची गती वाढवली. ती पुरेशी वाढताच तिने चाकांवरचे ब्रेक्स एकदम काढून घेतले. ते छोटे पायपर विमान धावपट्टीवरून धावू लागले. हळूहळू त्याची गती वाढत गेली आणि एकदम त्याने जमीन

सोडून हवेत झेप घेतली. बघता बघता ते ५०० फूट उंचीपर्यंत वर चढले. मग थोडेसे वळण घेऊन उत्तरेकडे क्रेग म्युनिसिपल विमानतळाच्या दिशेने विमानाचा रोख धरला.

पहिली काही मिनिटे त्यांचे विमान त्याच उंचीवरती राहिले. मग हळूहळू ती उंची वाढवित नेऊ लागली. शेवटी ३५०० फूट उंचीवर तिने आपले विमान जमिनीला समांतर केले. आता ते याच उंचीवरून प्रवास करीत रहाणार होते. ताशी १४० मैल या गतीने. तिने म्हटले, ''क्रेगला पोचण्याचा विमानप्रवासाचा वेळ ३८ जादा मिनिटे.''

खलीलने यावर प्रतिक्रिया व्यक्त केली नाही.

थोडा वेळ शांततेत गेला. मग तिने विचारले, ''आता उतरल्यानंतर तुम्ही कुठे जाणार?''

''मला वॉशिंग्टनला जाणारे दुपारचे विमान पकडायचे आहे. मग तिथून एकदम अथेन्सला जाणारे विमान मी पकडणार.''

''म्हणजे अथेन्सहून तुम्ही केवळ एवढ्यासाठी इथे आलात?''

''होय.''

''तुमची ही ट्रिप फायद्यात गेली असणार असे मी समजते.''

''अं, हो.''

''मलाही आता पुरातन ग्रीक वस्तू विकण्याचा उद्योग सुरू केला पाहिजे.''

''पण यात थोडी जोखीम आहे.''

''असं? म्हणजे कुठेतरी नियम, कायदा तोडला जाण्याची शक्यता आहे तर. उदाहरणार्थ, त्या पुरातन वस्तू देशाबाहेर नेण्यास बंदी असावी.''

''होय. तुम्ही माझ्या या विमानप्रवासाबद्दल कुठे बोलू नका, अशी माझी तुम्हाला विनंती आहे. मी तुमच्याशी या प्रवासाबद्दल बरेच काही बोलून गेलो आहे.''

''ठीक आहे. माझे ओठ मी घट्ट बंद ठेवीन.''

''छान. मी परत एका आठवड्याने येणार आहे. त्या वेळी मी पुन्हा तुमची विमानसेवा घेईन.''

''जरूर. त्यात कसलीही अडचण येणार नाही; पण पुढच्या वेळी काही वेळ जरा मुक्काम लांबवा. मग आपण एखादे ड्रिंक बरोबर पीत बसू.''

''वा ऽ! हे तर फारच छान.''

पुढची दहा मिनिटे कोणीच काही बोलले नाही. नंतर ती म्हणाली, ''पुढच्या वेळी तुम्ही विमानतळावरून आम्हाला फोन करा. तुम्हाला घ्यायला मी कोणाला तरी पाठवेन. आमच्याकडे येण्यासाठी टॅक्सी करण्याचे वाचेल.''

''थँक यू.''

"वाटल्यास मी स्वत: तुम्हाला न्यायला येईन व परत जॅक्सनव्हिलला नेऊन सोडेन."

"दॅटस् व्हेरी काइंड ऑफ यू." तो म्हणाला.

"फक्त एकदोन दिवस आधी मला फोन किंवा फॅक्स करा. वाटल्यास आत्ता आपण ऑफिसात पोचू तेव्हा पुढचे रिझर्व्हेशनही करून टाका!"

"बरं."

"हे माझे कार्ड." आपल्या खिशातून एक व्हिजिटिंग कार्ड काढून तिने त्याच्या हातात दिले.

संपूर्ण प्रवासात ती त्याच्याशी अदबीने बोलत होती. अन् तोही तिच्या प्रश्नांना योग्य ती उत्तरे देत होता.

जेव्हा ते जॅक्सनव्हिलच्या जवळ येऊ लागले तेव्हा तिने आपली उंची कमी करण्यास सुरुवात केला. त्या वेळी त्याने तिला विचारले, "तुमचा तो स्प्रूस क्रीकमधला मित्र—"

"त्याचे काय?"

"तुम्ही भेटलात त्याला?"

"त्याला फोन करून मला सांगावेसे वाटले की मी तुमच्यापासून एकदोन घरे जवळ आहे... पण शेवटी मी विचार केला की, गेला उडत हा माणूस. त्याला फोन करायचीही त्याची लायकी नाही. एके दिवशी मी खूप खालून उडत त्याच्या घरावरून जाईन आणि त्याच्या घरातल्या पोहण्याच्या तलावात वरून एक जिवंत सुसर टाकून देईन," असे म्हणून ती मोठमोठ्याने हसू लागली. "पूर्वी असे कोणीतरी केल्याचे मला ठाऊक आहे; पण त्या वेळी नेम चुकून त्या सुसरीचे धूड छपरावर पडले आणि ती सुसर मरून गेली. एक चांगली सुसर वाया गेली."

आपल्या नजरेसमोर ते दृश्य आणून खलील हसू लागला. तो हसतो आहे हे पाहून तीही हसत म्हणाली, "ही एक चांगली शिक्षा आहे ना?"

क्रेग म्युनिसिपल विमानतळावर आला. तिने वायरलेसवरून कंट्रोल टॉवरला आपण उतरत असल्याच्या सूचना दिल्या.

मग टॉवरकडून परवानगी मिळताच पाच मिनिटात खाली उतरून तिने आपले विमान जमिनीवरती टेकवले. आपले विमान टॅक्सिईंग करत तिने अल्फा एव्हिएशनच्या ऑफिसकडे नेले. ऑफिसपासून ५० फुटांवर येताच तिने विमानाचे इंजिन बंद करून टाकले.

खलीलने आपली बॅग हातात घेतली व ते दोघे विमानातून बाहेर पडले. ते दोघे ऑफिसच्या दिशेने चालू लागले. चालता चालता तिने त्याला विचारले, "आवडला का या विमानातला प्रवास?"

"खूपच आवडला."

"गुड. नेहमी मी काही इतकी बडबडत नाही; पण तुमच्या सहवासात मला खूप बरे वाटले."

"थँक यू. तुमचाही सहवास हा खूप आनंद देणारा आहे. तुम्ही एक उत्कृष्ट वैमानिक आहात असे मला दिसले."

"थँक्स!"

ऑफिसमध्ये शिरायच्या आधी त्याने तिला म्हटले, "मी आपल्याला एक विनंती करू का? आपण स्प्रूस क्रीकला गेल्याचे तुम्ही ऑफिसात बोलला नाहीत तर नाही का चालणार?"

त्याच्याकडे पहात तिने म्हटले, "नक्कीच मी बोलणार नाही. डेटोना बीच इतकेच पैसे आम्ही स्प्रूस क्रीकला लावतो. काहीच अडचण येणार नाही."

"थँक्यू."

ते ऑफिसात शिरल्यावर काऊंटरमागची ती जाडगेली बाई उभी राहिली व त्यांना म्हणाली, "छान झाला ना प्रवास?"

खलील म्हणाला, "होय. खूपच छान."

त्या बाईने एक क्लिपबोर्डवरचे काही कागद चाळले, आपल्या घड्याळाकडे पाहिले आणि काहीतरी नोंद केली. ती म्हणाली, "एकूण तुमचे बिल ३५० डॉलर्स झाले आहे." मग तिने १५० डॉलर्सच्या नोटा मोजून त्याच्या हातात ठेवीत म्हटले, "तुम्हाला तुमच्या धंद्याच्या हिशेबात लावायची असेल तर ती मघाची ५०० डॉलर्सची पावती जवळ ठेवून देऊ शकता," असे म्हणून तिने आपला एक डोळा मिचकावला.

स्टेसी मॉल तिला म्हणाली, "जर दुसरे काही काम नसेल तर मी मिस्टर पूलोस यांना जॅक्सनव्हिलच्या विमानतळावरती सोडून येते."

"चालेल," त्या जाड बाईने परवानगी देत म्हटले.

"मी आल्यावरती विमानाकडे बघेन."

ती बाई खलीलला म्हणाली, "थँक्यू फॉर युजिंग अल्फा एव्हिएशन. पुन्हा आम्हाला तुमची सेवा करण्याची संधी द्या."

स्टेसीने खलीलला विचारले, "पुढच्या आठवड्यासाठी तुम्हाला रिझर्व्हेशन करून ठेवायचे आहे?"

"होय. आजच्यासारखीच वेळ. बरोबर एक आठवड्याने. तेच पोचायचे ठिकाण. डेटोना बीच."

त्या बाईने एका कागदावर हा तपशील लिहिला व म्हटले, "ठीक आहे. तुमचे रिझर्व्हेशन पक्के झाले असे समजा."

"अन् मला वैमानिक म्हणून याच हव्या आहेत," खलील स्टेसीकडे बोट दाखवित म्हणाला.

त्यावर ती बाई विनोदाने म्हणाली, "हिच्याबरोबर प्रवास म्हणजे शिक्षाच असते. तुमच्या सहनशीलतेचे मी कौतुक केले पाहिजे."

असद खलील व स्टेसी मॉलने बाहेरच्या कडक उन्हात प्रवेश केला. ती त्याला म्हणाली, "माझी गाडी त्या तिकडे आहे."

तो तिच्यामागून गेला. त्याला दिसले की तिच्या गाडीचा टप हा काढघाल करता येण्याजोगा आहे. तिने किल्ली लावून दार उघडले व त्याला विचारले, "टप तसाच ठेवू का काढून टाकू?"

"आहे तसाच ठेवा."

"ठीक आहे. मी आतला एअर कंडीशनर चालू करते. हवा थंड होईपर्यंत थोडा वेळ बाहेरच थांबा." तिने इंजिन चालू केले. एअर कंडिशनर चालू केला. एक मिनिटभर ती थांबली व नंतर म्हटले, "ठीक आहे. या आता आतमध्ये."

तो तिच्या शेजारी जाऊन बसल्यावर ती म्हणाली, "गाडीचा पट्टा बांधून घ्या, इथे तसा कायदाच आहे."

त्याने आपल्या पोटाभोवती आसनाचा पट्टा बांधला. तिने गाडी सुरू केली आणि त्याला विचारले, "तुमचे कधीचे विमान आहे?"

"दुपारी एक वाजता."

"मग सहज गाठता येईल. अजून भरपूर अवकाश आहे." ती विमानतळामधून बाहेर पडून रस्त्याला लागली. आता तिने आपला वेग वाढवला व म्हटले, "मी विमान जितके चांगले चालवते तितकी गाडी चांगली चालवू शकत नाही."

"थोडासा वेग कमी करा, प्लीज," तो म्हणाला.

"शुअर," असे म्हणून तिने वेग कमी केला. काही क्षणांनी तिने विचारले, "मी सिगारेट ओढली तर चालेल?"

"चालेल. खुशाल ओढा."

तिने खिशात चाचपून एक सिगारेट बाहेर काढली आणि त्याला विचारले, "तुम्हाला हवी आहे."

"नको. थँक यू."

तिने समोरच्या डॅशबोर्डवरील काहीतरी दाबल्यावर तिथला आतला एक लायटर फटकन बाहेर आला. तिने त्यावर सिगारेट पेटवून त्याला म्हटले, "जॅक्सनव्हिलमध्ये एक मोठे चांगले ग्रीक रेस्टॉरन्ट आहे. 'स्पायरोज्' असे त्याचे नाव आहे. पुढच्या आठवड्यात तुम्ही जेव्हा याल तेव्हा जाऊ या आपण तिथे."

"चांगली कल्पना आहे. मग मी एक रात्रभर इथेच राहीन."

“होना. कशाला उगीच धावपळ करायची. आपले आयुष्य तसे थोडेसेच असते. म्हणून जमेल तितका आनंद जाता जाता करून घ्यावा.”

“खरे आहे.”

“त्या अंडे घातलेल्या पदार्थाचे काय नाव आहे? ‘मू’ पुढे काहीतरी. मू -ला-का नक्की काय म्हणतात.”

“मला ठाऊक नाही.”

तिने त्याच्याकडे पहात म्हटले, “तो एक प्रसिद्ध ग्रीक पदार्थ आहे. बकरीच्या दुधापासून बनवलेले चीज ऑलिव्हच्या तेलात तळून त्यात टाकतात असे काहीतरी आहे.”

तो म्हणाला, “ग्रीसमध्ये बरेच प्रांत आहेत नि प्रत्येक प्रांतामध्ये इतके विविध पदार्थ आहेत की ते सगळे ठाऊक असणे शक्य नाही. मी अथेन्समध्ये रहातो.”

“असं? इथल्या या ग्रीक रेस्टॉरन्टचा मालकही अथेन्सचाच रहिवासी आहे.”

“मग मला वाटते की त्याने अमेरिकन लोकांच्या आवडीचा विचार करून स्वत:च्याच कल्पनेतून एखादा पदार्थ बनवून त्याला नाव दिले असेल.”

ती हसून म्हणाली, “मला असाच अनुभव इटलीमध्ये आला. मी त्यांना जो इटालियन पदार्थ मागत होते तो त्यांना अजिबात समजला नाही. त्यांनी कधीही ते नाव ऐकले नव्हते.”

ते एका अर्धवट पक्क्या रस्त्यावरून चालले होते. एकदम खलील तिला म्हणाला, “मला तुम्हाला सांगायला थोडासा संकोच होतो आहे, पण मी तुमच्या ऑफिसातला टॉयलेट वापरायला हवा होता.”

“हॅत्तिच्या. एवढेच ना. तुम्हाला नंबर एकला जायचे असेल तर आता एक पेट्रोल पंप येईल. जवळच आहे तो.”

“पण... पण मला जराशी आणीबाणी वाटू लागली आहे.”

“ठीक आहे,” असे म्हणून तिने वेग कमी करीत गाडी बाजूला घेऊन थांबवली.

तो गाडीतून बाहेर पडला. मागच्या बाजूला जाऊन तो झुडुपांच्या दिशेने चालत गेला. तिथे झुडुपामागे विधी करून मिनिटभरात परतला. येताना त्याचा हात खिशातल्या पिस्तुलावरती होता.

तो गाडीच्या उघड्या दारापाशी येऊन उभा राहिला.

ती म्हणाली, “आता ठीक वाटते ना?”

तो काहीच बोलला नाही.

“चला, आत बसा.”

पुन्हा त्याने त्यावर उत्तर दिले नाही.

"दिमित्रिअस, तुम्ही ठीक आहात ना?"

त्याने एक खोल श्वास घेतला. त्याचे हृदय धडधडू लागले होते.

ती चटकन गाडीबाहेर आली. गाडीला वळसा घालून त्याच्या बाजूला आली. मग त्याच्या दंडाला धरून तिने त्याला विचारले, " तुम्हाला बरे वाटते ना?"

त्याने तिच्याकडे पहात म्हटले, "मी... मी ... ठीक आहे."

"तुम्हाला पाणी पाहिजे का? तुमच्या बॅगेत पाण्याच्या बऱ्याच बाटल्या आहेत ना?"

त्याने एक दीर्घ श्वास सोडत म्हटले, "नको, मी ठीक आहे. चेहऱ्यावरती बळेबळेच एक हसू आणीत म्हटले, "ठीक आहे. निघू या आता."

ते दोघे गाडीत बसले व निघाले. असद खलील गप्प बसला होता. आपण या पोरीला का ठार केले नाही याचा तो विचार करू लागला. मग मलिक त्याला एकदा जे म्हणाला होता, ते त्याला आठवले. तो म्हणाला होता की, "प्रत्येक खून हा आपल्यावर जोखीम टाकणारा असतो." हा खून करण्याची तशी आपल्याला काही गरज नाही. तिला ठार न करण्यामागे आणखीही एक कारण होते. पण त्याबद्दल विचार करण्याची त्याची इच्छा नव्हती.

जॅक्सनव्हिल आंतरराष्ट्रीय विमानतळापाशी ते आले. तिने आपली गाडी विमाने सुटण्याच्या डिपार्चर भागाकडे वळवली व एका ठिकाणी थांबवून म्हटले, "आलो आपण शेवटी इथे."

"थँक यू. मी याबद्दल तुम्हाला काही बक्षीस देणे योग्य ठरेल काय?"

"छे हो! बक्षिसाचे म्हणत असाल तर पुढच्या आठवड्यातील जेवणाचे तेवढे लक्षात ठेवा म्हणजे झाले."

"होय. पुढच्या आठवड्यात," असे म्हणून दार उघडून तो बाहेर पडला. तो पुढे म्हणाला, "तुमच्याशी संवाद करण्यात मजा येते."

ती हसून म्हणाली, "म्हणजे माझे एकतर्फी बोलणे. तेवढे स्पायरोमधले जेवणाचे लक्षात ठेवा. मला तुमच्याकडून ग्रीक जेवण हवे आहे. तुम्ही ग्रीक भाषेत ऑर्डर दिलेली मला ऐकायची आहे."

"होय. हॅव ए गुड डे," असे म्हणून त्याने गाडीचे दार लावून टाकले.

तिने खिडकीची काच खाली करीत म्हटले, "मूलाका."

"काय?" त्याने विचारले.

"तो ग्रीक पदार्थ हो."

"होय, होय. नक्की."

तिने हात हलवून त्याचा निरोप घेतला व वेगाने तेथून आपली गाडी काढली. तिची गाडी दृष्टीबाहेर जाईपर्यंत तो थांबला. मग तिथल्या टॅक्सींच्या एका रांगेकडे

गेला. रांगेतल्या पहिल्या टॅक्सीत तो जाऊन बसला.

टॅक्सी ड्रायव्हरने विचारले, "कुठे जायचे?"

"क्रेग म्युनिसिपल विमानतळ."

"आत्ता नेऊन पोचवतो."

खलील त्या टॅक्सीने परत मागे क्रेग म्युनिसिपल विमानतळाकडे आला. त्याने आपली मर्क्युरी गाडी जिथे ठेवली होती, त्या जागेच्या अलिकडे टॅक्सी सोडली. टॅक्सीवाल्याला पैसे देऊन तो तिथेच थांबला. जेव्हा ती टॅक्सी तिथून दूरवर निघून गेली तेव्हाच तो तिथून आपल्या गाडीकडे चालत गेला.

तो आपल्या गाडीत आत बसला, इंजिन चालू केले आणि त्याने खिडक्या उघडल्या.

त्या विमानतळाच्या भागातून बाहेर पडून तो आता महामार्गावर आला. साऊथ कॅरोलिना राज्यातील 'मॉक्स कॉर्नर' गावाकडे जाण्यासाठी त्याने उपग्रहाच्या मार्गदर्शक यंत्रणेत प्रोग्रॅम केला.

तो स्वतःशी म्हणत होता : *चला, आता त्या लेफ्टनंट विल्यम सदरवेटकडे. बरेच दिवस त्याच्याकडे जायचे राहून गेले होते. तो माझी वाट पहात आहे पण आज मरण्यासाठी आपण वाट पहात आहोत हे कुठे त्याला ठाऊक आहे.*

३८

सोमवारी दुपारपर्यंत मी माझे ऑफिसातील सारे सामानसुमान व कागदपत्रे 'इन्सिडंट कमांड सेंटर'मध्ये हलवले. माझ्यासारख्याच इतर चाळीसजणांनीही आपापले सामान तिकडे हलवले. कमांड सेंटर हे एका मोठ्या कम्युनिकेशन हॉलमध्ये सामावलेले होते. मला त्यावरून कॉन्क्विस्टाडोर क्लबची आठवण होत होती. आत्ता इथे खूप गलका होत होता. प्रत्येकजण आपापले सामान व कागदपत्रे लावण्याच्या नादात उच्च स्वरात बोलत होता. अनेक फोन्सच्या घंटा वाजत होत्या. फॅक्स येत होते व जात होते. संगणकांचे पडदे लुकलुकत होते. अत्याधुनिक यंत्रांची येथे रेलचेल होती. मला ही नवीन यंत्रे फारशी परिचित नाहीत. मजजवळचा टॉर्च आणि फोन यांच्या आधारे माझा मेंदू गुन्ह्यांची उकल करण्यास समर्थ होता. माझा मेंदू हेच माझे उच्च तंत्रज्ञान होते.

केटचे व माझे टेबल हे समोरासमोर लावले होते. आमच्या सभोवती छातीइतक्या उंचीचे एक पार्टीशन झाल्याने त्या आडोशाचे रूपांतर स्वतंत्र क्युबिकलमध्ये झाले

होते; पण त्यामुळे मला थोडासा संकोच होत होता. शेवटी मी या जागेत येऊन स्थिरावलो. माझ्यासमोर आत्ता पत्रे, मेमो व अहवाल यांच्या चळती उभ्या होत्या. त्याखेरीज वॉशिंग्टनला एफबीआयच्या कचेरीतून दिल्या गेलेल्या अनेक माहितीपत्रकांची भर पडली होती. एखाद्या केसवर काम करायचे असेल तर ही एवढी कागदपत्रे लागतात? माझा तरी अशा पद्धतीने काम करण्यावर विश्वास नव्हता. खुनी माणसाला कागदपत्रांच्या जंजाळाच्या सहाय्याने पकडणे शक्य नव्हते. पण आत्ता माझा नाईलाज होता. मी येथे काम केले नाही तर मला रस्त्यावर पाठलाग करण्याचे काम दिले जाईल किंवा वैद्यकीय तपासणी करणारे सरकारी दवाखाने, न्यायवैद्यक प्रयोगशाळा, शवागार या ठिकाणी होणाऱ्या भ्रष्टाचारावर नजर ठेवण्यासाठी माझी नेमणूक केली जाईल. मग माझ्या काम करण्याच्या पद्धतीमुळे व गुन्हे हुडकण्यामुळे अनेकांच्या आयुष्यात दुःखे निर्माण होतील.

केटने टेबलावरून आपली नजर उचलून माझ्याकडे पाहात म्हटले, "हा अंत्ययात्रांची माहिती देणारा मेमो वाचलात का?"

"नाही."

तिने तो मेमो हातात धरून मला वाचून दाखवला. निक मॉन्टीला क्वीन्स येथे श्रद्धांजली वाहिली जाणार होती. मंगळवारी पूर्ण सरकारी इतमामाने त्याची अंत्ययात्रा निघणार होती. खलीलला विमानातून घेऊन येणारी एफबीआयची जी दोन माणसे होती, त्यांचे देह हे अमेरिकेबाहेर असलेल्या त्यांच्या मूळ गावी पाठवले जाणार होते. त्या ड्यूटी ऑफिसरला न्यू जर्सीमध्ये श्रद्धांजली वाहून बुधवारी त्याचे दफन करण्यात येणारे होते. बाकीच्यांबद्दल अद्याप अधिकृतपणे घोषणा केली नव्हती. याचा अर्थ त्यांच्याबद्दलचे शवचिकित्सेचे अहवाल अजून आलेले नसणार.

माझ्या नोकरीत जेव्हा जेव्हा असे प्रसंग आले तेव्हा तेव्हा मी त्यांना उपस्थित राहिलो होतो. मग ती श्रद्धांजली असो, अंत्ययात्रा असो किंवा दफनविधी असो. ती माणसे नैसर्गिकरित्या किंवा कर्तव्य बजावत असताना मृत्यू पावली असली तरी ती माझ्याबरोबर नोकरीत असल्याने मला त्यांच्याबद्दल विशेष आस्था होती; पण आत्ता इथे अशी वेळ आली होती की मृत्यू पावलेल्यांबद्दल आस्था दाखवण्यासाठी माझ्याकडे वेळ नव्हता. मी केटला म्हटले, "त्या दुखवट्याच्या सभा, श्रद्धांजली वहाण्याचा समारंभ, अंत्ययात्रा, वगैरेंना मी हजर राहू शकणार नाही."

तिने यावर आपली मान हलवली, पण काहीही बोलली नाही.

मी टेबलावरचे कागद वाचत होतो, आलेल्या फोनना उत्तरे देत होतो, फॅक्स वाचत होतो. इ-मेल बघत होतो; पण त्यावर Monday Funnies म्हणून विनोदी गोष्टीच मला पाठवल्या होत्या. अधुनमधून कॉफी पीत संबंधित लोकांबरोबर गुन्हेगार कुठे असू शकेल, याबद्दलचे नवनवीन तर्क लढवित होतो, कल्पना करत होतो व

अंदाज व्यक्त करीत होतो. त्यानुसार आमचे जाळे विणून आम्ही त्यात मासा अडकतो आहे का त्याची वाट पहात होतो. यातून काहीतरी घडेल अशी अटकळ करीत आमची प्रतीक्षा चालली होती.

त्या हॉलमध्ये नवीन माणसे आली की ती माझ्याकडे व केटकडे कुतूहलाने पहात जात. आम्ही दोघेही थोडेसे हिरो ठरलो होतो. आम्हीच प्रथम त्या दुर्घटनाग्रस्त विमानात जाऊन मृत्यू पावलेल्यांची दखल घेऊन विमानाची तपासणी केली होती. अमेरिकेत घडलेल्या त्या ऐतिहासिक व सामुदायिक कत्तलीच्या जागी आम्हीच प्रथम उगवलो होतो, साक्षीदार ठरलो होतो. माझ्या मते 'जिवंत साक्षीदार' असा शब्दप्रयोग वापरायला हवा.

जॅक कोनिग त्या हॉलमध्ये आला व तरातरा चालत सरळ आमच्याकडे येऊन बसला. तो खाली बसल्याने पार्टिशनपलीकडून कोणालाही दिसत नव्हता. तो सांगू लागला, "लॅन्गले शहरातील सीआयएच्या प्रमुख कचेरीला एक बातमी आली आहे. ती बातमी त्यांना जर्मनीहून पाठवण्यात आली. जर्मनीमध्ये संध्याकाळी ६:१३ वाजता असद खलीलसारख्या चेहऱ्याच्या एका माणसाने फ्रॅन्कफुर्टमधील बँकेतील अमेरिकन माणसावर हल्ला करून त्याला ठार केले. ज्याने गोळ्या झाडल्या ती व्यक्ती पळून गेली. ती अद्याप सापडली नाही; पण त्या व्यक्तीला बँकेतील चारजणांनी पाहिलेले आहे. त्यांनी त्या व्यक्तीचे वर्णन 'अरबासारखी दिसणारी व्यक्ती' असे केले आहे. म्हणून जर्मन पोलिसांनी त्यांना अनेक अरब गुन्हेगारांची छायाचित्रे दाखवली असता त्यांनी असद खलीलच्या छायाचित्रावरती नेमके बोट ठेवून त्याला ओळखले. तर ही बातमी अशी आहे."

मी केटकडे पाहिले तर तिलाही या बातमीचा धक्का बसलेला होता. खलील अजून अमेरिकेतच आहे या माझ्या कल्पनेवरती तिचा पूर्ण विश्वास बसला होता.

माझ्या मनातले विचारचक्र आता वेगाने फिरू लागले व या सर्वांचा शेवट मला सक्तीने राजीनामा द्यावा लागण्यात होणार आहे, असे स्वच्छ दिसले. मला निरोप देण्याच्या सभारंभामध्ये अगदीच तुरळक माणसे हजर राहिली आहेत, असेही चित्र नजरेसमोर आले. असा हा माझा दुःखान्त शेवट इथे होत होता. जगातील एका मोठ्या केसचा मी विचका केल्याचे पाप माझ्या माथी बसत होते. माझे हातपायच गळाले. माझा पराभव झाला. सपशेल पराभव! या पराभवातून मी कधी उठेन असे मला वाटेना. आता इथे काम करत रहाण्यात काय उपयोग? मी उठलो आणि जॅक कोनिगला कसाबसा म्हणालो, "वेल... असे आहे काय... मला वाटते... म्हणजे काय..." आयुष्यात प्रथमच मला माझी लाज वाटत होती, पराभवाची खंत वाटत होती. मी मूर्ख ठरलो होतो. जॅक हळूवारपणे मला म्हणाला, "खाली बसा पाहू."

"नाही. माझा आता काहीही उपयोग नाही. मी येथून निघतो. मी आता तुमच्यात नाही. सॉरी."

माझा कोट घेऊन तो खांद्यावर टाकला व ताडताड पावले टाकीत मी बाहेरच्या लांबलचक कॉरिडॉरमधून चालू लागलो. माझे मन काम करीत नव्हते. माझ्या देहाचे भान मला उरले नाही. मी शरीराबाहेर कुठेतरी वेगळा झालो आहे, अशी भावना मला प्रखरतेने जाणवू लागली. ज्या वेळी माझ्यावर गोळ्या झाडल्यावर मला रक्तबंबाळ अवस्थेत ॲम्ब्युलन्समधून नेले जात होते, तेव्हा मला अशीच शरीराबाहेर असण्याची जाणीव झाली होती.

मी लिफ्टपर्यंत कसा आलो ते मला आठवत नव्हते; पण मी तिथे होतो खरा. लिफ्टची दारे उघडण्याची वाट पहात होतो. मी त्या टेड नॅशशी लावलेली पैजही हरलो होतो. मी एकटा 'खलील अमेरिकेतच आहे' असे म्हणत होतो, नि याच मतावर आधारीत अशी पुढची व्यूहरचना एफबीआयने केली. एक इन्सिडंट कमांड सेंटर उभे केले. सर्व संबंधित माणसांना तिथे एकत्र आणले गेले. आता हा साराच फुगा फुटला होता.

अचानक जॅक कोनिग व केट माझ्यामागे उभे असलेले मला दिसले. जॅक मला म्हणत होता, "नीट ऐका. आत्ता मी जे तुम्हाला सांगितले त्यातला एकही शब्द तुम्ही कोणापाशीही बोलायचा नाही."

जॅक कोनिग कशासाठी असे बोलतो आहे, काय बोलतो आहे, वगैरे मला समजत नव्हते. मी निराशेच्या खोल गर्तेत बुडालो होतो. माझी विवेकशक्ती बधीर होऊन गेली होती.

तो सांगत होता, "त्या चार माणसांचे केवळ तसे म्हणणे आहे. याचा अर्थ त्यांनी पाहिलेली व्यक्ती ही छायाचित्रातील व्यक्तीशी साम्य असणारी आहे; पण ती व्यक्ती हीच असद खलील आहे असा त्याचा अर्थ होत नाही. खलीलची ओळख १०० टक्के पटलेली आहे, असे अजिबात नाही. समजले? फ्रॅन्कफुर्टमधील ही घटना फक्त मूठभर लोकांनाच ठाऊक आहे. फक्त मलाच ती कळवण्यात आली. तुम्हाला ती कळवणे हे योग्य होईल म्हणून मी सांगितले. ही गोष्ट कॅप्टन स्टेनलाही सांगितलेली नाही. तेव्हा कृपा करून ही बातमी फक्त तुमच्यापाशीच ठेवा."

मी मलूलपणे मान हलवली. मी ती बातमी कोणाला सांगितली काय नि न सांगितली काय, माझ्या दृष्टीने काहीच फरक पडत नव्हता. मी तर आता ही नोकरी सोडून निघून चाललो होतो.

जॅक कोनिग बोलत होता, "इथे काम करणारे 'खलील अमेरिकेतच आहे' या विश्वासावर कामे करीत आहेत. त्यांच्या या विश्वासाला जरा जरी तडा गेला तरी इथला सारा शोधप्रकल्प कोसळेल. म्हणून तुम्ही या बाबतीत जसे बोलायचे नाही

तशीच कोणतीही अशी कृती करायची नाही की ज्यामुळे बाकीच्यांना संशय येऊन त्यांचा विश्वास उडेल. मग यात तुम्ही राजीनामा न देणे हे ओघानेच आले. तुमच्या राजीनाम्यामुळे बाकीच्यांना दाट संशय येईल, हे लक्षात ठेवा.''

''नाही, मी राजीनामा देऊ शकतो.''

केट मला कळकळीने म्हणाली, ''प्लीज, असे काही करू नका. ही आमची अगदी शेवटची विनंती आहे असे समजा. कृपा करून राजीनामा न देता फ्रॅन्कफुर्टमध्ये काही घडलेच नाही असे समजून आपली कामे करीत रहा.''

''ते मला शक्य नाही. मला अभिनय करणे जमत नाही. अन् जरी मी तसे काही केले तरी त्यामुळे असे काय वेगळे घडणार आहे?''

जॅक म्हणाला, ''मुद्दा असा आहे की सर्वजण आत्ता उत्साहाने प्रेरित झालेले आहेत. खलीलला शोधण्याची ते पराकाष्ठा करीत आहेत. फ्रॅन्कफुर्टमधला माणूस हा खलीलच होता हे आपण ठामपणे म्हणू शकत नाही.'' मग पुढे विनोदाने तो माझ्या सिद्धांताचे उदाहरण देत म्हणाला, ''तुमचा तो ड्रॅक्युला जर्मनीला कशासाठी प्रयाण करेल?''

जॅक कोनिगचे ते वाक्य ऐकल्यावर मी किंचित चमकलो. क्षणभर मी शांत चित्ताने विचार केला, अगदी शुद्ध व्यावहारिक बुद्धीने विचार केला. मग मला हळूहळू ते पटत गेले. खलील जर्मनीला नक्की गेला नाही. मग दुसरा प्रश्न यातून निर्माण होतो— तसे असेल तर फ्रॅन्कफुर्टमध्ये ती घटना का घडली असावी? मला याही प्रश्नाचे उत्तर सापडले. मी म्हणालो, ''याचा अर्थ खलील जर्मनीमध्ये आहे असे दाखविण्यासाठी हा एक प्रयत्न केला गेला आहे. खलीलसारख्या दिसणाऱ्या माणसाकडून किंवा खलीलसारखा मेकअप् करून बँकेवर हल्ला केला गेला असणार.''

कोनिगने यावरती आपली संमती दर्शविण्यासाठी आपली मान हलवली. तो एवढेच म्हणाला, ''तुमचा तर्क मला पटतो. तसेही असू शकेल.''

लिफ्ट आमच्या मजल्यावर येऊन थांबली. दारे उघडली. आत प्रवेश करावा की न करावा या संभ्रमात असताना मला जाणवले की केटने माझा दंड घट्ट पकडून ठेवला आहे. इथून जाऊ न देण्यासाठी.

कोनिग म्हणत होता, ''तुम्हा दोघांना मी फ्रॅन्कफुर्टला पाठवतो. तुम्ही आज रात्रीच्या विमानाने तिकडे जाण्यासाठी निघा. तिथल्या एफबीआय व सीआयए-च्या एजंटांची जी एक संयुक्त अमेरिकन टीम आहे त्यांच्यात सामील व्हा. तसेच, जर्मन पोलिसांना भेटा, जर्मन हेर खात्यातील माणसांशी बोलणी करा. मी नंतर एकदोन दिवसांत तुम्हाला तिकडे येऊन भेटतोच.''

मी यावर काहीही मत व्यक्त केले नाही.

शेवटी केट मला म्हणाली, ‘‘जॉन, मला वाटते की आपण जरूर तिकडे जावे.’’

‘‘होय... अं... मला वाटते की... इथे असणे अधिक चांगले ...?’’

जॅक कोनिगने आपल्या घड्याळात पहात म्हटले, ‘‘फ्रॅन्कफुर्टसाठी निघणारे लुफ्तांसाचे विमान रात्री ८:१० वाजता जेएफके विमानतळावरून सुटते. ते तुम्हाला उद्या सकाळी मुक्कामाला पोचवेल. टेड तुम्हाला तिकडे—’’

‘‘टेड नॅश? तो तिकडे आहे? मला वाटले की तो पॅरिसमध्ये आहे.’’

‘‘तो पॅरिसमध्ये होता असे मला वाटते. पण आत्ता तो फ्रॅन्कफुर्टकडे जात असणार.’’

मी मान हलवली. पण मला हा काहीतरी एक चमत्कारिक प्रकार आहे असे वाटू लागले.

कोनिग म्हणत होता, ‘‘तर इथेच आत्ता आपण पक्के करू या की संध्याकाळी ७ वाजता विमानतळावर जाऊन फ्रॅन्कफुर्टचे विमान पकडूया. तिकिटांसाठी मी सांगून ठेवतो. जास्त दिवस रहाण्याच्या तयारीने सामान घ्या.’’ एवढे म्हणून पाठ फिरवून तो तिथून निघून गेला.

मी तसाच दिङ्मूढ होऊन उभा होतो. केटही माझ्याजवळून हलली नाही. ती म्हणाली, ‘‘जॉन, मला तुमचा आशावाद पाहून बरे वाटते. त्यामुळे तुम्ही कशाही पुढे आपली मान तुकवत नाही. समस्या ही संकटे नसून आव्हाने आहेत असे नेहमी तुम्ही मानत आलेला आहात.’’

‘‘जाऊ दे. उगाच मला हरभऱ्याच्या झाडावर चढवू नकोस.’’

आम्ही दोघेही पुन्हा आमच्या कामाच्या हॉलकडे निघालो. केट विचारीत होती, ‘‘आपल्या दोघांना जॅक युरोपला पाठवतो आहे. किती उदार मनाचा हा बॉस आहे. तुम्ही यापूर्वी कधी फ्रॅन्कफुर्टला गेला होता?’’

‘‘नाही.’’

‘‘मी गेले होते चारपाच वेळा; पण गुन्हेगाराचा माग लागला तर या वेळी आपल्याला युरोपभर प्रवास करावा लागणार. तुम्हाला त्या वेळी पटकन हातातले काम टाकून निघता येईल ना?’’

तिच्या या प्रश्नात बरेच अन्य प्रश्न लपलेले होते. पण मी तिला ‘‘नो प्रॉब्लेम. काही अडचण येणार नाही,’’ एवढेच उत्तर दिले.

आम्ही आपापल्या टेबलापाशी येऊन बसलो. मी माझ्या कागदपत्रांची आवराआवर करू लागलो. काही कागदपत्र माझ्या ॲटॅची बॅगेत भरले. बाकीची कागदे सरळ ड्रॉवरांमध्ये कोंबून टाकली. मला बेथ पेनरोज हिला फोन करायचा होता; परंतु घरी गेल्यावरच फोन केला तर बरे पडेल असे वाटून मी ती कल्पना बाजूस सारली.

केटची आवराआवर झाली होती. ती म्हणाली, ''मी आत्ता घरी जाऊन सामानाची बॅग भरते. तुम्हीही आत्ताच निघणार ना?''

''नाही... मला अजून पाच मिनिटे तरी लागतील. मी विमानतळावर भेटेन.''

''ठीक आहे,'' असे म्हणून ती काही पावले चालत निघाली; पण मधेच थांबून वळली व माझ्याजवळ आली. तिचा चेहरा माझ्या चेहऱ्यापासून काही इंचावर आला, इतकी ती माझ्याजवळ आली. ती म्हणत होती, ''जर खलील अमेरिकेत असेल तर तुम्ही बरोबर ठराल. जर तो युरोपमध्ये असेल तर तुम्हीही तिकडेच असणार.''

आजुबाजूचे काहीजण आमच्याकडे पहात आहेत, असे माझ्या लक्षात आले. मी तिचे बोलणे संपवण्याच्या दृष्टीने म्हटले, ''थँक्स!''

ती निघून गेली.

मी आता शांतपणे सर्व घटनांचा नीट आढावा घेऊन त्यावरती विचार करू लागलो. कुठेतरी वेगळा वास मला येत होता. जर खलीलने अमेरिका सोडली असेल तर तो युरोपात का जाईल? आपण केलेल्या कृत्यांबद्दल आपली पाठ थोपटून कौतुक करवून घेण्यासाठी तो प्रथम मायदेशी जाईल. तसेच, ती विमान-दुर्घटना घडविल्यानंतर आणि कॉन्क्विस्टाडोर क्लबमध्ये एफबीआयची माणसे मारल्यानंतर तो युरोपातल्या बँकेतील एका अमेरिकन माणसाला ठार मारण्यासारखे क्षुल्लक कृत्य कधीच करणार नाही. परंतु जेव्हा तुम्ही स्वत:ची अतिरिक्त काळजी अत्यंत हुशारीने घेत असता, तेव्हा तुमच्या हातून स्वत:ला फसवण्याजोग्या चुका सहज होऊ शकतात.

माणसाचा मेंदू मोठा चमत्कारिक आहे. फक्त हाच अवयव विचार करतो. मनाकडून आलेले हेतू साध्य करण्यासाठी युक्त्या लढवतो. माझे दुसरे मन मला सांगत होते की, 'सरळ केटबरोबर युरोपात जा, झोप तिच्याबरोबर. न्यूयॉर्कमध्ये तुझ्यासाठी काहीही काम उरले नाही.' पण माझे बौद्धिक मन म्हणत होते, की 'कोणीतरी तुझ्यापासून निसटू पहात आहे. त्यासाठी तुझ्यापुढे युरोपला जाण्याची पार्श्वभूमी निर्माण केली गेली आहे.' याचा अर्थ मी युरोपात गेल्यावर मला जोरदार फटका बसणार आहे असाही होत नव्हता; पण कोणीतरी कदाचित् मला प्रत्यक्ष कृतीपासून दूर ठेवू इच्छित असेल. कदाचित त्यासाठी तर ही फ्रॅन्कफुर्टमधील घटना घडवली गेली असेल. मग ती लिबियन हेरखात्याने घडवली असेल किंवा सीआयएनेही घडवली असेल. जेव्हा पडद्यामागचे सत्य ठाऊक नसते तेव्हा वास्तव परिस्थितीमधील खरे-खोटे जाणणे हे कठीण असते, अवघड असते. त्यामुळे पडणाऱ्या 'जर' 'तर'च्या प्रश्नांनी मनुष्य हैराण होऊन जातो. मग एवढे संभ्रमाचे धुके तयार होते की आपला शत्रू कोण नि मित्र कोण हे कळेनासे होते. टेड नॅश हा माझा कोण आहे? मला या प्रश्नाचे उत्तर सापडेना.

ज्यांची बौद्धिक पातळी कमी असते त्यांच्याबद्दल मला कधी कधी खूप हेवा वाटतो; पण दुर्दैवाने माझी बौद्धिक पातळी वरची होती. माझ्या मेंदूतील अनेक मज्जापेशी एकमेकांशी संवाद करीत होत्या. त्यातून विजेच्या ठिणग्या पडून विचारांचे वहन करीत होत्या. मजजवळ माहितीचा अफाट साठा होता, अनेक सिद्धांत होते, खूप शक्यता होत्या व भरपूर शंका होत्या. यांचे मंथन माझ्या मेंदूत चालू होते. मेंदूतील विजेचा प्रवाह सतत इकडून तिकडे जात होता. शेवटी मला वाटू लागले की माझे मज्जापेशीतील सेंद्रिय तारांचे वायरिंग आता जळून जाणार.

मी इथून निघण्यासाठी उठून उभा राहिलो; पण काही क्षणातच खाली बसलो. पुन्हा उठून उभा राहिलो. कोणी जर माझ्याकडे पहात असेल तर त्याला हे फारच वेडगळ वाटेल. म्हणून मी माझी ब्रीफकेस हातात घेऊन दाराकडे निघालो. निदान ते फ्रॅन्कफुर्टचे विमान सुटायच्या आत तरी माझ्या मनाची दोलायमान अवस्था संपली पाहिजे. खलील अमेरिकेत आहे का युरोपात आहे, या प्रश्नाचे ठाम उत्तर मी शोधले पाहिजे. आत्ता या क्षणाला माझा कल हा युरोपच्या दिशेने होता.

मी लिफ्टपाशी आलो. तेवढ्यात समोरून गॅब्रिएल येताना दिसला. त्याने खूण करून मला जवळ बोलावले. त्याच्यापाशी गेल्यावर तो म्हणाला, ''मला वाटते की मला एक सुगावा लागला आहे. तुम्हीच त्यावर प्रकाश टाकू शकता.''

''म्हणजे?''

''चौकशीच्या खोलीत मी एका लिबियन माणसाला बसवून ठेवला आहे. त्याने आपल्या खबऱ्यापाशी संपर्क साधला होता.''

''म्हणजे हा माणूस आपल्यासाठी स्वेच्छेने काम करणारा स्वयंसेवक आहे?''

''होय. त्याचे आजवरचे रेकॉर्ड स्वच्छ आहे. पोलीस खात्याशी त्याचा कधीही संघर्ष उडाला नव्हता. खबऱ्या म्हणूनही त्याने कधी काम केले नाही. कोणत्याही यादीमध्ये त्याचे नाव नाही. त्याचे नाव 'फादी आस्वाद' असे आहे.''

''मला कळत नाही की या लिबियन माणसांची नावे सगळी सारखी वाटण्याजोगी कशी असतात?''

''मग तुम्ही चायना टाऊनशी संबंधित गटात काम करा. तिथे तर सगळा बारीक घंटांचा किणकिणाट तुम्हाला ऐकू येईल. हा आस्वाद एक टॅक्सी ड्रायव्हर आहे. त्याचा एक मेव्हणा गमाल जब्बार नावाचा आहे. अर्थात तोही लिबियन आहे. जब्बारही टॅक्सी चालवतो.'' गॅब्रिएल हा मूळचा अरब वंशाचा होता. अमेरिकेत स्थिर झाल्यावर तो पोलीस खात्यात भरती झाला व चढत चढत तो आता या इन्सिडंट कमांड सेंटरमध्ये आला. त्याच्याकडे अरब गुन्हेगारांसंबंधीचा विभाग दिला होता. तो म्हणत होता, ''तर आम्ही सारी अरब मंडळी अमेरिकेत टॅक्सी चालवित असतो. हो ना?'' एवढे म्हणून तो हसला.

"बरोबर.'' मीही हसत म्हटले.

"तर शनिवारी सकाळी अगदी लवकर या आस्वादला त्याच्या मेव्हण्याने म्हणजे गमाल जब्बारने फोन केला व सांगितले की तो आता दिवसभर एकाच गिऱ्हाईकाच्या कामामध्ये गुंतून पडणार आहे. त्यासाठी त्याला भरपूर पैसे मिळणार आहेत. त्या माणसाला जेएफके विमानतळावरून घ्यायचे आणि तो सांगेल तिथे त्याला न्यायचे. पण भरपूर भाडे देणारे गिऱ्हाईक भेटले तरी जब्बार खुषीत नव्हता.'' एवढे म्हणून गॅब्रिएल थांबला.

"ऐकतोय मी. तू सांगत रहा.''

"जब्बार म्हणत होता की, तो रात्री खूप उशिरा परतणार आहे. म्हणून आस्वादने रात्री जब्बारच्या बहिणीला व बायकोला फोन करून सांगावे की उशीर झाला तरी काही काळजी करू नका.''

"मग हा गमाल जब्बार आहे कुठे?''

"तो मेला आहे. ठार झाला आहे; पण त्या आस्वादला ती बातमी अजून कळली नाही. एका सार्वजनिक पार्किंगच्या ठिकाणी ती टॅक्सी उभी होती. आज सकाळी कोणीतरी आत डोकावल्यावर त्याला मेलेला ड्रायव्हर दिसला. त्याने सकाळी ६:३० वाजता फोन करून पोलिसांना ही माहिती दिली. पहाणारी व्यक्ती म्हणाली की त्या टॅक्सीवर न्यूयॉर्कची नंबरप्लेट होती व ड्रायव्हर आसनाच्या खाली कोसळला होता. टॅक्सीची दारे कुलूपबंद झाली होती. त्या माणसाने आपल्या मोबाईल फोनवरून १०१ नंबर फिरवून पोलिसांना ही बातमी दिली.''

"ठीक आहे, आपण त्या आस्वादशीच आता बोलू.'' मी म्हणालो.

"ठीक आहे; पण मी एव्हाना त्याच्याशी अरेबिक भाषेत बोलून त्याच्याकडून एकूणएक माहिती पार पिळून काढली आहे.''

"असू दे. तीच गोष्ट आता मी इंग्रजी भाषेत करतो.''

आम्ही कॉरिडॉरमधून चालू लागलो. मी गॅब्रिएलला म्हटले, "पण माझ्याकडेच तू का आलास?''

"कारण तुम्हाला काही मुद्दे हवे आहेत. त्यासाठी मी मदत करतो आहे.''

आम्ही चौकशीच्या खोलीसमोर जाऊन उभे राहिलो. गॅब्रिएल म्हणत होता, "वैद्यकीय तपासणीचा पहिला अहवाल फोनवर आला आहे. त्यात सांगितले गेले आहे की ह्या गमाल जब्बारचा मृत्यू एका गोळीने झाला आहे. ती गोळी त्याच्या आसनाच्या मागून झाडली गेली होती. त्या गोळीने त्याचा मणका तोडला आणि ती हृदयातून घुसून छातीतून बाहेर पडली. पुढे ती डॅशबोर्डमध्ये जाऊन तिथेच रुतली.''

"ती गोळी चाळीस कॅलिबरची होती ना?''

"बरोबर. त्या गोळीचा आकार बिघडला असला तरी ती ओळखता येते. तो माणूस शनिवारी दुपारपासून तिथे मरून पडला असावा."

"कोणी त्याचा E- Z पास तपासला का?"

"पण त्याने कोणत्याही जकात नाक्यावरती शनिवारी जकात भरली नाही. जब्बार हा ब्रुकलीनमध्ये रहातो. तिथून तो विमानतळाकडे गेला. अन् शेवटी न्यू जर्सीमध्ये मेलेला सापडला. तिकडे जायचे असेल तर वाटेत जकातीच्या नाक्यावर कर भरावाच लागतो. म्हणजे त्याने रोख नाणी देऊन कर भरला असणार. कदाचित् त्याचा पॅसेन्जर त्या वेळी मागे बसून तोंडावर वर्तमानपत्र धरून ते वाचण्याचा बहाणा करीत असणार. विमानतळ ते न्यू जर्सीमधील ठिकाण हा कोणता मार्ग त्याने निवडला होता ते काही समजू शकले नाही; पण त्याने जे अंतर कापले ते त्याच्या मीटरवरून आम्ही तपासले. ते अंतर विमानतळ ते शेवटचे ठिकाण एवढेच बरोबर भरले. त्या गब्बारबद्दल खात्रीशीर ओळख पटवणारे कागदपत्र, आयडेंटिटी कार्ड असे आम्हाला मिळाले नाही; पण त्याच्याजवळ ते ड्रायव्हिंगचे लायसेन्स सापडले त्याची मुदत संपलेली होती."

"आणखी काही माहिती?"

"काही नाही. बस्स, एवढीच."

मी त्या इन्ट्रॉगेशन रूमचे दार उघडले. आम्ही दोघे आत गेलो. ती खोली तशी लहान होती. फादी आस्वाद एका टेबलापाशी बसला होता. जीन व हिरवा शर्ट हा त्याचा पोषाख होता. पायात धावण्याचे बूट होते. तो एक सिगारेट ओढत होता. समोरचा ॲश ट्रे सिगारेटसच्या थोटकांनी भरून गेला होता. खोलीत खूप धूर झाल्याने ती कोंदट झाली होती. एफबीआयच्या ह्या इमारतीमध्ये धूम्रपान करण्यास बंदी होती. पण एखाद्या मोठ्या किंवा गंभीर गुन्ह्यातील संशयिताला किंवा साक्षीदाराला ही बंदी लागू नव्हती.

एटीटीएफ गटात काम करणारा न्यूयॉर्क पोलीसदलाचा एक माणूस आस्वादजवळ बसला होता. तो आस्वादवर नजर ठेवून होता. अचानक आस्वादने झटकन आत्महत्या केली तर किंवा अचानक उठून तो लिफ्टकडे पळून गेला तर? या शंकेमुळे आस्वादच्या हालचालीत तसा काही हेतू दिसतो आहे का हे तो बारकाईने बघत होता. कारण मागे एकदा असे झाल्याने ही खबरदारी नेहमीच घेतली जात होती.

आम्ही दोघे आत शिरताच आस्वाद उठून उभा राहिला. मला असा कोणी मान दिला की बरे वाटते. त्याच्याजवळ बसलेला माणूस आता तिथून बाहेर पडला. गॅब्रिएलने माझी ओळख करून देत आस्वादला म्हटले, "हे आमचे मोठे साहेब, कर्नल जॉन कोरी."

संशयितावर किंवा साक्षीदारावरती प्रभाव पाडण्यासाठी नेहमी आम्ही अशा युक्त्या करतो. आपली फार वरच्या माणसाशी गाठ घालून दिली जात आहे, या कल्पनेने ती व्यक्ती मोकळेपणे बोलण्यास तयार होते. गॅब्रिएलने याचा फायदा घेऊन मला एकदम बढती देऊन कर्नलच्या पदावरती नेऊन ठेवले.

आस्वादने आपले डोके थोडेसे खाली झुकवून मला अभिवादन केले. मग मी सर्वांना बसण्याची विनंती केली. मी माझी ब्रीफकेस टेबलावर ठेवली. आस्वादला ती दिसेल अशीच ठेवली. या तिसऱ्या जगातील, म्हणजे विकसनशील जगातील लोकांच्या मनात सत्ताधारी माणसांजवळ नेहमी ब्रीफकेस असते अशी समजूत असते. म्हणून आम्ही नेहमी याचा फायदा उठवतो.

फादी आस्वाद हा एक स्वेच्छेने - आपण होऊन - आमच्याकडे चालत आलेला एक प्रकारचा स्वयंसेवक होता. त्याला आम्ही नीट वागणूक द्यायला हवी. त्याचे नाक मोडलेले नव्हते; पण त्याच्या चेहेऱ्यावर मारहाण झाल्याच्या अस्पष्ट खुणा होत्या. गॅब्रिएल अनेकदा धसमुसळेपणाने साक्षीदारांशी वागतो हे मला ठाऊक होते.

गॅब्रिएलने आस्वादजवळचे सिगारेटचे पाकीट घेऊन त्यातली एक सिगारेट मला दिली. ती कॅमल सिगारेट होती. समोरची व्यक्ती अरब असल्याने मला मनामध्ये गंमत वाटली. अरब आणि उंट यांचे नाते नेहमीच असे अतूट असते. अगदी धूम्रपान करण्यासाठीसुद्धा. गॅब्रिएलनेही एक सिगारेट त्या पाकिटातून स्वत:साठी काढून घेतली. आम्ही दोघांनी त्या सिगारेटी आस्वादच्याच लायटरने पेटवल्या; पण मी माझी सिगारेट ओढली नाही. तिचा एकही झुरका घेतला नाही.

टेबलावरती एक टेपरेकॉर्डर होता. गॅब्रिएलने त्याचे एक बटन दाबून तो सुरू केला व आस्वादला म्हटले, "तू मला जे सांगितलेस ते सारे कर्नलसाहेबांना आता सांग पाहू."

आस्वादच्या मनात मला खूष करण्याची इच्छा होती असे दिसले; पण तरीही तो घाबरलेला दिसत होता. कोणताही अरब माणूस हा सहसा आपल्या पायाने चालत पोलिसांकडे येत नाही. फक्त एखाद्याविरुद्ध तक्रार दाखल करायची असेल तर, किंवा पोलिसांनी लावलेले बक्षीस मिळवायचे असेल तरच तो पोलीस स्टेशनची पायरी चढतो. तेव्हा हा अरब मनातून घाबरलेला असणे साहजिक होते. शिवाय तो खोटे बोलत नसावा. कारण त्याचा मेव्हणा जब्बार हा खरोखरीच मृत्यू पावला होता. फक्त त्याला अजून ते ठाऊक नव्हते.

या फादी आस्वादचे इंग्रजी तसे बरे होते; पण अनेकदा मला ते अधुनमधून समजायचे नाही. तो मधेच अरबी भाषेत घुसून बडबडू लागायचा. अशा वेळी मी गॅब्रिएलकडे वळायचो. मग गॅब्रिएल मला भाषांतर करून सांगायचा.

शेवटी आस्वादची कैफियत संपली व त्याने परत एक सिगारेट पेटवली. मी काहीच बोललो नाही. आम्ही सारे एक मिनिट स्तब्ध बसलो होतो. मी त्याला चांगला घाम फुटू देत होतो. तसा तो त्याला आधीपासूनच फुटू लागला होता.

मग मी त्याच्याकडे वाकून झुकलो व त्याला विचारले, ''पण तुम्ही हे आम्हाला का सांगत आहात?''

यावर त्याने एक खोल श्वास घेतला. त्यामुळे निम्या सिगारेटचा धूर तरी त्याच्या छातीत गेला असावा. तो म्हणाला, ''मला माझ्या बहिणीच्या नवऱ्याची काळजी वाटते.''

''तुमचा हा मेव्हणा, म्हणजे गमाल जब्बार, यापूर्वी असा गायब होत असे?''

''नाही. तो तसल्या प्रकारातला नव्हता.''

मी त्याच्यावर प्रश्नांचा भडीमार चालू ठेवला. काही कठोर प्रश्न व मृदू प्रश्न हे मी त्याच्यावरती आलटून-पालटून फेकत होतो. जेव्हा प्रश्न विचारून एखाद्याकडून मला माहिती काढून घ्यायची असते, तेव्हा मी नेहमीच कठोर बनत असतो. यामुळे एक तर वेळ वाचतो, अन् दुसरे म्हणजे उत्तरे देणारा बेसावध बनून नेमका कुठे तरी घसरतो; पण माझे प्रशिक्षण व अनुभव यातून मला हेही ठाऊक झाले होते की मध्यपूर्वेतील माणसे ही आपल्या मनातले खरे काय त्याचा थांगपत्ता लागू न देण्यात वाक्बगार असतात. समोरच्या माणसाच्या मुद्देसूद प्रश्नाला ते कधीही सरळ उत्तर न देता गोलमाल बोलत रहातात, मूळ मुद्दा टाळत रहातात. प्रश्नाचे उत्तर न देता ते असे बोलतात की त्या प्रश्नाला असंख्य उपप्रश्नांचे फाटे फोडून ते उपप्रश्न आपल्यालाच विचारतात. किंवा काहीतरी असा सैद्धांतिक मुद्दा उपस्थित करून त्यावरती काथ्याकूट करीत बसतात. म्हणून तर त्यांच्या देशातील पोलीस हे सरळ मारझोड करून माहिती ओकायला लावत असावेत; पण ह्या लिबियन अरबाने कितीही जरी या बोटावरची थुंकी त्या बोटावर केली तरी मी त्याच्या पद्धतीनेच त्याला तोंड देऊन पुरून उरणार होतो. त्यामुळे आमचा पहिला अर्धा तास असाच एकमेकांना हुलकावण्या देण्यात, गप्पा मारण्यात गेला. आम्ही दोघेही समोरासमोर बसून 'हा गमाल जब्बार गेला तरी कुठे?' यावरती आश्चर्य व्यक्त करीत होतो.

गॅब्रिएलला हे सारे कळत होते; पण तोही आता अस्वस्थ होऊन उतावळा होऊ लागला होता.

पण इथेच आम्हाला ठाऊक होते की आपल्याला एक धागा मिळतो आहे. त्या धाग्याच्या आधारे आम्ही खलीलपर्यंत पोचू शकू. आपले प्रयत्न चालू असताना अचानक कुठून तरी एखादा सुगावा लागतो. एखादा संदर्भ आपल्यासमोर ध्यानीमनी नसता उगवतो. पण जेव्हा तसे खरोखरच होते तेव्हा मात्र असे काही होईल हे माहिती असूनसुद्धा आपल्याला आश्चर्याचा एक धक्का बसतो.

मला असे अगदी दाट वाटत होते की त्या जब्बारने नक्की खलीलला आपल्या टॅक्सीत घेतले असणार. विमानतळापासून न्यू जर्सीमधल्या त्या पार्किंगच्या जागेपर्यंत नेले असणार. मग येथपर्यंत येण्याचा आपला हेतू साध्य होताच त्याने जब्बारला गोळी घालून संपवले असणार. माझी तशी पक्की खात्री होती. त्यामुळे माझ्यापुढे आता पुढचे प्रश्न उभे राहिले : खलील तिथून नंतर कुठे गेला? अन् तो कसा गेला?

मी आस्वादला म्हटले, ''गमाल जब्बारने आपण एका लिबियन माणसाला नेत आहोत, असे तुम्हाला अजिबात सांगितले नाही? तुमची तशी खात्री आहे का?''

''सर, त्याने तसे काहीही मला म्हटले नाही; पण तुम्ही म्हणता तसा तो पॅसेन्जर लिबियन असण्याची शक्यता आहे. मी असं म्हणतो याचे कारण की माझा मेव्हणा हा स्पेशल भाडे देणारा प्रवासी नीट पारखून घेईल. तसा प्रवासी, उदाहरणार्थ, एखादा इराकी किंवा पॅलेस्टिनियन असेल, तर ती वर्दी तो स्वीकारेल. सर, माझा मेव्हणा हा एक देशभक्त लिबियन माणूस आहे. परंतु ज्यांची अल्लावर श्रद्धा आहे अशा देशांच्या राजकारणात तो फारसा कधीही भाग घेत नाही. त्यामुळे त्याचा पॅसेन्जर हा लिबियन असेल किंवा नसेल. मला ते काही खात्रीपूर्वक सांगता येणार नाही; पण एक प्रश्न मी स्वत:ला विचारायला हवा. तो म्हणजे, जो पॅसेन्जर लिबियन नाही त्या माणसाची वर्दी आमच्या मेव्हण्याने कशी काय घेतली असेल? सर, तुमच्या लक्षात येतो का माझा मुद्दा?''

हा पठ्ठ्या गोलमाल बोलतो आहे. कुठेही शब्दात सापडत नाही. किंवा नीट माहिती न देता निष्कर्ष काढण्याची जबाबदारी दुसऱ्यावर शिताफीने ढकलतो आहे. माझे डोके आता गरगरू लागले होते. मी माझ्या घड्याळात पाहिले. अजून मी फ्रॅन्कफुर्टचे विमान पकडू शकत होतो. पण मी युरोपात जायलाच हवे का?

मी आस्वादला विचारले, ''तुमच्या मेव्हण्याने आपण नक्की कुठे जाणार ते तुम्हाला सांगितले नाही.''

''नाही, सर.''

माझ्या प्रश्नांना छोट्या छोट्या शब्दांनी उत्तरे मिळत होती. मला त्याचा राग येत होता. मी विचारले, ''त्याने न्यूयॉर्क विमानतळाचे नाव नाही घेतले?''

''नाही, सर.''

मग मी पुढे वाकून म्हणालो, ''असे पहा, आपला मेव्हणा हरवला आहे यासाठी तुम्ही कोणत्याही पोलीस स्टेशनवर जाल, एटीटीएफकडे नाही. एटीटीएफ दहशतवाद्यांविरुद्ध काम करते, हे तुम्हाला चांगले ठाऊक आहे. आम्ही कोण आहोत हेही तुम्हाला ठाऊक आहे. अन् हे काही पोलीस स्टेशन नाही की फॅमिली कोर्ट नाही. तेव्हा तुम्ही आमच्याकडे का आलात? समजले ना मी काय म्हणतो ते?''

"अं ऽ?"

"मी तुम्हाला एक सरळ सरळ प्रश्न विचारतो आहे. मला त्याचे उत्तर फक्त एका शब्दात हवे आहे. शनिवारी ट्रान्स-कॉन्टिनेन्टल विमानाची जी दुर्घटना केनेडी विमानतळावरती झाली तिचा तुमच्या मेव्हण्याच्या गायब होण्याशी काही संबंध आहे का?"

"अं ऽ, सर, मीही या शक्यतेवर विचार करत आलो आहे."

"हो किंवा नाही." त्याचे वाक्य तोडीत मी म्हणालो.

त्याने आपली नजर खाली वळवित म्हटले, "होय."

"तुमच्या ह्या गायब झालेल्या मेव्हण्यावर जीवघेणे संकट कोसळले असण्याची शक्यता तुम्हाला वाटते का?"

त्याने होकारार्थी मान डोलावली.

"तुमचा हा मेव्हणा कदाचित मारलाही गेला असेल अशी काही शंका तुम्हाला येते आहे का?"

"होय."

"त्याच्याकडून आणखी काही एखादी माहिती तुम्हाला मिळाली आहे का, की ज्या आधारे त्याचा शोध घेता येईल? आहे काही असा एखादा धागा? नीट आठवून बघा." मी गॅब्रिएलकडे पाहिले. त्याने मग माझा तोच प्रश्न त्याला सावकाश अरेबिक भाषेत विचारला.

फादी आस्वादने त्याचे उत्तर अरेबिक भाषेत दिले. गॅब्रिएलने त्याचे भाषांतर करून सांगितले, "गमाल जब्बारने आस्वादला असे सांगितले होते की, 'जर आपले काही बरेवाईट झाले तर त्याने आपल्या कुटुंबियांची काळजी घ्यावी.' जब्बार त्याला पुढे असेही म्हणाला होता, की ही आलेली वर्दी स्वीकारणे भाग आहे. कसलाही दुसरा पर्याय नसल्याने नाईलाज झाला आहे. त्या दयाळू अल्लाने आपल्याला सुखरूप घरी परत आणावे."

आता तिथे कोणीच बोलत नव्हते. आस्वाद अत्यंत अस्वस्थ झालेला दिसत होता.

त्या शांततेचा फायदा घेत मी विचार करू लागलो. या माहितीचा आम्हाला ताबडतोब कसलाच उपयोग नव्हता. जर जब्बारच्या टॅक्सीत खलील बसला असेल तर विमानतळापासून ते न्यू जर्सीमधल्या पार्किंगच्या जागेपर्यंत त्याचा प्रवास झाला, एवढेच यातून निष्पन्न होते. म्हणजे जब्बारचा खून हा खलीलनेच केला असल्याचा दाट संभव आहे. मग टॅक्सीतून बाहेर पडून तो पसार झाला. पण कुठे? न्यूयॉर्कच्या विमानतळाकडे. तिथे तो कसा पोचला? दुसऱ्या टॅक्सीने? का खलीलचा आणखी एखादा साथीदार तिथे आपली गाडी घेऊन हजर होता? का एखादी भाड्याने वापरायला मिळणारी गाडी तिथे आधीच आणून ठेवली होती? अन् तिथून खलील

कोणत्या दिशेने गेला? पण शेवटी तो न्यूयॉर्कच्या महानगरातून निसटून गेला आणि पोलिसांच्या जाळ्याचा त्याने भेद केला.

मी आस्वादकडे पाहून त्याला विचारले, "आमच्याशी तुम्ही हा संपर्क साधल्याची माहिती इतर कोणाला आहे?"

त्याने नकारार्थी मान हलवली.

"तुमच्या बायकोलाही ही बातमी दिली नाही?"

त्याने माझ्याकडे 'काय वेड्यासारखे विचारताय' अशा नजरेने पाहिले. तो म्हणाला, "अशा गोष्टी मी बायकोबरोबर बोलत नसतो. बायका किंवा मुले अशा लोकांना या गोष्टी थोड्याच बोलायच्या असतात?"

मी उभा रहात म्हणालो, "अगदी बरोबर. ठीक आहे, मिस्टर आस्वाद, तुम्ही आमच्याकडे आलात हे फार चांगले केलेत. आमची तुमच्यावरती मर्जी राहील. तुम्ही तुमच्या कामाला जा आणि काही घडलेच नाही असे वागा."

त्याने यावरती खेदाने आपली मान हलवली.

मी पुढे म्हटले, "तसेच तुम्हाला आणखी एक बातमी सांगायची आहे, अन् ती चांगली बातमी नाही. तुमच्या मेव्हण्याचा खून झाला आहे!"

ते ऐकताच तो एकदम उठून उभा राहिला. काहीतरी बोलण्याची धडपड करू लागला; पण त्याच्या तोंडून शब्द फुटेना. तो मग गॅब्रिएलकडे नुसता बघत राहिला. गॅब्रिएलने त्याला अरेबिक भाषेत काहीतरी सांगितले. ते ऐकल्यावर त्याने खुर्चीत आपले अंग टाकले. आपला चेहरा दोन्ही हातांनी झाकून घेतला.

मी गॅब्रिएलला म्हटले, "जेव्हा पोलीस खात्याची मनुष्यहत्या विभागाची माणसे त्याच्याकडे येतील तेव्हा त्यांच्याशी त्याने काहीही बोलू नये, असे त्याला सांगा. तुमचे व्हिजिटिंग कार्ड त्याला द्या आणि त्याने ते त्या माणसांना दाखवावे. काय विचारायचे असेल ते तुम्हाला पोलिसांनी विचारावे."

गॅब्रिएलने माझे म्हणणे त्याला अरेबिक भाषेत समजावून सांगितले. आपले व्हिजिटिंग कार्डही त्याला दिले.

मी स्वत: एके काळी मनुष्यहत्या खात्यात काम करीत होतो; पण इथे तर मी एका साक्षीदाराला त्या खात्याच्या पोलिसांशी बोलू नको म्हणून सांगत होतो. त्याऐवजी एफबीआयकडे जा, असे म्हणत होतो. याचा अर्थ, माझ्यात बदल झाला आहे, असा होत होता. हा बदल तसा धूसर असला तरी तो झाला आहे, हे नक्की.

मी माझी ब्रीफकेस उचलली. गॅब्रिएल व मी बाहेर पडलो. मग एटीटीएफचा माणूस आत गेला. ध्वनिमुद्रित केलेल्या संवादांच्या आधारे तो फादी आस्वादची जबानी आता लिहून काढणार होता. त्यावर त्याची सही घेणार होता. मगच आस्वादला तिथून निघून जाता येणार होते.

कॉरिडॉरमधून जाताना मी गॅब्रिएलला म्हटले, ''या माणसावर चोवीस तास पाळत ठेवा. त्याच्या कुटुंबावरही लक्ष ठेवा. त्याची बायको व बहीण यांच्यावरही पाळत ठेवून त्या कुठे कुठे जातात यावर नजर ठेवा. याखेरीज आणखी काही करावे लागले तरी करा पण हा एक धागा आपल्या हातात आला आहे, असे मला वाटते.''

''जरूर करतो. हे काम झालेच समजा.''

''तसेच फादी आस्वादला या इमारतीमधून बाहेर पडताना कोणी रस्त्यावरून पहाणार नाही याची खबरदारी घ्या.''

''होय. आम्ही तसे नेहमीच करतो. मागच्या बाजूच्या एका चोर दरवाजाने त्याला बाहेर काढतो. कोणाच्याही ते लक्षात येणार नाही.''

''ठीक. तसेच त्या जब्बारचा जिथे खून झाला आहे तिथे आपली आणखी काही माणसे पाठवा. आजुबाजूच्या परिसरात किंवा गाडीने दिवसभराच्या अंतरात टॅक्सी-ड्रायव्हरचे अथवा अन्य कोणांचे काही मृत्यू झाले आहेत का ते पहा.''

''तीही चौकशी मी केव्हाच सुरू केली आहे.''

''छान. माझ्या या सूचनांमुळे मी तुम्हाला थोडा कमी लेखतो आहे असे तर नाही ना वाटत?''

यावर गॅब्रिएल हसत हसत म्हणाला, ''होय वाटते, पण थोडेसेच.''

मला त्याच्या या उत्तरावर हसू फुटले. दिवसभरात मी प्रथमच हसत होतो. मी त्याला म्हटले, ''वा ऽ! किती छान बोललात.''

''मग यातून शेवटी काय निष्कर्ष काढलात?'' गॅब्रिएल मला विचारीत होता.

''निष्कर्ष असा की, खलीलने अमेरिकेची भूमी अजून सोडली नाही. अन् तो कुठेही लपून बसला नाही. तो आपल्या ठरलेल्या मोहिमेवरती अद्यापही आहे. ती मोहीम पुरी करण्यासाठी तो प्रयत्न करतो आहे.''

''मलाही तसेच वाटते. ही कोणती मोहीम असेल?''

''तेच तर मी शोधून काढण्यासाठी धडपडतो आहे. तुम्हीही डोके लढवा. अन् तुम्ही मूळचे लिबियन आहात का?''

''नाही. अमेरिकेत लिबियन लोक फार नाहीत. मुळात लिबिया हा एक छोटा देश आहे. तिथली लोकसंख्याही फार नाही. त्यातून इकडे अमेरिकेत येऊन स्थायिक होणाऱ्यांची संख्याही त्यामुळे फारच थोडी आहे. मी मूळचा पॅलेस्टाईनमधील आहे.''

मग न रहावून मी त्याला म्हटले, ''मग तुम्हाला या अरब गुन्हेगारांविरुद्ध त्यांच्याशी संबंधित असलेल्या अरबांविरुद्ध काम करताना काही संकोच तर होत नाही ना?''

त्याने खांदे उडवत म्हटले, ''नाही. मी आता अमेरिकन झालो आहे. दुसऱ्या पिढीतला अमेरिकन. माझी मुलगी तर अमेरिकन वाटेल अशा पद्धतीने वागते आहे. बॉब कट, लिपस्टिक, आखूड चड्डी, असा तिचा पेहराव असतो. ती बापाला बेधडक सुनावते. तिने अनेक ज्यू मित्र जोडले आहेत.''

''मग तुम्हाला या बाबतीत सनातनी लोकांकडून धमक्या वगैरे येतात का?''

''सारख्या अधुनमधून येत असतात; पण त्यांना ठाऊक आहे की या मुलीचा बाप पोलिसात आहे; त्यातून एफबीआयमध्ये आहे. तेव्हा ते यापुढे फार जात नाहीत.''

शनिवारच्या आधी गॅब्रिएल असे बोलला असता तर मी ते मान्य केले असते; पण अमेरिकन पोलीस, एफबीआय, वगैरेंना न जुमानता ती विमान-दुर्घटना घडवली गेली. कॉन्क्विस्टाडोर क्लबमधील एफबीआयची माणसे मारली गेली. तेव्हा कायद्याच्या रक्षकांना आता कोण जुमानतो आहे? मी त्याला म्हटले, ''आपण न्यूयॉर्क पोलीसदलाला आणि उपनगरांमधील पोलीस विभागांना सांगून मोटारी भाड्याने देणाऱ्या सर्व संस्थांकडे चौकशी करायला सांगू. त्यांच्याकडच्या नोंदी तपासून एखाद्या अरब व्यक्तीला किंवा अरबी नाव वाटणाऱ्या व्यक्तीला गाडी भाड्याने दिली गेली का, याची चौकशी करायला सांगू. यामध्ये दोन एक आठवडे तरी जातील. तो एक लांबचा मार्ग असला तरी त्या मार्गानेही काही समजेल अशी आशा करू या. तसेच तुम्ही स्वत: त्या जब्बारच्या बायकोकडे जा. त्या विधवेकडून काही नवीन माहिती मिळते का पहा. कदाचित् जब्बार तिच्याशी काही तरी विश्वासात घेऊन बोलला असेल. शिवाय जब्बारचे मित्र आणि नातेवाईक कोणकोण आहेत ते शोधा. त्यांच्याशीही बोला. आपल्याजवळ आता एक पहिला धागा हातात आला आहे. हा धागा आपल्याला कोठवर नेऊन पोचवेल ते सांगता येत नाही. पण तरीही मी फार अपेक्षा करत नाही.''

गॅब्रिएल विचार करीत म्हणाला, ''असे धरून चालू या की गमाल जब्बारला खलीलनेच ठार मारले. नंतर आपण आता फक्त मृत व्यक्तींचाच शोध घेत जात आहोत. म्हणजे जरी माग लागत गेला तरी त्याचा फारसा उपयोग नाही. गुन्हेगार आपले काम फत्ते करीत पुढे जातच राहाणार. आपण फक्त त्याचा मागोवा घेत राहू. त्याला रोखू शकत नाही. विमानतळावरून खलील सुटल्यावर आपण फक्त असेच करीत आलो आहोत, असेच म्हणायला पाहिजे.''

मी हसून म्हटले, ''असे झाले आहे खरे. ती जब्बारची टॅक्सी कुठे आहे आत्ता?''

''न्यू जर्सी राज्याच्या पोलिसांच्या ताब्यात आहे. तिची तपासणी चालूच आहे. वैद्यकीय व रासायनिक प्रयोगशाळांचे अहवाल लवकरच येतील. जर उद्या ही केस कोर्टात उभी राहिली तर त्या वेळी ते अहवाल पुरावे म्हणून पुढे करता येतील.''

"बरोबर आहे."

धागे, बोटांचे ठसे, पॉईंट फॉर्टी जातीचीच ती गोळी असल्याचे पुरावे यावरून विमानात बळी पडलेल्या एफबीआयच्या त्या दोन पिस्तुलांचाच वापर केला गेला, हे सिद्ध करता येईल. पोलिसांचे हे काम नेहमीचेच आहे. असे पुरावे गोळा करण्यासाठी आठवडेच्या आठवडे जातात. जर एखाद्या संशयितावर आरोप ठेवून तोच गुन्हेगार आहे हे सिद्ध करायचे असेल, तर तुम्हाला असा ठाम व कोणता तरी प्रत्यक्ष पुरावा लागतो. अप्रत्यक्ष पुरावे, अनुमान, अंदाज व तर्क अजिबात चालत नाही. मी 'जॉन जे' संस्थेत शिकवताना माझ्या विद्यार्थ्यांना नेहमी हे सांगत आलो होतो.

ही केस सुरू करतानाच आम्हाला गुन्हेगाराचे नाव कळले होते, त्याचे छायाचित्र मिळाले होते, बोटांचे ठसे व डीएनएचे नमुने मिळाले होते. त्याखेरीज गुन्ह्याच्या जागी शेकडो पुरावे प्रयोगशाळेच्या माणसांनी गोळा केले होते. असद खलील हाच या साऱ्या गुन्ह्यामागे आहे हे कोर्टात सिद्ध करणे तर सहज सोपे होते. त्या बाबतीत कसलीच समस्या नव्हती. फक्त हा गुन्हेगार भलताच चपळ निघाला होता. तो पहाता पहाता आमच्या हातावर तुरी देऊन निघून गेला होता. एखादा ओला झालेला निसरडा व गुळगुळीत साबण हातातून निसटावा तसा तो निसटला होता. अन् या गुन्हेगाराकडे धाडस होते, एक तल्लख मेंदू होता, तो क्रूर होता आणि पुढे कशा हालचाली करायच्या याचे त्याला स्वातंत्र्य होते.

गॅब्रिएल म्हणत होता, "आपण लिबियन लोकांच्या वस्तीवर आपले लक्ष केंद्रित करतो आहोत. पण त्यांच्यापैकीच एकाचा खून झाला आहे असे कळल्यावर ते तितकेसे खुल्या मनाने बोलणार नाहीत. किंवा कदाचित् आपल्या माणसाच्या खुन्याचा शोध लागलाच पाहिजे या भावनेने ते चिडून खूप प्रतिक्रिया व्यक्त करीत बोलतील."

"होय, कदाचित. खलीलचे या देशात कोणी साथीदार नसतील असेच मला वाटते. असलेच तर ते निदान सध्या हयात नसावेत."

"कदाचित नसतील. ठीक आहे, मिस्टर कोरी. मी आता कामाला लागतो. अन् वेळोवेळी तुम्हाला कळवित जातो. तसेच आजची ती फादी आस्वादची मुलाखतही वरती योग्य ठिकाणी पोचवा."

"होय, एफबीआयची काही माणसे आता त्या फादी आस्वादकडे सिगारेटस्, नशिले पदार्थ, वगैरे चोरट्या मालासाठी जातील. त्याकडेही लक्ष ठेवा."

"ठीक आहे," असे म्हणून गॅब्रिएल त्या इन्ट्रॉगेशन रूमकडे निघून गेला.

मी पुन्हा माझ्या कामाच्या टेबलापाशी आलो. संध्याकाळचे सहा वाजून गेले होते तरी ऑफिस गजबजले होते. कामाची लगबग चालू होती. मी ब्रीफकेस

टेबलावर ठेवून केटच्या घरी फोन केला. पण तिचा ध्वनिमुद्रित आवाज मला ऐकू आला व निरोप ठेवण्याची विनंती केली गेली.

मी तो निरोप ठेवला. कदाचित् तिने घरी फोन करून ध्वनिमुद्रित झालेले निरोप व्हॉईस बॉक्स उघडून ऐकले तर तिला कळावे या हेतूने तो निरोप ठेवला. मग मी तिचा मोबाईल फोनचा नंबर फिरवला; पण तोही फोन पलीकडून उचलला गेला नाही. मग मी जॅक कोनिगला त्याच्या घरी फोन लावला. पण त्याच्या बायकोने सांगितले की जॅक केव्हाच विमानतळावरती गेला आहे. मग मी त्याचा मोबाईल फोनचा नंबर फिरवला. पण तोही पलीकडून घेतला जात नव्हता.

मला बेथ पेनरोजची आठवण झाली. मी तिला घरी फोन केला. ती घरी नव्हती म्हणून तिच्या आन्सरिंग मशीनवर मी निरोप ठेवण्यासाठी म्हटले, ''मी हातात घेतलेल्या या केसवरती चोवीस तास काम करतो आहे. मला त्यासाठी प्रवासही करावा लागेल. मला माझी ही नोकरी आवडते. मला माझी साहेब मंडळी आवडतात. माझे नवीन ऑफिसही मला आवडते. माझे आयुष्य मला आवडते. माझा इथला नवीन फोन नंबर असा आहे...'' असे म्हणून मी शेवटी म्हटले, ''बरेच दिवसांत आपली गाठ नाही. मला तुझी आठवण येऊन चुकल्याचुकल्यासारखे होते. लवकरच भेटू.'' एवढे म्हणून मी फोन खाली ठेवला. पण मी तिला शेवटी 'आय लव्ह यू' असे म्हणण्यास विसरलो.

मग मी कॅप्टन स्टेनला फोन केला. त्याच्या सेक्रेटरीने घेतल्यावर तिला मी त्याची भेटीची वेळ देण्यास सांगितले. मला त्याला ताबडतोब भेटायचे होते; पण तिने यावरती सांगितले की, साहेब आत्ता निरनिराळ्या मीटिंग्ज आणि वार्ताहर परिषदा घेत आहेत. मग मी मुद्दाम त्याच्यासाठी असा काही चमत्कारिक व गोंधळ उडणारा निरोप ठेवला की तो निरोप मलाही कधी कळला नसता.

थोडक्यात, प्रत्येकाला काहीना काही कळवण्यासाठी मी फोन करून ठेवले. आता माझ्यावर 'अजिबात संपर्क साधत नाहीस' असा आरोप कोणीही करू शकणार नव्हते. मी शांतपणे बसून आरामात माझी बोटे मोडू लागलो. माझ्या भोवतालची सारी मंडळी कामात मग्न होती. अन् मी मात्र कामात गर्क नसलो तरी तसे वाटत नव्हते.

माझ्या टेबलावरील कागदपत्रे मी चाळली; पण माझ्यावर आधीच निरुपयोगी माहितीचा भडिमार झाला होता. केससाठी बाहेर जाऊन काहीही काम करता येण्याजोगे नव्हते. म्हणून मी येथे इन्सिडंट कमांड सेंटरमध्येच थांबून राहिलो. अचानक काही नवीन गोष्ट उद्भवली तर येथेच असावे, असा माझा यामागचा विचार होता. मी येथे आज रात्री दोन-तीन वाजेपर्यंतही थांबू शकत होतो. न जाणो, एखादे वेळेस अमेरिकेच्या राष्ट्राध्यक्षांनी मला फोन केला तर आपण इथे असलेले

बरे, असा मी एक सुखद विचार करून पाहिला. शिवाय इथून निघताना मी जिथे जात आहे तिथला फोन नंबर मला द्यावा लागणार होता. म्हणजे कोणाला जर माझ्यावर वार करायचा असेल तर मी घरी सापडणार होतो किंवा वाटेतल्या 'गिओलीज्' या रेस्टॉरन्टमध्ये बीअर पिताना सापडणार होतो.

मग मला आठवले, की मी माझा इन्सिडंट रिपोर्ट अजून टाईप केला नाही. शनिवारच्या दुर्घटनेचा अहवाल माझ्याकडून मुख्य कचेरीला हवा होता. कोनिगच्या ऑफिसकडून मला वारंवार त्याची आठवण इ-मेलवरून करून दिली जात होती. मला त्यामुळे मनात राग येत होता. खरे म्हणजे जिथे जिथे मी बोललेले ध्वनिमुद्रित झाले— म्हणजे एफबीआयची मुख्य कचेरी, कोनिगच्या ऑफिसातील दोन सभा— त्यांच्या ज्या लेखी प्रती काढल्या गेल्या त्यावरती मी सही करायला तयार होतो; पण मुख्य कचेरीला ती कल्पना पसंत नव्हती. त्यांना माझ्या शब्दातच मी पाहिलेल्या घटनेचा अहवाल हवा होता. त्यात मी काय काय व कसे कसे काम केले, त्या साऱ्याचा तपशील ते मागत होते. माझी स्मृती ते अक्षरशः पिळून काढीत होते. मी कॉम्प्युटर चालू केला व वर्ड प्रोसेसरमध्ये टाईप करू लागलो.

कोणीतरी माझ्याकडे चालत आले नि मला एक बंद पाकीट देऊन गेले. त्यावरती URGENT FAX—YOUR EYES ONLY असे छापले होते. याचा अर्थ, यातील फॅक्सचा मजकूर माझ्याखेरीज अन्य कोणीही वाचू नये, असा होता. मी पाकीट उघडून पाहिले. फ्रॅन्कफुर्टमध्ये झालेल्या त्या घटनेचा तो एक प्रथम पहाणीचा अहवाल होता. बँकेत मारल्या गेलेल्या व्यक्तीचे नाव त्यात होते. तो एक अमेरिकन ज्यू होता. त्याने आपल्या तिथल्या बँकेची गुंतवणूक ही बँक ऑफ न्यूयॉर्कमध्ये केली होती. तो अहवाल वाचल्यावर मी निष्कर्ष काढला की ही व्यक्ती चुकीच्या वेळी चुकीच्या जागी अक्षरशः चुकून हजर होती, म्हणूनच मारली गेली. युरोपमध्ये बँका उघडलेले हजारो अमेरिकन होते. ते कोणत्याही वेळी सापडू शकत होते. अन् त्यांच्यात ज्यू धर्मीयांप्रमाणे ख्रिश्चन धर्मीयही बरेच होते. माझी खात्री होती की ही बळी गेलेली व्यक्ती अगदी सहजासहजी सापडणारी, कोणालाही भेटणारी व सज्जन अशी असली पाहिजे. अशा व्यक्ती म्हणजे खुनी माणसाचे अगदी 'सुलभ सावज' असते. असद खलीलसारख्या दिसणाऱ्या खुनी व्यक्तीने हा बळी घेतला होता. पण जी माणसे संशय व गोंधळ यावरतीच आपले जीवन घालवित स्वतःची भरभराट करून घेत असतात त्यांच्या मनात मात्र त्यामुळे असद खलीलचा संशय आला होता.

माझ्या टेबलावर आणखी दोन कागद येऊन पडले. माझ्या दृष्टीने ते सर्वांत महत्त्वाचे होते. ते होते इटालियन व चायनीज खाद्यपदार्थांची नावे असलेले कागद. मीच ते मागवून घेतले होते.

एवढ्यात माझा फोन वाजला. फोनवरती केट आली होती. ती म्हणत होती, "अजून तुम्ही *तिथे* काय करत बसला आहात?"

"मी बाहेर जाण्याआधी काही खाद्यपदार्थांचे मेनू मागवून घेतले आहेत. ते आत्ता वाचतो आहे. अन् तू कुठे आहेस आत्ता?"

"कुठे असणार असे वाटते? मी आत्ता विमानतळावरती आहे. जॅक कोनिग व मी बिझनेस क्लास लाऊंजमध्ये आलो आहोत. तुमची आम्ही वाट पहात आहोत. तुमचे तिकीट आमच्याकडे आहे. तुम्ही सामानाची आवराआवर केली की नाही? जवळ पासपोर्ट तरी आहे का?"

"नाही. ऐक मी काय—"

"जरा थांबा."

ती जॅक कोनिगशी बोलत आहे असे मला आवाजावरून जाणवले. काही क्षणातच ती परत बोलू लागली, "ते म्हणत आहेत की तुम्हाला आमच्याबरोबर यावेच लागेल. पासपोर्ट जवळ नसला तरी चालेल. त्यासाठीची तरतूद करता येईल. विमान सुटायच्या आत इकडे या. हा त्यांचा हुकूम आहे."

"जरा शांत हो आणि माझे नीट ऐक. मला इथे एक खलीलचा धागा सापडला आहे असे वाटते." मी तिला काय झाले ते सांगितले. खलीलनेच जब्बारचा खून केला असावा, वगैरे वगैरे सांगितले.

माझ्या बोलण्यात कुठेही अडथळा न आणता तिने माझे सारे बोलणे नीट ऐकून घेतले. नंतर ती म्हणाली, "जरा थांबा."

थोड्या वेळाने परत ती फोनवर बोलू लागली, "तुमचे बोलणे मी कोनिग यांना सांगितले; पण तरीही त्यातून असे सिद्ध होत नाही की खलीलने न्यूयॉर्कहून विमान पकडले नाही व तो युरोपात निघून गेला नाही."

"कम ऑन, केट. खलील केनेडी विमानतळावर आल्यावर त्याच्यापासून आंतरराष्ट्रीय विमानांचे टर्मिनल हे अवघ्या अर्ध्या मैलांवरती होते. नंतर दहा मिनिटातच केनेडी विमानतळाच्या पोलिसांना आणि न्यूयॉर्क विमानतळाच्याही पोलिसांना खलीलबद्दल सावध केले होते. केनेडी विमानतळापासून न्यूयॉर्क विमानतळाला जायला कोणत्याही वाहनाने किमान एक तास तरी लागतो. अन् लगेच पळून जाण्याइतपत असद भित्रा नाही. तो एक सिंह आहे, शेळी नाही."

"जरा थांबा."

पुन्हा ती कोनिगशी बोलताना मला ऐकू आले. मग परत ती फोनवर बोलू लागली, "कोनिग म्हणत आहेत की, गुन्हेगाराची मोडस ऑपरेन्डी पहाता आणि फ्रॅन्कफुर्टमधील साक्षीदारांनी केलेले वर्णन खलीलशी अगदी मिळतेजुळते —"

"जरा त्यांना दे बरं फोन."

कोनिग फोनवर बोलू लागला. मला न पटणारे बोलू लागला. मी त्याचे संभाषण मध्येच तोडून टाकीत म्हटले, ''मोडस ऑपरेन्डी आणि ते वर्णन खलीलशी मिळतेजुळते असणारच. कारण आपली तशीच समजूत व्हावी यासाठी गुन्ह्याचे सूत्रधार जाणूनबुजून आपल्याला फसवू पहात आहेत. या शतकामधला सर्वांत मोठा गुन्हा केल्यानंतर असद खलील केवळ जर्मनीमधल्या बँकेतल्या माणसाला ठार करण्यासाठी ताबडतोब अमेरिकेतून पळ काढेल असे अजिबात वाटत नाही. जर न्यूयॉर्कच्या विमानतळावर जाऊन तिथून त्याला पळ काढायचा असेल तर तो टॅक्सी ड्रायव्हरला वाटेत कशासाठी ठार मारेल? तेव्हा मी काही फ्रॅन्कफुर्टला येत नाही. तुम्हाला हवे तर जा तिकडे. थँक्स!'' जॅक कोनिग माझ्या बोलण्यावर काही प्रतिक्रिया व्यक्त करायच्या आत मी फोन बंद केला.

माझ्या या उद्धट बोलण्यावरती माझी नोकरीतून हकालपट्टी होण्याचा संभव होता. म्हणून मी आत्ता टाईप केलेला अर्धवट अहवाल बॅगेत टाकला. टेबलावरील कागदांमधून फक्त शनिवारच्या दुर्घटनेशी निगडित असलेले कागद वेगळे केले. त्यात न्यायवैद्यकशास्त्राचे अहवाल, विमानतळ-पोलिसांचे अहवाल, फेडरल एव्हिएशन एजन्सीने माझ्याविरुद्ध केलेली जोरदार तक्रार, आपापल्या आसनात मृत पावलेल्या प्रवाशांची तशाच स्थितीमधील छायाचित्रे, विषशास्त्रज्ञांकडून आलेला अहवाल - त्यामध्ये तो विषारी वायू हा सायनाईड होता असा निष्कर्ष - आणि इतर बरेच काही होते.

या कागदाच्या चळतीमध्येच कुठेतरी गुन्हेगार शोधण्यासाठीचा धागा लपला असेल, नक्कीच असेल; पण ते शोधण्याची दृष्टी असणाऱ्यालाच ते समजेल. ज्यांनी आपल्या डोळ्यांना झापडे लावली आहेत त्यांनी हे कागद वाचले, माझा अहवाल वाचला तरी त्यांना त्यात फार तर स्पेलिंग्जच्या चुकाच दिसतील. स्पेलचेकने त्या दुरुस्त करतील. 'स्पेलचेक' शब्दामुळे एक गोष्ट माझ्या लक्षात आली. मी माझा अहवाल त्यांना मुख्य कचेरीला पाठवल्याखेरीज ते माझ्या पगाराचा 'चेक' मला देणार नाहीत. तो चेक ते रोखून धरतील. मी माझी खुर्ची फिरवून मुकाट्याने कॉम्प्युटरवरती माझा अहवाल पूर्ण करायला लागलो. मी माझ्या अहवालाची सुरुवात एका फ्रेंच विनोदाने केली होती. तो विनोद मी आता काढून टाकला आणि परत माझा अहवाल नीट टाईप करू लागलो.

पावणेनऊ वाजता केट चालत आली व माझ्या टेबलासमोर बसली. मला टाईप करताना पाहून ती काहीही बोलली नाही. काही मिनिटांनी मला तिचे मौन असह्य होऊ लागले. माझ्या हातून स्पेलिंगच्या चुका होऊ लागल्या. म्हणून मी वर पहात तिला म्हटले, ''काय, कसे काय आहे फ्रॅन्कफुर्ट?''

ती यावर काही बोलली नाही. तिला थोडासा राग आलेला मला दिसला. तिचा

चेहराच तसा सांगत होता.

मी विचारले, "जॅक कोनिग कुठे आहेत?"

"ते फ्रॅन्कफुर्टला गेलेत."

"उत्तम. मला त्यांनी नोकरीवरून काढून टाकले ना?"

"नाही. पण तुम्हाला तेच हवे होते ना?"

"मी कोणाच्याही धमकीची दखल घेत नाही."

"मग कशाची दखल घेता?"

"तशी कशाचीच नाही पण जर माझ्या डोक्याला कुणी पिस्तुलाची नळी लावली तर मात्र मला दखल घ्यावीच लागते."

"त्या आस्वादला तुम्ही विचारलेले प्रश्न आणि त्याने दिलेली उत्तरे, हे सारे मला सांगा पाहू."

मग मी तिला सांगत गेलो. अगदी तपशीलवारपणे. नंतर तिने मला अत्यंत योग्य असे बरेच प्रतिप्रश्न केले. ती खरोखरच हुशार होती. म्हणून तर ती आत्ता लुफ्तांसा कंपनीच्या फ्रॅन्कफुर्टला जाणाऱ्या विमानात न बसता इथे हॉलमध्ये येऊन बसली होती.

ती म्हणाली, "म्हणजे शेवटी तुमचे असे मत झाले की खलीलने ती टॅक्सी सोडून तिथून दुसऱ्या एका मोटारीने पलायन केले. हो ना?"

"होय, मला तसे वाटते."

"पण मोटारीतून जाण्याऐवजी बसमधून का नाही तो जाऊ शकला?"

"याचे कारण खून केल्यावर खुनी माणसाला त्या जागेपासून त्वरेने लांब पळून जायचे असते. तो बसची वाट पहात थांबणार नाही. शिवाय खलीलला जिथे कुठे जायचे होते तिथे नेण्यासाठी त्याने जब्बारला सांगितले असते तर त्याने आपली टॅक्सी तिकडे बिनबोभाट नेली असती."

"पण तुमचा हा सिद्धांत निसरड्या जमिनीवर उभा आहे असे मला वाटते."

"येस, मॅडॅम."

काही क्षण विचार करून ती म्हणाली, "ठीक आहे, मी मानते की त्या पार्किंगच्या जागेत खलीलला तिथून पळून जाण्यासाठी एक मोटरगाडी आधीपासून उभी होती. त्या गाडीकडे कोणाचेही कधी लक्ष जाणार नाही की कसलाही संशय येणार नाही. जब्बारने खलीलला त्या गाडीपर्यंत आणून सोडले. मग खलीलने मागच्या आसनावरून जब्बारवरती एकच फॉर्टी कॅलिबरची गोळी मागून झाडली. ती गोळी जब्बारच्या मणक्याला भेदून व त्याला मृत्यू देऊन गेली. मग खलील त्या दुसऱ्या आधीपासून उभ्या असलेल्या गाडीत बसून निघून गेला; पण ती दुसरी गाडी कोणी चालवली? एखाद्या ड्रायव्हरने की खलीलच्या साथीदाराने?"

"तसे काही झाले असेल असे मला वाटत नाही. त्याला ड्रायव्हरची गरज कशाला लागेल? त्याला जे काही साध्य करायचे आहे ते तो एकट्याने साध्य करतो आहे. त्याने बहुधा युरोपात खूप वेळा गाडी चालवली असावी. हायवेवरती गाडी चालवण्याचा सराव त्याला असेल तर तो कशाला वेगळा ड्रायव्हर घेईल? त्याला फक्त गाडीच्या किल्ल्या आणि गाडीसंबंधी कागदपत्रे हवीत. तीही त्याने जब्बारकडूनच मिळवली असणार. जब्बारने त्याला मदत केली असणार, पण त्यामुळेच त्याला खूप काही कळत गेले. मग अर्थातच जब्बारला उडवणे खलीलला भाग पडले. त्याच्याजवळ फक्त एखादी प्रवासी बॅग असली तरी पुरे. जब्बारने आणून ठेवलेली दुसरी टॅक्सी किंवा दुसरी एखादी गाडी घेऊन तो तिथून झटकन निघून गेला. त्याच्याकडे आपल्या बदललेल्या नावाची ओळख पटवणारी खोटी कागदपत्रे, पैसे, वेषांतराचे साहित्य आणि गरजेपुरत्या काही वस्तू एवढेच असणार. ही योजना आधीपासून ठरलेली असणार म्हणून तर त्याने विमानातील एफबीआयच्या एजंटांच्या सामानातून पिस्तुलांखेरीज काहीही घेतले नाही. त्याने आता वेषांतर केलेले असून तो दुसराच कोणीतरी बनला आहे आणि अमेरिकन महामार्गांच्या जाळ्यामध्ये तो मोकाट सुटला आहे."

"तो कुठे जात असेल?"

"ते मला सांगता येत नाही; पण आत्तापर्यंत त्याने कमीत कमी झोप घेऊन भरपूर ड्रायव्हिंग केले असणार. म्हणजे एव्हाना तो पार मेक्सिकोच्या सरहद्दीपर्यंत पोचला असणार. किंवा तो अमेरिकेच्या पश्चिम किनाऱ्यापर्यंत पोचला असू शकेल. ताशी ६५ मैल १५ तासांच्या प्रवासाचे अंतर हे सुमारे हजारएक मैल तरी भरेल. या हजार मैलांच्या त्रिज्येच्या वर्तुळाचे क्षेत्रफळ किती येईल बरे? पाय गुणिले त्रिज्येच्या वर्ग... म्हणजे..."

"आले माझ्या लक्षात."

"गुड! हा खुनी माणूस अमेरिकन हायवेवरून मोकाट सुटला आहे असे आपण समजले आणि उगाच हॉलिवूडचे डिस्नेलॅन्ड पहाण्याऐवजी त्याला काहीतरी वेगळे करायचे आहे, असेही आपण समजू. मग अशा वेळी त्याची पुढची चाल कोणती होती याची बातमी येईपर्यंत आपल्याला स्वस्थपणे वाट पहावी लागणार आहे. दुसरे काहीही करता येणार नाही. फार तर त्याला कोणीतरी ओळखून आपल्याला तसे कळवेल अशी आपण आशा करू या."

पटल्यासारखी मान हलवून ती उठून उभी राहिली. ती म्हणाली, "मी खाली टॅक्सी थांबवून ठेवली आहे. त्यात माझे सामान आहे. मी आता सरळ घरी जाणार आहे. मला घरी सर्व सामान पुन्हा नीट लावायचे आहे."

"त्यासाठी मी काही मदत करू का?"

"तुम्ही खाली या. मी टॅक्सीत तुमची वाट पहाते," असे म्हणून ती निघून गेली.

मी काही मिनिटे काम करीत बसलो. पण तेवढ्या वेळात माझ्या टेबलावरती बरेच कागद आणून टाकले गेले आणि माझा फोन खणखणला.

मला समजेना की मी केटला 'मी काही मदत करू का?' असे का म्हणालो. मला माझे तोंड बंद ठेवण्यास शिकले पाहिजे.

पूर्वी एक काळ असा होता की एखाद्या स्त्रीच्या घरी एक रात्र काढण्यासारख्या परिस्थितीला तोंड देण्यापेक्षा एखाद्या पिसाट खुन्याला तोंड देण्याचे मी अधिक पसंत केले असते. कारण त्या खुन्यासमोर आपली परिस्थिती नक्की काय आहे हे ठाऊक असते आणि त्याच्याशी जे बोलणे होत असते ते अत्यंत कमी व मुद्द्याला धरून असते.

माझा फोन खणखणत होता. तसे पाहिले तर त्या हॉलमध्ये बऱ्याच ठिकाणी फोन वाजत होते. त्यांच्या आवाजामुळे मला थोडीशी धाकधूक वाटू लागली. माझ्या टेबलावरचा फोन हा नक्की केटच्या मोबाईलवरून आलेला असणार. तिने खालून टॅक्सीतून तो केला असणार. एखाद्या खुन्याला माझे डोके खाली करून मुसंडी मारायला मी कचरणार नाही; पण जेव्हा केव्हा कामक्रीडेचा प्रश्न येतो तेव्हा मला त्यात कसे शिरावे, कसे सुचवावे, हे समजेनासे होते. मी गोंधळून जातो. त्या चक्रव्यूहात मी पूर्णपणे दिशाहीन होऊन जातो.

मला पुढे भविष्यात माझ्यावर कोसळणाऱ्या संकटांची जाणीव आधी होते. तसेच, भावी काळातील अडचणीही मला आधी समजतात. बेथ पेनरोज हिच्यामध्ये मी गुंतलो होतो. अगदी सरळसोटपणे. मला त्या संबंधात गुंतागुंत आणायची नव्हती किंवा माझे पुढचे आयुष्य गुंतागुंतीचे करून सोडायचे नव्हते.

म्हणून मी निर्णय घेतला की केटच्या घरी आज रात्र काढायची नाही. खाली जाऊन तिला 'तू घरी जा' असे सांगितले पाहिजे. मी माझा कोट घेतला, ब्रीफकेस घेतली आणि खाली जाऊन तिच्या टॅक्सीत बसलो.

३९

असद खलीलने पुन्हा आय-९५ क्रमांकाचा महामार्ग धरला. तो त्या रस्त्याने परत मागे येत होता, जॅक्सनव्हीलपासून दूर जात होता. जार्जिया राज्याची सरहद्द ओलांडून त्याने साऊथ कॅरोलिना राज्यात प्रवेश केला. याच मार्गावर असताना त्याने

पॉल ग्रेच्या घरातून घेतलेल्या सर्व सीडी फेकून दिल्या.

मग त्याने सावकाश सकाळपासून घडलेल्या प्रसंगांची मनातल्या मनात उजळणी केली. आपण पॉल ग्रेच्या घरात पाडलेले खून कधी उघडकीस येतील याचाही तो विचार करू लागला. आज संध्याकाळपर्यंत त्या साफसफाई करणाऱ्या बाईच्या घरचे लोक तिची चौकशी करीत तिथे येतील. तेव्हाच हा सारा प्रकार उघडकीस येईल किंवा पॉल ग्रेची चौकशी करीत कुणी आले तरीसुद्धा ते खून उघडकीस येतील. मग या खुनामागच्या कारणांची उकल करताना त्याच्या घरातील खास सॉफ्टवेअरच्या चोरीचा हेतू होता, असे समजले जाईल. पण असे सारे भासावे हाच त्याच्या योजनेचा भाग होता. परंतु त्या वैमानिक स्त्रीचा विचार आपल्या योजनेत नव्हता, हे त्याच्या आत्ता लक्षात आले. आज संध्याकाळी किंवा उद्या सकाळी, स्प्रूस क्रीकमधील खुनांना वाचा फुटेल व प्रसिद्धी लाभेल. मग अल्फा एव्हिएशन सर्व्हिसेसमधील कोणाच्या तरी नजरेस ती बातमी पडणार. त्या वैमानिक स्त्रीला पॉल ग्रे हे नाव सहज आठवेल. त्याच्या हॅन्गारवरती नव्हते का ते लिहिले. त्याला ते आधी ठाऊक नसल्याने त्याच्या योजनेतल्या गुप्ततेला तडा गेला होता.

मग ती वैमानिक स्त्री पोलिसांना फोन करेल व तिला जे जे ठाऊक आहे ते ती त्यांना सांगेल. लिबियात असे कधीच घडणार नाही. कोणीही आपण होऊन पोलिसांना फोन करणार नाही; पण अमेरिकेत मात्र असे घडू शकते याची बोरिसला कल्पना होती.

खलीलला ते सारे आठवले. वैमानिकाला संपवायचे की नाही याबद्दल खलीलनेच तारतम्य वापरून निर्णय घ्यावा, असे बोरिसने त्याला सांगितले होते. तो म्हणाला होता, ''जर तू त्या वैमानिकाला ठार केलेस तर मग ज्यांना ज्यांना तुझ्या त्या विमानप्रवासाची माहिती आहे आणि ज्यांनी तुझा चेहरा पाहिला, त्या सर्वांना ठार करावे लागेल. मेलेली माणसे कधी पोलिसांकडे जात नाहीत; पण तू जितके अधिक खून पाडत जाशील तितका पोलिसांचा तुला पकडण्याचा निश्चय पक्का होत जाईल. एखाद्याच व्यक्तीचा त्याच्या घरात शिरलेल्या चोराने खून पाडला तर फारशी खळबळ माजत नसते. जॅक्सनव्हिलमध्ये तुझ्याकडे कोणी लक्ष दिले नाही तर तुला नशीबवानच म्हटले पाहिजे.''

आपल्याला त्या साफसफाई करणाऱ्या स्त्रीला ठार मारणे भागच पडले होते, असे त्याला वाटू लागले. असाच प्रकार आपण वॉशिंग्टनमध्ये नव्हता का केला. त्यामुळेच तर आपल्याला खुनाच्या जागेपासून दूर जायला पुरेसा अवसर मिळाला. आता ही अमेरिकन माणसे केवळ घराची सफाई करायला नोकरमंडळी कशाला ठेवतात? आपले घर आपण स्वत:च नको साफ करायला? बोरिसला हे एकदा सांगितले पाहिजे.

थोडक्यात काय, पोलीस आता खलीलचा शोध घेणार नाहीत. ते एका चोराचा शोध घेत रहातील. तसेच, त्याने भाड्याने घेतलेल्या त्या मर्क्युरी गाडीचा ते शोध घेणार नाहीत. कारण त्या वैमानिकाने कधीच ती गाडी खलीलजवळ पाहिली नव्हती. जर त्या वैमानिक स्त्रीने पोलिसांना सांगितलेच तर काय सांगणार? एक ग्रीक माणूस वॉशिंग्टनहून विमानाने निघाला असून तो अथेन्सच्या वाटेवरती आहे, असेच सांगणार ना. पण हे सारे पोलीस किती बावळट व मूर्ख निघताहेत त्यावरती अवलंबून आहे.

आणखीही एक शक्यता होती. जर त्या वैमानिक स्त्रीने उद्याची वर्तमानपत्रे वाचली तर तिला आपला प्रवासी कोण आहे, याची कल्पना येणार होती. ती आपल्याशी सलगी करून मैत्री वाढवू पहात होती. यात नक्कीच तिचा स्वार्थ दडला होता. तेव्हा ती बातमी वाचल्यावर तिला धक्का बसणार होता. मग ती चिडून पोलिसांकडे जाण्याची शक्यता होती. तेव्हा तिला आपण ठार करायला हवे होते, हे त्याला आत्ता उमगले. मग तो स्वत:ची समजूत घालू लागला. तिच्यावर दया करायची म्हणून आपण तिला जिवंत सोडले असे नाही, तर तिला संपवण्याची आपल्याला गरज वाटली नाही, म्हणून आपण तसे केले. बोरिस या बाबतीत काय म्हणाला होता? त्याला अमेरिकन लोकांच्या प्राणांबद्दल कसलेही सोयरसुतक नव्हते. पण निष्कारण अधिकाधिक व्यक्तींना ठार करण्याने मूळ योजनेचा विचका होऊ शकतो, असे त्याचे म्हणणे होते. विमानातील एकूणएक प्रवाशांना विषारी वायू सोडून ठार करण्याची कल्पना म्हणूनच त्याला मंजूर नव्हती. इतक्या मोठ्या प्रमाणातला संहार म्हणजे एक मूर्खपणा ठरेल, असे तो म्हणाला होता.

त्यावर मलिकने बोरिसला सुनावले होते की, "रशियातील तुमच्या आधीच्या कम्युनिस्ट सरकारने क्रांती झाल्यापासून आजवर दोन कोटी लोकांना ठार केले होते, तर महंमद पैगंबराच्या काळापासून इस्लामी लोकांनी आत्तापर्यंत ठार केलेल्या माणसांची संख्या ही या आकड्यापेक्षा नक्कीच कमी भरेल. तेव्हा उगाच आम्हाला शहाणपण शिकवू नका. तुम्ही ठार केलेल्या लोकांची संख्या गाठायला आम्हाला अजून कित्येक वर्षे लागणार आहेत.''

यावर बोरिसने काहीही उत्तर दिले नाही.

त्या महामार्गावरून गाडी चालवित असताना खलीलला हे सारे आठवत होते; पण पॉल ग्रेचा विचार त्याच्या डोक्यात परत परत उगवत होता. जनरल वेक्लिफ व त्याची पत्नी हे जेवढ्या धैर्याने व शौर्याने मृत्यूला सामोरे गेले होते, तसे पॉल ग्रेने केले नव्हते; पण तरीही 'आपल्याला मारू नये, दया करावी' असली याचनाही त्याने केली नव्हती. आता जेव्हा विल्यम सदरवेटला ठार करण्याची वेळ येईल तेव्हा आपण काहीतरी वेगळीच पद्धत वापरावी, असे त्याने ठरवले. लिबियात

त्याला सांगितले गेले होते की ह्या लेफ्टनंट सदरवेटच्या आयुष्यात काही दुर्दैवी प्रसंग घडले होते. त्याच्या मानसिक यातना तो भोगत होता. म्हणून बोरिस त्याला म्हणाला होता, "त्याला ठार करणे म्हणजे त्याच्यावरती उपकारच करण्यासारखे आहे." खलील यावर म्हणाला होता, "कोणत्याही माणसाला आपण मरावे असे वाटत नाही. इतरांना ठार करण्यात मला जेवढा आनंद वाटतो, तेवढाच आनंद मला त्याला ठार करताना होईल."

त्याने गाडीतल्या डॅशबोर्डवरच्या घड्याळात पाहिले. दुपारचे ३:०५ झाले होते. उपग्रह मार्गदर्शन यंत्रणेकडे त्याने पाहिले. त्यावरून त्याला समजले की लवकरच आपल्याला हा महामार्ग सोडून ALT-17 हा रस्ता धरायला हवा. हा रस्ता थेट 'मॉन्क्स कॉर्नर' येथे जातो.

त्याच्या मनात पुन्हा एकदा सकाळचे विचार आले. त्या वैमानिक स्त्रीबद्दलच्या विचारांनी तो अस्वस्थ झाला. तिला सोडून दिले हे बरोबर केले, का आपण तिला संपवायला हवे होते? याबाबत त्याला सकाळीही नीट निर्णय घेता आला नाही की आत्ताही कोणती बाजू बरोबर आहे हेही नीट समेजना. तसेच, त्या वेळी आपण गाडीबाहेर लघुशंका करण्याच्या निमित्ताने बाहेर पडून तिला गोळी घालणार होतो. मग ऐन वेळी आपण का कच खाल्ली? त्या वेळी का आपल्या मनात गोंधळ उडाला? तिला संपवण्यासाठी योग्य ती कारणे होती. तसेच, तिला न संपवण्यासाठीही योग्य ती कारणे होती. ऑफिस सोडून जाताना ती त्या काऊंटरमागच्या बाईला म्हणाली होती, "मी आल्यावरती विमानाकडे बघेन."

मग ती जर परत आली नसती तर तिचा शोध चालू झाला असता. तसाच त्याचाही शोध चालू झाला असता किंवा कदाचित् त्या जाडगेल्या बाईला असेही वाटू शकले असते की, आपली वैमानिक व हे गिऱ्हाईक नक्कीच कुठेतरी मजा मारीत असणार. तसा भाव त्या बाईच्या चेहऱ्यावरती दिसत होता; पण तरीही उशीर झाल्यावर त्या बाईला काळजी वाटून तिने पोलिसांना नक्की फोन केला असता, म्हणजेच आपण त्या वैमानिक स्त्रीला गोळी घातली नाही हे योग्यच झाले.

त्या वैमानिक स्त्रीचा, स्टेसी मॉलचा चेहरा त्याच्या नजरेसमोर वारंवार येऊ लागला. तिचे ते खळाळून हसणे, उत्साहाने केली जाणारी अखंड बडबड, त्याला विमानात चढताना व उतरताना मदत करणे, अधुनमधून होणारा तिचा स्पर्श, इत्यादी त्याच्या मनासमोर तरळू लागले. तिचे विचार त्याच्या मनात पसरत जाऊन त्यांनी त्याचे सारे मन व्यापून टाकले. ते विचार पुन्हा पुन्हा प्रगट होत होते. त्याने तिची मनातली प्रतिमा झटकून टाकण्याचा आटोकाट प्रयत्न केला. त्याला आपल्या खिशात तिचे व्हिजिटिंग कार्ड सापडले. त्याने ते वाचले. त्यावरती अल्फा एव्हिएशनचा पत्ता होता, फोन नंबर होता; परंतु त्याच्याही वरती तिने पेनने आपला घरचा फोन

नंबर त्याला लिहून दिला होता. त्याने ते कार्ड परत खिशात ठेवून दिले.

त्या महामार्गावरून त्याला जो ALT-17 रस्ता गाठायचा होता, त्याचे वळण येईपर्यंत तो विचार करीत राहिला. जेव्हा त्याला वळण दिसले तेव्हा त्याने एकदम आपली गाडी वळवली. अशा वळणांवरती महामार्गाची पातळी उंचावरून नेलेली असते. त्यामुळे वळल्यावर खाली दुसऱ्या रस्त्याकडे जाणारा उतार असतो. खलील त्या उतारावरून नवीन ALT-17 रस्त्याकडे गेला.

तो रस्ता फक्त दुपदरी होता. महामार्गापेक्षा अर्थातच अरुंद होता. रस्त्याला दुतर्फा पाईन वृक्ष होते, घरे होती, पेट्रोल पंप होते. अधुनमधून खेडीही लागत होती. या रस्त्याची पहाणी करण्यासाठी मलिकने आपल्या एका माणसाला काही महिन्यांपूर्वी पाठवले होते. त्याने येऊन सांगितले होते की, "हा रस्ता अत्यंत खतरनाक आहे, भयंकर आहे. येथे ड्रायव्हर मंडळी मूर्खासारखी आपली वाहने चालवतात. त्यामुळे येथे वाहतूक पोलीस जास्त ठेवलेले आहेत. त्यांच्याकडे मोटारसायकली व मोटारगाड्या असतात. त्यांची प्रत्येकावर नजर असते व संशय येताच ते वेगाने जाऊन त्या ड्रायव्हरला धरतात." खलीलने ही धोक्याची सूचना धुडकावून लावून आपली गाडी त्या रस्त्यावर घातली होती; पण तो इतक्या सावधगिरीने गाडी चालवित होता की त्याच्याकडे कुणाचे लक्ष वेधणे शक्य नव्हते. त्या रस्त्यावरून जाताना त्याने अनेक खेडी ओलांडली. मग त्याला एक पोलिसांची गाडी व मोटारसायकलवरील दोन पोलीस दिसले. त्याच्या मुक्कामाला पोचायला आता फक्त ४० मैल राहिले होते. तो अवघ्या एका तासात तिथे पोचणार होता.

मॅाक्स कॉर्नर गावाला एक 'बर्कले काउंटी' नावाचा छोटा विमानतळ होता. त्या विमानतळावरील काँक्रीटच्या ब्लॉकने रचलेल्या बैठ्या इमारतीमध्ये बिल सदरवेट बसला होता. त्याच्यासमोर एका टेबल होते व त्यावरती खूप पसारा होता. तशा पसाऱ्यातही तो टेबलावर तंगड्या टाकून बसला होता. तिथेच एक जुना व स्वस्तातला टेलिफोन होता. त्याचा रिसीव्हर त्याने आपला खांदा व कान यात दाबून धरला होता. पलीकडच्या टोकाकडून जिम मॅक्कॉय बोलत होता. तिथल्या भिंतीमधून एका जुन्यापुराण्या एअर कंडिशनरच्या डबड्याने आपले तोंड बाहेर काढले होते. त्यातून कशीबशी गार हवा खोलीत येत होती. डोक्यावरती एक पंखा आवाज करीत फिरत होता. हा एप्रिल महिना होता आणि 'आत्ताच' इथे भयानक उकडू लागले होते.

जिम मॅक्कॉय म्हणता होता, "पॉल ग्रेकडून काही फोनबिन आला का तुला? तो तुला करणार होता ना?"

सदरवेट म्हणाला, "नाही बुवा. शनिवारी नेहमी सर्वांचा मिळून फोनवरती एक

कॉन्फरन्स कॉल असतो. पण मला त्या वेळी वेळ नव्हता म्हणून मी तो काही ऐकला नाही.''

"मग ठीक आहे. मी आपला सहज फोन केला होता. तुझे कसे काय चालले आहे ते विचारावे म्हणून.''

'ठीक चालले आहे,'' असे म्हणून सदरवेटने त्या टेबलाच्या ड्रॉवरकडे पाहिले. त्या ड्रॉवरमध्ये एका उंची मद्याने भरलेली 'फुल' बाटली होती. त्याने घड्याळाकडे पाहिले. दुपारचे ४:१० झाले होते. पिण्यावर नियंत्रण ठेवण्यासाठी त्याने दिवस मावळल्यावर प्यायचे असा निर्बंध स्वत:वरती आजपासून घालून घेतला होता. म्हणून तो संध्याकाळच्या सहा वाजण्याची वाट पहात होता. कुठेतरी जगात नक्कीच ६:०० वाजून गेले असणार. ही वेळ तर एक छोटा पेग घेण्यास योग्य असते. आता तसे करावे काय? पण आपले विमान भाड्याने घेण्यासाठी एका गिऱ्हाईकाने चार वाजता येण्याचा वायदा केला होता. ते गिऱ्हाईक आत्ता कोणत्याही क्षणी येण्याची शक्यता होती. तेव्हा कसले ड्रिंक अन् कसले काय. धंदा प्रथम केला पाहिजे. कधीतरी या धंद्यात बरकत येईल अशी आशा करत हा विमानसेवा देण्याचा धंदा चालू ठेवला पाहिजे.

सदरवेट फोनवर म्हणाला, "काही महिन्यांपूर्वी पॉलला भेटायला विमानाने गेलो होतो. तुला सांगितले का मी ते?''

"होय, तू सांगितले—''

''असं. अरे तू त्याच्याकडचा सेटअप पहायलाच हवा. भव्य बंगला, आतमध्ये पोहण्याचा तलाव, गरम व थंड पाण्याचे नळ जागोजागी बसवलेले, विमान ठेवण्यासाठी हॅन्गार, त्याचे ते दोन इंजिनांचे बीच जातीचे विमान, काय विचारू नकोस. त्यापुढे माझे जुनाट 'अपाची' विमान भलतेच दरिद्री वाटत होते. अन् मी जेव्हा या विमानातून त्याच्याकडे गेलो, तेव्हा तर त्याने व बऱ्याच बघ्यांनी हात हलवून माझे स्वागत केले. मला केवढे शरमल्यासारखे झाले होते.'' असे म्हणून तो जोरजोरात हसू लागला. नंतर तो म्हणाला, "पॉलला या अपाची विमानाबद्दल फारसे काही वाटत नाही.''

पलीकडून मॅककॉय त्याला काहीतरी म्हणाला.

"असं? पण एक लक्षात ठेव. पॉलजवळचे विमानही तसेच आहे. त्या विमानाच्या तपासण्या व चाचण्या अनेकवार करण्यात तो किती वेळ वाया घालवतो, अन् चिडत असतो; पण जे नेहमी अतिकाळजी घेत असतात, त्यांनाच अपघात होत असतो. आपण तेवढी काळजी घेत नसलो तरी आपले अपाची विमान हे फेडरल एव्हिएशन एजन्सीच्या तपासण्यात पास होतेच ना ?'' असे म्हणून सदरवेटने परत एकदा ड्रॉवरवरती नजर टाकली. आपले टेबलावरचे पाय उचलून

बाजूला ठेवले. त्या फिरत्या खुर्चीत तो ताठ बसला, थोडासा पुढे झुकला आणि त्याने ड्रॉवर उघडले. तो मॅक्कॉयला परत म्हणाला, "खरोखर, तू एकदा जाच पॉलकडे आणि बघ त्याचे ते वैभव."

मॅक्कॉय स्प्रूस क्रीकला पॉल ग्रेकडे अनेकदा गेला होता; पण त्याने तसे कधी सदरवेटला बोलून दाखवले नव्हते. सदरवेट हा विमानाने अवघा दीड तासाच्या अंतरावरती असला तरी पॉल ग्रेने त्याला एकदाच बोलावले होते. मॅक्कॉयला हे ठाऊक होते. तो म्हणाला, "होय, मला जायचे आहे—"

"अफलातून घर आहे. पण तो ज्यावर काम करतो आहे ती गोष्ट तू बघच. च्यायला, 'व्हर्च्युअल रिॲलिटी' असे काहीतरी म्हणतात. आम्ही तिथे रात्रभर त्याच्या कॉम्प्युटरपाशी बसलो होतो. दारू पित होतो, बॉम्बिंग करत होतो, फ्लाईंगमधले सारे काही करत होतो." एवढे म्हणून तो जोरात हसला व पुढे म्हणाला "आम्ही अल अझीझियावरचे बॉम्बिंग पुन्हा पन्हा खेळलो. पाच वेळा खेळलो. च्यायला, पण आम्हाला नेम धरून साधे जमिनीवरसुद्धा बॉम्ब टाकता येईना." एवढे म्हणून तो हसू लागला. त्याचे हसणे थांबेना.

जिम मॅक्कॉय त्याला सहानुभूती दाखविण्यासाठी बळेबळेच हसला. सदरवेट काय म्हणणार हे त्याला ठाऊक होते. पॉल ग्रेच्या घराचे वर्णन त्याने त्याच्या तोंडून आत्तापर्यंत दहाबारा वेळा ऐकले होते. सदरवेटला पॉलने एकदा आपल्याकडे बोलावले होते. अन् त्याच वेळी त्याला कळून आले की बिल सदरवेट दारूच्या पूर्णपणे आहारी गेला आहे. एकदा त्यांच्या स्क्वॅड्रनमधील साऱ्याजणांचे एक स्नेहसंमेलन भरले होते. तेव्हा सर्वांना ही गोष्ट कळून चुकली होती.

एक श्वास घेत बिल सदरवेट म्हणाला, "ए, विझो, तुला आठवते का ते, एकदा मी माझ्या विमानातले आफ्टरबर्नर चालू करायची वाट पहात असताना टेडी माझ्यामागून येऊन माझ्या विमानावर जवळजवळ चढला. आठवते?" एवढे, म्हणून त्याने ड्रॉवरमधील बाटली टेबलावर ठेवली.

जिम मॅक्कॉय हा क्रॅडल एव्हिएशन म्युझियममधील आपल्या ऑफिसात बसला होता. हे संग्रहालय लाँग आयलँडवरती होते. बिल सदरवेटच्या प्रश्नाला त्याने फोनवरती उत्तर दिले नाही. आपल्या पूर्वीच्या या मित्राशी त्याला संपर्क साधायचा होता; परंतु हा पूर्वीचा मित्र आता तसा पूर्वीसारखा उरला नव्हता. पूर्वीचा बिल सदरवेट हा एक उत्कृष्ट वैमानिक होता; पण सेवानिवृत्तीनंतर त्याचे अध:पतन होत गेले. खुद्द गडाफींवर हल्ला करणारा म्हणून त्याला मान दिला जात होता. अन् जसजसा काळ लोटत गेला, तसतशी ही घटना ऐतिहासिक होत गेली व सदरवेटचे महत्त्व आणखीनच वाढत गेले. बिल आपल्या पराक्रमाच्या कथा आता दिसेल त्याला सांगत होता. त्याच्याबरोबर मोहिमेत भाग घेतलेल्यांनाही सांगत होता. त्याचे

स्थळकाळाचे भान सुटत चालले होते. दर वर्षी त्याची शौर्यकथा ही अधिक नाट्यपूर्ण होत गेली आणि त्या बारा मिनिटांच्या बॉम्बफेकीत त्याची प्रतिमा त्याने अधिकाधिक उंचावत नेली.

बिल सदरवेटच्या बॉम्बफेकीच्या लढाईच्या सांगण्याला मॅक्कॉयची हरकत होती. लष्कराच्या नियमानुसार आपण त्या समरप्रसंगात होतो, याची कोणीही वाच्यता करायची नसते. तसेच त्यातल्या आपल्या इतर सहकारी वैमानिकांची नावेही कोणी सांगायची नसतात. मॅक्कॉयने सदरवेटला तसे अनेकवार बजावून सांगितले होते. त्यावर सदरवेटने 'आपण फक्त वायरलेसवरील इतरांची सांकेतिक नावेच घेतो' असा खुलासा केला. तरीही मॅक्कॉयने त्याला निक्षून बजावले, ''तू त्या हल्ल्यात भाग घेतला होता हे अजिबात कुठे बोलायचे नाही. ही तुझी बडबड थांबव. फार झाले आता.''

यावर बिल सदरवेट म्हणाला होता, ''पण मी जे केले त्याचा मला अभिमान वाटतो. ते सांगण्यात मला कशाचीही भीती वाटत नाही की मी कुणाची फिकीर करीत नाही. या इथे साऊथ कॅरोलिनामध्ये मॉंक्स कॉर्नर गावात कोण माझा सूड घ्यायला येईल? तेव्हा XXX''

जिम मॅक्कॉयला आत्ताही तसेच बजवायचे होते; परंतु त्यामुळे असे काय विशेष साधले जाणार होते? जर बिल सदरवेटला गल्फच्या खाडीतील युद्धापर्यंत तरी नोकरीत ठेवले गेले असते, तरी त्याचे पुढचे अध:पतन थांबले असते. तो भरकटत गेला नसता.

फोनवर बोलत असताना सदरवेटचा एक डोळा घड्याळावरती होता व एक डोळा दारावरती होता. शेवटी न रहावून त्याने ती बूरबॉन मद्याची बाटली बाहेर काढली. तिचे झाकण फिरवून उघडले नि सरळ तोंडाला लावून एक घोट तो प्यायला. तो फोनवरती बोलू लागला, ''आणि तो XXX चिप. लेकाचा सबंध प्रवासात झोपला होता. 'बॉम्बिंगची वेळ झाली आहे,' असे सांगून त्याला उठवले. मग त्याने चार बॉम्ब टाकले व तो परत झोपून गेला.'' एवढे म्हणून तो खदखदा हसू लागला.

मॅक्कॉयची सहनशीलता आता संपुष्टात येत चालली होती. तो सदरवेटला म्हणाला, ''पण तू तर म्हणाला होतास की, 'लिबिया येईपर्यंत डोळे मिटायचे नाहीत' म्हणून.''

''छे:! मी असे काही म्हणालो नव्हतो. 'लिबिया येईपर्यंत तोंड मिटलेले ठेव' असे मी चिपला म्हणालो होतो.''

मॅक्कॉयच्या लक्षात आले की सदरवेटच्या बोलण्यात आत्ता विसंगती येत चालली आहे. म्हणून तो म्हणाला, ''ठीक आहे बिल, असाच संपर्क ठेवत चल.''

"थांबरे! इतक्यात फोन बंद करू नकोस. मी एका गिऱ्हाईकाची वाट पहातो आहे. त्याला फिलाडेल्फियाला जायचे आहे. मग तिकडेच रात्रभर राहून पुन्हा इकडे परतायचे आहे. ते जाऊ दे. तुझे कसे चालले आहे?"

"अगदीच काही वाईट नाही. ठीक चालले आहे. इथे असणाऱ्या सोयी या सर्वोत्कृष्ट व जागतिक दर्जाच्या आहेत. अजून आम्हाला हे संग्रहालय नीट नव्याने लावायचे आहे. प्रत्येक जातीच्या विमानांचे नमुने आमच्याजवळ आहेत. त्यात एफ-१११सुद्धा आहे. चार्ल्स लिंडबर्गने जे 'स्पिरीट ऑफ सेंट लुई' नावाचे विमान घेऊन प्रथम अटलांटिक महासागर पार केला, त्या विमानाची प्रतिकृती आम्हाला मिळाली आहे. इथून जवळच असलेल्या रुझवेल्ट फील्डवरून त्याने त्या विमानाची झेप घेतली होती. तू इकडे येऊन बघच ते. अन् इकडे आलास की मी तुला एफ-१११मध्येही बसवेन."

"असं? अन् तो क्रॅडल शब्द का वापरता तुम्ही? 'क्रॅडल ऑफ एव्हिएशन' म्हणजे काय?"

"लाँग आयलँड बेटाला 'क्रॅडल ऑफ एव्हिएशन' म्हणतात. इथे विमानविद्येतल्या बऱ्याच ऐतिहासिक घटना घडल्या."

"मग राईट बंधूंचे 'किटी हॉक' विमानाचे काय? ते थोडेच लाँग आयलँडवरून उडवले होते."

"तुझे म्हणणे बरोबर आहे; पण मी हे क्रॅडल नाव दिलेले नसल्याने मला त्याचा काही खुलासा करता येणार नाही," एवढे म्हणून मॅक्कॉय मोठ्याने हसला व पुढे म्हणाला, "एके दिवशी तुझे विमान घेऊन निघ आणि लाँग आयलँडच्या मॅकॉर्थर विमानतळावर उतर. मी तुला तिथे घ्यायला येईन."

"ठीक आहे. जमवतो ते. अन् तो टेरी कसा आहे?"'

जिम मॅक्कॉयला फोनवरचे हे संभाषण संपवायचे होते; पण आपल्या स्क्वॅड्रनमधील जुन्या दोस्ताला दुखवणे त्याच्या जिवावर आले होते. त्यामुळे तो एवढेच म्हणाला, "टेरीकडून नेहमी शुभेच्छा येतात."

"बुलशिट."

मॅक्कॉयने आपल्या आवाजात जेवढी गंभीरता आणता येईल तेवढी आणली होती. बिल सदरवेट हा आता कोणालाच आवडेनासा झाला होता. कदाचित् पूर्वीही तो लोकप्रिय नसावा; परंतु 'आपल्या स्क्वॅड्रनमधला,' 'आपल्याबरोबर मोहिमेत भाग घेतलेला' म्हणून त्याच्याकडे एकप्रकारच्या बंधुत्वाच्या भावनेने पहाण्याचा प्रयत्न केला जात होता. शिवाय सभ्यता म्हणूनही सदरवेटच्या चमत्कारिक वागणुकीकडे व बोलण्याकडे दुर्लक्ष केले जात होते.

स्क्वॅड्रनमधल्या प्रत्येकाने बिल सदरवेटशी जुळवून घेण्याचा प्रयत्न केला

होता. फक्त टेरी वेक्लिफ त्याला अपवाद होता. पण इतरांनी जनरल वेक्लिफला याबद्दल कधीही बोलून दाखवले नव्हते.

सदरवेट म्हणत होता, ''टेरी अजूनही पेन्टॅगानकडून पैसे काढतो आहे काय?''

मॅक्कॉयने त्यावर उत्तर दिले, ''तो अजूनही पेन्टॅगॉनमध्ये काम करतो आहे. लवकरच तो तिथून सेवानिवृत्त होईल असे वाटते.''

''XX हिम!''

''मी तुझ्या या शुभेच्छा त्याला जरूर कळवेन.''

सदरवेट यावरती मोकळेपणे हसला. ''त्या माणसाची खरी समस्या काय आहे हे तुला ठाऊक आहे? जेव्हा तो 'लेफ्टनंट' होता तेव्हाही तो स्वत:ला 'जनरल' म्हणवून घ्यायचा. म्हणजे काय ते आले ना तुझ्या लक्षात ?''

''पण बिल, बरेच लोक तुलाही 'जनरल' म्हणून संबोधत होते. यात तुझा गौरव होता.''

''तो जर गौरव होता तर मग माझे अपमान व्हायला नको होते. टेरी नेहमी माझ्याशी स्पर्धा करायचा. तसा तो प्रत्येकाशीच स्पर्धा करायचा. मी आफ्टरबर्नर वेळेत चालू केले नाही म्हणून मला त्याने किती हिणवले होते, किती पाणउतारा केला होता. याबद्दल त्याने वरती लेखी कळवले होते. त्यात त्याने बॉम्ब चुकीच्या ठिकाणी पडले म्हणून माझ्यावरती ठपका ठेवला होता. ठपकाच ठेवायचा झाला तर तो विगिन्सवरती ठेवायला हवा होता.''

''बिल, पुरे आता. आता फारच आक्षेपार्ह बोलतो आहेस तू.''

बिल सदरवेटने बाटली तोंडाला लावून परत एक घोट घेतला. येत असलेली एक ढेकर दाबून धरली व म्हटले, ''ओ येस... ओके .... सॉरी.''

''दॅटस् ओके. विसरून जा ते.'' टेरी वेक्लिफ आणि बिल सदरवेट यांच्यासंबंधी मॅक्कॉय विचार करू लागला. बिल हा एअरफोर्स रिझर्व्हमध्ये नव्हता. म्हणून त्याला निवृत्तीनंतरचे लाभ दिले जात नव्हते. कदाचित् हा त्याच्या बाबतीत अन्यायाचा कळस झाला असेल. चार्लस्टन एअर बेसमध्ये त्याला इतरांना मद्यखरेदीमध्ये जी सवलत मिळायची, तीही त्याला दिली जाईना; पण टेरी वेक्लिफने कुठेतरी आपला वशिला गुपचूप लावला आणि बिलला सवलतीचे PX कार्ड मिळाले; परंतु हे गुपचूप केल्याने बिल सदरवेटला ते ठाऊक नव्हते.

मॅक्कॉय म्हणाला, ''त्या कॉन्फरन्स कॉलमध्ये बॉबपण सामील झाला होता.''

बिल सदरवेट आपल्या खुर्चीत एकदम हलला. बॉब कॅलमला कर्करोग झाला होता. तरीही कॅलम हा स्वत:च्या कर्तृत्वाने कर्नल पदापर्यंत पोचला. एअर फोर्स अॅकॅडमी ऑफ कोलॅराडो स्प्रिन्ज येथे तो ग्राऊंड इन्स्ट्रक्टर म्हणून काम करू लागला. त्याने मॅक्कॉयला विचारले, ''तो अजूनही काम करतो आहे?''

"होय. आहे तिथेच आहे. त्याला एक फोन कर."

"जरूर करेन. बराच जिद्दीचा व कणखर आहे तो." थोडा वेळ गप्प राहून तो हळू आवाजात म्हणाला, "तुम्ही युद्धातूनही सुखरूप बाहेर पडता; पण काहीतरी भयंकर वाईट गोष्टीने शेवटी मरता."

"जाऊ दे रे बाबा. उगाच काही अशुभ बोलू नकोस."

"ठीक आहे. पण शेवटी एकच विचारतो. तो साला आमचा विझो— चिप विगिन्स काय म्हणतो आहे?"

"त्याच्याशी अजून संपर्क झाला नाही. त्याला शेवटचे पत्र मी त्याच्या कॅलिफोर्नियाच्या पत्त्यावर पाठवले होते; पण ते परत आले. त्याचा नवीन पत्ता ठाऊक नाही."

"जसा चिप विगिन्स हा आपले कामाबद्दलचे लिखाण करण्यास नेहमी आळस करायचा, तसेच हे आहे. त्याला मी नेहमी आठवण करून द्यायचो. त्याचे रेकॉर्ड चांगले राहील असे पहायचो."

"चिप हा कधीही बदलणारा नाही." मॅक्कॉय म्हणाला. तो आत्ता चिप विगिन्सबद्दल मनात विचार करू लागला. गेल्या वर्षी १५ एप्रिलला त्याने त्याच्याशी फोनवर संपर्क साधला होता. विगिन्सने विमानदलातील नोकरी सोडल्यावर नागरी वैमानिकाचे प्रशिक्षण घेतले व तो एक वैमानिक बनला. अनेक छोट्या विमान कंपन्यांची मालवाहू विमाने तो चालवायचा. तो प्रत्येकाला आवडायचा; परंतु तो कधीही तपशीलाकडे लक्ष द्यायचा नाही. त्यामुळेच आपला बदललेला पत्ता त्याने कोणालाही न सांगण्याचा निष्काळजीपणा केला होता.

त्याच्या स्क्वॅड्रनमधील सर्वांचे असे मत झाले होते की, 'तो आता वैमानिक झाल्यामुळे कोणाशीही संपर्क ठेवीत नाही.' जिम मॅक्कॉय म्हणाला, "बघतो मी त्याचा पत्ता कसा शोधता येईल ते. विलीच्या खुनाबद्दलची बातमी तर त्याला अजूनही ठाऊक नसावी."

विली म्हणजे कर्नल हॅम्ब्रेश्त. सदरवेटने परत एक घोट घेत म्हटले, "चिपला विली आवडत होता. तेव्हा त्याला ती बातमी कळवलीच पाहिजे," एवढे म्हणून त्याने घड्याळावरती नजर टाकली.

"ठीक आहे. माझ्याकडून होईल ते मी करेन." यापेक्षा तो जास्त काय बोलू शकणार होता? खुद्द सदरवेट कोणालाही पत्र लिहिण्याचे कष्ट घेत नव्हता. फक्त मॅक्कॉय व वेक्लिफ हेच सर्वांशी संपर्क साधत होते. आपल्या जुन्या स्क्वॅड्रनमधील मैत्रीचे स्नेहभाव जिवंत ठेवीत होते.

जेव्हा मॅक्कॉय त्या विमानाच्या संग्रहालयाचा डायरेक्टर बनला, तेव्हाच तो अनधिकृतपणे आपल्या जुन्या स्क्वॅड्रनच्या मित्रमंडळाचा सेक्रेटरी झाला. सर्वांची

आता सोय झाली. मॅक्कॉयशी संपर्क साधला की तो इतर सगळ्यांना सांगतो. शिवाय असली कामे करण्यासाठी त्याच्या हाताशी एक ऑफिस आता दिमतीला आले. मग पत्रे, फोन, फॅक्स वगैरे त्याला सहज जमणार, असा विचार बाकीच्यांनी केला. टेरी वेक्लिफ या मित्रमंडळाचा आपोआपच अध्यक्ष बनला; पण त्याला पेन्टॅगॉनमध्ये एवढे काम असे की त्याच्याशी संपर्क साधणे कठीण होई. अति महत्त्वाचे काम असेल तरच जिम मॅक्कॉय त्याच्याशी संपर्क साधे. पण लवकरच त्यांची वये वाढली की ते आपापल्या कामातून निवृत्त होऊन देशातील ज्येष्ठ नागरिक बनणार होते. मग त्या वेळी त्यांना एकमेकांशी संपर्क साधायला भरपूर वेळ मिळणार होता.

मॅक्कॉय सदरवेटला विचारीत होता, "तुझे विमान आत्ता कोणी भाड्याने घेणार आहे? तू असे काहीतरी मघाशी म्हणत होतास."

"होय. पण विमान भाड्याने घेणारा अजून उगवला नाही. तो उशीर करणार असे दिसते."

"बिल, मला एक सांग. तू आत्ता पितो आहेस ना?"

"अरे, काय म्हणतोस काय? विमान चालवण्याआधी मी दारू घेईन?"

"ठीक आहे..."

बिल खोटे बोलतो आहे हे मॅक्कॉयच्या लक्षात आले. याचा अर्थ त्याचे विमान भाड्याने घेणारा आत्ता त्याच्याकडे येतो आहे, हीपण एक थापच असणार. त्याने आपल्या स्क्वॅड्रनमधील सर्व जुन्या मित्रांचा आढावा घेण्यास सुरुवात केली. स्टीव्ह कॉक्स — गल्फच्या युद्धात शहीद झाला; विली हॅम्ब्रेश्त— इंग्लंडमध्ये खून झाला; टेरी वेक्लिफ — आपली लष्करी नोकरी दिमाखात पुरी करत आहे; पॉल ग्रे — एक यशस्वी उद्योजक; बॉब कॅलम — कर्करोगामुळे कोलॅराडोमध्ये आजारी; चिप विगिन्स, पत्ता लागत नाही; पण कुठेतरी खुशाल असावा. बिल सदरवेट — पूर्वीच्या सदरवेटचे भूत वाटावे अशा अवस्थेत; शेवटी स्वत: जिम मॅक्कॉय — , एका संग्रहालयाचा डायरेक्टर-उत्तम नोकरी पण भिकार पगार. सर्व स्क्वॅड्रनपैकी दोनजण निधन पावले, एकजण कर्करोगाने मृत्युपंथाला, एकजण गायब, एकजण जगत मरतो आहे, तर बाकीचे तिघे सध्या बरे आहेत. त्याने बिल सदरवेटला मृदू आवाजात म्हटले, "आपण सर्वांनी मिळून विमानाने बॉबला भेटायला गेले पाहिजे. फार उशीर व्हायला नको. बघ, हे लक्षात ठेव अन् जमव. तूही यायला हवेस, ठीक आहे?"

"होय, ठीक. जमवले पाहिजे खरे. जमवले पाहिजे." सदरवेट कातर आवाजात म्हणाला.

"अच्छा, बाय."

सदरवेटने फोन खाली ठेवून आपले डोळे पुसले. त्याच्या डोळ्यात नकळत पाणी जमा झाले होते. त्याने परत एक घोट घेऊन बाटली आपल्या प्रवासी बॅगेत ठेवली.

आता तो उठून उभा राहिला व आपल्या दरिद्री ऑफिसकडे पाहू लागला. समोरच्या भिंतीवर साऊथ कॅरोलिना राज्याचा ध्वज टांगला होता. तो स्वत: उत्तरेकडील राज्यातून आला होता; पण त्याला दक्षिणेकडील राज्ये आवडत होती. फक्त इथली उष्णता आणि आर्द्रता सहन करणे कठीण होते.

बाजूच्या भिंतीवरती एक एरॉनॉटिकल प्लॉटिंग चार्ट होता. त्याच्याशेजारी एक जुने, रंग उडालेले व आर्द्रतेमुळे अनेक सुरकुत्या पडलेले पोस्टर लावलेले होते. त्या पोस्टरवरती मोहंमद गडाफीचे छायाचित्र होते व त्याच्या चेहऱ्यावरती नेम धरण्यासाठी एकात एक असलेली वर्तुळे काढलेली होती. सदरवेटने टेबलावरच्या पसाऱ्यातून एक डार्ट घेतला व तो पोस्टरच्या दिशेने भिरकावला. तो डार्ट गडाफीच्या बरोबर कपाळावरती जाऊन बसला. तो ओरडून म्हणाला, "या ऽ! यू XXX!"

आपल्या छोट्या ऑफिसच्या खिडकीपाशी तो गेला. बाहेरच्या कडक उन्हाकडे पाहू लागला आणि "विमान उडवायला चांगला दिवस आहे," असे म्हणाला. धावपट्टीवर त्याची दोन विमाने होती. 'चेरोकी-१४०' जातीची ती शिकण्यासाठीची विमाने होती. त्यातले एक धावू लागून उडाले होते; पण आतल्या वैमानिक विद्यार्थ्याला उंची गाठणे थोडेसे जमत नसल्याने त्या विमानाचे पंख डुचमळत होते.

ते विमान दूरवर जाऊन नाहीसे होईपर्यंत तो त्याकडे पहात राहिला. त्या विद्यार्थ्याबरोबर आपण कॉकपिटमध्ये नाही म्हणून त्याला बरे वाटले. लेकाच्यामध्ये काही धाडस नाही, विमानविद्येविषयी आवडे नाही नि निघाला विमान चालवण्याचे शिक्षण घ्यायला. जवळ भरपूर पैसे असले की आपला वकूब नसला तरी ही माणसे नको ते करू पाहातात. तो स्वत: जेव्हा विमान चालवायचे शिक्षण घेत होता, तेव्हा असल्या विद्यार्थ्यांना काढून टाकले जायचे. पण आता त्याला अशाच नाठाळ विद्यार्थ्यांना शिकविण्याची वेळ आली होती. हा आत्ताचा विद्यार्थी जर लढाऊ विमान घेऊन युद्धात उतरला तर काय होईल? तो पहिल्या फटक्यातच गारद होईल. केवळ इतरांवरती छाप पाडण्यासाठी ही कार्टी विमाने उडवण्याचे शिक्षण घेऊ पहातात. असेच होत गेले तर हा देश लवकर पार रसातळाला जाईल.

सदरवेट पुरा वैतागला होता. त्यातून आजचा हा त्याचा विद्यार्थी एक परदेशी व्यक्ती होता. बहुतेक त्याच्या बापाचा विमानाने बेकायदेशीर असलेला माल इकडचा तिकडे पोचवायचा धंदा असावा. त्यातून आज त्याने यायला उशीर केला होता. निदान त्याला आपल्या तोंडाचा दारूचा वास समजला नाही. हे बरे झाले. कदाचित् त्याला तो वास एखाद्या अमेरिकन सॉफ्ट ड्रिंकचा वाटला असावा. सदरवेट

स्वत:शीच हसला.

तो परत आपल्या टेबलापाशी आला आणि एक कागद वाचू लागला. त्या कागदावरती एक नाव त्याने लिहिले होते : 'अलेसान्द्रो फानिनि'. कसले चमत्कारिक नाव आहे. तो स्वत:शीच म्हणाला, 'काही का असेना एखादा 'पेद्रो' नावाचा माणूस दक्षिण अमेरिकेतून येण्यापेक्षा हे बरे.'

''गुड आफ्टरनून.''

सदरवेट गर्रकन् वळला व त्याने मागे पाहिले. दारात एक उंच माणूस उभा होता. त्याच्या डोळ्यांवरती गॉगल होता. तो माणूस म्हणत होता, ''मी, अलेसान्द्रो फानिनि. उशीर झाल्याबद्दल माफ करा.''

आपले मघाचे उच्चारलेले शब्द या माणसाने ऐकले की काय, अशी सदरवेटला शंका आली. त्याने भिंतीवरील घड्याळाकडे पाहून म्हटले, ''फक्त अर्धा तास उशीर झाला. पण काही हरकत नाही.''

ते दोघे एकमेकांकडे चालत आले आणि त्यांनी एकमेकांशी हस्तांदोलन केले. खलील म्हणाला, ''चार्लस्टनमध्ये माझी एक अपॉईन्टमेंट होती. तिथे माझा जादा वेळ गेला.''

''तरी काही बिघडत नाही.'' सदरवेटने पाहिले की त्या माणसाच्या हातात एक मोठी काळ्या रंगाची कॅन्व्हासची बॅग आहे. करड्या रंगाचा सूट त्याने अंगावर चढवला होता. ''आपल्याजवळ आणखी काही सामान आहे का?'' सदरवेटने चौकशी केली.

''मी ते चार्लस्टनच्या हॉटेलातच ठेवले आहे.''

''मग ठीक आहे. जीन आणि टी-शर्ट ह्या माझ्या पोषाखाबद्दल सॉरी.''

''नाही. तुम्हाला जे आरामदायी वाटते ते घाला पण आपण तिकडे मुक्कामाला गेल्यावर एक रात्र काढणार आहोत.''

''होय. मी एक प्रवासी बॅग घेतली आहे,'' असे म्हणून तिथल्या केर न काढलेल्या जमिनीवर ठेवलेली एक बॅग त्याला दाखवली. ''आपण गेल्यावर माझी एक मैत्रीण इथे येईल. ती सामानसुमान आवरेल व कुलूप घालून जाईल.''

''छान. आपण उद्या दुपारी परत येऊ असे वाटते.''

''ठीक आहे. जसे जमेल तसे.''

''मुख्य इमारतीपाशी मी माझी भाड्याची गाडी ठेवली आहे. तिथे ती राहील ना सुरक्षित?''

''राहील, नक्की राहील,'' असे म्हणून सदरवेट एका फडताळापाशी गेला. त्या फडताळात पुस्तके होती. फडताळाच्या फळ्या वजनाच्या भाराने वाकल्या होत्या. तिथेच काही चार्टस् गुंडाळ्या करून ठेवले होते. त्यातील एक गुंडाळी त्याने

काढून घेतली, आपली प्रवासी बॅग उचलली व तो म्हणाला, "चला."

परंतु आपले गिऱ्हाईक कुठेतरी रोखून पहाते आहे, असे त्याला दिसले. त्याने त्या रोखाने पाहिले असता गडाफीच्या पोस्टरकडे हे नवीन गिऱ्हाईक बघत आहे, असे त्याच्या लक्षात आले. सदरवेट हसून त्याला म्हणाला, "ही व्यक्ती तुम्हाला ठाऊक आहे?"

खलील म्हणाला, "अर्थातच. माझ्या देशापुढे याच व्यक्तीने अनेकदा समस्या उभा करून ठेवल्या होत्या. त्याने आम्हाला अनेकदा धमक्याही दिल्या होत्या."

"असं? तुमच्या माहितीसाठी म्हणून मी सांगतो, त्या बास्टर्डला मी जवळजवळ ठारच करणार होतो."

"असं?"

"पण तुम्ही इटालीमधले ना?"

"मी सिसिलीमधला आहे."

"हॅ ऽ! च्यायला काय बेट आहे ते. एकदा माझ्याजवळचे पेट्रोल संपले म्हणून मला तिथे उतरावे लागले होते. अगदी भिकार बेट आहे ते."

"ते कसे काय?"

"ती एक लांबलचक गोष्ट आहे. त्याबद्दल सांगायची बंदी आहे. जाऊ दे ते. विसरून जा मी काय म्हणालो ते."

"जशी तुमची मर्जी."

"चला, आपण आता इथून निघू या."

"एक गोष्ट सांगायची राहिली," खलील म्हणत होता, "माझ्या कार्यक्रमात एक बदल झाला आहे. त्यामुळे कदाचित् तुम्हालाही काही बदल करावा लागेल."

"कसला बदल?"

"माझ्या कंपनीने मला न्यूयॉर्कला जाण्याचा हुकूम दिला आहे."

"असं? मला न्यूयॉर्कला जाण्यास तितकेसे आवडत नाही, मिस्टर..."

"फानिनी."

"हं. त्या दिशेने फार ट्रॅफिक असते. सगळा गोंधळ उडालेला असतो."

"पण मी त्यासाठी आपल्याला जादा पैसे द्यायला तयार आहे."

"पैशांची समस्या नाही. समस्या आहे ती तिथल्या गजबजाटाची, गोंधळाची. तिथे कोणत्या विमानतळावर उतरायचे आहे?"

"मॅकॉर्थर विमानतळ. तुम्हाला ठाऊक आहे तो?"

"तो विमानतळ न्यूयॉर्कजवळच्या लाँग आयलँड बेटावरती आहे. तिथे मी कधी गेलो नाही, पण ठीक आहे. आपल्याला जाता येईल... पण मग तुम्हाला जादा भाडे द्यावे लागेल."

"अर्थातच. मी ते द्यायला तयार आहे."

सदरवेटने आपल्या हातातील सर्व गोष्टी खाली टेबलावर ठेवल्या आणि तो फडताळातील नवीन चार्ट, नवीन हवाई नकाशा शोधू लागला. तो म्हणाला, "काय गंमतीदार योगायोग आहे बघा. मी आत्ताच लाँग आयलँडवरील एकाशी फोनवरती बोलत होतो. तो मला तिकडे येण्याचा आग्रह करतो आहे. तिकडे जाऊन आता त्याला भेटले की केवढा मोठा आश्चर्याचा धक्का त्याला बसेल. किंवा त्याला आधी फोन केलेला बरा."

"माझ्या मते त्यांना आश्चर्याचा सुखद धक्का दिलेलाच अधिक बरा किंवा आपण तिकडे उतरल्यावर मगच त्यांना फोन करा."

"ठीक आहे, तसेच करू. त्याचा फोन नंबर घेतो मी." सदरवेटने जवळच्या व्हिजिटिंग कार्डांच्या गठ्ठ्यातून एक कार्ड शोधून काढले व ते खिशात घातले.

खलीलने विचारले, "तुमचे हे मित्र किंवा ज्यांना कोणाला भेटायला जायचे आहे ते विमानतळाच्या जवळच रहातात का?"

"ते मला ठाऊक नाही. पण मला घ्यायला तो येईल."

"तुम्हाला चालत असेल तर मी माझी भाड्याची गाडी आपल्याला वापरायला देऊ शकतो. ही गाडी मी तिथे ठरवलेली आहे. तसेच, तिथल्या मोटेलमध्ये दोन स्वतंत्र खोल्याही मी राखून ठेवलेल्या आहेत. त्यातल्या एका खोलीत तुम्ही राहू शकता."

"थँक यू. नाहीतरी मी तुम्हाला ते विचारणारच होतो. मी नेहमीच स्वतंत्र खोलीत उतरतो."

"माझेही तसेच आहे," असे म्हणून खलीलने बळेबळे आपल्या चेहऱ्यावरती एक हसू आणले.

"ठीक तर. ही एक सरळ सरळ गोष्ट झाली म्हणून बरे झाले. असाच सरळ व्यवहार आपल्यात होत राहील. तुम्ही आगाऊ पैसे देणार का? त्यात तुम्हाला थोडीशी सवलत मिळेल."

"चालेल. किती होतील ते पैसे?"

"अं ऽऽ, म्हणजे बघा. इथून मॅकॉर्थर विमानतळाचे अंतर अधिक पेट्रोलचे पैसे, अधिक एका रात्रीचा मुक्काम, अधिक इथे प्रशिक्षण देण्याच्या उद्याच्या वेळेचे बुडणारे पैसे... असं पहा, सर्व मिळून ८०० होतील. क्रेडिट कार्डापेक्षा रोख रक्कम दिलीत तर बरे."

"मला ठीक वाटते ही रक्कम," असे म्हणून खलीलने आपले पाकीट बाहेर काढले, त्यातून नोटा बाहेर काढून त्यातले ८०० डॉलर्स मोजले आणि ते सदरवेटला देत म्हटले, "शिवाय मी वरती काही टिप देतो आहे."

“थॅन्क्स.”

खलीलला ठाऊक होते की ही रक्कम खूप होते आहे; पण लवकरच ही दिलेली रक्कम परत त्याच्याकडे येणार होती.

सदरवेटने ते पैसे मोजून घेतले आणि खिशात घातले. तो म्हणाला, “चला, आपला हा एक करार झाला आहे नि आपण तो पार पाडू या.”

“मी तयार आहे,” खलील म्हणाला.

“एक मिनिट. मी जरा टॉयलेटला जाऊन येतो, ” असे म्हणून सदरवेटने तिथले एक दार उघडले व कुठेतरी आत निघून गेला.

खलील त्या पोस्टरकडे गेला. पोस्टरवरील गडाफीच्या कपाळावर बसलेला तो डार्ट बाहेर उपसून काढला व पुटपुटत म्हणाला, “हा अमेरिकन वैमानिक नाही, अमेरिकन डुक्कर आहे. कोणाहीऐवजी हाच मेला तर ते योग्य ठरेल.”

बिल सदरवेट टॉयलेटमधून बाहेर आला, नवीन हवाई नकाशे आणि बॅग घेतली. तो म्हणाला, “तुमच्या कार्यक्रमात आत्ता नवीन काही बदल नसतील तर निघावे असं मी म्हणतो.”

खलीलने विचारले, “आपल्याला वाटेत तहान भागण्यासाठी बरोबर काही बाटल्या न्याव्या लागतील. तुमच्याजवळ आहेत काही?”

“मी विमानात एक बर्फाची छोटी बॉक्स ठेवली आहे. त्यात सोडा आहे व बीअरही आहे. तुम्हाला बीअर चालत असेल तर बघा. मला विमानात कोणतीही दारू घेता येत नाही.”

खलीलला सदरवेटच्या तोंडाचा दारूचा वास स्पष्टपणे जाणवत होता. पण तो म्हणाला, “तुमच्याकडे बाटलीचे पाणी आहे का?”

“नाही. उगाच पाण्यावरती का पैसे खर्च करायचे? पाणी तर फुकट मिळू शकत असते.” *मूर्ख आणि भ्रामक कल्पना झालेले लोकच फक्त पाण्याच्या बाटल्या विकत घेतात.* “तुम्हाला तशी पाण्याची बाटली हवी आहे?”

“काही जरूर नाही,” असे म्हणून खलीलने दार उघडले. बाहेरच्या उकाड्याच्या हवेत त्या दोघांनी प्रवेश केला.

तापलेल्या कॉन्क्रिटवरून त्या अपाची विमानाकडे ते दोघे चालत गेले. सदरवेटच्या ऑफिसपासून ते विमान शंभर फुटांवरती होते. सदरवेटने जाता जाता त्याला विचारले, “मिस्टर पानिनी, आपला कोणता व्यवसाय आहे?”

“पानिनी नाही. फानिनी. मी कापड उद्योगामध्ये आहे. अमेरिकन कापूस खरेदी करायला मी येथे आलो.”

“मग तुम्ही अगदी योग्य ठिकाणी पोचला आहात. अमेरिकेत पूर्वी झालेल्या सिव्हिल युद्धानंतरही इथे अजून काहीही बदलले नाही. फक्त आता ते गुलामांना

पगार देतात इतकेच,'' असे म्हणून सदरवेट हसला. तो पुढे म्हणाला, ''आता पूर्वीचे निग्रो गुलाम राहिले नाहीत. त्याऐवजी स्पॅनिश व गोरे गुलाम काम करतात. तुम्ही कधी कापसाचे शेत पाहिलेत? ते अफाट विस्ताराचे असते. त्यांना शेतावर काम करायला पुरेसे मजूर मिळत नाहीत. माझ्या मते त्यांनी त्या मूर्ख अरबांना इथे आणून कापूस वेचण्याच्या कामाला लावावे. कारण उन्हात काम करणे फक्त अरबांनाच जमेल. मग त्यांना मजुरी म्हणून सरळ उंटाचे शेण द्यावे. अन् सांगावे, हे ठेवून द्या तुमच्या बँकेत पैशासारखे,'' एवढे म्हणून सदरवेट मोठ्याने हसला.

खलीलने यावर आपले कसलेच मत व्यक्त केले नाही. तो म्हणाला, ''तुम्हाला एखादा फ्लाईट प्लॅन रजिस्टर नाही का करायचा?''

''नाही,'' असे म्हणून सदरवेटने वरच्या स्वच्छ निळ्या आकाशाकडे पाहिले. चालता चालता तो पुढे म्हणाला, ''संपूर्ण पूर्व किनाऱ्यापाशी एक मोठा दाबाचा पट्टा निर्माण झाला आहे. तेव्हा आपला सर्व प्रवास नीट व सुखाचा होणार.'' आपले गिऱ्हाईक कदाचित विमानप्रवासाला थोडेसे घाबरलेले असेल, असे वाटून सदरवेट पुढे म्हणाला, ''मिस्टर फानिनी, परमेश्वरच तुमच्यावरती प्रवासात प्रकाश पाडत आहे.''

परमेश्वराची कृपा आपल्यावर किती आहे हे या माणसाने आपल्याला कशाला सांगावे? अल्लाने जिहादसाठी आपल्याला केव्हाच आशीर्वाद दिला आहे. अन् ही गोष्ट खलीलच्या हृदयात पार खोलवर जाऊन बसली होती. त्याला हेही ठाऊक झाले होते की मिस्टर सदरवेट हे उद्या पुन्हा आपल्या घरी परतणार नव्हते.

सदरवेट चालता चालता स्वत:शीच बोलल्यासारखा म्हणत होता, ''जेव्हा आपण समुद्र पार करायला लागू तेव्हा मला न्यूयॉर्कच्या ॲप्रोच कंट्रोल रडारशी संपर्क साधावा लागेल. मग केनेडी विमानतळाकडे येणाऱ्या पॅसेन्जर-विमानांपासून ते आपल्याला दूर ठेवतील.''

काही दिवसांपूर्वीच आपण केनेडी विमानतळाकडे एका विमानातून कसे गेलो, हे खलीलला आठवले; पण ही घटना फार दूरच्या भविष्यकाळातील असावी असाही भास त्याला होऊ लागला.

सदरवेट बोलत होता, ''मग फक्त लाँग आयलँडच्या कंट्रोल टॉवरला मी लॅन्डिंगसाठी येत आहे एवढे कळवले तरी पुरे.'' मग आजुबाजूच्या निर्मनुष्य भागाकडे हात करून तो म्हणाला, ''इथून निघताना मात्र मला कुणालाच कळवावे लागत नाही. फक्त माझ्या विद्यार्थ्याला त्या चेरोकी विमानात कळवावे लागेल. अन् त्याला वायरलेसवर काय बोलावे हे कळत नसल्याने तो नुसताच घुम्यासारखा बसून मान डोलावत ऐकत राहील.''

सदरवेटने जिकडे बोट करून शेवटचे वाक्य बोलले होते, तिकडे खलीलने

पाहिले. एक इंजिनाचे विमान नुकतेच उतरून धावपट्टीवरून धावू लागले होते. ते सारखे इकडेतिकडे हलत होते. त्यामध्ये सदरवेटचा विद्यार्थी होता. अशाच विमानातून आपल्याला त्या स्त्री-वैमानिकाने नेले होते हे आठवले; पण तिचा विचार मनात येताच त्याने तो पटकन दाबून टाकला.

दोन इंजिने असलेल्या एका निळ्या पांढऱ्या रंगाच्या अपाची विमानापाशी ते येऊन थांबले. सदरवेटने ते विमान दोराने बांधून ठेवले होते; पण मघाशी तासाभरापूर्वीच त्याने दोर सोडून ठेवले होते. आत्ता चाकापाशी लावलेले कॉन्क्रीटचे ठोकळे त्याने काढून टाकले. विमानात पेट्रोल किती आहे त्याचा अंदाज घेतला. बास. यापेक्षा जास्त काय तपासायचे असते? असे तो मनात म्हणत होता. या जुन्या विमानात आत्ता दोष निर्माण झाले आहेत. उडण्यापूर्वी सर्वच गोष्टी तपासायच्या म्हटल्या तर जे दोष ठाऊक आहे तेच परत समजणार आणि शिवाय त्यात नवीन दोषांची भर पडेल. तेव्हा कशाला उगीच ती तपासणी करून वेळ वाया घालवायचा? सदरवेट आपल्या गिऱ्हाईकाला म्हणाला, ''तुम्ही येण्यापूर्वीच मी सारे काही तपासून खात्री करून घेतली होती. सर्व काही फर्स्ट क्लास आहे. अजिबात काळजी करू नका.''

असद खलीलने त्या जुनाट विमानाकडे पाहिले. 'नशीब या विमानाला दोन इंजिने आहेत. एक फेल झाले तर दुसरे काम करेल,' असे तो मनात म्हणाला.

कदाचित आपल्या या श्रीमंत गिऱ्हाईकाच्या मनात या विमानाबद्दल शंका उद्भवल्या असतील असा विचार करून सदरवेट म्हणाला, ''या विमानाच्या रंगरूपावर जाऊ नका. हे एक बेसिक यंत्र आहे, मिस्टर फानिनी. त्यामुळे यात हल्लीच्या विमानातल्यासारख्या सोयी दिसणार नाहीत; परंतु आपण आपल्या मुक्कामाला पोचून नक्की सुखरूप परत येऊ शकतो.''

''असं?''

आपले परदेशी गिऱ्हाईक विमानाकडे कुठे कुठे नजर टाकते आहे, ते सदरवेटने पाहिले. त्या १९५४ सालच्या विमानाच्या प्लेक्सिग्लासच्या खिडक्या खूप घाण झाल्या होत्या. उन्हामुळे त्याला खूप तडे गेल्यासारखे वाटत होते. विमानावरचा रंग विटला होता आणि अनेक ठिकाणी उडाला होता. पूर्वीचा रंग कसा असेल याचा अंदाजही करता येणार नाही इतका तो विटला होता. झकपक पोषाखातल्या व गॉगल चढवलेल्या खलीलकडे पाहून त्याने म्हटले, ''या विमानात तुम्हाला कुठेही काही आकर्षक, मोहक असे दिसणार नाही; पण याचा अर्थ असा नाही की हे विमान दगा देईल म्हणून. याची इंजिने ठणठणीत आहेत. मी मिलिटरी जेट विमाने चालवली होती; पण त्या विमानांच्या सततच्या देखभालीसाठी तंत्रज्ञांची एक फौज तैनात करावी लागते. मग त्या विमानाचे उड्डाण अवघ्या एक तासाचे का असेना.''

सदरवेटने उजव्या इंजिनाकडे पाहिले. त्याखाली जमिनीवरती एक काळ्या तेलाचे

थारोळे जमले होते व त्याचा आकार आठवड्याभरात हळूहळू वाढत होता. तो म्हणत होता, ''नुकतेच मी हे विमान घेऊन 'की वेस्ट' येथे गेलो होतो व काल परत आलो. एखादा पक्षी जसा घरट्याकडे परततो तसे हे विमान सुरळीतपणे उडत इकडे परत आले. हं, तर तयार तुम्ही?''

''होय.''

''गुड.'' सदरवेटने आपली प्रवासी बॅग विमानाच्या पंखावरती टाकली व नकाशाची गुंडाळी काखेत दाबून धरून तो विमानाच्या उजव्या पंखावर चढला. तिथले आत जाण्याचे ते एकमेव दार उघडून त्याने आपली बॅग उचलली व आत प्रवेश केला. मागच्या आसनावरती त्याने बॅग व नकाशा टाकला व खलीलला विचारले, ''पुढे बसणार का मागे बसणार?''

''पुढेच बसेन.''

''ठीक आहे,'' असे सदरवेट म्हणाला. तो अनेकदा आपल्या प्रवाशांना विमानात चढायला व दारातून आत शिरण्यास मदत करे; पण ह्या उंच प्रवाशास त्याची जरुरी नाही असे दिसले. सदरवेट कॉकपिटमध्ये वैमानिकाच्या आसनावरती जाऊन बसला. आतमध्ये चांगलेच उकडत होते. सदरवेटने त्याच्या बाजूची खिडकीला असलेली हवेची छोटी झडप उघडली. मग त्याने खाली जमिनीवर असलेल्या खलीलला म्हटले, ''काय, येणार ना?''

खलीलने आपली बॅग विमानाच्या पंखावरती ठेवली व वर चढून स्कीडप्रूफ पृष्ठभागावरती पाय ठेवला. एकेकाळचा तो खरबरीत पृष्ठभाग आता पार गुळगुळीत झाला होता. मग पंखावरची आपली बॅग उचलून तो दारातून आत शिरला व सहवैमानिकाच्या आसनावरती जाऊन बसला. आपली बॅग त्याने मागच्या आसनावर ठेवून दिली.

सदरवेट म्हणाला, ''तुमच्या बाजूचे दार थोडा वेळ उघडेच राहू दे. पट्टा बांधायला लागा.''

त्याने सांगितल्याप्रमाणे खलीलने केले.

सदरवेटने कानावरती हेडफोन चढवले, काही खटके दाबले आणि डाव्या इंजिनाचा स्टार्टर ओढला. मग त्या इंजिनाचा पंखा सुरुवातीचे काही सेकंद कां कूं करीत फिरला व नंतर व्यवस्थित फिरू लागला. ते दट्ट्याचे जुने इंजिन जिवंत झाले. शेवटी ते जेव्हा सदरवेटच्या मनासारखे फिरू लागले तेव्हा सदरवेटने उजव्या इंजिनाचा स्टार्टर ओढला. डाव्या इंजिनापेक्षा ते अधिक लवकर व उत्तम रीतीने चालू झाले. तो समाधानाने म्हणाला, ''ओके.....सुंदर आवाज.''

त्या इंजिनांच्या आवाजांमध्ये खलील ओरडून त्याला म्हणाला, ''आवाज फार होतो आहे.''

सदरवेटनेही त्याला ओरडूनच उत्तर दिले, "होय. तुमच्याकडचे दार आणि माझ्या बाजूची खिडकी उघडी आहे म्हणून." पण दरवाजाची सील्स फाटली आहेत आणि दारे लावली तरीही फारसा फरक पडणार नाही, हे सांगायचे त्याने टाळले. त्याऐवजी तो म्हणाला, "एकदा आपण वरती योग्य उंचीवर पोचलो की तुम्हाला तुमच्या मिशा वाढतानाचाही आवाज ऐकू येईल." असे म्हणून तो हसला व धावपट्टीवर जाण्यासाठी टॅक्सिईंग करू लागला. आपल्या खिशात भरपूर पैसे येऊन पडले आहेत हे त्याच्या लक्षात आल्यावर 'उगाच या प्रवाशाचे फार लाड करण्यात अर्थ नाही.' असा विचार त्यापाठोपाठ त्याच्या मनात आला. त्याने विषय बदलण्यासाठी म्हटले, "तुम्ही कुठून आलात म्हणालात?"

"सिसिली."

"अरे हो....." माफिया टोळ्यांची माणसेही सिसिलीमधूनच अमेरिकेत आली होती, हे त्याला आठवले. टॅक्सिईंग करता करता त्याने आपल्या प्रवाशावरती एक दृष्टिक्षेप टाकला. चेहेऱ्यामोहऱ्यावरून हा माणूस तसा सामान्यच वाटतो, हे एकदम त्याच्या लक्षात आले. मग लगेच त्याने त्याच्याशी फार अदबीने वागायचे नाही असे ठरवले. तो म्हणाला, "मिस्टर फानिनी, तुम्हाला ठीक वाटते ना? या उड्डाणाबद्दल काही शंका असतील तर विचारा."

"किती वेळ आपला प्रवास चालेल?"

"जर आपल्याला मागून येणारे वारे, टेलविन्डस भिडले, अन् तसा वेधशाळेचा अंदाज आहे, तर आपण साडेतीन तासात मॅकॉर्थर विमानतळावर पोचू." आपले घड्याळ पहात तो म्हणाला, "म्हणजे आपण रात्री ८॥ वाजता तिथे उतरू. कसे काय?"

"ठीक आहे. वाटेत आपल्याला पेट्रोल भरून घेण्यासाठी कुठे उतरावे तर लागणार नाही ना?"

"नोप! नाही. मी या विमानावर जादा टाक्या बसवून घेतल्या आहेत. त्यामुळे आपण न थांबता सात तास प्रवास सहज करू शकतो; पण आज मात्र आपल्याला पेट्रोलसाठी न्यूयॉर्कमध्ये उतरावे लागेल."

"अन् तुम्हाला रात्रीचे विमान उतरण्यात काही अडचण तर नाही ना?" खलीलने विचारले.

"नाही. तो एक फार चांगला विमानतळ आहे. तिथे मोठमोठी प्रवासी विमाने, जेट विमाने सारखी उतरत असतात. अन् मी एक अनुभवी वैमानिक आहे. त्यामुळे चिंतेचे कारण नाही."

"मग ठीक आहे."

आपण या प्रवाशाच्या मनातल्या शंका दूर केल्या आहेत असे समजून

सदरवेटच्या चेहेऱ्यावरती स्मित हास्य उमटले. आपले अपाची विमान त्याने धावपट्टीच्या टोकाशी नेले. समोरच्या खिडकीतून वर आकाशात त्याने पाहिले. त्यांचा विद्यार्थी हा खाली उतरण्यासाठी २३ क्रमांकाच्या धावपट्टीसाठी ट्रॅफिक पॅटर्ननुसार चकरा मारीत होता, खाली येऊन जमिनीला चाके टेकवून परत वर उडून जात होता. त्याच्या विमानाला आडवे जाणारे वारे होते; पण त्याला कुठेच अडचण येत नव्हती असे दिसत होते. सदरवेट म्हणाला, ''तिकडे विमानातला तो पोरगा विद्यार्थी आहे, सराव करतो आहे, पण अजून त्याची उड्डाणावर हवी तशी पकड येत नाही. घाबरत घाबरत विमान चालवतो आहे लेकाचा. तुम्हाला सांगतो बघा, ही अलिकडची अमेरिकन पोरे फारच मवाळ बनली आहेत. त्यांच्या ढुंगणावर एक सणसणीत लाथ हाणली पाहिजे. त्यांच्यात दुसऱ्याला ठार करण्याची वृत्ती उफाळून आली पाहिजे. त्यांना रक्ताची चव लागायला हवी. त्याखेरीज त्यांना धाडस करता येणार नाही.''

''अशी परिस्थिती आहे?''

सदरवेटने आपल्या प्रवाशाकडे एकदा बघून म्हटले, ''मी लढाईत भाग घेतला आहे ना, म्हणून हे असे बोलतो आहे. जेव्हा विमानातील उपकरणे, रडार आणि बाहेरचे दृश्य या तीन गोष्टींकडे एकाच वेळी लक्ष द्यावे लागते, त्या वेळी त्यात गडबड होते आणि त्याच वेळी तुमच्या विमानाच्या जवळून क्षेपणास्त्रे झूम् करून जातात, तेव्हा तुमची जीवनमरणाची लढाई चालू होते. त्या वेळी तुम्ही खऱ्या वैमानिकासारखे वागू लागता.''

''तुम्हाला आला असा अनुभव?''

''कितीतरी वेळा. ओके. आपण इकडे टोकाशी आलो. आता आपल्याला इथून सुटायचे. तेव्हा तुमच्याकडचे ते दार लावून घ्या.'' सदरवेटने इंजिनाची गती वाढवली, काही उपकरणे बघून तपासली आणि संबंध विमानतळाभोवती पाहिले. फक्त ते चेरोकी विमान बाजूला उडत सराव करीत होते; पण ते वाटेत येणार नव्हते. सदरवेटने आपले विमान आता धावपट्टीवर घेतले, इंजिनाची पॉवर वाढवली आणि ते विमान धावपट्टीवरून पळू लागले. निम्मी धावपट्टी संपेपर्यंत विमानाने बऱ्यापैकी वेग पकडला. मग हळूच ते हवेत वर उचलले गेले.

सदरवेट हा थ्रॉटल्स व इतर कंट्रोल्स यांच्यात जरूर ते बदल करीत होता. तो काहीही बोलत नव्हता. त्याने आपले विमान एका बाजूचा पंख खाली झुकवित त्या बाजूला वळवले आणि होकायंत्राच्या ४० अंशाच्या कोनामध्ये आपली दिशा धरली. विमानाची उंची तो वाढवितच राहिला.

खलीलने खिडकीतून खालच्या हिरव्या भूमीकडे पाहिले. त्याला आता वाटू लागले की दिसले त्यापेक्षाही हे विमान सुरेख चालले आहे. तसेच हा वैमानिक

वाटला त्यापेक्षाही बऱ्यापैकी विमान चालवतो आहे. त्याने सदरवेटला विचारले, "कोणत्या लढाईत तुम्ही भाग घेतला होता?"

सदरवेटने आपल्या तोंडात च्युईंगमचा एक तुकडा ठेवला आणि तो म्हणाला, "बऱ्याच युद्धात. नुकत्याच झालेल्या गल्फ युद्धातही भाग घेतला होता. ते युद्ध तर सर्वांत मोठे होते."

खलीलला पक्के ठाऊक होते की सदरवेटने त्या युद्धात अजिबात भाग घेतला नव्हता. तो केवळ आपल्यावर छाप पाडण्यासाठी तसे बोलतो आहे. सदरवेटबद्दल जेवढी माहिती खुद्द त्याला स्वत:ला आहे त्यापेक्षा जास्त माहिती असद खलीलला होती.

सदरवेटने त्याला विचारले, "च्युईंगम हवा?"

"नको, थँक्स. कोणत्या प्रकारची विमाने तुम्ही युद्धात चालवलीत?"

"फायटर्स. लढाऊ विमाने."

"पण कोणती?"

"जेट फायटर्स, जेट बॉम्बर्स. निरनिराळ्या प्रकारची बरीच विमाने होती ती. शेवटी मी एफ-१११ चालवू लागलो."

"हे विमानाचे एफ्-१११ प्रकरण काय आहे? मला जरा नीट सांगता का? का ते काही लष्करी गुपित आहे?" खलीलने भोळेपणाचा आव आणीत म्हटले.

सदरवेट हसत म्हणाला, "छे, तसे ते कसलेही गुपित नाही. आता तर ते एक जुने विमानाचे मॉडेल झाले आहे. ते वापरातून बाद करून टाकले गेले आहे; जसा मला नोकरीतून बाद केले आहे."

"तुम्हाला एफ-१११ चालवण्याच्या आठवणींमुळे अगदी चुकल्या चुकल्यासारखे वाटत असेल नाही?"

"होय. पण मला आजही त्या वेळच्या साऱ्या गोष्टी तपशीलवार आठवतात. मी त्यांची मनातल्या मनात उजळणी करीत बसतो. एक प्रकारे आपल्या स्मृतींना सतत घासूनपुसून उजाळा देत बसले की त्या नेहमी ताज्यातवान्या रहातात. तसेच त्या स्मृतींनाही आपण अभिवादन केल्यासारखे होते. मी अशा आठवणी सांगायला लागलो तर लोक पार भारावल्यासारखे होऊन ऐकत जातात. त्या वेळचा तो काळच वेगळा होता. आत्ता काय सारेच बदलले आहे. आता तर बायका लढाऊ विमाने चालवू लागल्या आहेत. मला तर तसे काही कल्पनेतही आणता येत नाही. मग या तरुण पोरट्या लष्करात नवीन नवीन समस्या उभ्या करतात. त्यात 'आम्हाला स्त्रिया म्हणून सापत्नभावाची वागणूक दिली जाते,' अशी त्यांची नेहमीची तक्रार असते. मग 'सेक्शुअल हॅरॅसमेन्ट' असे शब्दप्रयोग वापरून तक्रारीचे एका समस्येत रूपांतर केले जाते. हॅऽ, साली चीड येते हे सगळे पाहून. जाऊ दे. तुम्ही विचारल्यामुळे मी

बोलण्यात वहावत गेलो. पण ते जाऊ दे, तुमच्या देशातील बायकांची काय स्थिती आहे? त्यांना त्यांच्या स्थानाची जाणीव आहे का त्या अधिक हक्क वगैरे मागत आहेत?''

''त्या आहेत त्या स्थानावर सुखी आहेत.''

''गुड! कदाचित् मी तुमच्या या सिसिली बेटाला एकदा भेटही देईन. ठीक आहे?''

''जरूर या.''

''तुम्ही तिथे कोणती भाषा बोलता?''

''इटालियन भाषेचीच एक थोडी वेगळी बोलीभाषा.''

''मी आधी तुमची ती भाषा शिकेन व मगच तिकडे जाईन. त्यांना तिकडे वैमानिक लागतात का?''

''हो तर.''

''छान.''

त्या अपाची विमानाने आता पाच हजार फुटांची उंची गाठली होती. उतरत्या दुपारचा सूर्य हा विमानाच्या मागे राहिला होता. त्यामुळे समोरचे खालचे दृश्य हे अत्यंत स्वच्छ, स्पष्ट व मनोहारी वाटत होते. वसंत ऋतू असल्याने त्या टवटवीत निसर्गातील रंग हे गडद व वेधक दिसत होते. दूरवरच्या पाण्याच्या गडद निळ्या रंगामुळे तर ते अधिक जाणवत होते. ताशी २५ नॉटस् या वेगाने मागून येणारे वारे हे विमानाला पुढे ढकलून त्याच्या वेगात भर घालीत होते. त्यामुळे सदरवेटच्या अंदाजापेक्षा मुक्कामाचे ठिकाण लवकर येऊ शकत होते.

सदरवेटच्या मनात कुठेतरी त्याला असे जाणवत होते की विमान चालवणे ह्या गोष्टीकडे केवळ पोटाचा उद्योग म्हणून पहाणे योग्य नाही. त्याच्याही पलीकडे या गोष्टीला काहीतरी महत्त्व आहे, काहीतरी उदात्त तत्त्व त्यात अंतर्भूत आहे. वरून खाली पहात असतात खालच्या साऱ्या चराचर सृष्टीबद्दल ममत्व व बंधुभाव मनात प्रगट होतो. एखाद्या चर्चमध्ये गेल्यावर जसे दिव्य व पवित्र वाटते तसे काहीसे विमान चालवताना वाटते. आपण जेव्हा जेव्हा आकाशात असतो तेव्हा तेव्हा आपल्याला फार आल्हाददायक असे वाटत आलेले आहे.

त्याने आपल्या प्रवाशाला म्हटले, ''लढाईचे प्रसंग मात्र मी कधीच विसरू शकत नाही.''

''खरे आहे. या गोष्टी विसरू म्हटले तरी शक्य नाही.''

''कसे ते मला ठाऊक नाही .... पण माझ्या विमानाभोवतालून त्या प्रकाश सोडत जाणाऱ्या ट्रेसर बुलेटस्, क्षेपणास्त्रे पाहिली, तेव्हा मला काहीतरी वेगळीच अनुभूती झाली. कदाचित् आपल्याला ही संहारक शस्त्रे जवळून गेली तरी स्पर्श करू

शकली नाही, याचा आनंद त्यामागे असेल; पण च्यायला त्या मूर्खांनी जमिनीवरून जिथे विमानावर मारा करायला हवा होता तिथे तो नीट करत नव्हते.''

''मूर्ख....कोण मूर्ख?''

''ओह्.......वाटल्यास त्यांना अरब समजा; पण ते नक्की कोण होते ते मला सांगता येत नाही.''

''का नाही सांगता येत?''

''लष्करी गुपित.'' सदरवेट मोठ्याने हसला. ''ती लष्करी मोहीम हे गुपित नाही; पण त्या मोहिमेवरती जे कोणी बॉम्बिंग करणारे होते त्यांची नावे जाहीर न करण्याचे धोरण असते. कारण सरकारला असे वाटते की उंट हाकणारी अरब माणसे अमेरिकेत येऊन सूड घेतील; पण तुम्हाला हे माहिती आहे का, की 'व्हिन्सेनिज्' नावाच्या एका अमेरिकन युद्धनौकेने गल्फच्या युद्धात चुकून इराणचे एक प्रवासी विमान पाडले. पुढे या युद्धनौकेच्या कॅप्टनच्या मोटारीत एक बॉम्ब ठेवला गेला. नंतर झालेल्या स्फोटात त्या कॅप्टनची पत्नी जबरदस्त जखमी होऊन मृत्यू पावली.''

खलीलने यावर आपली मान डोलवली. त्याला अशा घटनांची जाणीव होती; पण इराणी लोकांनी या घटनेद्वारे त्यांना जे म्हणायचे होते ते त्यांनी दाखवून दिले. यावर त्यांनी कसलेही भाष्य केले नाही की माफी मागितली नाही. खलील यावर फक्त एवढेच म्हणाला, ''युद्धामध्ये माणसांना मारण्यामुळे आणखी माणसे पुढे मारली जातात.''

''पण मी चेष्टेने म्हणत नाही. आमच्या सरकारला खरोखरीच असे वाटते की ते उंटावरचे अरब स्वार हे आपल्या शूर योद्ध्यांना धोकादायक आहेत. हॅट्, मी मात्र असली काही पर्वा करीत नाही. कोणाला ठाऊक की मी अरबांच्यावरती बॉम्ब टाकले म्हणून? अन् जरी तसे कळले, तर येऊ दे त्यांना माझ्यापर्यंत. मग मी काय चीज आहे ते त्यांना कळेल व असे वाटेल की कुठून आपण या माणसाला शोधण्याच्या फंदात पडलो.''

''म्हणजे......तुम्ही नेहमी जवळ शस्त्र बाळगता?''

यावर सदरवेटने आपल्या प्रवाशाकडे पहात म्हटले, ''माझ्या बायकोने इतकी वर्षे काही एका मूर्ख माणसाबरोबर संसार केला नाही.''

''म्हणजे काय? मी समजलो नाही.''

''म्हणजे मी जवळ नेहमी शस्त्र बाळगतो आणि मी अत्यंत धोकेबाज आहे.''

सदरवेट आपल्या विमानाची उंची वाढवतच राहिला होता. आता ते अपाची विमान ७,००० फूट उंचीवर आले होते. तो सांगत राहिला, ''गल्फचे युद्ध संपल्यानंतर आमच्या मूर्ख सरकारला आपल्याला चांगली प्रसिद्धी लाभावी, असे

वाटू लागले. त्यासाठी त्यांनी आपल्या लढाऊ वैमानिकांना टीव्हीवर दाखविण्यास सुरुवात केली. जर सरकारला त्या XXX अरबांची भीती वाटत आहे तर मग त्यांनी आपल्या वैमानिकांचे प्रदर्शन टीव्हीवरती का केले? मी सांगू त्याचे कारण? त्याचे कारण असे की, त्याला जनतेकडून आपल्या युद्धाच्या कृतीला पाठिंबा हवा होता. म्हणून त्या वैमानिकांनी आपापल्या मोहिमांच्या कथा ह्या टीव्हीवर हसत हसत रंगवून सांगितल्या. वरती हेही सांगितले की ही मोहीम पार पाडण्याचे कर्तव्य हे आपण परमेश्वर व आपला देश ह्यांसाठी केले. त्यांनी प्रत्येक वैमानिकाच्या निवेदनाचे शंभरवेळा तरी प्रसारण केले असेल. खरंच सांगतोय मी. यात काहीही अतिशयोक्ती नाही. त्यांना कॅमेऱ्यासमोर आणण्यामागे आमचे XXX लष्कर हे राजकीयदृष्ट्या किती बरोबर वागले, हे दाखवून द्यायचे होते. तुम्ही जर सीएनएन चॅनेलवरच्या युद्धवार्ता पाहिल्या तर तुम्हाला असे वाटेल, की फक्त यांनीच युद्ध खेळले आहे. मी सांगू का, इराकच्या विरुद्ध अमेरिकेने अतिरेकच केला. वैमानिकांच्या मुलाखती दाखविल्या म्हणजे आपल्यावरचे किटाळ, टीका, दोषारोप, वगैरे सर्व काही धुतले जाईल असे त्यांना वाटत असावे.'' मग तो हसून म्हणाला, ''मी त्यातून आधीच बाहेर पडलो याचा मला आनंद होतो.''

''अस्सं.''

''बरं, ते जाऊ दे. आता जरा मी इथे काही कामे करतो. सॉरी.''

''पुरुषांची कामे बायका करतात याबद्दल तुमच्या ज्या भावना आहेत त्याच्याशी मी सहमत आहे.'' खलील म्हणाला.

''गुड! म्हणजे आपले दोघांचे जमायला हरकत नाही,'' असे म्हणून सदरवेट पुन्हा हसला. हा आपला प्रवासी अगदीच काही वाईट नाही, बरा आहे असे त्याचे आता मत झाले. तरीही तो एक परदेशी असून सज्जन उडाणटप्पू आहे, हे त्याचे मत अजून तसेच होते.

खलीलने विचारले, ''तुम्ही ते भिंतीवरती पोस्टर का लावले आहे?''

''मी त्या गडाफीच्या आसपास बॉम्ब टाकला याची मला आठवण रहावी म्हणून.'' बिल सदरवेट आपल्या सुरक्षिततेचा मागचापुढचा विचार न करता पटकन बोलून गेला. एवढेच नव्हे तर तो पुढे बोलत राहिला. ''प्रत्यक्षात माझ्यावर सोपविलेल्या मोहिमेत गडाफीच्या घरावर बॉम्ब टाकण्याचा कार्यक्रम नव्हता. ते काम जिम आणि पॉल यांच्यावर सोपवले होते. त्यांनी त्या बास्टर्डच्या घरावर अचूक बॉम्ब सोडला. पण गडाफी त्या वेळी आपल्या घराबाहेर एका तंबूत झोपला होता. च्यायला, ह्या XXX अरबांना तंबू फार आवडतात; पण त्याची लहान मुलगी मात्र घरातच असल्याने बिचारी ठार झाली. हे मात्र फार वाईट झाले. काय करणार, युद्ध म्हणजे युद्ध. त्याची बायको व दोन मुले या बॉम्बहल्ल्यात सापडली; पण ती

वाचली. बायका-मुलांना ठार करण्याची कोणाचीच इच्छा नसते; पण कधी कधी ते जिथे असू नये तिथे असले की मग हे असे होते. मी जर गडाफीचा मुलगा असतो तर आपल्या बापापासून मी एक मैलभर दूर राहिलो असतो,'' असे म्हणून सदरवेट मोठ्याने हसला.

खलीलने एक खोल श्वास घेतला व संयमपूर्वक स्वत:वरती नियंत्रण ठेवले. त्याने विचारले, ''अन् *तुमच्यावर* मोहिमेतले काय काम सोपवले होते?''

''संपर्कयंत्रणा, एक पेट्रोल डेपो, बरॅक्स आणि .... काहीतरी नष्ट करण्याचे काम माझ्याकडे होते. मला आत्ता ते सगळेच काही नीट आठवत नाही; पण तुम्ही का विचारता हे?''

''अं ऽ? तसे काही कारण नाही. पण मला हे सारेच आश्चर्यकारक वाटते. म्हणून मी विचारले, इतकेच.''

''असं? मग मी सांगितलेले सारे विसरून जा, मिस्टर फानिनी. मघाशी म्हटल्याप्रमाणे हे सारे बोलायला मला परवानगी नाही.''

''बरोबर आहे.''

आता त्यांचे विमान साडेसात हजार फूट उंचीवर जमिनीला समांतर होते. इथून पुढे याच उंचीवरती विमानाचा प्रवास होणार होता. यापेक्षा अधिक उंची गाठली जाणार नव्हती. सदरवेटने इंजिनाला होणारा पेट्रोलचा पुरवठा थोडा कमी केला. त्यामुळे इंजिनाचा आवाज थोडासा कमी झाला.

खलील म्हणाला, ''तुम्ही तुमच्या लाँग आयलँडवरील मित्राला फोन करणार?''

''होय, बहुधा.''

''हा तुमचा मित्र तुमच्याबरोबर विमानदलात होता?''

''होय. तो आता एका विमानाच्या संग्रहालयाचा डायरेक्टर आहे. सकाळी आपल्याला वेळ मिळाला तर बघू आपण ते. तुम्हाला हवे तर या माझ्याबरोबर. तिथे मी चालवित असलेले एफ-१११ हे विमान तुम्हाला दाखवेन.''

''वाऽ! हे तर बरेच झाले.''

''आमचेच हे विमान मी कित्येक वर्षांत बघितलेही नाही.''

''त्यामुळे तुमच्या जुन्या स्मृती जागृत होतील ना?''

''होय.''

खलील खालच्या जमिनीकडे बघत राहिला. तो विचार करत होता. हे किती उपरोधिकपणे घडत आहे. नुकताच मी या माणसाच्या मित्राला ठार करून आलो आहे आणि मी ज्या त्याच्या दुसऱ्या मित्राला ठार करणार आहे, त्याच्याचकडे हा माणूस मला आत्ता घेऊन जात आहे. आपल्या शेजारी बसलेल्या या माणसाला यातला उपरोध समजून धक्का बसेल?

असद खलील मागे रेलून बसला व वरती आकाशात पाहू लागला. सूर्य मावळायच्या बेतास आला असताना त्याने मनातल्या मनात रोजचा नमाज म्हटला आणि शेवटी पुटपुटत म्हटले, *''परमेश्वराने माझ्या जिहादला आशीर्वाद दिला आहे. त्यानेच माझ्या शत्रूच्या मनात गोंधळ निर्माण केला आहे. त्यांना शिक्षा करायला परमेश्वरानेच मला त्यांच्याकडे पाठवले आहे - परमेश्वर महान आहे.''*

बिल सदरवेट त्याला म्हणाला, ''तुम्ही काही म्हणालात?''

''आजचा दिवस चांगला गेला म्हणून मी परमेश्वराचे आभार मानले आणि अमेरिकेतील माझ्या कार्यात यश येवो म्हणून मी त्याचा आशीर्वाद मागितला.''

''असं? मग माझ्यावरतीही तशा एकदोन कृपा करण्याची त्याला प्रार्थना करा.''

''तेही मी केले आहे. तो करेल तसे. अगदी नक्की!''

४०

टॅक्सी जेव्हा फेडरल प्लाझापासून निघाली. तेव्हा केटने मला विचारले, ''तुम्ही या अशा वेळी माझ्याकडे येणार, का तुम्हाला घरी जाऊन झोप घ्यायची आहे?''

तिने हा प्रश्न अशा काही स्वरात विचारला होता की त्यात एक प्रकारचा टोमणाही होता आणि माझ्या पौरुषाला आव्हानही होते. पुरुषांची कोणती मर्मस्थळे दाबायची, हे ती बहुधा शिकत असावी.

मी म्हटले, ''बघू या. झोप आल्यावर विचार करेन.'' मुद्दामच मी गुळगुळीत उत्तर दिले.

टॅक्सीत आता शांतता होती. बाहेरची वाहतूक मंदावली होती. एप्रिल महिन्यातला एक वळवाचा पाऊस नुकताच झाला असल्याने रस्ता चमकत होता. टॅक्सीचा ड्रायव्हर हा क्रोएशियातला होता. मी नेहमी या ड्रायव्हर मंडळींची चौकशी करत असतो. त्या बाबतीत मी एक पहाणी करत असल्याने नेहमी टॅक्सीत बसल्यावर ड्रायव्हरला प्रश्न विचारीत असे.

आम्ही केटच्या घरापाशी आलो. मी टॅक्सीचे पैसे दिले. त्यात विमानतळापासूनचे भाडे अंतर्भूत होते. मी तिची सूटकेसही उचलून घेतली. जगात कोणतीच गोष्ट फुकट मिळत नसते, असे मला या निमित्ताने वाटून गेले.

इमारतीच्या रखवालदाराने फाटक उघडून आम्हाला आत घेतले. 'काही तासांपूर्वी ही बाई बॅग घेऊन बाहेर पडली होती. तीच बाई आत्ता परत बॅगेसकट आणि एका

माणसाबरोबर घरी का परतली?' असे कोडे त्याला पडले असावे. तो बहुधा आता रात्रभर यावर विचार करेल.

आम्ही लिफ्टने चौदाव्या मजल्यावर गेलो आणि तिच्या अपार्टमेंटमध्ये शिरलो.

ते एक छोटे अपार्टमेंट होते. तिने ते भाड्याने घेतले होते. हॉल, बेडरूम, स्वयंपाकघर, स्नानगृह व टॉयलेट एवढ्याच गोष्टी तिथे होत्या. भितींना पांढरा रंग दिला होता. ती अगदी साधी व छोटी जागा होती. तिथे कुठेही शोभेच्या कुंड्या नव्हत्या. जमिनीवर गालीचा नव्हता. भिंतीवर कलात्मक चित्रे नव्हती. फर्निचर कमीत कमी होते. भिंतीच्या एका बाजूला एक टीव्ही व सीडी-प्लेअर होता. त्याचे दोन स्पीकर्स जमिनीवरती ठेवले होते. भिंतीतल्याच एका फडताळात पुस्तके कोंबून रचली होती.

स्वयंपाकघरात केट शिरली व एक कपाट उघडून तिने विचारले, ''स्कॉच?''

''प्लीज,'' मी तिची सूटकेस व माझी ब्रीफकेस खाली ठेवत म्हटले.

स्वयंपाकघर आणि जेवणाची जागा यांच्यामध्ये एक छोटा ओटा होता. त्यावर तिने स्कॉचची बाटली व दोन ग्लास ठेवले. दोन्ही ग्लासात स्कॉच ओतून बर्फ टाकला व विचारले, ''सोडा हवा?''

''नको.''

आम्ही एकमेकांचे ग्लास भिडवून 'चीअर्स' म्हटले आणि पिऊ लागलो. मी त्या ओट्यापाशी असलेल्या एका स्टुलावर बसलो होतो.

तिने मला विचारले, ''जेवणार आहात?''

''नाही, तेवढी मला भूक नाही.''

''ठीक. मग काहीतरी स्नॅक्स खाऊ आपण,'' असे म्हणून कपाटातून तिने मोठ्या प्लॅस्टिकच्या पिशवीतून काहीतरी चमत्कारिक तयार पदार्थ बाहेर काढला पिशवीवर 'क्रन्च अमुक तमुक' असले काहीतरी छापले होते. ती ते खाऊ लागली. मग सीडी प्लेअरकडे जाऊन तिने एक गाणे लावले.

एवढे झाल्यावर तिने पायातले सॅन्डल्स उडवून लावले व अंगावरचा कोट काढला. आतमध्ये एक पांढरा स्वच्छ ब्लाऊज होता, काखेत एक कातडी म्यानातील पिस्तूल होते. सध्या बहुतेकजण काखेत पिस्तूल ठेवत नाहीत असे असताना तिने तसे का जवळ बाळगले होते, ते मला समजले नाही. तिने ते कातडी म्यान व पिस्तूल काढले व खुर्चीवर टाकलेल्या आपल्या कोटावरती ठेवले. ती पुढे आणखी काय करणार याची मला उत्सुकता होती; पण एवढ्यावरच ती थांबली.

मीही मग माझ्या अंगातला कोट काढला, कातडी म्यान व पिस्तूलही काढले. तिने ते माझ्याकडून घेऊन आपल्या कोटावर ठेवले. मग ती माझ्याजवळच्या स्टुलावर येऊन बसली. ती नुसतीच पीत राहिली. फारसे काही बोलेना. मग मीच

बोलू लागलो. मी तरी कोणत्या विषयावर बोलणार? एफबीआयने दिलेली ही पॉईंट फॉर्टी कॅलिबरची ग्लॉक पिस्तुले एमएम पिस्तुलांपेक्षा कशी चांगली आहेत, हे तिला सांगू लागलो. "कोणाच्या अंगावरचे बुलेटप्रूफ जॅकेट भेदून गोळी आत शिरू शकत नसली, तरी या पिस्तुलाची गोळी मात्र त्याला धाडकन् पाडू शकते." मी असे बरेच काही बडबडत होतो.

पण मी एकदम बोलायचे थांबलो. तिच्याकडून यावर मला कसलाच प्रतिसाद मिळत नव्हता. ती गप्प होती. तिला हा विषय आवडत नसावा. *निदान आत्ता तरी.* ती म्हणाली, "मला वाटते की मी ही जागा सोडून दुसरीकडे रहायला जावे."

"तशी ही जागा चांगली दिसते आहे." मी आपले काहीतरी मत द्यायचे म्हणून बोललो.

"तुम्ही कधी अशा छोट्या व गचाळ जागेत राहिला आहात?"

"होय, राहिलो होतो; पण पुढे लग्न झाल्यावर मोठ्या फ्लॅटमध्ये राहायला गेलो. पण हा काही तसा वाईट नाही."

"असं? मग सध्या तुमच्या भावी बायकोला कसे भेटता?"

माझा घटस्फोट झालेला तिला ठाऊक होता. मी बेथ पेनरोज नावाच्या बाईबरोबर संबंध जोडू पहात आहे, हेही तिला ठाऊक होते. मी म्हणालो, "पोस्टाने."

ती या अनपेक्षित उत्तरावर हसली.

"तुम्ही भलतेच चमत्कारिक आहात." मग आपल्या हातातल्या घड्याळाकडे पहात म्हणाली, "मला ११ वाजताचे बातमीपत्र पाहायचे आहे. त्यात तीन वार्ताहर परिषदा दाखवणार आहेत."

"ठीक आहे."

ती उठून उभी राहिली आणि म्हणाली, "प्रथम मी माझे आन्सरिंग मशीन बघते. आलेले निरोप कळतील आणि तसेच मी ऑफिसलाही कळवते की मी घरी आले आहे."

आयसीसीच्या आमच्या ऑफिसमध्ये प्रत्येकाने बाहेर पडल्यावर आपण कुठे जातो आहोत, कुठे थांबणार आहोत, कोणत्या फोन नंबरवरती आहोत, हे सारे कळवायचा नियम केला होता. माझ्याकडे पहात ती म्हणाली, "तुम्ही इथे माझ्या घरी आहात हे मी सांगू ऑफिसात?"

"तो तुझा प्रश्न आहे." तिने मला चतुराईने प्रश्न विचारला होता. मीही त्याला चतुराईने उत्तर दिले.

"ठीक आहे," असे म्हणून ती फोनपाशी गेली.

मी माझी स्कॉच पीत बसलो.- मी विचार करू लागलो. जर मी पिणे संपल्यावर इथून निघून गेलो तर नंतर केटशी मैत्री संपणार होती. तसेच मी जर इथे थांबून तिच्या

मर्जीविरुद्ध काहीही जरी केले तरी मैत्री संपणार होती. मी खरोखर कोंडीत सापडलो होतो.

ती फोन ठेवून परत आली व म्हणाली, ''मी ऑफिसला फोन केला.'' मग खाली बसून आपला ग्लास हातात फिरवित राहिली.

शेवटी मी तिला विचारले, ''मी इथे आहे हे तू कळवलेस?''

''होय, कळवले. ड्यूटी ऑफिसर स्पीकरफोनवर बोलत होता. त्यामुळे माझे बोलणे त्याच्या स्पीकरवरून सर्वांना ऐकू जात होते. तुम्ही इथे आहात हे मी बोलल्यावर पलीकडून अनेकजण हलक्या आवाजात ओरडल्याचे मला ऐकू आले.''

मी यावर काय बोलणार? मी फक्त हसलो.

तिचा ग्लास संपला होता म्हणून तिने दुसरे ड्रिंक तयार करून घेतले. त्या प्लॅस्टिकच्या पिशवीत हात खुपसून आतील क्रंचिंग पदार्थ बाहेर काढीत ती म्हणाली, ''हे असले अबरचबर खाणे योग्य नाही. मला स्वयंपाक चांगला करता येतो; पण मी तो करत नाही. तुम्ही घरी जेवणासाठी काय बनवता?''

''मी सरळ हातगाडी किंवा रेस्टॉरंटमधून तयार शिजवलेले पदार्थ आणून खातो.''

''तुम्हाला एकट्याला रहायला आवडते?''

''फक्त कधी कधी.''

''मी आत्तापर्यंत कोणाबरोबर राहिलेच नाही.''

''का बरे?''

''ही नोकरी. नोकरीच्या वाटेल तसल्या वेळा. केव्हाही फोन आला की पळावे लागते. शिवाय गावोगावी प्रवास करावा लागतो. नवीन नवीन कामे अंगावर जबाबदारीने सोपवली जातात. शिवाय घरात पिस्तुलांसारखी शस्त्रे आणि महत्त्वाची गुप्त कागदपत्रे असतात. मला एका जुन्या मैत्रिणीने सांगितले की ती माझ्यासारखीच एका मित्राबरोबर राहिली होती; पण शेवटी त्यामुळेच ती अडचणीत आली होती.''

''तसे म्हटले तर खरी आहे ही अडचण.''

''तुमचे आता चाळिशीनंतरचे आयुष्य सुरू झाले आहे. तुम्हीही एकट्याने रहात आहात. या बाबतीत काही अडचणी असतात का?''

मी काय बोलणार? पण हा प्रश्न केवळ सहज म्हणून विचारलेला नव्हता. गंभीरपणे विचारला गेला होता. मी मौन पत्करले.

केटने आत्तापर्यंत दोन पेग संपवून तिसरा पेग चालू केला होता; पण तरीही ती शुद्धीवर होती, सावध होती, भानावर होती. तिच्या विचारात व बोलण्यात सफाई होती.

'आय ओन्ली हॅव आईज् फॉर यू' या गाण्याची सीडी मंद आवाजात वाजत

होती. ती आता फारसे बोलत नव्हती. कदाचित ते गाणे तसे प्रभावी असावे, उत्तेजित करणारे होते. तिला त्यातील प्रत्येक ओळीचा अर्थ समजला असावा. मग एकदम ती म्हणाली, "मला जेव्हा थोडीशी धाकधूक वाटू लागते तेव्हा मी ड्रिंक घेते. कित्येक बायकांना सेक्सचा विचार मनात आला की धाकधूक वाटू लागते. तुम्हाला कसे वाटते या बाबतीत?"

तिच्या या बोलण्याने मी आश्चर्यचकीत झालो. मी म्हणालो, "अंऽऽ मला मनावर थोडासा ताण येतो."

"म्हणजे तुम्ही जसे कणखर वागता तसे मनाने नाहीत."

"माझ्यात लपलेल्या माझ्या जुळ्या भावाची ती करामत आहे असे समज."

"ती लाँग आयलँडवरची तुमची ती कोण बाई आहे?"

"तिच्याबद्दल मी सांगितले होते. न्यूयॉर्क पोलीस खात्यात मनुष्यहत्या विभागात ती एक स्त्री पोलीस म्हणून काम करते."

"तुम्ही तिच्याबद्दल जर फार गंभीरतेने विचार करीत असाल तर मी तुम्हाला अवघडलेल्या परिस्थितीत ठेवणार नाही."

मी यावरती काहीच बोललो नाही.

ती म्हणाली, "ऑफिसातल्या बऱ्याचजणींना तुम्ही खूप सेक्सी वाटता."

"असं? पण ऑफिसात मी शक्य तितक्या सभ्यपणे वागत असतो."

"ते तशा वागण्यावर अवलंबून नसते. तुम्ही चालता कसे व दिसता कसे यावर ते असते."

"हो का? मला वाटते की मी आता लाजतो आहे. खरे आहे?" मी विनोदाने तिला विचारले.

ती म्हणाली, "तसे किंचित लाजत आहात असे म्हटले पाहिजे अन् मी अतिपुरोगामी वाटेल असे तर वागत नाही ना?"

यावर माझे जे एक ठराविक उत्तर असे, ते मी देऊन टाकले. मी म्हणालो, "छे छे, तू प्रामाणिकपणे व दिलखुलासपणे बोलतेस. कसलाही आडपडदा तुझ्या बोलण्यात नसतो. बायकांच्यावर जे एक सामाजिक दडपण असते, ते झुगारून जी बाई समोरच्या पुरुषाबद्दलची आपली आवड व्यक्त करते, ती मला नेहमी आवडते."

"उफ्!" तिच्या या उद्‌गारातून मला कसलाच अर्थ काढता येईना.

"ठीक आहे. ती स्कॉचची बाटली इकडे कर."

पण मला ती बाटली न देता ती घेऊन कोचावर जाऊन बसली व म्हणाली, "आता आपण बातम्या बघू या."

मी माझा ग्लास घेऊन तिच्यापाशी जाऊन बसलो. तिने रिमोट कंट्रोलच्या सहाय्याने सीडी-प्लेयर बंद करून टीव्ही चालू केला. सीबीएस चॅनेलवरती रात्रीचे

अकरा वाजताचे बातमीपत्र चालू झाले.

पहिली व महत्त्वाची बातमी ही त्या विमानदुर्घटनेबाबत झालेल्या वार्ताहर परिषदेची होती. टीव्ही संयोजक म्हणत होती:

"त्या ट्रान्स कॉन्टिनेन्टल-१७५ विमानाच्या शनिवारच्या दुर्घटनेबद्दल एक दचकवून टाकणारी नवीन माहिती हातात आली आहे. आज घेतलेल्या एका संयुक्त पत्रकार परिषदेत एफबीआय व न्यूयॉर्क पोलीस यांनी जे जाहीर केले त्याची कुणकुण गेले चार दिवस लागली होती. त्या विमानात जे मृत्यू झालेत ते सारे अपघाताने झालेले नसुन एका दहशतवादी कृत्याचा तो परिणाम आहे. त्या बाबतीत एफबीआयने आपले बोट एका प्रमुख संशयिताकडे वळवले असून त्याचे नाव असद खलील —"

त्याच वेळी खलीलचे एक छायाचित्र टीव्हीवर प्रगट झाले आणि ती संयोजक स्त्री आपले बोलणे संपवेपर्यंत काही काळ स्थिर झाले. ती म्हणत होती,

"हेच छायाचित्र आम्ही तुम्हाला काल रात्री दाखवले होते. ही व्यक्ती लिबियाची नागरिक असून तिचा शोध सबंध देशभर व जगभर चालू आहे. आता आम्हाला असे कळते की ह्या प्रकरणातील हाच प्रमुख संशयित— "

केटने रिमोट कंट्रोलचे बटण दाबून एनबीसी चॅनेल लावला. तिथेही थोड्याफार फरकाने तीच माहिती सांगितली जात होती. मग परत चॅनेल बदलून एबीसी चॅनेल लावला. त्यानंतर सीएनएन लावला. ती सारखी चॅनेल्स बदलत गेली. असे सारखे चॅनेल बदलणे हे इतरांना आवडत नाही. त्यातून एक स्त्री चॅनेल बदलत असेल तर ते फारच त्रासदायक वाटते.

काही का असेना, सगळ्या चॅनेल्सवरील बातम्यांचे सार आम्हाला कळले. मग पहिल्या वार्ताहर परिषदेची टेप लावली गेली. न्यूयॉर्कमधील एफबीआयच्या फिल्ड ऑफिसचा प्रमुख झाल्या दुर्घटनेचा तपशील देत होता. मात्र त्यावर आधी विचार करून काळजीपूर्वक ते वर्णन तयार केले होते. त्याच्यानंतर पोलीस कमिशनर बोलू लागला. नंतर जॅक कोनिग आला आणि त्याने एफबीआय व न्यूयॉर्कचे पोलीसदल यांची गुन्हेगाराला पकडण्यासाठी संयुक्त मोहीम चालू असल्याचे सांगितले. इतरही बरेच काही सांगितले; पण त्यात कुठेही अॅन्टी टेररिस्ट टास्कफोर्सबद्दल अजिबात सांगितले नाही.

कोनिगने विमानात बळी पडलेल्या त्या दोन एफबीआय एजंटांची नावे सांगितली नाहीत की उल्लेख केला नाही; पण कॉन्क्विस्टाडोर क्लबमध्ये मारल्या गेलेल्या व्यक्तींची नावे सांगून आपले कर्तव्य बजावत असताना ते मृत्यू पावले, असे तो म्हणाला. क्लबच्या नावाचा त्याने उच्चारही केला नाही. त्याच्या सांगण्यावरून असे

वाटून आले की त्या दहशतवाद्याशी झुंज देताना एफबीआयच्या तिघांना गोळ्या लागल्या, म्हणून तो दहशतवादी पळून गेला.

त्या संयुक्त वार्ताहर परिषदेची टेप बघताना शेवटी सर्व वार्ताहर विविध प्रश्नांचा व शंकांचा भडिमार करताना दिसले. पण व्यासपीठावरील सर्व वरिष्ठ व महत्त्वाच्या व्यक्ती आता तिथून अदृश्य झाल्या होत्या. उरला होता तो एकमेव जनता संपर्क अधिकारी - ॲलन पार्कर. पोडियमच्या स्टँडपाशी त्या बुटक्या व्यक्तीवर चोहोबाजूंनी प्रकाशाचे झोत पडले होते, कॅमेरे रोखलेले होते आणि सर्व वार्ताहर त्याला गराडा घालून त्याच्यावर प्रश्न फेकीत होते. बिचारा ॲलन पार्कर! एखाद्या हरणाला चारी बाजूंनी अन्य श्वापदांनी घेरून टाकून कोंडीत आणावे तसे ते दृश्य दिसत होते.

सिटी हॉलमध्ये झालेल्या दुसऱ्या वार्ताहर परिषदेची दृश्ये दाखविण्यात आली. तिथे सांगणारे तीन राजकीय अध्वर्यू होते. शहराचा महापौर, राज्याचा राज्यपाल आणि कोणी एक राजकीय व्यक्ती. सर्वांनी "आम्ही या प्रकरणात लवकरच काहीतरी प्रगती करून दाखवूच दाखवू," असे नेहमीप्रमाणे शपथपूर्वक आश्वासन दिले. पण काय व कसे करणार याबद्दल त्यांनी चकार शब्द काढला नाही. त्यांना टीव्हीच्या पडद्यावर यायचे होते व या निमित्ताने प्रसिद्धी मिळवून घ्यायची होती, हाच त्यांचा खरा हेतू होता.

त्यानंतर आणखी एक टेप चालू झाली. त्यात वॉशिंग्टनमधील दृश्ये होती. एफबीआयचे डायरेक्टर आणि दहशतवादविरोधी दलाचे डेप्युटी डायरेक्टर दिसत होते. आम्ही त्यांनाच एफबीआयच्या मुख्य कचेरीत भेटलो होतो. प्रत्येकाने एक गंभीर पण आशावादी वक्तव्य केले.

असद खलीलला पकडण्यास दहा लाख डॉलर्सचे बक्षीस लावले असल्याचे जाहीर केले. कोणी जर त्याची माहिती दिली व त्यावरून त्याचा ठावठिकाणा लागून त्याला धरले गेले... तरीही ते बक्षीस माहिती देणाऱ्याला दिले जाणार होते. याचा अर्थ वरिष्ठ पातळीवर फार मोठ्या गंभीरतेने याची दखल घेतली गेली होती. त्या पातळीवर नैराश्य व चिंता असल्याचे मला जाणवले.

त्यानंतर एकदम दृश्य बदलून व्हाईट हाऊसचे दृश्य प्रगट झाले. राष्ट्राध्यक्ष या संदर्भात एक वक्तव्य करीत होते. त्यांच्या वक्तव्यातील प्रत्येक शब्द हा नेहमीप्रमाणे काळजीपूर्वक निवडलेला होता. त्यामुळे थोडासा बदल केला तर तेच वक्तव्य कोणत्याही प्रसंगाला वापरता येईल असे होते. अर्थात असे तर नेहमीच घडत आलेले होते.

संपूर्ण बातमी, वार्ताहर परिषदा, वगैरे सर्व धरून टीव्हीवरची तब्बल सात मिनिटे यात खर्च झाली होती. नेटवर्क न्यूजसाठी हा फारच वेळ दिला होता. प्रत्येक नेटवर्कने या बाबतीत एक खास अहवाल ११:३० वाजता दिला जाईल म्हणून

जाहीर केले होते. अन् हे अहवाल मात्र अधिक नीट माहिती देणारे असतात. पण या साऱ्यामधून एक गोष्ट प्रगट झाली. जी गोष्ट सुरुवातीला घाबरून दडपून ठेवली जात होती तीच शेवटी प्रगट करावी लागली:

विमानातील सर्वजणांना विषारी वायू सोडून असद खलील या लिबियन दहशतवाद्याने ठार केले व तो काही एफबीआयच्या एजंटांना मारून सहीसलामत निसटून गेला.

शेवटी हे सत्य जनतेसमोर आलेच. हीच गोष्ट लवकर यायला हवी होती; परंतु कधीच न येण्यापेक्षा उशिरा आलेली का होईना बरी, असा विचार मी केला.

केटने टीव्ही बंद करून टाकला व सीडी-प्लेयर चालू केला.

मी म्हणालो, ''मला आज रात्रीचा तो 'एक्स-फाईल्स' हा कार्यक्रम पाहायचा आहे.''

केट यावर काहीही बोलली नाही.

याचा अर्थ तो मीलनाचा क्षण जवळ आला होता. किंवा तो वियोगाचाही ठरू शकत होता.

तिने आणखी स्कॉच आपल्या ग्लासात ओतली. बहुतेक तिला स्कॉचचा आधार लागत असावा. कारण तिच्या शरीराला एक सूक्ष्म कंप सुटलेला आहे हे मी ओळखले. ती कोचाच्या एका बाजूला नादामध्ये एवढी सरकली होती की खाली पडेल अशी मला भीती वाटली. म्हणून मी तिच्याभोवती माझा हात टाकला. सीडीवरती 'सॉलीट्यूड' हे गाणे लागले होते. मला ते सारे वातावरण आता रोमॅन्टिक वाटू लागले.

मी तिला म्हटले, ''आपण नुसतेच मित्र म्हणून रहायचे?'' यात जसा प्रश्न होता तसा सूतोवाचही होता. पुढची कृती कोणती असावी याची आठवण करून देणारा तो प्रश्न होता.

यावर तिच्या चेहऱ्यावरती हसू फुटल्याचे मी पाहिले. पुढचा तपशील मला अजूनही नीट आठवत नाही. त्या कोचाचे रूपांतर एका रंगमंचात झाले आणि त्यावरती आमची शृंगारक्रीडा चालू झाली. ती क्रीडा परत परत व्हायची. पण कधी संपायची व पुन्हा कधी सुरू व्हायची ते कळत नव्हते. शेवटी आम्ही दोघे निसर्गाच्या ताब्यात गेलो. कदाचित तेच या परिस्थितीत अपरिहार्य असावे. या क्रीडेतील तिची ताकद जबरदस्त होती आणि ज्या आवेगाने ती करत होती, त्यावरून एका महान भावनेचा उद्रेक तिच्यातून बाहेर पडत होता. शेवटी माझी दमछाक झाली. मी निवांत पडून राहिलो. श्रान्त क्लान्त होऊन तीही माझ्यावर डोके ठेवून विसावली होती. माझ्या अंगावरून हात फिरवित असताना तिला माझ्यावर वर्षापूर्वी झाडलेल्या

गोळ्यांच्या जखमांचे व्रण दिसले. त्यामुळे तर माझ्याबद्दल तिचे मन अपार सहानुभूतीने भरून आले.

तेवढ्यात तिने मला विचारले, "भूक लागली का?"

"होय."

"छान. मी आम्लेट करून आणते," असे म्हणून ती उठून स्वयंपाकघरात गेली.

मी त्या खोलीतील सीडीची चळत पाहिली. त्यातून विली नेल्सन या गायकाची सीडी शोधून ती लावली. 'डोन्ट गेट अराऊन्ड टू मच' या गाण्याचे स्वर बाहेर पडू लागले. ते ऐकून ती आतूनच ओरडून म्हणाली, "मला हे गाणे फार आवडते."

तिथल्या फडताळातील तिची पुस्तके पाहिली. एखादी व्यक्ती कशी आहे हे ती व्यक्ती कोणती पुस्तके वाचते यावरून समजू शकते; पण तिथली बरीचशी पुस्तके ही प्रशिक्षणात दिली जाणारी मॅन्युअल्स होती, गुन्हेगारीतल्या जगाबद्दल सांगणाऱ्या सत्यकथांची होती, एफबीआय, दहशतवाद, विकृत मानसिकता, वगैरे विषयांवरची होती. तिथे अन्य कादंबऱ्या नव्हत्या, महान साहित्यावरची पुस्तके नव्हती, कवितासंग्रह नव्हते, कलेवरची पुस्तके नव्हती की छायाचित्रणावरची नव्हती. याचा अर्थ ती आपल्या गुन्हे शोधून काढण्याच्या व्यवसायाशी अत्यंत निष्ठावान होती. या जगाखेरीज अन्य जगातील गोष्टींचा प्रभाव तिच्यावर पडत नसावा.

पण या आदर्श व निष्ठावान स्त्रीची दुसरीही एक बाजू होती. अन् ती एवढी गुंतागुंतीची नव्हती. ती एक स्त्री होती व तिला तिच्या कल्पनेतले पुरुष आवडत होते. तिला कामक्रीडेत रस होता; पण तिच्या या आवडीत मी कसा काय बसत होतो? कदाचित् ऑफिसात तिच्यामागे काही पुरुष पिंगा घालून तिचा पिच्छा पुरवित असतील. त्यांच्या जाचातून सुटण्यासाठी तर तिने माझी निवड केली असेल काय? किंवा तिला ऑफिसातल्या नियमांचा, धोरणांचा वीट आला असेल, उबग आला असेल व त्यावर उतारा म्हणून ती माझ्याकडे वळली काय? 'ही स्त्री आपल्यावरती का लुब्ध झाली?' या प्रश्नाने पुरुष नेहमी चक्रावून जातात. माझेही तसेच झाले होते.

तिच्या घरातला फोन वाजू लागला. प्रत्येक एफबीआय एजंटच्या घरात ऑफिसच्या फोनसाठी वेगळी लाईन असते. घरात जिथे जिथे फोनची कनेक्शन्स असतात, तिथे तिथे बारीक दिवा लावून ठेवलेला असतो. तो लागला की समजावे हा ऑफिसचा फोन आहे. म्हणजे घरातील इतर माणसे तो फोनकॉल घेत नाहीत. पण येथे तसे काही मला दिसले नाही. फोन आला तरी तिने स्वयंपाकघरातील जादा कनेक्शनजवळचा दिवा पेटलेला पाहिला नाही आणि फोनही उचलला नाही. शेवटी आन्सरिंग मशीनकडून तो फोन घेतला गेला. याचा अर्थ तिला आत्ताच्या क्षणाची आपली धुंद मन:स्थिती बिघडवायची नसावी. किंवा हातातले काम सोडता येणे

तिला कठीण झाले असावे.

म्हणून तिला मदत करण्याच्या हेतूने मी तिला विचारले, ''मी तुला काही मदत करू का?''

''होय. तुमचे केस तुम्ही नीट विंचरा व चेहऱ्यावरील लिपस्टिकचे डाग पुसून टाका.'' मी आज्ञाधारकपणे तिच्या स्नानगृहात जाऊन ती म्हणाली तसे केले व बाहेरच्या खोलीत आलो. तेवढ्या वेळात तिने दोन प्लेटस् टीपॉयवरती मांडल्या होत्या. त्यात आम्लेट होते. संत्र्याच्या रसाने भरलेले दोन ग्लासही तिथे ठेवले होते. मी कोचावर बसलो. ती मात्र खाली जमिनीवरती माझ्यासमोर बसली. आम्ही दोघेही आम्लेटवर तुटून पडलो. मला चांगलीच भूक लागली होती.

ती म्हणाली, ''नोकरीला लागल्यापासून तुम्हीच पहिले पुरुष माझ्या आयुष्यात आलात.''

''असं?'' मी त्यावर एवढीच माझी प्रतिक्रिया व्यक्त केली. बाकी मी दुसरे काय बोलू शकत होतो?

''तुमच्या बाबतीत काय परिस्थिती आहे?''

''माझ्या आयुष्यात तर अजून एकही पुरुष आला नाही.''

ती हसून म्हणाली, ''मी तुम्हाला गंभीरपणे विचारते आहे.''

मला बेथ पेनरोज आठवली. मी तिच्याशी संबंध वाढवतोय हेही तिला ठाऊक होते. म्हणूनच तिने हा सवाल आडवळणाने मला टाकला होता.

मी म्हणालो, ''अंऽ... मी यावर काय बोलणार? मी कोणाला तरी शोधतो आहे हे नक्की. अन् तुलाही हे ठाऊक आहे.''

''मग आपण त्या व्यक्तीचा नाद सोडून द्यावा.''

मी यावर हसलो.

''जॉन, मी गंभीरपणे हे म्हणते आहे. बेथशी तुम्ही एकदम संबंध तोडा असे मी म्हणत नाही. काही दिवस तुम्ही दोन्हीकडे संबंध ठेवा; पण त्यानंतर मला असे वाटते...... तुम्हाला ठाऊक आहे मला काय म्हणायचे आहे ते.''

मला काय बोलावे ते सुचेना.

तरीही मी म्हणालो, ''मी समजू शकतो तुझी स्थिती.''

आता हे काही सरळ प्रश्नाला दिलेले सरळ उत्तर नव्हते; पण काय बोलावे हे मला सुचत नव्हते, त्याला मी तरी काय करू? आम्ही दोघे बराच वेळ एकमेकांकडे बघत राहिलो. शेवटी मला कळून चुकले की आपण नीट उत्तर दिले पाहिजे. मी तिला म्हणालो, ''हे बघ केट, तू एकटी रहाते आहेस. तुला एकलकोंडे वाटणे साहजिक आहे. कदाचित् म्हणूनही तू सतत स्वत:ला ऑफिसच्या कामात गुंतवून ठेवत असशील. मी जर तुला आत्ता 'आदर्श पुरुष' वाटत असलो तरी तो फक्त

आत्तापुरताच आहे. प्रत्यक्षात मी तसा नाही. तेव्हा—''

''हुडूत्! तुम्हाला वाटते तशी मी एकलकोंडी नाही, किंवा मी स्वत:ला मुद्दाम कामात गुंतवून ठेवत नाही. अनेक पुरुष माझ्यासाठी नेहमी धडपडत आले आहेत. फार काय, तुमचा तो सीआयएमधला मित्र टेड नॅश, त्याने स्वत: मला लग्नासाठी दहा वेळा विचारले होते.''

''काय?'' मी जवळजवळ किंचाळलोच. माझ्या हातातला काटा खाली पडला. ''तो क्षुद्र किडा —''

''तो क्षुद्र नाही.''

''तो किडा तर नक्की आहे.''

''तो किडाही नाही.''

''छे:, आता मात्र मला त्याचा राग येतो आहे. तू त्याच्याबरोबर हिंडली होती का?''

''काही वेळा बाहेर त्याच्याबरोबर मी रात्रीचे जेवण घेतले होते. दोन संस्थांमधला तो एक सहकार्याचा भाग समजा.''

''डॅम इट! आता मात्र मला त्याची चीड येते आहे. हलकट लेकाचा! पण तू का हसते आहेस?''

आपल्या हसण्याचे कारण तिने सांगितले नाही, पण लवकरच माझ्या ते लक्षात आले.

तोंडातला घास चावून खात असताना तिला हसू येत होते. तो घास बाहेर पडू नये म्हणून तिने आपल्या दोन्ही हातांनी चेहरा झाकला होता. शेवटी मी म्हणालो, ''जर तुझ्या घशात घास अडकला तर मला ती डॉ. हेमलिश यांची पद्धत ठाऊक नाही.''

मग तर ती जोरजोराने हसू लागली.

तिचे हसणे बराच वेळ चालू होते. शेवटी मी विषय बदलण्यासाठी तिला मघाशी पाहिलेल्या वार्ताहर परिषदेबद्दल काहीतरी विचारले.

त्यावर तिने काहीतरी उत्तर दिले खरे; पण माझे त्या उत्तराकडे लक्ष नव्हते. टेड नॅशने तिच्याबरोबर बाहेर जेवण केले, यात कुठेही सक्तीचा भाग नव्हता. दोघांच्या सहकार्यानेच ती गोष्ट घडली होती; पण म्हणून काय झाले? माणसाच्या सहनशक्तीला काहीतरी मर्यादा असते ना? अन् माझी मर्यादा फारच कमी होती, निदान कोणत्याही स्पर्धेसाठी. कदाचित् तिला या माझ्या मर्यादेची जाणीव असावी म्हणून तर तिने माझ्यावरती टेडचा प्रयोग केला असावा.

पण नंतर माझ्या मनात बेथ पेनरोजचा विचार आला आणि एका अपराधी भावनेने मला ग्रासून टाकले. जरी काही काळ बेथशी शारीरिक संबंध ठेवण्यास केटने

परवानगी दिली असली तरी मुळात एकीशीच संबंध असावे, या मताचा मी आहे.

पण काहीही असले तरी मी निसरड्यावरून जात होतो, प्रेमाच्या गर्तेत घसरत होतो. प्रेम-साहचर्य-सुख अशा पायऱ्या शेवटी विवाहाच्या वेदीकडेच नेतात. अन् विवाहातून शेवटी काय प्रगट होते? तर दुःख! फक्त दुःख!

पण माझ्या मागच्या अनुभवावर आधारीत हे माझे मत होते. ते मत प्रत्येक वेळी लागू पडत नसते. अन् आता माघार घेण्यात अर्थ नव्हता. मला थांबता येत नव्हते. जेव्हा माघार घेणे किंवा थांबणे ह्या दोन गोष्टी जमत नसतील तर पुढे जाण्याखेरीज गत्यंतर नसते. शेवटी मी परिस्थितीला शरण गेलो. मी तिला म्हटले, "ठीक आहे, मी उद्या सकाळीच बेथला फोन करून 'संबंध संपले' असे सांगतो."

"ते तुम्ही करू नका. तुम्हाला ते नीट जमणार नाही. मीच तुमच्यासाठी ते करीन," असे म्हणून परत ती हसू लागली.

कामक्रीडा झाल्यावर माझ्यापेक्षा केटच खूप उत्साही मनःस्थितीत आलेली दिसत होती. मी मात्र गोंधळून गेलो होतो. मनात संघर्ष चालला होता आणि थोडासा घाबरलोही होतो; पण सकाळपर्यंत मी माझ्या मनावर ताबा मिळवेन असा मला विश्वास वाटत होता.

ती म्हणत होती, "आता काम. ऑफिसचे काम. तो जो कोणी खबऱ्या आला होता, तो काय म्हणत होता?"

मग मी तिला फादी आस्वादबरोबर झालेले सारे संभाषण तपशीलवार सांगितले. खाणे, पिणे व स्त्रीसंग करणे यासाठीच मी ऑफिसातून लवकर निघालो, असे मला वाटत होते. त्यामुळे थोडीशी अपराधी भावनाही मनाला जाणवत होती. म्हणून आता ऑफिसच्या कामाचा विषय निघाल्याने मला जरा बरे वाटले होते व मी उत्साहाने तिला माहिती देत गेलो.

ती शांतपणे ऐकत राहिली. मग तिने विचारले, "परंतु दिशाभूल करण्यासाठी हे सारे कशावरून घडवले गेले नाही?"

"नाही. त्या माणसाचा मेव्हणा हा खरोखरीच मृत्यू पावला आहे. त्याला ठार केले गेले आहे."

"पण त्याचा खूनही त्या योजनेचा एक भाग असू शकेल. हे दहशतवादी अत्यंत कठोर असतात. आपल्याला कल्पना येणार नाही इतके ते क्रूर असतात.

मी त्यावरही विचार केला व तिला विचारले, "मग असद खलीलचा न्यूयॉर्क सोडून त्या पर्थ ॲम्बॉय गावी टॅक्सीने जाण्याचा दुसरा काय हेतू असावा?"

"तो अजूनही न्यूयॉर्कच्या रस्त्यावर आहे असे आपल्याला वाटावे व आपण तसेच शोधत रहावे म्हणून."

"नाही. तू ही शक्यता जरा जादाच ताणते आहेस. फादी आस्वाद माझ्याशी

ज्या तऱ्हेने बोलला त्यावरून तो खरे सांगतो आहे, अशी माझी खात्री पटली. माझ्यासारखेच गॅब्रिएलचेही तेच मत झाले आहे. तू जर त्या वेळी हजर असतीस तर तुझेही तेच मत झाले असते.''

ती यावर म्हणाली, ''फादी आस्वादला जेवढे ठाऊक आहे तेवढे त्याने सांगितले; पण याचा अर्थ आस्वादच्या मेव्हण्याच्या टॅक्सीत खलील होता असा कुठे निघू शकतो? जर तो टॅक्सीत असेल तर फ्रॅन्कफुर्टमधील घटना ही मुद्दाम दिशाभूल करण्यासाठी केली होती. म्हणजेच टॅक्सीतला खून खलीलने केला होता, असा निष्कर्ष निघतो.''

''अगदी बरोबर. थँक गॉड. मी तुला युरोपमधील टेड नॅशच्या सहवासापासून वाचवले तर.''

''म्हणूनच तर मुद्दाम तुम्हाला पाहिजे तसा निष्कर्ष काढून मला माघारी आणलेत.''

आता यावर मला काही बोलता येईना. मी नुसते स्मित हास्य केले.

काही सेकंद ती बोलली नाही, स्तब्ध राहिली. मग म्हणाली, ''तुमचा दैवावरती विश्वास आहे का?''

दैव या गोष्टीवरती मी विचार केला होता. गेल्या वर्षी माझ्यावरती अचानक त्या दोन स्पॅनिश गुंडांनी गोळ्या झाडल्या. त्यामुळे दैव या विषयावरती माझ्या मनातील विचारचक्र चालू झाले. त्यातून प्रकृती सुधारण्यासाठी मला हॉस्पिटलमध्ये व घरी सक्तीची विश्रांती घ्यावी लागली होती. त्या काळात विचार करण्याखेरीज मी दुसरे काय करू शकत होतो? त्या घटनेमुळे मला पोलीस खाते सोडावे लागले. तिथून मी दहशतवादविरोधी पथकात गेलो आणि तिथून इथे आत्ता केटच्या घरी आलो; पण तरीही मी ठरलेले भवितव्य, दैव, योगायोग किंवा नशीब यावरती विश्वास ठेवायला तयार नाही. माझ्या मते आपली स्वतंत्र इच्छाशक्ती व वाटेल तशा अंदाधुंदपणे घडणाऱ्या घटना यांच्या संयोगातून आपले भवितव्य घडत असते. एखाद्या मोठ्या दुकानात बायकांच्या कपड्यांचा मोठा सेल लागतो, तेव्हा सारखे विविध कपडे व नग तुमच्यापुढे येऊन जातात. त्या वेळी, त्या क्षणी एखादी बाई स्वेच्छेने जेव्हा एखादा कपड्याचा नग पसंत करते, तेव्हा तिचे त्या कपड्याबरोबरचे भवितव्य ठरवते. हे जग असेच आहे. म्हणजे तुम्हाला प्रत्येक क्षणाला सावध राहून निवड करावी लागते. जिथे कसलाही क्रम नाही, संगती नाही, अशा घटना तुमच्यासमोर येऊन जात असतात. त्यातल्या कोणत्या घटनेशी संबंध ठेवायचा एवढेच निवडीचे स्वातंत्र्य तुमच्याजवळ असते. आपली स्वतंत्र इच्छाशक्ती व सुसंगत नसलेल्या घटना यांच्या संयोगातून आपले भवितव्य घडत असते.

''जॉन?'' केट मला हाका मारीत होती.

“नाही. माझा दैवावरती विश्वास नाही. आपल्या दैवात लिहिलेले असल्यामुळेच आपण दोघे भेटत आहोत, दैवात असल्यामुळे आपण आज एकमेकांबरोबर सुख लुटत आहोत, असे मला मुळीच वाटत नाही. माझे एफबीआयमध्ये येणे व तुझी भेट होणे ही एक आपोआप, अपघाताने घडणारी घटना आहे. त्यामागे कसलेही कारण नाही. तुझे निवडीचे स्वातंत्र्य वापरून तू त्या घटनेचा पुढे उपयोग करून घेतलास. माझ्याबरोबरच्या सहवासाची तुझी कल्पना त्यातूनच उगम पावली. आता ही कल्पना झकास आहे ही गोष्ट वेगळी.”

“थँक यू. तेव्हा आता तुम्ही माझ्या मागे मागे करून माझ्या प्राप्तीची इच्छा करण्याची तुमची वेळ आली आहे.” ती खट्याळपणे म्हणाली.

“हो ग. मला या खेळाचे नियम ठाऊक आहेत. मी तुला रोज फुले पाठवीत जाईन हं,” मीही लटका गंभीरपणा धारण करीत म्हटले.

“ते फुलांचे सोडा. चारचौघांत माझ्याशी नीट वागत जा, बोलत जा. तेवढे केले तरी पुरे.”

माझा एक लेखकमित्र आहे. बायकांच्या बाबतीत तो शहाणा आहे. तो एकदा मला म्हणाला होता, “पुरुष हे बायकांशी का लाडात बोलतात, तर त्यामुळे त्यांना बायकांशी शेवटी संग करायला मिळेल आणि तर बायका पुरुषांशी का संग करतात, तर त्यामुळे पुरुष आपल्याशी नेहमी लाडात बोलत रहातील, म्हणून.” प्रत्येकाच्या बाबतीत हे खरे आहे.... पण केटशी संग केल्यामुळे मी नंतर तिच्याशी किती वेळ व कसे बोलत राहीन, हे मला सांगता येत नाही. कारण केट मेफिल्ड ही एक अशी स्त्री होती की तिच्या बाबतीत विविध उत्तरांच्या शक्यता होत्या.

“जॉन?” ती मला भानावर आणीत होती.

“पण केट, त्याचे काय आहे, मी जर तुझ्याशी चारचौघांत साळसूदपणे व सभ्यासारखे वागू लागलो तर मात्र आपल्या दोघांविषयी लोक बोलू लागतील.”

“उत्तम. त्यामुळे स्पर्धेतून बरेच मूर्ख बाद होतील व ते माझ्यापासून दूर रहातील.”

“टेड नॅशखेरीज कोणते हे आणखी मूर्ख?”

“कुणीका असेना,” ती बेफिकीरपणे म्हणाली.

मी यावरती आग्रह धरला नाही, गप्प बसून राहिलो. तेवढ्यात मी म्हणालो, “ठीक आहे. बराच वेळ झाला आहे. मी चलतो आता.”

तिला वाटले की मी नाराज झालो आहे. म्हणून ती म्हणाली, “अजिबात नाही. इतक्या उशिरा कसले जाता? आता सकाळपर्यंत इथेच रहा.”

“पण माझ्याकडे टूथ ब्रश नाही.” मी काहीतरी फालतू शंका काढली.

तिने यावर एक तोडगा काढला. ती म्हणाली, “माझ्याकडे विमानात दिले

जाणारे एक किट आहे. मी ते अजून वापरले नाही. त्यात टूथ ब्रश आहे.''

''कोणत्या विमान कंपनीचे आहे? मला ब्रिटिश एअरवेजकडून दिले जाणारे किट आवडते.''

''ते एअर फ्रान्सचे आहे.''

शेवटी मी माघार घेतली. ती मग खुषीत आली. मी कोचावर बसलो होतो. ती माझ्या पायाशी जमिनीवर बसली. आपले डोके माझ्या मांडीवरती घुसळीत होती, हसत होती. ते सुखाचे क्षण टिपत होती.

आम्ही दोघे रात्री दोन वाजेपर्यंत निरनिराळ्या चॅनेलवरच्या बातम्या पहात होतो. दोन वाजता एका चॅनेलवरती त्या विमान दुर्घटनेवरती एक खास कार्यक्रम होता. तो कार्यक्रम नेटवर्कवरती होता. अन् मूळ कार्यक्रमात कुठेही ट्रान्स-कॉन्टिनेन्टल या विमान कंपनीचे नाव येऊ दिले नव्हते; पण एका चॅनेलवरती तोच कार्यक्रम दाखविताना जाहिरातीच्या वेळी चक्क ट्रान्स-कॉन्टिनेन्टलची जाहिरात दाखविली होती. सर्व प्रवासी या विमानात किती आरामात व सुखात प्रवास करीत आहेत, असे दृश्य त्यात होते. त्या जाहिरातीमधील विमानातील आसने ही मोठी वाटण्यासाठी बुटक्या व हडकुळ्या माणसांना त्यात प्रवासी म्हणून दाखवित असावेत. तसेच प्रवाशांमध्ये कुठेही अरबांसारखा चेहरा असणार नाही याची काळजी जाहिरातीमध्ये घेतली जात असणार.

त्या कार्यक्रमात चर्चा होती. चर्चेसाठी जगाच्या कानाकोपऱ्यातून तज्ज्ञ मंडळी गोळा करून आणली होती. जागतिक दहशतवाद, मध्यपूर्वेतील दहशतवादाचा इतिहास, लिबिया, मुस्लीम अतिरेकी, सायनाईड वायू, विमान चालवण्याची स्वंयचलित यंत्रणा आणि बऱ्याच अशा मुद्यावरती बडबड बडबड चालली होती. आम्ही ते रात्री तीन वाजेपर्यंत सहन केले.

ती जांभई देत उठली व म्हणाली, ''बास झाले. झोपूया आता.'' असे म्हणून तिने टीव्ही बंद केला. मग फोनच्या आन्सरिंग मशीनपाशी गेली आणि मघाशी ज्याने फोन केला त्याचा निरोप ऐकण्यासाठी तिने त्या मशीनची बटणे दाबली. त्यातून टेड नॅशचा आवाज ऐकू येऊ लागला. मी तो लांबूनही सहज ओळखला. तो म्हणत होता, ''केट, मी टेड बोलतोय, फ्रॅन्कफुर्टहून बोलतोय. मला असे कळते की तू व कोरी इकडे येणार नाही. तू पुन्हा एकदा नीट विचार कर. मला वाटते की तुम्ही दोघेही ही एक संधी गमावत आहात. मला वाटते की त्या टॅक्सी ड्रायव्हरचा खून हा आपली दिशाभूल करण्यासाठी केला असावा .... मला फोन कर.... आत्ता न्यूयॉर्कमध्ये रात्रीचे बारा वाजून गेलेले असल्याने तू नक्की घरी असशील म्हणून मी तुझ्या घरी फोन केला.... या आधी तुझ्या ऑफिसात फोन केला होता, तेव्हा कळले की तू घरी गेली आहेस.... कोरीच्या घरीही फोन केला; पण तो घरी नाही. ठीक

आहे. मला तीनचार वाजेपर्यंत फोन कर. म्हणजे न्यूयॉर्कच्या पहाटेच्या वेळी. मी फ्रॅन्कफुर्ट हॉफमध्ये आहे.'' नंतर त्याने आपला फोन नंबर दिला व शेवटी म्हटले, ''मी तुझ्या ऑफिसातही फोन करेन. त्या वेळी सविस्तर बोलू.''

तो निरोप ऐकून आम्ही दोघेही थोडा वेळ काहीच बोललो नाही. मला टेडने केटला फोन केल्याचा राग आला होता नि तिला त्याची जाणीव झाली असावी. ती म्हणाली, ''मी नंतर केव्हातरी बोलेन त्याच्याशी.''

मी म्हणालो, ''आत्ता तिकडे दुपारचे तीन वाजत आले असतील. टेड आपल्या खोलीत आरशात टक लावून तुझ्या फोनची वाट पहात असेल.''

यावर तिने एक स्मित केले. पण ती बोलली नाही. नेहमीप्रमाणे टेडचा व माझा वेगवेगळा अंदाज होता. टेडला टॅक्सी ड्रायव्हरचा खून ही दिशाभूल करणारी घटना वाटत होती, तर फ्रॅन्कफुर्टमधील खून हा मला दिशाभूल वाटणारा होता; पण कोणत्याही परिस्थितीत त्याला मी फ्रॅन्कफुर्टमध्ये हवा होतो. गंमतच आहे. पण जेव्हा टेड हा 'ब' ठिकाणी आपण जाऊ म्हणतो, तेव्हा मी 'अ' ठिकाणीच थांबायचे पसंत करतो. किती साधी व सोपी गोष्ट आहे ही.

केट तिच्या बेडरूममध्ये गेली होती. तिने मला हाक मारून आत बोलावले. तिच्या पलंगावरती गाद्यागिरद्या होत्या व ती होती. तिने मला बोटाने खूण करून जवळ बोलावले. मग मी कसलाही मागचापुढचा विचार न करता तिच्याजवळ जाऊन झोपलो. ती माझ्या कुशीत शिरली का मी तिच्या कुशीत शिरलो, ते मला आता आठवत नाही; पण आम्ही दोघे मिळून एक स्वप्नकथा रंगवत होतो. उत्तररात्री कधी माझी जागृतावस्था संपली व ज्यात केट आहे असे एक स्वप्न कधी सुरू झाले ते मला समजले नाही.

४१

त्या स्वच्छ निळ्या आकाशात साडेसात हजार फूट उंचीवरून ते अपाची विमान ईशान्य दिशेने प्रवास करीत होते. असद खलील हा विमानाखालून सरकणारा भूभाग बघत होता. लाँग आयलँड जवळ येत चालले होते.

बिल सदरवेटने आपल्या प्रवाशाला सांगितले, ''विमानाला मागून पुढे ढकलणारे चांगले वारे आपल्याला भेटले. त्यामुळे आता ठरल्यापेक्षा कमी वेळात आपण पोचतो आहोत.''

''उत्तम!'' खलील म्हणाला. *याच वाऱ्यामुळे तुमच्या आयुष्यातील काही वेळ*

आणखी कमी झाला आहे, असेही तो मनात म्हणाला.

बिल सदरवेट सांगत होता, "तर मी काय सांगत होतो मघाशी? हं, ते एफ-१११ लढाऊ जेट विमान आहे ना, ते तेवढे आरामदायी नाही. आत बसणाऱ्या वैमानिकाची खूप अडचण होत असते; पण आत्तापर्यंत विमानातून बॉम्बिंगच्या जेवढ्या लष्करी मोहिमा इतिहासात झाल्या असतील त्यातील सर्वांत लांबची मोहीम याच विमानातून झाली आहे."

खलील शांतपणे बसला होता. तो नुसता ऐकत राहिला.

सदरवेट बोलत होता, "त्या साल्या फ्रेंचांनी आम्हाला त्यांच्या देशावरून उडण्याची परवानगी दिली नाही; पण इटालियन सरकारने मात्र सहकार्य दिले. इटलीवरून आम्ही उडत गेलो नाही, परंतु जर विमानात काही बिघाड झाला, आणीबाणी निर्माण झाली, पेट्रोल संपत आले, तर त्यांनी आम्हाला त्यांच्या देशात उतरायची परवानगी दिली होती. अर्थात तशी वेळच आली नाही; पण त्यामुळे तुम्हा इटालियन लोकांबद्दल माझ्या मनात स्नेहच आहे."

"थँक यू."

नॉरफॉक, व्हर्जिनिया या भूभागावरून त्यांचे विमान पार करून गेले. मग सदरवेटने उजवीकडे बोट करून दाखवीत म्हटले, "तिकडे खाली आरमारी बोटी दिसत आहेत. तिथेच दोन ड्राय डॉक्स आहेत. विमानवाहू जहाजांसाठी ते बांधले आहेत. त्यात दोन तशी जहाजेपण दिसत आहेत. दिसली का?"

"होय, दिसली."

"त्या लष्करी मोहिमेच्या रात्री आमच्या आरमाराने मात्र आम्हाला चांगले सहकार्य दिले. त्यांच्या नजरेत आम्ही कुठेच नव्हतो. मोहिमेची लढाईसुद्धा त्यांनी पाहिली नाही; पण आणीबाणीत आम्ही त्यांच्या जहाजावर उतरू शकत होतो. किंवा त्यांच्या जहाजावरील आरमाराची विमाने आमच्या मदतीसाठी आकाशात धावून येऊ शकत होती. विशेषतः परतताना आमचा आकाशात लिबियाच्या लढाऊ विमानांशी संघर्ष उडू शकत होता. तशी काही वेळ आली नाही. पण त्यामुळे आम्हाला वरती कितीतरी धीर वाटत होता."

"मला कल्पना आहे त्याची."

"याचे कारण त्या भित्र्या लिबियन विमानदलांनी आमचा पाठलागच केला नाही. आम्ही आमची मोहीम पूर्ण केली. त्यांचे वैमानिक त्या वेळी घाबरून पलंगाखाली झोपले असणार नि त्यांनी चड्डीतच विधी केले असणार."

खलीलला ती बॉम्बिंगची वेळ आठवली. तो काळ आठवला. त्या वेळची दारुण दुर्दशा आठवली. त्याचे मन शरम व संताप यांनी भरून गेले. त्याने घसा साफ करून म्हटले, "पण मला त्या वेळची एक गोष्ट आठवते. लिबियन

विमानदलाने एक अमेरिकन विमान गोळ्या झाडून खाली पाडले होते."

"छे; लिबियन विमानदलाची विमाने जमिनीवरून उडालीच नाहीत."

"पण तुम्ही एक विमान गमावलेत, हे तरी नक्की ना?"

यावर सदरवेटने आपल्या प्रवाशाकडे पाहात म्हटले, "होय, आम्ही एक विमान गमावले खरे; पण आम्हा बाकीच्या साऱ्या वैमानिकांची खात्री होती की त्या जायबंदी विमानाच्या वैमानिकाने आपले विमान नंतर खूप खाली आणून चालवले असेल व शेवटी ते समुद्रावर आणून सोडले असणार. मग तो तिथून किनाऱ्यावरती सहज गेला असणार."

"तसे असेल तर ते विमानदलाच्या गोळ्यांनी पाडले गेले नसून क्षेपणास्त्र किंवा विमानविरोधी तोफांनी पाडले गेले असेल."

पुन्हा एकदा सदरवेटने आपल्या प्रवाशाकडे पाहिले व म्हटले, "त्यांची हवाई हल्लाविरोधी यंत्रणा ही निष्क्रीय होऊन बसली होती. कारण त्यांच्याकडची ही यंत्रणा रशियाकडून खरेदी केलेली होती. ती कशी वापरायची याचे त्यांना ज्ञान नव्हते किंवा ते वापरायचे धाडस होत नव्हते. आमच्यावरती सॅम क्षेपणास्त्रे सोडली होती; पण आमचे रडार नीट काम करत नव्हते की समोरचे दृश्य आम्हाला नीट दिसत नव्हते. अशा वेळी बेधडक मुसंडी मारून हल्ला करीत सुटणे. मी तसेच केले."

"तुम्ही भलतेच शूर आहात."

"मी केवळ माझे कर्तव्य बजावत होतो."

"अल अझीझियावर चालून जाणारे तुमचे पहिले विमान होते?"

"होय, माझेच पहिले विमान.... मी अल अझीझिया असे आत्ता म्हणालो?"

"होय तुम्हीच तसे म्हणालात."

"असं?" सदरवेटला आपण ते शब्द बोलल्याचे आठवेना. त्याला त्याचा उच्चारही नीट करता येत नव्हता.

"ते असो. तर माझा विझो - म्हणजे विपन्स ऑफिसर - चिप... मी त्याचे आडनाव सांगू शकत नाही — पण त्याने चार वेळा बॉम्ब टाकले. तीन बॉम्ब बरोबर ठिकाणी सरळ जाऊन पडले. चौथा मात्र भलतीकडे गेला. तो कशावर पडला ते सांगता येत नाही."

"कशावर पडला तो बॉम्ब?"

"ते मला ठाऊक नाही. नंतर दुसऱ्या दिवशी त्या भागाची उपग्रहातून घेतलेली छायाचित्रे आम्हाला दाखविण्यात आली. त्यात कळले की त्या भरकटलेल्या बॉम्बमुळे बरॅक्स किंवा घरे उद्ध्वस्त झाली होती. तिथे पूर्वी इटालियन दारूगोळ्यांची कोठारे होती. काही का असेना, कशावर तरी पडून काहीतरी शत्रूचे नुकसान झाले ना, मग ठीक झाले. आता या बॉम्बहल्ल्यात किती लोक ठार झाले हे कसे

कळणार? बॉम्बस्फोटांमुळे मनुष्यदेहाच्या पार चिंध्या होऊन जातात. उपग्रहातून घेतलेल्या छायाचित्रात उमटले काय तर माणसांचे तुटके हात, पाय, मुंडकी व धडे. त्यातून माणसे कशी मोजायची? का हातापायांची संख्या मोजून त्याला चारने भागायचे?'' असे म्हणून सदरवेट हसू लागला.

आपले हृदय जोरजोरात धडधडते आहे असे असद खलीलच्या लक्षात आले. त्याने संयम करण्यासाठी अल्लाची प्रार्थना केली. त्याने खूप वेळा श्वास खोलवर आत घेतला आणि आपले डोळे मिटून घेतले. ह्याच माणसाने आपल्या घरांवरती बॉम्ब सोडला. ह्यानेच आपले कुटुंब मारले. त्याच्या नजरेसमोर एसाम व कादीर या भावांचे चेहरे आले. अदारा आणि लीना या बहिणी त्याला दिसल्या, त्याची आई दिसली. ती त्याच्याकडे स्वर्गातून पहात हसत होती. आपल्या चारही मुलांना तिने कवेत घेतले होते. ती आपली मान हलवित होती. तिचे ओठ हलत होते. पण तिला काय म्हणायचे आहे ते त्याला ऐकू येत नव्हते; पण त्याला हे ठाऊक होते की तिला आपला अभिमान वाटतो आहे व आपण हाती घेतलेल्या कार्यात यशस्वी व्हावे म्हणून ती आशीर्वाद देते आहे. अन् हे कार्य म्हणजे आपल्या कुटुंबाच्या हत्येचा सूड.

त्याने आपले डोळे उघडले आणि समोरचे निळे आकाश त्याला दिसले. त्या निळ्या आकाशात एकच एक झगमगीत पांढरा ढग तरंगत होता. त्याच ढगात आपले सर्व कुटुंबीय आहेत हे त्याने ओळखले.

त्याला आपल्या वडिलांची आठवण झाली. त्याला ते नीट कधी आठवलेच नव्हते. पण तो मूकपणे त्यांना उद्देशून म्हणाला, ''तुम्हाला माझा अभिमान वाटेल बघा.''

मग त्याला बाहिराची आठवण झाली. अन् अचानक त्याला कळून चुकले की तिच्या खुनाचे भूत आपल्या मानगुटीवर बसले आहे. तिच्या मृत्यूला तोच एकटा जबाबदार होता.

बिल सदरवेट सांगत होता, ''गडाफीच्या घरावरती बॉम्ब टाकण्याची कामगिरी माझ्यावर सोपवली गेली असती तर बरे झाले असते; पण ते काम पॉल ग्रेला दिले गेले. नशीबवान साला! तो अरब xxx रात्री त्या लष्करी भागात असेल असे आम्हाला वाटले नव्हते. पण आमच्या लष्करी हेरांना तसे वाटले होते. कोणत्याही देशाच्या प्रमुखाचा वध आमच्यासारख्या लष्करी सेवेतल्या लोकांनी करणे बरोबर नसते. तुम्ही एक वेळ नागरी वस्तीवर बॉम्ब टाका; पण त्यांच्या प्रमुखाचा वध करू शकत नाही. पण आमचा तो राष्ट्राध्यक्ष रोनाल्ड रेगन, त्याच्याजवळ त्या मवाळ कार्टरपेक्षा शेकडो पटींनी धाडस होते. म्हणून घेतला त्याने निर्णय, 'जा, उडवा त्या अरब नेत्याला.' म्हणून पॉलने बॉम्ब टाकला. त्याचा विझो, म्हणजे विपन्स

ऑफिसर, जिम होता. म्हणजे तोच तो लाँग आयलँडवरचा. पॉलने गडाफीचे घर शोधून काढून टिपले. त्यात काही अडचण नव्हती. मग जिमने एक राखून ठेवलेला मोठा बॉम्ब बरोबर त्याच ठिकाणी टाकला. ते घर लगेच अदृश्य झाले; पण तो xxx गडाफी तिथे त्या घरात नव्हताच मुळी. तो बाहेर दुसरीकडे कुठेतरी एका तंबूत झोपला होता. मी हे सांगितले होते का तुम्हाला? तर असो. तो बेटा यातून सहीसलामत सुटला.''

''पण त्यांची मुलगी यात ठार झाली असे तुम्ही म्हणाला होता ना?''

''होय, तसे झाले खरे. ह्या साल्या जगात नेहमी असेच घडत असते. हिटलरला ठार करण्यासाठी त्यांनी त्याच्यापाशी एक बॉम्ब लपवला; पण झाले काय? तर हिटलरच्या भोवतालचे लोक जायबंदी झाले, काही जण मेले; पण हिटलरच्या मिशीचा केसही वाकडा झाला नाही. इथे देव काय करतो? त्याचे काय विचार असतात? ती लहान मुलगी ठार झाली. वाईट झाले. कोणालाही तिच्याबद्दल दुःखच होईल; पण जो मरायला पाहिजे होता तो मात्र सुखरूप निघून गेला. जगात नेहमी असेच घडत असते.''

खलील गप्प बसला त्याने यावर कसलीही प्रतिक्रिया व्यक्त केली नाही.

''अशीच बॉम्बफेक दुसऱ्या स्क्वॅड्रनने केली. मी सांगितले होते का ते तुम्हाला? नाही? मग ऐका तर. दुसऱ्या स्क्वॅड्रनला त्रिपोली शहरातील काही लक्ष्ये ठरवून दिली होती. त्यातले एक लक्ष्य हे फ्रेंच दूतावास होते, हे कोणीही आता मान्य करणार नाही. जे झाले ते चुकून झाले, अशी सफाई केली जाते; पण ते काही खरे नाही. त्या स्क्वॅड्रनच्या एका वैमानिकाने बेधडक फ्रेंच दूतावासाच्या कचेरीत मागच्या बाजूला बॉम्ब सोडला. तिथल्या कोणालाही ठार करण्याचा हेतू नव्हता. ती रात्रीची वेळ होती. त्यामुळे दूतावासाच्या कचेरीत कोणी असण्याचाही प्रश्न नव्हता. अन् तसे कोणी नव्हतेही. पण विचार करा. आम्ही गडाफीच्या घरावर बॉम्ब टाकला आणि गडाफी होता घराच्या मागच्या अंगणात. आम्ही फ्रेंच दूतावासाच्या कचेरीत मागच्या अंगणात हेतूपूर्वक बॉम्ब टाकला तर कचेरीत कोणीही नव्हते. माझा मुद्दा लक्षात आला ना? जर याउलट सारे झाले असते तर? पण त्या रात्री अल्लाचे त्या xxx गडाफीवर लक्ष होते. तुम्हाला त्याचे आश्चर्य वाटेल.''

आपले हात थरथरत आहेत असे खलीलला वाटले. जर तो जमिनीवर असता तर या सैतानी कुत्र्याला त्याने नुसत्या आपल्या हाताने ठार मारले असते. शेवटी खलीलने आपले डोळे मिटून घेतले व तो मनात प्रार्थना म्हणू लागला.

सदरवेट सांगत राहिला, ''फ्रेंच हे तसे आमचे मित्रच नाही का? आमचे जागतिक राजकारणातले साथीच; पण त्यांच्या देशावरून आम्हाला उडू देण्यास ते कचरले, घाबरले. म्हणून आम्हीही त्यांना दाखवून दिले की अपघात हे घडू

शकतात, पण तो अपघात घडवण्यासाठी आमच्या वैमानिकांना थोडेसे जादा काम पडले, जादा वेळ उडावे लागले.'' असे म्हणून तो खो खो हसत सुटला. ''जस्ट ॲन ॲक्सिडेन्ट.'' त्याचे हसणे थांबल्यावर तो म्हणाला, ''त्या रॉनीमध्ये - म्हणजे आमच्या रोनाल्ड रेगनमध्ये - किती धाडस होते! अजून तसा एखादा व्हाईट हाऊसमध्ये यायला हवा. तो बुश माहिती आहे ना. तो दुसऱ्या महायुद्धात लढाऊ विमानाचा एक वैमानिक होता. तुम्हाला ठाऊक होते हे? त्याचे विमान जपान्यांनी पॅसिफिकमध्ये पाडले. तोही एक बरा राजकारणी माणूस होता. त्यानंतर आला एक भित्रा व डरपोक राजकारणी माणूस. आराकान्सास राज्यातला होता- तुम्हाला कळतेय ना हे राजकारण?

खलीलने आपले डोळे उघडले व म्हटले, ''तुमच्या देशात मी एक पाहुणा म्हणून आलो आहे. तेव्हा अमेरिकन राजकारणावरती मी कसे काय माझे मत देणार?''

''होय. तेही बरोबरच आहे म्हणा. तर मी काय सांगत होतो? हं, तर त्या xxx लिबियन लोकांना चांगला धडा शिकवला. त्या डिस्को क्लबवरती त्यांनी बॉम्ब उडवून नाश केला होता. याची किंमत शेवटी त्यांना महागात पडली.''

काही क्षण खलील शांत राहिला. नंतर तो म्हणाला, ''पण हे खूप वर्षांपूर्वी घडले. अन् तरी तुम्हाला ते सारे जसेच्या तसे आठवते. कमालच आहे.''

''होय.... हे लढाईचे अनुभव विसरू म्हटले तरी विसरले जात नाहीत.''

''होना. तशीच माझी खात्री आहे की लिबियातील लोकही हे प्रसंग व अनुभव विसरलेले नसणार.''

यावर सदरवेट मोठ्याने हसला, तो म्हणाला, ''त्या xxx अरबांच्या स्मृतीत एखादी गोष्ट फार काळ राहात असते. आम्ही लिबियावरती बॉम्बिंग केल्यानंतर दोन वर्षांतच त्यांनी पॅन ॲम विमान कंपनीचे विमान बॉम्ब ठेवून आकाशात उडवून दिले.''

''हिब्रू पुराणात लिहिले आहे की, त्यांनी तुमचा एक डोळा काढला तर तुम्हीही त्यांचा एक डोळा काढा. ॲन आय फॉर ॲन आय, ए टूथ फॉर ए टूथ. त्यानुसार हे सारे घडते आहे असे मला वाटते.''

''होय, खरे आहे ते; पण मला आश्चर्य वाटते की आम्ही त्या विमान उडवण्याचा सूड नंतर कसा घेतला नाही? पण ते असो. त्या xxx गडाफीने विमानात बॉम्ब ठेवणारी ती दोन माणसे शेवटी कशी काय अमेरिकेला दिली? ही कसली त्याची चाल आहे?''

''म्हणजे काय?''

''म्हणजे असे की लबाड गडाफीने धूर्तपणे काहीतरी डाव खेळला असला

पाहिजे. ज्या आपल्या माणसांना त्याने विमानात बॉम्ब लपवण्याचा हुकूम दिला, त्याच आज्ञाधारक माणसांना त्याने अमेरिकेच्या हवाली कसे केले?''

खलील यावर म्हणाला, ''कदाचित जागतिक न्यायालयाचे मोठे दडपण आल्याने तसे सहकार्य करणे भाग पडले असेल.''

''असं? पण तरी काय होणार? मग तो अरब दहशतवाद्यांना कसे तोंड दाखवणार? म्हणून मग तो आणखी एखादे धाडसी कृत्य करणार. मग ते कृत्य कदाचित परवा झालेली ट्रान्स कॉन्टिनेन्टलची विमान दुर्घटना हेही असू शकेल. कारण त्यामागचा संशयित दहशतवादी हा एक लिबियन नागरिक आहे.''

''मला त्या दुर्घटनेची फारशी माहिती नाही.''

''खरे सांगायचे तर मलाही फारशी माहिती नाही; पण तशा अर्थाच्या बातम्या सध्या हवेत आहेत.''

खलील म्हणाला, ''पण तुम्ही म्हणता आहात त्याप्रमाणे ही ताजी दुर्घटना म्हणजे सूड घेण्यासाठी केलेली लिबियाची दहशतवादी कृती असेल. आपल्याच दोन माणसांना अमेरिकेच्या ताब्यात द्याव्या लागणाऱ्या चिडेपोटी ही कृती केली असेल किंवा पूर्वी लिबियावरती केलेल्या बॉम्बहल्ल्याचा पुरा सूड घेण्यासाठीही केलेली ही कृती असेल.''

''कोणास ठाऊक? त्या महामूर्ख दहशतवाद्यांबद्दल जेवढा विचार करीत रहाल तेवढे तुमचे डोके फिरून जाईल.''

यावर खलीलचे अर्थातच काहीही उत्तर नव्हते.

यानंतर सदरवेटला संभाषण करण्यात फारसा रस राहिला नाही. तो विमान चालवित राहिला. अधुनमधून सारखा जांभया देऊ लागला. न्यू जर्सीच्या किनाऱ्याला नजरेत ठेवून तो पुढे जात राहिला. सूर्य आता आणखी क्षितिजाखाली गेला. खाली जमिनीवरती तुरळक ठिकाणी दिवे लागल्याचे कळू लागले. एकदम समोर क्षितिजावर त्याला झगझगीत प्रकाश दिसू लागला. त्याने विचारले, ''तो कसला प्रकाश आहे?''

''कुठे? ओह् .... होय! ते अटलांटिक शहर येते आहे. मी गेलो होतो तिथे एकदा. तुम्हाला जर मद्य, स्त्रिया आणि गाणी यात रस असेल तर ते शहर त्यासाठी ठीकच आहे.''

खलीलला फारसी भाषेतील एक कविता याच संदर्भात आठवली. ती कविता उमर खय्यामने केली होती. त्याचा अर्थ असा होता :

या जंगलात मद्याची सुरई, खाण्यासाठी भला मोठा पाव, कवितेचे पुस्तक आणि प्रिये तुझा सहवास, हे सारे जवळ असल्यावर मग हे जंगल

मला स्वर्गच ठरतो!

तो सदरवेटला म्हणाला, "म्हणजे हा एक स्वर्गच म्हणाना."

सदरवेट हसून म्हणाला, "होय. स्वर्ग किंवा नरक ते सारे तुमच्या नशिबाचे दान कसे पडते आहे यावरती अवलंबून आहे. तुम्ही कधी जुगार खेळता?"

"नाही. कधीही नाही."

"पण ... पण मला वाटले की सिसिलीयन लोक खूप जुगार खेळतात."

"नाही. सिसिलीत जुगार खेळला जातो हे खरे आहे; पण आम्ही दुसऱ्या लोकांना जुगार खेळायला उत्तेजन देतो. जे जुगार खेळत नाहीत तेच जिंकत असतात."

"तुमच्या म्हणण्यात नक्कीच तथ्य आहे."

मग सदरवेटने एका बाजूचा पंख थोडा खाली झुकवून थोडेसे उजव्या बाजूला एक वळण घेतले आणि नवीन दिशेने तो आपले विमान नेऊ लागला. तो म्हणाला,"आपण अटलांटिक महासागरावरून जाणारा शॉर्टकट घेऊ या म्हणजे लाँग आयलँड लवकर येईल. चला, आत्तापासून उंची कमी करायला हवी. तुमच्या कानात थोडेसे दडे बसतील."

खलीलने आपल्या घड्याळात पाहिले. संध्याकाळचे ७:१५ वाजले होते. सूर्य पूर्णपणे अदृश्य झाला होता; परंतु त्याचा संधिप्रकाश अजून रेंगाळत होता. खाली सर्वत्र काळोख होता. त्याने आपल्या डोळयांवरचा गॉगल काढला व तो कोटाच्या आतल्या खिशात ठेवून दिला. मग नेहमीचा बायफोकल चष्मा घातला. तो सदरवेटला म्हणाला, "तुमचाही एक मित्र याच लाँग आयलँडवर असावा या योगायोगाचे मला खूपच नवल वाटते."

"असं?"

"लाँग आयलँडवर माझे एक गिऱ्हाईक आहे, त्याचे नाव जिम आहे."

"पण तो जिम मॅक्कॉय नसेल."

"होय, बरोबर. तेच नाव आहे."

"तो तुमचे गिऱ्हाईक आहे? जिम मॅक्कॉय?"

"ही व्यक्ती विमान संग्रहालयाची डायरेक्टर आहे काय?"

"होय, होय! तोच हा जिम मॅक्कॉय. कमाल आहे; पण तुमचा कसा त्याच्याशी संबंध आला?"

"माझ्या सिसिलीमधील कॉटन कॅनव्हासचे कापड तयार करण्याच्या कारखान्याकडून ते कॅनव्हास खरेदी करतात. हे कॅनव्हासचे कापड खास तैलचित्रे काढण्यासाठी बनवले जाते. जहाजाच्या शिडासाठी जे कॅनव्हास वापरले जाते तसे हे जाड नसते,

पातळ असते. अन् ह्याच कापडाचा उपयोग जुनी विमाने तयार करण्यासाठी त्या संग्रहालयात केला जातो.''

"वेल, आय विल बी डॅम्ड, तुम्ही जिमला कॅनव्हास विकता काय?''

"त्यांना नाही; त्या विमान संग्रहालयाला. मी त्यांना यापूर्वी कधीही भेटलो नाही, पण ते आमच्या कापडावरती खूष आहेत. शीडाच्या कॅनव्हासएवढे ते जड नसल्याने आणि जुन्या विमानांच्या लाकडी सांगाड्यावरती ते ताणून बसवण्यासाठी त्याचा हलकेपणाही उपयुक्त ठरतो.'' आपल्याला त्रिपोलीत याबद्दल आणखी काय सांगितले गेले ते आठवून खलील म्हणाला, "शिवाय ते चित्रे काढण्यासाठी बनवलेले असल्याने त्यावर नंतर लावलेला रंग ते छान शोषून घेते. आता ही अशी कापडे फारशी कुठे मिळत नाहीत. सगळीकडे प्लॅस्टिकच्या कृत्रिम धाग्यापासून बनवलेली कापडे मिळतात.'' त्या विमानाच्या संग्रहालयात जुन्या विमानांच्या प्रतिकृती तयार करून ठेवण्यात येत असत. प्रथम विमानाची लाकडी रचना करून त्यावरती कॅनव्हास ताणून बसवत. नंतर त्यावर रंग दिला जाई. जुनी विमाने दुर्मिळ असल्याने ती अशी नव्याने संग्रहालयात निर्माण केली जायची. ही सगळी माहिती गोळा करून खलीलला सांगण्यात आली होती.

"कमाल आहे, माझा यावरती विश्वासच बसत नाही.'' सदरवेट आश्चर्य व्यक्त करीत म्हणाला.

थोड्या वेळाने खलील म्हणाला,"जमले तर आपण आजच संध्याकाळी मॅक्कॉय यांना भेटायचे का?''

क्षणभर विचार करून सदरवेट म्हणाला, "अं ऽऽ बघू या... मी त्याला आधी एक फोन करून विचारतो.''

"अन् एक गोष्ट लक्षात ठेवा. मी तुमच्या दोघांच्या मैत्रीचा माझ्या धंद्यासाठी लाभ करून घेणार नाही. तिथे मी धंद्याची कोणतीही गोष्ट बोलणार नाही. मला फक्त मी पुरवलेली कापडे कशी वापरली आहेत, एवढेच पहायचे आहे.''

"बरं ... बघतो मी.''

"अन् तुम्ही माझे हे काम केलेत तर मी तुम्हाला एक छोटी बक्षिसी देईन....पाचशे डॉलर्स देईन.''

"ठीक आहे. जमवतोच मी हे सारे. मी त्याच्या ऑफिसला फोन करून विचारून बघतो. फक्त तो अजून तिथे असला पाहिजे.''

"जर ते ऑफिसात नसतील तर त्यांच्या घरी फोन करून त्यांना संग्रहालयात भेटण्यासाठी बोलावून बघा.''

"जरूर. माझ्यासाठी जिम तेवढे नक्कीच करेल. नाहीतरी ते संग्रहालय हिंडून मला दाखवण्याची त्याची फार इच्छा आहे.''

“गुड. कारण नंतर उद्या सकाळी मला वेळ होईलच याची खात्री नाही. तसेच, त्या संग्रहालयाला दोन हजार चौरस मीटर कॅनव्हास देणगी म्हणून देण्याची माझी इच्छा आहे. यामुळे चांगली प्रसिद्ध मिळेल, संग्रहालयाला आणि मलाही.”

“अगदी नक्की. काय योगायोग आहे. जग खरोखरच छोटे आहे, असे म्हटले पाहिजे.”

“अन् ते दर वर्षी आणखी लहान लहान होत चालले आहे.” खलील स्वत:शीच हसला. त्या माजी लेफ्टनंट मॅक्‌कॉय ह्याची गाठ घालून देण्यासाठी वैमानिकाची खलीलला गरज नव्हती; पण आता ह्याच वैमानिकाने आपले काम किती सोपे करून ठेवले आहे, हे त्याच्या लक्षात आले. मॅक्‌कॉयच्या घरचा पत्ता खलीलजवळ होता. मॅक्‌कॉयला जर ठारच करायचे असेल तर ते काम त्याच्याच घरी केले काय नि संग्रहालयाच्या कचेरीत केले काय, त्यामुळे असा काय फरक पडतो? मॅक्‌कॉयला घरी मारले तर त्या वेळी तिथे असलेल्या त्याच्या पत्नीलाही ठार करावे लागेल इतकेच. मात्र संग्रहालयात त्याला मारणे हे प्रतिकात्मकदृष्ट्या जास्त योग्य ठरेल. जर आजच हे काम उरकता आले तर मात्र खलीलला रात्रीतल्या रात्रीत विमानाने पश्चिमेचा रस्ता धरायला हवा. तिथे त्याची अखेरची कामगिरी त्याला पूर्ण करायची होती.

आत्तापर्यंत तरी आपण योजल्याप्रमाणे आपले काम फत्ते होत चालले आहे, असे त्याला वाटले. यानंतर एक-दोन दिवसांत अमेरिकन हेर खात्यातील एखादा हुशार अधिकारी आपले डोके लढवून वरवर स्वतंत्र वाटणाऱ्या या खुनांच्या मागे एक सूत्र आहे, हे शोधून काढेल; पण जरी ते सूत्र शोधून काढले तरी असद खलील आता जिवावर उदार झाला होता. अमेरिकन पोलिसांनी त्याला गोळी घातली तरी त्याची त्याला पर्वा नव्हती. कारण एव्हाना त्याने त्या स्क्वॅड्रनमधील हॅम्ब्रेश्त, वेक्लिफ आणि ग्रे ही एवढी महत्त्वाची माणसे ठार मारून निम्म्याच्या वर आपला कार्यभाग साधला होता. त्यात मॅक्‌कॉयची भर पडली तर अधिकच उत्तम. आपल्या शेजारी बसलेल्या या डुकराची गत तर आता मेल्यातच जमा आहे. हा बेटा माझ्या हातून निसटूच शकत नाही. त्याने सदरवेटकडे पाहून मनात म्हटले, *‘लेफ्टनंट सदरवेट, तुझे आयुष्य आता संपले आहे. पण लेका, तुला ते समजत नाही.’*

त्यांचे विमान आपली उंची कमी करीत लाँग आयलंडच्या दिशेने सरकत होते. खलीलला आता किनारपट्टीची रेघ दिसू लागली. त्या किनारपट्टीवरती बरेच दिवे लागले होते. आता खलीलला डाव्या बाजूला न्यूयॉर्कच्या उंच इमारती दिसू लागल्या. त्याने विचारले, “आपण केनेडी विमानतळाजवळून जातो आहोत काय?”

“नाही, पण त्या तिकडे पाण्याजवळ खूप मोठा जो झगमगाट दिसतो आहे ना तोच विमानतळ आहे.” सदरवेटने तिकडे बोट करून दाखवीत म्हटले,

"दिसला का तो?"

"होय, दिसला."

"आपण आत्ता एक हजार फूट उंचीवरती आहोत. केनेडी विमानतळाकडे जाणाऱ्या विमानांच्या घिरट्या यापेक्षा अधिक उंचावर चालू आहेत. एवढ्या खाली असल्याने आपल्याला त्या विमानतळाच्या कंट्रोल टॉवरशी संपर्क साधण्याची गरज नाही. जीझस् ख्राइस्ट, त्या टॉवरमधली माणसे म्हणजे खरोखरीच xxx आहेत."

खलीलने यावरती आपले मत व्यक्त केले नाही; पण हा माणूस सतत किती घाणेरडे शब्द वापरून बोलत असतो. लिबियातील कितीतरी माणसे अशीच शिवराळ भाषा बोलत असतात; पण त्या वेळी त्यांच्या बोलण्यात कधीही पवित्र व आदरणीय व्यक्तींची नावे येत नाहीत. इथे मात्र शिवराळ बोलतानाही जीझस् ख्राइस्टचे नाव घेतले जाते. हे किती वाईट आहे, किती अपवित्र आहे, किती अशुभ आहे. एका प्रेषिताच्या नावाचा वापर घाणेरड्या वाक्यात होतोच कसा? हे डुक्कर असेच अल्लाचे नाव घेऊन काही बोलले तर लिबियात त्याला चाबकाच्या फटकाऱ्यांनी फोडून काढले जाईल. किंवा कारण नसताना अल्लाचे नाव उगाच वापरले म्हणून सरळ ठारही केले जाईल.

सदरवेटने आपल्या प्रवाशाकडे दृष्टिक्षेप करीत म्हटले, "म्हणजे तुम्ही कॅनव्हासच्या व्यवसायात आहात तर."

"होय. नाहीतर मी कोणत्या व्यवसायात असावा असे तुम्हाला वाटते?"

सदरवेट हसून म्हणाला, "खरं सांगायचे झाले तर मला तुम्ही कदाचित मॉब बिझनेसमध्ये असावात, असे वाटले होते."

"म्हणजे काय?"

"म्हणजे असे..... की..... म्हणजे माफिया."

आपल्याला हा माणूस 'माफिया' या गुंडांच्या टोळीतला समजतो, हे ऐकून खलीलला मौज वाटली. तो म्हणाला, "मी एक प्रामाणिक माणूस आहे. कापडाचा व्यवसाय करतो. अन् जर मी माफियाचा माणूस असतो तर अशा या जुन्यापुराण्या विमानातून मी थोडाच प्रवास केला असता?"

सदरवेटने आपल्या चेहऱ्यावर बळेबळे हसू आणीत म्हटले, "अं ऽ, बरोबर आहे. तोही एक मुद्दा खराच आहे. तुम्हाला मी तरीही येथपर्यंत आणलेच आहे ना?"

"पण अजून आपण जमिनीवरती उतरलो नाही."

"आता लवकरच उतरू आपण; पण मी अद्याप कोणाचाही खून केला नाही."

"असं कसं म्हणता? बॉम्बिंग करून तुम्हीच तर —"

"होय, ते खरे आहे. पण माझी नोकरीच तशी होती. मी माझ्या मनाने थोडेच

काही करीत होतो? मी फक्त विमान चालवून बॉम्ब टाकण्याचे वरिष्ठांचे हुकूम पाळीत होतो. आता कोणालाही ठार न करण्यासाठी, विमान चालवण्याचे मला पैसे मिळतात, असेच म्हटले पाहिजे.'' मग तो मोठ्याने हसला व पुढे म्हणाला, ''अन् तुम्हाला हेही ठाऊक असेल की विमान चालवायचे म्हणजे स्वत:च्या आयुष्याचीही जोखीम पत्करावी लागते. विमान कोसळले तर पहिला मृत्यू हा वैमानिकाचा होत असतो. वैमानिक होणे म्हणजेच मृत्यूच्या छायेखाली वावरणे. थोडक्यात, जिवंतपणी मृत्यू अनुभवणे. मी तसा काही दिसतो का तुम्हाला?''

यावर असद खलील काहीच बोलला नाही, केवळ गालातल्या गालात गूढपणे हसला.

सदरवेटने आता आपला वायरलेस सेट चालू केला होता. मॅकॉर्थर विमानतळाच्या कंट्रोल टॉवरशी तो बोलू लागला, ''लाँग आयलँड टॉवर, अपाची सिक्स-फोर पोप. आमचे विमान एक हजार फुटांवरती दक्षिणेकडे दहा मैलांवर आले आहे..... व्हीएफआर... लँडिंग ॲट मॅकॉर्थर.'' सदरवेटने आपला निरोप नीट पोचल्याची तिकडून खात्री करून घेतली आणि विमानतळावर उतरण्यासाठी आवश्यक त्या सूचना मिळवल्या. त्या सूचना मिळाल्याची तोंडी पोचपावतीही त्याने वायरलेसवरून दिली.

काही मिनिटातच एक मोठा विमानतळ समोर नजरेत आला. मग विमानाचा एक पंख कलवून सदरवेटने खाली चोवीस क्रमांकाच्या धावपट्टीच्या दिशेने विमान नेले.

आपल्या डावीकडे मुख्य टर्मिनल इमारत आहे व उजवीकडे विमान ठेवण्याची काही हॅन्गार्स आहेत, हे खलीलने पाहिले. त्या हॅन्गार्सजवळच काही लहान विमाने उभी होती. विमानतळाभोवती उपनगरातील इमारती होत्या, वृक्ष होते आणि रस्ते होते. त्याच्या माहितीनुसार हा विमानतळ केनेडी विमानतळापासून ७५ किलोमीटर्स अंतरावरती होता. इथे कोणतेही परदेशातून येणारे विमान उतरत नसल्याने फारशी सुरक्षितता ठेवली नव्हती. तो एका खाजगी विमानातून आल्याने त्याला तशी भीती नव्हती. इथले काम पुरे होताच तो एका खासगी जेट विमानाने निघून जाणार होता.

त्याला लिबियन हेर खात्याने सांगितले होते की, अमेरिकेत पंधरा वर्षांपूर्वी सर्व व्यापारी विमानतळांवरती 'सिक्युरिटी लेव्हल वन' अशी सर्वोच्च दर्जाची सुरक्षा व्यवस्था ठेवली होती; पण तशी व्यवस्था आता काढून टाकण्यात आली होती. त्यामुळे खासगी विमानाने प्रवास करणारे कर्मचारी व प्रवासी यांच्या सामानांची विमानतळावरती तपासणी होत नव्हती, की झडती घेतली जात नव्हती. मात्र त्यांचे विमान व्यापारी टर्मिनल इमारतीकडे नेता येत नव्हते. त्याऐवजी ते वेगळ्या एका टर्मिनलकडे जाऊन थांबे. त्याला त्यांनी 'जनरल एव्हिएशन टर्मिनल' असे नाव दिले

होते. तिथे कसलीही तपासणी होत नसते.

याचा परिणाम असा झाला आहे की, घातपात करणारे, दहशतवादी, नशिल्या पदार्थांची वाहतूक करणारे, अन्य देशातील स्वातंत्र्यसैनिक, चक्रम किंवा माथेफिरू माणसे अमेरिकेत खासगी विमानाने मुक्तपणे प्रवास करू शकतात. खासगी विमानातील प्रवाशाला 'टॅक्सीने जाणार का भाड्याची गाडी घेऊन ती चालवीत जाणार, का नंतर दुसऱ्या एखाद्या विमानाने जाणार' असले प्रश्न विचारले जात नाहीत. सदरवेटनेही तसे काही खलीलला विचारले नाही. ज्या महामूर्ख सरकारी अधिकाऱ्यांनी असले नियम केले, त्यांचे असद खलीलने पुटपुटत आभार मानले. कारण यामुळेच त्याची मोहीम यशस्वी व्हायला मदत होत होती. ते अपाची विमान मोठ्या डौलात शांतपणे खाली आले व त्याने अत्यंत अल्लादपणे आपली चाके जमिनीवरती टेकवली. हा वैमानिक दारूडा, भानावर नसलेला असूनही त्याने किती कौशल्याने हे विमान खाली उतरवले, याचे त्याला नवल वाटले.

सदरवेट त्याला म्हणाला, "पाहिलेत? तुम्ही शेवटी जिवंत व सुखरूप पोचलात की नाही?"

सदरवेट धावपट्टीच्या टोकापर्यंत आपले विमान नेऊ लागला. नंतर तिथून वळवून त्याने ते टॅक्सीवेवरती नेले. मग खासगी हॅन्गार्सपाशी तो जाऊ लागला. शेवटी मुख्य टर्मिनलपासून दूर असलेली हॅन्गार्स व इमारती यांच्यापाशी येऊन तो थांबला.

आता सूर्य पूर्णपणे मावळला होता. सर्वत्र अंधाराचे साम्राज्य सुरू झाले होते. खलीलने विमानाच्या मळक्या प्लेक्सीग्लासमधून बाहेर पाहिले. कुठे काही धोका आहे का हे तो बघत होता. कुणी सांगावे, आपल्याला पकडायला पोलीस आले असतील किंवा आपल्यासाठी एखादा सापळा लावून ठेवला असेल. तसे जर काही असेल तर त्याने आपले पिस्तूल बाहेर काढायची तयारी ठेवली होती. पिस्तुलाचा धाक दाखवून सदरवेटला पुन्हा उड्डाण करण्यास भाग पाडायचे, असा विचार होता. परंतु त्याला कुठेही संशयास्पद असे काही दिसेना. हॅन्गार्समधून बाहेर पडलेल्या प्रकाशात त्याला माणसे नेहमीच्याच लगबगीने कामे करताना दिसत होती.

सदरवेटने आपले विमान पार्किंग रॅम्पपर्यंत नेले. तिथे पोचल्यावर दोन्ही इंजिने बंद करून टाकली. मग तो खलीलला म्हणाला, "चला, या उडत्या शवपेटीतून बाहेर पडू या." स्वतःच्या विनोदावर तो एकटाच हसला.

दोघांनी आसनांचे पट्टे सोडवले व आपापल्या बॅगा घेऊन ते उठले. दार उघडून खलील बाहेर पंखावरती येऊन उभा राहिला; पण तरीही त्याने आपला कोटाच्या खिशातील पिस्तुलावरचा उजवा हात बाहेर काढला नव्हता. जर त्याला काहीही संशयास्पद वाटले तर तो सरळ पिस्तूल बाहेर काढून सदरवेटच्या डोक्यात गोळी

झाडणार होता. फक्त आपण कशासाठी त्याला ठार करतो आहे हे त्याला सांगायची संधी तो गमावणार होता.

त्याच्या सावध नजरेला कुठेही धोका दिसला नाही; कुठे धोका असलाच तर त्याची सारी ज्ञानेंद्रिये त्या धोक्याचा वेध घेण्यासाठी जागी झाली होती. तो त्या विमानाच्या पंखावरती स्तब्ध उभा होता.

सदरवेट त्याला म्हणाला, ''अरे, काय झाले काय तुम्हाला? ठीक आहात ना? चला, उडी मारा. तुमच्या डोळ्यांपेक्षा पायाला जमीन जास्त जवळ आहे. घाबरू नका. सरळ उडी मारा.''

खलीलने एकदा शेवटचे सभोवार पाहून घेतले. कुठेही धोका नाही याची खात्री पटल्यावर त्याने खाली उडी मारली.

त्याच्यामागोमाग सदरवेटनेही उडी मारली. जमिनीवर उभे राहिल्यावर त्याने आपले हात हवेत पसरून ताणले व एक मोठी जांभई दिली. तो म्हणाला, ''वा! झकास हवा आहे. बऱ्यापैकी थंड आहे.'' मग खलीलला तो म्हणाला, ''मी जाऊन रॅम्प अटेन्डन्ट माणसाला घेऊन येतो. तो आपल्याला त्याच्या गाडीतून टर्मिनलपर्यंत नेऊन सोडेल. तुम्ही तोपर्यंत इथेच थांबा.''

''नको. मी तुमच्याबरोबर येतो.''

''ठीक आहे, जशी तुमची इच्छा.''

मग ते दोघेही जवळच्या एका हॅन्गारपाशी चालत गेले. तिथे सदरवेटने एका रॅम्प एजंटला गाठले व म्हटले, ''आम्हाला टर्मिनलपर्यंत घेऊन जाणार का?''

त्या रॅम्प एजंटने उत्तर दिले, ''ती पांढरी व्हॅन आहे ना, ती आत्ता तिकडेच जात आहे. तुम्ही त्यात जाऊन बसा.''

''ठीक आहे. माझा रात्रभर मुक्काम आहे. उद्या सकाळी केव्हातरी मी माझे विमान घेऊन निघणार आहे. तोपर्यंत विमानात पेट्रोल भरून त्याला तुम्ही रंग देऊन ठेवू शकाल?''

त्या रॅम्प एजंटने त्या जुनाट अपाची विमानाचे लांबूनच निरीक्षण करून म्हटले, ''नुसती रंगरंगोटी करून काही उपयोग होईल असे वाटत नाही. इतरही बरीच दुरुस्तीची कामे करावी लागतील. विमानाच्या चाकांचे ब्रेक्स काढून ठेवले आहेत ना?''

''होय.''

''आधी मी ते विमान ओढून एके ठिकाणी बांधून ठेवतो व मग त्यात पेट्रोल टाकतो.''

''ठीक आहे. सर्व सहा टाक्या भरून टाका.''

खलील व सदरवेट मग घाईघाईने त्या पांढऱ्या व्हॅनमध्ये जाऊन बसले.

व्हॅनच्या ड्रायव्हरशी सदरवेट काहीतरी बोलला. मग ते दोघे मागच्या बाजूला जाऊन आत शिरून बसले. आतमध्ये आसनांच्या आडव्या ओळी होत्या. मधल्या ओळीत एक तरुण पोरगा व एक सोनेरी केसांची तरुणी बसली होती. ती तरुणी खूपच आकर्षक दिसत होती. ते एक प्रेमी युगुल होते हे सहज कळून येत होते.

या अशा ठिकाणी बसण्यास असद खलील नाराज होता. कदाचित हा सापळा असेल. कदाचित नसेलही; परंतु जरी हा सापळा असला तरी ऐन वेळी तो या सापळ्यापासून किती दूर पळून जाऊ शकत होता? त्याने खिशातला हात न काढताच व्हॅनमध्ये प्रवेश केला. ते दोघे सर्वांत मागच्या रांगेतल्या आसनांवर जाऊन बसले.

ड्रायव्हरने गिअर टाकून व्हॅन चालू केली. मुख्य टर्मिनलची इमारत एक किलोमीटर अंतरावरती दिसत होती. तोपर्यंत सर्वत्र कसलाही अडथळा नसलेली सपाटी होती. त्या ड्रायव्हरने आपली व्हॅन विमानतळाच्या बाहेर नेली.

खलीलने ड्रायव्हरला विचारले, "तुम्ही आता कोठे जाणार?"

ड्रायव्हर म्हणाला, "हा जनरल एव्हिएशनचा विभाग आणि व्यापारी टर्मिनल हे दोन्ही एकमेकांपासून पूर्ण तोडलेले आहेत. तुम्हाला इथून आतून तिकडे जाता येणार नाही."

खलील यावरती गप्प राहिला.

काही क्षण ते दोघेही बोलत नव्हते. तेवढ्यात सदरवेट त्या तरुणाला म्हणाला, "तुम्ही आत्ताच इथे विमानाने आलात का?"

ते ऐकताच त्या तरुणाने वळून प्रथम खलीलकडे पाहिले. खलीलही त्याच्याकडे पाहू लागला; पण त्या अंधारात त्या तरुणाचा चेहरा त्याला नीट दिसत नव्हता. तो तरुण सदरवेटला म्हणाला, "होय, आम्ही अटलांटिक शहराकडून आत्ताच आलो."

"नशीबवान आहात," सदरवेटने त्या तरुणीकडे पाहून त्याला डोळा मारीत म्हटले.

"त्यात नशिबाचा काहीही संबंध नाही," असे म्हणून त्या तरुणाने चेहऱ्यावरती एक हसू आणले.

ती व्हॅन विमानतळाच्या बाहेरच्या रस्त्यावर जाऊन लांबून परत आत शिरली आणि मुख्य टर्मिनल इमारतीपाशी जाऊन थांबली. ते तरुण जोडपे बाहेर पडले व चालत चालत टॅक्सी स्टँडच्या दिशेने गेले.

खलील ड्रायव्हरला म्हणाला, "एक्सक्यूज मी! हर्टझ् कंपनीची गोल्ड कार्ड सर्व्हिसवरती मी त्यांची एक गाडी भाड्याने घेतली आहे. तेव्हा मला सरळ त्या कंपनीच्या पार्किंग एरियाकडे जाता येईल?

"होय, जाता येईल," असे म्हणून तो ड्रायव्हर तिथून आपली व्हॅन घेऊन

त्यांना तिकडे घेऊन गेला. हर्टझ् गोल्ड कार्ड सर्व्हिसच्या गिऱ्हाईकांसाठी एक छोटी पार्किंग एरिया राखून ठेवली होती. तिकडे ती व्हॅन एका मिनिटात जाऊन पोचली. ते दोघे खाली उतरताच व्हॅन निघून गेली.

तिथे पार्किंगच्या वीस जागा होत्या. प्रत्येक जागेला क्रमांक दिला होता. त्या वीसही जागांवरती मिळून एक धातूचे छत होते. प्रत्येक जागेवर कोणाच्या तरी नावाची पाटी लावलेली दिव्याच्या उजेडात दिसत होती. एका पाटीवरती BADR अशी अक्षरे दिसल्यावर खलील तिकडे चालत गेला. सदरवेट त्याच्यामागोमाग मुकाट्याने गेला.

ती एक काळ्या रंगाची लिंकन टाऊन जातीची मोटारगाडी होती. खलीलने त्या गाडीचे मागचे दार उघडले व मागच्या आसनावरती आपली बॅग ठेवली.

सदरवेटने विचारले, "हीच का तुमची भाड्याची गाडी?"

"होय. B—A—D—R ही अक्षरे माझ्या कंपनीच्या नावातली आहेत."

"पण मग काही कागदपत्रांवर सही नाही करावी लागली?"

"नाही. ही एक स्पेशल सर्व्हिस दिली जाते. त्यामुळे काऊंटरसमोर लांबलचक रांगेत उभे रहाण्याची जरुरी नसते. चला, आत बसा."

सदरवेटने आपले खांदे उडवले व पुढच्या आसनांजवळचे दार उघडून तो आत जाऊन बसला. आपले बॅग त्याने मागच्या आसनावरती टाकली.

गाडीच्या किल्ल्या आतमध्ये लावून ठेवल्या होत्या. खलीलने आत बसून त्या फिरवून मोटारीचे पुढचे दिवे लावले. सदरवेटला त्याने म्हटले, "त्या ग्लोव्ह बॉक्समध्ये काही कागदपत्रे असतील. प्लीज, ती बाहेर काढा."

गाडीच्या डॅशबोर्डमध्ये एक कप्पा होता. तो सदरवेटने उघडला आणि आतली कागदपत्रे काढून ती खलीलला दिली. तोपर्यंत खलीलने गाडी चालू करून फाटकापर्यंत आणली होती. फाटकापाशी एक बाई बसली होती. तिने आत डोकावित खलीलला म्हटले, "सर, आपले भाड्याचे करारपत्र व ड्रायव्हिंग लायसेन्स दाखवता का?"

खलीलने सदरवेटकडून ती कागदपत्रे घेऊन त्या बाईकडे दिली. तिने त्यावर नजर टाकली व त्यातली एक प्रत काढून घेतली. उरलेली कागदे त्याला दिली. खलीलने नंतर आपल्या खिशातून आपले इजिप्तमधील ड्रायव्हिंग लायसेन्स बाहेर काढून तिला दाखवले. ते इंटरनॅशनल ड्रायव्हिंग लायसेन्स होते. तिने ते काही सेकंद पाहिले, मग खलीलकडे एक नजर टाकली, करारपत्राची उरलेली कागदपत्रे त्याला दिली आणि म्हटले, "ओके!"

खलीलने ती कागदपत्रे घेतली व तो विमानतळाच्या बाहेर पडून मुख्य रस्त्यावर आला. त्याला आधी सांगितल्याप्रमाणे तो उजवीकडे वळला व सुसाट वेगाने

निघाला. त्याने आपले लायसेन्स व कागदपत्रे कोटाच्या खिशात ठेवून दिली.

ते सारे पाहून सदरवेट थोडासा प्रभावित झाला होता. तो म्हणाला, "हे भलतेच सोपे आहे असे दिसते. ती बडी माणसे अशा गाड्या घेऊन हिंडतात तर."

"काय म्हणालात?" खलीलने त्याला विचारले.

"तुम्ही भलतेच श्रीमंत दिसत आहात."

"मी नाही हो, माझी कंपनी श्रीमंत आहे."

"पण त्यामुळे किती सोपे झाले! कुठेही रांगेत उभे रहावे लागले नाही. काऊंटरवरच्या आगाऊ बाईला समजावून सांगावे लागले नाही. हुज्जत नाही की काहीही नाही."

"हो, ना."

"आता इथून मोटेल किती दूर आहे?" सदरवेटने विचारले.

"पण मला वाटते की तिथे पोचायच्या आधी आपण मिस्टर मॅक्कॉय यांना फोन करावा. कारण आत्ताच आठ वाजून गेले आहेत."

"अंऽऽ, हो ..." असे म्हणत सदरवेटने समोरच्या कन्सोलवरच्या मोबाईल फोनकडे पाहिले. तो पुढे म्हणाला, "होय, का नाही?"

खलीलने त्याच्या करारपत्रावरील मोबाईल फोनला घातलेल्या इलेक्ट्रॉनिक कुलूप उघडण्याचा नंबर वाचून लक्षात ठेवला होता. त्यानुसार त्याने फोनची बटणे दाबून तो चालू केला व विचारले, "तुमच्या मित्राचा फोन नंबर काय आहे?"

सदरवेटने मॅक्कॉयचे व्हिजिटिंग कार्ड खिशातून बाहेर काढले आणि पाहिले. तो नंबर डायल करण्याच्या बेतात असताना खलील त्याला म्हणाला, "मला वाटते की तुम्ही माझा उल्लेख आत्ता फक्त 'एक मित्र' असा फोनवरती करावा. जेव्हा आपण त्यांना भेटू, तेव्हा मी माझी ओळख त्यांना नीट करून देईनच." थोडे थांबून तो पुढे म्हणाला, "अन् हो, मिस्टर मॅक्कॉय यांना सांगा की आपल्याकडे कमी वेळ असल्याने उद्या त्यांच्या त्या संग्रहालयात जाण्याऐवजी आज रात्रीच आपण भेट देत आहोत. जर त्यांनी फार आग्रहच केला तर आपण त्यांच्या घरी आधी जाऊ. या गाडीत उपग्रहाकडून चालणारा सॅटेलाईट नॅव्हिगेटर बसवला आहे. तेव्हा आपल्याला त्यांच्या घरचा किंवा संग्रहालयाचा रस्ता शोधण्यास काहीच अडचण येणार नाही. बोलताना फोनचा तो स्पीकर चालू करून ठेवा. म्हणजे पलीकडून काय बोलले जात आहे, ते मलाही ऐकू येईल."

सदरवेटने एकदा खलीलकडे पाहिले. मग समोरच्या सॅटेलाईट नॅव्हिगेटरकडे पाहिले आणि म्हटले, "आय गॉट यू. समजले मला." त्याने आधी खलीलने सांगितलेला इलेक्ट्रॉनिक कुलूप काढण्याचा नंबर डायल केला. नंतर मॅक्कॉयच्या घरचा फोनचा नंबर डायल केला.

पलीकडच्या टोकाला फोनची घंटा वाजत असल्याचे खलीलला स्पीकरवरती ऐकू आले. तिसऱ्यांदा घंटा वाजल्यावर कुणीतरी फोन उचलला. आता पलीकडून एका बाईने 'हॅलो' म्हटलेले ऐकू आले.

सदरवेट म्हणाला, ''बेट्टी, मी बिल सदरवेट बोलतो आहे.''

''ओह... बिल, कसे आहात तुम्ही?''

''मी ठीक आहे. मुले कशी आहेत?''

''उत्तम.''

''तिथे जिम आहे का?'' यावर तिने काही उत्तर देण्याच्या आत त्याने पुढे म्हटले, ''मला त्याच्याशी एक मिनिट बोलायचे आहे. थोडेसे महत्त्वाचे आहे.''

''ठीक आहे. तो दुसऱ्या फोनवरती बोलत आहे. ते बोलणे झाले का ते जाऊन पहाते मी.''

''थँक्स. त्याला एक आश्चर्याचा धक्का देणार आहे मी. तसे सांग त्याला.''

''जस्ट ए मोमेन्ट.''

थोडा वेळ फोनवरती शांतता होती.

खलीलच्या मनाप्रमाणे सदरवेट बोलत होता. म्हणून खलीलला आनंद झाला; पण काहीही न बोलता तो पुढे पहात गाडी चालवित राहिला.

ते आता द्रुतगती महामार्गावरती होते. पश्चिमेला असलेल्या नॅसाऊ कौन्टीकडे जात होते. त्याच भागात ते संग्रहालय होते. त्याच भागात जवळच मॅक्कॉय रहात होता. अन् त्याच भागात तो आता मृत्यू पावणार होता.

स्पीकरवरती एक आवाज आला, ''बिल, काय काम काढलेस?''

सदरवेट हसत हसत म्हणाला, ''अरे, तू विश्वास ठेवणार नाहीस. पण मी आत्ता कुठे आहे याचा काही तुला अंदाज करता येईल?''

फोनवर थोडा वेळ शांतता झाली. मग मॅक्कॉयचा आवाज आला, ''नाही बुवा. काही कल्पना करता येत नाही. कुठे आहेस तू?''

''मी आत्ताच मॅकॉर्थर विमानतळावरती उतरलो. माझे विमान फिलाडेल्फियाला नेण्यासाठी एकाने भाड्याने घेतल्याचे मी म्हणालो होतो ना? त्या माणसाचा बेत ऐन वेळी बदलला आणि त्याने त्याऐवजी इकडे यायला लावले. त्याचे इकडे काहीतरी काम आहे. तेव्हा मी आता इकडे लाँग आयलँडवरती आलो आहे.''

''कमालच आहे.''

''अन् असे बघ जिम, मला उद्या सकाळी इथून परत निघायचे आहे. म्हणून मी विचार केला की आत्ताच जाता जाता वाटेत तुझ्या घरी तरी जावे किंवा संग्रहालयात तरी जावे.''

''अं ऽऽ, मला— ''

"हे बघ, आम्ही तुझा फक्त अर्धा तासच घेणार आहोत. आत्ता मी गाडीतून मोबाईलवर तुझ्याशी बोलतो आहे. मला खरोखरच ते आपले एफ-१११ विमान पहायचे आहे. वाटेत तुला घेऊनच पुढे जाऊ असा विचार आहे; परंतु तू बघ, तुला काय सोयीचे पडते आहे ते."

"तुझ्याबरोबर कोण आहे?"

"एक मित्र. माझ्याबरोबरच तो विमानातून आला. त्यालाही जुनी विमाने पहाण्यात रस आहे. शिवाय तुझ्यासाठी एक आश्चर्य वाटेल असे काहीतरी आमच्याबरोबर आहे. तू जर आत्ता कामात गुंतला असशील तर मी फार बोलत बसणार नाही. मी अगदी शेवटच्या क्षणी तुला हे सांगतो आहे याची मला कल्पना आहे; पण तू म्हणाला होतास —"

"सापडेल. गाडीमध्ये सॅटेलाईट नॅव्हिगेशन आहे ना?"

"बरं, बरं ठीक आहे. आपण संग्रहालयातच भेटू. तुला सापडेल का ते?"

"सापडेल—"

"बरं. आत्ता या क्षणी तुम्ही कुठे आहात?"

सदरवेटने खलीलकडे पाहिले. मग खलील रिमोट मायक्रोफोनमध्ये बोलू लागला, "सर, आम्ही आत्ता इंटरस्टेट फोर नाइन्टी-फाइव्हवरती आहोत. व्हेटरन्स मेमोरिअल हायवेला जाणारा फाटा आम्ही नुकताच पार केला."

मॅक्कॉय म्हणाला, "ठीक आहे. तुम्ही आत्ता लाँग आयलँड द्रुतगती मार्गावरती आहात. तुम्हाला संग्रहालयापर्यंत पोचायला अवघा अर्धा तास लागेल. तुमच्या आधी मीच तिकडे जाऊन पोचेन. तिथे फाटकापाशी एक मोठे कारंजे आहे, तिथेच मी तुमची वाट पहातो. तुमचा मोबाईल फोन नंबर मला देऊन ठेवा बरं."

सदरवेटने तो नंबर वाचून दाखविला.

मॅक्कॉय म्हणाला, "जर आपली चुकामूक झाली तर मी तुम्हाला फोन करेन किंवा तुम्ही मला फोन करा. माझा मोबाईल नंबर लिहून घ्या." त्याने तो नंबर दिला आणि पुढे विचारले, "तुम्ही कोणती गाडी चालवित आहात?"

"एक मोठी काळ्या रंगाची लिंकन गाडी."

"ठीक आहे. एखादे वेळीस मी आमच्या रखवालदाराला फाटकापाशी जाऊन थांबायला सांगतो." मग खेळकर आवाजात तो वैमानिकांच्या वायरलेसवरच्या भाषेत म्हणाला, "रॉन्देव्हू टाइम, ॲप्रॉक्झिमेटली ट्वेन्टी-वन हंड्रेड अवर्स, रॉन्देव्हू पॉईंट इज इन्स्ट्रक्टेड. कॉमो एस्टॅब्लिश्ड बिटवीन ऑल क्राफ्टस्. सी यू लॅटर, कर्म फाइव्ह-सेव्हन ओव्हर." खलीलला ही भाषा जरी नवीन असली तरीही त्याने त्यामागचा अर्थ ओळखला. ते दोघे जणू काही आपापल्या विमानातून एकमेकांशी बोलत होते. मॅक्कॉय म्हणाला होता : भेटीची वेळ : साधारणपणे रात्री नऊ वाजता,

भेटीची जागा सांगितली गेली आहे. सर्व (दोन्ही) विमानांमध्ये एकमेकांशी नीट संपर्क साधला गेला. नंतर भेटूच. 'कर्म ५७' ओव्हर.

मग सदरवेटने चेहऱ्यावरती एक रुंद हास्य आणीत म्हटले, *"रॉजर, एल्टन थ्री-एट. आऊट."* अर्थ होता : *बोलणे व्यवस्थित समजले. 'एल्टन-३८.' आऊट.*

एक बटण दाबून सदरवेटने फोन बंद केला आणि खलीलकडे पहात म्हटले, "आता काहीही अडचण येणार नाही. तुमचे ते २००० यार्डचे कॅनव्हास कापड प्रदान करेपर्यंत थोडा दम धरावा लागेल, इतकेच. तो आपल्याला नक्की एखादे ड्रिंक कुठेतरी बाहेर नेऊन पाजणार बघा."

काही मिनिटे शांततेत गेली. कोणीच बोलत नव्हते. मग सदरवेट थोडा विचार करून म्हणाला, "अं ऽऽ तशी तुमच्याकडून ती माझी जादा फी सगळी मी आत्ता मागत नाही; पण नंतर मी थोडा वेळ बाहेर जाणार आहे. तेव्हा मला थोडेसे त्यातले पैसे आत्ताच दिले तर बरे पडेल. तुमची काही अडचण तर होत नाही ना?"

"नाही, काही नाही. जरूर घ्या," असे म्हणून खलीलने खिशात हात घालून एक नोटांचा छोटा गठ्ठा बाहेर काढून त्याला दिला व म्हटले, "यातले पाचशे डॉलर्स घ्या."

"पण तुम्ही ते आधी मोजले नाहीत."

"मी गाडी चालवतो आहे. अन् तुमच्यावर माझा विश्वास आहे."

सदरवेटने खांदे उडवून मोटारीतला छोटा दिवा लावला. तो नोटांचा गठ्ठा दुमडलेला होता. त्याने तो उलगडून सरळ केला व सर्व नोटा मोजल्या. त्या मंद उजेडात त्याला त्या नीट मोजता आल्या नाहीत. त्याने त्यातल्या पाचशे किंवा पाचशे वीस डॉलर्सच्या नोटा काढून घेतल्या व तो म्हणाला, "पण तुमच्याकडे आता फारशी रोख रक्कम उरत नाही."

"काही काळजी करू नका. मी नंतर एखाद्या एटीएम मशीनपाशी जाऊन रोख रक्कम काढून घेईन."

सदरवेटने उरलेल्या नोटांचा गठ्ठा त्याच्यापुढे करीत म्हटले, "नक्की ना?"

"अगदी नक्की," खलीलने पैसे घेऊन आपल्या खिशात ठेवीत म्हटले.

खलीलने आपल्या मार्गदर्शक यंत्रणेत आता पोचण्याचे ठिकाण 'क्रॅडल ऑफ एव्हिएशन म्युझियम' हे अंतर्भूत करून ठेवले. तो उपग्रह मार्गदर्शक आता समोरच्या स्क्रीनवरती आलेल्या नकाशावर ह्या ठिकाणी जाण्यासाठी मार्ग आखू लागला.

वीस मिनिटातच दक्षिणेकडे जाणाऱ्या पार्कवे रस्त्याला लागण्यासाठी ते फाट्यावरून वळले. मग पार्कवे सोडून दुसऱ्या फाट्यापाशी आले. नकाशात ह्या रस्त्याचे नाव होते M4, तर तिथे पाटी होती CRADLE OF AVIATION. चार्लस

लिंडबर्ग बुलेवार्डकडे नेणाऱ्या पाट्या पहात ते चालले. मग उजवीकडे वळून एका रुंद व दुतर्फा झाडी असलेल्या रस्त्यावरती ते आले. त्या रस्त्याच्या शेवटी लांबूनच एक प्रकाशित कारंजे त्यांना दिसले. त्यावर निळ्या व तांबड्या रंगाचे झोत सोडले होते. त्या पलीकडे काच व पोलाद यांनी बांधलेली एक भव्य वास्तू उभी होती. त्या वास्तूच्या माथ्यावर एक घुमट होता.

खलीलने त्या कारंजाला वळसा घातला आणि त्या वास्तूच्या मुख्य फाटकापाशी आपली गाडी त्याने नेली.

गणवेषातील एक रखवालदार फाटकाबाहेर उभा होता. त्याच्याजवळ गाडी नेऊन थांबवल्यावर तो रखवालदार त्याला म्हणाला, "गाडी इथेच ठेवा." खलीलने गाडीचे इग्निशन बंद करून टाकले आणि मागच्या आसनावरील आपली बॅग घेऊन तो बाहेर पडला. सदरवेटही बाहेर पडला; पण त्याने आपली बॅग गाडीतच राहू दिली.

रिमोट कंट्रोलचे बटण दाबून खलीलने गाडीचे दरवाजे व खिडक्या कुलूपबंद करून टाकल्या. ते दोघे गाडीबाहेर उभे होते. त्यांच्याजवळ तो रखवालदार आला व म्हणाला, "वेलकम टू क्रॅडल ऑफ एव्हिएशन म्युझियम. मॅक्कॉयसाहेब आपल्यासाठी ऑफिसात वाट पहात आहेत. मी तुम्हाला त्यांच्याकडे घेऊन जातो." मग खलीलकडे वळून तो त्याला म्हणाला, "सर, बॅग बरोबर लागणार आहे का?"

"हो. त्यात मॅक्कॉयसाहेबांसाठी एक भेटवस्तू आहे व एक कॅमेरापण आहे."

"ठीक आहे." तो रखवालदार म्हणाला.

त्या भव्य परिसरावरती सदरवेटने नजर टाकली. त्यांच्या उजवीकडे एका अत्याधुनिक इमारतीला जोडून दोन हॅन्गार्स होती. त्यांची रचना १९३० सालात जशी असायची तशी केली होती. ती जुनी हॅन्गार्स मिळवून त्याची डागडुजी करून, रंगवून, नव्याने उभी केली होती. तिकडे बोट दाखवून सदरवेट खलीलला म्हणाला, "त्या हॅन्गार्सकडे पहा. किती जुनी आहेत!"

यावर तो रखवालदार सांगू लागला, "हे हॅन्गार मिशेल आर्मी एअर फोर्स बेस'साठी वापरले जात होते. या हॅन्गारमध्ये प्रशिक्षण दिले जाई आणि १९३० सालापासून १९६५पर्यंत त्याचा वापर एअर डिफेन्स बेस म्हणून केला जात होता. ती जुनी हॅन्गार्स मिळवून पुन्हा पूर्वीसारखी केली गेली. त्यात सारी जुनी विमाने आता ठेवलेली आहेत. ही जी समोर नवीन आधुनिक इमारत दिसते आहे ना, त्यामध्ये एक व्हिजिटर सेंटर आहे आणि 'ग्रुमन इमॅक्स डोम थिएटर' आहे. डावीकडे सायन्स अॅन्ड टेक्नॉलॉजीचे म्युझियम आणि 'टेकस्पेस अॅस्ट्रोनॉटिक्स हॉल' आहेत. प्लीज, माझ्या मागोमाग या."

खलील व सदरवेट त्या रखवालदाराच्या मागून इमारतीच्या प्रवेशद्वाराकडे

गेले. त्या रखवालदाराकडे कोणतेही शस्त्र नाही हे खलीलने टिपले.

ते तिघे त्या चार मजली इमारतीमध्ये शिरले. मध्यभागी एक गोलाकार रिकामी जागा होती. त्या जागेवरतीच माथ्यावरचा घुमट बसवलेला होता. तो रखवालदार सांगत होता, ''हे व्हिजिटर्स सेंटर आहे. इथेच भिंतीला लागून आम्ही निरनिराळी मॉडेल्स, संबंधित वस्तू यांचे प्रदर्शन करतो. त्या तिकडे म्युझियम शॉप आहे. त्याच्यापुढेच 'रेड प्लॅनेट कॅफे' आहे.''

खलील व सदरवेट आपल्या माना वर करून नजर फिरवित सर्व पहात होते. तो रखवालदार सांगत होता, ''या प्रदर्शनात 'गायरोडाईन रोटरसायकल' आहे. म्हणजे एका माणसासाठी असलेले प्रायोगिक हेलिकॉप्टर. हे नौदलासाठी १९५९मध्ये बनवले जात होते. तसेच, इथे लाँग आयलँडवरती १९८१ मध्ये मर्लिन हॅन्ग ग्लायडर आणि एक व्हेलिग्डॉन सेलप्लेन प्रथम बनवले होते. तेही या प्रदर्शनात ठेवले आहेत.''

त्या भव्य प्रांगणातून ते चालत असताना त्या रखवालदाराचे धावते वर्णन चालूच होते. त्यांची पावले खालच्या ग्रॅनाईटवरती वाजत होती व त्याचे प्रतिध्वनी त्या प्रांगणात उमटत होते. सर्व ठिकाणचे दिवे लावून ठेवलेले खलीलच्या लक्षात आले. त्यामुळे शंका येऊन त्याने विचारले, ''आत्ता इथे फक्त आम्हीच भेट देणारे आहोत का?''

''येस, सर. वस्तुस्थिती अशी आहे की अजून हे म्युझियम जनतेसाठी अधिकृतपणे खुले झालेले नाही; पण आम्हाला पैशांची अजूनही गरज असल्याने देणगी देऊ शकणाऱ्या लोकांच्या छोट्या छोट्या गटांना हे म्युझियम दाखवित असतो. नंतरच त्यांच्याकडे देणगीची विनंती करतो. बहुतेक येत्या सहा ते आठ महिन्यांत हे म्युझियम सर्वांसाठी खुले होईल.''

सदरवेट यावर म्हणाला, ''याचा अर्थ, आत्ता आमची ही एक खासगी भेट आहे तर.''

''येस, सर.''

सदरवेटने खलीलकडे पाहून एक डोळा मिचकावला. ते तिघे तसेच पुढे चालत गेले व एका दारापाशी आले. त्या दारावरती एक छोटी पाटी होती : PRIVATE — STAFF ONLY.

त्या दारातून आत शिरल्यावर एक रुंद बोळ लागला. त्या बोळात दोन्ही बाजूला असलेल्या खोल्यांची दारे उघडत होती. सर्व खोल्यांत विविध ऑफिसेस होती. ते सर्व एका दारापाशी आले. त्या दारावर पाटी होती- DIRECTOR रखवालदाराने टकटक करून दार आत ढकलले व तो सदरवेट व खलीलला म्हणाला, ''हॅव ए गुड व्हिजिट.''

ते दोघे आत गेले. प्रथम एक छोटा स्वागत-कक्ष लागला. जिम मॅक्कॉय एका टेबलामागे बसला होता. काही कागद हातात धरून वाचत होता. ते दोघे दिसल्यावरती त्याने ते कागद खाली ठेवले, उठून उभा राहिला व टेबलाला वळसा घालून त्यांच्याकडे आला. त्याने हसून आपले हात पुढे केले. तो सदरवेटला म्हणाला, "बिल, कसा काय आहेस रे बाबा?"

"मला काय धाड भरली आहे?" असे हसत म्हणून सदरवेटने आपल्या स्क्वॅड्रनमधील मित्राचे हात हातात घेतले. ते दोघे एकमेकांकडे स्नेहभराने बघत होते व आनंदाने हसत होते.

त्यांचा आनंद खलील बघत होता. त्याच्या लक्षात आले की जनरल वेक्लिफ हा जेवढा ठणठणीत प्रकृतीचा वाटत होता तेवढा मॅक्कॉय नव्हता. त्यामानाने पॉल ग्रे हाही दणकट प्रकृतीचा होता; पण सदरवेटपेक्षा मॅक्कॉयची प्रकृती अधिक उत्तम होती. मॅक्कॉयने एक करड्या रंगाचा सूट अंगावर चढवला होता. त्यामुळे सदरवेट व तो यांच्यातला फरक अधिक जाणवत होता.

ते दोन मित्र एकमेकांशी विचारपूस करीत होते. मग सदरवेट खलीलकडे वळत मॅक्कॉयला म्हणाला, "जिम, हे माझे प्रवासी....मिस्टर....."

"फानिनी," असद खलील स्वत:ची ओळख करून देत बोलू लागला, "अलेसान्द्रो फानिनी," असे म्हणून त्याने आपला हात मॅक्कॉयपुढे करून त्याच्याशी हस्तांदोलन केले. खलील म्हणत होता, "मी कॅनव्हास क्लॉथ तयार करतो." त्याने मॅक्कॉयकडे रोखून पाहिले. पण मॅक्कॉयच्या नजरेत कोणताही ओळखीचा भाव उमटला नाही, की अनोळखी व्यक्ती समजून धोक्याची जाणीवही त्याला झालेली दिसली नाही. पण तरीही, या माणसाच्या डोळ्यात हुशारीचे भाव असून हा सदरवेटसारखा सहजासहजी फसणाऱ्यातला नाही, हे खलीलला कळून चुकले.

सदरवेट म्हणू लागला, "मिस्टर फानिनी यांची कंपनी ही —"

खलील त्याचे वाक्य एकदम तोडत म्हणाला, "माझी कंपनी ही जुन्या विमानांना लागणाऱ्या आच्छादनांसाठी कॅनव्हासचे कापड पुरवते. आजच्या या भेटीमुळे मी असे ठरवले आहे की आपल्याला दोन हजार मीटर लांबीचे पातळ कॅनव्हासचे कापड देणार आहोत, देणगी म्हणून."

जिम मॅक्कॉय काही क्षण गप्प होता. मग तो म्हणाला, "आपण खूपच उदार आहात.... आम्ही सर्व प्रकारच्या देणग्या स्वीकारतो."

यावर खलीलने स्मित करीत आपले मस्तक झुकवले. सदरवेट खलीलला म्हणाला, "तुम्ही तर म्हणाला होतात की—"

पुन्हा खलीलने त्याचे वाक्य तोडीत म्हटले, "मला जर तुम्ही सध्या तुमच्याकडच्या जुन्या विमानांवरती आच्छादन म्हणून घालत असलेली कापडे दाखवलीत तर मी

त्यांची नीट पहाणी करीन. जर ती कापडे आमच्या कापडांपेक्षा उत्तम प्रतीची असतील तर मात्र मी तुम्हाला देऊ करीत असलेल्या कापडाबद्दल माफी मागेन."

सदरवेटचे बोलणे खलीलने दोनदा तोडून टाकले होते. त्यामुळे त्याला असे वाटले की या आपल्या प्रवाशाला काही कारणांमुळे आपण मधे बोलू नये, असे वाटत असावे, तर जिम मॅक्कॉयला वाटले की समोरच्या माणसाला काहीतरी आपला माल खपवायचा आहे. त्यासाठी त्याच्या संभाषण कौशल्यात अडथळे येऊ नयेत म्हणून त्याने सदरवेटचे संभाषण तोडून टाकले असावे. तो खलीलला म्हणाला, "आमची ही जुनी विमाने उडण्याच्या स्थितीत नसतात. ती कायमची जमिनीवरती रहाणार आहेत. म्हणून जाड व जड कॅनव्हासच्या कापडाने त्यांच्यावर आच्छादन घातलेले आम्हाला चालते."

"आय सी! असे असेल तर आम्ही आमच्याकडची सर्वांत जाड व जड कापडे तुम्हाला पाठवून देऊ."

सदरवेटला खलीलचे हे बोलणे जरासे चमत्कारिक वाटले. निदान त्याच्या आधीच्या बोलण्याशी तरी ते विसंगत होते; पण तो यावर काहीच बोलला नाही.

काही क्षण मग किरकोळ बोलणी झाली. बिल सदरवेटची व आपली भेट कित्येक वर्षांनी होत असताना त्याने अशा प्रसंगी बरोबर एक अनोळखी माणूस आणावा, हे मॅक्कॉयला रुचले नव्हते; पण मॅक्कॉयने असा विचार केला की असले काहीतरी संदर्भहीन, प्रसंगाला न साजेसे करणे हेच बिल सदरवेटचे वैशिष्ट्य नाही का? तो कधीही मागचापुढचा विचार करत नाही. कसलेही सामाजिक संदर्भ विचारात घेत नाही, की सभ्य संकेत पाळत नाही. त्याचे असे वागणे नेहमीचेच आहे. आपणच ते वागणे खपवून घेतले पाहिजे. त्या अवघड स्थितीतून बाहेर पडण्यासाठी तो एकदम म्हणाला, "चला, आपण काही विमाने पाहू या." खलीलकडे वळून तो म्हणाला, "तुमची बॅग तुम्ही इथेच ठेवली तरी चालेल."

"पण त्यात माझा एक नेहमीचा कॅमेरा व एक व्हिडिओ कॅमेरा आहे. तेव्हा मी तो बरोबरच बाळगतो."

"ठीक आहे," असे म्हणून मॅक्कॉय त्यांना घेऊन तेथून निघाला. बाहेरच्या बोळातून ते मधल्या प्रांगणात आले व नंतर तिथून अनेक दालने ओलांडीत ते हॅन्गारमध्ये गेले.

शेजारच्या हॅन्गार्समध्ये सुमारे ५० जुनी विमाने ठेवलेली होती. ती सारी निरनिराळ्या काळातील होती. त्यातून विमानविद्येचा इतिहास प्रगट होत होता. त्यात जागतिक महायुद्धातील विमानांना वेगळे व खास स्थान दिले होते. कोरियन संघर्षातील विमानेही वेगळी ठेवलेली होती. अत्याधुनिक जेट लढाऊ विमाने अर्थातच शेवटी होती. मॅक्कॉय म्हणाला, "बहुतेक विमाने इथे लाँग आयलँडवरतीच

बनवलेली आहेत. पुढच्या हॅन्गारमध्ये तर चंद्रावर उतरलेले 'ग्रुमान लुनार मोड्यूल' हेही ठेवले आहे. सर्व विमानांच्या हुबेहूब प्रतिकृती निर्माण करण्यासाठी अनेक विमानप्रेमी स्वयंसेवकांनी कष्ट घेतले आहेत. लाँग आयलँडवर रहाणारे जे कोणी पूर्वी विमानांच्या कारखान्यात काम करायचे, त्यांनी या कामात भाग घेतला. त्यात स्त्री-पुरुष व म्हातारी मंडळीही होती. काही जण पूर्वी विमानदलात काम करीत होते. आम्ही त्यांना कामाच्या वेळी फक्त चहा-कॉफी व सॅन्डविचेस पुरवायचो. तेवढ्या अल्प मोबदल्यात त्यांनी हजारो तासांत जुन्या दुर्मिळ विमानांची उत्कृष्ट निर्मिती करून दाखवली आहे. त्यांची नावे आम्ही मुद्दाम मधल्या प्रांगणातील भिंतीवरती लावली आहेत. मात्र बहुतेक आधुनिक जेट विमाने आम्हाला कारखानदारांनी व सरकारने भेट म्हणून दिली आहेत.''

ही एक छोटीशी, काही मिनिटे चालणारी धावती भेट आहे हे विसरल्याच्या स्वरात मॅक्कॉय बोलत होता. तो पुढे सांगू लागला, ''ते जे वरती टांगलेले विमान आहे ना ते RYAN NAP आहे. चार्ल्स लिंडबर्गने जे 'स्पिरीट ऑफ सेंट लुई' नावाचे विमान चालवले, त्याचेच ते मूळचे भावंड आहे. त्यामुळे आम्ही तेच नाव त्यावरती घातलेले आहे.''

मॅक्कॉय बोलत असताना ते सारे जण चालत चालले होते. वाटेतील अनेक विमानांना ते टाळीत होते. याचा एक अर्थ उघड होता. तो म्हणजे खलील उर्फ फानिनी यांच्याकडची कॅनव्हासची कापडे विकत घेण्याचे मॅक्कॉयच्या मनात नव्हते व खलीलच्याही मनात तसे नव्हते. मॅक्कॉय एका जुन्या विमानासमोर थांबला. त्या विमानाला एकावर एक असे दोन पंख होते आणि पिवळा रंग त्या विमानाला दिलेला होता. मॅक्कॉय म्हणाला, ''हे एक 'कर्टिस जेएन-४' जातीचे विमान आहे. याला 'जेनी' असे त्या काळात म्हणत. १९१८ मध्ये ते निर्माण केले गेले होते. चार्ल्स लिंडबर्गने प्रथम हेच विमान वापरण्यास सुरुवात केली होती.''

असद खलीलने आपल्या बॅगेतून कॅमेरा काढला व त्या विमानाची छायाचित्रे घेण्यास सुरुवात केली. खलीलकडे पाहून मॅक्कॉय म्हणाला, ''तुम्ही या विमानाच्या कॅनव्हासला हात लावून कसे वाटते ते पहा.''

खलीलने विमानाच्या सांगाड्यावरती बसवलेल्या व रंगवलेल्या त्या कॅनव्हासला चाचपून म्हटले, ''चांगलाच जाडजूड व जड आहे. तुमच्या कॅनव्हासची देणगी पाठवताना मी हे जरूर लक्षात ठेवीन.''

''ठीक. इकडे हे 'स्पेरी मेसेंजर' विमान पहा. कॉलेजमधील स्काऊटच्या एअर कोअरसाठी मुद्दाम बनवलेले विमान हे १९२२ मध्ये तयार केले गेले होते. अन् त्या तिकडे कोपऱ्यात ती जी दोन लढाऊ विमाने आहेत ना ती दुसऱ्या महायुद्धातील आहेत. एक आहे ते F4F वाईल्डकॅट, तर दुसरे आहे ते F6F हेलकॅट. अन् ते

TBM ॲव्हेन्जर —''

खलील मॅक्कॉयचे बोलणे थांबवित म्हणाला, ''एक्सक्यूज मी, मिस्टर मॅक्कॉय . मला वाटते की आपल्या सगळ्यांजवळ फार वेळ नाही. तेव्हा सदरवेट यांना त्यांची जी जुनी विमाने पहायची आहेत तिकडे आपण आता जाऊ, अशी माझी सूचना आहे.''

मॅक्कॉयने आपल्या पाहुण्याकडे पाहिले व मान डोलवित म्हटले, ''चांगली सूचना आहे. चला तिकडे.''

ते सगळे एका मोठ्या रिकाम्या जागेत आले व तिथून ते दुसऱ्या हॅन्गारमध्ये गेले तिथे जेट विमाने ठेवली होती व अंतराळात संचार करणारी यंत्रे ठेवली होती.

ते सारे पाहून खलील आश्चर्याने थक्क झाला. त्याच्या मनात विचार आला की हे सारे प्रदर्शन एवढ्या उत्तम रीतीने पेश केले आहे की 'आम्ही अमेरिकन लोक कसे शांतताप्रेमी व विकासाची कास धरणारे आहोत,' असे त्यांना जगाला दाखवून द्यायचे आहे अमेरिकन संस्कृतीची युद्धकला ही या संग्रहालयात प्रकर्षाने प्रगट झाली होती, हेही तितकेच खरे होते. खलीलचे मत हे तसे बरोबरही होते. अन् याला कारण हे संग्रहालय पाहून त्याला अमेरिकेबद्दल हेवा व मत्सर वाटू लागला होता.

मॅक्कॉय सरळ त्या एफ-१११ विमानाकडे चालत गेला. चंदेरी रंगाचे, चकचकणारे, दोन इंजिनांचे ते विमान तिथे रुबाबात उभे होते. त्यावर अमेरिकन विमानदलाची चिन्हेही रंगवली होती. त्या विमानाचे पंख हे थोडेसे मागेही घेता यायचे. त्या वेळी त्यांचा एकूण आकार लहान होत जाई. आत्ताही ते पंख थोडेसे मागे घेतलेल्या अवस्थेत ठेवलेले होते. कॉकपिटच्या बाहेर, जरासे खाली त्या विमानाचे नावही रंगवले होते. The Bouncing Betty.

मॅक्कॉय सदरवेटला म्हणाला, ''वेल, हिअर इज द बडी. हेच ते आपले विमान. काय, जुन्या आठवणी येतात की नाहीत?''

गुळगुळीत पृष्ठभाग असलेल्या त्या लढाऊ विमानाकडे सदरवेट पहात राहिला. त्याला ते एखाद्या देवदूतासारखे जमिनीवरती अवतरलेले वाटत होते. जणू काही ते विमान त्याला बोलवत होते व आपला स्वीकार करा म्हणून त्याला विनवीत होते.

कोणीच बोलत नव्हते. त्या विमानाकडे तिघेही रोखून पहात होते. बिल सदरवेटच्या नजरेसमोर जुनी दृश्ये उमटत होती, तरळत होती. त्याच्या डोळ्यांत पाणी जमा झाले होते.

जिम मॅक्कॉयच्या चेहऱ्यावरती स्मित हास्य होते. तो हळुवारपणे म्हणाला, ''मी या विमानाला माझ्या बायकोचे नाव दिले आहे.'' त्याच्या पत्नीचे नाव बेट्टी होते. म्हणून 'बाऊन्सिंग बेट्टी' हे नाव त्याने ठेवले होते. असद खलील एकटक नजरेने शून्यात बघत होता. त्याच्या जुन्या स्मृती जागृत झाल्या होत्या.

सदरवेट त्या जुन्या विमानाकडे भारावल्यासारखा चालत गेला. त्या विमानाच्या ॲल्युमिनियमच्या पृष्ठभागावरून त्याने हळुवारपणे आपले हात फिरवले. फार दिवसांनी भेटलेल्या आपल्या मुलाच्या चेहऱ्यावरून त्याची आई जशी हात फिरवते, तसा तो त्या विमानाला कुरवाळत होता. त्याचे डोळे त्या विमानातील प्रत्येक तपशीलाचा वेध घेत होते. तो विमानाच्या सर्व बाजूने फिरला. पुन्हा पुन्हा ते विमान डोळेभरून पहात राहिला. शेवटी तो म्हणाला, "जिम, अरे, आपण हे विमान प्रत्यक्षात चालवले? आता खरे वाटत नाही."

"आता असे वाटते की लक्षावधी वर्षांपूर्वी कधीतरी आपण अशी विमाने चालवित होतो." मॅक्कॉयने आपली तसलीच प्रतिक्रिया व्यक्त केली.

असद खलीलने आपली त्या दोघांवरची नजर काढून घेतली व त्यांच्याकडे पाठ फिरवली. त्या दोघा जुन्या योद्ध्यांच्या भावनावेगाकडे असे बघणे असभ्यपणाचे वाटू नये म्हणून त्याने केलेली ती एक सभ्य कृती होती; पण फसवी कृती होती. प्रत्यक्षात त्याला या लवकरच बळी जाणाऱ्यांबद्दल कसलेही ममत्व वाटत नव्हते. त्याला फक्त आपल्या स्वत:च्या जुन्या स्मृती आणि भावना यांच्याशीच कर्तव्य होते.

आपल्या पाठीमागे ते दोघे बोलत आहेत, हसत-खिदळत आहेत, आनंद व्यक्त करीत आहेत, हे तो टिपत होता. त्याने आपले डोळे मिटून घेतले आणि तत्क्षणी त्याचा तो विशिष्ट स्मृतीकोश जागा झाला. एक फोकसमध्ये नसलेली प्रतिमा त्याच्याकडे धावून येत होती. त्या प्रतिमेचा आकार हळूहळू वाढत गेला. तेच ते एफ-१११ लढाऊ जेट विमान होते. आपल्या शेपटामधून आगीचा लोळ बाहेर फेकीत ते त्याच्याकडे येत होते.

नरकातून जागा झालेला दैत्य डरकाळी फोडत चालून यावा तसे ते त्याच्यावर चालून येत होते. आता त्याला ते युद्ध करणारे उडते यंत्र स्पष्ट दिसू लागले. आठवणींचा पट त्या विमानाच्या वेगापेक्षाही अधिक वेगाने उलगडू लागला. त्याला बाहिरा आठवली. तिच्याशी केलेला अर्धवट संग आठवला. तिचा गळा घोटलेला आठवला आणि ते भयानक विमान समोर आल्यावर भीतीने त्याला आपली विजार ओली झाल्याची आठवली. ती अप्रिय आठवण दडपून टाकण्याचा त्याने आटोकाट प्रयत्न केला; पण ती एवढ्या जोरदारपणे मनाच्या पृष्ठभागावरती उसळी मारून येत होती, की ती दडपणे त्याला अशक्य होत होते. शेवटी त्याने तो प्रयत्न सोडून दिला. या आठवणींचा लवकरच तो सूड घेणार होता.

सदरवेट आपल्याला हाक मारतो आहे असे त्याला जाणवले. तो मागे वळून पाहू लागला.

ते विमान एका ॲल्युमिनियमच्या वर्तुळाकृती व छोट्या व्यासपीठावर ठेवलेले होते. त्या व्यासपीठावर चढून जाण्यासाठी एक छोटा जिनाही तिथे होता. तो जिना

कोठेही लावता येण्यासाठी त्याला खाली चाके होती. सदरवेट त्याला म्हणत होता, ''आम्ही दोघे कॉकपिटमध्ये बसतो. मग तुम्ही आमची कॅमेऱ्याने छायाचित्रे घ्या. जमेल ना?''

त्याला प्रथम सदरवेट काय बोलतो आहे ते नीट कळलेच नाही. सदरवेटने पुन्हा ओरडून त्याला विचारले, ''कॅन यू शूट अस इन द कॉकपिट?'' हे वाक्य वेगळ्या अर्थाने किती भयानक होते. त्या दोघांचे किती स्पष्टपणे भवितव्य दाखवणारे होते! अन् त्यातले नाट्य म्हणजे त्या बिचाऱ्या दोघांना आपणच ह्या वाक्याने आपला मृत्यूलेख लिहायला सांगतो आहोत, याची कल्पना नव्हती.

खलीलच्या मनात असलेले ते वाक्य सदरवेटकडून अनपेक्षितपणे आल्याने तो हसत म्हणाला, ''माय प्लेझर! अगदी आनंदाने!''

मॅक्कॉय त्या व्यासपीठावर प्रथम चढून गेला. कॉकपिटवरचे ते पारदर्शक प्लेक्सिग्लासचे झाकण त्याने उचलून उघडले आणि विपन्स ऑफिसरच्या उजव्या आसनात तो आत जाऊन बसला. त्याच्यामागोमाग सदरवेट धडपडत वर चढला आणि वरून वैमानिकाच्या आसनावरती तो उडी मारून बसला. त्याने खुषीत येऊन एक चीत्कार करीत म्हटले, ''यॉ व्ही! पुन्हा एकदा आपण मांड ठोकली. आता चला त्या हलकट शत्रूला ठार करायला!''

मॅक्कॉयला त्याचे हे बोलणे आवडले नाही. त्याने नापसंतीच्या नजरेने त्याच्याकडे पाहिले; पण आपला मित्र हर्षभरीत झालेला आहे हे पाहून त्याचा मूड खराब न करण्याचे त्याने ठरवले व तो यावर गप्प बसला.

असद खलील आता पुढे झाला व तो छोटा जिना चढून व्यासपीठावर गेला.

सदरवेट मॅक्कॉयला म्हणाला, ''ओके, विझो, आपण आता इंग्लंडमधील सॅन्डलॅन्ड सोडलेले आहे. त्या दिवशी चिप विगिन्सच्याऐवजी तू माझ्याबरोबर असायला हवा होता. तो साला भलताच भित्रा निघाला. घाबरल्याने माझ्याशी फारसा बोलतच नव्हता.'' मग त्याने तिथली बटणे दाबायला व खटके ओढायला सुरुवात केली. प्रत्येक कृती करताना जो आवाज विमानातल्या यंत्राचा होई तसा आवाज तो तोंडाने काढत गेला. 'फायर वन, फायर टू' असे म्हणून त्या विमानाची दोन्ही इंजिने चालू केल्याचा अविर्भाव त्याने केला. मग आपल्या चेहेऱ्यावरती एक रुंद हास्य आणून तो म्हणाला, ''अरे, विमान सुरू करण्याची ती सारी कवायत मला अजून आठवते आहे. जणू काही मी कालच ते विमान चालवले होते असे वाटते.'' त्याने कॉकपिटमधल्या सर्व नियंत्रणांवरून आपला हात प्रेमभराने फिरवला, ''बरोबर अशीच हुबेहूब ती कंट्रोल्स होती,'' असे मान हलवित तो म्हणाला. मॅक्कॉयकडे वळून तो पुढे म्हणाला, ''मी पैज मारून सांगतो तुला. उडण्यापूर्वी विमानाची तपासणी करून घेण्याची जी लांबलचक चेक-लिस्ट असते, ती अजूनही मला

सहज आठवेल बघ.''

''होय, आठवेल तुला ते सारे,'' मॅक्कॉयने त्याला दुजोरा देत म्हटले.

सदरवेट पुढे म्हणाला, ''ओके, विझो. आता मी या विमानातून त्या xxx गडाफीच्या तंबूवर तुलाच सोडतो बघ. तो आतमध्ये उंटावर चढून राहिला आहे.'' एवढे म्हणून तो मोठ्याने हसला व विमानाच्या इंजिनाचा तोंडाने आवाज केला.

मॅक्कॉयने हताश होऊन खलीलकडे पाहिले. तो त्या व्यासपीठावरच्या छोट्या जिन्याच्या शेवटच्या पायरीवरती उभा होता. त्याच्याकडे पाहून मॅक्कॉयने एक क्षीण हास्य केले आणि मनामध्ये 'सदरवेट एकटाच आला असता तर बरे झाले असते.' अशी इच्छा व्यक्त केली.

असद खलीलने आपला कॅमेरा उंचावला, त्या दोघांवरती नेम धरला व म्हणाला, ''रेडी?''

सदरवेटने लगेच आपला चेहेरा हसरा केला. कॅमेऱ्याचा फ्लॅश उडाला. मॅक्कॉय मात्र आपला चेहेरा निर्विकार ठेवायचा प्रयत्न करीत होता. अन् तेवढ्यात परत एकदा फ्लॅशचा झगझगाट झाला. सदरवेटने आता दुसरी एखादी पोझ घेण्यासाठी आपला हात उंचावला अन् परत एकदा फ्लॅश उडाला. मॅक्कॉय म्हणाला, ''ठीक आहे — '' सदरवेटने आपला हात मिठी मारल्यासारखा शेजारच्या मॅक्कॉयभोवती टाकला. त्या हाताच्या विळख्यात त्याने त्याचे डोके खेळकरपणे दाबून धरले. पुन्हा एकदा फ्लॅश उडाला. मॅक्कॉय म्हणाला, ''ठीक आहे. ठीक आहे—'' अन् परत एकदा फ्लॅश उडाला. आणखी एकदा उडाला.

मॅककॉय म्हणाला, ''बास, आता. पुरे खूप काढलेत—''

असद खलीलने आपल्या काळ्या बॅगेत कॅमेरा टाकला व बॅगेतून एक प्लॅस्टिकची बाटली बाहेर काढली. ही बाटली त्याने शेरेटोन हॉटेलातून घेतली होती. तो त्या दोघांना म्हणाला, ''जंटलमेन, अजून फक्त दोनच *शॉटस्.''*

मॅक्कॉयने आपल्या डोळ्यांच्या पापण्यांची उघडझाप केली. आत्तापर्यंत उडवलेल्या फ्लॅशमुळे त्याचे डोळे दिपून गेले होते. उघडझाप करताना मधेच त्याच्या लक्षात आले की या पाहुण्याच्या हातात कॅमेरा नाही, एक प्लॅस्टिकची बाटली आहे. पण यात काही धोका आहे हे त्याला समजले नाही; परंतु या मिस्टर फानिनी यांच्या चेहेऱ्यावरती मात्र चमत्कारिक भाव उमटले आहेत, हे त्याने ओळखले. ते पहाताच झटदिशी त्याला कळून चुकले की काहीतरी भयंकर घडत आहे.

असद खलील म्हणत होता, ''तर जंटलमेन, तुम्हाला तुमच्या बॉम्बिंग मोहिमेच्या आठवणीने आत्ता खूप आनंद झाला ना?''

मॅक्कॉय यावर काही बोलला नाही.

फ्लॅश उडवले गेल्याने तिथे त्याचा एक चमत्कारिक दर्प हवेत भरल्यासारखा

सदरवेटला वाटला, तो म्हणाला, "साला हा वास नुसता नाकात भरलाय. मिस्टर फानिनी, तुम्ही विमानाच्या नाकावर चढा आणि पुढच्या बाजूने एक *शॉट* मारा."

पण खलील आपल्या जागेवरून हलला नाही.

मॅक्कॉय म्हणाला, "ओके. चला. बिल, आपण यातून आधी बाहेर पडू."

खलील गंभीरपणे व हुकूम दिल्यासारखा त्यांना म्हणाला, "जिथे आहात तिथेच थांबा."

मॅक्कॉयने खलीलकडे पाहिले मात्र अन् त्याच्या घशाला एकदम कोरड पडली. त्याच्या मनाच्या कप्प्यात कुठेतरी आतमध्ये खोलवर एक अपेक्षित भीती दडून बसली होती. त्याला ठाऊक होते की आज ना उद्या असा दिवस आपल्या आयुष्यात उगवणार आहे. अखेर तो दिवस आला. ती भीती एकदम वर उफाळून आली. सदरवेट खलीलला म्हणाला, "तुम्ही असं करा, हा प्लॅटफॉर्म स्वत:भोवती फिरतो, तिथले बटण दाबून तो फिरवा व वेगवेगळ्या कोनातून शॉट मारा. तसेच विमानाच्या पार्श्वभूमीवर आम्ही आहोत असाही एक शॉट घ्या. मग —"

"शट् अप्. " खलील चिडून ओरडला.

"अं?" सदरवेटला नीट कळलेच नव्हते.

"शट युवर माऊथ. तोंड बंद करा."

"ऑऽऽ, च्यायला हे काय—" असे म्हणून त्याचा आवाज एकदम बंद पडला. आपण कॅमेऱ्याऐवजी एका पिस्तुलाच्या नळीत बघतो आहोत असे त्याच्या लक्षात आले. आपल्या ह्या प्रवाशाने ते पिस्तूल कशाला हातात धरले आहे? ही काहीतरी भलतीच चमत्कारिक भानगड दिसते आहे.

मॅक्कॉय हळू आवाजात पुटपुटला, "ओह्, गॉड ओ , नो!"

खलील हसून म्हणाला, "मिस्टर मॅक्कॉय, एव्हाना तुम्ही नक्कीच तर्क केला असणार की ही समोरची व्यक्ती कापड बनवणारी नाही. कदाचित कॅनव्हासऐवजी मी कफन बनवणारा असेन."

"ओह्, मदर ऑफ गॉड..." मॅक्कॉय हबकून म्हणाला.

सदरवेटला मात्र जे काय समोर चालले आहे त्याचा नीट अर्थ समजत नव्हता. तो गोंधळून गेला होता. त्याने मॅक्कॉयकडे पाहिले व मग खलीलकडे पाहिले. त्या दोघांना तरी जे काय चालले आहे ते समजत असेल अशा अपेक्षेने त्याने त्यांच्याकडे पाहिले होते. शेवटी तो म्हणाला, "अरे, काय चालले आहे तरी काय?"

मॅक्कॉय प्रसंगाचे गांभीर्य जाणून सदरवेटला म्हणाला, "बिल, गप्प बस." मग तो खलीलला म्हणाला, "या जागेभोवती अनेक हत्यारी पहारेकरी आहेत. शिवाय जागोजागी गुप्तपणे कॅमेरे लावून व्हिडिओ चित्रणही चालले आहे. तेव्हा तुम्ही आता गेलात तर ते तुमच्याच हिताचे ठरणार आहे. मग मी तुमच्याविरुद्ध

काहीही....''

''बास! फार बोलू नका. जे काय बोलायचे ते मीच बोलेन. अन् तेही थोडक्यात. मला आणखी एके ठिकाणी यानंतर अपॉईंटमेंट आहे. तेव्हा माझे इथले काम लवकर आटपेन.''

मॅक्कॉय यावर गप्प राहिला.

सदरवेट आता प्रथमच गप्प राहिला होता; पण समोर चाललेल्या प्रसंगामागचा अर्थ कुठेतरी त्याच्या मनामध्ये समजू लागण्यास सुरुवात झाली होती.

असद खलील आता सावकाश पण ठासून एकेक शब्द उच्चारीत बोलू लागला, ''पंधरा एप्रिल एकोणीसशे शहाऐंशीमध्ये मी एक कोवळा पोरगा होतो. मी व माझे कुटुंब जिथे रहात होतो, त्या जागेचे नाव तुम्हा दोघांना चांगलेच ठाऊक आहे. ते नाव आहे अल् अझीझिया!''

सदरवेट म्हणाला, ''तुम्ही तिथे राहिला होतात? लिबियात राहिला होतात?''

''सायलेन्स! गप्प बसा,'' असे म्हणून खलील पुढे सांगू लागला, ''तुम्ही दोघेही माझ्या देशात विमानातून आलात, माझ्या लोकांवर बॉम्ब सोडलेत, अन् माझे सारे कुटुंब मारलेत. माझी आई, माझ्या दोन बहिणी व माझे दोन भाऊ यांना तुम्ही ठार केलेत. नंतर तुम्ही इंग्लंडला गेलात. तिथे पोचल्यावर नक्की तुम्ही केलेले हे खून समारंभपूर्वक साजरे केले असणार. तुम्ही केलेल्या या तुमच्या गुन्ह्याची परतफेड आता होणार आहे.''

सदरवेटच्या डोक्यात शेवटी प्रकाश पडला व त्याला कळले की आपण आता मरणार आहोत. त्याने आपल्या शेजारी बसलेल्या मित्राकडे पाहिले व म्हटले, ''सॉरी, बडी —''

''शट् अप्!'' खलील खेकसून म्हणाला व पुढे बोलत राहिला, ''आपल्या तिघांची ही त्यानंतर पुन्हा जी गाठभेट होत आहे त्याबद्दल प्रथम मी तुमचे आभार मानतो. तसेच, तुमच्या माहितीसाठी म्हणून मी सांगतो की, तुमचे कर्नल हॅम्ब्रेश्त व जनरल वेक्लिफ व यांची पत्नी यांना मी केव्हाच ठार केले—''

मॅक्कॉय हळूच म्हणाला, ''यू बास्टर्ड.''

''तसेच, पॉल ग्रे यांनाही मी ठार केले आहे. आता तुम्हा दोघांची वेळ आली आहे. त्यानंतर.... पण मी कर्नल कॅलम यांना मारून त्यांच्या यातनातून त्यांना मुक्त करण्यासाठी एक गोळी का वाया घालवावी, याबद्दल अजून निर्णय घेतलेला नाही; पण नंतर मात्र मिस्टर विगिन्स ह्यांची वेळ आहे आणि त्यानंतर—''

सदरवेट त्याच्याकडे एक बोट रोखीत ओरडून म्हणाला, ''×× यू, रॅग हेड! यू, ×× दॅट कॅमल - ××× बॉस ऑफ युवर्स, ×××''

खलीलने आपल्या पिस्तुलाच्या नळीवरती प्लॅस्टिकच्या बाटलीचे तोंड खोचले

आणि एक गोळी थंडपणे झाडली. तो सदरवेटच्या खूपच जवळ होता. त्याने त्याच्या कपाळावरतीच नेम धरला होता. बाटलीमुळे पिस्तूल झाडल्याचा आवाज बद्दपणे झाला; पण तेवढासा आवाजही त्या हॅन्गारच्या विराट गुहेत घुमला. सदरवेटचे डोके एकदम मागे गेले. त्याच्या डोक्यातून रक्ताच्या चिळकांड्या उडाल्या. कवटीच्या हाडाचे तुकडे सर्व दिशांना उडाले. त्याच्या डोक्याच्या चिंधड्या होऊन त्याचा मेंदू बाहेर आला होता. मग ते फुटके डोके पुढे झुकून त्याच्या छातीवर लोंबू लागले.

जिम मॅक्कॉय आपल्या आसनात गोठला होता. मग त्याचे ओठ हलू लागले. त्याने एक प्रार्थना सुरू केली होती. आपले मस्तक त्याने खाली झुकवले होते. मधेच एकदा त्याने येशूच्या क्रॉसची खूण हाताने केली. आपल्या थरथरत्या ओठांनी त्याने एक प्रार्थना पुटपुटत चालू ठेवली होती.

"माझ्याकडे बघा." खलीलने त्याला दरडावून हुकूम सोडला.

पण मॅक्कॉय ती प्रार्थना करीतच राहिला. तो थांबायला तयार नव्हता. उलट त्याच्या ओठातून येणारे शब्द आता थोड्या मोठ्या आवाजात येऊ लागले.

खलीलला त्यातले काही शब्द ऐकू आले, "...द व्हॅली ऑफ द शॅडो ऑफ डेथ, आय विल फिअर नो एव्हिल." *मृत्यूची सावली असलेल्या त्या दरीतून अंतिम क्षणी जाताना मी दुष्ट शक्तींना अजिबात घाबरणार नाही.* ज्या प्रार्थनेतले हे शब्द होते ती प्रार्थना होती हिब्रू भाषेतील. मृत्यूसमयी मरणाऱ्याने देवाकडे जाताना करायची ती प्रार्थना होती.

ते ऐकून खलील म्हणाला, "ही प्रार्थना तुम्ही करता आहात होय. ही हिब्रू प्रार्थना माझी अत्यंत आवडती आहे. मी ती पाठ केली आहे." असे म्हणून तो मॅक्कॉयबरोबर ती प्रार्थना मोठ्याने म्हणू लागला. "फॉर दाऊ आर्ट विथ मी." ते दोघे मिळून आता ती प्रार्थना म्हणत होते, "दाय रॉड अॅन्ड दाय स्टाफ दे कम्फर्ट मी." *हे परमेश्वरा, तुझ्या हातातील गज व दंड यामुळे मला त्रास होणार नाही, उलट त्यामुळे बरेच वाटेल.* "दाऊ प्रिपेअर ए टेबल बिफोर मी इन द प्रेझेन्स ऑफ माईन एनिमीज; दाऊ अॅनॉईन्टेस्ट माय हेड विथ ऑईल; माय कप स्नेथ ओव्हर." *हे देवा, तू माझ्या शत्रूंच्या हजेरीत माझ्या स्वागतासाठी एक टेबल तयारी करून ठेव. मग तू माझे डोके पवित्र करण्यासाठी स्वत:च्या हाताने ते तेलाने माखून काढ. माझ्यासाठी एक पेला काठोकाठ भरून ठेव.* "शुअरली गुडनेस अॅन्ड मर्सी शॅल फॉलो मी ऑल द डेज ऑफ माय लाईफ; अॅन्ड आय विल ड्वेल इन द हाऊस ऑफ लॉर्ड फॉर एव्हर." *यानंतरच्या आयुष्यात माझ्यावर सतत चांगुलपणा आणि दया यांचे छत्र धरले जाईल; आणि परमेश्वरा, मी तुझ्या घरात इथून पुढे कायमचा वास करेन.*

जेव्हा त्या दोघांनी मिळून ती प्रार्थना संपवली, तेव्हा मॅक्कॉयच्या आधीच

खलील मोठ्याने म्हणाला "आमेन!" आणि त्याने आपल्या पिस्तुलाचा चाप दाबला. त्याने मॅक्कॉयच्या छातीवर नेम धरला होता. पिस्तुलाची गोळी छाती फोडून ह्रदय भेदून आरपार निघून गेली होती. मरताना त्याचे डोळे खलीलच्या नजरेला भिडले होते. त्यानंतर ते मिटले ते कायमचेच.

खलीलने आपले पिस्तूल खिशात टाकले, प्लॅस्टिकची बाटली बॅगेत ठेवली आणि पुढे होऊन तो विमानाच्या कॉकपिटमध्ये वाकला. सदरवेटच्या पॅन्टच्या मागच्या खिशात हात घालून त्याने त्याचे पैशाचे पाकिट बाहेर काढून ताब्यात घेतले. नंतर मॅक्कॉयचे पाकीट त्याने शोधले. ते त्याच्या कोटाच्या आतल्या खिशात होते, रक्ताने माखले होते. त्याने दोन्ही पाकिटे आपल्या बॅगमध्ये टाकली आणि हाताच्या बोटांना लागलेले रक्त सदरवेटच्या अंगातील टी-शर्टला पुसले. त्याने सदरवेटच्या शरीराला सर्व बाजूने चाचपून पाहिले; पण त्याच्याजवळ कुठेही शस्त्र सापडले नाही. हा माणूस आपल्याला फारच थापा मारत होता, असा अर्थ खलीलने यातून काढला.

खलीलने मग हात वर करून ते कॉकपिटवरचे प्लॅस्टिकचे झाकण खाली आणून बसवून टाकले. आत बसलेल्या त्या प्रेतांना उद्देशून तो म्हणाला, "अच्छा जेन्टलमेन, तुम्ही आत्ता नरकात पोचला असालच. तिथे तुमचे मित्रही तुम्हाला भेटले असतील."

जिना उतरून तो खाली आला व आत्ता झाडलेल्या दोन गोळ्यांची मागची टोपणे त्याने जमिनीवरून शोधून काढली व खिशात टाकली.

कोटाच्या खिशातील पिस्तुलावरती हात ठेवून तो त्या हॅन्गारमधून सावकाश बाहेर पडला. इमारतीच्या मध्यभागातल्या प्रांगणात तो आला. त्या भव्य व प्रशस्त जागेत त्याला कुठेही मघाचा तो रखवालदार दिसला नाही. काचेच्या दरवाजातूनही तो बाहेर दिसत नव्हता.

ऑफिसेस असलेल्या त्या मघाच्या बोळात खलील गेला. एका बंद दाराआडून आवाज येत होते. त्याने दार उघडून आत प्रवेश केला. तो रखवालदार एका टेबलापाशी बसला होता. एक छोटा ट्रॅन्झिस्टर रेडिओ त्याने लावून ठेवला होता. त्याच्या हातात एक 'फ्लाईंग' नावाचे मासिक होते. तो ते वाचत होता. त्याच्यामागे भिंतीला पंधरा टेलीव्हिजनचे सेट होते. प्रत्येकावर अनुक्रमांक लिहिलेला होता. संग्रहालयातील सर्व इमारतींमध्ये व सर्व महत्त्वाच्या ठिकाणी टीव्ही-कॅमेरे बसवलेले होते. ते या टेलीव्हिजन सेटना जोडलेले होते. त्यामुळे या खोलीत बसून सर्व महत्त्वाच्या ठिकाणी काय चालले आहे, त्यावरती नजर ठेवता येत होती.

खलील आत शिरताच त्या रखवालदाराने मान वर करून त्याच्याकडे पाहिले व म्हटले, "झाले काम तुमचे ?"

खलीलने आपल्यामागे खोलीचे दार लावले आणि खिशातून पिस्तूल बाहेर काढून त्या रखवालदारावर एक गोळी झाडली. गोळी त्याच्या डोक्यातून गेली आणि तो तत्क्षणी मृत्यू पावला. आपल्या खुर्चीतून तो खाली कोसळला.

खलीलने पुढे होऊन प्रत्येक टीव्हीवरची प्रतिमा न्याहाळली. प्रत्येक प्रतिमेत कुठेही हालचाल दिसत नव्हती. मग पुन्हा त्याने नीट पाहून एका टेलीव्हिजनच्या पडद्यावरची प्रतिमा निरखून पाहिली. जिथे आधुनिक जेट विमाने ठेवली होती त्या हॅन्गारमधली ती प्रतिमा होती. त्या एफ-१११ विमानाच्या व्यासपीठाच्या पायथ्याशी तोच तो चाके असलेला जिना होता. विमानाचे वरचे प्लॅस्टिकचे झाकण बंद होते. आत कोणी असेल असे या प्रतिमेत त्यामुळे वाटत नव्हते. तो समाधानाने हसला. प्रदर्शनाची जागा, मधले प्रांगण, सर्व हॅन्गार्स, बाहेरची पार्किंगची जागा, सर्व ठिकाणे निर्मनुष्य दिसत होती. या जागेत बाकी कोणीही नाहीत याची त्याला खात्री पटली.

तिथेच एका काऊंटरवरती पंधरा व्हिडिओ रेकॉर्डर्स ठेवले होते. त्याने प्रत्येक रेकॉर्डरचे 'स्टॉप' बटण दाबून आतल्या पंधराच्या पंधरा टेप्स बाहेर काढल्या. सर्व जागांचे चित्रीकरण हे चोवीस तास चालत असे. एक मोठी टेप दोन दिवस पुरत असे. यामुळे गुन्हा घडल्यानंतर दोन दिवस मागे जाऊन सर्व टेप केलेले चित्रण पाहिले तर तो गुन्हा किंवा गुन्हेगार कुठेतरी चित्रणात सापडे. कोर्टात हा एक पुरावा म्हणून दाखल होऊ शकत होता. येथे आल्यापासून इथल्या प्रत्येक जागेत जे चित्रण झाले त्यात आपण प्रगट झालो असणार, हे खलीलच्या लक्षात आले. त्याने त्या सर्व पंधरा टेप्स गोळा करून आपल्या बॅगेत भरल्या. मग त्या मृत रखवालदारापाशी गुडघ्यावर बसून त्याच्या खिशातले पैशांचे पाकीट त्याने काढून घेतले. जमिनीवर पडलेले पिस्तुलाच्या गोळीचे टोपणही शोधून काढले. मग तो तिथून बाहेर पडला. जाताना आपल्यामागे दार लावण्यास तो विसरला नाही.

त्यानंतर तो भराभर पावले टाकीत मध्यवर्ती प्रांगणात आला व तेथून दर्शनी दरवाजातून इमारतीच्या बाहेर पडला. आपल्यामागे लॅचचे दार लावून घेतल्यावर ते आतून कुलूपबंद झाल्याचे पाहून त्याला हायसे वाटले.

तो आपल्या गाडीत जाऊन बसला व तिथून ताबडतोब निघाला. डॅशबोर्डवरचे घड्याळ रात्रीचे १०:५७ झालेले दाखवीत होते.

त्याने आपल्या उपग्रह मार्गदर्शक यंत्रणेत पोचण्याचे ठिकाण मॅकॉर्थर विमानतळ हे घालून ठेवले. दहा मिनिटात तो पार्कवेवरती आला व उत्तरेकडे असलेल्या लाँग आयलँड द्रुतीगती मार्गाकडे वेगाने चालला होता.

सदरवेट आणि मॅक्कॉय हे शेवटच्या क्षणात कसे वागले यावर तो थोडासा विचार करू लागला. मृत्यू समोर आलेला दिसल्यावर कोण माणूस कसा वागेल

याचा कधीही अंदाज करता येत नाही, असे त्याला वाटले. आपल्यावर जर अशी वेळ आली असती तर आपण कसे वागलो असतो, यावरती तो विचार करू लागला. शेवटच्या क्षणी सदरवेट ज्या तऱ्हेने बेधडक उसळून आला होता त्यावरून मृत्यूच्या वेळी तरी काही सेकंद त्याच्यातले शौर्य उफाळले होते. किंवा कदाचित सदरवेटमध्ये एवढा दुष्टपणा भरला असेल की त्याच्या तोंडून बाहेर पडलेले ते शब्द धैर्याचे किंवा शौर्याचे नसून केवळ शुद्ध द्वेषाचे असतील; परंतु त्याच्या जागी आपण असतो तर आपणही असेच वागलो असतो, असे खलीलला वाटले.

खलील आता मॅक्कॉयबद्दल विचार करू लागला. हा माणूस मात्र आपल्या अंदाजाप्रमाणे वागत गेला. बहुतेक तो मुळातच धार्मिक असावा किंवा कदाचित् शेवटच्या मिनिटात त्याला देवाची आठवण झाली असावी. याखेरीज वेगळा तर्क त्याला करता येईना; परंतु शेवटी त्याने स्तोत्र म्हणण्यास सुरुवात केली, हे मात्र खलीलला आवडले.

त्याने आता पार्कवे सोडून पूर्वेला जाणाऱ्या द्रुतगती मार्गावर जाण्यासाठी आपली गाडी गर्रकन वळवली. रस्त्यावर फारशी वाहतूक नव्हती. इतर वाहनांएवढाच आपला वेग त्याने ठेवला. स्पीडॉमीटरमध्ये पाहिले तर तो वेग ताशी ९० किलोमीटर दाखवीत होता.

आपल्याजवळ आता कमी वेळ उरला आहे, हे त्याला कळून चुकले होते. आत्ता केलेले हे 'डबल मर्डर' पोलीस व जनता यांचे लक्ष वेधून घेणार होते. या खुनामागे पैसे चोरणे हा हेतू सकृतदर्शनी दिसेल. काही तासातच मॅक्कॉयची पत्नी नवऱ्याचा शोध घेत राहील. संग्रहालयात कोणीही फोन उचलत नाही हे पाहून ती पोलिसांना फोन करेल; परंतु मॅक्कॉय आपल्या जुन्या मित्राला भेटण्यासाठी गेला आहे, असे पोलिसांना कळल्यावर ते फारशा गंभीरपणे तिच्या तक्रारीची दखल घेणार नाहीत; पण लवकरच कधीतरी ती प्रेते सापडतील. पोलीस मग विमानतळावर जाऊन सदरवेटच्या विमानाचा शोध घेतील काय? जर मॅक्कॉयने तसे त्याच्या पत्नीला सांगितले असेल तरच तिला कळणार. बहुतेक मॅक्कॉयने तिला तसे सांगितले नसावे; परंतु मॅक्कॉयची पत्नी किंवा पोलीस यांनी काहीही जरी कृती केली तरी आपल्याला येथून निसटायला भरपूर वेळ उपलब्ध आहे, असे खलीलला वाटले. तो आपले सूडपर्व पुरे करण्यासाठी पुढे जाऊ शकत होता.

पण तरीही, आत्ता गाडी चालवित असतानाही खलीलला मनात कुठे तरी धोक्याची जाणीव होऊ लागली होती. संकटाची पूर्वसूचना आपल्याला मिळते आहे असे राहून राहून त्याला वाटू लागले. कुणीतरी कुठेतरी आपल्या मागावर गुपचूप निघाले आहे. त्याचबरोबर त्याला असेही जाणवले की जे कोणी आपल्या मागावर निघाले आहे त्याला आपला अचूक ठावठिकाणा मात्र समजलेला नाही. तसेच,

आपल्या हातातील कामगिरीमागचा हेतूही अजून समजलेला नाही; पण सिंहाला कळून चुकले होते की शिकारी आपल्या मागावर निघाला आहे, नक्की निघाला आहे. त्या अज्ञात शिकाऱ्याला आपल्या सावजाच्या ताकदीची व स्वरुपाची मात्र पुरेपूर कल्पना आली आहे.

आपल्या दिशेने निघालेल्या त्या शिकाऱ्याची प्रतिमा खलीलने आपल्या मनात कल्पनेने उभी करण्याचा प्रयत्न केला; पण त्याला जास्त काही अजमावता आले नाही. पण ह्या माणसात जबरदस्त ताकद आहे आणि त्याच्यात अफाट धोका भरलेला आहे, हे मात्र त्याला कळून चुकले.

असद खलील आपल्या विचारांच्या तंद्रीतून बाहेर आला. आत्तापर्यंत जे खून पाडले त्याचे एव्हाना काय झाले असेल, त्यावर तो विचार करू लागला. जनरल वेक्लिफ व त्याची पत्नी अन् त्यांच्या घरची ती कामवाली बाई यांचे खून सोमवारी सकाळपर्यंत तरी उघडकीस येणार नाहीत. मग कधीतरी नंतर वेक्लिफच्या मुलांपैकी कोणीतरी या संदर्भात आपल्या वडिलांच्या स्क्वॅड्रनमधल्या स्नेह्यांना फोन केला तर? पण आज सोमवारची रात्र सुरू होण्याच्या बेतात आहे, तरीही मॅक्कॉयला या संदर्भात फोन आला नाही. पॉल ग्रेला जरी फोन केला गेला असेल तरी तो फोन घ्यायला तो तिथे जिवंत नाही. सदरवेट घरी नाही. म्हणजे फक्त मॅक्कॉयच्या घरी त्याच्या पत्नीला एव्हाना जनरल वेक्लिफच्या खुनाच्या बातमीचा फोन यायला हवा होता; पण आज नाही तरी उद्या तसा फोन तिला नक्कीच येईल. मॅक्कॉय, सदरवेट यांच्या खुनाच्या बातमीपाठोपाठ वेक्लिफच्या खुनाची बातमी तिच्याकडे धडकणारच.

उद्या तिच्याकडे अनेक फोन्स येत राहातील. म्हणजे उद्या संध्याकाळपर्यंत आपला हा शिकारीचा खेळ संपत आला असेल. कदाचित त्याही आधी संपवावा लागेल किंवा त्यानंतरही काही काळ तो चालू असेल; पण ते सारे अल्लाच्या मर्जीवर अवलंबून राहील. अद्यापपर्यंत तरी तो आपल्याबरोबर राहिला आहे.

रस्त्यात त्याला एक पाटी दिसली त्यावर लिहिले होते- REST STOP. याचा अर्थ तिथे शौचालये होती. त्याने तिकडे आपली गाडी नेली. रस्ता व शौचालये यामध्ये झाडांची एक मोठी रांग उभी होती. आतमध्ये पार्किंगसाठी खूप मोकळी जागा होती. बरेच ट्रक्स तिथे उभे केले होते. काही मोटारगाड्याही उभ्या होत्या; पण त्याने त्या सर्वांपासून जरा दूरच आपली गाडी उभी केली.

गाडीत मागच्या आसनावरती सदरवेटची बॅग पडली होती. ती त्याने उचलून घेतली व उघडून पाहिली. आतमध्ये एक दारूची बाटली, एकदोन अंडरवेअर्स, टूथ ब्रश, टूथ पेस्ट, रोगप्रतिबंधक औषधे आणि एक टी-शर्ट होता. टी-शर्टवरती एका जेट लढाऊ विमानाचे चित्र छापले होते. त्याखाली शब्द होते : NUKES, NAPALM, BOMBS AND ROCKETS — FREE DELIVERY.

त्याने सदरवेटची बॅग आणि आपली स्वत:ची बॅग बरोबर घेतली व तो तिथून निघाला. शौचालयांच्या मागे रान होते. तो त्या रानाकडे गेला. सदरवेटच्या पाकिटातील, मॅक्‌कॉयच्या पाकिटातील व रखवालदाराच्या पाकिटातील एकूणएक पैसे त्याने काढून घेतले, सर्व पैसे स्वत:च्या पाकिटात ठेवून दिले. पाकिटातील इतर सटरफटर गोष्टी आणि सदरवेटच्या बॅगेतील अन्य वस्तू त्याने तिथल्या झुडपांमध्ये विखरून टाकल्या. मग एकेक पाकीट त्याने निरनिराळ्या झाडोऱ्यांच्या दिशेने लांबवर भिरकावून दिले. तसेच, ती सदरवेटची बॅगही अशीच दूरवर भिरकावून दिली. त्या सर्व वस्तू तिथल्या झुडपात, काट्याकुट्यात गडप झाल्या. त्याच्या बॅगेत त्या पंधरा व्हिडिओ कॅसेटस होत्या. मग एकेक करीत त्याही त्याने वेगवेगळ्या दिशांना भिरकावून दिल्या. त्या रानात कोणी जात नसावे. इतके ते तिथे घनदाट बनले होते. सर्व गोष्टी त्यात अदृश्य झाल्या. माणसांच्या हातात त्या वस्तू पडण्यास खूप कालावधी जाणार होता.

एवढे केल्यावर तो आपल्या गाडीकडे आला व ती गाडी घेऊन पुन्हा द्रुतगती मार्गावरती गेला. मग जाता जाता त्याने आपल्याजवळील पिस्तुलाच्या तीन गोळ्यांची टोपणे एकेक करीत बाहेर भिरकावून दिली. अशा रीतीने चौथे हत्याकांड त्याने पुरे केले.

त्रिपोलीमध्ये त्याला सूचना देण्यात आली होती, "गुन्ह्याच्या ठिकाणाहून निघून जाताना तिथे उमटलेले बोटांचे ठसे पुसण्यात किंवा इतर पुरावे नष्ट करण्यात उगाच वेळ वाया घालून नका. जरी ते पुरावे मागे राहिले व पोलिसांच्या हातात पडले तरी त्याची नीट छाननी त्यांच्याकडून होईपर्यंत तिथून तुम्ही खूप दूर गेलेला असाल. पण काहीही झाले तरी आपल्या स्वत:जवळ, आपल्या अंगावर कोणताही पुरावा ठेवू नका. तसा जर पुरावा सापडला किंवा दुसऱ्याचे पाकीट तुमच्याजवळ सापडले, तर अगदी बावळटातल्या बावळट पोलिसालासुद्धा सहज संशय येईल."

फक्त ती दोन ग्लॉक पिस्तूले त्याला टाकून देता येत नव्हती; पण खलीलच्या मते तो पुरावा एखाद्या पोलिसांच्या नजरेसमोर येणार नव्हता. तसा जर तो आला तर त्यानंतर तो जिवंतच रहाणार नव्हता. पण तेवढी पिस्तुले सोडली तर अन्य पुरावे जवळ रहाता कामा नये. ही गाडी सोडतानाही त्यात आपल्या अस्तित्वाचे पुरावे रहाता कामा नये, अशी खबरदारी तो घेत होता.

त्याला आता मलिक आणि बोरिस यांची आठवण झाली. त्यांनी त्याला बजावले होते की, फार काळ पोलिसांना चकवण्यात यश मिळणार नाही. मलिक म्हणाला होता, "तू जो हा शिकारीचा खेळ खेळण्याचे ठरवले आहे, तो खरे म्हणजे खेळ नाही; पण तरीही तू हा खेळ कसा खेळतो आहेस यावर सारे काही अवलंबून आहे. तू या खेळात अमेरिकेत शिरण्यासाठी आपण होऊन आपली ओळख

दाखवीत अमेरिकनांच्या स्वाधीन होणार आहेस. असद, तूच हा चकवा-चकवीच्या व शिकारीच्या अभिनव खेळाचा शोध लावल्याने तुलाच या खेळाचे अवघड नियम बनवावे लागले आहेत. अन् नेमके तुझेच नियम तुला मोडता येणार नाहीत. त्यामुळे तुझी परिस्थिती बिकट होणार आहे. अन् त्यामुळे ह्या खेळात संपूर्णपणे विजय मिळवण्यात तू जर थोडा जरी कमी पडलास तर त्याचा दोष तुझ्याकडेच जाईल.''

खलीलने यावर असा प्रतिवाद केला, ''विजय होईल याची खात्री पटेपर्यंत अमेरिकन कधीही युद्धात उतरत नाहीत. त्यासाठी आधी ते हवी ती जय्यत तयारी करतात. मगच ते पहिली गोळी झाडतात. सिंहाच्या शिकारीला जाणाऱ्याने भक्कम वाहन घेऊन जायचे, आत सुरक्षितपणे उभे राहून टेलिस्कोप लावलेल्या बंदुकीतून बघून लांबून नेम धरायचा आणि मग गोळी झाडायची, असा तो प्रकार आहे. या प्रकारात सावजाच्या हल्ल्यापासून आधी बंदोबस्त करून, प्रगत तंत्रज्ञान वापरून, कसलीही जोखीम न पत्करून जी शिकार केली जाते, ती शिकार नसून शिरकाण असते, केवळ कत्तल असते. आफ्रिकेत कित्येक टोळीवाले असे आहेत की ते जवळ बंदूक बाळगतात; पण जेव्हा त्यांना सिंहाची शिकार करायची असते, तेव्हा ते जवळ फक्त एक भाला घेऊन शिकारीला जातात. ही खरी शिकार. ज्या शिकारीच्या मागे नैतिक बळ नाही तिला शिकार म्हणताच येणार नाही. मी या खेळातील नियम असे बनवले आहेत की त्यात कुठे विषमता राहू नये. त्यामुळे दोन्ही पक्षांना त्याचा लाभ होईल. मग कोणी कोणाची शिकार केली याला महत्त्व उरत नाही. शेवटी मीच विजयी होईन. मग भले माझी कामगिरी पुरी झाली नाही तरी.''

त्या वेळी तिथे बोरिस होता, तो म्हणाला, ''याचा शेवट तू अमेरिकन तुरुंगात सडत पडलास आणि ते विमानदलातले राक्षस मात्र आरामात जगत राहिले तरीही?''

खलील बोरिसकडे वळून म्हणाला, ''मी काय म्हणतो ते तुम्हाला कधी समजेल असे मला वाटत नाही.''

बोरिस यावर हसला व म्हणाला, ''मिस्टर लायन, आपण काय म्हणता ते मला चांगले समजते. माहितीसाठी म्हणून सांगतो, त्या अमेरिकन वैमानिकांना ठार केले काय आणि ठार नाही केले काय, त्यामुळे फारसा फरक पडत नाही. जर त्यांची शिकार करणे महत्त्वाचे असेल, तर शेवटी सावज बळी पडणे महत्त्वाचे ठरत नाही. शेवट काहीही असला तरी शिकारीचा प्रयत्न होत रहाणे महत्त्वाचे असेल तरची गोष्ट वेगळी; पण जर आपल्या सावजाचे रक्त पहाणे, ते बळी गेलेले बघणे, हे महत्त्वाचे वाटत असेल तर अमेरिकेत वेगळ्या पद्धतीने प्रवेश करावा हे उत्तम.''

हा वाद बराच वेळ चालला होता. नंतर असद खलीलने अंतर्मुख होऊन आपले अंत:करण, आपले मन व आपले विचार पुन्हा पुन्हा तपासून पाहिले. शेवटी तो

आपलेच बरोबर आहे, या निष्कर्षाप्रत आला. आपल्या पद्धतीनुसार होणारा शिकारीचा खेळ व तो सूडाग्नी हे एका वेळी साध्य करता येईल असे त्याला वाटले.

मॅकॉर्थर विमानतळ जवळ आला आहे, अशी पाटी त्याने पाहिली. मग योग्य तिथे त्याने तो द्रुतगती मार्ग सोडून वळण घेतले. दहा मिनिटात त्याने विमानतळावरचा पार्किंग लॉट गाठला. तिथे काही दिवससुद्धा गाड्या ठेवता येत होत्या.

पार्किंग लॉटमध्ये गाडी ठेवून तो बाहेर आला. अर्थात त्याच्याबरोबर त्याची बॅग होती. त्याने तिथून निघताना गाडीवर उमटलेले आपल्या बोटांचे ठसे पुसण्याची खबरदारी घेतली नाही. जर आता हा शिकारीचा खेळ शेवटच्या टप्प्यात आला असेल तर उगाच कशाला अशा क्षुद्र गोष्टींची चिंता करायची? फक्त कमीत कमी गोष्टी आपला माग दाखवतील, असाच तो वागत होता. त्याला आता पोलिसांची पर्वा नव्हती. आता फक्त चोवीस तास त्याला हवे होते. प्रत्यक्षात कदाचित याहूनही कमी वेळ लागू शकेल. अन् जर पोलीस त्याचा माग काढत येत असतील व त्याच्यापासून दोन पावले अंतरावर असतील, तरीही एका पावलाचे जादा अंतर त्याला मिळून तो आपला कार्यभाग साधून निसटून जाऊ शकत होता. ज्यांचे बळी अजून घ्यायचे आहेत तिथे त्याच्याआधी पोलीस नक्कीच जाऊन पोचू शकत नाहीत, याची त्याला खात्री होती.

तो चालत चालत एका बसस्टॉपवर गेला. थोड्याच वेळात तिथे एक मिनी व्हॅन आली. तो आत जाऊन बसला आणि ड्रायव्हरला म्हणाला, "द मेन टर्मिनल, प्लीज."

"देअर इज ओन्ली वन टर्मिनल, बडी, ॲन्ड यू गॉट इट." ड्रायव्हर म्हणाला.

काही मिनिटातच त्याला ड्रायव्हरने मुख्य टर्मिनलच्या प्रवेशद्वारापाशी आणून सोडले. ते आता अक्षरशः निर्मनुष्य झाले होते. जवळच एक टॅक्सी स्टॅंड होता. तिथे एकच टॅक्सी उभी होती. खलील तिकडे चालत गेला व टॅक्सी ड्रायव्हरला म्हणाला, "मला फक्त विमानतळाच्या जनरल एव्हिएशन बाजूला जायचे आहे; पण मी तरीही तुम्हाला वीस डॉलर्स देईन. सोडणार तिकडे?"

"का नाही? जरूर सोडेन. चला, बसा आत मध्ये." तो ड्रायव्हर आनंदाने म्हणाला,

खलील टॅक्सीत बसला आणि दहा मिनिटात विमानतळाच्या टोकाला जाऊन पोचला. तो ड्रायव्हर विचारीत होता, "नक्की कुठे सोडू तुम्हाला?"

खलीलने बोटाने एक इमारत दाखवीत म्हटले, "ती तिकडे जी लहान इमारत आहे ना, तिथे."

ड्रायव्हरने त्या इमारतीसमोर नेऊन आपली टॅक्सी थांबवली. त्या इमारतीत

निरनिराळ्या खाजगी विमान कंपन्यांची ऑफिसेस होती. खलीलने वीस डॉलर्सची नोट ड्रायव्हरला देऊन टॅक्सी सोडली.

या विमानतळावर येताना तो जिथे उतरला होता त्या जागेपासून तो अवघा दीडशे फुटांवरती आत्ता होता. इथून त्याला सदरवेटचे ते विमान दिसतही होते.

त्या इमारतीमध्ये शिरून त्याने स्टूअर्ट एव्हिएशन कंपनीचे ऑफिस शोधले. काऊंटरच्या पलीकडे एकजण बसला होता. खलील जवळ आल्यावर तो उठून उभा राहिला व त्याला म्हणाला, "काही मदत पाहिजे का?"

"होय. माझे नाव सॅम्युएल पेर्लिमान आहे. तुमच्या एका विमानाचे मी रिझर्व्हेशन केले आहे."

"बरोबर. रात्री बारा वाजताची ती फ्लाईट आहे. तुम्ही तसे लवकर आला आहात; पण काही हरकत नाही. विमान तयारच आहे."

"थँक यू," खलील म्हणाला. त्याने त्या कारकुनाचा चेहरा नीट निरखून पाहिला. त्या माणसापर्यंत आपल्यासंबंधात काही बातमी पोचली असेल का याचा तो अंदाज घेत होता. आपला त्याला संशय तर आला नसेल ना, हे तो बघत होता. पण तसे काहीही त्याला दिसले नाही की जाणवले नाही; पण तरीही त्या माणसाने आपले डोळे बारीक करीत खलीलला म्हटले, "मिस्टर पेर्लिमान, तुमच्या चेहेऱ्यावर आणि शर्टावर काहीतरी उडालेले आहे."

ते 'काहीतरी' काय आहे ते खलीलच्या चटकन लक्षात आले. सदरवेटच्या फुटलेल्या डोक्यातून उडालेले ते बारीक तुकडे असणार. तो म्हणाला, "मी घाईत निघालो. माझ्या जेवण्याच्या सवयी काही तितक्याशा चांगल्या नाहीत."

यावर तो कारकून हसून म्हणाला, "त्या तिकडे एक वॉशरूम आहे. तिथे जाऊन तुम्ही साफ करू शकता," असे म्हणून त्याने त्या वॉशरूमच्या दाराकडे बोट दाखवले. तो पुढे म्हणाला, "मी आता तुमच्या वैमानिकांना बोलावून घेतो."

खलील वॉशरूममध्ये गेला आणि तिथल्या आरशात त्याने स्वतःचा चेहरा पाहिला. चेहेऱ्यावर तांबूस रंगाचे रक्ताचे ठिपके होते. करड्या रंगाचे मेंदूचे कण चिकटले होते. शर्टावरती तर कवटीच्या हाडाचा तुकडाही चिकटून बसला होता. चष्म्याच्या एका काचेवरतीही असेच काही शिंतोडे उडाले होते. एक मोठा डाग टायवरती उमटला होता.

त्याने आपला चष्मा काढून ठेवला. मग आपल्या नकली मिशांना धक्का न लागेल अशा बेताने तो सारे डाग पुसू लागला. एका कागदी रुमालाने प्रथम त्याने ते सर्व डाग पुसून काढले व कण दूर केले. मग दुसऱ्या ओल्या कागदी रुमालाने काळजीपूर्वक सर्व डाग तो स्वच्छ करीत गेला. चष्मा नीट धुतला आणि तो डोळ्यावरती चढवला. एवढे झाल्यावर आपली बॅग घेऊन तो वॉशरूममधून बाहेर

पडला व काऊंटरपाशी गेला.

काऊंटरपलीकडचा कारकून त्याला म्हणाला, ''मिस्टर पेर्लिमान, ह्या विमानाचे भाडे तुमच्या कंपनीने आधीच भरलेले आहे. तुम्ही फक्त हे ॲग्रीमेंटचे कागद वाचून त्यावरील जे लागू नाही ते खोडा व शेवटी तुमची सही करा. जिथे सही करायची आहे तिथे मी शिसपेन्सिलीने x अशी खूण केली आहे.''

खलीलने तो छापील कागद घेतला व नीट वाचण्याचे नाटक केले. मग त्याने काऊंटरवरचे पेन हातात घेऊन त्या कागदावर सही केली.

तो माणूस विचारीत होता, ''आपण इस्त्राईलमधून आलात का?'' खलीलने 'पेर्लिमान' हे ज्यू नाव धारण केल्यामुळे तो तसे विचारीत होता.

''होय; पण मी सध्या अमेरिकेत रहातो.''

''माझे काही नातेवाईक इस्त्राइलमध्ये आहेत. ते वेस्ट बँक भागात असून गिलगल येथे रहातात. तुम्हाला ठाऊक असेलच म्हणा हे गाव.''

''अर्थातच,'' खलील म्हणाला. बोरिसने या संदर्भात त्याला काय सांगितले होते ते त्याला आठवले. बोरिस म्हणाला होता, ''इस्त्राइली लोकांपैकी निम्मे लोक एकट्या न्यूयॉर्कमध्ये रहातात. त्यामुळे तू फारसे कोणाचे लक्ष वेधून घेणार नाहीस. त्यातले काहीजण त्यांच्या इस्त्राइलमधील नातेवाईकांविषयी किंवा इस्त्राइलमध्ये त्यांनी घालवलेल्या सुट्टीविषयी तुझ्याशी चर्चा करतील.'' त्या वेळी त्यांच्याशी नीट बोलता यावे म्हणून इस्त्राइलबद्दल गाईडस् आणि नकाशे यांचा नीट अभ्यास आधी करून ठेव.''

खलील ते आठवून म्हणाला, '' गिलगल ना? ठाऊक आहे मला. ते एक मध्यम आकाराचे गाव असून जेरूसलेमच्या उत्तरेला तीस किलोमीटरवरती वसलेले आहे. तिन्ही बाजूंनी पॅलेस्टाईनचा भाग येत असल्याने तिथले जीवन तसे खडतर आहे असेच म्हटले पाहिजे. तुमचे नातेवाईक अशा ठिकाणी रहातात म्हणजे ते खूप चिवट व जिद्दीचे असले पाहिजेत. मी त्यांचे त्याबद्दल कौतुक करतो.''

''हो ना. ती जागाच तशी आहे. त्यांनी आता किनाऱ्याकडे स्थलांतरित व्हावे असे मला वाटते. किंवा कधीतरी त्या अरबांशी जमवून घेऊन रहाणे हे आम्हाला जमेलही.''

''अरबांबरोबर जमवून रहाणे तसे कठीणच असते.''

तो माणूस हसून म्हणाला, ''खरे आहे. तुम्हाला त्याची कल्पना आहे असे दिसते.''

निळ्या गणवेषातील एक माणूस तिथे काऊंटरच्या आत गेला व त्या कारकुनाला म्हणाला, ''गुड इव्हिनिंग, डॅन.''

मग तो कारकून खलीलकडे बोट करून त्या गणवेषातील माणसाला म्हणाला,

“बॉब, हे मिस्टर पेर्लिमान. तुमचे प्रवासी.”

खलीलकडे पाहून त्या माणसाने आपला हात हस्तांदोलनासाठी पुढे केला. खलीलला अजूनही अमेरिकी हस्तांदोलनाचे गूढ वाटत होते. अरब लोकही हस्तांदोलन करतात; पण इतक्या वेळा हात हलवीत नाहीत. शिवाय स्त्रियांशी कोणीही हस्तांदोलन करीत नसते. बोरिसने त्याला सल्ला दिला होता, “त्याबद्दल तू काळजी करू नकोस. तू तिथे परका आहेस.”

खलीलने त्या वैमानिकाचा हात हातात घेतला. तो वैमानिक म्हणाला, “मी कॅप्टन फिस्की. पण तुम्ही मला बॉब म्हटले तरी चालेल. आज रात्री मीच तुम्हाला डेन्व्हर येथे घेऊन जाणार आहे. तिथून मग सॅन डिएगोला आपल्याला जायचे आहे. बरोबर?”

“बरोबर,” खलील म्हणाला.

खलीलने त्या वैमानिकाच्या डोळ्यात सरळ सरळ रोखून पाहिले; पण त्याने मात्र खलीलच्या डोळ्याला डोळा भिडवला नाही. खलीलच्या हे लक्षात आले होते की ही अमेरिकन माणसे जरी आपल्या डोळ्यात पहात असली तरी ती नेहमीच आपल्याला तशी पहातात असे नाही. जणू काही त्या वेळी त्यांच्या मनात दुसरेच काही विचार चालू असतात. त्यांनी जरी आपल्या नजरेला नजर भिडवली तरी फारच थोडा वेळ ते तसे बघतात. त्याउलट, अरब माणसे सरळ सरळ डोळ्यांत बघतात. अगदी संपूर्ण संभाषण होईपर्यंत. फक्त त्यांच्यापेक्षा वरिष्ठ कोणी असेल, किंवा समोरची व्यक्ती स्त्री असेल तरच ते अशी नजर भिडवीत नाहीत. शिवाय ही अमेरिकन माणसे दुसऱ्याच्या फार निकट जात नाहीत. बरेच अंतर राखून बोलत असतात. किमान तीन फूट अंतर तरी ते राखतात. बोरिसनेच हे त्याला सांगितले होते. यापेक्षा जास्त जवळ कोणी आले तर ते अस्वस्थ होतात, किंवा मनातून ते शत्रू बनतात.

कॅप्टन फिस्की विचारीत होता, “आपले विमान तयार आहे. तुमच्याजवळ काही सामान आहे का?”

“फक्त ही हातातली बॅग. बाकी काही नाही.”

“मी घेतो ती.”

अशा वेळी बोरिसने सुचवलेले नम्र व अमेरिकन उत्तर खलीलने दिले. तो म्हणाला, “थँक यू. पण मला स्वत:ला व्यायामाची अत्यंत गरज आहे.”

यावर तो वैमानिक हसून म्हणाला, “ठीक आहे, चला जाऊया.”

तो वैमानिक दाराकडे निघाला. खलीलही त्याच्यापाठोपाठ चालू लागला. तेवढ्यात त्या कारकुनाने खलीलला मोठ्याने म्हटले, “शलोम आलेखेम.”

यावर खलीलने अरबी भाषेत अनवधानाने म्हटले, “आलेकुम सलाम.” मग

भानावर येत तो म्हणाला, ''शलोम.''

वैमानिकाच्या मागोमाग खलील हॅन्गारकडे गेला. तिथे एक पांढऱ्या रंगाचे छोटे जेट विमान हॅन्गारच्या बाहेर रॅम्पपाशी उभे होते. मेंटेनन्स व सर्व्हिस खात्यातील काही माणसे तिथून आता ड्यूटी संपली म्हणून निघून चालली होती.

जवळच सदरवेटचे विमान उभे होते. खलीलने ते पाहिले. उद्या सकाळी हे विमान येथून गेले नाही तर किती काळ या विमानाकडे लक्ष दिले जाणार नाही? कोणीतरी या प्रकाराची दखल घेऊन शोध घेण्यास कधी सुरुवात करेल? पण उद्या तर नक्कीच तसे होणार नाही, तोपर्यंत तो हजारो मैल दूर गेलेला असेल.

तो वैमानिक म्हणत होता, ''लिअर-६० ह्या मॉडेलचे हे विमान आहे. फक्त तीन माणसे व थोडेसे हलके सामान आपण घेतले आहे. त्यामुळे एकूण ग्रॉस वेटपेक्षा थोडेसे कमीच आहे. सर्व टाक्या भरून घेतल्याने आपण कोठेही न थांबता डेन्व्हरपर्यंत एका दमात सहज जाऊ. समोरून येणारे वारेही जोरदार नाहीत. वाटेतली हवाही उड्डाण करण्यासाठी चांगली आहे. मी उड्डाणाचा काळ हा तीन तास अठरा मिनिटे ठेवला आहे. आपण तिथे उतरू तेव्हा डेन्व्हरचे तापमान ४०.५ अंश सेल्सियस एवढे साधारणपणे असेल. डेन्व्हरमध्ये पुन्हा आपण टाक्या भरून घेऊ. तुम्हाला तिथे काही तास थांबायचे आहे असे कळते. बरोबर?''

''बरोबर.''

''डेन्व्हरला आपण रात्री दोनच्या थोडे आधीच पोचू. ही तिथली प्रमाणवेळ आहे. माऊंटन टाईम. लक्षात येतो का हा वेळेतला फरक?''

''होय, '' खलील म्हणाला. अमेरिकेच्या अवाढव्य अशा पूर्व-पश्चिम विस्तारामुळे एकूण पाच प्रमाणवेळा तिकडे अस्तित्वात आहेत, हे खलीलला ठाऊक होते. तो आता पश्चिमेकडे जाणार असल्याने हा प्रमाणवेळेतला फरक त्याला ठाऊक होता. तो पुढे म्हणाला, ''तुमच्या विमानातल्या एअरफोनवरून मी माझ्या सहकाऱ्याला फोन करणार आहे. तसे मी आधी तुमच्या कंपनीला कळवून ठेवले होते.''

''होय, सर. जेव्हा सॅन डिएगोला जाण्यासाठी आपण निघू तेव्हा तुम्हाला हव्या त्या वेळी तुम्ही आम्हाला सांगा. ठीक आहे?''

''ठीक आहे.'' खलील म्हणाला.

''आत्ता रॉकी माऊंटनवरती हवेत थोडासा खळबळाट आहे व सॅन डिएगोमध्ये पाऊस पडतो आहे, असा हवामानखात्याचा रिपोर्ट आला आहे; पण आपण जेव्हा तिथे पोचू तेव्हा यात बदल झालेला असेल; परंतु तुमची इच्छा असेल तर जो काही हवामानात बदल होत राहील तो आम्ही तुम्हाला वेळोवेळी कळवत जाऊ.''

यावर खलीलने काहीच उत्तर दिले नाही. या अमेरिकन माणसांना पुढचे हवामान कसे असेल याची अतिरेकी उत्सुकता असते, असे त्याला वाटले.

लिबियामध्ये हवामान नेहमीच उष्ण व कोरडे असते, तर काही दिवस अधिक उष्ण असतात. संध्याकाळी मात्र हवा थंड होते. वसंत ऋतूत वाळवंटाकडून 'घब्ली' हे उष्ण वारे वहात येऊ लागतात. हवा कशी असावी, कशी वहावी हे सारे त्या अल्लाने ठरवून दिले आहे. माणसाला त्याचा अनुभव रोज येत असतो. असे असताना भावी हवामान उगाच कशाला जाणून घ्यायचे? ते ठरल्याप्रमाणेच असणार; सहसा बदलणार नसते. असे असताना हे अमेरिकन लोक उगाच का येणाऱ्या हवामानाबद्दल सारखी चर्चा करीत असतात?

तो वैमानिक खलीलला विमानाच्या डाव्या बाजूला घेऊन गेला. त्या विमानाला दोन जेट इंजिने होती. आत चढण्यासाठी दोन पायऱ्यांचा एक जिना होता. खलील त्यावर चढून वर गेला. दारात त्याने आपले डोके खाली करून आत प्रवेश केला. त्याच्यामागून वैमानिकही आत आला व त्याला म्हणाला, "मिस्टर पेर्लिमान, हा माझा सह-वैमानिक टेरी सॅनफोर्ड."

तो सहवैमानिक कॉकपिटमध्ये उजव्या आसनात बसला होता. त्याने त्या दोघांकडे वळून पाहात म्हटले, "वेलकम अॅबॉर्ड, सर."

"गुड ईव्हिनिंग," खलीलने प्रतिअभिवादन केले.

कॅप्टन फिस्की हात पुढे करून खलीलला म्हटले, "इथे कुठेही बसा. समोरच्या बाजूला कपाटात एक 'सर्व्हिस बार' आहे. त्यात तुम्हाला कॉफी, डोनट, बॅगेल्स, सॉफ्ट ड्रिंक्स आणि खास ड्रिंक्स सापडतील," असे म्हणून तो हसला. मग पुढे म्हणाला, "त्या बाजूच्या रॅक्समध्ये तुम्हाला वर्तमानपत्रे, मासिके सापडतील. मागच्या बाजूला टॉयलेट आहे. अगदी आरामात बसा, पाहिजे ते करा."

"थँक यू!" खलील म्हणाला.

तिथे प्रवाशांच्या केबिनमध्ये एकूण सहा आसने होती. खलील उजवीकडच्या शेवटच्या आसनावरती जाऊन बसला. आपली बॅग त्याने मागच्या रिकाम्या जागेत ठेवून दिली.

ते दोन्ही वैमानिक कॉकपिटमध्ये बसले होते आणि तिथली उपकरणे तपासण्याचे काम करीत होते व त्यासंबंधात एकमेकांशी बोलत होते.

खलीलने आपल्या घड्याळात पाहिले. बारा वाजून काही मिनिटे झाली होती. आजचा दिवस चांगला गेला असे त्याला वाटले. आज सकाळी पॉल ग्रे तर रात्री सदरवेट व मॅक्कॉय अशा तिघांना आपण यमसदनाला पाठवले. त्यांच्याबरोबर नाईलाजाने ती कामवाली व तो रखवालदार या दोन नोकरांनाही ठार करावे लागले; पण आपल्या मोहिमेत या तिघांना धरायचे नाही. तसेच विमानातील त्या ३०० मृत प्रवाशांनाही धरायचे नाही. शिवाय जे कोणी आपल्या कामगिरीमध्ये मध्येच लुडबुडले, त्यांनाही संपवावे लागले. तेही मोजायचे नाहीत. अमेरिकेतील विशिष्ट सहा व्यक्तीच

आपल्या दृष्टीने महत्त्वाच्या आहेत. त्यांपैकी चारजणांना संपविण्यात आपल्याला यश मिळाले आहे. फक्त आता दोघेजण उरले आहेत. एव्हाना एखाद्या हुशार पोलीस अधिकाऱ्याने जर नीट डोके चालवले तर त्याला आता कोणत्या दोन व्यक्तींचा खून होईल, त्याचा अंदाज करता येईल. याखेरीज आणखी एक वेगळी व्यक्ती —

"मिस्टर पेर्लिमान? सर?"

असद खलीलची तंद्री भंग पावली. त्याने मान वर करून पाहिले, तर जवळच तो वैमानिक उभा होता.

खलील म्हणाला, "येस?"

"सर, आम्ही आता टॅक्सीईंग सुरू करणार आहोत. तेव्हा प्लीज, आपल्या आसनाचा पट्टा आपण बांधून घ्या."

खलीलने पट्टा बांधला. तो वैमानिक अजून तिथेच उभा होता. तो म्हणत होता, "सर्व्हिस बारमध्ये एअरफोन आहे. तिथून तो फोन काढून घेऊन या आसनावर बसूनही बोलू शकता. त्याची वायर तेवढी लांब आहे. कोणत्याही आसनापर्यंत सहज पोचू शकते. तुम्ही त्या फोनवरून अमेरिकेत कुठेही फोन करा."

"छान."

"बाजूच्या भिंतीवरती तो इंटरकॉम आहे. आम्हाला बोलवायचे असेल किंवा आमच्याशी बोलायचे असेल तर त्याचे नुसते एक बटण दाबून बोला."

"थँक यू."

"किंवा तुम्ही सरळ कॉकपिटमध्ये आमच्याकडे आलात तरी चालेल."

"ठीक आहे."

"मी आता कॉकपिटमध्ये जातो. त्यापूर्वी आपली काही सेवा करायची असेल तर ती सांगा."

"काही नाही, थँक यू."

"ओके. आणीबाणीच्या वेळी बाहेर पडायचे दार ते तिकडे आहे. खिडक्यांवरती पडदे पाहिजे असेल तर तो जो हूक दिसत आहे ना, तो नुसता पकडून खाली ओढा. त्यामागोमाग पडदा खाली येऊन खिडकी झाकली जाईल. आपण उड्डाण करून वर गेलो की मी आतून तुम्हाला केव्हा आसनाचा पट्टा सोडायचा ते कळवेन."

"थँक यू."

"सी यू लॅटर," असे म्हणून तो वैमानिक वळून निघून गेला. कॉकपिटमध्ये गेल्यावर त्याने आपल्यामागे पार्टिशनचे दार लावून घेतले.

खलीलने त्या छोट्या खिडकीतून बाहेर नजर टाकली. विमान चालू लागले होते. ते धावपट्टीच्या टोकाला चालले होते. आपण याच विमानतळावरती काही तासांपूर्वीच उतरलो होतो. ज्या वैमानिकाबरोबर आपण इथे आलो होतो तो वैमानिक

आता एका विमानाच्या कॉकपिटमध्ये मृत होऊन बसला आहे. ज्या प्रकारच्या विमानातून त्याने बॉम्ब टाकून अनेक माणसे मारली, त्याच विमानात शेवटी त्याचा मृत्यू झाला. त्याच्याशेजारी आणखी एका खुन्याचा मृत देह आहे. त्या दोघांच्या पापाचे प्रायश्चित्त शेवटी त्यांना मिळाले. त्या रक्तपिपासू माणसांच्या आयुष्याची अखेर शेवटी एक धक्कादायक, अनोख्या व रक्तलांच्छित प्रसंगाने झाली. ही घटना म्हणजे एक प्रकारचे प्रतीक आहे. आपल्याला या अशा प्रतिकात्मक प्रसंगात नाईलाजाने भाग घ्यावा लागला. आपण जे केले त्यात यत्किंचितही आपला दोष नाही. आपण जे बोललो त्यात किंचितही आपली चूक नाही. आपण केलेल्या कोणत्याही कृत्याचा पश्चात्ताप वाटण्याजोगे काहीही नाही. आपले कार्य पुरे होत आले आहे. "MY CUP RUNNETH OVER," असे खलील पुटपुटत म्हणाला.

ते लिअरजेट विमान टॅक्सीईंग करीत शेवटी धावपट्टीच्या टोकाशी येऊन थांबले. आता इंजिनाचा आवाज वाढू लागला. क्षणभर विमान थरथरले. अन् मग धनुष्यातून बाण सुटावा तसे ते एकदम पुढे झेपावले. बघता बघता ते विमान पळू लागले व काही क्षणातच त्याने हवेत झेप घेतली. अर्ध्या मिनिटात विमानाने पुरेशी उंची गाठली. विमानाची चाके परत पोटात घेतली गेली. विमान आता क्षितिज-समांतर पातळीत राहून आपल्या मार्गावरती पुढे सरकू लागले.

काही वेळाने सह-वैमानिकाचा आवाज इंटरकॉममधून आला. तो म्हणत होता, "मिस्टर पेर्लमान, तुम्ही आता पट्टा सोडू शकता व पाहिजे असेल तर विमानात इकडे तिकडे जाऊन हालचाली करू शकता; परंतु जर आसनात बसून रहाणार असाल तर मात्र बांधलेला पट्टा सोडू नका. आपल्याला झोप घ्यायची असेल तर आपले आसन मागे झुकू शकणार आहे. आपण आता न्यूयॉर्कच्या मॅनहॅटन विभागावरून चाललो आहोत. आपल्याला खालचे दृश्य पहायचे असेल तर ते खिडकीतून पाहू शकता."

खलीलने खिडकीतून खाली पाहिले. मॅनहॅटन बेटाच्या दक्षिण टोकावरून त्यांचे विमान चालले होते. समुद्रकिनाऱ्यालगत गगनचुंबी इमारती उभ्या होत्या. त्रिपोलीमध्ये त्याला सांगण्यात आले होते की त्या उंच इमारतीमध्ये 'फेडरल प्लाझा' नावाची एक इमारत उभी असून तिथे ब्यूट्रॉसला नेले होते. जर खलील पकडला गेला तर त्यालाही त्या इमारतीत नेले जाणार होते. मलिक म्हणाला होता, "त्या जागेत एकदा गेल्यावर तिथून सुटका होत नसते. तिथे प्रवेश म्हणजे कायमचा त्यांचा तुझ्यावरती ताबा. तिथून पुढचे ठिकाण म्हणजे जवळचा एखादा तुरुंग. मग तिथलेच एखादे न्यायालय निवडून तिकडे नेऊन उभे केले जाईल. अन् त्यानंतर अमेरिकेत खोलवर कुठेतरी असलेल्या तुरुंगात मरेपर्यंत पुढचे आयुष्य व्यतीत करावे लागेल. एकदा तिथे गेल्यावर कोणीही बाहेरून तुला मदत करणार नाही. फार

काय आम्हीसुद्धा "तुझ्याशी आमचा काहीही संबंध नाही," असेच म्हणू. कैद्यांची अदलाबदल करण्याची जेव्हा वेळ येते तेव्हाही आम्ही तुझ्यासाठी आमच्याकडचा अमेरिकन कैदी सोडणार नाही. अमेरिकन तुरुंगात अनेक मुजाहिदीन कैदी शिक्षा भोगत आहेत; पण तुला त्यांचे नखही दृष्टीस पडणार नाही. एका अनोळख्या देशात, अनोळख्या लोकांमध्ये तुझे आयुष्य तुला एकट्याने रेटत न्यावे लागेल. तुला तुझे घर पुन्हा दृष्टीस पडणार नाही. तुझी मातृभाषा तुझ्या कानावर कधी पडणार नाही. स्त्रीचे दर्शन तर तुला मरेपर्यंत होणार नाही. पिंजऱ्यात कोंडलेल्या सिंहासारखी तुझी अवस्था होईल. असद, तू कायम तुझ्या कोठडीत येरझाऱ्या घालत घालत संपून जाशील. मग कदाचित् तू स्वत: होऊन आपले आयुष्य संपवण्याचा प्रयत्न करशील. त्यात जर तू यशस्वी झालास तर तुझा तो विजय असेल, आमच्या मूळ हेतूंचाही तो विजय असेल आणि शत्रूंचा तो पराजय असेल." मग थोडे थांबून त्याने सावकाश शब्द उच्चारीत खलीलला विचारले, "वेळ आली तर असा विजय मिळवण्याची तुझी तयारी आहे, असद?"

या प्रश्नाला खलीलने उत्तर दिले, "मी या संघर्षात माझे सारे जीवन झोकून देण्यास तयार आहे. अन् तसे जर आहे तर वेळ येताच शत्रूच्या ताब्यात न जाण्यासाठी, त्यांच्या छळातून बचाव करण्यासाठी माझा प्राण मीच घेईन."

यावर मलिकने काही वेळ विचार केला व आपली मान हलवीत म्हटले आहे, "होय, तोही एक मार्ग आहे." असे म्हणून त्याने एक दाढीचे पाते त्याच्या हातात देत पुढे म्हटले, "हाच तो मार्ग; पण या पात्याने तू तुझ्या मनगटाच्या रक्तवाहिन्या कापू नकोस. कारण त्यानंतर मृत्यू यायला खूप वेळ लागतो. दरम्यान तुझे शत्रू तुला वाचवतील. तू तुझ्या इतर मुख्य रक्तवाहिन्या कापून टाक."

त्यानंतर एक डॉक्टर तिथे आला आणि त्याने खलीलला मेंदूला शुद्ध रक्त पुरवठा करणारी मानेतून जाणारी कॅरोटाईड आर्टरी ही रक्तवाहिनी दाखवली. तसेच मांडीवरची फिमोरल आर्टरी ही शुद्ध रक्तवाहिनी दाखवली. त्या रक्तवाहिन्या शोधायच्या कशा व कापायच्या कशा याचे तंत्र त्याला सांगितले. तो डॉक्टर पुढे म्हणाला, "अन् इतकेही करून खात्रीशीर मृत्यू यावा म्हणून मनगटाच्याही रक्तवाहिन्या कापून टाकाव्यात."

तो डॉक्टर निघून गेल्यावर दुसरा एक माणूस आला. त्या माणसाने खलीलला निरनिराळ्या गोष्टींमधून गळफास कसा तयार करावा, हे शिकवले. चादर, विजेची वायर, कपडे अशांसारख्या गोष्टीतून तो जीवघेणा फास सहज तयार करता येतो.

आत्महत्येचे प्रात्यक्षिक झाल्यावरती मलिक खलीलला म्हणाला, "आपण सगळे कधी ना कधी तरी मरणारच आहोत. पण जिहाद लढत येणारा मृत्यू आपण निवडला आहे. हा मृत्यू आपल्याला आपला शत्रू देईल. पण हे जरी असले तरी

कित्येक प्रसंग कदाचित असेही असतील की आपल्याला आपल्याच हाताने मृत्यूला कवटाळावे लागेल. शत्रूकडून आपला मृत्यू होवो वा तो आपल्याकडून होवो; पण काहीही झाले तरी त्यानंतर आपल्याला स्वर्ग हा नक्की प्राप्त होणार आहे.''

खलीलने पुन्हा एकदा खिडकीतून बाहेर पाहिले. न्यूयॉर्क शहराचे तो शेवटचे दर्शन घेत होता. या ठिकाणी आपण आता जन्मात कधी परतायचे नाही असा पक्का निश्चय त्याने आपल्या मनाशी केला. अमेरिकेतील त्याचा शेवटचा मुक्काम हा कॅलिफोर्निया राज्यातील होता. त्यानंतर तो आपल्या मायदेशी, त्रिपोली शहरात, निघून जाणार होता. त्रिपोलीला तो पोचला नाही तर स्वर्गात जाणार होता; पण कुठेही गेला तरी तो शेवटी आपल्या घरीच पोचणार होता.

४२

मला जाग आली. काही सेकंदातच मी कोण आहे, कुठे आहे आणि कुणाबरोबर झोपलो होतो, याचे भान मला झाले.

मद्याच्या दुसऱ्या दिवशी येणाऱ्या हँगओव्हरमुळे पिणाऱ्या माणसाला नेहमीच पश्चात्ताप होतो. कालच्या मद्याच्या नशेत आपण काय केले व कुठे जाऊन झोपलो हे नेहमी दुसरे दिवशी कळते; पण मला आज हँगओव्हर आला तरी भलतीकडे झोपल्याचा मात्र पश्चात्ताप झाला नाही. मला एकदम अशी स्फूर्ती झाली की उठून धावत जाऊन खिडकी उघडावी व बाहेर डोकावून ओरडून म्हणावे, ''उठा, न्यूयॉर्कच्या नागरिकांनो जागे व्हा. जॉन कोरी तृप्त झाला आहे!''

समोरचे घड्याळ सकाळचे ७:१४ झालेले दाखवित होते.

मी शांतपणे बिछान्यातून बाहेर पडलो, बाथरूममध्ये गेलो. एअर फ्रान्सच्या विमानात दिले जाणारे किट तिथे ठेवले होते. त्यातील कोरा ब्रश घेऊन दात घासले, रेझर घेऊन दाढी केली आणि नंतर शॉवरखाली जाऊन उभा राहिलो. बाथरूममधील शॉवर हे एका काचेच्या पार्टीशनने वेगळे केले होते. आंघोळ करत असताना मला पार्टीशनच्या धूसर काचेतून पलीकडे बाथरूममध्ये केट आलेली कळली. ती दात घासत होती व गुळण्या करीत होती. तिथले सारे काम उरकल्यावर तिने पार्टीशनचे दार सरकवले आणि ती आत आली. ती शांतपणे शॉवरखाली जाऊन उभी राहिली. मला अर्थातच बाजूला सरकावे लागले. मग माझ्याकडे पाठ करून ती म्हणाली, ''माझ्या पाठीला साबण लावून स्वच्छ करा.'' मी तिच्या पाठीला साबण लावला व एका टर्किश टॉवेलने तिची पाठ खसाखसा घासली.

ती म्हणत होती, " ऊ ऽऽ, हे किती बरे वाटते आहे.''

मग ती अचानक वळली. माझ्याकडे तोंड केले आणि मला मिठी मारून माझी चुंबने घेऊ लागली. आमच्या दोघांच्या अंगावरून पाण्याचे धबधबे वहात होते. साबणाचा फेस शरीराला गुदगुल्या करुन जात होता.

त्या शॉवरखालच्या फेनप्रणयक्रीडेनंतर आम्ही दोघे बाहेर आलो, आमची शरीरे टॉवेलने पुसून कोरडी केली आणि बेडरूममध्ये गेलो. तिची बेडरूम पूर्वेला तोंड करून असल्याने आत कोवळा सूर्यप्रकाश घुसला होता. आजचा दिवस खरोखरीच चांगला उजाडला आहे असे मला वाटले; पण ती एक फसवी भावना होती.

ती म्हणाली, ''काल रात्री मला फार मजा वाटली.''

''मलासुद्धा.''

''परत आपली अशी भेट होईल?''

''आपण बरोबरच नोकरी करतो ना?''

''होय. तुमचे टेबल तर माझ्याकडे तोंड करून आहे.''

रात्रीच्या सहवासानंतर सकाळी आपल्या जोडीदाराबरोबर कसे बोलावे याचा अंदाज न आल्याने शक्यतो हलकाफुलका मूड ठेवण्याचा प्रयत्न केला जातो. केट तेच करत होती.

बाहेरच्या खोलीत माझे कपडे इतस्तत: विखुरलेले होते किंवा असावेत. अजून माझा हँगओव्हर उतरला नसल्याने माझी काल रात्रीची स्मृती नीट जागृत होत नव्हती. मी तिला म्हणालो, ''मी बाहेरच्या खोलीत जाऊन माझे कपडे शोधतो.''

ती त्यावर हसत म्हणाली ''मी ते सगळे गोळा करून धुवून, वाळवून, इस्त्री करून व घड्या करून कपाटात नीट रचून ठेवले आहेत.''

''थँक यू.'' असे म्हणून मी तिथले माझे पिस्तूल व त्याचे म्यान उचलून बाहेर गेलो; पण बाहेरच्या खोलीत माझे कपडे इतस्तत: तसेच पडलेले होते. याचा अर्थ तिने माझी चेष्टा केली असावी, किंवा माझे कपडे धुऊन ठेवल्याचे तिने स्वप्नात पाहिले असावे.

मी अंगावर कपडे चढवले आणि तिच्या छोट्या स्वयंपाकघरात गेलो. एक ग्लास शोधला व त्यात फ्रीजमधील संत्र्याचा रस ओतून घेतला. फ्रीजमध्ये खूपच कमी पदार्थ ठेवले होते. त्यात योगुर्ट होते. एकट्या रहाणाऱ्या बायकांच्या घरी योगुर्ट असते असे म्हणतात ते खोटे नव्हते.

मी तिथला फोन उचलून माझ्या घरचा नंबर फिरवला. फोनवरून माझाच ध्वनिमुद्रित आवाज मला ऐकू आला : ''जॉन कोरी यांचे घर. घरातली बाई विभक्त झाली आहे. तेव्हा तिच्यासाठी उगाच निरोप ठेवू नका.'' माझ्या पत्नीने घटस्फोट घेतल्यापासून गेली दीड वर्षे मी असाच निरोप फोनच्या आन्सरिंग मशीनमध्ये ठेवून

दिला होता; पण आता मात्र तो बदलायला हवा असे मला वाटले. मी माझ्या संकेत क्रमांकाची बटणे दाबली. मग आन्सरिंग मशीनमधून यांत्रिक आवाज आला, "तुम्हाला आठ निरोप आलेले आहेत." त्यानंतर काल रात्री ध्वनिमुद्रित झालेला माझ्या माजी पत्नीचा आवाज आला, "आन्सरिंग मशीनमधली तुमची ती चमत्कारिक स्वागत करणारी वाक्ये बदला आता. मला फोन करा. एका कामासंबंधी बोलायचे आहे."

तिला मी फोन करायचा? पाहू या वेळ झाला तर.

दुसरा फोन माझ्या आईवडिलांकडून फ्लॉरिडातून आला होता. ते आता वृद्ध झाले होते. त्यांच्या चेहऱ्याभोवती सुरकुत्या प्रगट झाल्या होत्या.

तिसरा फोन माझ्या भावाने केला होता. त्याला बहुतेक माझ्या आईवडिलांनीच मला फोन करायला सांगितले असणार. माझा भाऊ फक्त The wall street Journal एवढेच वर्तमानपत्र वाचतो.

चौथा फोन हा माझ्या जुन्या नोकरीतील सहकाऱ्याचा होता. त्या दुर्घटनाग्रस्त विमानाशी माझा संबंध आल्याचे ऐकून त्याला माझी काळजी वाटत होती. तो डॉम फानेली होता. त्यानेच मला इथली नोकरी सुचवून लावून दिली होती. तो म्हणत होता, "अरे बाबा, काय चाललेय काय हे? मी तुला योग्य नोकरीत आणून सोडले का संकटात लोटले, ते मला समजत नाही. तुझ्यावर त्या दोन स्पॅनिश माणसांनी हल्ला केला, त्याची तू काळजी करून खंत करीत बसला आहेस; पण इथे तर गुन्हेगाराने विमानभर माणसे मारली व काही एफबीआय मंडळीही उडवली. आता हा गुन्हेगार बहुधा तुझ्या मागावर असेल. तू अजूनही हे सारे गंभीरपणे घेतो आहेस की नाही ते मला समजत नाही. त्यातून तू परवा त्या इटालियन रेस्टॉरन्टमध्ये रात्री एकटा पीत बसला होतास. त्या वेळी तुला अनेकांनी पाहिले होते. असा एकटा-दुकटा उघडपणे हिंडू नकोस. निदान केसांचा टोप घालून वेषांतर करून तरी फिरत जा. मला फोन कर. तुझ्याकडून आता मला एक ड्रिंक येणे आहे."

डॉम फानेलीचे बोलणे ऐकून मी हसलो. नंतरचा फोन हा टेड नॅशचा होता. तो म्हणत होता, "मी नॅश बोलतो आहे. कोरी, तू इथे फ्रॅन्कफुर्टमध्ये असायला हवेस. मी असे धरून चालतो की तू तिथून निघाला आहेस. जर निघाला नसशील तर आत्ता आहेस तरी कुठे? कृपा करून मला फोन कर."

"गेलास उडत -" मी चिडून म्हणालो. हा माणूस मला सतत भडकावतो आहे.

शेवटचा फोन हा जॅक कोनिगकडून रात्री बारा वाजता आला होता. तो म्हणत होता, "नॅशने तुमच्याशी संपर्क साधायचा प्रयत्न केला; पण तुम्ही ऑफिसात नाही की घरीही. पेजरवरतीही उपलब्ध नाही. मला फोन करा."

त्यानंतर आन्सरिंग मशीन आपल्या कृत्रिम आवाजात म्हणाले, "एन्ड ऑफ

मेसेजेस. निरोप संपलेत.''

''चला, सुटलो.'' मी नि:श्वास सोडला.

या सगळ्या निरोपात बेथ पेनरोजचा फोन नव्हता हे बरे झाले. तसा तो असता तर माझ्या अपराधी भावनेचा निर्देशांक वरती गेला असता.

मी बाहेरच्या खोलीत जाऊन कोचावरती बसलो. याच कोचावर मी काल रंग उधळले होते.

मी तिथले एक साप्ताहिक उचलून चाळू लागलो. त्या मासिकाचे नाव होते : Entertainment Weekly. ते चाळत असतानाच केट मेफिल्डने बाहेर प्रवेश केला. आता ती किती देखणी व सुंदर दिसत होती. चेहऱ्यावरती प्रसाधने वापरून तिने आपले रूप खुलवले होते. अंगात उत्तम व साजेसे कपडे चढवले होते. अन् हे सारे तिने स्वत: स्त्री असून किती झटपट केले!

मी उठून उभे रहात म्हटले, ''तू किती छान दिसते आहेस!''

''पण असे तुम्ही फार लाडात बोलू नका. तुम्ही नेहमी जसे असता तसेच वागत जा. तसेच मला आवडता.''

''नेहमी कसा असतो मी?''

''मुद्दाम निर्विकारपणा धारण करणारा, बेफिकीर, रासवट, स्वत:मध्ये मश्गुल असणारा, प्रतिष्ठेचे प्रश्न बनवणारा, खोचकपणे बोलणारा आणि धसमुसळा.''

''ठीक आहे. मी आहे तसा रहाण्याचा प्रयत्न करेन.''

तिने मला सांगितले, ''आज रात्री तुमच्या जागेत आपण जाणार आहोत. मी माझे सामान हँडबॅगेतून घेऊन येईन. मंजूर आहे?''

''अर्थातच.'' तिचे सामान हे तीन मोठ्या सूटकेसेस, चार पेटारे यातून न येता एका छोट्या हॅन्डबॅगेतून येते आहे, तोपर्यंत काही अडचण नाही; पण मला पुढचाही विचार करायला हवा.

ती पुढे सांगत होती, ''तुम्ही रात्री जेव्हा बाथरूममध्ये होता तेव्हा तुमचा पेजर वाजला होता. मी तो पाहिला. इन्सिडंट कमांड सेंटरकडून निरोप आलेला होता.''

''असं?.... मग सांगायचे होते मला.''

''मी विसरले; पण फारसा काही महत्त्वाचा निरोप नव्हता.''

मी माझ्या हातातले कामाचे नियंत्रण आणि कदाचित माझ्या आयुष्याचे नियंत्रण हे तिच्यावर नकळत सोपवत आहे, असे मला वाटू लागले.

ती दरवाजाकडे गेली. मीही तिच्यामागोमाग गेलो. ती पुढे म्हणत होती, ''सेकंड ॲव्हेन्यूवरती एक छोटा व टुमदार फ्रेंच कॅफे आहे.''

''चला, तिकडे जाऊ या.''

''पण मी तिथे नाश्ता देणार.''

"त्याऐवजी आपण याच रस्त्यावरती एक कॉफी शॉप आहे, तिकडे जायचे का?"

"पण प्रथम मी सुचवले आहे. तेव्हा तसेच आपण करू."

मग आम्ही आमच्या ब्रीफकेसेस घेतल्या आणि बाहेर पडलो. जणू काही आम्ही ऑफिसातून रजा घेऊन बाहेर हिंडायला निघालो आहोत, अशा मूडमध्ये निघालो. फक्त आमच्या दोघांकडे पॉईंट फॉर्टीची पिस्तुले होती, इतकेच.

आम्ही लिफ्टने खाली लॉबीमध्ये गेलो व इमारतीमधून बाहेर पडलो. रात्रपाळीचा रखवालदार तिथे अजूनही होता. अगदी ताजातवाना. नक्की दोन रखवालदार दर तासाला आळीपाळीने ड्यूटी करीत असले पाहिजेत. तो केटला विचारीत होता, "टॅक्सी आणू, मॅडम?"

"नको. आम्ही चालत जाणार आहोत."

दिवस छान उजाडला होता. आकाश स्वच्छ होते. वातावरण थंड होते, पण सर्द नव्हते. आम्ही पूर्वेला ८६व्या रस्त्यावरून सेकंड अ‍ॅव्हेन्यूवरती गेलो. नंतर दक्षिणेकडे वळून माझ्या घराच्या दिशेने थोडे चाललो. अ‍ॅव्हेन्यूवरती गाड्यांची वर्दळ मोठ्या प्रमाणावरती होती. पायी चालणारेही खूप होते. पण मी आता मोठ्या उल्हसित मन:स्थितीत असल्याने म्हणालो, " आ हा! आय लव्ह न्यूयॉर्क."

ती म्हणाली, "आय हेट न्यूयॉर्क." पण लगेच तिच्या लक्षात आले की आपल्या या विधानात खूप भावी समस्या सामावल्या आहेत. म्हणून तिने पुढे पुस्ती जोडत म्हटले, "पण मी हे शहर आवडून घेण्याचा जरूर प्रयत्न करेन."

अखेर आम्ही त्या छोट्या व टुमदार फ्रेंच हॉटेलपाशी आलो. त्याचे नाव 'ला - काहीतरी - द काहीतरी' असे होते. आत गेल्यावर आमचे एका फ्रेंच स्त्रीने स्वागत केले.

खालच्या सुरेख प्रोझॅक टाईल्सवरती एक सुंदर फ्रेंच स्त्री उभी असल्याने ती मोहक दिसत होती. ती व केट एकमेकांना ओळखत होत्या असे दिसले. त्या दोघी एकमेकींशी फ्रेंच भाषेत काहीतरी बोलल्या.

हॅ ऽऽ. हे मात्र मला आवडले नाही. इथून लवकर बाहेर पडले पाहिजे.

आम्ही एका टेबलाभोवती बसलो होतो. त्या टेबलाचा आकार अत्यंत लहान होता. या सूक्ष्म टेबलावर कसे काय पदार्थ ठेवले जाणार, ते मला कळेना. आम्ही ज्यावर बसलो त्या खुर्च्या या तारेच्या हॅन्गरपासून केल्या होत्या की काय, इतक्या त्या पातळ तारेपासून बनवलेल्या होत्या. त्या सर्व जागेला जाणीवपूर्वक जुन्यापुराण्या वास्तूचे स्वरूप देण्याचा प्रयत्न केला होता. सभोवतालच्या गिऱ्हाईकांनी एवढ्या चमत्कारिक फॅशनचे कपडे घातले होते की त्यातल्या स्त्रिया कोण नि पुरुष कोण हे ओळखणे अवघड जावे. मला सर्वत्र एक ओशट वास भरून राहिला आहे असे

वाटू लागले. काहीतरी चमत्कारिक केले की ते चांगले असते, अशा भावनेने पछाडलेल्यांनी ते रेस्टॉरंट काढले होते.

मी केटला म्हटले, "ही तुझी छोटी व टुमदार जागा?"

ती यावर फक्त हसली. मग त्या फ्रेंच मॅनेजर बाईने आमच्या हातात एक अत्यंत छोटे मेनूकार्ड दिले. त्यावरती हाताने मजकूर लिहिला होता. तोही इतक्या बारीक व वेगळ्या वळणाचा होता की मला ती संस्कृत लिपी वाटली. पुरुषांना न चालणारी मफिन्स व क्रॉयसंटसारखे अनेक पदार्थ त्यात होते. मी शेवटी त्या फ्रेंच बाईला विचारले, "मादाम, मला आपले ते नेहमीचे 'बॅगेल' मिळेल का?"

"नॉन, मॉन्शर."

"मग उकडलेले अंडे? सॉसेज?"

"नॉन, मॉन्शर." असे म्हणून पाठ वळवून सरळ ती निघून गेली. तिच्या पायातील बुटांच्या टाचा म्हणजे बारीक टोके होती; पण त्यामुळे खालच्या सुरेख प्रोझॅक टाईल्सना चरे पडतील, अशी मला भीती वाटली.

केट मला म्हणाली, "तुम्ही स्ट्रॉबेरी क्रॉयसंट मागवा. खाऊन तर पहा."

छे, बुवा. हे असले नवीन काही आपल्याला जमणार नाही. मी कॉफी, संत्र्याचा रस आणि सहा ब्रॉयशेज् मागवले. ब्रॉयशे हा फ्रेंच पदार्थ मला चालतो. इंग्लिश आजीबाईच्या हातची चव त्याला आलेली असते. केटने चहा आणि चेरी क्रॉयसंट मागवले.

आमची न्याहारी चालू असताना केटने विमान-दुर्घटनेमागच्या गुन्हेगाराच्या शोधाचा विषय काढला. ती विचारीत होती, "तुम्हाला एखादी माहिती मिळून काही सुगावा लागला का? तसे काही असेल तर मला प्लीज सांगा बघू."

"अद्याप तसे काही नाही. फक्त पर्थ ॲम्बॉय येथे झालेला तो टॅक्सी-ड्रायव्हरचा खून. बाकी काही नाही."

"मग त्यामागचे अंदाज?"

"नाही. तू या रेस्टॉरंटमध्ये नेहमी येतेस काय?"

"बहुतेक वेळा. पण मी फक्त सकाळीच येते. मग आज तुम्ही काय करायचे ठरवले आहे?"

"माझे कपडे मला लाँड्रीतून आणायचे आहेत. तू काय करणार आहेस?"

"मी आधी माझे ऑफिसातले टेबल आवरणार आहे. सगळी कामे संपवणार आहे."

"जी कामे टेबलावरती नाहीत त्यांचा तू विचार कर."

"म्हणजे कशी ?"

"म्हणजे अशी की खलीलने युरोपात ज्यांना ठार केले असावे असे वाटते त्या

बळींची तपशीलवार माहिती काढणे. याखेरीज आपल्या टेबलावरती अधिक महत्त्वाचे काहीही नाही. तसेच स्कॉटलंड यार्डकडूनही काही आले नाही. विमान- दलाच्या सीआयडीकडून काहीही नाही, की एफबीआयकडून नवीन काही माहिती नाही.''

"ठीक आहे.... मग आपण कशाचा शोध घेतो आहोत?''

"सर्व गुन्ह्यांना जोडणारा धागादोरा आणि उद्देश.''

"पण असे दिसते की तसा काही जोडणारा धागा नाही. युरोपातले गुन्हे वेगळे आणि विमानातली दुर्घटना वेगळी. तसाच त्या टॅक्सी-ड्रायव्हरचाही खून वेगळा. फार तर युरोपातील गुन्ह्यांबाबत आपण असे म्हणू शकतो की गुन्हेगारांचे लक्ष्य फक्त ब्रिटिश व अमेरिकन माणसे होती.'' तिने आपले मत मांडले.

"फक्त या सर्व गुन्ह्यांमधून एक गुन्हा मात्र आपल्या वैशिष्ट्यांमुळे डोके वरती काढतो आहे. तो म्हणजे अमेरिकन एअर फोर्समधील कर्नलचा इंग्लंडमध्ये कुऱ्हाडीने केलेला खून.''

"म्हणजे तो कर्नल हॅम्ब्रेश्त याचा इंग्लंडमधील लॅकेनहीथ विमानतळाजवळ झालेला खून.''

"बरोबर. ही कॉफी तशी बरी वाटते आहे.''

"पण तो गुन्हा वेगळा का उठून दिसतो?''

"कारण तो खूप जवळून केलेला व वैयक्तिक कारणासाठी केलेला खून होता.''

"पण असे खून तर त्या शाळकरी मुलांचेही झाले होते.''

"नाही असे नव्हते झाले. त्यांना गोळ्या घालून ठार केले होते तर कर्नल हॅम्ब्रेश्त याचा खून हा कुऱ्हाडीने केला होता.''

तिने माझ्याकडे पाहिले व क्षणभराने ती म्हणाली, "ओके, डिटेक्टिव्ह कोरी, मला त्याबद्दल तुमचे विचार नीट सांगा.''

मी माझ्याजवळील शेवटच्या ब्रॉयशेशी चाळा करीत म्हणालो, "असा खून हा नेहमी खुनी माणूस व बळी जाणारा यांच्यामधील वैयक्तिक सूड प्रगट करीत असतो. नुसते गोळी घालून चटकन ठार करून टाकणे वेगळे आणि कुऱ्हाडीने घाव घालीत एकेक अवयव तोडून टाकीत ठार मारणे वेगळे.''

"ठीक आहे. पण तो खून खलीलनेच केला अशी तरी आपली खात्री कुठे आहे?''

"बरोबर. तसा केवळ इंटरपोलच्या माणसांचा अंदाज आहे. कारण ते खलीलच्या मागावरती होते. काल मी निदान अर्धा टन तरी कागदपत्रे चाळली असतील. त्या वेळी तू व जॅक टॅक्सीने प्रवास करीत होता. मला स्कॉटलंड यार्डच्या अहवालांमधून फारसे काही मिळाले नाही. विमानदलाच्या सीआयडींच्या अहवालातही काही सापडले

नाही. आपले परमस्नेही असलेली सीआयए ह्या संस्थेकडून फारसे कळू शकलेले नाही. एफबीआयच्या कागदपत्रांतून तर कणभरही सुगावा लागू शकला नाही. हॅम्ब्रेशतच्या खुनानंतर आणि त्या शाळकरी अमेरिकन मुलांच्या खुनानंतर एफबीआयने आपली शोधपथके तिकडे पाठवली होती ना? मग त्यांना का यामागचे दुवे व उद्देश कळू शकत नाही?''

''त्याचे काही कारण असेल. अन् तेच कारण तुमच्या नजरेतून निसटले असेल.'' तिने आपली शंका बोलून दाखवली.

''मी या बाबतीत अधिक माहितीसाठी इन्सिडंट फाईल रूमकडे विचारणा केली आहे आणि वाट पहातो आहे.''

''ते लवकर माहिती पुरवत नाहीत. म्हणून तुम्ही त्यासाठी एवढे वेडे होऊ नका.''

''अन् तूही त्यांच्या कार्यक्षमतेवरती फार विश्वास टाकू नकोस.''

यावर ती पटकन काही बोलली नाही. पण नंतर म्हणाली, ''नाही टाकत विश्वास.''

माझ्या विचारतर्कामध्येच कुठेतरी काहीतरी अदृश्यपणे एखादा सूचक मुद्दा, सुगावा दडलेला असावा. ती गप्प होती. पण तिलाही ते पटत होते.

त्या फ्रेंच मादामने बिल आणून दिले. केटने पैसे दिले. आपल्या पार्श्वभागावरती असलेल्या खिशातून त्या मादामने उरलेले पैसे काढून दिले. अगदी युरोपातल्यासारखेच मला ते वाटले. आम्ही तिथून बाहेर पडलो. मी एका टॅक्सीला हाक मारली. टॅक्सीत बसल्यावर मी म्हटले, ''२६, फेडरल प्लाझा.''

टॅक्सी-ड्रायव्हरला काहीही कळले नाही. मग मी त्याला कोणत्या रस्त्याने कसे जायचे हे सांगितले. शेवटी त्याला विचारले, ''तुम्ही मूळचे कुठले?''

''अल्बानिया,'' तो म्हणाला.

न्यूयॉर्कमधले बहुतेक सर्व टॅक्सीवाले हे परदेशातील निर्वासित म्हणून आलेले असतात. माझ्या लहानपणी बरेच टॅक्सी-ड्रायव्हर हे रशियन होते. अन् त्यांच्या सांगण्यावर विश्वास ठेवला तर त्यातले अनेकजण झारशी संबंधित असलेल्या उमराव घराण्यातील होते; पण त्यांना निदान पत्ता तरी शोधता येत होता.

आम्ही मिनिटभर गप्प बसलो होतो. मग केट म्हणाली, ''तुम्हाला घरी जाऊन कपडे बदलायचे असतील तर जाऊन या.''

''तुझी इच्छा असेल तर जाईन मी घरी. माझे घर इथून खूपच जवळ आहे.'' मग काही सेकंद थांबून मी म्हणालो, ''आता आपण शेजारी झालो आहोत ना?''

ती हसली व म्हणाली, ''जाऊ दे. नका बदलू कपडे. आपण उगाच का इतरांची फिकीर करायची? अन् तुम्ही कालचेच कपडे घातले आहेत, म्हणजे काल

रात्री स्वत:च्या घरी गेला नाहीत इतके काही कोणाच्या लक्षात येणार नाही.''

''हे बघ, आपल्या इमारतीमध्ये ५०० डिटेक्टिव्हज् आणि एफबीआयची हुशार माणसे आहेत. त्यांच्या लक्षात येणार नाही, असे कसे होईल.''

ती हसून म्हणाली, '' मला त्याची पर्वा नाही.''

''मग आपण वेगवेगळे आत जाऊ.''

यावर काही न बोलता तिने माझा हात हातात घेतला, त्यावर आपले ओठ टेकवले आणि ती म्हणाली, ''जाऊ दे. मला आता कोणाचीही भीती नाही. बाकीचे जग गेले खड्ड्यात.''

मी तिच्या गालावर माझे ओठ टेकवले. मला तिच्या अंगाचा सुगंध जाणवला. तिचे रूप जाणवले. तिचा आवाज मला मंजूळ वाटू लागला. मी तिला विचारले, ''तू मूळची कुठली आहेस?''

''मी संपूर्ण अमेरिकेमधून आले आहे. माझे वडील एफबीआयमध्ये नोकरीला होते. ते आता सेवानिवृत्त झाले आहेत. सिनसिन्नाटी राज्यात त्यांचा जन्म झाला होता, तर आईचा जन्म टेनेसी राज्यातला. आम्ही सगळेजण अनेक शहरांत राहिलेलो आहोत. एकदा तर वडलांची बदली दक्षिण अमेरिकेत व्हेनेझुएला या शहरामध्ये झाली होती. दक्षिण अमेरिकेत एफबीआयची भरपूर माणसे काम करीत आहेत. जे एडगर हूव्हर यांनी दक्षिण अमेरिकेपासून सीआयएला दूर ठेवले होते. का ते माहिती आहे तुम्हाला?''

''नाही.''

''माझ्या वडिलांच्या मते त्यांचा दक्षिण अमेरिकेबद्दलचा गैरसमज कारणीभूत होता.''

''हो का? तुझ्या आईवडिलांचे तुझ्याबद्दल काय मत आहे? त्यांना तुझा अभिमान वाटतो का?''

''अर्थातच! अन् तुमच्या आईवडिलांना तुमच्याबद्दल वाटतो का तसा अभिमान? अजून आहेत का ते?''

''ते जिवंत आहेत आणि सारासोटा गावात राहात आहेत.''

तिने यावर स्मित करीत म्हटले, '' आणि ...? त्यांचे तुमच्यावरती प्रेम आहे ना? त्यांना तुमचा अभिमान वाटतो का?''

''अगदी पूर्णपणे! माझे एक वेगळे नाव त्यांनी लाडाने ठेवले आहे.''

''कोणते?''

''ब्लॅक शिप. कळपातले एकच मेंढरू जसे वेगळे असते ना, तसा मी आमच्या भावंडातला आहे.''

ती यावर खळाळून हसली.

पण नंतर मात्र गंभीर झाली. काही वेळ ती बोलेना. मग हळू आवाजात म्हणाली, ''एफबीआयमधल्याच एका एजंटशी माझे प्रेमप्रकरण होते. बरेच दिवस ते चालले होते; पण तो त्या वेळी खूप दूरच्या गावाला होता. ते एक लाँग डिस्टन्स प्रेमप्रकरण होते.'' एवढे म्हणून ती गप्प झाली. पण काही सेकंदात म्हणाली, ''तुम्ही आणि मी शेजारी झालो आहोत याचा मला आनंद होतो आहे. ते अधिक चांगले आहे, अधिक जमणारे आहे.''

बेथ पेनरोजशी सध्या माझे प्रेमप्रकरण चालू आहे. तेही एक लाँग डिस्टन्स प्रेमप्रकरण आहे. ते प्रकरण व माझा पूर्वीचा विवाह यातील अधिक चांगले कोणते? मला काहीच निर्णय करता येईना. मी तिला एवढेच म्हणालो, '' हो ना. तू म्हणतेस ते बरोबर आहे.''

मग ती पुढे म्हणाली, '' मला पोक्त माणसे आवडतात.''

ती माझ्याबद्दल बोलत होती हे मला कळले. पण तरीही मी तिला विचारले, ''का बरे?''

''याचे कारण ते एवढे हळवे नसतात. शांतपणे सर्व बाजूने विचार करतात. माझे वडील असेच आहेत. माझ्या आधीच्या पिढीतले पुरुष हे खरे पुरुष आहेत, असे म्हटले पाहिजे.''

तिची चेष्टा करण्यासाठी मी गंमतीने म्हटले, ''पण आधीच्या पिढीतले पुरुष हे तर तापट असतात, क्रूर असतात, अगदी तो इतिहासातला हूण जमातीमधला 'अटीला' हा योद्धा होता ना, तसे असतात. असे नेहमी म्हटले जाते.''

''बाकीचे काही का म्हणेनात पण मला काय म्हणायचे आहे ते तुम्हाला बरोबर कळले आहे.''

''केट, तुझ्या पिढीतील पुरुषात काहीही वेगळे नाही की वैगुण्ये नाहीत. ती आपल्या परीने ठीक आहे. फक्त तुझे जग हे तुझी नोकरी व एफबीआय ही संघटना एवढेच आहे. या जगातील पुरुषांच्यावरून तू मत बनवते आहे. ते प्रथम केंद्र सरकारचे काम करत असतात. इतर गोष्टी त्यापुढे ते गौण मानतात. यावरून काय ते लक्षात घे.''

''तुम्ही म्हणतात तसे असेलही, जॅक कोनिग हे एक तशा पद्धतीचे उत्तम उदाहरण आहे. ते माझ्यापेक्षा वयाने मोठे आहेत आणि निम्मा वेळ तरी सर्वसाधारण माणसासारखे वागतात.''

''बरोबर आहे.''

मग ती म्हणाली, ''मी माझ्याकडून पुरुषांना कधीही उत्तेजन देत नाही.''

''होय. मला आला तो अनुभव.''

माझ्या या उपरोधिक बोलण्याने ती मनापासून हसली व म्हणाली, ''मला

वाटते की काल रात्रीच्या घटनेनंतरचे आपले हे सकाळचे बोलणे पुरे आता.''

"माझी काही हरकत नाही.''

मग आम्ही किरकोळ गप्पा करू लागलो. प्रणयरंग उधळल्यावर प्रेमी युगुल जसे निरर्थक काहीतरी बोलत असतात तसे आम्ही बोलत होतो; पण हल्लीची युगुले असे काही बोलत नाहीत. ते एकदम नको त्या व्यावहारिक पातळीवर येतात व कधीकधी वादविवाद, भांडणे व संघर्षही करतात. खरोखरीच शरीरसंबंध हा अधिकाधिक गुंतागुंतीचा होत चालला आहे, असे मला वाटते. आत्तापर्यंत मी कितीतरी बायकांबरोबर डेटिंग केले आहे. त्यात पावित्र्याच्या जुन्या कल्पनांनुसार वागणाऱ्या सनातन महिला होत्या नि भुरळ घालून एकदम पुरुषांना पेटवणाऱ्या आणि ताबडतोब शेवट गाठणाऱ्या महिलाही होत्या; पण या दोन्ही महिलांच्या रूपात, वागण्यात, बोलण्यात भेद वाटेल असा कुठेही फरक मला दिसला नाही. खरोखर स्त्री हे एक गूढ आहे, कोडे आहे.

असो! मघाचे आमचे त्या गुन्ह्यांच्या केसेसबद्दलचे बोलणे मला आठवले. नागरिकांच्या समोर अशी चर्चा आम्ही करायला नको होती. अल्बानियातल्या टॅक्सी-ड्रायव्हरला इंग्रजी नीट कळत नव्हते यावर माझा विश्वास नव्हता. तो लेकाचा तसे ढोंग करीत असावा. फेडरल प्लाझा कुठे आहे हे त्याला बरोबर ठाऊक होते. उगाच नाटके करतो. मग आम्ही दोघे फेडरल प्लाझा येईपर्यंत छोट्या गप्पा करून एकमेकांबद्दल माहिती करून घेत होतो.

फेडरल प्लाझा इमारतीच्या अलिकडे एक घर उतरून मग प्रत्येकाने वेगळे होऊन एकामागोमाग इमारतीत शिरावे, अशी मी तिला सूचना केली. पण केट गंभीरपणे म्हणाली, "नाही. तसे काहीही करायचे नाही. आपण बघूच या, कोण आपल्याकडे मुद्दाम लक्ष देते व कोण दुर्लक्ष करते. आपण थोडाच एखादा गुन्हा केला आहे का काही जगावेगळे केले आहे?''

परंतु इतर खासगी संस्थाप्रमाणे किंवा फार काय न्यूयॉर्क पोलीसदलाप्रमाणे एफबीआय संस्था नव्हती. त्यांचे आपल्या कर्मचाऱ्यांवरती बारकाईने लक्ष असते. कोणाचे कोणाबरोबर लैंगिक संबंध येतात, लैंगिक संघर्ष उडतो, लैंगिक समस्या उद्भवतात हे नेहमी आगाऊ हेरले जाते; पण ते काहीही असले तरी मी एफबीआयच्या नोकरीत कराराने काम करणारा एक तात्पुरता कर्मचारी होतो. तेव्हा ही समस्या असलीच तर एफबीआयची आहे, माझी नाही.

आमची टॅक्सी नऊ वाजायच्या आत २६, फेडरल प्लाझासमोर येऊन थांबली. टॅक्सीचे पैसे मी दिले.

आम्ही दोघे मिळून आत शिरलो व लॉबीमध्ये गेलो. माझ्याबरोबर काम करणारे कुठेही आजुबाजूला नव्हते. तसे आम्हाला ओळखणारे भेटले. पण मी व केट

एकाच टॅक्सीतून आलो किंवा माझ्या अंगावरती कालचेच कपडे होते, हे कोणाच्याही लक्षात आले नाही. जेव्हा आपण आपल्याच एखाद्या सहकाऱ्याबरोबर प्रणय करतो तेव्हा आपल्याला वाटते की साऱ्या ऑफिसला ते कळले आहे. कारण आपण नेहमी त्यांच्याबरोबर काम करीत असल्याने आपल्याला तसे वाटते. लोकांच्या मनात इतरही खूप महत्त्वाचे विचार असतात, हे आपण विसरतो; पण जॅक कोनिग आत्ता असता आणि त्याला आमचे हे प्रस्थापित झालेले संबंध कळले असते तर मात्र त्याला नक्की राग आला असता.

लॉबीमध्ये एक न्यूज स्टॅन्ड होता. तिथून आम्ही 'टाइम्स', 'पोस्ट', 'डेली न्यूज' आणि 'यूएसए टुडे' ही वर्तमानपत्रे विकत घेतली. जरी हीच वर्तमानपत्रे आमच्या ऑफिसात येत असली तरीही मी ती विकत घेत असतो. मला नेहमी ताजी, न मळलेली, नीट पाने लावलेली, इतरांनी न वापरलेली, खुणा न केलेली वर्तमानपत्रे वाचायला आवडतात.

आम्ही लिफ्ट येण्याची वाट पहात खाली थांबलो होतो. मी टाइम्समधली एका नव्या दहशतवादी कृत्याची बातमी वाचीत होतो. त्यावरून माझ्या डोळ्यासमोर एक ओळखीचा चेहरा व नाव येऊ लागले. मी चिडून म्हटले, ''होली शिट, ते ब्रॉयशे माझ्या पोटात आता ढवळू लागले आहेत.''

''काय झाले?'' केटने विचारले.

मी तिच्यासमोर हातातले वर्तमानपत्र धरले. तिने ते रोखून पाहिले व म्हटले, ''ओह.......''

थोडक्यात सांगायचे तर टाइम्समध्ये माझे नाव व छायाचित्र छापले होते. ते छायाचित्र बहुतेक शनिवारी केनेडी विमानतळावर एखाद्या वार्ताहराने काढले असावे. मात्र त्या छायाचित्रावर काही संस्कार करून थोडासा बदल केलेला होता. माझे केस पूर्णपणे सोनेरी दाखवले होते. मी कधीही जाहीरपणे न बोललेली वाक्ये माझ्या तोंडी घातली होती. फक्त एक वाक्य मी कुठेतरी बोललो होतो. अर्थातच जाहीरपणे कधीच ते बोललो नव्हतो. वाक्य असे होते, ''मला वाटते की खलील इथेच न्यूयॉर्कमध्ये कुठेतरी आहे आणि तसा तो जर असेल, तर आम्ही त्याला शोधून काढूच.'' याचा अर्थ मी आमच्या सभेत जे काही बोललो ते कोणीतरी बाहेर सांगितलेले दिसते. तो बुटका जनसंपर्क अधिकारी ॲलन पार्कर याच्याकडे मला आता बघितलेच पाहिजे. त्याला एक चांगला ठोसा हाणतो.

केटजवळ 'डेली न्यूज' होते. ती खाली पहात वाचत म्हणाली, ''या बातमीत माझ्या तोंडीही एक वाक्य घातलेले आहे. त्यात मी असे म्हणते आहे की, असद खलीलला केनेडी विमानतळावरती आम्ही जवळजवळ पकडण्याच्या बेतात होतो; पण विमानतळावरती त्याला मदत करणारा त्याचा साथीदार असल्याने तो पळून

जाऊ शकला.'' एवढे वाचून तिने मान वर करून माझ्याकडे पाहिले.

मी म्हणालो, ''पाहिलेस? म्हणून आपण कोणाही वार्ताहराबरोबर कधीही बोलायचे नसते. ते बोलण्याचे काम कोनिग किंवा तो ॲलन पार्कर करेल.''

ती खांदे उडवित म्हणाली, ''पण या अशा बातम्या सोडण्यात आपल्या दोघांचा उपयोग हा एखादा...काय बरं तो शब्द?''

''गळ. माशासाठी लावलेला गळ. तुझेही छायाचित्र आले का त्यात?''

''नाही कदाचित ते उद्या छापतील. किंवा आजच्या दुपारच्या आवृत्तीत टाकतील. अन् तसे माझे छायाचित्र कधीच चांगले येत नाही म्हणा.'' असे म्हणून ती हसली. लिफ्ट आली. आम्ही आत शिरलो. लिफ्टमधले लोक छोट्या छोट्या गप्पा मारू लागले. जे लोक वर्तमानपत्र वाचत होते ते बोलत नव्हते; पण त्यातल्या एकाने माझ्याकडे पाहिले आणि परत वर्तमानपत्रात डोकावून म्हटले, ''अरेच्या, तुम्हीच का ते? आता तुम्ही खलीलच्या 'मोस्ट वॉन्टेड' यादीत गेला आहात.''

यावर प्रत्येकजण हसला. मला याचा राग आला. तसेच यातला विनोद मला का जाणवत नव्हता?

आणखी कोणीतरी म्हणाले, ''अरे, कोणीही कोरीच्या जास्त जवळ उभे राहू नका.''

यावर आणखी मोठा हशा झाला. लिफ्ट जसजशी वर जात होती तसतसे आणखी फालतू विनोद होऊ लागले. मी महत्प्रयासाने शांत राहून चेहऱ्यावरती ओढूनताणून हसू आणीत होतो. शेवटी आमच्या सव्विसाव्या मजल्यावरती आम्ही लिफ्टमधून बाहेर पडलो.

आम्ही आमच्या ऑफिसात शिरलो व आपापल्या खुर्च्यांवरती जाऊन बसलो. ऑफिसात मात्र कोणीही माझी चेष्टा करीत नव्हते. सर्वजण आपापल्या कामाशी संबंधित एवढेच बोलत होते. लिफ्टमध्ये त्या मानाने मोकळे वातावरण असल्याने जरासे माझ्यावरती विनोद झाले होते. फार तर काय होईल? ती विनोद करणारी माणसे आपापल्या ऑफिसात माझ्याबद्दल सांगतील एवढेच. अन् याची तर मला न्यूयॉर्क पोलीसदलात असताना सवय होती. तिथे जर मी आत्ता असतो तर कोणीतरी माझे वर्तमानपत्रातील छायाचित्र स्कॅनरच्या सहाय्याने मोठे करून एका कागदावर छापले असते व खाली म्हटले असते : असद खलील या माणसाचा शोध घेतो आहे. आपण काही मदत करू शकता?

मी माझ्या टेबलापाशी बसून विचार करू लागलो. माझे वर्तमानपत्रातले छायाचित्र असू दे किंवा ते टीव्हीवरचे छायाचित्र असू दे, असद खलीलच्या नजरेस जरी ते पडले तरी त्यासाठी माझा सूड घेण्यास तो अजिबात बाहेर पडणार नाही. मी त्याचे लक्ष्य बनणार नव्हतो. आता मीच जर त्याच्याजवळ गेलो तरची गोष्ट

वेगळी होती.

केटने मी माझ्या टेबलावरची सर्व कागदपत्रे जी बाजूला सारली होती. ती वरवर चाळत म्हटले, ''बापरे, टनभर तरी हे कागद असतील.''

''पण बहुतेक तो सारा कचरा आहे. आपल्या दृष्टीने त्याचा काहीही उपयोग नाही.''

मी 'न्यूयॉर्क टाइम्स' चाळला. फ्रॅन्कफुर्टमध्ये बँकेत झालेल्या खुनाची बातमी मी शोधू लागलो. फक्त असोशिएटेड प्रेसकडून आलेली ती बातमी त्या वर्तमानपत्रात फारच त्रोटकपणे एके ठिकाणी छापली होती. त्यात कुठेही त्या अमेरिकन बँकरच्या खुनाचा संबंध असद खलीलशी जोडलेला नव्हता. निदान तसे म्हटले नव्हते.

असद खलीलचा शोध घेण्यासाठी अमेरिकन नागरिक व कायद्याचे पालक यांच्यात तेवढ्यासाठी गोंधळ उडविण्याचे कष्ट कोणीही अधिकारी घेत नव्हते. अनेकदा असे गोंधळ उडवले गेले की त्यामुळेसुद्धा गुन्हेगार जाळ्यात सापडतो.

मी ते वर्तमानपत्र केटला दिले. तिनेही त्यातली बातमी वाचली. ती यावर म्हणाली, ''कदाचित् त्यांना या बातमीची किंवा त्यातील तपशीलांची खात्री वाटत नसावी किंवा यात लिबियन हेर खात्याचा काही डाव असेल तर त्यात आपण फसू नये म्हणूनही ते काळजी घेत असावेत. अर्थात जर खरोखरीच तशी वस्तुस्थिती असेल तर.''

''बरोबर.'' मी पोलीस खात्यात असताना खुनाच्या बऱ्याच केसेस हाताळल्या होत्या. बहुतेक सारे खून हे मूर्ख माणसांनी केलेले होते. आंतरराष्ट्रीय पातळीवर हेर खात्यांकडून जे खून पाडले जातात ते अतिशय हुशारीने केले जातात. ते खून अशा रीतीने केले जातात की व्यवहारातल्याप्रमाणेच हे खून कोण्या मूर्खाने केले आहेत असे वाटावे. टेड नॅश आणि विरूद्ध पक्ष यांच्यात हे खूनसत्राचे युद्ध अत्यंत शिताफीने खेळले जात असते. यात प्रतिपक्षाचा गैरसमज आपल्याला हवा तसा व्हावा याचा आटोकाट प्रयत्न केला जातो; पण ह्या खुनाच्या योजना इतक्या तल्लख बुद्धीने व अशा काही चमत्कारिक वळणाने आखल्या जातात की पहाणारा पार चक्रावून जातो. यातले सत्य काय व भास काय हेच शेवटी कळेनासे होते. सत्य हे भ्रामकता पांघरून येते तर भ्रामकता वाटणारी गोष्टच वास्तव असते. सत्य व भ्रम यांचे अनोखे मिश्रण असे काही होते की त्या दोन्ही गोष्टी एकमेकांपासून वेगळ्या करणे हे केवळ अशक्य असते. म्हणून टेड नॅश या बाबतीत फार काही बोलला नाही यात नवल नाही. तो या सत्यभ्रमाचा व भ्रामक सत्याचा संघर्ष सोडवत बसला असेल. अशा वेळी उगाच आपण गोंधळून फार तर्ककुतर्क करायचे नसतात सरळ सोपे गणित मांडून त्यानुसार पुढे जायचे असते. माझे धोरण नेहमी असे असते.

केटने फोन उचलत म्हटले, ''आपण कोनिग यांनांच फोन लावू या.''

"आपल्यापेक्षा फ्रॅन्कफुर्ट हे सहा तास आधी असते. जॅक गाढ झोपेत असेल."

"नाही. तुमचा घोटाळा होतो आहे. भौगोलिकदृष्ट्या युरोप आपल्या आधी आहे. त्यामुळे त्यांच्या नंतर आपल्याकडे सहा तासांनी उजाडते. तेव्हा आत्ता ते फिल्ड ऑफिसातच असतील."

"काही का असेना, त्यांनी होऊन आपल्याला फोन करू दे." मी म्हणालो.

काय करावे ते तिला कळेना. पण शेवटी तिने फोन खाली ठेवला.

आम्ही दोघेही वर्तमानपत्रातील लेख वाचत बसलो. वाचता वाचता एकमेकाला त्या लेखावरील भाष्य सांगू लागलो. वृत्तपत्र माध्यमांनी चक्क चुकीच्या पद्धतीने हेतूपूर्वक ते लेख बनवलेत असे आमचे मत बनले. फक्त टाइम्स पत्राने चुकीचे काहीही छापले नव्हते. फार संयमाने बातम्या दिल्या होत्या; परंतु सर्वांच्या वृत्तलेखात महत्त्वाचे मुद्दे गायब होते.

सर्व वर्तमानपत्रात खलीलची छायाचित्रे होती. काही वर्तमानपत्रात त्या छायाचित्रात दुरुस्तीही करून दाखवली होती. खलीलने गॉगल लावला तर, त्याने मिशा लावल्या तर, दाढी चिकटवली तर डोक्याचे केस पांढरे केले तर, अशा निरनिराळ्या कल्पना लढवून हा वेषांतरीत व रूप बदललेला खलील कसा दिसेल हे दाखवून दिले होते. यामुळे जनतेला ही अशा रूपाची माणसे शोधायला मदत होणार होती; पण त्यामुळे गॉगलवाली, चष्मेवाली, मिशीवाली व दाढीवाली माणसे मात्र जनतेचे लक्ष वेधून घेणार होती. त्या निष्पाप माणसांकडे मात्र संशयाने बघितले जाणार होते. शिवाय माझा पोलीस खात्यातला अनुभव असे सांगत होता की, आपल्या चेहऱ्यात योग्य असा किंचित जरी फरक केला तरी फटकन आपले रूप ओळखू न येण्याइतपत बदलते. समोरची माणसे फसतात. जर असद खलील हा मिशा लावून, एखाद्या जमावात जाऊन हसरा चेहरा करून उभा राहिला तर मीही त्याला ओळखू शकणार नाही.

सर्व लेख मी बारकाईने वाचले. पण त्यात कुठेही खलीलची आई व कर्नल गडाफी यांचे संबंध नको तितके जवळचे होते, असा पुसटसाही उल्लेख नव्हता. किंवा तसे आडवळणाने अथवा अप्रत्यक्षपणे सुचवलेही नव्हते.

अनेकदा विचारतर्कात गोंधळ उडवून देणारा प्रचार, बातम्या आदी गोष्टी युद्धाच्या दृष्टीने महत्त्वाच्या असतात. पण लष्कराकडून अशा तंत्राचा वापर फारसा कधी केला गेला नाही. तसेच, पोलीसही या तंत्राचा वापर आपला हेतू साध्य करण्यासाठी कधी करीत नाही. एखाद्या संशयिताला जेव्हा पोलीस धरतात तेव्हा नंतरची चौकशी ते हडेलहप्पीपणे तरी करतात किंवा अक्कलहुशारीने करतात. पण ते सर्व रूढ मार्ग झाले. शंका, संशय व फसवणूक यांची बीजे प्रसारमाध्यमांमार्फत फरारी माणसाच्या मनात पेरण्याचे प्रयत्न सहसा कोणी करीत नाही. जेव्हा एखादा

फरारी माणूस त्याच्याशी संबंधित अशी बातमी वाचतो तेव्हा त्याचा त्यावर हटकून विश्वास बसतो. ज्या पोलीस अधिकाऱ्याने ती बातमी सोडून दिली असते त्यालाच फक्त त्यातील पोकळपणा ठाऊक असतो ही पोकळ सत्य असलेली बातमी फरारी व्यक्तीला पकडण्यास सहाय्यभूत ठरते.

या मुद्द्याचा विचार करायला लागल्यावर मला त्या दृष्टीने खलीलची आठवण झाली. तो स्वत:बद्दलची माहिती वर्तमानपत्रात वाचत असेल का, टीव्हीवरती स्वत:चा चेहरा त्याने पाहिला असेल का, तो कुठे लपून बसला असेल? एखाद्या अरब वंशाच्या वस्तीजवळ स्वस्तात मिळणारी खोली घेऊन तो भाड्याने रहात असेल, बकरीच्या मांसाचे हवाबंद डबे आणून ते अन्न म्हणून खात असेल. दिवसभर फक्त टीव्ही पहात असेल व वर्तमानपत्रे वाचत असेल; पण खलीलबद्दलचे असे चित्र मी कल्पनेत आणले नाही. त्याऐवजी खलीलने नीटनेटका पोषाख करून, अगदी सुटाबुटात बाहेर पडून लोकांच्यात उजळ माथ्याने वावरत असेल, आणि पुन्हा आणखी काही दहशतवादी कृत्ये करण्याची तयारी करीत असेल.

खलीलच्या या केसला जर काही नाव द्यायचे असेल तर मी 'द केस ऑफ द मिसिंग इन्फर्मेशन' असे नाव देईन. याचे कारण असे की प्रसारमाध्यमांनी प्रसिद्ध केलेल्या सर्व बातम्यांमध्ये, लेखात, टीव्हीवरती कुठेही मला जी अभिप्रेत होती, ती माहिती प्रगट होत नव्हती की तिचा पुसटसाही संदर्भ कोणीच देत नव्हते. अन् या विसरलेल्या माहितीमध्ये १५ एप्रिल १९८६ ही तारीख तर झळकून उठणारी आहे. येथेच तर एका दुर्घटना-मालिकेची बीजघटना पेरली गेली. आश्चर्य असे की एखादा अतिउत्साही वार्ताहर, सतत सनसनाटी गोष्टींच्या शोधातला बातमीदार किंवा कोण्या अर्धवट किंवा बालबुद्धीच्या पत्रकाराच्या सहज लक्षात येण्याजोगे आहे. याचा स्पष्ट अर्थ असा की ही बाब मुद्दाम, हेतुपूर्वक वृत्तलेखातून वगळली गेली आहे. सरकारखेरीज दुसरे कोण असे करायला लावणार? परंतु संपर्कमाध्यमे सुरुवातीला काही दिवस सरकारला सहकार्य करतील. अन् तेही जिथे राष्ट्रीय सुरक्षिततेचा प्रश्न येतो तिथेच फक्त. समोरच्या वृत्तलेखामागे दडलेल्या गोष्टीच मी कदाचित जास्त लक्षात घेत असावे. मी केटला म्हणालो, "ह्या सगळ्या वृत्तलेखामागे लिबियावर बॉम्ब टाकल्याची तारीख कशी फिट्ट बसते आहे. बॉम्बिंगची आठवण करून देणारी ती वार्षिक तारीख कोणाच्याच लिखाणात कशी नाही?"

मान वर करून माझ्याकडे पाहात ती म्हणाली, "तसे करण्यासाठी कोणी तरी त्यांच्यावरती दबाब आणला असेल, असा माझा तर्क आहे. जनतेला सर्वच गोष्टी ठाऊक करून देणे कधी कधी धोक्याचे असते. मुस्लीम मानसिकतेमध्ये वर्षदिनांकांना खूप महत्त्व दिले जाते. आपण जर ती तारीख प्रसिद्ध होऊ दिली नाही तर ते लोक निराश होतील."

मला तिचा हा विचारतर्क पटला. या अशा मोठ्या दुर्घटनेच्या बाबतीत अनेक घटक विचारात घ्यावे लागतात. आमच्या खलनायक शत्रूने मोठ्या प्रमाणात अमेरिकेवर एक दुर्घटना लादली असेल, तर मग आपण त्यांचा मूळ हेतू प्रगट होईल, अशी प्रसिद्धी व तीही फुकटात का म्हणून द्यायची?

काहीका असेना, त्या वृत्तलेखात नवीन अशी काहीच बातमी नव्हती. म्हणून मी ऑफिसात माझ्या फोनवर आलेले निरोप ऐकू लागलो. निरोप ध्वनिमुद्रित करणारे यंत्र चालू केले; पण ते निरोप मी समोरच्या छोट्या लाऊडस्पीकरवरून ऐकू लागलो. नंतर मला कळले की आपण ती एक चूक केली. त्याऐवजी फोनमधूनच ऐकावयास हवे होते. पहिला निरोप बेथ पेनरोजकडून सकाळी ७ वाजता आला होता. ती म्हणत होती, ''हे, यू. काल रात्री व आज सकाळी मी तुझ्या घरी फोन केले; पण मी मुद्दामच काहीही निरोप ठेवला नाही. अरे बाबा, आहेस तरी कुठे तू? कुठे लपला आहेस? सकाळी ८ वाजेपर्यंत मला घरी फोन कर. नाहीतर नंतर माझ्या ऑफिसात फोन कर. तू न भेटल्यामुळे चुकल्या चुकल्यासारखे वाटते. बिग वेट किस, बाय.''

आपण हा निरोप ऐकत नाही, असे केट दाखवत असावी. मी माझ्याशीच म्हणालो, ''आईला फोन करायला हवा.'' यामुळे तो फोन आईचा होता असा तिचा समज व्हावा असा माझा हेतू होता.

पुढचा निरोप हा जॅक कोनिगकडून होता. तो म्हणत होता, ''मेसेज फॉर कोरी ॲन्ड मेफिल्ड. मला फोन करा.'' मग त्याने एक लांबलचक फोन नंबर दिला. त्यात अनेक 'शून्य' व अनेक 'एक' आकडे होते. कदाचित् त्याने ऑफिसातून फोन केला नसावा.

टेड नॅशकडूनही असाच एक निरोप आला होता. पण मी तो काढून टाकला. आणखी कुणाचेही निरोप नसल्याने मी माझ्या कामाकडे वळालो.

काही मिनिटांनी वर मान करीत केटने मला विचारले,

''कोणाचा फोन होता?''

''जॅक व टेड यांचा.''

''तो नाही. मी दुसरा फोन म्हणते आहे.''

''ओह.... म्हणजे आईचा?'' माझ्या या उत्तराने नको ते घडले. आईला फोन करायचा असल्याने पण जॅक व टेड यांच्याव्यतिरिक्त आधीच्या फोनबद्दल केटला विचारायचे होते. अन् तो फोन होता बेथ पेनरोजचा. मी मुद्दाम फोनबद्दल सांगतले नाही हे तिने ओळखले.

ती फटकन तिथून उठून उभी राहिली. काहीतरी पुटपुटली. मला ते शब्द 'वुल शर्ट' असे ऐकल्याचा भास झाला. ती तिथून चालत निघून गेली. ती चिडली हे मला कळले. पण का चिडली हे प्रथम लक्षात येईना. नीट विचार केल्यावर झालेल्या

गोंधळाचा मला उलगडा झाला.

मी माझ्या खुर्चीत हताश होऊन बसलो. आदल्या रात्रीच्या जागरणामुळे डोळे तारवटले होते. माझ्या पोटात झालेली ती गोळीबाराची जखम आता दुखू लागली. माझ्या पोटात ते अर्धवट शिजवलेले ब्रॉयशे त्रास देऊ लागले. माझी इथली नोकरी ही माझ्या आयुष्यातील शेवटची होती; पण इथे माझे काही नीट सुखाने निभेल असे आता मला वाटेना. दूरवर कुठेतरी उंटाचे दूध पीत बसलेला एक दहशतवादी हातात वर्तमानपत्र घेऊन त्यातील माझ्या छायाचित्राकडे टक लावून बघतो आहे, असे चित्र माझ्या डोळ्यांसमोर आले. मी त्या साऱ्या अडचणी, समस्या हाताळू शकेन; पण चिडलेल्या, गैरसमज झालेल्या केटचा राग कसा शमवावा, ते मला कळेना. माझी मोठी पंचाईत झाली.

जेव्हा मी तिच्याबद्दल परत विचार करू लागलो तेव्हा ती परत आली होती. येताना तिने दोन कप कॉफी आणून टेबलावर ठेवली. त्यातला एक कप पुढे करीत म्हणाली, "काळी कॉफी. दूध नाही. साखरेचा फक्त एकच क्यूब. बरोबर?"

"बरोबर. यात कोणतेही विष नको. थँक्स."

मी माझ्या चेष्टेखोर स्वभावानुसार उत्तर दिले.

"तुम्हाला हवे असेल तर मी आता धावत जाऊन अंडी आणि मॅकमिफीन घेऊन येते. त्याबरोबर चीज आणि सॉसेज पण आणेन."

"नको. थँक्स."

"असे करून कसे चालेल? तुमच्यासारख्या हिंडत्याफिरत्या माणसाला चांगले दमदमीत नको का खायला?"

"पण मी आत्ता इथे नुसता बसून कामे करतो आहे. तेव्हा मला कॉफी पुरे."

"तुम्ही सकाळी व्हिटॅमिनच्या गोळ्या घेत असणार, याची मला खात्रीच पटली; पण आज त्या गोळ्यांचा डोस चुकला. तेव्हा मी आत्ता जाऊन त्या गोळ्या घेऊन येते."

मला तिच्या बोलण्यात उपरोध दिसू लागला. मी तिला म्हणालो, "थँक्स. पण कॉफी ठीक आहे. बाकी मला काहीही नको." असे म्हणून मी खाली मान घालून एक कागद वाचू लागलो.

माझ्यासमोर बसून ती आपली कॉफी पिऊ लागली; पण तिची नजर माझ्यावरती होती. मला त्याची जाणीव झाली. मी मान वर करून तिच्याकडे पाहिले; पण पूर्वीचे ते स्वर्गीय निळे डोळे नाहीसे होऊन तिथे आता थंड बर्फाचे खडे निर्माण झाले होते.

आम्ही दोघे तसेच एकमेकांकडे टक लावून पहात राहिलो. शेवटी ती 'सॉरी' म्हणाली व आपल्या कामाकडे वळली.

मी म्हणालो, "जाऊ दे, मी नीट ऐकलेच नाही. माझेच चुकले."

आपली मान वर न करता ती म्हणाली, ''इथून पुढे नीट ऐकत गेलात तर बरे पडेल.''

आम्ही पुन्हा ऑफिसच्या कामाला सुरुवात केली. जगातील 'मोस्ट वॉन्टेड' दहशतवाद्याचा शोध घेण्यास सुरुवात केली. केट म्हणत होती, ''न्यूयॉर्कमधील अनेक स्टेशनांकडून गाड्या भाड्याने देणाऱ्यांबद्दलचे अहवाल आले आहेत..... दररोज हजारो गाड्या भाड्याने दिल्या जातात; पण त्यातून मध्यपूर्वेतल्या नावासारखे नाव असलेल्या एखाद्या गिऱ्हाईकाचा शोध पोलीस करीत आहेत. सर्व नावांमधून अशा नावाचा शोध करणे हे काम अति जिकीरीचे आहे, खूप लांबचे आहे.''

''पण त्याला काही इलाज नाही. खलीलने आपल्याच एका देशवासियामार्फत भाड्याची गाडी घेतली व त्याचा खून केला, हे आता आपल्याला ठाऊक झाले आहे. जरी त्याने भाड्याची गाडी घेतली असली तरी त्याचे खरे नाव लपवून 'स्मिथ' असे नाव सांगितले असेल. अर्थात त्यासाठी त्या नावाची ओळख पटवणारी खोटी कागदपत्रे त्यांनी सादर केली असणार.''

''पण हा स्मिथ नावाचा माणूस तसा स्मिथसारखा दिसत नसला तर गाड्या भाड्याने देणाऱ्या कंपनीला शंका नाही का येणार?''

''तसे होऊ नये म्हणून ते स्मिथ वाटेल अशा एखाद्या माणसाचा उपयोग करून घेतील व काम झाल्यावरती त्याला वाटेला लावून टाकतील.

''पण वर्ल्ड ट्रेड सेंटरवर ज्याने स्फोटकांनी भरलेली व्हॅन नेली, त्याचा पत्ता असाच लावून केस सोडवण्यात आली होती.''

''ते विसरून जा.''

''का?''

''कारण, एखादा सेनापती हा नवीन युद्धामध्ये जुन्या युद्धातील यशाप्रमाणेच यश आणू पहातो. त्याच युक्त्या व व्यूहरचना तो करू बघतो; पण हे दहशतवादी गुंड जुन्या चुका मात्र आवर्जून टाळू पाहात असतात. त्यांना जुने पराभव आवडत नसतात.''

''कॉलेजात विद्यार्थ्यांना शिकवताना असेच तुम्ही सांगत असता का?''

''अर्थातच. या असल्याच गोष्टींच्या सहाय्याने गुन्ह्याचा शोध लावता येतो. मी कितीतरी डिटेक्टिव्ह मंडळी अशी पाहिली आहेत की जी पहिली खुनाची केस ज्या पद्धतीने सोडवतात, त्याच पद्धतीने दुसरी खुनाची केस सोडवू पहातात. प्रत्येक केस ही स्वतंत्र असते व प्रत्येक केसची वेगळी वैशिष्ट्ये असतात. इथेही तोच प्रकार आहे.''

मी माझ्या कामाला लागलो. माझ्यासमोर खूप कागदपत्रे पडली होती. मला या कागदी कामाचा कंटाळा येतो. माझ्यासमोर एक बंद पाकीट पडले होते. त्यावर

FOR YOUR EYES ONLY लिहिले होते. मी ते उघडून पाहिले. आतमध्ये गॅब्रिएलने मला एक चिठ्ठी लिहिली होती. त्यात त्याने म्हटले होते : *मी फादीवरती पाळत ठेवली होती. काल गमाल जब्बारच्या घरी जाऊन त्याच्या बायकोची गाठ घेतली. आपल्या नवऱ्याच्या बाहेरच्या हालचाली, त्याच्या योजना आणि त्याच्या शनिवारच्या मुक्कामाबाबत तिला कसलीही कल्पना नाही, असे तिने ठामपणे सांगितले; पण तिने हेही सांगितले की, जब्बारला भेटायला शुक्रवारी रात्री कोणीतरी आले होते. ती व्यक्ती निघून गेल्यावरती जब्बारने एक कॅनव्हासची काळ्या रंगाची पिशवी आपल्या बिछान्याखाली ठेवली. त्या पिशवीला हात लावू नये असे त्याने बायकोला ताकीद दिली होती. जब्बारला भेटायला आलेली व्यक्ती ही तिने पूर्वी कधी पाहिली नव्हती. त्या दोघातले बोलणेही तिने ऐकले नाही. दुसऱ्या दिवशी सकाळी आपला नवरा कामावर न जाता घरी बसून राहिला, ह्याचे तिला नवल वाटले. असे यापूर्वी त्याने कधीही केले नव्हते. दुपारी दोन वाजता जब्बारने आपले ब्रुकलीन अपार्टमेंटमधले घर सोडले. त्या वेळी जाताना त्याने ती काळी पिशवी नेली होती. त्यानंतर मात्र तो परत घरी आला नाही. त्याची शनिवारची मनःस्थिती तिने सांगितली. तो खूप चिंताक्रांत दिसत होता. त्याचे कशात लक्ष लागत नव्हते. तो दुःखी वाटत होता. आपला नवरा बहुतेक मृत्यू पावला असावा, अशा तर्कापाशी शेवटी ती आली होती. मी तिथून निघालो. पोलिसांच्या मनुष्यहत्या विभागाच्या माणसांना जाऊन सांगितले की, आता त्यांनी तिला तिच्या नवऱ्याच्या मृत्यूची बातमी देण्यास हरकत नाही. फादीला आम्ही तेवढ्यासाठी सोडून दिले. या बाबतीत मी नंतर तुमच्याशी अधिक बोलेन.''*

मी तो कागद घडी घालून खिशात ठेवला.

केटने विचारले, ''काय आहे ते?''

''नंतर तुला दाखवेन.''

''पण आत्ता का नाही?''

''कारण जॅक कोनिगपुढे याबाबत फोनवर बोलताना मला आधी काहीतरी विचार करायला हवा. काहीतरी सबब शोधायला हवी.''

''जॅक हे आपले साहेब आहेत आणि माझा त्यांच्यावरती पूर्ण विश्वास आहे.''

''माझाही आहे; परंतु आत्ता ते टेडच्या नको तितके जवळ आहेत.''

''मग असेना? लपवून ठेवण्याजोगे असे काय आहे ते?''

''सांगतो. सध्या एकाच मैदानावरती दोन खेळ खेळले जात आहेत. पहिला खेळ हा सिंहाकडून केल्या जाणाऱ्या शिकारीचा, तर दुसरा खेळ हा त्याच वेळी तिथे खेळला जात आहे.''

''कोण ते दुसरे?''

"ते मला ठाऊक नाही. पण मला असे राहून राहून वाटते आहे की कुठेतरी काहीतरी खटकण्याजोगे चालले आहे.''

"अं, ठीक आहे.... जर तुम्हाला असे वाटत असेल की, सीआयएपण ह्यात सामील असल्याने त्यांचा संशय येत असेल तर त्यात काही तथ्य नाही.''

"बरोबर आहे. पण तरीही टेडवरती लक्ष ठेव.''

"म्हणजे या केसमध्ये तुमचा टेडवरती विश्वास नाही तर.''

"हा विश्वास आजच नाही असे नाही. विश्वास उडण्याची प्रक्रिया खूप आधीपासून चालू होती. त्याची माझी जेव्हा प्रथम गाठ पडली तेव्हा पहिल्या काही क्षणातच माझा त्याच्यावरचा विश्वास उडायला सुरुवात झाली.''

"आय सी..... म्हणजे या केसवर तो येण्याआधीपासून तुमचा त्याच्यावरचा विश्वास डळमळीत होता तर. त्यामुळेच त्याला परत भेटायला तुम्ही राजी नाही.''

"थोडेसे तसेच. त्या प्लम आयलँडच्या केसच्या बाबतीत तर त्याने मला जवळजवळ धमकीच दिली होती.''

"कशी व काय धमकी दिली?''

"दखल घ्यावी अशी. ती धमकी होती. यात काय ते समज.''

"माझा नाही यावर विश्वास बसत.''

मी खांदे उडवून एक गोष्ट तिला उघड करीत म्हणालो, "तुझ्या माहितीसाठी म्हणून सांगतो, टेडला बेथ पेनरोज हिच्यात खूपच रस होता.''

"ओह! 'वधू संशोधन'. तर असा हा प्रकार आहे होय. आता सगळ्या गोष्टींचा मला उलगडा होतो आहे. केस इज क्लोज्ड.''

तिने शेवटी टेडचे सर्व वागणे अशा गोष्टीशी जोडले ते मला पटले नाही. त्यामुळे टेडच्या दोषांवरती पांघरूण घातले जात होते. तिच्या या तर्कविसंगत निष्कर्षाला मी काहीही उत्तर दिले नाही.

ती म्हणत होती, "आपल्या दोघांच्या समस्यावर हे एक उत्तर आहे. टेड आणि बेथ. त्या दोघांना आपण एकत्र आणू या.''

'दहशतवाद्याला पकडणारा' अशी असलेली टेडची प्रतिमा नकळत टीव्हीवरील गचाळ मालिकेतील भुक्कड भूमिकेत नेऊन ठेवली. या विषयावरचे संभाषण बंद करण्यासाठी मी तिला म्हटले, "तुझी तशी काही योजना असावी असे मला वाटू लागले आहे.''

"उत्तम. आता तुम्ही जो कागद खिशात ठेवला आहे तो मला दाखवता का?''

"पण त्याच्यावरती For Your Eyes Only असे लिहिले आहे.'' मी खट्याळपणे म्हणालो.

"असं? मग मला तुम्ही तो वाचून दाखवा.''

मी खिशातून तो कागद काढला व तिच्याकडे टाकला. तिने तो वाचला व म्हटले, "यात माझ्यापासून लपवण्याजोगे फारसे काहीही नवीन मला दिसत नाही. आणि मी अमान्य न करण्याजोगेही यात काही दिसत नाही." मग थोडे थांबून ती पुढे म्हणाली, "जॉन, तुम्ही माहितीवरती नियंत्रण ठेवायचा प्रयत्न करीत आहात. माहितीमध्येच मोठी ताकद सामावलेली असते. आपण येथे अशा प्रकारे कामे करीत नाही. याचा अर्थ इथे असाही कोणी काढेल की तुम्ही, ग्रब्रिएल आणि न्यूयॉर्क पोलीसदलातील काहीजण मिळून एफबीआयपासून लपवून एक छोटासा खेळ खेळत आहात. पण हा खेळ धोकादायक ठरेल."

ती यावर बरेच काही बडबडली. तिचे ते तीन मिनिटांचे व्याख्यान संपताना तिने सुनावले, "आपल्या या टास्क फोर्सच्या संघटनेत वेगळी एक छुपी उपसंघटना यातून शेवटी निर्माण होईल. तसे न होणे हेच इथे अभिप्रेत आहे."

मी तिला उत्तर देत म्हणालो, "इतका काही हा गंभीर प्रकार असेल तर प्रथम मी मनापासून माफी मागतो. तुझ्यापासून लपवण्याजोगे त्यात काहीही नव्हते व तसे लपवण्याचीही माझी इच्छा नव्हती. येथून पुढे प्रत्येक कागद तुला दाखवला जाईल याची मी हमी देतो. मग पुढे त्या माहितीचे तुम्हाला जे काही करायचे ते करा. एफबीआय व सीआयए हे त्यांच्याकडची बहुतेक सारी माहिती मला आणि इथे असलेल्या इतर पोलीस डिटेक्टिव्हजना देत असतात. जे एडगर हूव्हर यांनी म्हटल्याप्रमाणे—"

"ओके, ओके. पुरे आता. मला तुमचा मुद्दा कळला. पण *माझ्यापासून* कृपया काहीही लपवालपवी करू नकोस."

आम्ही एकमेकांच्या डोळ्यात काही क्षण पाहिले आणि मग एकदम हसलो. आपल्या सहकाऱ्यात आपल्या भावना गुंतल्या की असेच काहीतरी घडू लागते. मी म्हणालो, "ठीक आहे, मी हवे तर वचन देतो."

आम्ही दोघेही परत आपापल्या कामाला लागलो.

केट म्हणाली, "पर्थ ॲम्बॉयला ज्या टॅक्सीत त्या जब्बारचा खून झाला त्याच्या बाबतीमधील प्रयोगशाळेचा फॉरेन्सिक रिपोर्ट आला आहे.... वाऽऽ! .... टॅक्सीतील मागच्या आसनावर जे कापडाचे धागे चिकटले होते, ते धागे खलीलने पॅरिसमधून निघताना जे कपडे अंगावर चढवले त्याच्याशी तंतोतंत जुळत आहेत. पॅरिसमध्येच त्या वुलन कापडाचे काही नमुने पॅरिसच्या एम्बसीत काढून घेतले गेले होते."

मी तिच्या हातून तो रिपोर्ट घेतला व घाईघाईने मोठ्याने वाचला.

ती म्हणाली, "ड्रायव्हरच्या आसनाच्या पाठीच्या मागच्या बाजूमध्ये पॉलिथिलीन टेरॅफ्थॅलेटचे बारीक तुकडे अडकलेले सापडल्याचे म्हटले आहे. तसेच तुकडे खून झालेल्या व्यक्तीच्याही पाठीत सापडलेले आहेत.... पण याचा अर्थ काय लावायचा?"

“याचा अर्थ असा की, खुनी माणसाने प्लॅस्टिकच्या बाटलीतून गोळी झाडली. प्लॅस्टिकची बाटली ही पिस्तुलाच्या सायलेन्सरसारखी वापरली गेला होती.”

“खरं?”

“खरं. एफबीआयची ती मॅन्युअल्स फडताळात ठेवली आहेत ना, त्यातल्या कुठल्या तरी मॅन्युअलमध्ये नक्की याचा असा खुलासा दिलेला असणार.”

“मी ती सगळी मॅन्युअल्स वाचली नाहीत.... ती झाडलेली गोळी ही पॉईंट फॉर्टी कॅलिबरची होती. ... याचा अर्थ त्याने विमानातील आपल्या एफबीआयच्या एजंटांची पिस्तुले पळवून ती वापरली.”

“शक्य आहे.”

“गाडीवर सर्वत्र बोटांचे ठसे सापडले; पण त्यातला कोणताच ठसा खलीलच्या बोटांशी जुळत नाही.”

मग आम्ही दोघांनी पुन्हा एकदा तो प्रयोगशाळेचा अहवाल नीट बारकाईने वाचला. पण खलीलच त्या टॅक्सीत बसला होता, असा त्यातून ठाम निष्कर्ष काढता येत नव्हता. फक्त त्या वूलन कापडाचे धागे त्याच्याकडे संशयाचे बोट वळवत होते. पण शेवटी तो संशय होता. तशा कापडाचे कपडे घालून कोणीही टॅक्सीत बसले असू शकेल, असा बचाव खलीलचा वकील सहज करू शकेल.

ती थोडा वेळ शांतपणे विचार करीत बसली व नंतर सावकाश म्हणाली, “याचा अर्थ खलील अमेरिकेतच आहे.”

“पर्थ ॲम्बॉय इथली खुनाची बातमी ऐकण्याआधीच मी तसे बोललो होतो.”

“याचा अर्थ फ्रॅन्कफुर्ट येथील खून हा आपली दिशाभूल करण्यासाठी मुद्दाम केलेला होता.”

“बरोबर. अगदी बरोबर. म्हणून तर मी त्या दुव्यामागे धावत गेलो नाही. खरे सांगायचे तर अजून आपल्या हातात निश्चित असा कोणताच दुवा सापडला नाही. पर्थ ॲम्बॉयच्या खुनानंतर काय? आपण अजूनही तिथेच ठप्प होऊन बसलो आहोत.”

“पण तरीही जॉन, खलील शनिवारी रात्री कुठे असेल हे आपल्याला शोधता येईल. त्यावरून काय अंदाज काढायचा?”

“काहीही नाही.” मी ठामपणे म्हणालो. अनेकदा गुन्ह्याचे असे काही बळकट धागेदोरे मिळतात. दुवे सापडतात, पुरावे मिळतात; पण त्याच्या आधारे पुढे तपास करण्यास ते निरुपयोगी असतात. ते तपासाची दिशा ठरवू शकत नाहीत. जेव्हा एफबीआयने शेवटी असद खलीलला गुन्हेगार ठरवले तेव्हाच आम्ही गमाल जब्बारचे नाव विमानातील तीनशेजणांच्या बळींच्या बरोबर जोडू शकलो. खलीलवरती आणखी एकाच्या खुनाचा आरोप ठेवला गेला. बस्स. म्हणून आम्ही त्याच्या दिशेने

इंचभरही सरकू शकत नव्हतो. मग पकडण्याची बात तर दूरच.''

आम्ही दोघेही टेबलावरील कागद पाहू लागलो. खलीलने युरोपात सुरुवातीला पाडलेल्या खुनांबद्दलची माहिती देणारी कागदपत्रे वाचू लागलो. त्यात त्याच्या नावावर असलेले सर्व संशयित गुन्हेही होते, त्याच्या हालचालींसंबंधी माहिती होती. तिथेच युरोपात कुठेतरी त्याच्यापर्यंत पोचवणारा एक दुवा लपला होता. आम्हाला तो दिसत नव्हता.

कोणीतरी आमच्यापैकी कर्नल विल्यम हॅम्ब्रेश्त याच्यावरची नोकरीतील पर्सनल फाईल विमानदलाकडून मागवून घेतली होती. यालाच काहीजण 'सर्व्हिस रेकॉर्ड' असेही म्हणतात. त्या फायलीची एक प्रत माझ्या टेबलावरती एका मोठ्या बंद पाकिटात ठेवली गेली होती. त्यावरती मोठ्या अक्षरात CONFIDENTIAL असे लिहिले होते. लष्कराच्या सर्वच फायलींवरती असा शिक्का बसलेला असतो.

ही फाईल दोन दिवसांपूर्वी विमानदलाकडे मागितली होती. ती फारशी महत्त्वाची मानलेली अशी संशयित फाईल नव्हती. मला याची मोठी गंमत वाटली. खलील पॅरिसमध्ये अमेरिकन वकिलातीमध्ये बुधवारी शरण आला आणि जेव्हा त्यांना समजले की ही व्यक्ती हॅम्ब्रेश्त यांच्या खुनातील संशयित आरोपी आहे, तेव्हा ही फाईल एफबीआयकडे शनिवार ते सोमवार या दरम्यान यायला हवी होती; पण त्याऐवजी ती आज मंगळवारी इथे येऊन पोचली होती अन् मी ती शेवटी आज पहात होतो; पण तरीही एफबीआयच्या अधिकाऱ्यांचे कौतुक केले पाहिजे. कारण, त्यांना या फायलीचे महत्त्व वाटून त्यांनी ती मागवून घेतली, हीच गोष्ट महत्त्वाची आहे. कदाचित कोणीतरी या महत्त्वाच्या माहितीवरती नियंत्रण ठेवीत असल्यामुळेही ती जराशी उशिरा पोचली असेल. मी पूर्वी केटला म्हणालो होतो, ''आपल्या टेबलावर कोणती माहिती आली आहे यापेक्षा कोणती माहिती आली नाही. याचा विचार करत जा.'' माझे हे म्हणणे कोणीतरी नकळत खरे मानून पाळले होते; पण ही फाईल कोणी मागवली याचा उल्लेख त्या फायलीला लावलेल्या लेबलावर असतो. पण ते लेबलच त्या फायलीला नसल्याने ही मागणी कोणी केली असावी, ते मला समजेना.

मी केटला म्हणालो, ''तुझ्याकडे कर्नल हॅम्ब्रेश्तची पर्सनल फाईल आली का? हे बघ, त्याचे पहिले पान असे दिसते.''

वरती मान न करता ती म्हणाली, ''ती फाईल कशी दिसते आहे ते मला ठाऊक आहे. जेव्हा मला शनिवारी विमानतळावरून खलीलला आणण्यास सांगण्यात आले म्हणून मी त्याचे डोसीअर वाचले. त्यावरून विचार करून मी त्या फाईलची मागणी त्याच दिवशी, म्हणजे शुक्रवारी केली होती. शेवटी आजच मी ती अर्ध्या तासापूर्वी वाचून काढली.''

तिचे बोलणे ऐकून मी खूष झालो. मी आनंदून म्हणालो, ''तुझे वडील एफबीआयमध्ये होते. तेव्हा त्यांनी तुला इथल्या कामाबद्दल चांगले शिकविले असणार.''

''नोकरीमध्ये प्रगती कशी करून घ्यावी हे वडिलांनी तर शिकवलेच; पण आईनेसुद्धा कुठे चटकन् नाक खुपसून अंदाज घ्यावा, हेही शिकवले.''

मला तिच्या बोलण्यामागचा टोमणा कळला. बेथ पेनरोजचा फोन ऐकण्यावर तिचे कसे व का लक्ष होते हे त्यातून मला कळले. मी ती फाईल उघडून पाहू लागलो. पहिल्या पानावर हॅम्ब्रेश्तची वैयक्तिक माहिती होती. त्याची जन्मतारीख, त्याचे जन्मगाव, पत्ता, शिक्षण, वारसदारांची नावे, वगैरे वगैरे होते. हॅम्ब्रेश्तचा विवाह रोझी नावाच्या स्त्रीशी झाला होता व त्याला तीन मुले होती. येत्या मार्चमध्ये त्याचे वय पूर्ण पंचावन्न वर्षांचे झाले असते. त्याचा रक्तगट ए पॉझिटिव्ह होता. तो लुथरेन धर्माचा होता. इ.इ.

मी त्या फायलीच्या पानांमधून बोटे घालीत ती वरवर चाळत गेलो. लष्कराच्या पद्धतीनुसार त्यातली माहिती न समजणाऱ्या अशा संक्षेप केलेल्या शब्दात दिली होती. त्याची लष्करातील सेवा ही खूप गौरवास्पद, मोठी व लांबलचक होती; पण ती गोषवाऱ्याच्या स्वरूपात व्यक्त केली होती. मला असे वाटले होते की कर्नल हॅम्ब्रेश्त हा लष्कराच्या हेर खात्यात असावा किंवा त्याने त्या खात्यासाठी काम केलेले असावे. त्यामुळेच त्याचा संबंध दहशतवादी गटांशी आला असेल; पण प्रत्यक्षात तो एक वैमानिक होता, मग फ्लाईट कमांडर झाला, नंतर स्क्वॅड्रन कमांडर आणि नंतर विंग कमांडर झाला. त्याने गल्फ युद्धात चांगली कामगिरी करून दाखवली होती. त्याला खूप पारितोषिके, युनिट सायटेशन्स पुरस्कार, पदके मिळाली होती. त्याची बदली जगभर अनेक ठिकाणी झाली होती. ब्रुसेल्समधील नाटोच्या कचेरीत त्याने काम केले होते. मग त्याची बदली ब्रिटनमधील लेकनहीथ इथल्या रॉयल एअरफोर्स स्टेशनात झाली. तिथे त्याने स्टाफ ऑफिसर म्हणून प्रशिक्षण दिले. या सगळ्या माहितीमध्ये कुठेही मला अनपेक्षित असे काहीही दिसले नाही. त्याची शेवटची बदली ही लेकनहीथमध्ये जानेवारी १९८४ मध्ये झाली होती. तिथे तो मे १९८६पर्यंत होता. कदाचित् तिथे त्या वेळी त्याने कुणाचे तरी शत्रुत्व ओढवून घेतले असावे. एखाद्या स्थानिक व्यक्तीच्या बायकोशी त्याने पूर्वीच संधान बांधले असावे. मग जेव्हा दहा वर्षांनी परत त्याची बदली येथे झाली तेव्हाही त्या बाईच्या नवऱ्याचा त्याच्यावरचा राग शमला नसावा. त्याच्या खुन्याने कुऱ्हाड का वापरली याचा खुलासा किंवा अंदाज मला असा करता आला. म्हणजे त्याच्या खुनाशी कदाचित असद खलील याचा अजिबात संबंध नसावा.

मी माझे फायलीचे वाचन चालू ठेवले. लष्करी भाषा वाचणे हे फार कठीण

असते. त्यात शब्दांचे एवढे संक्षेप पेरलेले असतात की वाचताना त्यांचा अडथळा होतो व अर्थ न समजल्याने पुढे सरकता येत नाही. आता हेच पहा ना, Return to CONUS याचा अर्थ काय घ्यायचा? CONUS म्हणजे कॉन्टिनेंन्टल युनायटेड स्टेस्टस्. 'अमेरिका खंडात परतला' असा एकूण अर्थ. तसाच DEROS शब्द. त्याचा अर्थ Date of estimated return from overseas. म्हणजे परदेशातून परतीचा अंदाजे केलेला दिनांक.' अशा शब्दांच्या जंजाळातून अर्थ काढत पुढे सरकायचे म्हणजे अक्षरश: दमछाक होते. माझे तर हळूहळू डोके दुखू लागले; पण तरीही मी नेट धरून वाचन करीत राहिलो. शेवटी या फायलीतून काही मिळणार नाही याची मला खात्री पटली. मी ती फाईल बाजूला ठेवून देणार होतो. पण शेवटच्या पानावरील एका ओळीने माझे लक्ष वेधून घेतले. ती ओळ अशी होती, 'Deleted Info REF D.D. order 369215-25, Exec order 279651-351-Purp. Nat. Sec.TOP SECRET' बाकी सर्व शब्दांचे संक्षेप केले जात असले तरी 'टॉप सिक्रेट' शब्दांचे संक्षेप मात्र केले जात नव्हते. शिवाय ते शब्द कॅपिटल अक्षरात लिहिले जातात. तुम्हाला ते समजले आहेत याची खात्री करण्यासाठी ते तसे मुद्दाम लिहिले जातात.

ही ओळ म्हणजे तळटीप होती. मी त्यावरती विचार करू लागलो. अनेक कारणांसाठी फायलीमधील मजकूर वगळला जाऊ शकतो. त्या ओळीचा अर्थ असा होता : 'सदरहू माहिती वगळली गेली आहे. त्यासाठी असलेला संदर्भ डिफेन्स डिपार्टमेंट यांचा हुकूम क्र. ३६९२१५-२५ त्यानुसार ह्या हुकूमाची कार्यवाही २७९६५१-३५१ अन्वये केली. हेतू : राष्ट्रीय सुरक्षा. अत्यंत महत्त्वाचे गुपित." एवढेच मला यातून समजले. कोणत्या स्वरूपाची माहिती वगळली गेली असू शकेल, हे समजले. पण कोणती माहिती? ते रहस्य मात्र खुद्द शेरलॉक होम्स आला तरी त्याला उलगडले नसते. ती गुप्त माहिती कुठेतरी सुरक्षित असणारच. जॉर्ज ऑरवेलच्या '१९८४' कादंबरीत एकदा 'मेमरी होल'मध्ये टाकलेला मजकूर कायमचा नष्ट होत असे. पार सर्वांच्या स्मृतीतून कालांतराने पुसला जात असे. येथे तसा प्रकार अर्धवट होता. फक्त विशिष्ट व्यक्तींनीच मनात आणले तर ती गुप्त स्वरूपाची माहिती जिथे कुठे ठेवली असेल, तेथून ती बाहेर काढू शकत होते. ती विशिष्ट व्यक्ती म्हणजे अमेरिकेचा राष्ट्राध्यक्ष किंवा डिपार्टमेंट ऑफ डिफेन्समधील महत्त्वाचा पदाधिकारी. त्यात उल्लेखलेल्या हुकूमांच्या क्रमांकावरून एखाद्या संबंधित तज्ज्ञाला त्या वगळलेल्या माहितीकडे पोचता येणे शक्य होते; पण ती व्यक्ती किंवा तज्ज्ञ मी नव्हतो.

ती काढून टाकलेली माहिती कदाचित कोणत्याही प्रकारची असू शकेल. कदाचित एखाद्या गुप्त मोहिमेबद्दल त्यात उल्लेख असेल. सर्वसाधारणपणे नेहमी

अशीच माहिती काढून टाकतात. पण मला इथे सारखे असे राहून राहून वाटत होते की त्या माहितीचा कर्नल हॅम्ब्रेश्त याच्या खुनाशी नक्की संबंध असावा. कदाचित् दोन्हीही शक्यता नसतील. किंवा कदाचित दोन्हीही शक्यता लागू पडत असतील. किंवा मघाशी मी म्हटल्याप्रमाणे कर्नल हॅम्ब्रेश्तचा खून कोणत्यातरी बाईच्या भानगडीमुळे झाला असावा.

कोणत्या सन्माननीय कृत्यामुळे किंवा अनैतिक कृत्यामुळे ती माहिती वगळली गेली, याचाही काही बोध उरलेल्या माहितीद्वारे होत नव्हता; परंतु कर्नल हॅम्ब्रेश्त याची संपूर्ण कारकीर्द ही देदीप्यमान कर्तृत्वाने भरलेली असल्याने त्याच्या हातून अशी काहीही गोष्ट होणार नाही की ज्यामुळे सरकारला ती माहिती त्याच्या सर्व्हिस रेकॉर्डमधून वगळावी लागावी; पण तरीही कोणीतरी त्याच्यावर कुऱ्हाड चालवलीच. तीही अशी चालवली की जणू काही एखाद्या आंधळ्या व्यक्तीने झाड समजूत चालवली.

केट विचारीत होती, "मग, काय विचार केला?"

मी मान वर करून तिच्याकडे पाहात म्हणालो, "त्या फायलीत जे नाही ते मी पहाण्याचा प्रयत्न करीत होतो."

"बरोबर. ते जे काही त्यातून वगळले गेले आहे, त्याबद्दल मी जॅक कोनिग यांच्याशी बोलले आहे. ती माहिती मिळाली तर या प्रकरणावरती प्रकाश पडू शकेल असे मलाही वाटते; पण कोनिग ही माझी विनंती वरिष्ठांकडे पाठवतील. तिथून ती आणखी वर वर जात शेवटी एफबीआयच्या संचालकापर्यंत जाऊन पोचेल. त्या विनंतीपत्रावर कितीही URGENT, RUSH असे शिक्के पडले तरी बरेच कालहरण होऊन शेवटी विमानदलाकडे ती विनंती पोचेल. या फायलीवरती CONFIDENTIAL, गोपनीय असा शिक्का असल्याने आपल्यापर्यंत पोचायला तिने चार दिवस घेतले. त्यामुळे TOP SECRET हा शिक्का असलेली माहिती आपल्यापर्यंत पोचायला तसाच वेळ लागणार."

मी यावरती संमतीदर्शक मान हलवली.

ती पुढे सांगत होती, "कदाचित् असेही घडेल. वरिष्ठ पातळीवरती कोणाला तरी ही गोपनीय माहिती गुन्ह्याची उकल करण्यासाठी जरुरीची वाटणार नाही. मग आपल्याला ती माहिती पाठवली जाणार नाही. किंवा, जर ती माहिती उपयुक्त ठरत असेल, तरीही ती फारच गोपनीय असल्याने आपल्याकडे पाठवली जाणार नाही. मग आपल्याऐवजी दुसराच कोणीतरी ती माहिती हाताळेल व निष्कर्ष काढेल. त्यामुळे या बाबतीत मला फारशी आशा वाटत नाही."

तिच्या या म्हणण्यावरती मी विचार केला आणि म्हटले, "जरी ती माहिती हॅम्ब्रेश्तच्या खुनाच्या संबंधात अजिबात नसेल तरी ती एवढी गोपनीय का ठरावी?"

आपले खांदे उडवीत ती म्हणाली, "ते आपल्याला कधीच कळणार नाही."

"पण अशा गोष्टी जाणून घेण्यासाठीच तर आपल्याला पगार मिळतो."

"तरीही गोपनीयतेच्या कोणत्या पातळीपर्यंत आपण पोचू शकतो, हे सरकारने ठरवून दिलेले आहे. तुमच्या-माझ्यापेक्षा जॅक कोनिग हे अधिक वरच्या पातळीवरती जाऊ शकतात. त्यांनी जर मनात आणले तर ती वगळलेली माहिती त्यांना कळू शकते."

"पण ती वगळलेली माहिती नेमकी काय आहे हे त्यांना समजल्याखेरीज त्या माहितीची जरुरी त्यांना कशी वाटणार?"

"जर एखाद्याने त्यांना त्या माहितीची जरुरी व महत्त्व पटवून दिले, सांगितले आणि त्यांचा हात त्या माहितीपर्यंत अधिकृतरित्या पोचू शकत असेल तरच ते प्रयत्न करतील."

"पण एक खून झाला आहे आणि न्यूयॉर्क पोलीसदलातील खुनाचा शोध लावण्याच्या बाबतीत तज्ञ असलेला ती विनंती करत असेन तरीही ती माहिती मला दिली जाणार नाही?"

"नाही. कारण न्यूयॉर्क पोलीसदलापेक्षा एफबीआय महत्त्वाचे धरले जाते. त्यातल्या वरिष्ठांचे मत प्रथम ग्राह्य धरले जाणार. मला वाटते की हे तुमच्या लक्षात येईल."

"खून म्हणजे खून. अन् कायदा म्हणजे कायदा. 'जॉन जे' संस्थेत मी हा पहिला धडा विद्यार्थ्यांना शिकवतो. कायद्यापुढे सरकार, सरकारी संस्था, नोकरशाही वगैरे सारे गौण आहे." एवढे म्हणून मी फोन उचलला व हॅम्ब्रेश्तच्या घरचा त्या फायलीत दिलेला एक नंबर फिरवला. तो नंबर डिरेक्टरीत नाही असे फायलीत म्हटले होते. मिशिगन राज्यातील ॲन आर्बर शहरातला तो नंबर होता.

फोन लागला. पलीकडे घंटी वाजू लागली. एका फोन आन्सरिंग मशीनने तो फोन घेतला. त्यातून एका स्त्रीचा आवाज येऊ लागला. ती मध्यमवयीन असावी हे तिच्या आवाजावरून स्पष्ट कळत होते. तिचा ध्वनिमुद्रित आवाज म्हणत होता, "हे हॅम्ब्रेश्त यांचे घर आहे. आत्ता आपला फोन घेता येणार नाही. पण कृपा करून आपले नाव व फोन नंबर सांगून ठेवा. शक्य तितक्या लवकर आपणास आम्ही उलट फोन करू."

तिच्या म्हणण्यातील 'आम्ही' हा शब्द मला खटकला. तिच्याऐवजी कर्नल हॅम्ब्रेश्त थोडाच फोनवरती येणार होता? तेवढ्यात फोनमधून 'बीप' आवाज आला. मी माझा निरोप सांगू लागलो, "मिसेस हॅम्ब्रेश्त, मी जॉन कोरी विमानदलातर्फे बोलतो आहे. मला आपल्याशी कर्नल हॅम्ब्रेश्त यांच्याविषयी काही बोलायचे आहे. कृपा करून, मला शक्य तितक्या लवकर फोन करा." असे म्हणून मी माझ्या

टेबलावरचा थेट लाईनचा नंबर दिला. ''किंवा मी नसेन तर मिस मेफिल्ड हिला फोन करा.'' मग मी तिचाही थेट नंबर दिला. मी फोन खाली ठेवला.

आम्ही नसताना जर मिसेस हॅम्ब्रेश्तने फोन केला तर आमच्या आन्सरिंग मशीनमधून 'कोरी, टास्क फोर्स' अशी सुरुवात करून ''कृपया आपले नाव, नंबर व निरोप बीप वाजल्यानंतर सांगून ठेवा'' असा ध्वनिमुद्रित आवाज तिला ऐकू आला असता. मुद्दामच 'टास्क फोर्स' शब्द आम्ही वापरीत होतो. उगाच 'टेररिस्ट' शब्दामुळे कोणी बिचकायला नको.

मी आता शनिवारी झालेल्या घटनेचा अहवाल तयार करू लागलो. ते माझे काम गेले चार दिवस तसेच पडून होते. माझा हा अहवाल आता कोणी फारसा वाचणार नाही याची मला खात्री होती. या चार पानी अहवालात मी पाच-पंचवीस कोरी पाने जरी घुसडून दिली तरीही कुणाला समजले नसते. मी प्रथम या अहवालाचा शेवट टाईप करू लागलो, ''तेव्हा यातून अशा निष्कर्षाप्रत.....''

केटच्या फोनची घंटी वाजली. फोनवर जॅक कोनिग होता. काही सेकंदाने तिने मला खूण करून म्हटले, ''तुमचा फोन उचला.''

मी फोन कानाला लावून एक बटण दाबले. आता मी व केट असे दोघेही एकाच वेळी लाईनवर होतो.

मी म्हणालो, ''कोरी बोलतो आहे.''

जॅक कोनिगचा आवाज आनंदी वाटत होता. तो म्हणत होता, ''तुम्ही मला खूप रागवायला लावता आहात. फ्रॅन्कफुर्टला चलण्याची माझी आज्ञा तुम्ही पाळली नाहीत. माझ्या फोनला तुमच्याकडून प्रतिसाद नाही आणि काल रात्रभर तुम्ही गायब होता.''

''येस, सर.''

''असं? काल कुठे होतात?''

आता या प्रश्नाला एक खट्याळ उत्तर मला द्यावेसे वाटत होते. मी म्हणणार होतो, ''त्याचे काय झाले, ज्या माझ्या मैत्रिणीबरोबर मी डेटिंग करीत होतो, तिला वेश्याव्यवसायाच्या आरोपावरून पोलिसांनी अटक केली. मग रात्रभर मी तिला जामीन मिळवून देण्यासाठी कोर्टात झोपून होतो.'' पण हे असले चमत्कारिक उत्तर ऐकून त्यातला विनोद उच्चभ्रू वर्गातील माणसांना थोडाच कळणार? म्हणून त्याऐवजी मी फक्त एवढेच म्हणालो, ''माझ्याकडे त्याबद्दल कसलीही सबब नाही, सर.''

तेवढ्यात केट मधेच म्हणाली, ''मी इथे ऑफिसात फोन करून ड्यूटी ऑफिसरला कळवले होते की मिस्टर कोरी आणि मी माझ्या घरी परत कळवेपर्यंत आहोत. नंतर परत कळवलेच नाही. आम्ही घरी सकाळी पावणेनऊपर्यंत होतो.''

यावर पलीकडे काही क्षण शांतता होती. मग जॅक म्हणाला, ''अस्स!'' नंतर आपला घसा साफ करून त्याने म्हटले, ''मी आता परत न्यूयॉर्कला यायला निघालो आहे. रात्री आठ वाजेपर्यंत ऑफिसात येईन. रात्रीचे आठ हे न्यूयॉर्कच्या वेळेनुसारचे आठ आहेत. तेव्हा कृपा करून त्या वेळी ऑफिसात हजर रहा. अर्थातच तुम्हाला ते गैरसोयीचे नसेल तर.''

आमची तशी काहीही गैरसोय होत नाही असे आम्ही दोघांनीही आश्वासन दिले. या बोलण्याचा फायदा घेऊन मी कोनिगला विचारले, ''कर्नल हॅम्ब्रेश्तच्या फाईलीमधून वगळलेला मजकूर आम्हाला हवा आहे. केटने तशी तुम्हाला विनंती केली होती. पुढे काय झाले?''

पुन्हा यावर पलीकडे शांतता पसरली. मग तो म्हणाला, ''डिपार्टमेंट ऑफ डिफेन्स यांच्याकडून आम्हाला असे कळविण्यात आले की ती वगळलेली माहिती हॅम्ब्रेश्त यांच्या खुनाशी संबंधातील नाही अन् म्हणून ती आपल्या उपयोगाची नाही.''

''मग ती माहिती कशाशी संबंधित आहे?''

पुन्हा फोनवर शांतता पसरली. काही क्षणांनी कोनिग म्हणाला, ''हॅम्ब्रेश्त याला अणुशक्ती प्रकल्पाच्या कामासाठी निवडलेले होते. त्या संबंधातली माहिती त्याच्या फायलीतून काढून टाकण्यात आली. कोणत्याही अणुप्रकल्पासंबंधी माहिती कोणत्याच फायलीत येऊ देत नाहीत. ती एक नेहमीची बाब आहे. तेव्हा उगाच या मुद्द्यावरती वेळ घालवित बसू नका.''

काही वर्षांपूर्वी विमानदलातील एका अधिकाऱ्याचा खून झाला होता. त्या वेळी तपास करताना मला असाच अनुभव आला होता, तो आत्ता आठवला म्हणून मी जॅकशी सहमत होत म्हटले, ''ठीक आहे.''

मग तो अन्य विषयावरती बोलू लागला. त्यात पर्थ ॲम्बॉय येथील टॅक्सी-ड्रायव्हरचा खून, नंतरचे प्रयोगशाळेतून आलेले तपासणी अहवाल, गॅब्रिएलने पुरवलेली माहिती, अर्थात ती मी त्रोटकपणे दिली आणि एकंदरीत केसची प्रगती हे विषय होते. त्याने नंतर आजच्या वृत्तपत्रात काय आले आहे, याबद्दल चौकशी केली. याचा अर्थ एफबीआयकडूनच आजचे वृत्तलेख व त्यातील माझे छायाचित्र प्रसिद्ध केले गेले होते. मी त्याला माझे छायाचित्र आजच्या वर्तमानपत्रात आल्याचे सांगितले.

यावर तो हसून म्हणाला, ''पण तुमचा पत्ता त्याबरोबर प्रसिद्ध नाही ना झाला?'' केटही यावरती हसू लागली. मी यावर एवढेच म्हणालो, ''माझे छायाचित्र तुम्ही मला न विचारता वापरलेत; पण आता त्याबद्दल तुम्ही माझे काम करून दिले पाहिजे.''

जॅक कोनिग म्हणाला, ''कोरी, तुमच्याजवळ एवढे प्लस पॉईंटस् आहेत की

त्याबद्दल आम्ही तुमची अनेक कामे करू शकतो. आम्ही तुमच्या छायाचित्राचा उपयोग शत्रूच्या डोळ्यांत केवळ धूळफेक करण्यासाठीच केला होता.''

प्रत्यक्षात मला लक्ष्य बनवले गेले होते असे मला वाटत नव्हते; पण कोनिगला मात्र तसे वाटत होते. त्यावरून मला एफबीआयच्या मानसिकतेची थोडीशी कल्पना आली. मी त्याचाच फायदा घेत म्हटले, ''माझे छायचित्र वापरून धूळफेक होणार नाही.''

''अरे, तुम्हा लोकांना या साऱ्या गोष्टी नीट ठाऊक आहेत.''

कोनिग 'तुम्हा लोकांना' हा शब्दप्रयोग 'तुम्हा पोलीस मंडळींना, तुम्हा डिटेक्टिव्ह लोकांना' अशा अर्थाचा होता. पण मी तरीही माझी मागणी लावून धरीत म्हटले, ''तरीही तुम्ही माझे काम केले पाहिजे.''

''ठीक आहे. बोला, काय आपले काम करू?''

''तुम्हाला तिकडे नक्की काय 'सत्य' सापडले?''

''त्यावरतीच मी काम करतो आहे.''

म्हणजे याचा अर्थ 'काहीतरी' कोनिगला जर्मनीत कळले असणार. निदान आमच्यापेक्षा तरी अधिक काही त्याला नक्कीच कळलेले असणार. मी म्हणालो, ''सीआयएचे बोधवाक्य ठाऊक आहे ना? *...आणि तुम्ही सत्य जाणून घ्याल व हे सत्यच तुम्हाला मुक्त करून स्वतंत्र करेल.''*

''त्याचबरोबर सत्य कळल्यावर कधी कधी तेच सत्य तुम्हाला ठारही करून टाकू शकते. कोरी, तुम्ही खूप हुशार आहात आणि मी आत्ता ज्या लाईनीवरून बोलत आहे ती टेलिफोनची लाईन ही सुरक्षित नाही.''

''ठीक आहे, *ऑफ विडरझेन.''* असे बोलून मी जर्मन भाषेत त्याचा निरोप घेतला. मग मात्र माझा तो घटना-अहवाल पुरा करण्यामागे लागलो.

माझ्यानंतर केट कोनिगशी बराच वेळ फोनवर बोलत होती. अमेरिकेतील वर्तमानपत्रात फ्रॅन्कफुर्टमधल्या खुनाची आलेली बातमी वाचून दाखवीत होती. थोड्या वेळाने तिने फोन खाली ठेवीत म्हटले, ''हे सारेच प्रकरण चमत्कारिक होत चालले आहे.''

टाईपिंग करता करता मी मान वर करून तिला म्हणालो, ''मला यावरून एक्स-फाईल या टीव्ही सिरीयलची आठवण येते.''

परंतु केटला माझ्या बोलण्यातली विनोदी छटा कळली नाही. तिला वाटले मी तिचीच चेष्टा करतो आहे. म्हणून माझ्या बोलण्यावर ती हसली नाही की साधे स्मित तिने केले नाही.

आम्ही दोघेही आपापल्या कामात आता मग्न होऊन गेलो.

आमच्या त्या हॉलमध्ये सर्वत्र अनेक फोनच्या घंटांचा खणखणाट चालू होता.

अनेक फॅक्स मशीनमधून पिंग आवाज करीत कागदाची भेंडोळी बाहेर पडत होती. टेलेक्स मशीनवरती टाईपांचे बारीक हातोडे कागदावर आपटून थयथयाट करीत होते. कारकून मंडळी कुठेतरी जाऊन कागदपत्रे आणत होते व योग्य त्या टेबलावर त्यांची चळत ठेवीत होते. सर्वत्र कामाची नुसती धमाल उडालेली होती. एफबीआयच्या मेंदूचा हा खरोखरीच एक भाग होता, एक नर्व्ह सेंटर होते. येथल्या इलेक्ट्रॉनिक मेंदूच्या सहाय्याने दूरवरती एक अभियान छेडले गेले होते. एक शोधयात्रा चालवलेली होती; परंतु दुर्दैवाने ज्या वेगाने माहितीचा पुरवठा होत होता त्या वेगाने ती माहिती वाचून त्यावर निर्णय घेण्याची क्रिया माणसांकडून होत नव्हती. निदान आलेल्या माहितीमधून निरुपयोगी माहिती तरी वेगळी करण्याचे काम वेगाने चालायला हवे होते.

मी उठून उभा रहात केटला म्हटले, ''मी गॅब्रिएलकडे जातो आहे. तू जर इथे थांबलीस तर मिसेस हॅम्ब्रेशतचा फोन घेता येईल.''

''बरं. पण तुम्ही तिला काय विचारणार आहात?''

''ते मीही अजून नीट ठरवले नाही. तू तिच्याशी बोलून जरा तिचा मूड खुलव आणि कोणाला तरी माझ्याकडे पाठवून मला निरोप दे. लगेच येतो.''

''ठीक आहे.''

मी तिथून मग चौकशीच्या खोलीत गेलो. तिथे अशा बऱ्याच खोल्या होत्या. एका खोलीपुढे मला गॅब्रिएल कॉरिडॉरमध्येच सापडला. न्यूयॉर्क पोलीसदलातील काही डिटेक्टिव्ह मंडळींशी तो बोलत होता.

मला पाहिल्यावर त्याने त्यांच्याबरोबरचे बोलणे सोडून दिले व तो लगबगीने माझ्याकडे आला. लिफ्टमधून सारखे डिटेक्टिव्हज् बाहेर पडत होते. त्यांनी बरोबर अरबांसारख्या दिसणाऱ्या कोणाला ना कोणाला तरी धरून आणले होते. तो मला विचारू लागला, ''माझी चिठ्ठी मिळाली?''

''येस. थँक्स.''

''मी आज पेपरमध्ये तुमचे छायाचित्र पाहिले. मलाही प्रत्येक डिटेक्टिव्ह तेच विचारत होता. प्रत्येकाच्या तोंडी तुमचे नाव आहे.''

मी त्याच्या या बोलण्याकडे दुर्लक्ष करीत विनोदाने म्हटले, ''आत्ता इथे इतकी अरब माणसे आणली गेली आहेत की नमाज पढण्यासाठी बऱ्याच चटया मागवाव्या लागणार. शिवाय मक्केची दिशा दाखविणारी खूणही कुठेतरी करून ठेवायला हवी.''

''ठीक आहे, करून टाकूया तसे.'' त्यानेही विनोदी प्रतिसाद दिला.

''बरं, नवीन काय बातमी आहे?''

''होय, तशी म्हटले तर एक बातमी आहे. मी वॉशिंग्टनला फोन लावला

होता. तिथल्या पोलीसदलाला लावला होता. एफबीआयला नाही. खलीलला न्यूयॉर्क किंवा वॉशिंग्टन इथे नेले जाणार असेल तर तिथे त्याचे साथीदार काहीतरी धुमाकूळ घालतील किंवा योजना रचतील. म्हणून मी कोणी अरब टॅक्सी-ड्रायव्हर किंवा तसा दिसणारा एखादा हा वॉशिंग्टनमध्ये गायब झाला आहे का? किंवा तसा कोणी एखादा मेला आहे का? याची चौकशी केली.''

''मग?''

''एक व्यक्ती हरवल्याची बातमी आहे. त्याचे नाव दाऊद फैझल असे आहे. तो टॅक्सी-ड्रायव्हर होता. लिबियन होता. शनिवारपासून बेपत्ता आहे. मी त्याच्या बायकोशी बोललो, अर्थातच अरबी भाषेत. ती म्हणाली की तिचा नवरा डल्लास गावी गेला. भाडे मिळवण्यासाठी एका पॅसेंजरला घेऊन गेला; पण अजूनही तो परत आला नाही. हे सगळे इथल्या गब्बारच्या केससारखेच वाटते आहे हो ना?''

गॅब्रिएलच्या म्हणण्यावरती मी विचार करू लागलो. त्याच्या म्हणण्यानुसार या ड्रायव्हरची सेवा खलीलने भाड्याने घेतली असणार. जर खलील वॉशिंग्टनमध्ये कुठे अडकून पडत असेल तर ऐन वेळी या भाड्याच्या टॅक्सीने पळून जाण्याची तरतूद त्याने केली असावी. याचा अर्थ, लिबियन हेर खाते किंवा खलीलच्या मागचा दहशतवादी गट यांना खलील न्यूयॉर्कला जाणार हे ठाऊक होते किंवा त्यांनी तशी योजनाही बनवली असेल. त्यासाठी दाऊद फैजलची टॅक्सी ठरवली गेली असेल; पण एव्हाना दाऊदला बरेच काही महत्त्वाचे समजले असल्याने त्यांनी त्याला घाबरवून पळवून लावले असेल किंवा कुठेतरी गायब करून टाकले असेल, किंवा कुठेतरी बंदिस्त करून ठेवले असेल. निदान मोहीम संपेपर्यंत तरी त्याला ते अडकवणार.

मी गॅब्रिएलला म्हटले, ''छान. मग आपण आता त्या माहितीच्या आधारे काय करायचे?''

''काहीही नाही. पुन्हा आपण एका बंद रस्त्याशी पोचलो आहोत; पण त्याचबरोबर यातून एक निष्कर्ष मात्र सहज काढता येतो. तो म्हणजे खलीलच्या मागे एखादी संघटना असून त्यांनी पद्धतशीरपणे हा कट शिजवला आहे. ही एक व्यवस्थित मोहीम आखलेली आहे. अमेरिकेत जरी लिबियाची वकिलात नसली तरी सिरियन राजदूताच्यामार्फत ते आपल्या देशातील बाबींशी संबंध ठेवतात, हे जगजाहीर आहे. सिरियन राजदूताच्या ऑफिसात कितीतरी लिबियन माणसे कामाला ठेवली गेली आहेत. ती सारी माणसे गडाफीचे भाडोत्री मारेकरी आहेत. बाहेर कोणाला हे समजत नाही. कारण सर्व अरब माणसे सारखीच दिसतात; पण सीआयए व एफबीआयला हे ठाऊक आहे. लिबियन माणसांवर त्यांची नेहमी पाळत असते. पण शुक्रवारी रात्री जेव्हा फैजलच्या घरी कोणी अज्ञात व्यक्ती काळी बॅग घेऊन गेली, त्या वेळी मात्र

दुर्दैवाने पाळत ठेवली गेली नसेल. जब्बारची बायको जे म्हणते तेच फैझलची बायकोही म्हणते, 'गेल्या शुक्रवारी रात्री कोणीतरी अनोळखी व्यक्ती आली व ती काळी बॅग देऊन गेली, त्यामुळे माझा नवरा खूप काळजीत पडलेला दिसला, वगैरे, वगैरे, वगैरे.' हे सर्व एका योजनेचा भाग आहे असे वाटते; पण ही बातमी आता शिळी होऊन गेली."

"होय. पण त्याचबरोबर खलीलचे साथीदार असून त्यांनी एक काळजीपूर्वक पूर्वनियोजित कट आखलेला आहे, हेही यातून सूचित होते."

"पण तीही कल्पना व बातमी शिळी झाली."

"बरोबर आहे; पण तुम्हीही एक अरब आहात अन् अरब म्हणून मी तुम्हाला असे विचारतो की तुम्ही या खलीलच्या मेंदूत जाऊन बसलात तर तो कसा विचार करेल हे तुम्हाला कळेल? ह्याला नक्की काय हवे आहे?"

वांशिक गुणधर्मावर आधारीत हा प्रश्न असून तो राजकीयदृष्ट्याही चुकीचा आहे, असे गॅब्रिएलला वाटले. पण आजवर त्याला असे वंशभेदावर आधारीत विचारलेल्या प्रश्नांचा अनुभव असल्याने त्याने उत्तर दिले, "वेल, त्याने काय केले नाही याचा आधी विचार करा. तो या देशात चोरूनमारून आला नाही. तो अक्षरश: उजळ माथ्याने आणि अमेरिकन सरकारच्या खर्चाने आला. अन्यथा त्याला इथे येण्याचे अनेक मार्ग उपलब्ध होते."

"बरोबर आहे. पुढे सांगा."

"तो प्रत्येक वेळी आपल्या चेहेऱ्यावरती काळे फासून जातो आहे. किंवा त्याच्या भाषेत उंटाची लीद फेकून मारून पळून जातो आहे. त्याला यामध्ये खूपच मौज वाटते. पण यातली मजा अनुभवण्यापेक्षा ....अं, कसं बरं हे मी सांगू? तो असे करताना एक प्रकारचा खेळ खेळतो आहे. शिकारीचा खेळ खेळतो आहे."

"मलाही तसे वाटले खरे. पण तो असे का करतो आहे?"

गॅब्रिएलने स्मित करीत म्हटले, " ती एक खास अरब गोष्ट आहे. त्याच्यामागे पाश्चिमात्त्य लोकांपुढे आपण अरब लोक कमी पडतो, असा न्यूनगंड काही प्रमाणात आहे. अतिरेकी मंडळी विमानात बॉम्ब पेरतात आणि तशासारखी बरीच कृत्ये करतात; पण ह्यात कसलेही शौर्य नसते हे त्यांना ठाऊक असते. म्हणून संधी मिळताच मुजाहिदीन व्यक्ती ही आपले शौर्य शत्रूविरुद्ध प्रकट करू पहाते."

"कसला-हिदीन?"

"मुजाहिदीन. म्हणजे इस्लामी स्वातंत्र्ययोद्धा. आपला घोडा उडवत हातात शस्त्र घेऊन शत्रूशी सामना करणाऱ्या एकांड्या शिलेदारांची एक मोठी परंपरा अरब संस्कृतीमध्ये आहे. जशी अमेरिकेत शूर काऊबॉयची परंपरा आहे व हे एकांडे काऊबॉय सरकारच्या सैन्यालाच आव्हान देऊन एकट्याने त्यांच्याशी झुंज घेत

असतात. अशा काऊबॉय वीरांचे जसे अमेरिकन संस्कृतीत स्वागत होते, तसेच अरब संस्कृतीत या एकांड्या वीरांचे स्वागत होत असते. या बाबतीमधील एक अरब कविता अशी आहे :

Terrible he rode alone
with his yemen sword for aid
Ornament it carried none
But the notches on the blade.

लक्षात आले?''

''होय. म्हणजे आपले हे खलीलसाहेब अशा वृत्तीने हालचाली करीत आहेत. त्यांना एक शूर योद्धा म्हणून नंतर मिरवायचे आहे; पण आत्ता त्याला नक्की काय हवे आहे? काय साध्य करायचे आहे?''

''ते मलाही आत्ता सांगता येणार नाही. मी फक्त तो कसा वागतो आहे एवढेच फक्त सांगू शकतो.''

''ते ठीक आहे. पण अशा मनोवृत्तीच्या माणसाला *सहसा* काय साध्य करायचे असते?''

''त्याला कदाचित आपण ठरवलेला अमेरिकन माणसे मारण्याचा आकडा पुरा करायचा असेल. त्याने आत्तापर्यंत ३०४ माणसे मारली आहेत. अजूनही तो ठार करीत असेल. कदाचित् त्याचे लक्ष्य ३२० माणसांचे असेल. काही सांगता येत नाही.''

''बरोबर आहे. तुमची पत्नी 'फादी' काय म्हणते आहे?''

''तिचे नाव *आता* मारीया आहे. अन् ती सेंट पॅट्रीक चर्चमध्ये काम करते आहे.'' गॅब्रिएलने आपला धर्म बदलून ख्रिश्चन धर्म स्वीकारला होता. त्याच्या पत्नीला ते पचायला जड गेले; पण शेवटी तिनेही तसेच केले.

''ठीक आहे, भेटू नंतर,'' असे म्हणून मी वळून चालू लागलो; पण तेवढ्यात गॅब्रिएल म्हणाला, ''खलील आत्ता नक्की काहीतरी मोठे व नजरेत भरणारे असे अफलातून काम करणार.''

ते ऐकताच मी गर्रकन् वळालो.

गॅब्रिएल म्हणत होता, ''जर तो आपल्यासमोर एखाद्या धर्मार्थ निधीला मदत मागण्याच्या मिषाने आला तर मला अजिबात आश्चर्य वाटणार नाही. माझ्या मते त्याच्या मनात कोणाविषयी तरी प्रचंड द्वेष ठासून भरलेला आहे. त्या 'कोणीतरी' व्यक्तीने त्याला दुखावले असेल, इस्लामला दुखावले असेल किंवा लिबियाला दुखावले असेल. त्या गोष्टीचा सूड घेण्यासाठी तो त्या त्या व्यक्तीसमोर स्वत: उभा

राहून झाल्या गोष्टींचा जाब विचारणार असेल.''

मी त्याचे लक्षपूर्वक ऐकत होतो. तो क्षणभर बोलायचे थांबल्यावर मी त्याला म्हणालो, ''ठीक आहे, पुढे सांगा.''

''त्या अरबी कवितेचे नाव आहे — 'मरेपर्यंतचा बखेडा.' त्यातील 'मरेपर्यंतचा' ह्या शब्दाऐवजी 'रक्ताच्या शेवटच्या थेंबापर्यंतचा' हे शब्द अधिक योग्य व समर्पक ठरतील. एखाद्या अरब व्यक्तीला जर कार्यप्रवृत्त करायचे असेल तर परमेश्वरासाठी किंवा देशासाठी शौर्य गाजवण्याच्या कल्पनेचे आवाहन करा. तो ताबडतोब भारावून जाऊन त्या कामासाठी स्वतःला झोकून देतो; पण तेच त्याला एखाद्या अमूर्त कल्पनेसाठी काम करायला सांगा, म्हणजे एखादे राजकीय तत्त्वज्ञान, त्याने मात्र तो एवढा भारावून जाणार नाही. शिवाय ही अरब मंडळी आपल्या राजकीय नेत्यांवरती सहसा विश्वास टाकीत नाहीत.''

''त्या दृष्टीने मीही एक अरब आहे असेच म्हटले पाहिजे.'' मी म्हणालो.

''आणखी एका गोष्टीमुळे अरब माणूस कार्यप्रवृत्त होतो. अगदी चटकन होतो. ती भावना म्हणजे सूड! वैयक्तिक सूड! सिसिलीमधील लोकांच्यात अशी भावना असते. त्यांच्याकडून निघालेल्या ज्या ज्या माफिया टोळ्या आहेत, त्यांच्यात आपसात अशी सूडाची भावना सतत धगधगत असते. जर तुम्ही माझा मुलगा ठार केलात, किंवा माझा बाप ठार केलात, किंवा माझ्या घरातील स्त्रीवर बलात्कार केलात तर मी मरेपर्यंत तुमचा सूड घेण्याचा प्रयत्न करीत राहीन. त्या संदर्भातील सर्वांना ठार केल्याखेरीज मला चैन पडणार नाही. तुमच्या लक्षात आले ना, मी काय म्हणतो ते?''

''होय. सूडभावना ही अरबांच्या रक्तात मुरलेली असते.''

''जर खलील अशा काही सूडमोहिमेवरती आला असेल तर या कामगिरीवरती आपल्याला मृत्यू येईल का नाही, याची तो पर्वा करीत नाही की तसला विचारसुद्धा मनात आणीत नाही. फक्त आपण सूडाचे प्रयत्न करीत आहोत एवढेच त्याच्या दृष्टीने महत्त्वाचे असते. जर या कामात त्याच्यावर मरण ओढवले तरी आपले सूडाचे काम पुरे झाले व नंतर स्वर्गात प्रवेश मिळेल अशी त्याची श्रद्धा असते.''

''असे असेल तर मग मी खलीलला तिकडेच पाठवण्याचा प्रयत्न करेन.''

''जर तुम्हा दोघांची समोरासमोर गाठ पडली, तर जो दुसऱ्याला आधी ओळखेल तोच फक्त वाचेल. तो दुसरा मात्र नक्की स्वर्गात पोचेल.'' एवढे म्हणून गॅब्रिएल हसला.

मी तिथून निघालो. पण मला एक प्रश्न अजून सतावत होता. तो म्हणजे वर्तमानपत्रात छापून आलेले माझे छायाचित्र प्रत्येकाला का एवढे हसू येण्याजोगे वाटत होते?

मी परत माझ्या ऑफिसात आलो. कॉफी-बारमधून ताज्या कॉफीचा कप घेऊन कॉफी पिऊ लागलो. गॅब्रिएलच्या म्हणण्यावरती विचार करण्याच्या नादात पार गर्क होऊन. केट माझ्यापाशी कधी येऊन उभी राहिली ते मला समजलेही नाही. माझे लक्ष वेधून घेत ती मला म्हणाली, ''मिसेस रोज हॅम्ब्रेश्त, ही लाईनवरती आली आहे. आपण कोण आहोत हे मी तिला समजावून सांगितले आहे. तुमच्याशी बोलण्यासाठी ती फोनवरती थांबून राहिली आहे.''

मी ताबडतोब हातातला कॉफीचा कप खाली ठेवला आणि माझ्या टेबलाकडे धावलो. फोन उचलून मी म्हटले, ''मिसेस हॅम्ब्रेश्त, एफबीआयच्या टास्क फोर्समधील मी जॉन कोरी आपल्याशी बोलतो आहे.''

मग एक सुसंस्कृत आवाज फोनमध्ये उमटला, ''मिस्टर कोरी, आपले माझ्याकडे काय काम आहे?''

केट आता तिच्या खुर्चीवर येऊन बसली होती. तिनेही फोन उचलून आपल्या कानाला लावला व एक बटण दाबले. आता आम्ही तिघेही एकाच लाईनवरती आलो होतो. मी म्हणत होतो, ''मिसेस हॅम्ब्रेश्त, प्रथम आपल्या यजमानांच्या अकाली व अनपेक्षित मृत्यूबद्दल मी खेद व्यक्त करतो.''

''थँक्यू!''

''त्यांच्या मृत्यूनंतरच्या काही बाबींचा मागोवा घेण्यासाठी माझी नेमणूक झाली आहे.''

''मृत्यूनंतरच्या' नाही. 'खुनानंतरच्या' म्हणा.''

''होय, मॅडम. मला कल्पना आहे की त्यानंतर तुम्ही अनेक प्रश्नांना उत्तरे देऊन थकून गेला असाल.''

''माझ्या पतीचा खुनी सापडेपर्यंत मी उत्तरे देत राहीन.''

''थँक्यू.'' माझा पोलीसखात्यातला अनुभव वेगळाच होता. एखाद्या व्यक्तीचा खून झाल्यावर तो खुनी सापडेपर्यंत त्या व्यक्तीची पत्नी खुन्याबद्दल चकार शब्द बोलायला तयार नसते, असा अनुभव मला अनेकदा होता. कधी कधी तर खुनी माणूस सापडल्यावर ज्याचा खून झाला आहे त्याची पत्नी सरळ त्या खुन्याचेच आभार मानण्यासाठी मनातून धडपडत असते; पण मिसेस हॅम्ब्रेश्त यांना आपल्या नवऱ्याच्या मृत्यूचे दु:ख झालेले होते व ते अजूनही तितकेच ताजे होते. तेव्हा माझ्या प्रश्नाला नीट प्रतिसाद मिळेल अशी मला आशा होती. मी तिच्या या भावनेचा उपयोग करून घेत म्हटले, ''माझ्याजवळच्या नोंदीवरून असे दिसते की तुम्हाला एफबीआय, एअर फोर्स, सीआयडी व स्कॉटलंड यार्ड यांनी प्रश्न विचारले होते. बरोबर?''

''बरोबर. शिवाय विमानदलाच्या हेर खात्याने, ब्रिटिश एमआय-५ आणि

एमआय-६ आणि सीआयए यांनीही खूप प्रश्न विचारले होते.''

मी केटकडे पाहिले. तिनेही त्याच वेळी माझ्याकडे पाहिले. मी म्हणालो, ''म्हणजे याचा अर्थ काहीजणांच्या मते या खुनामागे काही राजकीय हेतू असावा, असे वरवर दिसते.''

''पण असे मला वाटते. *बाकीच्यांना* काय वाटते ते मला काही सांगितले जात नाही.''

''पण तुमचे यजमान तर कोणत्याही राजकीय कार्यात भाग घेणारे नव्हते, किंवा कोणासाठी हेरगिरीही करणारे नव्हते, असे मला त्यांच्या पर्सनल फायलीवरून समजते.''

''अगदी बरोबर. ते नेहमी एक वैमानिक होते, एक कमांडर होते आणि नुकतेच ते एक स्टाफ ऑफिसर झाले होते.''

कर्नल हॅम्ब्रेशतच्या वैयक्तिक फायलीमधील काढून टाकलेल्या मजकुराकडे मला संभाषणाची गाडी वळवायची होती; पण त्याचा तिला संशय येऊ द्यायचा नव्हता. म्हणून मी मुद्दाम विरोधी विधान करीत म्हणालो, ''आम्ही आता असा विचार करू लागलो आहोत की, अमेरिकन विमानदलातील कोणाला तरी लक्ष्य बनवायचे म्हणून कदाचित तुमच्या यजमानांची निवड अतिरेक्यांनी केली असावी. केवळ त्यांच्या अंगावर अमेरिकन लष्कराचा गणवेष होता म्हणून त्यांचा खून झाला असावा.''

''नॉनसेन्स!''

तिची अशी प्रतिक्रिया होणार हे मी धरून चाललो होतो. म्हणून मी तिला विचारले, ''मग त्यांच्या लष्करातील सेवेची जर पार्श्वभूमी लक्षात घेतली तर ते एखाद्या दहशतवादी गटाचे खास लक्ष्य बनू शकतील, असे तुम्हाला वाटते का?''

यावर पलीकडे शांतता होती. मग काही सेकंदाने आवाज आला, ''वेल,..... माझ्या यजमानांची गल्फच्या युद्धातील कामगिरी पाहून ते एखाद्या मुस्लीम दहशतवादी संघटनेचे लक्ष्य बनले असतील, असे मला सुचवून त्यावर विचार करण्यास सांगितले होते. 'व्हिन्सेनी' बोटीचा कप्तान — तुम्हाला ठाऊक आहेत का ते?''

''नाही, मॅडम.''

तिने मग मला त्या कप्तानावर ओढवलेल्या खुनाच्या प्रसंगाचा खुलासा केला. मग मी विचारले, ''म्हणजे कर्नलसाहेबांचा खून हा गल्फ युद्धातील कामगिरीमुळे सूड म्हणून केला गेला, असेच ना?''

''शक्य आहे.... पण त्या युद्धात कितीतरी वैमानिकांनी भाग घेतला होता. हजारोंनी ते सामील झाले होते. अन् बिल हा त्या वेळी तर फक्त एक मेजर होता. म्हणून मला कळत नाही की माझ्याच नवऱ्याला वेगळे वेचून का ठार केले?''

“पण तशी शक्यता तुम्हाला काहीजणांनी सुचवली होती.”

“होय.”

“पण तुम्हाला त्याची खात्री वाटत नव्हती.”

“होय, ” असे म्हणून ती थोडा वेळ थांबली. तिने या शक्यतेवर थोडा वेळ विचार करावा म्हणून मीही थांबून राहिलो. शेवटी ती म्हणाली, “केवळ गल्फच्या युद्धात भाग घेतल्यांपैकी त्या कोणालाही ठार करायचे म्हणून माझ्या नवऱ्याला ठार केले असेल, तर मग टेरी वेक्लिफ यांना का मृत्यू आला? ते तर कधीच गल्फमध्ये गेले नव्हते. शिवाय त्यांच्या पत्नीलाही का मृत्यू आला? त्या दोघांचा कुठे गल्फच्या युद्धाशी संबंध येतो?”

मी केटकडे पाहिले. तिने आपले खांदे शहारून उडवले. मी हा धागा पकडत म्हटले, “म्हणजे वेक्लिफ दांपत्याचे मृत्यू हे तुमच्या यजमानांच्या मृत्यूशी संबंधित होते?”

“कदाचित्….. ”

जर त्या बाईला आपल्या नवऱ्याच्या खुनाचा संबंध वेक्लिफ दांपत्याच्या मृत्यूशी आहे असे वाटले तरच माझेही तसे मत होणार होते; पण येथे ती बाई ‘कदाचित्’ एवढा एकच शब्द बोलून स्तब्ध झाली होती. या मृत्यूंच्या बाबतीत मला आधीच माहिती सांगितली गेली असेल असा तिचा समज बहुतेक झाला असावा. मी म्हणालो, “वेक्लिफ यांच्या मृत्यूसंबंधी तुम्ही आणखी काही सांगू शकाल का?”

“वर्तमानपत्रात जे काही आले त्यापेक्षा अधिक काही मला सांगता येणार नाही.”

“कोणत्या वर्तमानपत्रात छापून आले?”

“द एअर फोर्स टाइम्स. तसेच वॉशिंग्टन पोस्टमधेही छापून आले होते. पण तुम्ही हे का विचारता?”

मी केटकडे पाहिले. तिने केव्हाच आपला संगणक चालू केला होता. त्या वर्तमानपत्रांच्या संगणकावरील आवृत्त्या ती शोधून पाहात होती. तिची बोटे संगणकाला फटाफट आज्ञा देत होती. मी मिसेस हॅम्ब्रेश्तला म्हटले, “वर्तमानपत्रात येणाऱ्या बातम्या शंभर टक्के बिनचूक नसतात. तुम्हाला वेक्लिफ यांच्या मृत्यूची बातमी प्रथम कशी कळली?”

“त्यांच्या मुलीने— म्हणजे स्यू हिने— मला काल फोन केला होता. तिच्या बोलण्यावरून असे दिसले की त्यांचा खून बहुतेक रविवारी झाला असावा.”

मी माझ्या खुर्चीत एकदम ताठ होऊन बसलो. *खून?* त्या बाईच्या तोंडून इतका वेळ मी ‘वेक्लिफ यांचा मृत्यू’ असे ऐकत होतो; पण आता प्रथमच तिने ‘खून’ हा

शब्द उच्चारला होता. केटच्या संगणकाच्या प्रिंटरमधून कागदाचे भेंडोळे बाहेर पडत होते. मी मिसेस हॅम्ब्रेशतला विचारले, "वेक्लिफ यांच्या खुनाबद्दल तुमच्यापाशी एफबीआयने किंवा विमानदलाने चौकशी केली होती?"

"नाही. तशी चौकशी करणारे तुम्हीच पहिले आहात."

केटने प्रिंटरमधून बाहेर आलेले कागद वाचून त्यावरती खुणा करण्याचे काम चालवले होते. मी उत्सुकतेने तिला ते कागद माझ्याकडे देण्यास खुणावले; पण ती ते कागद वाचतच राहिली. मी मिसेस हॅम्ब्रेशतला फोनवर म्हणालो, "वेक्लिफ यांच्या कन्येच्या बोलण्यात तुम्हाला तिच्या आईवडिलांच्या मृत्यूबाबत काही संशय प्रगट झाल्याचे वाटले का?"

"ती अतिशय बेचैन झालेली होती, गोंधळलेली होती. अन् ते साहजिकच आहे. ती एवढे म्हणाली की त्या हत्येमागे चोरीचा उद्देश असावा; पण तिला तेही धडपणे सांगता येत नव्हते. याचे कारण यावर खुद्द तिचाच विश्वास बसत नव्हता. त्यांच्या घरातील कामवालीचा पण खून झाला."

मिसेस हॅम्ब्रेशतला मी मूलभूत प्रश्न विचारीत होतो; पण आता ते प्रश्न संपत आले होते. तेवढ्यात केटने तो प्रिंटरमधून बाहेर पडलेला छापील कागद माझ्या हातात ठेवला. मी मिसेस हॅम्ब्रेशतला फोनवरती म्हटले, "प्लीज, एक मिनीट थांबा." असे म्हणून मी 'होल्ड' लिहिलेले फोनचे बटण दाबले.

केट म्हणत होती, "आपल्या हातात कदाचित् काहीतरी आले असावे. परहॅप्स वुई हॅव हिट समथिंग."

'वॉशिंग्टन पोस्ट' ह्या वर्तमानपत्रातील ती बातमी होती. टेरेन्स वेक्लिफ या विमानदलातील व पेन्टॅगॉनमध्ये काम करणाऱ्या जनरलच्या खुनाची बातमी त्यात छापलेली होती. ते एक सरळसोट खुनाचे प्रकरण समजून तशी बातमी दिलेली होती.

जनरल वेक्लिफ, त्यांची पत्नी व घरची कामवाली यांचा त्यांच्या कॅपिटॉल हिल वसाहतीमधील घरात गोळ्या घालून खून करण्यात आला होता. हा खून सोमवारी सकाळी उघडकीस आला. सोमवारी जनरलबरोबर काम करणारा त्यांच्या पेन्टॅगॉनमधील मदतनिसाला जनरल कामावर न आल्याने संशय आला. त्याने जनरलच्या घरी फोन केला तरी तो उचलला जाईना म्हणून त्याला काळजी वाटू लागली. मग तो पोलीस घेऊन जनरल वेक्लिफच्या घरी गेला.

तिथे दरवाजातून कोणीतरी जबरदस्त धडक देऊन आत घुसल्याच्या खुणा होत्या. दरवाजाची साखळी दाराच्या चौकटीतून निखळलेली होती.

वरवर बघता असे दिसते की ही केस जबरी चोरीची आहे. कारण घरातील रोकड रक्कम व किंमती वस्तू नाहीशा झाल्या होत्या. जनरलचा देह हा त्यांच्या गणवेषात पडलेला होता. जनरल रविवारी चर्चमध्ये जाताना आपला गणवेष घालीत असल्याने रविवारी सकाळी चर्चमधून आल्यावर त्यांचा खून झाला असावा, असा तर्क करण्यात येतो. अधिक तपास पोलिसांकडून चालू आहे.

वॉशिंग्टन पोस्टमधील बातमी अशी होती.

मी केटकडे पाहिले आणि म्हटले, "जनरल वेक्लिफ आणि कर्नल हॅम्ब्रेश्त यांच्यातला दुवा काय आहे?"

"ते मला ठाऊक नाही. आपल्यालाच ते शोधायला पाहिजे."

"बरोबर आहे," असे म्हणून मी पुन्हा टेलिफोनच्या लाईनवरती आलो व मिसेस हॅम्ब्रेश्त यांना म्हणालो, "माफ करा हं. पेन्टॅगॉनहून फोन होता. म्हणून तुम्हाला थोडेसे थांबावे लागले." मी दिली बेधडक एक थाप ठणकावून; पण त्यामुळे मी किती वरच्या पातळीवरून अधिकारवाणीने बोलत आहे अशी छाप ऐकणाऱ्याच्या मनावर नक्कीच पडली असणार. याचा फायदा मला सहकार्य मिळविण्यात होतो. म्हणून आता मी सरळ सरळ व कसलाही आडपडदा न ठेवता मिसेस हॅम्ब्रेश्त यांना विचारले, "असे पहा, मी तुम्हाला मनापासून व अत्यंत प्रामाणिकपणे एक माहिती विचारतो आहे. तुमच्या यजमानांच्या सर्व्हिस रेकॉर्डची पर्सनल फाईल आत्ता माझ्यासमोर आहे. त्यातून काही माहिती वगळून टाकली आहे. ती माहिती नक्की कोणती आहे ते समजायला माझ्यापुढे काहीच मार्ग नाही; पण मला ती माहिती शोधलीच पाहिजे. कारण तुमच्या यजमानांचा खून कोणी केला व का केला हे मला शोधून काढायचे आहे. प्लीज, त्यासाठी मला मदत करा."

त्यानंतर फोनवरती पलीकडच्या टोकाला बराच वेळ शांतता होती. ती शांतता संपेल असे मला वाटेना. मी फोनवर अत्यंत कळकळीने म्हटले, "प्लीऽऽज."

एवढा एकच शब्द बोलून मान वर करून मी केटकडे पाहिले. तिने माझ्या कृतीला व बोलण्याला आपली मान संमतीदर्शक हलवली.

अखेर मिसेस हॅम्ब्रेश्त बोलू लागल्या, "माझ्या नवऱ्याने, जनरल वेक्लिफबरोबर, एका लष्करी मोहिमेत भाग घेतला होता, ती मोहीम म्हणजे एक बॉम्बिंग मोहीम होती..... पण तुम्हाला हे कसे ठाऊक नाही?"

एका क्षणात माझ्या डोक्यात प्रकाश पडला. मघाशी गॅब्रिएल जे काही म्हणाला ते सारे माझ्या डोक्यात अजूनही होते. अन् जेव्हा मिसेस हॅम्ब्रेश्त यांनी 'बॉम्बिंग मोहीम' असे शब्द उच्चारले तेव्हा माझ्या खटपटीला यश आले. एका कुलपाला

मी चावी लावत होतो. अचानक त्या गुंतागुंतीच्या कुलपाच्या आतील पंधरा टम्बलर्स एकदम बाजूला सरकले आणि ते कुलूप खटकन उघडले. रहस्याचे एक दालन माझ्याकडे सताड उघडून खुले झाले. मी फोनवरती ते शब्द उच्चारले, ''पंधरा एप्रिल, एकोणिसशे शहाऐंशी.''

''होय. अगदी बरोबर. मला काय म्हणायचे ते तुम्हाला नीट कळले आहे.''

मी केटकडे पाहिले. ती शून्यात नजर लावून विचार करीत होती.

मिसेस हॅम्ब्रेश्त पुढे सांगत होत्या, ''१५ एप्रिल हा त्या बॉम्बिंग मोहिमेचा वर्षदिन आहे. अन् परवा १५ एप्रिललाच ती विमान-दुर्घटना घडली ना. म्हणजे नक्की त्या बॉम्बिंग मोहिमेचा विमान-दुर्घटनेशी व जनरल वेक्लिफ दांपत्याच्या हत्येशी काहीतरी संबंध असावा.''

मी एक खोलवर श्वास घेतला व म्हटले, ''मलाही अगदी तसेच वाटते आहे. पण... मला एक सांगा, त्या बॉम्बिंग मोहिमेतील अन्य कोणावर काही संकट कोसळले का?''

''त्या मोहिमेत डझनावारी माणसे सामील झाली होती. मी सर्वांच्याबद्दल कसे सांगू शकेन?''

मी क्षणभर विचार करून म्हटले, ''पण निदान तुमच्या यजमानांच्या युनिटमधल्या जवळच्यांपैकी तरी?''

''तुम्हाला जर त्यांच्या स्क्वॅड्रनबद्दल म्हणायचे असेल तर मला वाटते की एका स्क्वॅड्रनमध्ये पंधरा सोळा तरी विमाने होती, किंवा असावीत.''

''त्यापैकी कोणावर तरी असे काही संकट कोसळले का, की ज्यामुळे संशयाची पाल मनात चुकचुकेल?''

''मला नाही तसे वाटत. स्क्वॅड्रनमधला स्टीव्हन कॉक्स हा गल्फच्या युद्धात मारला गेला, एवढेच मला ठाऊक आहे; पण इतरांचे मला काही माहिती नाही. त्या वेळच्या मोहिमेतील सर्व वैमानिक माझ्या नवऱ्याशी नंतर सतत संपर्कात रहात होते; पण नक्की कोण ते मला सांगता येत नाही.''

मी भोळेपणाचा आव आणीत तिला विचारले, ''माझ्या अज्ञानाबद्दल माफ करा. पण एका स्क्वॅड्रनच्या उड्डाणात किती विमाने व किती माणसे असतात?''

''तसा पक्का आकडा नसतो. त्या मोहिमेच्या गरजेवरती ते सारे अवलंबून असते; पण सर्वसाधारणपणे एका उड्डाणात चारपाच तरी विमाने असतात आणि एका स्क्वॅड्रनमध्ये पंधरा ते सोळा विमाने असू शकतात.''

''अस्सं...... मग त्या दिवशीच्या बॉम्बिंग मोहिमेत तुमच्या यजमानांबरोबर स्क्वॅड्रनमधील एकूण किती विमाने होती?''

''चार.''

"म्हणजे एकूण माणसे आठ....बरोबर?"

"बरोबर."

"ही माणसे...." मी असे बोलत असताना मधेच केट बोलू लागली होती. ती म्हणाली, "मिसेस हॅम्ब्रेश्त, मी केट मेफिल्ड बोलत आहे. मीसुद्धा या सर्व घटनांच्या एकमेकांशी असू शकणाऱ्या संबंधावरती काम करत आहे. तुम्हाला जे काही वाटते ते तुम्ही न घाबरता मोकळेपणे जर आम्हाला सांगितलेत तर या समस्येच्या मुळाशी आम्हाला चटकन जाता येईल."

यावर त्या बाईचा नीट निश्चय होत नसावा; पण शेवटी ती म्हणाली, "नको. मला वाटते की मी तुम्हाला पुरेसे सांगितलेले आहे."

तिने संपूर्ण माहिती दिलेली नव्हती. केटचेही तेच मत होते. केट पुढे म्हणाली, "मॅडम, आम्ही आपल्या यजमानांच्या खुनाचे रहस्य सोडविण्यासाठी आटोकाट प्रयत्न करतो आहोत. तुम्ही एका लष्करी अधिकाऱ्याची पत्नी असल्याने तुम्हाला सुरक्षित माहितीची चांगली कल्पना आहे. आपण काही माहिती उघड केल्यास राष्ट्रीय किंवा लष्करी सुरक्षिततेला बाधा येईल अशी जर तुम्हाला भीती वाटत असेल तर तीही रास्त आहे. तुमच्याप्रमाणेच आम्हालाही राष्ट्रीय सुरक्षिततेची काळजी आहे. म्हणून फोनवर काही बोलण्यापेक्षा आम्ही तुमच्या ॲन आर्बर गावी येऊन आपल्याशी वैयक्तिकरित्या बोलावयास तयार आहोत. चालेल आपल्याला?"

फोनवर पलीकडे परत शांतता पसरली होती. थोड्या वेळाने तिकडून मिसेस हॅम्ब्रेश्त म्हणाली, "नको! इकडे येऊ नका."

पुन्हा फोनवर परत शांतता पसरली. आम्ही तिच्या बोलण्याची वाट पहात राहिलो. शेवटी ती म्हणाली, "ठीक आहे.... माझ्या नवऱ्याच्या बॉम्बिंग मोहिमेमध्ये एकूण चार विमाने होती. ती सर्व एफ-१११ जातीची होती. त्रिपोली शहराच्या बाहेर असलेल्या एका लष्करी कंपांऊंड जागेवरती बॉम्ब टाकण्याचे काम त्यांना देण्यात आले होते. त्या जागेचे नाव होते 'अल् अझीझिया कंपाऊंड.' तुम्हाला त्या वेळी आलेली बातमी आठवत असेलच. या जागेत महंमद गडाफी याचे निवासस्थान आहे; पण या बॉम्बिंगमधून गडाफी निसटला; पण त्याची लहान दत्तक मुलगी ठार झाली. पण त्याची पत्नी व दोन मुले जखमी झाले.... मी तुम्हाला जे घडले तेवढे सांगते आहे. त्यातून तुम्हाला हवे ते निष्कर्ष काढा."

मी केटकडे मान वर करून पाहिले. ती परत संगणकावरती टायपिंग करीत होती. समोरच्या पडद्याकडे पहात होती. 'अल अझीझिया' आणि 'महंमद गडाफी' या शब्दांचे स्पेलिंग तिला बरोबर यावे, अशी मी आशा करीत होतो. मी मिसेस हॅम्ब्रेश्त यांना म्हणालो, "पण तुम्हीही जरासा विचार करून त्यातून तुमच्या दृष्टीने काय निष्कर्ष निघतो ते पहावे, अशी मी आपल्याला विनंती करतो."

तिने यावरती उत्तर दिले, "जेव्हा माझ्या नवऱ्याचा खून झाला त्या वेळी मला वाटले की त्या लिबियावरील बॉम्बिंगशी या खुनाचा संबंध असावा; पण एअर फोर्समधील अधिकाऱ्यांनी मला ठाम आश्वासन दिले की बॉम्बिंग मोहीम ही एक अत्यंत गोपनीय, टॉप सिक्रेट असलेली बाब असून ती तशीच कायमची राहाणार आहे. त्यामुळे त्यात सहभागी झालेल्यांची नावे बाहेरच्या जगाला कधीच कळणार नाहीत. मी त्यांचा हा खुलासा मान्य केला; पण नंतर माझ्या असे लक्षात आले की, जर या मोहिमेमधील व्यक्तीनेच जर याबद्दल कुठे बोलले तर?".... किंवा.... मी असे माझ्या मनात कधी येऊ दिले नाही. पण येऊ न दिलेली शंका कालपर्यंत मला शिवली नव्हती; परंतु काल जनरल वेक्लिफ यांचा खून झाल्याचे कळल्यावर मात्र माझ्या मनात त्या शंकेची पाल चुकचुकायला लागली आहे. किंवा कदाचित् तो योगायोगही असेल..."

तो योगायोगही असू शकेल, पण तसा तो नव्हता. मी म्हणालो, "म्हणजे ज्या आठजणांनी जिथे बॉम्ब टाकले..... त्या जागेचे नाव काय म्हणालात?"

"अल अझीझिया. त्यांच्यापैकी एकजण गल्फच्या युद्धात मारला गेला, माझ्या नवऱ्याचा खून झाला आणि टेरी वेक्लिफ यांचाही खून झाला."

मी केटकडे पाहिले. ती काही माहिती संगणकावरती टाईप करीत होती. मी फोनवरती म्हणालो, "आठपैकी तीनजणांचा मृत्यू झाला. मग मोहिमेवरचे बाकीचे पाचजण कोण होते? मोहीम म्हणजे अल अझीझियाची मोहीम."

"ती माहिती मी तुम्हाला सांगणार नाही. कधीही नाही."

तिच्या स्वरात अत्यंत ठाम नकार भरलेला होता. तेव्हा याच मुद्द्यावरून तिच्यामागे लागून ती माहिती काढून घेण्याचा प्रयत्न करण्यात काहीही उपयोग नव्हता. उलट जो जो प्रयत्न करावा तो तो तिचा निर्धार अधिकाधिक पक्का होत गेला असता; पण तरीही मी तिला विचारले, "निदान तुम्ही मला एवढे तरी सांगाल का, की त्या इतर पाचही व्यक्ती अद्याप जिवंत आहेत का नाहीत?"

"ते सर्वजण दर वर्षीच्या पंधरा एप्रिल रोजी एकमेकांशी बोलतात. त्यांची तशी प्रथाच आहे. त्या दिवशी सगळेच फोनवरती येतात असे नाही; पण टेरीने नुकतेच मला फोन करून सांगितले होते की, 'सर्वांशी मी बोललो असून सर्वजण खुशाल आहेत.' फक्त त्यांच्यातला एकजण हा खूप आजारी आहे."

मी व केटने एकमेकांकडे पाहिले. केट म्हणाली, "मिसेस हॅम्ब्रेश्त, वेक्लिफ कुटुंबियांपैकी कोणाही एकाचा फोन नंबर आम्हाला देऊ शकाल का? म्हणजे मी त्यांना फोन करू शकेन."

"या बाबतीत तुम्ही पेन्टॅगॉनशी बोललेलेच बरे. तिथल्या टेरीच्या ऑफिसशी तुम्ही संपर्क साधा. मग कोणीतरी तुमच्या चौकशीला प्रतिसाद देईल."

केट म्हणाली, ''पण यांच्याकडे चौकशी करण्यापेक्षा वेक्लिफ यांच्या कुटुंबियांकडे चौकशी करणे, हे आम्हाला अधिक सोयीचे पडेल.''

''मग तशी विनंती तुम्ही पेन्टॅगॉनला करून पहा.''

मिसेस हॅम्ब्रेशतच्या बोलण्यावरून तिची काहीतरी निश्चित अशी कार्यसंस्कृती होती असे दिसले. त्यानुसार ती ठाम होती. शिवाय तिला आता फोनवर आमच्याशी बोलण्याचा कंटाळा आला होता. लष्कर हे तसे कोणाचीच बाजू न घेणारे, नि:पक्ष असे असते; पण तरीही मिसेस हॅम्ब्रेशत यांचा लष्कराच्या या नि:पक्षपातीपणाबद्दल आणखी काही विचार असावा. लष्कराशी तिची अधिक निष्ठा असावी अन् निष्ठा ही दोन्ही बाजूने असते, असे तिचे मत या बोलण्यातून भासत होते. विमानदल आणि अन्य सरकारी खाती यांनी तिच्या दु:खात तिला खूप सहाय्य केले असणार, धीर दिला असणार व भविष्यातली आश्वासने दिली असणार. तिच्या मानसिकतेला त्यांनी गोंजारले असणार. मी शेवटी तिला म्हणालो, ''थँक यू, मॅडम. आपण दिलेल्या सहकार्याबद्दल आपले मनापासून आभार. मी तुम्हाला येथे असे वचन देतो की आपल्या नवऱ्याच्या खुन्याला पकडण्यासाठी आम्ही शर्थीचे प्रयत्न करू व अखेर त्याला न्यायासनासमोर खेचू.''

ती यावर म्हणाली, ''असे आश्वासन मला केव्हाच दिले गेले आहे. त्यावर आता तीन महिने उलटून गेलेले आहेत....''

तिच्या उत्तराने मला वाईट वाटले. तिच्याबद्दल सहानुभूती वाटली; पण तरीही मी तिला म्हणालो, ''मॅडम, मला वाटते की आम्ही आता उत्तराच्या जवळ पोचलो आहोत.'' मी परत केटवरती एक दृष्टक्षेप टाकला. तिने माझ्याकडे पाहून एक स्मित केले.

मिसेस हॅम्ब्रेशत यांनी एक दीर्घ श्वास घेतल्याचे मला फोनवर ऐकू आले. मला वाटले की आता भावनावेग अनावर होऊन ती रडू लागणार. ती म्हणाली, ''तुम्ही जे म्हणत आहात ते सारे प्रत्यक्षात उतरो, अशी मी त्या परमेश्वराला प्रार्थना करते.... पण .....पण मला बिलची खूप आठवण येते हो.''

मी यावर बोललो नाही. उद्या जर मी मृत्यू पावलो तर माझ्यामागे कोणी असे म्हणेल की नाही, याची मला शंकाच वाटते.

तिने पुन्हा स्वत:वर काबू मिळवला असावा. ती म्हणाली, ''माझ्या नवऱ्याला त्यांनी कुऱ्हाडीने ठार मारले.... तुकडे तुकडे केले....''

''होय. मला ठाऊक आहे ते.... मी तुमच्याशी संपर्कात राहीन बरे. काही काळजी करू नका.''

''थँक्यू.''

मी फोन खाली ठेवला. केट आणि मी थोडा वेळ सुन्न होऊन गप्प बसून राहिलो

होतो. केट म्हणाली, "बिचारी!"

कोणाही स्त्रीला आपल्या नवऱ्याचा असा भीषण खून झाल्यावरती दु:ख होणे साहजिक आहे; पण या बाईने मात्र ते दु:ख खूपच वेगळ्या तऱ्हेने झेलले असावे. मी एक दीर्घ श्वास घेतला. माझ्यातला कर्तव्यकठोर डिटेक्टिव्ह पुन्हा जागा झाला. मी म्हणालो, "त्या डिफेन्स डिपार्टमेंटने जो हुकूम काढून हॅम्ब्रेश्तच्या पर्सनल फायलीमधला मजकूर काढला, तो मला वाटते की मला आता समजला आहे. आपल्या कोनिगसाहेबांना कोणीतरी अणुप्रकल्पाच्या मजकुराबद्दल सांगितले तसला काहीही प्रकार नाही."

यातून जो अर्थ काढायचा तो काढू देण्यासाठी मी केटशी अधिक काही बोललो नाही. कारण, मी काढलेला अर्थ ती कोनिगला सांगेल आणि कोनिग कालांतराने तोच अर्थ अप्रत्यक्षपणे स्वत:चा म्हणून मला सांगेल. केट म्हणाली, "तुम्ही एक फार मोठे काम केलेत."

"तूपण केलेस. प्रिंटरवर काय घेतले आहेस?"

तिने काही कागद माझ्यापुढे केले. त्यात *न्यूयॉर्क टाइम्स* व *वॉशिंग्टन पोस्ट* यातील मजकूर होता. १५ एप्रिल १९८६ रोजी झालेल्या लिबियावरच्या बॉम्बिगसंबंधीचा तो मजकूर होता. तारखा अर्थातच त्यानंतरच्या होत्या.

मी केटला म्हणालो, "आता कुठे तरी हळूहळू नीट अर्थ लागला आहे, असे वाटते."

आपली मान डोलवून ती म्हणाली, "खरे म्हणजे सुरुवातीपासूनच त्यातून निश्चित अर्थ निघत होता; पण तो अर्थ ओळखण्याइतपत आपण हुशार नव्हतो."

"आपल्याखेरीज येथे असलेल्या इतरही कोणाला तो अर्थ समजत नव्हता, कळत नव्हता. जेव्हा आपल्याला उत्तर सापडते तेव्हा ते नंतर खूपच सोपे वाटते. पण नंतर, आधी नाही. अन् फक्त लिबियन हेर खातेच आपली दिशाभूल करीत नाही."

माझ्या या वेडगळ वाटणाऱ्या विधानावरती केटने काहीच प्रतिक्रिया व्यक्त केली नाही. ती फक्त एवढेच म्हणाली, "कुठेतरी पाच माणसे आहेत आणि आता त्यांचे आयुष्य धोक्यात आले आहे."

मी म्हणालो, "आज मंगळवार आहे. ती पाच माणसे जिवंत असतील की नाही, याची मला शंका आहे."

४३

असद खलीलची हलकी व छोटी झोप संपली व तो जागा झाला. त्याने लिअरजेट विमानाच्या खिडकीतून बाहेर पाहिले. जमिनीवरती सर्वत्र काळोख पसरलेला होता; पण मधे मधे प्रकाशाचे पुंजके दिसत होते. आपले विमान आता उतरू लागले आहे, याची त्याला जाणीव झाली.

त्याने आपल्या हातातील घड्याळाकडे पाहिले. ते अजूनही न्यूयॉर्कची प्रमाणवेळ दाखवित होते. त्याच्या घड्याळात पहाटेचे ३:१६ झाले होते. जर हा विमानप्रवास ठरवल्याप्रमाणे वेळेत होत असेल, तर आता २० मिनिटातच त्याचे विमान डेन्व्हर शहरातील विमानतळावर उतरायला हवे; पण तो तर डेन्व्हरला जाणार नव्हता. त्याने विमानातला एअरफोन उचलला. त्यात आपले क्रेडिट कार्ड घालून ते चालू केले. आता तो बसल्या जागेवरून जगातला कोणताही क्रमांक फिरवू शकत होता. त्याने एक क्रमांक पाठ करून ठेवला होता. तो कुठेही लिहून ठेवला नव्हता. तो क्रमांक फिरवून त्याने फोन लावला.

तीन वेळा घंटी वाजल्यावर पलीकडून कोणीतरी फोन उचलला. एका बाईचा आवाज फोनवर ऐकू येऊ लागला. झोपेतून उठल्यासारखा तो आवाज वाटत होता. तसेच तो फोन इतक्या लवकर घेतला गेला होता की जणू काही ती फोनपाशीच इतक्या रात्री बसली असावी. "हॅलो...? हॅलो? हॅलो?"

खलीलने फोन खाली ठेवून दिला. ती बाई कर्नल रॉबर्ट कॅलम यांची पत्नी असेल तर आत्ता ती बिछान्यात गाढ झोपी गेलेली असायला हवी. तसे असते तर यातून एक अर्थ असा निघत होता की तिच्या घरी पोलीस अधिकारी त्याच्या पाळतीवर थांबलेले नाहीत. खलीलच्या फोनच्या येण्याची ते वाट पहात नाहीत. बोरिस आणि मलिक यांनी यावरती खूप विचार करून असा निष्कर्ष आधीच काढला होता. चार महत्त्वाचे खून पाडल्यावरती अमेरिकन अधिकाऱ्यांना सहज संशय येऊन ते पुढील संभाव्य खुनाच्या जागी सापळा लावतील आणि तिथे आधीच दबा धरून बसतील.

खलीलने इंटरकॉमचा हॅन्डसेट उचलला आणि बटण दाबले. सहवैमानिकाचा आवाज हॅन्डसेटमधून आला, "येस, सर?"

खलील म्हणाला, "मी आत्ताच एक फोन केला. त्यामुळे माझ्या पुढच्या कार्यक्रमात बदल करावा लागतो आहे. मला कोलॅराडो स्प्रिन्जच्या विमानतळावर आता उतरावे लागणार आहे."

"काही काळजी करू नका, मिस्टर पेर्लिमान. डेन्व्हरच्या दक्षिणेला अवघ्या

७५ मैलांवरती ते गाव आहे. आपल्याला फक्त जादा दहा मिनिटे उडावे लागेल.''

भाड्याने घेतलेल्या विमानाचा मार्ग किंवा प्रवासाचा कार्यक्रम हा प्रवासकाळात उडत असतानाही बदलता येतो, असे खलीलला बोरिसने सांगितले होते. त्या वेळी तो म्हणाला होता, अशा ऐन वेळेच्या बदलासाठी जादा पैसे लागतील खरे; पण जोपर्यंत लिबिया त्यासाठी पैसे खर्च करत आहे, तोपर्यंत तुला काळजी नाही. मग भले तू विमानाने हवेतल्या हवेत कितीही चकरा मारीत बसला तरी.''

तो सहवैमानिक म्हणत होता, ''आपल्याला म्युनिसिपल विमानतळावरती उतरायचे आहे, असे मी धरून चालतो.''

''होय.''

''मग मी तसा फ्लाईट प्लॅनमध्ये झालेला बदल वायरलेसने कळवतो. काहीही अडचण येणार नाही.''

''थँक यू,'' असे म्हणून खलीलने रिसिव्हर खाली ठेवला.

आता तो उठून उभा राहिला, आपली काळी हॅन्डबॅग त्याने उचलून घेतली व तो स्वच्छतागृहाकडे गेला. तिथे त्याने प्रातर्विधी उरकून आपल्या किटमधून टूथ पेस्ट व टूथ ब्रश बाहेर काढला - दात घासले. नंतर दाढीचे सामान बाहेर काढून त्याने नीट दाढी केली. अमेरिकन लोक स्वच्छतेचे भोक्ते असतात असे बोरिसने त्याला बजावलेले असल्याने तो ही काळजी घेत होता.

त्याने मग आरशात आपले रूप नीट न्याहाळले. आपल्या केसात त्याला हाडाचा एक बारीक तुकडा सापडला. त्याने आपले हात, आपला चेहरा पुन्हा एकदा काळजीपूर्वक धुतला. आपल्या टायवरचे आणि शर्टावरचे डाग परत परत ओल्या कागदी रुमालाने पुसायचा प्रयत्न केले; पण सदरवेट ही व्यक्ती किंवा त्या व्यक्तीचा काही भाग हा त्याला एवढा कवटाळून बसला होता की तो सुटायला तयार नव्हता. खलीलला याचे हसू आले. त्याने आपल्या बॅगमधून दुसरा टाय काढून तो घातला.

मग त्या काळ्या बॅगेतून त्याने ते ग्लॉक पिस्तूल बाहेर काढले, त्यातले ते जुने रिकामे झालेले गोळ्यांचे मॅगेझीन बाहेर काढून टाकले आणि त्यात गोळ्यांनी भरलेले मॅगेझीन घातले. दोन्ही पिस्तुले ही गोळ्यांनी भरलेली आहेत याची खात्री झाल्यावर त्या पिस्तुलांचे सेफ्टी कॅच लावले व ती परत बॅगेत ठेवून दिली.

स्वच्छतागृहातून बाहेर येऊन तो आपल्या आसनावर जाऊन बसला, आपल्या शेजारच्या आसनावर ती बॅग ठेवून दिली, मग तो त्या बारच्या कपाटापाशी गेला. आतमध्ये एक सीडी प्लेयर होता व काही संगीताच्या सीडी होत्या. आतल्या छोट्या फ्रीजमध्ये मद्याच्या बाटल्या होत्या आणि फळांच्या रसांचे काही कॅन होते. त्याला मानवणारे संगीत तिथे असण्याची शक्यता नव्हती. मद्य तो पीत नव्हता. कारण मद्यपानाला त्याच्या धर्मानेच बंदी केली होती. त्याने तिथला संत्र्याच्या रसाचा एक

कॅन काढून घेतला. एका पारदर्शक प्लॅस्टिकच्या डब्यात काही खाण्याचे जिन्नस होते. त्यात एक गोल आकाराचा पाव होता, तो त्याने काढून घेतला. हा 'बॅगेल' पदार्थ तर नसेल ना? अशी त्याला शंका आली; कारण विमानाच्या कॅप्टनच्या तोंडून तसा शब्द बाहेर पडला होता. बॅगेलच्या बाबतीत त्याला केव्हातरी असा संभ्रम पडणार हे हेरून बोरिसने त्याला सांगितले होते, "बॅगेल हा पदार्थ मुळात ज्यू लोकांनी शोधलेला आहे; पण सर्व अमेरिकन लोक तो खातात. कामगिरीवरती असताना जेव्हा तुला ज्यू बनून प्रवास करावा लागेल, तेव्हा बॅगेल हा पदार्थ तुला ठाऊक असलाच पाहिजे, याची खात्री बाळग. या पदार्थाचे स्लाईस करता येतात. म्हणजे मग त्यावर लोणी किंवा चीज पसरता येते. ह्या पदार्थात डुकराचे मांस घालत नाहीत. त्यामुळे तुला तशी धार्मिक भीती नाही." एवढे सांगितल्यावर बोरिसने त्याच्या नेहमीच्या आक्रमक शैलीत पुढे सांगितले, "अमेरिकेत डुकरे वाढवताना कमालीची स्वच्छता बाळगतात. तिथली डुकरे एवढी स्वच्छ असतात की तेवढे स्वच्छ तुझ्या देशातील काही लोकही नाहीत. मी स्वत: इथल्या काही भागात ते पाहिले आहे."

बोरिसच्या अशा बोलण्यामुळे खलीलला त्याचा प्रचंड राग येई. या मोहिमेवरती निघण्याआधी या बोरिसला ठार करून मगच निघावे, अशी त्याची इच्छा होती. तसे त्याने मलिकला विचारलेही होते; पण मलिकने परवानगी न दिल्याने ते राहून गेले. त्या वेळी मलिकने त्याला खुलासा केला होता की, "तू ज्या वेळी अमेरिकेत मोहिमेवर असशील त्या वेळी मोहिमेचे नियंत्रण येथून करण्यासाठी आपल्याला बोरिसची जरुरी आहे. जेव्हा आम्हाला कळेल की तू अमेरिकेतून सुरक्षितपणे बाहेर निसटला असून सुरक्षित आहेत, तेव्हा आम्हीच त्याला इथे संपवून टाकू. या बाबतीत तू परत मला काहीही विचारू नकोस."

कदाचित् बोरिस हा खूप महत्त्वाचा व अत्यंत लायक असल्याने त्याला जिवंत ठेवले जाईल असे खलीलला वाटत होते. पण मलिकने त्याला आश्वासन दिले होते की बोरिसला आता खूप गोष्टी ठाऊक झाल्या असल्याने त्याचा आवाज कधी ना कधी तरी कायमचा बंद करणे जरुरीचे आहे. पण तरीही, ज्या माणसाने आपले एवढे अपमान केले आहेत, त्या माणसाला संपवण्याची संधी आपल्याला का दिली जात नाही? खलीलला याचे आश्चर्य वाटत होते. शेवटी त्याने तो विषय आपल्या डोक्यातून काढून टाकला आणि तो आपल्या आसनावरती येऊन बसला.

अखेर त्याने 'बॅगेल' नावाचा तो पाव खाल्ला. त्याला तो बऱ्यापैकी चवदार वाटला. कॅन उघडून त्यातील संत्र्याचा रस प्यायला; पण त्यात खूप धातूची चव उतरली होती.

अमेरिकन लोकांना चवीचे ज्ञान नाही किंवा वाईट चव सहन करण्याची त्यांची

शक्ती फार आहे, असे त्याचे मत झाले. आपले विमान डावीकडे कलले आहे, असे त्याला वाटले. त्याने खिडकीतून बाहेर नजर टाकली. दूरवरती धूसर प्रकाश मोठ्या प्रमाणात पसरलेला त्याला दिसला. नक्की ते डेन्व्हर शहर असणार असा त्याने तर्क केला. त्या शहरापलीकडे पांढरी शिखरे असलेली एक पर्वतराजीही त्याला तिथल्या चंद्रप्रकाशात दिसली.

त्याचे विमान आता बऱ्याच वेळा वळत होते व सरळ होत होते. शेवटी इंटरकॉममधून 'बीप' आवाज आला. त्यातून सहवैमानिकाचा आवाज आला, "मिस्टर पेर्लिमान, आपण आता कोलॅराडो स्प्रिंन्ज गावाच्या म्युनिसिपल विमानतळावर उतरण्यासाठी खाली जाणार आहोत. कृपया, आपले पट्टे बांधा. ही सूचना समजल्याचे कृपा करून सांगावे."

"होय, मला पूर्ण कळले आहे."

"थँक यू, सर. आपण पाच मिनिटात जमिनीवरती उतरू. आकाश स्वच्छ आहे. बाहेरचे तपमान सहा अंश सेल्सिअस आहे."

खलीलने आपल्या आसनाचा पट्टा पोटाला बांधला. विमानाच्या पोटातून चाके बाहेर पडून ती पक्की झाल्याचा आवाज त्याला ऐकू आला.

ते छोटे जेट विमान आता खूप खाली आले होते. त्याचे विमानतळाभोवती गोल गोल चकरा मारणे थांबले होते. त्याऐवजी ते आता सरळ रेषेत पुढे चालले होते. काही मिनिटातच विमानाखालून धावपट्टी सुरू झाली, अन् मग काही सेकंदात विमानाची चाके जमिनीला टेकून फिरू लागली. तो विमानतळ खूप मोठा होता. त्याची धावपट्टी लांबलचक होती. सहवैमानिकाने इंटरकॉमवर खलीलला म्हटले, "वेलकम टू कोलॅराडो स्प्रिन्ज."

खलीलला त्या सहवैमानिकाची ही सतत चालणारी बडबड आवडली नाही. चिडून त्याला 'शट अप.' म्हणायची तीव्र ऊर्मी झाली. असद खलीलला कोलॅराडो स्प्रिन्जमध्ये उतरायचे नव्हते. त्याला मनातून त्रिपोलीला जायचे होते. जिथे परमेश्वराचे अस्तित्व नाही अशा या भूमीचा त्याला आता कंटाळा आला होता. कशाला उगाच इथे माझे स्वागत करता? नो वेलकम टू कोलॅराडो स्प्रिन्ज. ज्यांना कोणाला ठार मारायचे आहे ते काम करून ताबडतोब या देशातून बाहेर पडावे असे त्याला वाटू लागले. अमेरिकेचा त्याला आता उबग वाटू लागला होता.

विमान आता वळून टॅक्सीवेकडे पळू लागले होते. तो सहवैमानिक मधले पार्टिशनचे दार सरकावून बाहेर आला व खलीलला म्हणाला,

"गुड मॉर्निंग!"

खलीलने त्यावर कसलेही प्रतिअभिवादन केले नाही.

सहवैमानिक म्हणत होता, "आपण पार्किंग एरियापर्यंत टॅक्सीईंग करत जात

आहोत. तिथे गेल्यावर तुम्हाला बाहेर पडता येईल. नंतर आम्ही विमानात इंधन भरून घेऊ. तुम्हाला इथे कामासाठी किती वेळ थांबावे लागणार आहे? काही कल्पना देता येईल का आम्हाला, सर?''

''दुर्दैवाने तसे मला आत्ता काहीही सांगता येणार नाही. कदाचित् दोन तास लागतील किंवा त्यापेक्षाही कमी वेळ लागू शकेल. जर आमची मीटिंगमधील चर्चा चांगली झाली व नंतर कंत्राटाची करारपत्रे तयार करावी लागली तर मात्र उशीर होण्याची शक्यता आहे. मग मी नाश्ता घेऊनच येईन. बहुतेक सकाळी नऊ वाजेपर्यंत येईन; पण त्यानंतर मात्र नक्कीच नाही.''

अमेरिकेत धंदेव्यावसायिकांच्या बैठका, सभा, मीटिंग्ज वगैरे सारे बऱ्याच वेळा रात्रभर चालत असतात. त्या वेळी बाहेरून येणारे फोन, निरोप, भेटायला येणारी माणसे येत नसल्याने शक्यतो याच रात्रीच्या वेळा महत्त्वाच्या कामांसाठी ठेवतात. त्यामुळे त्या सहवैमानिकाला याचे नवल वाटले नाही. तो म्हणाला, ''फाईन. आम्ही त्याप्रमाणे आपल्या सेवेसाठी अगदी वेळेत हजर राहू. आपल्याला नेण्यासाठी येणारे लोक कार्पोरेट जेट फॅसिलिटीपाशी येणार आहेत? कारण आपले हे विमान तिथेच थांबणार आहे.''

''नाही. मी त्यांना मुख्य टर्मिनल इमारतीमध्ये भेटणार आहे. मग तिथून पुढे आम्ही निघू. मला टर्मिनल इमारतीपर्यंत जायला एखादे वाहन मिळेल ना?''

''तशी काही अडचण येणार नाही. मी बघतो काय करायचे ते.'' तो सहवैमानिक कॉकपिटमध्ये निघून गेला.

दूरवर अनेक मोठमोठे हॅन्गार्स ओळीने उभे होते. त्या दिशेने ते लिअरजेट विमान चालले होते. खलीलने आपल्या पोटाला बांधलेला पट्टा सोडवला. त्याने बॅगेतून आपली ती दोन भरलेली पिस्तुले बाहेर काढली आणि आपल्या कंबरेच्या पट्ट्यात दोन्ही बाजूंना खोचून दिली. त्या पिस्तुलांचे सेफ्टी कॅच त्याने सोडवले होते. आता कोणत्याही आणीबाणीच्या क्षणी तो शत्रूवरती दोन्ही पिस्तुले झटकन बाहेर काढून गोळ्यांचा वर्षाव करू शकत होता. त्याची नजर मधल्या दारातून आतल्या दोन्ही वैमानिकांवरती होती. ते दोघे मागे वळून आपल्याकडे पहात नाहीत, याची त्याने खात्री करून घेतली होती. मग तो उठून उभा राहिला व आपल्या कोटाने दोन्ही पिस्तुले नीट झाकली गेली आहेत हेही त्याने पाहिले. मग खाली वाकून त्याने खिडकीबाहेर पाहिले. कॉकपिटच्या मागे असलेल्या उघड्या पार्टिशनपाशी तो गेला.

तो आल्याचे पाहून वैमानिक म्हणाला, ''सर, आपण आसनात बसलात तर आपल्याला अधिक आराम वाटेल.''

''नको, मला इथेच बरे वाटते आहे''

''ठीक आहे, सर.''

खलीलने कॉकपिटच्या खिडकीतून टारमॅक आणि सर्व हॅन्गार्स क्रमाने न्याहाळली. लाँग आयलँडच्या मॅकॉर्थर विमानतळावरती जशी त्याला सामसूम वाटली, कुठेही धोका दिसला नाही, तसेच त्याला इथे वाटले. त्या वैमानिकांचे वागणेही अगदी सहज वाटेल असे होते. याचा अर्थ प्रवासात पोलिसांनी त्यांना वायरलेसने खालून काहीही कळवले नव्हते.

ते लिअरजेट सावकाश जात जात शेवटी एका पार्किंग रॅम्पपाशी जाऊन थांबले. ओव्हरऑल चढवलेला एक माणूस व एक बाई तिथे आले; पण खलीलला त्यात काहीच धोका वाटला नाही. अन् जरी ते दोघे त्याला पकडण्यासाठी आले असते तरी त्याने त्यांना सहज ठार करून नरकात पाठवले असते. कदाचित् त्यांच्या एखाद्या गोळीने तो आधी ठार झाला असता. पण स्वर्गात त्याची जागा आता त्याच्या मते पक्की झाली होती. त्यामुळे त्याला कसलाही चिंता नव्हती. तो पूर्ण निर्भय झाला होता.

त्याचे ज्या वेळी त्रिपोलीमध्ये प्रशिक्षण चालू होते, तेव्हा मलिक एका 'मुर्शीद' व्यक्तीला घेऊन आला होता. या मुर्शीदचे काम आध्यात्मिक मार्गदर्शन करण्याचे असते. त्याने त्या वेळी खलीलला सांगितले, "तू जो जिहाद करायला जातो आहेस, त्यातील अगदी छोटा भाग जरी तू साध्य केलास तरी तुझी जागा स्वर्गातील नंदनवनात पक्की झाली आहे असे समज. आपण माणसे जसे मूल्यमापन करतो तसे मूल्यमापन परमेश्वर करीत नाही; पण तो तुमच्या हृदयात डोकावून मगच मूल्यमापन करतो. हृदयात डोकावणे ही गोष्ट माणसांना जमत नसते. पवित्र धर्मग्रंथात असे सांगितले आहे की, *'जर अल्लासाठी तुम्हाला मरावे लागत असेल किंवा तुमचा बळी जात असेल तर त्याची क्षमाशीलता तुम्हाला लाभेल. त्याची कृपा तुमच्यावरती होईल. अन् अल्लाची क्षमाशीलता व कृपा यांची किंमत कोणत्याही नास्तिकाजवळच्या किंवा काफराजवळच्या मोठ्यातल्या मोठ्या खजिन्यापेक्षाही जास्त आहे. तुम्ही किती शत्रूंना कंठस्नान घालून ठार केले, हे अल्ला पहात नाही. तो फक्त तुम्ही किती शत्रूंना संपविण्याचे तुमच्या हृदयात शपथपूर्वक ठरवता, हे तो पहातो."*

त्या मुर्शीदचा उपदेश सांगून झाल्यावर मलिकने त्याचे आभार मानून त्याला निरोप दिला. तो गेल्यानंतर मलिक खलीलला म्हणाला, "जेव्हा आपल्या चांगल्या हेतूंना व निश्चयांना महान यश प्राप्त होते, तेव्हा परमेश्वराला अधिक आनंद होतो. म्हणून शक्यतो स्वत:ला ठार होऊ न देता, तू सर्व शत्रूंना ठार करून टाक." मलिकने त्या मुर्शीदच्या उपदेशाचे सार अशा शब्दांत खलीलला समजावून सांगितले होते.

खलीलने कॉकपिटच्या खिडकीतून बाहेर पाहिले. त्या मुर्शीद आणि मलिकच्या उपदेशानुसार आपल्याला आत्ताही तसे वागता येईल, शेवटचा एल्गार करता येईल;

पण आपण आता यशाच्या पूर्णत्वाजवळ येऊन पोहोचलो आहोत, हे व्यावहारिक दृष्टिकोनातून जसे खरे आहे तसेच ते धार्मिकदृष्ट्या किंवा आध्यात्मिक दृष्ट्याही खरे आहे. त्याच्या ते लक्षात आल्यावर पूर्णत्वास पोचल्याचे समाधान त्याला लाभले.

वैमानिकाने विमानाचे इंजिन बंद करून टाकले आणि खलीलला म्हटले, ''सर, आपण आता विमानामधून बाहेर उतरू शकता.''

खलील मागे सरकून प्रवाशांच्या केबिनमध्ये आला. तो सहवैमानिकही आपल्या आसनामधून उठून केबिनमध्ये आला व बाहेर जाण्याचे दार उघडू लागला. ते दार उघडून तो बाहेर गेला आणि दारात उभ्या असलेल्या खलीलला बाहेर पडावयास मदत करण्यासाठी त्याने आपला एक हात पुढे केला.

पण असद खलीलने त्याच्या मदतीकडे पूर्ण दुर्लक्ष केले. तो दारात उभा राहून सर्वत्र नजर फिरवित होता. त्याच्यासमोर उलगडलेला विमानतळाचा विस्तार तो नीट न्याहाळीत होता. सर्वत्र उंचावरून प्रखर दिव्यांचे प्रकाशझोत सोडलेले होते. स्थानिक वेळेप्रमाणे रात्रीचे दोन वाजले होते व या वेळी फारच तुरळक लोक दिसत होते.

जोपर्यंत खलील दरवाजात उभा होता, तोपर्यंत वैमानिक आपल्या आसनातच बसून होता. खलीलला ठाऊक होते की वैमानिकाने मनात आणले तर तो विमानातून सहज निसटून जाऊ शकत होता.

त्याला पुन्हा लिबियात दिलेले प्रशिक्षण आठवले. त्याला सांगण्यात आले होते की, अमेरिकेत एखाद्या गुन्हेगाराला सहजासहजी ठार मारले जात नाही. मात्र जर त्याने सुरक्षित आडोसा घेऊन गोळ्या झाडण्यात सुरुवात केली, तरच त्याला नेमबाजांकडून गोळ्या घातल्या जातात; पण त्याही त्याला शक्यतो जखमी करण्यापुरत्याच; पण जर माणसे ओलीस धरून तो गोळ्या झाडू लागला तर मात्र त्याला टिपून ठार केले जाते. जर एखादा संशयित अथवा गुन्हेगार हा उघड्या जागेत लपला असेल, अन् तो एकटाच आहे याची खात्री असेल तर त्याला सर्व बाजूंनी सशस्त्र माणसे— मग त्यात स्त्रियाही आल्या— आधी वेढा घालतात, मग त्याच्या दिशेने ओरडून त्याला शरण येण्यास बजावतात, हात वर करून बाहेर पडण्यास सांगतात. वेढा घालणाऱ्या लोकांच्या अंगात बुलेटप्रूफ जाकिटे असतात. आत्ताही खलीलच्या अंगात तसे जाकीट होते. तेव्हा जर त्यांच्यावर गोळी झाडायची असेल तर त्यांच्या डोक्याचा नेम धरूनच झाडावी. नाहीतर ती नक्की वाया जाईल.

त्रिपोलीच्या बाहेर असलेल्या कॅम्पमध्ये त्याने या गोष्टींचा सराव केला होता. त्या वेळी त्याला वेढा घालणाऱ्या माणसांनी— त्यात बायका नव्हत्या—पोलिसांसारखे गणवेष घातले होते. काहीजणांच्या अंगात पॅरा मिलिटरी ट्रूपरसारखे पोषाख होते. ते फक्त काही इंग्रजी शब्द ओरडत होते, ''फ्रीज! फ्रीज! हॅन्डस् अप! हॅन्डस् अप! गेट ऑन द ग्राऊंड! ले डाऊन! ले डाऊन!''

त्याला अशा सूचना दिल्या होत्या की त्याने आपण घाबरलो आहोत, गोंधळलो आहोत, असे अविर्भाव करावेत. जमिनीवर झोपण्याऐवजी त्याने नुसते गुडघे टेकले तरी चालतील. मग त्याला वेढणारी माणसे आणखी त्याच्याजवळ येतील, ते ओरडतच असतील. कारण तसे करत येण्याची त्यांची ती पद्धतच आहे. मग ते पुरेसे टप्प्यात आलेले दिसताच तो कंबरेला लावलेली दोन्ही पिस्तुले बाहेर काढेल आणि त्यांच्या दिशेने गोळ्या झाडण्यास सुरुवात करेल. त्याच्याजवळ त्या वेळी पॉईंट फॉर्टी ग्लॉक पिस्तुले दिली होती. त्याच्या गोळ्या त्या माणसांना भेदून जाणार नव्हत्या; पण जाकिटावर गोळी लागताच आपोआप ते खाडकन उडून पडणार होते. एवढा त्या गोळीचा तडाखा जबरदस्त होता. पूर्वी एमएमच्या गोळ्या वापरायचे. ही झाडलेली गोळी जरी बुलेटप्रूफ जाकिटाचा भेद करीत नसे तरी त्या व्यक्तीला उखडून उडवत असे.

प्रत्यक्षात खरोखरीच असे घडेल का, याबद्दल खलील साशंक होता. त्याची खात्री पटवण्यासाठी हत्यारांचे प्रशिक्षण देणाऱ्याने एका कैद्यावरती प्रयोग करून दाखवला. गंभीर शिक्षा झालेल्या त्या कैद्याला एक बुलेटप्रूफ जाकीट घालून साठ फूट अंतरावर उभे केले. नंतर ग्लॉक पिस्तुलातून त्याच्या छातीवर पॉईंट फॉर्टीची गोळी झाडली. जरी त्याच्या अंगात ते केव्हलारचे बुलेटप्रूफ जाकीट होते व जरी त्या गोळीने त्याचा भेद केला नाही, तरीही त्या गोळीच्या आघाताने तो कैदी अक्षरश: पायापासून डोक्यापर्यंत खाड्दिशी उडून जमिनीवर निपचित पडला. अर्धा मिनिट तो तसाच पडून होता. त्याला उठता येत नव्हते. मग कसाबसा तो उठल्यावर त्याला परत तशीच गोळी घातली. पुन्हा तो हवेत उडून खाली पडला. त्यांनी अशा रीतीने त्याच्यावरती चार गोळ्या झाडल्या. शेवटी तो कैदी जरी जिवंत राहिला होता तरीही तो उठू शकला नाही. मग एक गोळी त्याच्या डोक्यात झाडल्यावरती तो मेला आणि हे प्रात्यक्षिक संपले.

बोरिसने त्याला बजावले होते, "पिस्तुलाने तू जर अशी काही लढाई जिंकू पहाशील तर तो विचार सोडून दे. अमेरिकन लोक आपल्या नेमबाजीचा खूप गर्व करीत असतात. त्यांच्या संस्कृतीचा पिस्तूल हा एक अविभाज्य घटक झालेला आहे. तसेच, मालकीहक्काने पिस्तूल जवळ बाळगण्यास अमेरिकन घटनेतच मुभा दिली आहे."

खलीलला या माहितीवरती विश्वास ठेवणे कठीण जात होते. हा बोरिस प्रत्येक वेळी अमेरिकनांबद्दल नवीन नवीन माहिती शोधून सांगतो. कदाचित् अशी माहिती देण्यामुळे बहुधा सर्वांवरती छाप पडेल किंवा ऐकणाराला धक्का बसेल अशी त्याची अटकळ असावी.

ते काही असले तरी त्याने गोळीबारांची विविध तऱ्हेने अनेकवार सराव केला.

शेवटी बोरिस त्याचा सराव पाहून म्हणाला, ''एखाद्या गोळीबारातून निसटून जाणे शक्य आहे, असे अनेकदा होत असते. जर अशा गोळीबारात तू जायबंदी झाला नसशील, फारशी दुखापत झाली नसेल, तर तू सरळ तिथून पळून जा. त्यात काहीही गैर नाही. मात्र सिंहासारखा वेगाने पळत जास्तीत जास्त दूरचे अंतर काप. त्यांच्या पळण्याच्या वेगापेक्षा तुझा पळण्याचा वेग जास्त हवा. याचे कारण पळत पळत पाठलाग करताना गोळ्या झाडायच्या नाहीत, असेच त्यांना शिकवलेले असते. पळताना जर गोळ्या झाडल्या तर अचूक नेम बसत नाही. अन् जर गोळी वाटेतील एखाद्याला लागून तो माणूस ठार झाला तर? तसेच, एक पुढे व दुसरा त्याच्या मागे असे हे दोघेजण मिळून एखाद्याचा पाठलाग करीत असतील तर मागच्याने सर्वांत पुढे असलेल्या गुन्हेगारावरती गोळी झाडली तरी ती त्याच्यापुढे असलेल्या स्वत:च्याच सहकाऱ्याला लागण्याची शक्यता असते. ते तुझ्यावरती गोळ्या झाडतील पण पळणार नाहीत. अन् पळत तुझ्याकडे येतील तेव्हा गोळ्या झाडणार नाहीत. म्हणून कोणत्याही परिस्थितीत तू व ते यांच्यात जमेल तेवढे अंतर ठेव. तसे केले तर तुला निसटून जाता येईल.''

यावर खलीलने एक शंका विचारली होती. तो म्हणाला होता, ''पण जर त्यांच्याकडे त्या वेळी एखादा नेमबाज असेल तर? त्याच्याजवळ दुर्बिण लावलेली बंदूक असेल तर तो सहज लांबची व्यक्ती अचूक टिपू शकतो.''

यावर बोरिसने उत्तर दिले होते, ''अशा वेळी तुझ्या पायावर गोळ्या झाडल्या जातील याचे भान ठेव. अशा दुर्बिण असलेल्या बंदुकीतून जेव्हा तो नेमबाज गोळी झाडतो तेव्हा तो सहसा ठार करत नाही. 'ठार न करता मी गुन्हेगाराला कसे जायबंदी करून रोखून धरले' असा गर्व बाळगण्याची त्यांना हौस असते. अशी वेळ जर तुझ्यावर आली तर तुझ्याजवळच्या पिस्तुलात एक तरी गोळी असेल याची खबरदारी आधीपासून घे. त्याच्या हातात जिवंत लागू नये म्हणून ही गोळी तू स्वत:वरती झाडून घेऊ शकतोस. अन् स्वत:च्या डोक्याचा नेम धरलेल्या गोळीचा निशाणा हा इतक्या जवळ असेल की तो चुकणार नाही हे नक्की.'' एवढे बोलून बोरिस मोठ्याने हसला; पण लगेच हळू आवाजात म्हणाला, ''मी तुझ्या जागी अशा वेळी असतो तर मात्र मी स्वत:ला असे ठार करून घेणार नाही. मग भले तो मलिक काहीही म्हणत असला तरी. त्या वेळी मी 'खड्ड्यात गेला मलिक' असेच मनात म्हणेन.''

तो सहवैमानिक जिन्याच्या पायऱ्यांवर अजूनही उभा होता. आपल्या चेहऱ्यावरती हसू कायम ठेवण्याचा प्रयत्न करीत होता. त्याचा प्रवासी मात्र अजूनही दारात उभा राहून चौफेर नजर टाकीत होता. एव्हाना वैमानिकही आपल्या आसनातून उठून खलीलच्या मागे उभा होता. हा प्रवासी कधी जिना उतरू लागतो आहे, याची तो

वाट पहात होता.

खलीलने आपली ती काळी प्रवासी बॅग डाव्या हातात धरली. उजवा हात ऐन वेळी कमरेचे पिस्तूल बाहेर काढण्यासाठी मोकळा ठेवला होता. तो जिना उतरून टारमॅकवर जाऊन उभा राहिला. त्याच्यामागोमाग वैमानिकही जिना उतरून खाली आला आणि तो एका माणसाच्या दिशेने चालू लागला. त्या माणसाच्या अंगावरती गार वाऱ्यापासून संरक्षण करणारा विंडब्रेकर होता. त्यावर मोठी अक्षरे काढलेली होती. : RAMP AGENT

खलील त्या सहवैमानिकाजवळ उभा होता. तीन फुटांपेक्षाही कमी अंतर त्याच्यापासून ठेवून तो उभा होता. अजूनही खलीलची नजर संपूर्ण टारमॅकचा वेध बारकाईने घेत होती. टारमॅकवरची वहाने, हॅन्गार्स आणि उभी केलेली विमाने यांचे त्याने निरीक्षण चालवले होते.

तो वैमानिक खलीलकडे चालत आला व म्हणाला, ''ती व्यक्ती तुम्हाला स्वत:च्या गाडीतून मुख्य टर्मिनलकडे घेऊन जाईल.'' मग आपला आवाज किंचित खाली आणून तो पुढे म्हणाला, ''त्याबद्दल तुम्ही त्यांना थोडीशी बक्षिसी दिली तर ते ठीक दिसेल.''

''किती द्यायची?''

''दहा डॉलर्स ठीक आहेत.''

बरे झाले आपण आधी विचारून घेतले. नाहीतर इथले लोक काय वाटेल तेवढ्या पैशांची मागणी करतात. लिबियात दहा डॉलरच्या रकमेत कोणाही माणसाची सेवा पुरे दोन दिवस सहज विकत घेता येईल. इथे दहा मिनिटांसाठी दहा डॉलर्स द्यावे लागत आहेत.

खलील त्या दोन्ही वैमानिकांना उद्देशून म्हणाला, ''थँक यू, जंटलमेन. मी जर दोन तासांत परत आलो नाही तर मघाशी म्हटल्याप्रमाणे सकाळी नऊ वाजता परतेन; पण कोणत्याही परिस्थितीत यापेक्षा अधिक उशीर होणार नाही.''

कॅप्टन फिस्की म्हणाला, ''येस सर. तुम्ही याल तेव्हा आम्हाला वैमानिकांच्या लाऊंजमध्ये शोधा. आम्ही तिथेच आहोत.''

खलील त्या रॅम्प एजंटकडे गेला. त्याने आपली ओळख करून दिली. मग ते दोघे चालत चालत पार्किंग लॉटमध्ये ठेवलेल्या रॅम्प एजंटच्या गाडीपाशी गेले. खलील या वेळी पुढे ड्रायव्हरच्या आसनाशेजारी बसला. त्रिपोलीमध्ये तो असता तर मात्र तो मागच्या आसनावर बसला असता. ती आसने तिथे मानाची समजली जातात. बोरिसने त्याला एकदा सांगितले होते व नंतरही वेळोवेळी त्याची आठवण करून देत म्हटले होते, ''माझ्या स्वत:च्या पूर्वीच्या देशात, म्हणजे सोविएत रशियात वर्गविरहीत अशा कामगारांचा देश होता; पण तरीही अधिकारपदाच्या

आपल्या स्थानानुसार प्रत्येकजण न बोलता निमूटपणे आपापल्या जागांवर जाऊन बसे, तर भांडवलशाही अमेरिकेत वर्गवारीनुसार माणसाची किंमत ठरवली जाते. अन् ते सर्वांना ठाऊक असूनही सर्वजण 'आपण वर्गभेद पाळत नाही' असे दाखविण्यासाठी खालच्या थरात मिसळण्याचे ढोंग करतात. हे ढोंग कोणालाच आवडत नाही. सर्वांना मनातून वर्गविग्रहच पसंत असतो; पण जेव्हा केव्हा संधी मिळते तेव्हा हीच अमेरिकन मंडळी आपण समानतावादाचे फार मोठे पुरस्कर्ते आहोत असा आव आणतात.''

रॅम्प एजंटने आपली गाडी सुरू केली. त्या पार्किंगच्या जागेतून बाहेर काढली. त्याने खलीलला विचारले, ''आपण कोलॅराडो स्प्रिन्जमध्ये प्रथम आलात मिस्टर....?''

''पेर्लिमान. होय, प्रथम आलो.''

''आलात कुठून?''

''इस्राइलमधून.''

''काय सांगता? मी तिथे होतो एकदा. तुम्ही तिकडेच नेहमी रहाता का?''

''होय.''

त्याने एक कडेचा रस्ता पकडला व तो आपली गाडी मुख्य टर्मिनलकडे नेऊ लागला.

''पण तिथे फार काळ रहाणे कठीण आहे. हा देश मात्र मस्त आहे. इथे स्कीइंग करता येते, हायकिंग करता येते, बोटिंग करता येते, घोड्यावर बसून हिंडता येते, शिकार करता येते.... पण आता शिकारीचा खेळ बदनाम झाला आहे.''

''का बरे?''

''लोकांना शस्त्रास्त्रे व खूनखराब यांचा तिटकारा येऊ लागला आहे.''

''खरं?''

''असे काही लोकांना वाटते. यावरून इथे फार मोठे वादविवाद होत असतात. तुम्ही करता का कधी शिकार?''

''नाही बुवा. मला रक्त पाहिले तरी कसेतरीच होते.''

''ओहऽ असे असेल तर मग मी माझे तोंड बंद ठेवतो.''

ते टर्मिनल इमारतीकडे चालले होते. आपण मघाशी काय बोललो हे विसरून तो रॅम्प एजंट म्हणाला, ''येथे आजुबाजूला खूपच लष्करी गोष्टी आहेत. या विमानतळाच्या उत्तरेला पीटर्सन एअर फोर्स बेस आहे, तर दक्षिणेला फोर्ट कार्सन आहे. ते सैन्याचे ठाणे आहे. शिवाय गावात अमेरिकेची एअर फोर्स ॲकॅडमी आहे. अन् डावीकडे जे डोंगर दिसत आहेत ना, तिकडे - तिथे - नॉर्थ अमेरिकन एअर डिफेन्स कमांड आहे. तो त्या डोंगराच्या पोटात आहे. तिथेच आतमध्ये हजारो लोक काम करीत असतात. आत खूप पॉश आहे म्हणे. इथले सारे काही कॉन्झरव्हेटिव्ह

आहे. डेन्व्हर शहराकडे जा. सर्व काही लिबरल. रिअल लिबरल. डेन्व्हरच्या उत्तरेला बोल्डर शहर आहे. म्हणून मी तर त्या भागाला पीपल्स रिपब्लिक ऑफ बोल्डर म्हणेन.'' असे म्हणून तो हसला. मग परत बोलू लागला, ''मी मघाशी म्हणालो होतो ना की पूर्वी मी इस्त्राईलमध्ये राहात होतो. माझ्या बायकोने एकदा मला अक्षरश: ओढत जेरूसलेमला नेले. ती खूप धार्मिक आहे. जेरूसलेम हे एक महान शहर आहे. तिथली सर्व धार्मिक स्थळे आम्ही पाहिली. अरे हो, तुम्ही ज्यू आहात ना? बरोबर?''

''अर्थातच.''

''हं, तर काय सांगत होतो मी? तर आम्ही एका धर्मस्थळाला भेट दिली. त्याचे नाव डोम ऑफ रॉक; खडकाचा घुमट. ती एक अरब मशीद आहे; पण पुढे असे लक्षात आले की हेच ते एके काळचे ज्यू धर्मीयांचे मुख्य देऊळ आहे. बाकी तुम्हाला ते ठाऊक असेल म्हणा. येशू ख्रिस्तही तिथे बहुधा जाऊन आला असावा. तो मूळचा ज्यू वंशीय होता ना; पण आता तिथे मशीद आहे.'' त्याने आपल्या प्रवाशाकडे पाहिले आणि म्हटले, ''मला वाटते की ती जागा परत ज्यूंनी आपल्या ताब्यात घ्यावी. कारण प्रथम ती त्यांच्याकडे होती ना. नंतर हे अरब आले, त्यांनी ती जागा बळकावली आणि तिथे एक मशीद बांधली. अरबांचा त्या जागेवर कसा हक्क पोचतो?''

''याचे कारण महंमद पैगंबर हा तिथल्या खडकावरून शेवटी स्वर्गात चढला. पीस बी अनटू हिम.''

''अं?''

खलीलने आपला घसा साफ करीत म्हटले, ''असे मुसलमान लोकांना वाटते.''

''अं.....होय. तिथल्या गाईडने तेही आम्हाला सांगितले होते. छ्या ऽ! मी भलतेच बडबडत गेलो. धर्माचा विषय मी काढायला नको होता.''

खलील गप्प राहिला.

म्युनिसिपल टर्मिनलच्या इमारतीसमोर त्याने आपली गाडी आणून उभी केली. खलील दार उघडून बाहेर पडला आणि तिथून तो निघणार होता; पण खाली वाकून खिडकीतून त्याने एक दहा डॉलरची नोट रॅम्प एजंटपुढे केली व म्हटले, ''थँक यू.''

''थँक यू. सी यू लॅटर, '' असे म्हणून आपली गाडी घेऊन तो रॅम्प एजंट तेथून निघून गेला.

खलीलने आजुबाजूला पाहिले. इमारतीमध्ये वर्दळ नव्हती की माणसे नव्हती. जणू काही ती ओसाड पडली होती. दूरवर पार्किंग एरियामध्ये दोन पिवळ्या टॅक्सी

उभ्या होत्या.

तो इमारतीमध्ये शिरला. जर आत्ता कोणी ना कोणी तरी इमारतीमध्ये असेल तर त्याचे आपल्या एकट्याकडे सहज लक्ष जाईल; परंतु त्याला कुठेही पोलीस दिसला नाही. फक्त एकच माणूस काम करीत होता. तो एका लांबलचक दांड्याने ओली फरशी पुसत होता; पण त्याने खलीलकडे ढुंकूनही पाहिले नाही. त्याला त्रिपोलीत सांगण्यात आले होते की आंतरराष्ट्रीय विमानतळांपेक्षा म्युनिसिपल विमानतळावरती खूपच कमी सुरक्षितता असते. अन् जरी पोलीस अधिकारी त्याचा अमेरिकेत शोध घेऊ लागले तरीही म्युनिसिपल विमानतळांकडे ते वळण्याची शक्यता अगदी कमी होती.

खलील मुद्दाम मुख्य लॉबीमधून चालत गेला. इथले नकाशे व छायाचित्रे त्याला पूर्वी दाखविण्यात आली होते. त्यामुळे इथली व्यापारी केंद्रे व कॉन्फरन्स रूम्स त्याला ठाऊक होत्या. लॉबीपासून जवळच एका दारावर 'कॉन्फरन्स रूम नं.२' अशी पाटी होती. तशीच दुसरीही एक पाटी त्यावरती लावली होती. त्यावर लिहिले होते : RESERVED. दारावरती आकड्यांचे एक कीपॅड होते. खलीलने त्यावरती योग्य ती सांकेतिक नंबरांची बटणे दाबली व ते दार उघडले. आधीच पैसे भरून काही तासांसाठी ही जागा त्याच्यासाठी राखून ठेवण्यात आली होती. त्यांनी दिलेल्या सांकेतिक क्रमांकानुसार त्या दाराला ते इलेक्ट्रॉनिक कुलूप घालण्यात आले होते. हे सारे लिबियन हेर खात्याने गुपचूप केले होते.

खलील आत शिरला व आपल्यामागे त्याने ते दार लावून टाकले.

त्या कॉन्फरन्स रूम मध्ये एक मोठे टेबल, आठ खुर्च्या, टेलिफोन्स, एक फॅक्स मशीन आणि एक संगणक होता. एका छोट्या कोनाड्यात कॉफी मशीन पण होते.

त्या संगणकाचा पडदा चालूच होता. त्यावरती प्रकाशित अक्षरे उमटली होती :

"Welcome Mr. Perleman! Have a successful meeting.

— your friends at Neely Conference Centre Associates."

खलीलला असली कोणतीही संघटना ऐकल्याचे आठवत नव्हते. त्याने आपली हातातली बॅग खाली ठेवली व तो संगणकासमोर बसून टायपिंग करू लागला. त्याने प्रथम संगणकाच्या पडद्यावरील मजकूर काढून टाकला. त्यानंतर माऊसच्या सहाय्याने इ-मेल प्रकरण पडद्यावर आणले. आपले इ-मेलचे खाते उघडण्यासाठी योग्य ती बटणे दाबून आपल्या खात्याचा सांकेतिक शब्द त्याने टाईप केला. त्याचे खाते उघडले गेले. त्यावर नुकताच एक निरोप येत होता. तो निरोप मिस्टर पेर्लिमान यांना जेरूसलेमहून आला होता. निरोपात म्हटले होते :

आमच्याकडे तुमच्या धंद्याविषयीचे अहवाल आले असून त्यानुसार तुमचा धंदा चांगलाच जोरात चालला आहे असे कळते. सोल यांची फ्रॅन्कफुर्टची मोहीम तिथेच संपवून टाकली. फ्रॅन्कफुर्टमधल्या प्रतिस्पर्धी अमेरिकन कंपन्या यात लक्ष घालून त्यामागचे कारण शोधू पहात आहेत. तुमच्या ठरलेल्या कार्यक्रमाबद्दलचे वेळापत्रक हे प्रतिस्पर्धी अमेरिकन कंपन्यांना समजले आहे की नाही हे कळावयास काहीच मार्ग नाही. कोलॅराडो राज्यातला धंदा एवढा गरजेचा नाही. या बाबतीत आपणच तारतम्याने निर्णय घेऊ शकता; पण कॅलिफोर्नियातील धंदा मात्र अति महत्त्वाचा आहे. इस्राईलला परतण्यासाठी जी व्यवस्था करून ठेवली होती ती अजूनही बदललेली नाही. आतापर्यंत तुम्ही बरेच यश मिळवले आहे. लवकरच आपली भेट होवो. कृपया, उत्तर द्यावे.

माझेल टोव्ह मोर्डेके

खलीलने तो निरोप नीट वाचला व आपल्या मनात नोंदवून ठेवला. तो आता आपले उत्तर सावकाश टाईप करीत पाठवू लागला. :

आपण कोलॅराडोमध्ये पाठवलेला निरोप मिळाला. येथे धंदा उत्तम चालला आहे. लवकरच कॅलिफोर्नियात धंदा होईल.

खलीलने इंग्रजीत उत्तर पाठवले होते. त्याने जास्तीत जास्त बिनचूक इंग्रजी भाषांतर करून पाठवण्याचा प्रयत्न केला होता; पण त्याला त्रिपोलीमध्ये आश्वासन देण्यात आले होते की कितीही अर्धवट इंग्रजी भाषेमध्ये, चुकीच्या पद्धतीने त्याने निरोप पाठवला तरी चालेल. त्याच्या निरोपाचा मतितार्थ कळण्याइतपत तो निरोप ठीक असला म्हणजे झाले. जोपर्यंत त्याचा तो विशिष्ट 'धंदा' चालू आहे, तोपर्यंत काळजी नाही. 'धंदा' शब्द निरोपात असला की तो स्वत: ठीक असून त्याच्यावर अमेरिकन लोकांचे नियंत्रण नाही. त्याने आपल्या निरोपाखाली 'पेर्लिमान' हा शब्द लिहून ई-मेल पाठवून दिली. संगणक बंद करून टाकला.

आपल्या घड्याळात त्याने पाहिले. पहाटेचे ४:१७ झालेले होते; परंतु ही न्यूयॉर्कची वेळ होती. त्याला अजून दोन तास वेळ होता.

कर्नल मॅक्कॅलम याचे घर डोंगराच्या पायथ्याशी होते. या जागेपासून अर्ध्या तासापेक्षाही कमी अंतरावरती ते होते. विमानतळापासून दहा मिनिटांच्या अंतरावरती एक टॅक्सी सर्व्हिस होती. ती रात्रभर चालू असे. तिथे पेर्लिमान यांच्या नावाने एक टॅक्सी आगाऊच कोणीतरी नोंदवून ठेवली होती.

खलील उठून उभा राहिला व त्या खोलीत येरझाऱ्या घालू लागला. कोलॅराडो राज्यातला धंदा एवढा गरजेचा नाही.... *पण कॅलिफोर्नियातला धंदा मात्र अतिमहत्त्वाचा*

आहे. त्याला आलेल्या ई-मेलच्या निरोपातील ही वाक्ये त्याला सारखी आठवू लागली, पण आपण दोन्ही ठिकाणी आपली कामगिरी पार पाडली तर?

आता सरळ उठून या टर्मिनलमधून बाहेर पडावे. टॅक्सी घेऊन त्या दुसऱ्या रात्रीची टॅक्सी सेवा देणाऱ्या एजन्सीकडे जावे. तिथून त्यांची टॅक्सी घेऊन कर्नल कॅलमच्या घराकडे जावे आणि आपला कार्यभाग उरकावा; पण यात जोखीम होती. तशी ती जोखीम नेहमीच होती. तो जेव्हा पॅरिसच्या अमेरिकन दूतावासात शिरला तेव्हापासून त्याच्या अंतमर्नातील शक्ती जागृत होती. त्यानुसार आत्ता प्रथमच त्याला काहीतरी वेगळे वाटू लागले. याचा अर्थ 'पुढे धोका आहे' असा होत नव्हता; पण धोक्याच्या जाणिवेपेक्षाही काहीतरी तातडीची गरज आहे, हे त्याला जाणवले. तातडी कशासाठी? कदाचित पुढच्या कार्यक्रमासाठी ती असेल. काय करावे? त्याचा निर्णय होईना. तो द्विधा मन:स्थितीत सापडला होता.

तो खोलीत येरझाऱ्या घालीत विचार करीत होता. सर्व बाजूने परिस्थिती तपासत होता. सर्व शक्यतांचा विचार करत होता. त्यांचे भावी परिणाम अजमावित होता. कर्नल मॅक्‌कॅलमला त्याच्या पत्नीसह ठार करावे की नाही? तिथे हजर असलेल्या अन्य लोकांनाही ठार करावे लागणार. पण मुळात तिथे जावे की नाही?

तिथे जाऊन आपले कृत्य उरकण्याची योजना तशी साधी व सोपी होती. जनरल वेक्लिफच्या घरात शिरून त्याने जसे सर्व काही ठरल्याप्रमाणे सहजसाध्य केले, तसेच इथे होणार होते. या इथे उजाडेपर्यंत थांबावे. ही जागा तशी सुरक्षित आहे. मग सकाळी मी भाड्याची टॅक्सी घेऊन मॅक्‌कॅलमच्या घरी जावे. तो व त्याची पत्नी रोज सकाळी लवकर घर सोडतात. सकाळी ७:३०च्या आत घराबाहेर पडतात. बाहेरून हिंडून परत येताना टपाल पेटीतील वर्तमानपत्र आणतात. सर्व लष्करी माणसांप्रमाणे त्यांचा हा दिनक्रम अगदी रोज शिस्तीत चालतो. कॅलम दांपत्य हे वक्तशीर आहे.

एकदा कॅलमच्या घराचे दार उघडले की तो मृत्यूपासून अवघ्या दहा मिनिटांच्या अंतरावरती रहाणार होता. त्याचे हे दहा मिनिटांचे उर्वरित आयुष्य किती कमीअधिक व्हावे, हे फक्त खलीलची मन:स्थिती व सहनशीलता यांवर अवलंबून होते.

त्या छोट्या कॉन्फरन्स रूममधील त्याच्या येरझाऱ्या एखाद्या सिंहाप्रमाणे चालू होत्या. त्रिपोलीमध्ये जुन्या रोमन काळातील 'लेप्टिस मॅग्ना' नावाच्या स्टेडियमचे अवशेष होते. तिथे पूर्वी सिंह आणले जात. त्यांच्यासारखीच खलीलची अवस्था झाली होती. कारण त्या भुकेल्या सिंहाला मागील अनुभवावरून ठाऊक असायचे की आता आपल्याला बाहेर सोडल्यावर एका माणूस खायला मिळणार. त्यामुळे तो भुकेला सिंह अस्वस्थतेने व उत्सुकतेने पिंजऱ्यात येरझाऱ्या घाली. त्या सिंहाला भुकेलेला ठेवणेच भाग होते, जरुरीचे होते. मागील अनुभव त्याच्या स्मृतीपटलावर

असे. त्यानुसार आपल्याला बाहेर सोडल्यावरती आपली दोन प्रकारच्या माणसांशी गाठ पडते. त्यातल्या एका प्रकारच्या माणसांकडे शस्त्र असते व ते जिवाच्या आकांताने आपल्याशी लढतात. दुसऱ्या प्रकारची माणसे नि:शस्त्र असतात. ते फार तर काकुळतीला येऊन प्रार्थना करतात; परंतु दोन्हीही प्रकारच्या माणसांची चव मात्र झकास असते. त्या सिंहाला एवढेच समजत असे. पण कोणता निर्णय केव्हा, कसा घ्यावा हे मात्र त्याला कळेलच असे नाही.

खलीलने आपल्या येरझाऱ्या थांबविल्या. तो जमिनीवरती उकीडवा बसला. बर्बर टोळीवाले जसे वाळवंटात बसत तशा पद्धतीने तो तोल सांभाळत बसला. त्याने आपले डोके वर केले व डोळे मिटून घेतले. पण त्याने कसलीच प्रार्थना केली नाही. त्याऐवजी त्याने आपले मन रात्रीच्या वाळवंटात नेले. तिथल्या काळ्या आकाशातील कोट्यवधी तेजस्वी तारे त्याने कल्पनेने पाहिले. त्याने मग नजरेसमोर त्याचे मूळचे गाव आणले. ते गाव म्हणजे एका मरूस्थलाजवळ, ओॲसिसपाशी असलेली छोटीशी वस्ती होती. त्या वस्तीचे नाव होते कुफ्रा. या कुफ्रावर चंद्राचे पूर्ण बिंब प्रकाशलेले त्याला दिसले. त्या प्रकाशात तिथल्या ताडाच्या झाडांचे शेंडे हे थंड वाऱ्यात डोलत होते. आजुबाजूचे वाळवंट मात्र शांत होते. नेहमीप्रमाणेच.

आपल्या कल्पनेतल्या वाळवंटात तो बराच वेळ तसाच राहिला. कसलीही हालचाल न करता. समोरच्या स्तब्ध वातावरणातून, त्या ओसाड वाळवंटातून, शांत रात्रीमधून एक आकृती प्रगटेल, याची तो वाट पाहू लागला. त्याने त्या आकृतीला आवाहन केले नव्हते; पण तरीही ती येईल असे त्याला वाटत होते.

पृथ्वीवर काळ सारखा वाहून जात असतो; पण हाच काळाचा प्रवाह वाळवंटात मात्र रूद्ध झालेला असतो, स्तब्ध असतो. शेवटी त्या मरूस्थलाच्या वस्तीमधून एक निरोप्या बाहेर आला. त्याच्या अंगात काळीपांढरी वस्त्रे होती. वरच्या चंद्रप्रकाशात ती उठून दिसत होती. त्या व्यक्तीची लांबलचक सावली पडली होती व ती त्याच्याकडेच चालत येत होती. ती व्यक्ती किंवा तो निरोप्या चालत चालत त्याच्यापाशी येऊन थांबला. तो काहीच बोलत नव्हता व खलीललाही काही बोलण्याचे धाडस होत नव्हते.

त्या निरोप्याचा चेहेरा खलीलला नीट दिसला नाही; परंतु त्या चेहेऱ्यातून एक आवाज उमटला. तो आवाज मात्र त्याला स्पष्ट ऐकू आला. तो आवाज म्हणत होता, *"तू आत्ता ज्या जागी आहेस त्या जागेतले तुझे काम हे स्वत: ईश्वर करेल. या जागेपासून तू दुसऱ्या जागी जा. तो समोरचा पर्वत ओलांडून जा. तुझ्या हातात असलेला वेळ रेतीप्रमाणे निसटून चालला आहे. सैतान अस्वस्थ झाला आहे."*

आवाज थांबला. असद खलीलने आभारासाठी एक प्रार्थना पुटपुटली. मग त्याने डोळे उघडले व तो उठून उभा राहिला. त्याने समोरच्या भिंतीवरील घड्याळात

पाहिले. इथे आल्यावर दोन तास उलटून गेलेले दिसत होते; पण त्याला तर फक्त काही मिनिटेच झाल्याचे वाटत होते.

त्याने आपली काळी बॅग उचलली व तो कॉन्फरन्स रूममधून बाहेर पडला. बाहेरच्या निर्मनुष्य लॉबीमधून तो त्वरेने चालत गेला आणि एका मिनिटात इमारतीच्या बाहेर पडला.

जवळच एक टॅक्सी उभी होती. त्यातला ड्रायव्हर पुढच्या आसनावरती आडवा झोपला होता. खलीलने टॅक्सीचे मागचे दार उघडले, आत जाऊन तो बसला आणि मुद्दाम धाडकन् त्याने दार लावून घेतले.

टॅक्सी ड्रायव्हर एकदम जागा होऊन दचकून उठून बसला व काहीतरी अगम्य शब्द पुटपुटला.

खलील म्हणाला, ''कॉर्पोरेट जेट फॅसिलिटीकडे चला ताबडतोब.''

ड्रायव्हरने इंजिन सुरू केले, गिअर टाकले आणि टॅक्सीला वेग देत विचारले, ''कुठे जायचे?''

खलीलने परत मघाचेच शब्द उच्चारीत वीस डॉलर्सची एक नोट पुढच्या आसनावर त्याच्याशेजारी टाकली आणि म्हटले, ''लवकर तिकडे न्या. मला आधीच उशीर झाला आहे.''

ड्रायव्हरने टॅक्सी विमानतळाच्या कडेच्या रस्त्यावर घेतली व तिला आणखी वेग दिला. दहा मिनिटात खलील कॉर्पोरेट जेट फॅसिलिटीपाशी पोचला.

खलीलने बोट दाखवीत त्याला म्हटले, ''त्या तिकडे चला.''

मग एका छोट्या इमारतीकडे त्याने आपले टॅक्सी नेऊन उभी केली. खलीलने टॅक्सीतून बाहेर उडी टाकली व तो आपल्या बॅगसह इमारतीमध्ये पळत पळत शिरला. त्याने वैमानिकांचा लाऊंज शोधून काढला. तिथे दोन कोचांवरती झोपलेल्या दोन्ही वैमानिकाला जागे करीत म्हटले, ''मी तयार आहे. आपल्याला आता चटकन् निघायला हवे.''

कॅप्टन फिस्की झटकन उठून उभा राहिला. सहवैमानिकही जागा झाला होता. तोही उभा राहिला, त्याने एक जांभई दिली व आळोखेपिळोखे दिले.

खलीलने आपल्या घड्याळात पहात विचारले, ''इथून निघण्यात आपला किती वेळ जाईल?''

कॅप्टन फिस्की आपला घसा साफ करून म्हणाला, ''वेल..... मी पुढच्या उड्डाणाचा फ्लाईट प्लॅन तयार करून तो आधीच कंट्रोल टॉवरला सादर करून ठेवला आहे.... आपल्याला अचानक निघावे लागले, तर तशी तयारी मी करून ठेवली—''

''ठीक आहे. ठीक आहे. आपल्याला इथून झटकन निघाले पाहिजे. किती वेळ

लागेल त्याला?''

"वेल, या इतक्या पहाटे एअर ट्रॅफिक फारसे नसते. तेव्हा नेहमीच्या पद्धतीमधून काही शॉर्टकट मारू शकतो. नशीब जोरावर असेल तर पंधरा मिनिटात आपले विमान टॅक्सीईंग करू लागेल.''

"मग चला तर.''

"येस, सर,'' असे म्हणून तो वैमानिक एका फोनपाशी गेला व त्याने एक नंबर फिरवला.

"कोण बोलते आहे?'' पलीकडून विचारणा झाली.

"मी कॅप्टन फिस्की बोलतो आहे. मी या आधी तुम्हाला दिलेल्या माझ्या फ्लाईट प्लॅननुसार मला लगेच निघायचे आहे.'' त्या वैमानिकाने कंट्रोल टॉवरला म्हटले.

तो वैमानिक नक्की काय बोलतो आहे याकडे खलील बारकाईने लक्ष देऊन होता; पण त्याला ते तांत्रिक भाषेतले बोलणे समजेना. त्याने एकदा वैमानिकाच्या चेहेऱ्याकडे पाहिले व एकदा सहवैमानिकाच्या चेहेऱ्याकडे पाहिले; पण त्या दोघांनी आपली मुद्रा अगदी निर्विकार ठेवली होती.

फोनवर तो वैमानिक म्हणत होता, "ओके थँक्स.'' त्याने फोन खाली ठेवला आणि खलीलला म्हटले, "एअर ट्रॅफिक कंट्रोलकडून आपल्याला निघण्याची परवानगी पंधरा मिनिटात मिळेल. यासाठी इथल्या कंट्रोल टॉवरने डेन्व्हरमधल्या रडार स्टेशनाशी संपर्कही साधला आहे.''

"पण खाजगी उड्डाणे ही केव्हाही होऊ शकतात व केव्हाही खाली उतरू शकतात, माझी अशी समजूत होती.''

"पण खाजगी जेटस्ना तो नियम लागू नाही. अठरा हजार फूट किंवा त्याहीवरून उडणारे कोणतेही विमान असले तरी त्याला इन्स्ट्रूमेन्ट फ्लाईटचे सारे नियम लागू होतात.''

"अस्सं. मग आता विमानाकडे जायचे आपण?''

"हो, तर.''

वैमानिक, सहवैमानिक व खलील हे एकामागोमाग चालत लाऊंजमधून बाहेर पडले. बाहेरच्या पहाटेच्या गार हवेतून ते आपल्या विमानाकडे जाऊ लागले. खलील वैमानिकांच्या शक्य तितके जवळ राहू पहात होता. त्याला जरी धोका जाणवत नव्हता, तरीही तो सावधगिरी बाळगत होता.

सहवैमानिकाने लिअरजेट विमानाचे दार उघडले आणि ते सारे आत शिरले. सहवैमानिकामागोमाग प्रथम खलील शिरला व नंतर वैमानिक आत शिरला.

त्या दोन्ही वैमानिकांनी आपापल्या आसनांवरती बसून उड्डाणापूर्वीची विमानाची

तपासणी सुरू केली. खलीलने मागच्या प्रवाशांच्या केबिनमध्ये मघाच्याच आसनावर आपली बैठक मांडली. जवळच्या आसनावरती काळी बॅग ठेवायला तो विसरला नाही.

वैमानिकाने उघड्या पार्टिशनमधून खलीलला म्हटले, ''आपण आता लवकर निघणार असल्याने आपले पट्टे आत्ताच बांधून घ्या.''

खलीलने त्यावर काहीही उत्तर दिले नाही.

काही मिनिटातच वैमानिकाने दोन्ही इंजिने चालू केली. सहवैमानिक वायरलेसवरती बोलू लागला. ''स्प्रिन्ज टॉवर - लिअर टू-फाईव्ह एको इज रेडी टू टॅक्सी.''

कंट्रोल टॉवरने उत्तर दिले, ''रॉजर, लिअर टू-फाईव्ह एको, टॅक्सी टू रनवे थ्री-फाईव्ह लेफ्ट. तुमच्यासाठी क्लिअरन्स मिळाला आहे. तुमची तयारी झाली की सांगा.''

''गो अहेड विथ द क्लिअरन्स,'' सहवैमानिकाने मायक्रोफोनमध्ये म्हटले. त्याच्या मांडीवरती एक पॅड होते. आत्ताचे होणारे संभाषण तो त्याच वेळी लिहून काढीत होता.

ते लिअरजेट विमान आता हलू लागले. धावपट्टीच्या टोकाच्या दिशेने ते जाऊ लागले. त्यांना डावीकडची ३५ क्रमांकाची धावपट्टी उड्डाणासाठी सांगितली होती. शेवटी ते तिथे जाऊन मध्यरेषेवर उभे राहिले. वैमानिक म्हणाला, ''चला, निघू या.''

त्याने हे वाक्य स्वत:ला उद्देशून म्हटले होते. आता त्याने दोन्ही इंजिनाचे थ्रॉटल्स पूर्णपणे पुढे केले.

अर्ध्या मिनिटातच ते जेट विमान धावपट्टीवरून पळू लागले, आपले नाक त्याने वर केले व बघता बघता जमीन सोडली. कोलॅराडो स्प्रिन्जमधील प्रकाशाच्या समुद्रातून बाहेर पडून ते हवेत वरवर चढत राहिले.

खलील त्या वैमानिकांवरती नजर ठेवून होता. त्यांनी अजूनही मागची प्रवाशांची केबिन व कॉकपिट यामधले पार्टिशनचे दार सरकावून बंद केले नव्हते. एक मिनिटाने त्याने खिडकीतून बाहेर दूरवरती नजर टाकली. चंद्रप्रकाशात दूरवरची पर्वतराजी स्पष्टपणे दिसत होती.

इंटरकॉमवरती सहवैमानिक सांगत होता, ''सर, आपल्याला पुरेशी उंची गाठण्यासाठी असे उत्तरेकडे काही वेळ जावे लागणार आहे. नंतर आपण पश्चिमेकडे वळून आपल्या मुक्कामाचा मार्ग धरणार आहोत. तुमच्या डावीकडे जे लहान वाटणारे डोंगर दिसत आहेत ते 'रॉकी' पर्वताचे भाग आहेत.'' मग थोडेसे हसून तो पुढे म्हणाला, ''त्यांची काही शिखरे ही पंचवीस हजार फूट उंचीवर गेली आहेत.''

खलीलने यावरती आपली प्रतिक्रिया व्यक्त केली नाही; पण त्याने त्या डोंगरांच्या पायथ्यांकडे पाहिले. आपण खरोखरच उत्तरेकडे जात आहोत याची

त्याला खात्री पटली. तिथेच कुठेतरी डोंगराच्या पायथ्याशी कर्नल रॉबर्ट कॅलम हा आपल्या बिछान्यात निजला असेल. एक भयानक व दुर्धर रोग त्याला हळूहळू खाऊन टाकतो आहे. आपण त्याला संपवू शकलो नाही याबद्दल खलील आता नाराज नव्हता. स्टीव्हन कॉक्स हा जेव्हा इराकविरुद्धच्या युद्धात मारला गेला तेव्हाही खलीलला नाराजी वाटली नव्हती. आपले हे काम देवानेच परस्पर उरकले. तो तसेच कॅलम याच्या बाबतीत करणार, याची त्याला खात्री होती. युद्धाबद्दल शिक्षा देण्याचे काम करणे हे देवाच्याच मनात आहे, असे त्याला वाटले.

४४

केटचा आणि माझा ऑफिसातील उरलेला सारा सकाळचा वेळ हा आलेल्या फोन्सला उत्तरे देण्यात गेला. मिसेस हॅम्ब्रेश्त यांच्याशी झालेल्या संभाषणातून मला खूप दुवे मिळाले आणि त्यातून तपासाची एक निश्चित दिशा सापडली. इतके दिवस खुंटून बसलेली प्रगती आता वेगाने होण्याची आशा निर्माण झाली. त्यामुळे आमचे हे इन्सिडंट कमांड सेंटरचे रूपांतर मुंग्यांच्या वारुळातून मधमाशांच्या पोळ्यात झाले. माणसांच्या कामांना गती आली. जुने संदर्भ शोधले जाऊ लागले.

वरिष्ठ पातळीवरून डझनभर तरी अभिनंदनाचे फोन केटला व मला आले होते. बहुतेक सर्व वरिष्ठांना आमच्याकडून खासगीरित्या सर्व काही नीट ऐकायचे होते; पण काहीना काही कारणे सांगून आम्ही त्यांच्या विनंतीला सौजन्यपूर्वक नकार देत गेलो. त्यांना मनातून आमच्याकडची माहिती ऐकायची इच्छा नव्हती, तर त्यांना नंतर काहीना काही युक्त्या करून आमच्या श्रेयात भागीदार व्हायचे होते. प्रत्यक्षात तेच आमच्या समस्येचे नंतर एक भाग बनले असते.

शेवटी मला टास्क फोर्सची एक संयुक्त सभा घेण्यासाठी राजी व्हावे लागले. काल सकाळी जशी एक सभा घेतली गेली तशीच हीपण सभा घ्यायचे ठरले. पण मी ही सभा संध्याकाळी पाच वाजेपर्यंत पुढे ढकलण्यात यशस्वी झालो. मला मिळालेल्या दुव्यांच्या आधारे माझ्या ठिकठिकाणच्या खबऱ्यांना सूचना पाठवलेल्या आहेत. त्यांचे सारखे फोन येत असल्याने मी संध्याकाळी पाच वाजेपर्यंत कामात आहे, अशी त्यासाठी मी थाप मारली होती. मी न्यूयॉर्कच्या पोलीसदलात जेव्हा होतो, त्या वेळी एखादी महत्त्वाची बातमी किंवा घटना घडत असली की आमची वरिष्ठ मंडळी जशी वागायची तसाच प्रकार मला एफबीआयच्या वरिष्ठांमध्ये दिसला. या साम्याचे मला नवल वाटले. मी व केट यांच्या जवळ छायाचित्रे काढून

घेणे वगैरे प्रकार आता नक्की होणार होते. जेव्हा जॅक कोनिग फ्रॅन्कफुर्टहून परतेल तेव्हा ही सभा नुकतीच संपलेली असेल. मग अर्थातच त्याला राग येईल; पण मलाही आता त्यासाठी कठोर व्हायला पाहिजे होते. मी त्याला 'इथेच थांबा' म्हणून सांगितले होते. आता माझाही नाईलाज आहे.

मिसेस हॅम्ब्रेश्त यांच्याबरोबर झालेल्या आमच्या संभाषणानंतर आम्ही त्वरेने हालचाली केल्या. त्यामुळे एफबीआयच्या एजंटसनी मिसेस हॅम्ब्रेश्त यांच्याशी आजवर झालेल्या फोनच्या नोंदी तपासण्यास सुरुवात केली. तसेच जनरल वेक्लिफच्याकडून झालेल्या गेल्या अनेक वर्षांतील १५ एप्रिल तारखांना केलेल्या फोनच्या नोंदी तपासायलाही सुरुवात केली. मिसेस हॅम्ब्रेश्त यांच्याशी बोलून मी फोन खाली ठेवल्यानंतर अर्ध्या तासात हे सुरू झाले. माझे अंदाज मी सकारण देऊन इ-मेलने एफबीआयच्या मुख्यालयाला कळवले होते. वॉशिंग्टनमध्ये एफबीआयच्या मुख्यालयातील काही वरिष्ठांना माझ्या म्हणण्यात तथ्य वाटल्याने त्यांनी कर्नल हॅम्ब्रेश्त यांच्या फायलीतून काढून टाकलेली माहिती काय असेल याचा शोध घेण्यास प्रारंभ केला; पण ती माहिती हुडकण्यात आता काहीही अर्थ नव्हता; कारण मला ती आता ठाऊक झाली होती...... परंतु अल अझीझियावरील बॉम्बिंग मोहिमेत भाग घेतलेल्याची नावे व पत्ते हुडकण्यास त्यांनी सुरुवात केली, ही मात्र एक चांगली गोष्ट झाली. या माहितीची तर मला गरज होती.

माझी इ-मेल मिळाल्यावर एफबीआयने ताबडतोब अमेरिकन विमानदलाला आणि संरक्षण मंत्रालयाला एक धोक्याची सूचना पाठविली :

> *'लिबियावरील हल्ल्यामध्ये ज्यांनी ज्यांनी भाग घेतला होता ते सर्वजण फार मोठ्या धोक्यात सापडलेले असून जे कोणी आता जिवंत असतील त्यांच्या जिवावर कोणत्याही क्षणी घाला पडू शकतो. कृपया, त्या व्यक्तींना व त्यांच्या कुटुंबियांना ताबडतोब संरक्षण पुरवावे आणि त्या सर्वांची नावे व पत्ते एफबीआयकडे पाठवावीत.'*

या सूचनेला विमानदलाकडून चांगला प्रतिसाद मिळाला आणि 'तात्काळ कारवाई केली जाईल.' असे आश्वासन मिळाले. परंतु हा 'तात्काळ' शब्द नोकरशाहीत कसा तुलनात्मकपणे वापरला जातो ते सर्वांना ठाऊक आहे.

माझे निष्कर्ष हे सीआयएला कळवण्यात आले की नाही ते मला कळले नाही; पण तसे कळवले नसावे असा माझा अंदाज होता. मला अजूनही असे वाटत होते की खलीलचे उद्देश हे सीआयएला केव्हाच ठाऊक झाले असावेत. या सीआयएच्या माणसांबद्दल आणि त्यांच्या संस्थेबद्दल जो जो विचार करावा तसे वेड लागण्याचेच बाकी रहाते. परंतु तरीसुद्धा, अन् ते मी स्वत:ला नेहमी बजावत आलो आहे, की

सीआयए ही संस्था वाटते तेवढी खुनशी नाही आणि वाटते तेवढी हुशारही नाही. त्यांच्याबद्दल अविश्वास आणि फसवेगिरी जी वाटते, त्याची बीजे त्यांनी स्वत:च पेरलेली आहेत. अन् ही वस्तुस्थिती तर सर्वच गुप्त हेर संस्थांबाबत असते. 'सीआयएने काहीतरी लपवून ठेवले आहे, गुप्त ठेवले आहे,' अशी सर्वांची भावना नेहमी होत असते; पण माझ्या मते त्याला एकच कारण आहे. ते म्हणजे त्यांच्याजवळ बहुतेक वेळा फारशी माहितीच नसते. कधी कधी मला जर फारशी माहिती नसेल तर मीही अनेकदा तसेच वागतो. तेव्हा मला सीआयएच्या विरुद्ध कशी तक्रार करता येईल?

दहशतवाद प्रतिबंधक संघटनेचे, म्हणजे आमच्या या टास्क फोर्सचे, एफबीआय हे हृदय आहे. या एफबीआयकडून आम्हाला वेळोवेळी जे जे काही सांगण्यात आले, जी जी माहिती पुरविण्यात आली, तेवढीच त्यांना ठाऊक होती. त्यापेक्षा अधिक काहीही ठाऊक नव्हते. असा माझा समज होता. पण जेव्हा केट म्हणाली की या खलीलच्या शोधप्रकरणात आपल्याबरोबर सीआयएपण आहे, तेव्हा माझी खात्री पटली की आपल्याला जे काही सांगितले जाते, त्यापेक्षा अधिक काहीतरी एफबीआयला ठाऊक आहे. खरे म्हणजे यात गैर काहीच नाही. दोन्ही संघटना ह्या गुन्हेगारांविरुद्ध कामे करीत आहेत, देशाच्या हिताचा विचार लक्षात घेऊन कृती करतात. तेव्हा त्यांच्याकडे एकमेकांपेक्षा अधिक काही ना काही ठाऊक असले तरी बिघडत नाही. त्यातली कोणती व किती माहिती खाली झिरपू द्यायची, हे ते ठरवतील. फक्त समस्या अशी होती की एका संघटनेने राखून ठेवलेली माहिती दुसऱ्या संघटनेला न मिळाल्याने अडचण होत होती. 'कोणती माहिती राखून ठेवण्याजोगी आहे?' ही खरी कळीची समस्या होती.

असो. आत्ता या क्षणाला जॅक कोनिग आणि टेड नॅश हे अमेरिकेबाहेर असल्याने मला हायसे वाटत होते.

केटने संगणकामार्फत शोधलेली माहिती प्रिंटरमधून छापून काढली होती. माझ्या कामाच्या गर्दीतून मला जेव्हा थोडीशी उसंत मिळाली तेव्हा मी ती माहिती वाचू लागलो.

११ मार्च १९८९ रोजी न्यूयॉर्क टाइम्समध्ये एक तपशीलवार बातमी आली होती. त्याला मथळा होता, *ज्याने इराणचे विमान पाडले, त्या नौदलातील कप्तानाच्या व्हॅनचा स्फोट.* हाच तो 'व्हिन्सेनिज' युद्धनौकेचा कप्तान. मिसेस हॅम्ब्रेश्त यांच्या बोलण्यात याचाच संदर्भ आला होता; परंतु त्या कप्तानाच्या स्वत:च्या व्हॅनमध्ये कोणी घातपात करण्यासाठी हा स्फोट केला असला तरी त्यामुळे पुराव्यात भर पडत नव्हती. फार तर आत्ताच्या घटनांसारखीच ती एक संशय वाटण्याजोगी घटना आहे असे म्हणता येत होते.

आणखी काही कागद केटने मला वाचण्यासाठी दिले. 'असोशिएटेड प्रेस' या वृत्तसंस्थेमार्फत १६ एप्रिल १९९६ रोजी प्रसिद्ध झालेला तो लेख होता. त्या लेखाचा मथळा होता, "१९८६ मधील हवाई हल्ल्याबाबत अमेरिकेवर खटला भरावा अशी लिबियाची मागणी." मी तो लेख वाचू लागलो :

गेल्या सोमवारी लिबियाने अशी मागणी केली की दहा वर्षांपूर्वी त्यांच्या देशावर अमेरिकेने जो हवाई हल्ला केला त्याची योजना आखणारे अधिकारी, ती योजना कार्यवाहीत आणणारे अधिकारी व वैमानिक मंडळी यांना अमेरिकेने लिबियाच्या स्वाधीन करावे. लिबियन नेता महंमद गडाफी याने असे आग्रहपूर्वक म्हटले आहे की आमच्यावरील या अन्याय्य हल्ल्याची दखल युनोने घ्यावी.

मी ती बातमी मोठ्याने वाचली व नंतर केटला म्हणालो, "आपण आपली माणसे गडाफीकडे सोपवली नाही म्हणून हा बेटा गडाफी असा अस्वस्थ होऊन धुमाकूळ घालतो आहे काय?"

"पुढे वाचा," ती म्हणाली.

मी पुढे वाचत राहिलो :

'त्या वेळी जे काही घडले ते आम्ही विसरू शकत नाही.' असे उद्गार गडाफी यांनी त्या हल्ल्याच्या वर्षदिनी काढले. लिबियाच्या मते त्या हल्ल्यात ३७ माणसे ठार झाली. त्यात गडाफी यांची दत्तक कन्याही होती. याशिवाय शंभरपेक्षा अधिक माणसे जखमी झालेली होती. जी लहान मुले या हल्ल्यात दगावली त्यांचा संदर्भ देऊन गडाफी म्हणाले, "ही लहान मुले काय जनावरे होती?.... आणि अमेरिकन माणसेच फक्त मानव असतात काय?" गडाफी यांचा हा वार्तालाप सीएनएन या वृत्तसंस्थेने लिबियात जाऊन घेतला. हवाई हल्ल्यात गडाफीच्या प्रासादाची जी पडझड झाली ती अजूनही तशीच असल्याने त्या उद्ध्वस्त पार्श्वभूमीवरती हा वार्तालाप चित्रीत करण्यात आला.

केट म्हणाली, "माझा असा तर्क आहे की हा असद खलील त्या वेळी याच लष्करी कंपाऊंडमध्ये रहात असावा. गडाफीचे कुटुंबही याच भागात रहात होते. त्या दोघांच्या कुटुंबातील एकमेकांशी असलेले संबंध आपल्याकडे असलेल्या फायलीत उल्लेखलेले आहेत."

"बरोबर," मी यावर विचार करीत म्हणालो, "त्या वेळी खलील हा पंधरा-सोळा वर्षांचा असावा. त्याच्या बापाचा फार पूर्वीच खून झाला होता; पण खलीलचे कुटुंब व मित्र हे त्या लष्करी भागात रहात असले पाहिजेत."

"थोडक्यात, तो आपल्या कुटुंबासाठी व गडाफीच्या कुटुंबासाठी सूड उगवण्यासाठी येथे आला आहे." केट म्हणाली.

"तुझ्या म्हणण्यात नक्कीच तथ्य आहे." मघाशी गॅब्रिएल जे म्हणाला ते आठवून मी पुढे म्हणालो, "म्हणजे आत्ता आपल्याला या साऱ्या घटनांमागची प्रेरणा समजली. त्या प्रेरणेखाली खलील आपली कामगिरी पार पाडतो आहे. एक सांगतो मी, की मी या बास्टर्डला काही सहानुभूती दाखवत नाही..... पण मी त्याला समजू शकतो."

केट मान हलवित म्हणाली, "खरे आहे. आपल्याला वाटत होते त्यापेक्षाही खलील भयंकर धोकेबाज आहे. पुढे वाचा."

असोशिएटेड प्रेसची ती बातमी शेवटपर्यंत मोठ्याने वाचत गेलो :

अमेरिकेने लिबियाची राजधानी त्रिपोली आणि बेंगाझी शहर यांच्यावर केलेल्या हवाई हल्ल्याचा स्मृतीदिन साजरा करण्याच्या समारंभप्रसंगी गडाफी आपले मनोगत व्यक्त करीत होते. ५ एप्रिल १९८६ रोजी बर्लिनमधील एका 'ला बेले' नावाच्या डिस्कोथेकमध्ये स्फोट घडवल्याने एक अमेरिकन सैनिक ठार झाला होता. या घटनेची प्रतिक्रिया म्हणून अमेरिकेने हवाई हल्ले केल्याचे सांगण्यात आले. या हवाई हल्ल्यामागच्या माणसांच्या मागणीमागे अमेरिका व ब्रिटनने लिबियाकडे दोन दहशतवाद्यांची जशी मागणी केली होती, तीच गोष्ट लिबिया अवलंबित आहे. पॅन अमेरिकेच्या फ्लाईट क्र. १०३ ला स्कॉटलंडमध्ये लॉकरबी येथे घातपात केला गेला होता. त्यात २७० माणसे मृत पावली होती. हा घातपात ज्या दोन माणसांनी केला ती माणसे लिबियाची होती. अमेरिकन व ब्रिटिश न्यायालयापुढे त्यांना खेचण्यासाठी लिबियाने त्यांना आमच्या स्वाधीन करावे, अशी मागणी त्या वेळी अमेरिका व ब्रिटनने केली होती.

मी तो कागद बाजूला ठेवीत म्हटले, "तेच ते परत परत घडते आहे. हे सारे कुठे थांबणार आहे ते समजत नाही."

"हे एक न संपणारे युद्ध आहे. एका युद्धातून दुसऱ्या युद्धाचा जन्म होतो. ते दुसरे युद्ध आणखी एका युद्धाला जन्म देते."

आम्ही दोघेही काही काळ या निराशावादी विचारांच्या प्रभावाखाली गेलो. मी मग आणखी काही बातम्या व वृत्तलेख वाचत गेलो. शेवटच्या लेख हा त्या 'व्हिन्सेनीज' घटनेबद्दल होता. या घटनेचा खलीलशी थेट संबंध नव्हता; पण या संदर्भात न्यूयॉर्क टाइम्समधील बातमीच्या मथळ्याने माझे लक्ष वेधून घेतले. *दहशतवादाच्या शंकेपासून बॉम्बिंग चौकशी दूर जाऊ लागली.* त्या घटनेवरती एक लेखमाला प्रसिद्ध झालेली होती. पहिल्या काही वृत्तलेखात म्हटले होते, की या विध्वंसक कृत्यात इराण सरकारचा हात अजिबात नसावा. कदाचित यामागे अतिरेकी

गटही नसावेत. कोणाचा तरी हा वैयक्तिक सूडाचा, प्रतिष्ठेचा किंवा डावपेचाचा हा भाग असावा. किंवा तसा कदाचित् योगयोगही असावा. कदाचित् व्हिन्सेनीज युद्धनौकेचा कप्तान हा ऑफिसर्स क्लबमध्ये कोणाला तरी टाकून बोलला असेल, कोणाचा तरी त्याच्या हातून उपमर्द झाला असेल, किंवा त्याच्या पत्नीच्या हातून कोणाचा तरी अपमान झाला असेल. त्यातून वैयक्तिक सूडापोटी त्यांच्या व्हॅनमध्ये बॉम्बस्फोट घडवला गेला असेल, इत्यादी, इत्यादी मालमसाला त्या लेखात भरलेला होता. कदाचित खुद्द सरकारनेच अशा शंका असलेल्या गोष्टी प्रसिद्ध करून लोकांचा प्रक्षोभ शांत करण्याचा प्रयत्न केला असेल. कारण इराण, इराक, लिबिया व अन्य अमेरिकाविरोधी देश यांच्याकडे याच्याहीपेक्षा भयंकर कृत्ये करण्यासाठी भरपूर मनुष्यबळ आहे. वैयक्तिक पातळीवरील कृत्य या देशांकडून होण्याची शक्यता मला वाटली नाही.

किंवा माझ्या मते हे कृत्य वैयक्तिक पातळीवरचे आहे असे मुद्दाम भासवणे हाच एखादा डावपेचाचा भाग असू शकतो; पण का व कसे ते मला समजेना. कदाचित पुढच्याच महिन्यात अशाही बातम्या प्रसृत होतील की, असद खलील हा एक भरकटलेला व चिडका माणूस असून तो रागाच्या भरात काय वाटेल तो करतो. अमेरिकेत येऊ देणाऱ्या आपल्या व्हिसावरती अधिकाऱ्यांनी शाईचा डाग पाडला म्हणून तो खूप संतापला होता, वगैरे, वगैरे अनेक तत्सम कथा त्याच्या संबंधी प्रसिद्ध होतील. या कथा व्हाईट हाऊसमध्ये किंवा एफबीआयच्या मुख्यालयात किंवा सीआयएमध्ये कोणाच्या तरी सुपीक मेंदूतून उगम पावतील. सरकारी डावपेचाच्या धोरणांचा तो एक भाग असेल. त्यामागे काही जागतिक राजकारणही असू शकेल! पण ते काहीही जरी असले तरी असद खलीलने एक विमान-दुर्घटना घडवली, दोन- तीन खून पाडले आणि तो आता आपल्या पुढच्या बळींकडे वळला आहे. मला हे उघड सत्य नजरेआड करता येत नव्हते.

मी केटला म्हणालो, ''लिबियावरील बॉम्बिग मोहिमेतील बाकीच्या माणसांची नावे, पत्ते कळले का?''

''नाही तसे कुणी सांगेल असे मला वाटत नाही. एव्हाना एफबीआयकडून मोहिमेतल्या उरलेल्या लोकांना संरक्षण पुरवले जाणे शक्य झाले असते. अजून तरी तसे झालेले दिसत नाही.''

''परंतु त्यांनी आपल्याला ती माहिती द्यायला हवी. पोलीसदलात फक्त डिटेक्टिव्ह जबाबदार असतो व त्याला सारी काही माहिती असते व पुरवलीही जात असते.''

''पण हे पोलीसदल नाही, कदाचित तुमचे नशीब जोरावर असेल तर 'खलीलला पकडले आहे.' असे सांगणारा फोन तुम्हाला येऊ शकेल.''

आता मात्र मी हताश झालो. मला काहीतरी कृती करायची होती. त्यासाठी मी धडपडत होतो; परंतु त्यासाठी योग्य त्या माहितीचा तुकडा माझ्या हातात यायला हवा होता. त्यासाठी मी माझ्या मेंदूचा पार भुगा करून टाकला होता. कोणीतरी मला वरच्या पातळीवरून मदत करायला हवी होती. कोनिगच तशी मदत करू शकेल. कारण मला न विचारता माझे छायाचित्र व वृत्त वापरण्याचे त्याला ठाऊक होते व त्याबदली मी त्याच्याकडून मदतीचे वचन घेतले होते; पण कोनिग आत्ता इथे नव्हता. मला वरिष्ठ पातळीवरती भेद करायचा होता. त्या पातळीवर माझे कोणीही ओळखीचे नव्हते. फक्त कोनिगच आपला प्रभाव तिथे टाकू शकेल. मी जर आपण होऊन वरिष्ठांशी संपर्क साधला व विनंती केली तर? तर ती कोणीही मानणार नाही. उगाच का कोण कुणावरती उपकार करेल?

शेवटी मी कंटाळून केटने गोळा केलेल्या उरलेल्या बातम्यांवर, वृत्तलेखांवर नजर टाकून मी ते चाळू लागलो. त्या साऱ्या गोष्टी केटने इंटरनेटवरून घेतल्या होत्या. इंटरनेटवरती काहीही विचारा. तुमच्यासमोर येते ते तुमच्या मागणीनुसार केलेला पुरवठा नसतो, तर त्यांना जेवढे व जे काही सांगायचे आहे, तेवढेच ते तुमच्या समोर ठेवतात.

मी 'बोस्टन ग्लोब' नियतकालिकातील एक लेख वाचू लागलो. तो २० एप्रिल १९८६ रोजी प्रसिद्ध झालेला अंक होता. त्यामध्ये लिबियावरती बॉम्बफेक करण्याआधी घडलेल्या सर्व घटनांची जंत्री काळानुसार क्रमाने दिली होती. त्यातील पहिली तारीख होती ७ जानेवारी. त्या तारखेला म्हटले होते :

राष्ट्राध्यक्ष रेगन यांनी लिबियाविरुद्ध आरोप केले. लिबियाने अमेरिकेच्या विरुद्ध सशस्त्र आघाडी उघडली असल्याने त्या देशावरती आर्थिक असहकार पुकारत आहे. लिबियातील सर्व अमेरिकन नागरिकांनी त्या देशातून बाहेर पडावे, असाही राष्ट्रध्यक्षांनी हुकूम सोडला. २७ डिसेंबर १९८५ रोजी पॅलेस्टिनियन दहशतवाद्यांना हाताशी धरून लिबियाने रोम व व्हिएन्ना येथील विमानतळांवरती हल्ले केले. यामध्ये वीसजण ठार झाले.

मी पुढे वाचत गेलो :

११ जानेवारी रोजी कर्नल महंमद गडाफी यांचा सेनाधिकारी म्हणाला, "जर अमेरिकेने आमच्यावरती हल्ला चढवला तर लिबियाकडून राष्ट्राध्यक्ष रेगन यांना हत्येचा प्रयत्न केला जाईल." गडाफी यांनी रेगन यांना आपल्या देशात भेटीला येण्याचे निमंत्रण दिले व म्हटले, "एकत्रित चर्चेने रेगन यांच्या दृष्टीकोनात कदाचित फरक पडू शकेल."

ते सारे वाचत असताना माझ्या लक्षात आले की दोन हट्टी पहिलवान जसे

एकमेकाला आव्हान देत बोलत असतात, तसाच हा प्रकार आहे. त्यात पुढे म्हटले होते :

१३ जानेवारीला दोन लिबियन लढाऊ जेट विमाने एका अमेरिकन आरमाराच्या टेहेळ्या विमानाजवळून मुद्दाम गेली. ५ फेब्रुवारीला लिबियाने अमेरिकेवरती आरोप केला की अमेरिका लिबियान विमानांचा ठावठिकाणा लागू देण्यास व लिबियन विमान पाडण्यास इस्राईलला मदत करीत आहे. अमेरिकेच्या या कृत्याचा सूड घेण्याची शपथ लिबिया देत आहे.

२४ मार्चला अमेरिकेच्या लढाऊ विमानांनी एका लिबियातील क्षेपणास्त्राच्या तळावर हल्ला केला.

२५ मार्चला अमेरिकन फौजांनी लिबियाच्या चार गस्तीच्या नौकांवरती तोफा डागल्या.

२८ मार्चला गडाफी याने इशारा दिला की, इटली व स्पेन व अन्य कोणत्याही देशाने आपल्या लष्करी तळांचा उपयोग अमेरिकेच्या सिक्स्थ फ्लीट आरमाराला मदत म्हणून केला तर हे तळ लिबियाची लष्करी लक्ष्ये म्हणून समजली जातील. ती आम्ही केव्हाही उद्ध्वस्त करू.

२ एप्रिलला अमेरिकेच्या ट्वा विमान कंपनीचे रोमहून अथेन्सकडे चाललेले विमान बॉम्बने उडवून देण्यात आले. त्यात चारजणांचा मृत्यू झाला. एका पॅलेस्टिनियन गटाने त्यावर असे म्हटले की, ''अमेरिका लिबियावर जे हल्ले चढवते आहे त्याला हे प्रत्युत्तर आहे.''

५ एप्रिलला पश्चिम बर्लिनच्या एका डिस्को क्लबमध्ये बॉम्बचा स्फोट झाला. त्यात अमेरिकन सैन्यातील दोन कर्मचाऱ्यांचा मृत्यू झाला.

७ एप्रिलला पश्चिम जर्मनीमधील अमेरिकन राजदूत म्हणाला, 'त्या क्लबमधील स्फोटात लिबियाचा हात आहे. याबद्दल अमेरिकेकडे स्पष्ट पुरावे आहेत.'

मी ती सारी जंत्री वाचत वाचत शेवटी १५ एप्रिल १९८६ या तारखेला जाऊन पोचलो; परंतु त्यात मला कुठेही 'त्या बॉम्बिंगमुळे आपल्याला धक्का बसला किंवा आश्चर्य वाटले,' असे दोन्ही बाजूंच्या कोणत्याही नेत्याने अथवा जबाबदार अधिकाऱ्याने म्हटले असल्याचे आढळले नाही. दोन देशातील दोन आग्रही मतांचे राजकीय नेते यांच्यातील वादांमुळे साऱ्या घटना घडत होत्या. हे वाद केवळ सांस्कृतिक भेद व ठरीव ठशांचे राजकारण यातून निर्माण झाले होते. या समस्येचा

परिणाम शेवटी मध्य पूर्वेतील देशांमधून अमेरिकेत निर्वासितांचा लोंढा वाढण्यात होईल. त्या वेगाने संपूर्ण मध्यपूर्व देशातील वस्ती न्यूयॉर्कमध्ये पाच वर्षांत अवतरेल.

मी आता शेवटचा कागद उचलून चालू लागलो. नंतर मी केटला म्हटले, ''अरेच्या, ह्यात रस वाटण्याजोगे खूपच आहे. असोशिएटेड प्रेसने १९ एप्रिल १९८६च्या अंकात कर्नल गडाफीची मुलाखत छापली आहे. तू वाचलीस ती?''

''बहुतेक नाही.''

मी ती मुलाखत वाचू लागलो :

लिबियन नेता महंमद गडाफी याची पत्नी साफिया गडाफी म्हणाली, की तिची दीड वर्षाची दत्तक कन्या 'हाना' ही हवाई हल्ल्यात ठार झाली. या हल्ल्यानंतर ती प्रथमच बातमीदारांपुढे येऊन बोलत होती. त्रिपोलीमधील उद्ध्वस्त - प्रासादासमोर हातात एक कुबडी घेऊन ती बोलत होती. तिच्या आवाजात चांगलीच धार होती व ती बेधडक बेपर्वाईने बोलत होती. साफिया गडाफीने बोलून दाखवले की इथून पुढे ती अमेरिकेला आपला शत्रू कायमचा मानेल. फक्त रेगन यांना कुणी मृत्यूदंड दिला तरच ती अमेरिकेला माफ करेल.

केटने यावर प्रतिक्रिया व्यक्त करीत म्हटले, ''धार्मिक मूलतत्त्ववाद्यांच्या इस्लामी देशात एका स्त्रीने सार्वजनिकरित्या बोलणे ही एक क्वचित घडणारी घटना आहे.''

''जर तुझे घर स्फोटाने उद्ध्वस्त झाले तर तूही अशी सार्वजनिकरित्या टीका करशील.''

''खरंच की. माझ्या हे लक्षात आले नाही.''

मी पुढे मोठ्याने वाचू लागलो :

साफिया गडाफी पुढे म्हणाली, ''ज्या अमेरिकन वैमानिकाने माझ्या घरावर बॉम्ब टाकला तो जर मला सापडला, तर त्याला मी स्वत: ठार मारेन.''

मी केटला म्हटले, ''पाहिलेस, ही माणसे कसलीही लपवाछपवी करीत नाहीत. फक्त आपण त्यांचे बोलणे हे उपरोधिक आहे, असे चुकीचे समजतो; पण प्रत्यक्षात त्यांना खरोखरीच जसेच्या तसे, शब्दश: म्हणायचे असते. तेच त्याच्या मनातले असते. कर्नल हॅम्ब्रेश्त आणि जनरल वेक्लिफ यांना ते शेवटी कळले.''

तिने यावर आपली मान डोलवली.

मी पुढे म्हणालो, ''वॉशिंग्टनमधल्या वरिष्ठ पदाधिकाऱ्यांना असे काही यातून पुढे खरोखरच घडेल असे वाटले नसणार. अन् प्रत्यक्षात तसे घडू लागले तरी

त्यांच्या डोक्यात प्रकाश पडला नसणार.''

यावर ती गप्प बसली.

मी पुढे वाचत गेलो :

आपल्या पतीबद्दल तिने खुलासा केला की, ''ते एक दहशतवादी किंवा अतिरेकी असे अजिबात नाहीत. तसे ते असते तर मी त्यांच्यापासून मला मुलेच होऊ दिली नसती.''

मी यावर माझे मत बोलून दाखवले. मी म्हणालो, ''दहशतवादीसद्धा चांगले बाप बनू शकतात. अन् हे एक फार मोठे कामुक विधान आहे असे समजावे.''

केट म्हणाली, ''तुमची ती चावट व मूर्ख मते बाजूला ठेवून जरा पुढे वाचणार का?''

''येस, मॅडम!'' असे म्हणून मी पुढे वाचू लागलो :

लिबियन अधिकाऱ्यांनी सांगितले की गडाफी यांचे दोन मुलगे या बॉम्बफेकीत सापडून जखमी झालेत. त्यातला एक तर अजूनही हॉस्पिटलमध्ये आहे. साफिया गडाफी म्हणाली, ''माझी काही मुले जखमी झालीत, तर काही भेदरून गेली आहेत. कदाचित् त्यांच्या मनाला कायमचा धक्का बसून मानसिक नुकसानही झाले असेल.''

केट म्हणाली, ''असेच कायमस्वरूपी मानसिक नुकसान कदाचित इतरही बऱ्याच मुलांचे झाले असेल.''

''कदाचित नाही. खरोखरीच झाले आहे. म्हणून तर त्या वेळी लहान असलेल्या असद खलीलच्या डोक्यावर परिणाम झाला.''

''शक्य आहे.''

आदल्या दिवसांच्या बातम्या वाचत, त्यावर विचार करीत आम्ही दोघे बसलो. हे असे का घडले? याचा शोध घेणे केव्हाही चांगले असते. आम्हाला आता या 'का?' प्रश्नाचे उत्तर मिळाले होते. त्याचबरोबर आम्हाला 'कोण, काय, केव्हा कुठे व कधी' याही प्रश्नांची उत्तरे मिळाली होती. हे सर्व प्रश्न असद खलीलच्या अमेरिकेतील हत्याकांडाच्या मोहिमेसंबंधीचे होते. त्याबद्दलचा सारा उलगडा झाला होता. फक्त हा खुनी असद खलील आत्ता कुठे आहे? या प्रश्नाचे उत्तर अजून हातात आले नव्हते; पण आम्ही त्या उत्तराच्या जवळ पोचलो होतो हे नक्की. अन् प्रथमच मला असा आत्मविश्वास वाटला की तो 'सन ऑफ बिच' आपल्या आता तावडीत आलाच. मी केटला म्हणालो, ''जर तो या देशाबाहेर अजून निघून गेला नसेल तर आपल्या हातात तो आलाच म्हणून समज.''

माझ्या या आशावादी शेऱ्यावर तिने आपले मत व्यक्त केले नाही; पण असद

खलीलचा इतिहास कळल्यावर माझ्याजवळ थोड्या शंका होत्याच.

गडाफीच्या पत्नीचे शेरे मी पुन्हा एकदा लक्षात घेतले. या गडाफी कुटुंबियांचे खलीलच्या कुटुंबियांशी असलेले संबंध विचारात घेतले. कदाचित हे संबंध गडाफी व त्याची पत्नी यांच्यात असलेल्या संबंधापेक्षाही अधिक दृढ असतील, जवळचे असतील. असद खलीलचे वडील कॅप्टन खलील यांना पॅरिसमध्ये खुद्द गडाफीने आपल्या मारेकऱ्यांकडून संपवले असेही म्हटले जात होते; पण त्या वेळी असद खलील खूपच लहान होता. त्यामुळे त्या वेळी जे काही त्याच्या वडिलांच्या मृत्यूबद्दल बोलले गेले अथवा शंका प्रगट केल्या गेल्या, त्या त्याला ठाऊक असणे शक्य नव्हते किंवा नंतरही त्याला तसा संशय येणे शक्य नव्हते. रात्रीच्या अंधारात आपले महंमद गडाफी चाचा हे आपल्या तंबूमधून बाहेर हळूच डोकावून, आवाज न करता चवड्यावर चालत आईच्या तंबूत येत, हे लहानग्या असदला ठाऊक असणे कितपत शक्य होते? महाविद्यालयात शिकत असताना एका इतिहासाच्या प्राध्यापकाने बोललेले एक वाक्य मला आठवते. तो प्राध्यापक म्हणाला होता, "जगातील इतिहासामधील अनेक प्रमुख व कलाटणी देणाऱ्या घटना ह्यांना कामभावना व अनैतिक संबंध हे कारणीभूत ठरले आहेत." खुद्द माझ्याच जीवनावरती जर ह्या गोष्टींचा प्रभाव पडून माझा स्वतःचा इतिहास बदलत गेला आहे. तेव्हा जगाचा इतिहास का नाही बदलणार?

मी लिबियन उच्चभ्रू लोकांबाबत, तिथल्या समाजातील वरच्या वर्गाबाबत विचार करू लागलो. पूर्वीपासून तिथे छोट्या छोट्या एकाधिकारशाही होत्या; परंतु तरीही इतर ठिकाणांप्रमाणेच तिथेसुद्धा दरबारी भानगडी, राजवाड्यातील अफवा व कुजबुजी आणि राजकीय नाटके ह्या रोजच्याच गोष्टी होत्या.

मी केटला विचारले, "असद खलीलचे कुटुंबीय हे त्या हवाई हल्ल्यात मारले गेले असतील काय? तुला काय वाटते?"

ती म्हणाली, "खलीलच्या कुटुंबाचे गडाफीशी असलेले निकटचे साहचर्य असल्याची माहिती जर खरी असेल तर खलील त्या अल अझीझियामध्ये रहात असावा. मिसेस हॅम्ब्रेश्त यांच्या सांगण्यानुसार त्या भागावरती चार बॉम्ब अमेरिकन विमानांनी टाकले. त्या विमानातील आठजणांपैकी दोघांना खलीलने ठार केले आहे. त्याने जरी हा महंमद गडाफीसाठी सूड घेतला असला तरी मला वाटते की त्याचे कुटुंब त्या बॉम्बहल्ल्यात ठार झाले असावे. त्यामुळे वैयक्तिक सूडापोटीही तो ह्या सूडकार्यास अधिक प्रवृत्त झाला असावा."

"मलाही तसेच वाटते," मी तिला दुजोरा देत म्हणालो.

त्या बॉम्बहल्ल्याच्या वेळचे दृश्य मी नजरेसमोर आणू लागलो. पहाटे कधीतरी जेव्हा खलीलच्या घराजवळ बॉम्ब पडला असेल तेव्हा तो झोपेत असेल. काय झाले

आहे हे समजायच्या आत तो स्फोटाच्या दणक्याने अंथरुणाबाहेर फेकला गेला असेल. घाबरून त्याने आजुबाजूला पाहिल्यावर त्याच्या भोवतालचे पूर्वीचे जग अदृश्य झाले असेल. त्या जगाचे रूपांतर आता एका ढिगाऱ्यात झाले असणार. सर्वत्र धुळीचा खकाणा, अंधार व वाचलेल्यांच्या किंकाळ्या असणार. त्याने अनेक प्रेते व तुटलेले मानवी अवयव पाहिले असणार. त्याच्या कुटुंबातील सगळे नक्कीच मारले गेले असणार. अशा वेळी असदची मन:स्थिती कशी असेल? मनाला बसलेला धक्का, भीतीने कासावीस झालेला, बाकीचे मेले तरी आपण जिवंत राहिलो म्हणून अपराधी भावनेने ग्रासलेले मन, अन् सरतेशेवटी या साऱ्यांचा परिपाक म्हणून त्याच्या मनात रागाचा उदय झाला असणार. राग, संताप, क्रोध यांनी त्याचे मन काठोकाठ भरून गेले असेल. मग जेव्हा कधीतरी त्याची विचारशक्ती परत आली असेल, तेव्हा *'या साऱ्याचा आपण आता सूड घेतला पाहिजे.'* अशी त्याने मनात प्रतिज्ञा केली असणार. तो सूड घेण्यासाठी त्याचे शरीर ठीक राहिले होते. लहान वय असल्याने शांतपणे सूड घेण्याची तयारी करण्यास भरपूर कालावधी उपलब्ध होता. शिवाय तो कर्नल गडाफीच्या आतल्या वर्तुळातला होता. एवढी अनुकूल परिस्थिती असल्यावर खलीलवर लिबियन हेर खात्याच्या उड्या न पडल्यासच नवल. त्यांनी त्याला पार एक नवा प्रेषित बनवून टाकला असेल आणि खलील स्वत: कसा पुढे वाढला असेल?.... तो पुढे आयुष्यभर मनात द्वेष बाळगून एक सूडस्वप्न पहात असणार. गेल्या शनिवारपासून त्याचे ते स्वप्न प्रत्यक्षात उतरायला सुरुवात झाली असणार. त्याचे ते सूडस्वप्न हे आपल्याला भयाण ठरले, दचकवून टाकणारे झाले.

"तुम्ही कसला विचार करीत आहात?"

"खलीलबद्दल. लिबियातून तो येथवर कसा येत गेला याचा विचार करतो आहे. संबंध आयुष्यभर तो अमेरिकेला येण्याचे अफलातून स्वप्न पहात आला आहे. अन् आपल्याला त्याचा कधीच पत्ता लागला नाही. निदान आपल्या हेर खात्याला तरी त्याचा वास यायला हवा होता. तो इथे आला आहे ते स्वत:चे पुनर्वसन करून नवीन आयुष्य सुरू करायला आला नाही. किंवा न्यूयॉर्कच्या ब्रुकलीन भागात तो टॅक्सी चालवणार नाही. किंवा लिबियातील छळ किंवा दारिद्र्य यांच्यापासून सुटका करून घेण्यासाठी तो इकडे आला नाही. त्याच्या डोक्यात एमा लॅझारसची कविता नक्कीच नाही." न्यूयॉर्क बंदराबाहेर अमेरिकन स्वातंत्र्यदेवीच्या पुतळ्याखाली एमा लॅझारस या कवयित्रीच्या ओळी कोरलेल्या आहेत. त्यात ही स्वातंत्र्यदेवता जगातील थकल्याभागल्या, अन्यायाने पीडीत असलेल्या व निर्वासितांना अमेरिकेत आश्रय व अभय देण्याचे आश्वासन देते; परंतु खलीलला अशा भावनांचे कसलेही आकर्षण नाही की सोयरसुतक नाही. तो फक्त त्याची योजना राबवणार आणि काम होताच निघून जाणार.

मी आणि केट आपापल्या खुर्च्यांवरती बसून कामे करीत होते; पण मी नुसते बसून वाचणे, लिहिणे, आलेल्या फोनना उत्तरे देणे, अशा कामात रस नसलेला माणूस आहे. मला काहीतरी सतत कृती व धडपड करायला आवडते. मला बेथ पेनरोजला फोन करायचा होता; परंतु माझ्या टेबलाभोवतीची परिस्थिती त्याला अनुकूल नव्हती. म्हणून मी तिला इ-मेल पाठवावा, असे ठरवले. मी टाईप करू लागलो :

आत्ता बोलता येत नाही - येथे केसमध्ये एकदम मोठा बदल झाला आहे. कदाचित दुपारी बारानंतर गावालाही जाण्याची शक्यता आहे. थँक्स फॉर बिग वेट किस - तुझ्याशी बोलायचे आहे - लवकरच फोन करेन.

मी हा निरोप पाठवायला, विशेषत: शेवटची वाक्ये पाठवायला जरा कचरत होतो. *तुझ्याशी बोलायचे आहे* याचा दोन प्रेमिकांच्या सांकेतिक भाषेतला अर्थ काहीही असू शकतो. हे वाक्य मी माझ्या भूतपूर्व बायकोकडून शिकलो. ज्या वेळी ती असे फोनवर म्हणे, किंवा निरोपात लिही, तेव्हा त्याचा अर्थ 'तुझ्या बरोबर आज रात्र रंगवायची आहे,' असा होई.

केटने विचारले, "कोणाला इ-मेल पाठवता आहात?"

"बेथ पेनरोज."

यावर शांतता पसरली. काही क्षणांनी मला म्हटले गेले, "मला वाटते की तिला नकार देण्यासाठी इ-मेलचा उपयोग करणे..."

"अं....नाही."

"ते फारच कोरडेपणाचे ठरेल."

"मग मी फॅक्स पाठवू?"

"नाही. तुम्ही तुमचा निर्णय तिला प्रत्यक्ष भेटीत सांगा."

"बरं. बघतो मी नंतर कसे काय करायचे ते."

"याचा अर्थ तुमच्या मनातून तिला सांगायचे नाही, असाच होतो." तिने आपली तिखट प्रतिक्रिया व्यक्त केली.

आपल्याला आता एका डोकेदुखीला लवकरच सामोरे जावे लागणार आहे; याचा मला अंदाज येऊ लागला. मी म्हणालो, "खरं? मला वाटले की तुझे आणखी काही वेगळे विचार असतील."

ती तटकन् म्हणाली, "तुमच्या मार्गात व वागण्यात काल रात्री घडलेल्या गोष्टींचे ऋण आड येऊ देऊ नका. आपण दोघेही आता प्रौढ आहोत. तेव्हा काही काळ आपले संबंध आपण स्थागित ठेवून सावकाश एकेक टप्पा पार करण्याचा प्रयत्न करू."

"माझ्यातले नावीन्य ओसरले आहे असे तर तुला वाटत नाही ना?"

"गो टू हेल," असे म्हणून ती फणकाऱ्याने उठली व तिथून निघून गेली.

मी लगेच उठून एका ढांगेत तिला पकडून थांबवले असते किंवा तिच्याबरोबर गेलो असतो; पण एव्हाना आमच्याकडे काहीजणांचे लक्ष जाऊन ते आमच्याकडे पाहू लागले होते. मी त्यांच्याकडे पाहून स्मित केले व 'गॉड ब्लेस अमेरिका' असे म्हणालो. मला जॉर्ज ऑरवेलच्या 'नाइन्टिन एटी-फोर' कांदबरीची आठवण झाली. त्या कांदबरीतल्याप्रमाणे इथे जर काही 'ॲन्टी-सेक्स लीग'चे छुपे सभासद असते तर त्यांनी ताबडतोब हुकूमशहा 'बिग ब्रदर' याला इथे चोरटे प्रेमसंबंध प्रस्थापित होऊ पहात आहेत म्हणून कळवले असते.

मी आज घरी न गेलेलो असल्याने माझी अंतर्वस्त्रे बदलायची राहिली होती. मला कसेतरीच वाटत होते. इमारतीबाहेर जवळच एक दुकान होते तिथे जाऊन चटकन मी अंतर्वस्त्रांची खरेदी करून येऊ शकत होतो. जर केट बरोबर आली तर तिच्या पंसतीनुसार शर्ट व टायही खरेदी केले असते; पण जाऊ दे. आता त्यांची एवढी निकड नव्हती.

असो! मी परत 'अमेरिकाज् मोस्ट वॉन्टेड टेररिस्ट'कडे वळलो. मी संगणकावरती माझे इ-मेल खाते उघडून पाहू लागलो. वॉशिंग्टनमधील दहशतवाद प्रतिबंधक विभागाकडून एक निरोप आला होता. त्यावरती URGENT अशी अक्षरे होती. ह्या निरोपातील माहिती ही आमच्या इथल्या फारच थोड्याजणांसाठी होती. मी संगणकाच्या पडद्यावरती निरोप वाचला :

Air force informs us it may be difficult to ID pilots who flew Al Azzizziya mission. Records exist for full squadrons and larger units, but small sub-units need further research.

We have passed on to Air force substance of Rose Hambrecht's telephone interview with New York agents, i.e., four air crafts, F-111s, on Al Azziziyah mission, eight airmen. General waycliff murder, etc. see prior comm. on this. A.F personnel and historian office are researching names as per above para. Mrs. Hambrecht has been phone-contacted, but will not divulge names via phone, A general officer with escort has been dispatched from Wright-Patterson AFB, Dayton, Ohio, to Hambrecht home, Ann Arbor. Mrs. Hambrecht says she will divulge names to them in person, ID and waivers, etc. will advise.

विमानदलाकडून आम्हाला कळविण्यात आले आहे की, अल अझीझिया मोहिमेवरील वैमानिकांच्या नावांचा शोध घेणे हे कठीण आहे. एकूणएक सर्व स्क्वॅड्रन्सच्या आणि मोठ्या युनिटसच्या नोंदीची रेकॉर्डस् उपलब्ध आहेत; परंतु अगदी छोट्या युनिटस्च्या नोंदींचा शोध घ्यायचा असल्यास आणखी शोध घेणे भाग पडेल.

रोझ हॅम्ब्रेश्त यांची न्यूयॉर्कच्या एजंटने घेतलेल्या मुलाखतीची सर्व माहिती, म्हणजे अल अझीझियावरती चार एफ-१११ विमानांची मोहीम, वैमानिक आदी आठ एअरमेन, इत्यादी, विमानदलाकडे पाठवली. जनरल वेक्लिफ यांचा खून, इत्यादी वरील परिच्छेदातील माहितीही पाठविली. या संदर्भात पूर्वीचे संपर्क वाचा. विमानदलातील सेवक प्रशासन ऑफिस व इतिहास विभाग ऑफिस यांच्याकडून त्या वैमानिकांची नावे आणि वरच्या परिच्छेदातील माहितीसंबंधीचा तपशील शोधला जात आहे. मिसेस हॅम्ब्रेश्त यांच्याशी फोनने संपर्क साधला; पण त्या फोनवरती नावे सांगायला तयार नाहीत. राईट-पॅटर्सन विमानदलाचा तळ, डेटन, ओहिओ येथून एक जबाबदार अधिकारी व त्याच्याबरोबर सुरक्षा पथक देऊन त्यांना ॲन आर्बर येथील मिसेस हॅम्ब्रेश्त यांच्या म्हणण्यानुसार येणाऱ्या माणसांजवळ ओळखपत्रे, खास अधिकारपत्रे इत्यादी असेल तरच त्या वैमानिकांची नावे त्या माणसांना प्रत्यक्ष भेटीतच सांगतील. या बाबतीत परत आपल्याला कळवू.

मी संगणकावरचा मजकूर प्रिंटरमधून एका कागदावर छापून घेतला. त्यातल्या URGENT या शब्दाला लाल शाईने वर्तुळ केले आणि तो केटच्या टेबलावरती टाकला.

मी या परिस्थितीवरती विचार करू लागलो. मिसेस हॅम्ब्रेश्त या खूपच कणखर असून एकदा त्यांनी ठरविल्यावर त्या कशाहीपुढे झुकण्यास तयार होणार नाहीत. फोनकॉल्स, आर्जवे, विनंत्या, वगैरेंचा त्यांच्यापुढे काहीही उपयोग होत नाही. एकदा ती वैमानिकाची पत्नी असताना तिला जे काही फार पूर्वी माहितीच्या सुरक्षिततेबद्दल सांगून ठेवले होते, ते नियम ती निष्ठेने व इमानेइतबारे पाळती आहे.

दुसरी एक विचित्र गोष्ट माझ्या लक्षात आली. वैमानिकांवर कोणी सूड घेऊ नये, त्यांच्यावर राग काढू नये, म्हणून जे काही सुरक्षिततेच्या नियमांचे कवच त्यांच्याभोवती संरक्षणासाठी उभे केले होते, तेच कवच आता त्याच वैमानिकांना संरक्षण देण्यासाठी वाटेत अडथळा म्हणून उभे रहात होते.

आणखीही एक गोष्ट लक्षात आली. जर वैमानिकांच्या सुरक्षिततेसाठी एवढी गुप्तता कडक केली असेल तर त्यांची नावे आणि पत्ते हे लिबियासारख्या शत्रूच्या हातात इतके सहजासहजी कसे पडले? याचा अर्थ या सुरक्षायंत्रणेचा भेद लाच

देऊन केला गेला. म्हणून तर असद खलीलकडे त्या वैमानिकांची नावे व पत्ते आहेत आणि आमच्याकडे मात्र नाहीत. अन् पैसे चारून ही नावे व पत्ते असलेली माहिती का काढली गेली? तर त्याचेही कारण उघड आहे. त्या आठहीजणांना संपवायचे आहे, ठार करायचे आहे, त्यांच्यावरती सूड घ्यायचा आहे, म्हणून एवढा आटापिटा केला जातो आहे.

माझ्या मन:पटलावर ती आठ दुर्दैवी माणसे उमटली. त्यातला एकजण गल्फच्या युद्धात मारला गेला. एकाचा इंग्लंडमध्ये खून झाला. एकाचा राजधानीत कॅपिटॉल हिल वसाहतीमध्ये पत्नी व कामवाली नोकर यांच्यासह खून झाला. एकाला असाध्य रोग होऊन तो मृत्यूपंथाला लागला आहे. म्हणजे आता चारजणच उरलेत. चार नाही, पाच. जर ती आजारी व्यक्ती अद्याप मृत्यू पावली नसेल तर; पण माझा इथे बसून अर्धवट माहितीच्या आधारे केलेला हा हिशेब आहे. प्रत्यक्षात चौघे किंवा पाचजण यांच्यापैकी काहीजणांना खलीलने ठार केले असेल व उरलेल्यांच्या मागावर तो असेल, मला यात कोणतीही शंका नव्हती. कदाचित् एव्हाना त्याने उरलेल्या साऱ्याजणांना आणि कदाचित त्यांच्या जवळपास दुर्दैवाने असलेल्यांना खलीलने संपवलेही असेल. मिसेस वेक्लिफ आणि त्यांची कामवाली नोकर बाई यांचा असाच नाहक बळी गेला. बिचाऱ्या, चुकीच्या वेळी चुकीच्या ठिकाणी त्या हजर राहिल्या होत्या.

जेव्हा आपल्या स्वत:च्या राष्ट्राची सुरक्षितता धोक्यात येते तेव्हा खूप अस्वस्थ वाटू लागते. मी फारशी कधी देवाची प्रार्थना करीत नाही. अन् माझ्यासाठी तर मी कधीच केली नाही; पण आता मात्र जे मृत्यू पावलेत त्यांच्यासाठी व त्यांच्या कुटुंबियांसाठी मी प्रार्थना केली. जे मृत्यू पावले नाहीत त्यांच्यासाठीही मी प्रार्थना केली. अन् जे लवकरच मृत्यू पावण्याची शक्यता आहे त्यांच्यासाठीही प्रार्थना केली.

नंतर मला एक झकास कल्पना सुचली. मी माझी खासगी टेलिफोन डायरी बाहेर काढली. त्यातील एक नंबर शोधून तो मी फिरवला.

४५

कोलॅराडो स्प्रिन्ज गावावरून ते लिअरजेट हवेत चढत गेले. असद खलील विमानाच्या डाव्या बाजूला शेवटच्या मागच्या आसनावर जाऊन बसला. उत्तरेकडे जात रहाणाऱ्या विमानातून तो ती उत्तुंग पर्वतराजी अनिमिष नजरेने पहात होता. त्याला असे वाटत होते की आपण जगातल्या सर्वांत उंच पर्वतापेक्षाही खूप वरती

आलो आहोत. तरीही ते विमान पुढे जातच राहिले. आता तर त्याला पुढून येणाऱ्या डेन्व्हर शहराचा प्रकाशित विस्तारही दिसू लागला. ती पर्वतराजी ओलांडली तरीही आपण सरळ पुढे उत्तरेकडे का जातो आहोत? विमानाने पुरेशी उंचीही गाठलेली दिसते.

जर वैमानिकांना आपल्याबद्दल काही शंका आली तर ते काय करतील? ते वायरलेसवरती एखादी यांत्रिक बिघाडाची सूचना पाठवतील. मग आणीबाणी म्हणून नाईलाजाने एखाद्या आजुबाजूच्या विमानतळावरती आपले विमान उतरवतील. तिथे अधिकारी मंडळी आपल्यासाठी वाट पहात असतील. अन् मग शेवटी ते आपल्याला अटक करू पहाणार. पण हे असे कशावरून घडत असेल? त्याची खात्री करण्यासाठी एक साधा व सोपा मार्ग होता.

तो उठून उभा राहिला आणि चालत चालत कॉकपिटमध्ये गेला. मधले पार्टिशनचे दार तसेच उघडे होते. खलील त्या दोन्ही वैमानिकांच्या मागे जाऊन उभा राहिला व त्यांना म्हणाला, "काही अडचण आली का?"

वैमानिकाने आपल्या खांद्यावरून मागे पाहात म्हटले, " काहीही नाही, सर. सर्व काही ठीक चालले आहे."

खलीलने त्या दोन्ही वैमानिकांच्या चर्या नीट न्याहाळल्या. कोणीही खोटे बोलत असेल तरी खलीलला ते चटकन कळे. खोटे बोलणारा माणूस किंचित अस्वस्थ असतो. तरी मग भले तो कितीही जर कसलेला अभिनयपटू असला तरी. खलील ती अस्वस्थता चटकन टिपे. त्याला या दोन्ही वैमानिकांच्या बोलण्यात व हालचालींत कुठेही अस्वस्थता जाणवत नव्हती. तरीही खात्री करून घेण्यासाठी त्याने त्यांच्या डोळ्यात रोखून पाहिले.

वैमानिक म्हणत होता, "आपण आता डोंगरावरून पश्चिमेकडे वळणार आहोत. त्या वेळी डोंगराकडून वर चढणाऱ्या वाऱ्यात आपण काही वेळ सापडू. ते थोडेसे खळबळाटी वारे आहेत. तेव्हा मिस्टर पेर्लिमान, तुम्ही तुमच्या जागेवरती जाऊन बसलात तर ते सोयीचे होईल, प्लीज."

खलील वळून परत आपल्या आसनावरती जाऊन बसला. समोर पट्टे बांधण्याची अक्षरे प्रकाशित झाली. त्याच वेळी एक संगीतमय घंटा किणकिणली.

त्या लिअरजेटचा डावीकडचा पंख खाली झुकला. मग वळण संपल्यावर परत तो सरळ पातळीत वरती आला. विमान आता पश्चिमेकडे जाऊ लागले; पण काही मिनिटातच ते खालच्या डोंगराकडून येणाऱ्या वाऱ्याच्या झोतात सापडले व आणखी वर वर चढू लागले. खलीलला ते जाणवले. विमानाचे नाक थोडेसे वर झाले होते.

इंटरकॉमवरती वैमानिक सांगत होता, "आपल्याला आत्ताच सॅन डिएगो येथे उतरायची परवानगी तेथून मिळाली आहे. तिथे पोचण्यासाठी एक तास पन्नास मिनिटे

लागतील. जमिनीवर उतरू तेव्हा कॅलिफोर्नियाच्या प्रमाणवेळेनुसार सकाळचे सव्वासहा वाजलेले असतील. ती प्रमाणवेळ इथल्या माऊंटन प्रमाणवेळेपेक्षा एका तासाच्या फरकाने मागे आहे.''

"थँक्यू. मला आता इथल्या प्रमाणवेळा समजू लागल्या आहेत, असे वाटते.''

"येस, सर.''

आपण पॅरिसहून निघालो तेच मुळी सूर्योदयाला. तेव्हापासून सतत पश्चिमेला जात राहिलो आहोत. त्यामुळे आपल्याला काही तासांचा फायदा झाला, असे त्याच्या मनात आले; परंतु त्या घड्याळातील जादा वेळेची गरज त्याला नव्हती. आता यानंतरही तो पश्चिमेकडे प्रवास करत राहिला तर त्याला ती पॅसिफिक महासागरावरची आंतरराष्ट्रीय वार रेषा ओलांडावी लागेल आणि एकदम चोवीस तासांचा फरक होईल. त्या रेषेबाबत मलिक त्याला म्हणाला होता, ''तू जेव्हा ती रेषा किंवा रेखांश ओलांडशील तेव्हा वैमानिक तसे जाहीर करेल. मग मक्का ही पश्चिमेला असेल. पूर्वेला नाही. नमाज पढण्यासाठी तू पूर्वेकडे तोंड करून सुरुवात कर आणि नमाजाचा शेवट पश्चिमेकडे तोंड करून व्हायला हवा. परमेश्वर तुझी प्रार्थना आपल्या दोन्ही कानांनी ऐकेल. मग तू घरी सुखरूप परत येशील.''

कातड्याने मढवलेल्या त्या आसनात खलील मागे टेकून आरामात बसला. त्याचे विचार आता मलिककडून बोरिसकडे वळले. ह्या अलिकडच्या काळात त्याच्या मनात मलिकपेक्षा बोरिसचेच विचार जास्त येत होते. अमेरिका, अमेरिकन लोक व अमेरिकन संस्कृती यावरती त्याला प्राथमिक धडे देण्यासाठी बोरिसची नेमणूक झाली होती. तेव्हा त्याची जास्त आठवण आता खलीलला होणे हे सहाजिक होते. बोरिसने या मोहिमेसाठी त्याचे शरीर, मन, आत्मा या साऱ्यांना प्रशिक्षण देऊन तयार करून सोडले होते. ऱ्हास होत जाणारी अमेरिकन संस्कृती खलीलला समजावून देण्याचे काम बोरिसने केले होते. आता खलील या संस्कृतीमध्ये वावरत होता; पण खुद्द बोरिसला ही अमेरिकन संस्कृती तेवढी ऱ्हास पावत जाणारी नाही, असे वाटत होते.

बोरिस त्याला म्हणाला होता, ''अमेरिकेत बऱ्याच संस्कृती नांदत आहेत. त्यात उच्च संस्कृतीपासून हीन संस्कृतीपर्यंतचे सारे प्रकार सामावलेले आहेत. त्यात शिवाय तुझ्यासारखेच आपल्या मतांनुसार स्वतःची संस्कृती ठरवून तसे जगणारेही लोक आहेत. काहीजणांची परमेश्वरावरती गाढ श्रद्धा असते, तर काहीजण फक्त भोगवादी असतात. त्यांना पैसा, कामसुख व अन्य सुखे यांखेरीज काहीही दिसत नसते. काहीजण अत्यंत देशभक्त असतात, तर काहीजण आपल्या सरकारशी, देशाशी कधीच एकनिष्ठ नसतात. तिथे प्रामाणिक माणसे जशी आहेत तशी चोर मंडळीही आहेत; परंतु सर्वसाधारण अमेरिकन माणूस हा चोऱ्या करणाऱ्या लिबियन

लोकांपेक्षा नक्कीच जास्त प्रामाणिक असतो. माझा ज्या ज्या लिबियन लोकांशी संबंध आला, त्यांच्या अनुभवावरून मी हे बोलतो आहे. तूच फक्त एक असा लिबियन माणूस मला भेटला आहेस की तुझी अल्लावर प्रचंड श्रद्धा आहे. तेव्हा, अमेरिकन लोकांना कमी लेखून त्यांच्याबद्दल मत बनवू नकोस. त्यांना कमी लेखण्याची चूक ही ब्रिटिशांनी केली; फ्रेंचांनी केली आणि जपानी युद्धपिपासूंनीही केली. ॲडॉल्फ हिटलरने अशीच चूक अमेरिकनांच्या बाबतीत केली होती. माझ्या देशातील पूर्वीच्या सोव्हिएट सत्ताधाऱ्यांनीही तशीच चूक केली. पण शेवटी परिणाम काय झाला? तर ब्रिटिश व फ्रेंच साम्राज्ये लयाला गेली. हिटलरला आत्महत्या करावी लागली. जर्मन साम्राज्याचाही नाश झाला. जपानी साम्राज्य नाहीसे झाले आणि सोव्हिएट साम्राज्याचे तुकडे तुकडे झाले; पण अमेरिकन्स अजूनही आहे तेवढेच टिकून आहेत.''

खलीलने यावरती बोरिसला उत्तर दिले, ''पण या पुढचे शतक हे फक्त इस्लामचेच असेल.''

बोरिस यावरती मोठ्याने हसला व म्हणाला,'' हे विधान तर गेली हजार वर्षे केले जात आहे. तुमच्या संस्कृतीचाही ऱ्हास होईल. त्याला कारणीभूत तुमच्या स्त्रियाच ठरतील. त्यांना तुम्ही शतकानुशतके तुमच्या मूर्खपणाखाली, तुमच्या भोंगळ व असमंजस कल्पनांखाली दडपून टाकले आहे. शेवटी सारे गुलाम हे आपापल्या मालकांविरुद्ध बंड करून उठतात. मी स्वत: हे माझ्या देशात पाहिले आहे. एक दिवस असा उगवेल की त्या दिवशी तुमच्या बायकांना बुरखे पांघरून घेण्याचा कंटाळा येईल. पुरुषांकडून मार खाण्याचा कंटाळा येईल. अन्य पुरुषाशी संबंध ठेवल्याबद्दल जीव घेतला जाण्याचा कंटाळा येईल. घरी नुसते बसून आपले आयुष्य वाया घालविण्याचा त्यांना कंटाळा येईल. जेव्हा असा दिवस उजाडेल ना, त्या वेळी तुझ्यासारखे लोक आणि तुमचे ते xxx मुल्ला यांनी तडजोडीसाठी तयार व्हावे हे उत्तम.''

खलील यावर म्हणाला, ''तुम्ही जर मुस्लीम असता ना तर तुमचे आत्ताचे बोलणे हे धर्मविरोधी, अशुभ व ईश्वराबद्दल निंदाजनक समजले गेले असते. मग मी आत्ताच तुम्हाला ठार मारले असते.''

यावर बोरिसने एवढेच उत्तर दिले, ''योब व्हास!'' अन् मग आपली मूठ वळून त्याने खलीलच्या बरगड्यांच्या खाली पोटात एक ठोसा मारला व तो निघून गेला. इकडे खलीलला तो ठोसा एवढा जबरदस्त बसला होता की तो मागे कोलमडून पडला व त्याला श्वास घेणे मुश्कील झाले होते.

या प्रसंगाचा उल्लेख नंतर त्या दोघांनी एकमेकांशी बोलताना कधीही केला नाही. कारण याचा शेवट काय होणार ते त्या दोघांच्याही लक्षात आले होते.

बोरिसचा मृत्यू आता पक्का झाला होता. त्याच्याकडून काम करून घेण्यात आल्यावरती त्याचे महत्त्व एकदम शून्य होणार होते. अन् मग कोणत्याही क्षणी त्याला ठार केले जाणार होते. या प्रसंगामुळे तर ही गोष्ट अगदी पक्की होऊन बसली. एका अर्थाने बोरिस आता एक चालता-बोलता मृत माणूस झाला होता. त्यामुळे या पक्क्या झालेल्या गोष्टीवरती उपाय वगैरे शोधण्यात काहीही अर्थ नव्हता. मृत्यूची शिक्षा झालेल्या कैद्याने आपले मुंडके उडवण्यास आलेल्या माणसावर जरी थुंकले तरी ते मनावर घेतले जात नाही, आपण विरोध प्रगट करूनही आपले मरण चुकणार नाही हे कळल्यावर कैदीही मग विरोध करेनासा होतो. तसाच हा प्रकार होता. म्हणून खलील व बोरिस या दोघांनीही एकमेकांकडे याबद्दल अवाक्षरही काढले नाही.

विमान आपली उंची अजून वाढवतच होते. खालून येणाऱ्या खळबळाटी वाऱ्यामुळे ते इकडेतिकडे हेलकावे खायचे, डुचमळायचे. खलीलने खिडकीतून खाली पाहिले. चंद्रप्रकाशातील बर्फाच्छादित शिखरे दिसत होती. पण हाच चंद्रप्रकाश डोंगरांच्या दऱ्यात घुसला तरी त्या दऱ्या काळ्या अंधारात गेलेल्या वरून दिसत होत्या.

तो परत आपल्या आसनावरती आरामात बसला व बोरिसचा विचार करू लागला. त्याला त्याचे धर्मविरोधी अपवित्र बोलणे आठवले. त्याचे दारू पिणे आठवले. अन् त्याचा उद्धटपणाही आठवला; पण तरीही तो एक चांगला शिक्षक होता हे त्याने मनात कबूल केले. बोरिसला अमेरिका व अमेरिकन्स हे चांगले ठाऊक होते. अमेरिकेत त्याचे वास्तव्य काही काळ होते; परंतु त्याचे अमेरिकेबद्दलचे ज्ञान हे नुसत्या तिथल्या वास्तव्यामुळे त्याला प्राप्त झाले नव्हते, असे खलीलच्या लक्षात आले. बोरिस सोव्हिएट रशियात असताना केजीबी ह्या रशियन हेरसंस्थेत सामील झाला होता. त्या वेळी त्याला अमेरिकन बनवण्यासाठी केजीबीने 'मिसेस इव्हानोव्हा'ज् चार्म स्कूल' नावाच्या संस्थेत प्रशिक्षणासाठी पाठवले होते. या ठिकाणी रशियन हेरांना अमेरिकन बनवून मग अमेरिकेत हेरगिरी करण्यासाठी पाठवून दिले जायचे.

बोरिसने आपले हे गुपित एकदा दारूच्या नशेत खलीलला सांगितले तसेच, त्याला हेही सांगितले की "ही गुप्त माहिती अद्याप बाहेरच्या जगाला किंवा खुद्द अमेरिकेलाही अजून मिळाली नाही. मीच प्रथम याबद्दल बोलतो आहे.'' बोरिस नक्की कशाबद्दल बोलतो आहे ते खलीलला कळेना. त्याने नंतर त्याबद्दल खोदून खोदून विचारले. तरीही बोरिस परत कधीच त्याबद्दल बोलला नाही.

बोरिसने त्याला अमेरिकेबद्दल एवढ्या गोष्टी शिकवल्या की, 'आपल्याला आता अमेरिकन मन व मानसिकता ही इतकी कळली आहे की तेवढी एखाद्याला अमेरिकेत कित्येक वर्षे राहूनही कळले नसते,' असे खलीलला वाटू लागले. बोरिस

एकदा म्हणाला होता, ''मी अमेरिकेत असताना अनेकदा मला वाटायचे की मी स्वत: अमेरिकन आहे. एकदा मी बाल्टिमोरला बेसबॉलची मॅच पहायला गेलो असताना अमेरिकेचे राष्ट्रगीत 'स्टार-स्पॅन्गल्ड-बॅनर' हे वाजवले गेले. तेव्हा माझ्या डोळ्यांत अश्रू उभे राहिले; पण अर्थातच जर 'इंटरनॅशनेल' हे कम्युनिस्टांचे गीत वाजवले गेले तरीही मला तसेच झाले असते. कदाचित माझ्यात बहुराष्ट्रीयत्व व्यक्तिमत्व विकास पावले गेले असेल.''

यावरून खलीलला बोरिसचे आणखीही एक वाक्य आठवले. तो म्हणाला होता, ''जोपर्यंत तुमच्यात अनेकांबद्दल निष्ठा निर्माण होत नाहीत. तोपर्यंत तुम्ही खूप सुखी असता व तुमची तब्येतही उत्तम रहाते.''

खलीलची तंद्री भंग पावत इंटरकॉम खरखरला. तो वैमानिक म्हणत होता, ''मिस्टर पेर्लिमान, आपण पर्वत ओलांडतो आहोत. खालून येणाऱ्या वाऱ्यांमुळे विमान सारखे हलते आहे, याबद्दल माफ करा.''

खलीलला आश्चर्य वाटले. याबद्दल वैमानिकाने कशासाठी माफी मागायची? खालून येणाऱ्या वाऱ्यांना तो थोडाच जबाबदार आहे? निसर्ग जबाबदार आहे. फार तर परमेश्वराला जबाबदार धरा.

वैमानिक म्हणत होता, ''वीस मिनिटातच हवा शांत होईल, आपल्या आजच्या फ्लाईट प्लॅननुसार आपण कोलॅराडो राज्य ओलांडून नैर्ऋत्येच्या दिशेने 'फोर कॉर्नर' पॉईंटपर्यंत जाऊ. 'फोर कॉर्नर' म्हणजे जिथे कोलॅराडो, न्यू मेक्सिको, ॲरिझोना आणि युटाह या चार राज्यांच्या सरहद्दी एकत्र येतात ती जागा. मग आपण ॲरिझोनाचा उत्तर भाग ओलांडून नैर्ऋत्येकडे जायला लागू. चंद्र मावळल्यावर मात्र दुर्दैवाने तुम्हाला खालचे काही फारसे पहायला मिळणार नाही. फक्त वाळवंटे व पठारे एवढेच तुम्हाला ओळखता येतील.''

त्या दोन्ही वैमानिकांनी मिळून एकूण जेवढी वाळवंटे आत्तापर्यंतच्या आयुष्यात पाहिली असतील, त्याच्यापेक्षा कितीतरी अधिक वाळवंटे खलीलने पहिली होती. त्याने इंटरकॉमवरून सांगितले, ''आपण त्या ग्रँड कॅन्यनवरून जेव्हा जाऊ तेव्हा मात्र मला सांगा.'' ग्रँड कॅन्यन म्हणजे कोलॅराडो नदीची जगातली सर्वांत खोल असलेली दरी. ही दरी दीड दोन मैल खोल असून त्यातून नदी वाहते. हे एक जागतिक प्रेक्षणीय स्थळ आहे.

''येस, सर. होल्ड ऑन अ मोमेन्ट... ओके. चाळीस मिनिटात आपण तिथे पोचू. साऊथ रीमच्या दक्षिणेला सुमारे ५० मैलांवरती ती जागा आहे. तुम्हाला ती कॅन्यन विमानाच्या उजव्या बाजूला दिसेल. त्या पलीकडचे ते उंचावरचे पठारपण दिसेल. पण एवढ्या उंचीवरून आणि अंतरावरून ती कॅन्यन कितपत स्पष्ट दिसेल याची शंकाच आहे.''

खलीलला ती ग्रँड कॅन्यन दरी पहाण्यातही रस नव्हता. त्याला फक्त त्या निमित्ताने आपल्याला जागे केले जाईल आणि अशा रीतीने पूर्ण झोपेच्या स्वाधीन होण्यापासून आपण बचावू, असा त्याचा हेतू होता. तो म्हणाला, ‘‘थँक्यू. आपण त्या दरीजवळ आलो की मला उठवायला विसरू नका.’’

‘‘येस, सर.’’

खलीलने आसन मागे तिरपे केले आणि त्याने आपले डोळे मिटून घेतले. कर्नल कॅलमवरती तो विचार करू लागला. आपण त्याला ठार मारण्याच्या नादी न लागता तेथून निघालो हे बरे झाले. त्या खुन्याकडे आता मृत्यू स्वत:च पाहून घेईल. आपली पुढची भेट ही लेफ्टनंट विगिन्स याला द्यायची आहे. त्यांनी त्रिपोलीत याच्याबद्दल सांगितले होते. हा माणूस अत्यंत चंचल आहे. बाकीची मारलेली माणसे जशी वक्तशीर होती. आपापल्या सवयींचे गुलाम होती, तसा हा माणूस नव्हता. त्यामुळे आणि आपल्या हिट लिस्टवरती तो शेवटी आल्यामुळे आपल्याला मदत करायला कॅलिफोर्नियात कोणाला तरी नक्की पाठवले जाईल, असे त्याला वाटले. परंतु खलीलला कोणाचीही मदत नको होती; पण त्याच्या मोहिमेमधील शेवटच्या भागाला तो जाऊन पोचला होता; हा भाग महत्त्वाचा होता. किती महत्त्वाचा होता हे लवकरच जगाला कळून येणार होते.

आपल्या डोळ्यांवरती झापड येते आहे, असे त्याला जाणवले. आपल्याकडे दबकत येणाऱ्या माणसाचे स्वप्न तो पाहू लागला. ते एक गोंधळ उडवणारे स्वप्न होते. तो माणूस व तो स्वत: हे दोघेही स्वतंत्रपणे वाळवंटावरून उडत चालले होते. त्यांची शरीरे उडत होती. खलील पुढे होता व तो दुसरा त्याच्यामागून येत होता. पण तो मागचा माणूस त्याला दिसत नव्हता. अन् त्या दोघांच्याही वरून मृत्यूदूत उडत चालला होता. ह्याच मृत्यूदूताला त्याने कुफ्रा ओॲसिसमध्ये पाहिले होते. खलीलला हेही जाणवले की त्या मृत्यूदूताच्या मनात खालच्या दोन माणसांपैकी कोणाला स्पर्श करावा? म्हणजे तो माणूस खाली जमिनीवर जाऊन पडेल.

मग हे स्वप्न दुसऱ्या एका स्वप्नात विरघळत चालले. ते दुसरे स्वप्न त्याचे स्वत:चे होते. त्या स्वप्नात तो एका वैमानिक स्त्रीसमवेत उडत होता. त्या स्त्रीच्या अंगावर अजिबात कपडे नव्हते. त्या दोघांनी आपापले हात एकमेकांच्या हातात गुंफले होते. ते दोघे खाली कुठे एखाद्या घराची गच्ची सापडते आहे का ते शोधत होते. त्या दोघांना प्रणयरंग उधळायचे होते; रतिसुखाचा आस्वाद घ्यायचा होता. त्यासाठी ते अशी जागा शोधीत होते; पण खालची प्रत्येक इमारत प्रत्येक घर, हे एका बॉम्बमुळे उद्ध्वस्त झाले होते.

इंटरकॉममधून आवाज आल्याने खलीलची झोप उडाली. तो दचकून जागा झाला. त्याचा चेहेरा घामाने डबडबला होता.

वैमानिक म्हणत होता, "ग्रँड कॅन्यन उजव्या बाजूला येते आहे, मिस्टर पेर्लिमान.'

खलीलने एक खोलवर श्वास घेतला, घसा खाकरला आणि इंटरकॉमवरून तो म्हणाला, "थँक यू."

तो उठला आणि स्वच्छतागृहात प्रथम गेला. आपले हात व तोंड त्याने गार पाण्याने धुतले; परंतु तरीही त्याच्या मनात चाललेले ते स्वप्न संपत नव्हते.

तो आपल्या आसनावर येऊन बसला आणि खिडकीतून त्याने खाली पाहिले. चंद्र क्षितिजावरती अस्तास चालला होता. खालची जमीन पूर्णपणे अंधारात बुडाली होती. हात लांबवून त्याने एअरफोन घेतला. लक्षात ठेवलेला एक नंबर त्याने फिरवला. पलीकडून एका माणसाचा आवाज आला, "हॅलो—"

खलील म्हणाला, "मी पेर्लिमान बोलतो आहे. आपल्याला मी जागे केले त्याबद्दल माफ करा."

पलीकडचा माणूस म्हणाला, "मी टॅनेन बॉम बोलतो आहे. उठवल्यामुळे काहीही बिघडले नाही. मी एकटाच झोपलो होतो."

"छान. मी एवढ्यासाठी फोन केला की आपल्याला काही धंदापाणी करणे जमेल का?"

तो माणूस म्हणाला, "सध्या येथे धंद्याला अनुकूल परिस्थिती आहे."

"आपली स्पर्धक मंडळी कुठे आहेत?"

"ती बाजारात कुठेच दिसत नाहीत."

घोटून घोटून आधी पाठ केलेले हे संभाषण संपले. खलील शेवटी म्हणाला, "आपण आता भेटून यावरती चर्चा करू या."

"ठीक आहे. होऊन जाऊ द्या ठरवल्याप्रमाणे."

खलीलने फोन बंद करून एक दीर्घ श्वास सोडला. मग इंटरकॉमवरती तो वैमानिकाला म्हणाला, "मी आत्ताच एक फोन केला. त्यामुळे मला आपल्या पुढच्या प्रवासात थोडा बदल करावा लागत आहे."

"येस, सर."

बोरिसने खलीलला सांगून ठेवले होते, "मिस्टर पेर्लिमान, हे आपली योजना बदलल्याचे सांगताना उगाच संकोच करत माफी वगैरे मागत नाहीत. ते एक हाडाचे ज्यू आहेत. पक्का धंदा करणारे आहेत आणि ते आपल्या सेवेसाठी भरपूर पैसा मोजतात, तेव्हा मोजलेल्या पैशाची सेवेच्या रूपाने पुरेपूर परतफेड होण्याची अपेक्षा ठेवतात. धंदा प्रथम, मग बाकीचे सारे. अन् प्रत्येकाची गैरसोय कशी टाळता येईल हे पहाणे त्यांचे काम नाही."

खलील वैमानिकाला सांगू लागला, "मला आता सांटा मोनिका येथे जाण्याची

जरुरी आहे. यात काही अडचण येणार नाही असे मी धरून चालतो.''

वैमानिकाने उत्तर दिले, ''नो, सर. आत्तापासूनच्या उडण्याच्या वेळेत त्यामुळे फारसा काहीही फरक पडत नाही.''

खलीलला ते आधीच ठाऊक होते. तो म्हणाला, ''छान.''

वैमानिक पुढे सांगू लागला, ''आत्ता या वेळी एअर ट्रॅफिक कंट्रोलकडे फारशी कामांची गर्दी नसते.''

''सांटा मोनिकाला आपण केव्हा पोहचू?''

''मी ते कोऑर्डिनेटस् बघून सांगतो, सर. आपले इथून पुढचे एकूण उड्डाण हे चाळीस मिनिटे चालेल. म्युनिसिपल विमानतळावर उतरेपर्यंत सकाळचे सहा वाजलेले असतील; पण तिथे विमानांच्या आवाजामुळे सकाळी सहापर्यंत उतरू देत नाहीत. म्हणून आपल्याला विमानाचा वेग कमी करून सकाळी सहानंतर पोचावे लागेल.

''आले लक्षात माझ्या.''

वीस मिनिटानंतर ते लिअरजेट हळूहळू आपली उंची कमी करू लागले. खलीलने बाहेर पाहिले. क्षितिजावरती अंधुक संधिप्रकाश होता. त्याच्या पार्श्वभूमीवरती डोंगरांची रांग त्याला दिसली.

इंटरकॉमवरती वैमानिक म्हणत होता, ''आपण आता खाली उतरू लागलो आहोत, सर. कृपया, आपले आसनांचे पट्टे बांधा. समोर दिसत आहेत ते सॅन बर्नार्डिनो डोंगर आहेत. पूर्वेकडून तुम्हाला क्षितिजावरती जरा खाली लॉस एंजेलिसचे दिवे दिसतील. तुमच्या डाव्या बाजूला सांटा मोनिका विमानतळ आहे. जिथे किनारपट्टीला समुद्र भिडला आहे तिथे बघा. आता आपण दहा मिनिटात जमिनीवरती उतरू.''

खलील यावरती काहीही बोलला नाही. विमान हळूहळू उंची कमी करीत असल्याचे त्याला जाणवले. खाली पाहिले तर प्रकाशाने झगमगून उठलेल्या लांबलचक व मोठमोठ्या महामार्गांच्या पट्ट्या दिसत होत्या.

त्याने आपले मनगटावरील घड्याळ कॅलिफोर्नियाच्या प्रमाणवेळेनुसार लावले. आता ते घड्याळ सकाळचे ५:५५ दाखवीत होते.

वैमानिक वायरलेसवरती बोलत असल्याचे त्याला ऐकू आले. पण पलीकडून त्याला काय सांगितले जाते आहे, हे त्याला समजू शकत नव्हते. कारण पलीकडचे बोलणे ते आपल्या कानावर चढवलेल्या हेडफोनमधून ऐकत होते. न्यूयॉर्कपासून खलील बघत होता की प्रत्येक वेळी वैमानिकाने कानावर हेडफोन चढवून वायरलेसवर बोललेले नव्हते. त्यामुळे आत्तापर्यंत त्याला दोन्ही बाजूंचे बोलणे ऐकू आले होते; परंतु आत्ता त्यांनी कानावर हेडफोन चढवल्यामुळे त्याला संशय आला नव्हता; पण जर काही कारणांमुळे नेहमीपेक्षा जरा काही थोडेसे वेगळे घडत असले तर त्याला ते समजून घेण्याची इच्छा होती.

त्याच्या या प्रवासांची आखणी त्रिपोलीमध्ये झाली होती. जर अमेरिकन पोलिसांना त्याच्या या प्रवासाचा पत्ता लागला तर ते फ्लाईट प्लॅनवरून विमान उतरण्याचे ठिकाण शोधतील व तिथे जाऊन त्याच्यासाठी सापळा लावतील. म्हणून प्रवासात अशा वेळी एकदम मध्येच आपला मार्ग बदलायचा की जिथे पोलिसांना कल्पना नसेल अशा ठिकाणी उतरता येईल. तो मघाशी सॅन डिएगोला उतरणार होता; पण चाळीस मिनिटांपूर्वीच त्याने आपला बदललेला मार्ग कळवला. या चाळीस मिनिटात पोलिसांना हा नवीन मार्ग कळून ते सांटा मोनिकाच्या विमानतळावरती येऊन त्याच्यासाठी सापळा लावण्याच्या तयारीला लागले तरी त्यांना ही चाळीस मिनिटे अजिबात पुरणार नव्हती. जर त्यांना विमानतळावर त्याला पकडण्यासाठी तयारी करायला पोलिसांना अधिक वेळ लागणार असेल तर ते खालून काहीतरी तांत्रिक कारण सांगून विमानाला हवेत थोपवून धरतील. मग वैमानिक खलीलला तसे सांगेल. त्यामुळे खलीलला या उशिरामागचे खरे कारण समजून येईल. मग असद खलील वैमानिकाला दुसऱ्या कुठल्या तरी विमानतळावर उतरण्यासाठी फ्लाईट प्लॅन बदलायला सांगेल. हा नवीन विमानतळ हा सॅन बर्नाडिनो डोंगराळ भागातील एखादी कच्ची धावपट्टी असेल. जवळच असल्याने तिथे पोचायला काही मिनिटेच लागतील. त्याच्यासाठी तिथल्या विमानतळाबाहेर एक मोटार उभी असेल. त्या मोटारीमधील स्टिअरिंग व्हीलच्या खाली टेपने गाडीच्या किल्ल्या चिकटवून ठेवलेल्या असतील. या योजनेमुळे तो पोलिसांच्या जाळ्यातून सहज निसटून जाऊ शकत होता. पोलिसांना शेवटी कळले असते, की शस्त्रधारी खलील खाजगी जेट विमानात असल्यामुळे त्याला परिस्थितीचा फायदा मिळतो आहे.

विमान समुद्रावर गेले आणि माघारी किनाऱ्याकडे वळले. ते आता खाली उतरू लागले होते. विमानतळाचा रोख त्याने धरला होता.

उतरण्यासाठी कुठे उशीर होत असल्याची खूण वा सूचना मिळली आहे का याची त्याने वाट पाहिली; पण तेवढ्यात लिअरजेटच्या विमानाची चाके बाहेर पडल्याचे आवाज त्याला ऐकू आले. विमानाच्या पंखाच्या मागच्या फ्लॅप्स खाली झाल्या व हवेला त्या विरोध करू लागल्या. पंखांच्या टोकावरचे लॅन्डिंग लाईटस्चे दिवे उघडझाप करू लागले. त्याने ते खिडकीतून पाहिले. म्हणजे कुठेही अडथळा नाही, पोलिसांचे जाळे नाही की कसलाही सापळा लावला नाही. तो समाधानाने हसला.

तरीसुद्धा एक गोष्ट त्याच्या मनावर ठसविण्यात आली होती. कितीही वेळा, ऐन वेळी जरी विमानतळ बदलले, किंवा विमान उतरवण्यास वेळ लावणारी तांत्रिक कारणे जरी सांगितली गेली नाहीत, तरीही एकदा जमिनीवर उतरल्यावरती पोलिसांचा धोका नाहीच असे नाही. ऐन वेळी फ्लाईट प्लॅन बदलू देण्याची सोय उपलब्ध

असल्याने त्याचा फायदा घेऊन पोलिसांच्या तावडीत सापडण्याची संभाव्यता फक्त कमी केली जात होती. एवढेच.

मलिकने त्याला दोन फिल्मस् दाखविल्या. एका फिल्ममध्ये एक सिंह एका काळविटाचा पाठलाग करत होता. हा पाठलाग स्लो मोशनमध्ये, सावकाश हालचालींच्या स्वरूपात दाखविला होता. मधेच एकदा काळविटाने आपला पळण्याचा मार्ग बदलून ते डावीकडे गेले. त्यावेळी मलिक म्हणाला, ''त्या सिंहाकडे बघ. त्यानेही आपला मार्ग बदलला आहे, पण जादा बदलला नाही. कारण त्याला ठाऊक आहे की आपल्यापेक्षा समोरचे जनावर हे आपला पळण्याचा मार्ग चटकन् बदलू शकते. आत्ता ते जरी डावीकडे वळले असले तरी ते केव्हाही चटकन उजवीकडे वळू शकेल. म्हणून सिंह डावीकडे फार वळला नाही. मग ते काळवीट जेव्हा उजवीकडे वळेल तेव्हाही सिंह उजवीकडे थोडासा वळेल. काळविटाला चटकन वळता येते, तर सिंहाला चटकन वेग वाढवता येतो. त्याचे लक्ष काळविटाच्या मागच्या पायावरती केंद्रित झाले असते. काळविटाचा वळण्याचा कोन सिंह बरोबर लक्षात ठेवून तोही पाहिजे तितकाच त्याच्या मागे वळतो. उगाच जादा कोनातून वळून त्याला लवकर गाठता येईल, असा फसवा विचार तो करीत नाही. शेवटी या शर्यतीत काळवीट दमतो व ताकदवान सिंह त्याला सहज गाठून त्याचा फडशा पाडतो.'' त्या फिल्ममध्ये तसाच शेवट झाला होता. शेवटी सिंहाने काळविटाला गाठून त्याच्यावर उडी घेतली. सिंहाच्या भाराने ते काळवीट खाली कोसळले. एक शिकार पुरी झाली.

दुसऱ्या फिल्ममध्ये अशाच एका सिंहाचा पाठलाग एका गवताळ मैदानावरती एक लॅन्ड रोव्हर जीप करीत असताना दाखवली होती. त्यात दोन माणसे होती व एक बाई होती. त्या फिल्ममधल्या निवेदनानुसार ते तिघेजण सिंहाजवळ पोचण्याचा प्रयत्न करीत होते. जवळच्या अंतरावरून त्यांना त्या सिंहाला एक इंजेक्शन त्याच्या शरीरात घुसवायचे होते. त्यासाठी त्यांच्याजवळ एक खास बंदूक होती. त्या बंदुकीतून त्या खास इंजेक्शनचा डार्ट उर्फ बाण उडवायचा होता. एकदा ते इंजेक्शन सिंहाच्या शरीरात घुसले की तो बेशुद्ध पडणार होता. मग त्याला पकडून अभ्यासासाठी शास्त्रज्ञांकडे पाठवायचे होते.

ही फिल्म पण सावकाश हालचालींमधून दाखवली गेली होती. ती फिल्म पहाताना खलीलच्या लक्षात आले की सिंह प्रथम जोरात पळून त्या लँड रोव्हरपासून दूर रहाण्याचा प्रयत्न करीत होता. पण जसा सिंह दमला तशी त्याने आपली दिशा बदलून तो उजवीकडे वळला. मग ती लँड रोव्हर गाडीसुद्धा उजवीकडे वळली, पण जादा वळली. त्यांना लवकर सिंहाच्या मार्गात आडवे जायचे होते म्हणून त्यांनी तशी घाई केली. सिंह आता काळविटाच्या भूमिकेत होता. अशा पाठलागांचे ज्ञान

त्याला प्राप्त झाले असावे. त्या लँड रोव्हर गाडीच्या भावी हालचालींचा अंदाज त्याला सहज आला. त्यामुळे तो अचानक डावीकडे वळला. त्यामुळे उजवीकडे जादा वळून धावणारी गाडी आता त्याच्यापासून एकदम लांब अंतरावर राहिली. अशा रितीने सिंहाने माणसांना चकवून आपला बचाव केला. फिल्म इथेच संपली.

मलिक यानंतर म्हणाला, "सिंह जेव्हा शिकारी होता तेव्हा त्याने आपले लक्ष आपल्या सावजावरती एकवटले होते. पण ज्या वेळी त्याच्यावर सावजाची भूमिका करण्याची वेळ आली, तेव्हा आपले अनुभवातून आलेले ज्ञान आणि अंत:प्रेरणा यावर अवलंबून त्याने पाठलाग करणाऱ्यांना हुलकावणी दिली. अशा किती तरी वेळा येतात की जेव्हा तुम्हाला तुमच्या मागावर असलेल्यांना चकवा द्यावा लागतो. त्याचबरोबर अशाही वेळा येतात की उगाच बदललेल्या पाठलागांच्या दिशांमुळे तुमचे सावज निसटून जाण्यास त्याला मदत होते. तुम्ही जर सर्वांत चुकीची दिशा बदलली तर नेमके जाळ्यात जाऊन पडता. म्हणून दिशा बदलताना खूपच सावधगिरी बाळगायला हवी. केव्हा दिशा बदलायची, केव्हा आपला वेग वाढवायचा, जर समोरून येणाऱ्या संकटाची जाणीव तुम्हाला झाली तर किती हळू व सावधगिरीने पुढे सरकायचे, ह्या सगळ्यांचे ज्ञान तू समजावून घेतले पाहिजे. तसेच, केव्हा थांबायचे आणि केव्हा दडी मारून लपून बसायचे, हेही लक्षात घेतले पाहिजे. सिंहाच्या तावडीतून सुटलेले काळवीट हे लगेच निर्बुद्धपणे आपले पोटभर चरण्याचे काम सुखाने करू लागते; पण सिंहाला मांस खायचे असल्याने तो त्याच काळविटाची वाट पहातो. त्याला खाऊ देऊन वजनाने जड होऊ देते. त्यामुळे त्याचा वेग कमी होतो व तो शेवटी पाठलागात त्याची सहज शिकार करतो."

लिअरजेट आता विमानतळाच्या हद्दीत शिरले, काँक्रिटच्या धावपट्टीवरती त्याची चाके टेकली आणि ते जमिनीवरून पुढे पळत राहिले; पण लवकरच ते थांबले आणि सावकाश वळून ते टॅक्सीवेवरती गेले. काही मिनिटांनी ते जनरल एव्हिएशनच्या रॅम्पपाशी जाऊन थांबले.

खलीलने खिडकीतून बाहेर बारकाईने पाहिले. मग तो उभा राहिला, आपली बॅग त्याने उचलली आणि कॉकपिटच्या दारापाशी गेला. खाली वाकून त्याने कॉकपिटच्या खिडकीमधून दिसणारे बाहेरचे दृश्य न्याहाळले, एक माणूस हातात दोन प्रकाशित दांडू घेऊन विमानाला मार्गदर्शन करण्याचे काम करीत होता. तो ते विमान पार्किंग स्पॉटकडे नेण्याविषयी सुचवीत होता. पार्किंग स्पॉट हा फॅसिलिटी इमारतीच्या समोर होता. शेवटी विमान तेथवर गेले.

वैमानिकाने इंजिने बंद केली आणि आपल्या प्रवाशाला म्हटले, "मिस्टर पेर्लमान, अखेर आपण येथे पोचलो आहोत. आपल्याला आणखी कुठे जायचे आहे?"

"नाही. मला भेटायला काहीजण इथे येणार आहेत," असे म्हणून खलील बाहेर पहात राहिला.

सहवैमानिकाने आपले बांधलेले पट्टे काढून टाकले, तो उभा राहिला आणि खलीलच्या जवळून गेला. त्याने बाहेरच्या केबिनमध्ये येऊन विमानाचे दार उघडले. बाहेरच्या गार वाऱ्याची एक मंद झुळूक आत आली. मग तो विमानाबाहेर छोटा जिना उतरून गेला. खलीलही त्याच्यामागोमाग गेला. त्या सहवैमानिकाला आता 'गुडबाय' म्हणायचे किंवा त्याच्या डोक्यात गोळी घालायची एवढेच बाकी होते. ते सारे पुढच्या काही सेकंदात घडणाऱ्या गोष्टींवरती अवलंबून होते.

त्यांच्या मागोमाग वैमानिकही विमानाबाहेर आला. पहाटेच्या त्या थंड हवेत तिघेजण उभे होते. खलील त्यांना म्हणाला, "मला भेटायला येणारे कॉफी शॉपमध्ये माझी वाट पहात थांबले असतील."

वैमानिक त्याला म्हणाला, "येस, सर. त्या समोरच्या दुमजली इमारतीमध्ये ते कॉफी शॉप असावे. मी मागच्या वेळी येथे आलो त्या वेळी ते तिथे होते. एव्हाना ते उघडलेही असेल."

खलीलने आपली नजर हॅन्गार्सकडे आणि मेन्टेनन्स बिल्डिंगकडे झटपट वळवली. अजूनही पहाटेचा काळोख होताच. वैमानिक बोट करून दाखवित होता, "त्या तिकडे, सर. बऱ्याच खिडक्या असलेली ती बिल्डिंग आहे ना, तिथेच ते कॉफी शॉप आहे."

"होय, दिसली मला ती," असे म्हणून खलीलने आपल्या घड्याळात पाहिले आणि म्हटले, "बहुतेक मला ते बरबँकला घेऊन जाणार असे दिसते आहे. किती दूर आहे ते ठिकाण?"

सहवैमानिक म्हणाला, "तो बरबँक विमानतळ येथून उत्तरेला फक्त १२ मैलांवरती आहे. तेव्हा मोटारीने आत्ताच्या वेळी फार वेळ लागणार नाही. वीस किंवा तीस मिनिटांत तुम्ही तिथे जाऊन पोचाल."

त्या वैमानिकांना काही शंका येऊ नये म्हणून खलीलने त्यांना म्हटले, "कदाचित् आपण विमानाने तिथेच गेलो असतो तर बरे झाले असते."

"पण तिथे सकाळी सात वाजेपर्यंत विमाने उतरू देत नाहीत. नॉईज कर्फ्यू."

"अस्सं. म्हणून तर मला भेटणारे मुद्दाम इकडेच आलेले आहेत असे दिसते."

"येस, सर. तसेच वाटते."

खलीलला दोन्ही विमानतळांवरील रात्री उतरू न देण्याच्या वेळांच्या मर्यादा ठाऊक होत्या. कदाचित् पुढे एखादी अशी वेळ येईल की या दोन्ही वैमानिकांना नीट विचार केल्यावर कळेल की तो आपला उतारू आपल्याला वाटला तेवढा भोळा नव्हता, चांगला हुशार होता. शेवटी खलील त्यांचा निरोप घेत त्यांना म्हणाला,

"थँक्यू. अॅन्ड आय थँक्यू फॉर युवर असिस्टन्स अॅन्ड युवर कंपनी."

त्या दोन्ही वैमानिकांनी 'आपल्या सहवासाचा लाभ आम्हाला विमानात मिळाला याबद्दल आनंद झाला.' अशा अर्थाची वाक्ये म्हटली.

ती वाक्ये त्यांनी कितपत मनापासून म्हटली, याची खलीलला शंकाच होती; पण तरीही त्याने प्रत्येक वैमानिकाला एकेक शंभर डॉलरची नोट बक्षीस म्हणून दिली व वरती म्हटले, "पुढच्या वेळी मी तुम्हा दोघांनाच परत बोलावून तुमची सेवा घेईन." त्यांनी आता मात्र मिस्टर पेर्लिमान यांचे आभार मानले. आपल्या टोप्यांना हात लावून स्पर्श केला आणि ते हॅन्गारकडे चालू लागले.

खलील तिथेच उभा होता. त्या रॅम्पवरती एकटाच होता. सर्वत्र शांतता होती. त्या शांततेतून गोळीबाराचे आवाज, किंचाळ्या व माणसांच्या धावण्याचे आवाज कधी निर्माण होऊ शकतील, याची तो वाट पहात होता. पण काहीच घडले नाही. त्याचेही त्याला आश्चर्य वाटले नाही. कोणत्याही धोक्याची त्याच्या अंतर्मनाला जाणीव झाली नाही. समोर सूर्य वर येत होता. सूर्योदयाबरोबर खुद्द परमेश्वरच आपल्याला मदत करण्यासाठी येतो आहे असे त्याला वाटले.

तो आता सावकाश आरामात कॉफी शॉपकडे जाण्यासाठी निघाला. तिथे गेल्यावर त्याला एक माणूस एका टेबलापाशी बसलेला दिसला. तो एकटाच होता. जीन व निळा टी-शर्ट त्याने घातला होता. हातात *लॉस एंजेलीस टाइम्स* हे वर्तमानपत्र धरून तो ते वाचत होता. तो माणूस खलीलच्याच वयाचा होता आणि मूळचा मध्यपूर्वेतील असल्यासारखा त्याचा चेहेरा होता. खलील त्याच्यापाशी गेला आणि म्हणाला, "मिस्टर टॅटेनबॉम?"

तो माणूस पटकन उठून उभा राहिला व म्हणाला, "येस मिस्टर पेर्लिमान?"

त्या दोघांनी एकमेकांशी हस्तांदोलन केले. मग तो स्वत:ला टॅटेनबॉम म्हणवून घेणारा माणूस म्हणाला, "आपण कॉफी घेणार का, सर?"

"नाही, मला वाटते की आपण इथून निघावे." असे म्हणून खलील त्या कॉफी शॉपमधून बाहेर पडला.

त्या माणसाने आपल्या कॉफीचे बिल काऊंटरवरती कॅश रजिस्टरला जाऊन दिले आणि बाहेर येऊन तो खलीलला भेटला. ते दोघेही त्या इमारतीमधून बाहेर पडले आणि पार्किंगच्या जागेकडे चालू लागले. टॅटेनबॉम अजूनही खलीलशी इंग्रजीत बोलत होता. त्याने विचारले, "प्रवास ठीक झाला ना?"

"तसा तो झाला नसता तर मी इथे आत्ता दिसलो असतो का?"

यावर त्या माणसाने काहीच उत्तर दिले नाही. त्याच्या लक्षात आले की आपला हा देशबांधव आपल्या शेजारी मैत्रीखातर किंवा फिरण्याखातर चालत नसून कामाचे बोलण्यासाठी चालत आहे.

खलीलने विचारले, "तुमचा पाठलाग झाला नाही अशी तुमची खात्री आहे का?"

"होय, पक्की खात्री आहे. मी अशी कोणतीही गैर गोष्ट केली नाही की वाहतुकीचे नियम मोडले नाहीत. त्यामुळे माझ्याकडे कोणाचेच लक्ष वेधले गेले नाही."

खलील यावर अरबी भाषेत म्हणाला, "तुम्ही आता तसे काही केले नसेल; पण नेहमी तसे धरून चालत जाऊ नका."

तो माणूस ओशाळून अरबी भाषेत म्हणाला, "अर्थातच. माफ करा मला."

पार्किंग लॉटमध्ये एक निळी व्हॅन उभी होती. त्या व्हॅनच्या एका बाजूवरती लिहिले होते. RAPID DELIVERY SERVICE — LOCAL AND STATEWIDE GUARANTEED SAME OR NEXT DAY DELIVERY. त्यापुढे एक फोन नंबर दिला होता. कुरिअर सेवा देणाऱ्या कंपनीची ती गाडी होती.

त्या माणसाने व्हॅनचे कुलूप काढून दार उघडले. खलील आत ड्रायव्हर शेजारच्या आसनावर बसला. त्याने मागे पाहिले. मागच्या आसनांवरती व खाली डझनावारी छोट्या-मोठ्या पेट्या पडल्या होत्या.

त्या माणसाने व्हॅन सुरू केली व म्हटले, "प्लीज, तुमचा आसनाचा पट्टा बांधा. नाहीतर पोलीस गाडी अडवतील."

खलीलने तसे केले. आपली काळी बॅग त्याने आपल्या मांडीवरती ठेवली व म्हटले, "रूट नं. फोर-झिरो-फाईव्ह, नॉर्थ."

त्या माणसाने आपली व्हॅन गिअरमध्ये टाकून पार्किंग लॉटच्या बाहेर काढली आणि काही सेकंदातच मुनिसिपल विमानतळाच्या बाहेर नेली. लवकरच ते एका रुंद व उत्तरेला जाणाऱ्या महामार्गावरती होते. खलील आणि तो ड्रायव्हर हे दोघेही बाजूच्या आरशांमधून मागून कोणी पाठलाग करीत येत नाही ना हे पहात होते. त्या माणसाने व्हॅनचा वेग वाढवित नेला.

आकाशात आता दिसू लागले होते. उत्तरेकडे त्यांचा प्रवास चालू असताना खलील आजुबाजूला पहात होता. सेंच्युरी सिटी, ट्वेन्टीएथ सेंचुरी फॉक्स स्टुडिओज, वेस्ट हॉलीवूड, बिव्हर्ले हिल्स, UCLA अशा पाट्या वाटेत लागत होत्या. त्या पाट्यांच्या खाली त्या ठिकाणी जाण्याचे बाण दर्शविले होते. हॉलीवूडमध्ये अमेरिकन चित्रपट बनतात, हे खलीलला ठाऊक होते. या रस्त्यावरून त्या त्या ठिकाणी जाणारे बाण ते दाखवत होते; पण त्याला या विषयात रस नव्हता आणि तो ड्रायव्हरही फारसे काही बोलत नव्हता.

पण आत्ता तो म्हणाला, "मागे जी पार्सले पडली आहेत ती मिस्टर पेर्लिमान यांच्या नावाची आहेत."

खलील यावर गप्प बसला.

तो ड्रायव्हर आणखी म्हणाला, "त्यात काय आहे ते मला ठाऊक नाही. पण तुम्हाला जे हवे आहे ते सारे त्यात मिळेल." पुन्हा खलीलने यावर कसलाही प्रतिसाद दिला नाही.

मग ड्रायव्हरही गप्प बसला. आपला ड्रायव्हर अस्वस्थ झाला आहे हे पाहून खलील त्याला त्याचे खरे नाव घेऊन म्हणाला, "मिस्टर अझीम, तुम्ही मूळचे बेंगाझी शहरातले का?" बेंगाझी शहर लिबियात आहे.

"होय."

"घरापासून दूर आल्यामुळे चुकल्याचुकल्यासारखे वाटते का?"

"अर्थातच."

"अन् तुमच्या तिथल्या कुटुंबियांचीही आठवण येते का? म्हणजे तुमचे वडील. ते अजूनही लिबियात हयात असतील असे मी धरून चालतो."

अझीम कचरत म्हणाला, "अं, हो."

"लवकरच तुम्हाला घरी जायला मिळेल आणि तुमच्या कुटुंबावरती भेटवस्तूंचा अगदी वर्षाव कराल बघा."

"होय."

फारसे संभाषण न होता ते चालले होते. अधुनमधून ते दोघेही बाजूच्या आरशावर नजर टाकून मागून कोणी पाठलाग करीत नाही, याची खात्री करून घेत होते.

या महामार्गाला एक 'व्हेन्चुरा फ्रीवे' नावाचा रस्ता आडवा जात होता. ते आता त्या ठिकाणी पोचले. पूर्वेला बरबँक होते आणि पश्चिमेला व्हेन्चुरा होते. अझीम म्हणाला, "तुमच्या भेटीच्या ठिकाणाचा पत्ता तुमच्याजवळ आहे, असे मला सांगण्यात आले होते."

खलील म्हणाला, "*तुमच्याकडे* तो पत्ता आहे असे मला सांगण्यात आले होते."

ते ऐकताच अझीमच्या काळजाचा ठोकाच चुकला. त्याचा व्हॅनवरचा ताबा सुटला. ती व्हॅन रस्ता सोडून बाजूच्या मातीवरून जाऊ लागली. त्याने ती कशीबशी थांबवून घाबरत म्हटले, "नाही.... नाही... मला काहीही ठाऊक नाही.... त्यांनी म्हटले होते की—"

खलील जोरात हसला आणि अझीमच्या खांद्यावरती आपला हात थोपटीत म्हणाला, "ओऽ, येस. मी विसरलोच होतो. तो पत्ता आहे माझ्याकडे. इकडे व्हेन्चुराकडे गाडी वळव."

अझीमने आपल्या चेहेऱ्यावरती कसेबसे हसू आणले. मग व्हॅन सुरू करून ती डावीकडच्या व्हेन्चुराला जाण्यासाठी रस्त्यावर वळवली.

असद खलील वाटेतल्या रुंद दरीकडे पहात होता. घरे व व्यापारी इमारती यांनी ती दरी भरून गेली होती. दूरवरती उंच टेकड्या होत्या. तिथे ताडाची झाडे दिसत होती. ती पाहून त्याला मायदेशाची आठवण झाली. घराची आठवण झाली.

खलीलने घराचे विचार मनातून काढून टाकले आणि आपल्या पुढच्या भक्ष्याचा विचार मनात आणला. विगिन्स हा फार चंचल होता. एका जागी कधी स्थिर नसायचा. बघता बघता तो हातावर तुरी देऊन पळून जायचा. अशा सावजाचा मागोवा घेणे कठीण असते; पण सरतेशेवटी तो बरबँकमध्ये रहात असल्याची माहिती मिळालीच; पण त्यानंतर अचानक तो व्हेन्चुराला गेला, आणखी उत्तरेकडे वरती गेला. खरे म्हणजे असद खलीलला त्याच दिशेने जाऊन आपली अमेरिकेतील मोहीम उरकायची होती. म्हणजे अल्लाच त्या दृष्टीने हालचाली करून आपल्या सावजाला आपल्याजवळ आणून सोडतो आहे, याची त्याला खात्री पटली.

जर लेफ्टनंट विगिन्स हा घरी असेल तर असद खलीलचे आजच्या आजच इथले काम पुरे होऊन जात होते. मग तो उरलेल्या शेवटच्या कामासाठी पुढे जाऊ शकत होता.

जर लेफ्टनंट विगिन्स घरी नसेल तर तो जेव्हा परतेल तेव्हा आपल्या नरडीचा घोट घेण्यास आपल्या घरात एक भुकेलेला सिंह बसलेला आहे, असे त्याला दिसेल.

खलीलच्या चेहेऱ्यावरती एक हसू पसरले. अझीमने त्याच्याकडे पाहिले, आणि प्रतिसाद म्हणून आपल्याही चेहेऱ्यावरती एक हसू आणले. पण अझीमच्या चेहेऱ्यावरचे हसू चटकन विरून गेले; कारण हसताना खलीलच्या चेहेऱ्यावरचे भाव बदलत गेले होते. ते पहाताना त्याच्या मानेवरती केस भीतीने ताठ उभे राहिले. त्याने पाहिले की आपल्या या प्रवाशाचा चेहेरा हा एवढा विकृत होत गेला आहे की एका माणसाच्या चेहेऱ्याचे रूपांतर एका हिंस्त्र पशूत झाले आहे.

४६

मी वॉशिंग्टनचा नंबर डायल केला आणि पलीकडून एक आवाज माझ्या कानातून उमटला, "मनुष्यहत्या विभाग. डिटेक्टिव्ह केलम."

मी म्हणालो, "मी जॉन कोरी बोलतो आहे. न्यूयॉर्क पोलीसदल. मनुष्यहत्या विभाग. मला डिटेक्टिव्ह कॅल्व्हिन चाइल्डर्स पाहिजे आहेत."

"तो गुन्ह्याच्या रात्री दुसरीकडेच होता असा त्याचा दावा आहे, ॲलिबी आहे."

इथे प्रत्येकजण विनोदी बोलतो आहे, असे दिसते. मीपण मुद्दाम तो विनोदी खेळ चालू ठेवण्याच्या दृष्टीने म्हटले, ''असं? तो इसम काळा आहे, सशस्त्र आहे आणि त्याला पकडण्याचा माझा पहिला अधिकार आहे.''

डिटेक्टिव्ह केलमला हसू आवरेनासे झाले. आपले हसू आवरीत तो म्हणाला, ''जरा थांबा.''

मी एक मिनिट थांबलो. मग कॅल्व्हिन चाइल्डर्स फोनलाईनवर आला व म्हणाला, ''काय जॉन, हाऊ इज इट गोईंग इन बिग ॲपल?'' न्यूयॉर्कला उद्देशून तो मोठे सफरचंद म्हणत होता.

''कुठले काय सफरचंद घेऊन बसलास. साधे पीचचे फळ आहे झाले. सगळीकडे सारखेच आहे असे दिसते. मग पहिल्या दोस्तीच्या प्रेमळ गप्पा झाल्यावर मी त्याला म्हटले, ''अरे, मी त्या ट्रान्स कॉन्टिनेन्टल विमानाच्या दुर्घटनेच्या केसवरती सध्या काम करतो आहे.''

''वेल, व्हूप-डी-ड्प. तुझी कशी काय त्या कामावर नेमणूक झाली?'' त्या केसवर माझी नेमणूक होणे हा त्याला माझा मोठाच सन्मान वाटला.

''ती एक फार मोठी गोष्ट आहे. खरे सांगायचे तर मी एफबीआयसाठी काम करत आहे.''

''मला वाटलेच तुझी शेवटी कसलीच लायकी नाही. म्हणून तू तिकडे गेला.''

यावर आम्ही दोघे मोठ्याने हसलो.

कॅल्व्हिन चाईल्डर्स आणि मी असे आम्ही दोघे काही वर्षांपूर्वी एफबीआयच्या मुख्यालयातील एका सेमिनारला हजर राहिलो होतो. आमचे दोघांचे स्वभाव जुळले. आमच्या दोघांच्या समस्याही सारख्या होत्या आणि आम्ही आमची खात्यातली कामे करताना आमचे वरिष्ठ व एफबीआय यांची आम्हाला मदत न होता उलट अडथळाच वाटे. कॅल्व्हिननेच मला तो ॲटॉर्नी जनरलचा विनोद सांगितला होता. तो मागे एका केसवर काम करत होता. त्याच्या संदर्भात मी त्याला म्हणालो, ''काय रे, शेवटी त्या व्हिटीजच्या केसमध्ये खून कोणी केला, हे कळले की नाही तुला?''

तो यावर मोठ्याने हसला. त्याने मला विचारले, ''काय रे, तुझ्या त्या एफबीआयमधली माणसे कशी आहेत? हसतात-बिसतात की नाही? का बसतात नुसती सुतकी चेहेऱ्याने? तुला अशा लोकांच्यात काम करावे लागते ना?''

''माझे यांच्याबरोबर एक छोटे कॉन्ट्रॅक्ट झाले आहे. हातात थोडेसेच अधिकार आहेत.''

''असं? बरं, मग मी आत्ता तुझ्यासाठी काय करू?''

''हे बघ.....मी तुला सरळ सरळ सांगू का? का उगाच इतर फालतू मालमसाला घालून असे काही सांगतो म्हणजे तुला कमीत कमी माहिती होईल?''

"आर वुई ऑन द एअर?" त्याने सावधपणे विचारले. याचा अर्थ आत्ताचे बोलणे कुठे टेप रेकॉर्ड होते आहे काय? किंवा फोनलाईनवर दुसरा कोणी ऐकत आहे काय? असा होत होता.

"बहुधा," मी खरे ते सांगितले.

"तुझ्याकडे मोबाईल फोन आहे का एखादा?"

"आहे."

"मग त्यावरूनच मला फोन लाव." एवढे म्हणून त्याने मला त्याचा थेट नंबर दिला. मी फोन खाली ठेवून केटला म्हटले, "एक्सक्यूज मी, तुझा मोबाईल फोन मला जरा उसना देतेस का?"

ती संगणकावरती काहीतरी करत होती. तिने न बोलता आपल्या खिशात हात घालून मोबाईल बाहेर काढला व मला दिला.

"थँक यू." असे म्हणून मी त्या फोनवरून कॅल्व्हिनचा तो थेट नंबर लावला. त्याचा आवाज ऐकू आल्यावर मी त्याला म्हणालो, "आत्ता ठीक झाले. तू त्या जनरल वेक्लिफच्या केसवरती काम करतो आहेस का?"

"नाही; पण त्यावर आमच्यातर्फे कोण काम करतो आहे, ते मला ठाऊक आहे."

"छान. मग तुम्हाला काही धागेदोरे सापडले?" मी विचारले.

"नाही तुम्हाला मिळाले."

"माझ्याकडे खुन्याचे नाव आहे."

"असं? मग तो तुमच्या ताब्यात आला ना?"

"अद्याप नाही. म्हणून तर तुझी मदत मी मागतो आहे."

"नक्कीच देईन. मला त्या खुन्याचे नाव सांग."

"नक्कीच सांगेन. मला काही मदत कर." मी त्याच्याच स्वरात त्याला म्हणालो.

कॅल्व्हिन हसला व म्हणाला, "ठीक आहे, काय मदत पाहिजे आहे तुम्हाला?"

"हे बघ काम असे आहे : त्या जनरल वेक्लिफने एका बॉम्बिग मोहिमेत पूर्वी भाग घेतला होता. त्याच्याबरोबर त्या वेळी इतर जे कोणी वैमानिक सामील झाले होते त्यांची नावे मला हवी आहेत. आत्ता जरा स्पष्ट सांगतो. ती नावे ही गोपनीय आहेत, 'टॉप सिक्रेट' आहे. विमानदल आणि डिपार्टमेन्ट ऑफ डिफेन्स यांनी त्या माहितीभोवती उगाचच कुंपण घालून ठेवले आहे. त्यांना काही याबद्दल विचारले तर ते काढता पाय घेतात. किंवा कदाचित त्यांना ठाऊक नसेल."

"तसे असेल तर मी ती माहिती कशी मिळवू शकतो?"

"तू जनरल वेक्लिफच्या कुटुंबियांना सहज विचारल्यासारखे दाखवून ती

माहिती काढू शकतोस, किंवा जनरलच्या घरात तू शोध घेऊ शकतोस. त्याच्याकडे एखादी पत्ते असलेली डायरी असेल, वही असेल, किंवा तसले काहीतरी असेल. तू एक डिटेक्टिव्ह होतास ना? मग तुला काय मी सुचवायचे?"

"मी अजूनही डिटेक्टिव्ह आहे; पण मी एखादा XXX मनकवडा नाही. दुसऱ्याच्या मनातले मला ओळखता येत नाही. मला आणखी काही माहिती दे."

"बरोबर आहे. जनरल वेक्लिफ ज्या बॅम्बिग मोहिमेवर होता, ती मोहीम ही लिबियावरील एका ठिकाणी बॉम्बस् टाकण्याची होती. त्या जागेचे नाव आहे ......" मी माझ्या टेबलावरील कागद वाचून पुढे म्हणालो, "अल् अझीझिया—"

माझे बोलणे तोडत तो म्हणाला, "माझ्या एका भाच्याचे नाव अल् अझीझिया आहे."

कॅल्व्हिनची कमाल झाली. आम्हा दोघांना सारखीच विनोदबुद्धी असल्याने व सतत तिरकस बोलायची सवय असल्याने हे असे संभाषण होत असते. मी त्याला म्हणालो, "हे त्या जागेचे नाव आहे. ती जागा लिबियात आहे. त्रिपोली शहराजवळ."

"मग असे सारे नीट सांग ना. आत्ता नीट कळले."

"माझी खात्री आहे की त्या जनरल वेक्लिफचा खून असद खलील यानेच—"

"म्हणजे ज्याने विमानातील सारे प्रवासी मारले, तोच ना?"

"होय, तोच तो."

"मग हा पठ्ठ्या वॉशिंग्टनमध्ये काय करतो आहे?"

"लोकांचे खून पाडतो आहे. तो सारखा हिंडतो आहे. मला वाटते की त्याला त्या बॉम्बिग मोहिमेत भाग घेतलेल्या साऱ्या वैमानिकांचे खून पाडायचे आहेत. जे जे या मोहिमेशी संबंधित आहेत, त्या सर्वांना तो संपवणार आहे."

"पण का?"

"कारण त्याला सूड उगवायचा आहे. तो त्या अल् अझीझियामध्ये रहात असावा आणि काही बॉम्बमुळे त्याचे नातेवाईक किंवा ओळखीचे लोक मारले गेले. आले लक्षात?"

"होय...... आता तो त्याची परतफेड करतो आहे."

"बरोबर. ती बॉम्बिंग मोहीम ही १५ एप्रिल १९८६ रोजी झाली. त्यात एफ-१११ जातीची एकूण चार विमाने सामील झाली होती. प्रत्येक विमानात दोघेजण होते. म्हणजे एकूण आठजणांनी या मोहिमेत भाग घेतला होता. त्यातला एकजण कर्नल हॅम्ब्रेश्त हा होता. त्याचा इंग्लंडमध्ये लेकनहीथमध्ये खून झाला. त्याला कुऱ्हाडीने तोडले. ही जानेवारीमधली गोष्ट. मग जनरल वेक्लिफ याचा खून झाला. आणखी एकजण—नाव आठवत नाही त्याचे—तो गल्फच्या युद्धात मारला गेला. आत्ता तुला मी हॅम्ब्रेश्त व वेक्लिफ अशी दोन नावे सांगितली; पण बाकीची नावे

आणि त्यांचे पत्ते मला हवे आहेत. कदाचित पुढचे खून त्यांचे पडू शकतील. वेक्लिफच्या घरी त्या सर्वांचे मिळून घेतलेले एखादे छायाचित्र असेल, किंवा अन्य काही सुगावा देणारी माहिती असेल.''

"लक्षात आले माझ्या.'' मग एकदोन सेकंद थांबून तो म्हणाला, "पण त्या खुन्याने इतक्या वर्षांनी का हे सूडसत्र चालू केले?''

"बॉम्बिगच्या वेळी तो लहान होता. आता तो चांगला तरणाबांड झाला आहे.'' मग मी असद खलीलचा इतिहास कॅल्व्हिनला थोडक्यात सांगितला. नंतर पॅरिसला अमेरिकन दूतावासामध्ये त्याने कसा आश्रय मागितला, इ. इ. बातम्या सांगितल्या.

कॅल्व्हिन म्हणाला, "जर या गुन्हेगाराची मानगूट तुम्ही पॅरिसमध्ये धरली तर त्याच्या बोटांचे ठसे आणि इतर वैशिष्ट्ये ही तुमच्याकडे असणारच.''

"बरोबर बोललास. तुला पाहिजे असेल तर एफबीआयच्या प्रयोगशाळेतून ते सारे तुझ्याकडे पाठवायची व्यवस्था करतो. त्यांनी तर त्याच्या कोटाचे धागेही गोळा केले आहेत. डीएनएचे नमुने त्यांच्याकडे आहेत.''

" काय सांगतोस? चेष्टा नाही ना करत?''

"खरंच सांगतोय.''

मग तो हसून म्हणाला, "कोणत्याही खुनासंबंधात अजून आम्ही एवढे पुरावे गोळा करू शकत नाही. तुम्ही जर त्या गुन्हेगाराची इतकी माहिती घेऊन ठेवली असेल तर हा माणूस सापडणे काय कठीण आहे.?''

"बरोबर आहे; पण त्याच्याबरोबर पॉईंट फॉर्टी कॅलिबरचे पिस्तूल आहे हे विसरू नकोस.''

"पॉईंट फॉर्टी नाही. पॉईंट फॉर्टी-फाईव्हचे पिस्तूल. जनरल वेक्लिफचेजवळ ते मिलिटरीमधले पिस्तूल होते. जनरलची मुलगी म्हणते की ते पिस्तूल आत्ता सापडत नाही.''

"मला वाटले की तू त्या केसवरती काम करीत नाहीस.''

"थेट नाही करत. पण ही एक मोठी केस आहे ना. त्यातून मिलिटरीशी संबंधित असलेल्या उच्च वर्गातली. लक्षात आले ना?''

"आले लक्षात. तेव्हा तुला हे काम जमेल ना? का त्यात काही नोकरशाहीचा अडथळा आहे?'' मी विचारले.

तो परत हसला, "सांगतो तुला - पण जाऊ दे. मला फक्त काही तासांचा वेळ दे.''

"काही तास? जास्तीत जास्त एक तास तुला मिळेल. इतर काहीजणांचे प्राण त्या माहितीवरती अवलंबून आहेत. त्यांचे खून केव्हाही पडू शकतील अशी परिस्थिती उद्भवली आहे. म्हणून उशीर होता कामा नये. निदान उशिरा माहिती

हातात पडल्यामुळे खून वाचवता आले नाही, असे तरी होता कामा नये. काही-जणांच्या बाबतीत तर तसा तो उशीर होऊनही गेला असेल.

"ठीक आहे. मी आत्ताच कामाला लागतो. मी स्वत: जनरलच्या घरी जातो व तिथूनच तुला फोन लावतो. ठीक आहे?"

"ठीक आहे. थँक्स." मग मी त्याला केटच्या मोबाईलचा नंबर दिला आणि पुढे म्हटले, "हा नंबर फक्त तुझ्याजवळच ठेव."

"ठीक. पण आत्ता तू कधीतरी याबद्दल मला काहीतरी दिले पाहिजेस."

"तुम्हाला वेक्लिफचा खुनी ठाऊक नव्हता. मी त्या खुन्याचे नाव सांगितले. आता त्याला तुम्ही पकडू शकता. आपल्या मदतीची फिटंफाट होते आहे."

"पण मी अधिकृतपणे या केसमध्ये नाही."

"हरकत नाही. तुझ्या फायद्याचे मी बघेन."

"एफबीआय नेहमीच पोलिसांचे हित पहातात."

"अरे, पण मीही अजून एक पोलीसच आहे."

"तेच चांगले आहे. तसाच रहा तू."

त्याने फोन बंद केला. मी मोबाइल फोन खाली ठेवला. केटने संगणकावरची नजर काढून माझ्याकडे पहात म्हटले, "मी ऐकले तुमचे संभाषण."

"अधिकृतपणे नोंद करण्यासाठी म्हणून सांगतो. तू तसे काहीही ऐकले नाहीस, असेच लक्षात ठेव."

"ठीक आहे. तुम्ही नियमांच्या बाहेर जाऊन काहीही केले नाही."

"बरोबर आहे. नियमांना प्राधान्य. बाकीच्या गोष्टी मग नंतरच्या." मी उपरोधाने म्हणालो.

"एवढे काही चिडू नका. सर्व कायदेशीर मार्गाने माहिती मिळविण्याचा तुम्हाला हक्क आहे."

"मग ती माहिती गोपनीय अति गोपनीय, टॉप सिक्रेट अशी असली तरी?"

"नाही; पण इथे असे दिसते की तीच गोपनीय माहिती गुन्हेगाराकडे आहे. तेव्हा या कायदेशीर नियमात तडजोड केली तरी चालते."

"तुझी खात्री आहे तशी?"

"माझ्यावर विश्वास ठेवा. मी एक वकील आहे."

तिच्या या आश्वासनावर मी हसलो, तीही हसली. त्या हसण्यामुळे आमच्या मैत्रीवर मघाशी आलेले ते तात्पुरते मळभ दूर झाले.

दोन प्रेमिकांमध्ये थोडेसे जरी गैरसमज झाले की त्यांच्यात तणावपूर्ण संभाषण होत असते. समोरची व्यक्ती आपल्याला चिडवते आहे, राग आणण्यासारखे करते आहे, अशा वेळी त्या प्रेमिकापासून आपल्याला विलगही होता येत नाही. मग

मनावर ताण येऊ लागतो. यातून पळवाट म्हणून आम्ही कामाचेच जास्त बोलत राहिलो.

केट म्हणाली, ''जर *आपण* ती नावे आणि जमले तर त्यांचे पत्तेही तुमच्या मित्राकडून मिसेस हॅम्ब्रेश्त यांच्याआधी मिळवू शकलो, किंवा विमानदलाच्या अधिकाऱ्यांच्याही आधी मिळवू शकलो, तर आपल्याला या केसवर बराच काळ काम करीत रहाण्याचे योग आहेत. यामुळे वॉशिंग्टनमधील दहशतवादप्रतिबंधक खात्यावर या बाबतीत आपण मात केली असे होईल.''

मी तिच्याकडे पाहिले. मिस केट मेफिल्ड आता एक स्पर्धक म्हणूनही परत नीट विचार करू लागली होती.

आमची एकमेकांशी नजरानजर झाली. अन् तिला एकदम हसू फुटले.

मी म्हणालो, ''जेव्हा माझ्या कामाचे, माझ्या शोधाचे दुसरे कोणी श्रेय घेतात, त्या वेळी मला त्यांची चीड येते. जे श्रेय माझे आहे ते माझेच राहिले पाहिजे.''

ती मान डोलवित म्हणाली, ''तुम्ही खरोखरच हुशार आहात. वॉशिंग्टनच्या पोलिसांना फोन करून चौकशी करणे माझ्या कधी डोक्यातही आले नव्हते.''

''मी एक पोलीस खात्यातील डिटेक्टिव्ह आहे. वाटल्यास सुपर-डिटेक्टिव्ह म्हण मला. सर्व काळ मी त्याच भावनेने वागत असतो. गॅब्रिएलही तसाच एक पोलीस अधिकारी आहे. कर्नल हॅम्ब्रेश्तची फाईल पहाण्यासाठी तूच प्रथम विनंती केली होती. हो ना ? अन् आपण सारे एकत्र काम करतो. एफबीआय आणि पोलीसखाते. म्हणजे आपली शक्ती दुप्पट न होता सिनर्जीच्या तत्त्वानुसार कित्येकपट व्हायला हवी. या अशा रचनेत मी दहा वर्षांपूर्वी शिरायला हवे होते. मी आयुष्यात फार काळ पोलीसखात्यात वाया —''

''जॉन, शांत व्हा.''

''अं ऽ? काय म्हणालीस?''

''मी आता दुपारच्या जेवणाची ऑर्डर देते. तुम्ही काय घेणार?''

''ट्रफल्स ऑन राय. त्याच्याबरोबर बेअरनोज सॉस आणि लोणची.''

''बापरे, घशात काय आग पेटवायची आहे काय? सगळाच तिखट मामला.''

मी उठून उभा राहिलो, हातपाय ताणले आणि म्हणालो, ''चल, मी तुला आज बाहेर जेवायला घेऊन जातो.''

''वेल....पण मी—''

''कमॉन. मला या वातावरणातून बाहेर पडायचे आहे.'' शिवाय आपल्याजवळ मोबाईल आहे. त्यामुळे काळजी नाही. मी तिचा मोबाईल फोन माझ्या खिशात ठेवला.

''ठीक आहे,'' असे म्हणून तीही उठून उभी राहिली. जवळच्या ड्यूटी

ऑफिसरपाशी जाऊन तिने आम्ही जेवायला जवळच कुठे तरी जात आहोत, असे सांगितले.

लवकरच आम्ही इमारतीमधून बाहेर पडून ब्रॉडवेवर चालू लागलो. स्वच्छ ऊन पडले होते. दुपारच्या जेवणाची वेळ असल्याने सर्व फूटपाथ गजबजलेले होते. हातगाड्यांवरती खाद्यपदार्थ विकले जात होते. सरकारी कर्मचाऱ्यांची संख्या त्या गर्दीत अर्थातच जास्त होती. पैसे वाचवण्यासाठी हॉटेलात जाऊन खाण्याऐवजी ते हातगाडीवरचे खाणे पसंत करीत. पोलीस मंडळी ही कधीही उगाच जादा खर्च करीत नाहीत; पण जेव्हा ते ड्यूटीवर असतात तेव्हा पुढच्या क्षणाचे त्यांना काहीही सांगता येत नाही. म्हणून मग खा, प्या व मजा करा, अशी प्रवृत्ती त्यांच्यात फोफावते. माझ्यातही ती प्रवृत्ती शिरली होती. म्हणून मी एक चांगले रेस्टॉरंट शोधत होतो; पण मला आमच्या एफबीआयच्या 'फेडरल प्लाझा' इमारतीपासून दूर जायचे नव्हते. किंवा जॉर्ज ऑरवेलच्या '१९८४' कादंबरीतल्याप्रमाणे म्हणायचे झाल्यास 'मिनिस्ट्री ऑफ ट्रूथपासून दूर जायचे नव्हते.' म्हणून दोन इमारतीपलीकडे असलेल्या चेम्बर स्ट्रीटवर आम्ही गेले. तिथेच जवळ म्युनिसिपल हॉल होता.

चालता चालता केट मला म्हणाली, ''सकाळी माझे तसे थोडेसे....म्हणजे काय की,...... आय ॲम सॉरी. मी अस्वस्थ झाले होते ना. म्हणजे नेहमी मी तसे कधी......''

''जाऊ दे ते. विसरून जा. पहिले काही दिवस असेच कठीण जातात.''

''बरोबर आहे.''

तिचे सकाळी चुकलेच होते; परंतु उगाच कशाला तसे सांगून आत्ताच्या क्षणाची मजा घालवा?

मी तिला ECCO असे नाव असलेल्या पॉश हॉटेलात नेले. या हॉटेलात जुन्या न्यूयॉर्कची आठवण येईल; पण आरामशीर वातावरण होते. फक्त इथले दर मात्र फार होते. माझ्या भूतपूर्व पत्नीला मी नेहमी इथेच घेऊन यायचो. त्या वेळी ती या भागात काम करत असे. पण हे मी केटला सांगितले नाही.

'मेग द' असले काहीतरी फ्रेंच नाव असलेल्या व्यक्तीने आमचे स्वागत केले. महागड्या हॉटेलात नेहमी गिऱ्हाईकांची सोय पहाण्यासाठी अशा व्यक्तींची नेमणूक करतात. वेटर मंडळींना असली कामे करणे व पदार्थ आणून देणे, ह्या दोन्ही गोष्टी एकाच वेळी नीट करायला जमत नाही. आत्ता या ठिकाणी गर्दी होती; पण या फ्रेंच नामधारीने आम्हाला हवे तसे, दोन माणसांचे व खिडकीपाशी असलेले एक टेबल मिळवून दिले. पोलिसांचे गणवेष अंगावर असले व कमरेला पिस्तुले लटकत असली की आमचे कोणत्याही हॉटेलात चांगले स्वागत होते. अर्थात् जगभराच्या हॉटेलात नेहमी असेच घडत असते; परंतु पूर्वी मी इथे नेहमी जात-येत असल्याने

माझी जुनी ओळख होती. हे हॉटेल महागडे होते खरे. पण इथे जो आराम मिळे, चांगली सर्व्हिस मिळे तशी ती दुसरीकडे कुठेही नव्हती. त्यामुळे माझे पैसे यावरती खर्च झाले तरी मला त्याची पर्वा नव्हती. आम्हाला अशा खर्चांसाठी पगाराव्यतिरिक्त वेगळा भत्ता मिळत असतो. बाकीचे कर्मचारी हे भत्ते वाचवून पैसे साठवू पहातात. पण मला या भत्त्याचा मोह नव्हता. उद्या जर सरकारने मला सेवानिवृत्त करून फ्लॉरिडा राज्यात स्थायिक करायचे ठरवले तर अशी सेवानिवृत्ती मी ताबडतोब आनंदाने पत्करेन. फ्लॉरिडासारखे अप्रतिम राज्य अमेरिकेत दुसरीकडे कोठेही नाही.

या हॉटेलजवळ म्युनिसिपालिटीचा सिटी हॉल असल्याने येथे नगरपिते व नगरपालिकेतील अधिकारी यांची खूप वर्दळ नेहमीच असते. त्यामुळे ही जागा एका स्थानिक राजकारणांचा अड्डा बनली होती. या जागी लठ्ठ पगारदार व नगरपिते यांच्या खिशातील म्युनिसिपालिटीचा पैसा बाहेर पडून तो खाजगी उद्योगात जमा होत असे. मग पुन्हा तो कररूपाने म्युनिसिपालिटीकडे जात असे. हे चक्र सतत चालूच राहिलेले होते.

मी आमच्यासाठी आधी आठ डॉलर किंमतीची वाईन मागवली. केटसाठी पांढरी वाईन आणि माझ्यासाठी तांबडी वाईन. बायकांनी पांढरी आणि पुरुषांनी तांबडी वाईन प्यायचा प्रघात होता. असा प्रघात का पडला ते मला कधीही कळले नाही. पण जेवणाआधी व जेवताना वाईन चांगली लागते खरी.

ऑर्डर घेऊन वेटर निघून गेल्यानंतर केट म्हणाली, ''माझ्यासाठी एवढे महागडे जेवण कशाला सांगितले? वाईन पिणे म्हणजे पुढचे महागडे जेवण आलेच.''

''सकाळच्या तुझ्या त्या न्याहारीनंतर मी तुला एक चांगले जेवण देणे लागतो.''

यावर ती खळखळून हसली. सकाळची ती फॅशनेबल न्याहारी मला आवडली नव्हती, हे तिला यावरून समजले.

वेटर वाईनचे ग्लास घेऊन आला व टेबलावरती ठेवू लागला. मी त्याला म्हटले, ''मला कदाचित एक फॅक्स येण्याचा संभव आहे. तुमचा इथला फॅक्स नंबर मला देता का?''

''ऑफ कोर्स, मिस्टर कोरी,'' असे म्हणून त्याने तिथला एक कागदी रुमाल घेऊन त्यावरती तो नंबर मला लिहून दिला.

तो गेल्यावर आम्ही दोघांनी आपापले ग्लास उंचावून ते एकमेकांना टेकवून मी म्हटले, ''स्लेन्टे!''

''म्हणजे काय?'' तिने विचारले.

''म्हणजे 'तुम्हाला मी आरोग्य चिंतितो!' ही गिलीक भाषा आहे. मी अर्धा आयरिश आहे हे तुला ठाऊक आहेच.''

"कोणता अर्धा भाग?"

"डावा भाग." मी विनोदाने म्हणालो.

"म्हणजे आईकडून का वडिलांकडून? असे मला म्हणायचे आहे."

"आईकडून. वडिलांमध्ये जास्तीत जास्त इंग्लिश रक्त होते. वाऽ! काय जोडी जमली. त्यांच्या या प्रेमविवाहाआधी ते एकमेकांना 'लेटर-बॉम्ब' पाठवायचे."

केट पुन्हा एकदा मोठ्याने हसली. आयरिश दहशतवादी हे जगात एवढे प्रसिद्ध झाले आहेत की ते कधी साधी पत्रे पाठविणार नाहीत. पत्रातून छोटे बॉम्ब पाठवतील. म्हणून मी तसे विनोदाने म्हटले.

ती म्हणाली, "न्यूयॉर्कमधील माणसे ही प्रत्येकाचे मूळचे राष्ट्रीयत्व नेहमी बघत असतात. इथे जगातील इतक्या विविध राष्ट्रातून माणसे आली आहेत की तेवढी देशात कोठेही नसतील."

"असं? कंटाळा येऊ नये म्हणून माणूस विविधता आणू पहातो; पण इथे तर एवढी विविधता आहे की विविधतेचाच कंटाळा येऊ पहातो."

मी सहजपणे म्हणालो; पण तिला हे एक विनोदी विधान वाटले. ती म्हणाली, "तुम्ही नेहमी किती विनोदी बोलता हो."

"माझे बोलणे काहीच नाही. माझा पोलीसखात्यातील जुना सहकारी डॉम फानेली याची तुला एकदा ओळख करून देतो. तो माझ्यापेक्षा जास्त विनोदी बोलतो."

आम्ही असे बरेच काही आलतूफालतू बोलत राहिलो. पूर्वी मी येथे कितीतरी वेळा आलो होतो. पण आजची वेळ ही काही कारणाने खास वेळ होती. ही आलतू-फालतू बडबडही मला येथे आवश्यक वाटत होती आणि आवडत होती.

आम्ही मेनूकार्ड वाचू लागलो. नेहमीप्रमाणे म्हटले जाते त्याप्रमाणे आम्ही दोघेही मेनूतील वेगवेगळ्या भागांचा अभ्यास करू लागलो. म्हणजे पुरुष उजव्या भागाचा अभ्यास करतात, तर बायका डाव्या भागांचा अभ्यास करतात. उजव्या बाजूचे किंमतीचे आकडे हे मागच्या वेळेपेक्षा बरेच वर चढले आहेत, असे माझ्या लक्षात आले. मी ऑर्डर ठरवण्याचा विचार करीत होतो; पण तेवढ्यात मोबाईल वाजला. मी खिशातून तो काढून कानाला लावून म्हटले, "कोरी."

पलीकडून कॅल्व्हिनचा आवाज आला, "तर मी वेक्लिफच्या घरून बोलतो आहे. येथे माझ्यासमोर एक छायाचित्र आहे. त्यात एका जेट फायटर विमानासमोर आठजण उभे आहेत. हे फायटर विमान म्हणजेच ते एफ-१११ असे मला कोणीतरी सांगितले. त्या छायाचित्राखाली तारीख आहे ती १५ एप्रिल १९८७. तू म्हणतोस तशी १९८६ नाही."

"ठीक आहे....नसेना का तशी. कारण ती एक गुप्त मोहीम होती. म्हणून

मुद्दाम चुकीचे वर्ष लिहिलेले असावे.''

''आले लक्षात. पण याखेरीज बाकी काहीही नाही. कोणाचीही नावे त्यावरती नाहीत. त्यामुळे कोण कोणता हे ओळखणे मुष्किल आहे.''

''XXX डॅम दॅट...'' मी चरफडून बोलू पाहात होतो.

पण कॅल्व्हिनने मला गप्प करीत म्हटले, ''होल्ड ऑन स्पोर्ट. असा एकदम नाराज होऊ नको. आता कॅल्व्हिन या केसवर काम करतो आहे ना ! मग .... इथे एक दुसरे मोठ्या आकाराचे काळ्या-पांढऱ्या रंगातले जुने छायाचित्र आहे. त्याखाली लिहिले आहे, Forty-eight Tactical Fighter wing, Royal Air Force Station, Lakenheath, U.K. हे बहुतेक या युनिटचे नाव आहे. या छायाचित्रात युनिटमधले सारेजण असावेत. कारण पन्नाससाठजण तरी त्यात मला दिसत आहेत. युनिटच्या मथळ्याखाली त्या सर्वांची नावे छापली आहेत. त्यामध्ये प्रत्येक ओळीचा क्रमांक व माणसांची नावे क्रमाने दिली आहेत. म्हणजे बसलेले-पहिली रांग, उभे-दुसरी रांग अशा पद्धतीने. मी एक भिंग घेऊन त्यातून त्या छोट्या छायाचित्रातील आठजणांचे चेहरे मोठ्या छायाचित्रातून ओळखून काढले. मग त्यांची नावे खालच्या यादीतून कळणे सोपे गेले. वेक्लिफ मला ठाऊक होते. फक्त उरलेले सातजणच शोधणे सोपे होते. मग मी वेक्लिफ यांची स्वत:ची छोटीशी टेलिफोन व पत्ते असलेली डायरी घेऊन त्यातून त्या सातजणांचे फोन नंबर्स व पत्ते शोधले.''

हे ऐकताच मी एक दीर्घ नि:श्वास सोडला आणि म्हटले, ''वाऽ झकास. तुला ती नावे, पत्ते व फोन नंबर हे मला फॅक्सने कळवता येतील का?''

''कळवेन. पण त्यामुळे मला काय मिळणार आहे?''

''काय मिळणार? असे काय विचारतोस, दोस्ता. तू तर माझे मोठे काम केले आहेस. तुला राष्ट्राध्यक्षांच्या व्हाईट हाऊसमध्ये जेवायचे आमंत्रण येईल. मग एक पदक मिळेल. आणखीन बरेच काही असू शकेल.'' मी नाटकीपणे त्याला चढवित म्हणालो.

''इथेच मला एक वेक्लिफ यांचे फॅक्स मशीन दिसते आहे. मी तुला लगेच ती माहिती पाठवतो. तुझा फॅक्स नंबर मला सांग.''

मी त्याला या हॉटेलमधला फॅक्स नंबर सांगितला आणि म्हटले, ''थँक्स बडी. तू एक फार फार मोठे काम केले आहेस.''

''हा खलील आत्ता कुठे असेल असे वाटते?''

''तो त्या उरलेल्या सातजणांना भेटी देऊन त्यांना ठार करून संपवित असणार. वॉशिंग्टनमध्ये त्या सातजणांपैकी कोणी आहे का?''

''नाही. वेक्लिफखेरीज कोणीही नाही. बाकीचे सारे हे फ्लॉरिडा, साऊथ कॅरोलिना, न्यूयॉर्क...''

"न्यूयॉर्कमध्ये कुठे? मी त्याचे बोलणे तोडत मोठ्याने विचारले.

"एक मिनिट. बघतो हं.... हा एक कोणी जिम मॅक्कॉय आहे .... त्याचे घर वूडबरी येथे आहे आणि ऑफिस लाँग आयलँडवरील 'क्रॅडल ऑफ एव्हिएशन म्युझियम' येथे आहे.''

"ठीक आहे. आणखी काही?''

"मी सारी माहिती वाचून दाखवू का फॅक्स करू?''

"फॅक्स कर. त्या आठजणांचे एकत्र असलेले छायाचित्रही फॅक्स कर. शिवाय जाता जाता माझ्यासाठी म्हणून त्यांचे एक वेगळे छायाचित्र ताबडतोब शटल विमानाने पाठव. त्या विमानाचा फ्लाइट नंबर कळव. मग मी ते घेण्यासाठी कोणाला तरी विमानतळावरती पाठवेन.''

"खरोखर, कोरी, तू मऊ दिसले की लगेच कोपराने खणू पहातोस. तू म्हणजे असा दोस्त आहेस की नाही.... पण मला आत्ता हे झटपट काम उरकायला हवे. नाहीतर मी काय करतो आहे तिकडे इथे असलेल्यांचे लक्ष वेधले जाईल. कोरी, तो खलील माणूस खूप भयंकर दिसतो. इथल्या गुन्ह्याच्या प्रसंगाचे छायाचित्रही मी तुला पाठवतो. ते पाहिल्यावर तुला त्याची कल्पना येईल.''

"त्याची कल्पना मला तुझ्यापेक्षा जास्त चांगली कळली आहे. मी तुला विमानातील ३०० जणांच्या मुडद्यांची छायाचित्रे पाठवतो.''

"ए बाबा, बास आता.''

"ठीक आहे. मग आता व्हाईट हाऊसमधेच भेटू.''

मी फोन बंद केला.

केट माझ्याकडे पहात होती. मी तिला म्हणालो, "आपल्याला आता सारी नावे, फोन नंबर्स व पत्ते मिळालेले आहेत.''

"आपल्याला उशीर झाला नाही अशी मी आशा करते.''

"तो तर झालेलाच आहे, याची मला खात्री आहे.''

मी वेटरला जवळ बोलावले व म्हटले, "मला बिल आणून दे आणि तुमच्या फॅक्स मशीनमधून 'कोरी' नावाने मला जो फॅक्स आला आहे, तोही आणून दे.''

तो निघून गेला. मी उरलीसुरली वाईन एकदम पिऊन टाकली. केट आणि मी उठून उभे राहिलो व दाराच्या दिशेने सरकू लागलो. मी तिला म्हटले, "तुला मी एक जेवण देणे लागतो.''

तेवढ्यात वेटर आला. त्याला मी वीस डॉलरची नोट दिली. त्याने मला एक हाताने लिहिलेल्या अक्षरातील दोन पानी फॅक्स दिला आणि फॅक्सनेच आलेली काही छायाचित्रेही दिली. ती छायाचित्रे मात्र नीट उमटलेली नव्हती.

तिथून बाहेर पडून आम्ही दोघे भरभर चालत फेडरल प्लाझाकडे जाऊ लागलो.

आद्याक्षरानुक्रमे लिहिलेली ती नावे चालता चालता मी मोठ्याने वाचू लागलो. "बॉब कॅलम, कोलॅराडो स्प्रिंग्ज, एअर फोर्स अॅकॅडेमी. स्टीव्ह कॉक्स, केआयए गल्फ, जानेवारी १९९१. पॉल ग्रे, डेटोना बीच/स्प्रूस क्रीक, फ्लॉरिडा विली हॅम्ब्रेश्त हा आपल्याला ठाऊक आहे. जिम मॅक्कॉय, वूडबरी - म्हणजे ते आयलँडवरचे. बिल सदरवेट, मॉन्क्सकॉर्नर, साऊथ कॅरोलिना. हे नक्की आले कुठे? आणि शेवटी दिले आहे चिप विगिन्स, बरबँक, कॅलिफोर्निया; पण वेक्लिफच्या वहीत याचा पत्ता व फोन नंबर यावरती काट मारलेली आहे असे केल्व्हिन म्हणतो."

"खलीलने कशा हालचाली केल्या असतील, याचा मी अंदाज घेते आहे," केट म्हणत होती, "केनेडी विमानतळापासून तो टॅक्सीने ५:३० वाजता संध्याकाळी निघाला. टॅक्सी गमाल जब्बारची होती. मग तो जिम मॅक्कॉयच्या घरी त्याच टॅक्सीने गेला असेल का?"

"मला ते काही सांगता येणार नाही. जेव्हा आपण जिम मॅक्कॉयला फोन करू, तेव्हाच आपल्याला ते समजेल."

मी लगेच चालता चालता जिम मॅक्कॉयच्या घरचा नंबर लावला. पण तो घरी नव्हता. तिथल्या आन्सरिंग मशीनने फोन घेतला; परंतु त्या मशीनवर घाबरून जाणारा निरोप ठेवण्यात अर्थ नव्हता. म्हणून मी म्हणालो, "धिस इज जॉन कोरी फ्रॉम द एफबीआय.....आम्हाला असे सकारण वाटते आहे की...." पुढे मी काय बोलणार? तो हलकट माणूस पिस्तूल घेऊन तुमच्याकडे तुम्हाला मारायला येतो आहे, असे मी निरोपात म्हणू शकत होतो? त्याऐवजी मी असे म्हणू लागलो, "तुम्ही लिबियावरती १९८६ साली जो हल्ला केला होता, त्याचा सूड म्हणून कोणी एकजण तुम्हाला संपविण्यासाठी तुमच्याकडे येण्याची शक्यता आहे. कृपा करून तुमच्या जवळच्या पोलीस स्टेशनला हे कळवा आणि लाँग आयलँडवर असलेल्या एफबीआयच्या ऑफिसलाही कळवा. माझा मॅनहॅटनमधे असलेला थेट फोन नंबर असा आहे...." मी तो नंबर सांगून पुढे म्हटले, "कृपा करून तुम्ही अत्यंत सावधगिरी बाळगा. तुम्ही आणि तुमचे कुटुंब ताबडतोब दुसऱ्या ठिकाणी जावे, असा माझा तुम्हाला सल्ला आहे." मी फोन बंद करून केटला म्हटले, "त्याला कदाचित असे वाटेल की कोणीतरी टारगटपणा म्हणून असा निरोप ठेवला असेल. म्हणून मी मुद्दाम 'लिबिया' हा शब्द निरोपात ठेवला. त्यामुळे निरोपाच्या खरेपणाची त्याला खात्री पटेल. मी हा फोन केव्हा केला, त्याची नोंद ठेव."

तिने केव्हाच आपली छोटी वही खिशातून काढून त्यात ती वेळ टिपू लागली होती. ती म्हणाली, "कदाचित त्याला तो निरोप कधीही मिळणार नाही. खलील तिथे जाऊन आला असेल."

"जाऊ दे. उगाच आत्ता तसा विचार करण्यात अर्थ नाही."

मी एका हातगाडीवाल्यापाशी थांबलो आणि म्हणालो, ''दोन नाईशेज, मस्टर्ड आणि सॉएरक्रॉट.''

मग मी बिल सदरवेटचा साऊथ कॅरोलिना राज्यातला नंबर लावला. केटला मी म्हटले, ''ज्या ज्या लोकांचे खून पडण्याची शक्यता आहे, त्या लोकांना मी प्रथम त्यांच्या घरी फोन लावतो आहे. नंतर तिथल्या स्थानिक पोलिसांना. कारण पोलिसांचे फोन हे बराच वेळ एन्गेज्ड असतात.''

''बरोबर.''

''एवढे झाल्यानंतर मी त्या व्यक्तींच्या ऑफिसेसना फोन लावेन.''

माझा फोन लागला आणि परत एका आन्सरिंग मशीनने तो उचलला. त्यातून टेप केलेला आवाज आला, ''बिल सदरवेट. तुमचा निरोप ठेवा.'' म्हणून मी मॅक्कॉयच्या घरी जसा निरोप ठेवला तसाच निरोप मघाप्रमाणेच ठेवला. शेवटी ''तुम्ही तात्पुरते शहराबाहेर निघून जा,'' असाही सल्ला त्याला दिला.

समोरचा हातगाडीवाला माझ्याकडे आता डोळे बारीक करून संशयाने बघू लागला. त्याने माझे फोनवरचे बोलणे ऐकले होते. मी मागितलेले पदार्थ त्याने एका कागदात बांधून दिले. मी त्याला दहा डॉलरची नोट दिली.

केट विचारीत होती, ''हे काय आहे?''

''हे आपले खाणे. ज्यू लोक जसे बटाट्याचे पदार्थ करून खातात तसले काहीतरी हे आहे. तळलेले आहे, चांगले आहे. मी आता पॉल ग्रेच्या घरचा फोन नंबर लावला. त्याचे घर व ऑफिस हे एकाच ठिकाणी आहे, असे माझ्या लक्षात आले.

पुन्हा एका आन्सरिंग मशीनशी माझी गाठ पडली. मी परत माझा निरोप सांगितला. उरलेले पैसे परत देताना तो हातगाडीवाला माझ्याकडे बघत राहिला.

केट आणि मी चालत राहिलो. मग मी पॉल ग्रेच्या ऑफिसचा नंबर लावला. पुन्हा आन्सरिंग मशीनमधून आवाज आला, ''ग्रे सिम्युलेशन सॉफ्टवेअर. आम्ही फोनपाशी येऊ शकत नाही ....'' वगैरे, वगैरे. प्रत्येकजण घरी थांबलेला नाही हे आता मला खटकू लागले. मी त्या नंबरवरती तसाच नेहमीचा निरोप ठेवला. परत केटने मी फोन केलेली वेळ टिपली.

मग मी सदरवेटच्या ऑफिसचा नंबर लावला. 'कॉन्फेडरेट एअर चार्टर आणि पायलट ट्रेनिंग' अशा नावाने त्याचे ऑफिस होते. परत माझी एका आन्सरिंग मशीनशी गाठ पडली. मी माझा निरोप अत्यंत सावधगिरीच्या शब्दात ठेवला; पण प्रत्यक्षात मला धोक्याची एवढी जाणीव झाली होती की मला फोनमध्ये 'बेट्या, पळ आत्ताच्या आत्ता इथून. नाहीतर तुझा खून होईल.' असे ओरडून म्हणावेसे वाटत होते. मी फोन बंद केला आणि केटला म्हटले, ''आज प्रत्येकजण कुठे निघून गेले आहेत?''

तिने यावर काहीच उत्तर दिले नाही. ती तरी काय अंदाज करू शकणार होती?

आम्ही ब्रॉडवेवरून चाललो होतो. फेडरल प्लाझा आता एका इमारतीच्या अंतरावरती राहिला होता. मी तोपर्यंत हातातील 'निश' हा निम्मा बकाबका खाऊन टाकला होता. केटने तिच्या निशचा एक तुकडा खाल्ला आणि एकदम आपले तोंड वेडेवाकडे केले. तिथल्याच एका कचरापेटीत तिने हातातला तो खाण्याचा पदार्थ टाकून दिला. माझी भूतपूर्व पत्नी हॉटेलात गेली असताना अशीच वागायची. तिचे खाणे अर्धे झाले व तिला कंटाळा आला की ती सरळ वेटरला बोलवून उरलेले तिचे पदार्थ घेऊन जायला सांगायची. मी बरोबर आहे आणि मला हे उरलेले पदार्थ हवे आहेत का, असे तिने कधीच विचारले नाही. केटही आत्ता तशाच पद्धतीने वागत होती. हे काही ठीक लक्षण नव्हते.

लाँग आयलँडवरील क्रॅडल ऑफ एव्हिएशन म्युझियमचा नंबर मी लावला. निदान तिथे तरी मला फोनवर आन्सरिंग मशीनच्या आवाजाऐवजी जिवंत मानवी आवाज ऐकायला मिळेल अशी आशा होती. एका बाईने तो फोन पलीकडून उचलला व म्हटले, "म्युझियम."

मी म्हणालो, "मॅडम, धिस इज जॉन कोरी, फेडरल ब्युरो ऑफ इन्व्हेस्टिगेशन. मला आपल्या म्युझियमचे डायरेक्टर मिस्टर जेम्स मॅक्कॉय यांच्याशी बोलायचे आहे. अत्यंत तातडीचे काम आहे."

पलीकडे फोनवरती दीर्घ काळ शांतता होती. काय झाले असेल ते माझ्या लगेच लक्षात आले. थोड्या वेळाने पलीकडची बाई अडखळत सांगू लागली, "मिस्टर मॅक्कॉय...." मग एक हुंदक्याचा आवाज ऐकू आला. मिस्टर मॅक्कॉय हे मृत्यू पावले आहेत."

मी केटकडे पाहून मान हलवली. माझ्या हातातील उरलेला तो खाण्याचा पदार्थ मी जवळच्या गटारात टाकून दिला. आता मी भरभर चालत बोलू लागलो, "मॅडम, त्यांना कसा मृत्यू आला?"

"त्यांचा खून झाला."

"केव्हा?"

"सोमवारी रात्री. म्युझियममध्ये सगळीकडे पोलीस पसरलेले आहेत .... आत कुणालाही जाऊ देत नाहीत."

"तुम्ही कुठून बोलता आहात?"

"मी त्या इमारतीच्या जवळ एक मुलांसाठी वेगळे म्युझियम आहे. त्यातून बोलते आहे. मी मिस्टर मॅक्कॉय यांची सेक्रेटरी आहे. त्यांच्याकडच्या साऱ्या लाईन्स आत्ता इकडे घेतल्या आहेत. म्हणून...."

"ठीक आहे. त्यांचा खून कसा झाला?"

"त्यांना.... त्यांना गोळी घातली.... एका विमानामध्ये.... त्यांच्याबरोबर आणखीही एक माणूस होता .... तुम्हाला पोलिसांशी बोलायचे आहे?"

"इतक्यात नाही. तो दुसरा माणूस कोण आहे ते कळले का?"

"नाही. अं? होय. मिसेस मॅक्कॉय यांनी सांगितले की तो त्यांच्या यजमानांचा जुना मित्र होता; पण मला त्यांचे नाव आठवत नाही ...."

मी म्हणालो, "ग्रे?"

"नाही."

"सदरवेट"

"होय. तेच ते नाव. मी तुम्हाला पोलिसांशी जोडून देते."

"एक मिनिटाने द्या. तुम्ही म्हणालात की, त्यांना एका *विमानामध्ये* गोळी घातली. हो ना?"

"होय. ते आणि त्यांचा मित्र एका फायटर विमानात .... एफ-१११ .... बसले होते. रात्रपाळीच्या पहारेकऱ्याचा पण खून झाला आहे."

"ठीक आहे. मी परत फोन करेन. " मी फोन बंद केला.

काय झाले ते मी केटला थोडक्यात सांगितले. तेवढ्यात 'फेडरल प्लाझा' इमारत आली आणि आम्ही आत प्रवेश केला. आम्ही दोघे लिफ्टची वाट पहात उभे राहिलो. लिफ्टची वाट पहाण्याचा वेळ वाया जाऊ नये म्हणून मी बॉब कॅलम याला कोलॅराडो स्प्रिन्ज येथे फोन लावला. पलीकडून एक बाई बोलू लागली, "कॅलम यांचे घर."

"आपण मिसेस कॅलम का?"

"होय. कोण बोलते आहे?"

"मिस्टर कॅलम घरी आहेत का?"

"कर्नल कॅलम. कोण बोलते आहे?"

"मॅडम, मी एफबीआयचा जॉन कोरी बोलतो आहे. मला आपल्या यजमानांशी बोलायचे आहे. ते खूप तातडीचे काम आहे."

"त्यांना आज बरे वाटत नाही. ते विश्रांती घेत आहेत."

"पण ते घरी आहेत ना?"

"होय. कसले काम आहे?"

तेवढ्यात लिफ्ट खाली येऊन पोचली. लिफ्टमध्ये शिरल्यावर मोबाईलला सिग्नल मिळत नाही. म्हणून मी आत न शिरता मोबाईलवर म्हणालो, "मॅडम, मी माझी सहकारी मिस मेफिल्ड हिच्याकडे फोन देतो. कृपया, तिच्याशी बोला. ती तुम्हाला सारा खुलासा करेल." मग मी मोबाईल छातीशी धरून केटला म्हटले, "बायका बायकांशी अधिक चांगल्या बोलतात."

मी केटकडे मोबाईल दिला आणि म्हटले, "मी लिफ्टने वर जातो." जाता जाता मला केटने बोललेले शब्द ऐकू आले. तिने स्वत:ची ओळख करून दिली व म्हटले, "मॅडम, आम्हाला असे सकारण वाटते आहे की तुमच्या यजमानांना एक सुप्त धोका निर्माण झाला आहे. आधी नीट ऐकून घ्या, अन् माझे सांगून झाल्यावरती तुम्ही प्लीज पोलीस व एफबीआय यांना फोन करा. आपण जर विमानदलाच्या कॅम्पमध्ये असाल तर तिथल्या सिक्युरिटीलाही फोन करा. तुम्ही कॅम्पवर रहाता काय?"

माझी लिफ्ट आत्ता वरती निघाली; पण मी माझ्या हातचे काम योग्य व्यक्तीवरती सोपवले होते.

२६व्या मजल्यावर पोचल्यावर मी ताबडतोब माझ्या टेबलाकडे गेलो. चिप विगिन्स याचा बरबँक गावचा फोन नंबर लावला. तो जरी तिथे नसला तरी जिथे कुठे गेला आहे तिथला नंबर तरी मिळेल, अशी मला आशा होती. त्याऐवजी मला टेलिफोन एक्सचेंजमधून टेप केलेल्या आवाजात सांगितले गेले की, सरदहू नंबर हा तात्पुरता डिस्कनेक्ट केला गेला आहे. यापेक्षा अधिक माहिती मला मिळू शकली नाही.

मी माझ्या हातातील फॅक्सच्या दोन्ही कागदांकडे पाहून विचार करू लागलो. जनरल वेक्लिफच्या मागोमाग सदरवेटचा खून झाला.

त्याच्याबरोबर मॅक्कॉयचाही खून झाला. म्हणजे हॅम्ब्रेश्त, वेक्विफ, सदरवेट, मॅक्कॉय संपले. स्टीव्हन कॉक्सला नैसर्गिक मरण आले. जर फायटर वैमानिकाला युद्धात मरण येणे हे नैसर्गिक समजले जात असेल तर. म्हणजे एकूण आठ जणांपैकी पाचजण संपले. कॅलम याला आत्ताच फोन लागला व केट त्याच्याशी बोलते आहे. पॉल ग्रे व चिप विगिन्स यांना फोन लागत नाही. विगिन्सचा फोन तर तात्पुरता डिस्कनेक्ट झाला आहे. तेव्हा आता परत एकदा पॉल ग्रेसाठी प्रयत्न करावा; पण तो घरी नसेल तर?

मी शेवटी संगणकावर काही माहिती शोधू लागलो. ग्रामीण भागातील खुनाच्या केसेस ह्या कौन्टी शेरीफच्या खात्याकडून हाताळल्या जातात. फ्लॉरिडातील स्प्रूस क्रीक हे छोटे गाव व्होल्युशिया कौन्टीच्या हद्दीत मोडत होते. मग मी त्या कौन्टीच्या शेरीफच्या ऑफिसचा फोन नंबर शोधला आणि तो लावला. पलीकडून कोणी एखादा चक्रम कर्मचारी फोन उचलेल अशी माझी अपेक्षा होती. घाईगर्दीच्या वेळी व आणीबाणीच्या वेळी नेहमीच असे होत असते. दरम्यान, गेल्या अर्ध्या तासात मला कळालेली माहिती ही वॉशिंग्टनमधील दहशतवाद प्रतिबंधक विभागाला द्यायला हवी, हे माझ्या लक्षात आले; परंतु तिथे फोन लागण्यात एका तास वाया जाणार. मग त्यानंतर एक लेखी अहवाल देणे नियमानुसार सक्तीचे ठरते. मी आत्ता

एका संभाव्य खुनाच्या प्रयत्नापासून बळी जाणाऱ्याचे प्राण वाचवायला अग्रक्रम दिला होता. माझी स्वत:ची ती पद्धत होती. जर कोणी एखाद्याला ठार करणार असेल तर त्या बळीला माहिती मिळवण्याचा किंवा देण्याचा हा प्रथम हक्क असला पाहिजे.

माझा फोन लागला. पलीकडून कोणीतरी बोलत होते, ''शेरीफस् डिपार्टमेंट. डेप्युटी फोली स्पीकिंग.''

त्या डेप्युटी शेरीफच्या बोलण्याच्या उच्चारावरून तो न्यूयॉर्कचा असावा, असे मला वाटते.

मी म्हणालो, ''शेरीफ, मी एफबीआयच्या न्यूयॉर्कमधील फील्ड ऑफिसमधून जॉन कोरी बोलतो आहे. स्प्रूस क्रीक गावातल्या एका रहिवाशाला खुनाची धमकी दिली जाण्याची किंवा त्याचा खून होण्याची शक्यता आहे. मी त्यासाठी तुम्हाला फोन केला. त्या व्यक्तीचे नाव आहे पॉल ग्रे—''

''फार उशीर झाला,'' माझे बोलणे तोडून टाकीत तो म्हणाला,

''ठीक आहे.... कधी आणि केव्हा?''

''तुम्ही त्या आधी आपली आणखी ओळख सांगू शकाल काय?''

मी त्याला माझ्या ऑफिसचा एक कॉमन नंबर देऊन म्हटले, ''तुम्ही प्लीज, या नंबरवर फोन करून मला जोडून द्यायला सांगा,'' असे म्हणून मी फोन बंद केला.

अर्ध्या मिनिटातच माझ्या टेबलावरचा फोन वाजू लागला. तो डेप्युटी शेरीफ फोनवर आला होता व म्हणत होता, ''माझ्या संगणकावर हा नंबर ॲन्टी टेररिस्ट टास्क फोर्सचा आहे असे दाखवले जात आहे.'' संगणकावरती कोणत्याही गावाची टेलिफोन डिरेक्टरी मागवून तुम्हाला संगणकामार्फत फोन लावता येतो. नुसते गावाचे नाव व व्यक्तीचे नाव किंवा टेलिफोन नंबर टाईप केले की पुरते. पुढचे काम संगणक करतो.

''अगदी बरोबर.''

''बोला आता. तुमचे काय म्हणणे आहे?''

''तुमच्याकडून सगळी माहिती मिळाल्याखेरीज मला तुम्हाला ते नीट समजावून सांगता येणार नाही. शिवाय राष्ट्रीय सुरक्षिततेचा प्रश्न आहेच.''

''असं? म्हणजे नक्की कसली सुरक्षितता असते?''

असा तिरकस प्रश्न विचारणारा हटकून पूर्वी न्यूयॉर्कच्या पोलीसदलातला असणार. मी एक खडा टाकून पाहायचे ठरवले. मी त्याला म्हणालो, ''तुम्ही न्यूयॉर्कमध्ये कधी होता?''

''आँ? तुम्हाला कसे कळले?''

''एक अंदाज. मी पण न्यूयॉर्क पोलिसदलाच्या मनुष्यहत्या विभागात होतो. आत्ता इकडे एफबीआयमध्ये आलो आहे.''

आता तो खुषीत आला व म्हणाला, ''मी १०६ क्वीन्स विभागात पॅट्रोलमन होतो. न्यूयॉर्क पोलीसदलातील अनेकजण इकडे आले आहेत, इथल्या नोकऱ्यांमधून ते निवृत्तही झाले आहेत. आपल्या लोकांना इकडे खूप किंमत आहे. माझेच बघा ना, पॅट्रोलमनचा मी एकदम येथे डेप्युटी शेरीफ बनलो.''

''असे असेल तर मलाही तिकडे येऊन तुमच्या खात्यात नोकरी धरावीशी वाटू लागली आहे.''

''न्यूयॉर्क पोलीसदलाबद्दल येथे चांगले मत आहे. आपले काम या माणसांना चांगले ठाऊक असते, असे ते इकडे समजतात.'' एवढे म्हणून तो मोठ्याने हसला.

चला, म्हणजे ही स्वारी आता आखडलेली राहिली नाही. तो आपल्याला सहकार्य देणार. मी त्याला म्हटले, ''हं, तर मला त्या खुनाबद्दल आता नीट सांगा बरं.''

''ओके. खून हा घरीच झाला. पॉल ग्रे यांचे घर आणि ऑफिस एकच होते. सोमवारी खून झाला. कॉरोनेरने खुनाची वेळ 'दुपारी बारा' अशी नोंद करून घेतली. पण एअर कंडिशनर चालू असल्याने शरीराचे तपमान फारसे लक्षात घेण्यात अर्थ नाही. म्हणजे दुपारी बाराच्या आधी कधीतरी हा खून झाला असावा. रात्री सव्वा आठ वाजता खून उघडकीस आला. आम्ही तिथे गेल्यावर आम्हालाच तो प्रथम कळला. कोणी तरी स्टेसी मॉल नावाच्या बाईने आम्हाला फोन करून आपला संशय व्यक्त केला होता. ती एक खाजगी विमाने चालवणारी वैमानिक स्त्री आहे. तिने आपल्या प्रवाशाला जॅक्सनव्हिल म्युनिसिपल विमानतळावरून पॉल ग्रेच्या घरापर्यंत नेले होते. पॉल ग्रे यांचे घर एका धावपट्टीच्या कडेला आहे. ते 'फ्लाय-इन' सोसायटीत रहातात. आपल्या सोसायटीचे नाव त्यांनी 'स्प्रूस क्रीक' असे ठेवले आहे. डेटोना बीचला लागूनच ती सोसायटी आहे. त्या प्रवाशाने तिला सांगितले होते की आपल्याला एकाशी धंदा करायचा आहे म्हणून तिकडे जायचे आहे.''

''शेवटी त्याने खुनाचा धंदा तिथे केला.''

''बरोबर. त्या प्रवाशाने आपले नाव दिमित्रिअस पूलोस असे सांगितले. आपण ग्रीसमधले एक प्राचीन दुर्मिळ वस्तूंचा व्यापार करणारे आहोत, असे त्याने तिला सांगितले होते; पण नंतर त्या वैमानिक स्त्रीने जेव्हा वर्तमानपत्र पाहिले त्यात असद खलीलचे छायाचित्र होते. आपल्या प्रवाशाच्या चेहऱ्यात व त्याच्यात तिला साम्य आढळले.''

''तिने बरोबर ओळखले.''

''प्रथम आम्हाला वाटले की हा सारा तिच्या कल्पनाशक्तीचा खेळ आहे किंवा ती दिवास्वप्ने पहात असावी; पण मग नंतर आम्ही जेव्हा खून झालेला पाहिला तेव्हा तिचे म्हणणे पटले.... पण त्या खलीलने या माणसाचा खून का केला?''

"काहीतरी विमानांची भानगड आहे. मलाही ते नीट ठाऊक नाही. आणखी काही या खुनाबद्दलची माहिती?"

"पॉल ग्रे यांच्यावर दोन गोळ्या झाडल्या गेल्या. एक गोळी पोटात गेली व दुसरी डोक्यात गेली. त्या सफाईकाम करणाऱ्या स्त्रीला मात्र एकच गोळी घालण्यात आली. तिच्या डोक्यात मागच्या बाजूने ती शिरली."

"तुम्हाला गोळ्या व गोळ्यांची मागची टोपणे सापडली?"

"फक्त गोळ्या सापडल्या. फॉर्टी कॉलिबरच्या तीन गोळ्या होत्या त्या."

"ठीक आहे. मग तुम्ही ही गोष्ट एफबीआयला कळवली असेलच."

"होय. यात असद खलील प्रकरणाचा काही भाग आहे असे आम्हाला वाटले नव्हते; परंतु ते पॉल ग्रे हे गृहस्थ काहीतरी लष्करी कामाशी संबंधित असावेत. कारण आम्ही त्यांच्या एका मैत्रिणीचा पत्ता शोधून तिला बोलवून आणले. तिने शोधाशोध करून सांगितले की काही सीडी गायब झाल्या आहेत."

"पण या घटनेचा खलीलशी कुठेतरी संबंध असू शकतो हे तुम्ही एफबीआयला कळवले की नाही?"

"कळवले. जॅक्सनव्हिलमधल्या फील्ड ऑफिसला कळवले; पण ते म्हणाले की दर पंधरा मिनिटांनी आम्ही संगणकावरती त्याबद्दल शोध घेतो आहोत. त्यांच्या बोलण्यावरून मला असे वाटले की त्यांनी आमचे म्हणणे तेवढे गंभीरतेने घेतले नाही. ते आमच्याकडे त्यांचा एक माणूस पहाणीसाठी पाठवणार होते. आम्ही अजून त्याची वाट पहात आहोत."

"मग स्प्रूस क्रीकनंतर त्या वैमानिक बाईने आपल्या प्रवाशाला कुठे नेऊन सोडले?"

"परत जॅक्सनव्हिल म्युनिसिपल विमानतळावर. त्यानंतर तिने त्याला स्वतःच्या गाडीतून जॅक्सनव्हिल आंतरराष्ट्रीय विमानतळावर नेऊन पोचवले. तो प्रवासी म्हणत होता की त्याला ग्रीसला लगेच परतायचे आहे."

यावर मी थोडा वेळ विचार केला व म्हटले, "मग तुम्ही जॅक्सनव्हिलमधून बाहेर पडणाऱ्या विमानांच्या नोंदी तपासल्या असतील ना?"

"अर्थातच. मी असे करायला कसे विसरेन? आमच्या माणसांनी विमानतळ, तिकीटविक्री, वगैरे सर्व ठिकाणच्या नोंदी पाहिल्या. पण दिमित्रीअस पूलोस नाव कुठेही सापडले नाही."

"ठीक आहे. तो गुन्हेगार किती वेळ पॉल ग्रे यांच्या घरी राहिला होता?"

"त्या वैमानिक बाईच्या मते अर्धा तास."

मी यावरती समजल्यासारखी मान हलवली. तेवढ्या काळात खुनी आणि बळी या दोघांत काय संभाषण झाले असेल, याचा मी सहज अंदाज करू शकत होतो.

डेप्युटी शेरीफ फोली याला मी आणखी काही प्रश्न विचारून थोडीशी माहिती काढून घेतली. जॅक्सनव्हिलमधल्या एफबीआयच्या ऑफिसात काहीतरी मोठी अडचण तरी असेल किंवा त्यांना असद खलील प्रकरणाचे गांभीर्य तरी कळले नसावे; पण मग 'दर पंधरा मिनिटांनी आम्ही संगणकावरती त्याबद्दल शोध घेतो आहोत,' असे ते का म्हणाले? मला ती स्टेसी मॉल कोण आहे ते ठाऊक नव्हते; पण तिने फोन करून एका जागरूक नागरिकाचे काम केल्याबद्दल तिला पोलिसांकडून एखादे पदक मिळवून देण्यास हरकत नाही.

डेप्युटी शेरीफ मला विचारीत होता, "तुम्ही या खलीलला पकडण्यासाठी जाळे लावत आहात काय?"

"होय. तसे काहीतरी करत आहोत."

"हा एक भलताच XXX खतरनाक गुंड आहे."

"खरे आहे."

"न्यूयॉर्कमधले हवामान कसे आहे?"

"एकदम झकास."

"XXX इथे मात्र भलतेच गरम आहे. अन् हो, ते एक सांगायचे राहून गेलेच. त्या वैमानिक बाईने सांगितले आहे की तिचा जो प्रवासी पुढच्या आठवड्यात परत येणार आहे. त्या वेळी स्प्रूस क्रीकला पुन्हा जाण्यासाठी त्याने तिच्याकडे रिझर्व्हेशनही केले आहे म्हणे."

"यात काही फारसे विशेष नाही."

"अन् तिने त्याच्याबरोबर बाहेर जेवण घेण्यासही कबूल केले आहे."

"तिला सांगा, ती जिवंत राहिली हेच तिचे नशीब आहे. बरंय."

"बाय."

फोन बंद करून मी पॉल ग्रेच्या नावापुढे 'खून झाला' असे त्या फॅक्सच्या कागदावर लिहिले. त्यापुढे खुनाची अंदाजे वेळ व तारीख लिहिली. त्या आठजणांपैकी चिप विगिन्स हा उरला आहे. जर तो कुठे पूर्वेकडे जाऊन राहिला असेल तर ठीक. पण त्याआधीच खलीलने त्याला भेट दिली असेल तर मग संपलेच. कोलॅराडोमध्ये बॉब कॅलम हा मृत्यूशय्येवर पडून आहे. तो केवळ काही दिवसांचा सोबती आहे म्हणून खलीलने त्याला सोडून दिले का? का खलील कोलॅराडोला गेलाच नव्हता? म्हणजे आत्ता फक्त एकटा विगिन्स उरला. जर तो जिवंत असेल तर आपण त्याचे आयुष्य वाचवू शकतो. तसे जर आपल्याला जमले तर या शिकारीच्या खेळातील डाव जिंकल्याची संख्या 'सिंह ५ : अमेरिकन संघ १' अशी होईल.

केट आली व टेबलापाशी येऊन बसली. ती म्हणाली, "मी त्या मिसेस कॅलम यांना सारे नीट समजावून सांगितले. तिने दुसऱ्या फोनलाईनवरून ताबडतोब

पोलिसांना फोन केला. तसेच तिथल्या ॲकॅडेमी प्रोव्होस्त मार्शल यांनाही फोन केला. शिवाय तिने असेही सांगितले की, तिच्याकडे एक पिस्तूल असून ते कसे चालवायचे, हेही तिला ठाऊक आहे. मी शेवटी तिला काही अडचण आल्यास मला कळवा, असे सांगून इथला थेट नंबर तिला देऊन ठेवला.''

''छान.''

''तिने सांगितले की तिचा नवरा खूप आजारी असून त्याला कर्करोग झाला आहे.''

मी मान हलवली.

''खलीलला हे ठाऊक असेल?''

''त्याला काय काय *ठाऊक नसेल* त्याची मी कल्पना करतो आहे.'' मग थोडे थांबून तिला सांगितले, ''मी डेटोना बीच पोलिसांना फोन केला. सोमवारी पॉल ग्रेचा खून झाला. दुपारी बारा वाजता किंवा त्या आधी.''

''ओऽ माय गॉड.''

डेप्युटी शेरीफने सांगितलेले सारे काही मी तिला सांगितले. शेवटी मी म्हणालो, ''माझ्या अंदाजाप्रमाणे ते सारे या क्रमाने घडले : खलील हा जब्बारच्या टॅक्सीत बसला; पण तो लाँग आयलँडला गेला नाही. उलट त्या भागातून बाहेर पडून तो पर्थ ॲम्बॉय येथे गेला. तिथे त्याने जब्बारचा खून केला. त्याच्यासाठी असलेल्या एका गाडीत तो तिथे बसला आणि सरळ वॉशिंग्टनला स्वत: गाडी चालवित गेला. कुठेतरी त्याने तिकडे वेळ काढला. मग संधी मिळताच तो वेक्लिफच्या घरात शिरला. तिथे तीन खून पाडले. मग तो काहीना काही प्रयत्न करून जॅक्सनव्हिल येथे पोचला. तिथल्या म्युनिसिपल विमानतळावरून एका भाड्याच्या खाजगी विमानातून तो स्प्रूस क्रीक येथे गेला. पॉल ग्रे व त्याच्या घरची कामवाली बाई यांना गोळ्या घातल्या आणि परत त्याच विमानाने जॅक्सनव्हिल येथे आला, मग... मग माझ्या अंदाजानुसार .... तो मॉन्क्स कॉर्नर येथे गेला .... सदरवेटचा धंदा हा भाड्याने विमानसेवा देण्याचा होता. त्याला घेऊन तो लाँग आयलँडला गेला. प्रवासात त्याने सदरवेटशी दोस्ती केली असणार. त्याला घेऊन म्युझियम बघण्यासाठी म्हणून किंवा अन्य काही बहाणा करून त्याने सदरवेटला मॅक्कॉयकडे नेले. काहीतरी निमित्ताने त्या दोघांना त्याने तिथल्या विमानात बसवले आणि त्यांना धडाधड गोळ्या घातल्या. नंतर पहारेकऱ्यालाही गोळ्या घातल्या. XXX हे सारे अफलातून आहे.''

केट म्हणाली, ''त्यानंतर तो पुढे कुठे गेला? लाँग आयलँड त्याने कसे सोडले?''

''माझा असा अंदाज आहे की तो एखाद्या विमानातून तिथून निघाला असावा.

तिथला मॅकॉर्थर विमानतळ हा काही आंतरराष्ट्रीय विमानतळ नाही. त्यामुळे तिथे एवढी कडक सुरक्षितता नेहमी नसते. त्यामुळे खलीलच्या या भागदौडीत मला त्याने नेहमी खाजगी विमानांचा वापर कौशल्याने केल्याचे वाटते.''

''हीच जास्त शक्यता आहे. मग तो कोलॅराडो स्प्रिंग्ज किंवा कॅलिफोर्निया येथे गेला. अर्थातच एका खाजगी विमानातून.'' क्षणभर थांबून ती पुढे म्हणाली, ''बहुतेक जेट विमानातून.''

''कदाचित. पण तो आत्ता आपल्या कामगिरीच्या शेवटच्या भागापर्यंत पोचला असेल तर नंतर तो फटकन या देशाच्या बाहेर निघून जाईल. कदाचित् एव्हाना तो आपल्या हातातले शेवटचे काम उरकून त्याच्या वाळवंटी देशाकडे लिबियाकडे निघालाही असेल.''

''परंतु आपल्या हातून सर्वच्या सर्व कामगिरी फत्ते होईल. असे तो थोडेच धरून चालत असेल?''

''चांगला मुद्दा आहे.'' असे म्हणून मी एक पेन्सिल हातात घेतली आणि खलीलने प्रत्यक्षात किती जणांचे मुडदे पाडले, त्याची यादी करू लागलो. मग मी म्हणालो, ''बापरे, हा माणूस पूर्व अमेरिकेतील जादा लोकसंख्या कमी करू पहातो आहे काय?'' हातातली पेन्सिल खाली ठेवीत मी यादी वाचू लागलो, ''विमानतळावरील अॅन्डी मॅक्गिल, तिथल्या एफबीआयच्या ऑफिसातील निक, नॅन्सी, मेग कॉलिन्स. नंतर जब्बार, वेक्लिफ, त्यांची बायको, घरची कामवाली. त्यानंतर पॉल ग्रे व त्याची नोकर. त्यानंतर सदरवेट, मॅक्कॉय आणि पहारेकरी. ही सारी दुर्दैवी तेरा माणसे आहेत.''

''वॉशिंग्टनच्या युसूफ हद्दादला विसरू नका.''

''बरोबर. तो एक भाड्याचा साथीदार म्हणजे चौदा झाले. अन् आज फक्त मंगळवार उजाडला आहे.''

केट काही बोलली नाही.

मी तिला फॅक्सचे ते दोन्ही कागद देऊन म्हटले, ''कॅलम हा या यादीला अपवाद आहे आणि त्याला आत्ता संरक्षण पुरवले आहे. म्हणजे उरतो तो फक्त विगिन्स. हा शेवटचा माणूस. कदाचित् अजून जिवंत असेल आणि त्याला आपण संरक्षण पुरवलेले नाही.''

तिने ते फॅक्सचे कागद मला परत करीत म्हटले, ''तुम्ही विगिन्सला फोन नाही केला?''

''केला. प्रयत्न केला. तो नंबर तात्पुरता डिस्कनेक्ट झाल्याचे कळेल. आत्ता परत एकदा प्रयत्न करू. या वेळी बरबँकच्या डिरेक्टरी इन्फर्मेशनमार्फत प्रयत्न करूया.''

तिने आपली खुर्ची फिरवली व ती संगणकावर प्रयत्न करू लागली. "त्याचे पहिले नाव काय होते?"

"काही कल्पना नाही."

"मी संगणकावरून फोन लावायचा प्रयत्न करते. तोपर्यंत तुम्ही वॉशिंग्टनमधील दहशतवाद प्रतिबंधक विभागाला फोन लावा. नंतर लॉस एंजेलिसमधील एफबीआयच्या फील्ड ऑफिसला फोन लावा. तसेच इथल्या सर्वांनाही ते कळवा. झटपट करा."

माझे विचारचक्र अत्यंत वेगाने फिरत होते. माझ्या पोटात हॉटेलातील वाईन आणि हातगाडीवरचे खाणे आत्ता ढवळू लागले होते.

माझ्या आजुबाजूच्या सहकाऱ्यांना व वॉशिंग्टनमधल्या ऑफिसला एकदम आणीबाणी पुकारल्यासारखे सावध करणे मला पसंत पडेना. चार माणसे तर एव्हाना मरण पावली होती. त्यांना संरक्षण पुरवले गेले नव्हते. कॅलम जिवंत आहे व त्याला संरक्षण दिले गेले आहे. म्हणजे रहाता राहिला फक्त विगिन्स. त्याला हुडकून काढण्यास मी व केट असे दोघे सध्या तरी पुरेसे समर्थ होतो. मी केटला म्हटले, "मी एफबीआयच्या लॉस एंजेलिसमधल्या फील्ड ऑफिसशी संपर्क साधतो. का तूच तो फोन लावतेस?"

"मी विगिन्सचा शोध घेते. तोपर्यंत तुम्हीच प्रयत्न करीत रहा. तुम्ही तिकडे डेप्युटी एजंट इन्चार्ज हा डूग स्टर्जिस हा आहे त्याला फोन लावा. त्याला माझे नाव सांगा."

"ठीक." असे म्हणून मी लॉस एंजेलिसच्या फील्ड ऑफिसला फोन लावला. माझी ओळख करून दिली. न्यूयॉर्कमधल्या ॲन्टी-टेररिस्ट टास्क फोर्समध्ये काम करतो आहे, असे सांगितले. आमच्या या टास्क फोर्सचे नाव सांगितले की पलीकडच्या माणसांचे लक्ष वेधले जाऊन ते पटापटा कामे करू लागतात. काही सेकंदातच मला त्या डेप्युटी एजंटाशी जोडून देण्यात आले.

त्याने विचारले, "आपल्यासाठी मी काय करू?"

त्याला जर मी तपशील सांगत बसलो तर तो गोंधळून गेला असता. त्याचबरोबर वरच्या पातळीवरचा फोन म्हणून घाबरूनही जायला नको होता. मला माझ्या कामासाठी त्याला मदत करायची होती. मी म्हटले, "असे पहा मिस्टर स्टर्जिस, आम्ही एका व्यक्तीचा शोध घेत आहोत. ती व्यक्ती पुरुष आहे, कॉकेशियन वंशाची आहे, चिप विगिन्स हे नाव आहे. पण 'चिप' हे ठेवलेले नाव आहे. त्या व्यक्तीचे पाहिले नाव व मधले नाव हे ठाऊक नाही. वय अंदाजे ५०. शेवटचा ठाऊक असलेला पत्ता हा बरबँकमधला आहे." मी त्याला तो पत्ता दिला आणि म्हटले, "एका अति महत्त्वाच्या केसमध्ये ही व्यक्ती एक साक्षीदार होण्याची शक्यता आहे. या केसमध्ये आंतरराष्ट्रीय दहशतवादाचा अंतर्भाव होण्याची शक्यता आहे."

"कसली केस आहे?"

मला कळत नाही, प्रत्येकजण असा उलट प्रश्न विचारून नको ती माहिती का काढून घेऊ पाहातो? मी म्हणालो, "ही केस अत्यंत संवेदनशील आहे. सध्या तिला खूप गोपनियतेचे स्वरूप दिलेले आहे. त्यामुळे मला त्यासंबंधी अधिक काही बोलायला अधिकार दिले गेलेले नाहीत. पण आम्हाला जे ठाऊक नाही ते विगिन्सला मात्र ठाऊक असण्याची शक्यता आहे. माझी आपल्याला अशी विनंती आहे की तुम्ही प्लीज, त्याला शोधून काढा आणि त्याला संरक्षण पुरवा. वाटल्यास तेवढ्यासाठी त्याला ताब्यात घेतले तरी चालेल. नंतर लगेच मला इकडे फोन करा." मग मी माझ्याजवळ जेवढी विगिन्सची माहिती होती ती सगळी त्याला दिली.

थोडा वेळ फोनवरती शांतता होती. मग तो डेप्युटी एजंट म्हणाला, "विगिन्सवरती कोण हल्ला करणार आहे? कोणती टोळी आहे का त्यामागे?"

"आपण असे म्हणू की मध्यपूर्वेतल्या देशातला एक गट; पण हा गट विगन्सचा शोध घेत त्याच्याकडे पोचेपर्यंत आपण आधी विगिन्सपर्यंत पोचले पाहिजे. मला या संबंधात आणखी काही तपशील मिळाला की मी आपल्याला परत फोन करेन."

पण या डेप्युटी एजंट स्टर्जिसकडून मला हवा तसा प्रतिसाद मिळत नव्हता. तो माझे काम मनापासून करेल असे मला वाटेना. म्हणून मी त्याला म्हटले, "मी या कामासाठी केट मेफिल्ड हिच्याबरोबर काम करतो आहे."

"ओऽ!"

"ती मला म्हणाली की तुम्ही नक्की मदत कराल."

"ठीक आहे. आम्हाला जेवढे शक्य आहे जेवढे सारे आम्ही करू." मग त्याने मी दिलेला विगिन्सचा पत्ता व फोन नंबर परत वाचून दाखवून खात्री करून घेतली आणि शेवटी म्हणाला, "केटला माझा नमस्कार सांगा."

"जरूर, जरूर," असे म्हणून माझा व केटचा असे थेट फोन नंबर त्याला दिले. शेवटी त्याचे आभार मानून फोन खाली ठेवून दिला.

त्यानंतर मी लॉस एंजेलिस पोलीस खात्याच्या 'हरवलेल्या व्यक्ती' या विभागाला फोन लावला. तिथला सुपरवायझर फोनवरती आला. मी माझ्या जराशा आक्रमक भाषेत त्याला सारे सांगत गेलो आणि म्हणालो, "हरवलेली व्यक्ती शोधण्याचे काम आमच्यापेक्षा तुम्हीच जास्त चांगल्या तऱ्हेने करू शकता."

यावर तो सुपरवायझर म्हणाला, "मला नाही वाटत की मी एफबीआयशी बोलतो आहे."

मी मोठ्या आदराने हसत म्हणालो, "मी यापूर्वी न्यूयॉर्कच्या पोलीसदलात होतो. मनुष्यहत्या विभागात डिटेक्टिव्ह होतो. एफबीआयमध्ये 'कायद्याची मूलभूत

तत्त्वे कशी पालन करावीत?' हे शिकविण्यासाठी मी येथे आलो आहे.''

यावर तो मनापासून हसत म्हणाला, ''ओके, आम्ही त्या माणसाला शोधू. तो सापडल्यावर त्याला तुम्हाला लगेच फोन करायला सांगू. अर्थात जर तो एखादा संशयित गुन्हेगार नसेल तर.''

''तुम्ही जर त्याला संरक्षण देऊन सुरक्षित स्थळी नेऊन ठेवलेत तर फार बरे होईल. तो आत्ता एका फार मोठ्या धोक्यातून नकळत चालला आहे.''

''असं? कोणता धोका? आत्ता आपण धोक्याबद्दल बोलू लागलो आहोत.''

''मी राष्ट्रीय सुरक्षिततेच्या संदर्भात बोलतो आहे. त्यामुळे मला यापेक्षा अधिक काही सांगता येणार नाही.''

''आता कसे तुम्ही परत एफबीआयचे असल्यासारखे बोलू लागतात!''

''मी अजूनही पोलीसदलातलाच आहे. फक्त इथे एका करारानुसार काम करतो आहे. त्यामुळे मला ह्या व्यक्तीची जरुरी आहे. पण का ते सांगता येणार नाही.''

''ठीक आहे. आम्ही त्या व्यक्तीचे चित्र घरोघरी वाटल्या जाणाऱ्या दुधाच्या डब्यांवरती चिकटवू. तुमच्याजवळ आहे का त्याचे एखादे छायाचित्र?''

पलीकडची व्यक्ती उपरोधिकपणे आपली नाराजी व्यक्त करीत होती. मी एक खोलवर श्वास घेऊन म्हटले, '' छायाचित्र तेवढे काही स्पष्ट नाही, शिवाय ते फार जुने आहे. तसेच त्याच्याबद्दलची पोस्टर्स ही त्याच्या रहाण्याच्या जागेजवळ लागता कामा नयेत. या व्यक्तीला पकडण्यासाठी जी व्यक्ती प्रयत्न करणार आहे, किंवा करीत असेल, तिला धरण्याचा आमचा प्रयत्न आहे. त्यामुळे तुमच्या प्रयत्नामुळे मिस्टर विगिन्स हे घाबरून जाता कामा नये. ठीक आहे? मी मघाशी लॉस एंजेलिसच्या एफबीआयच्या ऑफिसशी संपर्क साधला होता. तेही या कामाला लागले आहेत. जो कोणी या विगिन्सला प्रथम शोधेल त्याला एक सुवर्णपदक मिळेल.''

''वॉव्! मग असे आधी का नाही सांगितलेत? आम्ही लगेच प्रयत्न चालू करतो.''

खरोखर, या पोलीसखात्यातील लोकांकडून कामे करवून घेणे हे कठीण असते. मी त्याला म्हणालो, ''लेफ्टनंट, मामला गंभीरपणे घ्या.''

''ठीक आहे. मी प्रयत्न करतो व काही हाती येताच लगेच तुमच्याशी संपर्क साधतो.''

''थँक्स!'' असे म्हणून मी त्याला माझा व केटचा फोन नंबर दिला.

''न्यूयॉर्कमधील हवा काय म्हणते आहे?''

''बर्फवृष्टी.''

''चालायचेच.'' असे म्हणून त्याने फोन खाली ठेवला.

केटने आपल्या संगणकावरून नजर वर करून माझ्याकडे पहात म्हटले, ''आपल्याच खात्याच्या ऑफिसशी आणि पोलीसदलातील लोकांशी बोलताना एवढी गुप्तता पाळण्याचे काय कारण?''

''मी तशी कसलीही गुप्तता पाळली नाही.''

''होय. तुम्ही बोलताना बऱ्याच गोष्टी लपवून ठेवीत होता.''

''वेल, मी जे काम त्यांना सांगितले त्यामागचे *कारण* त्यांना सांगणे महत्त्वाचे नव्हते. *कोणाचा* शोध घ्यायचा आहे हे महत्त्वाचे होते. चिप विगिन्स हा गायब आहे आणि तो ताबडतोब सापडला पाहिजे. त्यांना एवढीच माहिती असायला हवी.''

''पण जर त्याला *का* शोधायचे हे त्यांना कळले, तर ते अधिक जोमाने नाही का कामे करणार?''

तिचे म्हणणे एका अर्थाने बरोबर होते; पण एक पोलीसातील व्यक्ती म्हणून मी तसा विचार करीत होतो आणि एफबीआयच्या माणसासारखे काम करू पहात होतो. त्यातून या प्रकरणात राष्ट्रीय सुरक्षिततेचा घटक अंतर्भूत झाल्याने सारेच प्रकरण नाजूक बनले होते. त्यामुळे माझी खरोखरीच पंचाईत होत होती.

केट पुन्हा आपल्या संगणकावरती विगिन्सच्या फोनचा संदर्भ शोधू लागली आणि म्हणाली, ''छे:, बरबँक किंवा लॉस एंजेलिसमधल्या सगळ्या फोनच्या डिरेक्टऱ्या पालथ्या घातल्या तरी मला तो नंबर मिळत नाही.''

''मग संगणकाला सांग की तुला तो नंबर *का* हवा आहे म्हणून. कारण कळले म्हणजे संगणक जोमाने काम करु लागेल.'' मी उपरोधिकपणे म्हणालो.

''शट अप जॉन, मी तुमची बॉस आहे. तुम्ही मला फक्त मिळालेली माहिती सांगायची आणि माझे ऐकायचे.''

बापरे! मी येथून बाहेर पडण्याच्या तयारीत असल्यासारख्या आवाजात तिला म्हणालो, ''मी ज्या पद्धतीने ही केस हाताळतो आहे हे तुला मानवत नसेल, आणि मी आत्तापर्यंत जे काम करून दाखवले त्यामुळे तुला जर बरे वाटत नसेल—''

माझे बोलणे एकदम तोडून टाकीत तिने म्हटले, ''ओके, सॉरी! माझ्या मनावर आत्ता खूप ताण आला होता आणि मी थकले आहे. काल रात्रभर मी जागले होते ना.'' शेवटचे वाक्य तिने सूचकपणे म्हटले आणि माझ्याकडे पाहून तिने एक डोळा मारीत स्मित केले.

मीही जमेल तसे स्मित करून तिला प्रत्युत्तर दिले. ती तशी मनाने खूप खंबीर आहे, याचे प्रत्यंतर मला असे अधुनमधून येत होते. मी तिला म्हणालो, ''स्टर्जिसने तुला नमस्कार सांगितला आहे.''

तिने यावरती काहीही उत्तर दिले नाही. ती समोरच्या संगणकाचा कीबोर्ड बडवित राहिली आणि म्हणाली ''हा माणूस दूरच्या अलास्का राज्यात नोम येथे

गेलेला दिसतोय. त्याचा सोशल सिक्युरिटी नंबर आपल्याला मिळाला असता तर बरे झाले असते. तुमच्याकडच्या इ-मेल तपासून पहा. डिफेन्स डिपार्टमेंटकडून किंवा विमानदलाकडून त्या आठजणांच्या पर्सनल फायली पाठविल्या आहेत का बघा.''

''येस, मॅडम.''

मी माझी इ-मेल पाहिली; पण त्यात इतर फालतू मजकूरच फार होता. त्या आठजणांची कसलीही माहिती अजून मला पाठवलेली नव्हती. मी केटला म्हणालो, ''आत्ता आपल्या हातात काही नावे आली आहेत. तेव्हा आपण फक्त विगिन्सचीच फाईल विमानदलाकडून मागवून घेऊ.''

''ठीक आहे. मी करते तसे.'' तिने फोन उचलून त्या दृष्टीने नंबर फिरवले व वाटेतल्या नोकरीशाहीशी ती हुज्जत घालीत बोलू लागली.

मी स्वत:शीच म्हणालो, ''आपल्याला हा विगिन्स सापडायला जसे कठीण जाते आहे तसेच ते खलीललाही कठीण जावो.'' मग मी माझ्या संगणकावरून विमानदलाच्या वेबसाईटस् धुंडाळू लागतो. त्यात एआयए आणि केआयए भाग होते. शेवटी मला स्टीव्हन कॉक्स मिळाला. हाच गल्फच्या युद्धात मारला गेला होता. पण कुठेही 'गुप्त मोहिमेवरील माणसे' अशा अर्थाचा विभाग नव्हता. अन् कसा असेल?

केटने फोन खाली ठेवून म्हटले, ''विगिन्सची फाईल मिळवायला थोडासा वेळ लागेल. 'चिप' या टोपण नावाचा त्यांना काहीही उपयोग नाही. त्यांना त्याचा नोकरीतला नंबर हवा किंवा सोशल सिक्युरिटी नंबर हवा. अन् *आपल्यालाही* नेमके तेच हवे आहे.

''बरोबर.'' मी थोडा वेळ माझ्या संगणकावर प्रयत्न केला आणि सोडून दिला. यापेक्षा मी टेलिफोनला प्राधान्य देतो.

केट सारखी वॉशिंग्टनच्या दहशतवादप्रतिबंधक विभागाला फोन करा म्हणून माझ्यामागे लकडा लावीत होती. मी तिचा तो सल्ला बाजूस सारीत होतो. कारण एकदा फोन लागला की मग एक तासाची निश्चिंती. त्या संभाषणाला अंत नसणार इतकेही करून ते शेवटी म्हणणार, ''असे करा, तुम्ही विमानाची शटल सर्व्हिस पकडून इकडेच या.'' त्यातून आत्ता खलीलपुढे फक्त एकच लक्ष्य उरलेले आहे. तेव्हा खलीलने विगिन्सला शोधण्याच्या आत मला विगिन्सला शोधून काढले पाहिजे.

अमेरिकेत हरवलेल्या एखाद्या नागरिकाला शोधून काढण्याचे अनेक मार्ग आहेत. जमिनीच्या मालकी हक्काच्या नोंदी, क्रेडिट कार्ड, ड्रायव्हिंगचा परवाना, वगैरे वगैरे. मी कितीतरी लोकांना एका तासात शोधून काढले आहे. कधी कधी मात्र

एक ते दोन दिवस लागलेले होते; पण कधी कधी मात्र ती व्यक्ती अजिबात सापडत नाही. मग भले ती व्यक्ती एके काळी सुखवस्तू व कुटुंबवत्सल असली तरीही. इथे या विगिन्सच्या केसच्या बाबतीत माझ्याकडे काय दुवे होते? तर त्याचे 'चिप' हे टोपण नाव, त्याचा शेवटचा पत्ता आणि एके काळची त्याची विमानदलातली नोकरी.

मी कॉलिफोर्निया राज्याच्या मोटार वाहन खात्याला फोन लावला. तिथे फोनवरती मला अनपेक्षितपणे एका मुलकी नोकराने मदत करून 'एलवूड विगिन्स' हे नाव दिले. ह्या नावापुढचा पत्ता बरबँकमधला होता. तोच पत्ता माझ्याकडेही होता. शिवाय या विगिन्सची जन्मतारीखही मिळाली. झकास! आत माझ्याकडे विगिन्सचे पहिले नाव आले. ही व्यक्ती किती चंचल आहे, ते मी नजरेसमोर आणू लागलो. आपण कुठे जातो आहोत, गेलो आहोत, आपला नवीन पत्ता काय आहे, वगैरे माहिती हा विगिन्स कधीच कुणाला सांगत नसे, असा याचा अर्थ होत होता. मनात आले की उठावे आणि मन लागेल तिकडे जावे. एखाद्या भटक्या व कलंदर माणसासारखे त्याचे वागणे होते. पण कदाचित त्याची हीच वृत्ती त्याला आत्ता खलीलपासून जिवंत ठेवीत असावी.

मी केटला म्हणालो, "त्याचे पहिले 'एलवूड' नाव हे आता आपल्याला मिळाले आहे. ते त्याच्या ड्रायव्हिंगच्या परवान्यावरती आहे. शिवाय त्याची जन्मतारीखही जुळते आहे. १९६० सालचा त्याचा जन्म आहे."

"ठीक आहे." असे म्हणून संगणकाच्या सहाय्याने ती जमेल तेवढ्या डिरेक्टऱ्या धुंडाळू लागली.

मला एक कल्पना सुचून मी लॉस एंजेलिस कौन्टीच्या कॉरोनेर ऑफिसला फोन लावला. तिथल्या मृत्यूंच्या नोंदीमधून कोणा एलवूड विगिन्स नावाच्या व्यक्तीची नोंद केली गेली आहे का, हे पहायचे होते. जर हा विगिन्स नैसर्गिक कारणाने याआधी कधीतरी मृत्यू पावला असेल तर त्याची तशी नोंद तिथे असणारच. तिथल्या एका कारकुनाने माझ्या विनंतीनुसार संगणकावर तशी नोंद शोधायचा प्रयत्न केला आणि मला कळवले की, गेल्या वर्षी अनेक विगिन्स मरण पावले; पण त्यात एलवूड नावाची कोणतीही व्यक्ती नव्हती.

मी केटला म्हटले, "कॉरोनेरच्या ऑफिसकडे आपल्या विगिन्सची कोणतीही नोंद नाही."

त्यावर ती म्हणाली, "तो कदाचित लॉस एंजेलिसच्या बाहेर असेल, राज्याबाहेर गेला असेल किंवा त्याने परदेशी प्रयाण केले असेल. म्हणून सोशल सिक्युरिटी ॲडमिनिस्ट्रेशनकडे चौकशी करून पहा."

"त्यापेक्षा मी पायी भटकून त्याचा शोध घेणे पसंत करेन."

"मग व्हेटरन्स ॲडमिनिस्ट्रेशनकडे चौकशी करा."

"तो प्रयत्न तूच कर. पण मी तुला सांगतो की ही वल्ली कधीही कुणाला आपला ठावठिकाणा सांगत नाही. त्याचे मूळचे गाव तरी कुठे ना कुठे असेल. प्लीज, त्या विमानदलातील पर्सोनेल खात्यांना सांग की विगिन्सचे पहिले नाव 'एलवूड' आहे. त्याची जन्मतारीखही सांग. एवढे सांगितल्यावर तरी त्यांना संगणकाच्या सहाय्याने त्याची फाईल शोधता आली पाहिजे."

पुढचा अर्धा तास आम्ही फोन व संगणक वापरत बसलो होतो. मी लॉस एंजेलीस पोलीसदलाच्या 'हरवलेल्या व्यक्ती' या खात्याला परत फोन लावून विगिन्सचे पहिले नाव व त्याची जन्मतारीख दिली. तसेच तिथल्या एफबीआयच्या ऑफिसलाही ही नवीन माहिती पुरवली; पण कशाचाही उपयोग होत नव्हता. लोकांना मी माहितीचे एवढे दुवे व मुद्दे पुरवित होतो की त्या आधारे त्यांना माहिती शोधणे सोपे जावे; पण ते कोणालाही जमत नव्हते. माझा सारा मोलाचा वेळ यातच वाया जात होता.

शेवटी मी विचार करून मिसेस हॅम्ब्रेश्त यांचा फोन नंबर परत लावला. तिने फोन उचलल्यावरती मी तिला परत माझी ओळख करून दिली.

ती सांगू लागली, "राईट-पॅटर्सन तळावरून आलेल्या जनरल अॅन्डरसन यांना मी सारी माहिती दिली आहे."

"येस मॅडम, पण अजून ती माहिती आमच्यापर्यंत पोचली नाही; पण अल अझीझियाच्या मोहिमेवर असलेल्या आठजणांची इतर माहिती मी जमवली आहे. मला त्या माहितीची तुमच्याकडून खातरजमा करून घ्यायची आहे."

"तुम्ही लोक एकमेकांच्या सहकार्याने काम करीत नाही का?"

नाही! "होय मॅडम, पण त्याला थोडा वेळ लागतो. अन् मला माझी पुढची कामे झटपट उरकायची आहेत. म्हणून मी आपल्याला थोडासा त्रास देतो आहे, त्याबद्दल क्षमस्व."

"आता काय पाहिजे आहे तुम्हाला?"

"मी आता एका व्यक्तीवरती माझे लक्ष केंद्रित केले आहे. त्या व्यक्तीचे नाव आहे "चिप विगिन्स."

"चिप. खरोखर हा माणूस म्हणजे एक वल्ली होता."

"होय मॅडम, त्यांचे पहिले नाव एलवूड होते का ?"

"मला कधीच ठाऊक झाले नाही. मी नेहमी 'चिप' म्हणूनच त्याला संबोधत आले आहे. फक्त चिप."

"ठीक आहे. माझ्याकडे त्यांचा कॅलिफोर्निया राज्यातला बरबँक गावातला एक पत्ता आहे." मी तो पत्ता तिला वाचून दाखवला व विचारले, "तुमच्याकडे हाच पत्ता आहे का?"

"एक मिनिट. मी माझी फोनची वही पाहून सांगते."

मिसेस हॅम्ब्रेश्त वही शोधायला गेल्यावर मी केटला विचारले, "काय लागतो का तुला काही या विगिन्सचा शोध?"

"नाही. जॉन, मला वाटते की आत्ता तरी आपली ही अडचण आपण इथल्या प्रत्येकाकडे सोपवूया. आधीच आपल्याला खूप उशीर झाला आहे."

"नाही. आपण आत्तापर्यंत ज्या ज्या ऑफिसांना व माणसांना फोन केले, त्या साऱ्याजणांना इथली पन्नास माणसे परत तसेच फोन करणार? तुला पाहिजे असेल तर इ-मेलद्वारे साऱ्या एफबीआयला सावध कर. दरम्यान ही हरवलेली XXX माणसे कशी शोधायचे, ते मी बघतो."

माझे शेवटचे वाक्य मिसेस हॅम्ब्रेश्तने ऐकले असावे. तिने कधी परत येऊन फोन कानाला लावला ते मला कळले नव्हते. ती विचारीत होती, "एक्सक्यूज मी. तुम्ही आत्ता काय म्हणालात?"

"अं?.... काही नाही. मी घसा साफ करीत होतो," असे म्हणून मी घसा साफ करण्याचा आवाज काढला.

ती म्हणाली, "तुमच्याजवळ जो पत्ता आहे, तोच माझ्याकडे आहे."

"ठीक आहे. तुम्हाला विगिन्स यांचे मूळ गाव ठाऊक आहे काय?"

"नाही. त्यांच्याबद्दल मला फारसे काही ठाऊक नाही. लॅकेनहीथमध्ये आमचा नोकरीवर रुजू होण्यासाठी जो पहिला प्रवास झाला, त्यानंतर त्याच्याबद्दल मला अधिक माहिती कधीच मिळाली नाही; पण तो एक अत्यंत बेजबाबदार अधिकारी होता, एवढेच मी त्याच्याबद्दल सांगते."

"होय, मॅडम. पण कर्नल हॅम्ब्रेश्त त्यांच्याशी संपर्क ठेवत होते का?"

"होय, पण वारंवार नाही. गेल्याच वर्षी एप्रिल महिन्यात त्यांनी एकमेकांशी संपर्क साधला होता. त्या वेळी त्यांना वार्षिक स्मृती साजरी करायची असते. त्या....." पुढचे शब्द हॅम्ब्रेश्त बाईंनी थोपवून धरले होते.

मीच ते शब्द उच्चारले, "अल् अझीझियावरील बॉम्बिंगची."

"होय."

मी तिला आणखी काही प्रश्न विचारले; पण तिला अधिक काही ठाऊक नव्हते असे तिला इतर लोकांप्रमाणेच वाटत होते. आपल्याला फार ठाऊक नाही, अशी उत्तरेही प्रश्न विचारल्यावर बहुतेकजण देत असतात. कारण तशी त्यांची ती प्रामाणिक समजूत असते. प्रत्यक्षात त्यांना कल्पना नसेल एवढी महत्त्वाची माहिती त्यांच्याकडे असते. ती काढून घेण्यासाठी त्यांना खुबीने व योग्य ते प्रश्न विचारावे लागतात. दुर्दैवाने आत्ता मला आणखी काही योग्य प्रश्न सुचत नव्हते.

केटने दुसरा फोन उचलून आपल्या कानाला लावला होता. तिला आमचे

दोघांचे संभाषण ऐकू येते होते. माझ्याजवळचे प्रश्न संपत आले आहेत हे तिने ओळखले. फोनच्या माऊथपीसवर हात ठेवून ती कुजबुजत्या आवाजात मला म्हणाली, "त्याचे लग्न झाले होते का, ते विचारा तिला."

मी म्हटले, "त्यांचे लग्न झाले होते का? तुम्हाला ठाऊक आहे?"

"मला नाही तसे वाटत. त्याचे लग्न होऊ शकत होते; पण मी तुम्हाला सांगितले ना की त्याच्याबद्दलची मला सारी एवढीच माहिती आहे."

"ओके.....वेल."

केट मघाप्रमाणेच हळू आवाजात मला म्हणाली, "तो पोटापाण्याचा उद्योग काय करत होता किंवा काय करतो?"

मी मिसेस हॅम्ब्रेश्तना विचारले, "विगिन्स हे पोटापाण्याचे उद्योग काय करत होते किंवा काय करतात?"

"अं... माझ्या यजमानांच्या बोलण्यात एकदा आले होते की विमानदलातून निवृत्त झाल्यावर चिप विमान चालवणे शिकला व तो वैमानिक झाला."

"म्हणजे काय? विमानदलातला माणूस बॉम्बिंग हल्ल्यात भाग घेतल्यावरही विमान चालवायला शिकतो? काहीतरी खटकते आहे."

"चिप विगिन्स हा वैमानिक नव्हता," मिसेस हॅम्ब्रेश्त यांनी थंडपणे हे सांगितले, "तो एक विमानातील विपन्स ऑफिसर होता. प्रत्यक्षात त्याने बॉम्ब सोडले. तो विमानाला मार्गदर्शन करायचा. तो नॅव्हिगेटर होता."

"अस्सं...."

"निवृत्तीनंतर त्याने विमान चालवण्याचे धडे घेतले. तो मालवाहू विमानांचा वैमानिक झाला. एअरलाईनवरती त्याला नोकरी मिळणे शक्यच नव्हते. म्हणून तो मालवाहू विमाने चालवू लागला. मला आठवते ते."

"कोणत्या कंपनीची विमाने ते चालवित होते?"

"मला माहीत नाही."

"म्हणजे असे की फेडेक्स, यूपीएस किंवा असलेच एखादे प्रसिद्ध नाव, काही आठवते तुम्हाला?"

"नाही. मला जे आठवते ते सारे मी तुम्हाला सांगितले."

"वेल, मिसेस हॅम्ब्रेश्त. मी पुन्हा एकदा आपले आभार मानतो. तुम्ही आम्हाला खूपच सहकार्य दिलेत. जर तुम्हाला चिप विगिन्स यांच्याबद्दल नवीन काही जर आठवले तर तुम्ही ताबडतोब आम्हाला फोन करा." मी पुन्हा तिला माझा नंबर दिला.

तिने मला विचारले, "पण हे सारे कशासाठी चालले आहे?"

"तुमचा काय अंदाज आहे?" मीच तिला उलट विचारले.

"मला असे वाटते आहे की कोणीतरी त्या बॉम्बिग मोहिमेवरच्या साऱ्या वैमानिकांना ठार करायचा प्रयत्न करतो आहे. त्याची सुरुवात माझ्या नवऱ्यापासून त्यांनी केली."

"होय, मॅडम."

"माय गॉड.....बाप रे......"

"आय ॲम......वेल, पुन्हा एकदा आम्ही आपल्या दुःखात सहभागी आहोत."

मिसेस हॅम्ब्रेश्त हळू आवाजात पुटपुटत होत्या; पण मला इकडे तेही ऐकू येत होते. ती म्हणत होती, "हे बरोबर नाही.....योग्य नाही.....हा अन्याय आहे. ओह, बिचारा विल्यम....."

"मॅडम, तुम्ही स्वतःही सावध रहा. जर तुम्हाला थोडा जरी संशय आला तरी लगेच पोलिसांना फोन करा. तुमच्या जवळच्या एफबीआयच्या ऑफिसला कळवा."

ती यावर काहीच बोलली नाही. कारण ती रडत होती. मलाही काय बोलावे ते सुचेना. शेवटी मी फोन खाली ठेवला.

केटने तोपर्यंत दुसऱ्या ठिकाणी फोन लावला होता. ती मला म्हणाली, "मी फेडरल एव्हिएशन एजन्सीला फोन लावला आहे. त्यांच्याकडे विगिन्सच्या विमान चालवण्याच्या परवान्याच्या साऱ्या नोंदी असणार."

"बरोबर. आणि त्याही अगदी अलीकडेपर्यंतच्या असणार, अशी आपण आशा करू या."

"त्याने जर त्यांना आपल्या या परवान्यासंबंधी कोणत्याही माहितीत बदल झालेला कळवला नाही तर विगिन्सला ते बरोबर अडचणीत आणतील."

सुदैवाने अद्याप मुलकी ऑफिसेस बंद होण्याची वेळ अजून झाली नव्हती. सर्वजण आता आपापल्या ऑफिसात नुसते संगणकावरती खेळ खेळत बसलेले असतील, तेव्हा चौकशीला अडथळा येऊ शकत नव्हता.

केट फोनमध्ये म्हणत होती, "होय, मी अजूनही फोनवरती आहे. ओके....." तिने एक पेन उचलून घेतले. याचा अर्थ काहीतरी माहिती तिला सांगितली जाणार आहे. तिने कागदावर खरडत पुढे विचारले, "पण केव्हापासून?..... ओके...... याची खूप मदत होईल, थँक्यू."

फोन खाली ठेवत ती म्हणाली, "व्हेंचुरा. हे गाव बरबँकच्या थोडेसे उत्तरेला आहे. महिन्यापूर्वीच त्याने आपला हा बदललेला पत्ता कळवलेला होता; पण तिथे फोन नाही." असे म्हणून परत तिने संगणकावरची बटणे दाबून व्हेंचुरा गावाची फोन डिरेक्टरी पडद्यावर आणली. ती यादी पाहून ती म्हणाली, "व्हेंचुराच्या डिरेक्टरीत त्याचे नाव नाही. मी तिथल्या एक्स्चेंजला विचारते."

तिने डिरेक्टरी असिस्टन्सला फोन केला. एलवूड विगिन्स हे नाव दिले. मग

काही सेकंदांनी फोन खाली ठेवीत म्हटले, ''यादीत हे नाव-नंबर नाही. हा नंबर अनलिस्टेड आहे. मी आपल्या तिकडच्या ऑफिसला हा नंबर शोधायला सांगते.''

मी माझ्या घड्याळाकडे पाहिले. या शोधप्रकारात सुमारे सव्वातास खर्च झाला होता. मी जर वॉशिंग्टनला फोन लावला असता तर मी अजूनही एफबीआयच्या मुख्यालयाशी बोलत बसलो असतो. मी केटला विचारले, ''व्हेंचुरा गावाजवळ एफबीआयचे एखादे ऑफिस आहे का?''

''खुद्द गावातच एका रेसिडंट एजंटचे ऑफिस आहे.'' फोन उचलत ती म्हणाली, ''आपल्याला उशीर झाला नाही म्हणजे मिळवली. खलीलला पकडण्यासाठी तिथे सापळाही लावता येईल, अशी मी आशा करते.''

मी उठून उभा रहात म्हणालो, ''ठीक आहे. मी पंधरा मिनिटात परत येतो.''

''कुठे चाललात?''

''स्टेनच्या ऑफिसात.''

''म्हणजे आणखी काही पोलिसी भानगडी?''

''कोनिग आता अटलांटिक महासागरावरून प्रवास करतो आहे. त्याच्याशी संपर्क साधता येत नाही. तेव्हा स्टेन हाच एक बॉस इथे आहे. मी लगेच येतो.''

मी तिथून जवळजवळ धावतच बाहेर पडलो .

लिफ्टने मी वरती गेलो. त्याचे ऑफिस २८ व्या मजल्यावर होते. कोनिगच्या ऑफिसइतकेच ते मोठे असणार, याची मला खात्री होती. बाहेरच्या दोन सेक्रेटरीज्ना टाळून मी थेट कोनिगच्या खोलीत घुसलो. कॅप्टन स्टेन हा त्याच्या मोठ्या टेबलापाशी बसला होता. फोनवर तो कोणाशी तरी बोलत होता. मला पहाताच त्याने फोन खाली ठेवून दिला. तो म्हणाला, ''कोरी, हा गुंता आता सोडवलाच पाहिजे. नाहीतर सारे प्रकरण तुझ्यावरती शेकेल.'' त्याने एका खुर्चीकडे बोट केल्यावरती मी तिथे जाऊन बसलो.

आम्ही एकमेकांकडे बघत राहिलो. केवळ नजरेनेच आम्ही संभाषण करीत होतो; पण हा असा संवादही आवश्यक होता. त्याने शेवटी आपला एक ड्रॉवर उघडला. एक मद्याची बाटली बाहेर काढली व त्यातील व्होडका दोन ग्लासात ओतली. त्याने एक ग्लास माझ्यापुढे केला. मी निम्मे व्होडका एका घोटात पिऊन टाकले. त्यामुळे माझ्यातला एफबीआयचा माणूस त्या व्होडकात कुठेतरी वाहून गेला. त्यानेही एक लहान घोट घेतला व मला विचारले, ''आपण आत्ता कोठवर आलो आहोत?''

''कॅप्टन, आपल्याला आत्ता सगळे काही मिळालेले आहे. जवळजवळ सगळे. फक्त आपल्याला ७२ तास उशीर झाला आहे.''

''मला सांगा बरे सगळे.''

मग मी कॅप्टन स्टेनला सांगत गेलो. वेगाने सांगत गेलो. माझ्या सांगण्यात स्वल्पविराम नव्हते, अर्धविराम नव्हते, की कधीकधी पूर्णविरामही नव्हते. मी ते एका दमात सांगत होतो. एखादा वाघ मागे लागल्यासारखे सांगत होतो. माझी कितीतरी वाक्ये ही छोटी होती. एकेका शब्दांची होती.

तो ऐकत गेला. लक्षपूर्वक ऐकत गेला. ऐकताना त्याने कसलीही टिपणे काढली नाहीत. माझे सांगणे झाल्यावर तो काही क्षण विचार करीत स्वस्थ राहिला. शेवटी म्हणाला, "चारजण मरण पावले ना?"

"पाच. जर कर्नल हॅम्ब्रेश्तला धरले तर. प्रत्येकाला मोजत गेलो तर चौदा होतात. शिवाय ट्रान्स कॉन्टिनेन्टल विमानातले मृत्यू वेगळे."

"त्या XXX ला आपण पकडूच या."

"येस, सर."

क्षणभर विचार करून तो म्हणाला, "पण ही जी माहिती काढण्यातली प्रगती केली ती अजून वॉशिंग्टनला पाठवली नाही?"

"नाही. ती माहिती तुमच्याकडून गेली तरच ते अधिक योग्य ठरेल."

"होय." मग बराच वेळ स्टेन विचारात पडला होता. शेवटी तो म्हणाला, "मला वाटते की खलील विगिन्सकडे न जाता जर कॅलमकडे गेला तर त्याला पकडण्याच्या आपल्याला एक किंवा दोनच संधी उपलब्ध होतात."

"बरोबर."

"किंवा एव्हाना त्याने त्याचे काम उरकले असेल, किंवा त्याला आपल्याभोवती पाश आवळले जात आहेत असा संशय आला तर तो सरळ देशाबाहेर निघून जाईल. कदाचित एव्हाना तो गेलाही असेल."

"तेही शक्य आहे."

"XXX!" स्टेन चिडून म्हणाला, मग क्षणभराने तो म्हणाला, "तर त्या व्हेंचुरा गावातले ऑफिस विगिन्सच्या त्या पत्त्यावर जाऊन कारवाई करणार आहे?"

"केट त्या दृष्टीने तयारी करीत आहे, सर."

"मग त्या कर्नल कॅलमकडे कोण बघणार? तिथे त्याला संरक्षण आहे? एखादा सापळा लावला आहे?"

"होय, सर."

"पण मला असे वाटते खलीलच्या मनात नक्की असे आलेले असणार की एवीतेवी कॅलमचे दिवस थोडेच उरले असतील तर उगाच या मरायला टेकलेल्या माणसाच्या मागे कशाला जा?"

स्टेनने याचे उत्तर असे दिले, "परंतु ह्याच मरायला टेकलेल्या माणसाने आपल्यावर बॉम्ब टाकले होते, असा खलील विचार करणार. तेव्हा हा माणूस

मरायच्या आत आपला सूड आपण उगवला पाहिजे. मी डेन्व्हर शहरातल्या एफबीआयला फोन करतो आणि कॅलमच्या भोवती एक सापळा रचायला सांगतो.'' त्याने आपली व्होडका संपवली. मीही माझ्या ग्लासातील व्होडका संपवली.

कॅप्टन स्टेनने आढ्याकडे काही सेकंद बघितले. मग माझ्याकडे नजर वळवित तो म्हणाला, ''कोरी, म्युनिच ऑलिम्पिकमध्ये इस्त्राइली खेळाडूंची दहशतवाद्यांनी १९७२ मध्ये कत्तल केली होती. त्याचा बदला घ्यायला इस्त्राइलला अठरा वर्षे लागली.''

''येस, सर.''

''त्याउलट जर्मनीने आपले पळवलेले लुफ्तांसा एअरलाईनचे विमान सोडवण्यासाठी जवळचे दहशतवादी मुक्त केले; परंतु आपल्या खेळाडूंना ठार करणाऱ्या प्रत्येक दहशतवाद्याचा शोध इस्त्राइली हेरखाते घेत होते. त्यांनी पद्धतशीरपणे प्रत्येक दहशतवाद्याला धरले. ते एकूण सात दहशतवादी होते. त्यांना 'ब्लॅक सप्टेंबर दहशतवादी' म्हटले जायचे; परंतु त्या सातहीजणांना इस्त्राईलने संपवून टाकले. आणि आपल्या खेळाडूंचा सूड उगवला. शेवटच्या दहशतवाद्याला तर १९९१मध्ये शोधून ठार केले.''

''येस, सर.''

''या मध्यपूर्वेतील खेळाचे नियम अजब आहेत. या खेळाला काळाची मर्यादा नसते. हा कायम चालणारा खेळ आहे.''

''माझ्या आले लक्षात.''

स्टेन अर्धा मिनिट शांत बसला, मग म्हणाला, ''आपण जेवढे शक्य आहे तेवढे सारे केले आहे काय?''

''मला वाटते *आपण* तसे सर्व काही आपल्या बाजूने केले आहे. मी फक्त माझ्यापुरते बोलतो आहे. बाकीच्यांचे मला ठाऊक नाही.''

यावर त्याने एकदम उत्तर दिले नाही. पण नंतर तो म्हणाला, ''तुम्ही छान काम केले आहे. तुम्हाला इथे काम करायला आवडते?''

''नाही.''

''मग, तुम्हांला काय हवे आहे?''

''मी जिथून आलो त्या पोलीसदलात मला परत पाठवा.''

''तुम्हाला आता तिकडे परत जाता येणार नाही.''

''जरूर जाता येईल.''

''मी बघतो काय करता येईल ते. दरम्यान तुम्हाला शनिवार-रविवारच्या सुट्टीच्या दिवशी भरपूर लिखाण करावे लागणार, असे दिसते. त्याबद्दल नंतर तुमच्याशी बोलेन.'' तो उठून उभा राहिला, मीही उभा राहिलो. स्टेन म्हणत होता,

“मिस मेफिल्डचेही मी अभिनंदन करतो. तिला सांगा तसे. पोलीस खात्यातर्फे होणारे अभिनंदन तिला नक्कीच आवडेल.”

“होय, सर.”

“ठीक आहे. मला आत्ता खूप फोन करायचे आहेत. तुम्ही चला, पळा आता इथून.”

पण मी तिथून पळालो नाही. मी म्हणालो, “मला कॅलिफोर्नियाला विमानाने जायचे आहे. तुमची परवानगी हवी आहे.’

“का? का, जायचे आहे?”

“कारण माझी तिथे गरज आहे.”

“असं? पण तिथे बरेच पोलीस आहेत, एफबीआयची माणसे एव्हाना त्या पत्त्यावरती पोचली असतील. तुमची तिथे गरज नाही.”

“नाही, सर. माझी तिथे खरोखरीच गरज आहे.”

“मग ‘कोलॅराडो स्प्रिन्ज’कडे का जात नाही? मी भौगोलिक दृष्टिकोनातून विचार करतो आहे. कॅलिफोर्नियाच्या वाटेवरतीच कोलॅराडो आहे.”

“मला त्या खलीलच्या पाठलागाचा आता कंटाळा आला आहे. त्याच्या मागावर राहाण्यापेक्षा त्याच्याआधी चार पावले पुढे जाऊन त्याला माझ्याकडे येऊ द्यायचे आहे.”

“तुम्ही कॅलिफोर्नियाला गेलात तर काय होईल? जर एफबीआयने त्याच वेळी खलीलला कोलॅराडो स्प्रिन्जमध्ये पकडले तर?”

“ते एकवेळ मला चालेल. मी ते सहन करेन.”

“मला त्याची शंका आहे. ठीक आहे, तुम्हाला हवे तिकडे जा. या इथल्या माणसांत तुम्हीच तेवढे सर्वांत जास्त हुशार व कार्यक्षम आहात. तुम्हाला जायला मी अधिकृतपणे परवानगी देतो; पण आता उशीर होऊ नये म्हणून तुम्ही स्वतःचे क्रेडिट कार्ड वापरून विमानाचे तिकीट काढा. मात्र कोणत्याही परिस्थितीत तुम्ही मला जिवंत परत हवे आहात, हे लक्षात ठेवा. तुम्ही अजून अहवाल लिहिले नाहीत. तेव्हा आत्ता मी परवानगी दिली असल्याने फार वेळ इथे थांबू नका. नाहीतर परत माझे मन बदलेल.”

“सर, मी माझ्या पार्टनरला बरोबर न्यावे म्हणतो आहे.”

“ठीक आहे. तुम्हाला पाहिजे ते करा. तुम्ही सध्या एक गोल्डन बॉय आहात. तुम्ही ती टीव्हीवरची ‘एक्स-फाईल’ मालिका पहाता का?”

“होय.”

“त्या नायक-नायिकांचे अजून मीलन का होत नाही?”

“मलाही ते खटकते.”

त्याने काहीही न बोलता सूचकपणे एक स्मित केले. म्हणजे केट आणि माझे संबंध त्याला कळले असावेत. मग आणि माझ्याशी हस्तांदोलन करून म्हटले, "मला तुमचा अभिमान वाटतो, जॉन. तुम्ही एक खूप चांगले पोलीस अधिकारी आहात."

ते शब्द ऐकताच फेडरल प्लाझा इमारतीच्या २८व्या मजल्यावर सुखद वाऱ्याच्या झुळकी खेळू लागल्या.

मी ताबडतोब खाली येऊन माझ्या ऑफिसमध्ये शिरलो. आता जर येथे मी काही सेकंद जरी थांबलो तरी एखादा फोन किंवा एफबीआयच्या वरिष्ठाकडून होणारी विचारणा, यात कुठेतरी मी अडकून पडेल. मग सारेच मुसळ केरात. विमान सुटायला खूप थोडाच अवधी उरला होता. मी केटपाशी गेलो व तिच्या दंडाला धरून उठवित म्हटले, "चल निघू या इथून."

"कुठे?"

"कॅलिफोर्नियाला."

"खरंच? आत्ता?"

"होय! आत्ता!! ताबडतोब!!!"

ती उठून उभी राहिली व म्हणाली, "पण मला काही गोष्टी घ्यायच्या आहेत."

"काही घेऊ नकोस. फक्त तुझे पिस्तूल व शील्ड घे."

"शील्ड? आम्ही त्याला 'बिल्ला' म्हणतो."

"तेच ते. आता भरभर पावले टाकून चालायला लाग."

मी ऑफिसमधून बाहेर पडून लिफ्टच्या दिशेने चालत होतो. केट माझ्याबरोबर धावत होती. ती विचारीत होती, "पण तुम्हाला जाण्याचे अधिकार कोणी दिले?"

"स्टेनने."

"मग ठीक आहे."

क्षणभर विचार करून ती म्हणाली, "आपण जर कोलॅराडो स्प्रिन्जला गेलो तर?"

तेही चालण्याजोगे होते; पण या माझ्या बॉसशी कुठे वाद घालून तिला पटवत बसायचे? अन् तेवढा वेळही हाताशी नव्हता. म्हणून मी म्हणालो, "स्टेनने आपल्याला फक्त कॅलिफोर्नियाला जायला परवानगी दिली आहे."

"का?"

"ते मला ठाऊक नाही. मी जेवढा इथून दूर जाईन तेवढे बरे, असे त्याला वाटत असावे."

लिफ्ट वर आली आणि आम्ही तिच्यात शिरलो. तळमजल्यावर पोचल्यावर लॉबीतून बाहेर पडून आम्ही रस्त्यावरती पोचलो. एका टॅक्सीला हाक मारून मी

जवळ बोलावले. आम्ही दोघेही आत जाऊन बसलो. मी ड्रायव्हरला म्हटले, "जेएफके."

त्याने विमानतळाच्या दिशेने आपली टॅक्सी सोडली. बघता बघता आम्ही ट्रॅफिक जॅममधून बाहेर पडलो.

मी केटला विचारले, "व्हेंचुराहून काय खबर आली?"

"व्हेंचुरातील आपल्या ऑफिसने विगिन्सचा तो अनलिस्टेड फोन नंबर शोधून काढला. त्यांनी त्या नंबरवरती फोनही करून पाहिला. फोन आन्सरिंग मशीनने उचलला; पण त्यामध्ये विगिन्सने बाहेर जाताना आपला निरोप मागे ठेवला नव्हता. त्याच्या स्वभावानुसार हे साहजिकच होते. त्यांनी मग आपला निरोप असा ठेवला की ताबडतोब अमुकअमुक नंबरला फोन करावा. मग त्यांनी त्या पत्त्यावरती आपली माणसे पाठवली. त्याचे घर बीचजवळ आहे. आणखी माणसांसाठी त्यांनी लॉस एंजेलिसहून मदत मागवली आहे. कारण व्हेंचुराच्या एफबीआयच्या ऑफिसात फारच थोडी माणसे आहेत."

"त्यांना विगिन्स घरी मरून पडलेला न सापडो म्हणजे झाले. आता त्यांच्या पुढच्या योजना काय आहेत? त्या घराला रणगाड्यांनी ते वेढा देणार आहेत काय?"

"जॉन, तुम्हाला वाटते तशी एफबीआयची माणसे मूर्ख नाहीत."

"बरे वाटते असे ऐकले की."

"ते प्रथम त्याचे घर नीट धुंडाळतील, शेजाऱ्यांकडे चौकशी करतील. आणि अर्थातच खलीलसाठी एक सापळा लावतील."

मी माझ्या डोळ्यांसमोर कल्पनेने ते चित्र उभे करू लागलो. निळ्या गणवेषातील माणसे बीचच्या जवळच्या भागात धावाधाव करीत आहेत. प्रत्येकाच्या दरवाजावरती ठोठावून त्यांना आपली ओळखपत्रे दाखवीत आहेत. जणू काही सिनेमात दाखवल्यासारखे कोण्या अन्य ग्रहावरील प्राण्यांची झुंड आता गावात शिरणार आहे, म्हणून ते खबरदारी घेत आहेत. नेमका त्याच वेळी जर असद खलील विगिन्सच्या घराच्या दिशेने निघाला असेल तर वाटेतील ही गडबड पाहून सावध होईल. या वेळी तो अशा परिस्थीला कसे तोंड देईल, याची मात्र मला कल्पना करता येईना.

मी केटला म्हटले, "पुन्हा एकदा व्हेंचुराला फोन लाव."

तिने आपला मोबाईल बाहेर काढून त्याची बटणे दाबायला सुरुवात केली. टॅक्सी आता ब्रुकलीन ब्रिजपाशी आली होती. मी माझ्या घड्याळात पाहिले. दुपारचे तीन वाजले होते. म्हणजे कॅलिफोर्नियात दुपारचे बारा वाजलेले असणार.

केट तिच्या मोबाईलवरती म्हणत होती, "धिस इज मेफिल्ड, नवीन काही बातमी?"

थोडा वेळ ती पलीकडचे ऐकत राहिली. मग म्हणाली "ठीक आहे. मी लॉस एंजेलिसला विमानाने येते आहे. मी नंतर परत फोन करून माझ्या फ्लाईटबद्दल कळवते. मला घ्यायला गाडी घेऊन विमानतळावरती या. तिथून पोलीसदलाच्या हेलिपॅडकडे जायचे आहे. हेलिकॉप्टरने व्हेंचुरामध्ये कुठे उतरायचे ते पहा. त्या ठिकाणीही मला गाडी हवी. या बाबतीत मी आमच्या ऑफिसकडून तुम्हाला पाहिजे ती परवानगी देत आहे; पण कोणत्याही परिस्थितीत या सोयी झाल्या पाहिजेत. जर तशा झाल्या नाहीत तर मात्र तुम्ही अडचणीत याल." आपला फोन बंद करून माझ्याकडे पहात ती मला म्हणाली, "पाहिलेत, मी तुमच्याएवढीच किती उद्दामपणे बोलू शकते ती."

मी हसून तिला म्हटले, "पण व्हेंचुरामधली नवी खबरबात काय आहे?"

"एफबीआयची तीन माणसे विगिन्सच्या घरी गेली होती. घर बंद होते. विगिन्स आत कदाचित् मरून पडला असण्याची शक्यता गृहीत धरून त्यांनी दार फोडून आत प्रवेश केला; पण तो आत नव्हता. त्याची फोनची वही त्यांनी मिळवली आणि त्यातले नंबर फिरवून तो त्या त्या माणसांकडे गेला आहे काय ते तपासून पहात आहेत. जर तो मेलाच असेल तर आपल्या स्वतःच्या घरी नक्की मेला नाही."

"ठीक आहे. कदाचित् तो एखाद्या लांबवरच्या फ्लाईटचे विमान चालवित असेल. त्याची नोकरीच तशी आहे."

"कदाचित त्याचा आजचा नोकरीवरचा सुट्टीचा दिवस असेल. एखाद्या बीचवरती तो असू शकेल."

"व्हेंचुरामधील हवा कशी आहे?"

"नेहमीसारखीच. स्वच्छ सूर्यप्रकाश आणि ७२ अंश फॅरेनहाईट. तीन वर्षांपूर्वी मी लॉस एंजेलिसला होते. तिथे मी दोन वर्षे काढली होती. त्यामुळे त्या हवेचा परिचय मला चांगला आहे."

"तुला आवडते तिथली हवा?"

"ठीक आहे. पण तिथल्या हवेला न्यूयॉर्कची सर नाही."

आम्ही दोघेही यावर हसलो. मी तिला विचारले, "हे व्हेंचुरा नक्की आले तरी कुठे?"

तिने मला तिथला सारा नकाशा सांगितला; पण ती सारी स्पॅनिश नावे असल्याने आणि जरासा गुंतागुंतीचा तो भाग असल्याने मला काहीही नीट समजले नाही.

आम्ही ब्रुकलीन ब्रिजवरून चाललो होतो. इथे आता दुपारी तीन वाजता बरीच वर्दळ होती. सर्व गाड्या मंद वेगाने जात होत्या. मी माझे एफबीआयचे ओळखपत्र बाहेर काढून ते ड्रायव्हरपुढे धरून म्हणालो, "स्टेप ऑन इट." याचा अर्थ तो

समजला. त्याने गाडीला वेग दिला. मला जेव्हा उशीर होत असतो आणि माझे मुक्कामाचे शेवटचे ठिकाण मला माहीत असते, तेव्हा मी नेहमी असेच करतो.

मी त्या ड्रायव्हरची चौकशी केली. तो जॉर्डनहून आला होता. जॉर्डनचा ड्रायव्हर मला प्रथमच भेटत होता. आता काही दिवसांनी पाकिस्तानी ड्रायव्हर्सही दिसू लागतील. नंतर मॅसिडोनियातील ड्रायव्हर वाढत जातील. मी केटला म्हटले, "स्टेनने तुझे अभिनंदन केले आहे."

ती यावर गप्प बसली.

मी मग म्हणालो, "मी परत माझ्या पूर्वीच्या पोलीसदलात परतण्याची एक संधी मला दिसते आहे."

पुन्हा ती काही बोलली नाही. मग मी विषय बदलीत म्हटले, "खलील आत्ता कुठे असेल? तुला काय वाटते?"

"कॅलिफोर्निया, कोलॅराडो स्प्रिन्ज किंवा कुठेतरी प्रवासात."

"शक्य आहे. आत्तापर्यंत त्याने अमेरिकेच्या पूर्व बाजूलाच आपले बरेच काम केले आहे. कारण इथे त्याला मदत मिळू शकत होती. मग तो इथून बाहेर पडला. अर्थातच मध्यपूर्वेतील एखाद्या देशाच्या दूतावासाच्या साहाय्याने पश्चिमेला गेला असावा. कारण कॅलिफोर्निया काय नि कोलॅराडो काय, हे फार दूरचे भाग आहेत."

ती यावर म्हणाली, "जॉन, हा माणूस अर्ध्या जगाचे अंतर पार करून एवढ्यासाठी......." तिने टॅक्सी-ड्रायव्हरला पाहून वेगळ्या शब्दात आपले वाक्य पुरे केले, "फक्त जेवण्यासाठी इथे आला? तुला ठाऊकच आहे ते."

"बरोबर; पण हा पठ्ठ्या लॉस एंजेलिसला कसा जाणार? कारण विमानतळ त्याच्या दृष्टीने धोक्याचे आहेत." मी हळू आवाजात बोललो.

आता केटही हळू आवाजात बोलू लागली, "मोठे विमानतळ त्याला धोकादायक आहेत. पूर्वी मी ज्या एकाला धरला होता तो लॉस एंजेलिसहून पार मियामीला छोट्या विमानतळांमार्फत प्रवास करीत गेला होता; तो सरळ गेला असता तर लवकर पोचला असता; पण तो छोट्या विमानतळांवर थांबत थांबत आणि आम्हाला चकवा देत पळून जात होता; पण शेवटी मियामीमध्ये आम्ही त्याला गाठलेच. अन् भाड्याने विमाने देणाऱ्या कितीतरी खासगी कंपन्या आहेत, त्याही लक्षात घ्या. मादक पदार्थांचा व्यापार करणारा एक दादा होता. त्याने एक खासगी जेट विमान भाड्याने घेतले होते. बरेचजण असे करतात. त्या छोट्या विमानतळांवरती सुरक्षा व्यवस्था नसते. येणाऱ्या व जाणाऱ्या विमानांच्या नोंदीही ठेवल्या जात नाहीत. खासगी विमानाने माणूस कुठेही जाऊन उतरू शकतो."

"व्हेंचुराच्या परिसरातील अशा छोट्या विमानतळांना आपण सावधगिरीची सूचना दिली पाहिजे."

"मी तेही व्हेंचुराच्या आपल्या ऑफिसला सांगितले. त्यावर ते म्हणाले की या परिसरात असे छोटे व खासगी विमानतळ डझनावारी आहेत. कोणतेही खासगी विमान अशा विमानतळावरती चोवीस तासांत केव्हाही उतरू शकते. जनरल एव्हिएशनच्या या सोयीवरती लक्ष ठेवण्यासाठी सैन्य बोलावले तरच ते शक्य होईल. शिवाय कित्येक विमानतळ निर्मनुष्य असतात, तर कित्येक विमानतळ सोडून दिलेले आहेत."

"आले लक्षात," मी म्हणालो. केटला ही बाब चांगली ठाऊक होती. माझ्यापेक्षा चांगली ठाऊक होती, तर वेगळ्या प्रकाराच्या गुन्हेगारांचा अनुभव आला होता. पोलीसखात्याशी संबंधित असलेले आमचे फरार झालेले गुन्हेगार हे भुयारी रेल्वे, टॅक्सी येथे जाऊन रात्री लपत. नाहीतर आपल्या आईच्या घरी किंवा मैत्रिणीच्या घरी जाऊन लपत. काहीजण त्यांच्या आवडत्या दारूच्या दुकानाभोवती घुटमळत. बहुतेक गुन्हेगार, विशेषत: खुनी गुन्हेगार हे मूर्ख असतात. त्यातले जे हुशार असतात, त्यांच्या मागावर जायला मला आवडते. कारण त्यामुळे मला आव्हान मिळाल्यासारखे होते आणि माझे त्यात मनही रमते. मी केटला म्हणालो, "खलील आपल्या हातात आला नाही याचे कारण त्याने स्वीकारलेला वेग. जसा एखादा पर्स हिसकावून पळून जाणारा चोर ज्या वेगाने पळतो, त्या वेगाने त्याने धडाधड आपली कामे करीत तो पुढे जात राहिला. तो काही मूर्ख नव्हता. त्याला हेही ठाऊक होते की आपण त्याचा माग काढत निश्चित त्याच्यापर्यंत जाऊ; पण त्यात तीन ते चार दिवसांचे अंतर असेल. म्हणून त्याने सर्व कृत्ये झटपट पुरी करीत आणली. आत्तासुद्धा पहा, आपण चार दिवसांनी त्याच्यापर्यंत पोचत आहोत."

"बरं, मग?"

"पण अजून तो आपल्या हातात आला नाही. अन् विगिन्स खरोखरीच जिवंत आहे की नाही ते आपल्याला ठाऊक नाही. कदाचित् तो पूर्व किनाऱ्याला जाणारे मालवाहू विमान आत्ता चालवित असेल. खलीललाही ते ठाऊक असेल. म्हणून त्याने विगिन्सला कुठेतरी खिळवून डांबून ठेवले असेल. त्यामुळे खलीलची किंवा विगिन्सची वाट पहात आपली माणसे विगिन्सच्या घरात आठवडेच्या आठवडे उगाच ठाण मांडून बसतील."

"शक्य आहे. तुम्हाला आणखी काही कल्पना सुचत आहेत का? का तुम्हाला इथे न्यूयॉर्कमध्येच थांबून रहायचे आहे ? म्हणजे मग पाच वाजता भरणाऱ्या त्या सभेत तुम्ही भाषण करून आपण किती हुशार आहोत, ते दाखवून देऊ शकाल."

"तू फारच सवंग पद्धतीचे बोलते आहेस."

"शिवाय रात्री आठ वाजता कोनिग जर्मनीहून येत आहे. तेव्हा त्यांच्याशीही बोलता येईल."

मी यावरती गप्प बसलो.

"जॉन, तुम्हाला नक्की कोणता तर्क सुचवायचा आहे?"

"मला ते काही कळत नाही....पण या खलीलने आता मात्र गोंधळायला लावले आहे. मी त्याच्या भूमिकेत जाऊन बघतो आहे."

"मी माझे मत देऊ?"

"जरूर दे."

"आपण कॅलिफोर्नियाला जाऊ."

"पण तू तर फ्रॅन्कफूर्टला जाऊ म्हणत होतीस."

"नाही. मी तसे कधीच म्हटले नव्हते. तुमच्या मनात काय आहे?"

"पुन्हा एकदा व्हेंचुराला फोन लाव."

"त्यांच्याकडे माझा मोबाईल नंबर आहे. जरूर पडली तर ते मला फोन करतील."

"मग डेन्व्हरला फोन लाव."

"पण तुम्ही स्वत:चा मोबाईल फोन का विकत घेत नाही?" तिने डेन्व्हरच्या एफबीआयच्या ऑफिसला फोन लावला आणि ताजी वस्तुस्थिती काय आहे ते जाणून घेतले. ती मला सांगू लागली, "कॅलम पतिपत्नीला त्यांच्या घरातून एअर फोर्स अ‍ॅकॅडेमीमध्ये हलवले आहे. त्यांच्या घराच्या आसपास आपली माणसे रेंगाळत आहेत. घरात काहीजण दबा धरून बसले आहेत. जसे व्हेंचुरात आहे तसेच इथेही आहे."

"ठीक आहे," मी म्हणालो. आम्ही आता बेल्ट पार्कवरती आलो आणि विमानतळाकडे सुसाट निघालो. आता मी माझी तर्कशक्ती गोठवून ठेवली. प्रत्येक वेळी तर्क लढवला की काहीतरी नवीन गोष्ट बाहेर पडते व ती आधीच्या विचारांना छेद देते. त्यामुळे संभ्रम मात्र वाढतो.

एखाद्या छोट्या काळापुरता नायक होणे हे तसे सोपे नसते. एरवी माझ्या मनातले तर्क, शंका, गोंधळ हे मी अन्य कोणालाही सांगत नसतो; पण केटशी असलेले माझे संबंध आता फक्त व्यावसायिक असे राहिले नव्हते. मी तिला म्हणालो, "आपल्या लॉस एंजेलिसच्या ऑफिसला फोन लावून कळव, की जे देश खलीलला अमेरिकेबाहेर निसटून जाण्यास मदत करण्याची शक्यता आहे, अशा देशांच्या कॉन्सुलेटवरती पाळत ठेवा. तसेच जर खलीलजवळ विगिन्सचा बरबँक येथील जुना पत्ता असेल तर त्याही जागेवरती पाळत ठेवा."

"ज्या वेळी तुम्ही स्टेनकडे गेला होता, त्या वेळी मी या सूचना त्यांना देऊन ठेवल्या होत्या. यावर ते असेही म्हणाले की अशा केसमध्ये काय काय करायचे याचे त्यांना पूर्ण ज्ञान आहे. जॉन, एफबीआयबद्दल तुम्ही थोडासा आदर ठेवायला

काही हरकत नाही. कायद्याचा एक हुशार रक्षक फक्त तुम्हीच एकटे नाही.''

मला खरोखरीच तसे वाटत होते. पण मी काही एकटा नाही हे मात्र मला यातून कळले. पण तरीही मला काहीतरी चुकल्यासारखे वाटत होते. आपल्याला एक महत्त्वाचा मुद्दा अजूनही समजला नाही. कुठेतरी खलीलच्या योजनेचा एखादा भाग आपल्याला अजूनही अज्ञात राहिला आहे, असे वाटत होते. ते नक्की काय होते ते समजत नव्हते. पण 'काहीतरी' नक्कीच होते! मी शनिवारपासून घडलेल्या घटनांचा आढावा घेत राहिलो; पण माझ्या विचारांतून, तर्कातून काहीतरी निसटून जाऊन ते मनाच्या एका अंधाऱ्या कोपऱ्यात दडून बसत होते. असद खलीलसारखीच ती गोष्ट माझ्या हातून निसटून जात होती.

केटने फेडरल प्लाझाला फोन लावला होता. तिथली एक कर्मचारी स्त्री ही सर्वांच्या प्रवासासाठी रिझर्व्हेशन, तिकिटे, ट्रॅव्हल एजंटशी संपर्क साधणे वगैरे कामे करीत असे. केट तिच्याशीच आता बोलत होती. आम्हाला लॉस एंजेलिसला किंवा डेन्व्हरला जाण्यासाठी वाटेत कुठेही न थांबणारे विमान हवे होते. केट त्याबद्दल तिच्याकडे चौकशी करीत होती. पलीकडून काहीतरी ऐकल्यावर केटने माझ्याकडे पहात म्हटले, ''तुम्हाला कुठे जायचे आहे?''

''जिकडे खलील जातो आहे तिकडे.''

''खलील कुठे जातो आहे?''

''लॉस एंजेलिसला.''

मग परत ती फोनवर बोलू लागली, ''ओके, आमची अमेरिकन एअरलाइन्स कंपनीची दोन तिकिटे रिझर्व्ह करता येतील का? नाही, माझ्याकडे खात्याच्या अकौंटसवर प्रवास करण्याचा नंबर नाही.'' मग माझ्याकडे तिने पाहिले. मी माझ्या खिशातून माझे क्रेडिट कार्ड बाहेर काढले व तिला दिले. ते हातात घेऊन केट परत फोनवरती बोलली, ''ठीक आहे. आम्ही तिकिटाचे पैसे भरू आणि नंतर प्रवासखर्च ऑफिसला मागू.'' असे म्हणून तिने माझ्या क्रेडिट कार्डचा नंबर तिला सांगितला व पुढे म्हटले, ''फर्स्ट क्लासची दोन तिकिटे. तसेच रिझर्व्हेशन पक्के झाल्यावर आपल्या लॉस एंजेलिसच्या ऑफिसला फोन करून आमची तिकडे पोचण्याची वेळ, फ्लाईट नंबर, वगैरे कळव. थँक्स.'' असे म्हणून केटने माझ्याकडे माझे क्रेडिट कार्ड परत देत मला म्हटले, ''जॉन, ऑफिसने तुझ्यासाठी विमानाचे फर्स्ट क्लासचे भाडे मंजूर केले आहे.''

''होय. पण ते आज केले आहे. उद्या माझे महत्त्व कमी झाल्यावर साधे टॅक्सीचे भाडेही मंजूर होणार नाही.''

''पण सरकारची तुझ्यावरती मर्जी आहे.''

''आत्तापर्यंत तरी मी कुठेही कुचराई केलेली नाही.''

"उद्या काय घडेल ते काय सांगावे?"

शेवटी आम्ही विमानतळाजवळ आलो. टॅक्सी-ड्रायव्हरने विचारले, "कोणते टर्मिनल?"

याच विमानतळावर मी चार दिवसांपूर्वी शनिवारी आलो होतो. त्या वेळीही मला टॅक्सी-ड्रायव्हरने हाच प्रश्न विचारला होता; पण आता मला कॉन्क्विस्टाडोर क्लबला जायचे नव्हते.

केट ड्रायव्हरला म्हणाली, "नऊ नंबरचे टर्मिनल."

ड्रायव्हरने आम्हाला तिथे आणून सोडले. आम्ही टॅक्सीतून बाहेर पडलो. मी टॅक्सीचे पैसे दिले. टर्मिनल इमारतीमध्ये गेल्यावर तडक तिकिटांचे काऊंटर गाठले. तिथे आमची फर्स्ट क्लासची दोन तिकिटे राखून ठेवली होती. माझ्या क्रेडिट कार्डवर किती क्रेडिट उरले आहे, याची खात्री करून घेतल्यावर आम्हाला ती दोन तिकिटे देण्यात आली. आम्ही आमची ओळखपत्रे दाखवली आणि SS-113 नंबरचे फॉर्म भरून दिले. विमान प्रवासात जर जवळ शस्त्रे बाळगायची असतील तर हा फॉर्म भरून द्यावा लागतो. आम्हा दोघांजवळ फॉर्टी कॅलिबरची दोन ग्लॉक ऑटोमॅटिक पिस्तुले होती.

विमान सुटायला अवघी १५ मिनिटे बाकी होती. म्हणून मी एखादा झटपट पेग मारण्याची कल्पना केटला सुचवली; पण केटने डिपार्चर बोर्डकडे पहात म्हटले, "विमानात प्रवासी केव्हाच शिरू लागले आहेत. वेळ फार थोडा उरला आहे. आपण आधी विमानात चढूया. तिथे वाटल्यास ड्रिंक घेऊ या."

"पण आपल्याजवळ पिस्तुले आहेत. ते आपल्याला दारू देणार नाहीत."

"चला तर खरं. माझ्यावर विश्वास ठेवा. मी यापूर्वी असे केले आहे."

ही केट किती माझ्या मनासारखे वागत आहे. ती अगदी परिपूर्ण आहे, आदर्श आहे. मला इतके दिवस ती नीट कळलीच नव्हती.

सुरक्षा तपासणीच्या गेटपाशी आम्ही आमची ओळखपत्रे काढून दाखवली आणि फायरआर्म बोर्डिंग पासेसही दाखवले. मग आमची तपासणी न करता आम्हाला विमानाकडे जाऊ दिले.

विमानातील फर्स्ट क्लास फ्लाईट अटेन्डन्टचे वय हे नक्की सत्तरच्या पुढे गेलेले असावे. कारण तिच्या तोंडात कवळी होती. तिने आमचे स्वागत केले. मी तिला विनोदाने विचारले, "ही लोकल गाडी का एक्सप्रेस गाडी आहे?"

तिला माझा प्रश्न व त्यातला विनोद कळला नाही. माणसाचे वय झाले की अशा वार्धक्याच्या खुणा दिसू लागतात.

असो. तर तिला आम्ही आमच्याजवळचे शस्त्रधारी लोकांसाठी असलेले बोर्डिंग पास दिले. ते पाहून तिने माझ्याकडे अशा काही नजरेने पाहिले की, या वेडपटाला

शस्त्र जवळ बाळगण्याचा परवाना दिला तरी कसा? असा त्यात भाव होता. केटने तिच्याकडे पाहून एक आश्वासक हास्य केले; पण कदाचित हा सारा माझ्या कल्पनाशक्तीचाही खेळ असेल.

आमचे बोर्डिंग पास घेऊन ती फ्लाईट अटेन्डन्ट कॉकपिटमध्ये गेली. नियमानुसार तिला विमानातील शस्त्रधारी लोकांच्या प्रवेशाची बातमी वैमानिकाला द्यावी लागते. ''दोन एफबीआयची माणसे पिस्तुले घेऊन विमानात चढली आहेत. त्यातली एक स्त्री आहे व दुसरा एक चक्रम पुरुष आहे. ते फर्स्ट क्लासमधून बरोबर प्रवास करीत आहेत,'' असे तिने वैमानिकाला सांगितले असणार.

आम्ही आमच्या आसनांवरती जाऊन बसलो. आमच्या जागा पोर्ट साईडला, म्हणजे डाव्या बाजूला आल्या होत्या. फर्स्ट क्लासची केबिन निम्मी रिकामी होती. बहुतेक सर्व प्रवासी लॉस एंजेलिसचे रहिवासी होते. न्यूयॉर्कमधले काम होताच ते घरी परतत होते.

आम्ही टारमॅकवर फार वेळ नव्हतो. आमचे विमान फक्त पंधरा मिनिटे उशिरा सुटले. या विमानतळावरील अफाट वाहतूक बघता एवढा उशीर क्षम्य होता. कॅप्टनने आम्हाला लाऊडस्पीकरवरून आश्वासन दिले की तेवढा वेळ तो वरती हवेत भरून काढणार होता.

शेवटी आम्ही आकाशातील अथांग अशा निळ्या डोहात शिरलो. सशस्त्र शिरलो, मनात काही हेतू धारण करून जिद्दीने शिरलो. आता फक्त इच्छित घटना घडतील अशी आशा करणेच आमच्या हातात होते.

मी केटला म्हटले, ''आज शेवटी नवीन अंडरवेअर विकत घ्यायच्याच राहून गेल्या.''

''मी ते म्हणणारच होते.''

केटची आत्ताची मन:स्थिती काही वेगळीच होती.

दुसरा एक फर्स्ट क्लास अटेन्डन्ट आमच्याकडे वृत्तपत्रे घेऊन आला. मी त्याला लाँग आयलँडमधून निघणारे *न्यूज डे* मागितले. त्याने ते दिल्यावरती मी त्यातून त्या विमान संग्रहालयातील खुनांची बातमी शोधून काढली. मी ती बातमी अत्यंत काळजीपूर्वक वाचली. माझ्या लक्षात आले की या बातमीमध्ये कुठेही उपशीर्षके नाहीत, लहान मथळे मधूनमधून असतात, ते नाहीत. याचा अर्थ ही बातमी सरकारी अधिकाऱ्यांनी आवश्यक ते संस्कार या बातमीवर करून ती आपल्या मर्जीप्रमाणे जनतेसमोर ठेवली आहे. त्या बातमीत कुठेही असद खलीलचे नाव नव्हते. त्या तिन्ही खुनांमागचा उद्देश चोरी हा असावा, असे म्हटले होते. हा एक नेहमीप्रमाणे शस्त्रधारी चोरांकडून घडणारा चोरीचा प्रकार असावा, असे भासविण्याचा त्यातून प्रयत्न केला होता. खलीलकडून हे वर्तमानपत्र विकत घेऊन वाचले

जाण्याची शक्यता फारच थोडी होती. त्याने ते वाचले तर त्याला आमची दिशाभूल झाली असून माग काढण्यासाठी काहीही दुवे मिळालेले नाहीत, असेच वाटले असते; पण अशी बातमी नुसती खलीलसाठी नव्हती, तर ती लिबियाच्या हेर खात्यासाठीसुद्धा होती. 'आमची दिशाभूल झाली आहे.' असे भासवून त्यांची दिशाभूल करण्याचा प्रयत्न केला गेला होता.

मी ती बातमी केटला दाखवली. तिने ती वाचून म्हटले, "खलीलने त्या म्युझियममध्ये एक स्पष्ट निरोप ठेवला आहे. त्या निरोपानुसार त्याचे काम झाले असून तो घराच्या वाटेवर आहे. किंवा अमेरिकन अधिकाऱ्यांबद्दल त्याच्या मनात अत्यंत उद्धटपणा असून त्यांचा अपमान करण्यासाठी तो जणू काही म्हणतो आहे, 'यामागचे खरे कारण तुम्ही शोधेपर्यंत तुम्हाला खूप उशीर झालेला असेल. हिंमत असेल तर मला पकडून दाखवा.'

"मला त्याचा हा दुसरा अर्थच अधिक खरा वाटतो. आपण आत्ता जिथे चाललो आहोत, तिथेच तोही चालला आहे."

"तसे असेल तर तो आपल्याआधी एव्हाना तिथे जाऊन पोचलाही असणार. पुढच्या हालचालींसाठी तो फक्त रात्र पडायची वाट पहात असावा, अशी मी आशा करतो."

तिने यावर मान हलवून माझे म्हणणे मान्य केले.

वेल, तेव्हा आता मला एक छोटेसे ड्रिंक हवे होते. एक पेग पुरेसा होता. आपण अजूनही तरुण आहोत असे भासवणाऱ्या त्या म्हाताऱ्या अटेन्डन्ट बाईशी केटने लाडीगोडी लावीत त्याबद्दल मागायला काहीच हरकत नव्हती; पण केट मला म्हणाली, "ती आपल्याला कधीही अल्कोहोल असलेली पेये देणार नाही; कारण आपल्याजवळ शस्त्रे आहेत."

"अगं, पण तू तर असे म्हणाली होतीस की..."

"होय, मी तसे बोलले होते. पण मी खोटे बोलले होते. मी एक वकील आहे. वकील मंडळी ही नेहमी खऱ्याचे खोटे आणि खोट्याचे खरे करीत असतात. मी जेव्हा 'माझ्यावर विश्वास ठेवा,' असे म्हणते, तेव्हा मी ते खोटे बोलत असते. किती हो तुम्ही भोळे आहात?" असे म्हणून ती जोरजोरात हसू लागली.

मी सुन्न होऊन बसलो.

तिने मला म्हटले, "रूट बीअर घेणार का? ती नियमात बसते."

"मला वाटते की मला आता चक्कर येणार."

तिने माझा हात हातात घेतला.

मी स्वतःला काबूत ठेवून शांत रहाण्याचा प्रयत्न केला. शेवटी मी 'व्हर्जिन मेरी' ही वाईन मागितली. कारण बीअर व वाईनमध्ये फारच थोडे अल्कोहोल

असल्याने त्यांच्यावरती शस्त्रधारी माणसांसाठी निर्बंध नव्हते.

रात्रीचे जेवण बरे होते. एक चित्रपटही आम्हाला दाखवला गेला. त्यात जॉन ट्रॅव्होल्टा हा नट होता. त्याने एका सैन्यातल्या गुप्त पोलिसाची भूमिका केली होती. न्यूज डे मध्ये त्या चित्रपटाबद्दल टीकाकाराने फारसे चांगले लिहिले नव्हते. त्या टीकाकाराच्या बरोबर विरुद्ध अशी माझी मते नेहमी असत. या वेळीही मला तसेच आढळले. मला हा चित्रपट अत्यंत आवडला. जॉन ट्रॅव्होल्टाने किती अफलातून भूमिका वठवली होती!

सिनेमा पहात असताना मी व केटने एकमेकांचे हात घट्ट धरले होते. जणू काही आम्ही दोन लहान मुले होऊन थिएटरमध्ये बसलो होतो. जेव्हा तो सिनेमा संपला तेव्हा मी माझे आसन मागे रेलून ठेवले आणि आरामात निद्रेच्या स्वाधीन झालो.

नेहमीप्रमाणे मला झोपेत एक सत्यदर्शन घडवणारे स्वप्न पडले. जागेपणी मी जे विचार करू शकत नव्हतो, ते विचार मी त्या स्वप्नात करीत होतो. ते विचार आपोआप होत गेले— खलील नक्की कशासाठी आला आहे, तो कुठे जाणार आहे आणि त्याला पकडायला आम्ही काय करावे. हे सारे मला त्या स्वप्नात स्पष्टपणे दिसले.

दुर्दैवाने जेव्हा मी जागा झालो तेव्हा बहुतेक स्वप्न माझ्या स्मृतीपटलावरून पुसले गेले होते. त्यातून शेवटी ज्या महत्त्वाच्या निष्कर्षाप्रत मी आलो होतो, तोच निष्कर्ष आता मला आठवेनासा झाला होता.

पण मीही अखेर आठवायचा प्रयत्न सोडून दिला. लॉस एंजेलिस संध्याकाळी साडेसात वाजता आले. शेवटी आम्ही तिथे दुर्दैवाने किंवा सुदैवाने पोचलो. आम्ही तिथेच जायला हवे होते का? का खलील भलतीकडेच होता? लवकरच आम्हाला या प्रश्नाचे उत्तर मिळणार होते.

भाग : पाच

कॅलिफोर्निया
वर्तमानकाळ

जा आणि मी सांगतो त्या माणसाचा वध करा.
जेव्हा तुम्ही परत याल,
तेव्हा माझे देवदूत पुन्हा तुम्हाला स्वर्गात पोचवतील.
अन् जर तुम्हाला तुमच्या कामात मृत्यू आला
तरीही ते तुम्हाला स्वर्गात पोचवतील.
- **पर्वतराजीमधला पुराणा माणूस,**
१३व्या शतकातील प्रेषित आणि 'मारेकरी' पंथाचा संस्थापक.

४७

नियमाप्रमाणे इतर प्रवाशांच्या आधी आम्ही शस्त्रधारी म्हणून प्रथम विमानाबाहेर आलो. लॉस एंजेलिसच्या ऑफिसातील एफबीआयचा एक माणूस आम्हाला घेण्यास आला होता. त्याने आम्हाला त्याच्या गाडीत घालून ताबडतोब पोलिसांच्या हेलिपोर्टकडे नेले. तिथे एफबीआयचे एक हेलिकॉप्टरमधून उभे होते. व्हेंचुरा गाव जिथे कुठे खबदाडात होते, तिथे आम्ही त्या हेलिकॉप्टरमधून गेलो. जमिनीवरची ताडाची झाडे आणि डोंगर एवढे सोडले तर सर्व काही वरून सुंदर वाटत होते. काही काळ आम्ही समुद्रावरूनही उडत चाललो होतो. मला समुद्र पाहिला की सूर्योदयाची आठवण येते. त्या वेळी किती मनोहारी दृश्य दिसत असते; पण ते मी लाँग आयलँडवरून आणि न्यूयॉर्कमधून पहात आलेला होतो. परंतु हा समुद्र वेगळा होता आणि इथे सूर्योदयाऐवजी सूर्यास्त होत होता. कदाचित् म्हणूनच मला ते दृश्य तेवढे मनोहारी वाटत नव्हते. ही जागाच चमत्कारिक होती काय?

पंचवीस मिनिटात आम्ही एका कम्युनिटी हॉस्पिटलच्या गच्चीवरील हेलिपोर्टवरती उतरलो. हे हॉस्पिटल व्हेंचुरा गावाच्या पूर्वेला होते.

आमच्यासाठी रस्त्यावरती एक निळी क्राऊन व्हिक्टोरिया मॉडेलची सेडन गाडी वाट पहात होती. 'चक' नावाचा एफबीआयचा एजंट ती घेऊन आला होता. चकने खाकी पॅन्ट आणि स्पोर्टस कोट व स्पोर्टस् शूज घातलेले होते. चकला पाहिल्यावर तो एखाद्या पार्किंग लॉटचा अटेन्डन्ट वाटत होता. एफबीआयचा एजंट वाटत

नव्हता. त्याने गाडीतून एफबीआयच्या व्हेंचुरामधल्या सब-ऑफिसकडे आम्हाला नेले. वाटेत त्याने आम्हाला खूप प्रश्न विचारले. व्हेंचुरामधले ऑफिस आंतरराष्ट्रीय दहशतवाद्यांकडून सामूहिक प्रमाणात होणाऱ्या हल्ल्यांच्या केसेस हाताळत नव्हते. केटने मला सांगितले होते की हे ऑफिस एकदा पूर्णपणे बंद केले गेले होते. सध्या ते वेगळ्या कारणासाठी पुन्हा उघडले होते.

एफबीआयच्या ह्या ऑफिसभोवताली अनेक आधुनिक ऑफिसांच्या इमारती होत्या. पार्किंग लॉटस होते. पार्किंग लॉटमधून जाताना मी आजुबाजूला पहात होतो. मला हवेत फुलांचा सुगंध जाणवत होता. हवेचे तपमान व आर्द्रता हेही आल्हाददायक होते. सूर्य पूर्ण अस्तास गेला होता. मागे राहिला होता तो आकाशातील संधिप्रकाश.

मी केटला विचारले, "ह्या ऑफिसात एफबीआय काय करते? झाडे लावून फलोत्पादन करते?"

"जरासा दृष्टिकोन बदलला तर समजेल सगळे."

"नक्कीच."

आम्ही त्या इमारतीमध्ये शिरलो, लिफ्टने वरती गेलो आणि एका दारावरती FEDERAL BUREAU OF INVESTIGATION अशी एक छोटीशी पाटी होती. एफबीआयचे बोधचिन्ह त्यावरती होते. त्यात JUSTICE DEPARTMENT ही अक्षरे उठून दिसत होती. न्यायाचा तो नेहमीचा तराजूही होता. तो तराजू समतोल होता. कोणत्याही बाजूला झुकला नव्हता. त्याखाली ते सुप्रसिद्ध शब्द होते. FIDELITY, BRAVERY, INTEGRITY इमान, शौर्य, सचोटी! या बाबतीत कोणीच वाद घालणार नाही; पण मी तरीही केटला म्हणालो, "त्यांनी या शब्दांमध्ये Politically Correct 'राजकीयदृष्ट्या बरोबर' असेही शब्द गोवले पाहिजेत."

तिने माझ्या या सारख्या कोट्या करण्याच्या, वात्रटपणा करण्याच्या बोलण्याकडे दुर्लक्ष केले. तिला आता असे दुर्लक्ष करायची सवय होत चालली होती. तिने पुढे होऊन दारावरचे बझरचे बटण दाबले.

दार उघडले आणि आम्हाला एका स्त्रीचे दर्शन झाले. ती एफबीआयची इथली प्रमुख एजंट होती. ती सांगत होती, "या, आत या. आम्ही विगिन्सच्या घरात आमचे तीन एजंटस् पेरले आहेत. त्यांच्याबरोबर लॉस एंजेलिसच्या ऑफिसातील आणखी तीन एजंटस् आहेत. आजुबाजूच्या परिसरात दोन डझन एजंटस् गुप्तपणे वावरत आहेत. स्थानिक पोलिसांनाही आम्ही सावध केले आहे. प्रत्येकाशी वायरलेसने किंवा मोबाईलने संपर्क ठेवला आहे. आम्ही अजूनही एलवूड विगिन्स यांचा ठावठिकाणा लावायचा प्रयत्न करीत आहोत. त्यांच्या घरी मिळालेल्या कागदपत्रांवरून असे दिसते की ते पॅसिफिक कार्गो सर्व्हिसेस या कंपनीत वैमानिक म्हणून नोकरीला

आहेत. कंपनीच्या ऑफिसमध्येही आम्ही जाऊन आलो; पण त्यांनी आम्हाला सांगितले की शुक्रवारपर्यंत त्यांची ड्यूटी नाही. पण पूर्वीच्या अनुभवावरून त्यांनी सांगितले की, ते शुक्रवारी कदाचित फोन करून 'आपण आजारी आहोत. त्यामुळे कामावर आज रुजू होऊ शकत नाही,' असे सांगण्याची शक्यता आहे. व्हेंचुरा कौन्टी एअरपोर्टवरच्या पॅसिफिक कार्गो कंपनीच्या ऑफिसात आम्ही आमचे दोन एजंटस् बसवून ठेवले आहेत. जर एखादे वेळी विगिन्स तिथे परस्पर गेले तरची ही खबरदारी आहे. तसेच, ज्या ठिकाणी ते नेहमी जातात अशाही ठिकाणी आम्ही आमचे एजंटस् ठेवलेले आहेत. ह्या व्यक्तीचा स्वभाव कलंदर असून त्याच्या कोणत्याही कृतीचा आधी कधीच अंदाज येणार नाही. अचानक मनात येईल तसे तो वागतो.''

''वाऽ, काय नशीबवान आहे हा,'' मी म्हणालो.

ती बाई हसली आणि पुढे सांगू लागली, ''त्याच्या मैत्रिणीचाही ठावठिकाणा लागत नाही. तंबू घेऊन भटकण्यात त्यांना नेहमी आनंद वाटतो. मग जिथे योग्य वाटेल तिथे ते तंबू ठोकून पाहिजे तितके दिवस रहातात. आत्ताही कदाचित त्यांनी असाच कुठेतरी आपला तंबू ठोकलेला असेल.''

''तुमच्याकडे विगिन्सचा किंवा त्याच्या मैत्रिणीचा मोबाईल फोन नंबर मिळाला आहे का?''

''मिळाला. त्या दोघांकडे मोबाईल आहेत. परंतु ते लागत नाहीत.''

घरी बसून मृत्यू होण्यापेक्षा बाहेर कॅम्पिग करीत हिंडण्यामुळे मृत्यू चुकत असेल तर बिघडले कुठे? मी त्या एजंट बाईला म्हणालो, ''तुम्ही तुमचे काम अगदी चोख केलेले आहे.''

तिने एक निरोपाचा कागद केटकडे देत म्हटले , ''जॅक कोनिग यांनी फोन केला होता. त्यांनी तुम्हाला फोन करायला सांगितले आहे. ते रात्री बारा वाजेपर्यंत न्यूयॉर्कमध्ये ऑफिसात पोचतील. नंतर तिथून घरी जातील.''

मी केटला म्हटले, ''आपण त्यांना विगिन्सच्या घरून फोन करू. तेव्हा आपल्या हातात त्यांना सांगण्याजोगे काहीतरी आले असेल.''

''नाही, आपण आत्ताच त्यांना फोन करू.'' ती ठासून म्हणाली.

''पण इथे बसून त्यांच्याशी बोलत बसलीस आणि त्याच वेळी तिकडे विगिन्सच्या घरी खलील आला तर? कोनिगनेही तसे विचारले तर?''

तिने मान हलवली, पण नाखुषीने. मग ती म्हणाली, ''ठीक आहे. चला, आपण विगिन्सच्या घरी जाऊया.''

आमची ही योजना त्या प्रमुख एजंट-स्त्रीला पसंत नसावी. तिने म्हटले, ''विगिन्सच्या घरच्या हालचाली मला गुप्त ठेवायच्या आहेत. म्हणून कोनिग यांना

आम्ही तिथे फारशी काही हालचाल करीत नाही, असे भासवणार आहोत.'' याचा अर्थ खलीलला पकडण्याचे संपूर्ण श्रेय तिला घ्यायचे होते. त्यामुळे आम्ही तिच्या योजनेत प्रवेश केलेला तिला आवडत नव्हता.

खलीलपर्यंत पोचण्यासाठी आम्ही गेले चार दिवस जे कष्ट घेत होतो, त्याचे आयते फळ व श्रेय हे त्या बाईला लाटायचे होते. कारण ती इथल्या ऑफिसची प्रमुख होती. 'हे माझे राज्य आहे नि येथे फक्त माझीच हुकूमत चालणार,' अशी तिची भावना होती व ती त्यामुळे आम्हाला मधे पडू देत नव्हती.

मी तिला थंडपणे म्हटले, ''असे असेल तर आम्ही येथे उगाच आलो असेच म्हटले पाहिजे. आमचे जर येथे काहीच काम नसेल तर आम्ही शांतपणे इथल्या कोचावर माशा मारत बसून रहातो.''

त्या बाईची मन:स्थिती द्विधा झाली. ती मला म्हणाली, ''तुम्हाला विगिन्सच्या घरी जायचे असेल तर जा. अगदी उद्या सकाळपर्यंत तिथे थांबलात तरी चालेल; पण आपल्याला त्या ठिकाणी गुन्हेगाराला पकडण्यासाठी सापळा लावायचा आहे, हे लक्षात ठेवा. तिथे काही एखादी रात्रीची मेजवानी किंवा पार्टी नाही.'' तिची नाराजी मला स्पष्टपणे दिसली.

आम्हा दोघांनाही तिकडे जाण्याची नितांत गरज आहे, हे तिला खडसावून सांगण्याची मला तीव्र इच्छा झाली. परंतु मोठ्या संयमाने आणि प्रयासाने मी ती इच्छा दाबून टाकली. एखादी केस कोणत्याही क्षणी आपल्या हातून कशी निसटते, याचे उदाहरण मी पहात होतो.

नेहमी डावपेचाने बोलणारी केट त्या बाईला म्हणाली, ''तुम्ही इथल्या प्रमुख आहात नि आम्ही तुमच्या कामात अजिबात ढवळाढवळ करणार नाही. मग तर झाले?''

पण मग *आम्ही* तिथे कशाला आलो होतो? असा प्रश्न त्या बाईला पडला असणार. शेवटी हा एक त्या बाईच्या प्रतिष्ठेचा प्रश्न बनला होता. मी तिला समजावीत म्हटले, ''मिस मेफिल्ड आणि मी अशा आम्ही दोघांनी प्रथमपासून या केसमध्ये भाग घेतला आहे. पार केनेडी विमानतळावर झालेल्या दुर्घटनेपासून. तेव्हा ही केस शेवटपर्यंत कशी पोचते आहे, हे पहायला आम्हाला आवडेल. जेव्हा आम्ही विगिन्सच्या घरात पोचू तेव्हा आम्ही तुमच्या कामाच्या आड अजिबात येणार नाही.''

माझ्या बोलण्यावर तिचा विश्वास बसला की नाही देव जाणे; पण ती म्हणाली, ''तुम्ही दोघांनी बुलेटप्रूफ जाकिटे घालावीत असा माझा तुम्हाला सल्ला आहे. आमच्याकडे इथे तशी जादा जाकिटे आहेत.''

त्याक्षणी मला अंगावरचा कोट व शर्ट काढून मी कशा गोळ्या झेलल्या ते तिला दाखवायचा मोह झाला. मी तिला म्हणू लागलो, ''थँक्यू पण...''

माझे बोलणे तोडीत केट तिला म्हणाली, "थँक यू. द्या आम्हाला ती जाकिटे." मग पुढे ती त्या बाईला म्हणाली, "पुरुषांना कधीही बुलेटप्रूफ जाकीट किंवा हातमोजे हवे आहेत का? असे विचारत जाऊ नका. त्यांना त्यांच्या शौर्याचा तो अपमान वाटतो. सरळ त्यांना जाकिटे घालायला लावत जा."

ती बाई यावर हसली.

माझी किती काळजी घेतली जात आहे, हे पाहून मला बरे वाटले. मी काहीतरी खास माणूस आहे हे मला जाणवले; पण लगेच मला असद खलीलची आठवण झाली. तो मला नक्की गोळी घालणार. तेव्हा मला ते बुलेटप्रूफ जाकीट अंगावरती चढवायला हवे; पण त्यांच्याकडे माझ्या मापाचे जाकीट असेल का?

एका पोलादी दारामागे असलेल्या शस्त्रास्त्रांच्या खोलीत आम्ही गेलो. त्या खोलीत साऱ्या प्रकारची शस्त्रे होती. रायफली, शॉटगन्स, दचकवून क्षणभर स्तब्ध करणारे हातबॉम्ब, बेड्या, वगैरे वगैरे.

ती बाई म्हणाली, "तुम्ही ही जाकिटे घेऊन त्या लेडीज रूम व जेन्टस रूममध्ये जाऊन घाला. मी तोपर्यंत बाहेर थांबते."

मी माझा टाय, कोट आणि शर्टही काढला. केटला मी म्हटले, "तूही तुझे काढ. मी तुझ्याकडे पाठ करून उभा रहातो. तुझ्याकडे पहाणार नाही."

केटने तिचा कोट काढला व ब्लाऊझही काढला. मी मग वळून तिच्याकडे पाहिले. आम्ही दोघेही हसू लागलो. आमच्या मापाची जाकिटे आम्ही काढून घेतली आणि ती छातीला बांधून टाकली. मी तिला म्हणालो, "हे अगदी एक्स फाइल्स या सिरियलमधल्यासारखे घडते आहे."

"सारखे सारखे काय एक्स-फाईल्स सिरियलबद्दल बोलता."

"पण तुला त्यातले नायक-नायिका यांचे अजून कधीच मीलन झाले नाही, याबद्दल खंत नाही वाटत?"

"याचे कारण तिचे त्याच्यावर प्रेम नाही. ती केवळ त्याचा आदर करते नि तोही तिला आदर दाखवतो. त्यांचा एकमेकांवरती विश्वास आहे. तो विश्वास घालवून उगाच सारा मामला अधिक गुंतागुंतीचा करण्याचा त्यांचा इरादा नाही. कळले?"

"परत एकदा हे सांग." मी हट्टी मुलाप्रमाणे म्हणालो, "बरं बुवा, वैयक्तिकदृष्ट्या मला असे वाटते की त्या दोघांचे एव्हाना मीलन व्हायला हवे होते."

आम्ही त्या शस्त्रागारामधून बाहेर पडलो. नंतर तिथून बाहेर पडून एलवूड ऊर्फ 'चिप' विगिन्स याच्या घराकडे जाण्यासाठी बाहेर पडलो. चक आम्हाला गाडीतून तिकडे घेऊन जात होता.

गाडीतून जाताना माझ्या मनात अनेक विचार येत होते. मी किती लांबून येथे माझ्या कामासाठी आलो होतो. असद खलीलही त्याच्या कामासाठी येथे लांबून

आला होता. माझ्यापेक्षाही खूप लांबून आला होता. फार काळापूर्वी लिबियातील अल् अझीझिया येथून त्याचा प्रवास सुरू झाला होता. असद खलील व चिप विगिन्स यांची गाठ १५ एप्रिल १९८६ रोजी काही क्षण पडली असेल. एकाच स्थळकाळात ते दोघे एकत्र आले नि परत एकमेकांपासून पार दूर फेकले गेले. आता असद खलीलला पुन्हा विगिन्सची गाठ घ्यायची होती. अन् विगिन्सला त्याचा पत्ता नव्हता किंवा जर खलीलने विगिन्सची अन्यत्र कुठे गाठ घेतली असेल तर खलीलच्या भेटीचे प्रयोजन एव्हाना संपून गेले असणार. तसे असेल तर विगिन्सच्या घरी आत्ता कोणीही येणार नाही. आम्ही मात्र वाट पहात बसू. अन् जर विगिन्स खरोखरीच जिवंत असेल तर? मग आम्हाला कोण आधी येताना दिसेल? विगिन्स का खलील?

आता दिवसाचा अंधुक प्रकाशही लुप्त होऊन गेला होता. रस्त्यावरचे दिवे लागले होते.

विगिन्सचे घर जवळ येऊ लागताच चकने वायरलेसवरून आम्ही येत असल्याची वर्दी तिथे पाळतीवर असलेल्या एजंटांना दिली. त्यामुळे त्यांचा गोंधळ होणार नव्हता व चुकून आमच्यावरतीच गोळ्या झाडल्या जाणार नव्हत्या. मग त्याने आपला मोबाईल फोन काढून त्यावर घरात दडून बसलेल्या एजंटांनाही आमचे आगमन कळवले. "हो, अन् पाहुण्यांसाठी कॉफी करायला लागा," असे मी त्याला म्हटले.

पण त्याने माझे हे बोलणे तिकडे कळवले नाही. शिवाय त्याच्या बोलण्याच्या पद्धतीवरून तिथे घरात दडलेल्या एजंटस्ना अनपेक्षितपणे वरिष्ठ येतात, याचे काही विशेष वाटत नसावे. नाही वाटले तर नाही वाटले, शेवटी ही माझी केस अजूनही आहे.

आम्ही लांबलचक व सरळ अशा रस्त्यावरून समुद्रकिनाऱ्याकडे चाललो होतो; पण मला अजूनही समुद्र दिसत नव्हता की त्याचा खारा वास येत नव्हता. रस्त्यावरची घरे मला लहान वाटत होती. बहुतेक घरे एकमजली, चौकोनी आकारांची, आवारात एक गॅरेज असलेली, तांबड्या फरशांचे छत असलेली आणि निदान एक तरी ताडाचे झाड आवारात असलेली होती. त्यांच्या स्वरूपावरून ती घरे किंवा ते बंगले मला काही महागडे वाटेना. मला ती घरे न वाटता काड्याच्या आगपेट्या वाटल्या; पण कॅलिफोर्नियातले काही सांगता येत नाही. वाटेल त्या गोष्टीची भरमसाठ किंमत असते.

मी चकला म्हटले, "काड्यापेट्या बरीच वर्षे उभी आहेत? का ती डोंगरावर आधी होती नि तिथल्या चिखलात सापडून खाली वहात ती आली?"

चक हसून म्हणाला, "होय. आधी ती डोंगरावर होती. पण मागच्या भूकंपात

या आगपेट्या खाली घसरून आल्या; पण घसरण्यामुळे मागे वणवे पेटवत आल्या.'' माझी आगपेट्यांची उपमा उचलून त्याने झकास विनोदी उत्तर दिले. मला चक आवडू लागला.

घराजवळ येताना मला कुठेही एफबीआयचे एजंट सिनेमातल्यासारखे उघडपणे दडून बसलेले दिसलेले नाहीत. तसेच आसपास कुठेही मुले खेळताना दिसली नाहीत. हे एक बरे झाले.

चक सांगत होता, ''तेच ते उजवीकडचे घर. क्रॉस स्ट्रीटवरचे दुसरेच घर.''

''म्हणजे तसलेच ते पांढऱ्या गिलाव्याचे, तांबड्या छपराचे आणि ताडाचे झाड असलेले?'' मी चेष्टेने म्हणालो.

''अं...तशा तऱ्हेची सगळीच आहेत... पण ते टोकाकडून दुसरे असलेले घर.''

केट मागच्या आसनावर बसली होती. तिने मागून माझ्या आसनाला एक धक्का मारला. 'विनोदी बोलणे पुरे करा ' असा त्या धक्क्याचा अर्थ होता.

चक म्हणाला, ''मी आता इथे थांबतो. तुम्ही बाहेर पडा. मी निघून जातो. घराचे पुढचे दार आतून लावलेले नाही.''

मी जेव्हा चकच्या गाडीत बसलो तेव्हाच माझ्या लक्षात आले होते की गाडीतील आतल्या दिव्यांचे कनेक्शन मुद्दामच चकने तोडून ठेवले होते. आपण काय करतो आहोत, हे या लोकांना चांगले कळलेले दिसत होते.

गाडी थांबल्यावरती मी व केट चटकन बाहेर पडलो आणि न धावता त्या भेगा गेलेल्या काँक्रिटच्या फूटपाथवरून चालत चालत घराच्या आवारात शिरलो. दर्शनी भागातील दाराच्या उजव्या बाजूला एक मोठी खिडकी होती. ती खिडकी व्हेनेशियन ब्लाइंडच्या पट्ट्यांनी बंद करून झाकून टाकली होती. माझ्या जुन्या जागेची मला या वेळी आठवण झाली. कोणीही अनोळखी किंवा नवखा माणूस दिसला की आजुबाजूच्या तमाम घरातून सारेजण खिडक्या उघडून पहायचे पण इथे पहावे तर कोणीही आमच्याकडे खिडकीची फट उघडून ढुंकूनसुद्धा पहात नव्हते. १९५० सालानंतरच्या सिनेमात अशी दृश्ये पहायला मिळायची. त्या सिनेमातल्या सर्व घरांमधील माणसे किरणोत्सर्गामुळे दगावलेली असत. मला त्या दृश्याची आठवण झाली. किंवा कदाचित एफबीआयने आजुबाजूची घरे तात्पुरती खाली करून घेतली असतील.

मी सरळ दार उघडून आत गेलो. आम्ही एका इंग्रजी L अक्षराच्या आकारातील मोकळ्या जागेत आलो होतो. ती खोली दिवाणखाना आणि भोजनघर अशी दोन्ही होती. एका मंद टेबललॅम्पचा प्रकाश तिथे पडला होता. एक माणूस व बाई खोलीच्या मध्यभागी उभे होते. त्याच्या अंगात निळ्या रंगाचे कपडे होते. त्यावर नायलॉनचे विंडब्रेकर्स चढवले होते. अन् त्या विंडब्रेकर्सच्या पाठीवरती FBI अशी

अक्षरे होती. त्यांनी हात पसरून आणि चेहेऱ्यावरती हसू आणून आमचे औपचारिक स्वागत केले.

तो माणूस म्हणाला, "माझे नाव फ्लेमिंग आणि हिचे नाव मिस ऱ्ही."

मिस ऱ्ही ही कोरियन होती, तर फ्लेमिंग हा पांढरट गोरा होता.

केट त्यांना म्हणाली, "तुम्ही आमची नावे ओळखली असेल असे मी धरून चालते. मी केट मेफिल्ड आणि हे जॉन कोरी."

ते दोन्ही एजंट यावरती तसेच थंड व निर्विकार राहिले. जेव्हा एखाद्या भयंकर गोळीबाराच्या अपेक्षेने तुम्ही वाट पहात राहाता, तेव्हा काही एजंट हे सुरुवातीपासून खूप गंभीर राहिलेले असतात. त्यांच्या जागी पोलीस असतील तर ते जादा खिलाडूपणा दाखवतात. कदाचित् त्यांना आपल्या घाबरण्यावरती मात करायची असेल; परंतु एफबीआयचे एजंट मात्र प्रत्येक गोष्ट नेहमी गंभीरतेने घेतात, मग भले ते सुट्टीच्या दिवशी बीचवरती गेले तरी.

ती कोरियन पोरगी ऱ्ही म्हणाली, "तुम्ही किती वेळ येथे थांबणार आहात?"

"जितका वेळ लागेल तितका," मी म्हणालो.

केट म्हणाली, "त्या संशयिताला आम्ही ताब्यात घेण्याचा आमचा हेतू नाही. ते काम तुम्ही करा. तुम्हाला गरज लागली तर आम्ही जरूर मदत करू. त्याला पकडल्यावर आम्हाला हवी आहे तीच ही व्यक्ती आहे का याची आम्ही खातरजमा करून घेऊ. शिवाय त्याचा एक प्राथमिक जबाबही घेऊ. त्यानंतर त्याला आम्ही बंदोबस्तात येथून न्यूयॉर्क किंवा वॉशिंग्टनला हलवू. तिथे त्याची चौकशी विविध आरोपांसाठी केली जाईल."

असे काही बोलण्याचे माझ्या मनात नव्हते. मी काहीतरी रांगड्या पद्धतीने ठणकावून बोललो असतो.

केट पुढे सांगत राहिली, "जर मिस्टर विगिन्स येथे प्रथम आले तर आम्ही त्यांचा इंटरव्ह्यू घेऊ. मग त्यांना आपल्या जागेत येण्यासाठी विनंती करू. येथून तिथपर्यंत त्यांना संरक्षणात नेऊन ठेवू. ती त्यांची नवीन जागा कोणती असेल ते अजून ठरवलेले नाही; पण गुन्हेगार किंवा विगिन्स यांच्यापैकी कोणीही प्रथम येवो, आपल्याला इथे त्या दोघांची वाट पहावी लागणार आहे. माझ्या मते तो संशयित गुन्हेगार आता या जागेकडे येण्यासाठी निघाला आहे."

ती कोरियन पोरगी म्हणाली, "सुरक्षिततेसाठी आणि डावपेचाच्या हालचाली करण्याच्या दृष्टीनेही आम्हाला येथे जास्तीत जास्त सहाजण उपयुक्त वाटतात. म्हणून तुम्ही तुमची जागा मागच्या खोलीत धरा. मी दाखवते ती तुम्हाला."

मी म्हणालो, "असे पहा, आपण इथे बराच काळ वाट पहात घालवणार आहोत. म्हणून मी असे सुचवतो की आपण आळीपाळीने इथल्या बाथरूम्स,

टॉयलेट व बेडरूम वापरू. आळीपाळीने पहारा दिला की सर्वांच्यावरचा ताण हा कमी होईल. ठीक आहे?''

पण यावर त्या दोघांनी कसलीही प्रतिक्रिया व्यक्त केली नाही.

केटने मग आपल्या आवाजात बदल करून म्हटले, ''असद खलील न्यूयॉर्कमध्ये उतरल्यापासून आत्तापर्यंत आम्ही या केसवरती काम करीत आलेलो आहोत. त्याने मारून टाकलेली विमानातील ३०० प्रेते आम्ही पाहिली आहे. त्याने आमच्या टीममधील एक मेंबर, एक सेक्रेटरी, एक ड्यूटी ऑफिसर यांचे खून केलेले पाहिले आहेत...'' वगैरे, वगैरे ती सांगत राहिली. फार छान रीतीने तिने सांगितले. त्यांना यामागची आमची भावना समजली, हेतू समजले, कळकळ समजली. तिथे बोलणे संपल्यावर त्यांनी काहीही न बोलता आपल्या माना डोलावल्या.

दरम्यान मी त्या जागेचे निरीक्षण केले. त्या जागेमध्ये कसलेही सौंदर्य नव्हते. कसलीही सजावट केलेली नव्हती. होता तो सारा पसारा, अस्ताव्यस्त असलेल्या वस्तू व अव्यवस्थितपणा. याला कारण एफबीआयची माणसे नव्हती. तर खुद्द विगिन्सच कारणीभूत होता. त्याचा जीवनाचा दृष्टिकोन त्या गोंधळातून प्रगट होत होता.

त्या कोरियन एजंट पोरीने आपल्या सहकाऱ्यांनी ओळख करून दिली आणि आम्हाला आत स्वयंपाकघरात नेले, तर तिच्या सहकाऱ्याने म्हणजे फ्लेमिंगने दारापाशी जाऊन शेजारच्या खिडकीच्या व्हेनेशियन ब्लाइंडच्या पट्ट्यांमधून बाहेर पहाण्यास सुरुवात केली; पण त्या पहाण्याचा उपयोग नव्हता. कारण त्या आधीच बाहेर ठिकठिकाणी लपलेल्या एजंटांकडून आतमध्ये खबर आली असती की, कोणीतरी घराकडे येतो आहे, सावध!

आतल्या स्वयंपाकघरात एका कपाटात मंद प्रकाश देणारा फ्लुअरोसंट दिवा लागला होता. ते स्वयंपाकघर इ.स. १९५५ सालातले असावे. तिथे आणखी एक एजंट होता व एक एजंट स्त्री होती. तो एजंट कसल्या तरी केसच्या अहवालाच्या कागदांची चळत घेऊन बॅटरीच्या प्रकाशात टेबलापाशी वाचत होता, तर ती एजंट बाई मागच्या दरवाजाच्या छोट्या खिडकीतून बाहेर नजर ठेवीत होती.

त्या कोरियन एजंट पोरीने आम्हा दोघांची ओळख त्या दोघांना करून दिली. त्या माणसाचे नाव जुआन होते; पण आडनाव तोंडात न मावणारे असे चमत्कारिक उच्चाराचे स्पॅनिश भाषेतले होते. त्या एजंट स्त्रीने अंगात काळे कपडे चढवले होते. तिने आमच्याकडे पाहून नुसता हात हलवला व ती परत बाहेर पाहू लागली.

नंतर आम्ही त्या जागेतून एका दारातून थोड्याशा मोकळ्या खोलीत आलो. त्याला तीन दारे होती. छोटे दार एका बाथरूममध्ये उघडत होते. दुसरे एक दार एका मोठ्या खोलीत उघडत होते. ती बेडरूम होती. तिथे आतमध्ये एक एजंट विगिन्सच्या

संगणकावरती खेळ खेळत बसला होता. त्याच्या शेजारीच त्याचा मोबाईल फोन पडलेला होता. सर्व खिडक्यांवरचे ब्लाइंडस् बंद केलेले होते. कोणताही दिवा लावलेला नव्हता. फक्त संगणकाच्या पडद्यामधून येणारा प्रकाश त्या खोलीत पसरला होता.

त्याची ओळख करून दिल्यावर तो आम्हाला म्हणाला, "मी लॉस एंजेलिसच्या ऑफिसमधून आलो आहे. मी केस-एजंट आहे. या केसचा इथला तपशील मी गोळा करणार आहे."

म्हणजे या माणसाचा प्रत्यक्ष झटापटीत काहीही सहभाग होणार नव्हता. मी त्याच्याशी मृदूपणे म्हणालो, "मिस मेफिल्ड आणि मी येथे तुम्हाला मदत करायला आलो आहे, अर्थातच तुमच्या कामात लुडबूड न करता." मला वाटते की अदबीने बोलायला मला जमले.

त्याने मला विचारले, "आपण किती दिवस रहाणार आहात?"

"जरूर पडतील तेवढे," मी म्हणालो.

केटने त्याला सांगितले, "ती संशयित व्यक्ती कदाचित अंगात बुलेटप्रूफ जाकीट घालून येईल. त्याच्याजवळ किमान दोन पिस्तुले आहेत. फॉर्टी कॅलिबरची ग्लॉक पिस्तुले. त्याने आपल्या अंगातले बुलेटप्रूफ जाकीट आणि ती दोन्ही पिस्तुले ही विमानातील एफबीआयच्या एजंटाकडची घेतली आहेत असे दिसते." मग तिने असद खलीलने आत्तापर्यंत काय काय केले, ते सारे काही थोडक्यात सांगितले. तोही ते सर्व लक्षपूर्वक ऐकत होता. तिने शेवटी आपल्या माहितीचा समारोप करीत त्याला सांगितले, "हा माणूस अत्यंत धोकेबाज आहे. त्याच्याशी संघर्ष न करता तो अजिबात ताब्यात येण्याजोगा नाही, याची आम्हाला खात्री आहे; पण आम्हाला तो जिवंत हवा आहे."

तो केस-एजंट म्हणाला, "आमच्याजवळ माणसाला तात्पुरते खिळवून ठेवणाऱ्या, विविध तऱ्हेच्या जायबंदी करणाऱ्या गोष्टी आहेत. उदाहरणार्थ, ग्ल्यू-गन, प्रोजेक्टाईल नेट आणि अर्थातच गॅस व—"

"एक्सक्यूज मी, ती 'ग्ल्यू-गन' ही काय भानगड आहे?"

"तसे ते एक हातात पकडून वापरायचे मोठे यंत्र आहे; पण त्यातून एका चिकट प्रकारच्या द्रवाची चिळकांडी बाहेर पडते. ती माणसाच्या शरीरावर उडली की लगेच घट्ट बनून कडक होते. मग त्यामुळे माणूस निष्क्रिय होतो. त्याला हालचाली करणे जमत नाही."

" या गनचा शोध इथे कॅलिफोर्नियात लागला?"

"नाही, मिस्टर कोरी. ती देशभर कुठेही मिळते. ते जे प्रोजेक्टाईल नेट आहे ना, ते एका नळीतून पिस्तूल उडवल्यासारखे उडवावे लागते. ज्या माणसावर ते

पडेल, त्याला ते घट्ट आवळून बसते आणि घाबरवते.''

''खरं? पण तुमच्याकडे खऱ्याखुऱ्या नेहमीच्या गन्स आहेत ना?''

माझ्या या प्रश्नाकडे दुर्लक्ष करीत तो पुढे सांगत राहिला. पण मी त्याला मधेच थांबवत विचारले, ''तुम्ही आजुबाजूला शेजाऱ्यांना येथून घालवले का?''

''त्याच्यावर आमची खूप चर्चा झाली; पण वॉशिंग्टनच्या ऑफिसचे मत पडले की तसे करण्यात कदाचित् नवीन समस्या उद्भवतील.''

''कोणासाठी?''

तो खुलासा करू लागला, ''घराघरांत जाऊन जर एजंट माणसे लोकांना बाहेर काढू लागले, तर ती गोष्ट सार्वजनिकरित्या उघड होणार. मग त्यात कसलीही गुप्तता राहाणार नाही. तसेच, कितीतरी माणसे त्या वेळी घरी नसणार, कामावरती गेलेली असणार, किंवा परगावीही गेली असतील. ती जेव्हा परत येतील तेव्हा आपापल्या घरात जाऊ पहाणार. त्यातून गोंधळ निर्माण होईल. म्हणून आम्ही या घराच्या उजवीकडचे घर, डावीकडचे घर, मागचे घर आणि समोरचे घर, एवढीच घरे रिकामी करून घेतली आहेत.''

या तयारीमध्ये नको त्या गोष्टीला जादा प्राधान्य दिले गेले होते. नागरिकांच्या हितापुढे खलीलला पकडणे गौण ठरवले होते. पोलीस व गुन्हेगार यांच्यातील गोळीबारात बिचारे कर भरणारे नागरिक सापडले तर ? ही भीतीची भावना शेवटी बलवत्तर ठरली होती. मी या बाबतीत काय मत देऊ शकत होतो?

ती कोरियन एजंट मिस ऱ्ही म्हणाली, ''बाहेर पाळतीवरती जे एजंटस् पेरलेले आहेत, त्यांना आम्ही सक्त सूचना दिलेल्या आहेत की त्यांनी संशयिताला रस्त्यावरती पकडायचा प्रयत्न करू नये. जर त्या संशयिताला धोक्याची जाणीव झाली आणि तो पळून जाऊ लागला तरच त्याचा पाठलाग करून त्याला धरावे. पण शक्यतो संशयिताची धरपकड ही घरात होईल. हा संशयित बहुतांशी एकटाच असेल आणि बहुधा त्याच्या हातात दोन पिस्तुले असतील. त्यामुळे फार मोठ्या प्रमाणावर गोळीबार होण्याची शक्यता कमी. अर्थात आपण जर नीट गोळीबार हाताळला तर. जर खलील खरोखरीच इकडे निघाला आहे अशी खात्रीलायक बातमी कळली तर मात्र तो जसजसा पुढे येत राहील, तसतसे मागचे रस्ते वाहतुकीसाठी बंद केले जातील.

मला व्यक्तिश: असे वाटत होते की जरी अगदी घरासमोरच्या हिरवळीवरती मोठ्या प्रमाणात गोळीबार झाला तरी तो आजुबाजूला लोकांना कळणारही नाही. कारण ते सर्वजण आपापल्या घरात दारे खिडक्या बंद करून टीव्ही बघत बसले असतील किंवा आपापली स्टिरीओ सिस्टिम मोठ्याने लावून ऐकत बसले असतील. मी म्हणालो, ''तुम्ही जो काही बंदोबस्त केला आहे तो योग्यच आहे.'' पण तरीही

माझ्या मनात कुठेतरी एक लहान मुलगा आपली छोटी सायकल घेऊन रस्त्यावर चालवायला उतरला आहे, असे चित्र उमटले होते. असे होते कधीकधी. अन् तसे अनेकदा घडलेही होते.

केट म्हणाली, "बाहेर पाळतीवर असलेल्या आपल्या लोकांकडे रात्रीचे दृश्य दाखवणारे चष्मे असतील, असे मी धरून चालते."

"अर्थातच. आहेत ते."

मग आम्ही थोडा वेळ इकडच्या तिकडच्या गप्पा मारल्या. केटने त्यांना सांगितले की एके काळी ती काही वर्षे लॉस एंजेलिसमध्ये राहिली असल्याने तीही एक 'कॅलिफोर्नियन गर्ल' आहे. मग त्या सर्वांची पूर्णपणे दिलजमाई होऊन खलीलला पकडण्याच्या कामातले सांघिक सहकार्य आपोआप निर्माण झाले. त्या कंपूत मीच फक्त एक वेगळा माणूस आपोआपच ठरलो होतो.

आम्हाला असे सांगण्यात आले की, विगिन्सच्या बरबँकमधील पूर्वीच्या घरातसुद्धा एफबीआयचे एजंट घुसले असून, त्यांनी त्या घराचा ताबा घेतला आहे. तिथेही अशाच तयारीत सारे जण खलीलची वाट पहात आहेत. बरबँकमधल्या पोलीस खात्याला फक्त सावधगिरीच्या सूचना दिल्या आहेत. त्यांच्याकडून मदत मात्र अद्याप मागितलेली नाही.

शेवटी मला कुठेतरी त्यांची ही शंभर टक्के तयारी ऐकण्याचा कंटाळा येऊ लागला. मी विचारले, "तुमचा सहावा माणूस कुठे आहे?"

"गॅरेजमध्ये आहे. गॅरेजमध्ये खूप सटरफटर सामान अस्ताव्यस्त पडले आहे. त्यामुळे विगिन्स आत आपली गाडी नेऊ शकणार नाही; पण तिथून घरात येण्यासाठी जे दार आहे त्याला एक ऑटोमॅटिक ओपनर बसवला आहे. विगिन्स तिथूनही स्वयंपाकघरात येण्याची शक्यता आहे. बहुतेक ते असेच करतील असे वाटते; कारण आत येण्यासाठी ते अंतर खूप जवळचे आहे."

तो एजंट पुढेही काही बडबडत असावा; पण मी एक जांभई दिल्याने तो थांबला. विमानप्रवासामुळे मला थोडासा जेट लॅग आला होता. शिवाय गेल्या काही दिवसांत मला नीट झोप मिळाली नव्हती. न्यूयॉर्कमध्ये आत्ता किती वाजले असतील?

तो एजंट परत बोलू लागला, "एलवूड विगिन्स यांना शोधण्याचे आमचे प्रयत्न जारीच आहेत. ते येथे येण्याच्या आत त्यांना शोधून संरक्षण पुरवायचे आहे. मला तर असे वाटते आहे की विगिन्स गाडी चालवित असतानाच खलील त्यांना वाटेत गाठेल. विगिन्सची गाडी ही जांभळ्या रंगाची एक जीप असून 'ग्रॅन्ड चेरोकी' हे मॉडेल आहे. ह्या मॉडेलच्या जीप या भागात नसल्याने आम्ही तशा जीपला थांबवायच्या सूचना दिल्या आहेत."

मी विचारले, "विगिन्सची गर्लफ्रेंड कोणती गाडी चालवते?"

''पांढऱ्या रंगाची फोर्ड विंडसर. ती गाडी तिच्या ऑक्सनार्ड येथील घरात अजूनही आहे. आमचे त्या गर्लफ्रेंडवर आणि त्या गाडीवरती लक्ष आहे,'' एजंटने सांगितले.

या इथल्या एफबीआयच्या माणसांनी सर्वत्र आपली नजर ठेवली आहे. त्यांच्या कामात मला कुठेही कसूर दिसेना. त्यांनी अजिबात कुचराई केली नाही. मी त्यांना म्हणालो, ''एव्हाना तुम्हाला ऑफिसने खलीलबद्दल पुरेशी माहिती दिली असणारच. त्याने आत्तापर्यंत ज्या पद्धतीने त्या बॉम्बिंग स्क्वॅड्रनमधील लोकांची हत्या केली, त्यावरून चिप विगिन्सबद्दल त्याला आपल्यापेक्षा जास्त माहिती असेल. विगिन्ससाठी त्याने इतरांपेक्षा खूप वेळ वाट पाहिली आहे. म्हणून मला असे वाटते की खलीलने एव्हाना विगिन्सची गाठ घेतली असणार.''

यावर काही सेकंद कोणीही आपली प्रतिक्रिया किंवा मते दिली नाही. मग टॉम नावाचा एजंट म्हणाला, ''पण तरीही त्यामुळे आमचे इथले काम आम्ही बंद करू शकत नाही. जर कोणी इकडे येत असेल तर आम्ही वाट पहात राहू. आम्ही आसपासच्या फार मोठ्या क्षेत्रात असद खलील व विगिन्स यांच्या शोधासाठी सूचना फिरवल्या आहेत. त्यामुळे कोणीतरी त्यांना पाहून ओळखले किंवा पकडले असा फोन आम्हाला पोलीस खात्याकडून येण्याचीही शक्यता आहे. किंवा कदाचित दोघेही सापडले, असेही कळवतील. विगिन्स सुखरूप व खलीलला बेड्या!'' त्या एजंटचा आशावाद भलताच जबरदस्त होता; परंतु असद खलीलच्या हातात बेड्या पडू शकतील, अशी मी कल्पना करू शकत नव्हतो. खलील ही चीज काय आहे ते माझ्याखेरीज कोणी नीट ओळखले नव्हते.

रेकॉर्ड ठेवणारा तो एजंट परत संगणकापुढे जाऊन बसला आणि सांगू लागला, ''या संगणकावरून विगिन्स कुठे असेल याचा काही सुगावा लागतो का ते मी पहातो आहे. त्याच्या इ-मेल खात्यावरती जाऊन त्याने एखाद्या अभयारण्यात आपल्या तंबूसाठी जागा रिझर्व्ह केली आहे काय ते पहातो आहे. तसा काही त्याचा इ-मेलद्वारे पत्रव्यवहार झाल्याचे अजून तरी समजले नाही.''

तिथल्या एफबीआयच्या ऑफिसची ती प्रमुख बाई आणि हा एजंट यांच्यात चर्चा झाल्याचे मी ओळखले.

मी त्याला विचारले, ''तुमच्या इथल्या तपासणीत विगिन्सचे अंडरवेअर कुठे सापडले का?''

''एक्सक्यूज मी?''

''जर विगिन्स मिडीयम साईजचे अंडरवेअर वापरत असेल तर त्याच्याकडचे त्या मापाचे नवे कोरे अंडरवेअर मला हवे आहेत. कारण मी फार घाईगडबडीत निघालो.''

“आम्ही सारेजण आपापले कपडे, टॉवेल व अंडरवेअर घेऊनच इकडे आलो आहोत. आम्हाला तशी गरजच पडली नाही. कदाचित आमच्यापैकी कोणाकडे तुमच्या मापाची एखादी शॉर्ट पॅन्ट असेल तर ती देता येईल; पण मिस्टर विगिन्स यांच्या कोणत्याही वस्तूचा तुम्हाला ताबा घेता येणार नाही.”

“जर स्वत: विगिन्स आले तर मी जरूर त्यांना विनंती करेन,” मी म्हणालो.

आपल्याला हे संभाषण ऐकू येत नाही असा केट बहाणा करीत होती. ती म्हणाली “आम्हाला आता ते गॅरेज व घराचा बाकीचा भाग पहायचा आहे.”

त्या कोरियन पोरीने आम्हाला एक दार उघडून एका खोलीत नेले. ती खोली मागच्या बाजूला होती. पूर्वी ती एक बेडरूम असावी. पण आता तिथे एक मोठी टेलीव्हिजन स्टिरिओफोनिक ऑडिओ सिस्टीम होती. तिथे स्पीकर्स तर इतके होते की ते सर्व चालू केल्यावर एक भूकंप सहज घडवता येत होता. ती खोली नव्हती तर एक करमणूक केंद्र होते. तिथे मध्यभागी सहा स्लीपिंग बॅग्ज होत्या. ती कोरियन एजंट म्हणाली, “तुम्हाला झोप आली की तुम्ही या खोलीत येऊन झोपा. ह्या कोचाची खालची बाजू ओढली की त्याचा छान पलंग होतो.” त्या सहा स्लीपिंग बॅग्ज या त्या सहा एजंटांच्या होत्या. ते आळीपाळीने त्या बॅगमध्ये जाऊन झोपायचे. त्यांनी दिवसरात्र पहाऱ्याची व पाळतीची तयारी ठेवली होती. रात्रभर न झोपता पहारा देत रहाणे, ही साधी गोष्ट नसते. मला त्यामुळे आमच्या कुटुंबाचा ‘थँक्स गिव्हिंग डे’चा समारंभ आठवला. त्या दिवशी सगळे कुटुंबीय व नातेवाईक जेवणासाठी एकत्र जमून रात्रभर जागरण करतात. त्या वेळी साऱ्या घरात असाच पसारा व गोंधळ झालेला असतो. तीच गोष्ट इथे एका छोट्या घरात एफबीआयच्या माणसांना करावी लागते आहे, असे मला वाटले.

नंतर मला बाथरूम दाखवली गेली. ती खूपच लहान होती. पण त्या घरात पहाणी करीत असताना एक गोष्ट मला खटकली. जर विगिन्स हा विमानदलातून निवृत्त झाला होता तर त्याच्या घरात लष्कराची सन्मानचिन्हे कशी नव्हती? पदके, स्मृतीचिन्हे, मानपत्रे, छोटी निशाणे, विमानांच्या लहान प्रतिकृती वगैरे काहीतरी हवे होते. कदाचित् त्याने त्या सर्व गोष्टी हरवल्या असतील. त्याच्या बेफिकीर स्वभावाला ते साजेसेच असणार. किंवा आम्ही सारे चुकीच्या घरात आलेलो असू. पत्ता चुकल्याने भलत्याच घरात जाऊन एफबीआयच्या माणसांनी पाळत ठेवली असे यापूर्वी अनेकवार घडले होते. मी ही शक्यता त्या लोकांना बोलून दाखवणार होतो; परंतु त्यांना ते आवडले नसते म्हणून मी गप्प बसलो.

आम्ही स्वयंपाकघरात गेलो. तिथले एक दार उघडून एका गॅरेजमध्ये शिरलो. तिथल्या पसाऱ्यात एका कोपऱ्यात रिकाम्या पुठ्ठ्याच्या खोक्यांची चळत रचली होती. त्यामागे एक बागेतली खुर्ची ठेवून त्यावरती एफबीआयचा एक एजंट बसला

होता. तो एक सोनेरी केसांचा तरुण होता. तिथे असलेल्या सर्वांमध्ये तो ज्युनियर होता, हे उघडच समजत होते. कुठले तरी एक वर्तमानपत्र तो वाचत बसला होता. तिथे एकच फ्लोरोसेंट दिवा आपला मंद प्रकाश टाकत होता. तिने त्याची ओळख करून देण्यासाठी म्हटले, ''हे मिस्टर स्कॉट, त्यांनी स्वयंस्फूर्तीने इथे गॅरेजमधली ड्यूटी घेतली आहे.'' त्याच्याकडे पाहून ती हसली. नाही तर इतका वेळ तिच्या चेहेऱ्यावरची सुरकुतीही हलली नव्हती. आपले तारेने बांधलेले दात दाखवत तोही हसला.

आम्ही परत स्वयंपाकघरात आलो. ती कोरियन एजंट सांगत होती, ''आम्ही फळांचे व अन्नाचे डबे आणून ठेवले आहेत. त्यातले अन्न आम्ही गरम करून खातो. त्यामुळे तेवढ्यासाठी आम्हाला येथून बाहेर जाण्याची गरज पडत नाही. आमच्याकडे आम्हा सहाजणांना सहा दिवस पुरेल एवढे अन्न आहे.''

अन् जर आणखी काही दिवस यांना इथे रहावे लागले तर ही सगळी एफबीआयची माणसे एकमेकांना मारून खातील, अशी एक विनोदी कल्पना माझ्या डोक्यात चमकून गेली.

तिथे एक लठ्ठ एजंट होता. तो म्हणाला, ''आत्ता आपल्याकडे आणखी दोन खाणारी तोंडे वाढली आहेत. तेव्हा आपण सगळ्यांसाठी एक मोठा पिझ्झा मागवू या.''

दुसरा एजंट म्हणाला, ''मी इथे स्वयंपाकातील नूडल्स व चीज हे मायक्रोवेव्ह ओव्हनमध्ये तयार करतो.'' सर्वजण यावरती हसले. मला क्षणभर त्यांचा राग आला. आपण ड्यूटीवर असून पाळत ठेवतो आहोत याचे यांना भान कसे नाही ? पण शेवटी एका लहान घरात सहाजणांनी चोवीस तास स्वतःला कोंडून घेऊन सावध रहाणे म्हणजे एक त्रासदायक प्रकार असतो, याची मला जाणीव झाली. ही माणसे त्यातल्या त्यात या परिस्थितीतही विनोद करून ताजीतवानी राहू पाहात होती. असद खलील आता आपल्या आवाक्यात आला आहे. तेव्हा फार कडक रहाण्यात अर्थ नाही. आमच्या हातून आता तरी चुका होणे शक्यच नव्हते.

जर विगिन्स जिथे कुठे असेल तिथे अजून जिवंत असेल तर तो इथून पुढेही जिवंत रहाण्याची शक्यता आता वाढली होती हे नक्की.

जॅक कोनिगला फोन लावण्याचे सांगून केटने मला मागच्या खोलीत बोलावले. मी तिला नकार दिला. मग ती तिकडे निघून गेली. मी स्वयंपाकघरातच त्या दोन एजंटशी बोलत थांबलो.

पंधरा मिनिटांनी ती परत आली आणि मला सांगू लागली, ''जॅकने तुमचे अभिनंदन केले आहे. सुगावा शोधून पुढची माहिती छान तऱ्हेने शोधली म्हणून तुमचे अभिनंदन केले. आता 'आपल्याला इथेही यश मिळो' म्हणून शुभेच्छा व्यक्त केल्या आहेत.''

“ते सारे ठीक आहे. पण त्यांच्या फ्रॅन्कफुर्टच्या भेटीतून काय निष्पन्न झाले?”

“मी त्याबद्दल त्यांना विचारले नाही आणि त्यांनीही आपण होऊन काही सांगितले नाही.”

“तो टेड नॅश कुठे आहे?”

“कुठे का असेना, त्याची कशाला पर्वा करायची?”

“पण मी पर्वा करतो आहे ना.”

केटने आजुबाजूला एजंटांकडे पाहून मला हळू आवाजात म्हटले, “जे महत्त्वाचे नाही त्याला उगाच महत्त्व देऊन तो विषय डोक्यात ठेवू नका.”

“मला त्याच्या नाकावरती एक जोरदार ठोसा मारायचा आहे. बाकी दुसरे मोठे काम त्याच्याबरोबर अजिबात नाही.”

तिने माझ्या बोलण्याकडे दुर्लक्ष करीत म्हटले, “जर आत्ता काही घडले किंवा नवीन काही कळले तर परत फोन करावा, असे कोनिग म्हणाले आहेत. खलीलला येथून नंतर बंदोबस्तात हलवण्यासाठी आपल्या दोघांना पूर्ण अधिकार दिले आहेत. जिवंत अथवा मेलेला अशा अवस्थेत आपण त्याला न्यूयॉर्कमध्ये घेऊन जायचे आहे, वॉशिंग्टनला नाही. अन् हा भाग फार महत्त्वाचा आहे.”

“आपल्या हातून काही निसटून आपल्यावरती आफत येऊ नये म्हणून ही सारी धडपड चालली आहे.” मी गूढपणे बोललो.

पुन्हा तिने माझ्या बोलण्याकडे दुर्लक्ष करून म्हटले, “ते स्वतः या भागातल्या सर्व पोलीस खात्यांशी संपर्क साधून आहेत व खलीलच्या हालचालींचे आणि ठावठिकाणाचे चित्र उभे करू पहात आहेत. तसेच त्याच्याबरोबर त्याचे कोणी साथीदार आहेत की काय तेही पहात आहेत.”

“छान. त्यामुळे ते स्वतः याच कामात गुंतून पडतील आणि माझ्यावर काही अप्रिय गोष्टी लादल्या जाणार नाहीत.”

“मीही त्यांना तेच सांगितले.”

तिने तसे काहीही सांगितले नसणार याची मला खात्री होती; परंतु केवळ मला दुखवायचे नाही म्हणून ती तसे बोलत होती. आम्ही मग आमचे संभाषण आटोपते घेतले. उगाच आमच्या ऑफिसातील अंतर्गत तणाव ऐकून इथल्या लोकांची करमणूक व्हायला नको.

कुणीतरी कॉफी करून आणली. केट, मी आणि त्यांच्यापैकी दोघेजण असे आम्ही चौघेजण आम्ही तिथल्या टेबलाभोवती बसलो आणि कॉफी पिऊ लागलो. एकजण पुढच्या बाजूला व दुसरा मागच्या बाजूला जाऊन ठरलेल्या जागेवरून पहारे देऊ लागले. आमच्याबरोबर कॉफी पिणाऱ्या त्या दोन्ही एजंटस्ना शनिवारपासून काय काय व कसे घडत गेले, याबद्दल उत्सुकता होती. म्हणून ते आम्हाला प्रश्न

विचारीत होते व आम्ही त्याची उत्तरे देत होतो. ज्या गोष्टी बातम्यात आल्या नाहीत त्याबद्दल त्यांना जास्त उत्सुकता होती. फेडरल प्लाझा इमारतीमधले वरच्या पातळीवरचे वातावरण कसे आहे, वॉशिंग्टनच्या मुख्यालयातील साहेब मंडळींचे काय म्हणणे आहे, वगैरे गोष्टी जाणून घेण्यात त्यांना रस होता. सुरक्षा खात्यातले सर्वजण कोठेही गेले तरी सारखेच असतात असे मला दिसले. सुरुवातीला ते आमच्याशी जरी आदराने वागले असले तरी त्यात दुरावा होता. तो दुरावा आता संपला होता. आता आमच्यात दोस्ती निर्माण झाली होती व स्नेह रुजला होता. मला तर असे वाटू लागले की हॉलिवूडच्या सिनेमात दाखवतात तसे सर्वजण माझ्या पुढाकाराखाली आनंदाने नाचत आहेत, ''कॅलिफोर्निया, हिअर आय् कम!'' अशी गाणी म्हणत आहेत. परंतु मी प्रसंगाचे गांभीर्य राखीत त्यांच्याशी बोलत गेलो.

मी पूर्वी न्यूयॉर्कच्या पोलीसदलात होतो हे सर्वांना पूर्वीच कळले होते, असे मला वाटत होते. त्या सर्वांना आधीपासून माझ्याविषयी सावध रहाण्यास सांगितले गेले असेल.

सर्वत्र मला शांत व नेहमीचे वातावरण वाटत होते. कुठेही गडबड नाही, धांदल नाही की कसले ताणतणाव नाहीत. पण इथला टेलिफोन वाजला तर मात्र ताबडतोब हेच वातवरण एकदम बदलून जाईल. इथल्या प्रत्येक माणसावर क्षणात एक दडपण येईल. क्षणभर सर्वांचे रक्त गोठेल व नंतर ते वेगाने वाहू लागेल. अशा प्रसंगातून मी पूर्वी गेलो होतो. त्याऐवजी जॉन जुआॅन महाविद्यालयातील माझी नोकरी किती सुखाची व सुरक्षित होती; पण माझी कर्तबगारी मी इथल्या अशा प्रसंगातूनच दाखवू शकत होतो. यावरतीच माझी जडणघडण होत होती. तो असद खलील आला तर पुढे काय, याचे चित्र मी मनात रंगवित होतो. त्याने कुऱ्हाडीने केलेला कर्नल हॅम्ब्रेश्त याचा अमानुष खून आणि ब्रुसेल्समधील शाळेतील मुलांना घातलेल्या गोळ्या आठवून माझे रक्त उसळे व आता तो आल्यावर त्याचा आपणही बेधडक खून पाडावा, अशी तीव्र इच्छा माझ्या मनात उफाळून येत होती.

असाच एक तास निघून गेला. त्या पाच एजंटांनी आपापल्या जागा बदलल्या. जे पहारा देत होते ते विश्रांती घेऊ लागले व ज्यांची विश्रांती झाली होती ते पहारा देऊ लागले. पहाऱ्यासाठी त्यांना मदत करण्याची माझी व केटची खूप इच्छा होती; परंतु त्यांनी आम्हाला स्वयंपाकघरातच बसून रहाण्यास सांगितले.

आमच्याबरोबर एकजण टेबलापाशी बसला. त्याला न्यूयॉर्क शहराबद्दल खूप कुतूहल होते. मी त्याला तिथल्या नदीमध्ये लोक पाण्यावर सर्फ रायडिंग कसे करतात ते सांगितले. न्यूयॉर्कच्या ह्या नदीत लहानमोठ्या बोटींची एवढी गर्दी आहे व ती इतकी जगजाहीर आहे की माझ्या सांगण्यातला विनोद सहज कळावा. तो यावर खूप हसला. मी ॲटॉर्नी जनरलचा विनोदही सांगणार होतो; पण तो त्याला

कितपत मानवला असता याची मला शंका होती. म्हणून मी तो सांगितला नाही.

या केसमधील मी शोधून काढलेली माहिती, सुगावे, वगैरेंबद्दल मी फार बोललो नाही. जे बोललो ते फक्त थोडक्यात व अत्यंत विनयाने बोललो. जेव्हा मी वैमानिकांचे खून का केले गेले हे सांगितले तेव्हा तर सारेजण हळहळले होते. देशाची सेवा करण्याचे फळ त्यांचे खून होण्यात व्हावे यामुळे सारेजण हादरून गेले होते. पण आता मात्र इथे असे घडणार नव्हते.

रात्रीचे ९ वाजत आले होते. तेवढ्यात कुठे तरी एक फोन वाजला. आमचे बोलणे थांबले. काही सेकंदात स्वयंपाकघरात एक एजंट येऊन घाईघाईने सांगू लागली. ''एक निळी डिलिव्हरी व्हॅन इकडेच येते आहे. ती एकजण चालवत असून गाडीत बाकी कोणीही नाही. पाळतीवर असलेल्या माणसाने अंधारात दिसू शकणाऱ्या चष्म्यातून पाहिल्यावर त्या व्हॅन ड्रायव्हरचे वर्णन संशयिताच्या वर्णनाशी मिळतेजुळते आहे. प्रत्येकाने आपापल्या ठरलेल्या जागेवर जाऊन सावध राहावे.''

प्रत्येकजण उठून आपापल्या जागेवर जाऊन लागला. आम्हाला टीव्ही असलेल्या मागच्या खोलीत जाण्यास सांगण्यात आले. ती कोरियन एजंट गॅरेजमध्ये पळाली. मला आधी भेटलेला फ्लेमिंग नावाचा एजंट गॅरेजमधल्या खोक्यांच्या मागे जाऊन हातात पिस्तूल घेऊन उकीडवा बसला. ती कोरियन एजंट डोअर ओपनरच्या बाजूला लपून बसली.

दुसरा एकजण स्वयंपाकघराच्या दारामागे हातात पिस्तूल घेऊन लपून उभा राहिला.

केट आणि मी पुढच्या खोलीत गेलो. तिथे पुढच्या दाराशेजारी आणखी दोघेजण हातात पिस्तूल घेऊन उभे होते. स्कॉट नावाचा आडदांड एजंट सरळ त्या पुढच्या दारामागे जाऊन पीपहोलमधून बाहेर बघू लागला.

त्याने अंगात फक्त एक ढगळ पँट चढवली होती. आपण अशा घरगुती वेषात असल्यावर याच घरातील आहोत असा बाहेरच्या माणसाचा समज व्हावा, असा त्यामागचा त्याचा हेतू होता. त्याच्या या ढगळ व पायजम्यासारख्या वाटणाऱ्या पँटच्या मागच्या खिशात मात्र एक भरलेले पिस्तूल होते. कॅलिफोर्नियातील गुप्त पोलिसांचे हे असे चित्र असते, असा एक विनोदी विचार माझ्या मनात येऊन गेला. पण काहीका असेना, अंगात बुलेटप्रूफ जाकीट न घालता सरळ एका खतरनाक खुन्याला सामोरे जाण्यातले त्याचे धाडस वाखाणण्याजोगे होते.

मी आणि केट ताबडतोब पुढच्या दाराशेजारी लपलेल्यांच्या शेजारी जाऊन उभे राहिलो. ते दार तसे रुंद होते व आणखी उघडले असते, तर आम्ही झाकले गेलो असतो. केटने तिचे पिस्तूल बाहेर काढले होते. प्रत्येकानेच तसे केलेले असल्याने माझे पिस्तूल बाहेर काढण्याची मला गरज वाटली नाही. मी केटकडे पाहिले. तिनेही

माझ्याकडे पाहून स्मित केले आणि डोळे मिचकावले. माझे हृदय धडधडू लागले. जर गोळीबाराची धुमश्चक्री उडाली तर केटचे कसे होईल, या विचाराने ते धडधडत होते.

एका एजंटाने कानाला मोबाईल लावला होता. तो म्हणाला, "एक दोन घरे अंतरावर ती व्हॅन आली आहे आणि आता तिचा वेग कमी होत आहे."

पीपहोलमधून बाहेर बघणारा तो आडदांड एजंट म्हणाला, "मला आता ती व्हॅन दिसते आहे. आता ती घरासमोर येऊन थांबली आहे."

त्या खोलीत चाललेले आम्हा सर्वांचे श्वासोच्छ्वास मला ऐकू येऊ लागले. तुमच्याकडे जरी शस्त्रे असली, कितीही अत्याधुनिक यंत्रणा दिमतीला असली, अंगात बुलेटप्रूफ जाकिटे असली, तरीही जेव्हा समोरून येणाऱ्या सशस्त्र खुन्याशी तुमची गाठ पडत असते तेव्हा तो क्षण खरोखरीच हृदयाची धडधड वाढवणारा असतो.

दारावरच्या एजंटचे मात्र मला कौतुक वाटले. त्याचा आवाज शांत होता. तो पीपहोलमधून पहात म्हणत होता, "एकजण त्या व्हॅनमधून बाहेर पडतो आहे. तो रस्त्याच्या बाजूला बाहेर पडतो आहे...... मला तो दिसत नाही...... दिसला...... आता तो व्हॅनच्या मागे गेला आहे....... तिथले मागचे दार उघडतो आहे..... त्याने आतून एक छोटे पुडके बाहेर काढले आहे. .... ते पुडके त्याच्या एका हातात आहे. तो घराकडे वर खाली बघतो आहे..... इकडेच येतो आहे..."

माझ्याजवळचा एजंट आपल्या मोबाईलवरती काहीतरी हळू आवाजात बोलत होता. मला ते नीट ऐकू येत नव्हते. आपला मोबाईल फोन बंद करून खिशात ठेवत तो आम्हाला हळू आवाजात म्हणाला, "काय करायचे ते तुम्हाला ठाऊक आहेच."

पण त्यांची आधीची रंगीत तालीम मला कुठे ठाऊक होती.

तो पुढे म्हणाला, "लक्षात घ्या, कदाचित तो एक नेहमीचा अजाण डिलिव्हरी माणूस असू शकेल... त्याला फार इजा करू नका... पण खाली पाडून प्रथम बेड्या ठोका."

पण मग त्या ग्ल्यू-गनचे काय झाले? ती का नाही अशा वेळी वापरीत? माझ्या चेहऱ्यावरती मला घामाचा ओलावा जाणवू लागला.

दरवाजावरची घंटी वाजली. दारामागच्या त्या एजंटने पाच सेकंद काहीही केले नाही. मग त्याने दरवाजाच्या मुठीला हात लावून ती फिरवून दार उघडले. हसत हसत तो दाराबाहेरच्या माणसाला म्हणाला, "माझ्यासाठी काही आणले आहे का?"

"मिस्टर विगिन्स? आपणच का ते?" दाराबाहेरचा आवाज स्पष्ट उच्चारात आत ऐकू आला.

''नाही. मी घर राखत बसलो आहे. हाऊस सिटर आहे. मी सही घेऊन घेतले तर चालेल का?''

''विगिन्स कधी घरी येणार आहेत?''

''गुरुवारी किंवा कदाचित शुक्रवारीही येतील. मी सही करून घेतो ते पार्सल. चालते असे.''

''ठीक आहे. प्लीज, इथे सही करा.'' बाहेरचा आवाज.

''छ्या ऽ हे पेन नीट चालत नाही. प्लीज आत या,'' हातातले पेन झटकत एफबीआयचा एजंट म्हणाला.

जर हा एजंट खरोखरीच हाऊस सिटर असता तर एव्हाना तो रक्ताच्या थारोळ्यात पडला असता. मग खलीलने त्याला मागच्या खोलीत नेऊन टाकून तिथेच सडू देत ठेवले असते आणि तो विगिन्सची वाट पहात थांबला असता, त्या दांडगट एजंटने आपला जीव किती धोक्यात घातला होता.

दारापासून तो एजंट आत आला. त्याच्यामागोमाग बाहेरचा माणूसही आत आला. तो पुरेसा आत आला आहे, हे पाहून माझ्या शेजारच्या माणसाने खाडकन लाथेने दार लावून टाकले. खोलीच्या मध्यभागी सरकलेल्या एजंटने लगेच त्या तथाकथित डिलिव्हरी मॅनची कॉलर धरून त्याला आमच्याकडे ढकलले.

चार सेकंदात त्या माणसाला जमिनीवरती पालथे पाडून त्याचे हात मागे आणून त्याच्या दोन्ही हातांना बेड्या ठोकण्यात आल्या. एकाने त्याच्या मानगुटावरती पाय दाबून ठेवला होता.

केटने झटकन बाहेरचे दार उघडून आपला अंगठा उंचावून खूण केली. लांबून जे कोणी दुर्बिणीतून पहात असेल त्या एजंटला उद्देशून तिने ती खूण केली होती. मग ती धावत धावत व्हॅनकडे गेली. तिच्या मागोमाग मीही गेलो.

आम्ही व्हॅन नीट तपासली. पण आतमध्ये कोणीही नव्हते. काही पुडकी, खोकी इतस्तत: पसरली होती. पुढच्या आसनावरती एक मोबाईल फोन पडला होता. तो तिने उचलून घेतला.

अचानक कुठून तरी एफबीआयच्या एजंटांच्या गाड्या उगवू लागल्या व ब्रेक मारून घरासमोर थांबू लागल्या. अगदी चित्रपटातल्यासारखे ते दृश्य होते; पण आता ब्रेक्सचे आवाज करीत कशाला गाड्या थांबवायच्या होत्या. त्या गाड्यातून माणसे बाहेर पडू लागली. केट त्यांना एवढेच म्हणाली, ''कफ्ड!'' बेड्या घातल्या!

गॅरेजचे दार उघडून आतली एफबीआयची दोन्ही माणसे बाहेर आली व घरासमोरच्या हिरवळीवरती थांबली. पण आजुबाजूच्या घरांमधून कोणीही रस्त्यावरती डोकावले नाही. याच प्रसंगाचे जर चित्रपटासाठी चित्रीकरण चालले असते तर मात्र नियंत्रण करता येणार नाही, एवढी अफाट गर्दी जमली असती. गर्दीतून मग

अनेकांनी "आम्हाला एक्स्ट्रा म्हणून काम द्या," असा आरडाओरडा केला असता.

असो! पूर्वी ठरल्याप्रमाणे आणि रीतसर पद्धतीनुसार रस्त्यावर जमलेली एफबीआयची माणसे परत पटापटा आपापल्या गाड्यात बसून पसार झाली. ती जिथे लपून पहारा करीत होती तिथे परत निघून गेली. कदाचित यानंतर गुन्हेगाराचा साथीदारही उगवू शकेल. कदाचित् विगिन्सही पाठोपाठ येऊ शकेल. त्यांना इथे चाललेला प्रकार कळू देऊन घाबरवायचे नव्हते.

केट आणि मी परत घाईघाईने आत घरात गेलो. त्या कैद्याला उलथा करून त्याची झडती चालू होती. मी त्या माणसाकडे बारकाईने पाहिले. माझी मनातली शंका खरी ठरली!

तो असद खलील नव्हता!

४८

केट आणि मी एकमेकांकडे बघू लागलो. मग आमच्याभोवती जमलेल्या प्रत्येकाकडे मी पाहिले. सगळ्यांचे चेहरे पडलेले होते. झडती घेणाऱ्याने त्या माणसाकडे एखादे शस्त्र नाही. किंवा संशयास्पद वस्तू नाही, याची खात्री करून जाहीर केले, "ही इज क्लीन." त्याच्याकडे काहीही नाही.

त्या माणसाच्या डोळ्यातून अश्रू वहात होते. तो काहीतरी चमत्कारिक शब्द बडबडत होता. असद खलील असता तर असे दृश्य दिसले नसते.

ती कोरियन पोरगी म्हणाली, "आता वायरलेसवरून मी जाहीर करते की डिलिव्हरी मॅन हा हवा तो माणूस नाही. पूर्वीप्रमाणे पाळत जारी ठेवा."

स्कॉट हा एजंट त्या डिलिव्हरी मॅनच्या खिशातून काढलेल्या पाकिटात बोटे फिरवून आतल्या गोष्टी तपासत होता. त्याने विचारले, "तुझे नाव काय?"

तो माणूस आता थोडा फार शांत झाल्यासारखा वाटत होता. त्याचे चमत्कारिक बडबडणे थांबले होते; परंतु हुंदके मात्र चालू होते. त्या हुंदक्यातून मधेच विचित्र आवाज उमटत होते.

स्कॉटने त्याचे ड्रायव्हिंग लायसेन्स हातात धरून परत त्याला विचारले, "तुझे नाव सांग."

"अझीम रहमान."

"रहातोस कुठे?"

त्याने लॉस एंजेलिसमधला एक पत्ता सांगितला.

"जन्मतारीख काय आहे?"

बरेच प्राथमिक प्रश्न त्याला विचारले जात होते. त्या माणसाने ड्रायव्हिंग लायसेन्सवर असलेल्या माहितीबरहुकूम सारी उत्तरे बिनचूक दिली. आपण सारी उत्तरे खरीखुरी दिल्याने आपल्याला आता सोडून दिले जाईल, अशी त्याला आशा निर्माण झाली. पण ते चुकीचे होते.

आता दुसरा एक एजंट त्याला ड्रायव्हिंग लायसेन्सवर नसलेले प्रश्न विचारू लागला.

"इथे तू कशाला आलास?"

"प्लीज सर, मी एक पार्सल पोचवायला आलो."

आणखी एका एजंटने ते छोटे पार्सल हातात घेऊन काळजीपूर्वक न्याहाळले; पण उघडून पाहिले नाही. न जाणो, त्यात एखादा बॉम्ब असला तर? त्याने अझीमला दरडावून विचारले, "यात काय आहे?"

"मला ठाऊक नाही, सर."

मग तो एजंट इतरांना उद्देशून म्हणाला, "यावरती पाठवणाऱ्याचे नाव पत्ता नाही. मी हे पार्सल बाहेर ठेवून येतो आणि बॉम्ब निकामी करणारा ट्रक मागवून घेतो." असे म्हणून ते पार्सल घेऊन तो बाहेर गेला. पार्सल घराबाहेर गेल्यावर सर्वांना हायसे वाटले.

जुआन नावाचा एजंट आत आला. तोपर्यंत अझीम खूप बुचकळ्यात पडला होता. अंगावर विंडब्रेकर घातलेली ही एफबीआयची माणसे विगिन्सच्या घरात कशाला आलीत? असा त्याला प्रश्न पडला होता; पण ह्या प्रश्नाचे उत्तर कदाचित त्यालाही ठाऊक असावे. घडत असलेल्या गोष्टींची नोंदी ठेवणाऱ्या केस एजंटच्या चेहेऱ्यावरती काळजीचे भाव दिसू लागले. एखाद्या अमेरिकन नागरिकाला, मग तो इथला असो, किंवा परदेशातून अमेरिकेत येऊन स्थानिक झालेला असो, त्याला खाली पाडून त्याच्यावर शारीरिक बळजबरीने त्याच्या तोंडून माहिती काढून घेणे, हे अमेरिकेत कायद्यात बसत नव्हते. इतकेच काय पण बेकायदेशीरपणे अमेरिकेत घुसलेल्या परकीय माणसावर शारीरिक बलप्रयोग करणे, हे एफबीआयच्या प्रतिमेत बसत नव्हते. त्यातून आपण सारे तर जगाचे नागरिक आहोत ना म्हणे! तेव्हा असे काही जर घडले तरीही त्याला जबाबदार असणारे अडचणीत येऊ शकत होते. त्यातून तो केस एजंट स्वत: एक साक्षीदार म्हणून झाल्या घटनेचा अहवाल लिहिणार होता. त्याचे वय झाले होते व नोकरीही थोडी वर्षेच राहिली असावी. तेव्हा या काळात तो उगाच ठपका ओढवून घेण्यास राजी नसावा.

त्याने रहमानला विचारले, "तू अमेरिकेचा नागरिक आहेस?"

"येस, सर. मी तशी त्या वेळी शपथपण घेतली होती."

"तुझ्या दृष्टीने ते ठीक आहे रे बाबा," तो केस एजंट निराशेने म्हणाला.

मग त्याने अझीम रहमानला काही प्रश्न विचारले. त्याचा पत्ता विचारल्यावर त्याने पश्चिम हॉलीवूडचा भाग सांगितला. आजुबाजूच्या खुणाही त्याने विचारल्यानंतर सांगितल्या. त्याला 'सिव्हिक १०१'नुसार नागरिकांना मिळणारे हक्क ठाऊक होते. आणखीही बऱ्याच प्रश्नांची त्याने बरोबर उत्तरे दिली. कॅलिफोर्नियाच्या गव्हर्नरचे नावपण त्याने सांगितले. एवढी माहिती तो सांगतो याचा अर्थ तो नक्कीच एक परदेशी हेर असला पाहिजे, असा माझ्या मनात संशय आला. कारण पूर्वतयारीखेरीज उत्तरात एवढी अचूकता येत नाही; पण जेव्हा त्याला त्याच्या भागातील खासदाराचे नाव विचारले तेव्हा त्याला ते सांगता येईना. याचा अर्थ तो नक्कीच एक सर्वसामान्य नागरिक होता.

मी केटकडे पाहिले. ती खेदाने मान हलवित होती. यातून काही नवीन धागेदोरे हाती येईल ही माझी आशा मावळत चालली होती. बाकीच्यांनाही तसेच वाटू लागले होते. ठरवल्याप्रमाणे कधीच तशा घटना का घडत नाहीत? शेवटी परमेश्वर आहे तरी कोणाच्या बाजूने?

अझीज रहमानच्या घरचा फोन नंबर लावण्यात आला. आन्सरिंग यंत्राने त्याला उत्तर दिले, "रहमान स्पिकिंग....." तो आवाज इथे जमिनीवर पडून राहिलेल्या रहमानच्या आवाजासारखाच वाटत होता. तरीही मी रहमानच्या व्हॅनवर असलेल्या रॅपिड डिलिव्हरी सर्व्हिस या नावापुढे असलेला फोन नंबर डायल करण्यास एका एजंटला सांगितले. दोन मिनिटात त्याने सांगितले की, "तो नंबर वापरात नाही म्हणून तोडलेला आहे." असे एक्सचेंजकडून टेप केलेल्या आवाजात सांगण्यात आले. मग मी सुचवले की व्हॅनवरचा रंग एकदम नवीन आहे. तेव्हा फोन नवीन घेतला असेल तर असे होणारच नाही. म्हणजे कुठेतरी गुन्हेगाराने चूक केली तर. आम्ही सर्वजण त्याच्याकडे पाहू लागलो.

आपण परत कोंडीत सापडलो आहोत, हे रहमानला कळून चुकले. तो यावर खुलासा करू लागला, "मी हा धंदा नुकताच चालू केला आहे. अजून एक महिनाही पुरा झाला नाही."

"म्हणजे तू नवीन धंदा चालू केलास. मग ती व्हॅन रंगवली आणि टेलिफोन कंपनी हाच नंबर आपल्याला देईल असे समजून तो नंबर व्हॅनवर रंगवलास काय? तुझ्या सांगण्यावर विश्वास ठेवायला आम्ही मूर्ख वाटलो का तुला?"

अझीम रहमान जमिनीवर पडून होता. त्याला खालून आमचे चेहरे कसे दिसत असतील? त्यातून दोन्ही हात बेड्यात जखडलेले असल्यावर आणि सभोवताली सारी माणसे पिस्तुले घेऊन सज्ज असल्यावरती त्याला आमचे चेहरे आणखीनच भयप्रद वाटत असतील; परंतु रहमान जे सांगत होता त्यात तो कितीही वेळा

विचारले तरी यत्किंचितही बदल करण्यास तयार नव्हता. त्याचा खुलासा हाही बराचसा पटण्याजोगा होता. फक्त त्याला त्या व्हॅनवरच्या फोन नंबरबद्दल नीट खुलासा करता येईना.

तेव्हा कायद्याच्या दृष्टिकोनातून अझीम रहमान हा एक प्रामाणिक माणूस असून, तो परदेशातून येऊन एक अमेरिकन स्वप्न आपल्या आयुष्यात घडवण्यासाठी इथे पोटापाण्याचा धंदा करून जगू पहात आहे. शिवाय त्याने अमेरिकेचे नागरिकत्व पत्करताना आपण अमेरिकेच्या राज्यघटनेशी प्रामाणिक राहू, असे शपथेवर सांगितले होते. अशा या बिचाऱ्या रहमानला केवळ तो मध्यपूर्वेतील मानववंशाचा आहे म्हणून आम्ही मारहाण केल्याने त्याच्या कपाळावर आता एक लाल टेंगूळ आले आहे. धिक्कार असो आमचा!

आता हा रहमान आपल्या मनाचा तोल नीट सांभाळू पहात होता. तो आता स्वतःच्या संरक्षणाचा विचार करू लागला. तो म्हणाला, "प्लीज, मला माझ्या वकिलांना फोन करू द्या.''

अरे बेट्या! 'माझे वकील' किती जादूचे शब्द आहेत ते. जर संशयित व्यक्ती पहिल्या पाचदहा मिनिटात नीट बोलू शकली नाही, तर ती पुढे कधीच बोलून सहकार्य देणार नाही, असे एक स्वयंसिद्ध तत्त्व होते. 'त्या वेळी मानसिक धक्का बसला होता' अशी सबब नंतर त्या व्यक्तीकडून किंवा तिच्या वकिलाकडून हटकून सांगण्यात येते. अन् कोर्टात ते ग्राह्यही धरले जाते. तिथल्या एफबीआयच्या माणसांनी दहा मिनिटांपेक्षा जास्त वेळ त्याच्यावर आत्तापर्यंत घालवला होता. म्हणून मी आता पुढे सरसावलो.

मी त्याला म्हटले, "येथे मी सोडून सर्वजण वकील आहेत. तेव्हा या लोकांशी बोल. त्यांच्या प्रश्नांना उत्तरे दे.''

"नाही. मला माझ्या वकिलांना फोन करायचा आहे.''

मी त्याच्या वाक्याकडे दुर्लक्ष करीत म्हणालो, "तू कुठून आलास?''

"पश्चिम हॉलीवूडमधून.''

मी किंचित हसून त्याला सल्ला दिला, "अरे बेट्या, असा वेड पांघरून भरकटत जाऊन माझ्यावर कुरघोडी करू नकोस. अझीम, तू *मूळचा कुठला* आहेत?''

त्याने आपला घसा साफ करीत म्हटले, "लिबिया.''

यावर आम्ही सर्वजण एकमेकांकडे पहात राहिलो. अझीमच्या लक्षात आले की आम्हाला आता त्याच्यात नव्याने रस वाटू लागला आहे.

मी त्याला विचारले, "तू ते जे पार्सल घेऊन आलास ते कुठून आणलेस?''

यावर त्याने आपला गप्प बसण्याचा हक्क बजावला.

एकजण बाहेर गेला व काही मिनिटात आत येऊन सांगू लागला, "ती

गाडीतली सर्व पार्सले रिकामी आहेत. फक्त त्यांचे आकार लहान-मोठे आहेत. बाकी त्यांच्यावर लिहिलेली नावे व पत्ते हे एकाच हस्ताक्षरातले आहेत, एकाच रंगाच्या शाईतले आहेत, एकाच प्रकारच्या ब्राऊन रंगाच्या कागदात गुंडाळलेली ती पार्सले आहेत. इतकेच काय, त्या पार्सलांना एकाच प्रकारची टेप चिकटवण्यासाठी वापरली आहेत. थोडक्यात, ती पार्सले खोटी आहेत. बनावट आहेत.'' नंतर रहमानकडे पाहून त्याने विचारले, ''काय भानगड आहे ही सारी?''

''अं? काय, सर?''

आता मात्र सारेजण चिडले. ते रहमानला धमक्या देऊ लागले. 'तुला आत बसवू, तुरुंगात तू सडत मरशील, शिक्षा संपेपर्यंत तू वाचलास तर नंतर तुला अमेरिकेतून हाकलून देऊ.' अशा तऱ्हेच्या विविध धमक्या त्याला दिल्या जाऊ लागल्या. एकाने तर सरळ त्याच्या गुप्तेंद्रियावरती सणसणीत लाथ झाडली.

रहमान आता आम्हाला चमत्कारिक उत्तरे देऊ लागला. त्यातून कसलाच नीट अर्थबोध होत नव्हता. अशा वेळी अधिक मारहाण करण्यास आमचे हात कायद्याने बांधलेले असल्याने त्याला एक औपचारिक अटक करणे भाग होते. केसची नोंद करणारा एजंट तसे करण्यासाठी हळूहळू तयारी करू लागला; पण अमेरिकन कायद्यानुसार अटक करताना गुन्हेगाराला त्याचे हक्क व अधिकार नियमानुसार सांगावे लागतात. त्याने वकिलाची मागणी केली तरी ती पुरी करावी लागते. ''तू जे सांगशील त्याचा आम्ही तुझ्याविरुद्ध वापर करू.'' असेही सांगावे लागले. या साऱ्या सोपस्कारात बराच वेळ जातो. त्यातून आधीच आमचा बराच वेळ वाया गेला होता.

अशा वेळी सगळे कायदे, नियम बाजूस सारून गुन्हेगाराला वचक बसेल अशी वागणूक दिली तरच तो मग पोपटासारखा बोलू लागतो; पण हे करणाऱ्या एफबीआय अधिकाऱ्याची नोकरी धोक्यात येऊ शकते. त्याने नियम मोडून संशयिताला विनाकारण त्रास दिला या नावाखाली त्याला अटकही होऊ शकते. जोपर्यंत गुन्हेगाराचा गुन्ह्याशी संबंध सिद्ध होत नाही, तोपर्यंत त्याला 'गुन्हेगार' असे न संबोधता फक्त 'संशयित' असेच म्हणावे लागते.

पण जॉन कोरी हा थोडाच एफबीआयच्या नोकरीत प्रथमपासून होता. मी तर इथे कॉन्ट्रॅक्टवर काम करीत असल्याने माझ्या करिअरवर परिणाम होऊ शकत नव्हता. मी इथे काही प्रमाणात या परिस्थितीचा फायदा उठवू शकत होतो. ह्या समोरच्या संशयिताचे असद खलीलशी काहीतरी संबंध होते. ते फक्त सिद्ध व्हायला हवे होते. त्यासाठी ते संबंध त्याच्या तोंडूनच काढून कबूल करायला हवे होते. तर मग ठरले तर, होऊन जाऊ द्या!

रहमानची बरीच उत्तरे ऐकल्यावर मी त्याला बसण्याच्या अवस्थेतून खाली

जमिनीवरती उताणे झोपवले. मग मी सरळ त्याच्या छाताडावरती दोन पाय फाकून बसलो. त्याने आपली मान दुसरीकडे वळवली. मी त्याला चढ्या आवाजात म्हणालो, "इकडे बघ. माझ्याकडे बघतोस की नाही, xxx."

त्याने आपले तोंड वळवून माझ्याकडे केले. आमच्या दोघांची एकमेकांशी नजरानजर झाली.

मी त्याला विचारले, "तुला येथे कोणी पाठवले?"

तो गप्प राहिला.

"जर तुला ज्याने पाठवले त्याचे नाव तू सांगितलेस आणि आत्ता तो कोठे आहे हेही तू सांगितलेस तर तुला इथून आम्ही मोकळे सोडून देऊ. मात्र, त्याऐवजी तू चटकन सांगितले नाहीस, तर तुझ्या अंगावर मी पेट्रोल ओतून तुला सरळ पेटवून देईन." अर्थात, मी असे काही अजिबात करणार नव्हतो. "तेव्हा बोल बच्चू, तुला येथे कोणी पाठवले?"

तरीही रहमान गप्पच राहिला.

मग मी माझा प्रश्न पुन्हा अशा काही शब्दातून मांडला की त्यातून त्याला काही भावी अनर्थाची जाणीव व्हावी. मी म्हणालो, "मला वाटते की पाठवणाऱ्याचे नाव आणि त्याचा आत्ताचा ठावठिकाणा सांगावेस," असे म्हणून मी माझ्या हातातल्या ग्लॉक पिस्तुलाची नळी सरळ त्याच्या तोंडात घुसवली.

आता मात्र रहमान योग्य प्रकारे घाबरला.

या वेळी खोलीतील एफबीआयच्या माणसांनी आणि केटनेही, आपापली तोंडे दुसरीकडे वळवली. रहमानच्या ते लक्षात आले असावे.

मी माझ्या ठेवणीतल्या आवाजात त्याला म्हणालो, "अरे, xxx तुझा तो सडका मेंदूच आता मी गोळीने उडवतो बघ."

रहमानचे डोळे भयाने मोठे होत गेले. त्याच्या लक्षात आले की इतर माणसे आणि हा आपल्या उरावर बसलेला माणूस यांच्यात फरक आहे. तो काय फरक आहे हे त्याला समजत नव्हते; पण त्याला तो फरक समजावा म्हणून मी माझा एक गुडघा मागे नेऊन त्याच्या इंद्रियात पुन्हा एकदा गुडघ्याने ठोसा मारला.

तो यावर कळवळला.

जेव्हा तुम्ही अशा प्रकारची वागणूक दुसऱ्याला द्यायला लागता त्या वेळी दोन गोष्टी नेहमी लक्षात ठेवायच्या असतात. प्रथम तुमची खात्री असली पाहिजे की समोरच्या व्यक्तीला आपण विचारत असलेल्या किंवा विचारल्या जाणाऱ्या प्रश्नांची उत्तरे नक्की ठाऊक आहेत. अन् दुसरे असे की या उपचारांमुळे ती व्यक्ती शेवटी उत्तरे देऊ लागेल. तसे जर झाले नाही, तर मग मात्र तुम्ही नंतर अडचणीत येऊ शकता; पण जर तुम्ही त्याच्याकडून उत्तरे काढून घेण्यात यशस्वी झालात तर

तुमची कृती विसरली जाते. शेवटी यशासारखे दुसरे काहीही नाही. त्याने बोलायला लागावे म्हणून मी पुन्हा एकदा मघासारखा त्याला गुडघा मारला.

तिथली एफबीआयची माणसे निघून गेली. फक्त केट आणि दोघेजण तिथे हजर राहिले. आता जे काही होणार त्याला साक्षीदार असावे म्हणून ते हजर राहिले होते; पण ते नंतर अशी साक्ष देणार होते की मिस्टर रहमान हे स्वेच्छेने सांगत होते आणि त्यासाठी त्यांच्यावर कोणताही बलप्रयोग केला जात नव्हता. ज्यांना अशी साक्ष नंतर देण्याचे धाडस होते, तेच फक्त तिथे हजर राहिले होते.

मी रहमानला म्हणालो, ''अरे xxx, तू उरलेले आयुष्य आता तुरुंगात सडत घालवणार. किंवा तुला गॅस चेंबरमध्ये घुसमटून ठार केले जाईल. कारण तू एका खुन्याच्या साथीदार आहेस. तुझे न बोलणे हेच कोर्टात तसे सिद्ध करेल. लक्षात येते का तुझ्या?''

तरीही तो गप्प होता.

मला संशयिताच्या अंगावरती उगाच खुणा ठेवायला आवडत नाही. म्हणून मी त्याच्या तोंडातील पिस्तूल काढून घेतले. मग खिशातला हातरुमाल काढला व तो त्याच्या तोंडात कोंबू लागलो. पार घशापर्यंत मी तो रुमाल कोंबला. अन् मग नुसत्या दोन बोटांनी त्याचे नाक दाबून धरले. तो कानातून श्वासोच्छ्वास करू शकत नव्हता. तोंडात रुमाल असल्याने तिथून त्याला हवा मिळत नव्हती. फक्त दोन नाकपुड्यातूनच तो प्राणवायू आत घेऊ शकत होता. अन् मी तर तिथेच आडवा आलो होतो. साध्या दोन बोटांनी त्याच्या नाकपुड्या मी बंद करून टाकल्या. त्याची हवेसाठी तडफड सुरू झाली. शिवाय त्याच्या छातीवर माझे शंभर किलोचे ओझे होते. माझे दडपण आणि हवेचा अभाव या कोंडीत तो सापडला. त्यातून उत्तर द्यायचे ठरवले तरी त्याला बोलता येईना. त्याचे शरीर जिवाच्या आकांताने धडपडू लागले. उसळ्या मारू लागले. त्याच्यापुढे या यातनातून सुटकेचा एकच मार्ग होता. तो म्हणजे त्याने बोलणे; पण मी तर तीही वाट बंद करून टाकली. त्या काही सेकंदाच्या यातना त्याला युगायुगांच्या वाटू लागल्या. त्या यातनांमध्ये आता मृत्यूच्या भीतीची भर पडली.

उभे असलेल्यांपैकी कोणीतरी खाकरले.

मी नाकपुडीवरची माझी दोन बोटे वेळेत काढून घेतली. तो पुन्हा जोरजोरात श्वास घेऊ लागला; पण श्वास घेताना त्याला उत्तरे देण्याची आठवण राहावी म्हणून परत एका गुडघ्याने मघासारखेच त्याला हाणले.

मला आता गॅब्रिएलची आठवण झाली. त्याला अरबी भाषा येत होती, अरबी मानसिकता कळत होती. या संशयिताला कसे बोलते करावे, यासाठी त्याची मला चांगली मदत झाली असती; पण आता इथले काम मलाच पुरे करावे लागणार होते.

रहमान हळूहळू निळा पडत चालला होता. मी त्याचे नाक खुले केल्यावर तो नाकाने जोरजोरात हवा आत घेऊ लागला. त्याच्या चेहेऱ्यावरची निळी छटा पार नाहीशी झाली ते पहाताच मी परत माझ्या दोन बोटांनी त्याचे नाक बंद केले.

मी या माझ्या तंत्राचा जास्त काही तपशील देत नाही; पण आपले हे अमेरिकन नागरिकत्व पत्करलेले सन्माननीय संशयित हे नक्कीच विचार करू लागले असावेत. या सरकारी लोकांना सहकार्य करण्यातला फायदा समजू लागला असावा. कारण तो आपली मान तशा अर्थाने हलवू लागला. मग मी त्याचे नाक सोडून दिले, त्याच्या घशात कोंबलेला रुमाल काढून घेतला आणि मी त्याच्या छातीवरून उठलो. त्याला मी धरून बसता केला आणि विचारले, "तुला कोणी इकडे पाठवले?"

तो अजूनही रडत होता, हुंदके देत होता, त्याच्या डोक्यात कुठेतरी संघर्ष माजला होता. काय करावे ते त्याला समजत नव्हते. मी त्याला परत एकदा समज दिली, "आम्ही तुला मदत करू. तुझे आयुष्य वाचवू. तेव्हा बोल बेटा, नाहीतर तुला मी सोडून देतो. त्या व्हॅनमधून तुझ्या त्या माणसाकडे जा. *त्याला* सांग सारे. तुला तसे करायचे आहे काय? तुला त्याच्याकडेच जायचे आहे काय? मी जाऊ देतो तुला त्याच्याकडे."

मी हेतुपूर्वक विचारलेल्या या प्रश्नाला तो उत्तर देऊ शकत नव्हता. खलीलकडे परत गेल्यास काय होईल, याचा तो अंदाज घेत असावा; पण काहीच बोलत नव्हता. म्हणून मी त्याला परत विचारले, "तुला कोणी इकडे पाठवले? मला आता तेच तेच xxx प्रश्न विचारण्याचा कंटाळा आला आहे. उत्तर दे."

त्याने थोडेसे हुंदके दिले, जरासा श्वास ओढून घेतला, आपला घसा खाकरला आणि ऐकू येईल न येईल अशा आवाजात पुटपुटला, "मला त्याचे खरे नाव ठाऊक नाही...... त्याला पेर्लिमान..... असे म्हणतात पण...."

"*पेर्लिमान?* ज्यू लोकांत असले नाव असते. तेच नाव का?"

"होय..... पण तो ज्यू नाही..... तो माझी भाषा बोलतो."

केटने एक छायाचित्र तिच्या हातात काढून घेतले व ते त्याच्या तोंडासमोर धरले.

रहमानने त्या छायाचित्राकडे बराच वेळ टक लावून पाहिले आणि आपली मान हलवून 'हाच तो माणूस' या अर्थी संमती दर्शवली.

हुश्श! बलप्रयोग केल्याबद्दल होऊ शकणारी माझी अटक टळली. माझ्यावर आता एफबीआय खटला करू शकत नव्हते. गुन्हेगाराशी त्या संशयिताचा संबंध प्रस्थापित झाला होता, हे त्याच्याकडूनच कळले. माझ्या आत्तापर्यंतच्या कृतीला कोणीही आक्षेप घेणार नव्हते.

मी त्याला विचारले, "हा इसम अजूनही असाच दिसतो का?"

त्याने मान हलवित म्हटले, "तो आता चष्मा वापरतो...... त्याला मिशा आहेत...... त्याचे केस आता करडे, पांढरे आहेत.

"आत्ता तो कुठे आहे?"

"ते मला ठाऊक नाही. खरोखरच ठाऊक नाही."

"ठीक आहे, अझीम. तू त्याला प्रथम कुठे पाहिलेस व कधी पाहिलेस?"

"मी..... मी त्याला विमानतळावर भेटलो होतो...."

"कोणत्या विमानतळावर?"

"सांटा मोनिकाच्या विमानतळावर."

"तो तिथे विमानाने आला?"

"ते मला माहीत नाही...."

"किती वाजता तू त्याला भेटलास?"

"लवकर सकाळी..... सहा वाजता....."

आता या संशयितावर बलप्रयोग करण्याची जरुरी राहिली नाही. हा साक्षीदार सहकार्य करीत होता. एफबीआयची सारी सहा माणसे आत आली; पण ती त्याच्या समोर उभी न राहता मागे उभी राहिली. न जाणो, हा साक्षीदार परत जास्त घाबरला तर?

त्या माणसाचा माझ्यावरती विश्वास बसला असल्याने व तो मला सहकार्य देत असल्याने मलाच सारे प्रश्न विचारावे लागत होते. मी त्याला मग विचारले, "मग त्या इसमाला घेऊन तू कुठे गेलास?"

"मी त्याला.... त्याला हिंडायचे होते.... म्हणून मी गाडीतून... हिंडवले."

"पण कुठे?"

"आम्ही किनाऱ्याच्या रस्त्याने गेलो..."

"का? त्याच रस्त्याने का?"

"मला माहीत नाही—"

"किती वेळ तू गाडी चालवित होतास? आणि कुठे कुठे तू हिंडलास?"

"तसे कुठेच गेलो..... नाही..... नुसतीच...... गाडी चालवित होतो..... तासभर तरी.....चालवली असेल... किंवा जास्तच वेळ.....मग आम्ही इकडे आलो.... एक *शॉपिंग मॉल* उघडे होते... तिकडे गेलो."

"कोणते शॉपिंग मॉल?"

रहमानला ते नीट सांगता येईना. कारण तो या भागात पूर्वी आला नव्हता. पण व्हेंचुराच्या ऑफिसातील ती कोरियन पोरगी याच भागातली असल्याने कोणते शॉपिंग मॉल ते तिने ओळखले. ती ताबडतोब आपल्या काही माणसांना कळवण्यासाठी खोलीतून बाहेर पडली; पण असद खलील हा दिवसभर त्या शॉपिंग

मॉलमध्ये रेंगाळला नसणार, याची मला खात्री होती.

मी त्याला परत सकाळी विमानतळावर झालेल्या भेटीची आठवण देत विचारले, "तू तिथे आपली व्हॅन घेऊन गेला होतास काय?"

"होय."

"मुख्य टर्मिनलपाशी?"

"नाही..... दुसऱ्या बाजूला.... एका कॉफी शॉपमध्ये."

आणखी प्रश्न विचारल्यावर समजले की, रहमान हा खलीलला सांटा मोनिकाच्या विमानतळावर जनरल एव्हिएशनच्या बाजूला असलेल्या एका कॉफी शॉपमध्ये भेटला. याचा अर्थ खलील इथे एका खासगी विमानाने आला होता. हा निष्कर्ष बरोबर होता.

त्यानंतर रात्रीपर्यंत वेळ घालवायचा म्हणून या दोघा लिबियन माणसांनी समुद्रकिनाऱ्याने व्हॅनमधून सहल केली. मग ते व्हेंचुराला आले, नंतर खलीलने काहीतरी किरकोळ खरेदी करण्याचे कारण सांगितले असावे. थोडेसे खाण्याचीही इच्छा व्यक्त केली असणार. म्हणून रहमान त्याला घेऊन शॉपिंग मॉलमध्ये घेऊन गेला.

मी रहमानला विचारले, "त्याच्या अंगात कोणता पोषाख होता?"

"सूट आणि टाय."

"रंग?"

"करडा... गडद करडा."

"बरोबर सामान काय होते? लगेज?"

"फक्त एक बॅग त्यांच्या हातात होती. तीही त्यांनी गाडीतून जाताना बाहेर टाकून दिली. नंतर मी त्यांना एका कॅन्यनमध्ये नेले."

मी इतरांकडे पहात विचारले, "कॅन्यन म्हणजे काय?"

एकाने खुलासा केला; पण मला तो कॅन्यन प्रकार मूर्खासारखाच वाटला.

मी परत अझीम रहमानकडे वळलो. मी त्याला विचारले, "तुला ती कॅन्यन परत सापडेल?"

"मला.... मला ठाऊक नाही...... दिवसा.... कदाचित मी प्रयत्न करेन."

"तुला ती सापडेल बघ. तू त्याला काय काय दिलेस?"

"होय, सर. दोन पार्सले दिली. पण आत काय होते ते मला ठाऊक नाही."

"त्या पार्सलांची वर्णने कर."

"एक पार्सल साधारणपणे..... मायक्रोवेव्ह ओव्हनच्या आकाराचे होते; पण हलके होते." याचा अर्थ आतमध्ये काहीतरी कपडे वगैरे जरुरीचे सामान असणार. कदाचित कागदपत्रेही असतील. दुसरे पार्सल मात्र थांबून विचार करायला लावणारे होते. त्याची लांबी जास्त होती व रुंदी खूपच कमी होती. शिवाय ते लांबट पार्सल

वजनानेही जड होते. त्यात काय असू शकेल याचा मी चटकन् तर्क केला अन् अझीम रहमाननेही तसाच तर्क केला असणार याची मला खात्री होती. आम्ही सर्वजण एकमेकांकडे पाहू लागलो. सर्वांचे तर्क तेच होते.

मग मी परत माझ्या 'स्टार विटनेस'कडे वळलो. त्याला विचारले, ''त्याने ती पार्सले कुठे दिली? का अजूनही ती त्याच्याजवळच आहेत?''

''त्याच्याजवळच आहेत.''

मी एक मिनीट विचार केला आणि असा निष्कर्ष काढला की असद खलीलने आता आपला पेहेराव बदलला आहे. चेहेरा बदलला आहे, त्याला नवीन ओळखपत्रे मिळाली आहेत आणि त्याच्या हातात एक लांबलचक व टेलिस्कोप लावलेली रायफल मिळाली आहे. ती रायफल घडीची असून तिची घडी केल्यावर ती पाठीवरच्या एखाद्या पिशवीतही सहज मावू शकेल.

मी रहमानकडे चौकशी केली, ''त्या इसमाने तुला इकडे पाठवले ते खरे म्हणजे मिस्टर विगिन्स हे घरी आहेत की नाही हे पहाण्यासाठीच ना?''

''होय.''

''हा कोण इसम आहे ते तुला ठाऊक आहे का? तो असद खलील आहे. ज्याने न्यूयॉर्कला येणाऱ्या विमानातील एकूणएक जणांना ठार केले होते.''

यावर रहमान मला आवर्जून सांगू लागला, की त्या घटनेशी या माणसाचा संबंध असेल असे चुकूनही वाटले नाही. म्हणून मी त्याला ते सारे थोडक्यात सांगून म्हटले, ''जर तू या इसमाला मदत करत असशील तर तुला गोळी घातली जाईल, किंवा फाशी दिली जाईल किंवा विजेच्या खुर्चीत बसवून पार भाजून मारतील किंवा विषारी गॅसच्या खोलीत बसवून ठार करतील, किंवा एखादा जबरदस्त विषारी रसायनाचा डोस तुझ्या रक्तात इंजेक्शनवाटे घुसवतील. तुझे मरण आता कसे पुढे होईल, ते फक्त कोर्टाच्या मर्जीवरती आहे समजले?''

माझ्या या बोलण्याने त्याला फक्त चक्कर येणेच बाकी राहिले होते.

मी पुढे सांगत गेलो, ''पण तू जर आम्हाला असद खलीलला पकडून द्यायला मदत केलीस, तर मात्र तुला कित्येक लाख डॉलर्सचे बक्षीस मिळेल.'' त्याच्या बाबतीत हे असंभव होते. ''तू त्याबद्दल टेलिव्हिजनवर पाहिलेले असशीलच. हो ना?''

त्याने उत्साहाने आपली मान हलवून होकार दर्शवला. जरी आपल्या व्हॅनचा हा प्रवासी कोण आहे हे त्याने ओळखले असले तरी त्या बिचाऱ्याला असद खलील ही चीज काय आहे, ते कुठे ठाऊक होते.

''तेव्हा मिस्टर रहमान, उगाच तू त्या इसमाला साथ देऊ नकोस. तुझे आम्हाला शंभर टक्के सहकार्य हवे आहे.''

"मी ते देतो आहे, सर."

"छान! मग आता मला सांग, तुला कोणी विमानतळावर जाऊन त्या इसमाला भेटायला सांगितले?"

त्याने आपला घसा साफ करून बोलायला सुरुवात केली, "ते मला ठाऊक नाही..... खरंच सांगतो,.... ते मला ठाऊक नाही......." तो अडखळत अडखळत, वळणावळणाने, मागेपुढे करीत कसेतरी सांगत गेला. दोन आठवड्यांपूर्वी त्याला एका रहस्यमय व्यक्तीने हटकले. त्या वेळी तो नेहमीप्रमाणे एका पेट्रोल पंपावर काम करीत होता. त्या माणसाने आपल्याच देशातून येणाऱ्या एका माणसाला मदत हवी आहे. ती तुम्ही देणार का म्हणून त्याच्याकडे विचारणा केली. त्यासाठी त्याने दहा हजार डॉलर्स देईन असेही सांगितले. काम करण्याआधी एक हजार डॉलर्स आगाऊ दिले जातील व काम करून झाल्यानंतर उरलेले नऊ हजार डॉलर्स मिळतील म्हणून सांगितले. माझ्या मनात आले की, लिबियन हेर खात्याने किती अभिनव पद्धतीने आपल्या जाळ्यात एक माणूस ओढला. जो दरिद्री आहे, ज्याला पैशांची गरज आहे असा माणूस त्या लिबियन हेराने अवघ्या एक हजार डॉलर्समध्ये घेतला. उरलेले नऊ हजार काम झाले तरी ते द्यायला तो कधीच येणार नव्हता. शिवाय त्याचा ठावठिकाणा अझीमला ठाऊक नव्हता. अन् काम झाल्यावर अझीम थोडाच जिवंत रहाणार होता?

मी रहमानला म्हणालो, "ही माणसे काम करवून घेतल्यावर तुम्हाला उरलेले पैसे देत नाहीत, तर उलट तुमचाच जीव घेतात. तुला त्या इसमाबद्दल व त्यांच्याबद्दल बरेच ठाऊक झाले आहे. तेव्हा तुला ते आता जिवंत सोडतील असे वाटले काय? लक्षात येते का तुझ्या?"

त्याच्या सारे लक्षात आले.

"त्यांनी तुझी निवड केली याचे कारण तू लिबियन आहेस आणि बराचसा असद खलीलसारखा दिसतोस. तुला येथे पाठवण्याचे कारण, जर खलीलसाठी इथे काही सापळा लावला असेल तर त्यात तूच खलील समजून तुला अडकवले जाईल. विगिन्स घरात आहेत की नाही, एवढे नुसते पहाण्यासाठी त्याने येथे पाठवले नव्हते. समजले ?"

त्याने मान डोलवली.

"तेव्हा अझीम, एकूण परिस्थिती आता तुझ्या लक्षात आली असेल. तुझ्या आत्ताच्या अवस्थेचा विचार कर. तुझी ही लिबियन माणसे जरी तुझ्या देशातली असली तरी ते दोस्त आहेत का? हितचिंतक आहेत का? नीट विचार कर."

त्याने खेदाने मान हलवली. बिचाऱ्याची अवस्था 'इकडे आड व तिकडे विहीर' अशी झाली होती. मला त्याची दया आली. तो काही मूळचा गुन्हेगार नव्हता. त्याला

यात नकळत अडकवण्यात आले होते. त्याला मी नको तिथे गुडघे मारले, लाथा मारल्या, याचे मला आता वाईट वाटू लागले. त्याला श्वास कोंडून पार मृत्यूच्या सीमेपर्यंत नेऊन मी मागे आणले होते; पण त्याला मी जबाबदार नव्हतो, तोच जबाबदार होता. त्यानेच ती वेळ आणली होती. माझाही नाईलाज झाला होता.

मी म्हणालो, "ठीक आहे, हा मोठा एक प्रश्न आहे व त्याचे तू काय उत्तर देतोस त्यावर तुझे आयुष्य अवलंबून आहे. तू आता असद खलीलला कुठे, केव्हा व कसा भेटणार आहेस?"

त्याने एक खोलवर श्वास घेतला आणि म्हटले, "मी त्याला फोन केल्यावर मला ते सांगितले जाणार आहे."

"ठीक आहे, मग कर त्याला फोन. काय नंबर आहे?"

अझीम रहमानने एक नंबर सांगितला. त्यावर खोलीतला एकजण म्हणाला, "हा मोबाईल फोन नंबर आहे."

रहमान मानेने होकार देत म्हणाला, "मी या माणसाला एक मोबाईल फोन दिला. दोन मोबाईल फोन विकत घेण्याच्या मला सूचना दिल्या होत्या..... दुसरा फोन माझ्या व्हॅनमध्ये आहे."

केटने तो फोन मघाशीच व्हॅनमधून आणला होता. त्यावरती 'कॉलर आयडी'ची म्हणजे ज्याचा फोन आला त्याचा नंबर दाखवला जाण्याची सोय होती. याचा अर्थ असद खलीलच्या हातातील मोबाईलवरती पण तशीच सोय असणार. मी रहमानला विचारले, "कोणत्या कंपनीचे हे मोबाईल फोन आहेत?"

एक क्षणभर आठवून त्याने म्हटले, "नेक्स्टेल."

"नक्की?"

"होय. मला त्यांनी मुद्दाम याच कंपनीचे दोन मोबाईल खरेदी करायला सांगितले होते."

ते ऐकल्यावर एकाने आपली मान खेदाने हलवली. याचा अर्थ नेक्स्टेल कंपनीचे फोन कोठून येतात, हे कळणे तांत्रिकदृष्ट्या कठीण आहे. तसे पाहिले तर कोणताही मोबाईल फोन नेमक्या कोणत्या जागेमधून आला आहे, हे शोधायला कठीण असते. फेडरल प्लाझा आणि पोलीस प्लाझा या इमारतींमध्ये मी ती 'ट्रिगर फिश' व 'स्वॅम्प बॉक्स' नावाची उपकरणे पाहिली होती; परंतु त्यामुळे फक्त आलेला फोन कॉल कोणत्या भागातून आला आहे एवढेच कळे आणि तोही 'एटी ॲन्ड टी' आणि 'बेल अटलांटिक' या कंपन्यांच्या मोबाईलवरचा असेल तर. लहान कंपन्यांचे जाळे कमी असते आणि त्यांची गिऱ्हाईकेही कमी असतात. त्यामुळे त्यांचे फोन शोधण्यासाठी कोणी तशी उपकरणे बनवून बाजारात आणत नाहीत. गुन्हेगारी जगात नेहमीच छोट्या कंपन्यांचे मोबाईल फोन का वापरले जातात, याचे हे उत्तर आहे.

खलीलच्या पाठीशी असलेल्या लोकांनी बरोबर याचाच फायदा उठवला होता. शेवटी आमचा हाही मार्ग बंद झाला होता; पण आत्तापर्यंत आम्ही इथवर प्रगती करीत आलो होतो.

रहमानला आता आणखी धीर यावा, आरामशीर वाटावे म्हणून एकजणाने त्याच्या हातातील बेड्या काढून टाकल्या. तो आपली मनगटे चोळू लागला. आम्ही त्याला उठून उभे रहायला मदत केली. त्याला नीट उभे रहाता येत नव्हते. आपल्या इंद्रियात त्या तिथे वेदना होत आहेत अशी त्याने तक्रार केली. मग कोणीतरी एक इझीचेअर आणून त्यात त्याला बसवले.

ती कोरियन पोरगी त्याच्यासाठी स्वयंपाकघरात कॉफी करण्यासाठी गेली.

अझीम रहमानच्या सहाय्याने खलीलपर्यंत पोचता येईल अशी आशा प्रत्येकाला वाटू लागली; पण तशी इच्छा विगिन्सच्या घरात धरणे आणि ती प्रत्यक्षात अंमलात आणणे यात खूपच फरक होता. खलीलला जर विगिन्सचा खून करण्याची तीव्र आस असेल तरच त्याला पकडता येणे शक्य होते.

कॉफी आणून अझीमला देण्यात आली. तो ती पिऊ लागला. थोड्या वेळाने हा 'कॉफी-ब्रेक' संपला. मग मी आमच्या या सरकारतर्फेच्या साक्षीदाराला म्हणालो, "अझीम, इकडे बघ माझ्याकडे. जर काही धोका आहे असे तुला वाटले तर फोनवरती तू खलीलला कसे सांगणार होतास? त्याचा काही सांकेतिक शब्द ठरला असणार."

यावर त्याने माझ्याकडे आश्चर्यचकित होऊन पाहिले. मी जणू काही या विश्वाचे रहस्य शोधून काढले आहे, असा कौतुकाचा भाव त्याच्या डोळ्यांत होता. तो म्हणाला, "होय. ते असे आहे. जर मी..... म्हणजे आत्ता आहे तसा..... असेन तर..... मी बोलताना 'व्हेंचुरा' हा शब्द वापरायचा. शाळेत आम्हाला 'वाक्यात उपयोग करा'.... असे म्हणायचे तसेच." मग त्याने एक उदाहरणसुद्धा बोलून दाखवले. तो म्हणाला, "मिस्टर पेर्लिमान, मी व्हेंचुरामध्ये पार्सल पोचवले."

"ठीक आहे. तेव्हा आता बोलताना व्हेंचुरा शब्द अजिबात उच्चारू नकोस. तसा तो चुकून जरी तुझ्या तोंडून उमटला, तरी मी तुला ठार मारेन."

त्याने जोरजोरात मान हलवून आपला होकार दर्शवला.

आता खलीलला फोन लावला जाणार होता. त्या वेळी बाहेरून कोणी ऐन वेळी फोन करून नये म्हणून विगिन्सच्या घरातल्या फोनचा रिसिव्हर बाजूला काढून ठेवण्यात आला. सर्वांनी आपापले मोबाईल फोन बंद करून टाकले. विगिन्सच्या घरात कुत्रा असता तर त्यालाही बाहेर सोडून देण्यात आले असते. गल्लीत हिंडायला त्याला आवडले असते.

मी घड्याळात पाहिले तर अझीम रहमान इथे येऊन एव्हाना वीस मिनिटे झाली

होती. एवढा उशीर झाला म्हणून खलील काळजीत पडणार नव्हता. मी अझीमला विचारले, "खलीलला फोन करण्याची एखादी ठराविक वेळ ठरली होती का?"

"येस, सर, मी इथे बरोबर नऊ वाजता पार्सल द्यायचे ठरले होते. मग इथून निघाल्यावर दहा मिनिटांनी रस्त्यात ड्रायव्हिंग करताना व्हॅनमधून फोन करायचा असे ठरले होते."

"ठीक आहे. तू आता त्याला सांग की फोन करायला काही मिनिटांचा उशीर झालेला आहे. तेव्हा आता फोन करण्यापूर्वी खोल श्वासोच्छवास कर, शांत हो आणि डोक्यातले वाईट विचार काढून टाक."

मग रहमान खोल श्वासोच्छवास करू लागला. त्याने डोळे मिटून घेतले. जणू काही तो ध्यान करतो आहे असे दिसत होते.

काही मिनिटांनी मी त्याला विचारले, "तू टीव्हीवरची एक्स-फाईल्स मालिका बघतोस का?"

यावर केटने घशातून गुरगुरल्यासारखा आवाज काढला. तिला वाटले की मी आता काही चावट प्रश्न त्याला विचारणार.

पण रहमान महाशय चक्क हसले व म्हणाले, "होय, पहातो."

"छान. मग त्यातले स्कली व मल्डर ही पात्रे जशी एफबीआयसाठी कामे करू लागतात, तसेच आपण आत्ता करणार आहोत. तुला स्कली व मल्डर आवडतात का?"

"होय."

"ती चांगली माणसे आहेत. हो ना? मग आपणही तशीच चांगली माणसे आहोत. समजलं?" त्याने यावरती मान डोलावली. मी त्याला नको तिथे मारले याबद्दल तो काही बोलला नाही. मी म्हणालो, "आम्ही तुझ्या बाबतीत अशी खबरदारी घेऊ की तू जिथे रहातो आहेस तिथे तू सुखरूप पोचशील. किंवा तुला इथून पुढे जिथे कुठे रहायचे आहे, तिथे तुला रहाण्यास आम्ही मदत करू. तुला कॅलिफोर्नियाबाहेर पडायचे असल्यास त्यासाठीही आम्ही मदत करू." मी त्याला पुनर्वसनाचे आश्वासन दिले. मी पुढे विचारले, "तुझे लग्न झाले आहे का?"

"होय."

"मुलेबाळे आहेत?"

"पाच आहेत."

त्याला मुले आहेत म्हटल्यावर मला बरे वाटले. म्हणजे त्यांच्यासाठी तरी हा माणूस वावगे वागून पोलिसांच्या विरुद्ध जाणार नाही. मी त्याला म्हणालो, "सरकारची साक्षीदारांसाठी एक संरक्षण योजना आहे. ती कधी तू ऐकलीस?"

"होय."

"त्या योजनेनुसार काही पैसेही दिले जातात.''

"होय.''

"ठीक आहे. तुझा आत्ताचा फोन झाला की तुला त्या माणसाला भेटायचे ठरले आहे ना?''

"होय.''

"उत्तम. कुठे भेटायचे ठरले आहे?''

"जिथे तो म्हणेल तिथे.''

"ठीक. मग फोनवर बोलताना शेवटी कुठे भेटायचे ते त्याला विचारल्याशिवाय राहू नकोस. समजले?''

माझ्या या प्रश्नाला त्याच्याकडून प्रतिसाद आला नाही. म्हणून मी म्हटले, "त्याने तुझा कशासाठी उपयोग करून घेतला आहे ते ठाऊक आहे का?''

"नाही.''

"मिस्टर विगिन्स घरी आहेत की नाही हे पहाण्यासाठी तुला पार्सलचे निमित्त देऊन पाठवले. जर घरी पोलीस थांबले असतील तर तू बरोबर इथे अडकणार. त्याला वेळेत तुझ्याकडून फोन गेला नाही की ते त्याला आपोआप समजणार. इथे पोलीस असण्याचा त्याला संशय होता. म्हणूनच स्वत: न येता त्याने मुद्दाम तुला पाठवले. आता मला सांग, यानंतरही तो तुला कशासाठी भेटायला बोलावतो आहे?''

रहमानला त्याची अजिबात कल्पना नव्हती, असे दिसले. म्हणून मी त्याला सांगितले, "कारण त्याला तुला ठार करून संपवायचे आहे, अझीम. तुला आता या प्रकरणातले खूप काही माहिती झाली आहे. लक्षात आले?''

"होय.''

मी एफबीआयच्या त्या रेकॉर्ड एजंटला बाजूला घेऊन विचारले, "इथे कोणाला अरबी भाषा येते का?''

त्याने नकारार्थी मान हलवित म्हटले, "व्हेंचुरा गावात अरबी भाषा बोलणाऱ्यांची कधी गरजच पडली नाही; पण आमच्यातल्या एकाला स्पॅनिश येते.''

"म्हणजे त्याला थोडे फार समजायला, निदान अंदाज घ्यायला तरी जमेल. कारण त्या दोन भाषेत थोडेसे साम्य आहे. त्याला इथे हजर ठेवा.''

तो एजंट आल्यावर मी रहमानला म्हटले, "हे बघ तू लाव फोन, लक्षात ठेव, शक्यतो इंग्रजीत बोल; पण तशी तुझ्यावर सक्ती नाही. अन् हे साहेब इथे आहेत ना, त्यांना थोडीशी अरबी भाषा येते. तेव्हा उगाच काही चालबाजी करू नकोस. लाव फोन.''

रहमानने एक खोल श्वास घेतला, आपला घसा साफ केला व म्हटले, "मला एक सिगारेट ओढायची आहे.''

ओह! ह्याने ऐन वेळी मोडता घालण्याचा पवित्रा घेतलेला दिसतो आहे. जमलेल्या बऱ्याचजणांचा तसा समज झाल्याने त्यांनी तसे निषेधाचे आवाज घशातून काढले. मी बाकींच्याकडे पाहून म्हटले, ''इथे कोणी सिगारेट ओढणारे आहे का?''

त्यावर रहमान म्हणाला, ''तुमच्याकडे माझ्या सिगारेटस् आहेत.''

''पण तू तुझ्या सिगारेटस् ओढू शकत नाहीस, बाबा.'' मी त्याला खुलासा केला.

''माझ्या सिगारेटस् मी का ओढायच्या नाहीत.''

''कदाचित त्या विषारी असतील तर? तुला ऐन वेळी आत्महत्या करायची हुक्की आली तर? एक्स-फाईल्स मालिका बघतोस ना?''

''विषारी? त्या विषारी नाहीत.''

''बरोबर आहे. त्या विषारी नक्की नाहीत. तेव्हा सिगारेट ओढण्याचे विसरून जा.''

''पण मला एक तरी सिगारेट ओढू द्या. प्लीज.'' तो कळवळून म्हणाला.

सिगारेट ओढण्याची एकदा तल्लफ आली की, कसे अस्वस्थ होते, याचा मला अनुभव होता. मी त्या रेकॉर्ड एजंटला म्हटले, ''त्याची एक सिगारेट आपण पेटवून पाहू या.''

मग त्याने अझीमच्या सिगारेटस् बाहेर काढल्या. मोठे धाडस करीत असल्याचा अविर्भाव करत त्याने एक सिगारेट तोंडात ठेवली. अझीमचा लायटर घेऊन मी ती पेटवली.

तो एजंट म्हणाला, ''जर का ही सिगारेट ओढल्यावर मला काही झाले, तर हे साहेब..''

मी त्याचे वाक्य पुरे करीत म्हणालो, ''तुझा गळा चिरून टाकेन. तुझ्या शरीराचे तुकडे मग कुत्र्याला खायला घालून तुझा पुरावा नाहीसा होईल.''

अझीमने माझ्याकडे पाहून म्हटले, ''प्लीज मला एक तरी सिगारेट द्या.''

मग मी त्या पेटलेल्या लायटरने ती सिगारेट पेटवली. त्या एजंटने थोडासा धूर आत घेऊन सोडला. तो थोडेसे खोकला, पण मेला नाही. मग तीच जळती सिगारेट तोंडातून बाहेर काढून त्याने अझीमपुढे केली. अझीमने ती घेऊन एक दमदार झुरका मारला; पण तो मेला नाही.

मी म्हणालो, ''ठीक आहे. माय फ्रेंड, आता तुला फोन करायचा आहे. शक्यतो इंग्रजीत बोल बाबा.''

''पण.... पण मला ते नीट जमेल की नाही हे सांगता येत नाही,'' आपल्या सिगारेटची राख कॉफी प्यायलेल्या कपात झाडीत तो म्हणाला, ''तरी मी प्रयत्न करतो.''

"कर, प्रयत्न कर. कुठे भेटायचे ते विचारण्यास मात्र विसरू नकोस."

रहमानने फोन लावला. तिकडून उचलल्यावर तो म्हणाला, "येस, धिज इज टॅनेनबॉम."

टॅनेनबॉम?

त्याने थोडा वेळ ऐकून नंतर म्हटले, "सॉरी, मी थोडासा रस्ता चुकलो होतो."

तो परत पलीकडचे बोलणे ऐकू लागला. मग मधेच एकदम त्याच्या चेहेऱ्यावरचे भाव बदलले. त्याने आमच्याकडे असहाय नजरेने पाहिले. मग परत तो फोनमध्ये बोलू लागला; पण आता तो अरबी भाषेत बोलू लागला होता. कशामुळे तो अरबी भाषेत बोलू लागला ते मला समजेना.

तो बोलत राहिला. त्याच वेळी तो खांदे उडवून आमच्याकडे पहात 'नाईलाज आहे' असे हावभाव करीत होता. त्याच वेळी स्पॅनिश येणारा तो आमचा एजंट लक्षपूर्वक ऐकत होता. त्याचा चेहेरा निर्विकार होता. मधेच तो माझ्या कानात म्हणाला, "साला, काय बोलतो आहे ते अजिबात कळत नाही."

मी रहमानच्या डोळ्याला डोळा भिडवित फक्त त्याला ऐकू जाईल इतक्या हळू आवाजात म्हटले, "व्हेंचुरा." अन् गळ्यावर सुरी चालवल्याचा अभिनय केला. या हावभावाला इंग्रजी, अरबी किंवा अन्य कोणत्याही भाषेच्या मदतीची गरज नव्हती.

तो बोलत राहिला; पण आम्हा सर्वांना कळून चुकले की इथे काय घडले ते खलीलने बरोबर ओळखले आहे. रहमानला आता घाम फुटू लागला होता. शेवटी त्याने मोबाईल फोन छातीला दाबून धरीत आम्हाला म्हटले, "माझ्या नवीन मित्रांशी त्याला बोलायचे आहे, असे तो म्हणतो आहे."

यावर कोणीच काही बोलले नाही.

रहमानचा चेहरा खूप चिंतायुक्त झाला. तो म्हणाला, "आय ॲम् सॉरी. मी माझ्याकडून खूप प्रयत्न केला; पण हा माणूस भलताच हुशार निघाला आहे. माझ्या भोवती कोणी नाही हे दाखवण्यासाठी व्हॅनचा हॉर्न वाजव, असे तो म्हणतो आहे. मी त्याला यावर काहीच बोललो नाही. प्लीज, मला आता त्याच्याशी बोलवत नाही."

मी त्याच्या हातून मोबाईल घेतला आणि अत्यंत उत्साहात फोनवर म्हटले, "हॅलो, मिस्टर खलील ?"

एक खर्जातला आवाज फोनवर म्हणाला, "येस. अन् आपण कोण आहात?"

त्या दहशतवाद्याला आपले नाव सांगणे योग्य नव्हते. म्हणून मी म्हटले, "मी मिस्टर विगिन्स यांचा मित्र आहे."

"असं? अन् मिस्टर विगिन्स कुठे आहेत?"

"ते बाहेर गेलेत. कुठे ते ठाऊक नाही. अन् आपण कुठे आहात, सर?"

यावर तो हसू लागला आणि म्हणाला, "मीही बाहेरच आहे. कुठे आलो आहे ते मलाही ठाऊक नाही."

मी त्या मोबाईलमधून येणारा आवाज मोठा केला. तो फोन माझ्या कानापासून जरा दूर धरला. माझ्याभोवती सातजणांनी फेर धरून आपापली डोकी ऐकण्यासाठी पुढे केली होती. खलील काय म्हणतो ते ऐकण्यासाठी सर्वजण आतुर होते; पण त्याचबरोबर प्रत्येकजण पार्श्वभूमीवरले काही आवाज ऐकू येतात का ते लक्षपूर्वक ऐकत होता. म्हणजे त्या आधारे कदाचित काही सुगावा लागून खलीलचे ठिकाण कळू शकले असते. मी त्याला म्हटले, "आपण मिस्टर विगिन्स यांच्या घरी का येत नाही? इथे येऊन त्यांची वाट पहात बसू शकता."

"त्यांची मी दुसरीकडेसुद्धा कदाचित वाट पाहेन."

हा पठ्ठ्या कुठेही भावनावश होऊन बोलत नव्हता. त्याचबरोबर प्रश्नांची उत्तरे टाळत नव्हता. हे संभाषण मला चालूच ठेवायचे होते. मी त्याला चिडून एक सणसणीत शिवी हासडणार होतो. मोठ्या संयमाने मी मला आवर घातला. माझे हृदय जोरजोरात चालले होते. मी एक खोल श्वास घेतला.

"हॅलो, आपण आहात का फोनवर अजून?" पलीकडून खलील मला विचारीत होता.

मी म्हणालो, "येस, सर. आपल्याला काही सांगायचे आहे का?"

"सांगितले असते कदाचित्. पण आपण कोण आहात, ते मला ठाऊक नाही."

"मी फेडरल ब्युरो ऑफ इन्व्हेस्टिगेशनसाठी काम करतो."

मग पलीकडे काही क्षण शांतता होती. थोड्या वेळाने तो म्हणाला, "आपल्याला काही नाव असेल की नाही?"

"जॉन. आपल्याला काही सांगायचे आहे का?"

"आपल्याला माझ्याकडून काय माहिती करून घ्यायचे आहे, जॉन?"

"मला आपल्याकडून सारे काही जाणून घ्यावेसे वाटते. अहो, म्हणून तर मी येथे आलो. बरोबर आहे ना ?"

तो यावरती हसला. मला त्या हलकटाचा संताप आला. तो म्हणाला, "तुम्हाला जे ठाऊक नाही ते मी सांगतो."

"ठीक आहे, सांगा."

"माझे नाव, तुम्हाला ते माहिती आहे, असद आहे. मी खलील कुटुंबातला. एके काळी मला वडील होते, एक आई होती, दोन भाऊ होते आणि दोन बहिणी होत्या." नंतर तो प्रत्येकाची नावे सांगत गेला. आणखी काही तपशील सांगितला

व शेवटी म्हणाला, "ते सारेजण आता मरण पावले आहेत."

तो आणखी पुढे सांगत गेला. १५ एप्रिल १९८६ या तारखेला रात्री काय घडले ते तो सांगत गेला. त्या वर्णनावरून त्या वेळेचे सारे काही तपशीलवार त्याच्या स्मरणात राहिलेले होते, असे दिसते. आपल्या या हकीगतीचा शेवट करत त्याने म्हटले, "अमेरिकनांनी माझे संपूर्ण कुटुंब ठार केले."

मी केटकडे पाहिले. आम्ही एकमेकांकडे पाहून माना हलवल्या. असा अंदाज मी आधीच केला होता. तो आता बरोबर निघाला. मी खलीलला म्हणालो, "मला आपल्याबद्दल सहानुभूती वाटते आणि— "

माझे वाक्य तोडीत तो म्हणाला, "मला आपल्या सहानुभूतीची अजिबात गरज नाही. माझे कुटुंब व माझा देश यांच्यासाठी सूड घेण्यासाठी मी नंतरचे माझे आयुष्य जगत आलो आहे."

हे संभाषण आता अवघड होत चालले होते. कारण आम्हा दोघांत मान्य होण्याजोगा कसलाच समान मुद्दा नव्हता; पण काहीही करून मला त्याला फोन लाईनीवर ठेवायचा होता. दहशतवाद्यांनी जर कोणाला ओलीस म्हणून ठेवले तर त्याच्यांशी कशी बोलणी करावी; याबद्दल मी शिकलो होतो. आत्ताही त्या तंत्राचा उपयोग करीत मी म्हटले, "मी आपली बाजू समजू शकतो. कदाचित् तुमची ही हकीगत आता जगाला जाहीर करण्याची वेळ आली असेल."

"नाही, अद्याप नाही. माझी हकीगत अजून संपली नाही."

"असे आहे होय. तसे असेल तर तुमची संपूर्ण हकीगत ऐकून घेण्यासाठी मी आपल्याला संधी देतो."

"मला तुमची संधीबिंधी काही नको आहे. माझी संधी मीच निर्माण करत असतो."

मी एक दीर्घ श्वास घेतला. याच्या बाबतीत नेहमीचे ठराविक मुद्दे व ठराविक पद्धत लागू पडत नव्हती; पण पुन्हा प्रयत्न करीत मी म्हटले, "असं पहा, मिस्टर खलील, तुम्हाला व्यक्तिश: भेटून तुमची बाजू एकट्याने ऐकायची माझी तयारी आहे."

"तुम्हाला एकट्याला गाठायची संधी मिळाली तर मला आनंदच वाटेल. एखाद्या दिवशी आपली नक्की गाठ पडेल."

"मग आपण आजच भेटलो तर कुठे बिघडते?"

"आणखी एखाद्या वेगळ्या दिवशी. त्या वेळी मी तुमच्या घरी येईन. जसा मी जनरल वेक्लिफ यांच्या घरी गेलो. जसा मी मिस्टर पॉल ग्रे यांच्या घरी गेलो."

"जरूर या. आपले स्वागत आहे. यायच्या आधी फोन मात्र करा हं."

तो यावर हसला. xxxमाझ्याशी खेळ खेळतो आहे; पण ठीक आहे. माझ्या

नोकरीचा हाही एक भाग आहेच म्हणा. पण आमचे हे संभाषण आता कुठल्याच दिशेला सरकणार नव्हते. यालाच जर बोलत रहायचे असेल तरच ते पुढे चालणार होते. मी त्याला बोलण्यासाठी उद्युक्त करायचे म्हणून म्हटले, ''मिस्टर खलील, तुम्ही या देशातून बाहेर कसे जाणार आहात?''

''ते मला ठाऊक नाही. पण तुम्ही काय सुचवाल?''

हलकट xxx! ''मला वाटते की लिबियात तुम्ही पकडलेली आमची माणसे सोडावीत व त्याच्या बदली आम्ही तुम्हाला सोडून देऊ. ही व्यवस्था तुम्हाला कशी वाटते?''

''पण तुमच्या तुरुंगात आमची कोणतीही माणसे नाहीत. तेव्हा तुम्हाला मलाच त्यासाठी पकडावे लागेल.''

साल्या, चांगला मुद्दा बोललास! ''तुम्ही हा देश सोडण्यापूर्वी आम्ही ते काम उरकून टाकू. पण मग मात्र नंतर तुमच्यापुढे असा सौदा ठेवला जाणार नाही.''

''असे बोलून तुम्ही माझ्या मुत्सद्देगिरीचा, बुद्धीचा एक प्रकारे अपमान करीत आहात. गुड नाईट.''

''थांबा जरा. मिस्टर खलील, तुम्हाला हे ठाऊक आहे का की मी या व्यवसायात गेली वीस वर्षे आहे? आत्तापर्यंत मला जे कोणी भेटले त्यात तुम्हीच फक्त इतके हुशार व बुद्धिमान असे मला भेटलात.''

''असे कदाचित तुम्हाला वाटत असेल. पण प्रत्येकजण आपापल्या परीने हुशार असतोच.''

यावरती मी काय बोलू शकत होतो? पण मी जर गप्प बसलो तर हे संभाषण इथेच बंद पडणार होते.

मी म्हणालो, ''वा ऽ असं कसं म्हणता, मिस्टर खलील. आपल्या हुशारीचा एक नमुना सांगतो मी. एका अमेरिकन बँकरला फ्रॅन्कफुर्टमध्ये नुकतेच ठार केले. हा खून तुम्हीच केला असे आम्हाला भासवायचे होते? वाऽ, झकास. तुमच्या बुद्धिमत्तेचा हा एक पुरावाच नाही काय?''

''होय, पण ते तेवढ्यापुरतेच. त्यात एवढी काही बुद्धी मुत्सद्देगिरी वापरावी लागली नाही.'' मग थोडे थांबून तो पुढे म्हणाला, ''या बाबतीतला खरा प्रकार काय आहे याबद्दल तुम्ही वृत्तपत्रांना अंधारात ठेवले. मी त्यासाठी तुमचे अभिनंदन करतो. किंवा कदाचित खरा प्रकार तुम्हाला कळला नसावा.''

''तसे म्हटले तर दोन्हीही थोडे थोडे खरे आहे. अन् मिस्टर खलील, माझ्या नोंदीसाठी सांगा बरं, आम्हाला ठाऊक नसलेल्यांपैकी तुम्ही कोणाकोणाला संपवलेत?''

''जरूर सांगतो. वॉशिंग्टनजवळच्या मोटेलमधल्या एका कारकुनाला, एका पेट्रोल पंपावरच्या माणसाला. तो साऊथ कॅरोलिनामध्ये होता.''

"पण का?"

"कारण त्यांनी माझा चेहेरा पाहून ठेवला होता."

"अस्सं. म्हणजे ती एक तुमची.... पण त्या जॅक्सनव्हिलमधल्या वैमानिक बाईनेही तुमचा चेहेरा पाहिला होता."

त्यानंतर फोनवर बराच वेळ पलीकडून शांतता होती. नंतर खलील म्हणाला, "तेव्हा तुम्हालाही काही तपशील ठाऊक आहे तर—"

"अर्थात. तसेच तुम्ही टॅक्सी ड्रायव्हर गमाल जब्बारला संपवलेत. विमानात युसूफ हद्दादलाही संपवलेत. तो तर तुमचाच माणूस होता. म्हणून मी आपल्याला असे विचारतो, की तुम्ही विमानातून उतरल्यापासून आत्तापर्यंत कसा कसा प्रवास केलात, कोण कोण तुम्हाला भेटलेत, हे प्लीज सांगता का?"

त्याला ती माहिती अजिबात लपवायची नव्हती. उलट त्याने अभिमानाने सारा तपशील सांगितला. आपण मोटारीने, विमानाने कसा कसा प्रवास केला. वाटेत कोण कोण भेटले, कोणाला कसे संपवले, कुठे वेळोवेळी राहिलो, वगैरे सारे काही त्याने व्यवस्थित सांगितले, त्याने घेतलेले नकली रूप जर आम्ही ओळखले तर त्याला आम्ही नक्की पकडू असे आम्हाला वाटले; पण त्याने माझा फुगा फोडला. तो म्हणाला, "मी आता अगदी वेगळेच रूप धारण केले आहे. अन् मी आपल्याला असे आश्वासन देतो की आपला देश सोडण्यास मला कसलीही अडचण येणार नाही."

"आपण केव्हा निघणार आहात?"

"जेव्हा मला वाटेल तेव्हा. फक्त मला खेद वाटतो की मी मिस्टर विगिन्स यांना भेटू शकलो नाही. कर्नल कॅलमबद्दल बोलाल तर मी त्यांच्याबद्दल एवढेच म्हणेन की, त्यांना अत्यंत यातनामय व दुःखात मरण प्राप्त होवो."

बापरे! काय भयानक माणूस आहे हा. किती बेधडक वाईट इच्छा शांतपणे व्यक्त करतो. मी त्याला म्हणालो, "पण मी मिस्टर विगिन्स यांचा जीव वाचवला याबद्दल तुम्ही माझे अभिनंदन केले पाहिजे."

"असं? तुम्ही वाचवलेत? तुम्ही कोण आहात?"

"ते मी सांगितले तुम्हाला. मी जॉन बोलतो आहे."

थोडा वेळ तो काही बोलला नाही. नंतर म्हणाला, "गुड नाईट—"

"जरा थांबा. माझा आपल्याशी बोलण्यात चांगला वेळ गेला. तुम्हाला ठाऊक आहे का की त्या दुर्घटनाग्रस्त विमानात प्रथम चढणाऱ्यांपैकी एफबीआयचा मीच पहिला माणूस होतो."

"असं?"

"मला काय वाटते त्याबद्दल सांगू? आपण दोघांनी एकमेकांना त्या वेळी

नक्की पाहिले असणार.''

"शक्य आहे.''

"तुम्ही त्या वेळी ट्रान्स-कॉन्टिनेन्टलच्या सामान हलविणाऱ्या लोकांचा निळा ओव्हरऑल अंगात चढवला होता. बरोबर?''

"बरोबर.''

"माझ्या अंगात फिक्या ब्राऊन रंगाचा सूट होता. माझ्याबरोबर एक सोनेरी केसांची व सुंदर दिसणारी तरुणी होती.'' मी केटकडे पाहून डोळे मिचकावले.

"तुम्हाला आम्ही आठवतो का?''

त्याने एकदम उत्तर दिले नाही. मग तो म्हणाला, "होय. मी त्या वेळी गोल जिन्यावरती उभा होतो.'' असे म्हणून पुढे तो हसत म्हणाला, "मलाच तुम्ही विमानातून निघून जायला सांगितलेत. थँक यू.''

"मला आता तसे सांगितल्याचा पश्चात्ताप होतो आहे. ही गोष्ट वेगळी; पण तुम्हीच ते याची खात्री पटल्याने जग किती छोटे असते, हे मला पटले.''

खलीलने नकळत हाच धागा पकडून पुढे म्हटले, "मी वर्तमानपत्रात तुमचे छायाचित्र पाहिले. तुम्ही आणि तुमच्याबरोबरची ती बाई. होय. आणि तुमचे नाव मी कॉन्क्विस्टाडोर क्लबमध्ये ठेवलेल्या त्या मीटिंगच्या कार्यक्रमपत्रिकेतही वाचले. मिस्टर जॉन कोरी आणि मिस् केट मेफिल्ड. बरोबर. हीच ती नावे.''

"वाऽ! हे तर आपले अगदी खास बोलणे झाले.''

"खरे सांगायचे तर मिस्टर कोरी, माझे तुमच्याबद्दल एक स्वप्न आहे. होय, स्वप्नच ते..... त्यात तुमची माझी गाठ पडणार आहे. प्रत्यक्षात पडणार आहे.''

"चेष्टा करताय काय?'' मी हसत विचारले.

"तुम्ही मला पकडायला धडपडता आहात; पण मी तुमच्यापेक्षा अधिक हुशार आहे, अधिक चपळ आहे.''

"माझे स्वप्न बरोबर याच्याविरुद्ध आहे. मला तुम्हाला खरोखरच भेटायचे आहे, तुमच्यासाठी एक ड्रिंक विकत घेऊन तुम्हाला द्यायचे आहे. तुम्ही खरोखरीच एक गंमतीदार माणूस आहात.''

"मी ड्रिंक घेत नसतो.''

"तुम्ही मद्य पीत नसाल; पण रक्त तर पिता की नाही?''

तो हसला व म्हणाला, "होय. तसे प्रत्यक्षात मी जनरल वेक्लिफचे रक्त चाखले आहे.''

"असं? याचा अर्थ तुमच्या मेंदूत काहीतरी गडबड आहे. xxx काही समजते का मी काय म्हणतो ते?''

तो यावर विचार करून म्हणाला, "कदाचित अमेरिका सोडण्यापूर्वी मी

तुम्हाला नक्की भेटेन. ते अधिक चांगले ठरेल. नाही का? तुम्हाला कसे भेटायचे?''

मी त्याला माझा ऑफिसातला नंबर दिला आणि म्हटले, ''केव्हाही फोन करा. जर मी नसेन तर निरोप ठेवा. मग मीच येतो तुमच्याकडे.''

''आणि तुमचा घरचा नंबर?''

''त्याची तुम्हाला गरज भासणार नाही. बहुतेक वेळ मी ऑफिसात काम करीत बसलेला असतो.''

''आणि प्लीज, मिस्टर रहमान यांना सांगा की कोणीतरी कधीतरी त्यांची आठवण काढेल. तसाच निरोप मिस्टर विगिन्स यांनाही द्या.''

''तेवढे मात्र तुम्ही विसरून जा बघा. जाता जाता असेही तुम्हाला सांगतो की जेव्हा मी तुम्हाला पकडेन ना तेव्हा तुमच्या xxx ला लाथा मारून त्या तुमच्याच तोंडात घालेन. मग तुझे डोके तोडून पार मान फाडेन.''

''मिस्टर कोरी, बघू कोण कोणाला पकडते ते. आपल्या मिस् केटला माझ्या शुभेच्छा द्या. हॅव ए गुड डे.''

''तुझी आई त्या गडाफीला लागू होती. म्हणून तर त्याने तुझ्या बापाला पॅरिसमध्ये ठार केले. मूर्ख माणसा—'' पण मी अधिक काही बोलूच शकलो नाही कारण त्याने फोन बंद केला होता. थोडा वेळ मी सुन्न होऊन उभा राहिलो. मी मला काबूत आणायचा प्रयत्न करीत होतो. त्या खोलीत आता पूर्ण शांतता पसरली होती.

शेवटी एकजण म्हणाला, ''तुम्ही छान काम केलेत.''

''होय,'' असे म्हणून मी तिथून निघालो व मागच्या खोलीत गेलो. तिथे छोटा बार होता. मी एक ग्लास घेऊन त्यात स्कॉच ओतली. इंचभर उंचीएवढी ती स्कॉच व्हिस्की खोल श्वास घेऊन एका घोटात घशात ओतली.

केट खोलीत येऊन मला विचारीत होती, ''तुम्ही ठीक आहात ना?''

''लवकरच ठीक होईन. तुला पाहिजे एखादे ड्रिंक?''

''होय. पण नकोच.''

मी आणखी एक पेग ग्लासात ओतून घेतला आणि शून्यात नजर लावून बसलो.

केट म्हणाली, ''मला वाटते की आपण निघावे आता.''

''निघावे? कुठे निघावे?''

''इथेच व्हेंचुरामध्ये कुठे तरी मोटेलमध्ये आपण उतरू. मग उद्या आपण लॉस एंजेलिसच्या ऑफिसात जाऊ. तिथले बरेच लोक माझ्या ओळखीचे आहेत. मी तुम्हाला त्यांना भेटवणार आहे.''

मी यावर उत्तर दिले नाही.

ती म्हणाली, ''मग आपण त्या शहरात जरा भटकू. मी तुम्हाला ते शहर

दाखवेन. अर्थात तुमची इच्छा असेल तर. नंतर आपण न्यूयॉर्कला परतू."

"पण तो इथे आहे. इथे अगदी जवळच कुठे तरी आहे."

"मला ठाऊक आहे ते. मग आपण काही दिवस इथे राहून काय काय घडत रहाते ते पाहू." ती मला समजावण्याच्या सुरात मला म्हणत होती.

"गाड्या भाड्याने देणाऱ्या सर्व कंपन्यांकडच्या नोंदी तपासायच्या आहेत. इथल्या लिबियन लोकांची वसाहत पार तळापासून धुंडाळायची आहे. इथून बाहेर पडणाऱ्या प्रत्येक विमानतळावर, बंदरावर, रस्त्यावर पाळत ठेवण्यासाठी माणसे नेमायची आहेत. विशेषत: मेक्सिकन सरहद्दीवरती तर कडक नजर—"

"जॉन, आपल्याला ते सारे ठाऊक आहे. तशा कामाला एव्हाना सुरुवातही झाली असेल. न्यूयॉर्कमध्ये जसे होते तसेच इथेही होत असते."

मी खाली बसलो. माझी स्कॉच पिऊ लागलो. मी चिडून म्हणालो, "डॅम इट!"

"हे बघा, निदान आपण विगिन्सचे प्राण तरी वाचवले ना?"

मी उठून उभा राहिलो व म्हणालो, "त्या रहमानला थोडासा घाम फोडतो."

"त्याला यापेक्षा जास्त काहीही ठाऊक नाही. तुलाही ते पटले आहे."

मी खाली बसलो व स्कॉच पिऊन संपवली. मी खेदाने म्हणालो, "मला.... मला वाटते की माझी कल्पनाशक्ती आता आटली." मग तिच्याकडे पहात मी तिला म्हटले, "तुला काय वाटते?"

"मला वाटते की आपण आता पुढचे सारे इथल्या लोकांवरती सोपवावे. चला जाऊ या."

मी उभा राहिलो व म्हणालो, "अग, ते आपल्याला तसे सोडतील कसे? त्या ग्ल्यू-गन्स आपल्यावर उडवतील."

यावर ती हसली. जेव्हा तुमची प्रिय व्यक्ती काळजीत पडते, तेव्हा तुम्ही अस्वस्थ होता; पण नंतर जेव्हा ती हसू लागते, तेव्हा तुमच्या मनावरचे केवढे मोठे दडपण दूर होते. अन् मग सगळ्याच गोष्टी एकदम पूर्ववत मूळपदावर येतात.

मी म्हणालो, "चला, आता इथून लवकर कटू या." आम्ही दोघे बाहेरच्या खोलीत गेलो. आता निघण्यापूर्वीची आवराआवर व निरोपानिरोपी करायची होती. रहमानला कुठेतरी हलवले गेले असल्याने तो दिसत नव्हता. सर्वांचे चेहेरे उतरले होते. रेकॉर्ड एजंट म्हणाला, "तुम्हाला एखाद्या मोटेलमध्ये पोचवावे म्हणून मी चक याला फोनवरून सांगितले आहे."

तेवढ्यात त्याचा मोबाईल फोन वाजू लागला. सर्वजण एकदम गप्प बसले. तो फोनवर बोलू लागला. "ठीक आहे... ठीक आहे.... नको त्याला थांबवू नका.... आम्ही इकडेच त्यांची गाठ घेऊन पुढचे बघतो." त्याने मोबाईल कानावरून काढून सर्वांना म्हटले, "एलवूड विगिन्स इकडे येतो आहे. त्याच्याबरोबर गाडीत एक

बाईपण आहे. आपण सर्वांनी इथे या दिवाणखान्यातच थांबायचे आहे. विगिन्स आणि त्याच्या मैत्रिणीला घरात प्रवेश करू द्या. ते गॅरेजमधून येतील किंवा पुढच्या दरवाजातून येतील. जेव्हा ते या खोलीत शिरतील तेव्हा जो काही खुलासा करायचा आहे तो मी त्यांना करेन.''

तो असे म्हणाला खरे, पण प्रत्यक्षातला माझा अनुभव वेगळा होता. अशा वेळी आत शिरलेल्या अनेक अधिकाऱ्यांना पाहून ते करवसुली अधिकारी किंवा कर्जवसुली अधिकारी वाटतात. अचानक अंगावर संकट कोसळल्यासारखे त्यांना वाटते. मग एक तर त्यांना चक्कर तरी येते किंवा ते सरळ दारातून बाहेर पळून जातात.

परंतु मला आता पुढच्या गोष्टीत रस नव्हता. तरीही त्या विगिन्सला पहावे असे मला वाटते. हा माणूस दिसतो कसा व वागतो कसा, याबद्दल नाहीतरी मला कुतूहल होतेच. परमेश्वराने इतकी चित्रविचित्र माणसे व अति साधी माणसे निर्माण केली आहेत की त्यांच्याबद्दल केवळ ऐकीव माहितीच्या आधारे कोणालाही अंदाज बांधता येणार नाही; पण आत्तापर्यंतचे अशा माणसांच्या बाबतीमधले अंदाज व आडाखे चुकले नव्हते. म्हणून मला विगिन्सबद्दल कुतूहल होते.

काही मिनिटांनी आम्हाला बाहेर रस्त्यावरती एक गाडी आल्याचा आवाज ऐकू आला. मग गाडी आवारात शिरली. गॅरेज उघडल्याचा आवाज आला. बंद झाल्याचाही आवाज नंतर आला. मग स्वयंपाकघराचे बाजूचे दार बाहेरून उघडले गेले. आतला दिवाही लागला.

स्वयंपाकघरात विगिन्सने रेफ्रिजरेटचे दार उघडून आतमध्ये काही शोधाशोध चालवली असल्याचे आवाज ऐकू येऊ लागले. शेवटी तो आपल्या मैत्रिणीला म्हणाला, ''हे इतके सगळे खाण्याचे पदार्थ कुठून आले?'' थोड्या वेळाने तो म्हणत होता, ''ह्या बेसबॉल हॅटस् इथे कुठून आल्या? अग स्यू, या सर्व हॅटस्वर FBI असे लिहिले आहे.''

स्यू म्हणाली, ''चिप, मला वाटते की कोणीतरी इथे येऊन गेले आहे.''

''होय,'' विगिन्स म्हणाला. आपण घर तर चुकलो नाही ना, अशी त्याला शंका आली असावी.

आम्ही शांतपणे विगिन्स बाहेरच्या खोलीत येण्याची वाट पहात थांबलो.

तो तिला म्हणाला, ''तू इथेच थांब. मी सगळे घर पाहून येतो.''

मग एलवूड ऊर्फ चिप विगिन्स हा बाहेरच्या खोलीत आला. अन् आम्हाला पाहून आश्चर्याने थिजून उभा राहिला.

तो रेकॉर्ड एजंट म्हणाला, ''प्लीज, घाबरू नका.'' असे म्हणून त्याने आपले जाडजूड ओळखपत्र काढून त्याच्यासमोर धरीत म्हटले, ''एफबीआय.''

आपल्या घरात ही चार माणसे आणि चार बायका कुठून आल्या, याचे उत्तर विगिन्सला मिळाले. मग दोनतीन क्षणांनी तो म्हणाला, "हा काय...?"

विगिन्सच्या अंगात जीन्स व एक टी-शर्ट होता. स्पोर्टसचे बूट होते. उन्हाने तो रापला होता. प्रकृतीने उत्तम होता. त्याच्या वयापेक्षा तो तरुण वाटत होता. कॅलिफोर्नियातील बहुतेक लोक असेच रापलेले व तरुण वाटत असतात.

टॉम नावाचा एजंट त्याला सांगू लागला, "मिस्टर विगिन्स, आम्हाला आपल्याशी काही बोलायचे आहे. आपली फक्त पाच मिनिटे आम्हाला हवी आहेत."

"पण हे काय चालले आहे?" तो अस्वस्थ होऊन म्हणाला.

त्याची ती मैत्रीण दार थोडे किलकिले करून त्याला म्हणाली, "चिप, काय चालले आहे?"

विगिन्सने तिला एफबीआयच्या हॅटस् घरात कशा आल्या, याचा खुलासा केला.

त्या कोरियन मुलीने तिला आत नेले. विगिन्स एका खुर्चीवर बसला. आता तो जरा शांत वाटत होता; पण अत्यंत उतावीळ झाला होता.

टॉम सांगू लागला, "मिस्टर विगिन्स, आजच्या या प्रकाराचा तुम्ही १५ एप्रिल १९८६ रोजी केलेल्या बॉम्बिंगशी संबंध आहे."

"ओ ऽ शिट्!"

"आम्हाला असे कळले की एक लिबियन दहशतवादी आपल्या मागावर आहे. म्हणून आम्ही आपल्या घरात शिरलो."

"बापरे!"

"तो या भागात आला असून तुम्हाला इजा करण्याचा त्याचा इरादा आहे!"

"शिट्!"

"पण आता आम्ही परिस्थिती काबूत आणली आहे. पण मला असे दिसते की तुम्हाला काही दिवस कामावरून रजा घेऊन बाहेरगावी जावे लागणार आहे."

"अं ऽ"

"कारण हा दहशतवादी अजून मोकळा हिंडतो आहे. तो अद्याप पकडला गेला नाही."

"शिट्!"

मग टॉमने त्याला काही पार्श्वभूमी सांगितली आणि म्हटले, "या संदर्भात मला तुम्हाला एक वाईट बातमी नाईलाजाने द्यावी लागते आहे. तुमच्या स्क्वॅड्रन मधल्या तुमच्या काही स्नेह्यांचा नुकताच खून झाला आहे."

"काय?"

"याच दहशतवाद्याने ते खून केले आहेत. त्याचे नाव असद खलील आहे,"

असे म्हणून टॉमने विगिन्सला खलीलचे एक छायाचित्र दिले आणि ते 'तुमच्याकडेच ठेवा' म्हणून त्याला सांगितले.

विगिन्सने त्या छायाचित्राकडे टक लावून पाहिले, ते खाली ठेवले आणि म्हटले, "कोणाचे खून झाले?"

टॉम म्हणाला, "जनरल वेक्लिफ आणि त्यांची पत्नी—"

"ओ, माय गॉड!.... टेरी मरण पावला?....आणि गेलसुद्धा?"

"होय, आय ॲम सॉरी. शिवाय पॉल ग्रे, विल्यम सदरवेट आणि जेम्स मॅक्कॉय."

"ओ, माय गॉड... ओ शिट्.... ओ....."

"आणि कदाचित् तुम्हाला हेही ठाऊक असेल की कर्नल हॅम्ब्रेश्त यांचा इंग्लंडमध्ये जानेवारी महिन्यात खून झाला."

विगिन्स आता पुरा कोसळण्याच्या बेतात होता; पण त्याने कसेबसे स्वत:ला आवरले. हळूहळू त्याला समजू लागले की मृत्यू किती आपल्याजवळ येऊन गेला आहे. "होली शिट..." तो खुर्चीतून उठला व आजुबाजूला त्याने पाहिले. जणू काही तो त्या दहशतवाद्याला शोधत होता. तो पुढे म्हणाला, "हा माणूस आहे कुठे?"

"आम्ही त्याला पकडायचा प्रयत्न करतो आहोत. आज रात्रीही तुमच्याबरोबर आम्ही येथे थांबू; पण आम्हाला नाही वाटत की आता तो इकडे येईल म्हणून. किंवा तुम्ही येथून काही सामान घेऊन निघून जाईपर्यंतसुद्धा आम्ही इथे थांबू. तुम्हाला संरक्षण —"

"मी आत्ताच इथून निघतो."

"उत्तम."

विगिन्स काही क्षण विचार करीत तसाच उभा राहिला. कदाचित् आयुष्यात प्रथमच तो असा गंभीरतेने विचार करीत असावा. थोड्या वेळाने तो म्हणाला, "मी बिलीला म्हणजे सदरवेटला नेहमी म्हणत होतो.... म्हणजे ज्या दिवशी बॉम्बिंग करून आम्ही परत निघालो होतो तेव्हा... की ते हरामखोर हे बॉम्बिंग असे विसरून जाणार नाहीत.... ते असे सोडून देणार नाहीत... ओ शिट....... बिल मरण पावला?"

"येस, सर."

"आणि बॉब? बॉब कॅलम?"

"ते कडक संरक्षणात आहेत."

आता मी मध्ये बोलू लागलो, "तुम्ही त्यांना का नाही भेटत?"

"होय. चांगली कल्पना आहे. हे ठीक होईल. तो आत्ता एअर फोर्स ॲकॅडेमीत आहे का?"

''होय. तुम्हीही तिथेच काही काळ राहिलात तर तुम्हा दोघांना आम्ही तिकडेच संरक्षण पुरवू. त्यामुळे सरकारलाही कमी खर्च येईल.''

आता इथे थांबण्यात अर्थ नव्हता. म्हणून मी व केटने सर्वांचा निरोप घेतला. विगिन्स आतमध्ये सामानाची आवराआवर व बांधाबांध करण्यासाठी आत गेला.

केट आणि मी बाहेर पडलो. बाहेरच्या मोकळ्या हवेत श्वास घेतला व चकची वाट पाहू लागलो. केट म्हणाली, ''विगिन्स हा एक नशीबवान माणूस आहे.''

''चेष्टा करू नकोस. त्याची मैत्रीण पाहिलीस का?''

''मग मी कशासाठी हे तुम्हाला सांगते आहे?''

''सॉरी,'' क्षणभर मी विचार करून म्हणालो, ''पण त्याला रायफल का हवी आहे?''

''कोणाला? खलीलला?''

''होय, त्यालाच. एवढी लांब पल्ल्याची रायफल कशासाठी हवी आहे?''

''पण त्याच्याकडे रायफल आहे असे कुठे आपल्याला कळले आहे?''

''कळले आहे असे क्षणभर धरून चाल; पण रायफल कशासाठी हवी आहे? विगिन्सला घरात मारायला तर नक्कीच नाही.''

''ते बरोबर आहे. पण कदाचित त्याला दुसरीकडे कोठेतरी मारायचे असेल. कुठे तरी रानात, जंगलात जाऊन विगिन्सला ठार करायचे असेल.''

''नाही. हा खलील ज्याला मारतो त्याला त्याच्याजवळ जाऊन मारतो. त्याचा बळी घेण्याआधी त्याच्याशी बोलतो. असे असताना त्याला रायफल का लागावी? आपल्या बळीच्या जवळ जाता येत नसेल तरच तो रायफलीची मदत घेईल. त्या बळीशी बोलायची गरज नसेल तरी तो रायफल घेईल.''

''तुम्ही म्हणता त्यात तथ्य आहे आहे खरे.''

चक गाडी घेऊन आला. मी पुढच्या आसनावर त्याच्याशेजारी बसलो. तो म्हणाला, ''आज भलतेच कठीण गेले. तुम्हाला एखाद्या चांगल्या मोटेलमध्ये सोडतो. चालेल ना?''

''होय, चांगले मोटेल शोध. छताला आरसे लावलेले असे—''

केटने मला मागून एक हलकीच टप्पू मारली. आम्ही तिथून निघालो. समुद्राच्या दिशेने जाऊ लागलो. तिथे किनाऱ्यावरती काही उत्तम मोटेल्स आहेत खिडकीतून समुद्राचे दृश्य दिसते असे चकने सांगितले.

मी त्याला विचारले, ''तिथे एखादे दिवसरात्र उघडे असणारे, गाडीत बसूनही अंडरवेअर खरेदी करता येण्याजोगे दुकान आहे का?''

केट म्हणाली, ''जॉन, गप्प बसा पाहू. चक, तुम्ही त्यांच्या बोलण्याकडे लक्ष देऊ नका.''

गाडीतून जाताना चक आणि केट उद्याच्या कार्यक्रमाबद्दल बोलत होते.

तर असद खलील आणि माझ्यात झालेले संभाषण आठवून मी त्यावर विचार करीत होतो. खलीलच्या अस्वस्थ मनात मी स्वतःला बसवून त्याच्या दृष्टिकोनातून विचार करू पहात होतो. तो पुढे काय करेल याचा अंदाज घेत होतो.

एक गोष्ट मात्र मला ठामपणे पटली. ती म्हणजे खलील हा अजून लिबियाकडे जाण्यासाठी परतीच्या मार्गावरती अद्यापही निघावयास *तयार नव्हता.* त्याच्याविषयी काहीतरी बातमी येणार होती. लवकरच!

४९

चकने आपल्या मोबाईल फोनवरून आमच्यासाठी 'व्हेंचुरा इन' या ठिकाणी दोन खोल्यांचे रिझर्व्हेशन केले. माझ्या क्रेडिट कार्डाचा नंबरही त्याने दिला आणि सरकारी माणसांसाठी असलेले सवलतीचे दर लावावयास सांगितले. मला तो म्हणाला की, ''ही रक्कम तुम्हाला नियमानुसार नंतर ऑफिसकडून मिळू शकेल.''

त्याने केटला एक कागदाची पिशवी दिली व म्हटले, ''मी तुमच्यासाठी मधल्या वेळात टूथ ब्रश व टूथ पेस्ट विकत घेतले. जर तुम्हाला आणखी काही हवे असेल तर सांगा. वाटेत कुठेतरी थांबून आपण खरेदी करू.''

नंतर मलाही एक कागदाची बॅग आसनाखालून काढून दिली. त्यात टूथ पेस्ट, टूथ ब्रश, रेझर व एक शेव्हिंग क्रीम होती. मी त्याला 'थँक्स' म्हटले.

''सरकारी खात्यावर,'' तो म्हणाला.

''वा वा, मग तर माझे मन अगदी भरून आले आहे.''

''बरोबर.''

मी माझ्या कोटाच्या खिशात त्या वस्तू ठेवल्या. दहा मिनिटात आम्ही त्या ठिकाणी जाऊन पोचलो. ती एक उंच इमारत होती. त्यावर पाटी होती Ventura Inn Beach Resort. चकने आम्हाला स्वागतकक्षात नेऊन सोडले व म्हटले, ''आमच्या ऑफिसात रात्रभर कोणी ना कोणी तरी असते. तुम्हाला काहीही लागले तर लगेच फोन करा.''

मी त्याला म्हणालो, ''खलीलच्या संदर्भात काहीही घडले, घडू लागले किंवा नवीन मुद्दा सुचला तर *आम्हाला फोन करा.* नाहीतर मी फार फार संतापेन.''

''त्याची तुम्ही काळजीच करू नका. तुम्ही त्या डिलिव्हरी मॅनला ज्या तऱ्हेने वागवून आपल्या बाजूला वळवून घेतलेत, ते पाहून टॉम तुमच्यावर बेहद्द खूष

झाला आहे.''

''थोडेसे मानसशास्त्र वापरले की त्याचे खूप परिणाम दिसतात.''

''आता तुम्हाला खरं सांगू का? आमच्या खात्यात आता सोपे, साधे, जे असेल तीच कामे आमची माणसे करू लागली आहेत. त्यांना फक्त लोण्याचा गोळा आयता खायचा असतो. कसलेही कष्ट घ्यायचे नसतात की डोके चालवायचे नसते. अशा लोणी खाणाऱ्या लोकांना आज एक डायनॉसोरस कसा फडशा पाडतो, ते पहायला मिळाले. काम करावे तर असे करावे.''

''आमची ही स्तुतीच आहे ना?''

''अर्थात्. उद्या सकाळी किती वाजता तुम्हाला न्यायला येऊ?''

केट म्हणाली, ''साडेसात वाजता.''

चकने हात हलवला व तो गाडी चालवित निघून गेला.

मी केटला म्हटले, ''तू काय वेड्यासारखे बोललीस? साडेसात म्हणजे न्यूयॉर्कचे पहाटेचे साडेचार नाही का?''

''नाही. त्या वेळी न्यूयॉर्कमध्ये सकाळचे साडेदहा वाजलेले असतील.''

''नक्की ना?''

तिने माझ्याकडे दुर्लक्ष करून चालत चालत लॉबीत प्रवेश केला. मी तिच्या मागोमाग गेलो.

ती एक आल्हाददायक व प्रसन्न वाटेल अशी जागा होती. कुठून तरी पियानोचे स्वर येत वातावरणात भरून रहात होते.

स्वागतकक्षात हॉटेलच्या कारकुनाने आमचे स्वागत केले. त्याने सांगितले की त्यांच्याकडे डी-लक्स खोल्या बाराव्या मजल्यावर असून तिथून समुद्र खूप छान दिसतो.

मी विचारले, ''कोणता समुद्र?''

''पॅसिफिक महासागर.''

''अटलांटिक महासागर दाखवणाऱ्या खोल्या नाहीत का तुमच्याकडे?''

तो यावर हसला.

मी आणि केटने रजिस्ट्रेशन फॉर्म भरले. सह्या केल्या. मी माझे क्रेडिट कार्ड त्याला दिले. त्याने ते यंत्रात घालून त्यावरील फुगीर स्वरुपात छापलेले आकडे व अक्षरे कागदावर उमटवून घेतली. यंत्रातून जाताना माझे कार्ड नक्कीच 'काय ही उधळपट्टी' असे स्वत:शी म्हणून कळवळले असेल.

केटने आपल्या बॅगेतून एक खलीलचे छायाचित्र काढून त्या कारकुनाला दाखवले, आपले ओळखपत्रही दाखवले आणि ती म्हणाली, 'हा माणूस कधी दिसला का तुम्हाला?''

त्या कारकुनाला ती एक अप्रिय गोष्ट वाटली असावी; पण ही एफबीआयची मंडळी फक्त आजची रात्रच येथे रहाणार आहेत असे मनात येऊन त्याला बरे वाटले असेल. त्याने त्या छायाचित्राकडे रोखून पाहिले व म्हटले, "नाही, मॅडम."

ती त्याला म्हणाली, "हे तुमच्याकडेच राहू द्या. हा माणूस दिसला तर मला बोलवा. तो एक भयंकर खुनी आहे."

त्या कारकुनाने मानेने हो म्हटले व ते छायाचित्र काऊंटरमागे ठेवून दिले.

केट म्हणाली, "तुमची ड्यूटी संपल्यावर पुढचा जो माणूस येईल त्यालाही याबद्दल सांगायला विसरू नका."

आम्ही आमच्या खोल्यांच्या किल्ल्या घेतल्या आणि निघालो. मी तिला आपण एकेक ड्रिंक लाऊंजमध्ये घेऊ म्हणून सुचवले.

ती म्हणाली, "मी दमले आहे. मी आता झोपणार आहे."

"अग, फक्त दहा तर वाजले आहेत."

"पण न्यूयॉर्कमध्ये आत्ता रात्रीचा एक वाजला आहे. मी थकले आहे."

मला आता एकट्यानेच ड्रिंक घ्यावे लागणार व एकट्यानेच झोपावे लागणार, म्हणून खूप वाईट वाटले.

आम्ही लिफ्टमध्ये शिरलो व वर जाऊ लागलो. दहावा मजला आल्यावर ती म्हणाली, "तुम्हाला राग आला का?"

"होय," मी प्रामाणिकपणे म्हणालो.

आम्ही सर्वांत शेवटच्या - बाराव्या - मजल्यावर गेलो. लिफ्टमधून बाहेर पडल्यावर ती मला म्हणाली, "तुम्हाला राग यावा म्हणून मी बोलले नव्हते; पण चला आता माझ्या खोलीत. आपण एकेक ड्रिंक घेऊ या."

मी तिच्या खोलीत गेलो. खोली खूप मोठी होती. आमच्याजवळ बॅगा वगैरे काही सामान नव्हते. हातातल्या छोट्या बॅगा, म्हणजे अति लहान पिशव्या फक्त होत्या. खोलीमध्ये एक मिनी बार होता. त्यातून आम्ही सोडा व स्कॉच यांच्या बाटल्या आणि ग्लासेस काढून घेतले. लगेच बाल्कनीमध्ये आम्ही जाऊन बसलो. केट म्हणत होती, "आता आज रात्री या केसचा अजिबात विचार करायचा नाही."

"ठीक आहे." मी म्हणालो, आम्ही दोघे खुर्च्यांवरती बसलो. मध्यभागी एक छोटे गोल टीपॉय होते. बाहेर चंद्रप्रकाशातला समुद्र चमचमत होता.

मला गोळ्या लागून माझ्यावर शस्त्रक्रिया झाल्यावर प्रकृती सुधारण्याकरता मला माझ्या काकांच्या बंगल्यावर ठेवले होते. तो बंगला लाँग आयलँडवरती समुद्रकिनारी होता. मी आणि माझी भूतपूर्व पत्नी असे आम्ही दोघे तिथल्या समुद्रात आंघोळ करून असेच समुद्राकडे बघत बसलो होतो. आम्ही त्या वेळी कोनॅक ही फ्रेंच ब्रँडी पीत होतो. माझी ती जुनी स्मृती जागी झाली. जुन्या जखमेवरच्या खपल्या

हळूहळू निघू लागल्या. माझा मूड खराब होत चालला व त्यातून बाहेर पडायची धडपड करू लागलो.

केट विचारीत होती, ''कसला विचार चालला आहे?''

''आयुष्याचा.''

''आत्ता हा विचार करणे ठीक नाही. या व्यवसायात तुम्हाला अफाट काम करावे लागते, वेळच्या वेळी खाणे नाही, विश्रांती नाही, तेव्हा आयुष्याचा विचार टाळण्यासाठी तुम्ही या व्यवसायात स्वतःला झोकून दिले आहे. खरे आहे ना?''

''प्लीज.''

''मी काय बोलते ते नीट ऐका. मला खरोखरच तुमची काळजी वाटते. अन्‌ मला असे जाणवले आहे की तुम्हीही नकळत कशाचा तरी शोध घेता आहात.''

''मी एका स्वच्छ अंडरवेअरचा शोध घेतो आहे.'' मी तो विषय टाळण्यासाठी विनोद करीत म्हणालो.

''मग तुमची ती घातलेली अंडरवेअर धुवून टाका.''

''खरंच की. माझ्या हे लक्षातच आले नाही.''

''हे बघा, जॉन. मी आता ३९ वर्षांची झाले आहे. आत्तापर्यंत कधीही मी लग्नापर्यंत मजल मारू शकले नाही.''

''मला त्याचे कारण समजू शकत नाही.''

''तुमच्या माहितीसाठी म्हणून सांगते की मला आत्तापर्यंत खूपजणांनी विचारणा केल्या होत्या.''

''आले लक्षात.''

''तुम्ही पुन्हा लग्न करायचे ठरवले आहे की नाही?''

''या बाल्कनीमधून खाली पडण्याचा विचार तुला कसा काय वाटतो?''

मला वाटले की ती आता माझ्या विषय टाळण्याच्या प्रवृत्तीवर रागावणार. पण त्याऐवजी ती चक्क हसली. कधी कधी एखादा माणूस चांगले काम करू शकत नाही, तर कधी कधी वाईटही करू शकत नाही; पण ह्या चांगल्या-वाईट कृत्याला काही अर्थ नाही. तुम्ही एखाद्या स्त्रीशी कसे वागता त्याला अर्थ आहे.

केट म्हणाली, ''काही का असेना, आज तुम्ही अफलातून काम करून दाखवले आहे. मी तर खूष झाले. शिवाय मला त्यातून काहीतरी शिकायला पण मिळाले.''

''छान. जेव्हा तुम्ही एखाद्याच्या त्या भागावर धडक मारता, तेव्हा तो भाग अक्षरशः पोटात ढकलला जात असतो. म्हणून काळजीपूर्वक ते केले पाहिजे.''

यावरती हुशार केट म्हणाली, ''तुम्ही चिडून मारत नव्हता की काही विकृत बुद्धीने मारत नव्हता. जेव्हा जे करायची गरज असते तेव्हा ते तुम्ही नेहमी करत

असता. मग भले ती गोष्ट तुम्हाला आवडो अथवा नावडो. हे फार महत्त्वाचे आहे.''

समजले मला तिला काय म्हणायचे ते. केटच्या दृष्टिकोनातून मी काहीही वाईट केले नव्हते.

तिने एकेक पेगच्या स्कॉचच्या बाटल्या उघडून प्रत्येक ग्लासात ओतल्या. एका मिनिटाने ती म्हणाली, ''मला....मला त्या प्लम आयलँडवर घडलेली एक गोष्ट ठाऊक आहे.''

''कोणती गोष्ट?''

''तुम्ही त्या माणसाला एका चमत्कारिक प्रकारे संपवलेत ती गोष्ट.''

मी नि:श्वास सोडून गप्प बसलो. तिने थोडा वेळ तसाच शांततेत जाऊ दिला. मग ती म्हणाली, ''आपल्या प्रत्येकाकडे काही ना काही डाग लागलेले असतात. तेव्हा ती गोष्ट सोडून देऊ.''

''काही काही वेळ.... ती परिस्थितीच आपल्याला तसे करायला भाग पाडत असते. गुन्ह्याची भीषणता व गंभीरता कमी करणारी परिस्थिती असली तर...''

''त्या माणसाने तुमची कोणती तरी प्रिय व्यक्ती मारली असेल, म्हणून तुम्ही तसे केले असेल.''

''जाऊ दे. तो विषय आपण सोडून देऊ.''

''ठीक आहे. मी परत असे करणार नाही.''

''त्याची मला खात्री आहे. पण ती गोष्ट मला ठाऊक आहे ते तुम्हाला बोलून दाखविल्याखेरीज मला रहावले नाही म्हणून मी बोलले. मला काय म्हणायचे ते समजले ना?''

''मी त्या माणसाला ती शिक्षा दिली होती. त्याचे कारण त्याने केलेला गुन्हाच तसा होता.''

थोडा वेळ आम्ही तसाच जाऊ दिला. तो विषय थंड होऊ दिला. आम्ही पीत राहिलो आणि समोरच्या त्या जादुभऱ्या सागराकडे बघत राहिलो. किनाऱ्यावर लाटा फुटून त्यांचा फेस एकदम विरल्याचा आवाजही येथे वरपर्यंत ऐकू येत होता. किती अप्रतिम दृश्य होते ते. वाऱ्याची झुळूक येऊन गेली आणि मला त्या समुद्राचा वास आला. मी तिला विचारले, ''तुला इथे आवडते?''

''कॅलिफोर्निया फार सुरेख आहे. इथले लोकही मैत्री करणारे आहेत.''

केवळ मोकळेचाकळे आहेत म्हणून ती माणसे मैत्री करण्याजोगी आहेत, असा गैरसमज बरेचजण करून घेतात. तिचाही तसाच गैरसमज झाला होता; पण उगाच तो गैरसमज खोडून काढून तिच्या जुन्या रम्य स्मृतींचे रंग कशाला बदलून टाका? मी तिला विचारले, ''तुझा इथे कोणी बॉयफ्रेंड होता का?''

''बॉयफ्रेंड नव्हता. पण तत्सम प्रकारचा होता.'' मग थोडे थांबून ती म्हणाली,

“तुम्हाला माझा लैंगिक इतिहास जाणून घ्यायचा आहे काय?”

“नाही. पण तू सांगायला लागलीस तर किती वेळ लागेल?”

“अर्ध्या तासापेक्षा कमी वेळ.”

मी स्मित हास्य केले.

तिने विचारले, “तुमचे घटस्फोटाचे प्रकरण खूप त्रासदायक होते का?”

“नाही, अजिबात नाही. त्रासदायक होते ते आमचे लग्न.”

“मग तुम्ही तिच्याशी का लग्न केले?”

“तिने विचारले म्हणून.”

“मग तुम्ही ‘नाही’ का म्हणाला नाही?”

“वेल..... मला वाटले की मी प्रेमात पडलो आहे. ती व्यवसायाने असिस्टंट डिस्ट्रिक्ट ॲटॉर्नी होती, एक सरकारी वकील होती. त्या वेळी आम्ही दोघेही कायद्याच्या बाजूचे, देवदूतांच्या बाजूचे होतो; पण नंतर तिने खूप पैसा देणारा गुन्हेगारी पक्षाच्या वकिलाचा व्यवसाय पत्करला. तिने व्यवसाय बदलला तशी तीही बदलत गेली व पूर्ण बदलली.”

“नाही. ती नाही बदलली. तिच्या व्यवसायात बदल झाला. तुम्ही कधी गुन्हेगारांचे वकील होऊ शकाल?”

“तुझ्या बोलण्यात मला हा एक नवीन मुद्दा दिसतो. पण—”

“आणि तुम्ही गुन्हेगारांना पकडण्यासाठी जेवढ्या किंमतीचे श्रम, वेळ, बुद्धी खर्च करता, त्यापेक्षा जास्त किंमतीचे धन तिने आपल्या व्यवसायात केले.”

“अं ऽ पैशाचा इथे प्रश्न नाही.”

“तिने पोटासाठी पैसा मिळवला यात काहीही गैर नव्हते. मला असे म्हणायचे होते की....... काय बरे तिचे नाव?”

“रॉबिन.”

“रॉबिन ही तुम्हाला लायक अशी नव्हती. मग जरी ती असिस्टंट डिस्ट्रिक्ट ॲटॉर्नी म्हणून एक सरकारी वकील असली तरी.”

“चांगला मुद्दा आहे. आता मी या बाल्कनीतून खाली उडी टाकू का? का आणखी काही तुला सांगायचे आहे?”

“आहे. जरा थांबा. मग त्यानंतर तुम्ही बेथ पेनरोज हिला भेटलात. तुम्ही कायद्याच्या ज्या बाजूला आहात त्याच बाजूला तीही आहे. त्यातून तुमच्या पूर्वाश्रमीच्या पत्नीच्या विरुद्ध तुमच्या मनात विरोधी भावना होती. म्हणजे आता तुमचे जमायला हरकत नव्हते. तीही पोलीस खात्यात असल्याने तुमचे नीट जमायला हवे होते. निदान आधीच्या पत्नीच्या व्यवसायामुळे तुम्हाला जी अपराधीपणाची भावना त्रास द्यायची तो प्रकार तर आता नव्हता.”

"मला वाटते की बास झाले आता."

"नाही. इतक्यात नाही. नंतर मी आले. तुमच्या दृष्टीने मी तर एक आदर्श व्यावसायिक आहे. बरोबर? एफबीआयची वकील. तुमची बॉस."

"थांब. इथेच थांब. मी तुला अशी आठवण करून देतो की तू... जाऊ दे. विसरून जा ते."

"रागावलात?"

"अगदी बरोबर. मी खरोखरच रागावलो आहे." मी उठून उभा रहात म्हटले, "निघतो मी."

तीही उभी राहिली व म्हणाली, "ठीक आहे. निघताय तर निघा; पण जॉन, तुम्हाला वस्तुस्थितीला तोंड दिलेच पाहिजे. एका कणखर व्यक्तिमत्वाच्या मागे तुम्ही फार काळ लपून राहू शकणार नाही. काही दिवसांनी, कदाचित लवकरच तुम्ही सेवानिवृत्त व्हाल. नंतर मात्र तुम्हाला एका खऱ्याखुऱ्या जॉन कोरीबरोबर रहावे लागेल. जवळ पिस्तूल नाही. बॅज नाही. कुणालाही अटक करण्यासाठी हातात सत्ता नाही. संरक्षण मागायला कोणी तुमच्याकडे येत नाही. एकटे रहाल व एकटे असाल. तुमच्याबरोबर फक्त तुम्हीच असाल. अन् या 'तुम्ही'ची तुम्हालाच ओळख झालेली नाही."

"अन् तुलाही ती झालेली नाही. तू जे बोलती आहेस ते सारे कॅलिफोर्नियातील मानसशास्त्रीय चर्पटपंजरी आहे. अन् येथे तर तू फक्त ७:३० वाजल्यापासून आली आहेस. गुडनाईट!" असे म्हणून मी तिच्या खोलीतून तरातरा बाहेर पडलो. कॉरिडॉरमध्ये येऊन माझ्या खोलीचा नंबर शोधला. तो केटच्या खोलीशेजारीच होता. मी माझी खोली उघडून आत गेलो.

मी पायातले बूट उडवून दिले. अंगातला कोट काढून तो पलंगावर फेकला. पिस्तुलाचे म्यान, पिस्तूल, शर्ट, टाय आणि अंगातले बुलेटप्रूफ जाकीट काढून पलंगावर फेकून दिले. मग माझ्या खोलीतल्या मिनीबारमधून एक ड्रिंक करून घेतले व ते मी पीत बसलो.

आता मात्र मी खूपच थकून गेलो होतो. केट जे काही माझ्यासाठी करत होती, ते मला ठाऊक होते. अन् तिच्या करण्यात कोणताही वाईट हेतू नव्हता. मलाच खुद्द आरशातल्या माझ्या राक्षसी प्रतिमेची भीती वाटत होती. म्हणून ती माझ्यासमोर जो आरसा उभी करू पहात होती, त्यासमोर जायला मी घाबरत होतो.

मी जर तिच्याबरोबर आणखी पाच मिनिटे घालवली असती तर तिने 'आपण दोघांनी मिळून हे जीवन जगायला सुरुवात केली तर जग किती रम्य असेल.' असे पटवून दिले असते. बायकांना असे वाटते की परिपूर्ण जीवन जगण्यासाठी जवळ एक परिपूर्ण नवरा असला पाहिजे. चूक *आहे ते.* पहिले म्हणजे परिपूर्ण नवरे जगात

कुठेही नसतात. अगदी कल्पनेमधले चांगले असणारेही नवरे नसतात. दुसरे असे की, ती माझ्याविषयी जे काही बोलली ते सारे बरोबर होते. त्यामुळे केटबरोबर राहूनही माझे जीवन सुधारेलच असे नव्हते.

जाऊ दे! या विषयावर विचार करावा तेवढा थोडा होता. मला अंडरवेअर धुण्याची आठवण झाली. ती अंडरवेअर धुवून टाकावी, नंतर बिछान्यावर अंग लोटून द्यावे आणि एकदा का ही केस संपली की तिचे तोंड कधीही पाहू नये.

दारावर टकटक झाली म्हणून मी पीपहोलमधून पाहिले आणि मग दार उघडले.

ती आत येऊन उभी राहिली. आम्ही दोघे एकमेकांकडे पहात राहिलो.

अशा प्रसंगात मी नेहमीच कणखर राहातो. मी माझ्याकडून उगाच एक पाऊल पुढे जाणार नाही. एखाद्दुसरे तिचे चुंबन घेऊन 'झाले गेले विसरून जा.' असा प्रकार करणार नाही. माझ्या या कणखरपणावर कामभावनेलाही मी मात करू देत नाही. किंवा मुळात अशा वेळी ती भावना माझ्या मनात उद्भवतच नाही.

पांढऱ्या टर्कीश कापडाच्या एका पायघोळ झग्यात ती आली होती. हॉटेलतर्फे तो झगा आंघोळीनंतर घालण्यासाठी दिलेला होता. ती म्हणत होती, "सॉरी, मी तुम्हाला त्रास देते आहे; पण माझ्या बाथरूममधला शॉवर बिघडला आहे. म्हणून तुमच्या बाथरूममध्ये मी आंघोळ करणार आहे." असे म्हणून तिने माझ्याकडे पाठ केली, अंगावरचा पायघोळ झगा सोडून टाकला आणि ती तशीच बाथरूममध्ये शिरली. पूर्णपणे विवस्त्र होऊन.

मला माझी अंडरवेअर धुवायची होती, आंघोळ करायची होती. त्यात मधेच येऊन ही कशाला घुसली? मग मीही अंगावरचे कपडे उतरवून बाथरूममध्ये शिरलो.

जर अपरात्री माझ्या खोलीत एफबीआयचा फोन आला तर गोंधळ नको म्हणून तिने माझी खोली रात्री एक वाजता सोडली.

मला रात्रभर नीट झोप आली नाही. सकाळी सव्वापाच वाजता जाग आली. माझ्या शरीरातील घड्याळानुसार सकाळचे सव्वाआठ वाजले होते. न्यूयॉर्क टाइम.

मी बाथरूममध्ये गेलो. माझी अंडरवेअर कुणीतरी धुऊन वाळत घातलेली होती. ती स्वच्छ झाली होती व दमट होती.

मी दाढी केली, दात घासले, परत आंघोळ केली. उन्हाळ्यात आंघोळीनंतर अंग न पुसण्यात मजा असते. मी तसाच बाल्कनीत गेलो. समोरून वाऱ्याची झुळूक अंगावर येत होती. चंद्र अस्ताला गेल्याने समुद्र आता काळाकभिन्न झाला होता. या वातावरणापेक्षा जास्त प्रसन्न वातावरण असूच शकत नव्हते.

मी तिथे खूप वेळ उभा होतो. अंगावर कपडे नसल्याने संपूर्ण शरीर वाऱ्याचे सुख अनुभवित होते. माझ्या बाल्कनीच्या शेजारी केटच्या खोलीची बाल्कनी होती.

मधे काँक्रिटचे पार्टिशन होते. त्यामुळे पलीकडचे दिसू शकत नव्हते; पण आवाज ऐकू येऊ शकत होते. तिच्या बाल्कनीचे काचेचे पार्टिशन सरकवल्याचा आवाज आला. मी इकडून म्हणालो, ''गुड मॉर्निंग!''

''गुड मॉर्निंग!'' पलीकडून प्रतिअभिवादन आले.

''माझी अंडरवेअर धुतल्याबद्दल थँक्स.''

''पण अशी सवय लावून घेऊ नका. अन् अर्ध्या तासाने ब्रेकफास्टसाठी आपण भेटू या.''

ऐकू यावे म्हणून आम्ही जरासे मोठ्याने बोलत होतो. सर्वांच्या खोल्यांच्या बाल्कन्या एकमेकाला लागून असल्याने जवळच्या खोल्यातील उतारूंनाही आमचे बोलणे ऐकू जात असावे; पण मी व केट पहाटेच्या या प्रसन्न वातावरणाने एवढे उत्तेजित झालो होतो की बाकीच्यांची पर्वा न करता एफबीआयची वस्त्रे आम्ही केव्हाच उतरवून टाकून प्रियकर व प्रेयसीच्या भूमिकेत गेलो होतो.

ती मला साद घालून विचारीत होती, ''तुमचे लग्न झाले आहे का?''

''नाही. अन् तुझे?''

''नाही.''

यानंतर मी पुढचे कोणते वाक्य बोलायचे? या प्रेमाच्या खेळात मी फारसा अनुभवी नव्हतो; पण एक निष्णात प्रेयसी मला चेतवत होती व मला ते आवडतही होते. आत्ताचे क्षण हे पुढे माझ्या आयुष्यात अमर होऊन बसणार होते. शेवटी मी ते सुवर्णशब्द माझ्या तोंडून तिच्या दिशेने उधळले, ''अग, माझ्याशी तू लग्न करशील का?''

यावर एक प्रदीर्घ क्षणांची शांतता पसरली, शेवटी वरच्या बाल्कनीतून एका बाईचा आवाज आला,

''त्याला उत्तर दे.''

मग केट म्हणाली, ''ओके! मी तुमच्याशी लग्न करेन.''

वरच्या बाल्कनीत कुणीतरी दोघांनी टाळ्या वाजवल्या.

आम्हाला त्यांच्या अस्तित्वाची पर्वा नव्हती. आम्ही आमच्या प्रेमभावनेत मश्गुल होतो. मग भले बाकीचे आमच्या नावाने टाळ्या पिटो किंवा ठणाणा करो.

तिचे बाल्कनीचे पार्टीशन बंद झाल्याचे मी ऐकले. मग मी आत गेलो. सर्व कपडे चढवले. ते बुलेटप्रूफ जाकीट घालून वर कोट घातला. कमरेला कातडी म्यानात पिस्तूल घातले आणि खाली जाऊन बेक्रफास्ट रूममध्ये बसलो. मी एक कॉफी मागवली व न्यूयॉर्क टाईम्सची ताजी आवृत्ती मागवून घेतली.

फ्रॅन्कफुर्टमध्ये झालेल्या लिबोविट्झ यांच्या खुनाची बातमी एका छोट्या परिच्छेदात छापून आली होती. तसेच श्रद्धांजली सदरामध्येही छायाचित्रासकट

लिबोविट्झच्या नातेवाईकांनी आपल्या भावना व्यक्त केल्या होत्या. त्यावरून मला कळले की तो बिचारा न्यूयॉर्कमध्ये मॅनहॅटनमध्ये रहात होता. त्याला मागे एक पत्नी व दोन मुले होती. आयुष्याला कसलाही नियम नाही. ते केव्हाही व कसेही नाहीसे होऊ शकते. बिचारा लिबोविट्झ फ्रॅन्कफुर्टला बँकेच्या कामासाठी गेला आणि कुणाच्या तरी राजकीय मंचावरील खेळाला विनाकारण बळी पडला. का तर एका देशाचा गुप्तहेर हा युरोपात परतला आहे, अशी शत्रूची फसवणूक करण्यासाठी कुणाचा तरी प्राण घेतला गेला अगदी सहजपणे. त्यात बळी जाणाऱ्याच्या बायकोचा, मुलांचा कसलाही विचार केला गेला नव्हता.

विमानसंग्रहालयातील दुहेरी खुनाच्या बातमीचाही त्या वर्तमानपत्रात थोडासा पाठपुरावा केला होता. मनुष्यहत्या विभागातील एका डिटेक्टिव्हने याबद्दल म्हटले होते की, ''या दुहेरी खुनामागे जबरी चोरीचा उद्देश नसेल अशी शक्यता आम्ही फेटाळून लावत नाही.'' किती सावधगिरीने शब्दांचा खेळ करीत केलेले हे विधान होते. माझ्या लक्षात आले की त्या वृत्तपत्रातील उपसंपादक अशी खळबळजनक बातमी एकदम हातात आली तरी तिचा डोस एकदम वाचकांना देत नव्हता. आज थोडे, उद्या थोडे, परवा थोडे असे त्याचे चालले होते.

दहशतवादासंदर्भात मी टाइम्समधले शब्दकोडे हेही धरतो. ते सोडवणे म्हणजे एक मानसिक छळाचाच प्रकार असतो. अन् या सर्वांवरती कडी म्हणजे मिस् मॅसलीन या बाईचे चित्रपट परीक्षण. तिचे परीक्षण वाचणे म्हणजे आपण दहशतवादाला बळी पडण्याजोगे असते. आजच्या अंकातही तिने एका बॉक्स ऑफिस हिट, देमार प्रकारच्या चित्रपटात परीक्षण केले होते. त्या चित्रपटात नेहमीचाच भडक मालमसाला होता. शिवाय त्यातल्या कथेत मध्यपूर्वेतील दहशतवादीही होते. तिने केलेले परीक्षण जरी इंग्रजी भाषेतले होते, तरी ते अजिबात समजण्याजोगे नव्हते. तिची स्वत:ची भाषाशैली, आपल्या म्हणण्यामागचा युक्तिवाद, हे कोणाच्याही डोक्यावरून सहज जाईल. त्यातून समीक्षक मंडळी स्वत:ला उच्चभ्रू समजतात. अन् चित्रपट प्रेक्षक हे 'नीचभ्रू' असतात, असा त्यांचा गैरसमज असतो. त्यामुळे जर त्यांचे परीक्षण तुम्हाला कळले नाही की ते लगेच तुम्हाला 'नीचभ्रू' वर्गात ढकलून देतात. या मिस् मॅसलीनने टाकाऊ ठरवलेल्या चित्रपटाला टाइम्सच्या संपादकवर्गापैकी कोणीही जावे आणि खात्री करून घ्यावी की असे चित्रपट जोरदार चालत आहेत. त्याची कारणेही त्यांनीच शोधावीत.

केट येऊन माझ्यासमोर बसली. आम्ही दोघेही मेनूकार्ड वाचू लागलो. मघाशी बाल्कनीमध्ये आम्ही जे शाब्दिक प्रेमचाळे केले ते ती एव्हाना विसरून गेली असेल असे मला वाटले. पण तिने हातातले मेनूकार्ड खाली ठेवून मला एकदम एक प्रश्न विचारला, ''कधी?''

"अं...जून."

"ठीक!"

ऑर्डर घेणारी सेविका आली व आम्ही दोघांनी तिला पॅनकेकची ऑर्डर दिली. मला टाइम्स वाचायचा होता; परंतु आता न्याहारी उरकेपर्यंत ते वाचन इतिहासजमा झाले आहे, असे मला मनातून वाटले.

आम्ही मग आज दिवसभरात काय काय करायचे ते कार्यक्रम ठरवू लागलो. ही खलीलची केस, विगिन्सच्या घरी भेटलेली एफबीआयची माणसे यांवर चर्चा करू लागलो. तसेच लॉस एंजेलिसमध्ये केट ज्यांना ज्यांना माझी ओळख करून देणार होती, त्याविषयीची चर्चा करू लागलो.

पॅनकेक आल्यानंतर तो खाता खाता ती मला म्हणाली, "मी माझ्या वडलांची ओळख करून देईन. तुम्हाला ते आवडतील. तुमचे आणि त्यांचे चांगले जमेल."

"नक्कीच जमेल."

"ते तुमच्या वयाचे किंवा जास्तच वयाचे असतील."

"हे ठीक झाले." मला एका जुन्या चित्रपटातील वाक्य आठवले. मी ते म्हणालो, "त्याने आपल्या मुलीला अहंमन्य म्हणून वाढवले."

"बरोबर आहे. त्यांनी माझ्या बहिणीलाही तसेच वाढवले." मी हसलो.

ती पुढे म्हणाली, "तुम्हाला माझी आईसुद्धा आवडेल."

"तू आणि ती समान स्वभावाच्या आहात का?"

"नाही. ती फार चांगली आहे."

मी पुन्हा हसलो.

ती म्हणाली, "आपण मिनेसोटात लग्न करायचे का? कारण आमचे कुटुंब खूप मोठे आहे."

"म्हणजे ग्रेटच. मिनेसोटा. तुला 'मिनेसोटा' हे शहर म्हणायचे आहे का राज्य म्हणायचे आहे?"

"मी मेथॉडिस्ट चर्चची उपासक आहे. तुमचे काय?"

या चर्चला संतती नियमन मंजूर असल्याने मी म्हणालो, "कोणत्याही स्वरूपाचे संतती नियमन हे चांगले असते."

"मी माझ्या धर्मपंथाबद्दल बोलते आहे. तो पंथ मेथॉडिस्ट आहे."

"ओह, माझी आई तर कॅथलिक आहे. माझे वडील... ते काहीतरी प्रॉटेस्टंट वगैरे असावेत. त्यांनी कधीही—"

"ठीक आहे. मग आपण आपल्या मुलांवरती प्रॉटेस्टंट पंथीयांचे संस्कार करू."

"जॉन, उगाच चेष्टा करू नकोस. मी बोलते आहे तिकडे नीट लक्ष दे. ते महत्त्वाचे आहे."

''मी देतोय ग लक्ष. पण हे असे एकदम..... काहीतरी एकदम गिअर बदलल्यासारखे होत आहे.''

तिने खाणे थांबवून माझ्याकडे पहात विचारले, ''तुम्ही गडबडून गेलात का?''

''नाही. अर्थातच नाही.''

''पण तुम्ही तसे दिसता आहात.''

''त्याचे काय आहे. मला पोटात आम्लपित्ताचा त्रास होतो. वाढत्या वयानुसार होते असे.''

''असो! तर तेव्हा हे आपले सारे नीट जमते आहे. मग आपण नंतर सुखाने संसार करत राहू.''

''छान; पण एक महत्त्वाची गोष्ट राहूनच गेली की ग.''

''कोणती?''

''आपली एकमेकांची नीट ओळख होण्यासाठी अजून तेवढा काळ...''

''ती ओळख आता जून महिन्यानंतर होईल. ठरलं तर मग.''

''चांगला मुद्दा आहे हा. ''

''तुमचे माझ्यावरती प्रेम आहे का?''

''प्रत्यक्षात पाहू गेल्यास आहे. पण प्रेम—''

''हे बघा, मी आत्ता इथून एकदम उठून निघून गेले तर तुम्हाला कसे वाटेल? सुटका झाल्यासारखे वाटेल?''

''नाही. मला ते तुझे जाणे चमत्कारिक वाटेल.'' हे उत्तर देताना मात्र मला थोडा वेळ लागला.

''असं? पण मग ह्या उत्तरासाठी मनात संघर्ष का करावा लागला?''

''म्हणजे आता तू पुन्हा मानसशास्त्रीय विश्लेषणात घुसणार काय?''

''नाही. मी तुम्हाला फक्त काय असू शकेल ते सांगत होते. मी तुमच्या प्रेमात पडली आहे. तुमच्यासाठी वेडी झाले आहे. मला तुमच्याशी लग्न करायचे आहे. तुमच्यापासून मला मुले हवी आहेत. आता याच्यापेक्षा अधिक मी काय सांगू?''

''ठीक आहे. आता जरा माझे थोडेसे ऐकणार का?''

''ऐकणार.''

''समजा... मला न्यूयॉर्कमधला जून महिना आवडत असेल तर?''

''मला न्यूयॉर्क अजिबात आवडत नाही. पण तुमच्यासाठी कुठेही रहायची माझी तयारी आहे.''

''न्यू जर्सी?''

''ओफ्, आता फार ताणू नका.''

हीच वेळ सारे काही उघड करून बोलण्याची आहे, असे समजून मी म्हणालो,

"असं बघ केट, मी एक पुरुषी अहंगंडाचा नमुना आहे, स्त्रीद्वेष्टा आहे आणि मला अतिचावट विनोद सांगायला आवडते.''

"म्हणजे तुमचा मुद्दा....''

या मुद्द्यावरून मी भलतीकडेच कोठेतरी भरकटत जाईन असे मला दिसले. म्हणून मी म्हणालो, "शिवाय माझ्यात इतरही काही दुर्गुण आहेत. मला वरिष्ठांबद्दल आदर नसतो. मला नेहमी त्यांच्या चुका दिसतात. नोकरीत नेहमी मी असे काही उद्योग करून ठेवतो की ती कोणत्याही क्षणी सुटण्याची वेळ येते. त्यातून माझ्याकडे पैसे साठलेले नाहीत. मी एक रंक माणूस आहे. मला पैसे मिळाले तर त्याचा योग्य विनियोग करता येत नाही.''

"म्हणून तर तुम्हाला एका चांगल्या वकिलाची व हिशेब तपासनीसाची गरज आहे. मी या दोन्ही विषयांत तरबेज आहे.''

"मग मॅडम, मी फक्त तुमची सेवा भाड्याने घेऊ शकतो काय?''

"नाही. तुम्हाला माझ्याशी लग्नच करावे लागेल. मी एक पूर्णवेळ सेवा देणारी व्यावसायिक तज्ज्ञ आहे. शिवाय मी पुरुषांमधील कामवैगुण्ये तुमच्यात निर्माण होऊ देणार नाही.''

खरोखरच या व्यावसायिकदृष्ट्या नोकरीत यशस्वी असलेल्या बाईपुढे माझे आता बोलणेच खुंटले.

थोड्या वेळातच आमच्या संभाषणातील हलकाफुलका मूड संपला. आम्ही एकमेकांकडे पाहू लागलो. शेवटी मी म्हणालो, "मीच तुझ्यासाठी लायक आहे, योग्य आहे, एकमेव आहे, हे तुला कसे काय समजले?''

"आता याचा खुलासा कसा काय करता येणार? जेव्हा तुम्ही माझ्या आसपास असता तेव्हा माझे हृदय जोरजोरात धावू लागते. मला तुम्हाला बघायला आवडते, तुमचा आवाज ऐकायला आवडतो, तुमच्या अंगाचा गंध, तुमचा स्पर्श.... आणि तुमचे सारे सारे काही आवडते. तुम्हीच फक्त माझ्यासाठी योग्य आहात.''

"थँक यू. ठीक आहे. मी तुझी नोकरी, तुझ्या बदल्या, न्यूयॉर्कमधील रहाणे, माझे तुटपुंजे पेन्शन हे आपल्या लग्नाच्या आड येऊ देणार नाही. तसाच, तुझ्यामाझ्या वयातला दहा वर्षांचा फरक...''

"चौदा वर्षांचा.''

"बरोबर. यावरून मी कधीही भांडणार नाही. माझे तुझ्यावरती प्रेम आहे. मनापासून प्रेम आहे. हे प्रेम जर मी आत्ता ठोकरून लावले तर माझे उर्वरीत आयुष्य फार वाईट जाईल.''

"म्हणूनच मी म्हणते की, माझ्याशी लग्न करणे हाच एक सर्वांत उत्तम उपाय आहे. माझ्यावर विश्वास ठेवा. हसण्यावारी नेऊ नका. असं करा, माझ्याकडे बघा.

नीट माझ्या डोळ्यांत बघा बरं.''

तिने म्हटल्याप्रमाणे मी केले. अन् माझे वावटळीत भिरभिरणारे मन एकदम स्थिर झाले. एक प्रकारची शांतता मला व्यापून गेली. वेस्ट-१०२ स्ट्रीटवरती माझ्यावर गोळ्या झाडल्या गेल्या होत्या. त्या वेळी मी रक्ताच्या थारोळ्यात पडलो होतो. आपल्याला आता काहीही हालचाल करता येत नाही, हे जेव्हा माझ्या लक्षात आले, तेव्हा मी सारे प्रयत्न, इच्छा, जोर सोडून दिले. त्या वेळीही अशीच एक शांततेची लाट माझ्यावरती चाल करून आली होती. जेव्हा तुम्ही तुमच्या मनातला विरोध सोडून देता, लढण्याचे, संघर्ष करण्याचे प्रयत्न सोडून देता आणि शरण जाता, तेव्हाच तुम्हाला तो देदीप्यमान प्रकाश दिसतो, देवदूतांची स्वर्गीय गाणी ऐकू येतात आणि तुम्हाला ते अल्लाद उचलून घेतात. एक आवाज तुम्हाला म्हणतो, ''शांतपणे माझ्याबरोबर चल, नाहीतर मी तुला बेड्या ठोकेन.''

नाही, असे नाही तो आवाज म्हणत. तो आवाज म्हणतो की, ''आता संघर्ष संपला आहे. यातनापर्वाचा शेवट झाला आहे. एका नवीन जीवनाची, पूर्वीच्या जीवनापेक्षा कमी दुःखाच्या जीवनाची सुरुवात होते आहे.''

मी केटचा हात हातात घेतला, तिच्या डोळ्यांत पाहिले आणि म्हटले, ''मला तू आवडते. अगं, खरोखरच आवडतेस. आय लव्ह यू!'' मला खरोखरच तसे मनापासून वाटू लागले होते.

८०

साडेसात वाजता आम्ही व्हेंचुरा इन हॉटेलच्या दाराशी जाऊन उभे राहिलो. बरोबर त्याच वेळी चक आम्हाला घ्यायला गाडीने आला. त्याने आल्या आल्या म्हटले, ''नवीन काहीही नाही.''

''नवीन काहीच कसे नाही? माझे नुकतेच या हॉटेलमध्ये केटशी लग्न ठरले, हे नवीन नाही का?''

आम्ही ऑफिसकडे जाताना चकने विचारले, ''हॉटेल ठीक होते ना?''

केट म्हणाली, ''इट वॉज वंडरफुल.''

''तुम्ही सोडले का ते?''

''होय,'' केट सांगू लागली, ''आता काही दिवस आम्ही लॉस एंजेलिसमध्ये घालवू; पण जर वेगळे काही घडले तर मात्र सगळाच कार्यक्रम बदलला जाऊ शकतो.''

चक सांगू लागला, “माझ्या असे कानावर आले आहे की वॉशिंग्टनमधील वरिष्ठ मंडळी उद्या दुपारी एक मोठी पत्रकार परिषद भरवत आहेत. त्यांनी तुम्हाला उद्या सकाळपर्यंत वॉशिंग्टनमध्ये हजर रहायला सांगितले आहे.”

मी विचारले, “ही कसली पत्रकार परिषद आहे?”

“फार मोठी. या वेळी ते या संबंधातले सारे काही जगजाहीर करणार आहेत. फ्लाईट-१७५ बद्दल, खलीलबद्दल, १९८६ मधील लिबियावरील बॉम्बिंगबद्दल, खलीलकडून होणाऱ्या वैमानिकांच्या हत्येबद्दल आणि काल विगिन्सच्या घरी घडलेल्या प्रकाराबद्दल. सारे काही उघड केले जाणार आहे. या संदर्भात शेवटी जनतेला सहकार्याचे आवाहन करणार आहोत.”

“पण का?” मी मोठ्याने म्हणालो, “आम्हाला कशाला पत्रकारांसमोर उभे करत आहेत?”

“मला वाटते की त्यांना या प्रकरणासाठी कोणीतरी दोन नायक हवे आहेत. इथे तुम्ही सुदैवाने दोघेच आहात. सर्वांत उत्तम आणि बुद्धिमान! त्यातून तुमच्यातला एकजण तर छायाचित्रांसाठी अगदी अनुरूप आहे,” असे म्हणून तो जोरजोरात हसला.

माझ्या मते ही काही बरी सुरुवात झाली नव्हती.

चक विचारीत होता, “तुम्हाला कुठे काही खरेदी करायची असेल तर सांगा. म्हणजे योग्य तिथे गाडी थांबवीन.”

“नाही. काही नाही,” मी म्हणालो.

“अंडरवेअर?”

“नाही. सरळ ऑफिसला जाऊ या.”

काही मिनिटातच आम्ही व्हेंचुरामधील एफबीआयच्या ऑफिसात पोचलो. चकने आम्हाला खाली पार्किंग लॉटमध्ये सोडून म्हटले, “सरळ जा. तुमचे स्वागत होईल.”

मला वाटले की तो मघापासून चेष्टा करतो आहे. आम्ही आमची बुलेटप्रूफ जाकिटे हातात घेऊन बाहेर पडलो. इमारतीमध्ये शिरून वरच्या मजल्यावर गेलो. चालताना मी केटला म्हटले, “मला या साऱ्याचा कंटाळा येतो. टीव्हीवर जनसंपर्काच्या तमाशामध्ये मी दिसणे, मला आवडणार नाही.”

“जनसंपर्काचा तमाशा नाही, ती पत्रकार परिषद आहे.”

“पण मला कामे असताना ती सोडून अशा गोष्टींना कशाला हजेरी लावायची?”

“आपल्याला त्याच पत्रकार परिषदेचा उपयोग करून घेऊन आपले लग्न ठरल्याची बातमी जाहीर करता येईल.”

खरोखर, प्रत्येकजण आता विनोदी बोलायला लागलेला दिसतो आहे. कदाचित

माझ्याच प्रभावामुळे असेल तसे; पण सकाळपासून मी चेष्टेच्या मूडमध्ये आलो नव्हतो.

आम्ही इमारतीत शिरून लिफ्टने वर गेलो आणि ऑफिसच्या दारावरच्या बझरचे बटण दाबले. कालच्याच त्या प्रमुख स्त्रीने दार उघडले आणि आम्हाला म्हटले, "तुम्ही जॅक कोनिग यांना आधी फोन लावा."

मी केटला म्हटले, "तूच कर फोन."

पण ती ऑफिस-प्रमुख मला म्हणाली, "नाही, तुम्हालाच फोन करायला सांगितले आहे. तिकडे कोपऱ्यातील जी केबिन रिकामी आहे, तिथे फोन आहे."

मी व केटने ती बुलेटप्रूफ जाकिटे परत केली आणि त्या केबिनमध्ये गेलो. जॅक कोनिगला फोन लावला त्या वेळी इकडे सकाळचे आठ वाजले होते. म्हणजे न्यूयॉर्कमध्ये सकाळचे ११ वाजलेले असणार, असा माझा तर्क होता. या वेळी तरी माझे हे गणित चुकणार नाही असे मी धरून चाललो.

जॅक फोनवर येऊन म्हणाला, "गुड मॉर्निंग!" त्याच्या आवाजात मला प्रसन्नता जाणवली. एरवी ती दुर्मिळ असते. मी म्हणालो, "गुड मॉर्निंग!" पलीकडचा आवाज केटलाही ऐकू यावा म्हणून मी स्पीकरफोनचे बटण दाबले. मी म्हटले, "केट माझ्याजवळच उभी आहे."

"हॅलो केट!"

"हॅलो जॅक."

"प्रथम मी तुम्हा दोघांचे अभिनंदन करतो. तुम्ही एक फार मोठे शोधकार्य केले आहे. गुन्हेगाराचा मागोवा घेण्यात तुम्ही यशस्वी झाला आहात. तसेच, काल त्या अझीम रहमानची चौकशी करून त्याला सरकारपक्षाचा साक्षीदार करून घेऊन तुम्ही फार मोठे काम केले आहे. फार परिणामकारक तंत्र त्यासाठी वापरले म्हणे."

"मी ते माझ्या पद्धतीने केले. सरळ त्याला योग्य तिथे ठोसे मारले व नाक दाबून तोंड उघडायला लावले. मग सुतासारखा सरळ आला. जुनेच तंत्र आहे हे." मी अप्रत्यक्षपणे एफबीआयच्या तंत्राला टोमणा मारला होता.

थोडा वेळ पलीकडे शांतता होती. मग कोनिग म्हणाला, "मी स्वत: त्याच्याशी बोललो आहे. सरकारपक्षाचा साक्षीदार बनण्यासाठी तो खुषीने राजी झाला आहे."

यावर मी एक जांभई दिली.

जॅक कोनिग सांगत होता, "चिप विगिन्स यांच्याशीही मी बोललो. त्यांच्याकडून मला अल् अझीझियावरील बॉम्बिंगची प्राथमिक पार्श्वभूमी समजली. विगिन्सने हेही सांगितले की कदाचित त्याने सोडलेला एक बॉम्ब चुकून भलतीकडेच भरकटला गेला. कदाचित् हाच बॉम्ब खलीलच्या घरावर पडला असावा. किती विलक्षण योगायोग आहे हा."

"खरे आहे."

"आता या अल अझीझियाच्या कॅम्पचे रूपांतर हे जिहाद विद्यापीठात झाले आहे. तिथे दहशतवाद्यांना प्रशिक्षण दिले जाते."

"मला त्या उद्याच्या चक्रम प्रेस कॉन्फरन्ससाठी काही प्रशिक्षण दिले जाणार आहे काय?" मी मुद्द्याचे विचारले.

"प्रशिक्षण नाही, पण काय बोलायचे, काय जाहीर करायचे ते फक्त तुम्हाला सांगितले जाईल."

"असे पहा, त्या १९८६ साली काय घडले, याला मी महत्त्व देत नाही. खलीलचे कुटुंब चुकून मारले गेले का हेतूपूर्वक मारले गेले, यालाही माझ्या दृष्टीने काहीही किंमत नाही. मला एका गुन्हेगाराचा शोध घ्यायचा आहे, त्याला पकडायचे आहे आणि तो गुन्हेगार अजूनही इथेच कुठेतरी आहे, वॉशिंग्टनमध्ये नाही."

"तो नक्की कुठे आहे ते आम्हालाही ठाऊक नाही. आम्हाला एवढेच ठाऊक आहे की तो लिबियात असेल, किंवा परत अमेरिकेच्या पूर्व किनाऱ्यावर आला असेल, किंवा वॉशिंग्टनमध्येही शिरला असेल. मला फक्त एवढेच ठाऊक आहे की एफबीआयच्या डायरेक्टरना आणि दहशतवादविरोधी विभागाच्या डायरेक्टरना तुम्ही उद्या सकाळी वॉशिंग्टनमध्ये हवे आहात. तेव्हा ऐन वेळी नाहीसे होऊन जाण्याचे तुम्ही स्वप्नातसुद्धा आणू नका."

"येस, सर." मी मलूलपणे म्हणालो.

"तुम्ही जर आला नाहीत तर माझा जीव आणि अब्रू टांगणीला लागेल, हे लक्षात ठेवा."

"माझ्या आले लक्षात."

मग हा मुद्दा सोडून इतर गोष्टीवर तो बोलू लागला, "केट कशी आहेस?"

"उत्तम. जॉर्ज कसे आहेत?"

"जॉर्ज ठीक आहे. ते अजूनही कॉन्क्विस्टाडोर क्लबमधले ऑफिस सांभाळतात. पण उद्यापासून ते फेडरल प्लाझामध्ये यायला लागणार आहेत." मग मला उद्देशून जॅक म्हणाला, "जॉन, कॅप्टन स्टेनने तुमचे कालच्या कामाबद्दल अभिनंदन केले आहे."

"परंतु अजूनही गुन्हेगार मोकाट सुटलेला आहेच."

"पण तुम्ही काही लोकांचे प्राण तर वाचवले ना? कॅप्टन स्टेनला तुमचा अभिमान वाटतो. आम्हा सर्वांना वाटतो."

ह्या असल्याच काहीतरी गप्पा चालल्या होत्या. गप्पा, गप्पा, गप्पा! सरकारी पातळीवर विशेषत: सुरक्षा खात्यात कामे करताना व्यक्तिगत पातळीवरतीही संबंध ठेवावे लागतात. ते खूप महत्त्वाचे असतात. कारभार करण्यासाठी ही गोष्ट खूप

उपयुक्त ठरते, असे मला वाटते. अमेरिकेत आता भावनिक पातळीवर दुसऱ्यांची दखल घेण्याची लाट आली आहे. या टची-फिली अमेरिकेत ही गोष्ट अगदी चपखल बसते. सीआयएमध्ये असे काही असेल काय? त्यावरून आठवण झाली म्हणून मी जॅकला विचारले, "टेड नॅश सध्या कुठे आहे?"

"नक्की कुठे आहे ते मला नाही ठाऊक. मी त्याला फ्रॅन्कफुर्टमध्ये सोडून आलो. तो पॅरिसला जाणार होता."

मला असे दिसले की, ज्या सीआयएवरती एके काळी फार भरवसा टाकला जात होता, त्या सीआयएला निदान आत्ता तरी एफबीआयचे ग्रहण लागलेले आहे. या सीआयएचे एके काळचे काम हे अंतर्गत प्रश्नात अडथळे निर्माण करणे हे होते; पण आता टेड नॅश आणि त्याच्यासारख्या सीआयएमधील माणसांनी सरळ मॉस्कोमध्ये जाऊन आपली रजा तेथे घालवावी. तिथे आता त्यांना कसलाही धोका उरला नाही. फक्त खाण्यापिण्याचे हाल होतील. अशा संघटनेला निश्चित स्वरूपाचे हेतू असावे लागतात; पण तसे काही हेतू आता नसल्याने ते काहीतरी चुकीच्या गोष्टी करू लागतात. मग नकळत राजकारणात ओढले जातात. रिकाम्या मनात नेहमी सैतान शिरतो, असे माझी प्रॉटेस्टंट आजी मला सांगत असे.

केट आणि जॅकची बोलणी चालू असताना जॅकने काही सूचक प्रश्न विचारून मी व केटचे बरे (!) चालले आहे की नाही त्याची चौकशी केली.

केटने माझ्याकडे पाहिले. तिच्या चेहेऱ्यावरती लग्नाची बातमी फोडण्याची उत्सुकता प्रगट झालेली होती. मी आता यावर काय बोलणार? मी नुसतीच मान हलवली.

ती जॅकला म्हणाली, "जॉन आणि मी तुम्हाला एक चांगली बातमी देतो आहोत. आम्ही एकमेकांशी लग्न करायचे ठरवले आहे."

मला पलीकडचा फोन जमिनीवरती पडल्याचा आवाज ऐकू आला, असा भास झाला. दोन सेकंदापेक्षा अधिक वेळ पलीकडे शांतता होती. जॅक कोनिगच्या दृष्टीने चांगली बातमी म्हणजे तिने माझ्याविरुद्ध त्याच्याकडे केलेली 'लिंगभेदावर आधारीत होणारा छळ.' अशी तक्रार; पण तो लवकर या धक्क्यातून सावरला. तो म्हणाला, "वेल.... *धिस इज ए गुड न्यूज!* अभिनंदन जॉन, तुझेही अभिनंदन. हे अगदी अकल्पित आणि अचानक घडले आहे."

मला आता यावर काहीतरी बोलणे भाग होते. मी माझ्या पुरुषी व रांगड्या आवाजात म्हणालो, "कधीतरी घर करायचे होतेच, ते केले. आता माझे ब्रह्मचर्याचे दिवस संपले. शेवटी मला एक योग्य मुलगी, नव्हे बाई सापडली. तिच्यावाचून मी सुखाने जगू शकलो नसतो." वगैरे, वगैरे.

मग त्याने ऑफिसच्या कामासंबंधी काही किरकोळ पण आवश्यक अशी

बोलणी केली आणि म्हटले, "फेडरल एव्हिएशन एजन्सीकडे आपली काही माणसे खलीलच्या त्या खासगी विमानप्रवासाच्या योजनेची चौकशी करीत आहेत. आम्ही खासगी जेट विमानांवरती जास्त लक्ष दिले. खलीलला पश्चिमेकडे नेणारे ते विमान आम्ही शोधून काढले. त्या विमानाच्या दोन्ही वैमानिकांच्या मुलाखती घेतल्या. लाँग आयलँडच्या मॅकॉर्थर विमानतळावरून ते निघाले. मॅक्कॉय व सदरवेट यांचे खून पाडल्यानंतर खलील लगेच त्या विमानात गेला असावा. कोलॅराडो स्प्रिंग्जला ते थांबले. खलील विमानातून उतरून गेला; पण त्याने कर्नल कॅलमचा खून केला नाही, हे आपल्याला ठाऊक आहे. यानंतर खलील त्या विमानाने सांटा मोनिकाला कसा पोचला ते त्या वैमानिकांनी सांगितले. त्या वैमानिकाला जेव्हा आपला प्रवासी कोण होता हे कळले तेव्हा धक्काच बसला. यावरून असे दिसते की खलीलकडे अमेरिकेची खूप माहिती आहे आणि त्याच्यामागे भरपूर अर्थसहाय्य करणारी कोणती तरी संघटना आहे."

"खलीलने आणखी एखादे खासगी विमान रिझर्व्ह करून ठेवले आहे काय, हे तुम्ही शोधत आहात ना?"

"पण रोज शेकडो खासगी जेट विमाने आपल्या फ्लाईट प्लॅन्सची नोंदणी करीत असतात. आम्ही त्यातून कॉर्पोरेट कंपन्यांचे नसलेले, परदेशी कॉर्पोरेट कंपन्यांचे असलेले, संशयास्पद मार्गाने विमानाचे भाडे दिलेले, वारंवार कधीही असे प्रवास न करणारे, परदेशी वाटणारे प्रवासी, वगैरे चाळण्या लावून पहातो आहोत. हे एक फार फार जिकीरीचे काम आहे; पण ते केले पाहिजे."

"बरोबर. हा xxx खलील अमेरिकेबाहेर कसा पडेल? याबद्दल काही तुमचा तर्क आहे?"

"चांगला प्रश्न आहे. या बाबतीत कॅनेडियन सरकार आम्हाला खूप सहकार्य देते आहे. पण मेक्सिकन सरहद्दीच्या बाबतीत मात्र काही सांगता येत नाही."

"दर वर्षी त्या सरहद्दीवरून सुमारे ५० हजार माणसे बेकायदेशीररित्या ये-जा करत असतात. त्याखेरीज नशिली पावडर टनावारी आणणारी माणसे वेगळीच आहेत. तुम्ही डीईए, कस्टम्स आणि इमिग्रेशन यांना सावध केले का?"

"अर्थात आणि त्यांनी तेवढ्यासाठी जादा माणसे त्या कामावर तिथे ठेवली आहेत. यामुळे या महिन्यात नशिल्या पदार्थांची वाहतूक करणाऱ्या लोकांचे दिवस भरलेत, असे म्हटले पाहिजे. कोस्ट-गार्डसना पण सावधगिरीच्या सूचना दिल्या आहेत. दक्षिण कॅलिफोर्नियाच्या किनाऱ्यावरून मेक्सिकन किनाऱ्यावर जाणे हे कमी अंतरामुळे फार सोपे असते. साध्या छोट्या बोटीने सहज पळून जाता येते. त्याला पकडण्याचा आम्ही अनेक स्थानिक व केंद्रिय खात्यांच्या सहकार्याने ह्या संशयिताने सरहद्द ओलांडण्याचा प्रयत्न केला तर चंग बांधला आहे."

"तुम्ही आत्ता टीव्हीवर बोलत आहात का?"

"नाही. का बरे?"

"टीव्हीवर बोलल्यासारखे तुमचे बोलणे मला वाटते आहे म्हणून विचारले."

"मी असाच नेहमी बोलतो. उद्या तुम्हीही असेच दुपारी बोलले पाहिजे. अन् तो तुमच्या तोंडात नेहमी येणारा xxx हा शब्द क्वचित् वापरा."

मी यावर हसलो.

मग आम्ही खलीलच्या शोधासंबंधी थोडा वेळ बोललो. शेवटी जॅक कोनिग म्हणाला, "खलीलच्या शोधाचे काम आता बाकीचे करत आहेत. तुमच्यावर आता ती जबाबदारी नाही."

"असे पहा, ती पत्रकार परिषद संपली की मी ताबडतोब इकडे परतेन."

"पाहू या आपण. ते सारे पत्रकार परिषद कशी पार पडते आहे. त्यावर अवलंबून आहे."

"एका गोष्टीचा दुसऱ्या गोष्टीशी कसा संबंध जोडता येईल?"

"आत्ता तरी तशीच परिस्थिती आहे."

"ठीक आहे. मला समजले सारे."

"छान. असद खलीलबरोबर काय संभाषण झाले ते आता मला सांगा."

"तसे त्याच्यात व माझ्यात समाईक मुद्दे वगैरे आले नाही. तुम्हाला कोणी सांगितले नाही का आमच्यातले संभाषण?"

"कळवले; पण मला तुमच्या तोंडून ते सारे ऐकायचे आहे. खलीलचा मूड कसा होता, मन:स्थिती हेरता आली का? आता यानंतर तो काय करण्याची शक्यता आहे? लिबियाला परतणार का इथेच कुठेतरी रहाणार? त्याच्याशी बोलण्यावरून काही अंदाज आला का?"

"ठीक आहे.... मला असे वाटले की, मी अशा व्यक्तीशी बोलत आहे की ज्याचे स्वत:चे मन काबूत आहे, जो आपल्या भावनांना सहज आवर घालू शकतो. तो अशा काही चमत्कारिक परिस्थितीत माझ्याशी बोलत होता, की त्याच्या जागी कोणालाही आपल्या मनाचा तोल राखता आला नसता. कारण विगिन्सबद्दलची त्याची योजना आपण उधळून लावली होती."

काही वेळ गप्प राहून जॅक म्हणाला, "पुढे बोला."

"जर मला पैज मारायची असेल तर मी पैजेवर सांगतो, की खलील हा आत्ता कुठेतरी घुटमळत रहाण्याचा प्रयत्न करतोय."

"का?"

"ते मला ठाऊक नाही. माझी मनोदेवता मला तसे सांगते आहे. पैजेवरून आठवले, मी पैज जिंकली असल्याने नॅशचे दहा डॉलर्स आणि त्याच्या बाजूच्या त्या

एडवर्डचे वीस डॉलर्स आणि माझे तीस डॉलर्स असे एकूण साठ डॉलर्स मला तुमच्याकडून हवे आहेत.''

''पण तुम्ही तर म्हणाला होतात की खलील न्यूयॉर्कमध्येच आहे.''

''बरोबर आहे. त्या वेळी तो होताच. नंतर त्याने न्यूयॉर्क सोडले, वॉशिंग्टनला गेला आणि परत न्यूयॉर्कच्या लाँग आयलँडला आला. मुद्दा असा आहे की तो अमेरिका सोडून आपल्या मायदेशी परतला नाही,'' असे म्हणून मी केटकडे पाठिंब्यासाठी पाहिले. ही गोष्ट महत्त्वाची होती.

केट म्हणाली, ''जॉनचे बरोबर आहे. त्यांनी पैजा जिंकल्या आहेत.''

जॅक म्हणाला, ''ठीक आहे, मी केटचे नि:पक्षपाती मत मानतो.'' यावर मी मनात हसलो. ती येथून पुढे माझ्याच बाजूने बोलणार. नंतर जॅक गंभीरपणे म्हणाला, ''तेव्हा जॉन, तुम्हाला अशी जाणीव होते आहे, की खलील तुमच्या तिथल्याच भागात कुठेतरी आहे.''

''अर्थात!''

''पण मग ही नुसती जाणीवच आहे?''

''तसे बोलून मी काहीतरी तुमच्यापासून हातचे राखून ठेवतो आहे, असे तुम्हाला वाटते का? मी तसले काहीही न करता.... कसे सांगू मी.... वेल, खलील जसे मला म्हणाला होता की, 'त्याला माझ्या अस्तित्वाची जाणीव झाली होती.' तसाच हा प्रकार आहे. या माणसाच्या अस्तित्वाची जाणीव मला होते आणि ती प्रत्यक्षात तशीच खरी आहे.''

पलीकडे आता बराच वेळ शांतता पसरली. बहुतेक जॅक कोनिग हा एटीटीएफच्या एखाद्या मानसोपचाराचा फोन नंबर शोधत असावा. शेवटी तो नम्रपणे म्हणाला, ''यातून मी एवढेच शिकलो आहे की तुमच्याशी पैज लावू नये.''

मला वाटले की आता तो मला विश्रांती घेण्यास सुचवणार; पण त्याऐवजी तो केटला म्हणाला, ''तुम्ही लॉस एंजेलिसच्या आपल्या ऑफिसकडे जाणार आहात?''

ती म्हणाली, ''होय. तिथे जाऊन त्यांच्याशी बोलून जरासे कामाचे संबंध आपण प्रस्थापित करणार आहे. परतण्यापूर्वी त्यांना काही मदत करता आली तर करणार आहे.''

''तिथे तुझ्या खूप मित्रमैत्रिणी आहेत, हे मला ठाऊक आहे.''

''होय.''

त्याच्या बोलण्यामागे केटच्या पूर्वीच्या प्रेमसंबंधांचा खराखोटा इतिहास असावा; पण मी त्यामुळे थोडाच मत्सरी बनणार होतो? कारण तिच्या गळाला मी केव्हाच लागलो होतो. मोठ्या माशाने गळ गिळला होता. धागा ओढून त्याला वर काढून

ताब्यात घेतले होते. तो जमिनीवर हवेसाठी तडफडत पडला होता. मला ही अशी उपमा स्वत:च्या बाबतीत सुचली होती. त्यामुळे केट मला उद्युक्त करण्यासाठी टेडसारखे जुने बॉयफ्रेंडस् किंवा योग्य त्या उमेदवारांचा विषय कधीच काढणार नव्हती.

जॅक आणि केट हे त्या दोघांनाही ठाऊक असलेल्या व्यक्तींबद्दल काही मिनिटे बोलत राहिले. शेवटी जॅक म्हणाला, "ठीक आहे, उद्या विमानाने लवकर या." केटनेही त्याला तसे आश्वासन दिले.

जॅक फोन खाली ठेवणार होता. तेवढ्यात मी त्याला म्हटले, "आणखी एक गोष्ट."

"काय?"

"रायफल."

"कसली रायफल?"

"त्या लांबट पार्सलात असलेली रायफल!"

"अरे हो, मी रहमानला त्याबद्दल विचारले, हाच प्रश्न लॉस एंजेलिसमध्येही त्याला विचारला गेला."

"मग?"

"रहमान आणि त्याचे कुटुंबीय ह्यांना सरकारतर्फे संरक्षण पुरवण्यात आले आहे."

"छान. तसेच करायला हवे होते. अन् पुढे?"

"लॉस एंजेलिसमधल्या एजंटस्नी रहमानकडून त्या पार्सलाचे वर्णन विचारले. त्यानुसार त्याला जी पुठ्ठ्याची पेटी दाखवली ती त्याने मान्य केली. तेवढ्याच मापाच्या पेटीचे पार्सल त्याला खलीलने दिले होते. थोडाफार एकदोन इंचांचा फरक असेल."

"आणि?"

"मग त्यांनी त्यात हळूहळू वजने भरत प्रत्येक वेळी ती त्याला उचलायला लावली. पूर्वीच्या पेटीएवढा जडपणा जाणवल्यावर त्याने बरोबर सांगितले. मग पेटीत मावणाऱ्या रायफलचे वजन काढले तर ते तेवढ्याच वजनाचे भरले. तुम्हाला असला प्रयोग ठाऊक असलेच म्हणा.—"

"आहे. आणि मग?"

"मग काहीही नाही. या प्रयोगातून काहीच निषन्न झाले नाही. नायलॉन व प्लॅस्टिकचे भाग वापरलेल्या रायफली वजनाला हलक्या असतात, तर जुन्या रायफली ह्या खूप जड होत्या. शिकारीच्या रायफली लांबलचक असतात, तर माणसांवर हल्ला करण्याच्या रायफली या त्या मानाने आखूड असतात. त्यामुळे त्या पार्सलात रायफलच होती की नाही हे सांगणे अवघड आहे."

“लक्षात आले; पण ती संशयित रायफल लांब व जड होती का?”

“जर ती खरंच *रायफल असेल* तर ती लांबलचक व जड होती.”

“म्हणजे एखाद्या शिकारीच्या रायफलसारखी, त्याला टेलिस्कोप लावलेली.”

“बरोबर.”

“म्हणजे ही सर्वांत भयानक शक्यता आहे. एक लांब अचूक नेम धरण्यासाठी टेलिस्कोप लावलेली, शिकारीची रायफल! खलील या रायफलीने काय करणार होता? किंवा काय करणार असेल?”

“जर विगिन्स घरी सापडला नाही, तर खलील जंगलात जाऊन जिथे विगिन्सने तंबू ठोकला असेल तिथे त्याची शिकार करणार. त्यासाठी ही रायफल त्याने जवळ ठेवली असणार. येथे असा आमचा तर्क चालला आहे. थोडक्यात, विगिन्सच्या हत्येसाठी असलेल्या एका पर्यायी योजनेमध्ये या रायफलचा समावेश असावा.”

“असं?”

“अर्थात, हा एक तर्कसिद्धांत आहे. तुमच्याकडे काही वेगळा तर्क आहे?”

“आता या क्षणाला नाही; पण मी माझ्या डोळ्यासमोर एक कल्पनाचित्र आणतो आहे. विगिन्स आणि त्याची मैत्रीण हे रानात गेले आहेत. तिथे त्यांनी तंबू ठोकून मुक्काम केला आहे. मग खलील तिथे जाऊन आपण शिकारीला आल्याचे सांगून ओळख करून देतो. शेकोटीभोवती तो त्यांच्याबरोबर कॉफी पितो. मग तो त्यांना सहज सांगतो की, आपण येथे तुम्हाला ठार करण्यासाठी आलो आहोत. मग ते काम पुरे करण्यासाठी जवळचे फॉर्टी कॅलिबरचे पिस्तूल बाहेर काढतो आणि त्यांच्या डोक्यात गोळ्या घालतो समजले?”

जॅकने काही सेकंदानी म्हटले, “नंतर आम्हाला अशी माहिती कळली की, विगिन्स आपली मैत्रीण आणि डझनभर मित्र यांना घेऊन रानात कॅम्पिंग करीत होता. तेव्हा खलील—”

“जॅक, तरीही आपली फसगत होते आहे. गोळी घालण्याआधी खलीलला विगिन्सच्या डोळ्यांतील भीती पहायची होती. इतरांच्या बाबतीतही त्याने तेच केले. अन् असे करण्यासाठी तो काय वाटेल ते करेल.”

“असेल तसे. ठीक आहे. दुसरा तर्क असा आहे आणि तो जास्त पटण्याजोगा आहे, जर त्या लांबट पार्सलात रायफल असती तर ती रायफल खलीलला पळून जाताना उपयोगी पडण्यासाठी त्याने बरोबर घेतली असणार. उदाहरणार्थ, त्याला जर मेक्सिकन सरहद्द ओलांडून जायचे असेल तर त्याच्यामागे तिथला पहारेकरी लागू शकेल. जर समुद्रमार्गे पळून जायचे असेल तर कोस्ट-गार्डची बोट मागे लागेल. अशा वेळी लांबून गोळी झाडायला रायफलच उपयोगी पडणार. त्याला आपला साथीदार रहमान याला दूर ठेवायचे होते. एकट्यानेच त्याला सरहद्द ओलांडायची

होती. म्हणून रायफलीची गरज होती. शिवाय रायफलीची खरेदी ही सोपी आहे.''

''पण रायफल लपवणे सोपे नाही.''

''त्यांचे भाग सुटे करता येतात. असद खलीलकडे एक स्नायपरची रायफल असून त्याचा कोणालातरी ठार करण्याचा विचार आहे, ही शक्यता मी फेटाळून लावत नाही. याचे कारण ज्याला पिस्तुलाच्या टप्प्यात ठार करण्यात अडचण आहे, त्याच्यावरच रायफल चालवली जाणार. पण हे खलीलच्या कार्यपद्धतीत— मोडस् ऑपरेन्डीमध्ये— बसत नाही. तुम्हीच म्हणाला ना की, तो आपल्या बळीच्या जवळ जाऊन, त्याच्याशी वैयक्तिक बातचीत करून मगच त्याला गोळी घालतो.''

''होय. म्हणजे मग त्या पार्सलमध्ये बागेत वापरायचे हलक्या दर्जाच्या फर्निचरचे सुटे भाग असणार. एकात एक जुळवून त्यातून टेबल तयार होते, खुर्ची तयार होते, टीपॉय तयार होते. जिथे सेल लागला आहे अशा दुकानात ते स्वस्तात मिळते. एखाद्या शर्टाच्या पेटीमध्येही ते सुटे भाग घालता येतात. सहा खुर्च्या, एक टेबल, एक छत्री, वगैरे वगैरे गोष्टींनी ती सर्व पार्सले भरली असतील.'' मी चिडून उपरोधी स्वरात बोलत होतो.

पण जॅक कोनिगने यावर आपली प्रतिक्रिया व्यक्त न करता विषय बदलीत म्हटले, ''तुमच्या प्रवासाच्या तिकिटांची व्यवस्था आम्ही इकडे करतो. विमानाच्या फ्लाईटची माहिती लॉस एंजेलिसच्या ऑफिसला पाठवतो. जे. एडगर हूव्हर इमारतीमध्ये उद्या संध्याकाळी पाच वाजता पत्रकार परिषद आहे, हे लक्षात ठेवा. मागच्या वेळची इथली भेट बॉसला आवडली होती आणि पुन्हा तुम्हा दोघांचे उत्तम शोधकार्याबद्दल अभिनंदन. तुम्ही लग्नाची तारीख ठरवली?''

केट म्हणाली, ''जून.''

''छान. ठरल्यानंतर जितके लवकर लग्न होईल तितके उत्तम. मी असे धरून चालतो की तुम्ही मला लग्नाचे निमंत्रण देणार.''

''अर्थातच. तुम्हाला तर यायलाच हवे.'' तिने आश्वासन दिले.

मी फोनच्या डिस्कनेक्शनचे बटण दाबून फोन बंद केला.

केट आणि मी थोडा वेळ काहीही न बोलता बसून राहिलो. मग ती मला म्हणाली, ''त्या रायफलचा विचार माझ्या डोक्यातून जात नाही.''

''तुला तो काढून टाकायलाच हवा.''

''म्हणजे असे की..... मी घाबरणाऱ्यांतली नाही; पण ती रायफल आपणा दोघांवर चालवण्याचा त्याचा विचार असावा.''

''शक्य आहे. तुला ते 'लिटल इटॅली टी-शर्टस्' उसने हवे आहेत का?''

''काय? कसले शर्टस्?'' तिने विचारले.

''म्हणजे ती बुलेटप्रूफ जाकिटे.''

ती हसत म्हणाली, ''तुम्ही शब्दांचा खेळ करून पाहिजे ते साध्य करता.''

त्या छोट्या केबिनमधून आम्ही बाहेर आलो. बाहेर सहाजण उभे होते. त्यातील तिघेजण तर कालच्या प्रसंगी विगिन्सच्या घरी हजर होते. आमची ती छोटीशी सभा किंवा चर्चा उभ्या-उभ्याच झाली. एकाने सांगितले, ''आज आम्ही रहमानला लॉस एंजेलिसहून इकडे आणणार आहोत. अर्ध्या तासात तो इकडे येईल. जिथे खलीलने आपल्याजवळील बॅग त्या कॅन्यनमध्ये भिरकावून दिली, ती जागा दाखवण्यासाठी त्याला आणले जात आहे.''

यावर मी 'ठीक आहे.' अशा अर्थाने मान हलवली; पण मला एक गोष्ट खटकत होती. खलील सकाळी लवकर आल्यानंतर दुकाने उघडायला वेळ होता, तोपर्यंत त्याला कुठेतरी वेळ काढायचा होता. त्यासाठी रहमानला घेऊन तो एखाद्या स्वस्तातल्या हॉटेलात जाऊन बसू शकत होता; पण त्याऐवजी त्याने समुद्रकिनाऱ्याच्या रस्त्याने उत्तरेकडे तासभर गाडी नेण्यास रहमानला का सांगितले? केवळ बॅग फेकून देण्यासाठी? आपल्या योजनेच्या शेवटच्या भागाशी त्याची ही कृती संबंधित होती काय?

आम्ही आज लॉस एंजेलिस शहरामधून फेरफटका मारण्यास जाणार असल्याने आम्हाला ती बुलेटप्रूफ जाकिटे नेण्याची गरज नव्हती. न्यूयॉर्कमध्ये असतो तर खात्यातल्या लोकांनी आश्चर्य व्यक्त केले असते. ही जाकिटे घेऊन जाणे म्हणजे ड्यूटीवर जाणे असा तिकडे या निमित्ताने विनोद केला जातो; पण हा न्यूयॉर्कमधला विनोद तो इकडे कसा कळणार?

त्या ऑफिसच्या स्त्री-प्रमुखाने मला व केटला दोन बॅगा भेट म्हणून दिल्या. त्यावरती FBI अशी मोठी अक्षरे छापलेली होती. अशी निरोपाची भेट म्हणजे, 'लेको, परत इकडे फिरकून आमच्यात लुडबूड करू नका.' अशी गर्भित सूचना त्यामागे असेल. केटला मी हे सांगणार होतो; पण ती ''प्रत्येक बाबतीत कसले सारखे चेष्टाविनोद करता'' असे मलाच दटावेल. म्हणून मी काही बोललो नाही.

आमच्याजवळचे किरकोळ सामान आम्ही त्या बॅगेत टाकले. लॉस एंजेलिसच्या ऑफिसला जायला आम्ही तयार झालो; पण आमच्यासाठी हेलिकॉप्टर तयार नव्हते. याचा अर्थ कधी कधी 'तुमचा प्रभाव संपत आलेला आहे.' असाही होतो. पण आम्हाला त्यांनी एक गाडी दिली. केटला या इथल्या सर्व रस्त्यांची माहिती असल्याने तिने ड्रायव्हर बरोबर घेतला नाही. पण काही म्हणा, कॅलिफोर्नियातील माणसे नक्कीच चांगली आहेत.

मग निघताना सगळ्यांशी हस्तांदोलन, निरोपानिरोपी, संपर्कात रहाण्याची वचने आणि 'पुन्हा या' असे निमंत्रण, वगैरे झाले. मी म्हटले, ''कदाचित् मी परवाही परत येण्याची शक्यता आहे.''

मग आम्ही त्या सरकारी निळ्या रंगाच्या फोर्ड क्राऊन व्हिक्टोरिया गाडीतून निघालो. केट गाडी चालवित होती.

कॅलिफोर्नियात पुन्हा गाडी चालविण्यात तिला आनंद झाला होता व ती उत्तेजित झाली होती. तिने मला सांगितले की आपण समुद्रकिनाऱ्याच्या रस्त्याने 'सांटा अमुकअमुक'मधून, 'सांटा तमुक तमुक' मार्गे 'सांटा मोनिका'ला जाऊ. इथे फार सांटा नावे वापरली जातात. मी यावर तिला काही बोललो नाही. बिचारी किती आनंदी मूडमध्ये होती. उगाच चेष्टामस्करी करून तिचा मूड कशाला बिघडवा. ती आनंदी राहिली तर मी आनंदी राहीन. खरे ना?

५१

त्या समुद्रकिनाऱ्यालगतच्या महामार्गावरून आम्ही जाऊ लागलो. सांटा ऑक्सनार्डमधून सिटी ऑफ एंजल्सला गेलो. आमच्या उजवीकडे समुद्र होता. त्याचे पाणी निळे होते. डावीकडे असलेले डोंगरही निळसर दिसत होते. वरती निळे आकाश होते आणि खाली आमची निळी गाडी होती. गाडीतील केटचे डोळेही निळे होते. सारे किती छान जमून आले होते.

''विल्शायर बुलेवार्ड या रस्त्याने गेलो तर एफबीआयचे ऑफिस एक तासाच्या अंतरावर आहे.'' असे केटने सांगितले. ती जागा पश्चिम हॉलीवूडमध्ये बिव्हर्ले हिल्सच्या जवळ यूसीएलए कॅम्पसच्या जवळ आहे.

मी तिला विचारले, ''एफबीआयचे ऑफिस एखाद्या उपनगरात का नाही? का येथे उपनगरेच नाहीत?''

''उपनगरे आहेत. परंतु असे दिसते की एफबीआयला काही गोष्टींचा शेजार हा अधिक लाभदायक वाटत असावा.''

''म्हणजे खर्चिक, श्रीमंत व शहराच्या मध्यभागात नसलेली वस्ती, असा शेजार ना?''

''कधी कधी. म्हणून मला लोअर मॅनहॅटन आवडत नाही. तिथे फारच दाट लोकवस्ती आहे.''

''पण तितकीच ती जिवंत आहे, चैतन्यमय आहे. मी तुला एकदा फ्रॉन्सेस टॅव्हर्न येथे एकदा घेऊन जाईन. जिथे जॉर्ज वॉशिंग्टनने आपल्या अधिकाऱ्यांना निरोप दिला.''

''पण तो नंतर व्हर्जिनिया राज्यात रहायला गेला. कोंडून टाकणाऱ्या दाट

लोकवस्तीमधून त्याला बाहेर पडायचे असले पाहिजे.''

आम्ही अशा रीतीने कॉलिफोर्निया-न्यूयॉर्क तुलना करीत होतो. थोड्या वेळाने तिने मला विचारले, ''तुम्हाला आता बरे वाटते ना?''

''त्यापेक्षाही जास्त.''

''छान. आज तुम्ही चिंतातूर दिसत नाही.''

''शेवटी मी परिस्थितीला शरण जाऊन तुला 'हो' म्हटले आहे. आता पुढचे पुढे.'' मग थोड्या वेळाने मी तिला म्हटले, ''मला जरा लॉस एंजेलिसच्या ऑफिसबद्दल माहिती देतेस का? तू तिथे काय काम करत होतीस?''

''माझे काम खूपच चांगले होते. हे ऑफिस देशातले तिसरे मोठे ऑफिस आहे. ऑफिसात एकूण ६०० एजंटस् कामे करतात. लॉस एंजेलिसमध्ये देशातील जास्तीत जास्त बँका लुटल्या जातात. वर्षाला सुमारे तीन हजार बँकावरती दरोडे घातले जातात. आणि —''

''*तीन हजार ?*''

''होय, मुख्यत्वेकरून नशेबाज मंडळींकडून गुन्हे होतात. तेही छोटे गुन्हे. म्हणजे पैसे पळवणे, गल्ला मारणे, वगैरे. त्यातून वेगाने पळून जायला हे फ्रीवे उपयोगी पडतात. या शहरात बँकांच्या अर्धवेळ चालू असणाऱ्या शेकडो शाखा आहेत. जमेल तेवढा डल्ला मारायचा आणि झटकन पळून जायचे असे त्यांचे तंत्र असते. न्यूयॉर्कमध्ये बँकेवर डाका टाकून पळून जाणाऱ्यांची मोटार चौकात अर्धा अर्धा तास सिग्नल नाही म्हणून अडकून पडेल; परंतु या भुरट्या चोऱ्यांमुळे नुसत्याच कटकटी निर्माण होतात. अशा गुन्ह्यात फारच थोड्या दुखापती होतात. मी तर एकदा माझ्या बँकेच्या शाखेत गेले असता माझ्या डोळ्यांदेखत तिथे लुटालूट चालू होती.''

''त्या लुटीत तुझा काही लाभ झाला की नाही?'' मी चेष्टेने विचारले.

ती हसून म्हणाली, ''काहीही नाही. फक्त गुन्हेगारांना अवघे दहाबारा डॉलर्स मिळाले असतील.''

''तू पकडलेस त्यांना ?''

''अर्थातच.''

''कसे काय ? सांग बरं मला.''

''तसा तो काही मोठा डाका नव्हता. माझ्या पुढेच रांगेत एक जण उभा होता. त्याने आपला नंबर आल्यावर एक कागद काऊंटरपलीकडच्या मुलीसमोर सारला. त्यावर काहीतरी लिहिलेले होते. ते वाचताच ती मुलगी घाबरली आणि मुकाट्याने एका कागदी पिशवीत नोटांची बंडले भरू लागली. काय झाले ते माझ्या लगेच लक्षात आले. त्या माणसाने ती नोटांची पिशवी घेतली व तो जाण्यासाठी वळला;

पण समोरच मी हातात पिस्तूल धरून उभे होते. तो लटपटला व मुकाट्याने शरण आला. अगदीच फालतू मूर्खपणाचा गुन्हा होता तो, छोट्या रकमेसाठी अनेक गुन्हे घडत असतात. पोलीस व एफबीआय यांच्याकडून निदान ७५ टक्के गुन्ह्यांचा शोध लावला जाऊन ते निपटले जातात.''

तिचे येथे दोन वर्षं वास्तव्य होते. ती त्याबद्दल सांगत होती, ''इथले एफबीआयचे ऑफिस हेच एकमेव असे ऑफिस आहे की जिथे दोन पूर्ण वेळ काम करणारे, वृत्तसृष्टीचा परिचय असणारे अधिकारी आहेत. आमच्याकडे फार मोठे गुन्हे व तेही अनेकदा समाजाच्या वरच्या थरातले असल्याने वृत्ततज्ज्ञांच्या मदतीने सावधगिरीने त्या गुन्ह्यांना प्रसिद्धी द्यावी लागते. इथे अनेक प्रतिष्ठित व सुप्रसिद्ध माणसे रहातात. त्यांच्याकडूनही सतत तक्रारी येत असतात. मी काही हॉलीवूडच्या नटनट्यांनाही भेटले आहे. एकदा तर एका सिनेमानटाच्या घरात मला रहावे लागले होते, त्याच्याबरोबर प्रवास करावा लागला होता. कारण त्याला कोणीतरी खुनाची धमकी दिली होती. शिवाय या शहरात काही अशियाई लोकांच्या गुन्हेगार-टोळ्या आहेत. काही टोळ्यांनी तर स्वत:चे सिंडीकेट बनवलेले असून त्या आपसात एकमेकांना त्यानुसार सहकार्य करतात. कोरियन स्मगलरांच्या एका टोळीबरोबर झालेल्या गोळीबारात मी प्रत्यक्ष भाग घेतला होता. ती माणसे खूप चिवट होती. सहजासहजी हार मानणारी नव्हती. पण आमच्या ऑफिसात काही कोरियन वंशाची माणसे कामाला आहेत. त्यांनी त्या टोळीचा आणि त्यांच्या सिंडीकेटचा भेद केला.'' थोडे थांबून ती म्हणाली, ''तुम्हाला माझ्या बोलण्याचा कंटाळा तर येत नाही ना ?''

''नाही. तुझे सांगणे हे एक्स-फाईल्स या टीव्ही मालिकेपेक्षा जास्त रंजक आहे. अन् तो सिनेमानट कोण होता, ज्याच्याबरोबर तू राहिली होतीस.''

''का ? तुम्हाला त्याचा मत्सर वाटायला लागला ?''

''बिलकुल नाही. किंवा थोडासाच असेल.''

''कोणीतरी होता तो. पण पन्नाशी ओलांडलेला होता.''

ती सांगत असताना मी गंभीरतेने का ऐकत होतो? मला अजूनही फारशी मौज का वाटत नव्हती? तिच्या सांगण्यावरून असे वाटत होते की ती एक भाबडी मुलगी नाही; पण माझ्या मते ती खरोखरीच भाबडी होती. तिने अमेरिकन जीवनाची काळी बाजू नीट पाहिली होती. मी गेल्या वीस वर्षांतील माझ्या न्यूयॉर्कमधल्या नोकरीत जे मी पाहिले ते तिने पाहिले नसले, तरी तिच्या निरीक्षणांची आणि अनुभवांची सरासरी माझ्यापेक्षा नक्कीच जास्त होती. आम्हाला एकमेकांच्या अनुभवांपासून खूप शिकण्याजोगे आहे, हे माझ्या लक्षात आले. आणखी एक गोष्ट माझ्या लक्षात आली. ती म्हणजे, तिने माझ्या पूर्वीच्या जीवनाची फारशी चौकशी केली नव्हती.

तर अशी आमची ही मोटारीतली सफर एकप्रकारे आनंदयात्रा झाली होती.

तिला इथले रस्ते चांगले ठाऊक होते. आम्ही विल्शायर बुलेवार्ड रस्त्यावर आलो. एका वीस मजली इमारतीच्या पार्किंग लॉटमध्ये तिने आपली गाडी घातली. ती एक पांढरी इमारत होती. त्यात फक्त ऑफिसेस होती. आवारात इमारतीभोवती फुलझाडे आणि ताडाची झाडे भरपूर लावली होती. ताडाच्या जातीची झाडे दिसली की नेहमी मी गंभीर किंवा खोल विचारात जातो. मी तिला विचारले, "मध्यपूर्वेच्या दहशतवादाबद्दलच्या एखाद्या केसमध्ये तू कधी काम केले होते का?"

"वैयक्तिकदृष्ट्या नाही. या भागात त्यांच्या हालचाली फारशा नाहीत; पण मला वाटते की, या विषयातला एक तज्ज्ञ इथे आहे." मग थोडे थांबून ती माझ्याकडे मिष्किलपणे पहात म्हणाली, "आता त्यांची संख्या दोनने वाढली आहे."

"बरोबर आहे," मी स्मित करीत म्हणालो.

एका रिकाम्या जागेत नेऊन तिने आपली गाडी थांबवली आणि गाडीचे इंजिन बंद केले. "आमच्या इथल्या ऑफिसमध्ये तुम्हाला ते या बाबतीत तज्ज्ञ समजतील. कारण तुम्ही एटीटीएफ गटात आहात आणि त्यातून मध्यपूर्वेच्या विभागात तुम्ही काम करीत आहात."

"बरोबर, मी हे विसरलो होतो."

आम्ही गाडीतून बाहेर पडून इमारतीकडे चालत गेलो. इमारतीत शिरून लिफ्टने सोळाव्या मजल्यावर पोचलो. एफबीआयच्या ऑफिसने सारा मजला व्यापला होता. इतर मजल्यांवरती न्यायखात्याची इतर काही ऑफिसेस होती.

पुढचे मी फार लांबण लावून सांगत नाही; पण इथली ऑफिसातली एक लोकप्रिय मुलगी परत आली होती. तिचे त्यामुळे जोरदार स्वागत झाले. माहेरी आलेल्या लाडक्या कन्येचे जसे स्वागत व्हावे, तसे ते स्वागत होते. पुरुष कर्मचाऱ्यांना तिला पाहून जेवढा आनंद झाला होता, तेवढाच व तसा आनंद स्त्रीकर्मचाऱ्यांनाही झाला होता. अन् लोकप्रियतेची ही एक चांगली खूण असते, अशी माझी भूतपूर्व पत्नी सांगे.

असो! तर आम्ही ऑफिसातील सर्व विभागातून हिंडून आलो. अनेकांशी हस्तांदोलन केले. प्रत्येकापुढे हसरा चेहेरा ठेवता ठेवता माझ्या चेहेऱ्याचे स्नायू दुखू लागले. माझी प्रेयसी माझे प्रदर्शन करते आहे असे मला शेवटी शेवटी वाटू लागले; पण तिने आपल्या लग्नाचे अजिबात जाहीर केले नव्हते. तेव्हा तसे काही मी म्हणू शकत नव्हतो.

या ऑफिसमधील वेगवेगळ्या केबिन्स, क्युबिकल्स, कबी होल्स, कॉरिडॉर्स यांच्या जाळ्यात केटचे कोणी पूर्वीचे प्रियकर तर लपले नसतील ना, या संशयाने मी हिंडता हिंडता न्याहाळत होतो; पण माझ्या चौकस व डिटेक्टिव्हच्या नजरेला तसे कोणीही आढळेना.

मी न्यूयॉर्कहून ज्या स्टर्जिस नावाच्या डेप्युटी एजंट इन् चार्जला फोन केला होता तो इथेच होता. मी आल्याचे कळताच त्याने मला बोलावून घेतले. आम्ही त्याच्या ऑफिसात गेलो. तो उठून टेबल ओलांडून माझ्याकडे आला आणि माझ्याशी त्याने प्रेमाने हस्तांदोलन केले. तो एक देखणा पुरुष होता, माझ्याच वयाचा होता. निरोगी होता व उन्हाने रापलेला होता. त्याने केटकडे पाहून तिच्याशी हस्तांदोलन करीत म्हटले, ''तुला पण पाहून खूप आनंद झाला आहे.''

तर हा तो पठ्ठ्या आहे होय! त्या दोघांच्या डोळ्यातील भाव पाहूनच माझ्या ते लक्षात आले. हाच केटशी प्रेमसंबंध जोडू पहाणारा असणार. ते प्रेमप्रकरण एकतर्फी असेल किंवा दुतर्फीही असेल.

जेव्हा तुमचा जोडीदार तुम्हाला घेऊन अशा ठिकाणी जातो तेव्हा त्याला ओळखणारे एकूणएक जण तिथे असतात; पण तुम्हाला मात्र कोणीही ओळखत नसते. ही एक मनाला लागणारी फार त्रासदायक गोष्ट असते. ऑफिसातल्या पार्ट्या, शाळेतील मित्रांचे संमेलन, वगैरे ठिकाणी नेहमी असे घडत असते. अशा ठिकाणी तुम्ही भूतकाळात कोण माझ्या जोडीदारावर प्रेम करत होता, ते शोधून काढू पहाता. मत्सर जसा असतो, तसे कुतूहलही असते.

असो! तर स्टर्जिसने आम्हाला बसावयास सांगितले. आम्ही दोघेही तिथे बसलो; परंतु मला तिथे थांबायची इच्छा नव्हती.

स्टर्जिस म्हणाला, ''मी फोनवरती तुमच्याबद्दल जशी कल्पना केली होती तसेच दिसता आहात.''

''तुम्हीसुद्धा.''

मी मग लगेच कामाकडे वळलो. स्टर्जिस त्याबद्दल बोलू लागला. मी निर्विकारपणे ऐकत गेलो. माझा थंडपणा पाहून तो मला खुलवायचा प्रयत्न करीत होता; परंतु मी त्याला बधलो नाही. शेवटी त्याने माझी मन:स्थिती ओळखली व आपले बोलणे थांबवून तो उठला. मी आणि केटही उठलो. तो म्हणत होता, ''पुन्हा एकदा मी तुम्ही केलेल्या मोलाच्या कामगिरीबद्दल तुमचे आभार मानतो. तुम्ही अशा प्रकारच्या कार्यात प्रवीण आहात असे दिसते. त्या गुन्हेगाराला आम्ही पकडू, असे मला ठामपणे म्हणता येत नसले तरी त्याला आता निदान माघारीच्या रस्त्यावर आपण ढकलले आहे हे निश्चित. तो आता आपल्यापुढे अधिक काही समस्या निर्माण करू शकणार नाही.''

''ते मात्र मला खात्रीने सांगता येणार नाही.''

''एका दृष्टीने तुम्ही म्हणता ते खरे आहे. कारण पळून जाणारा माणूस हा गोंधळलेला, भेदरलेला व तणावाखालचा असतो. अशा वेळी तो कसलीही आततायी कृती करू शकतो; पण असद खलील हा एक सामान्य गुन्हेगार नाही.

तो एक व्यावसायिकही आहे. त्याला आता वाटेल ते करून अमेरिकेबाहेर निसटायचे आहे. त्यासाठी तो आपल्याकडे लक्ष वेधले जाईल, अशी कोणतीही कृती करणार नाही.''

''तो एक गुन्हेगार आहे. मग तो सामान्य असू दे किंवा असामान्य असू दे. गुन्हेगार मंडळी ही गुन्हेच करत रहातात.''

''चांगला मुद्दा आहे हा,'' तो बोलणे संपवण्याच्या दृष्टीने म्हणत होता, ''आम्ही हे जरूर लक्षात ठेवू.''

मला त्या मूर्खाला असे म्हणावेसे वाटले की, असे असेल तर स्वत: खलीलला अडवण्याचा प्रयत्न करून दाखव; पण मी तसे बोललो नाही. आणि माझ्या चर्येवरून त्यालाही माझ्या मनातले विचार कळले असावेत.

त्याने केटला म्हटले, ''तू जर परत कधी येणार असशील तर आधी कळव. मी तुमच्यासाठी पाहिजे ती मदत उपलब्ध करून देईन.''

''दॅटस् व्हेरी नाईस ऑफ यू.'' ती म्हणाली.

ऊफ् ! कसला हा नाईस माणूस.

केटने त्याला आपले व्हिजिटिंग कार्ड देत म्हटले, ''माझा मोबाईल फोन नंबर यावरती छापला आहे. जर काही नवीन बातमी तुमच्याकडे आली तर मला या नंबरवर कळवा. आम्ही आज थोडा वेळ शहरात सहल करणार आहोत. जॉन या शहरात कधीही पूर्वी आले नव्हते. मी त्यांना हे शहर दाखवणार आहे.''

''माझ्याकडे ज्या क्षणाला या केससंबंधी काहीही नवीन माहिती येईल ती मी ताबडतोब तुला फोनवरून कळवेन. आत्तापर्यंत आमच्याकडे जी काही माहिती आली आहे ती थोड्या वेळाने तुला कळवतो.''

''थँक यू.'' असे म्हणून तिने त्याचा निरोप घेतला.

बाहेर पडताना मी त्याच्याशी हस्तांदोलन करायला विसरलो. कॉरिडॉरमधून जाताना केटने ह्या मुद्द्यावर मला म्हटले, ''जॉन, तुम्ही त्याच्याशी खूप उद्धटपणे वागलात.''

''नाही. तसे काही मी वागलो नाही.''

''होय, तुम्ही *वागलात* तसे. इथल्या प्रत्येकाशी तुम्ही किती चांगले बोललात, चांगले वागलात; पण त्यांच्या साहेबाशी मात्र तसे वागला नाहीत.''

''मी तसा वागलो नाही. अन् असली साहेब मंडळी मला आवडत नाहीत. शिवाय न्यूयार्कहून मी जेव्हा त्याला फोन केला होता, त्या वेळी तो असे काही माझ्याशी बोलत होता की मला त्याचा राग आला होता.''

तिने तो विषय बदलला. कारण हा विषय आपल्याला पुढे कुठे नेईल, याची तिला जाणीव होती. कदाचित केट व तो यांच्यामध्ये पूर्वीचे काही संबंध असतील

अशी माझी कल्पना चुकीचीही असू शकेल. तसे असेल तर मी फारच ताणतो आहे. इथून पुढे मला सावध राहिले पाहिजे. त्या कॉरिडॉरमधून जाताना आणखीही एक विचार माझ्या मनात आला. तो म्हणजे, प्रेमात पडण्याचे कितीतरी तोटे असू शकतात.

केट कम्युनिकेशन रूमपाशी थांबली आणि तिने वॉशिंग्टनला जाणाऱ्या आमच्या विमानाची माहिती काढली. ती म्हणाली, ''आपले तिकीट हे युनायटेड फ्लाईटचे आहे. फ्लाईट नंबर २०४. लॉस एंजेलिसहून रात्री ११:५९ ला निघते. वॉशिंग्टनला उद्या सकाळी ७:४०ला पोचते. बिझनेस क्लासमधील दोन तिकिटांचे रिझर्व्हेशन झाले आहे. रात्रीची 'रेड-आय फ्लाईट' आहे, हे लक्षात घ्या.''

रेड-आय फ्लाईट म्हणजे रात्री उशिरा सुटून पहाटे पोचणारी फ्लाईट. त्यामुळे जागरण घडवणारी व डोळे लाल करणारी.

''मग पुढे ?''

''पुढे मी काहीही म्हणत नाही.''

''म्हणजे उद्या मला अमेरिकन काँग्रेसमनकडे जाऊन तक्रार करायला भरपूर वेळ उपलब्ध होणार.''

''कशाबद्दल ?''

''त्या भुक्कड पत्रकार परिषदेसाठी मला ड्यूटी सोडायला लावली, मला माझे कर्तव्य पार पाडू दिले नाही, म्हणून.''

''मला नाही वाटत की कोणी काँग्रेसमन तुमच्या या तक्रारीची दखल घेईल म्हणून. शिवाय त्यांनी आपल्याला पत्रकार परिषदेत बोलण्यासाठी काही मुद्देही फॅक्सने पाठवले आहेत.''

तिने फॅक्सची ती दोन पाने माझ्यापुढे केली. मी ती चाळली. अर्थातच त्याच्या खाली कोणाचीही सही नव्हती. त्यात ते मुद्दे केवळ 'सुचवले' होते. थोडक्यात हे 'सुचवणे' ही आज्ञा होती. तसेच पत्रकारांना उत्तरे देणारा माणूस हजरजबाबी असेल, मनमिळावू स्वभावाचा असेल असे ते धरून चालले होते.

केटचे जुने मित्र आता संपलेले दिसत होते. तिला आता कोणाला भेटायचे नव्हते. आम्ही लिफ्टकडे गेलो. खाली येऊन आमच्या गाडीकडे चालत जाताना ती म्हणाली, ''ही इथली भेट इतकी काही वाईट नव्हती.''

''होना, अजिबात वाईट नव्हती. तेव्हा आपण परत मागे जाऊन सर्वांना पुन्हा भेटू या.''

''आज तुम्हाला काही होते आहे का ?''

''नाही. मला तरी नाही.''

आम्ही गाडीत बसून निघालो. विल्शायर बुलेवार्ड रस्त्याच्या दिशेने केटने गाडी

भरधाव सोडली. तिने विचारले, ''तुम्हाला इथली काही खास गोष्ट किंवा स्थळ पहायचे मनात आहे का ?''

''होय. न्यूयॉर्क.''

तिने माझ्या बोलण्याकडे दुर्लक्ष करीत म्हटले, ''म्हणजे एखाद्या चित्रपट कंपनीचा स्टुडिओ, वगैरे ?''

''त्यापेक्षा मला तू एके काळी रहात असलेली जागा पहायला आवडेल.''

''वाऽ, झकास कल्पना आहे. ते भाड्याचे घर इथून जवळच आहे. चला, जाऊया तिकडे.'' तिने उत्साहाने म्हटले.

मग आम्ही वेस्ट हॉलीवूडमधून गेलो. वेस्ट हॉलीवूड मात्र मला काही खास वाटले नाही. काँक्रीटच्या इमारतींवर क्रेयॉनच्या खडूने रंगवले आहे, असे काहीतरी मला वाटले. त्यानंतर एका प्रसन्न वाटणाऱ्या उपनगरात आम्ही शिरलो. तिथून जाता जाता तिने आपण रहात असलेली ती अपार्टमेंटची इमारत दाखवली. मी म्हटले, ''छान. फार छान.''

तसेच पुढे जात आम्ही बिव्हर्ले हिल्स भागाकडे जाऊ लागलो. आता पुढे जाताना वाटेतली घरे आकाराने मोठी मोठी होत गेली. मग 'रोडिओ ड्राईव्ह' नावाच्या रस्त्याला आम्ही लागलो. मला एकदम एका दुकानातून 'जॉर्जियो' अत्तराचा वास आला. त्या दुकानाला नावही तेच दिले होते. कुजत असलेल्या प्रेतापाशी एवढी दुर्गंधी असते की तिथे उभे रहाणे अशक्य असते. अशा वेळी हे अत्तर आम्ही नाकाला मुबलक चोपडतो.

केटने त्याच रस्त्यावर एका उघड्यावरच्या रेस्टॉरन्टपाशी आपली गाडी थांबवली. त्या रेस्टारन्टमध्ये आम्ही दुपारचे जेवण घेण्यासाठी आत गेलो. ते रेस्टॉरन्ट खूप चांगले होते. आमचे जेवण झाले तरी आम्ही तिथे वेळ काढीत बसलो. आम्हाला कुठेही जायचे नव्हते. कोणाशीही भेटीची वेळ ठरवली नव्हती. कोणतीही मीटिंग नाही, सभा नाही, सभेची कामकाज पत्रिका नाही, काऽहीही नाही. जगाची कसलीही चिंता नाही. असल्याच तर त्या फार थोड्या होत्या. आम्ही तिथे मजेत वेळ घालवत होतो.

असद खलीलशी माझे काल फोनवर बोलणे झाल्यापासून मी नुसताच वेळ काढीत होतो. केटचा फोन वाजण्याची मी वाट पहात होतो. कदाचित खलीलसंबंधी आणखी काही माहिती मिळेल, अशी आशा मनात धरून होतो. त्यामुळे माझे वॉशिंग्टनला जायचे टळेल असेही वाटत होते. मला वॉशिंग्टनमधील ते सरकारी वातावरण कधीच आवडले नव्हते. कॅलिफोर्नियाही मला कालपर्यंत आवडत नव्हते; पण आता मात्र आवडू लागले. जिथे आपण कधीच गेलो नाही त्या जागेबद्दल उगाच आपण अनेकदा वाईट ग्रह करून घेत असतो. मला क्षणभर

माझीच लाज वाटू लागली. मी केटला म्हटले, "आता माझ्या लक्षात आले की तुला येथे का आवडते."

"हा भाग आहेच तसा भुरळ घालणारा."

"होय. इथे बर्फ पडतो का ?"

"पर्वतभागांमध्ये. समुद्र किनाऱ्यापासून तुम्ही पर्वताच्या दिशेने जाऊन शेवटी वाळवंटात पोचता. अन् सारे काही तासात."

"पण मग वाटेतल्या सर्व हवामानाला तोंड देण्यासाठी कपडे कोणते घालायचे ?"

ती या विनोदावर खळखळून हसली.

आम्ही कॅलिफोर्नियामधली 'शॉर्दने' वाईन मागवली. ती बरीच चांगली होती. आम्ही दोघांनी मिळून एक पूर्ण बाटली संपवली. त्यामुळे आता आम्हाला काही वेळ तरी गाडी चालवता येणार नव्हती. रक्तातला मद्यार्क निघून जाईपर्यंत आम्ही पायी भटकणे पसंत केले. मी बिल देऊन उठलो आणि आम्ही दोघे बिव्हर्ले हिल्स या उपनगराभोवती हिंडू लागलो. बिव्हर्ले हिल हा भाग खरोखरच चांगला आहे. रस्त्यावर कोणीही पादचारी नव्हते. फक्त जपानी पर्यटकांच्या झुंडीच्या झुंडी हिंडत होत्या, प्रत्येकजण आपल्या हातातील कॅमेऱ्याने सारखी छायाचित्रे काढत होता, तर ज्यांच्याजवळ मूव्ही कॅमेरे होते ते दिसेल त्याचे चित्रीकरण करीत होते.

आम्ही चालत राहिलो. दुकानांच्या शोरूममधील सजावटी बघत राहिलो. केटच्या पायात स्लॅक्स व अंगात ब्लेझरचा कोट होता. मला ते दोन्ही कपडे चुरगाळलेले वाटू लागले होते. मी तिला एक नवीन पोषाख विकत घेऊन द्यायचे ठरवले. त्यावर ती म्हणाली, "चांगली कल्पना आहे; पण इथे रोडिओ ड्राईव्हवरती खरेदी केली तर हा पोषाख दोन हजार डॉलर्सला पडेल."

मी यावर घसा साफ करीत म्हणालो, "त्यापेक्षा मी तुला एक इस्त्री विकत घेऊन देणे पसंत करेन."

परत एकदा ती मुक्तपणे हसली.

मी त्या कपड्यांच्या दुकानांच्या शोकेसमध्ये काही शर्टस् पाहिले. त्यावरच्या किंमती या मला पोस्टाच्या एरिया कोड नंबरसारख्या वाटल्या. मी एका दुकानात घरगुती चॉकलेटस्ची बॅग विकत घेतली. एरवी मी त्यातली चॉकलेट मुलांना वाटत गेलो असतो. त्यांच्यावर पाऊस पाडला असता. त्याऐवजी आम्ही दोघेच ती चॉकलेट खात चालू लागलो. रस्त्यावर आमच्याखेरीज अन्य कोणीही नसल्याने ती जपानी माणसे साहजिकच आपले मूव्ही कॅमेरे आमच्यावरती अधुनमधून रोखत. मी केटला म्हटले, "ती माणसे तुला हॉलिवूडची एक तारका समजत आहेत."

"पण तुम्हीच इतके गोड दिसता की ते तुम्हालाच स्टार नट समजत

असतील.'' मग आपला आवाज खाली आणीत ती पुढे म्हणाली, ''निदान तुम्ही माझे 'स्टार' तर नक्कीच आहात.''

मी ती गोड चॉकलेट खात होतो. केटचे गोड शब्द ऐकत होतो. माझे मन सुखावले होते. मी फूटपाथऐवजी ढगांवरून चालत होतो. माझ्या डोक्यात प्रणयगीते वाजू लागली होती.

शेवटी मी तिला म्हटले, ''पुरे झाले. हे लॉस एंजेलिस खूप पाहिले आता. कुठेतरी विश्रांती घ्यायला आपण एखादी खोली शोधूया.''

''हे कुठले आले लॉस एंजेलिस, हे तर बिव्हर्ले हिल्स आहे. अजून मी तुम्हाला खूप काही दाखवणार आहे.''

''मलाही तुझे खूप काही पहायचे आहे; पण त्यावर तुझे कपडे आहेत ना.'' मी नक्कीच रोमॅन्टिक बोललो होतो.

जरी आम्ही एकमेकांशी लग्न करणार होतो, तरीही तिला आत्ता या क्षणाला ती कल्पना एकदम पसंत पडली. आम्ही चालत चालत गाडीपाशी येऊन आत बसलो. तिने आता गाडी समुद्रकिनाऱ्याच्या दिशेने नेली. 'मरीना डेल रे' नावाचा एक भाग समुद्रकिनाऱ्यावरती होता. तिथे जवळच एक विमानतळही होते.

त्या भागात तिने एक छानपैकी मोटेल शोधून काढले. आम्ही त्यातली एक खोली भाड्याने घेऊन आमच्या एफबीआयच्या बॅगा घेऊन आत शिरलो.

आमच्या खिडकीतून अनेक छोट्या बोटी धक्क्याला नांगरून पडलेल्या दिसत होत्या. माझ्यावरच्या ऑपरेशननंतर मी बरा होण्यासाठी लाँग आयलँडवर एका खोलीत पडून होतो. त्या वेळीही खोलीतून मला असेच दृश्य दिसे. त्याची मला आठवण झाली. त्या वेळी मी विचारमंथन करून काय शिकलो होतो तर कोणत्याही गोष्टीशी, स्थळाशी व व्यक्तीशी आपले मन जडवू नका; पण आपले शिकणे आणि आपले वागणे यात क्वचितच साम्य असते.

केट माझ्याकडे टक लावून पहाते आहे असे माझ्या लक्षात आले. मी हसून तिला म्हणालो, ''तुझ्यामुळे माझा आजचा दिवस कधी नव्हे तो एवढा सुखात जातो आहे.''

तिनेही हसून म्हटले, ''मी तुमची ओळख स्टर्जिसला करून द्यायला नको होती; पण त्यानेच आग्रह धरला म्हणून मी तुम्हाला त्याच्याकडे घेऊन गेले.''

''जाऊ दे ग. मला समजू शकते.''

अशा रीतीने तो विषय आमच्यातून बाजूला ठेवला गेला; कारण तेवढ्यात केटने माझे एक दीर्घ चुंबन घेतले.

आम्ही त्यानंतर अर्थातच बिछान्यात प्रणयरंग उधळू लागलो होतो; पण तेवढ्यात तिचा मोबाईल फोन वाजू लागला. नेमका अगदी ऐन क्षणी! मला थांबणे

भाग होते. मी बाजूला वळलो. फोनचा शोध लावणाऱ्या शास्त्रज्ञाला मी मनातून अक्षरश: लाखोली वाहिली.

केट उठून बसली. आपला श्वासोच्छ्वास तिने नेहमीसारखा होऊ दिला. मग ती फोनमध्ये म्हणाली, ''मेफिल्ड.'' ती ऐकत गेली. मधेच दोनतीनदा तिने जोरजोरात श्वासोच्छ्वास केला. त्या वेळी तिने आपला हात फोनच्या माऊथपीसवर ठेवला होता. ती म्हणू लागली, ''ओके.....येस....येस, आम्ही ते केले आहे.... नाही, आम्ही... आत्ता 'मरीना डेल रे' मधे समुद्राच्या काठावर बसलो आहोत. बरोबर.... ओके.... मी विमानतळावरील पोलीसदलाच्या वाहनतळावर गाडी ठेवून देईन.... राईट.... थँक्स फॉर द कॉलिंग. होय.... तुम्हीसुद्धा. बाय.'' तिने फोन बंद केला व आपला घसा साफ करीत म्हणाली, ''नेमक्या वेळी हे असे घडते त्याचा मला राग येतो.''

मी यावर गप्प राहिलो.

मग तीच सांगू लागली, ''स्टर्जिस होता. त्याने कसलीच बातमी दिली नाही. विमानात चढण्याआधी अर्धा तास जरी कोणी फोन केला तरी तो आपल्याला घडामोडी कळवेल. म्हणजे आपल्याला पुढचा बेत बदलायचा असेल तर वेळ मिळेल. तसेच वॉशिंग्टनहून त्याला असे कळले आहे की, जर खलील आज इथे सापडला नाही किंवा ताब्यात आला नाही, तर ठरल्याप्रमाणे विमानाने निघून यावे. जर खलीलला आज पकडता आले तर मात्र इथेच रहावे आणि उद्या इथे एक पत्रकार परिषद घ्यावी.'' माझ्याकडे तिने एक दृष्टिक्षेप टाकला व पुढे म्हटले, ''सध्या आपण दोघे हिरो बनलो आहोत. आपल्यावरतीच कॅमेरे रोखले जातील. हॉलीवूड आणि राजधानी येथे सारख्याच प्रकारे काम चालते; असे दिसते.''

थोडा वेळ ती थांबली आणि म्हणाली, ''मलाही हे थोडेसे चमत्कारिक वाटते आहे. पण अशा केसमध्ये तुम्ही जरा प्रसिद्धी माध्यमांकडे लक्ष द्यायला हवे. एफबीआय या पत्रकार परिषदेतल्या छायाचित्रांचा पुढे बराच उपयोग करून घेईल, असे दिसते.''

मग माझ्याकडे पहात हसत ती म्हणाली, ''हं, तर आपले, कोठवर आले होते? आता फोन आला तरी मी घेणार नाही. आता मागचे सारे विसरायचे आणि पुढचा विचार करायचा नाही. फक्त तुम्ही, मी आणि हा चालू वर्तमानकाळ. बस्स!''

फोन वाजत होता. आम्ही दोघेही गाढ झोपलो होतो; पण फोनमुळे दचकून जागे झालो. केटने तिचा मोबाईल घेतला; पण तरीही फोनची घंटी वाजत राहिली. तो त्या खोलीतला फोन होता. मी तो उचलून कानाला लावला. एक ध्वनिमुद्रित

आवाज म्हणत होता, "धिस इज युवर १०:१५ वेक-अप् कॉल. हॅव ए गुड इव्हनिंग." मी फोन खाली ठेवीत म्हटले, "जागे करण्यासाठी लावून ठेवलेला फोन. वेक-अप् कॉल."

आम्ही दोघेही बिछान्यातून बाहेर पडलो. तोंडावर पाणी मारले, कपडे केले आणि ते मोटेल सोडले. बाहेर पडून केटने गाडी चालू केली, तेव्हा गाडीतले घड्याळ रात्रीचे ११:०० वाजलेले दाखवत होते. म्हणजे न्यूयॉर्कमध्ये पहाटेचे २:०० वाजले असणार. माझ्यातल्या शारीरिक घड्याळावर खूप ताण पडत होता.

आम्ही लॉस एंजेलिसच्या विमानतळाच्या दिशेने निघालो. तो तिथून काही मैलांवरती होता. मला आकाशातील जेट विमानांचे दिवे दिसत होते. काही विमाने झेप घेऊन आकाशात चढत होती, तर काही समुद्राच्या दिशेने जात होती.

केट म्हणाली, "तुम्हाला जर लॉस एंजेलिसच्या ऑफिसला फोन करायचा असेल तर मला सांगा."

"नाही. काही जरूर नाही."

"ठीक आहे. मला कशाची भीती वाटते आहे सांगू? आपले विमान सुटले आणि नंतर लगेच खलीलला पकडले गेले तर? त्याला पकडले जात असताना आपण तिथे असायला हवे. तुम्हीही त्या वेळी तिथे हवे. त्याला पकडण्यात आपला सहभाग हवा. हॅलोऽ! काय झोप लागली काय? जागे व्हा, जागे व्हा."

"मी विचार करतोय."

"विचार करणे पुरे झाले आता. जरा माझ्याशी बोला."

मग मी तिच्याशी बोलत राहिलो. विमानतळ येईपर्यंत बोलत राहिलो. विमानतळ आल्यावर तिने आपली गाडी सरळ पोलिसांच्या पार्किंग लॉटकडे नेली. तिथे एक देखणा पोलीस आमची वाट पहात होता. त्याला आधी तशा सूचना दिलेल्या असाव्यात. केटने तिथे गाडी सोडून दिली. मग त्या पोलिसाने दुसऱ्या एका गाडीत बसवून आम्हाला डोमेस्टिक टर्मिनलकडे नेले. तो तरुण ड्रायव्हर आम्हाला व्हीआयपीसारखी वागणूक देत होता. त्याला आमच्याबद्दल आणि खलीलच्या केसबद्दल उत्सुकता होती. केट काहीतरी गुळमुळीत बोलून त्याला गुंतवून ठेवीत होती, तर मी मात्र न्यूयॉर्क पोलीसदलाच्या पद्धतीनुसार तोंड बंद करून ओठांच्या कोपऱ्यातून नुसते 'हं...हं' असे आवाज काढत गेलो.

टर्मिनल इमारत आल्यावर आम्ही गाडीतून बाहेर पडून इमारतीमध्ये शिरलो व थेट युनायटेड एअरलाईन्सच्या काऊंटरकडे गेलो. तिथे दोन बिझनेस क्लासची तिकिटे आमची वाट पहात होती. जवळ शस्त्रे बाळगण्याचे फॉर्मही भरून ठेवलेले होते. फक्त आमच्या सह्या त्यावर होणे बाकी होते. एअरलाईन्सचा एजंट म्हणाला, "वीस मिनिटात आम्ही विमानात उतारूंना सोडायला लागू. तोपर्यंत हवे असल्यास

तुम्ही 'रेड कार्पेट क्लब' मध्ये जाऊ शकता.'' तिथे जाण्यासाठी त्या एजंटने दोन पासेसही आमच्या हवाली केले.

आता काहीतरी अघटित घडेल अशी न्यूयॉर्कवासीयांसारखी मी इच्छा करीत होतो; पण त्याऐवजी भेटेल ती व्यक्ती माझ्याकडे पाहून हसत होती व शुभेच्छा व्यक्त करीत होती. अर्थात् माझ्या मनाविरुद्ध हे असल्याने हीच गोष्ट अघटित नव्हती काय ?

आम्ही त्या रेड कार्पेट क्लबमध्ये गेलो. तिथे काळेशार केस असलेल्या अप्सरा काम करीत होत्या. एकीने आमचे ते दोन्ही पासेस घेतले आणि आम्हाला जिथे लाऊंजमध्ये ड्रिंक्स दिली जातात तिकडे ती घेऊन गेली. तिथल्या त्या अप्सरा, उत्कृष्ट सजावटीचे मद्यालय पाहून आपण मेलो असून कॅलिफोर्नियातल्या स्वर्गात प्रवेश केला आहे, असे मला वाटत होते. आत्ताच्या फ्लाईटमध्ये आम्ही शस्त्रधारी असल्याने आम्हाला ड्रिंक्स देणार नव्हते; पण तरीही मला आता ड्रिंक्स घेण्याची इच्छा होईना. शेवटी मी काऊंटरपलीकडच्या बारटेंडरकडून एक कोका कोलाची बाटली घेतली, तर केटने एक पाण्याची बाटली घेतली. मी तिथल्याच स्टुलावर बसून पिऊ लागलो.

केट म्हणाली, ''तुम्हाला लाऊंजमध्ये बसून प्यायचे आहे का?''

''नको. इथे बारच्या स्टुलावर बसलेले मला आवडते.''

माझ्या शेजारच्या स्टुलावरती ती बसली आणि समोरच्या बारच्या आरशात ती मला न्याहाळू लागली. तिथे काही स्नॅक्स ठेवले होते. मी कोका कोला बरोबर चीज व शेंगदाणे खाऊ लागलो. तिथले एक वर्तमानपत्र उगाचच चाळू लागलो.

ती आरशातून माझ्याकडे पहात होती. मी तिची नजर आरशात पकडली. बारमधल्या आरशात सर्व बायका मला सुंदर दिसतात; पण केट *खरोखरीच* सुंदर होती. मी तिच्याकडे पाहून हसलो.

तीही प्रत्युत्तरादाखल हसली. ती म्हणत होती, ''मला तुमच्याकडून वाङ्निश्चयाची अंगठी नको आहे. उगाच का त्यावर व्यर्थ पैसा खर्च करायचा ? तो एक वायफळ खर्च असतो.''

''तुला नक्की काय म्हणायचे आहे?''

''जे मी आत्ता म्हटले तेच. तुम्ही उगाच शहाणपणाचा आता आव आणू नका.''

''पण माझी ही वागण्याची बोलण्याची अशीच तऱ्हा आहे. त्यातून तूच तर म्हणाली होतीस ना की, तुम्ही जसे आहात तसेच रहा.''

''पण अगदी *तंतोतंत* तसेच रहा, असे नाही.''

''बरं.''

तिचा मोबाईल फोन वाजू लागला. तिने तो खिशातून काढून कानाला लावला व ती म्हणाली, ‘‘मेफिल्ड.’’ थोडा वेळ तिने पलीकडचे बोलणे ऐकले व म्हटले, ‘‘ओके. थँक्स. काही दिवसांत भेटूच आपण.’’ आपला फोन परत खिशात ठेवीत ती म्हणाली, ‘‘ड्यूटी ऑफिसर. नवीन काही नाही. विशेष धोका वगैरे असता तर आपल्याला कळवून त्यातून वाचवले असते.’’

‘‘या विमानप्रवासापासून आपण आपल्याला वाचवले पाहिजे.’’

‘‘जर आपण ही फ्लाईट चुकवली तर संपले सगळे. मग आपण हिरो ठरणार नाही, तेव्हा हिरो व्हायचे का नाही?’’

मी नीट विचार करीत म्हणालो, ‘‘हे बघ केट, मला वाटते की ती रायफल हाच एक कळीचा मुद्दा आहे.’’

‘‘कसला?’’

‘‘थांब, मला काहीतरी सुचते आहे.....’’

‘‘काय?’’

मी बारमधल्या त्या वर्तमानपत्राकडे पाहिले आणि माझ्या मेंदूत कुठेतरी चलनवलन होऊ लागले. मी त्या वर्तमानपत्रातील मजकुरांचा संदर्भ घेत नव्हतो. मी त्यातला खेळाचा विभाग पहात होतो. वर्तमानपत्र. काय मला सुचत होते? अरे, आत्ता एवढ्यात काहीतरी वाटू लागले होते आणि एवढ्यात ते माझ्या मनातून निसटले? ‘चल, चल. कोरी,’ मी स्वत:लाच मनात बजावू लागलो. पुन्हा काहीतरी महत्त्वाचा मुद्दा मला सुचल्यासारखा वाटला.

‘‘तुम्हाला बरे वाटते ना?’’

‘‘मी विचार करतो आहे.’’

‘‘आता विमानात चढायची वेळ सुरू होऊन गेली आहे.’’

‘‘मी विचार करतो आहे. प्लीज, मला मदत कर.’’

‘‘पण कशी मदत करू? तुम्ही नक्की कसला विचार करता आहात तेच मला ठाऊक नाही.’’

‘‘त्या साल्याला आता काय हवे असेल? कशाच्या मागे तो लागला असेल?’’

तेवढ्यात तो बारटेंडर मधेच येऊन माझ्या विचारांची साखळी तोडीत म्हणाला, ‘‘आपल्याला काही ड्रिंक्स वगैरे हवे आहे काय?’’

‘‘जा बघू तुम्ही. गेट लॉस्ट.’’ मी चिडून त्याच्यावरती खेकसलो.

‘‘जॉन!’’ केट व्याकुळतेने म्हणाली.

‘‘सॉरी,’’ मी त्या बारटेंडरला म्हणालो. तो आता जात होता.

‘‘जॉन, विमानात चढायची वेळ संपत येते आहे.’’

‘‘मग तू जा विमानात. मी इथेच थांबणार.’’

“असा वेडेपणा का करता?”

“नाही. असद खलील वेडेपणा करतो आहे. मी ठीक आहे. जा. पकड तुझे विमान.”

“नाही, मी जाणार नाही. तुम्हाला सोडून जाणार नाही.”

“जा तू. तुला जायलाच हवे. तुझ्या नोकरीत आता एखादा बट्टा लागायला नको. उत्तम पेन्शन असलेली, एक करिअर असलेली नोकरी तू करते आहेस. माझे तसे नाही. शेवटी मी एक तात्पुरत्या करारावर असलेला माणूस आहे. अन् मला न्यूयॉर्क पोलीसदलाचे पेन्शन मिळते आहे. तुझे तसे नाही. तुझ्यापुढे अजून नोकरीची खूप वर्षे आहेत. तुझ्या वडिलांचे तुझ्या नोकरीवरती लक्ष आहे. त्यांनी तुला घडवले आहे. त्यांचा हिरमोड करू नकोस. जाऽ!”

“नाही. तुमच्यावाचून जाणार नाही. तो माझा निर्णय पक्का आहे.”

“अग, पण आता मी फार मोठ्या दडपणाखाली आहे. माझे ऐक.”

“काय ऐक?”

“हे बघ केट, मला जरा मदत कर. खलीलला रायफल कशासाठी हवी आहे?”

“कोणातरी दूर अंतरावरच्या व्यक्तीला मारायला.”

“बरोबर. पण कोण?”

“तुम्ही.”

“नाही. वर्तमानपत्र. त्यावर विचार कर.”

“ठीक आहे. वर्तमानपत्र! म्हणजे कोणीतरी महत्त्वाची किंवा अति महत्त्वाची व्यक्ती, की जिला भरपूर सुरक्षितता दिली गेली आहे.”

“बरोबर. अगदी बरोबर. आता जरा गॅब्रिएल काय म्हणाला होता ते सांगतो. तो म्हणत होता की खलीलचे लक्ष्य हे ‘बडे लक्ष्य’ आहे. त्यासाठी तो आला आहे. गॅब्रिएलने मला ती कविताही म्हणून दाखवली होती. Terrible he rode alone... notches on his blade समजली ही कविता?”

“काय?”

“गॅब्रिएल म्हणाला होता की त्या अरबी भाषेतल्या कवितेतून हाडवैर प्रगट होते आहे.”

“आपल्याला ते ठाऊक आहे. म्हणून तर खलील आपल्या कुटुंबाचा सूड उगवत राहिला आहे.”

“मग उगवला तो सारा सूड? तो त्याचा सूडाचा प्रवास झाला पूर्ण?”

“नाही. फक्त विगिन्स आणि कॅलम राहिलेत. कॅलम मृत्यूपंथाला लागला आहे, तर विगिन्स त्याच्या हातून निसटला आहे. म्हणून त्याच्याऐवजी तुम्हाला तो लक्ष्य करेल.”

"पण मी खरा पर्याय बनू शकत नाही. तसेच त्या दुर्घटनाग्रस्त विमानातील प्रवासीही 'पर्याय' बनू शकत नाही. कॉन्क्विस्टाडोर क्लबमधील आपली माणसेही 'पर्याय' बनू शकत नाहीत. अजून कोणीतरी त्याच्या मूळच्या यादीत आहे.... तो 'कोणीतरी' कोण हे आपल्या लक्षात येत नाही. आपण ते विसरतो आहोत."

"त्याच्याशी संबंधित शब्द सांगा पाहू."

"ठीक आहे..... वर्तमानपत्र, गॅब्रिएल, रायफल, खलील, बॉम्बिंग हल्ला, खलील, सूड -"

"जॉन, जेव्हा तुमच्या मनात प्रथम हा विचार आला तेथवर मागे जा. न्यूयॉर्कमध्ये परत जा. मी नेहमी असेच करते. मी मला मागे मागे नेत गेले की जिथे कुठे आपला विचार निसटला ती जागा, तो विचार मग मला सापडतो."

"बरोबर. अगदी बरोबर. मी त्या बॉम्बहल्ल्यासंबंधीची कात्रणे वाचत होतो आणि त्या वेळी हा विचार माझ्या मनात आला..... अन् मग.... इकडे विमान येत असल्याचे एक चमत्कारिक स्वप्न दिसले..... त्या स्वप्नाला चित्रपटाशी काही संबंध.... तो चित्रपट जुना वेस्टर्न, हाणामारीचा, काऊबॉय असलेला...."

इंटरकॉमच्या स्पीकरवरती एक आवाज मोठ्याने उमटला, *"युनायटेड एअरलाईन्सच्या वॉशिंग्टनला जाणाऱ्या फ्लाईट क्र. २०४साठी उतारूंना हे शेवटचे आवाहन करण्यात येत आहे."*

"ओके.... तर ते असे सुचते आहे. गडाफीची बायको! त्या वर्तमानपत्रातल्या लेखात ती काय म्हणत होती?"

केटने एक सेकंदभर विचार केला व म्हटले, "ती म्हणाली, 'इथून पुढे मी अमेरिकेला आपला — कायमचा शत्रू मानेल...... फक्त — " केटने आपले बोलणे थांबवून एकदम माझ्याकडे चमकून पाहिले.

आम्ही एकमेकांकडे बघत राहिलो. आता आम्हाला सारे काही स्पष्ट झाले होते. अगदी काचेइतके स्वच्छ झाले होते. अन् याच काचेतून आम्ही गेले काही दिवस आंधळेपणे बघत होतो. मी तिला विचारले, "ते कुठे रहातात? इथेच कुठेतरी ना?"

"बेल एअर विभागात."

मी आता स्टुलावरून उठलो. माझी बॅग उचलून घेण्याचेही मला भान राहिले नाही. मी तसाच बाहेर पडण्यासाठी चालू लागलो. मी तिला विचारले, "ही 'बेल एअर' जागा आहे कुठे?"

"इथून पंचवीस-तीस मैलांवरती. बिव्हर्ले हिल्सच्या जवळ." आम्ही दोन्ही बॅगा घेऊन पुन्हा टर्मिनल इमारतीत येऊन तिथून बाहेर पडलो. टॅक्सी-स्टँडच्या दिशेने जाऊ लागलो. जाता जाता मी तिला म्हटले, "तुझ्या मोबाईल फोनवरून

इथल्या ऑफिसला फोन लाव.''

स्टर्जिसला फोन लावायला ती कचरू लागली. ''पश्चात्ताप होण्यापेक्षा इतर काही झालेले परवडले. 'आणीबाणी आणि महत्त्वाचे' अशा अर्थी वाक्यरचना कर. थोडक्यात सांग.''

तिने फोन लावला. ती बोलू लागली, ''स्टर्जिस? मी केट बोलते आहे. आत्ता अशा वेळी तुम्हाला त्रास द्यावा लागतो आहे, त्याबद्दल माफ करा. पण..... होय; बाकी सर्व ठीक आहे....''

मी मुद्दामच टॅक्सीत बसलो नाही. नाहीतर माझ्या मागोमाग तीपण टॅक्सीत बसली असती आणि सारे बोलणे टॅक्सी-ड्रायव्हरला ऐकायला मिळाले असते. म्हणून टॅक्सी स्टँडच्या अलीकडेच आम्ही उभे राहिलो.

केट म्हणत होती, ''होय, आम्ही फ्लाईट चुकवली. ....नीट ऐक —''

''च्यायला, तो फोन माझ्याकडे दे.''

तिने तो माझ्याकडे दिला. मी फोनवरती बोलू लागलो, ''मी कोरी बोलतो आहे. आधी नीट ऐकून घ्या. एकच शब्द मी वापरतो, तो म्हणजे 'फतवा.' जेव्हा एखादा मुल्ला अशा फतव्यानुसार एखाद्याला काम करायला सांगतो, तेव्हा ते काम त्याने निमूटपणे करायचे असते. ठीक आहे? आता ऐका माझ्या डोक्यात जे विचार आले त्या आधारावर गेल्या पाच दिवसांच्या विचारांवर आधारीत मला जे सुचले, त्यावरून मी हे ठामपणे सांगतो आहे की असद खलील हा रोनाल्ड रेगन यांचा खून करण्याच्या तयारीत आहे!''

५२

आम्ही टॅक्सीतून थोड्या अंतरावर असलेल्या पोलीसदलाच्या वाहनतळाकडे गेलो. आम्ही सोडलेली गाडी अद्यापही तिथेच होती. परत व्हेंचुराला अजून नेली नव्हती. निदान ऐन वेळी ही एक तरी गोष्ट अनुकूल घडली. ती गाडी ताब्यात घेऊन आम्ही तेथून उत्तरेकडे त्या महान सैतानाच्या घराकडे निघालो.

तो एक खरोखरीच 'महान सैतान' आहे, असे मला काही राजकीय मतापोटी म्हणायचे नाही. मी कोणत्याच राजकीय शासनसंस्थेची गरज न मानणाऱ्यांपैकी आहे. अन् मला वाटते की जगातील सर्व सरकारे आणि राजकारणी लोक हे शोषण करीत असतात. अर्थात् ही माझी सारी खासगी मते आहेत.

रोनाल्ड रेगन हे अमेरिकेचे भूतपूर्व राष्ट्राध्यक्ष आता खूप वयस्कर झाले असून

आजारी असतात. त्यामुळे त्यांना ठार करण्याचे कोणाच्या मनात येईल ? फक्त असद खलीलच्या मनात तसे येऊ शकेल. कारण त्याने बॉम्बहल्ल्यात आपले सारे कुटुंब गमावले होते. अन् त्यासाठी बॉम्बहल्ला करण्याचा हुकूम देणारे राष्ट्राध्यक्ष होते रोनाल्ड रेगन. तसेच, त्या बॉम्बहल्ल्यामुळे कर्नल गडाफी व त्याच्या पत्नीचे वैयक्तिक नुकसान झाले होते. त्यांची कन्या ठार झाली होती.

केट आता सान फ्रान्सिस्कोच्या फ्रीवेवरून वेगाने गाडी चालवित होती. ती म्हणाली, ''ह्या खलीलच्या मनात खरोखरीच..... म्हणजे रेगन यांचा..... ?''

''रोनाल्ड रेगन यांना ती बॉम्बफेक आता आठवतही नसेल; पण असद खलीलला ती आठवते आहे हे नक्की.''

''बरोबर. पण... पण आपला तर्क जर चुकीचा निघाला तर ?''

''अन् जर बरोबर निघाला तर ?''

यावर तिच्याजवळ काहीही उत्तर नव्हते.

मी म्हणालो, ''असं बघ, माझा तर्क बरोबरच आहे; पण जरी त्यानुसार काही घडले नाही, तरीही असे म्हणता येईल की, आपण अत्यंत हुशारीने योग्य निष्कर्ष काढला होता.''

''पण जर तसे घडलेच नाही, किंवा आपला तर्क चुकला तरी तो हुशारीने काढलेला निष्कर्ष होता, असा दावा आपण कसा काय करू शकतो ?''

''जरी आपण चूक ठरलो तरी त्यात कोणाचेही नुकसान नाही.''

''नुकसान कसे नाही? आपल्या दोघांच्या नोकऱ्या आता गेल्यात जमा आहेत. हे नाही का नुकसान?''

''जाऊ दे ग. आपण एक लहानसा लॉजिंगचा धंदा करू.''

आम्ही आमच्या गतीने व्यवस्थित प्रवास करीत होतो; पण स्टर्जिसने केव्हाच वरच्या पातळीवर धोक्याच्या सूचना द्यायला सुरुवात केली होती. रेगनच्या घरी असलेल्या सुरक्षा पथकाला एव्हाना सावध केले गेले होते. मी तिला विचारले, ''रेगनच्या घरी सुरक्षिततेसाठी सिक्रेट सर्व्हिसची किती माणसे असतील?''

''फार नाहीत.''

''फार का नाहीत?''

''लॉस एंजेलिसमध्ये असताना या सिक्रेट सर्व्हिसशी माझा जो काही थोडा संबंध आला होता त्यावरून असे दिसते, की दर वर्षी रेगन यांच्या संदर्भातील संरक्षणाची जोखीम ही कमी कमी होत चालली आहे. शिवाय मंजूर केलेला खर्च आणि मनुष्यबळ यांच्याही मर्यादा संरक्षण व्यवस्थेवर पडत असतात. काही वर्षांपूर्वी मानसिकदृष्ट्या अस्थिर असलेली एक व्यक्ती रेगन यांच्या घराच्या आवारात सापडली. ती व्यक्ती कुठूनतरी आत घुसू शकण्याइतपत संरक्षण व्यवस्था कमी

झाली होती, हे निश्चित.''

''कमाल आहे.''

''पण याचा अर्थ रेगन यांचे सुरक्षा व्यवस्थेचे कवच सहजासहजी भेदता येईल असे नाही. त्यांच्याकडे यासाठी वेगळ्या बजेटची तरतूद आहे. त्यावर कोणाचेही नियंत्रण नाही. वेळप्रसंगी ते पोलीसदलाची, एफबीआयची किंवा खासगी सुरक्षा रक्षकांचीही सेवा मागवून घेऊ शकतात. स्थानिक पोलिसांचेही रेगन यांच्या घरावर व संबंधित व्यक्तींवरती नजर असते.''

''शिवाय आपण आहोत ना.'' मी पुस्ती जोडली.

''यापेक्षा आणखी जादा संरक्षण एका व्यक्तीला किती पुरवायचे?''

''ते त्या व्यक्तीवर किती शस्त्रे रोखली आहेत, खलीलसारखे कुणी रोखणार आहे का, यावरती अवलंबून आहे.''

ती थोडी नाराजीने म्हणाली, ''एवढी संरक्षण व्यवस्था असल्याने आपण बिनधास्त विमान पकडायला हवे होते. आपण नुसता एक सावधगिरीचा फोन करून निघालो असतो तरी ते पुरेसे होते.''

''तू घाबरू नकोस. मी तुझी काळजी घेईन.''

''माझ्यावर आता काहीही उपकार करू नका. हा सारा तुमच्या हट्टाचा व स्वत:च्या प्रतिष्ठेचा प्रश्न समजत असल्यामुळे हे सारे झाले आहे.'' ती नाराज होत म्हणाली.

''हे बघ मला जे योग्य दिसले ते मी केले आहे.''

''नाही. हे योग्य नाही. वरून आलेली आज्ञा पाळणे हीच योग्य गोष्ट होती.''

''जर आपण खलीलला आज रात्री पकडू शकलो तर नंतर होणाऱ्या पत्रकार परिषदेत आपल्याला कितीतरी अधिक बोलता येईल.''

''त्यात काही तथ्य नाही. हे बघा जॉन, जर खलीलला किंवा त्याच्या साथीदाराला रेगनच्या घरावर पाळत ठेवताना आतमध्ये नेहमीपेक्षा अधिक हालचाली चालू आहेत असे दिसले तर ते सरळ निघून जातील. मग परत ते आपल्या हातात कधीही सापडणार नाहीत. मग तुमचा तर्क बरोबर होता की नाही हे आपल्याला कधीही कळणार नाही. मुळात ही परिस्थिती अशी आहे की आपण काहीही केले तरी हरणारच आहोत.''

''मी त्याही शक्यतेचा विचार केला आहे; पण खलील अजून एका रात्रीची वाट पाहून मग आपल्या हालचाली करणार असेल तर ? तर मग अजून एक रात्र तरी रेगन यांना धोका नाही. अजून एक रात्र खलील आत घुसणार नाही. याचा फायदा आपल्याला मिळू शकतो. मग एफबीआयने विगिन्सच्या घरी जे केले तेच रेगन यांच्या घरी सिक्रेट सर्व्हिसची माणसे करतील.''

''सिक्रेट सर्व्हिसचे काम फक्त संरक्षण पुरवण्याचे आहे. गुन्हेगाराला पकडण्यासाठी सापळा लावण्याचे काम नाही. विशेषत: जेव्हा खुद्द रेगन यांच्यासारख्या बड्या व्यक्तीला लक्ष्य बनवले जाते, तेव्हा तर फक्त संरक्षणावरच भर दिला जातो.''

''अशा प्रसंगात धोका पत्करू नये म्हणून रेगन यांनाच दुसऱ्या जागेत हलवतील आणि एफबीआयच्या लोकांना बोलवून गुन्हेगाराला पकडण्यासाठी जो काही सापळा लावायचा आहे तो लावायला सांगतील.'' मी तिच्या म्हणण्याचा प्रतिवाद केला.

''मला एक सांगा, इतके दिवस तुमच्यावाचून केंद्र सरकारने संरक्षण-व्यवस्थेतल्या त्या समस्या सोडवत आणल्याच ना?''

तिच्या बोलण्यात मला उपरोधिक भावना प्रगट झालेली भासू लागली. माझ्याशी लग्नाच्या आणाभाका घेतलेली व रत झालेली ही केट असे कसे काय बोलायला धजावू शकली असेल? मी तिला विचारले, ''हे रेगन यांचे निवासस्थान आहे कुठे?''

''लॉस एंजेलिसमध्ये बेल एअर या उपनगरात आहे. तिथे, एक मोठ्या कुरणाएवढी जागा, म्हणजे अमेरिकन संस्कृतीमधला 'रॅन्च' हा शब्द, घेऊन त्यावर त्यांनी आपले घर बांधले आहे. त्याचा नक्की पत्ता मला ठाऊक नाही; पण जेव्हा आपण फ्रीवे सोडून बाजूच्या रस्त्याला लागू, तेव्हा आपल्याला फोनवरून मार्गदर्शन केले जाईल.''

''या रस्त्याला 'फ्रीवे' का म्हणतात?''

''कारण तो गाडी वेगाने चालवायला फ्री आहे, मोकळा आहे. न्यूयॉर्क राज्यातील अशा रस्त्यांना 'पार्कवेज' का म्हणतात?'' तिने प्रतिसवाल केला.

''कारण त्या रस्त्यांवर जागोजागी पार्किंगसाठी वाहनतळ आहेत, एवढेच फार तर मी सांगू शकेन. आता मला सांग, रेगन यांचे ते घर, बंगला किंवा जे काही निवासस्थान असेल ते, त्याची रचना कशी आहे? ग्रामीण ढंगाची आहे का उपनगरी ढंगाची?''

''बेल एअर विभागातील सर्व घरे ही अर्ध-उपनगरी पद्धतीच्या रचनेची आहेत. प्रत्येक घराभोवती दीडदोन एकरांची रिकामी जागा असते. त्यात दाट झाडी लावलेली असते. माझ्या काही मित्रमैत्रिणी ह्या रेगनच्या घरांवरून एकदा गेल्या होत्या. त्या वेळी त्यांना ती घरे किंवा त्या इस्टेटी दिसल्या. घराभोवती एवढी रिकामी जागा असली की इस्टेट म्हणायचे. रेगन यांच्या घराजवळ अनेक चित्रपट नटनट्यांच्या अशा इस्टेटी आहेत. त्या दाखवण्यासाठी सहली काढल्या जातात. सारी वेडेपणाची सहल असते ती. मला यावरून असे समजले आहे की रस्त्याला उंच उंच भिंती असून त्या मागे रेगन यांची ती इस्टेट आहे. त्यामुळे आत काय चालले आहे ते तुम्हाला रस्त्यावरून कधीही दिसत नाही.''

"त्यांच्या दारावरती चांगला पहारा असेल ना ?"

"ते आपल्याला आता दिसेलच."

आम्ही योग्य ठिकाणी तो फ्रीवे रस्ता सोडला. केटने फोन लावून पुढचा मार्ग विचारला. ती फोनवरून ऐकून खात्री करून घेऊ लागली. मी तिचे बोलणे टिपत गेलो. तिकडे जाण्याचा नकाशा त्यानुसार कागदावरती तयार करत गेलो. तो एक फार गुंतागुंतीचा पत्ता होता. माझ्या जवळच्या 'मरीना डेल रे,' मोटेलच्या बिलाच्या कागदाच्या मागच्या बाजूचा मी त्यासाठी वापर केला. केटने फोनवरती ड्यूटी ऑफिसरला आपल्या गाडीचे वर्णन केले व नंबर सांगितला.

तो बेल एअर विभाग हा थोडासा डोंगराळ होता. तिथले रस्ते सारखे वळणे घेत घेत जात होते. आजुबाजूला घनदाट झाडी असल्याने एखाद्या नेमबाज खुन्याला तिथे लपायला मुबलक जागा होती. पंधरा मिनिटात आम्ही दुतर्फा उंच उंच वृक्ष असलेल्या सेंट क्लाऊड रोडवरती पोचलो. त्या रस्त्यावर जागोजागी अतिभव्य घरे होती; पण त्यांच्याभोवती उंच झाडी, उंच भिंती किंवा मेंदीची कुंपणे असल्याने आतले घरांचे दर्शन मधूनच कुठेतरी होऊन जायचे.

मला रेगन यांच्या घरासमोर, नव्हे इस्टेटीसमोर, गाड्या व माणसे यांची गर्दी झाली असेल असे वाटले. मी त्यांची सुरक्षितता धोक्यात आहे असे सांगून खूप खळबळ माजवलेली असणार; पण त्यांचे घर आले असूनही सर्वत्र अंधार व शांतता होती. कदाचित त्यांना आपण काय करतो आहोत, हे नीट समजले नसेल.

अचानक बाजूच्या झुडपांमधून दोघेजण प्रगट झाले. त्यांनी हात करून आम्हाला थांबवले. पुढच्या क्षणी मला एवढेच कळले की आपल्या गाडीत मागे दोन प्रवासी बसले आहेत. आम्हाला इथून पुढे गाडी कुठे न्यायची त्याचे मार्गदर्शन ते आम्हाला करू लागले. बाहेरच्या दगडी भिंतीमधले एक दार ओलांडल्यावरती आम्ही आत गेलो. आत परत अनेक दारे व वेडीवाकडी वळणे होती. ती सर्व पार करून शेवटी एका लोखंडी फाटकापाशी पोचलो. ते फाटक आपोआप उघडले गेले. त्यातून पुढे गेल्यावर डावीकडे एक मोकळी जागा होती. तिथे आम्हाला गाडी उभी करायला लावली. तिथेच बाजूला एक प्रशस्त व बैठे सुरक्षा दलाचे गेस्ट हाऊस, ऑफिस किंवा ठाणे होते. हे सारे दृश्य पाहून मी भारावून गेलो. जणू काही मी इतिहासात शिरलो आहे, असे मला वाटू लागले; पण इथले चेहरे मात्र ऐतिहासिक गंभीरता धारण करणारे नव्हते. त्यामुळे मला ती माणसे विनोदी वाटू लागली.

आम्ही गाडीतून खाली उतरलो. मी सभोवताली नजर फिरवली. आता मला रेगन यांचे ते घर दिसले. दूर अंतरावरती ते होते. जुन्या अमेरिकन शेतीवाडीवर असावे तशी त्याची वास्तुरचना होती.

आतमध्ये काही ठिकाणी दिवे जळत होते. त्या घराभोवती माणसांच्या हालचाली

दिसत नव्हत्या; पण माझी खात्री होती की तिथे सिक्रेट सर्व्हिसच्या माणसांचा हातात शस्त्रे घेऊन गुप्तपणे वावर असणार. आपण दिसू नयेत म्हणून त्यांनी निरनिराळ्या युक्त्या योजल्या असणार. हुबेहूब दिसणारी पण कृत्रिम असलेली झाडे, मोठमोठ्या शिळा, यांच्या पोकळीत ते दडले असणार, तर काहीजण आजुबाजूच्या निसर्गात असे काही बेमालूम मिसळून गेले असणार की त्यांच्याजवळ काही इंच अंतरावर जाईपर्यंत त्यांचे अस्तित्व कळून येणार नाही.

ती एक चांदणी रात्र होती. इन्फ्रा रेड व अंधुक प्रकाश यांच्या सहाय्याने रात्रीच्या अंधारातही स्पष्ट दाखविणाऱ्या हल्लीच्या चष्म्यांचा शोध जेव्हा लागला नव्हता, तेव्हा अशा चांदण्या रात्रीला 'शिकाऱ्याची रात्र' असे म्हटले जात होते. एवढ्या प्रकाशात शिकाऱ्याला आपले सावज सहज हेरता येत होते; परंतु अशा अवेळी भूतपूर्व राष्ट्राध्यक्ष इथे बाहेर हिंडायला नक्कीच पडणार नव्हते. खलीलही हाच विचार करणार. म्हणजे त्याच्याजवळ असलेल्या रायफलीला साधी टेलिस्कोप लावलेला असणार. तो दिवसाच खून पाडण्याचा प्रयत्न करणार. दिवसा राष्ट्राध्यक्ष रेगन हे फक्त सकाळच्या कोवळ्या उन्हातच फक्त फिरणार, हे हेरून खलील त्यांच्या वाटेवरती पहाटेपासून दबा धरून बसणार.

तिथल्या हिरवळीवर आम्ही उभे होतो. एक आल्हाददायक वाऱ्याची झुळूक आपल्याबरोबर फुलांचे गंध घेऊन आली. झाडांमध्ये रात्रीचे पक्षी आवाज करीत होते. संरक्षणासाठी येथे गुप्ततेचा व त्यामुळे फसवेपणाचा एवढा बुरखा सर्वत्र पांघरला होता की, कुणी सांगावे, ही झाडे म्हणजे सिक्रेट सर्व्हिसची माणसे असतील व तीच तोंडाने पक्ष्यांसारखे आवाज काढीत असतील. त्यांनी आपल्या अंगाला फुलांचा वास येणारे सुगंधी द्रव्यही चोपडले असेल.

आम्हाला आमच्या गाडीजवळच उभे रहाण्यास अत्यंत अदबीने सांगण्यात आले. आम्ही त्याप्रमाणे उभे रहात असतानाच सिक्रेट सर्व्हिसच्या गेस्टहाऊसमधून स्टर्जिस बाहेर आला. तो आमच्या दिशेने चालत आला.

आमच्यापाशी आल्यावर त्याने मुद्द्यालाच हात घातला. तो म्हणाला, "आपण इथे का आलो आहोत, हे पुन्हा एकदा मला सांगा बरं."

मला त्याच्या आवाजातील अधिकारवाणीचा, मला हुकूम सोडण्याचा, किंवा येथे येण्याची माझी सूचना न पटल्याचा स्वर प्रगट झाला आहे, असे जाणवले. मला ते अजिबात आवडले नाही. म्हणून मी म्हणालो, "*तुम्ही* इथे काल का आला नाहीत ते मला सांगा बरं. विचार करायचे तुमचे सगळे काम मीच करावे काय?"

"मिस्टर, तुम्ही आपली मर्यादा सोडून बोलता आहात."

"मी असे काय तुम्हाला वाईट बोललो ?"

"तुम्ही वरिष्ठांचा उपमर्द करीत आहात."

"मी फक्त सुरुवातीची तयारी करतो आहे."

शेवटी केट मधे पडून म्हणाली, "ओके. पुरे झाले. शांत व्हा दोघेही." मग ती त्याला म्हणाली, "अन् तुम्ही जरा इकडे बाजूला या बरं."

मला ऐकू येणार नाही इतके ते माझ्यापासून दूर गेले. मी तिथे उगाचच धुसफुसत उभा होतो. एका मादीसमोर दोन नर आल्यानंतर त्यांच्यात आपोआपच स्वयंश्रेष्ठतेचा संघर्ष होणार. ते नैसर्गिक होते. प्राचीन काळापासूनची ही मूलभूत प्रवृत्ती होती. मला यातून बाहेर पडून सुसंस्कृततेच्या पातळीवर जायचे होते. आत्ता ते जमले नाही तरी पुढे केव्हातरी अशा प्रसंगात हे लक्षात ठेवून मी वागायला पाहिजे.

त्या सिक्रेट सर्व्हिसच्या माणसांमध्ये एक बाईपण होती. तिच्या अंगावर गणवेष वगैरे नव्हता. साधाच पोषाख तिने केला होता. ती माझ्याजवळ आली आणि तिने मला आपली ओळख करून दिली. आपले नाव 'लिसा' आहे, असे ती म्हणाली. या सिक्रेट सर्व्हिसमध्ये ती कोणते तरी अधिकारपद धारण करणारी होती. वयाने चाळीस वर्षांची होती, दिसायला सुंदर होती आणि वागायला मनमिळाऊ वृत्तीची होती.

आम्ही दोघे गप्पा मारू लागलो. गप्पांच्या ओघात तिने आश्चर्य व्यक्त करून विचारले की, "रेगन यांचा खून होण्याची शक्यता आहे, असा निष्कर्ष कसा काय काढला गेला?"

मग मी तिला सांगितले की बारमध्ये ड्रिंक घेत असताना मला एकदम तो धोका जाणवला. तिला हा खुलासा आवडला नाही. म्हणून मी नीट विस्तारपूर्वक सांगत गेलो. ड्रिंक म्हणजे कोका कोला पीत होतो आणि असद खलीलच्या केसवरती मी पहिल्यापासून काम करतो आहे, वगैरे, वगैरे. तिने यावरती मला कसलेही प्रश्न किंवा शंका विचारल्या नाहीत; पण माझ्या जवळपास आपली काही माणसे मात्र ठेवली. मी उगाच शोध घेण्यासाठी इकडेतिकडे भटकू नये म्हणून ती माणसे माझ्याभोवती रेंगाळत होती. गप्पांच्या ओघात मी तिला विचारले, "या झाडांपैकी किती झाडे ही सिक्रेट सर्व्हिसची माणसे आहेत?"

मी एक चेष्टेखोर व विनोदी माणूस असावा असे समजून तिने म्हटले, "सर्वच झाडे."

मग मी रेगन यांच्या शेजारी, आसपास कोण रहाते याविषयी तिच्याकडे चौकशी केली. बहुतेक सारे प्रसिद्ध चित्रतारे, तारका आणि व्हीआयपी व्यक्ती ह्या तिथे रहात होत्या, असे कळले. ती नावे ऐकल्यामुळे मला चित्रपटाच्या स्टुडिओतले वातावरण तिथे भासू लागले आणि समोर सारा जंगलाचा सेट लावला आहे, असे वाटू लागले.

मी तिच्याशी गप्पा मारीत असताना केट स्टर्जिसला समजावित होती. ती नक्की माझ्याविषयी असे काही सांगत असणार की, मिस्टर कोरी हे तुम्हाला दिसतात तसे अजिबात चक्रम नाहीत, वगैरे, वगैरे. मला आता दुसऱ्यांना पटवून देण्याचा कंटाळा आला होता. मी मनाने आणि शरीराने थकलो होतो. अन् त्यामुळे हे समोरचे सारे दृश्य मला फसवे, अवास्तव व भासमान वाटू लागले होते.

लिसाशी गप्पा मारताना मला तिच्याकडून कळले, "या जागेचा नंबर सहाशे सहासष्ट, म्हणजे सहा-सहा-सहा असा होता; पण रेगनसाहेबांनी ही जागा विकत घेतल्यावर ताबडतोब हा नंबर बदलून तो सहा-सहा-आठ म्हणजे ६६८ असा केला."

"संरक्षणाच्या दृष्टीने तसे काही केले ?"

"नाही. 'बुक ऑफ रिव्हिलेशन' या धर्मग्रंथात हा नंबर म्हणजे सैतानाची खूण सांगितलेली आहे. तुम्हाला ठाऊक असेलच ते."

"अं?"

"म्हणून रेगनसाहेबांच्या पत्नीने, नॅन्सी, यांनी तो अशुभ नंबर बदलून टाकला."

"बापरे, माझ्या ॲमेक्स कार्डावरच्या लांबलचक नंबरात कुठे तरी ओळीने तीन वेळा सहा आले आहेत, असे मला वाटते. ते बदलून टाकले पाहिजेत."

ती यावर हसली.

या लिसाकडून मला काही मदत होईल असे मला वाटू लागले. म्हणून मी तिच्याशी जास्त मोकळेपणे व चेष्टाविनोद करीत बोलू लागलो होतो. तीही मग खुलत गेली होती. मधेच केट स्टर्जिसला सोडून एकटीच माझ्यापाशी आली. मी तिची ओळख लिसाला करून दिली.

पण केटला माझ्या या नवीन मैत्रिणीत रस नव्हता. तिने मला दंडाला धरून बाजूला ओढले आणि ती म्हणाली, "आपल्याला उद्या सकाळच्या पहिल्या विमानाने येथून निघाले पाहिजे. आपण अजूनही ती पत्रकार परिषद गाठू शकतो. नीट ऐका. एफबीआयचे डायरेक्टर स्वत: तिथे तुमच्याशी बोलणार आहेत. आपण जर गेलो नाही तर तुम्ही नक्की अडचणीत याल."

"आपल्या त्या हिरोला काय झाले आहे ?" मी स्टर्जिसच्या संदर्भात तिला विचारले; पण तिने माझ्या प्रश्नाकडे दुर्लक्ष करीत म्हटले, "आपले विमानतळाजवळच्या एका हॉटेलात बुकिंग झाले असून तिथे आत्ता आपल्याला गेले पाहिजे. उद्या सकाळची फ्लाईट लगेच तिथून पकडायची आहे."

"निघण्यापूर्वी मला त्या स्टर्जिसला एक ठोसा मारायचा आहे."

"जॉन, नोकरीत हे असे शोभून दिसत नाही. चला निघूया."

"ठीक आहे," असे म्हणून मी परत लिसाकडे गेलो आणि आता आम्ही निघतो म्हणून तिला सांगितले.

ती म्हणाली, "ओके. बाहेर जाण्यासाठी दारे उघडायला मी सांगते."

आम्ही दोघे आमच्या गाडीपाशी आलो. लिसापण पाठोपाठ आली. माझ्या मनातून त्या जागेतून मला निघायचे नव्हते. म्हणून मी लिसाला म्हटले, "आपल्या सर्वांना मी झोपेतून उठवून अस्वस्थ केले, याबद्दल मला खरोखरच शरम वाटते. मला इथे पहाटेपर्यंत तरी तुमच्या माणसांबरोबर थांबायचे मनात होते. जाऊ दे ते सारे. मी माझे कर्तव्य केले, यातच मला समाधान आहे."

ती म्हणाली, "जाऊ द्या हो. तुम्ही ते मनाला लावून घेऊ नका."

केट म्हणाली, "चला, गाडीत बसा आता."

लिसाला वाटले असावे की, आपण खूपच वरवरचे बोलून यांना काहीही माहिती न देता कटवतो आहे. म्हणून ती मला म्हणाली, "मिस्टर कोरी, राष्ट्राध्यक्षांच्या संरक्षणाची योजना फार फार काळजीपूर्वक आखली गेली आहे. ती योजना १९८८ सालापासून अंमलात आणली जात आहे. तुम्हाला त्या योजनेत शिरकाव करण्यास काहीही वाव नाही."

"पण सध्या १९८८ साल चालू नाही. शिवाय आमची ही फक्त संरक्षण देण्याची योजना नाही, तर आम्ही एका प्रशिक्षित व अनुभवी खुन्याला पकडण्याचे प्रयत्न करीत आहोत."

"आम्हाला ते सारे ठाऊक आहे. म्हणून तर आम्ही इथे आहोत. तुम्ही काहीही काळजी करू नका."

केट मला म्हणू लागली, "जॉन, चला आता."

मी तिच्या बोलण्याकडे दुर्लक्ष करीत लिसाला म्हणालो, "कदाचित आम्ही जरा पाय मोकळे करण्यासाठी रेगनसाहेबांच्या घरात जाऊन आलो असतो."

"ती गोष्ट तर विसराच."

"अन् जाता जाता रोनाल्डसाहेब व नॅन्सी यांच्याबरोबर एक छोटे ड्रिंकही घेतले असते."

यावर लिसा हसली.

केट पुन्हा म्हणाली, "जॉन, चला आता."

यावर सिक्रेट सर्व्हिसमधली ती बाई म्हणाली, "शिवाय ते दोघे आत्ता इथे घरी नाहीत."

"मग कुठे आहेत ते?"

"ते मी सांगू शकणार नाही."

"ठीक आहे. म्हणजे तुम्हाला असे म्हणायचे आहे की, त्यांच्या संरक्षणासाठी

तुम्ही त्यांना येथून हलवले असून दुसरीकडे कुठेतरी गुप्त जागेत पुरेपूर बंदोबस्तात ठेवले आहे. गुप्त व भक्कम जागा म्हटली की, 'फोर्ट नॉक्स' हा किल्ला किंवा तसलीच एखादी जागा. हो ना?''

लिसाने आजुबाजूला पहात म्हटले, ''खरे सांगायचे तर ती काही गुप्त गोष्ट नाही. ते तर वर्तमानपत्रात जाहीर झाले आहे. पण तुमचा तो जो मित्र आहे, ज्याच्यावर तुम्ही चिडला होता त्याला ते तुम्हाला सांगायची इच्छा नव्हती.''

''काय सांगता?''

''होय. रेगन कुटुंब कालच इथून काही दिवसांसाठी 'रॅन्चो देल सिएलो' येथे गेले आहे.''

''काय नाव म्हणालात?''

''रॅन्चो देल सिएलो. म्हणजे इंग्रजीत 'रॅन्च इन द स्काय.' ''

आकाशातील कुरण? म्हणजे या बाईला म्हणायचे तरी काय? अमेरिकेचे भूतपूर्व राष्ट्राध्यक्ष शेवटी वरती गेले? मरण पावले? खलील येथवर पोचला होता? मी घाबरून विचारले, ''म्हणजे ते मृत्यू पावले?''

ती हसली व म्हणाली, ''त्यांची सर्वांत जुनी म्हणजे पहिली रॅन्च आहे. इथून उत्तरेला 'सान्टा इनेझ' या डोंगरात आहे. त्यालाच पूर्वी पश्चिमेकडचे 'व्हाइट हाऊस' असे म्हटले जायचे.''

''म्हणजे आता ते तिथे आहेत, असे तुम्हाला म्हणायचे आहे?''

''बरोबर. त्यांची ही त्या रॅन्चला शेवटची भेट आहे, असे बरेचजण म्हणतात. कारण ते खूप आजारी आहेत. त्यांचा काहीही भरंवसा नाही. तुम्हाला ठाऊक असेल ते.''

''होय, ठाऊक आहे.''

''नॅन्सी यांना वाटले की तिकडे त्यांना नेले की जरा बरे वाटेल. कारण रेगनसाहेबांचे त्या जागेवर फार प्रेम आहे. त्यांची ती सर्वांत आवडती रॅन्च आहे.''

''होय, मीही असे ऐकले होते खरे. अन् हेही सारे वर्तमानपत्रात छापून आले ?''

''आम्ही असे एक पत्रक काढून साऱ्या वृत्तसंस्थांना दिले. काही वर्तमानपत्रांनी ते छापले, काहींनी अगदी त्रोटकपणे छापले, तर काहींनी अजिबात छापले नाही. शुक्रवारी त्या रॅन्चवरती रेगनसाहेबांच्या मुक्कामाचा शेवटचा दिवस आहे. त्या दिवशी काही पत्रकारांना आम्ही त्या जागेत बोलावले आहे. त्या वेळी तिथे छायाचित्रे घेणे, वगैरे स्वरूपाचे समारंभ होतील. ते आता खूप वृद्ध झालेत आणि झपाट्याने त्यांची प्रकृती घसरणीला लागली आहे. त्यांचा अस्त होत चालला आहे.'' मग तिने पुढे सांगितले, ''पण तिथल्या त्या पत्रकार परिषदेबद्दल मला काहीही ठाऊक नाही.''

"लक्षात झाले माझ्या. अन् तुमची सिक्युरिटीची माणसे तिकडेही असतील ना? इथल्यासारखाच बंदोबस्त तिथेही आहे ना?"

"अर्थातच." मग स्वत:शीच बोलल्यासारखी ती पुढे म्हणाली, "बिचाऱ्या रेगन साहेबांना अल्झायमर्स विकाराने ग्रासले आहे. त्यांचा स्मृतिभ्रंश होत चालला आहे. अशा वेळी कोण त्यांना ठार करण्याचा प्रयत्न करेल?"

"त्यांचा स्मृतिभ्रंश झालाही असेल, पण ज्यांना त्यांना ठार करण्याची इच्छा आहे त्यांचा स्मृतिभ्रंश झालेला नाही. त्यांना खूप वर्षांपूर्वीचेही अजून आठवते आहे."

"आले लक्षात; पण हा विकार डॉक्टरांनी खूपच नियंत्रणात ठेवला आहे."

"ती रॅन्च किती मोठी आहे?"

"खूप मोठी. सुमारे ७०० एकरांची ती जागा आहे."

"ते राष्ट्राध्यक्ष असताना तिथे किती सिक्रेट सर्व्हिसच्या लोकांचे त्यांना संरक्षण होते?"

"सुमारे शंभरजणांचे तरी."

"आणि आता?"

"ते मला ठाऊक नाही. निदान सहाजण तरी तिथे आज असावेत. आम्ही अजून डझनभर लोकांना तिकडे पाठवण्याचे बघतो आहोत. इथे लॉस एंजेलिसमधले सिक्रेट सर्व्हिसचे ऑफिस फार मोठे नाही. तसे आमचे कोणतेच ऑफिस मोठे नसते. आम्ही जरूर लागेल तसे वॉशिंग्टनहून आणि स्थानिक पोलिसांकडून हवे तेवढे मनुष्यबळ मागवून घेतो."

केटची इथून निघण्याची घाई आता थांबली होती. तिने लिसाला विचारले, "मग तुम्ही एफबीआयची मदत का घेत नाही ?"

ती म्हणाली, "एफबीआयचे एक ऑफिस वाटेतच सान्टा बार्बारा जवळ आहे. ते गाव सर्वांत जवळचे गाव आहे. रॅन्चवरती शक्यतो आम्ही सिक्रेट सर्व्हिसव्यतिरिक्त अन्य सुरक्षादलाच्या माणसांना आणत नाही. कारण त्यांना आमची इथली कार्यपद्धती ठाऊक नसते. त्यामुळे उलट लोकांना दुखापती होण्याची शक्यता वाढते."

केटने आपली शंका विचारली, "पण जर तुमच्याजवळ पुरेसे मनुष्यबळ नसेल, तर मग ज्यांना संरक्षण द्यायचे त्यांनाच धोका नाही का निर्माण होणार ?"

यावर ती बोलू शकली नाही.

मी तिला विचारले, "तुम्ही त्यांना तिथून काढून दुसऱ्या एखाद्या सुरक्षित ठिकाणी का हलवीत नाही?"

लिसाने आजुबाजूला एकदा पाहिले व म्हटले, "असे पहा, तुम्ही जी खुनी माणसाच्या धोक्याची बातमी दिली आहे, ती आमच्या दृष्टीने एवढी काळजी करायला लावणाऱ्या वरच्या पातळीवरची नाही; पण तुमच्या रास्त शंकेला दुजोरा

द्यायचे म्हटले तर तशी एक गोष्ट आहे. त्या रॅन्चकडे जाताना एक छोटा वळणावळणाचा अवघड असा डोंगरातला घाट-रस्ता आहे. तिथे कोणीही सुरक्षित राहून व लपून नेम धरून रॅन्चमध्ये गोळ्या झाडू शकते. रॅन्चमध्ये हेलिपॅडवर नेहमी प्रकाशझोत टाकले जातात; पण आता ते हेलिपॅड तिथे नाही. अन् जरी ते असले तरी त्या डोंगरावरती सध्या अफाट धुके पसरते. निदान या काळात रात्री तर हटकून पसरतेच.''

''माय गॉड. अशा ठिकाणी जाण्याची कोणाची ही कल्पना आहे ?''

''म्हणजे रॅन्च देल सिएलो येथे जाण्याची? ते मला ठाऊक नाही. कदाचित त्या वेळी ती एक चांगली कल्पना असेल.'' मग ती क्षणभर थांबून पुढे म्हणाली, ''रेगनसाहेबांची एके काळची कारकीर्द कशीही असू दे; पण ही वृद्ध व आजारी व्यक्ती गेली दहा वर्षे सार्वजनिक व्यासपीठावर कधीही गेली नाही. त्यांनी या काळात काहीही प्रक्षोभक कृती किंवा वक्तव्य केले नाही. त्यामुळे त्यांना लक्ष्य बनवून मारायला कोण येणार? उलट माजी राष्ट्राध्यक्षांच्याऐवजी व्हाईट हाऊसच्या मर्जीतल्या लोकांनाच खुनाच्या धमक्या अधिक येत असतात. पण तरीही आत्ताची परिस्थिती तुम्ही म्हणता तशी वेगळी आहे. आम्ही त्याला नक्की नीट तोंड देऊ. दरम्यान तीन राष्ट्रांचे राष्ट्रप्रमुख हे रेगनसाहेबांना भेटण्यासाठी सध्या लॉस एंजेलिसला येत आहेत. त्यातल्या दोघांचा तर निम्म्या जगात तिरस्कार केला जातो. रेगनसाहेबांशी या ज्या तीनजणांच्या भेटी होणार आहेत, त्यामुळे आमच्या संरक्षणव्यवस्थेवर भलताच ताण पडणार आहे. आपल्या मित्र देशांचे ते दोघे राष्ट्रप्रमुख असल्याने त्यांची मैत्री आपल्याला गमावून चालणार नाही. मग जरी ते तेवढे चांगले नसले किंवा लोकप्रिय नसले तरी. मला वाटते की रोनाल्ड रेगन यांच्यापेक्षाही ही राष्ट्रीय बाब महत्त्वाची आहे. मी हे म्हणते आहे ते तुम्हाला निर्दयपणाचे वाटेल; पण वस्तुस्थिती आहे खरी तशी.''

''पण नॅन्सी आणि इतर कुटुंबीय यांच्या दृष्टीने रेगनसाहेब तेवढेच महत्त्वाचे आहेत. हे बघा, पूर्वीच्या माजी राष्ट्राध्यक्षाचा खून झाल्याने जरी फारसे नुकसान होणार नसले तरीही, मग भले तो मृत्यूपंथाला लागलेले असले तरीही, अशा व्यक्तीचा खून होणे म्हणजे सबंध राष्ट्राचे एक प्रकारे मानसिक खच्चीकरण केल्यासारखे असते. जनतेचे मनौधैर्य त्यामुळे खचते. लक्षात आले? नुसती तुमची नोकरी व त्यातली कर्तव्ये एवढीच विचारात घेऊ नका. तेव्हा प्लीज, तुमच्या वरिष्ठांना हे सांगून ही खुनाच्या शक्यतेची बाब गंभीरतेने घेण्याचे त्यांना पटवून द्या.''

''आम्ही ते गंभीरतेने घेतलेलेच आहे. शक्य असेल ते सर्व काही आम्ही करतोच आहोत.''

''या निमित्ताने अमेरिकेतला क्रमांक एकचा दहशतवादी पकडण्याची संधी मिळते आहे.''

"आम्ही तेही समजू शकतो; पण तुमचे जे तर्कसिद्धांत आहेत ते फार चालणार नाहीत, असे मला वाटते."

"ठीक आहे. पण नंतर मी आधी धोक्याची सूचना दिली नव्हती असे मात्र म्हणू नका. मी प्रत्येकाला सावध करतो आहे."

"आपल्या सूचनेचे महत्त्व आम्ही जाणतो व तिची किंमतही करतो."

मी गाडीचे दार उघडले. लिसा म्हणाली, "तुम्ही आता तिकडे जाणार आहात का?"

"छे:! रात्रीच्या अंधारात व डोंगरात जाण्यात अर्थ नाही. शिवाय आम्हाला उद्या वॉशिंग्टनमध्ये हजर राहायचे आहे. थँक्स."

"हा प्रकार महत्त्वाचा असल्याने माझे आपल्याला नेहमीच सहकार्य आहे."

"ठीक आहे. आता सिनेटच्या चौकशीच्या वेळी आपली गाठ पडेलच."

मी गाडीत शिरून आत बसलो. केट आधीच आत जाऊन चाकामागे बसली होती. तिने गाडी सुरू करून बाहेरच्या रस्त्याच्या दिशेने नेली. वाटेतले ते अवजड दार आपोआप उघडले. आम्ही बाहेरच्या सेंट क्लाऊड रोडवरती आलो. केटने विचारले, "आता कुठे जायचे?"

"रॅन्च इन द स्काय."

"ओफ्. मी तरी तुम्हाला कशाला विचारले ते देव जाणे."

८३

आम्ही 'रॅन्चो देल सिएलो' येथे जाण्यासाठी निघालो. प्रथम आम्हाला 'सान्टा बेल एअर' या विभागातून बाहेर पडावे लागले. मग एका योग्य ठिकाणी आम्ही फ्रीवेवर प्रवेश मिळवला.

केट म्हणाली, "आपल्याला तिकडे जावे लागणार हे मला ठाऊक होते; पण आपण त्या रॅन्चवर का जातो आहोत?"

"कारण आता जे काही होणार आहे त्यातल्या ९० टक्के घडामोडी आपले डोके हळूहळू वर काढू लागतील."

"मला नीट समजावून सांगा."

"आपल्याला ती पहाटेची फ्लाईट पकडायला अजून सहा तास आहेत. तेवढा वेळ उगाच वाया घालवण्यापेक्षा आपण असद खलीलला पकडायला किंवा मारायला खर्च केला तर?"

तिने एक खोल श्वास घेतला, बहुतेक तिला फुलांचा वास आला असावा. तिने विचारले, "रेगन तिकडच्या रॅन्चवर गेले आहेत हे खलीलला कळले आहे, असे तुम्हाला वाटते? अन् खलील तिथे जाऊन त्यांना खरोखरीच गोळी घालेल?"

"माझ्या मते खलील हा रेगन यांना इथे बेल एअर भागातच गोळी घालणार होता; पण कॅलिफोर्नियात आल्यावर त्याला नवीन माहिती मिळाली. म्हणूनच तो अझीझ रहमानला घेऊन सान्टा मोनिकाकडे उत्तरेला गाडीतून गेला. आपल्याला फेरफटका मारायचा आहे असे त्याने रहमानला भासवले. प्रत्यक्षात त्याला इथल्या या रेगन यांच्या निवासस्थानाभोवतालचा परिसर न्याहाळायचा होता. त्याला इथल्याच एका घळईमध्ये, म्हणजे त्या कॅन्यनमध्ये, हातातली बॅगही टाकून द्यायची होती. कारण त्याला जवळची पिस्तुले नष्ट करायची असतील, जुनी ओळखपत्रे नष्ट करायची असतील. अन् माझा हाच तर्क बऱ्याच गोष्टींचा खुलासा देतो आहे. जर माझा तर्क चुकीचा असेल तर मी चुकीच्या व्यवसायात आलो आहे, असेच म्हटले पाहिजे.

काही क्षण तिने विचारात घालवले व नंतर ती म्हणाली, "ओके! यातून भलेबुरे काहीही निघो, मी तुमच्याबरोबर या प्रकरणात राहीन. माझे अंग काढून घेणार नाही, हे मी अगदी शपथपूर्वक सांगते."

"अगदी शंभर टक्के ना?"

"होय. पण ही अट दोन्ही बाजूंनी आहे."

"अर्थातच. माझ्याकडून या अटीचा भंग झाला तर तू मला सरळ गोळी घाल. मी ती आनंदाने झेलेन."

तिने माझ्याकडे पाहिले. गाडीतल्या अंधुक प्रकाशात आमची एकमेकांशी नजरानजर झाली. मी गंभीर झालो आहे हे तिला जाणवले. आम्ही दोघेही बोलत नव्हतो.

शेवटी तिला फ्रीवेवर नेणारा प्रवेशमार्ग सापडला. आम्ही त्यावरून उत्तरेकडे सॅन डिएगो फ्रीवेच्या दिशेने जाऊ लागलो. मी तिला विचारले, "ती आकाशातील रॅन्च' कुठे आहे, ती तुला ठाऊक आहे?"

"सांटा बार्बाराजवळ सांटा इनेझ डोंगरामध्ये कुठेतरी."

"हे सांटा बार्बारा कुठे येते?"

"व्हेंचुराच्या उत्तरेकडे. गोलेटाच्या दक्षिणेला."

"आले लक्षात. किती वेळ लागेल तिथे जायला?"

"सांटा बार्बारापर्यंत दोन तास तरी लागतील; पण वाटेत धुके किती असेल त्यावर ते अवलंबून आहे. तिथून रॅन्चकडे कसे जायचे ते मला ठाऊक नाही; पण आपल्याला रस्ता शोधता येईल."

“तू कंटाळली असशील तर मी गाडी चालवू का?”

“नको.”

“मला गाडी चालवता येते.”

“अन् मलाही. त्यातून इथले रस्तेही मला ठाऊक आहेत. तेव्हा तुम्ही सरळ एक झोप काढा आता.”

“वाटेत व्हेंचुराच्या ऑफिसमध्ये थांबून बुलेटप्रूफ जाकिटे घ्यायची का?”

“मला या प्रकारात उद्या गोळीबार होईल असे वाटत नाही. उलट, जेव्हा आपण त्या रॅन्चवरती पोचू तेव्हा आपल्याला तिथून जाण्यासाठी अत्यंत अदबीने सांगितले जाईल, जसे आत्ता बेल एअरमध्ये त्यांनी आपल्याला बाहेर काढले, तसाच प्रकार होईल. शिवाय या सिक्रेट सर्व्हिसवाल्यांना आपल्या हद्दीत दुसरी कोणतीही सुरक्षा संघटना आलेली आवडत नाही. त्यातून एफबीआय यात गुंतली आहे म्हटल्यावर तर ते आपल्याला हटकून मज्जाव करणार.”

“माझ्या लक्षात आला हा मुद्दा.”

“परंतु केवळ यामुळे आपण माघार घ्यायची असे मी म्हणत नाही. तुम्हाला त्या संभाव्य कृतीच्या जितके जवळपास रहाता येईल तेवढे रहावे, अशी जर तुमची माफक इच्छा असेल तर आपण आता बरोबर दिशेने जात आहोत.”

“मला एवढेच माहिती करून घ्यायचे होते. थोड्या वेळाने व्हेंचुरामधल्या ऑफिसला फोन करून विचार की आपली एफबीआयची माणसे सांटा बार्बरामध्ये पाठवली आहेत का?”

“ठीक आहे.”

मी रस्त्याच्या दुतर्फा पहात म्हटले, “हा रस्ता किती चांगला आहे. आजुबाजूचा भूभाग किती सुंदर आहे. यावरून मला जुन्या कॉऊबॉय चित्रपटांची आठवण येते. त्यातले जिनी ऑट्री, रॉय रॉजर्स, टॉम मिक्स हे कलावंत किती थोर दर्जाचे होते.”

“मी ही नावे कधीही ऐकली नाहीत.”

आम्ही काही वेळ न बोलता जात राहिलो. रात्रीचा सव्वा वाजला होता.

आम्ही एका चौकापाशी आलो. पूर्वेचा रस्ता बरबँकला जात होता. पश्चिमेचा रस्ता हा ‘मार्ग क्र. १०१, व्हेंचुरा फ्रीवे’ हा होता. केटने तोच रस्ता पकडला. ती म्हणाली, “आपण या वेळी समुद्रकिनाऱ्याचा रस्ता घेणार नाही. कारण तिथे धुके खूप जमू लागले असेल. त्यापेक्षा या रस्त्याने अधिक वेगाने जाता येईल.”

“ठीक आहे, तू इथली एके काळची रहिवासी होतीस.”

म्हणून आम्ही पश्चिमेकडे वळून सॅन फर्नांडो दरीमधून जाऊ लागलो. हे लोक प्रत्येक नावाच्या मागे किती वेळा ‘सॅन’ आणि ‘सान्टा’ हे शब्द लावतात ते समजत नाही. मी जांभई दिली.

"आता तुम्ही झोपून जा."

"नाही. मला तुझा आवाज ऐकत रहायचा आहे. तुझा सहवास हवा आहे. तू माझ्याशी काहीतरी बोलत रहा सारखी."

"ठीक आहे. मग ऐका तर. तुम्ही स्टर्जिसच्या बाबतीत एवढा आकस का धरता?"

"कोण स्टर्जिस? हं, तो होय. त्याच्या ऑफिसातल्या माझ्या वागणुकीबद्दल विचारते आहेस का रेगन यांच्या घरातल्या आवारातल्या माझ्या वागणुकीबद्दल विचारते आहेस?"

"दोन्ही ठिकाणच्या वागणुकीबद्दल."

"मी मघाशी त्याच्यावर रागावलो होतो याचे कारण त्याला रेगन तिथे नाही, हे आधीच ठाऊक होते; पण त्याने ते मला सांगितले नाही."

"नाही जॉन, तू रागावून त्याला बोलल्यानंतर ते तुला कळले. लिसाने सांगितले."

"जाऊ दे, यातील तपशील मागेपुढे झाला म्हणून त्यावरून आपण भांडायला नको."

थोडा वेळ ती गप्प बसली. तिच्या मनात काहीतरी विचार चालले असले पाहिजेत. शेवटी ती हिय्या करून म्हणाली, "हे बघा जॉन, आता तुम्हाला स्पष्टच सांगते. मी स्टर्जिसबरोबर कधीही शारीरिक संबंध ठेवले नाहीत. मी फक्त त्याच्याबरोबर हिंडत होते. त्याचे लग्न झालेले असून त्याला दोन मुले आहेत. ती आता कॉलेजात जात आहेत. शेवटी स्टर्जिसवर राग धरण्याचे कारण मत्सर हेच असल्याने मी मुद्दाम खुलासा करते आहे. थोडासा मत्सर मी समजू शकते; परंतु तुम्ही फारच –"

"थांब. मग तसे असेल तर न्यूयॉर्कमध्ये काल सकाळी मी बेथ पेनरोजला फोन केला तेव्हा तू माझ्यावर का चिडली होतीस?"

"ती गोष्ट पूर्णपणे वेगळी होती."

"ती कशी वेगळी होती ते तू मला सांग."

"लॉस एंजेलिसमधले माझे संबंध हा एक इतिहासजमा झालेला विषय आहे, तर बेथ पेनरोजशी असलेले संबंध ही वर्तमानकाळाची वास्तवता होती."

"आले लक्षात. आपण हा विषय सोडून देऊ," तिचे म्हणणे मान्य करीत मी म्हणालो.

तिने माझा हात धरून प्रेमाने दाबला. अगदी घट्ट!

तर मी अशा रीतीने गेले चोवीस तास लग्न ठरवून बसलो आहे आणि जूनपर्यंत मला तशी परिस्थिती रेटून न्यायची आहे. मला ते कसे काय जमेल हे समजत नाही.

असो, तर आम्ही पुढे अर्धा तास छान गप्पा मारीत होतो. तेवढ्या वेळात आम्ही डोंगराळ भागात कधी आलो ते आम्हाला समजले नाही. तो सारा परिसर हा खरोखरीच धोकादायक व भीतीदायक वाटायला लावणारा होता; पण केट मात्र निर्धास्तपणे गाडी चालवित होती. तिने मला विचारले, ''सांटा बार्बाराला गेल्यावर तुमची काही खास योजना आहे का अन्य काही बेत ठरवला आहे?''

''तसे काहीही ठरवले नाही. त्या वेळी जे सुचेल ते करू. कारण ठरवून काही उपयोग होत नाही. प्रत्यक्षात ऐन वेळी मधेच काहीतरी उपटते. मुख्यत: आपल्याला त्या रॅन्चपाशी लवकर पोचायचे आहे.''

''विसरा ते. तुमची मैत्रीण लिसा हीच तसे म्हणाली आहे ना.''

''कोण लिसा? अं ऽ, हो. ती सिक्रेट सर्व्हिसची बाई होय.''

''कॅलिफोर्नियात तशा बऱ्याच सुंदर स्त्रिया आहेत.''

''नाही. कॅलिफोर्नियात सध्या फक्त एकच स्त्री सुंदर आहे.''

''कोण ती?''

''अर्थातच तू!''

आमच्या अशा प्रेमळ गप्पा पुढे चालू राहिल्या.

तेवढ्यात केटचा मोबाईल फोन वाजला. या वेळी तिला फोन करू शकणारी व्यक्ती फक्त एकच होती. ती व्यक्ती म्हणजे अर्थातच स्टर्जिस. दुपारी ऐन क्षणाला त्याने फोन करून माझा अक्षरश: 'विरस' केला होता. आत्ताही तो मला सुखाने केटशी प्रेमालाप करू देत नव्हता. आम्ही त्या विमानतळाजवळील हॉटेलात ठरवलेली खोली घेतली की नाही हे पहाण्यासाठी त्याने मुद्दाम हा फोन केला असणार. पाळतीवर रहाणारा डोमकावळा लेकाचा! मी तिला म्हटले, ''फोन घेऊ नकोस.''

''मला उत्तर दिलेच पाहिजे.'' ती म्हणाली. हे ती ज्या ठामपणे म्हणाली त्यावरून आपल्याला कोणी फोन केला आहे, हे तिने ओळखले असले पाहिजे. तिच्या बोलण्यावरून माझा कयास खरा निघाला आहे हे मला कळले. शेवटी मला जो वाटला तोच छुपा रुस्तुम निघाला. ती फोनवरती म्हणत होती, ''आम्ही रुट १०१ वरती आहोत. उत्तरेकडे चाललो आहोत.'' मग परत काही सेकंद तिने ऐकून म्हटले, ''बरोबर आहे.... आम्ही ते शोधून काढले आहे की रेगन आणि त्यांचे कुटुंबीय हे—'' पलीकडून त्याने तिचे बोलणे मधेच तोडले असणार. त्याचे थोडा वेळ ती ऐकत राहिली.

मी तिला म्हटले, ''तो फोन माझ्याकडे दे.''

तिने मान हलवून नकार दिला व ती पुढे ऐकत राहिली.

मला आता मात्र खरोखरीच स्टर्जिसचा राग आला. तो तिला आता फोनवरती

नक्की पिळत असला पाहिजे; पण जॉन कोरीच्या प्रेयसीला असा त्रास देणे म्हणजे काय असते, ते त्याला अजून कळले नव्हते. जर कुणाला स्वत:च्या जिवाची पर्वा नसेल तरच ती व्यक्ती हे धाडस करू शकेल. मला तिच्या हातून फोन हिसकावून घ्यायचा नव्हता. म्हणून जळफळत स्वस्थ बसून राहिलो. तो माझ्याशी बोलायचे आहे असे का तिला सांगत नाही?

केटने चारपाच वेळा बोलायचा प्रयत्न केला; पण तो बेटा तिला बोलूच देत नव्हता. शेवटी केटलाही त्याचे बोलणे ऐकण्याचा कंटाळा आला. ती म्हणाली, ''ऐका. मी काय म्हणते ते नीट ऐका. रेगन दुसऱ्या रॅन्चवरती गेले आहेत ही बातमी आमच्यापासून लपवून ठेवली आणि आम्हाला ती माहिती देऊ नका असे जे सिक्रेट सर्व्हिसच्या लोकांना तुम्ही सांगितले, ते मला अजिबात आवडले नाही. अन् तुमच्या माहितीसाठी मी सांगते की, आम्ही येथे अधिकृतपणे आलो आहोत. न्यूयॉर्कमधल्या एटीटीएफच्या को-कमांडरनी आम्हाला पाठविलेले आहे. त्यांनी लॉस एंजेलिसमधल्या तुमच्या फील्ड ऑफिसला बजावले होते की, तुमच्याकडून आम्हाला हवी ती मदत व पाठिंबा तुम्ही द्यावा. या खलीलच्या केससाठी न्यूयॉर्कच्या एटीटीएफच्या ऑफिसला खास अधिकार मिळाले आहेत. ते या केससाठी त्यांना वाटेल ती कृती करू शकतात. आम्ही त्या ऑफिसचे लॉस एंजेलिसमधील अधिकृत प्रतिनिधी असून आम्हाला त्यांनीच इकडे पाठवले आहे. मी माझ्या मोबाईल फोनवरती केव्हाही उपलब्ध आहे आणि उपलब्ध राहीन. मी आणि कोरी हे उद्या सकाळच्या विमानाने वॉशिंग्टनला जाणार आहोत. जर काही आमच्या ऑफिसने किंवा वॉशिंग्टनच्या ऑफिसने या योजनेत बदल केल्याचे कळवले तरच आम्ही तसे पुढे करू. अन् आणखी एक मी तुम्हाला सांगते. मी कोणाबरोबर कुठे जायचे, कुठे रहायचे, कुठे झोपायचे ही पूर्णपणे माझी खाजगी बाब आहे. त्या बाबतीत तुमचा सल्ला मला नको आहे,'' एवढे बोलून तिने फोन फटकन बंद केला.

मला ''ब्राव्हो !'' असे म्हणून आनंदाने ओरडावेसे वाटले; पण अशा वेळी काही न बोलणे हेच उत्तम असते.

नंतर आम्ही दोघे काही वेळ बोलत नव्हतो; पण काही मिनिटातच तिचा फोन परत वाजला. तिने तो घेतला व ती त्यावरती बोलू लागली. त्या स्टर्जिसला तिने एवढी जबरदस्त थप्पड हाणल्यावर तो परत फोन करणे शक्यच नव्हते. तेवढे धैर्य त्याच्यात अजिबात नव्हते, नक्कीच नव्हते. पण या माणसाने जर लगेच वॉशिंग्टनला फोन लावून एफबीआयच्या ऑफिसला आमच्याबद्दल काही उलटसुलट सांगितले असेल तर? तर वॉशिंग्टनच्या ऑफिसकडून आमच्या रॅन्च देल सिएलो येथे जाण्याच्या कार्यक्रमात अडथळा आणला गेला असता. शेवटी आमच्या हातातोंडाशी यशाचा घास आला होता; पण ऐन वेळी तो अशा रीतीने काढून घेतला जात होता.

मी निराश झालो, खचलो, प्राप्त परिस्थिती स्वीकारणे मला भाग पाडले जात होते. शेवटी नशीब आपले! दुसरे काय? परंतु केटने सांगितले की, ''न्यूयॉर्कच्या ऑफिसातील रात्रपाळीला जी ड्यूटी ऑफिसर आहे ती विचारते आहे की कुणाला तरी आपल्या ह्या मोबाईलचा नंबर हवा आहे.'' ते ऐकताच मला एकदम हायसे वाटले. ''कोण्या एकाला तुमच्याशी ताबडतोब बोलायचे आहे. फक्त तुमच्याशीच.'' केट पुढे सावकाश म्हणाली, ''तो नक्कीच असद खलील असला पाहिजे.''

मी तो मोबाईल फोन घेऊन कानाला लावीत म्हटले, ''हॅलो, मी जॉन कोरी बोलतो आहे. ज्याला माझ्याशी बोलायचे आहे तो अधिकृत माणूस आहे का?''

पलीकडून ड्यूटी ऑफिसरचा आवाज आला, ''तो माणूस बाकीचे काहीही बोलायला तयार नाही. आपले नावही तो सांगत नाही; तो गुन्हेगार असेल तर मला त्याच्या आवाजावरून कळायला काही मार्ग नाही; पण तो सारखा तुमचा मोबाईल नंबर मागतो आहे. मी त्याला दुसऱ्या लाईनवरती थांबवून ठेवले आहे. तो असेही म्हणाला की, तो तुमच्याशी व्हेंचुरामध्ये थेट फोनवरती बोलला होता.''

''माझ्या आले लक्षात कोण आहे तो. त्याची लाईन इकडे जोडून देता येईल का?''

''मला देता येईल. पण तोच तसे करू नका म्हणतो आहे. तो तुमचाच मोबाईल फोन नंबर मागतो आहे. तो स्वतःचा नंबर मात्र द्यायला तयार नाही. तुम्ही म्हणत असाल तर मी केट मेफिल्ड यांच्या मोबाईलचा नंबर देऊ का?''

''ठीक आहे. द्या तो नंबर. थँक्स.'' मी फोन बंद केला.

केट व मी यावरती काहीही बोललो नाही. आम्ही त्याच्या फोनची वाट पहात बसलो. प्रत्येक सेकंद हा युगायुगाचा वाटत होता. शेवटी केटचा मोबाईल फोन वाजू लागला. मीच तो घेतला व कानाला लावीत म्हटले, ''कोरी.''

असद खलील पलीकडून म्हणाला, ''गुड इव्हिनिंग, मिस्टर कोरी. का मी आत्ता 'गुड मॉर्निंग' म्हटले पाहिजे?''

''तुम्हाला पाहिजे ते म्हणा.''

''तुमची मी झोपमोड केली का?''

''ठीक आहे. नाहीतरी मला फोन घेण्यासाठी उठावे लागणार होतेच.''

मी पुढे संभाषण रेटले नाही. तो काय बोलणार आहे याकडे मी माझा कान टवकारला. माझ्याकडून तो काहीतरी विनोदी बोलण्याची अपेक्षा करीत असावा. त्यामुळे फोनवर शांतता होती. त्याने मला का फोन केला ते अजून मला कळले नव्हते. पण जेव्हा आपण होऊन फोन करणाऱ्यांकडे तुम्हाला देण्याजोगे काहीही त्यांच्याजवळ नसते, तेव्हा त्यांनाच तुमच्याकडे नक्की काहीतरी मागायचे असते. शेवटी मीच त्याला म्हणालो, ''मागच्या वेळी तुम्ही शेवटी आम्हाला काय सांगत

होतात? आपले बोलणे कोठवर आले होते?''

''मी आता प्रवासात आहे अन् तुम्ही?''

''मी पण. काय कमाल आहे. किती गंमतीदार योगायोग आहे बघा. मी आत्ता तुमच्याबद्दलच बोलत होतो बघा.''

''सध्याच्या दिवसांत तुम्हाला माझ्याखेरीज बोलायला दुसरा विषय नसेल ना?''

''अरे xxx, मला जगण्यासाठी विविध कामे करावी लागतात. तुमचे कसे काय चालले आहे?''

त्याला माझे रूपकात्मक इंग्रजीतले बोलणे कळले नसावे. तो म्हणाला, ''मी अजूनही जिवंत आहे. ठणठणीत जिवंत आहे.''

''बरोबर आहे. ते तर कळून येतेच आहे. मग? बोला आपल्यासाठी मी काय करू शकतो?''

''मिस्टर कोरी, तुम्ही कोठे आहात?''

''मी न्यूयॉर्कमध्ये आहे.''

''असं? मला वाटते की मी तुम्हाला मोबाईल फोनवरती गाठले आहे.''

''अगदी बरोबर आहे. हा मोबाईल फोन न्यूयॉर्कमध्ये आहे आणि मी त्या फोनबरोबरच आहे. *आपण* कोठे आहात?''

''मी लिबियात आहे.''

''काय चेष्टा करता आहात! तुम्ही नेहमी अचानक मध्येच टपकत असता.''

''मग कदाचित मी न्यूयॉर्कमध्येही असेन.''

''असाल न्यूयॉर्कमध्ये, कदाचित. तुम्ही असे करा. खिडकीबाहेर डोके काढून बाहेर जे जे दिसते आहे त्याचे वर्णन करा. ते ऐकून मी बरोब्बर सांगतो की तुम्ही न्यूयॉर्कच्या कोणत्या भागात आहात. तुम्हाला बाहेर काय दिसते आहे? उंट दिसत आहेत का टॅक्स्या दिसत आहेत?'' मी त्याला विचारले.

''मिस्टर कोरी, तुमचा टिंगल करण्याचा स्वभाव मला आवडत नाही. आपण दोघेही जगाच्या पाठीवरती कोठेही असलो तरी त्याने काय फरक पडणार आहे? त्यातून आपण दोघेही एकमेकांना खोटेच सांगत आहोत.''

''अगदी बरोबर. तेव्हा फोन करण्यामागचा तुमचा खरा हेतू सांगाल का? आपल्याला काय हवे आहे?''

''मी काही मागणी करण्यासाठी तुम्हाला फोन करतो आहे असे वाटते का? मला फक्त तुमचा आवाज ऐकायचा आहे.''

''वाऽ, किती गोड कल्पना आहे. तुम्हाला माझी स्वप्ने तर पडत नाही ना?'' मी केटकडे पाहिले. ती समोरच्या काळ्या रस्त्याकडे पहात गाडी चालवित होती.

आता जमिनीवरती थोडे थोडे धुके जमू लागले होते. त्यामुळे तिथे भुताटकीचा भास होत होता. तिने माझ्याकडे पाहून आपले डोळे मिचकावले.

शेवटी खलील म्हणाला, "मी स्वप्नात खरोखरच तुम्हाला पहात होतो."

"मग, ते एक चांगले स्वप्न होते ना?"

"मला असे स्वप्नात दिसले की आपण एका अंधाऱ्या जागी भेटलो आहोत. मग मी अंधारातून प्रकाशात एकटाच येतो. त्या वेळी माझ्या अंगाला रक्त माखलेले असते."

"असं? मग या स्वप्नाचा काय अर्थ होतो?"

"ते तुम्हाला ठाऊक आहे." मग विषय बदलत खलील पुढे म्हणाला, "तुम्ही माझ्यासाठी काही गोष्टी करू शकता."

"त्या मला ठाऊक आहेत."

"पहिली गोष्ट अशी की, प्लीज, त्या विगिन्सना माझा निरोप सांगा की, अजून जरी मला पंधरा वर्षे लागली तरी मी त्याचा शेवटी खून पाडेन."

"कमॉन, असद. आता झाली गेली गोष्ट विसरून जाऊन क्षमा करण्याची वेळ आली -"

"शट् अप्."

बापरे!

"दुसरे असे, मिस्टर कोरी, असाच निरोप हा तुमच्यासाठी व मिस केट मेफिल्ड यांच्यासाठीही आहे. तुम्हा दोघांनाही मी संपवणार आहे."

मी केटकडे पाहिले; पण तिला खलीलचे बोलणे ऐकू येत नव्हते. अस्वस्थ झालेल्या खलीलला म्हणालो, "असं पहा, असद, तुम्ही तुमच्या सर्व समस्या या हिंसाचाराने सोडवू शकणार नाही."

"अर्थातच मी सोडवू शकतो."

"जो नेहमी हातात तलवार बाळगून रहात असतो त्याचा शेवट हा तलवारीनेच—"

"नाही. जो आपली तलवार ही वेगाने चालवू शकतो तोच जगतो. माझ्या भाषेत एक कविता आहे. मी तुमच्यासाठी तिचा इंग्रजी अनुवाद सांगतो. एका एकांड्या व क्रूर योद्ध्याची ती कविता आहे. तो आपल्या —"

मी त्याचे वाक्य तोडीत मीच ती कविता म्हणालो, "टेरिबल ही रोड अलोन विथ हिज येमेन स्वोर्ड फॉर एड; ऑर्नमेंट ही कॅरीड नन, बट द नॉचेस ऑन द ब्लेड. काय, बरोबर आहे ना ?"

त्यानंतर बराच वेळ फोनवर शांतता होती. मग त्याने विचारले, "तुम्हाला कोठून ही कविता कळली?"

"ती काय बायबलमधून मला समजली असेल? कुठून बरं समजली?..... हं, माझ्या एका अरब मित्राने मला ती सांगितली.'' मग त्याला चिडवण्यासाठी मी मुद्दाम म्हणालो, "माझे अनेक अरब मित्र आहेत व ते माझ्यासाठी कामे करीत असतात. हे मित्र *तुम्हाला* शोधण्याचेही काम करत आहेत.''

खलीलने यावर आधी विचार केला असावा. कारण तो चटकन मला म्हणाला, "ते सगळे नरकात जातील.''

"आणि बेटा, तू कुठे जाशील रे?''

"स्वर्गभूमीत.''

"ती तर कॅलिफोर्नियात आहे आणि तिथेच तर तुम्ही आत्ता आहात.''

"मी लिबियात आहे आणि माझा जिहाद मी पुरा केला आहे.''

"हे बघा, तुम्ही जर लिबियात असाल तर मला हे संभाषण चालू ठेवून माझे फोनचे बिल वाढवण्यात मला रस नाही. तेव्हा मी —''

"आपले संभाषण कधी बंद करायचे ते *मी* सांगेन.''

"मग सरळ सरळ मुद्द्यावर येऊन बोला की.'' मी त्याला फटकारले. त्याला माझ्याकडून कोणती माहिती हवी होती, हे मी ओळखले होते. तो जेव्हा गप्प होता तेव्हा मला पलीकडून एका पक्ष्याचा आवाज ऐकू येत होता. रेगन यांच्या रॅन्चवरती मी ज्या रात्रीच्या पक्ष्यांचे ओरडणे ऐकले होते तसाच त्या पक्ष्याचा आवाज होता. याचा अर्थ जिथे ह्या पक्ष्यांचा संचार आहे त्याच भागात खलील आहे.

ज्या कामासाठी असदने फोन केला ते काम शेवटी त्याने सांगितले. तो म्हणाला, "मागच्या वेळी आपण जेव्हा बोलत होतो, तेव्हा शेवटी तुम्ही काय म्हणत होतात?''

"मला वाटते की मी तुम्हाला 'कॅमल xxx' म्हटले असावे. पण त्यात तो शब्द वांशिक भेद दाखवत असल्याने मी तो आता एक अमेरिकन म्हणून, केंद्र सरकारचा प्रतिनिधी म्हणून मागे घेतो मी—''

"तुम्ही माझ्या आईवडिलांबद्दल बोलत होता.''

"अरे हो. बरोबर, बरोबर. आता या गोष्टी तुम्हाला कशा काय सांगाव्यात? सांगताना माझी थोडीशी अडचण होईल; पण जमेल तसे सांगून बघतो. एफबीआय किंवा एफबीआय म्हणण्यापेक्षा सीआयए आणि त्यांचे परदेशातील मित्र यांना काही खात्रीलायक गोष्टी कळल्या. त्यानुसार तुमची आई ही.... आता कसे काय मी ते शब्दात सांगू?... पण ती महंमद गडाफी यांची एक जवळची मैत्रीण होती. लक्षात येते ना मी काय म्हणतो ते? अं.... म्हणजे काय की, आपण दोघे पुरुष आहोत. अशा गोष्टी आपल्याला लवकर कळतात. हो ना? ठीक आहे. तर तुझ्या आईला, आता कदाचित् हे तुम्हाला ऐकायला जड जात असेल, पण तुझ्या आईला रोजचा

खर्च भागवायचा होता, घर चालवायचे होते, तिच्या स्वत:च्या काही गरजा होत्या, मागण्या होत्या. लक्षात आले ना? आणि तुमचे वडील बऱ्याच वेळा परगावी असल्याने तिला खूप एकटे वाटायचे.... तुम्ही ऐकताय ना हे सारे?''

''पुढे सांगा.''

''ठीक.'' मी केटकडे पाहिले. तिने आपला अंगठा उंचावून आपला आनंद व्यक्त केला. मी पुढे सांगत गेलो. ''तर सीआयए - पुन्हा त्या संघटनेचा उल्लेख करावा लागला; पण त्यांच्याकडे तुमचा विश्वास बसणार नाही अशी एकाहून एक हुशार माणसे आहेत. त्यांच्यापैकी एकाने, टेड त्याचे नाव, मला सांगितले की तुमचे वडील — करीम त्यांचे नाव, बरोबर ना? तर पॅरिसमध्ये त्यांचे जे काय झाले ते तुम्हाला ठाऊक आहे; पण इस्राइली एजंटांनी त्यांचा खून केला नाही, हे तुम्हाला ठाऊक नसावे असे मला वाटते. प्रत्यक्षात, असद, तो खून..... पण जाऊ दे. उगाचा कशाला मागचा इतिहास उगाळत बसायचा. जे काही झाले ते वाईट झाले; पण तुम्ही त्याबद्दलचा आकस कसा धरून आहात ते मला ठाऊक आहे. तेव्हा ती गोष्ट मी परत सांगून तुमच्या भावना कशाला दुखवू? विसरून जा ते.''

फोनवर बराच वेळ शांतता होती. नंतर तो म्हणाला, ''ठीक आहे, पुढे सांगा.''

''नक्की पुढे सांगू ? लोक कसे असतात ते मला चांगले ठाऊक आहे. प्रथम ते म्हणतात की, 'सांगा आम्हाला. आम्ही तुमच्यावर रागावणार नाही.' मग तुम्ही जेव्हा त्यांना ते कटू सत्य सांगता, तेव्हा नंतर ते तुमच्यावर रागावतात, तुमचा द्वेष करू लागतात. तुमच्या बाबतीत तसे होऊ नये, तुम्ही माझा विनाकारण द्वेष करू नये, असे मला वाटते.''

''मी तुमचा द्वेष करीत नाही.''

''पण तुम्ही मला ठार करण्याची भाषा बोलता.''

''होय, मी तुम्हाला ठार करेन; पण मी तुमचा द्वेष करत नाही. तुम्ही माझे काहीही वाकडे केले नाही.''

''कसे केले नाही? मी तुमची विगिन्स यांच्या बाबतची योजना नाही का उधळून लावली? निदान त्याबद्दल तरी तुम्ही मला त्याचे श्रेय दिले पाहिजे. म्हणून तुम्ही माझा द्वेष केला तर ते नवल नाही; पण जाऊ दे, उगाच याच्यावर फार कशाला बोलायचे? तसेच तुमच्या वडिलांबद्दल मी काहीतरी सांगितल्याने माझा काही लाभ होणार आहे का?''

तो यावरती विचार करू लागला असावा. मग थोड्या वेळाने म्हणाला, ''हे पहा, तुम्हाला जे काही माहिती आहे ते तुम्ही सांगितले, तर मी तुम्हाला आणि मिस मेफिल्ड यांना कसलाही त्रास देणार नाही. या बाबतीत तुम्हाला मी माझा शब्द देतो, हवा तर.''

“आणि विगिन्स? त्याचे काय?”

“त्याच्या बाबतीत कसलेही वचन मी देणार नाही. तो आता एक मृत्यूची शिक्षा सुनावला गेलेला माणूस झाला आहे. ही इज वॉकिंग डेड.”

“ठीक आहेऽ. सगळे नाहीतरी निदान अर्धे तरी वाचवावे. हं, तर मी कोठवर आलो होतो? ....हां, ती पॅरिसमधली बाब; पण त्या बाबतीत मी तुम्हाला आधीच सांगतो की, खरे काय ते सांगून तुमच्या मनात संशयाचे बीज पेरायचा, अविश्वास निर्माण करायचा माझा हेतू अजिबात नाही. तुम्ही त्यावर आधी नीट विचार करा. कोणत्याही खुनाच्या बाबतीत सर्व जगातले पोलीस प्रथम काय विचार करतात? तर ‘या खुनामुळे कोणाचा फायदा होणार?’ मी आजवर अनेक खुनांच्या केसेसवर कामे केल्याने हे अनुभवाचे बोल सांगतो आहे. अमेरिकेतले पोलीस म्हणतात ‘क्युई बोनो?’ हे इटालियन भाषेतले शब्द इकडच्या पोलीस खात्यात प्रचलित आहेत. तुम्हाला इटालियन येतेच म्हणा. तेव्हा या शब्दांचा अर्थ तोच आहे. ‘कुणाचा लाभ?’ म्हणून मी असे म्हणतो की तुमच्या वडिलांच्या मृत्यूने कोणाचा लाभ होऊ शकतो?”

“उघडच आहे, इस्त्राइली लोकांचा.”

“कम ऑन, असद. तुम्ही इतरांपेक्षा खूप हुशार आहात. तुम्ही म्हणता तसे असेल तर किती लिबियन मिलिटरी कॅप्टन मंडळींचे आत्तापर्यंत पॅरिसमध्ये इस्त्राइलींनी खून पाडले आहेत? कोणालाही संपवायचे असेल तर इस्त्राईलींना त्यासाठी काहीतर कारण लागते की नाही? तुमच्या वडिलांनी इस्त्राइली लोकांचे काय घोडे मारले होते? जर तुम्हाला माहिती असेल तर तुम्हीच सांगा.”

त्याने आपला घसा साफ केल्याचा आवाज मला ऐकू आला. नंतर तो म्हणाला, “ते ज्यूविरोधी होते.”

“मग लिबियात तसे ज्यूविरोधी कोण नाही? कमॉन. इथेच एक कटू व अप्रिय सत्य दडलेले आहे. माझा सीआयएमधला मित्र हा अगदी ठामपणे सांगतो की तुमच्या वडिलांना इस्त्राइली एजंटांनी *नाही* मारले; पण जे लिबियन हेर आपली बाजू सोडून अमेरिकेच्या आश्रयाला आले, त्यांनी सांगितले की, त्यांना हे काम करण्याचा हुकूम खुद्द मोहंमद गडाफी यांनी दिला होता. सॉरी!”

तो पलीकडे गप्प बसला होता.

मी पुढे सांगत गेलो, “तर ही एक अशी गोष्ट आहे. आता यामागचे कारण तुम्ही शोधून पहा. तुमचे वडील व गडाफी यांच्यात काही राजकीय मतभेद उद्‌भवले होते का? किंवा त्रिपोलीमध्ये कोणीतरी तुमच्या वडिलांसाठी काम करत होते का? का हा खून तुमच्या आईच्यासाठी केला गेला? काय सांगणार? तुम्हीच विचार करून मला सांगा.”

परत पलीकडे शांतता होती.

"असद? तुम्ही फोनवर आहात ना तिथे?"

मग तो म्हणाला, "तुम्ही एक घाणेरडे खोटारडे आहात. म्हणून तुमचा गळा कापण्याआधी मला तुमची जीभ आधी कापायला आवडेल."

"पाहिलेत? मला वाटलेच की मी सत्य काय ते सांगितल्यावर तुम्ही माझ्यावरती चिडणार म्हणून. तेव्हा आता कृपा करून माझ्यावर एक मेहेरबानगी करा, हॅलो? असद? हॅलोऽऽ?"

मी फोन बंद करून खाली ठेवला. मी आणि केट याच्यामध्ये आसनावरती तो ठेवला. एक दीर्घ नि:श्वास मी सोडला.

थोडा वेळ आम्ही बोललो नाही. नंतर मी तिला सर्व संभाषणाचा गोषवारा सांगितला. तिने आत्तापर्यंत एकतर्फीच सारे ऐकले होते; पण तिला बरीच कल्पना आली होती. माझ्याबरोबर तिलाही त्याने खुनाची धमक दिली आहे, हेही तिला सांगितलं. "त्याला आपण आवडत नाही असे दिसते," असे म्हणून मी माझ्या बोलण्याचा शेवट केला.

"त्याने *आपल्याला* धमकी दिली नाही, फक्त तुम्हालाच दिली. तुमची जीभ व गळा त्याला कापायचा आहे."

"पण ते काम करायला माझे इथे खूप *मित्र* आहेत की." यावर आम्ही दोघे मोठ्याने हसलो. त्यामुळे मनावरचा ताण कमी झाला. ती म्हणाली, "काहीही असो. तुम्ही त्याला चांगले हाताळलेत; पण ते करताना उगाच आढेवेढे घेणे, गंभीरतेचा आव आणणे, वगैरे व्यावसायिक तंत्रे कशाला वापरलीत?"

"जेव्हा *तुम्हाला* जे हवे आहे ती माहिती त्या संशयिताकडे असते तेव्हा तुम्ही त्याला आदराने व महत्त्व देऊन वागवायचे असते. पण जेव्हा तोच माणूस *त्याला* हवी असलेली माहिती तुमच्याकडून काढू बघतो, तेव्हा त्याला ती एकदम न देता, उगाच घोळवत बसत - तेही तुम्हाला पाहिजे तितका वेळ - मगच द्यायची असते. त्यामुळे आपल्या माहितीवर त्याचा विश्वास बसतो. असे करण्याचा नियम आहे."

"चौकशी करणाऱ्यांचे जे मॅन्युअल आहे त्यात मला कुठेही हा नियम दिसला नाही."

"मी आता ते मॅन्युअल पुन्हा नव्याने लिहून काढतो आहे."

"ते दिसेलच आत्ता." मग क्षणभराने परत ती म्हणाली, "जर तो परत लिबियात गेला तर तो तिकडे काही प्रश्नांची उत्तरे शोधू लागेल."

त्यावर मी म्हणालो, "जर तो तसले प्रश्न विचारू लागला तर त्याचा मृत्यू ठेवलेला आहे. 'असे काही झालेच नसेल' असे तो मनाशी नेहमी म्हणत राहील किंवा जे इथे घडले तसेच हत्याकांड तो तिकडे घडवीत राहील. हा एक अत्यंत

धोकेबाज माणूस आहे. जे मनात येईल ते पार पाडण्यासाठी वाटेल ते करणारा आहे. त्याचे एका मारेकरी यंत्रात रूपांतर झाले आहे. जास्तीत जास्त माणसे मारायची यालाच त्याने आपले आयुष्य वाहून टाकले आहे.''

''अन् मघाशी तुम्ही जे त्याला सांगितलेत त्यामुळे तो लिबियात आणखी काही माणसे मारेल.''

''होय, त्या बाबतीत मी आशावादी आहे खरा.''

आम्ही पुढे जात राहिलो. रस्त्यावर अजिबात वाहतूक नव्हती.

ती म्हणाली, ''तो अजून कॅलिफोर्नियात आहे असे तुम्हाला वाटते?''

''तो कुठे आहे ते *मला ठाऊक झाले आहे*. तो आत्ता त्या 'सान्टा काहीतरी' डोंगरात आहे. रेगन यांच्या रॅन्चच्याजवळ किंवा रॅन्चमध्ये तो आहे.''

तिने खिडकीतून बाहेर पाहिले. ते डोंगर, त्या टेकड्या तिला काळ्या रंगाच्या दिसल्या. अधुनमधून धुके त्यांना वेढून टाकीत होते. ते गूढ, गंभीर दृश्य पाहून केट म्हणाली, ''तो तिकडे नसावा असे मला वाटते.''

''तो तिकडेच आहे, असे मला खात्रीने वाटते!''

५४

१०१ क्रमांकाचा मार्ग आम्हाला व्हेंचुरामध्ये घेऊन गेला होता. तिथे हा महामार्ग बाजूच्या डोंगराळ भागाची संगत सोडून समुद्रकिनाऱ्याच्या साथीने पुढे गेला होता. आता धुके दाट होऊ लागले होते. वीस फुटांपलीकडचे दिसेनासे झाले होते. आम्ही धुक्याच्या समुद्रात शिरत होतो.

डाव्या बाजूला 'व्हेंचुरा इन' या हॉटेलचे दिवे दिसत होते. मी केटला म्हटले, ''आपला वाङ्‌निश्चय त्या हॉटेलात झाला.''

''आपण पुन्हा त्याच हॉटेलात मधुचंद्र साजरा करण्यासाठी येऊ.''

''त्यासाठी मी अटलांटिक सिटी या शहराचा विचार करीत होतो.''

''परत एकदा विचार करा,'' असे ती म्हणाली. मग काही सेकंदांनी तिनेच पुन्हा विचार केला आणि ती म्हणाली, ''ठीक आहे. अटलांटिक सिटी चालेल. तुम्हाला जे आवडेल त्यात तुम्ही खूष रहा.''

''तू खूष असशील तर मी खूष राहीन.''

आमच्या गाडीचा वेग फक्त ताशी चाळीस मैल एवढाच होता.

पण तिथल्या धुक्याची परिस्थिती पहाता तेवढाही वेग तसा जास्तच ठरत

होता. वाटेत एक पाटी दिसली. त्यावर लिहिले होते, 'सान्टा बार्बारा - ३० मैल.'

केटने गाडीतला रेडिओ चालू केला. कुठल्या तरी स्टेशनावर बातम्या लागल्या होत्या. आधीच्या बातम्याच परत लावल्या होत्या. गेले चारपाच दिवस गाजत असलेली विमान दुर्घटनेची बातमी त्यात होती. निवेदकाने झाल्या घटनांचा आढावा घेऊन म्हटले, पुढे म्हटले होते :

न्यूयॉर्कच्या केनेडी विमानतळावर उतरलेल्या फ्लाईट-१०७मधील सर्व उतारूंची हत्या केलेल्या आणि विमानतळावरील चारजणांची हत्या केलेला खुनी अद्यापही मोकाट सुटलेलाच आहे. त्याने आणखी आठजणांची हत्या केली असल्याची शक्यता आहे.

तो वृत्तनिवेदक पुढे अनेक गुंतागुंतीची व लांबलचक वाक्ये वापरीत बातम्या देत होता. शेवटी त्याने म्हटले :

एफबीआयच्या एका प्रवक्त्याने खात्रीपूर्वक सांगितले की शेवटच्या आठ जणांच्या हत्येमागे काहीतरी एक समान सूत्र आहे असे दिसते. सर्व हत्या असद खलील या व्यक्तीने केलेल्या असून या संदर्भात उद्या एक मोठी पत्रकार परिषद वॉशिंग्टनमध्ये दुपारी एफबीआयतर्फे घेतली जाणार आहे. त्यात आत्तापर्यंतच्या सर्व महत्त्वाच्या व दुर्दैवी गोष्टींचा तपशील दिला जाईल. आम्ही त्या पत्रकार परिषदेला हजर राहून आमच्या श्रोत्यांना सर्व बातम्या तात्काळ पुरवू.......

मी स्टेशन बदलले.

केट म्हणाली, "त्या निवेदकाने विगिन्सचे नाव बातम्यात घेतले होते? का माझ्या कानावरून ते निसटले?"

"नाही. त्याने तसे काही सांगितले नाही. मला वाटते की बातम्यांचा तो भाग सरकारने उद्याच्या परिषदेसाठी राखून ठेवला असेल."

"उद्या नाही. आज. कालचा दिवस संपला आहे आणि आपण आज सकाळी लॉस एंजेलिसमधून विमानाने बाहेर पडत नाही, हे आता नक्की झाले आहे."

मी डॅशबोर्डवरच्या घड्याळात पाहिले. रात्रीचे किंवा पहाटेचे २:५० झाले होते. मी एक जांभई दिली.

केटने आपला मोबाईल हातात घेऊन नंबर लावीत म्हटले, "मी आपल्या व्हेंचुराच्या ऑफिसला फोन करून सांगते." फोनवरती लगेच तिथल्या ऑफिसची ती प्रमुख स्त्री आली. तिला केटने विचारले, "रॅन्चमधून काही फोन आला?" मग थोडा वेळ ऐकून ती म्हणाली, "छान." ती पुढे ऐकत राहिली आणि मग म्हणाली, "स्टर्जिस काय बोलले त्याची फिकीर मी करीत नाही. आम्ही तुम्हाला फक्त एवढेच

सांगतो आहोत की सान्टा बार्बारामध्ये जे व्हेंचुराच्या ऑफिसचे एजंटस आहेत, त्यांना सांगा की आम्हाला सान्टा बार्बारामध्ये भेटा. तिथल्या रॅन्चलाही कळवा की आम्ही आमच्या गाडीने त्या रॅन्चकडे येत आहोत. आमच्या गाडीचे वर्णन व आमची नावे रॅन्चवरच्या सिक्रेट सर्व्हिसच्या माणसांना द्या.'' एवढे म्हणून ती परत ऐकू लागली. नंतर फोनमध्ये म्हणाली, ''जॉनने आत्ताच असद खलीलशी फोनवरती संभाषण केले आहे. त्या दोघात थोडासा संपर्क प्रस्थापित झाला आहे आणि ही गोष्ट सध्याच्या परिस्थितीत खूप महत्त्वाची आहे. ठीक आहे. मी थांबते,'' असे म्हणून तिने फोन झाकून मला म्हटले, ''त्या रॅन्चवरील सिक्रेट सर्व्हिसच्या लोकांना ती दुसऱ्या लाईनवरून कळवते आहे.''

''हे तू छान केलेस बघ.''

''थँक यू.''

मी तिला सुचवले, ''तिला सांग की, उगाच यानंतर फोनाफोनी करून गोंधळ वाढवू नका. आम्ही सिक्रेट सर्व्हिसकडून आलेले फोन घेणार नाही. यानंतर फक्त आता एफबीआयच्या एजंटांशी किंवा सिक्रेट सर्व्हिसच्या माणसांशी, किंवा दोघांशी एकत्र आपली भेट होईल. त्यानंतर रॅन्चमधून आपल्याला आत प्रवेश करण्याचे नियंत्रण मिळाले पाहिजे.''

''म्हणजे तुम्हाला मनातून अशी भीती वाटते आहे की यातून जर काही समस्या सुटली तर त्याचे श्रेय आपल्याला मिळेल की नाही. म्हणून तुम्ही आत्तापासून खबरदारी घेता आहात ना?''

मी त्यावर तिला उत्तर दिले, ''एक तर ते श्रेय घेण्यास मी लायक आहे आणि माझा त्यावरती नैतिक हक्क आहे. खलीलने नुसते अनेकजण ठार केले नाहीत, तर ज्यांनी आपल्या देशाची सेवा केली त्यांनाही त्याने ठार केले. त्याचबरोबर त्याने मला आणि तुलाही ठार मारण्याची धमकी देऊन आपल्या दोघांची आयुष्ये धोक्यात आणली आहेत. जॅक कोनिग व स्टर्जिस यांच्या आयुष्याला जराही धक्का लागलेला नाही आणि लावलेला नाही, हे तू लक्षात ठेव. अन् तू हेही लक्षात ठेव की वर्तमानपत्रात माझे व तुझे नाव छायाचित्रासकट छापून आणण्याची कल्पना माझी नव्हती. त्याबद्दल कोणीतरी माझे देणे लागतो. तेव्हा आत्ताच्या माझ्या योजनेवर माझेच नियंत्रण राहिले पाहिजे. माझा त्यावर हक्क आहे.''

तिने यावर फक्त मान डोलवली पण काहीही मत व्यक्त केले नाही. तोपर्यंत ती व्हेंचुरा ऑफिसची प्रमुख बाई फोनवर आली. केटने तिचे ऐकून घेतल्यावर म्हटले, ''विसरा ते. ही मोबाईल फोनची लाईन सुरक्षित नसल्याने त्याबद्दल मी चर्चा करणार नाही. मला फक्त एवढेच सांगा की सान्टा बार्बरामध्ये आम्ही त्यांना कुठे गाठायचे?'' थोडा वेळ तिने पलीकडचे बोलणे ऐकले व म्हटले, ''ठीक आहे.

थँक्स. होय. आम्ही जरूर भेटू.'' तिने फोन बंद करून मला म्हटले, ''ती तुमचीही चौकशी करीत होती. पुन्हा न्यूयॉर्कला कधी जाणार ते विचारीत होती.''

छ्या:! इथे प्रत्येकजण विदूषक झाला आहे की काय? असे कसे काय लोक वागतात. आत्ताची वेळ आणिबाणीची आहे हे कसे या बाईच्या डोक्यात शिरले नाही. मी केटला विचारले, ''ती बाकीचे काय म्हणाली ते सांग.''

केट सांगू लागली, ''एफबीआयचा तो सारा तपशील हा 'सीस्केप' नावाच्या मोटेलमध्ये आहे. ते मोटेल उत्तर सान्टा बार्बरामध्ये आहे. डोंगराकडे जाणाऱ्या रस्त्यापासून फार दूर नाही ते. तिथे व्हेंचुराच्या ऑफिसमधले एफबीआयचे तीन एजंट आहेत. विगिन्सच्या घरातल्या कारवाईत ते तिघेही होते. त्यांच्याबरोबर सिक्रेट सर्व्हिस एजंटचा एक माणूस हा समन्वयाचे काम करण्यासाठी रॅन्चहून आला आहे. आपल्याला त्या मोटेलमध्ये जाऊन त्यांना तुमचे खलीलशी झालेले संभाषण सांगायचे आहे. अन् हो, आपण त्या डोंगरातल्या पठारावरील रॅन्चमध्ये जाऊ शकत नाही. आपण मोटेलमध्ये वाट पहात बसू शकतो. समजा, काही घडलेच तर, जरूर पडली तर आपल्याला ते बोलावतील. जर खलीलशी संपर्क साधून फोनवर बोलणी करायची असेल किंवा त्याला पकडल्यावर त्याच्याशी काही बोलायचे असेल तर ते तुमची मदत घेतील.''

''लक्षात आले माझ्या. ते काहीही असले तरीही. आपल्याला रॅन्चवरती जायचे आहे, हे तू लक्षात घे.''

''आपण त्या बाबतीत मोटेलवर थांबलेल्या त्या सिक्रेट सर्व्हिसच्या माणसाबरोबर याबद्दल बोलू या.''

आम्ही उत्तरेकडे मंद गतीने चाललो होतो. काही वेळाने मनुष्यवस्तीच्या खुणा दिसू लागल्या. मग एक पाटी दिसली. त्यावर लिहिले होते :

WELCOME TO SANTA BARBARA.

आम्ही अजून वीस मैल पुढे गेल्यावर रस्ता एकदम समुद्रकिनाऱ्याकडे वळू लागला होता. मी म्हटले, ''आपण रस्ता चुकलो की काय?''

''मला नाही तसे वाटत, मोटेलला फोन करून विचारू का?''

एक मिनिटभर विचार करून म्हटले, ''मला वाटते की उगाच फोनाफोनी करण्यात वेळ वाया घालवू नये. सरळ रॅन्चवरती आपण जाऊ या.''

''मघाशी त्यांनी दिलेल्या सूचना मी तुम्हाला सांगितल्या. तुम्ही त्या विसरला वाटते.''

''तो रॅन्चकडे जाणारा रस्ता आपल्याला कसा सापडणार?''

''काही सांगता येत नाही.''

आम्ही त्या धुक्यातून मंद गतीने पुढे सरकत होतो. आमच्या डाव्या बाजूला समुद्र होता. मला तो दिसत नव्हता. पण समजून येत होता. उजवीकडची जमीन ही उंच होत गेली होती; पण मला तो डोंगर किंवा टेकडी दिसत नव्हते. त्या डोंगराचा पायथा तर कित्येक ठिकाणी पार समुद्रकिनाऱ्यापर्यंत येऊन भिडला आहे, असे केट म्हणाली होती. या रस्त्यालाच डोंगरात जाणारा घाटरस्ता येऊन मिळतो; पण मला आत्तापर्यंत एकही रस्ता या १०१ नंबरच्या मार्गाला येऊन मिळालेला दिसला नाही.

शेवटी आमच्या डाव्या बाजूला आम्हाला एक सपाटीची जागा दिसली. आमचा रस्ता आणि समुद्र याच्या मध्यभागी ती होती. धुक्यामधूनही SEASCAPE MOTEL ही प्रकाशित अक्षरे वाचता येत होती. केटने आपली गाडी तिकडे वळवली आणि म्हटले, "११६ व ११७ नंबरच्या खोल्यात ते आहेत."

"गाडी आधी रिसेप्शन ऑफिसपाशी घे."

"का?"

"मी अजून दोन खोल्या आपल्यासाठी बुक करीन आणि काही खायला मिळेल का ते बघतो."

त्या रिसेप्शन ऑफिसच्या पुढे वरती एक पोर्चसारखा भाग आला होता. केटने आपली गाडी त्याखाली नेऊन उभी केली. मी गाडीतून बाहेर पडलो.

ऑफिसकडे जाताना आतल्या एका कारकुनाने मला काचेच्या दारातून पाहिले. तो चटकन उठून आला व माझ्यासाठी त्याने दार उघडले. माझा पोषाख जरी चुरगळला असला, थोडासा मळला असला, तरी मी बऱ्यापैकी आदरणीय असा दिसत असलो पाहिजे. मी त्या कारकुनाला माझा एफबीआयचा बॅज दाखवून म्हटले, "आमची काही माणसे येथे उतरली आहेत. ११६ व ११७ नंबरच्या खोल्यांत ती आहेत."

"येस, सर. त्यांना मी बोलावून आणू का?"

"नको, त्यांना फक्त मी एक निरोप ठेवतो तो द्या."

त्याने मला एक पॅड व पेन्सिल दिली. मी त्यावर निरोप स्वतंत्र ओळीत लिहिला : '*.... इथे थांबून तुम्हाला भेटू शकलो नाही. उद्या सकाळी भेटू. - जे. सी.*' मी त्या कारकुनाला तो कागद देत म्हटले, "त्यांना सकाळी आठ वाजता हा निरोप द्या." त्या कागदाबरोबरच मी त्याला एक दहा डॉलरची नोट टिप म्हणून दिली व पुढे विचारले, "इथून रेगन यांच्या रॅन्चला जाणारा रस्ता कसा शोधायचा ?"

"तो तुम्हाला सहज सापडेल. आलात तसेच सरळ पुढे उत्तरेला अर्धाएक मैल जा. मग डाव्या बाजूला 'रेफ्युजिओ स्टेट पार्क' अशी पाटी दिसेल, तर उजव्या बाजूला 'रेफ्युजिओ रोड' येऊन मिळालेला असेल. मात्र तिथे तशी पाटी नाही. तो

डोंगरात जाणारा घाटाचा रस्ता आहे.'' मग क्षणभर थांबून तो पुढे म्हणाला, ''पण तुम्ही एवढ्या रात्रीचे तिकडे फिरकू नका.''

''का? का फिरकू नका?''

''तुम्ही त्या रस्त्याला गेलात की पुढचे काहीही दिसेनासे होते. त्या घाटात तर अफाट धुके असते. अन् रस्ता खूप नागमोडी वळणाचा आहे. पहिले वळण अचानक संपले की लगेच विरुद्ध बाजूला दुसरे वळण सुरू होते. त्यामुळे ज्या वेळी वळण चालू आहे असे वाटते त्याच वेळी ते संपलेले असल्याने तुम्ही पुढे सरळ एकदम दरीत जाता.''

''काही हरकत नाही. आमची गाडी सरकारी गाडी आहे.''

तो हसला. मग माझ्याकडे बघून म्हणाला, ''रेगनसाहेब रॅन्चवर आले आहेत काय ?''

''थोड्या दिवसांसाठी; पण रॅन्च शोधायला कठीण नाही ना जाणार ?''

''नाही. हा घाट जवळजवळ तिथेच संपतो. तिथे मग दोन रस्ते फुटतात. डावीकडच्या रॅन्चला एक रस्ता आत जातो, तर उजवीकडच्या रॅन्चमध्ये दुसरा रस्ता जातो. तुम्ही डावीकडचा रस्ता घ्या. तो रस्ता रॅन्चमधलाच आहे असे समजा.'' पुढे जरासे थांबून त्याने खालच्या आवाजात म्हटले, ''दिवसाढवळ्यासुद्धा त्या घाटात गाडी चालवणे कठीण असते. बहुतेकजण तिकडे जाताना फोर व्हील ड्राईव्ह असलेली वाहनेच घेऊन जातात.'' त्याच्या चेहेऱ्यावर चिंतेचे व 'बघा बुवा' असे भाव दिसत होते. उद्या जर काही वेडेवाकडे झाले तर तो पोलिसांना आपण कशी त्यांना धोक्याची सूचना दिली होती, असे सांगू शकत होता. मला हे सारे त्याच्या चेहेऱ्यावरती वाचता आले. तो म्हणत होता, ''आत्ता तीन तासात उजाडेल. मग तासाभरात बरेच धुके वितळून जाईल. त्यानंतर सूर्योदय झाल्यावर सर्व धुके विरून जाईल.''

''थँक्स. पण माझ्याकडे सहा पौंड जेली बिन्स आहे. ब्रेकफास्टला ती रॅन्चवरती सगळ्यांना लागणार असल्याने त्याच्याआधी मला तिथे पोचायला हवे. ठीक आहे. भेटू नंतर.''

मी त्याच्या ऑफिसातून बाहेर पडून गाडीपाशी आलो. केटच्या बाजूचे दार उघडून तिला म्हटले, ''तुला जरा हातपाय ताणून आळोखेपिळोखे द्यायचे असेल तर बाहेर पड. इंजिन तसेच चालू राहू दे.''

ती बाहेर पडून उभी राहिली व अंग ताणू लागली.

''अहाहा, काय बरे वाटते आता. मग आपल्याला मिळाल्या का खोल्या?''

''सगळ्या भरल्या आहेत,'' मी गाडीत ड्रायव्हरच्या आसनावर बसत म्हणालो. दार फटकन लावून घेतले आणि काच खाली करत तिला म्हटले, ''मी त्या रॅन्चकडे

चालल्लो आहे. तू इथेच थांबणार का बरोबर येणार?''

ती यावर काही बोलणार होती; पण त्याऐवजी तिने एक सुस्कारा सोडला आणि ती गाडीला वळसा घालून माझ्या शेजारच्या आसनावर येऊन बसली. ती म्हणत होती, ''पण तुम्हाला त्या घाटात गाडी चालवता येईल का?''

''नक्कीच जमेल.'' मी गाडी पुढे नेत म्हटले. रस्त्याला लागल्यानंतर तसाच पुढे उत्तरेला मी जाऊ लागलो. मी तिला म्हटले, ''इथून अर्ध्याएक मैलावर डावीकडे रेफ्युजिओ स्टेट पार्क आहे. तशी तिथे पाटी आहे. त्याच्या बरोबर समोर, म्हणजे उजव्या बाजूला तो घाट रस्त्याला येऊन मिळतो. आपल्याला तिकडे वळायचे आहे. नीट लक्ष ठेव आता.''

काही मिनिटातच ती पाटी आम्हाला दिसली. तिथे जरा वेग कमी करून उजवीकडे पाहिले तर तो घाटाचा रस्ता येऊन मिळालेला दिसला. मी त्या अरुंद रस्त्यावर गाडी घातली. आता आमच्यासमोर हळूहळू धुके वाढत चाललेले दिसले. शेवटी ते एवढे वाढले की मोटारच्या बॉनेटवरचे चकचकीत धातूचे चिन्हही आम्हाला दिसेना.

आम्ही दोघेही बोलत नव्हतो. आमची गाडी रस्त्यावरून सरकवत नेत होतो, इतकी ती हळू चालवावी लागत होती. आम्ही आलो तेथवर तरी रस्ता सरळ होता. पण इथून पुढे मात्र तो नागमोडी होत गेला होता. त्याच्या दोन्ही बाजूंना झुडपे होती. एका गूढ प्रदेशात आम्ही प्रवेश करत होतो.

शेवटी केट म्हणाली, ''इतके करूनही तिकडे पोचल्यावर ते आपल्याला आत प्रवेश देणार नाहीत.''

''न का प्रवेश देईनात. पण तरीही मला हे केलेच पाहिजे.''

''जॉन, इतके धाडस, साहस, वेडेपणा कशासाठी करता आहात? माझ्यावर प्रभाव पाडण्यासाठी, आपले कौशल्य मला दाखवण्यासाठी तर नाही ना हे सारे तुमचे प्रयत्न चाललेत?''

''अजिबात नाही. उलट मी तर तू माझ्याबरोबर येऊ नये म्हणून तुला समजावत होतो.''

आम्ही जसजसा चढ चढत गेलो, तसतसा रस्ता अधिकाधिक अरुंद व अधिक चढणीचा होत गेला. शिवाय रस्त्याचा पृष्ठभागही खडबडीत होत गेला. ''रेगन आणि नॅन्सी कसे काय इथे येतात? बहुतेक हेलिकॉप्टरने येत असावेत.''

''होना. रस्ता किती भयानक आहे!'' तिने दुजोरा देत म्हटले.

''रस्ता एक वेळ चांगला आहे असे मी म्हणेन. पण दोन्ही बाजूला कठडे नाहीत. एकदम खोल दरीच. हे मात्र फार धोक्याचे आहे.

मी आता दमलो होतो आणि माझ्या डोळ्यांवर झोप येऊ लागली होती. मी

केटला म्हटले, "या गाडीऐवजी माझ्याकडे एक 'ग्रॅन्ड चेरोकी' जीप असायला हवी होती."

"जीपच काय पण रणगाडा जरी तुमच्याकडे असता तरी त्याचा इथे उपयोग नाही. दोन्ही बाजूंना एकदम कडे तुटल्यासारखा उतार आहे."

"छे, बुवा. फारच धुके आहे. आपण गाडी मागे वळवायची का?"

"ते आता शक्य नाही. कारण वळण्यासाठी तेवढा रुंद रस्ता नाही."

"मला वाटते की तो पुढे रुंद होत गेला असेल."

"नाही. आधी हेडलाईट बंद करा व फक्त पार्किंग लाइटस् लावा."

हेडलाईटमुळे, समोरच्या धुक्यावरून एवढा प्रकाश परिवर्तन होऊन आमच्याकडे येत होता की समोर फक्त झगझगाट दिसे. त्या झगझगाटापुढे कसलाच अंदाज येत नव्हता. मी ते दिवे बंद केले आणि फक्त पार्किंग लाईटस् लावले. त्यामुळे समोरचा अंदाज थोडा तरी येऊ शकला. आम्ही तसेच हळू हळू इंच इंच लढवीत पुढे सरकत होतो. त्या धुक्यामुळे माझा दिशांचा अंदाज चुकू लागला. परंतु सुदैवाने तिथे रस्ता वेडावाकडा नव्हता, सरळ होता.

केट एकदम ओरडली, "जॉन! थांबा!"

मी ब्रेक्स करकचून दाबले. एक गचका खाऊन गाडी थांबली. मी तिला विचारले, "काय झाले?"

धापा टाकत ती म्हणाली, "आपली गाडी कड्यावरून जात होती."

"असं? पण मला नाही दिसले तसे."

दार उघडून ती बाहेर पडली आणि गाडीसमोर चालत गेली. रस्ता कुठे कसा आहे ते तिला पहायचे होते; पण मला ती धुक्यात विरून गेल्यासारखी, नाहीशी झालेली वाटली. थोड्याच वेळात ती परत आली व गाडीत येऊन बसली. ती म्हणाली, "जरा डाव्या डाव्या बाजूने गाडी नेत रहा. नंतर हा रस्ता जवळजवळ संपूर्ण उलटा फिरून उजवीकडे जातो. पुढे एक हेअरपिन वळण आहे."

मी त्याप्रमाणे जाऊ लागलो. जरा पुढे गेल्यावर मला तो कडा दिसला. याच कड्यावरून मी गाडी नेणार होतो. मी केटला म्हटले, "तुला खरोखरच मांजरासारखे रात्रीचे दिसते."

आम्ही जसजसे डोंगराच्या माथ्याकडे जाऊ लागलो, तसतसे धुके विरळ होत गेले. आमच्या दृष्टीने ते चांगलेच होते; पण आता रस्ता अधिकाधिक खराब होत गेला होता. मी परत मोटारीचे हेडलाईटस् लावले. आता रस्ता मोठमोठी हेअरपिन वळणे घेत होता. पण निदान मला दहा फुटांपर्यंतचा रस्ता दिसू शकत होता. मी गाडीचा वेग आणखी कमी केला. जर मला काही सावरून घेण्याची क्रिया करायची असेल तर त्यामुळे अधिक वेळ मिळू शकत होता. परत एक वळण आले. मग

उलट वळण आले. मग परत सुलट वळण. अशी सारखी उलटसुलट वळणे येत गेली. माझी पार दमछाक झाली. रेगन यांना भेटायला कोण ते आंतरराष्ट्रीय दर्जाचे नेते येथे का यावेत? यापेक्षा वॉशिंग्टनची जागा अधिक उत्तम नाही का?

"प्लीज, रस्त्यावर लक्ष राहू द्या." केटने मला सावधगिरीची सूचना दिली.

"रस्ता? कोणता रस्ता?" मी तंद्रीतून भानावर येत विचारले.

"समोर रस्ता आहे. त्यावरतीच रहा."

"होय."

पंधरा मिनिटांनी केट म्हणाली, "मला नाही वाटत ते आपल्याला परत पाठवतील. परत पाठवूनही त्यांना त्याचा काही उपयोग होणार नाही."

"बरोबर."

तिचा मोबाईल फोन वाजू लागला. फोन कानाला लावत तिने म्हटले, "मेफिल्ड." थोडा वेळ पलीकडचे ऐकून घेतल्यावर ती म्हणाली, "ते फोनवर येऊ शकणार नाहीत. त्यांचे दोन्ही हात चाकांवर आहेत आणि नाक पार समोरच्या काचेला भिडले आहे. धुक्यामुळे आम्हाला समोरचे दिसायला जड जाते आहे." ती परत पलीकडचे बोलणे ऐकू लागली व नंतर म्हणाली, "बरोबर. आम्ही रॅन्चकडे चाललो आहोत. ओके. आम्ही काळजी घेऊ. सकाळी फोन करा. थँक्स."

तो फोन सीस्केप मोटेलमधे उतरलेल्या एका एफबीआय एजंटाचा होता. ती मला सांगू लागली, "आपण खरोखर इथे गाडी चालवण्याचा वेडेपणा करतो आहोत, असे त्यांचे म्हणणे आहे."

"अगदी बरोबर आहे ते म्हणणे. आपण तेच सिद्ध करून दाखवीत आहोत. आणखी काय ?"

"खलीलबरोबर तुमचा जो संपर्क होऊ शकत आहे, त्यामुळे आपल्याला रॅन्चची दारे उघडली जात आहेत. त्यांना असे वाटले होते की आपण पहाटे निघून तिथे सकाळी उशिरा पोचू; पण आता ज्याने फोन केला होता तो रॅन्चवरती कळवत आहे की आपण आता घाटात मध्यभागी असून लवकरच तिथे पोचत आहोत."

"पाहिलेस? आपण सरळ पुढे बेधडक मुसंडी मारली की ते परवानगी देतात. पण जाण्याआधी जर परवानगी मागितली तर मात्र ते कधीच देणार नाहीत. त्यासाठी ते काहीतरी कारणे शोधून सांगत बसतील."

"हे तुमचे धोरण तुमच्या नवीन मॅन्युअलमधले दिसते आहे."

"होय. मी तसे त्यात लिहिणार आहे."

दहा मिनिटांनी तिने विचारले, "जर समजा, त्यांनी आपल्याला रॅन्चमध्ये परवानगी दिली नाही, तर तुम्ही काय करणार? काही पर्यायी योजना ठरवली आहे का?"

“त्यासाठी सरळ खाली उतरून रॅन्च शोधत पायी जायचे.”

“अन् मग फटकन तुम्हाला कुठेतरी दिसताक्षणी गोळी घातली जाईल.” तिने आपली शंका बोलून दाखवला.

“पण आपण या धुक्यात दिसणे कठीण आहे. मला जमिनीवरची ठिकाणे, पत्ते, दिशा यांचा अचूक अंदाज येतो. तुम्ही ही टेकडी चढायला लागला. की सर्वत्र झाडांवरती उत्तरेच्याच बाजूला फक्त शेवाळ उगवलेले आहे. कारण वरून पाणी वहात येते. आपण अशीच ही टेकडी ओलांडली की आलेच ते रॅन्च. मग कुंपण ओलांडल्यावरती सरळ कोणती तरी इमारत किंवा धान्याचे कोठार, असले काहीतरी लागेल. त्यामुळे मला काहीही त्यात समस्या वाटत नाही.”

“पण ही सगळी धडपड कशासाठी करायची? यातून तुम्ही काय साध्य करणार आहात?”

“मी तिथे नुसता असलो तरी खूप आहे. माझी तिथेच खरी गरज आहे. अन् जिथे गरज आहे तिथे मी जाणार. इतके ते सोपे आहे.”

“म्हणजे केनेडी विमानतळावरील प्रसंगासारखेच ना?”

“अगदी बरोबर.”

“पण कधी तरी एखाद्या दिवशी तुम्ही चुकीच्या वेळी चुकीच्या स्थळी जाल.” तिने ती शक्यता बोलून दाखवली.

“होय. तसे घडेलही; पण ते कधीतरी एखाद्या दिवशी! आज नाही.”

यावर ती निरुत्तर झाली. तिने बाजूच्या खिडकीतून बाहेर पाहिले. त्या बाजूची जमीन गाडीच्या दिशेने उंच होत आली होती. ती म्हणाली,

“सिक्रेट सर्व्हिसची ती बाई या जागेला घातपाती लोकांचे नंदनवन का म्हणाली ते आता मला समजले. या रस्त्यावर कितीही कडक संरक्षण व्यवस्था असली तरीही सहज घातपात घडवून आणता येतील.”

“पण जरी घातपात घडवला नाही तरीही या रस्त्यावरून जाणे म्हणजेच संकटात पडण्यासारखे आहे.”

तिने आपल्या चेहेऱ्यावरून हात फिरवला, एक जांभई दिली आणि म्हटले, “तुम्हाला हे असल्या प्रकारचे धाडसी जीवन आवडते का ?”

“नाही; पण अधूनमधून असे प्रसंग यायला काही हरकत नाही.”

यावर ती हसली. हसली का ओरडली ते मला समजू शकले नाही. तिला काहीतरी संकटाची जाणीव झाली असावी असे समजून मी तिला पिस्तूल काढण्यास सांगणार होतो.

रस्ता आता एकदम सरळ झाला होता. चढउतार नाहीसे झाले होते. आपण आता प्रवासाच्या शेवटच्या मुक्कामाला येऊन पोचलो, असे मला वाटले. काही

मिनिटांनी मला दिसले की समोरची व आजुबाजूचीही जमीन सपाट झालेली असून झाडेझुडपे विरळ होत गेली आहेत. मग आम्ही एका फाट्यावर पोचलो. उजवीकडे व डावीकडे रस्ते जात होते. त्या मोटेल कारकुनाने आम्हाला डावीकडचा रस्ता घ्यायला सांगितला होता; पण मी त्या दिशेने वळायच्या आत समोरून एकजण कुठूनतरी येऊन रस्त्याच्या मधोमध धुक्यातून प्रगट झाला. तो आपले दोन्ही हात वर करून थांबायची खूण करत होता. मी पटकन थांबलो. माझा हात माझ्या पिस्तुलावर गेला. केटनेही माझ्यासारखेच केले.

तो माणूस आमच्या दिशेने चालत आला. त्याने अंगात गडद रंगाचा विंडब्रेकर चढवला होता. त्यावर एक बिल्ला लटकावला होता. त्याच्या डोक्यावरती एक बेस बॉलची टोपी होती व त्यावरती SECRET SERVICE ही अक्षरे होती. मी माझ्या बाजूची खिडकीची काच खाली केली. तो माझ्यापाशी आला आणि म्हणाला, "प्लीज, गाडीतून बाहेर पडा आणि तुमचे हात तुम्ही मला दिसतील असे नीट ठेवा.''

ही भाषा तर माझ्या पोलीस खात्यातली. मला ती पुढची कवायत ठाऊक होती.

केट आणि मी गाडीतून बाहेर पडलो. तो माणूस म्हणाला, "तुम्ही कोण आहात ते मला ठाऊक आहे; पण मला तुमची ओळख पटवायची आहे. तेव्हा प्लीज, तुमची ओळखपत्रे, बॅजेस, वगैरे दाखवा. सावकाश हालचाली करा, प्लीज.'' मग तो गंभीरपणे म्हणाला, "तुमच्यावरती शस्त्रे रोखलेली आहेत हे लक्षात ठेवा.''

आम्ही आमची ओळखपत्रे दाखवली. त्याने ती टॉर्चच्या प्रकाशात नीट पाहिली. मग केटकडे नीट पाहिले व शेवटी गाडीची नंबरप्लेट पाहिली. त्याची खात्री पटली. त्याला मिळालेल्या माहितीनुसार एक पुरुष व एक स्त्री असे दोघेजण एका निळ्या फोर्ड गाडीतून येत असून ते दोघेही एफबीआयची माणसे आहेत. सारे वर्णन मिळालेल्या त्या माहितीनुसार बसत असल्याने त्याचे समाधान झाले. शेवटी तो हसरा चेहरा करीत म्हणाला, "गुड इव्हनिंग, मी फ्रेड पॉटर, सिक्रेट सर्व्हिस.''

मी त्याला उपरोधाने काही बोलायच्या आत केट म्हणाली, "गुड इव्हनिंग आम्ही येणार असे तुम्हाला कळले होते ना?''

"होय. पण तुम्ही आत्ता एखाद्या दरीच्या पायथ्याशी असाल व उलट्या झालेल्या तुमच्या गाडीची चाके वर करून ती फिरत असतील असे आम्हाला वाटले होते. या अशा धुक्याच्या रात्रीत गाडीने हा घाट वर चढून येणे शक्यच नसते; पण तुम्ही ते जमवलेत. कमाल आहे!''

मी यावर काही बोलू नये म्हणून केट घाईघाईने त्याला म्हणाली, "हा रस्ता इतका काही वाईट नव्हता; पण रात्रीच्या वेळी गाडीने खाली उतरायला सांगितले तर मात्र मी ते धाडस करणार नाही.''

"नाही. ते तर केवळ अशक्य आहे. तसे कधीच करू नका. तुम्हाला रॅन्चवरती घेऊन जाण्याचे मला हुकूम झाले आहेत."

मी म्हटले, "म्हणजे अजून असा काही रस्ता पुढे आहे?"

"फारसा नाही. वाटल्यास मी तुमची गाडी चालवू का?"

"नको. ही फक्त एफबीआयसाठी असलेली गाडी आहे."

"मग मी पुढे तुमच्याशेजारी बसतो."

आम्ही सारेजण गाडीत बसलो. फ्रेड आता मला सूचना देऊ लागला, "सारखे डाव्या कडेने चला."

मी डाव्या बाजूला पाहिले. तिकडे दोन माणसे हातात रायफली घेऊन रस्त्याच्या कडेला उभी होती. आमच्यावरती खरोखरीच मघाशी शस्त्रे रोखलेली होती.

फ्रेड सांगू लागला, "गाडीचा वेग ३० मैल ठेवा. रस्ता सरळ आहे. पेन्सिल्व्हानिया ॲव्हेन्यूवरून आपल्याला तीनशेचारशे फूट गेल्यावर ते लोखंडी फाटक लागेल."

"पेन्सिल्व्हानिया ॲव्हेन्यू? माझ्या ऐकण्यात काहीतरी गोंधळ तर होत नाही ना?"

पण यावर फ्रेड हसला नाही. तो म्हणाला, "पूर्वी या रस्त्याचे नाव 'रेफ्युजिओ रोड' होते. १९८१ मध्ये त्याचे पेनिल्सिल्व्हातिया ॲव्हेन्यू हे नवीन नाव ठेवले गेले."

एका मिनिटातच आम्ही रस्त्याच्या मध्ये अनेक दगडी खांब उभे होते, तिथे जाऊन पोचलो. मधल्या दोन खांबामध्ये छातीइतक्या उंचीचे एक लोखंडी फाटक होते. ते बंद होते. त्या खांबांच्या दोन्ही बाजूंना एक विजेची तार खूप खालून गेली होती. खांबांच्या मागे दोन माणसे हातात रायफली घेऊन उभी होती. त्यांच्या अंगावरती फ्रेड सारखाच पोषाख होता. फ्रेड म्हणाला, "इथेच थांबा. इंजिन बंद करु नका."

मी गाडी थांबवली. फ्रेड बाहेर पडला व त्याने दार लावून टाकले. तो चालत पुढे गेला व त्या माणसांशी काहीतरी बोलला. मग त्यांच्यापैकी एकाने ते अवजड लोखंडी फाटक उघडले. फ्रेडने आम्हाला हाताने खूण करून पुढे येण्याविषयी सुचवले. मी त्या खांबांपर्यंत जाऊन थांबलो. कारण माझ्या वाटेतच ते तिघे उभे होते.

त्यांच्यापैकी एकजण माझ्याकडे आला व दार उघडून माझ्याशेजारी बसला. तो म्हणाला, "चला."

तो माणूस फारसे काहीही बोलत नव्हता. ते योग्यच होते; परंतु ती सिक्रेट सर्व्हिसची माणसे ही आपली तोंडे सहसा न उघडणारी होती. मी समजत होतो की फक्त एफबीआयचीच माणसे अशी असतात; पण सिक्रेट सर्व्हिसची माणसे ही एफबीआयपेक्षा वरचढ निघाली. आपले तोंड नोकरी चालू असताना नेहमी बंद

ठेवणे, क्वचितच उघडणे, असा प्रकार हा मनावर ताण आणणारा असतो. मला असली नोकरी कधीच आवडली नसती.

आता रस्त्याच्या दुतर्फा झाडे होती. त्या झाडांपाशी अजून धुके रेंगाळत होते. माझ्या शेजारचा तो माणूस म्हणाला, "जरा हळू चला. आपल्याला आता डावीकडे वळायचे आहे."

मी वेग कमी केला. मग रस्त्याचे दोन भाग करणारे लोखंडी बारचे कुंपण रस्त्यामध्ये पाहिले. नंतर दोन लाकडी खांबावरती एक पाटी दिसली. त्यावरती लिहिले होते, RANCHO DEL CIELO. तो म्हणाला, "आता इथे वळा."

मी वळालो आणि एका प्रवेशद्वारातून आत गेलो. समोरच एक अतिविस्तृत पठार होते. त्यावर गवत उगवल्याने ते एक मोठे कुरण बनले होते. त्याच्या सर्व बाजूंना जमीन वर चढत गेलेली होती. त्यामुळे तो एका राक्षसी वाडग्याचा तळ वाटत होता. तिथे जमिनीवरती धुके दोनतीन थरात जमले होते. मी त्या थरांवरून बघू शकत होतो व थरांमधूनही बघू शकत होतो. टीव्हीवरची ती एक्स-फाईल्स मालिका तर मी बघत नाही ना? असे मला वाटले.

पलीकडच्या बाजूला एक अप्रतिम घर मला दिसले. त्या पांढऱ्या घरात एकच दिवा लागलेला होता. हेच ते रेगन यांचे घर आहे, असे मला खात्रीपूर्वक वाटले. त्यांना भेटण्याची माझ्या मनात ऊर्मी उसळून आली. मी त्यांना भेटलो की, ते म्हणतील, "मी आपली वाटच पहात होतो. माझ्या संरक्षणासाठी येथपर्यंत येण्याचे तुम्ही जे कष्ट घेतलेत त्याबद्दल, मिस्टर कोरी, मी आपले मनापासून आभार मानतो." माझी तंद्री भंग पावली. माझ्याशेजारी बसलेला माणूस मला सांगत होता, "सावकाश डावीकडे वळा."

मी वळून सावकाश गाडी नेऊ लागलो. त्या कुरणाभोवती झाडांमध्ये लपलेल्या आणखी काही इमारती उभ्या आहेत, असे मला दिसले. एका मिनिटातच त्या माणसाने मला म्हटले, "थांबा."

मी थांबलो.

मग तो म्हणाला, "गाडीचे इंजिन बंद करून माझ्याबरोबर या."

मी इंजिन बंद केले, दिवे बंद केले. आम्ही तिघेही गाडीतून बाहेर पडलो. केट आणि मी त्या माणसामागोमाग चालू लागलो. ती वाट उंच ठिकाणी आम्हाला नेत होती. झाडांमधून नागमोडी वळत ती वाट जात होती.

इथे सर्द हवा नव्हती, थंड हवा होती. माझ्या शरीरातल्या गोळ्या लागलेल्या त्या तीन जखमा आता दुखू लागल्या होत्या. मला नीट सरळ विचार करता येईना. मी दमलो होतो. भुकेलेलो होतो व मला तहानही लागली होती. हळूहळू मला थंडी वाजू लागली होती. एवढे सोडले तर मी बाकी ठीकच होतो.

मी ५:१५ वाजता मोटारीतील डॅशबोर्डवरचे घड्याळ पाहिले होते. एव्हाना मी वॉशिंग्टनमध्ये पोचायला हवे होते.

आम्ही एका मोठ्या लाकडी घरासमोर येऊन थांबलो. ती एक सरकारी इमारत आहे, हे त्याकडे नजर टाकताच समजत होते. कमीत कमी खर्चाचे जो टेंडर भरेल त्यालाच देखभालीचे कंत्राट देण्याचा सरकारी पद्धतीचा तो परिणाम होता.

आम्ही आत गेलो. सर्वत्र अव्यवस्थितपणा त्या जागेत दिसत होता. मला तिथे कुबट वास येऊ लागला होता. मग त्या माणसाने आम्हाला आतल्या खोलीत नेले. तिथे सर्वत्र जुने फर्निचर, बरीच जुनी कागदपत्रे, एक रेफ्रिजरेटर, एक स्वयंपाकघरातला ओटा, एक टीव्ही आणि अन्य काही सटरफटर वस्तू होत्या. तो माणूस आम्हाला म्हणाला, ''बसा.'' नंतर तो एका दारातून निघून गेला.

मी उभाच राहिलो होतो. इथे कुठे टॉयलेट आहे का ते शोधू लागलो.

केट म्हणाली, ''शेवटी आपण इथे आलो.''

''आपण इथे आलो खरे,'' मी तिच्याशी सहमत होत म्हटले. ''पण कुठे आलो?''

''मला वाटते की ही जागा पूर्वी सिक्रेट सर्व्हिसच्या लोकांना रहाण्यासाठी दिली असली पाहिजे.''

मी तिला म्हटले, ''ती माणसे खूप गंभीर दिसतात.''

''ती तशीच असतील. अन् त्यात काहीही विशेष नाही. उगीच तुम्ही त्यांना पिळत बसू नका.''

''छे, छे. मला यावरून एक आठवण—''

''तुम्ही आता परत त्या एक्स-फायलीच्या मालिकेबद्दल बोलत असाल तर मी आता खरोखरच माझे पिस्तूल बाहेर काढेन.''

''मला वाटते की तू थोडीशी दमली आहेस.''

''थोडीशी? मला आता उभ्या उभ्याच झोप लागेल. कोणत्या भयानक घाट रस्त्यातून मी प्रवास केला ते देव जाणे. तेव्हा तुमचे विनोद ऐकण्याच्या—''

तेवढ्यात एकजण खोलीत आला. पायात जीन व अंगावरती एक करड्या रंगाचा स्वेटर, त्यावरती विंडब्रेकर आणि पायात धावण्याचे काळे बूट होते. तो पंचावन्न वयाच्या आसपासचा असावा. त्याचा चेहेरा निबरट होता व डोक्यावरचे केस पांढरे झालेले होते. आश्चर्य म्हणजे तो चक्क तोंड भरून हसत होता. तो म्हणाला, ''वेलकम टू रॅन्चेल देल सिएलो! मी बार्लेट. जिन बार्लेट. इथला संरक्षण व्यवस्थेचा प्रमुख.''

आम्ही एकमेकांशी हस्तांदोलन केले. तो म्हणाला, ''या असल्या रात्री कसे काय तुम्ही येणे केले?''

त्याच्या अशा या चौकशीमुळे त्याच्यात मानवी अंश आहे, हे मला पटले. मी

म्हटले, "आम्ही शनिवारपासून असद खलीलच्या मागे लागलो आहोत. आम्हाला असे वाटते की आता तो येथे येऊन पोचला आहे."

सावजाच्या मागावर शिकारी आहेत, हे त्याला नीट कळले. त्याने समजल्यासारखी मान हलवली. तो म्हणाला, "आम्हाला त्याबद्दल नीट कल्पना देण्यात आली आहे. त्या व्यक्तीबद्दलही सांगण्यात आले आहे. त्याच्याजवळ एक रायफल असण्याची शक्यता असल्याने मी तुमच्या चिंतेत सहभागी आहे." मग तो पुढे म्हणाला, "तुम्हाला हवी असेल तर कॉफी करून घेतली तरी चालेल."

मग मी तिथल्या एका टॉयलेटमध्ये जाऊन आलो. तोंडावर थंड पाण्याचे हबके मारले. घशात जरा पाण्याने गुळण्या केल्या. गालावर जरा थपडा मारल्या आणि आरशात पाहून माझा टाय सरळ केला.

मी मधल्या मोठ्या खोलीत आलो. तिथे कॉफी करण्यासाठी सर्व सामान ठेवले होते. मी दोघांसाठी कॉफी केली. केटही तोपर्यंत बाथरूममधून बाहेर आली. तिने त्यातल्या त्यात आपल्या चेहेऱ्यावरती प्रसाधन केले होते. ओठांवरती लिपस्टिक परत नीट लावली. डोळ्यांभोवतालची काळी वर्तुळे कोणत्या तरी पेन्सिलीचा वापर करून रंगवून नाहीशी केली होती.

तिथल्या एका टेबलाभोवती आम्ही तिघे बसलो. जिन म्हणाला, "मला असे समजले आहे की तुम्ही असद खलीलशी संपर्क प्रस्थापित केला आहे."

"मी त्याला संभाषणाच्या पातळीवरती आणले आहे, असे म्हणा हवे तर." जर गरज पडली तर या लोकांनी माझी इथे रहाण्याची व जेवणाची सोय करावी म्हणून मी त्यांच्यावरती छाप पाडण्याच्या उद्देशाने त्याला आत्तापर्यंतची प्रगती थोडक्यात सांगितली. त्याने ते सारे लक्षपूर्वक ऐकून घेतले. जेव्हा माझे सांगणे संपले तेव्हा मी त्याला विचारले, "तुमच्या इथली सगळी माणसे कुठे गायब झाली आहेत? फारसा कुणाचा वावर दिसत नाही."

त्याने या प्रश्नाचे उत्तर एकदम दिले नाही. नंतर तो म्हणाला, "ते सारे आपापल्या जागेवर ड्यूटीसाठी गेले आहेत."

"वेगळ्या शब्दात सांगायचे झाल्यास तुमच्याकडे मनुष्यबळाची कमतरता आहे असे दिसते."

त्यावर तो म्हणाला, "रेगनसाहेबांचे घर बिलकुल सुरक्षित आहे. शिवाय रस्त्यावरती पहारा आहे."

केट म्हणाली, "पण कोणीही तुमच्या हद्दीत पायी घुसू शकतो."

"शक्यता आहे."

केटने विचारले, "तुमच्याकडे मोशन डिटेक्टर्स आहेत? लांबचे ऐकण्यासाठीची यंत्रे आहेत?"

मोशन डिटेक्टरने हव्या त्या जागेवर जरा काही हालचाल झाली की लगेच यंत्राकडून धोक्याची सूचना मिळते; पण त्याने तिच्या प्रश्नाचे उत्तर न देता त्या मोठ्या खोलीत आजुबाजूला पाहिले. तो सांगू लागला, ''पूर्वी दर रविवारी राष्ट्राध्यक्ष येथे यायचे. इथला कर्मचारी वर्ग त्या दिवशी फूटबॉल खेळायचा. तो खेळ पहायला त्यांना आवडे. एकदा तर त्यांना चेंडू लागला होता.''

मी यावर काहीही बोललो नाही. त्याला विचारलेल्या प्रश्नाचे उत्तर ठाऊक नसल्याने तो विषयांतर करीत आहे, हे मी ओळखले.

तो क्षणभर पूर्वीच्या आठवणींमध्ये हरवून गेला होता. केटने नेट धरून विचारले, ''तुमच्याकडे इलेक्ट्रॉनिक यंत्रे आहेत?''

तो उठून उभा राहिला आणि म्हणाला, ''माझ्यामागून या.''

आम्ही त्याच्यामागोमाग गेलो. एका टोकाच्या खोलीत त्याने प्रवेश केला. खोली कसली ती? तो एक प्रचंड, भव्य असा हॉल होता. त्याच्या तिन्ही बाजूंच्या भिंतींना तीन भव्य व अत्यंत रुंद अशा खिडक्या होत्या. त्यातून पाहिले असता बाहेरची जमीन अक्षरश: कोसळत खाली गेली होती. मी एका खिडकीतून रेगन यांचे ते पांढऱ्या रंगाचे घर पाहिले. त्या घरामागे एक सुंदर तळे होते. गाडीतून येताना मला ते दिसले नव्हते. शिवाय तिथे एक मोठे गोदाम होते. एक गेस्ट हाऊसपण होते.

जिन म्हणाला, ''येथे पूर्वी प्रमुख नियंत्रण केंद्र होते. संरक्षणासाठी लागणारी सारी उपकरणे येथे होती. राष्ट्राध्यक्ष कुठे आहेत, कुठे हिंडत आहेत, कुठे त्यांची घोड्यावरून रपेट चालू आहे, हे सारे आम्हाला त्या उपकरणांवरून समजे. या ठिकाणांहून आम्ही साऱ्या जगात कुठेही संपर्क साधू शकत होतो. उपकरणे, यंत्रे, वगैरे येथे खच्चून भरली होती. तो न्यूक्लिअर फूटबॉलसुद्धा येथे ठेवलेला होता.''

एके काळच्या त्या संपन्न असलेल्या व आता अगदी पोरक्या झालेल्या भव्य खोलीकडे पाहिले. बऱ्याच ठिकाणी छतातून बाहेर आलेल्या वायर्स लोंबकळत होत्या. काही ठिकाणी भिंतीवरती त्या वेळी लावलेले नकाशे होते, कागदावर लिहिल्या, खुणा, सांकेतिक शब्द वगैरे होते. वायरलेस संपर्कासाठी असलेले संकेत होते. काही ठिकाणी लिहिलेला मजकूर आता पार विटून गेला होता. वाचता येत नव्हता. लंडनमध्ये मी कॅबिनेट वॉर रूम पाहिली होती. मला त्याचीच आठवण इथे झाली. दुसरे महायुद्ध चालू असताना चर्चिल त्या खोलीतून युद्धाची सारी सूत्रे हलवे. ती खोली त्यांनी एक स्मारक म्हणून जशीच्या तशी जपून ठेवली आहे. तिथे चर्चिल आणि अन्यजणांचे त्या वेळी ध्वनिमुद्रित केलेले आवाजही ऐकवण्यात येतात.

जिन खेदाने सांगत होता,''आता इथे कसलीही इलेक्ट्रॉनिक सुरक्षा यंत्रणा

उरलेली नाही. ही संपूर्ण रॅन्च एका संस्थेने विकत घेतली आहे. 'यंग अमेरिकाज् फौंडेशन' असे त्या संस्थेचे नाव आहे. त्यानंतर याचे रूपांतर एका म्युझियममध्ये आणि कॉन्फरन्स सेंटरमध्ये करायचे आहे.''

मी आणि केट यावरती काय बोलणार?

तो सांगत होता, ''जेव्हा इथले रेगनसाहेबांचे घर हे 'पश्चिमेकडचे व्हाइट हाऊस' समजण्यात येत होते, त्या वेळी सुरक्षिततेची इथे कमाल होती. संरक्षण-व्यवस्था कळसाला पोचली होती. त्या वेळी रेगनसाहेब राष्ट्राध्यक्ष होते. आता ते खूप वृद्ध झाले आहेत; परंतु त्यांचे या जागेवरचे प्रेम यत्किंचितही कमी झाले नाही. जेव्हा त्यांना इथे यावेसे वाटते तेव्हा आम्ही त्यांच्याबरोबर येथे येतो. इथे कितीही गैरसोयी असल्या तरी आम्ही निमूटपणे बिनतक्रार रहातो.''

मी म्हणालो, ''त्या वेळी तुमच्याकडे शंभरएक तरी लोक असतील नाही?''

''बरोबर. शिवाय इलेक्ट्रॉनिक्स, हेलिकॉप्टर्स, स्टेट-ऑफ-द-आर्ट, वगैरे गोष्टींची येथे रेलचेल होती. त्या वेळी आमच्याकडे तुम्ही म्हणता तसले ते हालचाल शोधणारे मोशन डिटेक्टर्स, खुट्ट झाले की आवाज मोठा करून सांगणारी उपकरणे होती. त्यामुळे या जागेत घुसणारे ससे, खारी आदी छोट्या प्राण्यांमुळे सारख्या धोक्याच्या सूचना रात्री वाजायच्या.'' यावर तो हसला. जुनी दृश्ये त्याच्या नजरेसमोरून जात असावीत. तो पुढे सांगू लागला, ''पण आम्ही ते सारे निभावून नेले. एक रात्र तर मला आठवते आहे. आजच्यासारखीच ती धुक्याची रात्र होती. दुसऱ्या दिवशी सूर्य उगवला आणि सारे धुके विरून गेले. आम्हाला कुरणामध्ये एक छोटा तंबू आढळला. रेगनसाहेबांच्या घरापासून अवघ्या तीनशे फुटांवरती तो होता. आम्ही जवळ जाऊन पाहिले तर आतमध्ये एक पोरगेलासा तरुण निवांत घोरत पडला होता. त्याला आम्ही उठवून सांगितले की 'तुम्ही खासगी जागेत आला आहात.' तो एक गिर्यारोहक होता. रानावनात भटकणारा होता. त्याला आम्ही गिर्यारोहणांच्या नेहमीच्या पाऊलवाटेवर नेऊन सोडले; पण त्याला आम्ही शेवटपर्यंत सांगितले नाही की तो कोणाच्या खासगी जागेत आला होता.'' एवढे सांगून जिन हसला.

मीपण हसलो, परंतु मी मनातून गंभीर झालो.

जिन म्हणाला, ''आता मला सांगा की आम्ही १०० टक्के सुरक्षिततेची हमी कशी काय देऊ शकतो? अर्थातच नाही. त्या वेळीही तेवढी नव्हती व आताही तेवढी नाही; पण आता निदान आम्ही रॉहाईड व रेनबो यांच्या हालचाली कमी करू शकतो.'' रॉहाईड म्हणजे रेगन आणि रेनबो म्हणजे त्यांची पत्नी नॅन्सी. त्या दोघांची ही सांकेतिक नावे सिक्रेट सर्व्हिसच्या लोकांनी ठेवली होती.

केट म्हणाली, ''दुसऱ्या शब्दांत म्हणायचे झाल्यास, ते दोघे आत घरात बसतील. अगदी तुम्ही त्यांना बाहेर काढेपर्यंत घरात बसतील.''

"अगदी बरोबर. ब्रिमस्टोनमध्ये - हे ब्रिमस्टोन नाव त्यांच्या त्या पांढऱ्या घराचे आहे - जाड जाड भिंती आहेत, खिडक्यांवरील पडदे आणि ब्लाईंडस् लावून टाकलेले आहेत, घरात सिक्रेट सर्व्हिसची तीन माणसे ठेवली आहेत. दोन माणसे घराबाहेर पहारा देत आहेत. उद्या आम्ही रेगन कुटुंबाला घराबाहेर हिंडण्यासाठी बाहेर कसे काढायचे, याचे बघतो आहोत. कदाचित त्यांना बाहेर हिंडवण्यासाठी एखादी 'बग्गी,' म्हणजे प्रत्यक्षात ती लिमोसिन जातीची चिलखती गाडी आहे, सोयीची होईल. शिवाय पुढे एक ट्रॅकर गाडी आणि मागे एक ट्रेसर गाडी." मग त्याने या पठारावरच्या जागेभोवतालचा उंच होत गेलेला डोंगराळ भाग पाहून म्हटले, "टेलिस्कोप लावलेल्या रायफलने एखादा नेमबाज डोंगरात लपून हेलिकॉप्टरवरती सहज गोळ्या झाडू शकतो. त्यामुळे इथे हेलिकॉप्टरचा उपयोग नाही."

थोडा वेळ थांबून तो म्हणाला, "सूर्योदय झाला की आम्हाला काही मदत पाठवून दिली जाणार आहे. त्यात काही हेलिकॉप्टर्सही आहेत. शिवाय लांबून नेम धरून गोळ्या झाडणाऱ्यांना टिपणारे काही नेमबाजही येणार आहेत. अंधारातही लांबच्या लपलेल्या माणसाला त्याच्या अंगातील उष्णतेमुळे दाखवू शकणाऱ्या दुर्बिणी त्या लोकांजवळ आहेत. शिवाय इतरही अशी काही खास उपकरणे आहेत की त्यामुळे लपलेली माणसे सहज हुडकता येतात. जर तुमचा तो खलील इकडे कुठे येऊन लपला असेल तर मग तो सहज सापडू शकेल."

केट म्हणाली, "त्याने आत्तापर्यंत शेकडो माणसे ठार केली आहेत."

"पण एक लक्षात घ्या. आमच्या सिक्रेट सर्व्हिसचे प्राथमिक उद्दीष्ट हे मिस्टर ॲन्ड मिसेस रेगन यांना संरक्षण पुरवणे आणि त्यांना सुरक्षित जागी नेऊन पोचवणे."

"लक्षात आले माझ्या," मी म्हणालो, "जर तुम्ही खलीलला पकडू शकलात किंवा ठार करू शकलात, तर तुमची सर्व ठिकाणे आपोआप सुरक्षित स्थळे बनतील."

"पण जे प्रथम करायचे असते तेच आधी केले पाहिजे. सूर्य उगवेपर्यंत तरी आम्हाला काहीही करता येत नाही. नंतर धुके विरून जाईल व आपल्याला हालचाली सुरू करता येतील. तुम्हाला कुठे तरी आडोसा घेऊन नजर ठेवायची आहे का?"

"नाही. मला पायात जीन्स चढवून व डोक्यावर काऊबॉयची हॅट ठेवून घोड्यावरून उघड्यावरती हिंडायचे आहे. म्हणजे मी त्या हलकटाचे लक्ष वेधून घेईन व तो मग माझ्या दिशेने गोळ्या झाडेल."

"तुम्ही गंभीरपणे म्हणता हे सारे?"

"अगदी तसेच काही नाही; पण मी एक फेरफटका मारून पहाणी करणार आहे. प्रत्येक पहारेकऱ्याच्या जागेवरती जाण्यास तुमच्याकडे काही साधन आहे का?"

''नाही. तशी पहाणी आम्ही त्यांच्याशी वायरलेस संपर्काने करतो.''

मी यावर मान हलवित म्हणालो, ''नाही, त्यामुळे खरी पहाणी व तपासणी होत नाही. त्यासाठी प्रत्यक्षात त्या जागीच जायला हवे. आपले वरिष्ठ स्वत: पहाणी करायला आले, याचा पहारेकऱ्यांनाही आनंद होत असतो.''

''बरोबर आहे. मग तशी पहाणी करणार तुम्ही?''

''अर्थातच.''

यावर केट म्हणाली, ''मीपण तुमच्याबरोबर येणार.''

परंतु मला माझ्या सुरक्षेची काळजी वाटत नव्हती; म्हणून मी म्हणालो, ''जर जिनसाहेब परवानगी देत असतील तर.''

त्यावर त्याने म्हटले, ''माझी परवानगी आहे; पण तुमच्याकडे बुलेटप्रूफ जाकिटे आहेत का?''

''नाही. तुमच्याकडे एकदोन जादा आहेत?'' मी विचारले.

''नाही. अन् माझे जाकीट मी तुम्हाला उसने देऊ शकत नाही.''

नाहीतरी इथे कोणाला ती जाकिटे हवी होती?

आम्ही त्या इमारतीमधून बाहेर पडलो. तिथे एक जीप येऊन थांबली होती. त्या जीपवरची नंबरप्लेट अगदी नवीन होती. शिवाय तिथे आणखी एक प्लेट होती. त्यावर RONALD REAGAN LIBRARY. असे लिहिले होते.

जिन म्हणाला, ''या रॅन्चच्या परिसरातील शंभर मैलांपेक्षा जास्त असलेल्या रपेटीच्या पाऊलवाटा मला ठाऊक आहेत. अगदी माझ्या तळहातावरील रेषांइतक्या त्या पाठ झाल्या आहेत. एके काळी राष्ट्राध्यक्ष त्या सर्व वाटांवरून घोडदौडीच्या रपेटी करायचे. वाटा चुकू नयेत म्हणून आम्ही जागोजागी दगडी खुणा पेरून पक्क्या केल्या आहेत. त्यावरती त्या त्या वाटांचे नंबर व अंतरे खोदून टाकले आहेत. त्यामुळे कोणीही वाट चुकणार नाही. सिक्रेट सर्व्हिसची माणसेही राष्ट्राध्यक्षांच्या बरोबर घोड्यावरून रपेटीला जायची. प्रत्येक खुणेच्या दगडापाशी आल्यावर ती वायरलेसवरून आपला ठावठिकाणा मागे कळवायची. इकडे कंट्रोल सेंटरमध्ये राष्ट्राध्यक्षांच्या रपेटीची प्रगती नकाशावर रेष काढून नोंदली जायची. त्या वेळी आम्हाला सतत चिंता असायची. कारण राष्ट्राध्यक्ष कधीही बुलेटप्रूफ जाकीट अंगात घालायचे नाहीत. आमचे जीव खरोखरच टांगणीला लागले असायचे. ते दुपारी सुखरूप परत आले की मग आम्ही सुस्कारा सोडत असे.''

जिनच्या सांगण्यावरून मला असे वाटले की त्याच्या मनात या राष्ट्राध्यक्षांबद्दल खूप जिव्हाळा व आपुलकी निर्माण झाली आहे. मी त्याला म्हणालो, ''मी पूर्वी न्यूयॉर्क पोलीसदलात होतो. त्या वेळी म्हणजे एप्रिल १९८२ मध्ये मॅनहॅटनमध्ये ६९व्या रेजिमेंट आर्मरीसमोर एका सभारंभात रेगनसाहेब बोलले. त्यांना संरक्षण

पुरवणाऱ्या पथकात मी होतो. तेव्हाचे त्यांचे भाषण मला अजून आठवते.''

''मलाही आठवते ते. मी त्या वेळी त्यांच्याबरोबर होतो.''

''काय कमाल आहे. जग खरोखरीच लहान आहे.''

आम्ही तिघेही जीपमध्ये जाऊन बसलो. आजुबाजूच्या रानामध्ये जिनने आपली गाडी घातली. आम्ही रपेटीच्या वाटांवरून चाललो होतो. अजूनही धुके पसरलेलेच होते. सर्वत्र अंधुक दिसत होते. झुडपांची दाटी तर खूपच झाली होती. जीपचे पिवळ्या रंगांचे फॉग लाईट लावल्यावर बऱ्यापैकी लांबचे दिसू लागले. मला झाडांमध्ये रात्रीच्या पक्ष्यांचे चिरकण्यासारखे ओरडणे ऐकू येत होते.

जिन म्हणाला, ''त्या केसमध्ये एम-१४ ही रायफल आहे. ती जरा बाहेर काढता का?''

ती रायफलीची केस ही ड्रायव्हरच्या आसनावरती टेकवून ठेवली होती. मी ती केस उघडून आतली ती जड रायफल बाहेर काढली. त्या रायफलला एक टेलिस्कोप लावलेली होती. पण ती नुसतेच लांबचे दृश्य दाखवणारी टेलिस्कोप नव्हती, तर स्टारलाईट टेलिस्कोप होती. रात्रीच्या अंधुक प्रकाशातील दृश्य हे त्यातून पाहिले तर अत्यंत स्पष्ट दिसते. दूरवर लपलेली माणसेही त्यामधून कळतात.

''स्टारलाईट स्कोप कसा वापरायचा हे तुम्हाला ठाऊक आहे?''

''अर्थात्. त्यात तर मी निष्णात आहे.''

मी त्यातून पाहू लागलो. मला दिसणारे दृश्य आता हिरव्या रंगात दिसू लागले. समोरच्या जमिनीवरील धुके हे मधेमधे फाटल्यासारखे दिसले. त्यावरून टेलिस्कोप किती अफाट प्रभावी होती, हे मला कळले. मी त्या टेलिस्कोपचा फोकस नीट लावला व स्वत:भोवती फिरून एक संपूर्ण प्रदक्षिणा घालत मी सारा आसमंत बारकाईने न्याहाळला. त्यासाठी मला मागच्या आसनावरती गुडघ्यावर बसावे लागले होते. त्यातून दिसणारे चमत्कारिक आकाराचे खडक हे मला मंगळावरील वाटू लागले. त्यावर हिरव्या छटांचे धुके हे तर एखाद्या अज्ञात ग्रहावरचे दृश्य आहे असे वाटले. त्याच वेळी माझ्या मनात विचार आला की, जर येथेच कुठेतरी असद खलील लपून बसला असेल तर त्याला जीपचे धूड व त्यावरील फॉगलाईटचे दिवे हे सहज कळून येतील.

आम्ही थोडेसे हिंडून पहाणी केली. मी जिनला म्हटले, ''मला तुमची माणसे यातून कुठेही दिसली नाहीत.''

यावर तो गप्प राहिला.

केट म्हणाली, ''ऊन पडल्यावर हा सारा आसमंत किती विलक्षण सुंदर दिसत असेल नाही?''

जिन म्हणाला, ''होय, ही एक खरोखरच देवभूमी आहे. आपण समुद्रसपाटीपासून

२५०० फूट उंचावरती आहोत. रॅन्चच्या काही भागातून तुम्ही दूरवरचा समुद्रही पाहू शकता. त्याच्या विरुद्ध बाजूला सान्टा इनेझची दरीही पाहू शकता.''

तर आम्ही असेच भटकत गेलो. मी काय करतो आहे हे माझे मलाच समजत नव्हते. जर असद खलील जवळपास लपला असेल तर त्याच्याकडेही रात्रीच्या अंधारातील दृश्य दाखवणारी दुर्बिण किंवा टेलिस्कोप असणार. तो ६०० फूटांवरून माझ्यावर नेम धरून अचूक दोन डोळ्यांच्या मध्ये मला गोळी घालू शकत होता. त्याच्या रायफलीला जर सायलेन्सर लावला असेल, अन् तसा तो असणारच याची मला खात्री होती, तर मी एकदम गोळी लागून जीपमधून बाहेर कोसळेल. केट व जिन यांना गप्पांच्या नादात मागे काय झाले आहे, ते अजिबात समजणार नाही.

आजुबाजूची झुडपे एकदम संपली आणि आम्ही एका मोकळ्या सपाट जागेत आलो. इथली जमीन खडकाळ होती. आम्ही एका मोठ्या भेगेकडे चाललो होतो. मी ओरडून जिनला सावध करणार होतो; परंतु जिनला इथला सर्व भूभाग पाठ असल्याने तो वेळीच थांबला. तो म्हणाला, ''आपण पश्चिमेच्या बाजूला आलो आहोत. जर स्वच्छ हवा असेल तर इथून दिवसा तुम्हाला दूरचा समुद्र सहज दिसेल.''

मी तसे पहायचा प्रयत्न केला. पण सर्वत्र धुके, धुके व धुकेच होते. खाली असलेल्या किनाऱ्यावरून मी येथे वरपर्यंत आलो यावरती माझा विश्वास बसत नव्हता.

जिनने आपली जीप डावीकडे वळवली. पुढे एक कडा होता. त्याने त्या कड्याच्या टोकापर्यंत गाडी नेली. घोडी व अन्य जनावरे ही कड्यापासून दूर रहातात; पण जीप चालवणाऱ्या माणसाला तेवढेही ज्ञान असत नाही असे वाटते. कड्याच्या टोकाशी जीप थांबल्यावर धुक्क्यातून एक माणूस प्रगट झाला. त्याने अंगावरती काळे कपडे घातले होते आणि चेहेऱ्यालाही काळा रंग फासला होता. त्याच्याजवळ टेलिस्कोप लावलेली रायफल होती. जिन म्हणाला, ''हा हर्क्युलिस नं. १ म्हणजे नेमबाज मारेकऱ्यांना टिपून मारणारा.''

हर्क्युलिस-१ आणि जिन यांनी एकमेकांना अभिवादन केले. त्या हर्क्युलिस-१चे खरे नाव बर्ट होते. बर्टची आम्हाला ओळख करून देत जिन त्याला म्हणाला, ''मिस्टर कोरी, हे आपल्यावर मारेकऱ्याचा गोळीबार ओढवून घेऊन त्याचे लक्ष वेधू पहात आहेत.''

बर्ट म्हणाला,'' उत्तम. मी त्या मारेकऱ्याचीच वाट पहातो आहे.'' त्याचा तो सारा काळा पेहेराव पाहून मला वाटले की तो स्टार वॉर सिनेमातील खलपुरुष डार्थ व्हेडार आहे.

आजुबाजूला पसरलेल्या ह्या अप्रतिम सौंदर्याने नटलेल्या या देवभूमीत फक्त

माझ्याच अंगावर सूट टाय असल्याने मी विसंगत दिसत असलो पाहिजे.

जिन आणि बर्ट थोडा वेळ एकमेकांशी बोलले आणि बर्ट परत त्या धुक्यात गडप झाला. तेवढ्यात जिनजवळचा छोटा वायरलेस सेट खरखरला. त्याने तो कानाला लावून थोडीशी बातचीत केली व शेवटी म्हटले, ''ठीक आहे, मी त्यांना तिकडे आणतो.''

तो कोणाला तिकडे नेणार?

जिन आम्हाला म्हणाला, ''कुणीतरी तुम्हाला भेटू पहाते आहे.''

''कोण?''

''माहीत नाही.''

''निदान त्यांना तुम्ही एखादे सांकेतिक नाव तरी दिले असेल ना?''

''नाही. तरीही ती व्यक्ती तुम्हाला भेटणार आहे.''

''पण इतकी अपरिचित व्यक्ती असेल तर त्या व्यक्तीला भेटण्यात मला स्वारस्य वाटत नाही.''

''पण तुम्हाला इथे तसे स्वातंत्र्य नाही. भेटणारी व्यक्ती फार वरच्या पातळीवरची आहे.''

''पण कोण?''

''ते मला ठाऊक नाही.'' तो मिस्किलपणे म्हणाला.

केटने माझ्याकडे पाहिले. मी नुसते खांदे उडवले.

मग आम्ही त्या धुक्क्यामध्ये शिरून कुठल्या तरी अज्ञात स्थळी जाऊ लागलो. आम्ही जवळजवळ दहा मिनिटे जीपमधून जात राहिलो असू. तो एक पठाराचा भाग होता. त्या सपाट भागावरती कुठेही पाऊलवाटा नव्हत्या किंवा घोडी गेल्याच्या खुणा नव्हत्या. असे वाटत होते की आम्ही जगाच्या सर्वांत उंच स्थळावरून चाललो आहोत. ते धुके स्थिर नव्हते. त्याचे प्रवाह अधुनमधून जाणवायचे. मधेच काहीतरी मोकळे झाले आहे असे वाटायचे, तर मधेच ते गडद होऊन गेल्याने समोरचे अंधुक दृश्यही नाहीसे व्हायचे; पण एकदा मला त्या धुक्याच्या पडद्यातूनही समोर काहीतरी पांढरे पांढरे दिसले. मी रायफल उचलून त्याच्या टेलिस्कोपमधून पाहिले. ती पांढरी आकृती आता हिरव्या रंगात दिसू लागली. हळूहळू माझ्या लक्षात आले की ती एक सिमेंटची मोठी इमारत आहे. तिथे दगड आणि माती यांनी एक मोठी कच्ची भिंत उभी केली होती. भिंत म्हणण्यापेक्षा तिला बंधारा म्हणणे अधिक योग्य ठरेल. त्याच्या पायथ्याशी ती इमारत होती. त्या इमारतीपलीकडे असलेल्या त्या बंधाऱ्यावरती एक उंच दगडी रचना उभी आहे असे वाटत होते. नरसाळे पालथे ठेवल्यावर जसे दिसेल तसे ते दिसत होते.

आम्ही त्यापासून सुमारे तीनशे फुटांवर आलो. त्या धुक्यामुळे साऱ्या सृष्टीवर एक गूढतेचा पडदा घातला होता. चमत्कारिक रचना तिथे दिसत होत्या. परकीय ग्रहावरील भूमीचा त्यामुळे भास होत होता. केट माझ्याकडे वळून हसत म्हणाली, ''ठीक आहे, हे दृश्य मात्र एक्स-फायलीमधले आहे.''

जिन हसून म्हणाला, ''हे VORTAC आहे.''

''आता नीट खुलासा झाला,'' मी म्हणालो.

जिन सांगू लागला, ''तो विमानांना मार्गदर्शन करण्यासाठी असलेला एक वायरलेस दीपस्तंभ आहे. त्यातून दर ठराविक सेकंदांनी एक रेडिओ लहर चारी दिशांना प्रसारित होते. लक्षात आले?''

केट म्हणाली, ''कोणती विमाने? ह्याच ग्रहांवरची ना?''

''कोणत्याही ग्रहांवरची विमाने समजा. लष्करी व मुलकी अशा सर्व विमानांना यामुळे दिशा अचूक कळतात. कारण याचे भौगोलिक स्थान जगजाहीर आहे. त्या आधारे आपले स्थान पक्के करता येते. काही दिवसांनी उपग्रहाद्वारे होणारे मार्गदर्शन इथे बसवलेली नवीन यंत्रणा दाखवेल. पण आत्ता तरी विमाने, जहाजे यांना हे उपयोगी पडते आहे. रशियन अणुपाणबुडीसुद्धा यातून बाहेर पडणाऱ्या लहरींचा उपयोग करून आपले स्थान निश्चित करते.''

आमची जीप त्या इमारतीच्या दिशेने जाऊ लागली. मी म्हटले, ''या ठिकाणी नोकरी करणे म्हणजे शिक्षाच असेल.''

जिन हसून म्हणाला, ''तिथे कोणीच काम करत नाही. ते एक स्वयंचलित स्टेशन आहे. लॉस एंजेलिसमधल्या एअर ट्रॅफिक कंट्रोलकडून याची देखभाल होत असते. त्यांची माणसे ठराविक दिवसांनी येथे येतात व नेहमीचे काम करून जातात.''

''पण मग या स्टेशनला वीज पुरवठा करण्यासाठी इथून रॅन्चपर्यंत एक वायर टाकली असेल ना?'' केट म्हणाली.

''नाही, या स्टेशनला स्वत:चाच वीजपुरवठा आहे.''

आम्ही त्या मोकळ्या जागेत प्रवेश केल्यावर तो म्हणाला, ''आता आपण केंद्र सरकारच्या मालकीच्या जागेत आलो आहोत.''

''मला त्यामुळे लगेच बरे वाटू लागले आहे,'' मी विनोदाने म्हटले. मग मी विचारले, ''आपण इथेच कुणाला तरी भेटणार आहोत का?''

''होय.'' जिन म्हणाला.

''कोणाला?''

तो म्हणाला, ''ते माहीत नाही,'' मग आपले धावते वर्णन चालू ठेवीत म्हणाला, ''इथेच, जिथून आपण आता चाललो आहोत, तिथे 'प्लेग्राऊंड - ३' हे

राष्ट्राध्यक्षांचे हेलिपॅड होते. त्यावर त्यांची हेलिकॉप्टर्स उतरायची. त्यामुळे इथली जमीन कॉन्क्रिटची बनवली असून पांढरी दिसेल अशी केली आहे. हे हेलिपॅड बंद करणे म्हणजे वेडेपणा आहे.''

त्या VORTAC स्टेशनपासून ५० फुटांवरती आपली जीप त्याने थांबवली. आणि म्हटले, ''ठीक आहे, आपण भेटूच नंतर.''

''म्हणजे काय? आम्ही येथेच उतरायचे?''

''प्लीज.''

मी म्हणालो, ''जिन, इथे मला कोणीच दिसत नाही.''

''इथेच तुमची कोणीतरी वाट पहात आहे. तेव्हा तुम्हाला येथवर आणण्याचे काम मी केले.'' तो म्हणाला.

तो नीट सांगत नव्हता व गूढपणे बोलत होता; परंतु हे बोलताना त्याच्या चेहेऱ्यावरती मिस्किलपणा होता. म्हणून मी केटला म्हटले, ''ओके, चल उतर. आपणही ह्या खेळात भाग घेऊया,'' असे म्हणून मी जीपमधून बाहेर उडी मारली. केटपण जीपमधून उतरली.

ती जिनला म्हणाली, ''तुम्ही जाणार?''

''अर्थात.''

मी त्याला म्हटले, ''ती तुमची रायफल मला उसनी मिळेल का?''

''नाही.''

मी मग आग्रह न धरता म्हटले, ''ओके, जिन, थँक्स फॉर द टूर. आम्हाला इथला सारा भाग दाखवल्याबद्दल आपले आभार. न्यूयॉर्कला आलात तर मी तुम्हाला रात्रीचा सेंट्रल पार्क दाखवेन.''

''भेटू नंतर,'' असे म्हणून तो जीप घेऊन निघून गेला, धुक्यात अदृश्य झाला.

त्या उघड्या जागेत मी व केट उभे होतो. धुके आमच्याभोवती फेर धरीत होते. कुठूनही प्रकाश येत नव्हता. फक्त या परग्रहावरील वाटणाऱ्या उलट्या नरसाळ्याच्या आकाराच्या इमारतीकडून अंधुक प्रकाश येत होता. त्याच्या उंच भागातून एखादा मृत्यूकिरण सुटून त्या किरणाने आम्ही भस्मसात होऊन जाऊ, अशी अर्धवट कल्पना माझ्या मनात चमकून गेली.

माझी उत्सुकता वाढत गेली. मी त्या वायरलेस दीपस्तंभाकडे चालत जाऊ लागलो. केटही बरोबर आली. ती म्हणाली, ''त्या इमारतीमधून काही अ‍ॅन्टेना बाहेर आलेल्या आहेत. बाहेर कुठेही वाहन दिसत नाही.''

केट तशी शांत दिसत होती. इथेच कुठे तरी तो वेडा खुनी माणूस टपून बसला असेल तर? आमच्याजवळ फक्त पिस्तुले होती. अंगात बुलेटप्रूफ जाकिटे नव्हती. परतण्यासाठी वाहने जवळ नव्हती. अन् आम्ही कोण्या एका अज्ञात व्यक्तीला

भेटायला अशा गूढ वातावरणात व अंधारात चाललो होतो. ती व्यक्ती ह्याच ग्रहावरची असेल काय? अशी शंका वाटण्याइतपत ते वातावरण गूढ व रहस्यमय होते.

त्या काँक्रिटच्या इमारतीपाशी गेल्यावर तिथल्या एका लहान खिडकीतून मी आत डोकावले. आतमध्ये मोठमोठी इलेक्ट्रॉनिक यंत्रे उभी होती. त्यांच्यावरचे असंख्य बारीक दिवे उघडझाप करीत होते. अत्यंत प्रगत अशी हायटेक यंत्रेही होती. जणू काही ती इमारत परग्रहावरून - अंतराळातून - उडत इथे येऊन बसली होती. मी खिडकीवर टकटक करून म्हटले, ''हॅलोऽ! वुई कम इन पीस! टेक मी टू युवर लीडर!'' उडती तबकडी आल्यावर एखादा पृथ्वीवरील धाडसी रहिवासी तिच्यापुढे जाऊन जसे चित्रपटात बोलतो, तसे मी बोललो.

''जॉन, स्टॉप धिस. हा काय लहान मुलांसारखा वेडेपणा चालवला आहे.''

एक मिनिटापूर्वी तिने इथल्या दृश्याबद्दल एक्स-फायलीचा संदर्भ देऊन विनोद केला होता. अन् आत्ता मात्र एकदम ती गंभीर बनली; पण तिचे बरोबर होते. हा काही चेष्टेचा विषय नव्हता.

त्या चाळीस फूट उंचीच्या भिंतीच्या पायथ्याकडून आम्ही कडेकडेने वरती चालत गेलो. त्या भिंतीवरतीच ते राक्षसी उलटे नरसाळे होते. ते हवेत ८० फूट उंच गेलेले होते.

त्या अवाढव्य नरसाळ्यासारख्या रचनेला वळसा घालून आम्ही जाऊ लागलो. एका कोपऱ्यापाशी आल्यावर आम्हाला एक माणूस काळ्या कपड्यात असलेला दिसला. तो तिथल्या एका सपाट खडकावरती कडेला बसला होता. त्याने आपले पाय पलीकडे सोडले होते.

आम्हाला तो पाठमोरा होता व आमच्यापासून तो तीस फुटांवर होता. त्या अर्धवट अंधारातही तो एका दुर्बिणीतून बघतो आहे, हे कळत होते. अशा अंधारात रात्रीचे दृश्य दाखवणारी दुर्बिण वापरली जाई.

केटनेही त्याला पाहिले. आम्ही दोघेही आमचे हात पिस्तुलावर ठेवीत पुढे सरकू लागलो.

त्या माणसालाही आमचे अस्तित्व जाणवले असावे. कारण त्याने आता हातातील दुर्बिण खाली ठेवली आणि तो आमच्याकडे वळला. त्याच्या मांडीवर एक लांबट वस्तू होती. प्रथम मला तो मासेमारीचा गळ वाटला. पण तसा तो नव्हता.

आम्ही एकमेकांकडे काही सेकंद बघत राहिलो. मग तो माणूस म्हणाला, ''तुमची शोधयात्रा आता संपली आहे.''

केट अत्यंत हळू आवाजात पुटपुटली, ''टेड.''

५५

तो टेड नॅश होता. त्याचे दर्शन एवढे अनपेक्षितपणे व इतक्या चमत्कारिक ठिकाणी झाले की मला दचकायला व्हायला हवे होते; पण त्याऐवजी मी थोडासाच आश्चर्यचकीत झालो.

तो उठून उभा राहिला नाही की त्याने आम्हाला 'हॅलो' म्हटले नाही. म्हणून आम्हीच त्याच्यापाशी गेलो. तो त्या मंगळावरच्यासारख्या खडकावर पाय सोडून बसला होता. त्याने आमच्याकडे पाहून असा हात हलवला की, जशी काही आमची ही त्याच्याशी ठरलेली ऑफिसच्या कामासाठी एक अधिकृत भेट होती. तो आम्हाला म्हणाला, "तुम्हाला माग काढत येथवर पोचायचे जमले म्हणून बरे वाटले."

ओह, गेलास उडत. बेटा हा सारा मामला इतक्या गंभीरपणे कसा घेतो आहेस? तो जर काही खेळ खेळत असेल तर मी त्याचा खेळ खेळणार नाही. तो चेष्टामस्करी करीत असेल तर त्यालाही मी प्रतिसाद देणार नाही. म्हणून मी त्याच्या बोलण्यावर काहीच प्रतिक्रिया व्यक्त केली नाही.

पण केट त्याला म्हणाली, "आम्हाला भेटण्यासाठी तुम्ही तुमचे नाव वायरलेसवर का सांगितले नाही? टेड, तुमच्या मनात नक्की काहीतरी वेगळे आहे. नाहीतर एवढी गुप्तता कशासाठी बाळगता आहात?"

तिच्या या बोलण्यामुळे तो थोडा खाली उतरला असावा; पण तो चिंताक्रांत दिसत होता.

केट त्याला म्हणाली, "आम्ही अंधारात तुम्हाला गोळी घातली असती, चुकून."

अर्थात् तोही अंधारात तसेच करू शकला असता. त्याने आपल्या चेहेऱ्याला काळे फासले होते. डोक्याला काळे फडके बांधले होते. अंगात काळा शर्ट, काळी पँट, पायात धावण्याचे काळे बूट असा सर्व काळा जामानिमा त्याने केला होता. मी त्याला म्हटले, "फार भल्या पहाटे आपली भेट होते आहे नाही? जराशी लवकरच ना?"

तो काहीच बोलला नाही. त्याने आपल्या मांडीवरची रायफल उचलून जरा वेगळ्या स्थितीत धारण केली. ती एक एम-१४ रायफल होती. त्याला टेलिस्कोप लावलेला होता. जिनकडे जशी होती तशीच ही होती.

मी त्याला म्हटले, "ओके, माझ्याशी बोल. का आम्हाला तू येथे बोलावलेस? तुझे आमच्याशी काय काम आहे?"

तरीही तो यावर बोलला नाही. त्याला माझे प्रश्न अप्रिय वाटत असले पाहिजे. त्याने आपला हात मागे नेऊन एक थर्मास घेतला व माझ्यापुढे करीत तो म्हणाला, "कॉफी घेणार?"

मला आता या लपंडावाच्या खेळाचा कंटाळा आला. माझी सहनशीलता संपुष्टात आली. मी म्हणालो, "टेड, तुझ्या दृष्टीने मॅनर्स पाळणे, न चिडणे वगैरे आवश्यक असेल; पण मी न्यूयॉर्कच्या पोलीस खात्यातला माणूस आहे. मी आता तुझ्या या मॅनर्स, शिष्टाचार वगैरे पाळण्याच्या मूडमध्ये अजिबात नाही. तेव्हा तुला जे काही सांगायचे आहे ते सांगून टाक. मग आमच्यासाठी एक वाहन मागवून घे आणि आम्हाला जाऊ दे येथून."

तो म्हणाला, "ऑल राईट. तुम्ही असद खलीलच्या योजना शोधून काढल्यात याबद्दल मी प्रथम तुमचे अभिनंदन करतो."

"म्हणजे तुला हे सारे ठाऊक होते तर. हो की नाही?"

त्याने मान हलवून होकार दिला आणि पुढे म्हटले, "त्यातला फक्त काही भाग ठाऊक होता. सगळा नाही."

"बरोबर आणि मी तुझ्याशी लावलेली ती पैज जिंकली आहे."

"मी माझ्या ऑफिसच्या खात्यात ती रक्कम टाकून देईन." मग त्याने केटकडे व माझ्याकडे पहात म्हटले, "तुम्ही आम्हाला बराच त्रास दिलात."

"आम्हाला म्हणजे कुणाला?"

याचे त्याने उत्तर दिले नाही; पण त्याने आपल्याजवळची ती रात्रीच्या अंधारातही दाखवणारी दुर्बिण उचलून लांबवरच्या झाडांचे माथे निरखून पाहिले. तसे तो करत असताना म्हणाला, "असद खलील तिकडे आहे याबद्दल माझी बऱ्यापैकी खात्री आहे. तुम्हाला काय वाटते?"

"मलाही तेच वाटते. तेव्हा उठून उभा रहा व त्याला हात हलवून दाखव."

"अन् तुम्ही त्याच्याशी बोललातसुद्धा."

"होना. मी त्याला तुझा घरचा पत्ताही दिला." मी चिडून त्याला दुरुत्तरे करू लागलो.

तो यावर हसला. तो म्हणाला, "तुम्हाला कदाचित् आश्चर्य वाटेल, पण मला तुम्ही आवडता." त्याच्या या बोलण्याचे मला खरोखरीच आश्चर्य वाटले. कारण तो हे वाक्य मनापासून म्हणाला होता.

माझा त्याच्यावरील राग विसरून मीही म्हणालो, "हे बघ टेड, तूही मला आवडतोस. खरोखर आवडतोस; पण तुझ्याकडे काही माहिती आली तर ती तू आम्हाला देत नाहीस. उगाच गुप्तता बाळगतोस. मला तुझा हा स्वभाव मात्र अजिबात आवडत नाही."

आता केटही त्याला बोलू लागली, "असं पहा, जे काही घडते आहे त्याची जर तुम्हाला माहिती आहे तर त्याबद्दल का आम्हाला सांगत नाही? अनेक लोक या प्रकरणात ठार झाले आहेत हे लक्षात घेऊन तरी आम्हाला सहकार्य करा."

त्याने हातातली दुर्बिण खाली ठेवली आणि केटकडे पहात म्हटले, "ठीक आहे, ऐका तर मग." तो सांगू लागला. आम्ही ते कान टवकारून ऐकू लागलो. तो म्हणत होता, "बोरिस नावाचा एक माणूस रशियन हेरसंघटना केजीबी ह्यात काम करीत होता. सोविएत रशियाचे तुकडे झाल्यानंतर हा माणूस बेकार झाला. नंतर तो लिबियन हेर खात्यामध्ये नोकरीस लागला. सुदैवाने या माणसाला पैशाची हाव असल्याने तो आमच्यासाठीही, म्हणजे सीआयएसाठी, काम करतो आहे." टेडने हा क्षण महत्त्वाचा मानून तो क्षणभर थांबला. मग तो पुढे बोलू लागला, "पैशाची बाब काहीही असली तरी त्याला 'आम्ही' आवडतो, लिबियन आवडत नाही. ते असो, तर काही वर्षांपूर्वी बोरिसने आमच्याशी संपर्क साधला आणि असद खलील या तरुणाबद्दल सांगितले. या खलीलचे कुटुंब १९८६ मधल्या हवाई हल्ल्यात ठार झाले होते—"

"म्हणजे खलील तुम्हाला काही वर्षांपासून ठाऊक आहे तर," मी म्हणालो.

"होय. आम्ही त्याच्या प्रगतीवरती बारकाईने नजर ठेवू लागलो. असद खलील हा अत्यंत कार्यक्षम, शूर, बुद्धिमान, कामासाठी झोकून देणारा आणि ध्येयाने प्रेरित झालेला असा होता. कोणत्या ध्येयाने तो प्रेरित झाला आहे, हे तुम्हाला सांगायला नकोच."

केट आणि मी गप्प बसलो होतो.

टेड सांगत गेला, "पुढे सांगू ना मी? तुम्हाला ते सारे काही कदाचित ऐकावेसे वाटणार नाही, म्हणून विचारले."

मी त्याला म्हणालो, "आम्ही तुझे सर्व काही ऐकून घेऊ; पण त्या बदल्यात तू आमच्याकडून काहीतरी मागणार असशील."

"काहीही नाही. फक्त मी सांगतो ते सारे काही तुम्ही फक्त तुमच्याजवळच ठेवा. बाकी कोणालाही सांगू नका."

"ठीक आहे."

"जर असद खलील पकडला गेला तर एफबीआयच्या तो ताब्यात जाणार हे उघड आहे. मात्र आम्हाला त्याचा ताबा तुमच्याकडून हवा आहे. त्यासाठी तुम्ही दोघांनी मला कोणत्याही प्रकारे मदत करायला हवी. त्यासाठी गुप्तता एवढी पाळली जावी की अगदी अधिकृत कागदपत्रातूनही नको ती माहिती प्रगट व्हायला नको; पण खलील आमच्या ताब्यात यायला हवा."

मी त्याला म्हणालो, "हे बघ टेड, आमचा प्रभाव एफबीआयवर टाकण्यासाठी मुळात आम्हीच तेवढे प्रभावी नाही. कदाचित तुला हे आश्चर्यजनक वाटत असेल. आमचे वरिष्ठ आमचे ऐकतील असे वाटत नाही."

"पण तुम्हाला आश्चर्य वाटेल की, एफबीआय व सारे जनमत हे नेहमी कायदेशीर मार्गाला काटेकोरपणे धरून असते. वर्ल्ड ट्रेड सेंटरवरील हल्ला करणाऱ्यांना जेव्हा कोर्टात उभे केले गेले तेव्हा त्यांच्यावरती काय आरोप ठेवले गेले? खून, कट करणे आणि शस्त्रास्त्रे निर्बंध कायद्याचा भंग. बास्. बाकी काहीही नाही. कुठेही घातपाती कृत्याबद्दल चकार शब्द नाही. कारण अमेरिकेत दहशतवादा- विरुद्ध कायदाच नाही. म्हणून, कोणत्याही खटल्यात सरकारला नेहमी महत्त्वाचे साक्षीदार लागत असतात."

"टेड, असद खलीलच्या विरुद्ध साक्ष देण्यासाठी सरकारजवळ डझनभर जरी साक्षीदार आहोत आणि टनभर तरी न्यायसहाय्यक वैद्यकशास्त्राचा पुरावा उपलब्ध आहे."

"बरोबर आहे. पण आपण राष्ट्रीय सुरक्षिततेच्या दृष्टीने आपल्या-आपल्यात असे ठरवू या की ज्यामुळे शेवटी असद खलीलला सोडून देऊन लिबियाला परत पाठवून देता येईल. त्यासाठी काही राजकीय तडजोड करावी लागेल. मला तुम्हा दोघांकडून एवढेच सहकार्य हवे आहे की ऐन वेळी तुम्ही या योजनेत नैतिकतेच्या आहारी जाऊ नये."

"माझी नैतिकतेची पातळी ही नेहमी जमिनीवरती असते. पण टेड, एक लक्षात ठेव. असद खलील याने आत्तापर्यंत शेकडो निष्पाप लोकांना ठार केले आहे."

"मग? म्हणून काय झाले? आता त्याबद्दल आपल्याला काय करता येईल? मेलेल्या माणसांना जीवदान देता येईल? त्याबद्दल खलीलला तुरुंगात टाकून काय साधता येईल? त्यापेक्षा आपण खलीलचाच उपयोग महत्त्वाच्या कामासाठी करून घेतला तर? ते काम असे असेल की त्यामुळे आंतरराष्ट्रीय दहशतवादाला एक भले मोठे खिंडार पडेल."

"ही संभाषणाची गाडी कोठवर जाणार ते मला हळूहळू समजून येऊ लागले. पण तेथवर जाण्यात मला रस नव्हता; परंतु आपली काय समस्या आहे हे आम्हाला पटवून देण्यासाठी टेड धडपडत होता. म्हणून त्याने विचारले, "असद खलीलला सोडून देऊन त्याला लिबियात का जाऊ द्यावे? तुम्हाला काय वाटते? आमची का तशी इच्छा आहे?"

मी माझ्या हातात हनुवटी धरून म्हटले, "जरा मला विचार करू दे..... हं, महंमद गडाफीला ठार करण्यासाठी असदला सोडून द्यायचे. कारण गडाफीने त्याच्या बापाचा खून केला आणि त्याच्या आईशी अनैतिक संबंध ठेवले."

"बरोबर. मग ही योजना खूप लाभदायक आहे, चांगली आहे, असे नाही वाटत?"

"हे बघ, मी एक साधा पोलीस आहे; पण यात कुठेतरी मला खटकते आहे. ते म्हणजे, तुमच्या या योजनेची कार्यवाही करण्यासाठी तरी खलीलला ताब्यात घेतले पाहिजे ना? नंतरच त्याला आपल्या बाजूने फिरवून घेऊन ती योजना पुढे नेता येईल."

"बरोबर. बोरिसने आम्हाला खलील अमेरिकेतून कसा बाहेर पडणार ते सांगितले आहे. त्यामुळे आम्ही त्याला पकडू यात शंकाच नाही. 'आम्ही' म्हणजे आमची सीआयए ही संघटना नाही. कारण आम्हाला कायद्याने अटकेचे अधिकार दिले नाहीत; परंतु एफबीआय किंवा स्थानिक पोलीस यांना आम्ही खलीलचा ठावठिकाणा सांगितला तर ते त्याला सहज पकडू शकतात. मग आम्ही पुढे होऊन अधिकृतपणे खलीलची मागणी करू शकतो."

केट टेडकडे रोखून पहात होती. ती आता काय बोलणार हे माझ्या लक्षात आले. ती म्हणाली, "तुमचे डोके फिरले आहे काय? का काही नशापाणी केले आहे? तीनशेपेक्षा जास्त माणसांना ज्याने ठार केले आहे, त्या माणसाला तुम्ही जाऊ देणार? तसे तुम्ही केलेत तर तो आणखी बऱ्याच माणसांना ठार करीत सुटेल. त्या माणसात *तुम्हाला* ज्यांचे खून व्हावेसे वाटतात ती माणसे नसतील. हा माणूस अत्यंत धोकादायक आहे. तो एक सैतान आहे. त्याला सोडून देण्याची *शक्यता* तुमच्या डोक्यात येते तरी कशी?"

टेड बराच वेळ गप्प बसला. तो यावर उत्तर देत नव्हता. त्याच्या मनात नीतीअनीतीचे द्वंद्व चालू असावे; पण सीआयएच्या माणसाच्या मनातले असले द्वंद्व होणे हाही एक व्यावसायिक भाग असावा. बहुतेक वेळा असले द्वंद्व नकली असते.

पूर्वेच्या क्षितीजावरती आता फटफटू लागले. पक्षी आनंदाने बागडू लागले होते. त्यांची मंजुळ चिवचिव, ओरडणे हे कानावर पडू लागले. शेवटी ती भयानक रात्र संपुष्टात आली याचा मला आनंद झाला. मलाही त्या पक्ष्यांसारखे बागडावेसे वाटू लागले.

टेड बोलू लागला, "फ्लाईट-१७५मध्ये जे सर्वजण मारले गेले त्यांच्या बाबतीत आम्हाला काहीही ठाऊक नव्हते. प्लीज, याच्यावर विश्वास ठेवा. बोरिसलाही या बाबतीत अंधारात ठेवलेले होते. किंवा त्याला जरी ठाऊक असले तरी तो ही माहिती आमच्याकडे पाठवू शकला नाही."

मी त्याला म्हटले, "मग बोरिसला प्रथम उडवा."

"प्रत्यक्षात तो कदाचित एव्हाना मारलाही गेला असेल. आम्ही त्याला लिबियातून

बाहेर काढण्याची योजना ठरवली होती; पण काहीतरी कुठेतरी चुकले आणि त्याला बाहेर काढता आले नाही.''

मी टेडला म्हणालो, ''म्हणूनच मी तुला म्हणतो की आमच्या योजनेत तू का मध्ये पडावेस? त्या योजनेचा असाच जर विचका झाला तर?

टेडने माझ्या बोलण्याकडे दुर्लक्ष करून दुर्बिण उचलून हातात घेतली. तो म्हणाला, ''ते त्याला मारणार नाहीत असे मला वाटते. 'त्याला' म्हणजे खलीलला. त्याचे इथले काम संपले की त्याच्या अमेरिकेतील देशबांधवांना एके ठिकाणी जाऊन तो त्यांना भेटणार आहे. तेच त्याला अमेरिकेबाहेर पडण्यास मदत करणार आहेत. पण ते तसे घडणार नाही.''

मी त्याला म्हणालो, ''अन् ते भेटीचे सांकेतिक ठिकाण कुठे आहे?''

''मला ठाऊक नाही. ही माहिती तुकड्या तुकड्याने विभागून गुप्त ठेवली आहे.''

मी परत विचारले, ''जर तुला खलीलची शिकार करायची नाही, त्याला पकडायचे नाही, तर मग ही रायफल आणि दुर्बिण का वापरतो आहेस?''

दुर्बिण खाली ठेवीत तो म्हणाला, ''पुढे काय होईल आणि कशाची केव्हा गरज लागेल ते सांगता येत नाही.'' मग त्याने केटला विचारले, ''तुम्हा दोघांच्या अंगात बुलेटप्रूफ जाकिटे आहेत?''

आपल्या एखाद्या सहकाऱ्याकडून असला प्रश्न विचारला जाणे, हे यथायोग्य आहे; पण टेडबद्दल मला त्या क्षणाला संशय वाटू लागला होता. म्हणून मी व केट यावर काहीच बोललो नाही. तो आम्हाला गोळ्या घालून ठार करणार नव्हता हे नक्की; पण तो अशा काही योजनेवर काम करत होता की ते धड त्याला दाखवता येत नव्हते की लपवता येत नव्हते.

शिवाय तो एका मानसिक ताणाखालीही होता; पण त्यामुळे त्याचा भरंवसा धरताना आमची मने डळमळीत होत होती. तो आणि सीआयए ही संघटना जे काही करू पहात होती, त्यावर पुढच्या काही तासांतील अनेक घटना अवलंबून रहाणार होत्या. एक फार मोठी जोखीम घेऊन ते ही योजना राबवू पहात होते. महंमद गडाफीला संपवण्याची एक दीर्घ योजना फार काळजीपूर्वक राबवावी लागणार होती. ती योजना फलद्रूप झाल्यावर किंवा फसल्यावर कुठेही सीआयएशी संबंध दाखवणारे पुरावे मागे रहाता कामा नयेत. ट्रान्स कॉन्टिनेन्टलच्या त्या दुर्दैवी विमानाची चाके जमिनीला टेकायच्या काही तास आधी ही जबरदस्त योजना उलगडू लागली होती. अशा योजनेला प्रत्यक्षात अमेरिकन कायद्याचा कुठेही आधार नव्हता. म्हणून तर टेडवरती दडपण आले होते. त्याच्या किंवा त्यांच्या योजनेत मी व केट असे अडथळे ठरत होतो. त्यासाठी तो आमची मनधरणी करत होता; पण

आम्ही त्याला अजून बघलो नव्हतो. तेव्हा आता तो माझ्यावर आणि केटवरती गोळी चालवेल का नाही? जेव्हा लोकांच्या डोक्यात समस्या घोंगावत असते आणि हातात बंदूक येते, तेव्हा त्यांची माथी कशीही भरकटू शकतात. विशेषत: जेव्हा त्यांना त्यांची कार्यक्रम-पत्रिका ही तुमच्या आयुष्यापेक्षा अधिक महत्त्वाची वाटते तेव्हा.

अजून थोडा प्रकाश वाढला; पण धुके मात्र रेंगाळत होते; पण त्यामुळे रात्रीचे दृश्य स्पष्ट करून दाखविणारी टेलिस्कोप किंवा दुर्बिण यांच्यामधून पहावयास अडचण येत होती. त्यातच आम्हाला सुरक्षितता होती. मी टेडला विचारले, ''फ्रॅन्कफुर्ट व पॅरिस इथली तुझी भेट काय म्हणते आहे?''

''उत्तम. तिथे माझी थोडीशी कामे झाली; पण जर तुम्ही फ्रॅन्कफुर्टला गेला असता तर आज इथे तुम्ही नसता.''

या डावपेचांमध्ये माझी नक्की भूमिका कशी आहे व कितपत आहे, हे मला ठाऊक नव्हते; पण या बोलण्यामागे एखाद्या धमकीचा गर्भितार्थ असावा, असे वाटले. मी ते मनात ठेवून कोणतेही अप्रिय विषय आता त्याच्यापुढे काढायचे नाहीत, असे ठरवले; पण तरीही एक प्रश्न त्याला विचारणे भाग होते. मी म्हटले, ''ते वैमानिक आणि इतर माणसे ही असद खलीलने ठार केलीत. तसे तुम्ही का होऊ दिलेत?''

त्याने माझ्याकडे पाहिले आणि माझ्या लक्षात आले की या प्रश्नाला कधीतरी जे उत्तर द्यावे लागणार त्याची तयारी त्याने आधीच करून ठेवली होती. त्याला ते उत्तर देणे जिवावर आले होते, हेही मला दिसत होते. तो म्हणाला, ''जेएफके विमानतळावरती खलीलला फक्त ताब्यात घेण्याची योजना आखली होती. तिथून त्याला फेडरल प्लाझामध्ये आणून त्याला त्याच्याविरुद्धचे वादातीत पुरावे दाखवायचे होते. ज्या लिबियन माणसांनी अमेरिकेकडे शरण येऊन आश्रय मागितला, त्यांच्या ध्वनिमुद्रित केलेल्या कैफियती व कबुल्या त्याला ऐकवायच्या होत्या. त्याच्या आईचे गडाफीशी असलेले संबंध दाखवायचे होते. त्याचा वडिलांचा खून कोणी केला, ते त्याला सांगायचे होते. एवढे सगळे त्याला नीट समजावून सांगितल्यावर मग त्याला त्याच्याच लोकांविरुद्ध सोडायचे होते.''

केट म्हणाली, ''आम्हाला त्याची कल्पना आहे टेड, पण जेव्हा तो आपल्या हातून निसटून गेला तेव्हा तुम्ही त्याला त्याची माणसे मारायची कामगिरी का पुरी होऊ दिली?''

टेड उत्तरला, ''खरे सांगायचे तर तो नक्की कोणत्या विशिष्ट कामगिरीवरती आला आहे, याबद्दल आम्हाला अजिबात कल्पना नव्हती.''

आता मी न रहावून म्हटले, ''असं काय, टेड? मग तू आत्ता या रॅन्चवरती

कसा काय आलास? हे तर तुला आधीपासून ठाऊक असणार. खलील येथे येऊन पुढे काय करणार, हेही तुला ठाऊक होते. खरे की नाही?''

"तुम्हाला ज्यावर विश्वास ठेवायचा असेल त्यावर खुशाल ठेवा. आम्ही अशा समजुतीखाली होतो की त्याला लिबियन हेर खात्याने रोनाल्ड रेगन यांचा खून करण्यासाठी पाठवले आहे. त्याच्याजवळ अन्य वैमानिकांच्या नावांची व पत्त्यांची यादी होती ते आम्हाला अजिबात ठाऊक नव्हते. ती माहिती गोपनीय माहिती होती. हवाईदलानेही ती गुप्त ठेवली आहे; पण काही का असेना, त्याची कोणती का मोहीम असेना, शेवटी त्याला केनेडी विमानतळावरती बेड्याच ठोकून ताब्यात घेतले जाणार होते ना? ते जर घडले असते, तर इतर कोणत्याही गोष्टी मग वरती आल्या नसत्या.''

"टेड, लहानपणी तुला आईने कधीतरी सांगितले असेल की, विस्तवाशी खेळ खेळायला जाल, तर तुमची बोटे भाजली जातील.''

टेडला आपल्या योजनेतील कच्चे दुवे उघड करायचे नव्हते. मग मीही ते कच्चे दुवे त्याच्या तोंडून वदवण्याच्या भानगडीत पडलो नाही. टेड सांगत होता, "शेवटी आमची योजना फिसकटली; पण ती संपूर्णपणे भरकटली नाही. खलीलला आपण पकडणे आणि त्याला त्याच्या आईचे व वडिलांचे रहस्य सांगून लिबियात परत पाठवणे, हे फार फार महत्त्वाचे आहे. जाता जाता आणखी एक सांगायचे म्हणजे, खलीलच्या वडिलांचा म्हणजे करीम खलीलचा खून हा त्यांच्याच एका कौटुंबिक स्नेह्याने पॅरिसमध्ये केला होता. त्याचे नाव हबीब नादिर. हा सैन्यात कॅप्टन होता. त्याने आपल्या मित्राचा, कॅप्टन करीमचा खून हा खुद्द मोहंमद गडाफीकडून मिळालेल्या थेट हुकूमानुसार केला होता. असद खलील इथून निसटून लिबियाला सुखरूप परतू शकण्याचीही शक्यता आहे. मग आपल्याला त्याच्याशी कधीच बोलता येणार नाही. म्हणून मी असे तुम्हाला सांगतो की जर तुम्हाला त्याच्याशी बोलायची संधी मिळाली तर गडाफीने त्याच्या कुटुंबाशी कशी गद्दारी केली, ते त्याच्या कानावरती घाला.''

मी म्हणालो, "मी त्याच्याशी काय काय बोललो. ते मला आठवू दे. ..... अमेरिकेबद्दल त्याचा आकस का आहे त्यावर आम्ही बोललो.... नंतर तो मला का ठार मारणार आहे.... आणखी मी काय काय बोललो बरं?....''

"विगिन्सच्या घरी त्याच्याशी फोनवर बोलत असताना तुम्ही हे सारे मुद्दे शेवटी शेवटी बोलला होतात.''

"जेव्हा मी त्याला कॅमल xxx अशी शिवी दिल्यानंतरचे हे बोलणे आहे.''

"मग बरोबर. तुम्हाला ठार करण्याचे त्याच्या का मनात आले ते.'' असे म्हणून तो हसला आणि त्याने मला विचारले, "अन् मग नंतर तुम्ही त्याच्याशी बोलताना

ह्या मुद्द्यावर विस्ताराने चर्चा केली का?''

''एफबीआयमध्ये काय चालते ह्याची तू माहिती काढत असतोस, असे दिसते.''

''आपल्या दोघांच्या खात्यांचे माहिती काढणे हे कामच आहे. आपले काम काही वेगवेगळे नाही,'' टेड मखलाशी करीत म्हणाला.

''नाही, तुमच्या-आमच्या कामात फरक आहे.''

''उगाच 'तुमच्यापेक्षा आम्ही अधिक पवित्र' अशी भूमिका घेऊ नका. सद्‌गुणांचे वलय तुमच्यामागे शोभून दिसत नाही,'' टेड म्हणाला.

शेवटी हा विषय आणि हे बोलणे सोडून देत मी केटला म्हटले, ''चल आता.'' मग टेडला म्हणालो, ''जायलाच हवे. सिनेटच्या चौकशी समितीसमोरच आता भेटू.''

''एक मिनिट. माझ्या एका प्रश्नाचे उत्तर द्या. गडाफीने खलीलच्या कुटुंबाशी जी गद्दारी केली, त्याबाबत तुम्ही त्याच्याशी बोललात का?''

''तुला काय वाटते?''

''मला वाटते की तुम्ही तसे बोललात. कारण जेव्हा आपण न्यूयॉर्क व वॉशिंग्टन येथे भेटलो होतो, तेव्हा तुमच्या बोलण्यात थोडासा असा दृष्टिकोन आला होता. अन्‌ दुसरे कारण असे की तुम्ही अत्यंत हुशार व बुद्धिमान आहात आणि दुसऱ्याला चिडवून त्याला राग कसा आणावा, हे तुम्हाला चांगले समजते.''

मी यावर स्मित केले. टेड हा तसा भला माणूस होता. फक्त थोडासा वाकड्या चालीचा होता. मी त्याला म्हणालो, ''मी त्याच्याशी बोलताना ह्या साऱ्या गोष्टी संधी साधून त्याच्या कानावर घातल्या आहेत. तुझ्या त्या एफबीआयमधल्या मित्राने तुला आमचे ते संभाषण सांगितले असेलच. त्याची आई गडाफीला लागू होती आणि त्याच्या वडिलांचा खून गडाफीने केला, हेही त्याच्या कानावर मी घातले. नंतर चिडून त्याने मला 'गळा व जीभ कापेन' म्हणून धमकीही दिली; पण त्याच्या आईला मी लागू नव्हतो की त्याच्या वडिलांचा मी खून केला नव्हता. मग तो माझ्यावर का चिडला होता?''

माझे पाचकळ विनोद ऐकण्यात टेडला मजा वाटत होती आणि खलीलच्या कानावर योग्य ते सत्य घालावयाचे बहुतेक काम मी केले आहे म्हणून तो खूष झाला होता. त्याने विचारले, ''तुम्ही जे बोलला ते त्याला पटले अशी तुमची समजूत झाली ना?''

''ते मला कसे कळणार? त्याने नंतर मला ठार करायची धमकी दिली; पण तो आपल्या गडाफी काकाबद्दल काहीही बोलला नाही.''

क्षणभर विचार करून टेड यावर म्हणाला, ''याचे कारण कोणत्याही अरबाला

स्वत:चा अभिमान असतो, आपल्या कुटुंबाचा अभिमान असतो, त्याला अरबी भाषेत इर्द म्हणतात. त्यामुळे या इर्दला, किंवा गर्वाला जर कोणी धक्का लावला तर त्याचा बदला घेण्यासाठी त्यांचे रक्त उसळते.''

''पण कुटुंब न्यायालयाच्या पद्धतीपेक्षा हीच रांगडी पद्धत जगात अधिक व्यवस्थित चालते.''

टेड माझ्याकडे पहात म्हणाला, ''मला वाटते की खलील गडाफीला ठार करेल. अन् जर त्याला हबीब नादिरचेही रहस्य कळले तर त्यालाही तो ठार करेल. शिवाय यासंबंधात आणखी कितीजणांचे खून तो लिबियात पाडेल ते देव जाणे. मग आमची जी योजना तुम्हाला आवडत नाही, तीच योजना किती निर्दोष आहे, हे सिद्ध होईल.''

आम्हा दोघांपेक्षा केटच्या नीतीमत्तेच्या कल्पना बऱ्याच वरच्या होत्या. ती म्हणाली, ''कोणालाही असे टोचून बोलून, चिडवून, राग आणवून त्याला खुनास प्रवृत्त करणे, याचे अजिबात समर्थन होऊ शकत नाही. एखाद्या राक्षसाविरुद्ध लढा द्यायचा असेल तर आपणही त्याच्यासारखेच राक्षस व्हायला पाहिजे, असे नाही. हे चूक आहे. साफ चूक आहे.''

कर्नल मोहंमद गडाफीला संपवण्याच्या योजनेचे समर्थन करण्याचे टेडने चातुर्याने टाळले. तो केटला म्हणाला, ''आमच्याकडे एक 'नीतीशास्त्र समिती' आहे. तिच्यापुढे या योजनेवरती उलटसुलट व साधकबाधक चर्चा झाली. आमची योजना त्या चर्चेतून तावून सुलाखून बाहेर पडली आहे.''

मी एकदम फसकन् हसत म्हणालो, ''टेड तू अशा नीतीशास्त्र समितीसमोर गेलास म्हणजे गहजब आहे आणि काय रे, एटीटीएफच्या गटात सामील होऊन आपली योजना परभारे राबवायची, असा तुझा त्यामागचा हेतू होता ना? त्यामागे कसली आली आहे तुझी नीतीमत्ता? मी तरी कसा शेवटी नेमका काम करताना तुझ्याच समोर आलो, ते कळत नाही.''

''मीच तुम्हाला इथे बोलावून घेतले. तुमच्या बुद्धीचा आणि चिकाटीचा मला खरोखर हेवा वाटतो. तुम्ही दोघांनी तर खलीलला विमानतळावरती जवळजवळ थांबवले होते. जॉन, मी तुम्हाला पूर्वीच सांगितले होते की, तुम्हाला जर आमच्या संघटनेत काम करायचे असेल तर नोकरी ठेवलेली आहे. केट, तुलाही माझे हेच सांगणे आहे.''

मी त्यावर त्याला म्हणालो, ''मी याबद्दल आमच्या आध्यात्मिक गुरूंचा आधी सल्ला घेईन. ठीक आहे, चलतो आता. मोठी झकास मीटिंग झाली.''

''जरा एकदोन बाबीच सांगतो.''

''ओके, शूट.''

“तुम्ही जे जे विनोद करता ते ते मला नेहमी आवडत गेले होते. विशेषत: तो अ‍ॅटॉर्नी जनरलचा विनोद तर खूपच आवडला. तुमच्या विनोदात बरीच वास्तवता भरलेली असते. आज दुपारी वॉशिंग्टनमध्ये एफबीआय एक भव्य पत्रकार-परिषद घेणार आहे. माझ्या संघटनेला मात्र अशा परिषदा घेता येत नाहीत.”

“अगदी बरोबर. तसेच पाहिजे, असे माझे मत आहे.”

“आणि सीआयए ही संघटना त्या सशाला डबल एजंट बनवेल.” तो त्या पूर्वीच्या विनोदाचा संदर्भ देत बोलला व पुढे म्हणाला, “खलीलच्या केसला तर हा विनोद लागू होईल, असे दाट वाटते.”

“पण त्याचबरोबर टेड, तू हेही लक्षात ठेव की पोलीस त्या अस्वलाला मारून मारून ससा बनल्याचे त्याच्या तोंडून कबूल करून घेतील.”

“ते खरे आहे, पण त्यामुळे अस्वलाचा ससा प्रत्यक्षात होत नाही, हेही तितकेच खरे आहे.”

“याचे कारण या केसमध्ये अस्वलाने ‘आपण ससा आहोत’ असे म्हणणे महत्वाचे असते. आपण तसेच काहीसे करत आहोत. अन् हेही लक्षात ठेवा की जे डबल एजंट बनतात, त्यांची निष्ठा फक्त स्वत:वरच असते. अन्य कोणाशीही नसते.”

“आता मी तुम्हा दोघांना एक शेवटची विनंती अशी करतो की कृपा करून आत्ताचे बोलणे कुठेही सांगू नका. असद खलील पुन्हा लिबियाला परतणे महत्त्वाचे आहे.” टेडने आम्हाला कळकळीने विनवून सांगितले.

केट यावर स्पष्टपणे म्हणाली, “नाही. ते अजिबात महत्त्वाचे नाही. महत्त्वाचे हे आहे की खलीलला हत्या करण्याच्या आरोपांवरून अमेरिकेच्या न्यायालयात खेचून पिंजऱ्यात उभे करणे.”

टेड माझ्याकडे पहात म्हणाला, “मला वाटते की तुम्हाला तरी माझे म्हणजे समजू शकेल.”

“ज्याच्या हातात एक ताकदवान रायफल आहे त्याच्याशी मी कसा काय वर तोंड करून बोलू शकतो?” मी वाद टाळण्यासाठी विनोदाने म्हणालो.

टेड म्हणाला, “मी तुम्हा दोघांना कसलीही धमकी देत नाही. तेव्हा उगाच नाटकीपणे बोलू नका.”

“सॉरी. हा त्या ‘एक्स फाईल्स’ या टीव्ही मालिकेचा प्रताप आहे. या टीव्हीमुळे माझा मेंदू सडू लागला आहे. अगदी पार त्याचा ‘मिशन इम्पॉसिबल’ चित्रपट झाला आहे. ठीक आहे. भेटू परत.”

“मी रॅन्चकडे खरंच येऊ शकणार नाही. कारण त्या तिकडे खलील आहे. आणि तुम्ही दोन बदके सरळ उघड्यावरून शिकाऱ्याच्या टप्प्यामधून जात आहात.”

"टेड, इथे तुझ्याबरोबर बसणे किंवा गोळ्या चुकवत जाणे यातला पर्याय निवडायला सांगितला तर मी कोणता पर्याय स्वीकारेन असे वाटते?"

"हे बघा, नंतर म्हणू नका की मी सावधगिरीची सूचना दिली नव्हती."

मी त्यावर काहीच उत्तर दिले नाही. सरळ वळून चालू लागलो. केटही माझ्यामागून येऊ लागली.

तेवढ्यात टेड ओरडून म्हणाला, "तुम्हा दोघांचे लग्न ठरल्याबद्दल अभिनंदन. लग्नाला मला बोलवायला विसरू नका."

माझी पाठ अजूनही त्याच्याकडे होती. मी तोंड न वळवता हात हलवून त्याचा निरोप घेतला. टेड हा खरोखर असामान्य होता. आपल्या देशासाठी जे काही सर्वोत्तम ठरेल तेच तो करायचा. त्याच्या व आमच्या नीतीमत्तेच्या कल्पनांचा, धोरणांचा जो संघर्ष झाला त्याला काही अर्थ नव्हता. कारण दोन्ही बाजू बरोबर होत्या आणि निर्णयशक्ती आम्हा कुणाच्याच हातात नव्हती. आम्ही दोघेही आपापल्या परीने आपापले कर्तव्य करीत होती.

त्या VORTAC इमारतीपासून पुढच्या उताराच्या दिशेने आम्ही चालत राहिलो. टेडच्या रायफलीमधून माझ्या पाठीत एखादी गोळी बसेल का खलीलच्या रायफलीमधून सुटलेली गोळी बसेल, हे सांगणे कठीण होते.

आम्ही चालत राहिलो; पण केटवर मात्र भलतेच दडपण आले होते. मी तिला धीर देण्यासाठी म्हटले, "सर्व काही ठीक आहे. तू नुसती तोंडाने शिट्टी वाजवीत रहा."

"माझ्या तोंडाला कोरड पडली आहे."

"अं?"

"माझ्या पोटात कसेतरी होते आहे."

"कदाचित् सकाळची वेळ— "

"जॉन, विनोद पुरेत. हे....हे काहीतरी वेगळेच आहे. त्यांनी काय केले ते तुला कळले का?"

"केट, ते एक फार मोठा धोकादायक खेळ अति रांगडेपणे खेळत आहेत."

"पण इथे त्या सैतानाने शेकडोजणांचे मुडदे पाडलेत आणि त्याला सरळ जाऊ द्यायचे?"

"जाऊ दे. आता त्याबद्दल न बोलणेच बरे. ठीक आहे?"

तिने आपली मान हलवली.

आम्हाला एका घोड्याच्या रपेटीचा मार्ग सापडला. तो तांबड्या रंगाच्या खडकांना आणि झुडपांना भेदून जात होता. मला अशी आशा होती की गस्त घालणारी एखादी जीप आम्हाला वाटेत भेटेल. किंवा एखादे पक्के ठाणे वाटेत

दिसेल; पण जेव्हा गरज असते तेव्हा ही सिक्रेट सर्व्हिसची माणसे गुप्त झालेली असतात.

आता आकाशात चांगलेच फटफटले होते. समुद्रावरून एक मंद झुळूक आली. जमिनीवरचे धुके त्यामुळे हलू लागले. आमच्या संरक्षणाच्या दृष्टीने ते चांगले नव्हते.

ज्या दिशेला रॅन्च हाऊस आहे असे वाटले. त्या दिशेने आम्ही चालत जाऊ लागलो; पण ती वाट इतक्या वेळा वळत होती आणि चमत्कारिक वेडीवाकडी वळणे घेत होती की शेवटी आपण नक्की कुठे आहोत तेच कळेनासे झाले.

केट म्हणाली, ''मला वाटते की आपण रस्ता चुकलो, नक्की चुकलो. माझे पाय दुखू लागले आहेत. मी दमले आहे आणि मला तहान लागली आहे.''

''थोडा वेळ बसून आपण विश्रांती घेऊ या.'' आम्ही एका सपाट खडकावर बसलो. आजुबाजूची झुडपे ही कधीही न पाहिलेली अशी होती. काऊबॉय सिनेमात दाखवतात तशी ती होती. खुरटलेल्या झुडपांची तिथे दाटी झालेली होती; पण ती एवढी उंच नव्हती की त्यामागून चालत राहून खलीलच्या रायफलीपासून बचाव करावा. त्यापेक्षा इथेच थांबून राहिलो तर? मी केटला म्हटले, ''खलीलचे लक्ष रॅन्चवरती असणार आहे. म्हणजे तो रॅन्चपासून पाचशेसहाशे फुटांवर असणार. म्हणून आपण फार रॅन्चच्या जवळ जायला नको.''

''चांगली कल्पना आहे. मग आपण इथेच थांबून राहू. म्हणजे खलीलला आपल्यावर शांतपणे गोळ्या झाडता येतील.''

''मी थोडा वेळ त्याचा विचार बाजूला ठेवला आहे.''

''नाही, तसे नाही करायचे. असा विचार करा की कदाचित तो आपल्याला मारणार नसेल. कदाचित तो आपल्या पायावर गोळ्या झाडणार असेल. मग आपल्याकडे येऊन तुम्हाला धमकी दिल्याप्रमाणे तुमची जीभ व गळा कापायचा त्याचा विचार असेल.''

''म्हणजे तू यावरती विचार केला असता तर.''

ती जांभई देत म्हणाली, ''आपल्याजवळ पिस्तुले आहेत. अन् मी त्याला तुम्हाला गोळी घालू देणार नाही,'' असे म्हणून ती मलूलपणे हसली.

''थोडी विश्रांती तर घे.''

दहा मिनिटांनी मला एक आवाज अत्यंत हळू ऐकू आला; पण तो आवाज नेहमीच्या ऐकण्यातला होता. हेलिकॉप्टरची पाती फिरत असताना हवा कापण्याचा जो आवाज ऐकू येतो तसा तो आवाज होता.

मी त्या चार फूट उंचीच्या खडकावर उभा राहिलो व कान देऊन ऐकू लागलो. मी म्हणालो, ''शेवटी सैन्याला घोडदळाची कुमक आली आहे. हवाई घोडदळाची कुमक! वॉव्. त्या तिकडे बघ.''

"काय?" असे म्हणून ती उठून उभी राहू लागली. माझा हात पकडून तिने स्वत:ला वर ओढले व मला चिकटून ती उभी राहिली. आम्ही दोघेही हेलिकॉप्टर्स बघू लागलो. ती एकूण सहा हेलिकॉप्टर्स होती. काही अंतरावरती ती गोल गोल फेऱ्या मारीत होती. नक्कीच ती रॅन्चमधल्या घरांवर घिरट्या घालीत असणार. म्हणजे आम्ही त्या घरांच्या जवळ येऊन पोचलो होतो. शिवाय आम्हाला आता चालत जाण्यासाठी त्या घरांची दिशाही कळून चुकली होती.

मी आता एक अवाढव्य आकाराचे दोन इंजिनांचे 'चिनूक' जातीचे हेलिकॉप्टर क्षितिजावरून इकडे येताना पाहिले. त्याच्या खाली एक मोटरगाडी लटकलेली होती. ती एक मोठी काळ्या रंगाची 'लिंकन' मोटार होती. "ती गाडी नक्कीच बुलेटप्रूफ असणार," केट म्हणाली.

"त्या, गाडीचे सांकेतिक नाव 'स्टेजकोच.' जमिनीवरून जाताना त्या गाडीच्या मागे व पुढे आणखी एकेक गाड्या असणार. पुढच्या गाडीचे सांकेतिक नाव 'ट्रॅकर' तर मागच्या गाडीचे नाव 'ट्रेसर.' लिंकन गाडीत 'रॉहाईड' व 'रेनबो' बसणार. सहा 'होलीज्', म्हणजे सहा हेलिकॉप्टर्स घरावर उडत राहून संरक्षण देणार. त्यात 'हर्क्यूलीज्' संरक्षक माणसे असणार. डॉनर, ब्लिट्झेन आणि रुडॉल्फ हे मागून येत रहातील." जिन ज्या सांकेतिक भाषेत बोलत होता, तशाच भाषेत मी ते वर्णन केले.

म्हणजे शेवटी घरातून त्या बुलेटप्रूफ गाडीत राष्ट्राध्यक्ष बसले की खलील त्यांचा केसही वाकडा करू शकत नव्हता. त्याने झाडावर लपून बसून जरी गोळी झाडली तरी वरती हिंडत रहाणाऱ्या हेलिकॉप्टर्सना ताबडतोब ते समजणार होते. त्यांच्याकडे खूप उपकरणे होती. मग ते त्या जागेवर जाऊन वरून जबरदस्त मारा करून मारेकऱ्याला तात्काळ नष्ट करणार होते. या एवढ्या अजस्र व अचूक यंत्रणेपुढे खलीलचे काय चालणार होते? हातातोंडाशी आलेला घास त्याला घेता येणार नव्हता. त्याचे सूडस्वप्न अर्धवट रहाणार होते. मग तो चिडणार होता. रायफल हातात असलेला चिडलेला माणूस काय करतो?

खलीलच्या योजनेला रेगन बळी पडणार नाही, याची खात्री पटल्याने केटने एक सुस्कारा टाकला किंवा दमल्यामुळे तसा नि:श्वास तिने सोडला असेल.

आम्ही काही मिनिटे ते हवाई नाट्य पाहात होतो. खाली जमिनीवर नेमके काय चालले आहे, ते आम्हाला दिसू शकत नव्हते. रेगन पतीपत्नी हे त्या बुलेटप्रूफ गाडीत बसून पेन्सिल्व्हानिया ॲव्हेन्यू रस्त्यावर फेरफटका करण्यास निघाले असणार. त्यांच्या मागेपुढे संरक्षक गाड्या आणि वरती हेलिकॉप्टर्सचे संरक्षण असणार. आमचा कार्यभाग साध्य झाला. इथे वाकडी वाट करून येण्याचे सार्थक झाले. आता आमचे काहीही होवो.

असद खलील जिथे कुठे असेल तिथून तोही पहात असणार. तो आपल्या

नकली मिशांची टोके पिळत म्हणत असेल, "पुन्हा मला अपयश आले!" आपली शिकार गमावल्याचे दु:ख होऊन तो चरफडणार.

सर्व गोड असले की शेवटही गोड होतो! खरे आहे हे?

असद खलील आता आपला राग छोट्या शिकारीवरती काढणार.

पण माझ्या मनात असा विचार येऊन त्यानुसार पुढची कृती झटकन करायला हवी होती. पुढची कृती एकच होती. ती म्हणजे त्या खडकावरून उड्या टाकून झुडपात घुसून लपणे आणि मदतीची वाट पहाणे.

पण त्याआधीच असद खलीलने आपल्या मोठ्या सावजावरचे लक्ष काढून लहान सावजाकडे वळवले.

५६

नंतरच्या क्षणात जे घडले ते चित्रपटात दाखविल्या जाणाऱ्या संथ हालचालींमध्ये, स्लो मोशनमध्ये, जसे दिसते तसे घडले. प्रत्यक्षात हृदयाच्या दोन ठोक्यांच्या दरम्यान ती घटना घडली.

मी केटला त्या खडकावरून खाली उडी मारायला सांगितली होती. मी उडी मारली; पण माझ्यानंतर अर्ध्या सेकंदाने तिने उडी मारली.

रायफलमधून गोळी झाडण्याचा जो 'कडाड्' आवाज येतो तो मी ऐकला नाही. कारण खलीलच्या रायफलीला सायलेन्सर बसवला होता; पण ती रायफल आमच्यापासून जवळ असलेल्या झाडावरून झाडली गेली होती हे नक्की. कारण माझ्या डोक्यावरून गेलेल्या गोळीचा 'झिऽऽम्' आवाज मी ऐकला. एखादी मधमाशी आपल्या डोक्यावरून वेगाने निघून जावी, त्या वेळी जसा आवाज येतो तसा काहीसा तो आवाज होता. त्या वेळी मी खडकावर उभा होतो व खाली उडी मारल्यावर अर्ध्या सेकंदात तो आवाज मला ऐकू आला.

केट त्या खडकावर अडखळली व तिच्या तोंडून थोडासा वेदनेचा आवाज झाला. तिचा पाय मुरगळल्यावर जसा आवाज माणूस करतो तसा आवाज तिने केला होता. क्षणात मला कळून चुकले की तिने प्रथम तो आवाज केला व नंतर ती अडखळली. त्यानंतर संथ गतीमध्ये अत्यंत सावकाश सावकाश ती खडकावरून खालच्या वाटेवर कोसळत गेल्याचे मी पाहिले. निदान माझी स्मृती मला तसे चित्र दाखवते.

मी झटकन् तिच्या शरीरावरती माझे शरीर झोकून दिले. दोन्ही हातांनी तिला

मिठी मारली आणि तिला घेऊन गडबडा लोळत मी त्या वाटेशेजारच्या उतारावर स्वत:ला तिच्यासकट लोटून दिले. तिथे विरळ झालेली झुडपे होती. त्या झुडपांना जाऊन आम्ही धडकलो. दरम्यान आणखी एक गोळी आमच्या डोक्यावरून गेली. जाता जाता तिने त्या खडकाची कपची उडवली होती. त्या कपचीचे कण वेगाने उडून माझ्या मानेत घुसले.

मी पुन्हा केटला घेऊन लोळत गेलो; पण आता इथे दाट झुडपे होती. त्यांना जाऊन आम्ही थटलो. मी केटला म्हटले, "अजिबात हलू नकोस."

आम्ही तसेच पडून राहिलो. खलीलकडून येणाऱ्या गोळीच्या दिशेला माझी पाठ होती. मी हळूचा मान वळवून मागे पाहिले, खलील कुठे झाडावर दिसतो का ते मला पहायचे होते. ती झाडांची ओळ आमच्यापासून ३०० फुटांवरती होती.

ती झाडे आणि आम्ही यांच्यामध्ये काही लहान दगड, झुडपे, वगैरे होते; पण तो कोणत्या झाडावर किती उंच होता त्यावरून त्याला आम्ही कितपत नीट दिसत होतो, ते अवलंबून होते. कदाचित त्याला अजूनही आम्ही नीट दिसू शकत असू.

माझ्या अंगावरील कपडे थोडेसे गडद असल्याने ते आजुबाजूच्या झाडा-झुडुपात, दगडमातीत मिसळून जात नसतील, त्यातून केटच्या अंगात तर तांबडा कोट होता; पण ज्याअर्थी अजून गोळ्या झाडल्या जात नव्हत्या, त्याअर्थी खलीलच्या नजरेतून आम्ही तात्पुरते निसटत असलो पाहिजे. किंवा पुढची गोळी झाडण्यास तो मुद्दामच वेळ घेत असला पाहिजे.

मी वळून केटच्या डोळ्यात पाहिले. वेदनेमुळे ते किंचित तिरळे होत होती. तिला होणाऱ्या यातनांमुळे हळूहळू ती माझ्या मिठीत वळवळ करू लागली. मी तिला म्हटले, "केट, हलू नकोस. माझ्याशी बोल."

केटला श्वासोच्छ्‌वास करणे जड होऊ लागले होते. तिला नक्की कुठे व किती लागले आहे, ते मला अजून समजले नव्हते. पण तिच्या अंगातून रक्त बाहेर पडत होते हे नक्की. कारण बाहेर पडलेले ते रक्त माझ्या शर्टात झिरपत होते. त्याचा उबदारपणा मला जाणवू लागला. बापरे! मी तिला परत म्हटले, "केट,...केट माझ्याशी बोल....बोल."

"मला...., मला गोळी .... लागली आहे."

"ठीक आहे....टेक इट ईझी. अजिबात हालचाल करू नकोस. मला बघू दे तुला गोळी कुठे लागली आहे ती." माझ्या उजव्या हाताने मी तिचे शरीर चाचपडू लागलो. माझा हात तिच्या पोटावर होता. गोळी आत शिरल्याची जखम माझी बोटे शोधत होती. पण मला ती सापडत नव्हती; परंतु रक्त मात्र बाहेर येतच राहिले होते. *अरे, देवा....!*

मी मान वळवून तिच्या चेहऱ्याकडे पाहिले. तिच्या तोंडातून किंवा नाकातून

रक्त बाहेर येत नव्हते. ही एक चांगली खूण होती. तिचे डोळेही स्वच्छ दिसत होते.

"ओऽ जॉन, डॅम इट.... फार....फार यातना होत आहेत....." ती कशीबशी बोलली.

शेवटी मला गोळी घुसलेली जागा सापडली. ती तिच्या डाव्या बरगड्यांखालीच होती. मी मग लगेच माझा हात तिच्या पाठीवरून फिरवित ती गोळी कुठून बाहेर पडली ती जागा शोधू लागलो. शेवटी ती जागा तिच्या कमरेखाली सापडली. पण तिथून रक्त बाहेर पडत नव्हते, याचा अर्थ मांसामधून ती गोळी आरपार गेली होती. कोणत्याही महत्त्वाच्या अवयवांना तिने धक्का लावला नसावा पण जरी रक्त बाहेर येत नव्हते, तरी शरीरात अंतर्गत रक्तस्राव होत असला तर? मला त्याचीच काळजी वाटू लागली. मग जखमी झालेल्या लोकांशी जसे धीर देणारे बोलावे लागते तसे मी तिला बोलू लागलो, "केट, काहीही काळजी करू नकोस. तुला फार लागलेले नाही. तू ठीक होशील."

"तुमची खात्री आहे?"

"होय."

तिने एक मोठा श्वास घेऊन आपल्या हाताने गोळी शिरलेली जागा व गोळी बाहेर पडलेली जागा चाचपडून पाहिली.

मी माझ्या खिशातून रुमाल बाहेर काढून तिच्या हातात दिला आणि म्हटले, "जखमेवर दाबून धर."

मग आम्ही दोघे कसलीही हालचाल न करता पडून राहिलो, वाट पहात राहिलो.

खलीलने ती गोळी माझ्यासाठी झाडली होती. पण शेवटी गोळीचा रोख, तिचे वजन, तिला झालेला हवेचा विरोध, झाडण्याची वेळ आणि दैव यांच्यावरती पुढचा परिणाम अवलंबून असतो. मी तिला धीर देत परत म्हणालो, "ठीक आहे, ती जखम एवढी गंभीर नाही."

केटने आपले तोंड माझ्या कानाजवळ आणले. तिचा श्वास मला जाणवू लागला. ती म्हणत होती, "जॉन...."

"येस?"

"तुम्ही किती वेडे आहात!"

"अं?"

"पण तरी तुम्ही मला आवडता. आय लव्ह यू! आता इथून आपण निघूया."

"नाही. स्तब्ध पडून रहा. त्याला आपण दिसत नाही. अन् जोपर्यंत दिसत नाही, तोपर्यंत त्याला गोळी झाडता येणार नाही."

पण माझे हे बोलणे जणू काही त्याला ऐकू गेले असावे. कारण पुढच्याच

क्षणाला धूळ व दगडांचे तुकडे आमच्या आजुबाजूला उडू लागले. आमच्या डोक्यावर बारीक बारीक फांद्यांचा वर्षाव झाला. खलीलच्या रायफलीमधील मॅगझीन-मध्ये चौदा गोळ्या होत्या. त्याने त्यातल्या साऱ्या उरलेल्या गोळ्यांचा वर्षाव आमच्या जागेवर केला. एकामागोमाग एकेक गोळ्या येत होत्या. मला वाटते की हा गोळीबार कधी थांबणारच नाही. हा गोळ्यांचा पाऊस आता अविरत चालणार. त्यातून त्याने आपल्या रायफलीला सायलेन्सर लावला होता. त्यामुळे गोळ्यांचे आवाज न होता फक्त त्या जिथे आपटतात, तिथलेच आवाज होत होते.

त्याने ती शेवटची गोळी झाडली असावी. कारण त्यानंतर मला कसलेही आवाज ऐकू आले नाही; पण त्या गोळीमुळे माझ्या पार्श्वभागातून एक जोरदार कळ उमटली. मला ती गोळी तिथे लागली होती. कंबरेच्या हाडातून एक वेदना निर्माण होती आहे, हे मला जाणवले. मी हात मागे चाचपून पाहिले. ती जखम हाडांपर्यंत होती. गोळी बाजूने आत घुसली व हाडाला खरवडून बाहेर पडली, हे मला कळून चुकले. मी म्हणालो, "डॅम इट्!"

"जॉन, ठीक आहात ना?"

"अंऽ? हो."

"आपल्याला इथून बाहेर पडायचे आहे."

"मी तीन आकडे मोजतो. नंतर या झुडपांमधून वेगाने रांगत बाहेर जाऊ; पण तीन सेकंदांपेक्षा जास्त वेळ पळायचे नाही. त्यानंतर आपण सूर मारू व लोळत जाऊ. ठीक आहे?"

"ठीक आहे."

"एक, दोन -"

"थांबा. त्यापेक्षा आपण ज्या खडकावर बसलो होतो तिथेच गेलो तर?"

मी मागे वळून त्या खडकाकडे पाहिले. तो चारफूट उंच होता. फारसा रुंद नव्हता. तिथे पडलेले आजुबाजूचे दगडही लहान होते; पण जर आम्ही त्या खडकाच्या मागे ओणवे होऊन बसलो तर मात्र सुरक्षित रहाणार होतो. आमच्यावर खलीलला झाडावरून गोळी झाडता येणार नव्हती. मी म्हणालो, "ठीक आहे, पण तिथे थोडीशी आपल्याला दाटी होईल."

"तो पुन्हा गोळी झाडायच्या आत आपल्याला तिथे पोचले पाहिजे. एक, दोन, तीन-"

आम्ही एकदम उसळी घेतली आणि त्या खडकाच्या दिशेने ओणवे होऊन धावलो. तो खडक खलीलच्या दिशेने असल्याने त्याचे व आमच्यातले अंतर कमी झाले.

परंतु धावताना माझ्या डोक्यावरून पुन्हा तो मघाचा गोळी हवेतून जातानाचा

'झिऽऽऽम्' आवाज ऐकू आला. पण खलीलला आमच्यावरती नेम धरताना त्या खडकाच्याही वर धरावा लागत होता. अन् तो झाडावर फार उंचावर बसला नसल्याने त्याला आमच्या दिशेने जास्त मोठा कोन साधता येत नव्हता.

केट आणि मी त्या खडकाला जवळजवळ धडकलोच. मग वळून खडकाला पाठ लावून आम्ही बसलो. आमचे गुडघे आम्ही आमच्या छातीपर्यंत वर घेऊन अंग चोरून बसलो. केटने हातातला रुमाल जखमेवर दाबून धरला होता. दोनतीन सेकंदांनी आमच्या जिवात जीव आला. आता आम्ही सुरक्षित जागी होतो. आमच्या दिशेने गोळ्या झाडल्या जात नव्हत्या. त्या हलकटाला झाडावरून खाली उतरून आमच्या दिशेने येण्याइतपत धैर्य कसे नाही याचे मला नवल वाटले होते; पण जर तो येत असेल तर? मी माझे पिस्तूल काढून हातात घेतले. वळत वळत त्या खडकाकडे तोंड केले. मग पटकन खडकाच्या वर डोके आणि पिस्तूल काढले. मी झटपट समोरच्या मोकळ्या जागेकडे पाहिले आणि डोके खाली घेतले. समोर कोणीही नव्हते. पण डोके खाली घेताक्षणी एक गोळी आमच्या दिशेने आली आणि खडकाला चाटून गेली. जाता जाता त्या गोळीने त्या खडकाच्या कपच्या उडवल्या. मी म्हणालो, ''या पठ्ठ्याला गोळ्या कशा व केव्हा झाडायच्या ते चांगले ठाऊक आहे असे दिसते.''

''पण तुम्ही कशाला उगाच ते बघायला जाता? मुकाट्याने इथेच बसून रहा.'' तिने मला हुकूम केला.

''तू इतके अधिकारवाणीने बोलायला कधी शिकलीस.''

''तुमच्याशी लग्न ठरले तेव्हापासून.''

''खरं?''

''आता बसा आणि गप्प रहा.''

''ओके.''

तर आम्ही तिथे बसून राहिलो. अंगातले रक्त सांडत राहिलो. आश्चर्य म्हणजे असद खलीलही शांत राहिला होता. गोळ्या झाडत नव्हता. त्यामुळे तर मला जास्त काळजी वाटू लागली. हा आता नक्की काय करत असेल? तो आमच्यापासून फार दूर नव्हता. अवघ्या पन्नाससाठ फुटांवरती असावा. मग हा झुडपातून हळूहळू लपतछपत आमच्या दिशेने येण्याचा प्रयत्न करीत आहे काय?

मी केटला म्हणालो, ''मी हवेत काही गोळ्या झाडतो. म्हणजे आजुबाजूला कोणी सिक्रेट सर्व्हिसची माणसे असतील तर त्यांचे लक्ष वेधले जाईल. शिवाय खलील आपल्या दिशेने येत असेल तर तोही थांबून राहील.''

''नाही. जर तुम्ही तसे करून सिक्रेट सर्व्हिसची माणसे इथे आली तर खलील त्यांनाच टिपून मारेल. आपल्यामुळे त्यांचा मृत्यू झाला अशी चुटपूट मला जन्मभर

लागून राहील. अन् आत्ता इथे आपल्याला काही धोका नाही ना. मग बसून रहा.''

तिथे धोका नाही याची मला खात्री नव्हती. पण थोडा वेळ थांबायला काय हरकत होती? शेवटी जॉन कोरी, मॅन ऑफ ॲक्शन, निमूटपणे बसून राहिला. एका मिनिटानंतर मी म्हटले, ''मी जर टेडचे लक्ष वेधले तर त्या दोघांत गोळीबारांची स्पर्धा सुरू होईल.

''त्यापेक्षा स्वस्थ बसा आणि झुडपात काही आवाज होत आहेत का तिकडे कान देऊन ऐकत रहा.''

''हीपण एक चांगली कल्पना आहे.''

केटने आपला अंगातला कोट काढून तो कंबरेभोवती गुंडाळून त्याच्या दोन्ही बाह्यांची गाठ मारून टाकली. पक्की आवळून ठेवली. रक्तस्राव कमी करण्याचा तिचा तो एक प्रयत्न होता. नंतर तिने आपल्या खिशात हात घालत म्हटले, ''मी सीस्केप मोटेलला मोबाईल फोन करून आपल्या माणसांना इथली परिस्थिती सांगते. मग ते तिथून सिक्रेट सर्व्हिसला फोन करतील.....''

ती आपल्या खिशात शोधत राहिली व काही वेळाने म्हणाली, ''माझा फोन सापडत नाही.''

आम्ही हातांनी जमिनीवर चाचपून पाहू लागलो. केटने तिच्या बाजूकडे हात लांब करून चाचपडून पहाण्यास सुरुवात करताच तिच्या हाताजवळील जमिनीतून छोटे छोटे स्फोट झाले. चटका बसावा तसा तिने आपला हात मागे घेतला. खलीलने तिथे गोळ्या झाडल्या होता. ती म्हणाली, ''मला वाटले की त्या गोळ्या माझ्या बोटांना चाटून गेल्या. पण थोडक्यात बचावले..... माझ्या हाताला मात्र काहीतरी गरम स्पर्श झाला....''

''त्या माणसाला बरोबर गोळ्या झाडता येत आहे. तुझा मोबाईल कुठे आहे?''

तिने पुन्हा आपले सर्व खिसे बोटांनी चाचपडले. शेवटी तिने जाहीर केले, ''जेव्हा आपण लोळत त्या झुडपात शिरलो त्या वेळी तो माझ्या खिशातून बाहेर पडला असावा.''

आम्ही समोरच्या उतारावरील त्या गवताळ जागेकडे रोखून पाहू लागलो. पण तिथे कुठेही तो फोन दिसत नव्हता. बहुतेक गवतात लपला असावा. आम्ही हताशपणे नुसते नजरेने त्या फोनचा वेध घेत राहिलो. पुढे होऊन तो फोन शोधण्याचा प्रयत्न करणे म्हणजे खलीलच्या गोळ्यांना बळी पडणे.

आम्ही तिथे बसून राहिलो, कानोसा घेत राहिलो. जर तो आमच्या दिशेने येत असेल तर काहीना काही तरी बारीक आवाज होणारच. मी तर तो बास्टर्ड जवळ यावा अशीच इच्छा करत होतो. या खडकाच्या दिशेने तो सरळ रेषेत येणार नाही. तो वळसा घालत येईल. म्हणजे त्याला लांबून आम्ही आधी दिसण्याची शक्यता

होती. पण त्या बेट्याने जर खूप लांबून वळसा घेतला तर? कारण त्याच्याजवळ टेलिस्कोप लावलेली लांब पल्ल्याची रायफल आहे. आमच्याजवळ न येता तो लांबून आम्हाला गोळी घालू शकत होता. म्हणजे माझ्या पिस्तुलाच्या टप्प्यात तो कधीच सापडणार नव्हता. तो इतका लांबून वळसा घेईल की तो आमच्या समोरच्या झुडपांपलीकडे येऊन उभा राहू शकत होता. म्हणजे आत्ताची आमची जागा ही अजिबात सुरक्षित नव्हती.

केट म्हणाली, "फोन हरवल्याबद्दल सॉरी.''

"तो तुझा दोष नव्हता. मीच आता एक फोन घेईन.''

"काही वाईट कल्पना नाही. मी तुम्हाला विकत घेऊन देईन.''

एक हेलिकॉप्टर आमच्यापासून पाव मैलांवरून उडत जाऊ लागले. पण त्या हेलिकॉप्टरने आम्हाला अजिबात पाहिले नाही. तसेच खलीललाही पाहिले नाही. खलीलने त्या दिशेने गोळ्या झाडल्या नाहीत. त्याच्या रायफलीच्या टप्प्यात ते हेलिकॉप्टर येत होते. अन् त्याला ते सहज जमले असते. याचा अर्थ खलील त्या जागेवरून निघून गेला आहे किंवा खलीलला फक्त आमच्यावरच गोळ्या झाडायच्या असाव्यात. आता माझ्या मनात आणखी एक अस्वस्थ करणारा विचार येऊ लागला.

शेवटी मी कंटाळलो. फार झाले आता. मी अंगातला कोट काढला व चक्क उठून उभा राहिलो. उजव्या हातात लांबवर कोट धरून मी तो हलवू लागलो. जणू काही एखादा स्पॅनिश बुलफायटर हा समोरच्या रेड्याला उद्देशून आव्हान देत होता; पण पुढची कृती मी स्पॅनिश बुलफायटरसारखी केली नाही. मी जीव वाचवण्यासाठी खाली बसलो. कारण समोरून येणाऱ्या गोळीचा झिऽऽम् आवाज मी ऐकला आणि माझ्या मागच्या झुडपातील काटक्या मोडल्याचा आवाजही मी ऐकला. ती गोळी माझ्या कोटाला भोक पाडून गेली होती.

हे सारे इतक्या झटपट घडले की माझ्या कृतीला ओरडून आक्षेप घेणे केटला जमले नाही. मी तिला म्हटले की, "तो अजून त्या झाडीमध्येच आहे.''

"कशावरून.''

"कारण तिकडून गोळी आली. त्या गोळीचा आवाज आणि आघात यावरून मी अंदाज केला. शिवाय आवाज आणि आघात यात अर्ध्या सेकंदाचा फरक होता. याचा अर्थ तो समोरच्या झाडीइतक्याच अंतरावरती आहे. जास्तीत जास्त ३०० फूट दूर असेल.''

या खेळात खलील जिंकतो आहे असे मला वाटत असतानाच हा खतरनाक खुनी निराश होऊन चरफडू लागला होता. तो पुन्हा आमच्या दिशेने गोळ्या झाडू लागला; पण त्याने मुद्दाम त्या खडकाच्या माथ्यावर सुरुवातीला नेम धरला आणि

तो एकामागोमाग गोळ्या झाडू लागला. साऱ्या गोळ्या खडकाच्या माथ्यावर आपटून तिथले टवके, कपच्या उडवीत होत्या. त्यांचे मोठमोठे खडे हवेत उडून आमच्या अंगावरती पडत होते. जमिनीवरती छोटे छोटे खळगे पडले होते. तिथली माती स्फोट झाल्यासारखी उडत होती.

त्याने एक संपूर्ण मॅगझीन आमच्या दिशेने अशा तऱ्हेने रिकामे केले. त्यानंतर पुन्हा त्याने नवीन गोळ्यांनी भरलेले मॅगझीन रायफलला लावले आणि तो पुन्हा तशाच गोळ्या झाडू लागला. मात्र या वेळी त्याने खडकाच्या माथ्यावरती न झाडता खडकाच्या दोन्ही उभ्या बाजूंवरती तो झाडू लागला. आता तिथल्या कपच्या उडू लागल्या. आम्ही आखडून घेतलेल्या पायाजवळून, आमच्या खांद्याजवळून काही इंचावरून त्या गोळ्या जाऊ लागल्या. त्या खडकाच्या बाजूचे तुकडे उडत राहिले. खडकाची रुंदी थोडीशीच का होईना पण कमी होणार असे वाटू लागले. मी केटला म्हटले, "हे असे गोळ्या झाडणे हा कुठे शिकला?"

ती म्हणाली, "जर माझ्याकडे ती रायफल असती तर कशा गोळ्या झाडायच्या ते मीच त्याला दाखवले असते." मग ती पुढे म्हणाली, "माझ्या अंगात ते बुलेटप्रूफ जाकीट असते तर आत्ता मी इथे रक्त गाळत बसले नसते."

"आपण पुढच्या वेळी तशी काळजी घेऊ," असे म्हणून मी तिचा हात हातात घेऊन तो दाबला. "आता तुला कसे वाटते आहे?"

"ठीक आहे.... पण असह्य दुखते आहे."

"जरा थोडी कळ काढ. त्याला ह्या गोळ्या झाडण्याच्या खेळाचा लवकरच कंटाळा येईल."

तिने विचारले, "पण *तुम्ही* कसे आहात?"

"आता काय, माझ्या अंगावरती आणखी एका गोळीची जखम झाली. पोरीबाळींच्यावरती छाप पडण्यासाठी मला त्याचा उपयोग होईल." मी चेष्टेने म्हणालो.

"मग अजून एखादी असली जखम झाली तर आवडेल?" तिने तशाच चेष्टेच्या स्वरात विचारले. पण पुढे तिला काही क्षण वेदनेमुळे बोलवेना. ती विव्हळत म्हणाली, "ही....ही जखम भलतीच यातना देते आहे. आता मात्र मला सहन करता येत नाही."

मी तिच्या कमरेला बांधलेला कोट काढून टाकला. तिच्या पाठीवर हात फिरवून जिथून गोळी बाहेर पडली तिथे बोटांनी हलकेच चाचपडले. त्यावर ती एकदम कळवळली.

मी म्हणालो, "इथे जखमेवरती आता खपली धरली आहे. तू हालचाल केलीस तर ती खपली उकलेल किंवा मोडेल. पुढच्या जखमेवरती रुमाल नीट दाबून धर."

“होय, होय. अरे देवा! किती त्रास होतो आहे.”

“हो ग. मला समजतेय तुला किती त्रास होतो आहे तो. जरा दम धर हं.” मी तिच्या अंगावर पुन्हा तो पुढून रक्ताने भरलेला कोट तिच्या कंबरेला परत पहिल्यासारखा बांधून टाकला.

खलीलला आता गोळ्या झाडायची नवीन कल्पना सुचली. तो त्या खडकाभोवतालच्या छोट्या दगडांवरती गोळ्या झाडू लागला. त्यामुळे आपटलेली गोळी परावर्तन पावून कोणत्याही दिशेला जाऊ शकते. कधी कधी गोळी फुटून तिचे तुकडेही वाटेल त्या दिशेला उडू शकतात. अनेकदा बिलिअर्डच्या खेळात आठही चेंडूपलीकडे मारायचा प्रयत्न अशा रीतीने खेळाडू करतात. ते छोटे दगड सॅन्डस्टोनचे होते. त्यामुळे बहुतेक सारे फुटून जात होते. मग केव्हातरी एकदा एक गोळी दगडावर आपटून माझ्या मागच्या खडकाकडे वळून त्यावर खणकन आपटली. माझ्या डोक्यावरती हे घडल्याने मी तिला म्हटले, “तुझे डोके गुडघ्यात घाल.”

तिने तसे केले व म्हटले, “जॉन, त्याला तुम्ही खरोखरच आवडत नाही. तुम्ही त्याला असे काही बोलला आहात की तो चिडून काहीतरी नवीन आततायी कृत्ये करू लागला आहे.”

“मी सगळ्यांनाच तसे करत असतो.”

एकदम माझ्या उजव्या मांडीत एक कळ उमटली. माझ्या लक्षात आले की हा एखाद्या परावर्तित गोळीचा प्रताप आहे. मी ओरडून म्हणालो, “डॅम!”

“काय झाले?”

दगडावर आपटून परावर्तन पावलेली ती गोळी आघातामुळे तापली होती. अशी तापलेली व वेडीवाकडी झालेली गोळी माझ्या पँटला भेदून मांडीत शिरली होती. मला मांडीमध्ये अजूनही त्या गोळीचा गरमपणा जाणवत होता. गोळी मांडीच्या मांसामध्ये फार आत घुसली नव्हती. तिचा काही भाग बाहेरच राहिला होता. गोळीचा वेग हा पहिल्या आघातामुळे एकदम कमी झाल्याने परावर्तित गोळीचा भेदकपणा बराच खाली येतो. मी ती मांडीत रुतलेली गोळी हलकेच दाबत दाबत बाहेर काढली. हातात धरून तिच्याकडे पहात पहात मी म्हटले, “सेव्हन पॉईंट सिक्स्टीटू मिलीमीटर व्यासाची गोळी, म्हणजे सुमारे पाव इंच जाडीची गोळी पोलादी आवरण असलेली, मिलीटरी राऊंड, बहुधा एम-१४ रायफलीमधून झाडलेली, त्या रायफलीला टेलिस्कोप किंवा नाईट व्हिजन स्कोप लावण्याची सोय, शिवाय सायलेन्सर लावलेला आणि स्फोटाचा प्रकाश झाकून टाकणारी रायफल. अशीच रायफल जिनकडे होती.” मी त्या गोळीचे व रायफलीचे वर्णन त्या वेड्यावाकड्या झालेल्या गोळीचे निरीक्षण करून केले.

“तुमच्या ह्या निष्कर्षांना कोण विचारतो?” तिने अगतिकतेने म्हटले.

“ही मी आपली स्वत:शीच बडबड करीत आहे.” मी पुढे म्हणालो, “टेडकडेही अशीच रायफल आहे.”

आम्ही तसेच थोडा वेळ बसून राहिलो. माझ्या डोक्यात चमत्कारिक विचार निर्माण होत होते. मी बडबडू लागलो, “एम-१४ ही रायफल मूळची सैन्यासाठी बनवलेली. त्यातल्या जादा झालेल्या, सैन्याने काढून टाकलेल्या या रायफली खुल्या बाजारात आल्या. याचा अर्थ असा नाही की, टेडकडे नेमकी हीच रायफल असेल.”

शेवटी केट म्हणाली, “त्याला जर आपल्याला मारायचे असते तर त्याने VORTAC च्या जागीच आपल्याला गोळ्या घातल्या असत्या.”

मी तिला म्हटले, “ज्या जागेजवळ जिनने आपल्याला आणून सोडले, त्याच जागेत तो आपल्याला कशी काय गोळी घालणार?”

ती यावर गप्प बसली.

खलीलऐवजी टेड आमच्यावर गोळ्या झाडीत असेल या कल्पनेवर माझाही तसा विश्वास नव्हता. तो आमच्याविरुद्ध असे कसे करेल? त्याने तर आमच्या लग्नाला हजर रहाण्याचे कबूल केले होते. पण कुणी सांगावे? ‘पण’ हा शब्द माझ्या डोक्यात एखाद्या भुंग्यासारखा पोखरू लागला. मी ती हातात धरलेली गोळी माझ्या खिशात जपून ठेवली.

नंतर पाच मिनिटे आम्ही शांतपणे बसून राहिलो. जो कोणी आमच्यावर गोळ्या झाडत होता तो निघून गेला असावा. तो खरंच निघून गेला का नाही याची खात्री करून घेण्याचे त्राण माझ्यात राहिले नव्हते.

दूर अंतरावरती हेलिकॉप्टर्स घिरट्या घालीत होती. मला त्यांचा आवाज ऐकू येत होता. त्यांच्यापैकी एखादे हेलिकॉप्टर आमच्या दिशेने येईल आणि आम्हाला पाहील, अशी मी आशा करीत होतो.

माझ्या कंबरेतील वेदनेव्यतिरिक्त मला आता गरगरल्यासारखे वाटू लागले. आपल्याला काहीतरी भ्रमिष्टासारखे होते आहे, हे जाणवले. माझे मन स्थिर राहिना. मी पूर्ण थकून गेला होतो. रक्तस्त्रावामुळे शरीरातील पाणी कमी झाले होते. त्यातून मला एका फोनचा आवाज ऐकल्याचा भास होऊ लागला. आता तर नक्की आपण अर्धवट बेशुद्धीत आहोत व त्यामुळे हे भ्रम होत आहेत हे मला पटले; पण तो फोनचा आवाज थांबत नव्हता. परत परत होत होता. मी डोळे उघडून म्हटले, “हे काय चालले आहे तरी काय....”

जिथून आवाज येत होता, त्या दिशेने मी आणि केटने पाहिले. आमच्या पुढे उतारावर असलेल्या त्या गवतामधून फोनचा आवाज येत होता. काय प्रकार असावा ते माझ्या लक्षात आले. त्या आवाजाचा उगम आमच्यासमोरच अंदाजे २० फुटांवरती

होता. केटचा मोबाईल फोन तिथे पडून गवतात लपला होता; पण मी उठून त्या जागेकडे धाव ठोकली तर सरळ खलीलच्या रायफलीच्या टप्प्यात सापडत होतो; परंतु जर मी वाकून ओणवा होऊन वेगाने त्या जागेकडे गेलो तर मात्र खलीलची रायफल आणि मी यांच्यामध्ये तो चार फूट उंचीचा खडक अडथळा म्हणून उभा होता.

आता उगाच फार विचार करण्यात अर्थ नाही. ही जोखीम पत्करलीच पाहिजे. फोनचा आवाज चालू आहे, तोपर्यंतच हे शक्य आहे. पण मी काही निर्णय घ्यायच्या आत फोनची घंटी वाजायची थांबली. मी केटला म्हटले, "आपल्याला आता फोनची जागा कळली आहे. तो फोन जाऊन आणणे भाग आहे. त्याखेरीज आपल्याला मदत मागवता येणार नाही."

केट म्हणाली, "जर तो फोन आणायचा प्रयत्न आपण केला, तर नंतर मदत मागवायची गरज पडणार नाही. आपण त्याआधीच मारले जाऊ."

मी यावर काय बोलू शकत होतो? जिथून फोनचा आवाज येत होता त्या जागेकडे मी टक लावून बघत राहिलो. अन् परत तो फोन वाजू लागला.

कोणत्याही मारेकऱ्याला सतत सलगपणे रायफलीच्या टेलिस्कोपमधून एका डोळ्याने पहाणे जमत नाही. तसे फार वेळ केल्यास त्याच्या डोळ्यावर ताण येतो. तसाच ताण त्याच्या खांद्यावरही येतो. डोळे आणि खांदे मग दुखू लागतात. म्हणून रायफल उचलून टेलिस्कोपमधून नेम धरण्याची क्रिया ते अधुनमधून थांबून थांबून करीत असतात. खलीलचेही कदाचित असेच झाले असेल. तो आत्ता अशीच विश्रांती घेत असेल. किंवा कदाचित त्यानेच आम्हाला फोन केला असू शकेल. एकाच वेळी फोनवर बोलणे आणि रायफलीचा नेम धरून गोळी झाडणे त्याला नक्कीच जमणार नाही.

आता फार विचार करण्यात अर्थ नाही असे समजून मी एकदम उठून ओणव्याने समोर पळत सुटलो. जिथून आवाज येत होता ती गवतातली जागा शोधली, हाताने चाचपडून तो फोन घेतला आणि वळून परत ओणव्याने आमच्या त्या खडकाच्या आश्रयाला आलो. खडकापाशी पोचण्याआधीच मी तो फोन केटकडे फेकला होता. तिने तो व्यवस्थित झेलला होता.

मी परत गुडघे पोटाशी घेऊन बसलो. तेवढ्याशा श्रमानेही मला अफाट थकवा आला. आपण अजून जिवंत कसे, याचेच मला आश्चर्य वाटत होते.

केटने फोन कानाला लावला. पलीकडचे बोलणे ऐकल्यावर ती चिडून म्हणाली, "XXX यू." पुन्हा काही सेकंद ऐकून ती म्हणाली, "बायकांनी कसे बोलावे हे तू शिकवू नकोस मला. XXX यू."

याचा अर्थ हा फोन जॅक कोनिगचा नव्हता. तिने आपला फोन छातीशी दाबून

धरला व मला म्हटले, "मला न सांगता तुम्ही कशाला फोन जाऊन आणलात? तुम्ही एक शूर तरी असाल नाहीतर वेडे तरी असाल. लग्न करण्याआधीच मरायचे आहे का तुम्हाला?"

तिच्या रागावण्याकडे लक्ष न देता मी तिला विचारले,

"पण फोनवर कोण आहे?"

"खलील आहे. त्याला 'गुडबाय' म्हणून तुमचा निरोप घ्यायचा आहे."

आम्ही एकमेकांकडे पाहिले. आम्हा दोघांनाही काय बोलावे ते सुचत नव्हते. इतका वेळ आम्ही आमच्यावरती आमचाच देशबांधव गोळ्या झाडतो आहे, असा विचार करत होतो. त्यामुळे अचानक खलीलचा फोन आल्यावर आम्ही गोंधळून गेलो. ह्या चमत्कारिक गुंत्यातून सरळ बाहेर पडावे, असे मला वाटू लागले.

मी तिला म्हटले, "आता मात्र तू आपला फोनचा नंबर बदलून घे." मी तिच्या हातून फोन घेऊन कानाला लावून म्हणालो, "मी कोरी बोलतो आहे."

असद खलील मला म्हणाला, "तुम्ही एक नशीबवान माणूस आहात."

"त्याचे कारण तो परमेश्वर माझी काळजी घेत असतो."

"असलाच पाहिजे. नाहीतर माझा नेम कधीच चुकत नसतो."

"सगळे दिवस सारखे नसतात, असद. तेव्हा घरी जा आणि नेमबाजीचा अजून नीट सराव कर."

"मृत्यू समोर असतानाही तुम्ही आपले डोके शांत ठेवून विनोद करू शकता, धैर्य दाखवू शकता, याबद्दल मी आपले मन:पूर्वक कौतुक करतो."

"आपल्या या मतांबद्दल आपल्याला धन्यवाद. तुम्ही असे का करत नाही? तुमची रायफल जमिनीवरती ठेवून द्या. त्या झाडीमधून पुढच्या मोकळ्या जागेत या. आपले हात वर करून आमच्या दिशेने चालत या. तुम्ही जर आम्हाला शरण आलात तर आमच्या वरिष्ठांकडून तुम्हाला चांगली वागणूक दिली जाईल, हे मी स्वत: पाहीन."

तो यावर मोठ्याने हसला व म्हणाला, "मी झाडावर नाही की झाडीमध्ये नाही. मी आता घरी निघालो आहे. मला तुम्हाला 'गुडबाय' म्हणायचे आहे आणि मी परत येणार आहे, हेही तुम्हाला सांगायचे आहे.

"ठीक आहे, या परत आमच्याशी सामना खेळायला. त्या वेळी बघू तुमच्याकडे."

तो यावर चिडून म्हणाला, "xx यू."

"वा:! तुमच्यासारख्या धार्मिक माणसाच्या तोंडून अशी शिवी बाहेर पडणे बरे नव्हे."

"xx यू." त्याने परत चिडून म्हटले.

"छे, छे. तसे नव्हे. आय xx यू, असद."

"मी तुम्हाला ठार करेन. अन् ज्या रांडेबरोबर तुम्ही आहात तिलाही ठार करेन. माझे सारे उरलेले आयुष्य त्यासाठी पणाला लावेन."

मी नक्कीच त्याला परत राग यायला लावला होता. त्याचा हा राग आमचा एखादा हेतू साध्य करण्याच्या कामी लावण्याच्या उद्देशाने मी आठवण करून देत म्हणालो, "पण त्या आधी तुमच्या गडाफी काकांबरोबरचा हिशेब संपवा आणि हो, गडाफी यांच्या हुकमावरून ज्यांनी तुमच्या वडलांचा पॅरिसमध्ये खून केला त्या व्यक्तीचे नाव आहे हबीब नादिर. तुम्हाला ठाऊक आहे का ही व्यक्ती?"

यावर पलीकडून काहीच उत्तर आले नाही. तसे ते येणार नाही अशीच माझी अटकळ होती. पलीकडून फोन बंद करण्यात आला. मी तो मोबाईल केटला देत म्हटले, "त्याची आणि टेडची दोस्ती चांगली जमली असती."

तर आम्ही तिथे बसून राहिलो. तो लगेच आमच्याकडे येण्याचा उतावीळपणा करणार नाही, याची आम्हाला खात्री होती; पण इथून पुढे लोकांना चिडविण्यासारखे बोलणे मी टाळले पाहिजे. त्यासाठी मला डेल कार्नेजीचा एखादा शिक्षणक्रम केला पाहिजे.

केटने सीस्केप मोटेलला फोन लावून एफबीआयच्या त्या कोरीयन एजंट पोरीला निरोप दिला. काय घडले, कुठे घडले आणि आमची आत्ताची स्थिती व जागा हे सारे तिने तपशीलवार कळवले. कोरीयन पोरीने सांगितले की, "लवकरच तुमच्याकडे सिक्रेट सर्व्हिसचे लोक येऊन पोचतील व मदत करतील."

केटने त्यावर एक धोक्याची सूचना तिला दिली, "त्यांना सांग की सावधगिरीने या. खलील या जागेतून अजून कदाचित निघून गेला नसेल. तेव्हा जपून या."

तिने फोन बंद करून मला म्हटले, "तुम्हाला वाटते तो इथून निघून गेला असेल?"

"होय. मला वाटते तसे. शिकार करताना सिंहाला कधी हल्ला चढवायचा व कधी माघार घ्यायची हे नीट कळत असते." मी पुढे गमतीने म्हणालो, "ज्याच्या जवळचा सारा दारूगोळा संपला आहे, असा अरब दहशतवादी हा एखाद्या पाळी बंद झालेल्या बाईसारखा—"

"जॉन, बस करा हा चावटपणा."

आता सूर्यप्रकाश उबदार वाटू लागला होता. जमिनीवरचे सर्व धुके नाहीसे झाले होते. आम्ही दोघे हातात हात घालून हेलिकॉप्टरची वाट पहात बसलो. कदाचित त्याऐवजी कोणी जीपमधून येईल किंवा कोणी आमचा शोध घेत पायी येईल. वाट पहाण्याखेरीज आमच्या हातात दुसरे काहीही नव्हते.

केट स्वत:शी बोलल्यासारखी म्हणाली, "येणाऱ्या घटनांची ही एक चव चाखायला मिळाली."

असद खलील, किंवा त्याच्या जागी दुसरा कोणी तयार गडी नवीन आकस घेऊन आला, तर त्याला प्रत्युत्तर म्हणून अमेरिका एखादे क्रूझ क्षेपणास्त्र शत्रूच्या प्रदेशावर सोडेल. मग त्यामुळे काहीजणांची घरे उद्ध्वत होतील. मग परत त्या सूडचक्राला गती दिली जाईल. हे कधी थांबणारच नाही असे वाटते. मी केटला विचारले, "तुला या नोकरीतून बाहेर पडायचे आहे?"

"अजिबात नाही. तुला?"

"तू बाहेर पडलीस तरच मी बाहेर पडेन."

"मला ही नोकरी आवडते."

"तुला जे आवडेल तेच मला आवडेल."

"मला कॅलिफोर्नियाचा भाग आवडतो."

"मला न्यूयॉर्कचा भाग आवडतो."

"मग आपण मधल्याच मिनेसोटामध्ये जाऊ."

"मिनेसोटा शहरात बदली करून घ्यायची का मिनेसोटा राज्यात?"

आमचे असे हे भावी काळाबद्दलचे सुखसंवाद चालू असताना एका हेलिकॉप्टरने आम्हाला पाहिले. आम्ही अरब दहशतवादी नक्की नाही याची खात्री करून ते खाली उतरले. मग आम्हाला उचलून आत घेण्यात आले.

८७

त्यांनी आम्हाला सान्टा बार्बारा गावच्या कौन्टी हॉस्पिटलच्या हेलीपॅडवरती उतरवले. आमच्यावर तात्काळ उपचार होऊन आम्हाला दोन शेजारशेजारच्या खोल्यात ठेवण्यात आले.

हॉस्पिटलमध्ये आम्हाला भेटायला व्हेंचुराच्या ऑफिसमधील सर्वजण आले होते. आम्ही खूपच चांगले दिसत आहोत असे भेटायला येणारा प्रत्येकजण म्हणत होता. तसे जर असेल तर दर वर्षी पिस्तुलाची किंवा रायफलीची एकेक गोळी खात गेलो तर पन्नाशीला पोचल्यावर मी भलताच देखणा दिसू लागेन.

हॉस्पिटलमध्ये माझ्या खोलीत फोन होता. तो सारखा वाजत होता. ते साहजिकच होते म्हणा. जॅक कोनिग, कॅप्टन स्टेन, माझी माजी पत्नी रॉबिन, माझा जुना सहकारी डॉम फानेली, माझे आईवडील, भाऊबहीण, मित्रमैत्रिणी, वगैरे, वगैरे जणांनी माझ्या प्रकृतीच्या चौकशीचे फोन केले होते. प्रत्येकाला माझी काळजी वाटत होती. प्रत्येकजण मला सुरुवातीला, "काय, कसे वाटते आहे?" म्हणून

प्रश्न विचारे आणि ''आता ठीक वाटते'' असे माझे उत्तर येईपर्यंत वाट पहात राही. त्यानंतर मात्र हे कसे घडले त्यावर उत्सुकतेने प्रश्न विचारीत.

अनेक फोन व भेटायला येणाऱ्यांमधील कित्येक माणसे यांना तोंड देण्याचे व त्यांना टाळण्याचे अवघड काम रुग्णाईतांना करावे लागते. माझ्या हॉस्पिटलमधील मागच्या मुक्कामात मला हा अनुभव चांगलाच आला होता. म्हणून मी नको त्या लोकांना किंवा त्यांच्या फोनना टाळण्यासाठी मी पाच सबबी इथे तयार करून ठेवल्या होत्या. कोणाचा फोन आहे कळल्यावर मी नर्सकडून त्यापैकी कोणतीतरी एक सबब सांगायला लावून तो फोन घेणे टाळे. त्या पाच सबबी अशा :

१) आताच वेदनाशामक औषध दिले असल्याने त्यांना बोलायला कठीण जाते आहे.

२) एवढ्यातच झोप लागली आहे.

३) पेशंटला आता स्पंजिंग केले जात आहे.

४) तोंडात थर्मामीटर ठेवला आहे.

५) त्या प्रसंगाची आठवण पेशंटला होऊ देऊ नका, असे डॉक्टरांनी सांगितले आहे.

दुसऱ्या दिवशी बेथ पेनरोजचा फोन आला. तिला माझ्या या नेहमीच्या स्टँडर्ड सबबी सांगण्यात अर्थ नव्हता. त्यामुळे मला तिच्याशी बोलावे लागले. याचा शेवट अखेर ज्या विषयावरून व्हायला हवा होता तसा तो झाला. मी तिला आपले प्रेमप्रकरण सफल होणार नाही, हे पटवून तिच्या भावी आयुष्यासाठी मनापासून शुभेच्छा दिल्या. तिनेही तशाच शुभेच्छा मला दिल्या.

लॉस एंजेलिसच्या ऑफिसातील काहीजण केटला पहायला हॉस्पिटलमध्ये आले होते. त्यातले काहीजण मलाही भेटून गेले. त्यात अर्थातच स्टर्जिस होता. त्याने माझ्या इन्ट्राव्हिनसची नळी खेचून काढून टाकली. असे काहीही त्याने केले नाही. मी आपले सहज चेष्टेने तसे बोललो.

सिक्रेट सर्व्हिसमधला जिन भेटायला आला. त्याने केटला व मला परत एकदा रॅन्चला भेट द्यावी म्हणून विनंती केली. त्या वेळी संपूर्ण रॅन्चची सहल. तो नीट आयोजित करणार होता.

आम्ही जिथे बचावासाठी लपलो ती जागा तो दाखवणार होता. तो म्हणाला, ''तुमच्यावर जिथे गोळ्या झाडल्या ती जागा मी दाखवतो. त्या खडकाच्या उडालेल्या कपचा अजूनही तिथे पडल्या आहेत. तुम्ही तिथे वाटल्यास काही छायाचित्रेही काढून घ्या.''

मी त्याला सांगितले की, मला आता ती घटना आठवण्यात काहीही रस उरला नाही; पण केटने मात्र त्याचे निमंत्रण स्वीकारले.

मी अनेकांच्या तोंडून असद खलीलबद्दल ऐकले. तो अदृश्य झाला आहे, गायब झाला आहे, वगैरे, वगैरे; पण मला त्याचे काहीही आश्चर्य वाटत नव्हते. एक तर तो त्रिपोलीला जाण्यासाठी अमेरिकेबाहेर निसटला असेल. किंवा सीआयएच्या माणसांनी त्याला पकडून त्याच्यावर योग्य ते उपचार चालवले असतील. त्या सिंहाला ते पटवून देत असतील की अमेरिकन लोकांच्या मासांपेक्षा लिबियन लोकांचे मांस हे अधिक चवदार असते.

परंतु टेड आणि मंडळींच्या बाबतीत माझ्या डोक्यात शंकेचा एक किडा सारखा वळवळत होता. जर सीआयएला असद खलीलची योजना ठाऊक होती तर ती केव्हा ठाऊक झाली? तो इथे अमेरिकेत येण्याआधी? की अलिकडे कालपरवा ठाऊक झाली? असे धरून चालले की ज्या वेळी खलीलने अमेरिकेच्या भूमीवर पाय ठेवले, त्या वेळी सीआयएला ही योजना ठाऊक झाली. तसे असेल तर मग असद खलीलला पकडण्यासाठी त्यांनी का धडपड केली नाही? निदान ती योजना एफबीआयला तरी कळवायची होती. त्यामुळे त्या माजी वैमानिक मंडळींचे प्राण नसते का वाचले? का खलीलला त्यांनी मुद्दामच त्यांच्या योजनेनुसार वैमानिकांचे खून पाडू दिले? त्यासाठी एकच संभाव्य कारण सांगता येईल. जर असदने ठरल्याप्रमाणे त्या सहा वैमानिकांचे खून पाडले तर त्याला समाधान वाटेल. काहीतरी साध्य केल्यासारखे वाटेल. वैयक्तिक सूड उगवल्याचे समाधान त्याला मिळाल्यावर मगच त्याचे मन विचार करण्यासाठी अनुकूल बनेल. अशा वेळी जर त्याला सत्य सांगितले तरच तो सीआयएची पुढची योजना अंमलात आणू शकेल. तरच तो महंमद गडाफीला संपवू शकेल.

तसाच दुसराही एक किडा माझ्या डोक्यात वळवळत होता. त्या लिबियन हेर खात्याला अमेरिकन वैमानिकांची नावे कशी कळली? 'एक्स-फाईल्स' या टीव्ही मालिकेतील कटकारस्थानामागचे सिद्धांत मला आठवू लागले. ते कितीतरी प्रमाणात येथे लागू पडत होते. लिबियावरील बॉम्बहल्ल्याबाबतची माहिती ही अति अतिगोपनीय असणार. तिथपर्यंत कोणाचेही हात कसे पोचतील? जरी लिबियाने पैशाचा प्रयोग केला तरीही जी माहिती अतिअतिगोपनीय आहे, ती कोणा अधिकाऱ्याच्या हातात पडली तर त्याला पैशाने वश करता येईल? असे तर नाही ना की इच्छित शेवट साधण्यासाठी हवी ती घटनामालिका मुद्दाम घडवण्याचा प्रयत्न केला गेला असेल? मी यावरती जरी फार विचार केला नाही तरीही माझ्या मनात आलेल्या   शंका रास्त होत्या, हे नक्की.

टेडचा विचार जेव्हा माझ्या मनात उद्भवे, तेव्हा तो मला हॉस्पिटलमध्ये पहायला अजून का आला नाही? असा प्रश्न पडे. पण त्याला अनेक खरी-खोटी कारस्थाने पार पाडायची असल्याने, खोटे बोलणे, एकाचे दोन करणे, होत्याचे

नव्हते करणे, नसलेले अस्तित्वात असल्याचे भासवणे, वगैरे करावे लागत होते. त्यामधून त्याला वेळ मिळणे हे नक्कीच कठीण होते.

हॉस्पिटलमधल्या मुक्कामात तिसऱ्या दिवशी चार अधिकारी वॉशिंग्टनहून मला भेटायला आले. आपण एफबीआयचे प्रतिनिधी आहोत असे जरी ते चौघेजण सांगत असले तरीही त्यातला एकजण सीआयएमधला असल्याचा मला संशय येत होता. मी आणि केट त्या चौघांना एका खासगी व्हिजिटर्स रूममध्ये भेटलो. त्यांनी आम्हा दोघांचे जबाब घेतले. नाहीतरी या वरिष्ठांचे दुसरे काय काम असते? त्यांना नेहमी दुसऱ्यांचे जबाब, निवेदने नोंदवून घेण्यात आनंद वाटत असतो आणि स्वत: मात्र कसलेही निवेदन करीत नसतात.

तरीही, त्यांनी आपण होऊन मला सांगितले की, खलील हा अजूनही एफबीआयच्या ताब्यात आला नाही. ते खरेही असेल; पण माझ्या अंदाजानुसार केवळ तांत्रिकदृष्ट्या. मी त्यांना हेही सांगितले की खलीलने मला व केटला जिवे मारण्याची धमकी दिली असून तो त्याचे उरलेले आयुष्य याचसाठी खर्च करणार आहे.

त्यावर त्यांनी आम्हाला सांगितले की त्या धमकीची गोष्ट फारशी मनावर घेऊ नये; पण नेहमी इथून पुढे अनोळखी व्यक्तीशी बोलू नका, संध्याकाळी दिवेलागणीच्या वेळेच्या आत घरी या, वगैरे, वगैरे उपदेश त्यांनी आम्हाला केला. नंतर बरे झाल्यावर वॉशिंग्टनमध्ये एफबीआयच्या मुख्यालयात येऊन भेटण्याचे आम्ही त्यांना मान्य केले. आमचे नशीब असे की कोणीही आम्हाला ठरल्याप्रमाणे तुम्ही त्या पत्रकार-परिषदेला का हजर राहिला नाहीत, म्हणून विचारले नाही.

आम्ही नोकरीत शिरताना व शिरल्यावर वेळोवेळी अनेकदा गोपनीयतेच्या शपथा घेतल्या होत्या, तशा विविध फॉर्मस्‌वर सह्या देऊन आमच्यावरील बंधने मान्य केली होती. कुठेही आम्ही सार्वजनिकरित्या आमच्या कामाचा बभ्रा करू शकत नव्हतो की ते प्रगट करू शकत नव्हतो. त्यांनी आम्हाला या गोष्टींची वारंवार आठवण करून दिली. मला कळेना की, काल-परवापर्यंत हीच एफबीआय संस्था आमच्या तोंडून आमची कामगिरी जाहीररित्या एका भव्य पत्रकार-परिषदेत वदवणार होती. मग एकदम या संस्थेत एवढे मतपरिवर्तन कसे काय झाले? त्यांनी आम्हाला गोपनीयतेची आठवण करून देऊन त्याचा भंग होईल असे काही जर केले तर ती गोष्ट राष्ट्रीय सुरक्षिततेला बाधक ठरणार होती, याचीही जाणीव करून दिली. दुसऱ्या शब्दांत सांगायचे झाल्यास, 'कुठेही पत्रकारांशी बोलू नका, नाहीतर तुमची चामडी लोळवली जाईल,' अशी ती सरकारी जाणीव करून दिली.

ही धमकी नव्हती. कारण सरकार आपल्याच नागरिकांना कधी धमकी देत असते? म्हणून मी ती एक वाजवी 'समज' दिली आहे असे धरून चाललो. बरोबर आहे ना?

मी त्या चौघांना असे सांगितले की पाचसहा दिवसांपूर्वी एफबीआयच्या जनसंपर्क विभागानेच आमची छायाचित्रे वृत्तपत्रात देऊन आमच्या कामाचा गौरव करणारी बातमी दिली होती. अशा रीतीने मला व केटला हिरो ठरवण्यात आले होते. मी त्यांना याची आठवण करून दिल्यावर ते गप्प बसले. मग मी मुद्दाम ''माझी आता एनिमा घेण्याची वेळ झाली आहे.'' असे जाहीर केल्यावर ते निघून गेले.

वृत्तपत्रांवरून आठवण झाली. माजी राष्ट्राध्यक्ष रोनाल्ड रेगन यांच्या खुनाचा प्रयत्न झाल्याची बातमी वृत्त माध्यमातून प्रगट झाली होती; पण ह्या बातमीला अगदी खालचे स्थान देण्यात आले होते. या संदर्भात वॉशिंग्टनहून एक निवेदन प्रसिद्ध करण्यात आले. त्यानुसार *माजी राष्ट्राध्यक्षांचे आयुष्य कधीही आत्तापर्यंत धोक्यात सापडले नाही,* असा मोघम खुलासा करण्यात आला. त्या निवेदनात कुठेही असद खलीलचा उल्लेख नव्हता. काही दिवसांपूर्वी सर्व प्रसारमाध्यमातून ज्याला तुफान प्रसिद्धी दिली होती, त्यालाच आता सरकार टाळत होते. तसेच रेगन यांच्या खुनाचा प्रयत्न आणि त्या वैमानिकांचे खून या दोन्हींचा एकमेकांशी काही संबंध असेल, असे आता कोणालाही वाटत नव्हते; पण आमचा जनसंपर्क अधिकारी ॲलन पार्कर याच्या मते ''आज नाही तर उद्या. उद्या नाही तर नक्की नंतर एक तिसरा दिवस असा उजाडेल की त्या वेळी साऱ्या लपवून ठेवलेल्या गोष्टींचा झाडा घेतला जाईल.''

चौथ्या दिवशी टेड नॅशचा सहकारी एडवर्ड हॅरीस हा आम्हाला भेटायला आला. यांच्याबरोबरच मी वीस डॉलर्सची पैज लावली होती. त्यानेही आम्हाला ''प्रसिद्धी माध्यमांशी अजिबात संपर्क ठेवू नका.'' असा सल्ला दिला. ''एखाद्या पत्रकाराने गाठलेच तर त्यांना सांगा की, आम्हाला जबरदस्त मानसिक धक्का बसला असून शरीरातील खूप रक्त गेले आहे. त्यामुळे आमची स्मृती आता विश्वासार्ह राहिली नाही,'' असेही वरती सांगितले.

मी आणि केटने मिळून गुप्तता पाळण्यावर पूर्वी चर्चा केली होती. त्यामुळे मी माझ्या विनोदी पद्धतीने हॅरीस यांना सांगितले की, ''आमची स्मृती एवढी दगा देते की आज जेवताना आम्ही कोणते पदार्थ खाल्लेत तेही आम्हाला आठवत नाही, असे आम्ही ठामपणे सांगू. इतकेच काय, पण आम्हाला या हॉस्पिटलमध्ये कशाला आणून ठेवले आहे तेच समजत नाही. माझी शेवटची आठवण अशी आहे की कोण्या एका शरणार्थीला ताब्यात घेण्यासाठी मी केनेडी विमानतळाकडे चाललो होते. पुढचे काहीही आठवत नाही.''

यावर एडवर्ड हॅरीस थोडासा संशयाने माझ्याकडे बघत म्हणाला, ''हा अतिरेक होतो आहे. इतके विसरलेले ठरवू नका.''

मग मी त्याला आठवण करून देत म्हटले, ''मी आपल्याशी वीस डॉलर्सची

पैज लावली होती आणि टेडशी दहा डॉलर्सची. दोन्ही पैजा मी जिंकलेल्या आहेत.''

यावर त्याने माझ्याकडे चमत्कारिक नजरेने पाहिले. मी याला विसरायला सांगतो आहे आणि ह्याला मात्र पैजांचा तपशील आठवतो आहे. काय म्हणावे याला? अशा अर्थाने माझ्याकडे पाहिले असावे. पण टेडचे नाव घेतल्यामुळेही त्याने तशा नजरेने पाहिले असावे; असाही मी एक अंदाज केला.

आत्तापर्यंत जे जे मला भेटून गेले त्यांच्या वागण्यात व बोलण्यात असे काही अविर्भाव होते की, त्यांच्याकडे अशी काही माहिती आहे की जी मला ठाऊक नाही. पण ह्या संदर्भात विचारले गेले तर मात्र आपल्याला ते सांगावे लागेल.

मी हॅरीसला विचारले, ''टेड कुठे आहे?''

त्याने माझ्या प्रश्नावरती काही सेकंद जाऊ दिले; पण शेवटी त्याने सांगितले, ''टेड मृत्यू पावला आहे.''

मला त्या बातमीचे आश्चर्य वाटले नाही; पण तरीही एक जबरदस्त धक्का मला बसला.

ते ऐकून केटही सुन्न झाली. तिने विचारले, ''तो कसा वारला?''

मग हॅरीस सांगत गेला, ''रेगन रॅन्चवरती तुम्ही सापडल्यावर नंतर तोही सापडला. त्याच्या कपाळात एक गोळी गेली होती. तज्ज्ञांनी नंतर ती गोळी असद खलीलच्या रायफलीमधून झाडली गेली होती, हे दाखवून दिले.''

यावर काय बोलावे हे न सुचून केट आणि मी हताशपणे नुसतेच बसून राहिलो. मला खूप वाईट वाटले. जर तो आत्ता माझ्यासमोर प्रगट झाला असता तर मी त्याला म्हटले असते, ''अरे बाबा, कशाला रे विस्तवाशी खेळ खेळलास. शेवटी भाजली ना तुझी बोटे. सिंहाची शिकार करायला जाणाऱ्याला शेवटी सिंहच खाऊन टाकतो.''

मी व केटने टेडच्या मृत्यूबद्दल हळहळ व्यक्त केली; पण मला एका गोष्टीचे नवल वाटत होते की टेडच्या मृत्यूची अजून बातमी कशी झाली नाही?

मग हॅरीसने आमच्यापुढे एक प्रस्ताव ठेवला. टेड जिवंत असता तर त्यानेही तोच प्रस्ताव आमच्यापुढे ठेवला असता. हॅरीस म्हणत होता, ''तुम्ही दोघे आमच्या संघटनेत, सीआयएमध्ये, का नाही नोकरीला येत? तुमच्याबरोबर काम करायला आम्हाला आवडेल.''

पण आता अशा नोकरीत मला आनंद कसा वाटेल? परंतु इथे सारखे डावपेचच चालले आहेत म्हटल्यावर मीही डावपेच खेळत म्हटले, ''वा, वा. छान प्रस्ताव आहे. आम्ही जरूर यावर विचार करू. टेडलाही ते आवडले असते.''

हॅरीसचा माझ्या बोलण्यावर तेवढा विश्वास बसला नसावा असे मला त्याच्या चेहेऱ्यावरून वाटले. तोच मग आमचे मन वळवण्यासाठी म्हणाला, ''असे पहा,

या नोकरीत पगार फार चांगला आहे. शिवाय नोकरीचे ठिकाण हे परदेशातील शहर आहे. पॅरिस, लंडन, रोम वगैरेंपैकी कोणतेही शहर तुम्ही निवडू शकाल. तिथून तुमची दोघांची पाच वर्षे तरी बदली होणार नाही, याची गॅरंटी आम्ही देतो.''

हा प्रस्ताव म्हणजे एक प्रकारे आम्हाला लाच देण्यासारखे होते; पण धमकीपेक्षा लाच बरी. या सगळ्यांची गोळाबेरीज करून त्यातून असा निष्कर्ष निघत होता की, आम्हाला बरीच गोपनीय माहिती ठाऊक झालेली होती आणि हे त्यांनाही कळून चुकले होते. मी हॅरीसला म्हटले, ''आपण लिथुआनियात रहावे असे मला नेहमी वाटत आलेले होते. तिथे जर आम्हा दोघांना पाठवता आले तर बघा. मग काहीतरी विचार करता येईल.''

लिथुआनिया हा देश अति चिमुकला देश. जगाच्या नकाशात शोधायलाही कठीण. सीआयएला तिथे कुठले शत्रू असणार. मग त्यांचे ऑफिसही त्या देशात असणार नाही. सोविएत प्रजासत्ताकाच्या मोडतोडीनंतर सरहद्दीवरती एखादे छोटे गाव वाटावे असा हा देश पुन्हा निर्माण झाला असावा, अशी माझी समजूत होती. कदाचित आजमितीस हा देश अस्तित्वात नसेलही. नसेना का? नाहीतरी तिथे मी थोडाच जाणार होतो. म्हणून बोलून टाकले झाले.

परंतु हॅरीसला माझे चमत्कारिक, विनोदी बोलणे ऐकायची सवय नव्हती; पण तरीही त्याला माझ्या बोलण्याचा अजिबात धक्का बसला नाही. त्याचा चेहरा कमालीचा थंड होता, निर्विकार होता. केटने मला त्याच्यादेखत सुनावले, ''तुम्ही सीआयएच्या माणसांना काय दूधखुळे समजला काय?''

''तसे नाही, पण असे बोलायची संधी परत थोडीच येत असते?''

काही क्षण ती बोलली नाही. मग हळू आवाजात म्हणाली, ''बिचारा टेड!''

टेड गेल्याचे मला अजूनही आश्चर्य वाटत होते. कुणी सांगावे, कदाचित तो मेलाही नसेल.

माझ्या मनात अशी शंका असल्याने टेडच्या मृत्यूबद्दल शोक करण्यात माझा थोडा गोंधळ होत होता. मी माझी हळहळ जोरदारपणे व्यक्त करू शकत नव्हतो. कदाचित तो जिवंत असला तर? या शंकेपोटी मी केटला म्हटले, ''त्याला लग्नाचे निमंत्रण दे. त्या माणसाचा मला कधीही भरंवसा वाटला नव्हता.''

पाचव्या दिवशी मला हॉस्पिटलमध्ये रहाण्याचा कंटाळा आला. मी जर इथे जास्त दिवस राहिलो तर शारीरिकदृष्ट्या आणि मानसिकदृष्ट्या अशक्त होऊन परत त्यातून कधीही बरा होणार नाही, असे मला वाटू लागले. मी सरळ तिथून हट्टाने डिस्चार्ज घेतला. आरोग्य विमा कंपनीच्या प्रतिनिधीला मात्र त्यामुळे खूपच बरे वाटले. खरे म्हणजे दोन दिवसांतच मला बरे वाटत होते. माझ्या पार्श्वभागाची व मांडीची जखम दुखणे तेव्हाच थांबलेले होते. फक्त त्या जखमा १०० टक्के भरून

यायला थोडा वेळ लागणार होता; परंतु मला आमच्या ऑफिसने सक्तीने इथे आणखी काही दिवस थांबायला लावले होते. केटची जखम तर आरपार असल्याने तिला तिथे थांबणे भागच होते.

मी तिथून निघताना केटला म्हटले, "इथून तू बरी होऊन बाहेर पडलीस की व्हेंचुरा इन बीच रिसॉर्टमध्ये मला भेट." हॉस्पिटलने मला जाताना अॅन्टीबायोटिक गोळ्यांची एक बाटली आणि वेदनाशामक औषधे दिली.

हॉस्पिटलमध्ये आणल्यावरती कोणीतरी माझे कपडे लॉन्ड्रीमध्ये पाठवले होते. ते नीट स्वच्छ करून इस्त्री करून परत पाठवलेले होते. त्यावरची गोळ्यांची दोन भोकेही रफू करून भरून काढलेली होती. माझ्या रक्ताचे डाग नाहीसे झाले असले तरी ते नीट पाहिले तर अंधुकपणे दिसत होते. माझी अंडरवेअर आणि पायमोजे मात्र अगदी नव्यासारखे झाले होते. हॉस्पिटलच्या एका व्हॅनने मला व्हेंचुरामध्ये आणून सोडले.

'व्हेंचुरा इन'मध्ये जाताना माझ्याजवळ काहीही सामान नव्हते. त्यामुळे आपण एक उनाडटप्पू माणूस आहोत, असे मला वाटू लागले. माझ्याजवळ पैसेही नव्हते; पण मिस्टर अमेरिकन एक्सप्रेस, म्हणजे माझे क्रेडिट कार्ड, माझ्या मदतीला आले. मी खाऊपिऊ लागलो. समुद्रात पोहू लागलो, किनाऱ्यावर उन्हात पडून राहू लागलो आणि एक्स-फाईल टीव्ही मालिकांचे जुने भाग बघत बसलो. शिवाय केटला हॉस्पिटलमध्ये दिवसातून दोन वेळा फोन करत राहिलो.

काही दिवसांनी केट बरी झाली व माझ्याबरोबर रहायला आली. आम्ही मग आजारपणाची रजा ऑफिसकडून मंजूर करून घेतली. दिवसभर उन्हात पडून आपले अंग किती रापले आहे हे पहायचे आणि निरनिराळे पदार्थ खात बसायचे, हाच मग माझा मुख्य उद्योग झाला.

केटनेही बिकिनी पोषाख अंगात चढवून आपली त्वचा रापवण्याचा माझ्यासारखा उद्योग चालू केला; परंतु तिच्या अंगावरच्या गोळीच्या जखमा मात्र रापल्या जाऊ शकत नव्हत्या. त्यामुळे तर त्या अधिकच उठून दिसू लागल्या. असेच गोळीचे व्रण आम्हा पुरुषांच्या अंगावर असतील, तर आम्ही ती पदके मिरवल्यासारखी दिमाखाने बाळगतो; पण बायकांचे तसे नसते. मी रोज रात्री तिच्या त्या दोन्ही व्रणांची हळुवारपणे चुंबने घेत होतो; पण तितकी ती त्यामुळे त्या व्रणांच्या बाबतीत अधिकाधिक हळवी होत गेली. त्या काळात तिने मला पाण्यावर एका फळीवर उभे राहून लाटांवर घसरत कसे जायचे, सर्फिंग कसे करायचे ते शिकवले. मला ते कधीच नीट जमले नाही ही गोष्ट वेगळी. मला वाटते, आपल्या दातांना दंतवैद्यानी तार बसवलेली असेल आणि आपले केस कारण नसता वेगळ्या रंगाचे केले असतील तर ते जमते. कारण तिथे सर्फिंग करणारी बहुतेक तरुण पोरे अशीच होती.

त्या पंधरवड्याच्या दिवसांत माझ्या आणि केटच्या मधुचंद्राची जी रंगीत तालीम चालू होती त्यामुळे आम्ही दोघे मनाने एकमेकांच्या खूप जवळ आलो. आम्हा दोघांना मनोमन असे पटले की आम्हा दोघांना एकमेकांसाठीच घडवलेले आहे. तिला टीव्हीवर फुटबॉलच्या मॅचेस पहायला आवडते, थंडीतही खिडकी उघडी ठेवून झोपायला आवडते, उगाच मोठमोठ्या व झगमगाट असलेल्या हॉटेलात जाण्यापेक्षा आयरिश पबमध्ये जायला आवडते, उंची व महागडे पोषाख, वस्त्रप्रावरणे, दागदागिने यांचा तिला तिटकारा असतो. तिची केसांची रचना मात्र ती कधीही बदलणार नव्हती. तिच्या या प्रत्येक शब्दांवर माझा विश्वास बसला. माझ्याही नेमक्या याच आवडी होत्या. आयुष्य एकदम किती सोपे व सरळ आहे असे मला वाटू लागले. मी सुखाच्या सागरात सारखा सूर मारीत राहिलो.

पण आमची रजा संपल्यावर या सुखसागराला ओहोटी लागली. आम्ही मुकाट्याने न्यूयॉर्कमध्ये येऊन २६, फेडरल प्लाझातील कामावर रुजू झालो.

ऑफिसने आमचे फार मोठे स्वागत केले. तिथल्या पूर्वापार चालत असलेल्या प्रथेनुसार रात्री सर्वांनी मिळून एक जंगी मेजवानी आम्हाला दिली. मग त्याबरोबर ती रटाळ भाषणे होणे, पेले उंचावून आमच्या कर्तव्यनिष्ठेला दाद देणे, प्रकृतीसाठी अभिष्टचिंतनाचे टोस्ट देणे, अन् अर्थातच आमच्या ठरलेल्या लग्नासाठी शुभेच्छा देणे, वगैरे प्रकार होत गेले. सर्वांनाच आमचे होणारे लग्न आवडले. कारण प्रत्येकालाच प्रेमकहाणी आवडत असते. सबंध रात्रभर खाणे, पिणे, नाचणे, गाणी म्हणणे यांचा नुसता धुडगूस चालला होता. माझ्या आयुष्यातील ती एक लांबलचक व संस्मरणीय रात्र होती.

चेष्टामस्करी व हास्यविनोदांमुळे मला मौज वाटत होती; पण यावर जॅक कोनिगने शेवटी कळस चढवला. तो मला बाजूला घेऊन म्हणाला, "माझ्याकडे टेडशी लावलेल्या पैजेचे व हॅरीसशी लावलेल्या पैजेचे तुम्ही जे एकूण ३० डॉलर्स मला दिले होते ते मी केटररचे बिल देण्यासाठी वापरले. तुमचे पैसे वापरले गेले म्हणून टेड व हॅरीसचेही पैसेही मी त्या बिलासाठी वापरले. तुमची फिटंफाट झाली. तुम्ही याला हरकत घेणार नाही, याची मला खात्री होती."

मी यावर मनमोकळेपणे हसून दाद दिली. टेड जर जिवंत असता तर त्यानेही अशीच दाद दिली असती.

नोकरीच्या बाबतीत मी सर्व बाजूने विचार करून असा निर्णय घेतला की मी परत न्यूयॉर्क पोलीसदलाच्या माझ्या मूळच्या मनुष्यहत्या विभागाला जावे आणि तिथेच नोकरी करीत रहावी; परंतु कॅप्टन स्टेन आणि जॅक कोनिग या दोघांनी माझ्या निर्णयाला कडाडून विरोध करीत माझी योजना हाणून पाडली. इथल्या दहशतवाद प्रतिबंधक गटामध्येच मला पुढे उज्ज्वल भवितव्य आहे, हे त्यांनी मला पटवून

दिले. काही व्यक्तींकडून आणि काही सरकारी ऑफिसांकडून माझ्याविरुद्ध औपचारिक तक्रारी बऱ्याच आल्या होत्या. साहजिकच आहे, मी सारे सरकारी नियम, संकेत धाब्यावर बसवून कामे करीत असतो ना; पण कोनिग व स्टेन यांना ते ठाऊक असल्याने त्यांनी त्या तक्रारींना केराची टोपली दाखवली.

कामावर रूजू झाल्यावर केटने मला आणखी एका कामाला जुंपले. आमच्या लग्नासाठी एक निमंत्रितांची यादी तयार करायची होती. ती यादी तिने मला तयार करायला भाग पाडले. नवीन हितचिंतक, मित्र, शत्रू वगैरे लक्षात घेऊन ती यादी करायची होती. लग्नासाठी तिने मिनेसोटा हे ठिकाण ठरवले. मी ते नकाशात शोधून काढले. ते एक भले मोठे राज्यच निघाले. आम्हा पोलीस खात्यातल्या लोकांना आपल्या गावापलीकडचा भूगोल फारसा ठाऊक नसतो; कारण चोवीस तास आम्ही गावातील कटकटींमध्ये बुडून गेलो असतो. पोलीसदलातील माझ्या मित्रांना निमंत्रण पत्रिकेबरोबर मिनेसोटाच्या नकाशाच्या प्रतीही पाठवल्या.

ऑफिसात रुजू झाल्यानंतर काही दिवसांनी आम्हाला वॉशिंग्टनला एफबीआयच्या मुख्यालयाकडून बोलावणे आल्याने तिकडे जावे लागले. तिथे आम्ही तीन दिवस होतो. या केससंबंधी रोज आम्हाला तपशीलवार सांगावे लागत होते; पण आमचे सांगणे त्या लोकांनी नीट ऐकून घेतले. ती सारी माणसे दहशतवाद प्रतिबंधक विभागातील होती. त्यांनी मग आमचे सांगणे पुन्हा आम्हाला सांगितले. मग नव्याने त्याची पुनर्रचना करून व त्यात थोडेसे बदल करून घेतले. कबुलीजबाबाची कागदपत्रे, शपथेवरची निवेदने, ॲफिडेव्हिटस्, वगैरे असंख्य कागदपत्रांवरती आम्हाला सह्या कराव्या लागल्या. शेवटी हा राष्ट्रीय सुरक्षिततेचा भाग होता ना; पण आम्ही जेव्हा सर्व कागदपत्रांवरती सह्या केल्या तेव्हा मात्र त्या अधिकाऱ्यांना हायसे वाटून आनंद झाला.

त्या तीन दिवसांनंतर आम्हाला व्हर्जिनिया राज्यातील लँग्ले शहरी नेण्यात आले. तिथे सीआयएचे मुख्यालय होते. एडवर्ड हॅरीस तिथे भेटला. त्याच्याबरोबर आणखीही काही माणसे होती. इथे आम्हाला फार वेळ घालवावा लागला नाही. शिवाय आमच्याबरोबर एफबीआयची चार माणसे होतीच. बहुतेक वेळा तीच आमच्यासाठी बोलायचे काम करायची.

या भेटीत एक गोष्ट मात्र महत्त्वाची व मला रस घ्यायला लावणारी घडली. आम्हाला एका रशियन माणसाशी भेटवण्यात आले. तो पूर्वीच्या केजीबी या रशियन हेर संस्थेत कामाला होता. मला तो माणूस अत्यंत हुशार व असामान्य वाटला. त्याचे नाव बोरिस होते. टेडने ज्या बोरिसचे नाव घेतले तोच हा बोरिस होता.

परंतु त्याच्याशी भेट घडविण्यात तसा कोणताही हेतू नव्हता. बोरिसनेच आम्हाला भेटण्याची इच्छा व्यक्त केल्याने ही भेट होत होती. त्याच्याशी बोलण्यावरून

एक गोष्ट मला अशी जाणवली की या खोलीत जमलेल्यांपैकी कोणाहीपेक्षा या माणसाने अफाट अनुभव घेतला आहे, भोगले आहे व पाहिले आहे. मला तो खरोखरीच एक असामान्य बुद्धीचा माणूस वाटला.

तो आपल्या केजीबीमधील दिवसांबद्दल थोडेसे बोलला. लिबियन हेर खात्यातील आपल्या नोकरीविषयी इकडचे तिकडचे बोलला. असद खलीलला अमेरिकेत कसे वागावे, याबद्दल आपण काही सूचना दिल्या होत्या. पण त्याला आम्ही खलीलपर्यंत कसे पोचलो याबद्दल प्रचंड कुतूहल होते. त्याबद्दल तो सारखा मला विचारीत होता.

परंतु एका परदेशी हेर खात्याच्या माणसापुढे आमच्याजवळची माहिती मी थोडीच सांगू शकत होते; परंतु मी जेवढे सांगेन तेवढीच माहिती तो आपल्याकडून आम्हाला देई. जर त्याच्या प्रश्नांना आम्ही उत्तर दिले तरच तो आमच्या प्रश्नांना उत्तर देई, नाहीतर तो विषय बदले. लोकशाहीतील भाषणस्वातंत्र्य कुठे गेले?

आम्ही दोघांनी व्होडकाचे दोन दोन पेग घेतले. तो सारखा मार्लबरो सिगारेट ओढीत होता आणि मी सेकंडहॅंड धूम्रपान करत होतो. म्हणजे त्याने हवेत सोडलेला धूर मला हुंगावा लागत होता.

सीआयएच्या एका माणसाने आम्हाला वेळ संपल्याची जाणीव करून दिली. आम्ही सगळे उठून उभे राहिलो. मी बोरिसला म्हटले, "आपण परत एकदा भेटले पाहिजे."

त्याने यावरती आपले खांदे उडवले आणि सीआयएच्या माणसाकडे पाहिले.

आम्ही एकमेकांशी हस्तांदोलन केले. जाता जाता खलीलबद्दल तो आम्हाला म्हणाला, "तो माणूस म्हणजे एक खून करणारे परिपूर्ण यंत्र आहे. त्याला आज जो खून पाडता येत नाही, तो खून उद्या पाडतो."

"तो फक्त एक माणूस आहे." मी माझे मत त्याला ऐकवले.

"तसे असेल तर मला आश्चर्यच वाटेल; पण ते काहीही असले तरी तुम्ही त्याच्या माऱ्यातून वाचलात याबद्दल मी तुमचे अभिनंदन करतो. आपले उरलेले आयुष्याचे दिवस वाया घालवू नका."

त्याच्या या शेवटच्या वाक्याच्या खलीलशी संबंध होता का ते वाक्य म्हणजे रशियन भाषेतील एक वाक्प्रचार होता? मला याचा कुठेही संदर्भ लावता येईना.

मी व केट न्यूयॉर्कला आलो; पण बोरिसचा विषय आम्ही कुठेही काढला नाही. मला मात्र तो माणूस आवडला. त्याच्याबरोबर व्होडकाची एक पूर्ण बाटली दोघांनी मिळून पिण्यात मजा येईल असे मला वाटले. कधीतरी तो दिवस येवो अशी मी मनोमन इच्छा व्यक्त केली; पण त्याला बोलावणे कसे शक्य होते? त्यासाठी त्याच्यावर कोर्टाचे समन्स बजावले तरच ते शक्य होते; पण ती कल्पना बरी दिसत नाही.

अनेक आठवडे होऊन गेले. असद खलीलची काहीही बातमी नव्हती. तसेच, गडाफीचा अचानक मृत्यू झाल्याची सुखद बातमीही आली नाही.

केटने आपल्या मोबाईलचा फोन नंबर बदलून घेतला नाही. मी पण ऑफिसातील माझी थेट लाईन बदलून घेतली नाही. खलीलकडून फोन येण्याची आम्ही वाट पहात होतो.

स्टेन आणि कोनिग यांनी वॉशिंग्टनमधून आलेल्या हुकूमानुसार एक नवीन खास गट निर्माण केला. त्यात मी, केट, गॅब्रिएल, जॉर्ज फॉस्टर आणि इतर काही जण होते. आमच्या गटाचे उद्दीष्ट हे असद खलीलचा शोध लावून त्याला पकडणे हे होते. माझा पोलीसदलातील जुना सहकारी डॉम फानेली याला आमच्याकडे नोकरीवर पाठवा म्हणून न्यूयॉर्क पोलीसदलाला मी विनंती केली. तोही त्याच्या परीने तिकडून प्रयत्न करीत आहे. माझ्या प्रयत्नांना यश येणार हे मला स्वच्छ दिसते आहे. कारण मी आता एक महत्त्वाची व्यक्ती झालो होतो. माझी विनंती डावलणे जड जाणार होते. या इथल्या नोकरीत डॉमनेच मला पूर्वी पाठवले होते. तेव्हा त्याला इकडे आणणे माझे कर्तव्यच होते. आमच्या या खास गटात सीआयएचा एकही माणूस नाही. त्यामुळे आम्हा सर्वांची उमेद वाढली होती.

आमचा हा असा खास गट माझ्या मनाप्रमाणे असल्यामुळे मला ही नोकरी सोडावीशी वाटत नव्हती. याचा अर्थ अगदी स्वच्छ होता. खलीलची धमकी मी गंभीरतेने मनावर घेतली होती. कारण आता शत्रूला ठार करा नाहीतर स्वत: मरा अशी वेळ आली होती. आमच्या या खास गटातील कोणालाही असदला जिवंत पकडून आणण्याची इच्छा नव्हती. त्याला ठार मारण्याची इच्छा होती. त्यामुळे आम्हा सर्वांचे एकमेकांना चांगले सहकार्य होते.

मी माझी माजी पत्नी रॉबिन हिला फोन करून माझ्या लग्नाची बातमी दिली. तिने मला सदिच्छा व्यक्त केल्या आणि म्हटले, ''आता तुम्ही तुमच्या त्या आन्सरिंग मशीनमधले मूर्खासारखे निवेदन बदलू शकता.''

''चांगली कल्पना आहे,'' मी एवढेच म्हणालो.

''अन् जर तुम्ही त्या असद खलीलला पकडलेत तर ती केस लढवण्याचे काम माझ्यावरती सोपवा.''

मी म्हणालो, ''ठीक आहे; पण त्याने दिलेल्या फीमध्ये माझा दहा टक्क्यांचा हिस्सा राहील.''

''चालेल. मग बघा मी ती केस अशी लढवेन की तो जन्मभर तुरुंगात जाऊन बसेल.''

''ठीक आहे तर.''

मी माझ्या पूर्वीच्या सर्व मैत्रिणींना माझ्या लग्नाची निमंत्रणे पोस्टाने, फॅक्सने व

इ-मेलने पाठवून दिली. मला त्याबद्दल काही मैत्रिणींनी सदिच्छा न पाठवता आपली हळहळ व्यक्त करणारी पत्रे पाठवली. मी ती केटला दाखवली नाही.

शेवटी तो महान दिवस उजाडला. मी तरीही भ्यायलो नाही की नर्व्हस झालो नाही. कारण एकदा मी लग्न केल्याने मला त्याचा अनुभव होता आणि नंतर अनेकदा मृत्यूला सामोरे जाण्याचे प्रसंग माझ्यावरती आले होते. तेव्हा आता मी घाबरेन होय?

केट ही लग्नामुळे गडबडून गेली नव्हती. ती अत्यंत शांत होती. तिला मात्र लग्नाचा अनुभव नव्हता. चर्चमध्ये जाऊन विवाहवेदीपर्यंत पोचण्याला 'द लास्ट माईल' म्हणतात. तसले अंतर ती यापूर्वी चालली नव्हती. आजच्या समारंभामध्ये कोणी काय करायचे, वगैरे कामांचे वाटप ती मोठ्या हिरीरीने करून आपले नियंत्रण ठेवीत होती. ह्या कामांची माहिती तिला उपजतच होती काय देव जाणे. तिच्या एक्स गुणसूत्रामध्येच तसे काहीतरी असावे.

ही सर्व चेष्टामस्करी बाजूला ठेवली तर मी खरोखर आनंदी होतो, समाधानी होतो. केट मेफिल्ड ही एक अफलातून स्त्री होती आणि आम्हा दोघांचा संसार सुखाने चालेल याची मला खात्री होती. तिने मला मी जसा आहे तसा स्वीकारले होते. तिची हीच गोष्ट मला आवडली होती. बाकी मी तसा होतोच म्हणा! एक परिपूर्ण व आदर्श पुरुष!

आम्ही दोघांनी मिळून एक असा जबरदस्त अनुभव घेतला होता की त्यामध्ये आमच्या स्वभावांचे व कर्तृत्वाचे पुरेपूर दर्शन एकमेकांना झाले होते. त्या प्रसंगात मला केट ही शूर, निष्ठावान आणि ज्ञानी वाटली. मी मात्र तिच्यासारखा असा नव्हतो. अन् इतकेही असून तिच्या स्वभावात कुठेही गर्व, आढ्यता, अहंपणा किंवा एखादी विकृती आली नव्हती. ती एक देशभक्त पण होती. अनेकदा देशभक्ती व व्यवहारवाद यांच्या संघर्षात माझा गोंधळ उडू लागतो. कदाचित मी पूर्वी एक देशभक्त असेनही; पण माझ्यावर एवढे आघात होत गेले की मी बदलत गेलो; पण तरीही मी माझी नोकरी निष्ठेने करीत राहिलो. माझ्या कर्तव्यापासून मी कधी ढळलो नाही.

मला फक्त एकाच गोष्टीचा आत्यंतिक खेद होतो. या खलीलच्या केसमुळे ज्या उलथापालथी झाल्या, किंवा १९८६पासून होत गेल्या, त्यातून आम्ही कोणीही काही शिकलो नाही.

माझा देश हा माझ्यासारखाच नेहमी नशीबवान ठरत आला आहे. मी जसा प्रत्येक वेळी माझ्यावर झाडलेली गोळी चुकवत आलो, तसाच माझा देश हा कोसळणाऱ्या संकटापासून स्वत:चा बचाव करत आला; परंतु नशिबालाही कुठेतरी मर्यादा पडतात, हे आपण लक्षात घ्यायला हवे. रस्त्यावर, जुगारांच्या अड्ड्यांवर,

प्रेमामध्ये, सर्वत्र मी पाहिले की नशीब हे काही तुम्हाला चिरंतन साथ देत नसते. ते संपून जाऊ शकते. नंतर मात्र तुम्हाला उशीर झाला नसेल तर वास्तवतेला, सत्याला सामोरे जावे लागते. मग आपले अस्तित्व टिकवायला अशी योजना आखावी लागते की त्यात कोठेही नशिबाला अंतर्भूत करता येत नाही.

नशिबावरून आठवण झाली. माझ्या लग्नाच्या दिवशी पाऊस पडत होता. पाऊस पडणे हा एक शुभशकून असतो. हा पाऊस नशीब व समृद्धी घेऊन येतो, अशी समजूत आहे. समजूत काहीही असो, पण माझ्या लग्नाच्या दिवशी पाऊस आला हा नशिबाचाच भाग आहे, नाही का?

लग्नाच्या गावाला माझे सारे नातेवाईक, मित्रमंडळी ही लांबलांबून अक्षरश: मजल दरमजल करीत आले होते. ते मिनेसोटा शहर हे शहर नसून छोटे गाव आहे. त्यामुळेच ते कधी कुणाच्या ऐकिवात येत नसावे; परंतु आलेली माझ्याकडची पाहुणे मंडळी ही माझ्या पहिल्या लग्नापेक्षा या दुसऱ्या लग्नाच्या वेळी शहाण्यासारखी वागली. माझ्या काही ब्रह्मचारी मित्रांनी काही निळ्या डोळ्यांच्या व सोनेरी केसांच्या नोकर स्त्रियांशी लगट करायचे एक-दोन प्रसंग सोडले, तर सारे काही सुरळीतपणे पार पाडले गेले. पण ते प्रकार अगदीच किरकोळ होते.

केटच्या घरच्या मंडळींचा अनुभव हा एखाद्या आल्हाददायक हवेच्या झुळकीसारखा प्रसन्न वाटणारा होता. आमचे लग्न लावणारा धर्मगुरू हा मेथॉडिस्ट पंथाचा होता. पण तो गंभीर नव्हता, गमत्या होता. त्याने मला शपथ घ्यायला लावली की, इथून पुढे मी पत्नीवर प्रेम करेन, तिचा आदर करेन आणि एक्स-फाईल्स मालिकेचा कधीही उल्लेख करणार नाही.

मी केटच्या बोटात अंगठी घातली. म्हणजे धातूची दोन कडी घालण्याचा समारंभ आज झाला. पहिले कडे मी केटच्या बोटात घातले तर दुसरे अदृश्य कडे माझ्या नाकात वेसण म्हणून घातले गेले; पण माझा हा विनोद मी कोणाला बोलून दाखवला नाही. मिनेसोटाचे हवामान हे खरोखरीच एखाद्या वाऱ्याच्या झुळकीसारखे आल्हाददायक आहे. या झुळकी दोन प्रकारच्या असतात. ओल्या किंवा कोरड्या. त्यामुळे सारी वऱ्हाडी मंडळी अगदी मजेत वावरत होती. केटची आई, वडील, बहीण ही माणसे मला कल्पनेपेक्षा चांगली वाटली. माझ्या आई-वडिलांनी त्यांना माझे लहानपणीचे, तरुणपणीचे अनेक प्रताप सांगितले. त्यांनी ते सारे प्रकार चमत्कारिक म्हणून न समजता विनोदी प्रकार म्हणून समजावून घेतले.

लग्नानंतर आम्ही एक आठवडाभर माझ्या सासुरवाडीला अटलांटिक सिटीमध्ये राहिलो, त्यानंतर कॅलिफोर्नियाच्या किनाऱ्यावरती एक आठवडा काढला. 'रॅन्चो देल सिएलो'मधल्या जिनकडे त्याच्या निमंत्रणावरून गेलो. आता या वेळी तिथल्या घाटातून जाताना मला विशेष काही वाटले नाही. मागच्या वेळेसारखा तो घाट

अवघड वाटला नाही. स्वच्छ सूर्यप्रकाशात तो रॅन्च पूर्वीपेक्षा अधिक सुंदर वाटला.

ज्या खडकामागे लपून आमच्यावर झाडलेल्या गोळ्यांच्यापासून आम्ही बचाव केला, तिथे जाऊन ती जागा परत पाहिली. तो खडक आता मला लहान वाटला. जिनने त्या खडकाची छायाचित्रे काढली. त्याच्या पार्श्वभूमीवरती आमची छायाचित्रे काढली. तिथे त्या गोळ्यांमुळे उडालेल्या खडकाच्या ज्या कपच्या पडल्या होत्या त्या आठवणीसाठी म्हणून केटने काही बरोबर घेतल्या.

जिनने दूरवरच्या झाडीकडे बोट दाखवून म्हटले, ''त्या तिकडे आम्हाला झाडाखाली रायफलीच्या गोळ्यांची ५२ टोपणे पडलेली सापडली. कोणत्याही मारेकऱ्याने केवळ दोन माणसांसाठी इतक्या गोळ्या आत्तापर्यंत कधी झाडल्या नसतील. आपल्याला शक्य नाही ते साध्य करण्याचा त्याचा तो एक आटोकाट प्रयत्न होता, हे त्यावरून कळते.''

हा शिकारीचा खेळ अजून संपला नाही असेही त्यातून सुचवले जात होते. आम्ही त्या झाडीकडेही गेलो. ती झाडी पाहून मी नर्व्हस झालो होतो. घोड्यावरच्या रपेटीच्या एका वाटेवरती जिथे टेड मरून पडला ती जागा जिनने आम्हाला दाखवली. त्या VORTAC जागेपासून ३०० फुटांवरती ती जागा होती. खलीलने लांबून त्याच्या कपाळात अचूक गोळी घातली होती. त्या वेळी टेड कुठे जात होता, कशासाठी तो इथे आला होता, काय करत होता याची मला कल्पना नव्हती. ती एक शेवटपर्यंत गुप्त गोष्ट रहाणार होती.

आम्ही मधुचंद्राच्या सफरीवर असल्याने मी फार पहायचे टाळले आणि आम्ही सगळे परत रॅन्चवरती गेलो. तिथे जिनने केलेला पाहुणचार स्वीकारून आम्ही तिथून निघालो.

केटचा मोबाईल फोन आम्ही मुद्दाम न्यूयॉर्कमध्येच ठेवला होता. निदान मधुचंद्राच्या ठिकाणी तरी आम्हाला मित्रांचे व खुनी लोकांचे फोन यायला नको होते. पण आमच्याबरोबर आम्ही आमची पिस्तुले मात्र घेतली होती.

मधुचंद्र असला म्हणून काय झाले, कोणती वेळ कधी येईल, हे थोडेच आधी कळते?

कृतज्ञता

या कादंबरीचे स्वरूप लक्षात घेता यात विविध तऱ्हेची माहिती सामावलेली असणे अपरिहार्य आहे. ही माहिती ज्या ज्या व्यक्तींनी मला उपलब्ध करून दिली त्यांच्या सहकार्यावाचून ही कादंबरी निर्माण होऊच शकली नसती. त्या सर्व व्यक्तींचे आभार मी येथे मानतो. त्या व्यक्तींचा तपशील हा खालीलप्रमाणे :

प्रथम मला थॉमस ब्लॉक ह्याचे आभार मानले पाहिजेत. हा माझा बालपणापासूनचा मित्र. यूएस एअरवेज या विमान कंपनीत वैमानिक. फ्लाईंग या मासिकाचे अनेकदा याने संपादन केले आहे. मेडे या कादंबरीचा लेखक, अन्य सहा कादंबऱ्यांचा सहलेखक. विमानविद्यातज्ज्ञ. या कादंबरीतील विमानविषयक सारा तपशील या माझ्या प्रिय दोस्ताने पुरवला. त्याच्यावाचून ही कादंबरी लिहिणे म्हणजे एखादे विमान पंखांवाचून हवेत उडवण्याचा प्रयत्न करण्यासारखे आहे.

ब्रॅनिफ इंटरनॅशनल एअरवेज आणि यूएस एअरवेज या विमान-कंपन्यात फ्लाईट अटेंडंट असलेल्या शरॉन ब्लॉक हिने या कादंबरीचे हस्तलिखित वाचून तपासले आणि संपादन करताना, तिच्या नवऱ्याशी चर्चा करताना, माझी बाजू व्यवस्थित मांडली.

विमानतळावरील पोलिसांची यंत्रणा, कार्यपद्धती, संकटग्रस्त विमानातून प्रवाशांची सुटका करणे, आगी विझवणे, इ. इ. बद्दल अत्यंत तपशीलवार माहिती देऊन ती यंत्रणा दाखविण्याचे काम करणाऱ्या व्यक्ती पुढीलप्रमाणे : फ्रँक मॅडोना, डोनाल्ड मॅकमोहन, बॉबी याझ्रब. यांच्यावाचून या कादंबरीतील साठ टक्के थरारक भाग मला पुरा करता आला नसता.

तसेच, या कादंबरीतील कथानकाची सुरुवात ज्या मूळ घटनेतून उगम पावते, त्या लिबियावरील बॉम्बहल्ल्याचे तांत्रिक वर्णन करण्यासाठी अमेरिकन नौदलातील कॅप्टन नॉर्म गंदिया यांची मला मदत घ्यावी लागली. नॉर्म ह्याने व्हिएतनामच्या युद्धात भाग घेतला होता. हा माझा एक अत्यंत चांगला मित्र आहे. त्या घटनेत जी एफ-१११ विमाने वापरली, त्या विमानाची तांत्रिक माहिती देऊन त्याच्या कॉकपिटमध्ये मला बसण्याची संधी दिली ज्याने दिली, तो अल क्रिश हा अमेरिकन वायुदलात

लेफ्टनंट कर्नल होता.

रोनाल्ड रेगन यांचे रॅन्च ज्या यंग अमेरिकाज् फाऊंडेशन या संस्थेने विकत घेतले, त्या संस्थेने मला या रॅन्चवरती फिरवून सर्व काही दाखवले. संस्थेचे संचालक रॉन रॉबिन्सन व क्रिस्तेन शॉर्ट या दोघांमुळे हे सारे शक्य झाले.

जॉन बार्लेटा, हे पूर्वी अमेरिकन राष्ट्राध्यक्षांच्या संरक्षणासाठी असलेल्या सिक्रेट सर्व्हिस दलाचे प्रमुख होते. त्यांनीही फार मोलाची माहिती मला पुरवली. त्यांची व्यावसायिक कार्यक्षमता आणि त्यांची निष्ठा याला जगात तोड नसेल.

'लाँग आयलॅन्ड क्रेडल ऑफ एव्हिएशन म्युझियम' हे एक नव्याने निर्माण झालेले विमान वस्तुसंग्रहालय आहे. विमानविद्येत जे जे अमेरिकेने प्रथम प्रयत्न करून भर घातली, त्या सर्व प्रयत्नांची माहिती जमेल त्या स्वरूपात येथे संग्रहित करून ठेवली आहे. त्यामुळे विमानविद्या आणि अंतराळ विज्ञान यासंबंधातील ते एक जगातील अग्रगण्य संग्रहालय ठरले आहे. हे संग्रहालय नीट बारकाईने दाखवून मला माहिती देण्यासाठी ज्यांनी पुढाकार घेतला त्यांची नावे पुढीलप्रमाणे : एडवर्ड स्मिटस्, गॅरी मॉन्टी, जोशुआ स्टॉक, गेराल्ड केसलर.

अशा कादंबऱ्या लिहिताना ग्रंथालयातून खूप संदर्भ घ्यावे लागतात. मला हवे ते संदर्भ शोधून पुरवण्याचे किचकट काम लॉरा फ्लॅनॅगन व मार्टिन बोवे यांनी केले.

माझ्या प्लम आयलँड या कादंबरीला ज्याने मदत केली, त्याच लेफ्टनंट केनेडी याने याही वेळेस तशीच मोलाची मदत केली. तो नॅसाऊ कौन्टी पोलीसदलात काम करतो. तो पेशाने पोलीस व शिक्षणाने वकील आहे. त्याच्यामुळेच माझ्या कादंबरीतील पोलीस हे प्रामाणिक दाखवता येतात आणि लेखकालाही वास्तववादी रहाण्यास मदत होते.

कोणत्याही लेखकाला संशोधन केल्याखेरीज चांगले व वास्तववादी लिहिणे कठीण असते. माझ्या कादंबरीसाठी संशोधनाची बरीचशी जबाबदारी डॅनियल स्टारर् याने पेलली. याआधी अशीच त्याने माझ्या चार कादंबऱ्यांना मदत केली होती. आता तर त्याला मला नेमके काय हवे आहे ते मी सांगायच्या आत त्याला कळते. त्यामुळे मागणी करण्याच्या आधीच मला हवी ती माहिती माझ्या हातात येते.

लेखकाकडे मदतनीस म्हणून जे रोजंदारीवर नोकऱ्या करीत असतात, त्यांना कामामध्ये झोकून द्यावे लागते आणि फार सहनशीलता अंगी बाणवावी लागते. हे काम डायनी फ्रॅन्सिस व जॉर्जिया लिऑन यांनी फार चांगले करून दाखवले.

लेखक लिहीत असता त्याच्याबरोबर रहाणे हे लेखकाच्या पत्नीला फार अवघड जाते. माझी पत्नी जिनी हिने ते काम करून दाखवले. याचे कारण तिच्याकडे एखाद्या संताकडे असणारी अमाप सहनशीलता आहे. तिने माझ्या लिखाणाच्या संकलनाचे अवघड काम केले आहे. तिचे काम अवघड करण्यास मी

जबाबदार आहे. कारण ज्या माणसाला लिहिताना नीट विरामचिन्हे कुठे द्यायची कळत नाहीत, शब्दांची स्पेलिंग्ज नीट करता येत नाहीत, वाक्ये नीट पुरी करता येत नाहीत, अशा माणसाच्या लिखाणाचे संपादन करणे सोपे नसते.

सर्व काही लिहून झाल्यावर, संपादन केल्यावर, अखेरची प्रत तयार केल्यावरही त्यावरून एक चुका शोधणारी नजर फिरावी लागते. ते काम फ्रेड चेस ह्याने केले.

अशा रीतीने तयार झालेली ही कादंबरी प्रकाशकाकडे गेल्यावर त्यावर पुन्हा संपादनाचे संस्कार करावे लागतात. ते काम लॅरी किर्शबाम आणि जामी राब यांनी केले आहे. यांच्या संपादन-कौशल्यापुढे माझे लिहिण्याचे कौशल्य सहज फिके पडेल.

वॉर्नर बुक्स या प्रकाशन संस्थेने याआधी माझी सात पुस्तके प्रकाशित करून बाजारात आणली. त्यांना माझ्या कादंबऱ्यांमुळे नेहमीच राग, लोभ, हर्ष, खेद, काव्यशास्त्रविनोद, वगैरे भावनांमधून जावे लागते; पण तरीही ही संस्था माझ्यावरती खूष आहे, हे माझे भाग्य म्हटले पाहिजे.

शेवटी गेली वीस वर्षे जो माझा आर्थिक व्यवहार नीट बघतो, मी व प्रकाशक यांच्यात मध्यस्थी करतो त्या निक एलिसनबद्दल मी काही सांगू म्हटले तर तो एक वेगळा ग्रंथ होईल. निक, तुला माझे लाख लाख धन्यवाद!

– नेल्सन डेमिल

www.ingramcontent.com/pod-product-compliance
Lightning Source LLC
LaVergne TN
LVHW092342220825
819400LV00031B/189
* 9 7 8 8 1 7 7 6 6 7 1 0 3 *